మహాభారతం

వ్యాసుడి మూలానికి విధేయంగా సరళవ్యావహారికంలో

మొదటిభాగం

ఆది, సభా, వన పర్వములు

రచన
ఉప్పులూరి కామేశ్వరరావు

ప్రచురణ
శ్రీజయలక్ష్మి పబ్లికేషన్స్
హైదరాబాద్
2023

మహాభారతం

వ్యాసుడి మూలానికి విధేయంగా సరళవ్యావహారికంలో

మొదటిభాగం

ఆది, సభా, వన పర్వములు

Copy right with author only.

No part of this book can be used in any manner what so ever without the written permission of the author.

ప్రథమముద్రణ : ఫిబ్రవరి, 2017

ద్వితీయముద్రణ : అక్టోబర్, 2020

తృతీయముద్రణ : మే, 2023

రచయిత : ఉప్పులూరి కామేశ్వరరావు

9247134917

మూల్యం (రెండు భాగాలు) : రు.550/-

ప్రచురణ

శ్రీజయలక్ష్మి పబ్లికేషన్స్

2-22-310/97C, Street No.3

వెస్ట్రన్ హిల్స్, కూకట్‌పల్లి, హైదరాబాదు -500085

ఫోన్:040-23050986 మొబైల్:9849254282

ముద్రణ

సంహిత గ్రాఫిక్స్

7-1-548, అమీర్‌పేట

హైదరాబాద్ - 5000016

ఫోన్ :040-23731620

అంకితం

ఆచార్య **పుల్లెల శ్రీరామచంద్రుడు** గారికి

ప్రమోదం

మహాభారతం పంచమవేదంగా ప్రసిద్ధమైన మహేతిహాసం. ధర్మార్థకామమోక్షాలనే నాలుగు పురుషార్థాల సాధనకు మార్గదర్శిగా దీనిని వ్యాసమహర్షి రచించాడు.

ఆచార్య పుల్లెల శ్రీరామచంద్రుడుగారు జగమెరిగిన పండితులు. వారు మహాభారతం వ్యాసుడి మూలాన్ని **మహాభారతసారసంగ్రహం** పేరుతో తెలుగులో తొమ్మిది నెలలలో రచించారు. అది అత్యంత ప్రజాదరణ పొందింది.

ఆ గ్రంథరచనలో ప్రూఫులు చూసి వారికి సహకరించినవారు శ్రీ ఉప్పులూరి కామేశ్వరరావుగారు. ఆ సందర్భంగా వారికి ఆచార్యులవారివద్ద భారతం గురించి చక్కటి అవగాహన పొందే అవకాశం లభించింది.

శ్రీకామేశ్వరరావుగారికి భారతంపై కలిగిన ఆసక్తిని గమనించిన పుల్లెలవారు "తెలుగులో సరళంగా సంక్షిప్తంగా వచనంలో మీరూ భారతాన్ని వ్రాయవచ్చుకదా!" అని ఒకసారి ప్రోత్సాహపూర్వకంగా ఆదేశించారు. ఆ ఆదేశాన్ని శిరసావహించి ఉప్పులూరివారు వ్యాసుడి మూలాన్ని అధ్యయనం చేసి మూలానికి విధేయంగా తమ సహజసుందరమైన శైలిలో మహాభారతం వచనరచన చేసారు. దానిని టి.ఎల్.పి. పబ్లిషర్స్ వారు ప్రథమంగా ప్రచురించారు. అది ఎంతో ప్రజాదరణ పొందింది. అచిరకాలంలోనే మొత్తం ప్రతులన్నీ చెల్లిపోయాయి.

ఆ గ్రంథాన్ని తిరిగి ఆద్యంతం పరిశీలించి శ్రీ కామేశ్వరరావుగారు అక్కడక్కడా కొన్ని విశేషాంశాలు జోడించి, పరిష్కృతప్రతిని రూపొందించారు. దీనిని ప్రచురించే అవకాశం మాకు కలిగించినందుకు వారికి మా హార్దిక ధన్యవాదాలు.

శార్వరి, వైకుంఠఏకాదశి, చలమచర్ల వేంకటశేషాచార్యులు
25-12-2023. **శ్రీ జయలక్ష్మి పబ్లికేషన్స్.**

వందే వ్యాసం తపోనిధిమ్

సంస్కృతసాహిత్యం అనగానే మన మనస్సులో మెదిలే వారు ఇద్దరు. వాల్మీకీ, వ్యాసుడూ.

వాల్మీకి రామాయణం రచించాడు. వ్యాసుడు మహాభారతం రచించాడు.

మన పూర్వీకులు మంచి రసజ్ఞులు. విజ్ఞులు.

వారు వాల్మీకిని ఆదికవి అని పూజించారు. కవికోకిల అని సన్మానించారు.

వ్యాసుడివద్దకి వచ్చేసరికి కవి అన్న మాట కుదరలేదు. ఆయన చేసిన పని మానవుల ఊహకి కూడా అందనిది. మనవారు బాగా ఆలోచించి చివరకి 'వ్యాసో నారాయణో హరిః' అని సాష్టాంగనమస్కారం చేసారు.

మహాభారతం గురించి ఎవరెన్ని చెప్పినా అవన్నీ సూర్యుణ్ణి దివిటీ వెలుగులో చూపించే ప్రయత్నాలే. అయినా ఆ మహేతిహాసం చదివాక వ్యాసుడికి దీర్ఘదండప్రణామం చేసి, ఉండబట్టలేక ఏవో చెప్తూనే ఉంటాం.

లక్షశ్లోకాల నిడివి ఉన్న బృహత్‌గ్రంథం మహాభారతంలో వ్యాసులవారు ఎంచుకున్న కథలో బలముంది. రచనలో నైపుణ్యముంది. కథనంలో సాటిలేని కౌశలముంది.

మహాభారతం కేవలం భరతవంశీయుల కథ మాత్రమే కాదు. అంతకంటే విశిష్టమైనది.

వేదోపబృంహణమైన కథనం మాత్రమే కాదు. అంతకంటే ఇంకా విస్తృతమైనది.

ధర్మప్రబోధానికే పరిమితమైన గ్రంథం మాత్రమే కాదు. అంతకంటే కూడా విపులమైనది..

మహాభారతం వ్యాసభగవానుడు నిర్మించిన అద్భుతమైన, అనన్యసాధ్యమైన, అసాధారణమైన సాహిత్యలోకం.

ఈ మహేతిహాసంలో ఎన్ని వందల పాత్రలు ప్రవేశపెట్టారు! ఎంత కథ నడిపించారు! కథని ఎన్ని మలుపులు తిప్పారు! తరువాత ఏ పాత్రకీ అన్యాయం జరగకుండా ఒక్కొక్క పాత్రనీ రంగస్థలంనుంచి ఎంత నేర్పుగా తొలగించారు!

చివరకి ఎంత అందంగా –

"ఊర్ధ్వబాహు ర్విరౌమ్యేష న చ కశ్చిత్ శృణోతి మే .... మానవుడు సుఖంగా

జీవించాలి, సమాజం సుభిక్షంగా ఉండాలి, లోకం సుఖశాంతులతో వర్ధిల్లాలి అనే తపనతో నేను రెండు చేతులూ పైకెత్తి, ధర్మాన్ని ఆశ్రయిస్తే అర్థం, కామం వాటంతటవే లభిస్తాయని గొంతు చించుకుని చెప్తున్నాను. ధర్మమార్గంలో సాధించే అర్థకామాలు శ్రేయస్సునిస్తాయనీ, అవే నిజమైన సుఖాన్నిస్తాయనీ చెప్తున్నాను. ధర్మాన్ని పాటించి సుఖంగా జీవించిన అనేకమంది చరిత్రలూ, ధర్మపథాన్ని వదిలి భ్రష్టులైపోయిన వారి చరిత్రలూ చెప్తున్నాను.

నేనింత చెప్పినా, అందరూ అర్థకామాల కోసం వెంపర్లాడుతున్నారే తప్ప ధర్మాన్ని పాటించడంలో శ్రద్ధ వహించడం లేదు. ధర్మమే రక్షిస్తుందని నేనెంత చెప్పినా ఎవరూ నా మాటలు పట్టించుకోవడంలేదు." అని తెరదించారు!!

మహాభారతం మనిషి కథ. మనిషికోసం చెప్పిన కథ.

ఈ కథ ఆద్యంతం హృదయానికి హత్తుకునే సంభాషణలతోనే నడిచింది. చదువుతుంటే ప్రతీ ఘట్టమూ కంటికి ఎదురుగా జరుగుతున్నట్లే అనిపిస్తుంది.

పాఠకుడు ఒకసారి తానే దుర్యోధనుడై ఆ పాత్ర అనుభవించిన అంతర్మథనాన్ని సమర్థిస్తాడు. ఇంకొకసారి విదురుడై ఆ దుర్యోధనుణ్ణే సున్నితంగా విమర్శిస్తాడు. సంజయుడై దుర్యోధనుడికి వంత పాడుతన్న ధృతరాష్ట్రుణ్ణి కఠినంగా ఖండిస్తాడు. భీష్ముడై, "వృథాగా చచ్చిపోతున్నావురా!" అని జాలిపడతాడు. ధృతరాష్ట్రుడై, "కన్న కొడుకంటే నా శరీరంలో భాగమే కదా! నన్ను నేనే ఎలా కాదంటాను?" అని కొడుకు ఎలా ఆడిస్తే అలా ఆడతాడు.

ఇలాగే ప్రతీ పాత్రా పాఠకుడికి అనేక కోణాల్లో ఆవిష్కారమవుతుంది.

వ్యాసులవారు కృష్ణుణ్ణి ప్రపంచంలో మొట్టమొదటి మనస్తత్త్వశాస్త్రవేత్తగా మనకి చూపిస్తారు. సందిగ్ధస్థితిలో ఉన్నవారికి కౌన్సిలింగ్ చేసే నిపుణుడిగా పరిచయం చేస్తారు. ప్రతీ సమస్యకీ ఒక పరిష్కారం ఉంటుందని చెప్పి ఆశావహ దృక్పథాన్ని పెంపొందించే పెర్సనాలిటీ డెవలప్‌మెంట్ ఎక్స్‌పర్టుగా సన్నిహితం చేస్తారు.

ప్రతీ పాత్రనీ ఎంతో నైపుణ్యంతో మలుచుకొచ్చి, వాటిని పడుగూపేకలలా కథనంలో కలిపారు. కథ చెప్తూనే మానవజీవిత పరమార్థాన్ని మనస్సుకి హత్తేలా చెప్పారు.

ఇంత గొప్ప మహాభారతంమీద నాకు ఆసక్తి కలిగించిన వారు పూజ్యులు ఆచార్య పుల్లెల శ్రీరామచంద్రుడుగారు.

వారు మహాపండితులు. వ్యాసవాల్మీకుల హృదయం తెలిసిన ఋషి. వారి పరిచయం నాకు పూర్వజన్మఫలంగా లభించింది.

తరువాత వారి సహజలక్షణమైన ఔదార్యం వలన వారికి నాపై అనుగ్రహం కలిగింది.

వారు నాకు రామాయణ మహాకావ్యంలో ఉన్న సౌందర్యం చూపించారు. మహాభారతంలో ఉన్న వైశిష్ట్యం వివరించి చెప్పారు.

2012లో ఆచార్య శ్రీరామచంద్రుడుగారు **మహాభారతసారసంగ్రహము** అనే గ్రంథం రచించారు. నాపట్ల వారికున్న అమిత వాత్సల్యంతో ఆ గ్రంథానికి సంబంధించిన చిన్న చిన్న పనులు కొన్ని నాకు అప్పగించారు. అందులో ప్రూఫులు చూడడం ఒకటి.

ఆ ప్రూఫులు చదువుతూంటే, 'మహాభారతం మూలగ్రంథం ఎంత ఆసక్తికరంగా ఉందో కదా!' అనిపించింది. ఆపైన అనేకానేక సందేహాలూ కలిగాయి.

ఆ సమయంలో నేను ఇంచుమించు నిత్యం వారి వద్దకి వెళ్ళేవాడిని, అనేకానేక అనుమానాలతో. వారు ఎంతో ఓరిమిగా నా సందేహాలు తీర్చడమే కాకుండా అనేక విషయాలు చెప్పేవారు, అంతులేని అభిమానంతో.

ఆ తరువాత సంస్కృతంలో ఉన్న మహాభారతం చదవమన్నారు. గోరఖ్‌పూర్ వారి ఆరు భాగాల సెట్టు తెప్పించుకున్నాను. చదవడం మొదలుపెట్టానే కాని ఆదిపర్వం సహనానికి పరీక్షే అయింది.

చాలాసార్లు విసుగొచ్చి ఈ ప్రయత్నం మానేద్దామనుకున్నాను. శ్రీరామచంద్రుడుగారు ఇటువంటి గ్రంథాలు చదవడానికి చాలా పట్టుదల, శ్రద్ధ కావాలని చెప్తూ, "కష్టమైన భాగం పూర్తి చేసేసారు. ఇంకెంత రెండేళ్ళు చదివితే పూర్తయిపోతుంది. మధ్యలో మానవద్దు." అనేవారు

నేను పడుతున్న యాతన చూసి మిత్రులు శ్రీమాన్ చలమచర్ల వేంకట శేషాచార్యులు గారు నన్ను ప్రోత్సహించడానికి కేసరీ మోహన్ గంగూలీ వ్రాసిన ఆంగ్ల అనువాదం పూర్తి సెట్టూ, వెట్టం మణి వ్రాసిన పురాణిక్ ఎన్‌సైక్లోపీడియా, బ్రహ్మశ్రీ కప్పగంతుల లక్ష్మణశాస్త్రిగారి వివరణలూ కొని, "మీకు ఇవి కొంత ఉపయోగిస్తాయి." అని బహూకరించారు.

లక్ష్మణశాస్త్రిగారి గ్రంథం చదివి వారికి మానసికంగా సాష్టాంగనమస్కారం చేసాను. వారిది అనువాదం కాదు. అనుసృజన కాదు. అది కేవలం వ్యాసుడి హృదయాన్ని మనకి ఆవిష్కారం చేసి మనని ధన్యులని చేయడంకోసం చేసిన రచన.

కేసరీ మోహన్ గంగూలీ అనువాదం 19వ శతాబ్దంలో రచించినది. సంస్కృతానికి

అంత అందమైన, నిఖార్సైన ఇంగ్లీషు అనువాదం మరొకటి ఈనాటికీ రాలేదు అనిపిస్తుంది.

అధ్యయనం, అధ్యాపనం వృత్తిగా ఉన్నవాడిని కనుక చదివిన వాటికి ఎప్పటికప్పుడు నోట్సు వ్రాసుకున్నాను.

శ్రీమాన్ శేషాచార్యులుగారు, "ఇంత విస్తారంగా నోట్సు వ్రాసారు. దీనికి పుస్తక రూపం ఇవ్వండి." అని పదే పదే చెప్పారు. మా పబ్లిషర్ శ్రీ లక్ష్మీప్రసాద్ గారు వారి ప్రతిపాదనని బలపరిచారు.

తీరా వ్రాయడం ప్రారంభించాక మహాపర్వతాన్ని అద్దంలో చూపించడానికి ప్రయత్నించే టప్పుడు వచ్చే ఇబ్బందులన్నీ ఎదురయ్యాయి. తలకెత్తుకున్నది ఎంత బరువో తెలిసింది.

శ్రీరామచంద్రుడుగారి ఆశీర్బలంతోనూ, శ్రేయోభిలాషులైన మిత్రుల ప్రోత్సాహంతోనూ చాలా శ్రమసాధ్యమైన పనిని పూర్తి చేయగలిగాను.

ఈ గ్రంథంలో చదివేవారికి ఆసక్తి కలిగిస్తాయని నేను నమ్మినవి కొన్నీ, ప్రామాణికత కోసం కొన్నీ, గుర్తుంచుకోవలసిన విషయాలున్నవి కొన్నీ శ్లోకాలు ఇచ్చాను. వాటికి అన్వయానుసారంగా తాత్పర్యం ఇవ్వలేదు. కథనంలో ఇమిడిపోయే భావం పాఠకులకు స్పష్టమయేలా మాత్రమే ఇచ్చాను.

ప్రపంచ సాహిత్యంలోనే అత్యంత విస్తారమైనదీ, విషయంలో సాంద్రమైనదీ అయిన గ్రంథాన్ని క్లుప్తీకరించడంలో పాత్రలని పూర్తిగా ఆవిష్కరించడం కష్టమే. అందుచేత అక్కడక్కడ కొంత విశ్లేషణ నా స్వంత వాక్యాలలో ఇచ్చాను. అటువంటివి ఇటాలిక్స్‌లో వ్రాసి బ్రాకెట్లలో పెట్టాను. మిగిలినవన్నీ వ్యాసభగవానుడి మాటలే – తెలుగు నుడికారంతో చెప్పినవి .

రెండు సంవత్సరాలకు పైబడి జరిగిన ఈ కృషిలో ఒక్కొక్క పర్వంలోనూ అనేక మార్పులు చేయవలసి వచ్చింది. కొన్ని పర్వాలు తిరిగి వ్రాయవలసి వచ్చింది. ఎన్ని మార్పులు చేసినా అత్యంత సహనంతో అందంగా డి.టి.పి చేసి ఇచ్చింది నా అర్ధాంగి ఉమ. ఆమె సహకారమే లేకపోతే ఈ గ్రంథరచన సాగేది కాదు.

ఈ గ్రంథం వలన పాఠకులకు మహాభారత మహేతిహాసం మూలగ్రంథంమీద ఏ కొద్దిపాటి ఆసక్తి కలిగినా నేను ధన్యుణ్ణి.

04-02-2017 **ఉప్పులూరి కామేశ్వరరావు**

హైదరాబాదు.

(మొదటి ముద్రణకు వ్రాసిన ముందుమాట.)

విషయసూచిక

x

శ్రీః

మహాభారతం

వ్యాసుడి మూలానికి విధేయంగా సరళవ్యావహారికంలో

నారాయణం నమస్కృత్య నరం చైవ నరోత్తమమ్,
దేవీం సరస్వతీం వ్యాసం తతో జయ ముదీరయేత్.

ఓం నమో భగవతే వాసుదేవాయ
ఓం నమః పితామహాయ
ఓం నమః ప్రజాపతిభ్యః
ఓం నమః కృష్ణద్వైపాయనాయ
ఓం నమః సర్వవిఘ్నవినాయకేభ్యః.

1

మహాభారతం

నరనారాయణులకీ, సరస్వతీదేవికీ, వ్యాసమునీంద్రుడికీ నమస్కరించి మహాభారతం గురించి చెప్పుకోవాలి.

ఓంకార స్వరూపులైన వాసుదేవుడికీ, బ్రహ్మకీ, ప్రజాపతికీ, కృష్ణద్వైపాయనుడికీ, సర్వవిఘ్నాలనీ పోగొట్టే వినాయకుడికీ నమస్కరించి ఈ ఇతిహాసం గురించి తెలుసుకోవాలి.

నైమిశారణ్యం మహాపుణ్యక్షేత్రం. అక్కడ అనేకమంది ఋషులు కఠోరనియమాలు పాటిస్తూ తపస్సు చేసుకుంటున్నారు. ఆ ఋషిబృందానికి కులపతి శౌనకుడు.

ఆ ఋషులు ఒక సమయంలో శౌనకుడి ఆధ్వర్యవంలో ఒక సత్రం *(యాగం)* ప్రారంభించారు. అది పన్నెండు సంవత్సరాలు నిర్విరామంగా సాగే మహాయజ్ఞం.

ఒకరోజు ఆ ఋషులందరూ ఉదయం చేయవలసిన నిత్యవిధులూ, యజ్ఞకర్మలూ పూర్తిచేసి ఒకచోట సమావేశమై ఉన్నారు. ఆ సమయంలో అక్కడికి ఉగ్రశ్రవసుడు వచ్చాడు.

ఉగ్రశ్రవసుడు రోమహర్షణుడు అనే ఋషికి కుమారుడు. అందుచేత ఇతణ్ణి రౌమహర్షణి అని అంటారు. అతడిది సూతవంశం. అందువలన అందరూ అతడిని సూతుడనీ, సౌతి

అని కూడా పిలుస్తారు. అతడు మహర్షులు చెప్పిన అనేక పురాణాలు విన్నాడు. వాటిని మనస్సులో నిక్షిప్తం చేసుకున్నాడు. వాటిలో ఉన్న తత్త్వం గ్రహించాడు. తాను తెలుసుకున్న విషయం ఇతరులకు చక్కగా చెప్పడంలో మంచి నేర్పరి అయ్యాడు.

ఆ ఋషులందరూ అతణ్ణి ఆహ్వానించి అతిథిమర్యాదలు చేసారు. ఉచితాసనం చూపించి కూర్చోమన్నారు. అతడికి ప్రయాణపు బడలిక తీరాక ఇలా అడిగారు.

"సౌతీ! నువ్వు ఎక్కడినుంచి వస్తున్నావు? ఏ యే దేశాలు చూసావు? ఏ పుణ్యక్షేత్రాలు దర్శించావు? ఏ మహాత్ములను గురించి పుణ్యగాథలు విన్నావు? అవన్నీ మాకు చెప్పు."

సూతుడు వినయంగా సమాధానం చెప్పాడు.

"నేను జనమేజయ చక్రవర్తి చేసిన సర్పయాగం చూసి వస్తున్నాను. అక్కడ వైశంపాయన మహర్షి ఆ చక్రవర్తికి ఒక అద్భుతమైన గ్రంథాన్ని వినిపించాడు. అది భరతవంశ చరిత్ర. దానిని పరమపవిత్రుడైన కృష్ణద్వైపాయన మహర్షి రచించాడు. ఆ చరిత్రని వైశంపాయనుడు అక్కడున్నవారికందరికీ పూర్తిగా వినిపించాడు. నేనూ విని తరించాను. దానినంతనీ మనస్సులో నిక్షిప్తం చేసుకున్నాను.

అక్కడినుంచి కురుపాండవ మహాసంగ్రామం జరిగిన స్యమంతపంచకమనే పుణ్యక్షేత్రానికి వెళ్ళాను. *(ఈ క్షేత్రాన్నే శమంతపంచకం అని కూడా అంటారు.)*

ఆ తరువాత మీరిక్కడ గొప్ప యాగం చేస్తున్నారని తెలిసింది. ఈ యాగం చూసి తరిద్దామని ఇక్కడికి వచ్చాను."

కృష్ణద్వైపాయనుడు రచించిన ఆ మహాగ్రంథాన్ని తమకి వినిపించమని అక్కడి ఋషులు సూతుణ్ణి కోరారు. సూతుడు శ్రీమహావిష్ణువుని మనస్సులో స్మరించి నమస్కరించాడు. సరస్వతీదేవికి నమస్కరించుకున్నాడు.

"సమస్తలోకాలనీ సృష్టించినవాడూ, ఆది, మధ్యం, అంతం లేనివాడూ, సమస్తజీవుల లోనూ ఉన్నవాడూ, సమస్త భువనాలనీ తనయందే కలిగి ఉన్నవాడూ ఆ శ్రీహరి. అతడే పరబ్రహ్మ. అతడే హృషీకేశుడు. ఆ పురాణపురుషుడికి నమస్కరించి కృష్ణద్వైపాయనుడు కూర్చిన గ్రంథాన్ని గురించి చెప్తాను." అని వారు కోరిన గ్రంథం గురించి చెప్పడం మొదలుపెట్టాడు.

పూర్వం వేదమంత్రాలన్నీ గజిబిజిగా కలబోసిన పెద్ద రాశిలా ఉండేవి. కృష్ణద్వైపాయన మహర్షి వాటిని నాలుగు భాగాలుగా విభజించాడు. ఒక్కొక్క భాగంలోని మంత్రాలనీ ఒక క్రమంలో చెప్పాడు. ఇలా వేదాలని విభజించినందుకు ఆ మహర్షికి వ్యాసుడు *(విభజించి చెప్పినవాడు)* అని పేరు వచ్చింది.

అంతేకాదు. ఆయన వేదాంతసారమైన బ్రహ్మసూత్రాలు రచించాడు.

ఇవన్నీ చేసాక ఆయనకి ఒక విషయం స్పష్టమయింది. అంతవరకూ తాను లోకకళ్యాణం కోరి చేసిన పనులేవీ సామాన్య మానవులకి అర్థమయే స్థాయిలో లేవు.

మానవుడు ఈ లోకంలో ఉన్నంతకాలం ఉత్తమమానవుడిగా జీవించాలి. జీవితానంతరం ఉత్తమగతులు పొందాలి. ఇందుకు మానవుడు ఏమేమి నేర్చుకోవాలి? ఏ ఆలోచనావిధానాన్ని అలవరచుకోవాలి? ఎలా మాట్లాడాలి? ఎలా ప్రవర్తించాలి? ఎవరిని నమ్మాలి? ఎవరిని దూరంగా ఉంచాలి? – ఇవన్నీ ప్రతీ మానవుడికీ నిత్యజీవితంలో అవసరం.

వీటిని గురించి లోకానికి ఒక ఉపదేశం చెయ్యాలనుకున్నాడు.

మానవులందరూ ఆసక్తిగా అధ్యయనం చేసేలానూ, శ్రద్ధగా అవగాహన చేసుకునేలానూ తన ఉపదేశం ఉండాలనుకున్నాడు.

ధర్మార్థకామమోక్షాణా ముపదేశసమన్వితమ్,
పురావృత్తకథోపేతం ఇతిహాసం ప్రచక్షతే.

ఇక్కడ మనపెద్దలు ఒక ఆసక్తికరమైన మాట చెప్పారు. పాఠకులని బట్టి రచన చేయాలన్నారు.

ధర్మాన్ని గురించి పదిమందికీ నచ్చేలా చెప్పాలనుకునే ప్రతీ రచయితా గమనించవలసినవి రెండు విషయాలు.

వాటిలో మొదటిది – ధర్మంగురించిన సారవంతమైన వాక్యాలనన్నిటినీ ఒకచోట పోగుచేసి, వాటిని ఒక జాబితాలా తయారు చేస్తే సాధారణ పాఠకులు దానిని ఉత్సాహంగా చదవరు.

రెండవది – ఏదైనా ఒక గొప్ప కథని చక్కగా అల్లి చెప్తే దానిని పాఠకులు ఆసక్తిగా చదువుతారు. అది చదివినంతసేపూ కొంత ఆనందం అనుభవిస్తారు. పుస్తకం కింద పెట్టబుద్ధి కాదు. ఏకబిగిని చదివేస్తారు. కాని, దానిని చదవడం వలన ఆ తరువాత వచ్చే ప్రయోజనమేమీ ఉండదు.

అంటే, ధర్మంగురించి విడిగా ఉపదేశిస్తే దానిపట్ల ఎవరికీ ఆసక్తి ఉండదు. కథ ఒక్కటీ విడిగా చెప్తే దానివలన ప్రయోజనం ఉండదు. కానీ, ఈ రెండిటినీ కలిపి చెప్తే కావాలనుకున్నది సాధించవచ్చు. ధర్మం గురించిన మంచి వాక్యాలని ఆసక్తికరమైన కథ ఆధారంగా చేసుకుని చెప్తే చాలామంది ఉత్సాహంగా స్వీకరిస్తారు. అవే మంచి మాటలని అడుగడుగునా ఆసక్తి కలిగించే ఒక వాస్తవమైన చరిత్ర ఆధారంగా చెప్తే దానిని ఇంకా బాగా స్వీకరిస్తారు.

ఇలా చరిత్రని ఆధారం చేసుకుని ఉపదేశం చేసే రచనని ఇతిహాసం అంటారు.

వ్యాసుడు తన హృదయానికి సన్నిహితమైన భరతవంశంయొక్క చరిత్రని ఆధారం చేసుకుని తన ఉపదేశం ఇతిహాసంగా చెప్పాలనుకున్నాడు.

పవిత్రమైన హిమాలయపర్వత పాదప్రాంతంలో వ్యాసుడి ఆశ్రమం ఉంది.

ఒకరోజు ఉదయం వ్యాసుడు నిత్యకర్మలన్నీ పూర్తి చేసుకొని దర్భాసనంమీద కూర్చున్నాడు. శాంతచిత్తుడై ధ్యానంలోకి వెళ్ళాడు.

తాను చెయ్యాలనుకున్న ఉపదేశాన్ని భరతవంశ చరిత్రతో పెనవేసి ఒక ఇతిహాసాన్ని మనస్సులో కూర్చుకున్నాడు. అతడలా మనస్సులో కూర్చుకుంటూండగానే ప్రధానమైన కథలో అనేక ఉపకథలు కలిసాయి. వీటన్నిటితోనూ కలిసి అది మహేతిహాసం అయింది.

అదంతా మనస్సులో కూర్చుకున్నాక ఇంత విస్తృతమైన గ్రంథాన్ని శిష్యులకి ఎలా నేర్పాలి? ఇది ప్రజలందరికీ అందుబాటులోకి వచ్చేందుకు ఏమి చెయ్యాలి? - అని ఆలోచనలో పడ్డాడు.

అతడు మనస్సులో పడుతున్న చింతన తెలిసిన బ్రహ్మ అతడిముందు సాక్షాత్కరించాడు. వ్యాసుడూ, అతడి ఆశ్రమంలో ఉన్న ఇతర ఋషులూ లోకపితామహుడికి సాష్టాంగనమస్కారం చేసారు. విధివిధానంగా పూజించారు.

బ్రహ్మ ఉచితాసనంమీద విరాజితుడయ్యాక వ్యాసుడు ఆయనకి ప్రదక్షిణ నమస్కారాలు చేసాడు. సమీపంలో నిలిచి తన సమస్య వివరించాడు.

"బ్రహ్మన్ వేదరహస్యం చ యచ్చాన్యత్ స్థాపితం మయా,
సాంగోపనిషదాం చైవ వేదానాం విస్తరక్రియా. 1.62

బ్రహ్మదేవా! నేనొక ఇతిహాసం కూర్చాను. దానిగురించి మనవి చేస్తాను. వేదాలలో సామాన్యులకి నిత్యజీవితంలో అవసరమైన అనేక విషయాలు ఉన్నాయి. వాటిలో చదవగానే తెలిసే సామాన్యమైన అర్థాలతో కొన్ని విషయాలున్నాయి. చాలా కృషిచేస్తేనే తప్ప తెలియని రహస్యమైన అర్థాలతో మరికొన్ని విషయాలున్నాయి. ఇవన్నీ అందరికీ అర్థమయే తీరులో, అందరికీ అర్థమయే భాషలో ఈ ఇతిహాసంలో ఇమిడ్చాను. అలాగే ఉపనిషత్తులు అందించే జ్ఞానమంతా ఇందులో చేర్చాను. శాస్త్రాలూ, పురాణాలూ చెప్పే ప్రయోజనకరమైన విషయాలన్నీ ఇందులో పొందుపరిచాను. వీటినన్నిటినీ చేర్చడంతో ఇది చాలా పెద్ద గ్రంథమయింది.

ఈ గ్రంథం ప్రజలందరికీ అందుబాటులో ఉండాలంటే దీనిని ఎవరైనా వ్రాయాలి. ఇంత విస్తారమైన గ్రంథాన్ని నేను చెప్తూ ఉంటే వ్రాయగల సమర్థుడు ఎవరున్నారా అని ఎంత ఆలోచించినా అంతు చిక్కడం లేదు. నన్నను గ్రహించి నాకొక లేఖకుణ్ణి చూపించండి." అని అడిగాడు.

విఘ్నేశ్వరుణ్ణి ప్రార్థించి ఆయనచే ఆ ఇతిహాసాన్ని వ్రాయించమని సూచించి బ్రహ్మ అంతర్ధానమైపోయాడు.

వ్యాసుడు చిత్తం స్థిరంగా నిలిపి గణేశుణ్ణి ప్రార్థించాడు. ఆయన ప్రత్యక్షమై ఆ ఇతిహాసాన్ని వ్రాయడానికి అంగీకరించాడు. కాని, ఒక నియమం పెట్టాడు.

"మహర్షీ! నీ ప్రార్థనని మన్నిస్తాను. నువ్వు చెప్తూ ఉంటే నేను వ్రాస్తాను. కాని, నేను చాలా వేగంగా వ్రాస్తాను. నేనెంత వేగంగా వ్రాస్తానో గమనించుకుని, నా లేఖిని ఒక్క క్షణం కూడా ఆగకుండా నువ్వు చెప్తూ ఉండాలి." అన్నాడు.

వ్యాసుడు అంగీకరించాడు. కానీ, విఘ్నేశ్వరుడి వేగం అందుకోవడం సాధారణవిషయం కాదుకదా! అందుకు బాగా ఆలోచించి ఎత్తుకు పైఎత్తు వేసాడు.

"గణనాయకా! నీ ఆదేశం నాకు శిరోధార్యం. నువ్వెంత వేగంగా వ్రాస్తే నేనంత వేగంగా చెప్తాను. కానీ, నాదొక చిన్న మనవి. నేను చెప్పే ప్రతిశ్లోకమూ బాగా అర్థం చేసుకున్నాకే నువ్వు వ్రాయాలి." అన్నాడు.

విఘ్నేశ్వరుడు అంగీకరించాడు.

వ్రాత మొదలయింది. కొన్ని వందల శ్లోకాలు నిర్విరామంగా చెప్పి కొంచెం ఊపిరి తీసుకోవాలనుకున్నాడు వ్యాసుడు. అలా అనుకోగానే అర్థం చేసుకోవడం చాలా కష్టంగా ఉండే ఒక శ్లోకం చెప్పాడు.

విఘ్నేశ్వరుడు ఆలోచించి దానిని అర్థం చేసుకునేలోగా మరికొన్ని వందల శ్లోకాలు మనస్సులో కూర్చుకున్నాడు. అవి చెప్పడం పూర్తికాగానే మరొక క్లిష్టమైన శ్లోకం చెప్పాడు.

ఆ విధంగా వ్యాసుడి రచన లక్షశ్లోకాల గ్రంథంగా రూపొందడం పూర్తయింది. భరత వంశీయుల కథ కనుక దీనిని భారతం అన్నారు.

వ్యాసుడు మధ్యమధ్యలో చెప్పిన క్లిష్టమైన శ్లోకాలని "గ్రంథగ్రంథులు" అంటారు.

లక్షశ్లోకాల భారతంలో 8800 గ్రంథగ్రంథులున్నాయిట!

"ఈ గ్రంథగ్రంథులు విఘ్నేశ్వరుడికీ, నాకూ, శుకుడికీ అర్థమవుతాయి. ఇతరులకు అర్థమౌతాయో, కావో చెప్పలేను." అన్నాడు వ్యాసుడు.

ఇంత సుదీర్ఘమైనదీ, ఇంత సారవంతమైనదీ వేరొక గ్రంథం ఏదీ ఆనాటినుంచి ఈనాటి వరకూ ప్రపంచంలో ఉన్న ఏభాషలోనూ రాలేదు.

ఏకతశ్చతురో వేదాన్ భారతం చైతదేకతః,
పురా కిల సురైః సర్వైః సమేత్య తులయా ధృతమ్. 1.271

చతుర్భ్యః సరహస్యేభ్యో వేదేభ్యో హ్యధికం యదా,
తదా ప్రభృతి లోకేఽస్మిన్ మహాభారతముచ్యతే. 1.272

మహత్త్వే చ గురుత్వే చ ధ్రియమాణం యతోధికమ్,
మహత్త్వాత్ భారవత్త్వాచ్చ మహాభారతముచ్యతే,
నిరుక్తమస్య యో వేద సర్వపాపైః ప్రముచ్యతే. 1.273

పూర్వం దేవతలు వ్యాసుడు రచించిన ఈ గ్రంథాన్ని త్రాసులో ఒక పక్కన ఉంచారు. రెండవపక్కన ఏమి వెయ్యాలా అని బాగా ఆలోచించి నాలుగు వేదాలనీ *(వాటి సామాన్యమైన, విశేషమైన అర్థాలతో కలిపి)* వేసారు. ఈ ఇతిహాసమే వేదాలకంటే ఎక్కువ తూగింది. అప్పటినుంచి దీనిని మహాభారతం అనడం మొదలుపెట్టారు. దీని సారాంశం తెలుసుకున్న వారు సర్వపాపాలనుంచీ విముక్తులవుతారు.

◆◆◆

(మహాభారతం కేవలం ఒక ఇతిహాసమే కాదు. ఇదొక విశిష్టమైన సాహిత్యలోకం. పవిత్రతలో గానీ, ప్రామాణికతలో గానీ మహాభారత సంహితతో పోల్చదగిన రచన ప్రపంచసాహిత్యంలో వేరొకటి లేదు. లలితమైన పదాలతో గంభీరమైన విషయాలని చెప్పడంలో దీనికిదే సాటి.

ఇందులో ప్రతీ కథా, ప్రతీపాత్రా ఒక అపూర్వమైన నిర్మాణం. కథన కౌశలంలో గానీ, ధర్మప్రతిపాదనలో గానీ దీనికి దీటైన రచన మరొకటి లేదు. మహాగ్రంథమనీ, ఉపనిషత్సార మనీ, వేదానికి ఉపబృంహణమనీ చెప్పదగిన వాటిలో ఇదే మొదటిది అయింది. చివరిది కూడా ఇదే అవుతుందేమో.

మహాభారతం మనిషి కథ.
మనిషికోసం చెప్పిన కథ.

మనిషి ఎలా ఉండాలో చెప్పిన కథ.

మనిషి ఎలా ఉండకూడదో చెప్పే కథ.

ప్రతీ మనిషిలోనూ మెరిసిపోయే వెలుగైన పార్శ్వం ఒకటి ఉంటుంది.

ఇతరులకి తెలియకుండా తన మనస్సులో మెదిలిన ఆలోచనలనీ, పైకి చెప్పిన మాటలనీ; ఎవరూ చూడని రహస్యమైన సందర్భాలలోనూ, నలుగురి ఎదుటా బహిరంగంగానూ తాను ప్రవర్తించిన తీరుని ఎప్పుడు గుర్తుకు తెచ్చుకున్నా గర్వించదగిన పార్శ్వం అది. దానిని తలుచుకుని ఆనందిస్తాం. ఎవరైనా గమనించి ప్రస్తావిస్తే గర్విస్తాం.

అలాగే ప్రతీ మనిషిలోనూ చీకటిపార్శ్వం కూడా ఒకటి ఉంటుంది. అది లేనే లేదనుకోవడం ఆత్మవంచనే.

కొన్ని విషయాలపట్ల గానీ, కొందరు వ్యక్తులపట్ల గానీ ఎవరికీ తెలియకుండా మనస్సులో మెదిలిన విపరీతమైన ఆలోచనలూ; మనస్సుని నియంత్రించుకోలేని స్థితిలో ఆ ఆలోచనల ఆవేశంలో జారిన మాటలూ; అప్పటి తన ప్రవర్తనా, దాని పర్యవసానాలూ గుర్తుచేసుకుంటే బాధ కలుగుతుంది. ఎవరితోనైనా చెప్పుకోవాలంటే అవమానం అనిపిస్తుంది. అసలు తలుచుకుంటేనే సిగ్గేస్తుంది. ఇలా కూడా నేనుండగలనా అని భయమేస్తుంది.

మనిషిలోని ఈ రెండు పార్శ్వాలనీ చక్కగా విశ్లేషించి, సందేహాలకు తావు లేకుండా వివరించి, విమర్శించి చెప్తుంది మహాభారతం.

ఇందులో ధర్మం గురించి విస్తారంగా చెప్పారు. ఏది ధర్మం, ఏది అధర్మం అని చర్చ వచ్చినపుడు ధర్మం పక్షంలో నిలబడడానికి ఎంత ధైర్యం కావాలో చెప్పారు. అలా నిలబడగల శక్తి ఉండీ నిలబడనివాళ్ళు చెప్పే సాకులెలా ఉంటాయో కళ్ళకి కట్టినట్లు చూపించారు.

నీతి గురించీ, రాజనీతి గురించీ మాత్రమే కాదు, కూటనీతి గురించి కూడా చెప్పారు. రాజ్యపాలన గురించి ఎన్నో విషయాలు చెప్పారు. ఆపదలలో ధైర్యం, సంపదలలో వినయం, పదిమంది మధ్య మాట్లాడడంలో చాతుర్యం, అవమానాలు ఎదుర్కొన్నప్పుడు సహనం, యుద్ధంలో పరాక్రమం, విజయంలో ఔదార్యం ఉత్తములకి ఎలా ఉంటాయో చెప్పారు. అవే పరిస్థితులలో నీచుల ప్రవర్తన ఎలా ఉంటుందో కూడా చెప్పారు.

స్త్రీపురుష సంబంధాల వైచిత్రినీ, మేము జితేంద్రియులమయ్యాము అనుకునేవారికి కూడా మనస్సు లోపలి పొరలలో బలంగా ఉండి అవకాశం రాగానే బయటపడే చాపల్యాన్నీ, మహాత్ముల మనోనిగ్రహం కూడా సడలిపోయేలా చేసే పరిస్థితులనీ, పామరులకీ, పండితులకీ కూడా ఒకేవిధంగా ఉండే బలహీనతలనీ శషభిషలు లేకుండా చెప్పారు.

ఉత్తమమైన మోక్షప్రాప్తి గురించి ఉత్తమోత్తమమైన ప్రబోధం చేసారు.

ఇలా ధర్మ-అర్థ-కామ-మోక్షాలనే నాలుగు పురుషార్థాల గురించీ చెప్పే సమగ్రగ్రంథం అయింది మహాభారతం.

ఈ గ్రంథంలో వ్యాసభగవానుడు వేదాంతులకోసం గహనమైన వేదాంతశాస్త్రాన్ని విశదీకరించాడు. మాన్యులకోసమూ, సామాన్యులకోసమూ సమస్త ఉపనిషత్తులసారం అయిన భగవద్గీతని ఆవిష్కరించాడు. మానవులందరికోసం కోరిన కోరికలు తీర్చే కల్పవృక్షమైన శ్రీవిష్ణుసహస్రనామస్తోత్రం ఉపదేశించాడు.

భక్తులకోసం కృష్ణభక్తి సామ్రాజ్యపు వైభవాన్ని చూపించాడు. భక్తికి పరమావధి అయిన శరణాగతిని జగద్గురువైన కృష్ణుడు ప్రతిపాదించిన తీరుని వివరించాడు.

"అన్ని రహస్యాలకంటే రహస్యమైన మంచిమాట చెప్తాను. విను. **మన్మనా భవ** - నాయందే మనస్సు నిలుపు. **మద్యాజీ భవ** - నన్నే ధ్యానించు. **మద్భక్తో భవ** - నా భక్తుడిగా ఉండు. ఇంతలా ఎందుకు చెప్తున్నానంటే **ప్రియోఽసి మే** - నువ్వు నాకు ఇష్టుడివి. **మామేవ ఏష్యతి** - నన్ను తప్పక పొందుతావు. **ప్రతిజానే** - ప్రతిజ్ఞ చేసి చెప్తున్నాను. **మామేకం శరణం వ్రజ** - నన్నే శరణు పొందు. **యోగక్షేమం వహామ్యహమ్** - నీ యోగక్షేమాలు నేను వహిస్తాను." అని కృష్ణుడు ఘంటాపథంగా చెప్పాడు. పరమాత్మ అయిన శ్రీహరి వేరే ఏ అవతారంలోనూ తన భక్తులకి ఇంత స్పష్టమైన ఉపదేశం చెయ్యలేదు.

మహాభారతంలో రాజనీతిజ్ఞులకోసం రాజ్యాధికారానికి ఉన్న ఉభయ పార్శ్వాలూ తెలియజేసాడు. ఆ మాటలు నాటికి ఎంత వర్తించాయో నేటికీ అంతే వర్తిస్తాయి. రాజకీయం వలన గాని, ఉద్యోగంలో ఉన్నత పదవి వలన గాని అధికారం దక్కినవాళ్ళు ధర్మానికీ, ప్రజా సంక్షేమానికీ కట్టుబడి ఉండాలని చెప్పారు. స్వార్థంతో అధర్మమైన పనులు గానీ, లోకానికి హాని కలిగించే పనులు గాని చెయ్యడానికి పూనుకుంటే దాని పర్యవసానాలు ఎంత దారుణంగా ఉంటాయో చూపించారు.

అధర్మం స్వయంగా చేయకపోయినా, అధర్మానికీ ధర్మానికీ మధ్య జరిగే సంఘర్షణలో ధర్మంపక్షంలో నిలబడలేకపోయిన ఉదాసీనులు ఎలా చరిత్రహీనులవుతారో చూపించారు.

సనాతనధర్మం ప్రకారమూ, వంశాచారాల ప్రకారమూ రాజ్యంమీద (ఆస్తిమీద) హక్కు ఎవరికుంటుందో, ఎవరికి ఉండదో స్పష్టంగా చెప్పారు. హక్కు ఉన్నా అనుభవించేందుకు పరిస్థితులు అనుకూలించనివారికీ, ఆ హక్కు లేకపోయినా పరిస్థితులు అనుకూలించి అనుభవించే భాగ్యం లభించినవారికీ మధ్య ఏర్పడే సంఘర్షణ ఎలా ఉంటుందో చూపించారు.

వినయం, వివేకం, సహనం, సమర్థత వంటి ఉదాత్తమైన గుణాల వలన కలిగే ప్రయోజనం చూపించారు. ధనమదం, అహంకారం, అసహనం, దుర్మార్గం వలన సమూలంగా ఎలా నాశనమవుతారో చూపించారు.

ఒకపక్కన సనాతనధర్మాన్నీ, శాస్త్రాలు ఆమోదించిన రాజనీతినీ చెప్తూనే మరొకపక్కన కూటనీతి కూడా ఎంత అవసరమో చెప్పారు. గేలానికి చిన్న ఎరని కట్టి, చేపని పట్టి చంపి బ్రతికే మత్స్యకారుణ్ణి మహారాజుకి ఉదాహరణగా చూపించారు.

పొట్టపోసుకునేందుకు చిన్న చేపని పట్టడానికే అంత క్రూరత్వం అవసరమైతే ఐశ్వర్యం కోరేవాడికి ఎంత క్రూరత్వం ఉండాలో, మహైశ్వర్యం కోరేవాడు ఇంకెంత క్రూరత్వం అలవరచుకోవాలో ఆలోచించుకోమన్నారు.

లోకంలో ఎవరైనా మహైశ్వర్యాలు మాయోపాయాలవలననే సంపాదిస్తారని చెప్పారు.

ఇలా కూటనీతిలో చాలా విషయాలు వివరించి చివరకి ఇవన్నీ శాస్త్రాలలో చెప్పారు గానీ వీటిని అమోదించడం, ఆమోదించకపోవడం నీకు పుట్టుకతో వచ్చిన స్వభావంమీద ఆధారపడి ఉంటుందన్నారు. అయితే ఆశాపాశానికి లోనై కూటనీతినే ఆశ్రయిస్తే మూల నాశనం అయే ప్రమాదముందని హెచ్చరించారు.

ధృతరాష్ట్రుడు ఉత్తమమైన రాజనీతినీ, సనాతన ధర్మాన్నీ వదలిపెట్టాడు. కూటనీతినే ఆశ్రయించాడు. ఫలితం అనుభవించాడు.

రాజ్యాలేలే రాజులకే కాక, సామాన్యమానవులకు కూడా నిత్యజీవితగమనంలో ఆశావాదాన్ని అలవరచుకోవడం, మానవీయ విలువలని నిలబెట్టుకోవడం ఎలాగో నేర్పారు.

అందుకే, "మంచీచెడుల గురించి ఎప్పుడు, ఎక్కడ, ఎవరు చర్చించినా మహాభారతంలో ఉన్న మాటలే చెప్పుకుంటారు. ఇందులో లేనివేవీ చెప్పుకోదగినవి లేవు." అంటారు పెద్దలు.

మహాభారతంలో 18 పర్వాలున్నాయి.

వీటిలో మొదటి అయిదింటినీ ఆదిపంచకం అంటారు.

తరువాతి ఆరు పర్వాలనీ యుద్ధషట్కం అంటారు.

మిగిలిన ఏడు పర్వాలనీ శాంతిసప్తకం అంటారు.

ఇంత విశిష్టమైన, విస్తృతమైన మహాభారతసంహితలో ప్రతీ పాత్రనీ ఎంతో నేర్పుగా నిర్మించాడు వ్యాసభగవానుడు. తాను కూర్చిన సంహితలో తానూ ఒక పాత్ర అయ్యాడు.

ఆయన పాత్రనిర్మాణ కౌశలం ఎంత గొప్పదంటే ప్రతీ పాత్రనీ సమర్థించేవారు ఎంద రుంటారో, ఖండించేవారూ అందరుంటారు.

ఈ అభిప్రాయభేదాలూ, వాటిపై వాదోపవాదాలు ఎంత తీవ్రంగా ఉంటాయంటే కొన్నివేల సంవత్సరాలనుంచీ నేటివరకూ ఆ వాదనల వాడీ, వేడీ తగ్గలేదు.

ఇంత బృహత్ గ్రంథంలో ఏ వివాదానికీ తావులేని పాత్ర ఏదైనా ఉందా అనిపిస్తుంది. అలాగే కథకి కీలకం కాని పాత్ర ఏదైనా ఉందా అని కూడా అనిపిస్తుంది.

ఉదాహరణకి కుంతిపాత్రనే తీసుకున్నా ఎంత సంక్లిష్టమైన పాత్రని నిర్మించారో కదా అనిపిస్తుంది. ఆదిపర్వంనుంచి స్వర్గారోహణపర్వం వరకూ కుంతి పాత్రకి అనేక కోణాలు చూపించాడు వ్యాసభగవానుడు.

ఆమెని ఆదర్శవంతురాలైన రాజకుమారిగా చూపించాడు.

ఉచితానుచితాలు గమనించకుండా కుతూహలం ఆపుకోలేక పీకమీదికి తెచ్చుకునే పనులు చేసిన అమాయకురాలిగా చూపించారు.

ఉత్తమ ఇల్లాలుగా, మహాపతివ్రతగా, సవతిని సోదరిలా చూసిన ఉదారచరితగా, రాజనీతిజ్ఞురాలిగా, మనస్సుమీద పూర్తి నియంత్రణ సాధించిన స్థితప్రజ్ఞురాలిగా ....

ఇలా ఎన్నెన్నో కోణాలలో ఆమె పాత్ర మనకి కనిపిస్తుంది.

కుంతి తనని దత్తత ఇమ్మని కోరలేదు. కాని, ఆమెని దత్తత ఇచ్చారు.

పెంచిన తండ్రి రాజమందిరంలో పదహారేళ్ళ ఎలజవ్వనిగా ఉన్నప్పుడు ఆటపాటలతో ఆనందించాలనుకుంది. కాని, ఆమెని రాజమందిరానికి వచ్చే ఋషులకు సేవ చెయ్యమన్నారు.

ఆమె దుర్వాసుణ్ణి వరమిమ్మని అడగలేదు. కాని, ఆయన ఇచ్చాడు.

ఉత్తమవంశంలో పుట్టిన పదహారేళ్ళ రాజకన్యకి ఇవ్వకూడని వరం ఇచ్చాడు.

ఇలా ఆమెజీవితం ఆమె ఇష్టాయిష్టాలతో ప్రమేయం లేకుండా సాగిపోయింది.

ఆమె కోరుకున్న కోరికలలో కేవలం ఒక్కటి మాత్రమే తీరింది. స్వయంవరంలో పాండు రాజుని భర్తగా కోరుకుంది. అతడితో ఆమె వివాహం జరిపించారు.

ఆ వివాహంతో భూమండలమంతా వ్యాపించి ఉన్న కురువంశీయుల మహాసామ్రా జ్యానికి ఉత్తరాధికారి అయిన పాండురాజుకి పట్టమహిషి అయింది కుంతి.

వివాహమైన కొత్తలో భర్తనుంచి చిక్కని అనురాగం అందుకుంటున్న ఆనందమయ సమయంలో అనుకోనిది జరిగింది.

ఆమె ఊహించలేదు. ఆమె భర్త కోరలేదు. అయినా ఆమె జీవితంలోకి ఒక సవతిని ప్రవేశపెట్టాడు భీష్ముడు.

ఆ సవతిని కుంతి సాదరంగా అక్కున చేర్చుకుంది. సోదరిలా ఆదరించింది.

తాను ధర్మకార్యనిర్వహణలో తలమునకలై ఉండగా సవతి తన భర్తతో వనవిహారానికి వెళ్ళింది. కుంతి అభ్యంతరం చెప్పలేదు. అసూయపడలేదు.

పట్టమహిషి అయితే తీరే కోరికలూ, కలిగే భోగాలూ అటుంచి, సామాన్యస్త్రీ కోరుకునే సహజమైన కోరికలు తీరడానికి కూడా ఆమె నోచుకోలేదు.

ఆమె ఆశలతోనూ, ఆశయాలతోనూ సంబంధం లేకుండా ఊహించని అనేక వంకర మలుపులు తిరుగుతూ సాగిపోయింది ఆమె జీవితం.

విధి ఆమెతో ఎన్నో ఆటలు ఆడుకుంది. ఆమె ఎప్పుడు ఏది కావాలనుకున్నా దానిని అందుబాటులోకి తీసుకువస్తున్నట్లే తెచ్చి, అందింది అనుకుని ఆనందించే క్షణంలో దూరం చేసింది.

అయినా కుంతి ఏనాడూ క్రుంగిపోలేదు. కర్తవ్యం విస్మరించలేదు. కురువంశ సంప్రదాయాలను ఉల్లంఘించలేదు. ఏ పరిస్థితులెదురైనా ధర్మాన్ని అతిక్రమించలేదు.

జీవితపు చరమాంకం విశ్వవిజేత అయిన సార్వభౌముడు తన కుమారుడు యుధిష్ఠిరుడి సేవలందుకుంటూ గడపవచ్చు. కానీ, ఆమె సంప్రదాయం పాటించడమే తన కర్తవ్యమనుకుంది. తానూ, తన కుమారులూ అనుభవించిన కష్టాలన్నిటికీ ధృతరాష్ట్రుడే కారణమని తెలిసి కూడా గాంధారీధృతరాష్ట్రులు తనకు పూజ్యులనుకుంది. వారిననుసరించి వానప్రస్థాశ్రమానికి వెళ్ళిపోయింది.

కుంతి పాత్రని ఎంత విశ్లేషించి చూస్తే అంత అద్భుతమనిపిస్తుంది. మహాభారత మహేతిహాసంలో ఇంత వైవిధ్య భరితమైన పాత్ర ఇంకొకటి ఉందా అనిపిస్తుంది.

అయితే, ఈ మహేతిహాసంలో ప్రతీ పాత్రనీ ఇలాగే రూపొందించాడు వ్యాసుడు.

ప్రతీ పాత్రా అనేక పాత్రలతో అనేకవిధాలుగా ముడిపడి ఉంటుంది.

కుంతిపాత్ర పాండురాజుతోనూ, పాండువుపాత్ర వ్యాసుడితోనూ, వ్యాసుడిపాత్ర సత్య వతితోనూ, ఆమెపాత్ర శంతనుడితోనూ, చంద్రవంశంలో పుట్టిన శంతనుడిపాత్ర ఒక

సూర్యవంశపు రాజుతోనూ, ఆయనపాత్ర స్వర్గంలో ఉన్న గంగతోనూ .... ఇలా ఈ సంహితలో పాత్రలు ఒకదానితో ఒకటి చిక్కగా అల్లుకుపోయి ఉంటాయి.

ఇంత అద్భుతమైన ఇతిహాసం కనుకనే ఇది ఇంతకాలం ప్రజలలో నిలిచి ఉంది.)

2. ఆదిపర్వం

ప్రతీ గొప్పవంశంలోనూ కాలగతిలో ఊహించని కొన్ని పరిణామాలు చోటుచేసుకుంటాయి. ఎక్కడో జరిగిన సంఘటనల పర్యవసానాలు ఆయా వంశాలలో ప్రతిబింబిస్తాయి. వాటి చరిత్రని ప్రభావితం చేస్తాయి.

భరతవంశంలోనూ అదే జరిగింది.

శ్రీమహావిష్ణువునుంచి జనమేజయుడివరకూ ఉన్న ప్రసిద్ధమైన వంశం భరతవంశం.

శ్రీమహావిష్ణువు - బ్రహ్మ - అత్రి - చంద్రుడు - బుధుడు......అలా ఆ వంశం వృద్ధి అవుతూ వచ్చింది.

ఆ వంశంలో పుట్టిన దుష్యంతుడనేవాడు మహాపరాక్రమశాలి. అతడు సింహాసనం అధిష్ఠించాక తన పరాక్రమంతో రాజ్యాన్ని బాగా విస్తరించాడు.

ఒకరోజు దుష్యంతుడు వేటకు వెళ్ళాడు. అతడు అరణ్యంలో జంతువులను వేటాడుతూ కణ్వమహాముని ఆశ్రమం వద్దకు వెళ్ళాడు. ఆ ఆశ్రమంలో ఋషి పెంచుకుంటున్న కుమార్తె శకుంతలని చూసాడు. వారిద్దరూ పరస్పరం ఆకర్షితులై, పెద్దల ప్రమేయం లేకుండా, ఎవరి అనుమతి గానీ, ఆశీస్సులు గానీ తీసుకోకుండా గాంధర్వ వివాహం చేసుకున్నారు.

వారికి పుట్టిన కుమారుడు భరతుడు. అతడి పేరుతో ఈ వంశానికి భరతవంశం అని పేరు వచ్చింది.

భరతుడి తరువాత ఆరు తరాలు గడిచాక హస్తి అనేవాడు ఆ విశాలసామ్రాజ్యానికి చక్రవర్తి అయ్యాడు. అతడు తనకోసం అందమైన రాజధాని నగరం నిర్మించుకున్నాడు. దాని పేరు హాస్తినపురం. కాలక్రమంలో అది హస్తినాపురం అయింది. హస్తి తరువాత మరో మూడు తరాలు గడిచాయి. కురువు అనే వీరుడు చక్రవర్తి అయ్యాడు. అతడివలన ఆ వంశానికి కురువంశం అని పేరు వచ్చింది.

(కురువు తరువాత ఆ వంశంలో పుట్టినవారినందరినీ కౌరవులు అనాలి. కానీ, ధృతరాష్ట్రుడి పుత్రులనే కౌరవులు అనడం పరిపాటి అయింది.)

కురువంశీయులు చంద్రవంశపు రాజులు. కురువు తరువాత అనేక తరాలు గడిచాయి.

అప్పుడొక చిత్రమైన సంఘటన జరిగింది. అది కురువంశ చరిత్రలో పెద్ద మలుపు అయింది.

లోకమంతా పూజించే గొప్ప వంశం ఇక్ష్వాకువంశం. ఇక్ష్వాకువంశీయులు సూర్యవంశపు రాజులు.

ఇక్ష్వాకు వంశంలో జన్మించిన అనేకమంది ధర్మాత్ములలో మహాభిషుడు ఒకడు. అతడు సత్యపరాక్రముడు. సత్యవ్రతం పాటించి జీవితం గడిపిన రాజర్షి. ఆ మహారాజు తన సుదీర్ఘజీవితకాలంలో అనేక అశ్వమేధయాగాలూ, రాజసూయయాగాలూ చేసాడు.

అతడు చేసిన ధర్మాచరణకి సంతోషించి దేవేంద్రుడు అతడికి స్వర్గలోకవాసం అనుగ్ర హించాడు.

ఒకానొకప్పుడు స్వర్గంలో ఉన్న దేవతలూ, ఋషులూ, రాజర్షులూ బ్రహ్మదేవుణ్ణి సేవించ డానికి వెళ్ళారు.

వారందరిమధ్యా బ్రహ్మ కొలువుతీరి ఉన్నాడు. ఆ సమయంలో పరమపవిత్రురాలైన నదీమతల్లి గంగాదేవి చంద్రకాంతివంటి అమూల్యమైన వస్త్రాలు ధరించి అక్కడికి వచ్చింది.

ఆమె సభలోకి వస్తూండగా, విధివశంచేత, హఠాత్తుగా వచ్చిన గాలివాటుకి ఆమె ధరించిన వస్త్రం కొంత తొలిగింది. దేవతలూ, ఋషులూ ఆ దృశ్యం చూడకూడదని తలలు దించుకున్నారు.

మహాభిషుడు ఒక్కడూ తెల్లబోయి ఆమెనే చూస్తూ ఉండిపోయాడు.

అది గమనించిన బ్రహ్మ మహాభిషుణ్ణి శపించాడు.

"దుర్మతీ! *(నా సమీపంలో ఉండికూడా మనస్సుని అదుపులో ఉంచుకోలేకపోయావా!)* నువ్వు తిరిగి భూలోకానికి వెళ్ళు. మానవుడిగా జన్మించు.

ఇక్కడ గంగ నీ మనస్సుని చలింపజేసింది. అందువలన ఆమె కూడా భూలోకానికి వస్తుంది. మానవకాంతగా ఉండి నీకు సహధర్మచారిణి అవుతుంది.

కొంతకాలానికి నీకు నచ్చని పనులు చేస్తుంది. *(ఆ పనులు చూసి నువ్వు తట్టుకోలేవు. అప్పుడు ఆమెపై ఉన్న ప్రేమా, వ్యామోహమూ నశిస్తాయి.)* వెంటనే నీకు శాపవిముక్తి అవుతుంది. జీవితానంతరం తిరిగి స్వర్గానికి వస్తావు." అన్నాడు.

మహాభిషుడు భూలోకంలో ఎవరికి కుమారుడిగా పుట్టాలా అని ఆలోచించాడు. మహా తపస్వీ, భరతవంశీయుడూ అయిన ప్రతీపమహారాజుకి కుమారుడిగా పుట్టాలనుకున్నాడు.

(ఆయన తనకి తండ్రిగా ఋషులలో ఒకరిని ఎంచుకోలేదు. వేదవేత్తలనుంచీ, జ్ఞాన సంపన్నులనుంచీ ఎవరినీ ఎంచుకోలేదు. ధర్మనిష్ఠ ఉన్న సాధారణపౌరుణ్ణి ఎంచుకోలేదు. సూర్యవంశంలో పుట్టి స్వర్గం చేరిన మహాభిషుడు పునర్జన్మకి చంద్రవంశపు మహారాజుని తండ్రిగా ఎంచుకున్నాడు!)

బ్రహ్మశాపం మహాభిషుడే కాదు. గంగకూడ అనుభవించాలి.

ఆ శాపం అనుభవించడానికి లోకపావని గంగ స్వర్గాన్ని వదిలి భూలోకానికి వస్తోంది. దారిలో ఆమెకి తేజస్సు కోల్పోయి, చింతాక్రాంతులై ఉన్న అష్టవసువులూ కనిపించారు.

"ఎందుకు మీరిలా తేజోవిహీనంగా ఉన్నారు?" అని గంగ వారిని అడిగింది.

"వసిష్ఠమహర్షిపట్ల మేము అనుచితంగా ప్రవర్తించాము. దేవతలలా కాకుండా ప్రవర్తించి నందుకు మమ్మల్ని మానవులుగా జన్మించమని ఆ బ్రహ్మర్షి శపించాడు." అని తమ దైన్యానికి కారణం చెప్పారు. తమపై దయ చూపించమని వేడుకున్నారు.

"తల్లీ! మానవస్త్రీల కదుపున పుట్టడం మాకిష్టంలేదు. మమ్మల్ని అనుగ్రహించి నువ్వు భూలోకంలో మానవకాంతలా అవతరించి మాకు తల్లివి కావాలి." అని ప్రార్థించారు.

గంగ మానవకాంతలా జీవించడానికే భూలోకానికి వస్తోందని వారికి తెలియదు.

గంగ వసువుల ప్రార్థనని మన్నించాలనుకుంది. వారికి తల్లి కావడానికి అంగీకరించింది.

అయితే ఆమెకి ఒక అనుమానం వచ్చింది. "వసువులారా! మీరు ఎంతో ప్రభావం కలవారు. ఇపుడు భూలోకంలో మీకు తండ్రి కాదగిన యోగ్యుడు ఎవరున్నారు?" అని అడిగింది.

"భరతవంశంలో పుట్టిన ప్రతీపమహారాజుకి శాంతనుడు అనే కొడుకున్నాడు. అతడు పూర్వజన్మలో ఇక్ష్వాకువంశంలో పుట్టిన మహాభిషుడనే ధర్మాత్ముడు. మేము ఆయనకే ఔరససంతానం అవుతాము." అన్నారు వసువులు.

గంగకి మహాభిషుడెక్కడ ఉన్నాడో తెలిసింది. "నేనూ భూలోకానికే వెడుతున్నాను. మీరు కోరినట్లే మీకు తల్లినౌతాను. శాంతనుడికి పత్నినౌతాను. మీ కోరిక తీరుస్తాను." అంది.

"తల్లీ! మేము చేసే మరొక విన్నపం విను.

జాతాన్ కుమారాన్ స్వానప్సు ప్రక్షేప్తుం వై త్వమర్హసి,
యథా న చిరకాలం నో నిష్కృతిః స్యాత్ త్రిలోకగే. 96.19

మానవలోకంలో చిరకాలం నివసించడం మాకిష్టం లేదు. అందుచేత మాలో ఒక్కొక్కరినీ జన్మించగానే నీ ప్రవాహంలో విసిరెయ్యి. దానితో మా భూలోకవాసం వెంటనే ముగుస్తుంది."

"మీ కోరికలో ఔచిత్యం ఉంది. అలాగే చేస్తాను. కానీ పుత్రులకోసం ఆ మహారాజు నాతో కొంత జీవితం గడుపుతాడు. ఆ జీవితకాలం ఆ రాజుకి వ్యర్థం కాకూడదు. అందు వలన మీలో ఒకరు మా పుత్రుడిగా భూలోకంలో ఉండిపోవాలి."

"తల్లీ! నీ ఆదేశం తప్పక పాటిస్తాము. మాలో ఒకడు భూలోకంలో ఉండిపోతాడు. మిగిలిన ఏడుగురం మా మా ప్రభావాలలో ఎనిమిదవవంతు అతడికిస్తాము. ఆ తేజస్సుతో అతడు నీకూ, శాంతనమహారాజుకీ తగిన తనయుడౌతాడు.

మా అందరి అంశలవలనా అతడు భూలోకంలో సాటిలేని పరాక్రమవంతుడౌతాడు. **న సంపత్స్యతి మర్త్యేషు పునస్తస్య తు సంతతిః** – *(మానవుడిగా జన్మించినా అతడికి భవబంధాలుండవు.)* అతడికి సంతానం ఉండదు." అన్నారు.

గంగ అంగీకరించింది. ఆమే, వసువులూ అలా ఒక అవగాహనకి వచ్చారు.

గంగ భూలోకానికి బయల్దేరింది.

◆◆◆

మహాభిషుడు ప్రతీపుడికి కుమారుడిగా పుట్టాడు. అతడికి శాంతనుడు అని పేరు పెట్టారు. శాంతనుణ్ణి శంతనుడు అని కూడా అంటారు. అతడు పెరిగి పెద్దవాడై ధర్మాత్ముడని పేరు తెచ్చుకున్నాడు.

ఒకరోజు శాంతన మహారాజు గంగానదీతీరంలో ఉన్న అరణ్యాలలో క్రూరమృగాలని వేటాడుతున్నాడు. అలా వెళ్తున్న రాజుకి ఆ అరణ్యంలో అసాధారణ సౌందర్యవతి అయిన ఒక స్త్రీ కనబడింది. ఆమె అమిత తేజస్సుతో వెలిగిపోతూ దివినుండి దిగివచ్చిన లక్ష్మీదేవిలా ఉంది.

ఆమె గంగ.

ఏ దోషమూలేని పరమపవిత్రమైన రూపంతో, దివ్యమైన వస్త్రాలూ, ఆభరణాలూ ధరించి ఆమె ఒంటరిగా అరణ్యంలో సంచరిస్తోంది.

ఆమెని చూసిన రాజుకి రోమాంచమయింది. ఆమె సౌందర్యమనే సుధని రెండు కళ్ళతో తాగేస్తున్నట్లు చూస్తున్నాడు.

ఆ సుందరి కూడా శాంతనుణ్ణి చూసి ముగ్ధురాలయింది. అతణ్ణి ఎంత చూసినా ఆమెకి తృప్తి కలగలేదు. అలానే స్నేహపూర్వకంగా చూస్తూ ఉండిపోయింది.

శాంతనుడు ఆమెను చేరి చిరునవ్వుతో పలకరించాడు.

"సుందరీ! నువ్వెవరివి? దేవకన్యవా? దానవకన్యవా? గంధర్వ యక్ష అప్సర స్త్రీలలో ఒకర్తెవా? నాగకన్యవా? ఇవేవీ కాకపోతే మానవ కన్యవా?

నువ్వెవరివైనా దేవతలకు మాత్రమే సాధ్యమైన అసాధారణ సౌందర్యం మూర్తీభవించిన స్త్రీవి. **యాచే మాం సురగర్భాభే భార్యా మే భవ శోభనే** – నాకు భార్యవి కమ్మని నిన్ను అర్థిస్తున్నాను." అన్నాడు.

ఆమెకి తాను వసువులకు చేసిన వాగ్దానం గుర్తుకొచ్చింది. ఆమె పెదాలపై కనిపించీ కనిపించని చిరునవ్వు విరిసింది. ఆ చిరునవ్వు రాజుపై ప్రయోగించిన సమ్మోహనాస్త్రంలా ఉంది.

వీణానాదంవంటి మధురమైన స్వరంతో ఆమె సమాధానం చెప్పింది.

"రాజా! నువ్వు కోరినట్లే నీకు భార్యనవుతాను. నీ పట్టమహిషినవుతాను. నీకు వశవర్తినిగా ఉంటాను. ఎప్పుడూ నీకు ప్రియం చేకూరుస్తాను.

అయితే నేనొక నియమం పెడుతున్నాను.

యత్ తు కార్యమహం రాజన్ శుభం వా యది వాఽశుభమ్,
న తద్ వారయితవ్యాఽస్మి న వక్తవ్యా తథాఽప్రియమ్. 98. 3

నేనేపని చేసినా నన్ను అడ్డగించకూడదు. అది శుభమైనా *(నీకు నచ్చినా)*, అశుభమైనా *(నీకు నచ్చకపోయినా)* నన్ను వారించకూడదు.

అంతే కాదు. నాతో ఎప్పుడూ అప్రియంగా *(పరుషంగా)* మాట్లాడకూడదు. నువ్వీ నియమానికి అంగీకరిస్తేనే నేను నీకు భార్యనవుతాను. నీతో కలిసి జీవిస్తాను.

వారితా విప్రియం చోక్తా త్యజేయం త్వామసంశయమ్ – నేను చేసే ఏ పనికైనా అడ్డుతగిలినా, నాతో పరుషంగా మాట్లాడినా వెంటనే నిన్ను వదిలి వెళ్ళిపోతాను."

ఆమె అందం, ఆమె తీరూ చూసిన రాజు ఆమెనెలాగైనా తన దానిని చేసుకోవాలనుకున్నాడు. ఆమె పెట్టిన నియమానికి వెంటనే అంగీకరించాడు.

ఆమె ఎవరు? ఆమె వంశమేమిటి? ఆమె తల్లిదండ్రులెవరు? ఆమె ఎక్కడినుంచి వచ్చింది? క్రూరమృగాలు తిరిగే అడవిలో ఒంటరిగా ఏ భయం లేకుండా ఎలా సంచరిస్తోంది? ఎందుకు సంచరిస్తోంది? వివాహం చేసుకోమంటే ఇటువంటి వింతనియమాలెందుకు పెడుతోంది? – ఇటువంటి ఒక్క ప్రశ్న కూడా రాజు బుద్ధికి స్ఫురించలేదు.

ఆమెను వివాహమాడాలనే తొందరలో ఉన్న రాజు ఆమె సౌందర్యం తప్ప ఇతర విషయాలేవీ పట్టించుకోలేదు.

ఆమెని రథం ఎక్కించి హస్తినాపురానికి తీసుకువెళ్ళాడు.

త్రిపథగామినీ, దివ్యరూపిణీ అయిన గంగ మానవులకు సాధ్యంకాని అందంతో మానవ స్త్రీ అయింది. భర్తని అత్యంత అనురాగంతో సేవించింది. ఆనంద డోలికలలో ఓల లాడించింది.

వారలా ఆనందంలో మునిగి తేలుతుండగా మాసాలూ, ఋతువులూ, సంవత్సరాలూ గడిచిపోయాయి.

కాలక్రమంలో వారికి ఎనిమిదిమంది పుత్రులు కలిగారు.

జాతం జాతం చ సా పుత్రం క్షిపత్యంభసి భారత,
ప్రీణామ్యహం త్వామిత్యుక్త్వా గంగా స్రోతస్యమజ్జయత్. 98.13

ఒక్కొక్క బిడ్డ పుట్టగానే ఆమె ఆ బిడ్డని గంగానదిలో విసిరేసి, "వత్సా! నీకు శాపవిముక్తి కలిగిస్తున్నాను. సంతోషించు." అని ఆ బిడ్డకు మాత్రమే వినబడేలా అనేది.

ఆమె చేసే పని శాంతనుణ్ణి చాలా బాధించేది. అయినా ఇచ్చిన మాటకి కట్టుబడి ఆమెనేమీ అనలేదు. ఆమె చేసే పనిని అడ్డుకోవడానికి ప్రయత్నించలేదు. భార్య చేస్తున్న దారుణానికి ఒకడి తరువాత ఒకడు చొప్పున పుత్రులు బలైపోతుంటే మౌనమే వహించాడు. దుర్భరమైన గుండెకోతని పంటిబిగువున సహించాడు.

ఎనిమిదవబిడ్డ పుట్టగానే నవ్వుతూ నదివద్దకు బయల్దేరిన భార్య ప్రవర్తనని తట్టుకోలేకపోయాడు. ఆమెను ఆపాడు.

"మా వధీః కస్య కాసీతి కిం హినత్సి సుతానితి,
పుత్రఘ్ని సుమహత్ పాపం సంప్రాప్తం తే సుగర్హితమ్. 98.16

ఓసీ! ఈ పసివాణ్ణి చంపకు. కన్నబిడ్డలు అనే కడుపుతీపి గానీ, కనీసం కనికరం గానీ లేకుండా పుట్టిన పిల్లలనందరినీ పుట్టినట్లే చంపేస్తున్నావు. వంశాన్ని నిలబెట్టే పుత్రులని, పండంటి బిడ్డలని దారుణంగా చంపావు. పుత్రఘ్నీ! పుత్రహత్య అనే మహాపాపం కోరి కోరి మెడకి చుట్టుకుంటున్నావు. ఎందుకిలా నా బిడ్డలని నిర్దాక్షిణ్యంగా చంపేస్తున్నావు? ఇంతకీ నువ్వెవరివి? ఎవరి కూతురువి? *(ఎక్కడనుంచి వచ్చావు?)*" అన్నాడు.

ఎప్పుడో అడగవలసిన ప్రశ్న అప్పుడడిగాడు!

గంగ తొణకకుండా, మందహాసం చెదరకుండా సమాధానం చెప్పింది.

"మహారాజా! పుత్రుడు కావాలనుకుంటున్నావు కదా! నీ కోరిక తీరుస్తాను. ఈ కుమారుణ్ణి చంపను.

లోకంలో ఇంతవరకూ ఎంతమంది తండ్రులు కాలేదు! ఎంతమందికి పుత్రులు కలగలేదు!! కానీ, కొడుకులను కన్న తండ్రులలో నువ్వే శ్రేష్ఠుడివౌతావు. ఈ కుమారుడి వలన నీ కీర్తి లోకంలో చిరకాలం నిలుస్తుంది.

ఇంత కాలానికి నువ్వు నాగురించి అడిగావు. చెప్తాను. విను.

అహం గంగా జహ్నుసుతా మహర్షిగణసేవితా,
దేవకార్యార్థసిద్ధ్యర్థముషితాహం త్వయా సహ. 98.18

నేను సామాన్య స్త్రీని కాదు. నేను జహ్నుమహర్షి కుమార్తెని. గంగాదేవిని. సమస్త ఋషులూ నన్ను సేవిస్తారు. నేనొక దేవకార్యం సాధించడానికి నీతో కలిసి జీవించాను.

మహాతేజశ్శాలులైన అష్టవసువులూ శాపవశాన మానవులై పుట్టవలసి వచ్చింది. ఈ విశాలమైన పృథ్వీతలంలో వారికి జనకుడు కాదగిన యోగ్యుడు నువ్వు తప్ప వేరొకడు లేడు. వీరిని నవమాసాలూ గర్భంలో నిలుపుకోదగిన స్త్రీ నేను తప్ప మరొకర్తె లేదు.

వీరికోసం నేను మానవస్త్రీగా మారాను. నీతో కాపురం చేసాను. నీవలన నాకు పుట్టిన ఎనిమిదిమంది పుత్రులూ ఆ వసువులే.

తాము పుట్టిన వెంటనే ఆ మానవ శరీరం నుంచి విముక్తి కలిగించమని వసువులు నన్ను కోరారు. అందుకే వారిలో ఏడుగురిని నదిలో విసిరేసి వారికి శాపవిముక్తి కలిగించాను.

మత్ప్రసూతిం విజానీహి గంగాదత్తమిమం సుతమ్ – మనం కలిసి జీవించినందుకు ఫలితంగా ఆ వసువులలో ఒకడిని నీ కుమారుడిగా భూమిమీద జీవించమని కోరాను. 'ద్యు' అనే వసువు నా కోరిక ప్రకారం నీ కుమారుడిగా ఉండడానికి జన్మించాడు.

అతడే మనకి జన్మించిన ఈ ఎనిమిదవ కుమారుడు.

ఇంతకు ముందు శాపవిముక్తులైన ఏడుగురు వసువుల యొక్క ఒక్కొక్క అంశ ఈ కుమారుడిలో చేరింది. ఇతడు అత్యంత బలపరాక్రమాలు కలవాడవుతాడు. ఈ భూలోకంలో ఇతడితో సమానమైనవాడు ఎవడూ ఉండడు. ఇతడికి సుదీర్ఘమైన ఆయుర్దాయం ఉంటుంది. ఈ కుమారుడికి **గంగాదత్తుడు** అని పేరు పెట్టు.

ఈ బాలుడిప్పుడు శైశవావస్థలో ఉన్నాడు.

అయం కుమారః పుత్రస్తే వివృద్ధః పునరేష్యతి,

అహం చ తే భవిష్యామి ఆహ్వానోపగతా నృప. 99.45+

ఇతడిప్పుడు నాతోనే ఉంటాడు. ఇతడు పెరిగి పెద్దవాడయ్యాక నువ్వు తలుచుకోగానే ఇతడితో కలిసి నీ ముందు ప్రత్యక్షమౌతాను."

ఇలా చెప్పి గంగ తన కుమారుడితో సహా అంతర్ధానమైపోయింది.

◆◆◆

'ద్యు' అనే వసువు పెరిగి పెద్దవాడవుతూ ఉంటే అతణ్ణి దేవవ్రతుడనీ, గాంగేయుడనీ అనేవారు.

గంగ వెళ్ళిపోయాక శాంతనుడు మళ్ళీ మరొక భార్యకోసం ప్రయత్నించలేదు. అసలు అ మహాత్ముడి మనస్సులోకి మరొక స్త్రీ గురించిన ఆలోచనే రాలేదు.

ఆయన చతుస్సముద్రపరివేష్టితమైన భూమండలాన్నంతనీ పరిపాలించాడు. ఆయన పరిపాలన ధర్మదేవత పరిపాలనలా ఉండేది. ఆయన పరిపాలనలో ప్రజలేకాదు, సమస్తజీవరాసులూ కూడా సుఖంగా ఉన్నాయి.

అలా ముప్ఫయి ఆరు సంవత్సరాలు గడిచిపోయాయి.

ఒకరోజు శాంతనమహారాజు గంగాతీరంలో వేటకు వెళ్ళాడు. నదీ తీరానికి వచ్చిన మహారాజుకి ఒక విచిత్రమైన దృశ్యం కనబడింది.

అన్ని ఋతువులలోనూ నిండైన జలప్రవాహంతో ఉండే ఆ జీవనదిలో నీరు సన్నని ధారలా ప్రవహిస్తోంది. ఎవరైనా నీటికి అడ్డుకట్ట వేసారా అని అనుమానించాడు. అదేదో చూద్దామని తీరం వెంబడి ప్రవాహానికి ఎదురు దిశలో వెళ్ళాడు.

అక్కడ ఒక యువకుడు అత్యంత మనోహరమైన రూపంతో, విశాలమైన వక్షస్థలంతో, చాలా బలమైన బాహువులతో కనిపించాడు. అతడు పదునైన బాణాలు ఒకదాని వెనుక ఒకటి మహావేగంతో ప్రయోగించి గంగాప్రవాహాన్ని అడ్డుకుంటున్నాడు.

ఆ యువకుణ్ణి చూడగానే శాంతనుడికి అతడిపట్ల ఆత్మీయభావం కలిగింది. అతడు తననే పోలి ఉన్నట్లు అనిపించింది. అలా ప్రేమగా చూస్తూండగా ఆ యువకుడు అదృశ్యమైపోయాడు.

గంగ తనతో తీసుకువెళ్ళిన తన కుమారుడు కూడా కుడి ఎడమగా అదే వయస్సులో ఉంటాడు అనుకున్నాడు శాంతనుడు. వెంటనే గంగని స్మరించి తన కుమారుణ్ణి చూపించమన్నాడు.

అంతకుముందు రాజు చూసిన యువకుణ్ణే కుడిచేయి పట్టుకుని గంగ తీసుకువచ్చింది. ఆమెకి శాపవిమోచనం అయిపోయింది కనుక దివ్యరూపంతో వచ్చింది.

వారినిద్దరినీ ఆశ్చర్యచకితుడై చూస్తున్న శాంతనుడితో గంగ ఇలా చెప్పింది.

"రాజా! నీవలన నాకు పుట్టిన బిడ్డలలో ఎనిమిదవవాడిని నేను తీసుకుపోయి పెంచాను. ఇతడే నేను తీసుకు వెళ్ళిన నీ కుమారుడు. ఇతడు పెద్దవాడయ్యాడు.

ఇతడు వసిష్ఠులవారి వద్ద షడంగాలతోనూ వేదం నేర్చుకున్నాడు. రాక్షసగురువు శుక్రాచార్యుడి వద్దా, దేవగురువు బృహస్పతి వద్దా అనేక విద్యలు నేర్చుకున్నాడు. రాజనీతిలోనూ, ధర్మశాస్త్రాలలోనూ పండితుడయ్యాడు.

ఎవరూ కన్నెత్తి చూడలేని పరాక్రమశాలి అయిన పరశురాముడివద్ద శస్త్రాస్త్రవిద్యలు నేర్చుకున్నాడు. **మహేష్వాస మిమం రాజన్ రాజధర్మార్థకోవిదమ్** – ఇతడు రాజధర్మంలోనూ, అర్థశాస్త్రంలోనూ పండితుడు. సాటిలేని వీరుడు. అన్ని విధాలా నీకు తగిన కుమారుడు. ఇతణ్ణి నీతో తీసుకువెళ్ళు."

అలా చెప్పి గంగ అంతర్ధానమైపోయింది.

ముప్ఫయి ఆరు సంవత్సరాల నిండుయౌవనంలో ఉన్న కుమారుణ్ణి శాంతనుడు రాజధానినగరానికి తీసుకువచ్చాడు.

మంత్రులనీ, సామంతులనీ, దండనాయకులనీ, పౌరులనీ అందరినీ ఆహ్వానించి వారి సమక్షంలో దేవవ్రతుడికి యౌవరాజ్యపట్టాభిషేకం చేసాడు.

కాలం గడుస్తూంటే కుమారుడి ధర్మనిష్ఠ, రాజ్యపాలనదక్షత చూసి రాజు ఆనందించాడు. వంశాచారాలు పాటించడంలోనూ, దానధర్మాలలోనూ, సహనం దయ వంటి సద్గుణాలలోనూ తన కుమారుడు భరతవంశానికే వన్నె తెచ్చేవాడని పెద్దలూ, ప్రజలూ మెచ్చుకుంటూంటే పొంగిపోయాడు.

దేవవ్రతుడు బలంలోనూ, ధైర్యంలోనూ, పరాక్రమంలోనూ, యుద్ధవిద్యలలోనూ భూలోకంలో ఎదురులేనివాడయ్యాడు.

అలా నాలుగు సంవత్సరాలు గడిచాయి.

3

ఒకరోజు శాంతనుడు గంగాతీరంలో విహరించడానికి వెళ్ళాడు. **మహీపతి రనిర్దేశ్య మాజిఘ్రత్ గంధముత్తమమ్** – ఆ నదీ తీరంలో ఉండగా వర్ణించడం సాధ్యంకాని అత్యుత్తమమైన సుగంధం గాలిలో తేలివచ్చి రాజు నాసికాపుటాలకి సోకింది.

అడవిలో వస్తున్న ఆ అపూర్వ సుగంధానికి ఆశ్చర్యపోయి శాంతనుడు ఆ సుగంధం ఎక్కడినుంచి వస్తోందా అని కుతూహలంతో నదీతీరం వెంబడి అన్వేషిస్తూ వెళ్ళాడు.

అతడలా కొంతదూరం వెళ్ళాక ఒక దాశకన్య *(బెస్త కన్య)* కనబడింది. ఆ సుగంధం ఆమె శరీరంనుంచి వస్తోంది. ఆమె దేవకన్యలా అత్యంత సుందరంగా ఉంది. ఆమెని, "సుందరీ! నువ్వెవరివి? ఎవరి కుమార్తెవి?" అని రాజు అడిగాడు.

ఆమె తాను దాశరాజు *(మత్స్యకారులకు రాజు)* కుమార్తెననీ, తన తండ్రి ఆజ్ఞ పాటించి బాటసారులను యమునానది దాటిస్తున్నాననీ చెప్పింది.

ఆమె పేరు సత్యవతి.

అంతవరకూ జితేంద్రియుడై స్త్రీని గురించి ఆలోచనే మనస్సులోకి రాకుండా నిగ్రహించిన మహారాజుకి సత్యవతిని చూడగానే మనస్సు చలించింది. అసామాన్యమైన సౌందర్యమే కాకుండా, అపూర్వమైన శరీరగంధం కూడా గల ఆ కన్యని తనదానిని చేసుకోవాలను కున్నాడు.

నేరుగా దాశరాజువద్దకి వెళ్ళాడు. సత్యవతిని తనకిచ్చి వివాహం చెయ్యమని కోరాడు.

దాశరాజు శాంతనుడికి తగు మర్యాదలన్నీ చేసాడు. శాంతనుడు సుఖాసీనుడయ్యాక వినయంగా మాట్లాడుతూనే తన స్థిరమైన అభిప్రాయం చెప్పాడు.

"రాజా! ఈ కన్య పుట్టినప్పటినుంచీ ఈమెని ఎవరో ఒక గొప్ప వరుడి చేతిలో పెట్టాలనే అనుకుంటున్నాను. **న హి మే త్వత్సమః కశ్చిద్ వరో జాతు భవిష్యతి** – లోకమంతా వెదికినా నీతో సమానమైన వరుడు ఈమెకి దొరకదు. అయితే ఈమె విషయంలో నాకొక కోరిక ఉంది. అది తీరుస్తానని నువ్వు ప్రతిజ్ఞ చేస్తే ఈమె నీ ధర్మపత్ని అవుతుంది. నువ్వు సత్యవాదివని లోకమంతటికీ తెలుసు. నువ్వు ప్రతిజ్ఞ చేస్తే దానికి కట్టుబడి ఉంటావు. నా కోరిక తీరుస్తానని ప్రతిజ్ఞ చెయ్యి."

శాంతనుడు జాగ్రత్తగా సమాధానం చెప్పాడు.

"నిషాదరాజా! నీ కోరిక తీర్చదగినదైతే తప్పక తీరుస్తాను. ఆ కోరిక తీర్చడం నాకు సాధ్యం కాకపోయినా, అది తీర్చడం నాకు ఇష్టం లేకపోయినా నేను తీర్చలేను. అందుచేత నీ కోరిక ఏమిటో నాకు ముందు చెప్పు. అది విన్నాక తీర్చగలనో, లేనో చెప్తాను."

నిషాదరాజు తన మనస్సులో ఉన్న మాట చెప్పాడు.

"అస్యాం జాయేత యః పుత్రః స రాజా పృథివీపతే!
త్వదూర్ధ్వమభిషేక్తవ్యో నాన్యః కశ్చన పార్థివః. 100.56

ఈమెకి పుట్టే కుమారుడే నీ తరువాత ఈ రాజ్యానికి రాజు కావాలి. ఈమె కుమారుడికే పట్టాభిషేకం జరగాలి. ఈ రాజ్యం నీ ఇతర కుమారులకెవరికీ చెందకూడదు."

శరీరజేన తీవ్రేణ దహ్యమానోఽపి – కామాగ్ని తనని దహించివేస్తున్నా ధర్మాత్ముడైన శాంతనుడు సంయమనం కోల్పోలేదు. అప్పటికే పట్టాభిషిక్తుడై ఉన్న దేవవ్రతుణ్ణి కాదని సత్యవతికి పుట్టబోయే బిడ్డకి రాజ్యం ఇవ్వడానికి అతడు అంగీకరించలేదు.

నిరాశతో హస్తినాపురానికి తిరిగి వచ్చాడు.

దాశరాజు కోరిక కాదని సత్యవతిని వదులుకున్నాడు. కాని, అతడికి రాత్రీ, పగలూ సత్యవతి రూపమూ ఆమెనుంచి వస్తూన్న అపూర్వమైన సుగంధమూ జ్ఞాపకం వచ్చి మనస్సుని వేధించడం మొదలుపెట్టాయి.

సరిగా తిండి తినలేకపోయాడు. రాజకార్యాలమీద మనస్సు లగ్నం చెయ్యలేకపోయాడు. ఏదో పోగొట్టుకున్నవాడిలా ఎప్పుడూ శూన్యంలోకి చూస్తూ ఉండిపోయేవాడు.

దేవవ్రతుడు తండ్రిలో వచ్చిన మార్పు గమనించాడు. తన తండ్రి తనలో తాను ఏదో ఆలోచిస్తూ క్రుంగిపోతున్నాడని గ్రహించాడు. తండ్రివద్దకి వెళ్ళి అతడి మనోవేదనకి కారణ మడిగాడు.

శాంతనుడు తన మనస్సులో ఉన్న బాధ నిస్సంకోచంగా తనయుడితో పంచుకున్నాడు. ఆ తనయుడికి అప్పటికి నలభై సంవత్సరాల వయస్సు వచ్చింది. ఇంకా బ్రహ్మచారిగానే ఉండిపోయాడు. శాంతనుడు ఏమీ దాచకుండా, చాలా లౌక్యంగా చెప్పాడు.

"నాయనా! నా మనోవేదనకి కారణం చెప్తాను. శ్రీమహావిష్ణువునుంచి నావరకూ మన చంద్రవంశం అవిచ్ఛిన్నంగా వచ్చింది. నా తరువాత ఈ వంశం నిలబెట్టడానికి ఆధారం నువ్వొక్కడివే ఉన్నావు. నువ్వు ఒక్కడివే అయినా వందమంది పుత్రులకంటే విశిష్టమైనవాడివి. అందులో సందేహం లేదు.

నువ్వు ఇదివరకే శస్త్రాస్త్రవిద్యలలో నైపుణ్యం సంపాదించావు. జగద్విఖ్యాతపరాక్రమశాలి భార్గవరాముడి మెప్పు పొందావు. అయినా తృప్తి లేక ఆ నైపుణ్యాన్ని మెరుగుపరుచు కోవడంతోనే కాలం గడిపేస్తున్నావు. ఏ యుద్ధంలోనో నీకేమైనా అయితే మన వంశం ఏంకావాలి అని ఆలోచిస్తూంటే బెంగగా ఉంటోంది.

మానవుడు తన జీవితకాలంలో మూడు ముఖ్యధర్మాలు పాటించాలి. అవి విద్య నభ్యసించడం, విధ్యుక్తకర్మలు ఆచరించడం, సంతానోత్పత్తి చేయడం.

వేదాలూ, పురాణాలూ ఈ మాటే చెప్తున్నాయి.

చక్షురేకం చ పుత్రశ్చ అస్తి నాస్తి చ భారత,
చక్షుర్నాశో తనోర్నాశః పుత్రశోకో కులక్షయః. 100.66

ఒక కొడుకు కొడుకు కాదనీ, ఒక కన్ను కన్ను కాదనీ పండితులు చెప్తారు. ఉన్న ఒక కన్నూ పోతే జీవితముండదు. ఉన్న ఒక కొడుకూ పోతే వంశముండదు.

ఆ మాట తలుచుకున్నప్పుడంతా నాకింకా కొందరు పుత్రులుంటే మంచిదనిపిస్తోంది.

న చాప్యహం వృథా భూయో దారాన్ కర్తుమిహోత్సహే,
సంతానస్యాఽవినాశాయ కామయే భద్రమస్తు తే. 100.66+

నీ తల్లి నన్ను వదిలి వెళ్ళిపోయాక నేను ఇంతవరకూ మరొక స్త్రీని గురించి గానీ, మరొక వివాహం చేసుకోవడం గురించి గానీ ఆలోచించలేదు. ఇప్పుడు వంశం నిలబెట్టడం గురించిన ఆలోచన తరచూ మనస్సుని వేధిస్తోంది. సంతానం కోసం మరొక వివాహం చేసుకోవాలనిపిస్తోంది."

(వంశం నిలబడాలంటే శాంతనుడే పెళ్ళి చేసుకోనక్కర్లేదు. ఆరోగ్యవంతుడైన గాంగేయుడికి పెళ్ళి చేసినా వంశం నిలబడుతుంది. కాని, ఎదిగి ముదిరిపోతున్న కుమారుడికి పెళ్ళి చెయ్యాలని శాంతనుడు ఆలోచించలేదు. నలభైసంవత్సరాలు వచ్చి నడివయస్సుకి చేరి వయస్సుమీరిపోతున్నా తాను పెళ్ళి చేసుకోవాలని గాంగేయుడూ ఆలోచించలేదు! విలక్షణమైన ప్రవృత్తి ఈ తండ్రీకొడుకులది.)

గాంగేయుడికి రాజు చెప్పిన మాటలు అర్థమయ్యాయి. రాజు మనస్సులో ఎవరో ఒక స్త్రీ ఉందనీ, ఆమెని వివాహం చేసుకోవాలని కోరుకుంటున్నాడనీ, ఏదో కారణం వలన ఆ వివాహం జరగడంలేదనీ, ఆమె పట్ల విరహంతో రాజు బాధపడుతున్నాడనీ గ్రహించాడు. బహుశా బ్రహ్మచారిగా ఉన్న నలభై సంవత్సరాల కొడుకు ఇంట్లో ఉండగా తాను వివాహం చేసుకుంటాననడం తండ్రికి ఇబ్బందిగా ఉందేమోననీ అనుకుని ఉంటాడు.

శాంతనుడి సారథిని పిలిచాడు. "రాజుకి నువ్వు చాలా సన్నిహితుడివి. రాజు ఎక్కడికి వెళ్ళినదీ, ఎవరిని చూసినదీ, ఎవరితో మాట్లాడినదీ నీకు తెలుస్తాయి. రాజు మనస్సులో ఉన్న స్త్రీ ఎవరో చెప్పు." అని అడిగాడు.

ఆ సూతుడు జరిగినదంతా చెప్పాడు. రాజు దాశకన్యని చూడడంతో మొదలుపెట్టి, దాశరాజు కోరికకి శాంతనుడు అంగీకరించక తిరిగిరావడంవరకూ జరిగినదంతా పూసగుచ్చినట్లు చెప్పాడు.

దేవవ్రతుడు ముందువెనుకలు ఆలోచించలేదు. తండ్రితో చర్చించలేదు. అనేకమంది క్షత్రియవీరులనీ, వృద్ధమంత్రులనీ వెంటనే ప్రయాణానికి సిద్ధంకమ్మన్నాడు. వారినందరినీ వెంటబెట్టుకుని దాశరాజు వద్దకి వెళ్ళాడు.

దాశరాజు అతడికి స్వాగతసత్కారాలు చేసాడు. క్షత్రియపరిషత్తూ, మంత్రులూ సుఖాసీనులయ్యాక గాంగేయుడు సత్యవతిని తన తండ్రికి భార్యగా ఇమ్మని కోరాడు.

దాశరాజు తన నిర్ణయం చెప్పాడు.

"యువరాజా! నీ తండ్రి ధర్మాత్ముడు. సత్యవ్రతుడు. సచ్చరిత్రుడు. ఈ విషయం లోకమంతటికీ తెలుసు.

నువ్వు నా కుమార్తెగురించి అడిగావు. ఈ కన్య నాకు పుట్టినది కాదు. ఈమె ఒక మహాత్ముడి ఔరసపుత్రిక. జన్మించిన వంశం వలన గానీ, తన సుగుణాలవలన గానీ, ఇతర విషయాలలో గానీ ఈమె మీ వంశీయులకి ఏమీ తీసిపోదు. అందుకే ఈమెని కన్న తండ్రి, ఈ లోకంలో ఈమెకి తగినవరుడు శాంతనమహారాజు ఒక్కడే అని నాతో చాలాసార్లు చెప్పాడు.

ఈమెని నీ తండ్రికి భార్యగా ఇవ్వడం నాకూ సంతోషమే. అయితే నేను నీ తండ్రిని కన్యాశుల్కం అడిగాను. కన్యకి తండ్రిగా అలా అడగడం నా హక్కు. ఆమెని కోరే వరుడిగా ఆ శుల్కం ఇవ్వడం నీ తండ్రి ధర్మం.

నేను నాకోసం మడులూ, మాన్యాలూ అడగలేదు. వస్తువాహనాలు అడగలేదు. ధనకనకాదులు అడగలేదు.

ఈ సత్యవతికి నీ తండ్రివలన పుట్టే కుమారులు తల్లిదండ్రుల వంశాల వలనా, సద్గుణసంపద వలనా రాజ్యాధికారానికి అర్హులవుతారు. అందువలన ఈమెకి పుట్టే కుమారుణ్ణి నీ తండ్రి తరువాత రాజుని చెయ్యాలని కన్యాశుల్కం కోరాను.

ఇప్పుడూ అదే అడుగుతున్నాను.

నాయనా! ఈ భూలోకంలో నిన్ను ఎదుర్కొనగల వీరుడు ఎవడూ లేడు. దేవ దానవ గంధర్వులలో ఎవరూ నీతో యుద్ధం చెయ్యలేరు. నేను కోరిన కన్యాశుల్కం ఇస్తానని ప్రతిజ్ఞ చెయ్యకపోతే నా కుమార్తెకి పుట్టే సంతానానికీ, నీకూ రాజ్యాధికారం విషయంలో శత్రుత్వం ఏర్పడుతుంది. నీతో శత్రుత్వం పెట్టుకున్నవాడు ఎవడూ బ్రతికి బట్టకట్టలేడు.

నా మనవలకి ఆ దుస్థితి రాకూడదనే ఈ కన్యాశుల్కం కోరాను. నువ్వంటే ఉన్న భయమొక్కటే నీ తండ్రికి నా కూతురుని ఇవ్వడానికి నాకున్న అభ్యంతరం." అన్నాడు.

దాశరాజు మాట్లాడడం పూర్తికాగానే ఒక్క క్షణం కూడా ఆలోచించకుండా, ఆలస్యం లేకుండా దేవవ్రతుడు లేచి నిలుచున్నాడు. అక్కడున్న క్షత్రియపరిషత్తుకీ, మంత్రులకీ, దాశరాజుకీ, అతడి పరివారానికీ అందరికీ స్పష్టంగా వినపడేలా తన నిర్ణయం ప్రకటించాడు.

"ఇదం మే వ్రతమాధత్స్వ సత్యం సత్యవతాం వర,
నైవ జాతో న వాఽజాత ఈదృశం వక్తుముత్సహేత్. 100.86

నిషాదరాజా! నువ్వు ధర్మాత్ముడివి. ఆడినమాట తప్పనివాడివి.

ఇప్పుడు నేను చేస్తున్న ప్రతిజ్ఞ శ్రద్ధగా విను. ఇటువంటి ప్రతిజ్ఞ చేయగలవాడెవడూ ఇంతకు ముందు పుట్టలేదు. భవిష్యత్తులో పుట్టడు.

రాజా! నువ్వు కోరినట్లే జరుగుతుంది. ఈ సత్యవతి గర్భాన జన్మించే కుమారుడే కురు సామ్రాజ్యానికి భావి చక్రవర్తి అవుతాడు."

ఆ శపథం విని ఆనందిస్తూనే దాశరాజు మరొక అనుమానం వెలిబుచ్చాడు.

"యువరాజా! నువ్వు సత్యధర్మపరాయణుడివి. ఈ జనసమూహంమధ్య చేసిన ప్రతిజ్ఞ తప్పక నిలబెట్టుకుంటావు. ఇది నీకు అంగీకారమయింది. కానీ, నీ పుత్రులకి అంగీకారం కాకపోవచ్చు. అప్పుడు నా మనవల గతి ఏమవుతుంది? ఇది ఒక్కటే ఇక నాకు మిగిలి ఉన్న అభ్యంతరం."

దేవవ్రతుడు మరొకసారి తక్షణం స్పందించాడు.

"రాజులారా! అందరూ వినండి. దాశరాజా! నువ్వూ విను. నేను ఇంకొక ప్రతిజ్ఞ చేస్తున్నాను. నేను చేసే ఈ రెండవ ప్రతిజ్ఞ కూడా నేను తప్ప వేరెవరూ చేయలేరు. నేనిప్పటికే రాజ్యాధికారం వదిలేసాను. నా తండ్రికోసం *(వదలడం దుస్సాధ్యమైన)* మరొకటి కూడా వదిలేస్తున్నాను.

అద్యప్రభృతి మే దాశ బ్రహ్మచర్యం భవిష్యతి,
అపుత్రస్యాపి మే లోకాః భవిష్యంత్యక్షయా దివి. 100.96

నేను వివాహమే చేసుకోను. నేటినుంచి నేను అఖండ బ్రహ్మచర్యవ్రతం పాటిస్తాను. పుత్రులు లేకపోయినా నాకు అక్షయ పుణ్యలోకాలు లభిస్తాయి."

దాశరాజు మారు మాట్లాడకుండా ఆనందంగా సత్యవతిని దేవవ్రతుడికి అప్పగించాడు. దేవతలూ, అప్సరసలూ, ఋషులూ ఆకాశంలో నిలిచి దేవవ్రతుడిమీద పుష్పవృష్టి కురిపించారు.

వారంతా ముక్తకంఠంతో, "ఇంతటి భీషణ ప్రతిజ్ఞ చేసిన ఇతడు 'భీష్ముడు' అనే పేరుతో లోకంలో ప్రఖ్యాతి పొందుతాడు." అన్నారు.

అలా దేవవ్రతుడు భీష్ముడయ్యాడు.

అతడు సత్యవతితో, "అమ్మా! రథం ఎక్కు." అన్నాడు. ఆమెని హస్తినాపురానికి తీసుకువచ్చాడు.

భీష్ముడు చేసిన దుష్కరకర్మకి శాంతనుడు సంతోషించాడు.

"న తే మృత్యుః ప్రభవితా యావజ్జీవితుమిచ్ఛసి,

త్వత్తో హ్యనుజ్ఞాం సంప్రాప్య మృత్యుః ప్రభావితాఽనఘ. 100.103

కుమారా! నువ్వు ఎంతకాలం జీవించాలనుకుంటావో అంతకాలం మృత్యువు నిన్నేమీ చేయలేదు. నువ్వు అనుజ్ఞ ఇచ్చాకే మృత్యువు నీదరికి చేరుతుంది." అని ఇచ్ఛామరణం వరంగా ఇచ్చాడు.

శాంతనుడు సత్యవతిని శాస్త్రోక్తంగా వివాహం చేసుకున్నాడు. వారికి చిత్రాంగదుడు, విచిత్రవీర్యుడు అనే ఇద్దరు కుమారులు కలిగారు.

విచిత్రవీర్యుడి బాల్యంలోనే శాంతనుడు స్వర్గస్థుడయ్యాడు. తండ్రి మరణానంతరం సవతితల్లి సత్యవతినే రాజ్యానికి సర్వాధికారిణిగా భీష్ముడు భావించాడు. ఆమె కోరికమేరకు ఆమె పెద్దకుమారుడైన చిత్రాంగదుడికి పట్టాభిషేకం చేసాడు.

చిత్రాంగదుడు గొప్ప వీరుడు. అతడు అనేకమంది రాజులని జయించాడు. యుద్ధ విద్యలలో తనకు సాటి వచ్చేవారు లేరని అతడు గర్వించేవాడు. మానవులలోనే కాదు, దేవతలలోనూ, అసురలలోనూ తనకి దీటైన వీరులు లేరని అందరినీ తిరస్కరించి మాట్లాడేవాడు.

ఇది తెలిసి చిత్రాంగదుడనే గంధర్వరాజు అతడి వద్దకి వచ్చాడు.

"త్వం వై సదృశనామాసి యుద్ధం దేహి నృపాత్మజ,

నామ వాన్యత్ ప్రగృహ్ణీష్వ యది యుద్ధం న దాస్యసి.

త్వయాహం యుద్ధమిచ్ఛామి త్వత్సకాశాత్ తు నామతః,

ఆగతోఽస్మి వృథాఽఽభాష్య న గచ్ఛేన్నామ తే మమ. 101.7+

రాజకుమారా! *(నేను గంధర్వుణ్ణి. మహావీరుణ్ణి. ఈ విషయం తెలిసికూడా)* నువ్వు ఒక మహావీరుడివలె నా పేరు పెట్టుకున్నావు. ఒక సాధారణ మానవుడు నా పేరు పెట్టుకుని

తిరగడాన్ని నేను సహించను. నీకు ఆ పేరే ఉండాలంటే నాతో యుద్ధం చెయ్యి. లేదంటే నీ పేరు మార్చుకో.

నువ్వు నా పేరు పెట్టుకున్నావని తెలిసే నేను వచ్చాను. నా పేరుతో ఒక మానవుడు వృథాగా నలుగురిలో గౌరవం పొందడం నాకిష్టంలేదు. నా పేరు నీకు ఉండేందుకు వీల్లేదు." అన్నాడు.

గంధర్వుడూ, కురుసార్వభౌముడూ కురుక్షేత్రంలో యుద్ధానికి తలపడ్డారు. వారిమధ్య మూడు సంవత్సరాలు భయంకరమైన యుద్ధం జరిగింది.

మాయాయుద్ధంలో నిపుణుడైన గంధర్వరాజు శాంతనుడి కుమారుణ్ణి వధించి తన లోకానికి వెళ్ళిపోయాడు.

భీష్ముడు తన సోదరుడికి అంత్యక్రియలు చేసాడు. రాజ్యం రాజు లేకుండా ఉండకూడదని అతడు బాలుడైన విచిత్రవీర్యుడికి పట్టాభిషేకం చేసి అతణ్ణి కురుసార్వభౌముణ్ణి చేసాడు.

తన సోదరుడు చిన్నవాడని రాజ్యపాలన భారమంతా భీష్ముడే వహించాడు. రాజకార్యాలన్నీ సత్యవతీదేవికి నివేదించి అన్నీ ఆమె ఆమోదంతోనే చేసేవాడు.

ధర్మం తు. చ. తప్పకుండా పాటించే భీష్ముణ్ణి విచిత్రవీర్యుడు ఆరాధనాభావంతో చూసేవాడు. సింహాసనం అధిష్ఠించినా అణుకువతో అన్ని విద్యలూ నేర్చుకుంటున్న విచిత్రవీర్యుణ్ణి భీష్ముడు కంటికి రెప్పలా కాపాడాడు.

విచిత్రవీర్యుడు పెరిగి పెద్దవాడయ్యాడు. అతడికి వివాహయోగ్యమైన వయస్సు వచ్చింది.

కాశీరాజుకి అంబ, అంబిక, అంబాలిక అనే ముగ్గురు కుమార్తెలు ఉన్నారనీ, వారు అప్సరసలని తలదన్నే అందగత్తెలనీ, సుగుణాల రాశులనీ భీష్ముడు విన్నాడు. ఆ కన్యలు విచిత్రవీర్యుడికి తగిన వధువులని భీష్ముడు భావించాడు.

కాశీరాజు తన కుమార్తెలకి స్వయంవరం ప్రకటించాడు. భీష్ముడు ఆ కన్యలని తీసుకు వచ్చి విచిత్రవీర్యుడికిచ్చి వివాహం చేస్తానన్నాడు. సత్యవతి అంగీకరించి భీష్ముడికి అనుజ్ఞ ఇచ్చింది.

గాంగేయుడు వెంటనే రథం అధిరోహించాడు. తోడుగా వీరులు గానీ, సైన్యంగానీ లేకుండా ఒంటరిగా కాశీకి బయల్దేరాడు.

కాశీకి చేరి స్వయంవర మంటపానికి వెళ్ళాడు. అనేక దేశాలనుండి వచ్చిన బలిష్ఠులైన రాజకుమారులు అక్కడ ఆసీనులై ఉన్నారు. కన్యలకి వరమాలలు ఇచ్చి పరిచారికలు వారికి స్వయంవరానికి వచ్చిన రాజకుమారుల గురించి చెప్తున్నారు.

వారలా ముందుకు వస్తూ భీష్మణ్ణి చూసారు. అప్పటికి భీష్ముడు వృద్ధుడయ్యాడు. ఆ మంటపంలో ఏ పరివారం లేకుండా ఒంటరిగా ఉన్నవాడు ఆ గాంగేయుడొక్కడే.

సోద్వేగ ఇవ తం దృష్ట్వా కన్యాః పరమశోభనాః,
అపాక్రామంత తాః సర్వా వృద్ధ ఇత్యేవ చింతయా. 102.7

ఒంటరిగా ఉన్న వృద్ధుణ్ణి చూసి ఆ సుందరీమణులు ఒక్కక్షణం కూడా ఆలోచించకుండా తప్పుకుని ముందుకు వెళ్ళిపోయారు.

అక్కడున్న రాజులలో కొందరు ధూర్తులు ఒకచోట చేరారు.

"వృద్ధః పరమధర్మాత్మా వలీపలితధారణః,
కిం కారణమిహాయాతో నిర్లజ్జో భరతర్షభః. 102.8
మిథ్యాప్రతిజ్ఞో లోకేషు కిం వదిష్యతి భారత,
బ్రహ్మచారీతి భీష్మో హి వృథైవ ప్రథితో భువి. 102.9

ఈ భీష్ముడు భరతవంశీయులందరిలోనూ శ్రేష్ఠుడంటారు. ఇతణ్ణి చూడండి వృద్ధుడైపోయాడు. శరీరం ముడతలు పడింది. జుట్టు తెల్లబడింది. అయినా *(యువకులు రావలసిన)* ఈ స్వయంవరానికి సిగ్గులేకుండా ఎలా వచ్చాడో చూడండి.

ఈ భీష్ముడు ఆజన్మాంతం బ్రహ్మచర్యం పాటిస్తానని ప్రతిజ్ఞ చేసాడు. ఆ ప్రతిజ్ఞ నిజమని నమ్మి లోకులు ఇతణ్ణి అనేక విధాల ప్రశంసిస్తున్నారు. ఆ ప్రతిజ్ఞకే దేవతలు సహితం ఇతణ్ణి ఇప్పటివరకు గౌరవించారు. అటువంటివాడు ఈ వయస్సులో ఎవరేమనుకుంటారో అని సంకోచంకూడా లేకుండా స్వయంవరానికి వచ్చాడు. ఇతడి అసలు రూపం ఈ రోజు బయటపడింది. ఇతడి ప్రతిజ్ఞ ఉత్తి మిథ్య అని నేడు అందరికీ తెలిసిపోయింది. ఇక తలెత్తుకుని తిరగలేడు."

ఆ మాటలు విని భీష్ముడు కోపంతో మండిపడ్డాడు.

భీష్మ స్తదా స్వయం కన్యా వరయామాస తాః ప్రభుః,
ఉవాచ చ మహీపాలాన్ రాజన్ జలదనిఃస్వనః.
రథమారోప్య తాః కన్యా భీష్మః ప్రహరతాం వరః. 102.11.12.

ఈ కన్యలు నన్ను వరించడం కాదు. *(నా సోదరుడి కోసం)* వీరిని నేనే వరిస్తున్నాను – అనుకుని ఆ ముగ్గురు కన్యలనీ బలవంతంగా తన రథం ఎక్కించాడు.

మనస్సుని జయించినవాడు గనుక పరుషంగా కాకుండా పరాక్రమవంతుడిలా

మేఘగంభీరస్వరంతో స్వయంవరమంటపమంతా వినిపించేలా ఇలా ప్రకటించాడు.

"అందరూ వినండి. వివాహాలు అనేక విధాలు. కన్యకి తగిన వస్త్రాలూ, ఆభరణాలూ అలంకరించి, కొంత ధనం దక్షిణగా ఇచ్చి యోగ్యుడైన వరుడికి కన్యాదానం చెయ్యడం ఒక పద్ధతి. రెండు గోవులనీ, ఒక వృషభాన్నీ కానుకగా ఇచ్చి తగిన వరుడికి కన్యాదానం చెయ్యడం ఒక పద్ధతి. కన్యాశుల్కం తీసుకుని కన్యాదానం చెయ్యడం మరొక పద్ధతి. వధూవరులని ఎదురెదురుగా నిలబెట్టి, వారు ధర్మబద్ధంగా గృహస్థాశ్రమ జీవితాన్ని గడుపుతామని ప్రతిజ్ఞ చేసాక కన్యాదానం చేయడం కొందరి పద్ధతి. వధూవరులు పరస్పరం ఆకర్షితులై దంపతులవడం గాంధర్వ వివాహం.

స్వయంవరం తు రాజన్యాః ప్రశంసన్త్యుపయాన్తి చ,
ప్రమథ్య తు హృతామాహుర్జ్యాయసీం ధర్మవాదినః. 102.16

క్షత్రియులకు స్వయంవరం ప్రశస్తమంటారు. ఈ పద్ధతిలో ఆ కన్యని కోరే రాజులందరూ స్వయంవర మంటపంలో ఆసీనులౌతారు. అప్పుడు కన్య ఆ మంటపంలోకి ప్రవేశిస్తుంది. బలపరాక్రమాలూ, శౌర్యధైర్యాలూ ఉన్న వీరులు స్వయంవరమంటపంలో ఉన్న మిగిలిన వారిని ధిక్కరించి కన్యని అపహరించి తీసుకువెళ్ళడాన్ని రాక్షసవివాహం అంటారు. క్షత్రియుల కున్న వివాహ విధానాలన్నిటిలోనూ ఈ రాక్షసవివాహమే అత్యంతశ్రేష్ఠమని ధర్మవిదు లంటారు.

ఈ మంటపంలో ఆసీనులైఉన్న వీరులారా! కాశీరాజా! అందరు వినండి. మీ అందరి సమక్షంలో నేనీ కన్యలని అపహరించి బలవంతంగా తీసుకుపోతున్నాను.

నన్నెదిరించే శక్తీ, ధైర్యం ఉన్నవారు అందరూ కలిసి ముందుకు రండి. నేనొక్కడినే అందరితో యుద్ధం చేస్తాను. చేతనైతే కన్యలని విడిపించి తీసుకువెళ్ళండి. నా చేతిలో పరాజయమో, నాపై విజయమో తేల్చుకోండి."

4

ఒక వృద్ధుడలా యుద్ధానికి పిలుస్తూ ఉంటే అక్కడి రాజులు సహించలేకపోయారు. వెంటనే ఆభరణాలు విసర్జించి కవచాలు ధరించారు. ఆయుధాలు చేతబూని, రథాలెక్కి భీష్ముడితో తలపడ్డారు.

యుద్ధం ఎంతోసేపు సాగలేదు. రథసారథులు మరణించారు. రథాశ్వాలు నేలకూలాయి. చాలామంది రాజులు మరణించారు. ప్రాణాలతో మిగిలిన రాజులు, శరీరాలు గాయాలతో

నిండిపోగా, రథాలలో కూలబడిపోయారు. భరతవంశభూషణుడైన గాంగేయుడికి ఒంటిమీద చిన్న గీతకూడా పడలేదు.

ఆ విధంగా యుద్ధం ముగిసింది. భీష్ముడు కన్యలతో హస్తినాపురం దిశలో సాగిపోయాడు.

కానీ మహాబలవంతుడైన శాల్వరాజు ఆ కన్యలకోసం భీష్ముడి రథాన్ని తరుముతూ బయల్దేరాడు. భీష్ముడు కనుచూపు దూరంలో ఉండగా, "భీష్మా! ఆగు! ఆగు! అని బిగ్గరగా అరిచాడు.

శాల్వుడు కాశీరాజు కుమార్తె అంబని వివాహం చేసుకోవాలనుకున్నాడు. అంబకి కూడా అతడిమీద మనసుంది. స్వయంవరంలో అంబ వరమాల శాల్వుడి మెడలోనే వెయ్యాలనుకుంది.

అనుకోకుండా భీష్ముడు వచ్చి వారిద్దరి మనోరథాలనీ భగ్నం చేసాడు.

అందువలన శాల్వుడు అంబకోసం భీష్ముడితో యుద్ధానికి సిద్ధపడ్డాడు.

భీష్ముడు మళ్ళీ ధనుర్బాణాలు అందుకున్నాడు. శాల్వుణ్ణి ఎదుర్కొన్నాడు. వారుణ, ఐంద్ర అస్త్రాలను ప్రయోగించి శాల్వుణ్ణి ఓడించాడు. కాని, చివరలో జాలిపడి ప్రాణాలతో వదిలాడు. కోరి తలపెట్టిన యుద్ధంలో జరిగిన పరాభవంతోనూ, కోరిన కన్యని పోగొట్టుకున్నాననే దుఃఖంతోనూ శాల్వుడు కాళ్ళీడ్చుకుంటూ తన నగరానికి వెళ్ళాడు.

భీష్ముడు కాశీరాజు కుమార్తెలు తనకి కోడళ్ళు అనుకున్నాడు. *(కాని, వారి వయసు అందుకు సరిపోదు. అంత చిన్నవాళ్ళు.)* తరువాత వారిని తన తోబుట్టువులు అనుకున్నాడు. *(వారు ఆ వరుసకికూడా తగనంత చిన్నవాళ్ళు)* వాళ్ళని కుమార్తెలు అనుకున్నాడు. *(వరుస సరిపోయింది)* ఆ ముగ్గురినీ అత్యంత వాత్సల్యంతో హస్తినాపురానికి తీసుకువచ్చాడు.

సత్యవతి ఆమోదం తీసుకుని ఆ కన్యలని విచిత్రవీర్యుడికిచ్చి వివాహం చేయడానికి ఏర్పాట్లు మొదలుపెట్టారు. ఒకరోజు భీష్ముడు పండితులతో సమావేశమై ఉన్నాడు. అప్పుడు కాశీరాజకన్యలలో పెద్దదైన అంబ ఇలా అంది.

"గాంగేయుడా! నువ్వు పూజ్యుడివి. ధర్మం తెలిసినవాడివి. నా గురించి విను. నువ్వు యుద్ధంలో ఓడించిన శాల్వుణ్ణి నేను పూర్వమే వరించాను. అతణ్ణే భర్తగా మనస్సులో నిలుపుకున్నాను. అతడూ నన్నే భార్యగా మనస్సులో నిలుపుకున్నాడు. మా వివాహానికి మాతండ్రి కూడా అంగీకరించాడు.

నువ్వు రాకున్నా, వచ్చి నన్ను అపహరించకపోయినా నేను వరమాల ఆ శాల్వుడి మెడలోనే వేసి అతణ్ణే వివాహం చేసుకుని ఉందును.

నువ్వు ఏది మంచో, ఏది కాదో తెలిసినవాడివి. ఈ స్థితిలో ఉన్న నేను నీ సోదరుణ్ణి వివాహం చేసుకోవడం ధర్మమా, కాదా అని నువ్వే నిర్ణయించు. నేనిప్పుడు నిస్సహాయురాలిని. నీకేది ధర్మమనిపిస్తే అది చెయ్యి." అంది.

భీష్ముడు పండితులతో సంప్రదించాడు. అందరి అభిప్రాయం తీసుకుని అంబని అనేక కానుకలతో సగౌరవంగా శాల్వుడి నగరానికి పంపాడు.

తరువాత కాశీరాజు కుమార్తెలు అంబిక, అంబాలికలను యథాశాస్త్రంగా విచిత్రవీర్యుడి కిచ్చి వివాహం చేయించాడు.

తయోః పాణీ గృహీత్వా తు రూపయౌవనదర్పితః,
విచిత్రవీర్యో ధర్మాత్మా కామాత్మా సముపద్యత. 102.66

ఆ యువరాణులిద్దరూ తమకి తగిన భర్త లభించాడని ఆనందించారు. అతణ్ణి అమితంగా ప్రేమించారు. వారి భర్తకి కూడ వారిమీద వ్యామోహం రోజు రోజుకీ పెరిగిపోయింది. ఆ రాజు చాలా అందగాడు. స్త్రీల మనస్సు రంజింప చెయ్యడంలో నిపుణుడు. అతడి సాన్నిహిత్యంలో నవవధువులకి కాలం తెలిసేదికాదు.

అలా రాత్రింబవళ్ళు అంతఃపురాన్ని అంటిబెట్టుకున్న విచిత్రవీర్యుడు ధర్మాత్ముడినుంచి కామాత్ముడిగా మారాడు. అలా ఆ భార్యలిద్దరితోనూ ఏడు సంవత్సరాలు దాంపత్యసుఖం అనుభవించాడు.

కాని, భార్యలలో ఎవరికీ అతడివలన సంతానం కలగలేదు.

యౌవనమధ్యంలో ఉండగా అతనికి క్షయవ్యాధి సోకింది. రాజవైద్యులు ఎంత ప్రయత్నించినా అతణ్ణి కాపాడలేకపోయారు.

అతడు మరణించాడు.

◆◆◆

కుమారుడి అంత్యక్రియలు పూర్తి అయ్యాక సత్యవతి కురువంశాన్ని నిలబెట్టడం ఎలాగ అని ఆలోచనలో పడింది. ఆమె బాగా ఆలోచించి ఒక నిర్ణయానికి వచ్చి, భీష్ముణ్ణి పిలిచింది.

"భీష్మా! నువ్వు శ్రుతులూ, స్మృతులూ అధ్యయనం చేసావు. ఏది ధర్మము, ఏది అధర్మము అని ఆలోచించి తేల్చడంలో నిన్ను మించినవారు లేరు. ఆపత్కాలంలో తగు నిర్ణయాలు

తీసుకోవడంలో మహామేధావి అయిన దేవగురువు బృహస్పతిలానూ, మేటి రాజనీతిజ్ఞుడైన రాక్షసగురువు శుక్రాచార్యుడిలానూ కడు సమర్థుడివి. అందువలన నేను చెప్పే విషయం నీకు అర్థమవుతుంది.

నీ తండ్రి శాంతనమహారాజు ధర్మమార్గం వదలకుండా జీవించిన మహాత్ముడు. ఆయన సంపాదించిన కీర్తినీ, ఆయన వంశాన్నీ నిలబెట్టవలసిన బాధ్యత ఇప్పుడు నీమీద ఉంది.

నీ సోదరుడు సంతానహీనుడై మరణించాడు. అతడి భార్యలు అప్సరసలవంటి సౌందర్యవతులు. వారిద్దరూ యౌవనమధ్యంలో మంచి ఆరోగ్యంతో సంతానోత్పత్తికి తగిన వయసులో ఉన్నారు. వారికీ సంతానం కావాలనే కోరిక బలంగానే ఉంది.

ప్రసిద్ధమైన భరతవంశం ఇంతటితో అంతరించిపోకుండా కాపాడడం నీ కర్తవ్యం. నీ సోదరుడి భార్యలయందు సంతానోత్పత్తి చేసి మన వంశాన్ని కాపాడు.

రాజ్యే చైవాభిషించస్వ భారతాననుశాధి చ,
దారాంశ్చ కురు ధర్మేణ మా నిమజ్జీః పితామహాన్. 103.11

అంతే కాదు. నువ్వు వెంటనే రాజ్యాభిషేకం చేసుకుని నీకు తగిన కన్యని వివాహం చేసుకుని కురువంశం కలకాలం ఉండేలా కాపాడు. **మన్నియోగాన్మహాబాహో ధర్మం త్వం కర్తుమర్హసి** – ఇది నా ఆదేశం. దీన్ని గౌరవించి ధర్మాన్ని పాటించు."

భీష్ముడు ఆమె చెప్పినదంతా విన్నాడు.

"తల్లీ! సత్యవతీదేవీ! నువ్వు చెప్పినది ధర్మమే. సందేహం లేదు. కాని, నేను రాజ్యం కాంక్షించననీ, జీవితాంతం బ్రహ్మచర్యవ్రతం పాటిస్తాననీ కఠోరమైన ప్రతిజ్ఞ చేసాను. నీ వివాహానికి ఈ ప్రతిజ్ఞే నీ తండ్రికిచ్చిన కన్యాశుల్కం. ఇది నీకూ తెలుసు. ఈ ప్రతిజ్ఞ విషయంలో నా దృఢనిష్ఠ మరొకసారి చెప్తాను. విను.

ఈ భూమి తన సుగంధాన్ని పోగొట్టుకోవచ్చు. నీరు వస్తువులని తడిపే గుణాన్ని వదిలెయ్యవచ్చు. కాంతి పదార్థాలు కనిపించేలా చేసే గుణాన్ని కోల్పోవచ్చు. వాయువుకి స్పర్శకలిగించే గుణం నశించవచ్చు. సూర్యుడు కాంతి లేకుండా ఉండవచ్చు. అగ్ని ఉష్ణాన్ని ఇచ్చే శక్తి పోగొట్టుకోవచ్చు. చంద్రుడిలో శీతలకిరణాలు లోపించవచ్చు. ఇంద్రుడిలో పరాక్రమం క్షీణించవచ్చు. ధర్మదేవత ధర్మాన్ని ఉపేక్షించవచ్చు.

కాని, ఈ గాంగేయుడు ఆడినమాట తప్పడు."

సత్యవతి తనకూ, తనవలన కురువంశానికీ కలిగిన వంశనాశనం అనే విపత్తుని తలుచుకుని కుమిలిపోయింది.

ఈ విపత్తునుంచి బయటపడడానికి భీష్ముడు తప్ప వేరే దిక్కు లేదని దృఢనిశ్చయానికి వచ్చింది.

"భీష్మా! నువ్వు చేసిన ప్రతిజ్ఞ నాకు గుర్తుంది. చేసిన ప్రతిజ్ఞకి కట్టుబడి ఉండడంలో నువ్వు సాటిలేనివాడివనీ నాకు తెలుసు. కానీ, ప్రతినియమానికీ విపత్కర పరిస్థితులలో ఆపద్ధర్మంగా కొంత సడలింపు ఉంటుంది.

ప్రస్తుతం మహోత్కృష్టమైన కురువంశం అంతమైపోయే దుస్థితి ఏర్పడింది. ఈ దుస్థితినుంచి మన వంశాన్ని కాపాడడమే నీ ముఖ్యకర్తవ్యం. ఆ ఒక్క విషయానికే ప్రాధాన్యమిచ్చి ఆలోచించు." అంది.

వంశాన్ని నిలిపేందుకు సత్యవతి ధర్మమార్గం తప్పి ఆలోచిస్తోంది. భీష్ముడు ఆమెకి సాంత్వన వచనాలు చెప్తూనే తన అభిప్రాయం స్పష్టం చేసాడు.

"తల్లీ! పరిస్థితులన్నీ అనుకూలంగా ఉన్నప్పుడూ, ఏ ఉపద్రవమూ ముంచుకు రానప్పుడూ ఎవరైనా సామాన్యులు కూడా చక్కగానే ఆలోచిస్తారు.

ధర్మానికి కట్టుబడిన మానవుడు ఆపదలు వచ్చినప్పుడే భావావేశానికీ, తొందరపాటుకీ లోనుకాకుండా ఆలోచించాలి. విశేషించి క్షత్రియుడు విపత్కర పరిస్థితులలో కూడా ధర్మాన్ని పాటించి తీరాలి. అప్పుడే అతడు అందరికీ పూజ్యుడౌతాడు.

నీ ఆలోచనలు ధర్మాన్ని అతిక్రమించకుండా నియంత్రించుకో. నిన్నూ, నన్నూ మన వంశాన్నీ అపకీర్తిపాలుచేసే ఆలోచనలని మనస్సులోకి రానీయకు.

క్షత్రియవంశాలు అంతరించిపోయే దుస్థితి ఈరోజు కొత్తగా వచ్చినదేమీ కాదు. ఇదివరలో ఆనేక వంశాలు ఈ విపత్తుని ఎదుర్కొన్నాయి. కానీ, ఆ వంశాలేవీ అంతరించిపోలేదు. వారంతా వేదాలూ, స్మృతులూ, ధర్మశాస్త్రాలూ చెప్పిన ధర్మసూక్ష్మాలన్నీ పరిశీలించి, తగు ఉపాయాలు అన్వేషించి తమ వంశాలు నిలుపుకున్నారు.

పూర్వం జమదగ్ని మహర్షిని కార్తవీర్యార్జునుడు వధించాడు. అందుకు కోపించి జమదగ్ని కుమారుడైన పరశురాముడు కార్తవీర్యార్జునుణ్ణి సంహరించాడు. అయినా కోపం చల్లారక భూలోకమంతా తిరిగి క్షత్రియులనందరినీ వెదికి వెదికి వధించాడు. అలా ఇరవైయొక్కసార్లు భూమండలమంతా తిరిగి క్షత్రియులలో ఒక్క పురుషుడు కూడా మిగలకుండా వధించాడు.

అప్పుడు క్షత్రియకాంతలందరూ ఋషులనీ, పండితులనీ సంప్రదించారు. వారి సూచన మేరకు వేదవిదులైన విప్రులవలన తమ వంశాలు నిలబెట్టుకున్నారు. ఆ స్త్రీలు వయస్సులో

ఉండే కోరికలవలన కాకుండా కేవలం వంశాలు నిలబెట్టుకోవాలనే పవిత్రమైన లక్ష్యంతోనే ఆ విప్రులను చేరారు.

ఈ విధానం వలననే క్షత్రియవంశాలు వృద్ధి చెంది ఈనాడు ప్రసిద్ధి పొందినవిగా అయ్యాయి. మహాపరాక్రమవంతులూ, శస్త్రాస్త్ర ప్రయోగాలలో తిరుగులేని వీరులూ, ధర్మాత్ములూ అయిన నేటి క్షత్రియులందరూ ఆ వంశాలలోనే జన్మించారు.

ఈ పద్ధతి గురించి ఆలోచించి తగు నిర్ణయం తీసుకో.

అత్యంత యోగ్యుడూ, ధర్మాత్ముడూ, వేదవిదుడూ అయిన విప్రుణ్ణి ఆహ్వానించు. అతణ్ణి ధన కనక వస్తు వాహనాలతో తృప్తి పరచు. ఆ తరువాత విచిత్రవీర్యుడి భార్యలయందు సంతానం ఉత్పత్తి చెయ్యమని ప్రార్థించు.

నా ఉద్దేశంలో ప్రస్తుత పరిస్థితిలో భరతవంశాన్ని నిలబెట్టడానికి ఇంతకుమించి ఉపాయం లేదనిపిస్తోంది."

భీష్ముడు చెప్పిన మాటలలో ఉన్న ఔచిత్యం సత్యవతికి అర్థమయింది. దానికీ ఆమెవద్ద ఉపాయం ఉంది. ఆమె కొంచెం సిగ్గుపడుతూ తన మనస్సులో ఉన్న మాట మెల్లగా బయటపెట్టింది.

తతః సత్యవతీ భీష్మం వాచా సంసజ్జమానయా,
విహసన్తీవ సవ్రీడమిదం వచనమబ్రవీత్. 104.3

"భీష్మా! నువ్వు కురువంశంలో శ్రేష్ఠుడివి. ధర్మానికీ, సత్యానికీ ప్రతీకవి. ఆపత్కాలంలో నువ్వే మాకందరికీ దిక్కు. నేను చెప్పేది విని ఆపైన ఏం చెయ్యాలో నువ్వే నిర్ణయించు.

ఇప్పుడు నేను చెప్పబోయే విషయం ఇంతవరకూ ఎవరికీ తెలియనిది. ఎవరికీ తెలియకూడదని నేను అనుకున్నది. కానీ, ఈ విపత్కర పరిస్థితిలో వంశం నిలపడంకోసం ఈనాడు నిన్ను నమ్మి నీకు చెప్తున్నాను.

నా తండ్రి దాశరాజు ధర్మాత్ముడు. ఆయన ధనం ఆశించకుండా తన నావలో ప్రయాణీకులను యమునానది దాటించేవాడు.

ఒకరోజు ఆ నావ నేను నడపవలసివచ్చింది. ఆ రోజు పరాశరమహర్షి నది దాటడానికి నా నావ ఎక్కాడు. నావలో నేనూ, ఋషీ మాత్రమే ఉన్నాము.

సాంత్వపూర్వం మునిశ్రేష్ఠః కామార్తో మధురం వచః,
ఉక్త్వా జన్మ కులం మహ్యం నాసి దాశసుతేతి చ. 104.9

నావ నది మధ్యకి వచ్చేసరికి ఋషి నన్నే చూస్తూ తియ్యతియ్యని మాటలు మాట్లాడడం

మొదలుపెట్టాడు. నాపై కోరిక ఉన్నట్లు ప్రవర్తించాడు. కొంత సేపటికి నన్ను సమీపిస్తూ నాపై కోరిక వ్యక్తం చేసాడు.

"నువ్వెవరివి?" అంటూ నాగురించి మాట్లాడుతూ నాకు మరింత సమీపంగా వస్తున్నాడు. నేను బెస్తకన్యనని చెప్పాను. *(ఆ ముని స్పృశించడానికి తగనని చెప్పాను.)* అయినా కామాతురుడైన ఋషి వెనక్కి తగ్గలేదు. ఋషి కోరిక కాదంటే శపిస్తాడేమోనని భయం వేసింది. కాని, ఆయన కోరిక తీరుస్తే నా తండ్రికి శాశ్వతమైన అపకీర్తి వచ్చేలా చేసినదాని నవుతాననీ భయం వేసింది.

ఋషి పదే పదే మృదువుగా మాట్లాడుతూ సమీపిస్తుంటే ఆయనపట్ల భయమే జయిం చింది. నా భయం గ్రహించిన ఋషి నాకు కొన్ని వరాలు ఇచ్చాడు.

నదికి రెండువైపులా గట్లమీద ఉన్నవారికి మేము కనబడకుండా దట్టమైన పొగమంచు సృష్టించాడు. తాను నా గర్భంలో నిక్షేపించిన కుమారుణ్ణి యమునానది మధ్యలో ఉన్న ద్వీపంమీద ప్రసవించమన్నాడు. ప్రసవానంతరం నా కన్యాత్వం నాకు తిరిగి అనుగ్ర హించాడు.

అంతే కాదు. అంతవరకూ నా శరీరంనుంచి చేపలవాసన వస్తూండేది. తనని చేరాక ఆ దుర్గంధం పోయి సదా నానుంచి అపూర్వమైన సుగంధం వచ్చేలా వరమిచ్చాడు.

పరాశరమహర్షివలన నదీద్వీపంలో పుట్టిన నా కుమారుడికి ద్వైపాయనుడని పేరు వచ్చింది. నల్లగా ఉండడం వలన అతడు కృష్ణద్వైపాయనుడు అయ్యాడు. వేదమంత్రాలని నాలుగుగా విభజించడంవలన వ్యాసుడయ్యాడు.

పుట్టిన వెంటనే అతడు విద్యాభ్యాసానికి తగిన వయస్సు పొందాడు. మహాతపశ్శక్తి సంపన్నుడయ్యాడు. విజ్ఞానసంపన్నుడయ్యాడు. అతడు తన తండ్రిని అనుసరించి తపస్సు చేసుకునేందుకు వెళ్ళిపోయాడు.

అలా వెళ్ళేముందు నాకొక మాట ఇచ్చాడు.

'స హి మాముక్తవాంస్తత్ర స్మరేః కృచ్ఛ్రేషు మామితి,
తం స్మరిష్యే మహాబాహో యది భీష్మ త్వమిచ్ఛసి. 104.18

తల్లీ! నీకే కష్టం వచ్చినా నన్ను తలుచుకో. అలా తలుచుకున్న క్షణంలో నేను నీముందు ప్రత్యక్షమవుతాను.' అన్నాడు.

నాయనా! భీష్మా! నువ్వంగీకరిస్తే ఆ తపస్సంపన్నుణ్ణి ఇప్పుడే పిలుస్తాను. విచిత్రవీర్యుడి భార్యలకి సంతానం ప్రసాదించమని కోరుతాను."

వ్యాసుడి పేరు వినగానే భీష్ముడు చేతులు జోడించాడు.

"తల్లీ! ధర్మాన్ని అనుసరించేవారికి అభ్యుదయం తప్పక చేకూరుతుంది. నువ్వు చెప్పినది ధర్మబద్ధంగా ఉంది. మన వంశం నిలపడానికి ఇదే అత్యుత్తమమైన ఉపాయం. నీ ఆలోచనతో పూర్తిగా ఏకీభవిస్తున్నాను." అన్నాడు.

సత్యవతి వ్యాసుణ్ణి తలుచుకుంది. మరుక్షణంలో ఆ మహర్షి ఆమె ఎదుట ప్రత్యక్షమయ్యాడు.

ఎంతోకాలం తరువాత ఎదురుగా నిలిచిన తన మొదటి కుమారుణ్ణి చూసి ఆమె ఆనందం పట్టలేకపోయింది. ఆమె కళ్ళు ఆనందాశ్రువులు వర్షించాయి. వాత్సల్యంతో చేతులు చాపి ఆమె కుమారుణ్ణి అక్కున చేర్చుకుంది.

వ్యాసుడు ఆమె కళ్ళు తుడిచాడు. తన కమండలంలో ఉన్న పవిత్రజలంతో ఆమె ముఖం తుడిచాడు. అత్యంత భక్తితో నమస్కరించాడు.

"తల్లీ! నువ్వు నన్ను స్మరించావు. ఇదిగో నీ ముందు నిలుచున్నాను. నేనేం చెయ్యాలో ఆజ్ఞాపించు." అన్నాడు.

ఈలోగా వ్యాసుడు వచ్చాడని తెలిసి రాజపురోహితులు అర్ఘ్యపాద్యాలతో పరుగున వచ్చి ఆ ఋషిసత్తముణ్ణి పూజించారు. వ్యాసుడు వారి పూజలు స్వీకరించాడు.

అందరూ వెళ్ళాక తల్లివైపు చూసాడు.

సత్యవతి తన మనస్సులో ఉన్న మాట ఎంతో అర్థవంతంగా చెప్పింది.

"నాయనా! మానవుడు తల్లిదండ్రులవలన జన్మిస్తాడు. అందుచేత వారిద్దరికీ సమానంగా చెందినవాడవుతాడు. కుమారుడిమీద తండ్రికెంత హక్కుందో తల్లికీ అంతే హక్కు ఉంది.

నా భర్త శాంతనుడి కారణంగా మా సంతానంలో అందరికంటే పెద్దవాడు భీష్ముడు. నా కారణంగా మా సంతానంలో అందరికంటే పెద్దవాడివి నువ్వు. రెండువైపులనుంచీ అందరికంటే చిన్నవాడు విచిత్రవీర్యుడు. అందువలన విచిత్రవీర్యుడికి భీష్ముడెలా అన్నగారు అవుతాడో అలాగే నువ్వూ అన్నగారివౌతావు.

మీ చిన్న తమ్ముడు దేవకాంతలని పోలిన సౌందర్యవతులైన ఇద్దరు భార్యలని వదిలి స్వర్గస్థుడయ్యాడు. వారిద్దరూ యౌవనమధ్యస్థలై ఉన్నారు.

యవీయసస్తవ భ్రాతుర్భార్యే సురసుతోపమే,
రూపయౌవనసంపన్నే పుత్రకామే చ ధర్మతః,
తయోరుత్పాదయాఽపత్యం సమర్థోఽహ్యసి పుత్రక! 105.38

వారిద్దరూ ధర్మాన్ని పాటించి వంశాన్ని నిలపడంకోసమూ, ఈ రాజ్యాన్ని రక్షించడం కోసమూ సంతానాన్ని కోరుకుంటున్నారు. మా భరతవంశానికి తగిన పుత్రులని నా కోడళ్ళయందు ఉత్పత్తి చేయడానికి నువ్వే సమర్థుడివి. అందువలన ఆ యువతులకి సంతానభాగ్యం కలిగించు."

వ్యాసుడు అంగీకరించాడు.

"తల్లీ! నువ్వు ధర్మాన్ని పాటించి నన్ను నియోగించావు. నువ్వు కోరినట్లే నేను నీ కోడళ్ళకి సంతానం ప్రసాదిస్తాను. ఈ విధంగా ఉత్తములైన పురుషులను నియోగించి వంశాలని నిలుపుకునే సంప్రదాయం ఉందనీ, దానిని శాస్త్రాలు సమర్థిస్తాయనీ నాకు తెలుసు.

నా సోదరుడు విచిత్రవీర్యుడికి మిత్రావరుణులవంటి కుమారులను అతడి భార్యలయందు కలగజేస్తాను. అయితే ఈ విధానం అసిధారావ్రతం వంటిది.

వ్రతం చరేతాం తే దేవ్యౌ నిర్దిష్టమిహ యన్మయా,
సంవత్సరం యథాన్యాయం తతః శుద్ధే భవిష్యతః. 104.42
న హి మామవ్రతోపేతా ఉపేయాత్ కాచిదంగనా. 104.43

నేను కొన్ని కఠిననియమాలు చెప్తాను. ఆ స్త్రీలిద్దరూ ఒక సంవత్సరం ఆ నియమాలని అత్యంత శ్రద్ధతో ఒక వ్రతంలా పాటించాలి.

(ఆ నియమాలని పాటిస్తే మనస్సుని శారీరక విషయాలనుంచి మరల్చి ప్రవర్తించగల స్థాయికి చేరుకుంటారు.) ఆ నియమాలు పాటించకుండా ఈ పద్ధతిలో సంతానం పొందడానికి ఏ స్త్రీ అయినా నా సమీపానికి రాలేదు."

(ఈ విధంగా సంతానాన్ని పొందడాన్ని నియోగవిధానం అంటారు. ఈ ఆపద్ధర్మవిధానం గురించి శాస్త్రం ఇలా చెప్తుంది.

విధవాయాం నియుక్తస్తు ఘృతాక్తో వాగ్యతో నిశి,
ఏకముత్పాదయేత్ పుత్రం న ద్వితీయం కథంచన.

సంతానం కలగకుండానే భర్తని కోల్పోయిన స్త్రీని, ఆమె భర్తవైపు పెద్దలు సంతానం పొందడానికి అనుమతించాలి. ఆ పెద్దల అభ్యర్థనమేరకు యోగ్యుడైన పురుషుడు ఆమెకు సంతానం కలిగించవచ్చు. అలా చేసేందుకు సిద్ధమైన పురుషుడికి ఎన్నో నియమాలు పెట్టారు. అతడు శరీరమంతా నెయ్యి పూసుకోవాలి. అంటే అతడిస్పర్శ జుగుప్సాకరంగా ఉండాలి. అయినా ఆమె సంతానంకోసమే వస్తుంది కనుక దానిని సహిస్తుంది.

ఆ పురుషుడు ఆమెతో ఎట్టి పరిస్థితిలోనూ సంభాషించకూడదు.

ఈ పద్ధతిద్వారా ఒక స్త్రీకి ఒక్క కుమారుణ్ణి మాత్రమే పొందేందుకు అనుమతి ఇచ్చారు. రెండవ కుమారుడికోసం ప్రయత్నం నిషేధించారు.

విధవాయాం నియోగార్థే నిర్వృత్తే తు యథావిధి,
గురువచ్చ స్నుషావచ్చ వర్తేయాతాం పరస్పరమ్.

అలా మనస్సుని పూర్తిగా అదుపులో ఉంచుకుని ఒకడివలన సంతానం పొందాక ఆ స్త్రీ అతణ్ణి తండ్రిగా భావించాలి. అతడామెని కోడలుగానో, కూతురుగానో భావించాలి.

ఇంతలా మనస్సుని నియంత్రించుకోగలిగిన స్త్రీకి మాత్రమే నియోగవిధానంలో సంతానం పొందే అవకాశం కల్పించారు. అదే విధంగా మనస్సుని నియంత్రించుకోగల పురుషుడికి మాత్రమే సంతానం ప్రసాదించే అర్హత కల్పించారు.)

ఒక సంవత్సరకాలం వేచి ఉండడం సత్యవతికి నచ్చలేదు.

"నాయనా! ప్రస్తుతం ఈ రాజ్యానికి రాజు లేడు. రాజులేని దేశంలో ప్రజలు అనాథలౌతారు. సామాజిక కట్టుబాట్లని పాటించరు. రాజ్యపాలన కుంటుపడుతుంది. రాజ్యం పతనమౌతుంది.

అందువలన ఏమాత్రం ఆలస్యం చేయకుండా నా కోడళ్ళకి సంతానం ప్రసాదించు." అంది.

"యది పుత్రః ప్రదాతవ్యో మయా భ్రాతురకాలికః,
విరూపతాం మే సహతాం తయోరేతత్ పరం వ్రతమ్. 104.46.

తల్లీ! వ్రతకాలం పూర్తిచెయ్యకుండానే ఆ స్త్రీలు గర్భం పొందాలంటే దానికీ ఒక పద్ధతి ఉంది. నేను దరిచేరలేని రూపంతో, ఘోరమైన శరీరగంధంతో, సహించలేని వస్త్రధారణతో నీ కోడళ్ళని సమీపిస్తాను. ఆ స్థితిలో ఉన్న నన్ను చూసి భయపడకుండా భక్తితో సేవించి దరిచేరగలిగితే అదే వారికి సమస్తదోషాలూ పోగొట్టే ప్రాయశ్చిత్తం అవుతుంది. వారికి అత్యంత యోగ్యులైన పుత్రులు కలుగుతారు.

నీ పెద్దకోడలు అంబికకి గర్భం ధరించదగిన సమయం వచ్చినప్పుడు ఆమెను ఉత్తమమైన అలంకారాలతో శయనమందిరంలో నాకోసం నిరీక్షించమను. అప్పుడు నన్ను స్మరించు." అని అంతర్ధానం అయిపోయాడు.

5

సత్యవతి అంబికని ఏకాంతంలో కలిసి వంశం నిలపడానికి తాము ఆలోచించి నిర్ణయించిన ఆపద్ధర్మం వివరించింది.

"పుత్రీ! నా దురదృష్టంవలన భరతవంశం నీ భర్తతో అంతరించిపోయే దుఃస్థితికి చేరింది. భీష్ముడు నా ఆవేదన అర్థం చేసుకున్నాడు. ఆపైన అతడికి కురువంశంపట్ల నిష్ఠ ఉంది. ఈ వంశం అవిచ్ఛిన్నంగా సాగాలనే పట్టుదల ఉంది.

భీష్మో బుద్ధిమదాన్మహ్యం కులస్యాస్య వివృద్ధయే,
సా చ బుద్ధిస్త్వయ్యధీనా పుత్రి! ప్రాపయ మాం తథా. 104.52

నష్టం చ భారతం వంశం పునరేవ సముద్ధర,
పుత్రం జనయ సుశ్రోణి! దేవరాజసమప్రభమ్. 104.53

వీటన్నిటి పర్యవసానంగా మన వంశం నిలబడేందుకు అతడొక ఉపాయం ఆలోచించాడు. అది నాకూ సమ్మతమయింది. అతడు తలపెట్టినది కేవలం ఆపద్ధర్మమైన విధానం. ఈ విధానం అమలు చెయ్యాలంటే నువ్వు పూర్తిగా సహకరించాలి. నీ సహకారం మీదనే మన వంశం అంతం కాకుండా కొనసాగడం ఆధారపడి ఉంది. *(భీష్ముడి ఆలోచనకి)* నువ్వు సహకరిస్తే నీకు దేవేంద్రుడి వంటి కుమారుడు కలుగుతాడు."

ఇలా చెప్పి అనేక విధాలుగా అనునయించి నియోగవిధానంలో సంతనోత్పత్తికి అంబికని ఒప్పించింది.

అంబిక ఋతుమతి అయ్యాక సంతనోత్పత్తికి తగిన సమయంలో సత్యవతి ఆమెకి అభ్యంగనస్నానం చేయించింది. చక్కగా అలంకరించి శయనమందిరానికి తీసుకువెళ్ళింది.

ఆమెని తల్పంమీద కూర్చోపెట్టి కర్తవ్యం ఉపదేశించింది.

"నీ భర్తకి పెద్ద అన్నగారు ఈ రాత్రి నీ మందిరానికి వస్తాడు. అతడి అనుగ్రహం వలన నువ్వు గర్భం దాలుస్తావు. అతడు సరిగ్గా అర్ధరాత్రి అయాక వస్తాడు. నువ్వు అతణ్ణి సేవించి ప్రసన్నుణ్ణి చేసుకోవాలి. అందువలన నిద్రకి లోనుకాకుండా అప్రమత్తంగా ఉండు."

ఈ మాటలు చెప్పి సత్యవతి వెళ్ళిపోయింది.

(వ్యాసుడు సత్యవతికి పెద్దకొడుకు అనీ, అందువలన తన భర్తకి పెద్ద అన్నగారనీ అంబికకి తెలిసే అవకాశం లేదు. ఆమెకి తెలిసినంతలో తన భర్తకి పెద్ద అన్న అయేవాడు భీష్ముడొక్కడే.

అంతవరకూ సత్యవతి అంబికకి చెప్పిన మాటలలో వ్యాసుడి ప్రసక్తి ఎక్కడా రాలేదు. ఆపద్ధర్మం ప్రసక్తి అంతా, అంబికకి సంబంధించినంతవరకూ, భీష్ముడే కర్త అనే భావం కలిగించేలానే ఉంది.

అంతేకాదు. కురువంశం నిలబెట్టేందుకు ఆమె మందిరానికి వచ్చే మహాత్ముడు భయంకరమైన రూపంతోనూ, భరించలేని శరీర గంధంతోనూ వస్తాడనీ, అది సహించి ఆయనను భక్తితో సేవించాలనీ సత్యవతి కోడలికి చెప్పాలి. కాని, ఆమె ఆ మాట కూడా చెప్పలేదు.)

శ్వశ్ర్వా స్తద్వచనం శ్రుత్వా శయానా శయనే శుభే,
సాఽచింతయత్ తదా భీష్మమన్యాంశ్చ కురుపుంగవాన్. 105.3

అంబిక ఆ శుభప్రదమైన హంసతూలికా తల్పంమీద పడుకుని రాబోయే పురుషుడెవరా అని ఆలోచించింది. భీష్ముడు గానీ, వేరెవరైనా కురుపుంగవుడు గానీ వస్తాడనుకుంది. మానసికంగా వారికోసం సంసిద్ధమై ఉంది.

ఆ శయనమందిరంలో అనేక రత్నదీపాలు వెలుగుతున్నాయి. ఆ దీపాలకాంతిలో శయనమందిరమంతా దేదీప్యమానంగా ఉంది.

అర్ధరాత్రి మందిరం తలుపు తెరుచుకుని వ్యాసుడు లోనికి ప్రవేశించాడు.

తస్య కృష్ణస్య కపిలాం జటాం దీప్తే చ లోచనే,
బభ్రూణి చైవ శ్మశ్రూణి దృష్ట్వా దేవీ న్యమీలయత్. 105.6

దీపాల వెలుగులో నల్లని ముఖంతోనూ, పెద్ద పెద్ద జటలుకట్టి తలచుట్టూ వేలాడుతున్న రాగిరంగు జుట్టుతోనూ, తీక్ష్ణమైన కళ్ళతోనూ, బవిరిగడ్డంతోనూ తనని సమీపిస్తున్న ఋషిని చూసింది అంబిక.

(నిత్యవ్యాయమంతో కండలు తిరిగిన యోధుడూ, రాజకుటుంబానికి తగిన వేషభాషలతో ఉన్నవాడూ, విలాసవంతమైన జీవితాన్ని అనుభవించడంలో నేర్పరీ వస్తాడని ఏవేవో ఊహించుకుంటూ ఉన్న) అంబిక భయంకరమైన రూపంతోనూ, ఘోరమైన వాసనతోనూ తనని సమీపిస్తున్న ఋషిని చూసి భయంతో కళ్ళు మూసుకుంది.

సంబభూవ తయా సార్ధం మాతుః ప్రియచికీర్షయా,
భూయాత్ కాశీసుతా తం తు నాశక్నోదభివీక్షితుమ్. 105.6

వ్యాసుడు తల్లికిచ్చిన మాట పాటించి ఆ మందిరంనుంచి బయటకు వచ్చాడు. ఆయన మందిరంనుంచి వెళ్ళేవరకూ అంబిక ఒక్కసారి కూడా కళ్ళు తెరవలేకపోయింది.

బయటకు వచ్చిన ఋషిని తల్లి, "నాయనా! అంబిక యోగ్యుడైన కుమారుడికి జన్మ నిస్తుందా?" అని అడిగింది.

"తల్లీ! *(ఈ నియోగవిధానంలో నియమాలు నీకిదివరకే చెప్పాను. అంబిక సంవత్సరవ్రతం పాటించలేదు. అయినా నీ ఆజ్ఞ పాటించి వచ్చాను. నేనేలా వస్తానో స్పష్టంగా చెప్పాను. కేవలం సంతానమే కోరితే ఆమె నన్నెంతో భక్తి శ్రద్ధలతో స్వీకరించాలని చెప్పాను. కాని, ఆమెలో భక్తి లేదు. నన్ను చూసి భయంతో కళ్ళు మూసుకుంది. ఈ నియోగవిధానంలో తేడాలు వస్తే పరిణామాలు తీవ్రంగా ఉంటాయి.)* అంబిక చేసిన దోషం వలన ఆమెకు పుట్టే కుమారుడు పుట్టుగుడ్డివాడవుతాడు.

అయినా అతడికి వెయ్యి ఏనుగుల బలం ఉంటుంది. అపారమైన శక్తీ, తెలివీ ఉంటాయి. కురువంశం వృద్ధికావడానికి అతడికి వందమంది పుత్రులు కలుగుతారు." అన్నాడు వ్యాసుడు.

సత్యవతికి నిరాశ కలిగింది.

"తండ్రీ! పుట్టుగుడ్డి అయిన కుమారుడికి రాజయే అర్హత ఉండదు. అందువలన ఈ కురుసామ్రాజ్యానికి ఉత్తరాధికారి కాదగిన మరొక కుమారుణ్ణి *(నా రెండవ కోడలియందు)* నువ్వే ఇవ్వాలి." అంది.

వ్యాసుడు "తథాస్తు." అని అంతర్ధానమైపోయాడు.

అంబిక నవమాసాలూ మోసి గుడ్డివాడికి జన్మనిచ్చింది.

సత్యవతి అంబాలికని నియోగవిధానంలో సంతానం కనడానికి ఒప్పించింది. తగు సమయంలో ఆమెని శయనమందిరానికి తీసుకువెళ్ళి అంబికకి చెప్పినట్లే చెప్పింది.

(అంబిక అనుభవంతోనైనా సత్యవతి జాగ్రత్తపడలేదు. వచ్చేవాడు వ్యాసభగవానుడు అని చెప్పలేదు. ఆయన ఎలా వస్తాడో చెప్పలేదు. వ్యాసుణ్ణి సేవించడానికి ఆ యువతిని మానసికంగా సిద్ధం చెయ్యలేదు.

అందువలన అంబాలిక కూడా ఏవేవో ఊహించుకుంది.)

తల్లి తనని తలుచుకోగానే వ్యాసుడు ప్రత్యక్షమై అంబాలిక మందిరానికి వెళ్ళాడు. ఆయన అంబికని ఏ రూపంలో, ఏ వేషంలో, ఏ గంధంతో చేరాడో అదే విధంగా అంబాలికనీ చేరాడు.

ఆ ఋషిని చూడగానే **వివర్ణా పాండుసంకాశా సమపద్యత** - అంబాలిక ముఖం వివర్ణమైపోయింది. భయంతో ఆమె పాలిపోయింది.

వ్యాసుడు ఆమెతో ఇలా అన్నాడు.

"యస్మాత్ పాండుత్వమాపన్నా విరూపం ప్రేక్ష్య మామిహా,

తస్మాదేష సుతస్తే వై పాండురేవ భవిష్యతి. 105.17

నామ చాస్య తదేవేహ భవిష్యతి శుభాననే! 105.18

అంబాలికా! నా వికృతరూపాన్ని చూసి నువ్వు భయంతో పాలిపోయావు. కనుక నీకు పాండువర్ణంలో *(తెలుపురంగులో)* ఉండే కుమారుడు పుడతాడు. లోకంలో అందరూ అతణ్ణి పాండువు అని పిలుస్తారు."

కర్తవ్యం నిర్వహించి వస్తున్న వ్యాసుణ్ణి సత్యవతి తమకు తగిన వారసుడు పుడతాడా అని అడిగింది. వ్యాసుడు జరిగినది చెప్పాడు.

(నియోగవిధానంలో సంతానోత్పత్తికి సహకరించే పురుషుడు స్త్రీతో మాట్లాడకూడదని నియమం ఉంది. ఈ నియమం మహాభారతకథకి పూర్వంనుంచీ ఉంది. అయినా వ్యాసుడు అంబాలికతో మాట్లాడాడు! మహాత్ముల చర్యలు సామాన్యులకు అర్థంకావు కదా!)

సత్యవతి అయ్యో అనుకుంది.

తం మాతా పునరేవాన్యమేకం పుత్రమయాచత,

తథేతి చ మహర్షిస్తాం మాతరం ప్రత్యభాషత. 105.20

మరొక పుత్రుణ్ణి తన కోడళ్ళకి అనుగ్రహించమని కోరింది. "తథాస్తు." అని వ్యాసుడు వెళ్ళిపోయాడు.

అంబాలికకి పాండువర్ణంలో ఉన్న కుమారుడు పుట్టాడు.

అంబిక ఋతుమతి అయ్యాక సత్యవతి ఆమెని వ్యాసుడివలన మరొక పుత్రుణ్ణి కనమని నియోగించింది. అత్తగారి మాట కాదనలేక అంబిక అంగీకరించింది. కాని, వ్యాసుడి రూపం, గంధం తలుచుకుని ఆమె ఆ ఋషి సమీపానికి వెళ్ళకూడదని నిర్ణయించుకుంది.

అనుకున్న రాత్రి తన దాసీలలో అప్సరసలా ఉన్న సౌందర్యవతిని ఎంచుకుంది. ఆమెని అమూల్యమైన వస్త్రాలతోనూ, తన ఆభరణాలతోనూ అలంకరించి, తన శయనమందిరానికి పంపింది.

వ్యాసుణ్ణి చూడగానే ఆ దాసి భక్తితో నమస్కరించింది. అనేక పరిచర్యలు చేసింది. ఆ ఋషి ఆజ్ఞాపించగానే ఆయనవద్దకి వెళ్ళింది. ఆమె ప్రవర్తనకి ఋషి సంతోషించాడు. మందిరం వదిలి వెళ్ళేముందు వ్యాసుడు ఆమెతో, "నీకొక కుమారుడు పుడతాడు. అతడు

అత్యంత వివేకవంతుడు, ధర్మాత్ముడు, అదృష్టవంతుడు అవుతాడు. అంతేకాదు. ఈ క్షణంలోనే నీకు దాస్యవిముక్తి కలిగింది. నువ్విక రాజవంశీయులకి దాసీవి కాదు." అన్నాడు.

మందిరం బయట ఉన్న తల్లితో అంబిక చేసిన మోసం, దాసి భాగ్యం చెప్పి అంతర్ధానమైపోయాడు.

(భర్తని కోల్పోయిన స్త్రీకి నియోగవిధానంలో ఒక పుత్రుణ్ణి పొందడం అనుమతించారు. ఎట్టి పరిస్థితిలోనూ రెండవ పుత్రుడికి జన్మనివ్వమని ఆమెని ప్రోత్సహించకూడదు. ఆమె కోరినా అనుమతించకూడదు. అయినా సత్యవతి ఆ నిషిద్ధమైన పనే చేసింది.

అంతకంటే ఆశ్చర్యకరమైన విషయం. వ్యాసుడు అందుకు అంగీకరించాడు!

ఒక స్త్రీకి ఒక పుత్రుణ్ణి అనుగ్రహించిన పురుషుడు ఆ తరువాత ఆమెని తన కూతురిలానో, కోడలిలానో చూడవలసి ఉంది. కాని, వ్యాసులవారు ఆమెకి మరొకసారి సంతానం అనుగ్రహించడానికి అంగీకరించి ఆమె మందిరానికి వెళ్ళారు. ఆ త్రికాలవేది ముందే గమనించినా, పట్టించుకోలేదంటే అది విదురోత్పత్తి అనే భవితవ్యం బలవత్తరం కాబట్టే అనుకోవాలి.)

అంబికకి పుట్టినవాడు ధృతరాష్ట్రుడు. అంబాలికకి పుట్టినవాడు పాండువు. దాసికి పుట్టినవాడు విదురుడు. వీరిలో ధృతరాష్ట్రుడూ, పాండువూ పుట్టడంలో విశేషం లేదు.

ధర్మో విదురరూపేణ శాపాత్ తస్య మహాత్మనః,
మాండవ్యస్యార్థతత్త్వజ్ఞః కామక్రోధవివర్జితః. 105.29

మాండవ్యుడనే ముని శాపం వలన ధర్మదేవత విదురుడై పుట్టాడు. కామక్రోధాలకు అతీతుడై జీవించాడు.

ధృతరాష్ట్రుడినీ, పాండువునీ, విదురుడినీ భీష్ముడు తన పుత్రులుగానే భావించి పెంచాడు. అతడే ఆ సోదరులకు అన్ని వైదికకర్మలూ చేయించాడు.

ఉపనయనం తరువాత వారు వేదవేదాంగాలూ, నీతిశాస్త్రం నేర్చుకున్నారు. ఇతిహాస పురాణాలు అధ్యయనం చేసారు. శిష్టాచారాలు తెలుసుకున్నారు. ఏది ధర్మమో, ఏది అధ ర్మమో నిర్ణయించడంలో సుశిక్షితులయ్యారు.

నిపుణులైనవారి పర్యవేక్షణలో నిత్యం వ్యాయామం చేసి బలిష్ఠులయ్యారు. ఎవరికి తగిన యుద్ధవిద్యలు వారు నేర్చుకున్నారు.

కుమారులు యౌవనవయస్కులయ్యారు.

ధనుర్విద్యలో తనతో సమానమైన వీరుడు లేడని పాండువు పేరు తెచ్చుకున్నాడు. శారీరకబలంలో ధృతరాష్ట్రుణ్ణి మించినవారు ఎవరూ లేరు. ధర్మసూక్ష్మాలు తెలిసినవారిలో విదురుడితో సమానమైన జ్ఞానీ, మేధావీ ముల్లోకాలలోనూ లేడు. దేశంలో ప్రజలు వారిని గురించి ఇలా అనుకునేవారు.

"వీరమాతలలో కాశీరాజు కుమార్తెలు అత్యంత శ్రేష్ఠలు. సమస్తదేశాలలోనూ కురు జాంగల దేశాలు సర్వోత్తమమైనవి. ధర్మజ్ఞులలో భీష్ముడివంటివాడు లేడు. నగరాలలో హస్తినాపురంవంటిది లేదు."

ధృతరాష్ట్రస్త్వచక్షుష్ట్వాద్ రాజ్యం న ప్రత్యపద్యత,
పారసవత్వాద్ విదురో రాజా పాండుర్బభూవ హ. 108.25

ధృతరాష్ట్రుడు గుడ్డివాడు. విదురుడు శూద్రస్త్రీకి పుట్టినవాడు. అందుచేత వారిద్దరికీ రాజ్యార్హత లేదు. పాండువే కురుసామ్రాజ్యానికి చక్రవర్తి అయ్యాడు.

అలా పాండువు పాండురాజు అయ్యాడు.

◆◆◆

శ్రీకృష్ణుడి తండ్రి వసుదేవుడు. వసుదేవుడి తండ్రి శూరసేనుడు. శూరసేనుడు సంపన్నుడైన మహారాజు.

కుంతిభోజుడనే మరొక యాదవరాజు శూరసేనుడికి మేనత్త కొడుకు. అంతకిమించి మంచి మిత్రుడు. ఆ కుంతిభోజుడికి సంతానం లేదు. శూరసేనుడు తన మొదటి సంతానాన్ని అతడికి పెంచుకొనేందుకు ఇస్తానని మాట ఇచ్చాడు.

శూరసేనుడికి ప్రథమసంతానంగా ఆడపిల్ల పుట్టింది. ఆమెకి పృథ అని పేరుపెట్టారు. ఆమె అసదృశసౌందర్యరాశి. తానిచ్చిన మాట ప్రకారం శూరసేనుడు పృథని కుంతిభోజుడికి పెంపుడు కూతురుగా ఇచ్చాడు.

కుంతిభోజుడి కుమార్తెగా పెరిగి పెద్దదైన పృథని అందరూ కుంతి అని పిలిచేవారు.

రాజమందిరానికి వచ్చే వేదవేత్తలకీ, ఋషులకీ తగుసేవలు చేసే బాధ్యత కుంతికి అప్పగించారు. ఆమె ఎంతో అంకితభావంతో ఆ మహాత్ములని సేవించి వారి మన్ననలూ, ఆశీస్సులూ అందుకుంది.

ఆమెకి యుక్తవయస్సు వచ్చింది.

ఒకరోజు కుంతిభోజుడి మందిరానికి దుర్వాసమహర్షి వచ్చాడు. తీవ్రనియమాలు

పాటించే ఆ ఋషి అత్యంత ప్రభావశాలి. భూత భవిష్యత్ కాలాలను చూడగలవాడు. చాలా తీవ్రస్వభావం కలవాడు. ఆయనకు కోపం ఎక్కువ అని ప్రసిద్ధి.

కుంతి అమిత శ్రద్ధాభక్తులతో దుర్వాసుడికి సేవ చేసింది. ఆమె వినయం, శ్రద్ధ, భక్తీ గమనించి ఋషి మెచ్చుకున్నాడు. ఆమెకి వరం ఇవ్వాలనుకున్నాడు. ఆమె గురించి ఆలోచించాడు.

దుర్వాసుడికి ఆమె భవిష్యత్తు కనబడింది. కురువంశం భవిష్యత్తు కనబడింది. భరతుడి నుంచీ ఎందరో ధర్మాత్ములూ, గొప్పవీరులూ పుట్టిన వంశంలో ఏర్పడబోయే ఆపదలు కనబడ్డాయి. భరతవర్షంలో ధర్మప్రతిష్ఠాపనకి దోహదపడవలసిన అవసరం కనబడింది.

కుంతికీ, ఆమెవలన భరతవంశానికీ మేలు చెయ్యాలనుకున్నాడు. ఆమెకి ఒక దివ్యమంత్రం ఉపదేశించాడు. ఉపదేశం అయ్యాక ఆ మంత్రానికున్న శక్తి ఏమిటో చెప్పాడు.

"యం యం దేవం త్వమేతేన మంత్రేణావాహయిష్యసి,
తస్య తస్య ప్రభావేణ పుత్రస్తవ భవిష్యతి. 110.7

ఈ మంత్రం చాలా శక్తికలది. ఈ మంత్రం చదివి నువ్వు ఏ దేవతలని పిలుస్తావో వారు నీవద్దకి వస్తారు. తమ ప్రభావంతో నీకు పుత్రులను ఇస్తారు."

దైవాంశగల సంతానాన్ని మానవులు పొందడం సాధ్యంచేసే అటువంటి మంత్రం ఒకటి ఉంటుందని గానీ, అలా జరగడం సాధ్యమౌతుందని గానీ అంతవరకూ కుంతి ఎప్పుడూ వినలేదు.

యౌవన ప్రారంభంలో తెలిసీతెలియని వయస్సులో ఉన్న కుంతికి ఆ మంత్రం నిజంగా పనిచేస్తుందో లేదో తెలుసుకోవాలని కుతూహలం కలిగింది.

కుతూహలం ఆపుకోలేక ఆమె ఏకాంతంలో ఆ మంత్రం పఠించి సూర్యుణ్ణి ఆహ్వానించింది. ఏదో పిలిచాను కానీ ఆకాశంమధ్యలో మణిలా వెలిగిపోయే సూర్యుడు నిజంగా వచ్చేస్తాడా అనుకుంటూనే మంత్రం చదివిఉంటుంది.

కానీ, మంత్రం చదవడం పూర్తికాగానే లోకసాక్షి అయిన సూర్యభగవానుడు ఆయన తేజస్సు తీవ్రత తనని బాధించకుండా సమీపించడం చూసింది. వివస్వంతుడు *(సూర్యుడు)* ఆమె వద్దకి వచ్చి, "కన్యా! యౌవనప్రారంభంలో ఉన్నావు. విశాల నేత్రాలతో ఉన్నావు! అత్యంత ప్రభావవంతమైన మంత్రం చదివి నన్నెందుకు పిలిచావు?" అని అడిగాడు.

"దేవా! నాకొక ఋషి ఈ మంత్రం ఉపదేశించాడు. ఇది నిజంగా పనిచేస్తుందో లేదో పరీక్షిద్దామని చదివాను. నేను చేసినది అపరాధమే. నీ పాదాలపై శిరస్సు ఉంచి

ప్రార్థిస్తున్నాను. నన్ను మన్నించు. **యోషితో హి సదా రక్ష్యాస్స్వపరాధేఽపి నిత్యశః**– స్త్రీలు *(తెలియక)* అపరాధం చేసినా మహాత్ములు వారినెప్పుడూ క్షమించి, రక్షిస్తూనే ఉంటారు కదా!" అంది కుంతి.

సూర్యుడు తాను మంత్ర బద్ధుడినై వచ్చాననీ, అమోఘమైన తన దర్శనం వ్యర్థం కాకూడదనీ చెప్పాడు. వేడుకకి మంత్రప్రయోగం చెయ్యడమూ, దేవతలను రప్పించడమూ అపరాధమన్నాడు.

అతడి రాక వ్యర్థం కాకూడదంటే కుంతి గర్భవతి కావాలి. అది తలుచుకుని ఆమె భయవిహ్వల అయింది. తనని మన్నించమని సూర్యుణ్ణి పదే పదే ప్రార్థించింది. తనకీ, తనవలన తన తండ్రికీ కలిగే అవమానంనుంచి రక్షించమని పదే పదే వేడుకుంది.

సూర్యుడు ఆమెను ఓదార్చి తాను వచ్చిన పని పూర్తి చేసాడు. ఆమెకి వెంటనే ప్రసవమైంది. సహజమైన కవచకుండలాలతో అందమైన రూపంతో పండంటి మగబిడ్డ పుట్టాడు.

ఆ శిశువు పుట్టగానే సూర్యుడు ఆమెకి కన్యాత్వం తిరిగి వచ్చేలా వరమిచ్చి వెళ్ళిపోయాడు.

అప్పుడే పుట్టిన బిడ్డని ఏం చెయ్యాలా అని కుంతి ఆలోచించింది. తన అవివేకపు ఫలాన్ని బంధుమిత్రులు చూస్తే కలిగే అవమానం తలుచుకుని వణికిపోయింది.

ఆ బిడ్డని ఒక తొట్టెలో పెట్టి నదిలో వదిలేసింది. ఆ బిడ్డ అధిరథుడనే సూతుడికీ, అతడి భార్య రాధకీ దొరికాడు. వారికి అంతవరకూ సంతానం లేదు. వారు ఎంతో ఆనందంగా ఆ బిడ్డని స్వీకరించి ప్రేమతో పెంచారు.

నామధేయం చ చక్రాతే తస్య బాలస్య తావుభౌ,
వసునా సహ జాతోఽయం వసుషేణో భవిష్యతి. 110.14

అతడు బంగారు కవచకుండలాలతో లభించాడు. గనుక అతడికి వసుషేణుడు అని పేరు పెట్టారు.

ఆ బాలుడు పెరిగి పెద్దవాడై మహాబలశాలి అయ్యాడు. శస్త్రాస్త్ర ప్రయోగాలలో చాలా నిపుణుడయ్యాడు.

అతడు సూర్యోదయానికి ముందు తూర్పుదిశకి తిరిగి సూర్యోపాసన మొదలుపెట్టేవాడు. **ఆపృష్ఠతాపాదాదిత్యముపతిష్ఠతి వీర్యవాన్** – మధ్యాహ్నం సూర్యుడి కిరణాలు వీపున పడి చుర్రుమనేవరకూ ఆ ఉపాసన కొనసాగేది.

ఆ సమయంలో ఎవరేమడిగినా అతడు లేదనకుండా ఇచ్చేవాడు. ఒకరోజు ఇంద్రుడు

బ్రాహ్మణవేషంలో వచ్చి అతణ్ణి పుట్టుకతో వచ్చిన కవచకుండలాలు తనకి దానమిమ్మని యాచించాడు. వసుషేణుడు ఇంద్రుడికి నమస్కరించి తన శరీరం ఛేదించి కవచకుండలాలు ఇచ్చాడు.

ప్రాక్ నామ తస్య కథితం వసుషేణ ఇతి క్షితౌ,
కర్ణో వైకర్తనశ్చైవ కర్మణా తేన సోఽభవత్. 110.31

అనితరసాధ్యమైన ఆ దానం *(శరీరంలో భాగంగా ఉన్న కవచాన్నీ, చెవులను ఛేదించి కుండలాలనీ ఇచ్చినందుకు)* చేసినందుకు వసుషేణుడు కర్ణుడనీ, వైకర్తనుడనీ ప్రసిద్ధుడయ్యాడు.

◆◆◆

ధృతరాష్ట్రుడికీ, పాండురాజుకీ, విదురుడికీ వివాహయోగ్యమైన వయస్సు వచ్చింది.

గాంధారదేశపు రాజు సుబలుడికి గాంధారి అనే కుమార్తె ఉంది.

ఆరాధ్య వరదం దేవం భగనేత్రహరం హరమ్,
గాంధారీ కిల పుత్రాణాం శతం లేభే వరం శుభా. 109.10

ఆమె భక్తసులభుడైన పరమశివుణ్ణి ఆరాధించి తనకి వందమంది పుత్రులు కలిగేలా వరం పొందింది.

ఈ విషయం తెలిసిన భీష్ముడు గాంధారిని ధృతరాష్ట్రుడికిచ్చి వివాహం చేయమని గాంధారరాజుని కోరాడు. గుడ్డివాడికి తన కూతురినివ్వడమా అని సుబలుడు ముందు కొంత సంకోచించినా చివరకి అంగీకరించాడు.

తనకి కాబోయే భర్త పుట్టుగుడ్డి అని గాంధారికి తెలిసింది. భర్త చూడలేని బయటి ప్రపంచాన్ని తానూ చూడనని ఆమె ఆ క్షణమే నిర్ణయించుకుంది. కళ్ళకి దట్టమైన గుడ్డతో గంతలు కట్టుకుంది.

గాంధారీధృతరాష్ట్రుల వివాహం వైభవంగా జరిగింది.

◆◆◆

కుంతిభోజుడి కుమార్తె కుంతి అత్యంతసౌందర్యవతి అనీ, ఎట్టి పరిస్థితిలోనూ ధర్మమార్గం వదలని పుణ్యాత్మురాలనీ రాజలోకంలో పేరు వచ్చింది.

తాం తు తేజస్వినీం కన్యాం రూపయౌవనశాలినీమ్,
వ్యావృణ్వన్ పార్థివాః కేచిదతీవ స్త్రీగుణైర్యుతామ్. 111.2

స్త్రీకి ఉండవలసిన శుభలక్షణాలూ, సద్గుణాలూ రూపుదాల్చి ఈ సౌందర్యరాశిలా

అయ్యాయా అనిపించేది కుంతి. జన్మతః వచ్చిన అందమైన రూపంతోనూ, ఆపైన యౌవనారంభంలో కలిగే శోభతోనూ అలరారుతున్న ఆమెని భార్యగా చేసుకుంటామని అనేకమంది రాజులు కుంతిభోజుణ్ణి కోరారు.

ఆ మహారాజు తన కుమార్తెకి స్వయంవరం ఏర్పాటు చేసి రాజులనందరినీ ఆహ్వానించాడు. భరతవంశీయుడు పాండురాజు కూడా ఆ స్వయంవరానికి వచ్చాడు.

పాండువు మహాపరాక్రమశాలి. విశాలమైన వక్షఃస్థలం, ఆకర్ణాంతమైన విశాల నేత్రాలూ, కండలు తిరిగిన బాహువులూ ఆ వీరుడి తేజస్సుని రెట్టింపు చేస్తున్నాయి. అందరు రాజుల మధ్య ఉన్న పాండువు దేవతలమధ్య ఉన్న దేవేంద్రుడిలా ఉన్నాడు.

వరమాల చేత ధరించి స్వయంవరమంటపానికి వచ్చిన కుంతి చూపులు మొట్టమొదట పాండురాజు మీద పడ్డాయి. ఆమె వెంటనే అతడే తన భర్త అని నిర్ణయించుకుంది. సిగ్గుతో తల వంచుకుని, మెల్లగా నడుస్తూ పాండువు వద్దకి వచ్చింది. వరమాల అతడి మెడలో వేసింది.

మిగిలిన రాజులు పాండువుని అతడి భాగ్యానికి అభినందించి తమ తమ దేశాలకు వెళ్ళిపోయారు.

కుంతిభోజుడు కుంతీపాండువుల వివాహం అంగరంగ వైభవంగా జరిపించాడు. అనేక ధనరాసులూ, దాసదాసీజనం కానుకగా ఇచ్చి నూతనదంపతులని సాగనంపాడు.

పాండువు తన ప్రియపత్నితో హస్తినాపురం చేరాడు.

కుంతి పాండురాజుకి పట్టమహిషి అయింది.

(ఇక్కడితో ఆదిపర్వం 111వ అధ్యాయం ముగిసింది.

6

(112వ అధ్యాయంలో (గోరఖ్‌పూర్ వారి ప్రతిలో) మొదటి శ్లోకం ఇలా ఉంది.

తతః శాంతనవో భీష్మో రాజ్ఞః పాండోర్యశస్వినః,
వివాహస్యాపరస్యార్థే చకార మతిమాన్ మతిమ్. *112.1*

ఆ తరువాత (అంటే కుంతీవివాహం తరువాత, కుంతి కాపురానికి వచ్చిన తరువాత) పాండురాజుకి మరొక భార్య కూడా ఉంటే బాగుంటుందని భీష్ముడు ఆలోచించాడు.

ఇక్కడ వ్యాసులవారు ఒక మాట వాడారు. ***తతః*** *– అంటే ఆ తరువాత.*

దాని గురించి ఎట్లైనా వ్యాఖ్యానించవచ్చు. మేధావులు దానిమీద వాదనలు చేసారు.

కుంతీపాండువుల వివాహం తరువాత కొంతకాలానికి భీష్ముడికి ఈ ఆలోచన వచ్చింది. వివాహం అయిన వెంటనే కాదనేది స్పష్టం.

ఎందుకంటే కుంతీ స్వయంవరానికి పాండువు ఎవరి ప్రోత్సాహంతో గానీ, బలవంతం వలన గానీ వెళ్ళలేదు. ఆమెని కోరి తనంత తానే వెళ్ళాడు. అక్కడ కుంతి కూడా పాండువుని హృదయపూర్వకంగా కోరి భర్తగా ఎంచుకుంది.

అలా పరస్పరం కోరి వివాహం చేసుకున్న యువదంపతులమధ్యకి మరొక స్త్రీని తీసుకురావాలని భీష్ముడు ఎందుకు ఆలోచించాడు?

ఒక వాదన ప్రకారం ఎంత కాలమైనా (ఒకటి, రెండు సంవత్సరాలు?) కుంతి గర్భవతి కాకపోవడంతో అది ఆమెలో లోపం అనుకున్నారు. ఆ కాలంలో సంతానలేమికి స్త్రీలో లోపమే కారణం అనుకోవడం సహజమే. అందులోనూ వీరుడైన రాజు విషయంలో భార్యలో లోపమే కారణం అనుకోవడం అత్యంత సహజం.

కురుసామ్రాజ్యానికి పాండువు చక్రవర్తి. అతడి తరువాత వంశం నిలపడానికీ, సింహాసనం అధిష్ఠించడానికీ వారసుడు కావాలి. కుంతి ఆ వారసుణ్ణి ఇవ్వలేకపోయింది. ఆ సంతానం ఇవ్వడానికి మరొక స్త్రీని తెచ్చి పాండువుకిచ్చి వివాహం చెయ్యాలని భీష్ముడి ఆలోచన.

అసలు సంతానోత్పత్తి చేసే సామర్థ్యం పాండువుకి లేదేమో అనే ఆలోచనే ఎవరికీ రాలేదు. ఇలా కుంతికి అన్యాయం చేసి సవతిని తీసుకు వచ్చే ప్రయత్నం జరిగింది అనేది ఈ వాదన. దీనిని కొందరు సమర్థిస్తారు.

కుంతీపాండవుల వివాహానికి ముందే గాంధారీ ధృతరాష్ట్రుల వివాహం జరిగింది. అప్పటివరకూ వారికీ సంతానం లేదు. అతడికే మరొక భార్యని తీసుకురావచ్చు కదా? - అనేది ఒక వాదన.

దానికి సమాధానం చెప్పేవారూ ఉన్నారు. ధృతరాష్ట్రుడికి రెండవ వివాహం చెయ్యాలనే ఆలోచనే భీష్ముడికి రాలేదు. ఎందుకంటే అతడికి రాజయ్యే అధికారం లేదు. అతడి సంతానానికీ ఆ అధికారం ఉండదు. అందువలన వంశంకోసమైనా, రాజ్యానికి ఉత్తరాధికారికోసమైనా పాండువుకి సంతానం కలగడం అత్యవసరమయింది. సత్యవతి సంతానానికే కురుసామ్రాజ్యం పట్టం కడతానని భీష్ముడు ప్రతిజ్ఞ చేసాడు. ఆ ప్రతిజ్ఞ నిలబెట్టుకోవడం ఆ గాంగేయుడి కర్తవ్యం. అందుకే పాండువుకి మరొక భార్యని తీసుకువచ్చాడు.

ఇలా ఇంకా చాలా వాదనలు ఉంటాయి. ఇందులో అన్నీ బలమైనవే.

ప్రస్తుతానికి కథలోకి వద్దాం.)

మద్రదేశానికి రాజైన శల్యుడి చెల్లెలు మాద్రి సౌందర్యవతి, గుణవంతురాలు అని భీష్ముడు విని ఉన్నాడు.

మహర్షులనీ, వేదవేత్తలయిన పండితులనీ, చతురంగబలాలనీ వెంటబెట్టుకుని గాంగేయుడు బాహ్లికదేశానికి *(మద్రదేశానికి)* వెళ్ళాడు. శల్యుడి ఆతిథ్యం స్వీకరించి తాను వచ్చిన పని చెప్పాడు.

మాద్రిని పాండురాజుకి భార్యగా ఇమ్మని కోరాడు.

"పూర్వైః ప్రవర్తితం కించిత్ కులేఽస్మిన్ నృపసత్తమైః,
సాధు వా యది వాసాధు తన్నాతిక్రాన్తుముత్సహే. 112.9

భీష్మా! నాకు మీ వంశం గురించి తెలుసు. పాండురాజు పరాక్రమం గురించీ తెలుసు. అతడికి నా సోదరిని ఇవ్వడం నాకూ సంతోషమే.

కాని, మా వంశంలో ఒక సంప్రదాయం ఉంది. అది మంచిదని గానీ, మంచిది కాదని గానీ నేననను. ఇప్పటివరకూ మా పూర్వులందరూ దాన్ని పాటించారు. నేనిప్పుడది అతిక్రమించలేను. నేనూ వారి మార్గంలోనే నడుచుకోవాలి.

అందుకే నువ్వడిగిన వెంటనే అంగీకరించలేకపోతున్నాను.

మా వంశాచారం ప్రకారం మాకు ఎక్కువ ధనం ఇచ్చినవారికే మేము కన్యనిస్తాము. ఇలా నీతో మాట్లాడడం ఇష్టం లేకపోయినా చెప్పాలి కనుక చెప్తున్నాను." అన్నాడు శల్యుడు.

"నాత్ర కశ్చన దోషోఽస్తి పూర్వైర్విధిరయం కృతః,
విదితేయం చ తే శల్య మర్యాదా సాధుసమ్మతా. 112.13

శల్యా! మీ వంశాచారం అందరికీ తెలిసినదే. మీ సంప్రదాయం మీరు పాటిస్తున్నారు. అందులో దోషమేమీ లేదు." అన్నాడు భీష్ముడు.

వేరెవరూ ఇవ్వలేనన్ని అపారమైన ధనరాశులూ, మణిమాణిక్యాలూ శల్యుడికిచ్చాడు. శల్యుడు మాద్రిని భీష్ముడికి అప్పగించాడు. భీష్ముడు ఆమెని హస్తినాపురానికి తీసుకువచ్చి, మంచి ముహూర్తంలో పాండురాజుతో వివాహం జరిపించాడు.

◆◆◆

దేవకుడనే రాజుకి సుగుణాలరాశి అయిన కుమార్తె ఉందని తెలిసి భీష్ముడు ఆ రాజుని కోరి ఆమెనిచ్చి విదురుడికి వివాహం చేయించాడు.

ఈ విధంగా వ్యాసుడివలన పుట్టిన ముగ్గురు కుమారులకీ వివాహాలు జరిగాయి.

◆◆◆

పాండురాజు కుంతికీ, మాద్రికీ అందమైన మందిరాలు ఏర్పాటు చేయించాడు.

స తాభ్యాం విచరత్సార్ధం భార్యాభ్యాం రాజసత్తమః,
కుంత్యా మాద్ర్యా చ రాజేంద్రో యథాకామం యథాసుఖమ్. 112.20

తతః స కౌరవో రాజా విహృత్య త్రిదశా నిశాః,
జిగీషయా మహీం పాండుర్నిరక్రామత్ పురాత్ ప్రభో. 112.21

పాండురాజు నెలరోజులు భార్యలతో సుఖంగా విహరించాడు.

ఆ తరువాత తమ రాజ్యం గురించి ఆలోచించాడు. శంతనుడి మరణం తరువాత కురుసామ్రాజ్యంలో అనేక భాగాలని ఇతర రాజులు ఆక్రమించారు. అక్కడి సంపదని కొల్లగొట్టారు.

ఆ రాజులని ఓడించి తమ సామ్రాజ్యాన్నీ, సంపదనీ వృద్ధి చేసుకోవాలని పాండురాజు భావించాడు. సౌందర్యవతులైన నవవధువులనీ, రాజభోగాలనీ వదిలాడు. మహాసైన్యాన్ని వెంటబెట్టుకుని జైత్రయాత్రకి బయల్దేరాడు.

భూలోకంలో ఉన్న రాజులనందరినీ జయించి, వారిచ్చిన ధనరాశులు తీసుకుని హస్తినా పురానికి తిరిగి వచ్చాడు.

ఆ సంపదని భీష్ముడికీ, సత్యవతికీ, అంబికకీ, అంబాలికకీ ఇచ్చాడు. ఆ సంపద అందుబాటులో ఉండడంతో ధృతరాష్ట్రుడు అనేక అశ్వమేధయాగాలు చేసాడు.

పాండురాజు తలపెట్టిన దిగ్విజయయాత్ర పూర్తయింది. ధృతరాష్ట్రుణ్ణి పాండువు ఎప్పుడూ కుటుంబ పెద్దగానే భావించాడు. అతడలా గౌరవించడంతో అన్ని విషయాలూ ధృతరాష్ట్రుడే చూసుకుంటూ ఉండేవాడు.

పాండువుకి నిత్యం జరిగే పరిపాలనా వ్యవహారాలు పర్యవేక్షించడంపై ఆసక్తి లేదు. పైగా ఆ విషయాలు ధృతరాష్ట్రుడు అత్యంత ఆసక్తితో చూసుకుంటున్నాడు. రాజ్యపాలనలో ఆ జాత్యంధుడికి విదురుడు అండదండగా ఉన్నాడు.

సంప్రయుక్తస్తు కుంత్యా చ మాద్ర్యా చ భరతర్షభ,
జితతంద్రిస్తదా పాండుర్బభూవ వనగోచరః. 113.6

హిత్వా ప్రాసాదనిలయం శుభాని శయనాని చ,
అరణ్యనిత్యః సతతం బభూవ మృగయాపరః. 113.7

పాండురాజుకి హస్తినాపురంలో ప్రత్యేకమైన పని ఏమీ చెయ్యకుండా కూర్చోవడం నచ్చలేదు. అతడు సోమరితనానికి వ్యతిరేకి. అతడికి సమస్త సౌకర్యాలతో కూడిన రాజ

మందిరాలనీ, హంసతూలికా తల్పాలనీ వదిలి అరణ్యాలకి వెళ్ళి నిత్యం వేటతో కాలం గడపాలనిపించింది.

అతడి మనసు గ్రహించిన కుంతీ, మాద్రీ కూడా అతణ్ణి అరణ్యంలో కాలం గడపడానికి ప్రోత్సహించారు. పాండువు పెద్దలందరి వద్దా అనుమతి తీసుకుని రాణులతో అరణ్యాలకు వెళ్ళిపోయాడు.

హిమాలయపర్వతపు దక్షిణసానువులలో ఉన్న రమ్యమైన అరణ్యప్రాంతం చేరాడు. అక్కడ దట్టంగా ఉన్న ఎత్తయిన సాలవృక్షాలమధ్య అందమైన కుటీరం నిర్మింపచేసాడు. అతడికీ, అతడి భార్యలకీ సేవలు చేయడానికి హస్తినాపురంనుంచి పరివారం వచ్చారు.

వారు సుఖంగా జీవించడానికి అవసరమైన వస్తువులు ఎప్పటికప్పుడు ధృతరాష్ట్రుడు హస్తిననుంచి పంపుతూ ఉండేవాడు.

పాండురాజు ధనుర్బాణాలు ధరించి అరణ్యాలలో సంచరిస్తూ వేట వేడుకలో మునిగి తేలేవాడు. సౌందర్యరాశులైన దేవేరులతో ఆ అరణ్యాలలో విహరిస్తూ ఆనందించేవాడు. భార్యలతో అలా విహరిస్తున్న పాండురాజుని చూస్తే రెండు ఆడ ఏనుగులతో మహారణ్యాలలో విహరిస్తున్న ఐరావతమేమో అనిపించేది.

ఒకరోజు పాండురాజుకి ఒక లేళ్ళ గుంపు కనిపించింది. అందులో కామపరవశమై ఉన్న లేళ్ళ జంటని జూసాడు. వెంటనే అయిదు పదునైన బాణాలు తీసి ఆ లేళ్ళ జంటమీద ప్రయోగించాడు. ఆ లేళ్ళు రెండూ నేలకూలాయి.

వాటిలో మగలేడి నేలమీద పడి కొట్టుకుంటూ మానవస్వరంతో ఏడుస్తూ పరుషంగా మాట్లాడింది. సృష్టిలో ప్రతిజీవికీ సహజమైన కోరిక తీర్చుకునే సమయంలో మానవులకే కాదు, తిర్యగ్జంతువులకు కూడా హాని చేయరాదనే నియమాన్ని పాండురాజు అతిక్రమించాడని నిందించింది. అందుకు శపించింది.

"అహం హి కిందమో నామ తపసా భావితో మునిః,
వ్యపత్రపన్ మనుష్యాణాం మృగ్యాం మైథునమాచరమ్. 117.28

మృగో భూత్వా మృగైః సార్ధం చరామి గహనే వనే,
న తు తే బ్రహ్మహత్యేయం భవిష్యత్యవిజానతః. 117.29

రాజా! నేను లేడిని కాదు. కందమూలాలు మాత్రమే తింటూ ఈ అరణ్యంలో తపస్సు చేసుకుంటున్న ఋషిని. నా పేరు కిందముడు. నేను అన్ని కోరికలనీ జయించాను. కాని, స్త్రీపట్ల వ్యామోహాన్ని జయించలేకపోయాను.

పవిత్రమైన మునిలా జీవితం గడుపుతూ మానవస్త్రీలతో సాన్నిహిత్యం ఏర్పరుచుకునేం దుకు సిగ్గుపడ్డాను. అయినా మనస్సుని అదుపులో ఉంచుకోలేకపోయాను. లేడిరూపం ధరించి లేళ్ళమందలో తిరుగుతూ కోరిక తీర్చుకుంటున్నాను.

నేను ఋషినని తెలియక చంపావు కనుక నీకు బ్రహ్మహత్యాపాపం అంటదు. కాని, కామాతురుడినై ఉండగా నన్ను వధించినందుకు నీకు శాపం ఇస్తున్నాను.

నువ్వు కోరికతో నీ భార్యని చేరితే నేను మరణిస్తున్నట్లే నువ్వూ తప్పక మరణిస్తావు."

ఈ మాటలు చెప్పి ముని మరణించాడు. ఆ మాటలు విని పాండురాజు దుఃఖ సముద్రంలో మునిగిపోయాడు. తాను చేసిన పనికి పశ్చాత్తాపంతో పరితపించాడు. విశ్వవిజేత అయిన మహావీరుడు తలదించుకుని తన కుటీరానికి చేరాడు.

అతడి భార్యలు అంతకుముందు ఎన్నడూ అతణ్ణి అంత దీనంగా చూడలేదు. ఏమయిందో తెలియక వారు అతడి సమీపంలో నిలుచుండిపోయారు.

కొంతసేపటికి పాండురాజు ఒక నిర్ణయానికి వచ్చాడు. జరిగినదంతా భార్యలకు చెప్పాడు. ఆపైన తన నిర్ణయం చెప్పాడు.

"మానవుడి ప్రవర్తనని అతడు పుట్టిన వంశమూ, అతడు పొందిన శిక్షణా ప్రభావితం చేస్తాయంటారు. ఎంత గొప్ప వంశంలో పుట్టినా మనస్సుని అదుపులో ఉంచుకోలేనివాడూ, కోరికలని నియంత్రించుకోలేనివాడూ పతనమవక తప్పదు.

నా తండ్రి విచిత్రవీర్యుణ్ణే చూడండి. ధర్మమార్గం తప్పని మహనీయుడైన శంతన మహారాజు కడుపున పుట్టాడు. అయినా కామానికి లొంగిపోయాడు. ఆరోగ్యం చెడింది. యౌవనమధ్యంలోనే మరణించాడు.

ఆయన క్షేత్రమైన తల్లి అంబాలిక కడుపున వ్యాసభగవానుడి అనుగ్రహంవలన పుట్టినవాణ్ణి నేను. వ్యాసుడివంటి జితేంద్రియుడి అంశవలన జన్మించినా వేట అనే వ్యసనానికి బానిసనయ్యాను. ఇలా ఆపదపాలయ్యాను.

ఇక నాకు మిగిలినది ఒక్కటే గతి. సర్వసంగపరిత్యాగినై కఠోర బ్రహ్మచర్యవ్రతం పాటిస్తూ, తపస్సు చేసి ఈ జీవితం గడిపేస్తాను.

చలివలన గాని, ఉష్ణంవలన గాని, అవమానంవలన గాని, సన్మానంవలన గాని, అపకారంవలన గాని, ఉపకారంవలన గాని, అభ్యుదయంవలన గాని, పతనంవలన గాని మనస్సు ప్రభావితం కాకుండా నియంత్రించుకుని విరాగినై జీవిస్తాను.

మీరు హస్తినాపురానికి వెళ్ళిపోండి. నా తల్లి అంబాలికకీ, పితామహి సత్యవతికీ, మహాత్ముడు భీష్ముడికీ పాండువు సన్యాసం స్వీకరించి తపస్సు చేసుకునేందుకు వెళ్ళిపోయాడని చెప్పండి." అన్నాడు.

కుంతీ, మాద్రీ ముక్తకంఠంతో సమాధానం చెప్పారు.

"అన్యేఽపి హ్యాశ్రమాః సంతి యే శక్యా భరతర్షభ,
ఆవాభ్యాం ధర్మపత్నీభ్యాం సహ తప్తుం తపో మహత్. 118.27

ఆర్యపుత్రా! నువ్వు భరతశ్రేష్ఠుడివి. సన్యాసం తీసుకోవడం కాకుండా ధర్మపత్నులతో కలిసి తపోనిష్ఠ వహించే అనేక మార్గాలున్నాయి.

నువ్వు మనస్సుని జయించి బ్రహ్మచర్యం పాటిస్తానన్నావు. అగ్నిసాక్షిగా నీకు భార్యలమైన మేము కూడా నిన్ననుసరిస్తాం. మనస్సుని జయిస్తాం. కఠోర నియమాలు పాటించి కోరికలని నిగ్రహిస్తాం. తపశ్చర్యకి పూనుకుంటాము.

మేము నీకు తగిన భార్యలం. ధర్మమార్గం వదలం. మమ్మల్ని కూడా తపశ్చర్యకి అనుమతించు.

నువ్వు కాదంటే హస్తినాపురానికీ, రాజమందిరానికీ వెళ్ళము. ఈ క్షణాన్నే ప్రాణాలు వదిలి పైలోకాలకి వెళ్ళిపోతాము."

పాండువు వారి ప్రార్థనని మన్నించాడు.

"దేవేరులారా! ఇదే మీ నిర్ణయమైతే నేను సన్యాసం స్వీకరించను. నా తండ్రి వేదవ్యాసుడి మార్గాన్ని అనుసరించి అరణ్యాలలో జీవిస్తాను. నారచీరలూ, కృష్ణాజినం ధరించి, శిరోజాలు జటలు కట్టుకుని, సమస్త భోగభాగ్యాలూ పరిత్యజించి తపస్సు చేస్తాను. మహాతపస్వులైన ఋషుల ఆశ్రమాలు దర్శిస్తూ ఏదో ఒక పవిత్రమైన ప్రదేశం చేరుకుంటాను. అక్కడ కఠోరదీక్షతో తపస్సు చేస్తూ మిగిలిన జీవితమంతా గడుపుతాను." అన్నాడు.

రాజూ, భార్యలూ అమూల్యమైన తమ వస్త్రాలూ, ఆభరణాలూ బ్రాహ్మణులకు దానం చేసారు. వారికిచ్చి వాటిని హస్తినాపురానికి తీసుకువెళ్ళమన్నాడు.

వెంటనే పరివారాన్ని సమావేశపరిచాడు. "ఇక మీకిక్కడ పనిలేదు. మీరందరూ హస్తినాపురానికి వెళ్ళిపోండి. అక్కడి పెద్దలతో పాండువూ, అతడి భార్యలూ జితేంద్రియులై తపస్సు చేసుకునేందుకు అరణ్యాలలోకి వెళ్ళిపోయారని చెప్పండి." అని ఆదేశించాడు.

పాండువుకి అత్యంత విశ్వసనీయులైన పరివారం కన్నీరు కారుస్తూ రాజధానికి వెళ్ళిపోయారు.

పాండువూ, కుంతీ, మాద్రీ ఉత్తరదిశగా ప్రయాణమయ్యారు. వారు నాగశత, కాలకూట, హిమాలయ పర్వతాలు దాటి గంధమాదన పర్వతం చేరారు. అక్కడినుంచి ఇంకా ఉత్తరానికి వెళ్ళి ఇంద్రద్యుమ్న సరస్సునీ, హంసకూట పర్వతాన్నీ దాటి మహాతపస్వులుండే శతశృంగ పర్వతం చేరారు.

అక్కడ నివసిస్తూ తపశ్చర్యలో నిమగ్నమయ్యారు.

◆◆◆

శతశృంగ నివాసంలో పాండువు చాలాకాలం తీవ్రనియమాలతో తపస్సు చేసాడు. అక్కడి ఋషులందరికీ ఆప్తుడయ్యాడు.

కేషాంచిదభవద్ సఖా – కొందరు అతడికి స్నేహితులలా సన్నిహితులయ్యారు.

కేషాంచిదభవద్భ్రాతా – కొందరు అతణ్ణి సోదరుడిలా ఆదరించారు.

ఋషయస్త్వపరే చైనం పుత్రవత్ పర్యపాలయన్ – కొందరు అతడిపట్ల పుత్రవాత్సల్యం చూపారు.

జన్మవలన క్షత్రియుడే అయినా చిరకాలం తపస్సు చేసి పాండువు బ్రహ్మర్షిలా ప్రభావశాలి అయ్యాడు.

ఒక అమావాస్య రోజున అక్కడి ఋషులందరూ బ్రహ్మదేవుడి దర్శనానికి బయల్దేరారు.

"మీరందరూ ఎక్కడికి వెళ్తున్నారు?" అని పాండువు వారిని అడిగాడు.

"ఈ రోజు దేవతలూ, ఋషులూ, పితృదేవతలూ బ్రహ్మదేవుణ్ణి దర్శించడానికి బ్రహ్మలోకానికి చేరుతారు. మేమూ అక్కడికే వెళ్తున్నాము." అన్నారు.

పాండువు తానూ వారిని అనుసరించి వస్తానన్నాడు.

"రాజా! ఆ మార్గం చాలా దుర్గమమైనది. ఆ దారిలో కొన్ని ప్రదేశాలలో కేవలం వాయువూ, అత్యంతప్రభావంకల ఋషులూ మాత్రమే ప్రయాణించగలరు. సుకుమారులైన నీ భార్యలు ఆ మార్గంలో రాలేరు." అని స్థిరంగా, మరొకసారి బతిమాలేందుకు అవకాశం లేకుండా చెప్పారు.

ఆ ఋషులు తనపట్ల ఎంతో ఆదరం చూపిస్తున్నారనీ, తాను దుఃఖించడం ఇష్టంలేక వారు మార్గంలో ఉండే శ్రమని కంటితుడుపు సాకుగా చెప్తున్నారనీ పాండువు గ్రహించాడు.

తనకి పుణ్యలోకాలలో ప్రవేశించడానికి అర్హతలేదని నేరుగా చెప్పడం ఇష్టంలేక తనని రావద్దనడానికి ఏదో కారణం చెప్పారని అతడికి స్పష్టమయింది.

వారితో వినయంగా ఇలా చెప్పాడు.

"మహర్షులారా! సంతానహీనుడికి పుణ్యలోకాలలో ప్రవేశించే అర్హత లేదని పెద్దలు చెప్తారు. నేను సంతానహీనుణ్ణి అయిపోయానని నిత్యం కుమిలిపోతున్నాను. పితృఋణం నుంచి విముక్తుణ్ణి కాలేదనే విచారం నన్ను దహించేస్తోంది. నా విన్నపం వినండి.

పితృదేవర్షిమనుజైర్దేయం తేభ్యశ్చ ధర్మతః,
ఏతాని తు యథాకాలం యో న బుధ్యతి మానవః. 119.18

మానవుడు నాలుగు ఋణాలతో పుడతాడు. అవి దేవఋణం, ఋషిఋణం, పితృ ఋణం, మానవఋణం. తాను జీవించి ఉన్న కాలంలో ప్రతీ మానవుడూ ఈ నాలుగు ఋణాలూ తీర్చాలి. లేకపోతే పుణ్యలోకాలలో ప్రవేశం దుస్సాధ్యమవుతుంది.

యజ్ఞాలూ, జపతపాలూ, పూజలూ, వ్రతాలూ, దైవధ్యానమూ మొదలైనవాటివలన దేవఋణం తీరుస్తాడు. జ్ఞానసముపార్జన వలనా, ఆ జ్ఞానాన్ని పదిమందికీ పంచడంవలనా ఋషిఋణాన్ని తీరుస్తాడు. వివాహం చేసుకుని సంతానాన్ని పొందీ, పితృదేవతలకి తర్పణా లిచ్చీ పితృఋణం తీరుస్తాడు. ఇతరులపట్ల దయచూపడంవలన మానవఋణం తీరుస్తాడు.

ఈ నాలుగింటిలోనూ పితృఋణం తప్ప మిగిలిన మూడూ నేను తీర్చాను. *(మునిశాపంవలన సంతానోత్పత్తికి ప్రయత్నించలేనివాడిని అయ్యాను.)* పితృఋణంనుంచి నాకింకా విముక్తి కలగలేదు.

యథైవాహం పితుః క్షేత్రే జాతస్తేన మహర్షిణా,
తథైవాస్మిన్ మమ క్షేత్రే కథం వై సంభవేత్ ప్రజా. 119.22

మా తండ్రి విచిత్రవీర్యుడు. ఆయన క్షేత్రమైన అంబాలికయందు నేను జన్మించడం వలన ఆయన పితృఋణం తీర్చాడు. అలాగే నా క్షేత్రంలో *(నా భార్యలయందు)* సంతానోత్పత్తి జరగగలదా? అలాగైనా నేను పితృఋణంనుంచి విముక్తి పొందుతానా?"

అతడి ఆవేదనని ఋషులు అర్థం చేసుకున్నారు. అతడిపట్ల సానుభూతి చూపారు. దివ్యదృష్టితో జరగబోయేది తెలుసుకున్నారు. పాండువుని ఊరడించారు.

"ధర్మాత్మా! నిరాశ చెందకు. నీకు దేవతలతో సమానులైన కుమారులు కలుగుతారు. వారు పుణ్యాత్ములుగా ఉంటారు. ఏ పాపం అంటకుండా పవిత్రమైన జీవితాలు గడుపుతారు.

దైవోద్దిష్టం నరవ్యాఘ్ర కర్మణేహోపపాదయ – దైవం ప్రతి మానవుడికి కొన్ని ఉత్తమ భాగ్యాలు అనుగ్రహిస్తుంది. మానవుడు తన శక్తియుక్తులతో ప్రయత్నించి వాటిని అందిపుచ్చు కోవాలి.

వివేకవంతుడు విచారంనుంచి బయటపడి, తెలివిగా ప్రయత్నించి కోరినవి సాధించుకుంటాడు. నువ్వూ ఆవిధంగా ప్రయత్నించు. సత్సంతానాన్ని పొందుతావు." అన్నారు.

◆◆◆

పాండువు ఒకరోజు కుంతితో ఏకాంతంలో ఉండగా తన కోరిక చెప్పాడు.

"కుంతీ! **అపత్యం నామ లోకేషు ప్రతిష్ఠా ధర్మసంహితా** – లోకంలో ఎవరికైనా ధార్మికమైన గౌరవం సంతానం వలననే కలుగుతుంది. సంతానహీనుడు యజ్ఞాలు చేసినా, దానాలు చేసినా, తపస్సు చేసినా వాటివలన అతడికి కీర్తిరాదు. నావంటి సంతానహీనుడికి పుణ్యలోకాలలో ప్రవేశించే అర్హత ఉండదు.

మానవుడు పలువిధాలుగా పుత్రులని పొందవచ్చని శాస్త్రాలు చెప్తున్నాయి.

శాస్త్రోక్తంగా వివాహం చేసుకున్న భార్యయందు పుట్టిన పుత్రుడు ప్రథముడు. అది సాధ్యం కానప్పుడు వేరొక యోగ్యుణ్ణి ప్రార్థించి అతడివలన తన భార్యయందు పొందిన పుత్రుడు రెండవవాడు. ఇలా ఆరు విధాలుగా మానవుడు సంతానం పొందవచ్చు. వారంతా పురుషుడికి పుత్రులే. వారు అతడి సంపదకి వారసులౌతారు.

మొదటి పద్ధతిలో పుత్రులను పొందడం సాధ్యం కానప్పుడు తరువాతి పద్ధతులలో ప్రయత్నించాలి.

తస్మాత్ ప్రహేష్యామ్యద్య త్వాం హీనః ప్రజననాత్ స్వయమ్,
సదృశాత్ శ్రేయసో వా త్వం విద్ధ్యపత్యం యశస్విని. 119.37

ఋషిశాపం మూలంగా నావలన నీకు పుత్రులు కలగరు. అందువలన నాతో సమానుడో, నాకంటే శ్రేష్ఠుడో అయిన పురుషుడివలన పుత్రసంతానం పొందు. *(నన్నుద్ధరించు.)'*

ఆ మాటలు కుంతికి ములుకులలా తాకాయి. ఆమె తన మనోగతాన్ని నిర్ద్వంద్వంగా చెప్పింది.

"మహాబాహో! నువ్వు ధర్మం తెలిసినవాడివి. **న మామర్హసి ధర్మజ్ఞ వక్తుమేవం కథంచన** – నాతో నువ్విలా మాట్లాడకూడదు. నేను నీ ధర్మపత్నిని. నీవే గతి అని అచంచలమైన విశ్వాసంతో ఉన్నదానిని. నాకు పుత్రులు కలిగే యోగం ఉంటే నీవలననే అనేకమంది పరాక్రమవంతులైన పుత్రులు కలుగుతారు. వేరెవరివలనా సంతానం నాకు అక్కర్లేదు.

అసలు పరపురుషుడితో సమాగమం గురించి నీ ధర్మపత్నినైన నాతో నువ్వు ఎలా మాట్లాడగలిగావు? అటువంటిది నేను కలలో కూడా ఆమోదించనని నీకు తెలియదా?

నువ్వు నరశ్రేష్ఠుడివి. ఋషిశాపం ఉన్నా, వేరెవరి శాపం ఉన్నా నువ్వు చేసిన తీవ్రమైన తపస్సువలననే నువ్వు నాకు సంతానం కలిగించగలవు. అందుచేత నీ మనస్సులోకి వేరే ఆలోచనలు రానియ్యకు."

పాండువు తాను పట్టిన పట్టు విడవలేదు.

"ధర్మమేవం జనాః సంతః పురాణం పరిచక్షతే,
భర్తా భార్యాం రాజపుత్రి ధర్మ్యం వాధర్మ్యమేవ వా. 121.4
యద్ బ్రూయాత్ తత్ తథా కార్యమితి వేదవిదో విదుః,
విశేషతః పుత్రగృద్ధ్యీ హీనః ప్రజననాత్ స్వయమ్. 121.5

కుంతీ! నువ్వు పతివ్రతవి. నీకెన్నో ధర్మసూక్ష్మాలు తెలుసు. భర్త భార్యని ఒక కోరిక కోరుతాడు. ఆమే గాని భర్తే దైవం అని నమ్మినదైతే, భర్త కోరిన కోరిక ధర్మమే అయినా, అధర్మమే అయినా దానిని తప్పక తీర్చితీరాలి. అది ఆమె కర్తవ్యం.

అందునా స్వయంగా సంతానోత్పత్తి చేయలేని భర్త సంతానం కావాలని అలమటించిపోతూ సంతానం కోసం ప్రార్థిస్తే ఆమె తప్పక అతడికి సహకరించాలి.

ఇది నిన్ను ఒప్పించడానికి నేను చెప్తున్న మాట కాదు. జ్ఞానులూ, పండితులూ, ప్రాచీనసంప్రదాయాలు తెలిసిన పెద్దలూ చెప్తున్న మాట.

ప్రసాదార్థం మయా తేఽయం శిరస్యభ్యుద్యతోఽంజలిః - పుత్రులు కావాలనే నా కోరిక ధర్మసమ్మతమే. ఉత్తముడైన విప్రుణ్ణి ఆశ్రయించి నాకు పుత్రసంతాన భాగ్యం కలిగించు. చేతులు జోడించి శిరస్సుమీద పెట్టుకుని నిన్ను అభ్యర్థిస్తున్నాను. నా మాట కాదనకు."

భర్త అలా ప్రార్థిస్తూంటే కుంతి మానసికంగా నలిగిపోయింది. పతివ్రత కనుక పరపురుష సాంగత్యం అంగీకరించలేకపోయింది. అయినా భర్తే దైవమని నమ్మినది కనుక అతడి కోరిక తిరస్కరించనూలేకపోయింది. ధర్మం తెలిసిన ఏ స్త్రీ కూడా భర్త చేతులు జోడించి పదే పదే పార్థిస్తూంటే తిరస్కరించలేదు.

7

కుంతి మనస్సుని మెల్లగా అదుపు చేసుకుని ఇలా చెప్పింది.

"భరతశ్రేష్ఠా! నువ్వు కోరిన కోరిక తీర్చడం నాకెంతమాత్రం సమ్మతం కాదు. అయినా నేను కాదనలేని విధంగా నువ్వు మాట్లాడుతున్నావు. భర్త కోరిక, అది ఎటువంటిదైనా, తీర్చడం భార్య ధర్మం. అందునా భర్త చేతులు జోడించి ప్రార్థిస్తే తిరస్కరించే అవకాశం

భార్యకు లేదు. భర్త ఆ విధంగా ప్రార్థించవలసి వచ్చేలా ప్రవర్తించడం ఉత్తమవంశాలలో పుట్టిన స్త్రీలకి తగదు.

శృణు చేదం మహాబాహో మమ ప్రీతికరం వచః – నువ్వింతగా అడిగావు కనుక నీకు సంతోషం కలిగించే ఒక విషయం చెప్తాను. విను.”

ఆమె తనకు దుర్వాసుడిచ్చిన వరం గురించి చెప్పింది. ఆ మంత్రం ప్రభావం చెప్పింది. తాను ఏ దేవుణ్ణి ఉద్దేశించి ఆ మంత్రం పఠిస్తుందో ఆ దేవుడు తనముందుకు తప్పక వస్తాడంది. అలా వచ్చిన దేవత మంత్రశక్తికి వశుడై తనకి తప్పక సంతానం అనుగ్రహిస్తాడని చెప్పింది.

“ఆవాహయామి కం దేవం బ్రూహి సత్యవతాం వర,
త్వత్తోఽ నుజ్ఞాప్రతీక్షాం మాం విద్ధ్యస్మిన్ కర్మణి స్థితామ్. 121.16

రాజా! *(నా ఇష్టాఇష్టాలతో ప్రమేయం లేకుండా)* నీ ఆజ్ఞని పాటిస్తాను. నువ్వు ఆదేశించిన విధంగా పుత్రసంతానం పొందడానికి సిద్ధంగా ఉన్నాను. అందుకు *(ఏ మానవుణ్ణో ఆశ్రయించడం దేనికి?)* దేవతలనే ఆశ్రయిద్దాం. ఏ దేవుణ్ణి ఆవాహన చెయ్యమంటావో చెప్పు.” అంది.

పాండువు సంతోషించాడు.

“ప్రియే! నేను ధన్యుణ్ణి. నువ్వు నన్ను అనుగ్రహించావు. నా వంశాన్ని ఉద్ధరించావు. నన్ను పున్నామనరకంనుంచి ఉద్ధరించడానికీ, నా వంశం అంతరించిపోకుండా రక్షించడానికీ ఋషి ఉపదేశించిన ఆ మంత్రం ఆధారం అవుతోంది. నీకు ఆ మంత్రం ప్రసాదించిన ఋషికి శిరస్సువంచి నమస్కరిస్తున్నాను.

అద్యైవ త్వం వరారోహే ప్రయతస్వ యథావిధి,
ధర్మమావాహయ శుభే స హి లోకేషు పుణ్యభాక్. 121.17

సమస్త దేవతలలోనూ పుణ్యమూర్తి అయినవాడు ధర్మదేవత ఒక్కడే. మన ప్రథమసంతానం కోసం నువ్వు ఈ రోజే ఇప్పుడే ధర్మదేవతని అవాహనం చేసే ప్రయత్నం మొదలుపెట్టు. *(ధర్మదేవత వేరు, యమధర్మరాజు వేరు.)*

ధార్మికశ్చ కురూణాం స భవిష్యతి న సంశయః,
ధర్మేణ చాపి దత్తస్య నాధర్మే రంస్యతే మనః. 121.19

తస్మాత్ ధర్మం పురస్కృత్య నియతా త్వం శుచిస్మితే,
ఉపచారాభిచారాభ్యాం ధర్మమావాహయస్వ వై. 121.20

ధర్మదేవతవలన కలిగిన కుమారుణ్ణి లోకమంతా ఇతడు *(పాండురాజు జ్యేష్ఠపుత్రుడు)* భూలోకంలో అవతరించిన ధర్మదేవతే - అని ప్రశంసిస్తుంది. అనేకమంది ధర్మాత్ములు పుట్టిన గొప్పవంశం మన కురువంశం. అయినా సాక్షాత్ ధర్మదేవతే అనుగ్రహించి ప్రసా దించిన పుత్రుడు మన పూర్వులందరికంటే ధర్మాత్ముడవుతాడు. ఏ పరిస్థితులు ఎదురైనా అతడి మనస్సు అధర్మమార్గంవైపు వెళ్ళదు. నా తరువాత ఆ కుమారుడే రాజ్యమేలాలి. రాజ్యమేలడానికి స్థిరమైన ధర్మప్రవర్తనే ఆధారంగా చేసుకున్న రాజు పాలనలో ప్రజలు సుఖశాంతులతో ఉంటారు. ఆ రాజ్యాన్ని దేవతలు చల్లగా చూస్తారు.

అందువలన మనస్సుని ఏకాగ్రం చేసుకుని ధర్మదేవతనే మనస్సులో స్థిరంగా నిలుపుకో. తంత్రంవలనా *(అంటే ఋషి ఉపదేశించిన పద్ధతిని అనుసరించి చేయవలసిన పూజాదుల వలనా)*, మంత్రంవలనా *(అంటే ఏకాగ్రచిత్తంతో మంత్రాన్ని పారాయణం చేయడంవలనా)* ధర్మదేవతని ప్రసన్నుణ్ణి చేసుకో. పుత్రసంతానంకోసం ఆవాహనం చెయ్యి." అన్నాడు.

కుంతి, "తథాస్తు" అని భర్తకి ప్రదక్షిణం చేసి ప్రణామం చేసింది. ఆమె ధర్మదేవతని గురించి పూజాదులు చేసింది. తరువాత నిష్ఠగా మంత్రం జపించింది.

ఆజగామ తతో దేవః ధర్మో మంత్రబలాత్ తతః,
విమానే సూర్యసంకాశే కుంతీ యత్ర జపస్థితా. ఆదిపర్వం. 122. 3

ధర్మదేవత వాహనం విమానం. అది సూర్యుడివంటి తేజస్సుతో వెలిగిపోతూ ఉంటుంది. ధర్ముడు ఆ విమానంలో కుంతి మంత్రజపంలో నిమగ్నమై ఉన్న చోటుకి వచ్చాడు. నవ్వుతూ, "కుంతీ! నీకేం కావాలో కోరుకో." అన్నాడు.

కుంతి తలవంచుకుని, "ధర్మదేవా! నాకు పుత్రుణ్ణి ప్రసాదించు." అని కోరింది. ధర్మదేవత యోగమూర్తి అయి కుంతిని చేరాడు.

తరువాత కొన్ని నెలలు గడిచాయి. సూర్యుడు తులారాశిలో ఉన్నప్పుడు *(అంటే కార్తికమాసంలో)*, చంద్రుడు జ్యేష్ఠానక్షత్రంతో కూడి ఉండగా, శుక్లపక్షపంచమిరోజున మధ్యాహ్నం, శ్రేష్ఠమైన అభిజిత్‌ముహూర్తంలో కుంతికి కుమారుడు పుట్టాడు.

ఆ బిడ్డ పుట్టగానే అశరీరవాణి ఇలా అంది.

"ఈ కుమారుడు భూలోకంలో పుట్టిన ధర్మాత్ములలో అగ్రగణ్యుడవుతాడు. ఇతడు సత్యవాదీ, పరాక్రమవంతుడూ అవుతాడు. ఎల్లప్పుడూ సమస్తప్రాణులకీ క్షేమంకోరేవాడు అవుతాడు. **యుధిష్ఠిర ఇతి ఖ్యాతః పాండోః ప్రథమజః సుతః** - పాండురాజు మొదటిసంతానమైన ఈ కుమారుడు యుధిష్ఠిరుడు అనే పేరుతో ప్రసిద్ధుడవుతాడు."

(యుధిష్ఠిరుడు యముడి అంశవలన పుట్టాడనే వాదం ఒకటి ఉంది. ఆ వాదం చేసేవారు అందుకు అనుకూలమైన అంశాలు చెప్తారు.

వ్యాసభగవానుడు ఈ ఘట్టంలో ఎక్కడా యముడు అనే మాట వాడలేదు. పాండురాజు తన మొదటిసంతానంకోసం యముణ్ణే పిలవమని కుంతితో చెప్పి ఉంటే వ్యాసభగవానుడు ఆ మాట స్పష్టంగానే చెప్పి ఉండేవాడు. ధర్మః అని చెప్పి ఒక వివాదానికి తెరలేపేవాడు కాదు. నీలకంఠభాష్యంలో కూడా ధర్మదేవత వచ్చాడనే చెప్పారు. యముడనే ప్రసక్తే తేలేదు.

మనం ఈనాడు వచ్చిన గీతాప్రెస్, గోరఖ్‌పూర్ వారి ప్రతినే మూలంగా తీసుకుంటున్నాము. దానినే అనుసరిస్తున్నాము. గీతాప్రెస్ వారుకూడా ప్రసిద్ధులైన పండితులతో పరిష్కరింపచేసిన ప్రతులనే వేస్తారు.

ఈ విషయంలో మహాపండితులు ఆచార్య పుల్లెల శ్రీరామచంద్రుడుగారు గోరఖ్‌పూర్‌వారి ప్రతిని అనుసరించి తమ **'మహాభారతసార సంగ్రహము'***లో యుధిష్ఠిరుడు ధర్మదేవత కుమారుడే అని స్పష్టమైన వివరణ ఇచ్చారు. విజ్ఞులు వాదోపవాదాలు చెయ్యనవసరం లేకుండా నిరూపించారు.)*

యుధిష్ఠిరుడు జన్మించాక కొంతకాలం గడిచింది. తనకి మరొక పుత్రుణ్ణి ఇమ్మని పాండువు కుంతిని కోరాడు.

"ప్రియే! క్షత్రియుడికి శారీరకబలమే ప్రధానమైనది. బలహీనుణ్ణి క్షత్రియుడిగా పరిగణించరు. మన వంశప్రతిష్ఠ ఇనుమడింపచేసేవాడూ, మనకి శాశ్వతమైన కీర్తి లభించేలా చేయగలవాడూ, లోకంలో సాటిలేని బలవంతుడూ అయే కుమారుణ్ణి నాకు కలిగించు.

యజ్ఞాలన్నిటిలోనూ అశ్వమేధయాగం గొప్పది. తేజోవంతులందరిలోనూ సూర్యుడు శ్రేష్ఠుడు. అలాగే దేవతలందరిలోనూ వాయుదేవుడు అత్యంత బలవంతుడు.

అందువలన ఈమారు నీ మంత్రశక్తితో వాయుదేవుణ్ణి ఆవాహన చెయ్యి. భూలోకంలో ఉన్న బలవంతులందరిలోనూ శ్రేష్ఠుడయే కుమారుణ్ణి మనకిమ్మని ఆ దేవుణ్ణి కోరు." అన్నాడు.

భర్త ఆదేశం కాదనలేని సాధ్వి కుంతి మరొకసారి నియమానుసారం పూజలు చేసింది. వాయుదేవుణ్ణి ఉద్దేశించి మంత్రోచ్చారణ ప్రారంభించింది. ఆమె ఏకాగ్రచిత్తంతో మంత్రోచ్చారణ చేస్తోంది.

తతస్తామాగతో వాయుర్మృగారూఢో మహాబలః,
కిం తే కుంతి దదామ్యద్య బ్రూహి యత్ తే హృది స్థితమ్. 122.12

వాయుదేవుడి వాహనం లేడి. కుంతి జపిస్తున్న మంత్రానికి వశుడై వాయుదేవుడు లేడిని అధిరోహించి కుంతి ఉన్న చోటుకి వచ్చాడు.

"కుంతీ, నువ్వేం కోరుకుంటున్నావో చెప్పు. నీ కోరిక తీరుస్తాను." అన్నాడు.

సా సలజ్జా విహస్యాహ పుత్రం దేహి సురోత్తమ,
బలవన్తం మహాకాయం సర్వదర్పప్రభంజనమ్. 122.13

మనస్సులోని మాట చెప్పడానికి కుంతి సహజంగానే సిగ్గుపడింది. అయినా భర్త ఆదేశం పాటించాలి గనుకా, మంత్రం జపించాక దాని ఫలితం పొంది తీరాలి గనుకా ఇలా అంది.

"సురశ్రేష్ఠా! సాటిలేని బలవంతుడూ, మహాకాయుడూ, సమస్త శత్రువుల గర్వాన్నీ అణిచివేయగల పరాక్రమశాలి అయిన కుమారుణ్ణి నాకు ప్రసాదించు."

వాయుదేవుడి అనుగ్రహం వలన ఆమెకు అమితశక్తివంతుడూ, వజ్రకాయుడూ అయిన కుమారుడు జన్మించాడు.

త్రయోదశి తిథిలో, చంద్రుడు మఖానక్షత్రంతో కూడి ఉండగా, బృహస్పతి సింహ లగ్నంలో ఉండగా, సూర్యుడు ఆకాశమధ్యంలో తీక్ష్ణమైన తేజస్సుతో వెలిగిపోతూ ఉన్న సమయంలో, మైత్రముహూర్తంలో ఆ బిడ్డ జన్మించాడు.

ఆకాశవాణి, "ఈ బిడ్డ లోకంలో ఉన్న బలవంతులందరిలోనూ శ్రేష్ఠుడవుతాడు." అంది.

ఆ బిడ్డ ఇంకా రోజుల శిశువుగా ఉండగానే ఒక అద్భుతం జరిగింది.

ప్రసవమైన పదవరోజున కుంతి పసిబిడ్డతో తమ కుటీరానికి సమీపంలో ఉన్న సరస్సుకి వెళ్ళింది. తాను స్నానం చేసి, బిడ్డకి స్నానం చేయించింది. కుటీరానికి తిరిగి వచ్చింది.

తరువాత దేవతలకి పూజలు చేయడానికి బిడ్డని ఎత్తుకుని బయల్దేరింది. ఆమె ఒక కొండపక్కనుంచి వెళ్తోంది. కొండగుహలో ఉన్న ఒక పెద్దపులి భయంకరంగా అరుస్తూ ఆమెమీద దాడిచేయడానికి వచ్చింది.

ఆ పులిని చూస్తూనే పాండువు విల్లందుకున్నాడు. మూడు పదునైన బాణాలు ప్రయోగించి పులిని చంపి భార్యనీ, బిడ్డనీ కాపాడాడు.

ఈలోగా పులిగర్జన విన్న కుంతి ఉలికిపడింది. బిడ్డ ఆమెచేతినుంచి జారి కింద పడ్డాడు.

పతతా తేన శతధా శిలా గాత్రైర్విచూర్ణితా,
తాం శిలాం చూర్ణితాం దృష్ట్వా పాండుర్విస్మయమాగతః. 122.18

ఆ బిడ్డ ఒక కఠినశిలపై పడ్డాడు. తల్లిచేతినుంచి జారి రాయిమీద పడినా పదిరోజుల

పసిగుడ్డుకి ఏమీ కాలేదు. బిడ్డ పడిన దెబ్బకి బండరాయి చూర్ణమైపోయింది. అది చూసి పాండువు ఆశ్చర్యపోయాడు.

మరికొంతకాలం గడిచింది.

లోకంలో తిరుగులేని మహావీరుడు తనకి కుమారుడు కావాలనుకున్నాడు పాండువు.

"దైవే పురుషకారే చ లోకోఽ యం సంప్రతిష్ఠితః,
తత్ర దైవం తు విధినా కాలయుక్తేన లభ్యతే. 122.21

ఈ లోకంలో ఏదైనా పని జరగాలంటే దైవానుగ్రహమూ ఉండాలి, మానవప్రయత్నమూ ఉండాలి. మానవుడు సకాలంలో సరైన ప్రయత్నం చేసినప్పుడే దైవం కూడా అనుకూలిస్తుంది.

దేవేంద్రుడు మహాశక్తిసంపన్నుడు. బలంలోనూ, ఉత్సాహంలోనూ సాటిలేనివాడు. అతడిగురించి తపస్సు చేసి అతణ్ణి ప్రసన్నుణ్ణి చేసుకుంటాను. అతడి అనుగ్రహంతో మానవులలోనే కాదు, ఇతరులలో కూడా సాటిలేని మేటివీరుణ్ణి కుమారుడిగా పొందుతాను." అనుకున్నాడు.

ఆ ప్రాంతంలో ఉన్న ఋషులని సంప్రదించాడు. ఋషులు తీవ్రనియమాలతో ఉన్న వ్రతం ఉపదేశించారు. అవన్నీ అవగాహన చేసుకుని ఆ వ్రతం కుంతికి ఉపదేశించాడు. ఋషులు ఉపదేశించిన వ్రతం ఒక సంవత్సరంకాలం అత్యంత శ్రద్ధాభక్తులతో ఆచరించమన్నాడు.

తన సంకల్పం నెరవేరాలంటే తానూ తపశ్చర్యకి పూనుకోవాలనుకున్నాడు. చిత్తవృత్తులని నిరోధించాడు. ఒంటికాలిమీద నిలుచుని దేవేంద్రుణ్ణి గురించి తపస్సు మొదలుపెట్టాడు.

సూర్యోదయసమయానికి ఒంటికాలిమీద నిలబడేవాడు. సూర్యాస్తమయం అయేవరకూ అలా ఆ ఒక్క కాలిమీదనే కదలక మెదలక నిలుచునేవాడు. ఆహారం, నీరు గురించి కూడా ఆలోచన లేకుండా మనస్సు దేవేంద్రుడిమీదనే లగ్నంచేసి ఉండేవాడు.

అలా చాలాకాలం తపస్సు చేసాక ఇంద్రుడు ప్రత్యక్షమయ్యాడు. అతడికి పాండువు కోరిక తెలుసు. అతడు ఇలా అన్నాడు.

"రాజా! నువ్వు చేసిన తపస్సుకి సంతోషించాను. **పుత్రం తవ ప్రదాస్యామి త్రిషు లోకేషు విశ్రుతమ్** – ముల్లోకాలూ కీర్తించే వీరుణ్ణి నీకు పుత్రుడిగా అనుగ్రహిస్తాను. అతడు వేదవేత్తలనీ, గోవులనీ, సత్పురుషులనీ రక్షిస్తాడు. వారేం కోరినా సమకూరుస్తాడు. సమస్త బంధువులనీ, బాంధవులనీ ఆనంద పరుస్తాడు. అతడి పరాక్రమం వలన సమస్త శత్రుకోటీ నశిస్తుంది." అన్నాడు.

పాండువు సంతోషించాడు. కుటీరానికి చేరి కుంతిని పిలిచాడు.

"కుంతీ! నేను తపస్సు చేసి దేవేంద్రుణ్ణి మెప్పించాను. నువ్వు కూడా ఈ సంవత్సరకాలం నియమపూర్వకంగా వ్రతం పూర్తిచేసి దేవేంద్రుడి అనుగ్రహానికి అర్హత సాధించావు. దేవేంద్రుడు మనపట్ల ప్రసన్నుడై ఉన్నాడు. మనం కోరుకుంటున్న పురుషశ్రేష్ఠుడైన కుమారుణ్ణి ప్రసాదించాలనుకుంటున్నాడు.

ఆ కుమారుడు ఎవరూ ఎదిరించలేని వీరుడవుతాడు. మానవాతీతమైన కార్యాలు సాధిస్తాడు. నీతిజ్ఞుడవుతాడు. ధర్మకర్మలూ, తపస్సూ చేయడం పట్ల అసక్తితో ఉంటాడు. అద్భుతమైన రూపంతో జన్మిస్తాడు.

కళ్యాణీ! మనపట్ల ప్రసన్నుడై ఉన్న దేవేంద్రుణ్ణి నీ మంత్రశక్తితో ఆవాహన చెయ్యి. క్షత్రియతేజం అంతా ఒక్కచోట పోగై మానవరూపం ధరించిందా అన్నట్లు ఉండే కుమారుడికి జన్మనియ్యి." అన్నాడు.

కుంతి భర్త ఆదేశం పాటించింది. దుర్వాసుడు చెప్పిన విధివిధానాలు పాటించి ఇంద్రుణ్ణి ఉద్దేశించి మంత్రోచ్చారణ ప్రారంభించింది. దేవేంద్రుడి అనుగ్రహం వలన ఆమెకు కుమారుడు కలిగాడు.

ఆ కుమారుడు ఫాల్గుణమాసంలో పూర్వఫల్గుణీ ఉత్తరఫల్గుణీ నక్షత్రాల సంధిలో జన్మించాడు. అందుచేత అతణ్ణి ఫల్గుణుడు అనేవారు.

అతడు పుట్టగానే అశరీరవాణి కుంతికీ, పాండువుకీ, ఇతర ఋషులకీ వినబడేలా అతి గంభీరస్వరంతో ఇలా అంది.

"కుంతిభోజకుమారీ! ఈ నీ కుమారుడు కార్తవీర్యార్జునుడితో సమానమైన తేజోవంతుడూ, పరమశివుడితో సమానమైన పరాక్రమవంతుడూ, దేవేంద్రుడిలా అజేయుడూ అవుతాడు. పూర్వం శ్రీమహావిష్ణువు అదితి గర్భాన జన్మించి ఆమెకు ఆనందం కలిగించాడు. అలాగే నీ గర్భాన జన్మించిన ఈ కుమారుడు నీకు ఆనందం చేకూరుస్తాడు.

ఇతడెంతటి వీరుడో చెప్తాను విను. ఇతడి సహాయంతో అగ్నిభట్టారకుడు ప్రసిద్ధమైన ఖాండవవనాన్ని పూర్తిగా దహించ గలుగుతాడు."

ఆ శిశువు జన్మించగానే అతణ్ణి ఆశీర్వదించడానికి ఆకాశంనుంచి పుష్పవర్షం కురిసింది. దేవదుందుభులు మోగాయి. మహర్షులందరూ మంగళకరమైన మంత్రాలు చదివారు. గంధర్వులు ఆనందంతో పాడారు. అప్సరసలు నాట్యం చేసారు.

మరికొంతకాలం గడిచింది.

ఇంకా కొందరు పుత్రులు కావాలని పాండువుకి కోరిక ఉంది. అతడు మరొకసారి ఏకాంతంలో కుంతిని పిలిచాడు.

అతడి మనస్సులో ఉన్న కోరిక ఆమెకి అర్థమయింది. అతడు ఏమి కోరినా కాదనలేని సాధ్వి కనుక అతడు ఏదో మాట్లాడేలోగానే ఆమె అతణ్ణి వారించింది. ధర్మమేదో అధర్మమేదో బాగా తెలిసిన ఆ సాధ్వి స్థిరంగా ఇలా చెప్పింది.

"నాతశ్చతుర్థం ప్రసవమాపత్స్వపి వదంత్యుత,
అతః పరం స్వైరిణీ స్యాద్ బంధకీ పంచమే భవేత్. 123.77

స త్వం విద్వన్ ధర్మమిమమధిగమ్య కథం ను మామ్,
అపత్యార్థం సముత్క్రమ్య ప్రమాదాదివ భాషసే. 123.78

ఆర్యపుత్రా! నువ్వు విద్వాంసుడివి. ధర్మం తెలిసినవాడివి. నేను చెప్పేది విను.

పుత్రులు లేని దంపతులు ఆపద్ధర్మవిధానంలో పుత్రులను పొందవచ్చు. కాని, ఆ విధానంలో ముగ్గురిని పొందడానికే అనుమతించారు. అంతకంటే ఎక్కువమందికోసం ప్రయత్నించడాన్ని శాస్త్రాలు నిషేధించాయి.

నాలుగవ సంతానంకోసం ప్రయత్నించే స్త్రీని స్వైరిణి అంటారు. *(స్వైరిణి అంటే నీతినియమాలు పట్టించుకోకుండా స్వేచ్ఛగా ప్రవర్తించేది.)*

అయిదవ పుత్రుడికోసం ఆపద్ధర్మవిధానంలో ప్రయత్నించే స్త్రీని బంధకి అంటారు. *(బంధకి అంటే ఉదాసీనంగా ఉండే పురుషుణ్ణి కూడా తన ప్రవర్తనతో వశం చేసుకునేది.)*

అందుచేత మరొక పుత్రుణ్ణి ఇమ్మని నన్ను కోరవద్దు."

ఆమె చెప్పిన మాటలు సత్యమే అని పాండువు అంగీకరించాడు. మరొక పుత్రుణ్ణి ఇమ్మని కోరలేదు.

◆◆◆

గాంధారికి నూరుగురు పుత్రులూ, కుంతికి దేవతలవంటి ముగ్గురు పుత్రులూ కలగారు. కురువంశ వధువులలో మాద్రి ఒక్కతే సంతానం లేనిదయింది. తనకూ సంతానం కావాలనే కోరిక ఆమెకి ఉంది. కానీ, కుంతికి ఏడాదికొక బిడ్డ పుడుతూ ఉంటే ఆ సమయంలో తనకీ బిడ్డలు కావాలని చెప్పడం భావ్యం కాదనుకుంది. కుంతి ఇక సంతానాన్ని కనను అని చెప్పడంతో ఆమె తన కోరిక బయటపెట్టింది.

పాండువు ఏకాంతంగా ఉన్నప్పుడు ఆమె అతడివద్దకు వెళ్ళింది.

"కురునందనా! నువ్వు సంతానోత్పత్తి చెయ్యలేని స్థితిలో ఉన్నావు. అయినా నేనెన్నడూ బాధపడలేదు.

వంశంవలన నేను కుంతికంటే శ్రేష్ఠురాలిని. అయినా ఆమె నీకు పట్టమహిషి అయిందనీ, నేనామెకంటే తక్కువస్థాయిలో ఉన్నాననీ కూడా నేనెన్నడూ బాధపడలేదు.

గాంధారీ ధృతరాష్ట్రులకు నూరుగురు కుమారులు కలిగారని తెలిసినా నేనెన్నడూ అసూయకు గురికాలేదు.

నేనూ, కుంతీదేవీ నువ్వు శాస్త్రోక్తంగా వివాహం చేసుకున్న భార్యలం. నీ ప్రేమానురాగాలూ, నీవలన సౌభాగ్యమూ మా ఇద్దరికీ సమానంగా ఉండాలి. కుంతీదేవికి ముగ్గురు కుమారులు కలిగారు. నేను మాత్రం సంతానహీనురాలిగానే ఉండిపోయాను.

(ప్రతి స్త్రీ తాను తల్లిని కావాలని కోరుకుంటుంది. ఇది ప్రకృతిసహజమైన కోరిక. ఈ కోరికతోనే నేను తపించిపోతున్నాను.)

కుంతీదేవి ఏ విధంగా సంతానం పొందిందో అదేవిధంగా నేనూ సంతానం పొందడానికి ఆమె దయతో సహకరిస్తే అది ఆమె నాపై చూపిన అనుగ్రహంగా భావిస్తాను. దానివలన నీకూ మేలవుతుంది.

ఆమె సవతి కావడంతో నేను స్వయంగా అడగలేకపోతున్నాను. **యది తు త్వం ప్రసన్నో మే స్వయమేనాం ప్రచోదయ** – నీకు నా పట్ల ప్రేమానురాగాలు కలిగేలా *(నువ్వు ప్రసన్నుడివయేలా)* నేనింతవరకూ నిన్ను సేవించి ఉంటే నా కోసం కుంతి ఆ మంత్రం ప్రయోగించేలా చెయ్యి." అంది.

పాండువు ఆమె పట్ల సానుభూతి వ్యక్తం చేసాడు.

"మాద్రీ! ఇదే విషయం నేనూ కొంతకాలంగా ఆలోచిస్తున్నాను. అయితే ఈ ప్రస్తావన తెస్తే నువ్వు అంగీకరిస్తావో లేదో తెలియక నీకు చెప్పలేకపోయాను.

ఇప్పుడు నీ అంత నువ్వే చెప్పావు గనుక నేను కుంతిని తప్పక కోరుతాను. ఆమె అంగీకరిస్తుందనే అనుకుంటున్నాను." అన్నాడు.

ఒకరోజు కుంతిని ఏకాంతంలో పిలిచాడు.

"కుంతీ! నిన్నొక కష్టసాధ్యమైన పని చెయ్యడానికి పిలిచాను. నా వంశం అవిచ్ఛిన్నంగా సాగేందుకు నువ్వు సహకరించాలి.

ఇప్పటికే ముగ్గురు మహాత్ములైన కుమారులని ఇచ్చానుకదా అనకు.

ఇంద్రుడు అనేక యజ్ఞాలు చేసి దేవలోకానికి రాజయ్యాడు. అయినా దానితో తృప్తిపడి ఉండలేదు. సమస్తలోకాలలోనూ తనకి సాటిలేని కీర్తి రావాలనే కోరికతో ఇంకా అనేక యజ్ఞాలు చేస్తూనే ఉన్నాడు. అలాగే తపస్సు సిద్ధించిన ఋషులు కూడా యశస్సుకోసం ఇంకా సత్కార్యాలు చేస్తూనే ఉన్నారు.

అలాగే నువ్వు ముగ్గురు సాటిలేని కుమారులను ఇచ్చినా నాకు మాద్రి గర్భాన కూడా పుత్రులు జన్మిస్తే బాగుండుననే కోరిక కలిగింది.

సంతానం లేదనే దుఃఖం సముద్రంలా మాద్రిని ముంచేస్తోంది. సంతానహీనురాలిననే దుఃఖంనుంచి ఆమెను రక్షించు. ఆమెకు నీ మంత్రశక్తితో సంతానం కలిగేలా అనుగ్రహించు." అన్నాడు.

తరువాత కుంతి మాద్రిని పిలిచింది. "**సకృత్ చింతయ దైవతమ్** – నువ్వు ఏదో ఒక దేవుణ్ణి స్థిరమైన చిత్తంతో ధ్యానించు. *(మిగిలిన విషయం నేను చూసుకుంటాను.)* **తస్మాత్ తే భవితాపత్యం అనురూపమసంశయమ్** – ఆ దేవుడివంటి కుమారుడు నీకు తప్పక కలుగుతాడు." అంది.

మాద్రి బాగా ఆలోచించి ఆశ్వినీ దేవతలని ధ్యానించింది. వారు ఆమెకి కవలలని ప్రసాదించారు. ఆ కవలలు పుట్టగానే ఆశరీరవాణి ఇలా అంది.

"ఈ కవలలతో సమానమైన అందమున్న పురుషులు ఈ లోకంలో ఉండరు. వీరు తెలివిలోనూ, సద్గుణాలలోనూ అశ్వినీదేవతలని మించిపోయి ఉంటారు."

వసుదేవుడు పంపిన కాశ్యపుడు అనే పురోహితుడు, శతశృంగపర్వతంమీద ఉన్న ఋషుల సమక్షంలో, పాండువు సంతానానికి శాస్త్రోక్తంగా నామకరణం చేసారు. ఆ కుమారులు జన్మించిన క్రమంలో వారికి యుధిష్ఠిరుడు, భీమసేనుడు, అర్జునుడు అని పేర్లు పెట్టారు. కుంతీకుమారులు ముగ్గురూ ఒక్కొక్క సంవత్సరం తేడాతో పుట్టారు. తరువాత మాద్రికి పుట్టిన కవలలలో ముందు జన్మించినవాడికి నకులుడనీ, తరువాతి వాడికి సహదేవుడనీ పేర్లు పెట్టారు.

ఆ కుమారులు పెరిగి పెద్దవారవుతూ తమ సత్ప్రవర్తనతో అక్కడ ఉండే ఋషులకు అత్యంత ప్రీతిపాత్రులయ్యారు.

మాద్రికి మరొకసారి సంతానం కలగాలని పాండువుకి కోరిక ఉంది. అతడు ఆ మాటే కుంతితో చెప్పాడు. కుంతి అందుకు సహకరించనని చెప్పింది.

"రాజా! ఈమె ఒక దేవుణ్ణే ధ్యానిస్తుందని భావించి నేనామెకి సహకరించాను.

సకృద్ ద్వంద్వ మేషా లేభే తేనాస్మి వంచితా – కాని, నా సవతి నన్ను మోసం చేసింది. ఇద్దరు దేవతలని ఒకేసారి ధ్యానించి, ఒకే కాన్పులో ఇద్దరు కుమారులని కన్నది.

నేను మాద్రిలా తెలివిగా ఆలోచించలేకపోయాను. ఒకేసారి ఇద్దరు దేవతలని ఆహ్వానించాలనే ఆలోచనే నాకు రాలేదు.

ఇప్పుడు నేనామెకు ఇంకొకసారి సహకరిస్తే ఆమెకి మరొక ఇద్దరు కుమారులు కలుగుతారు. *(నా సంతానంకంటే ఆమె సంతానమే ఎక్కువవుతుంది. అది నాకు ఇష్టంలేదు.)* **తస్మాన్నాహం నియోక్తవ్యా త్వయైషోఽస్తు వరో మమ** – అందువలన ఆమెకి మరొకసారి సహకరించమని నన్ను కోరవద్దు."

పాండువు ఆమె అభ్యర్థనని మన్నించాడు.

పాండవులు దినదిన ప్రవర్ధమానంగా పెరుగుతున్నారు. వసుదేవుడు కాశ్యపుడనే పురోహితుణ్ణి పంపి వారికి నామకరణంనుంచి, ఉపనయనంవరకూ అన్ని శాస్త్రోక్త శుభకర్మలూ వైభవంగా చేయించాడు. శుకుడు అనే రాజు భూలోకమంతనీ జయించి రాజ్యం పాలించాడు. చివరకు వానప్రస్థాశ్రమం స్వీకరించి శతశృంగపర్వతం మీద తపస్సు చేస్తున్నాడు. అతడు పాండుపుత్రులకు యుద్ధవిద్యలు నేర్పాడు.

8

అరణ్యంలో భీమసేనుడు పుట్టిన రోజునే హస్తినాపురంలో దుర్యోధనుడు పుట్టాడు. దుర్యోధనుడు పుట్టగానే, అందరు పసిపిల్లలలాగనే కేర్‌మన్నాడు.

కాని, అతడి గొంతునుంచి వచ్చిన ధ్వని పసిపిల్లవాడి గొంతునుంచి వచ్చినట్లు లేదు. **రాసభారావసదృశం రురావ చ ననాద చ** – గాడిద చాలా బిగ్గరగా ఓండ్రపెట్టినట్లుంది. ఆ ధ్వని ఎంత భయంకరంగా ఉందంటే అది అంతఃపురంనుంచి బయల్దేరి, అనేక గోడలలో నుంచి దూసుకుపోయి బయటకు వినిపించింది. రాజమందిరం దాటి, రాజమార్గాలు దాటి, నగరంలో ప్రధానమార్గాలన్నీ దాటి నగరానికి దూరంలో ఉండే ఇతర గాడిదలకి వినిపించింది.

తం ఖరాః ప్రత్యభాషన్త గృధ్రగోమాయువాయసాః – ఆ శబ్దం వినగానే ఊరిబయట ఉన్న గాడిదలకి తమజాతివాడెవడో ఆర్తనాదం చేసినట్లనిపించింది. అవి మరింత భయం కరంగా ఓండ్రపెట్టి బదులిచ్చాయి. ఈ శబ్దాలు విని ఏదో ఉపద్రవం జరిగిపోతోందని భయపడి నక్కలు మోరలెత్తి బిగ్గరగా అరిచాయి. ఆ శబ్దానికి బెదిరి గద్దలూ, కాకులూ గుంపులు గుంపులుగా అరుస్తూ అమంగళకరమైన దిశలలో ఎగిరాయి.

నగరమంతా ఈ భయంకర శబ్దాలతో దద్దరిల్లిపోయింది.

ధృతరాష్ట్రుడు అంధుడేకాని అతడి వినికిడి శక్తి చాలా తీవ్రమైనది. ఈ భీకరశబ్దాలు విని అతడు భయపడిపోయాడు. వెంటనే భీష్ముణ్ణీ, విదురుణ్ణీ, కురుశ్రేష్ఠులనీ, వృద్ధపండితులనీ పిలిపించాడు.

వారందరూ వచ్చి సమావేశమయ్యారు. నగరంలో వినబడుతున్న అమంగళకరమైన శబ్దాలగురించి అతడు మాట్లాడతాడనుకున్నారు.

కాని, వారందరూ వచ్చేలోగా ధృతరాష్ట్రుడి మనస్సులో ఉన్న అపశకునాల భయం మాయమయింది. అతడి అంతరాంతరాలలో దాగి ఉన్న బలమైన కోరిక బయటికొచ్చింది.

వచ్చినవారినందరినీ విస్మయానికి గురిచేస్తూ ధృతరాష్ట్రుడిలా అన్నాడు.

"యుధిష్ఠిరో రాజపుత్రః జ్యేష్ఠో నః కులవర్ధనః,
ప్రాప్తః స్వగుణతో రాజ్యం న తస్మిన్ వాచ్యమస్తి నః. 114.31

అయం త్వనంతరస్తస్మాదపి రాజా భవిష్యతి,
ఏతద్బ్రూత మే తథ్యం యదత్ర భవితా ధ్రువమ్. 114.32

పెద్దలారా! పాండువు కొడుకు యుధిష్ఠిరుడు. మా అన్నదమ్ముల పిల్లలందరిలోనూ అతడే జ్యేష్ఠుడు. మా వంశం కీర్తిని నిలబెట్టే కులవర్ధనుడు. ముందుముందు ఈ రాజ్యానికి అతడే రాజవుతాడు. ఆ విషయంలో ఎవరూ మాట్లాడేందుకు ఏమీ లేదు. అందువలన నేనా ప్రస్తావన మీ ముందుకు తేవడం లేదు.

కాని, యుధిష్ఠిరుడి తరువాత మిగిలిన కుమారులలో ఇప్పుడు నాకు పుట్టిన నా మొదటి కుమారుడే పెద్దవాడు. యుధిష్ఠిరుడి తరువాత నా కుమారుడు ఈ రాజ్యానికి రాజవుతాడా? అలా అవడానికి అనుకూలమైన సూచనలేమైనా కనబడుతున్నాయా? జరగబోయేదేమిటో నాకు స్పష్టంగా చెప్పండి."

ధృతరాష్ట్రుడి మాటలు పూర్తికాగానే నలుదిశలా క్రూరమృగాలు గుండెలదిరేలా గర్జించాయి. అనేకమైన అపశకునాలు వినిపించాయి, కనిపించాయి. దూరంలో ఉన్నట్లుండి భయంకరమైన అగ్నిజ్వాలలు కనిపించాయి.

ధర్మమూర్తి విదురుడూ, అక్కడ ఉన్న పండితులూ ముక్తకంఠంతో ఇలా అన్నారు.

"రాజా! నీ కుమారుడు పుట్టగానే ఇంతకుముందు ఎన్నడూ కనీ వినీ ఎరుగని ప్రమాద సూచనలు కనిపించాయి. *(ఇక ఏ జాతక చక్రాలూ వెయ్యక్కర్లేదు. ఏ గ్రహస్థితులూ చూడక్కర్లేదు. ఏ ధర్మాధర్మ విచారణా చెయ్యక్కర్లేదు.)* ఈ దుశ్శకునాలవలన తెలుస్తున్న విషయం మనవి చేస్తాము.

ఇప్పుడు పుట్టిన నీ జ్యేష్ఠకుమారుడి వలన నీ వంశం మొత్తం నాశనమైపోతుంది. రాజ్యంలో తీవ్రసంక్షోభం వస్తుంది. అపారమైన జననష్టం జరుగుతుంది. ఇంత ఉపద్రవానికీ ఈ కుమారుడు ఒక్కడే కారణమౌతాడు. ఇతణ్ణి వదిలేస్తే *(చంపేస్తే)* ఇన్ని ఆపదలూ తప్పుతాయి. మిగిలిన నీ తొంభైతొమ్మిదిమంది పుత్రులూ క్షేమంగా ఉంటారు. రాజ్యం క్షేమంగా ఉంటుంది.

పుత్రప్రేమతో ఇతణ్ణి నువ్వు వధించకుండా ఊరుకున్నా ఇతడు నిండు ఆయుర్దాయంతో జీవించడు. అర్ధాయువుగానే మరణిస్తాడు. అంతేకాదు. మిగిలిన నీ తొంభైతొమ్మిదిమంది కుమారులూ అర్ధాయువుతో మరణించడానికి ఇతడే కారణమవుతాడు.

నువ్వు ధర్మశాస్త్రాలు చదివావు. ఇటువంటి సందర్భాలలో శాస్త్రాలు చెప్పేమాట గుర్తు చేసుకో.

త్యజేదేకం కులస్యార్థే గ్రామస్యార్థే కులం త్యజేత్,
గ్రామం జనపదస్యార్థే ఆత్మార్థే పృథివీం త్యజేత్. 114.38

ఒక్కణ్ణి త్యాగం చేస్తే వంశం క్షేమంగా ఉంటుందనుకుంటే వాణ్ణి వెంటనే త్యజించాలి. ఒక్క వంశాన్ని త్యాగం చేస్తే గ్రామం క్షేమంగా ఉంటుందనుకుంటే ఆ వంశాన్ని వెంటనే త్యజించాలి. దేశం క్షేమం కోసం అవసరమైతే గ్రామాన్ని త్యజించాలి. తన క్షేమం కోసం అవసరమైతే దేశాన్నే వదిలెయ్యాలి.

అందువలన, రాజా! సంకోచించకుండా నీ జ్యేష్ఠపుత్రుణ్ణి వెంటనే వదిలెయ్యి."

వారిమాటలు విని ధృతరాష్ట్రుడు ఏమీ మాట్లాడలేదు. భీష్ముడుకూడా మౌనంగా ఉండి పోయాడు.

(ఈ సన్నివేశాన్ని వ్యాసుడు చాలా భావగర్భితంగా కూర్చాడు.

న చకార తథా రాజా పుత్రస్నేహసమన్వితః *– కుమారుడి పట్ల ప్రేమబంధం రాజుని బలంగా పెనవేసుకుని ఉంది. దాని బలం ముందు వివేకం, ధర్మం, రాజనీతి ఏవీ పని చెయ్యలేదు. అంతమంది పండితులూ, శ్రేయోభిలాషులూ చెప్తున్నా ఆ అంధుడు మాట్లాడ లేదు. వారుపదేశించిన కర్తవ్యం విననట్లే ఉన్నాడు.*

అక్కడ సమావేశమైనవారిని రెండు బృందాలుగా చూడవచ్చు.

మొదటిబృందంలో రాజ్యాధికారం ఎవరిదో నిర్ణయించే వారున్నారు. వీరు కురువంశంలో పెద్దలు. వంశసంప్రదాయాలు తెలిసినవారు. వంశానికి మేలుకోరేవారు. ధర్మాధర్మాలు నిర్ణయించవలసి వస్తే ఎవరిపట్లా ప్రేమగాని, ఎవరన్నా భయంగాని వారి ఆలోచనలనీ, నిర్ణయాలనీ ప్రభావితం చెయ్యవు.

అంతేకాదు. తమ నిర్ణయం అమలుచేయగల శక్తిసామర్థ్యాలు వారికి ఉన్నాయి. వారిలో ముఖ్యుడు భీష్ముడు.

రెండవబృందంలో శాస్త్రాల లోతెరిగిన పండితులున్నారు. వారు వివిధ సందర్భాలకీ శాస్త్రాన్ని ఎలా అన్వయించి చెప్పాలో తెలిసిన నిష్ణాతులు. జ్యోతిశ్శాస్త్రంలో అపారమైన పాండిత్యం ఉన్నవారు. భవిష్యత్తుని గురించి రాజుకి సూచనలిచ్చేవారు. అప్పుడు కలిగిన ఉత్పాతాలనీ, దుశ్శకునాలనీ సరిగ్గా విశ్లేషించగల సమర్థులు.

వారందరిమధ్యలో అసందర్భంగా మాట్లాడేందుకు ధృతరాష్ట్రుడేమీ అమాయకుడు కాదు. ఇలా మాట్లాడడానికి అతడి కారణాలు అతడికున్నాయి.

మొదటి కారణం:

కొన్ని దశాబ్దాలుగా అతడి మనస్సులో బడబాగ్నివంటి బాధ ఒకటుంది.

తాను అంబిక కొడుకు. ఆమె కాశీరాజు కుమార్తెలలో అంబాలికకంటే పెద్దది. విచిత్ర వీర్యుడి భార్యలలో పెద్దది. తాను ఆమె కొడుకు. ఆపైన విచిత్రవీర్యుడి క్షేత్రజులైన పుత్రులలో తానే పెద్దవాడు. అందువలన రాజ్యాధికారం తనకే రావాలి.

మానవులలో ఎవరికీ లేనంత బలం – వెయ్యి ఏనుగులబలం – తనకుంది. అపారమైన శాస్త్రజ్ఞానం తనకుంది. అందువలనా రాజ్యాధికారం తనకే రావాలి.

పాండువు యుద్ధాలంటూనూ, వేట అంటూనూ ఇల్లు వదిలి పోయేవాడు. అతడు పెద్దవాడయ్యాక రాజమందిరంలో స్థిరంగా ఉన్న కాలం చాలా తక్కువ. తాను రాజమందిరం లోనే ఉండి రాజ్యపాలనకి అవసరమైన శాస్త్రజ్ఞానాన్నే కాకుండా దాన్ని వినియోగించు కోడంలో ఉన్న మెలుకువలను కూడా బాగా ఒంటపట్టించుకున్నాడు. అందువలనా రాజ్యాధి కారం తనకే రావాలి.

అన్నివిధాలా న్యాయంగా, ధర్మంగా తనకి రావలసిన రాజ్యాధికారాన్ని తాను గుడ్డివాడనే ఒక్క కారణంతో తనకి దక్కకుండా చేసారు. తనకంటే చిన్నవాడైన పాండువుకిచ్చారు.

ఏనాటికైనా ఆ అన్యాయాన్ని సరిదిద్దాలి. రాజ్యం తిరిగి పొందాలి. తాను పొందలేకపోతే అది తన కుమారులకైనా దక్కాలి.

దుర్యోధనుడు పుట్టాడని వినగానే రాజ్యాధికారంమీద ఆ అంధుడికి ఉన్న కోరిక సముద్ర గర్భంనుంచి తన్నుకొచ్చిన బడబాగ్నిలా బయటపడింది. దేశాన్ని ముంచేసే ఉప్పెనలా పదిమంది ముందూ వెల్లడయింది.

రెండవ కారణం:

ధృతరాష్ట్రుడు చిరకాలంగా మనస్సులోనే గుట్టుగా దాచుకున్న కోరిక తీర్చుకునేందుకు ఇప్పుడు పరిస్థితులు అనుకూలించాయి.

హస్తినలో ఉన్నా, అరణ్యాలకు వెళ్ళిపోయినా సింహాసనం అధిష్ఠించే అర్హత పాండు రాజుదే. అతడే కురుసార్వభౌముడు. ఆ మాటని నిజం చేసుకుంటూ అతడు భూమండలంలో ఉన్న రాజ్యాలనన్నిటినీ జయించి కురుసామ్రాజ్యంలో కలిపేసాడు.

ధృతరాష్ట్రుడు పాండురాజుకు ప్రతినిధిగా రాజ్యాధికారం అనుభవిస్తున్నాడే తప్ప తాను స్వయంగా రాజై కాదు.

వేడుకగా వేటకోసం అరణ్యాలకు వెళ్ళిన పాండువు ఏవో కారణాలచేత రాజలాంఛనాలన్నీ వదిలేసాడు. రాజ్యాన్ని వదిలేసాడు. నారచీరలూ, కృష్ణాజినం ధరించి ఋషిలా జీవించడం మొదలుపెట్టాడు.

హిమాలయాలు దాటి, గంధమాదనపర్వతం దాటి ఎక్కడో ఉన్న శతశృంగపర్వతంమీద ఉన్నాడు. ఋషుల ఆశ్రమాల సమీపంలో కుటీరం నిర్మించుకుని తపశ్చర్యలో ఉన్నాడు.

పరివారం చెప్పిన సమాచారం చూస్తే హస్తినకి తిరిగివచ్చే ఆలోచనలో లేడు.

అతడు తిరిగి రాకపోతే రాజ్యాధికారం తనకే హస్తగతమౌతుంది. తన అంధత్వం కారణంగా చెయ్యిజారిపోయిన అధికారం పాండువు మునివృత్తిలోకి వెళ్ళడంతో తిరిగి తనచేతికి వచ్చింది. తాను అధికారం అనుభవిస్తున్నాడే కాని, తనకి మహారాజపదవి లేదు.

ఆ పదవి తన కుమారుడికి దక్కాలి. అందుకు అడ్డంకి పాండువు పెద్దకొడుకు యుధిష్ఠిరుడు.

యుధిష్ఠిరుడు దుర్యోధనుడికంటే వయస్సులో పెద్దవాడు. అతడు పుట్టగానే అనేక శుభశకునాలు కనబడ్డాయని చెప్తున్నారు. తన కొడుకు దుర్యోధనుడు పుట్టగానే అనేక దుశ్శకునాలు కనబడ్డాయి.

వీటినన్నిటినీ సాకుగా తీసుకుని ఈ పెద్దలూ, పండితులూ తన కొడుక్కి రాజ్యాధికారం లేకుండా చెయ్యడానికి ప్రయత్నించవచ్చు. అటువంటి ప్రయత్నం మొక్కగా ఉండగానే తుంచెయ్యాలి. దానిని పెరగనివ్వకూడదు.

ఈ పెద్దలూ పండితులూ ఇప్పుడు రాజపోషణలో, అంటే తన పోషణలో, ఉన్నారు. తన మనస్సులో ఉన్న భావం బయటపెడితే కాదనగల స్థితిలో లేరు.

అందుచేత మొట్టమొదటి అవకాశం దొరికినప్పుడే తన కోరిక వెల్లడించాలి. మొదటిసారి చెప్పేటప్పుడు ఎంతో సున్నితంగా చెప్పాలి. రాజుదగ్గర మసిలేవారికి ఆ సూచన చాలు. ఎవరూ పెదవి విప్పడానికి వీలు లేకుండా యుధిష్ఠిరుడి అధికారాన్ని కాదనకుండానే తన వాదన తాను వినిపించాలి.

ఆ పని చాలా తెలివిగా చేసాడు ధృతరాష్ట్రుడు.

మూడవ కారణం:

శతశృంగంమీద ఋషులమధ్య ఉంటున్న పాండువుకి రాజ్యకాంక్ష ఉండే అవకాశం లేదు.

అతడి కుమారుడు యుధిష్ఠిరుడు ఋషి ఆశ్రమాల్లో పెరుగుతూ, ఋషిబాలకులతో ఆడుతూ, పెరిగి పెద్దవాడై మునివృత్తినే అవలంబించవచ్చు. అక్కడ ఉండగా అతడికి రాజుకి అవసరమైన యుద్ధవిద్యలు నేర్చుకునే కోరికగాని, అవకాశం గాని ఉండకపోవచ్చు.

అసలు ఆ యుధిష్ఠిరుడు అరణ్యాలు వదిలి హస్తినకు వస్తాడో రాడో ఎవరికీ తెలియదు. అతడు వచ్చినా అప్పటికి దుర్యోధనుడు క్షత్రియవిద్యలన్నీ నేర్చుకుని ఉంటాడు. తాను జాగ్రత్తగా పర్యవేక్షిస్తే ప్రజలందరూ మెచ్చే యువరాజు అవుతాడు. ప్రజలూ, పెద్దలూ మెచ్చే సమయంలో దుర్యోధనుడికి యౌవరాజ్యపట్టాభిషేకం చేసేస్తే ఆ తరువాత ఎవరూ దానిని మార్చలేరు.

యుధిష్ఠిరుడు హస్తినకు వచ్చినా అతడివెంట పాండువు రాడు. అలా ఒంటరిగా వచ్చిన యుధిష్ఠిరుడికి రాజ్యాధికారంమీద హక్కున్నా దానిని అమలు చేసుకునే సామర్థ్యం ఉండదు. తన కుమారుడికున్న హక్కు బలహీనమైనదే అయినా దానిని అమలుచేసుకునే అవకాశమూ సామర్థ్యమూ పూర్తిగా ఉన్నాయి.

పాండువు హస్తినకు దూరమవడంతోనూ, తాను అంధుడు కనుక రాజమందిరం వదిలి వెళ్ళలేకపోవడంతోనూ ధృతరాష్ట్రుడు అధికారపీఠానికి చాలా దగ్గరయ్యాడు. ఎంత దగ్గర అంటే ఆ పీఠం అతడిదే అన్నట్లు అతడి ఆజ్ఞ అమలుజరిగేంత.

ఈ అనుకూల పరిస్థితులలో తన కుమారుడికి రాజ్యాధికారం ఉందని పదే పదే చెప్తే అందరికీ దానిని ఆమోదించక తప్పదు.

ఇలా అనేక కారణాలతో ధృతరాష్ట్రుడు బాగా ఆలోచించి తన మనస్సులో మాట ఎవరూ కాదనలేకుండా చెప్పాడు.

ఇంకొంచెం జాగ్రత్తగా పరిశీలిస్తే భీష్మాదులకి ధృతరాష్ట్రుడు అడిగిన ప్రశ్న విన్నపం లాంటిది. తన ఆలోచనని సమర్థించమని ప్రార్థించడమూ, అది సాధ్యంకాకపోతే తన

ఆలోచనని తానే అమలుచేసుకునే ప్రయత్నంలో తనకి అడ్డురాకుండా ఉదాసీనులుగా ఉండమని వేడుకోవడమూ అతడి ప్రశ్నకి సారాంశం.

వృద్ధపండితులకి అతడి ప్రశ్న సారాంశం వేరేవిధంగా ఉంది. తన కొడుకువలన వంశానికి గానీ, రాజ్యానికి గానీ మేలవుతుందా అవదా చెప్పమని ఆయన ఉద్దేశం కాదు. తన కొడుక్కి జాతకరీత్యా రాజయే అవకాశం ఉందా లేదా చెప్పమని ఆయన ప్రశ్న సారాంశం.)

అతడి ఆలోచన గ్రహించిన భీష్ముడు ఏమీ మాట్లాడలేదు. భవిష్యత్తు చెప్పమంటే పండితులు అతడి ఊహకి వ్యతిరేకంగా మాట్లాడారు.

ఆ సమయంలో మరొక్కమాట మాట్లాడకుండా ఉండడమే వివేకం. ధృతరాష్ట్రుడు అదే పని చేసాడు.

అతడి వ్యూహం ఫలించింది. ఎవరి మనస్సులో ఏమున్నా అతడి ప్రతిపాదనని ఎవరూ బాహాటంగా వ్యతిరేకించలేదు.

దుర్యోధనుడు పుట్టిన నెలరోజులలో ధృతరాష్ట్రుడికి మిగిలిన తొంభైతొమ్మిదిమంది కుమారులూ పుట్టారు. వారందరికీ చెల్లెలై దుశ్శల అనే కుమార్తె పుట్టింది.

గాంధారి రెండుసంవత్సరాలు గర్భవతిగా ఉంది. ఆమె ఆ క్లేశం అనుభవిస్తున్న కాలంలో ధృతరాష్ట్రుడికి సేవచేసేందుకు అనేకమంది దాసీలు వినియోగించబడ్డారు. వారిలో ఒక వైశ్య స్త్రీకి అతడివలన ఒక కుమారుడు పుట్టాడు.

క్షత్రియుడివలన వైశ్యస్త్రీకి పుట్టినందుకు అతణ్ణి కరణుడు అంటారు. అతడి పేరు యుయుత్సువు. ఆతడు గొప్పజ్ఞాని. మహాపరాక్రమవంతుడు.

◆◆◆

ఒక వసంత ఋతువులో పాండువూ, మాద్రీ అరణ్యంలో వెళ్తున్నారు. అరణ్యమంతా వసంతశోభతో అలరారుతోంది.

పాండువు వసంతశోభని తిలకించాడు. పులకించిపోయాడు. చిరకాలంగా అదుపులో ఉంచుకున్న అతడి మనస్సు అదుపు తప్పింది.

ఎంతోకాలం కఠోరనియమాలతో తపస్సుచేసిన పాండువు ఒక్క క్షణంలో మన్మథుడికి లొంగిపోయాడు. మాద్రిని సమీపించాడు. ఆమె వద్దని పాండువుని వేడుకుంది. మునిశాపం గుర్తుచేసింది. అతడి పట్టువిడిపించుకునేందుకు పెనుగులాడింది. కాని, ఆ మహాబలశాలి ముందు ఆగలేకపోయింది.

మాద్రీసమాగమంతో పాండువు మునిశాపంవలన మరణించాడు. అతడి మృతదేహాన్ని ఆలింగనం చేసుకుని మాద్రి బిగ్గరగా విలపించింది.

ఆమె రోదనధ్వని విని కుంతీ, కుమారులూ పరుగు పరుగున అక్కడికి వచ్చారు. వారిని దూరంనుంచే గమనించిన మాద్రి, "**ఏకైవ త్వమిహాగచ్ఛ తిష్ఠంత్వత్రైవ దారకాః** – కుంతీదేవీ! బిడ్డలని అక్కడే ఉండమను. నువ్వొక్కర్తివే ఇక్కడికి రా." అని అరిచింది. బిడ్డలని దూరంగా ఉంచి కుంతి మాద్రివద్దకి వచ్చింది. రాజు శరీరంపై పడి విలపిస్తున్న మాద్రిని చూసింది. ఆమెకి విషయం అర్థమయింది.

"అయ్యో! ఎంతపని జరిగింది! మహారాజా! అగ్నిసాక్షిగా వివాహం చేసుకున్న పత్నులని మమ్మల్ని వదలి ఎలా వెళ్ళిపోయావు? నువ్వు కురుశ్రేష్ఠుడివి. ధర్మమూర్తివి. మమ్మల్ని పాలించి, రక్షించవలసిన భర్తవి. ఇలా మమ్మల్ని అనాథలని చేసి వెళ్ళిపోవడం నీకు ధర్మమేనా?

ఈ అరణ్యంలో నువ్వు లేకుండా మేము ఎలా బ్రతకాలి? నీవంటి మహాత్ముడికి భార్యలమై ఉండి మా రక్షణకోసం ఎవరిని ఆశ్రయించాలి? నీ బిడ్డలని మేమిద్దరమూ ఎలా పెంచగలమనుకున్నావు? ఇది నీ బాధ్యత కదా! భార్యల బాధ్యతా, బిడ్డల బాధ్యతా వహించవలసిన ధర్మాత్ముడివి ఏమీ చెయ్యకుండా, ఎవరికీ చెప్పకుండా ఎలా వెళ్ళిపోతావు?

నువ్వు ఎక్కడికి వెళ్ళినా మమ్మల్నికూడా తీసుకు వెళ్ళాలి కదా, ఎవరికీ ఏమీ చెప్పకుండా ఒక్కడివీ ఎలా వెళ్ళిపోయావు." అని బిగ్గరగా విలపించింది.

తరువాత రాజు పరిష్వంగంలో ఉన్న మాద్రిని చూసింది.

"మాద్రీ! మన భర్తకి మునిశాపం ఉందని నీకు తెలుసు కదా! ఆ మహాత్ముడు ఎన్నడూ మోహావేశానికి గురికాకుండా నేను కాపాడుకుంటూ వచ్చాను. నువ్వూ ఇది గమనిస్తూనే ఉన్నావు.

అంతేకాదు. ఆ మునిశాపం తలుచుకుని రాజు నిత్యం దైన్యంతో ఉండేవాడు. ఆయన జితేంద్రియుడై జీవిస్తున్నాడు.

అలా ఉన్న రాజుతో ఏకాంతంలో ఉండకూడదని తెలుసుకదా! అతడిని అనుసరించి ఇక్కడికి ఎందుకు వచ్చావు? ఆ మహాత్ముడికి ఇంతకాలం లేని కోరిక ఉన్నట్లుండి కలిగేలా ఎలా ప్రవర్తించగలిగావు?

(ఎవరినని ఏమి లాభం? జరగకూడనిది జరిగిపోయింది. దైవనిర్ణయం ఇలానే ఉందేమో!)

ఏమైనా ఆ మహారాజు నీ కౌగిలిలో ఆనందంపొందుతూ, నిన్నే చూస్తూ ప్రాణం విడిచాడు. నువ్వు నాకంటే అదృష్టవంతురాలివి." అంది.

మాద్రి ఏడుస్తూ ఇలా చెప్పింది.

"దేవీ! నేనెంత వారించినా రాజు వినిపించుకోలేదు. నేను బ్రతిమాలాను. ఏడ్చాను. అతడి చేతులనుంచి విడిపించుకునేందుకు యథాశక్తి పెనుగులాడాను. అయినా ఆయనను ఆపలేకపోయాను. మునిశాపం ఆయన వివేకాన్ని కమ్మేసిందేమో."

ఆ మాటలు విని కుంతి కుప్పకూలిపోయింది. మాద్రి ఆమెను లేపి రాజు వద్దకు తీసుకువెళ్ళింది. భర్తను కోల్పోయిన ఆ రాణులిద్దరూ అతడి శరీరంపై పడి విలపించారు.

మాద్రి దుఃఖంతో కుమిలిపోతోంది. కుంతి దుఃఖిస్తూనే కర్తవ్యం ఆలోచించింది.

"మాద్రీ! నేను రాజుకి పెద్దభార్యని. అందువలన ధర్మకర్మాచరణలో ఆయనను అనుసరించేందుకు నీకంటే నాకే ఎక్కువ బాధ్యత *(అధికారం)* ఉంది. ఆ బాధ్యతని పాటిస్తూ నేను మహారాజుని అనుసరించి పైలోకాలకి వెళ్తాను. ఆయనతో సహగమనం చేస్తాను. *(మన పిల్లలు ఇక్కడికి వస్తున్నారు. వారు నిన్నీ స్థితిలో చూడకూడదు.)* నువ్వు రాజు శరీరాన్ని వదిలి లే. మన పిల్లల సంరక్షణబాధ్యత స్వీకరించు." అంది.

కుంతి చేసిన సహగమన ప్రతిపాదనతో మాద్రి ఏకీభవించలేదు.

"సోదరీ! మహారాణీ! రాజు నామీద కోరికతో పైలోకాలకి వెళ్ళిపోయాడు. ఆయనని అనుసరించి వెళ్ళి ఆయన కోరిక తీర్చడం నా ధర్మం. అందుచేత సహగమనం నేనే చెయ్యాలి.

న చాప్యహం వర్తయంతీ నిర్విశేషం సుతేషు తే,
వృత్తిమార్యే చరిష్యామి స్పృశేదేనస్తథా చ మామ్. 124.27

అంతేకాదు. నాగురించి నన్ను చెప్పుకోనీ. నేను నీ కుమారులని నా కుమారులు అనుకుని సాకలేను. సవతి కుమారులని నా కుమారులు అనుకుని ప్రేమించలేను. నా కుమారులతో సమానంగా వారిని చేరదియ్యలేను.

తస్మాన్మే సుతయోః కుంతి వర్తితవ్యం స్వపుత్రవత్ - నువ్వు మంచిచెడులు నాకంటే బాగా తెలిసినదానివి. బాధ్యతనెరిగిన మహారాణివి. నా కుమారులని నీ కుమారులతో సమానంగా ప్రేమించి రక్షించగలవు. మన బిడ్డలకోసం నువ్వు జీవించి ఉండాలి. నా కుమారులని నీ కుమారులలా భావించి పెంచి పెద్దవారిని చెయ్యాలి." అంది.

వారి రోదన ధ్వనులు ఆ ప్రశాంతప్రదేశంలో అంతటా వినిపించాయి. అవి విని

చుట్టుపక్కల ఉన్న ఋషులందరూ అక్కడికి వచ్చారు. కుంతీ, మాద్రీ పతితో సహగమనం గురించి చేసుకుంటున్న వాదనలు విన్నారు. భర్త హఠాన్మరణంతో దుఃఖావేశంలో ఉన్న ఆ రాణులిద్దరికీ ఉపశమన వాక్యాలు చెప్పారు. ఆ తరువాత ఆ విషయంలో తమ అభిప్రాయం చెప్పారు.

"రాణులారా! మీ ఇద్దరి పుత్రులూ ఇంకా బాలకులే. వారిని పోషించి, పెంచి, ప్రయోజకులను చేయవలసిన బాధ్యత మీ ఇద్దరిమీదా ఉంది.

మేమైతే మిమ్మల్నీ, మీ పుత్రుల్నీ కౌరవరాజధానివరకూ చేరుస్తాము. కానీ, ధృతరాష్ట్రుడు తనది కాని సంపదనీ, రాజ్యాన్నీ హస్తగతం చేసుకోవాలనే దుర్బుద్ధితో ఉన్నాడని మాకు తెలుసు. అతడు పాండుపుత్రులకు న్యాయం చేస్తాడని మాకు నమ్మకం లేదు.

కుంతీదేవీ! నీకు మహావీరులైన వృష్ణివంశీయుల అండ ఉంది. నీ కుమారుల ప్రయోజనాలను రక్షించేందుకు కుంతిభోజమహారాజు కూడా ఉన్నాడు. మాద్రికి విశేషబలశాలి శల్యుడు బాసటగా నిలుస్తాడు. ఇంతమంది సహాయ సహకారాలూ మీకు అవసరమౌతాయి.

మీ బిడ్డల భవిష్యత్తుకోసం మీరిద్దరూ జీవించి ఉండాలి. ఇందరు బంధువుల అండతో వారికి న్యాయం జరిగేలా చూడాలి. మీ బిడ్డలపట్లా, మీ భర్తపట్లా ఇది మీ కర్తవ్యం.

భర్త మరణించాక అతడితో సహగమనం స్త్రీకి ఉత్తమగతే. కాని, అదొక్కటే ఉత్తమగతి కాదు. *(వేరే ఉత్తమగతులు కూడా ఉన్నాయి.)*

భర్తమరణం తరువాత స్త్రీ యమనియమాలు పాటిస్తూ, కృచ్ఛ్రచాంద్రాయణాది వ్రతాలు అనుష్ఠిస్తూ, శరీరాన్ని కృశింపచెయ్యాలి. శరీరాన్ని నిత్య క్లేశానికి గురిచేసి ఆ బాధ సహించడం అలవాటు చేసుకోవాలి. లవణక్షారాలు లేని ఆహారాన్ని రోజుకొకసారి మాత్రమే తినాలి. జీవించినంతకాలం కటికనేలమీదనే శయనించాలి.

ఈ విధంగా శరీరాన్ని కృశింపచేస్తూ, శారీరక సుఖాలను గురించిన ఆలోచనలే మనస్సులోకి రానియ్యకుండా నిగ్రహిస్తూ భర్త తనతో వదిలివేసిన బిడ్డల పట్ల తన కర్తవ్యాన్ని నెరవేర్చగలిగిన స్త్రీ తనని తాను ఉద్ధరించుకుంటుంది. తన భర్తనీ ఉద్ధరిస్తుంది. తన సంతానాన్నీ ఉద్ధరిస్తుంది.

ఇది పెద్దలు చెప్పిన ధర్మం. అందువలన మరణమొక్కటే స్త్రీకి ఉత్తమగతి అనే భావన నుంచి బయటపడండి. సహగమనం అనే ఆలోచనని విరమించండి."

వారితో కుంతి ఇలా చెప్పింది.

“మహర్షులారా! మీరు మా భర్త పాండురాజుకి గురుతుల్యులు. మాకు భర్తమాట ఎంత శిరోధార్యమో మీ మాట కూడా అంతే శిరోధార్యం. మీ ఉపదేశాన్ని ఆదేశంగా స్వీకరిస్తాను. భర్త బిడ్డలపట్ల బాధ్యత వహించమని చెప్పి వెళ్ళిపోయాడు. ఆ బాధ్యత స్వీకరించి మీరు చెప్పిన జీవనవిధానాన్ని అవలంబిస్తాను.”

మాద్రి ఇలా చెప్పింది.

“మహాత్ములారా! నేనూ కుంతీదేవీ చాలాకాలంగా కలిసి ఉన్నాం. నా శక్తి ఎంతో, నా వివేకం ఎంతో, నా లోకజ్ఞానం ఎంతో నాకు తెలుసు. అలాగే కుంతీదేవి గురించి కూడా నాకు తెలుసు.

కుంతీదేవి నా కుమారులనీ, తన కుమారులనీ పెంచి ప్రయోజకులను చెయ్యగల సమర్థురాలు. బుద్ధిబలంలో కుంతీదేవితో సమానమైన స్త్రీ మరొకర్తె ఈ లోకంలోనే లేదు.

ఆమెకు ఉన్న ఆలోచనా శక్తి గాని, మనస్సుమీద నియంత్రణగానీ నాకు లేవు. అందుచేత నేను జీవించి ఉన్నా మీరు ఉపదేశించిన బాధ్యతలు స్వీకరించే ధైర్యం గానీ, వాటిని నిర్వహించే సామర్థ్యం గానీ నాకు లేవు. ఆ కర్తవ్య నిర్వహణవలన వచ్చే సద్గతులు పొందే అర్హత నాకు లేదు. అందుచేత నాకు పతితో సహగమనమే మిగిలి ఉన్న ఉత్తమమైన మార్గం. అందుకు నన్ను అనుమతించండి.”

ఈ మాటలు చెప్తూ మాద్రి తన ఇద్దరు కుమారుల చేతులూ కుంతి చేతిలో పెట్టింది. అక్కడ ఉన్న మహర్షులకి శిరస్సువంచి నమస్కరించింది.

అయిదుగురు పాండుపుత్రులనీ తన హృదయానికి హత్తుకుంది. తరువాత యుధిష్ఠిరుడి చెయ్యి పట్టుకుని మిగిలిన నలుగురు బిడ్డలతోనూ ఇలా అంది.

“బిడ్డలారా! మహాత్ముడైన మీ తండ్రి స్వర్గానికి వెళ్ళిపోయాడు. మీ అందరికీ తల్లి కుంతీదేవే. నేను కేవలం స్తన్యమిచ్చినదానిని.

తండ్రి గతించాక మీ నలుగురు సోదరులూ మీలో జ్యేష్ఠుడైన యుధిష్ఠిరుణ్ణే తండ్రిగా భావించాలి. అతడి అజ్ఞానుసారమే మీరు ప్రవర్తించాలి.

పెద్దలనీ, గురువులనీ ఎప్పుడూ గౌరవించండి. వారి ఆదేశాలు పాటించండి. సత్యాన్నీ, ధర్మాన్నీ నిలబెట్టవలసి వచ్చినప్పుడు *(ఎంత ప్రమాదం ఎదురైనా, ఎన్ని కష్టనష్టాలు సహించవలసివచ్చినా)* వెనుకంజ వేయకండి. అలా ప్రవర్తించేవారికి ఎప్పుడూ పరాజయం ఉండదు. వినాశనం ఉండదు.”

అలా పాండవులందరూ కుంతీదేవి పుత్రులే అని ప్రకటించి ఆమె ఋషులకూ, కుంతీదేవికీ పునః పునః నమస్కరించింది. కుంతీదేవి ముందు అంజలి ఘటించి నిలిచింది.

"వృష్ణికులనందినీ! నువ్వు ధన్యురాలివి. నీ పెంపకంలో నీ అయిదుగురు కుమారులూ బలంలోనూ, తేజస్సులోనూ, పరాక్రమంలోనూ, యోగంలోనూ, మాహాత్మ్యంలోనూ సాటిలేని వారౌతారు. ఇటువంటి పుత్రులకు జన్మనిచ్చే భాగ్యం మరే స్త్రీకీ లభించదు.

దేవీ! నువ్వు నాకంటే పెద్దదానివి. నాకు అన్నివిషయాలలోనూ గురువువి. సదా వందనీయురాలివి. పూజ్యురాలివి. నీ సద్గుణసంపద వేరెవరికీ కలగదు.

యాదవనందినీ! పతిదేవుడితో ఉత్తమలోకాలకు వెళ్ళడానికి నాకు అనుజ్ఞ అనుగ్రహించు. ధర్మపాలనవలన నాకు స్వర్గలోకవాసం, శాశ్వతమైన కీర్తి కలగాలని ఆశీర్వదించు." అంది.

కుంతికి కన్నీళ్ళు ధారలుగా చెక్కిళ్ళమీదకి ప్రవహిస్తున్నాయి. దుఃఖంతో గొంతు గద్గదమైపోయింది. ఆమె ఏడుస్తూ, వెక్కుతూనే మహారాణిలా మాట్లాడింది.

"కళ్యాణీ! భర్తతో సహగమనం చెయ్యడానికి నీకు అనుమతి ఇస్తున్నాను. నేడే నీకు స్వర్గంలో పతిదేవుడి సన్నిధి లభించుగాక!"

మాద్రి తనని భర్తశరీరంతో గట్టిగా కట్టి దహనం చేయమంది. వారి పురోహితుడు మాద్రీపాండువులకు శాస్త్రోక్తంగా దహనసంస్కారం చేసాడు.

9

శతశృంగంలో ఉన్న ఋషులందరూ సమావేశమయ్యారు.

"పాండురాజు భూమండలమంతటికీ చక్రవర్తి. ఆ ధర్మాత్ముడు రాజ్యాన్నీ, వదలలేని రాజభోగాలనీ వదిలి మనవద్దకు వచ్చాడు. మనలో ఒకడై తపస్సు చేసాడు. మనందరికీ ఆత్మీయుడయ్యాడు. తన భార్యనీ, పుత్రులనీ మన సంరక్షణలో వదిలి స్వర్గస్థుడయ్యాడు.

మనం ఆ రాజుకోసం చెయ్యవలసినవి రెండు పనులున్నాయి. ముందుగా పాండువూ, మాద్రిల అవశేషాలు సేకరించాలి.

తరువాత ఆ అవశేషాలనీ, కుంతినీ, ఈ అయిదుగురు కుమారులనీ హస్తినాపురానికి తీసుకువెళ్ళి అక్కడ వారి పెద్దలకి అప్పగించాలి. ఆ పెద్దలు తమ ఆచారాలని అనుసరించి మరణించినవారికి అంత్యేష్టి చేస్తారు. పాండుకుమారులని పెంచి పెద్దవారిని చేస్తారు." అని తీర్మానించారు.

వెంటనే కొందరు ఋషులు మాద్రీపాండువుల అవశేషాలని *(అస్థికలని)* సేకరించారు. వారు కుంతినీ పంచపాండవులనీ వెంట పెట్టుకుని కురుసామ్రాజ్య రాజధానికి బయల్దేరారు. తమ తపశ్శక్తితో అతి తక్కువకాలంలోనే రాజధానికి చేరారు.

హస్తినకు చేరగానే తాము వచ్చినట్లు కురుశ్రేష్ఠులకి చెప్పమని నగరద్వారపాలకులని ఆదేశించారు.

ఆ వార్త వినగానే భీష్ముడు, ధృతరాష్ట్రుడు సహా ప్రముఖులందరూ నగరద్వారం వద్దకి వచ్చారు. ధృతరాష్ట్రుడి కుమారులు రాజకుమారులలా అలంకరించుకుని ఉన్నారు. పాండవులు ఋషిబాలకులలా నిరాడంబరంగా ఉన్నారు.

ఋషులు కుంతినీ, పాండుపుత్రులనీ, మాద్రీపాండువుల అవశేషాలనీ వారికి అప్పగించి అదృశ్యమైపోయారు.

పాండువు మరణవార్త కురువంశీయులకు అశనిపాతమైంది. తమకి మిక్కిలి ప్రీతిపాత్రుడైన పాండువు స్వర్గస్థుడయ్యాడని విని పౌరులందరూ పట్టరాని దుఃఖంతో విలపించారు.

భరతవంశ సంప్రదాయాలను అనుసరించి పన్నెండు రోజులు పాండువుకీ, మాద్రికీ అంత్యేష్టి చేసారు. ఆ పన్నెండు రోజులూ కుంతీ, ఆమె పుత్రులూ కటికనేలమీద శయనించారు. వారి దుఃఖం పంచుకుంటూ హస్తినాపుర ప్రజలందరూ కూడా నేలమీదే పడుకున్నారు.

సత్యవతి అయితే ఆ దుఃఖం తట్టుకోలేకపోయింది. తనవలన కురువంశంలో ఎటువంటి ఒడుదుడుకులు ఏర్పడుతున్నాయో తలుచుకుని ఆ వృద్ధురాలికి గుండె చెరువైపోయింది. అంబాలిక దుఃఖం వర్ణనాతీతం.

ఆ సమయంలో అక్కడికి వ్యాసుడు వచ్చాడు. దీనురాలై దుఃఖిస్తున్న సత్యవతికి ఎదురుగా నిలుచున్నాడు.

"అతిక్రాంతసుఖాః కాలాః పర్యుపస్థితదారుణాః,
శ్వః శ్వః పాపిష్ఠదివసాః పృథివీ గతయౌవనా. 127.6

తల్లీ! మంచిరోజులు గడిచిపోయాయి. రాబోయేకాలం చాలా భయంకరంగా ఉంటుంది. చూడలేని, వినలేని ఘోరాలు జరగబోతున్నాయి. భూమి యౌవనం *(సారం)* కోల్పోతుంది.

బహుమాయాసమాకీర్ణః నానాదోషసమాకులః,
లుప్తధర్మక్రియాచారః ఘోరః కాలో భవిష్యతి. 127.7

ఇక అన్నివైపులా కపటం, మోసం, మాయ బలపడతాయి. సదాచారాలూ, ధర్మకర్మలూ నశిస్తాయి. మానవులలో ఉండే చీకటి కోణాలు వికృతరూపాలలో బయటకు వస్తాయి. ధృతరాష్ట్రుడి కుమారులు చేసే దారుణమైన పనులవలన భరతవంశంలో వీరులందరూ మరణిస్తారు. ఆ వినాశనం వారితో ఆగదు. భూలోకంలో ఉన్న మహావీరులందరూ కూడా మరణించబోతున్నారు.

నువ్విక ఈ రాజమందిరంలో ఉండవద్దు. కురువంశ వినాశనానికి సాక్షిగా మిగిలి పోవద్దు. అరణ్యాలకు వెళ్ళిపో. అక్కడ యోగమార్గం అవలంబించి తపస్సు చేసుకో."

సత్యవతి తన కోడళ్ళకి ఆమాట చెప్పింది. వారూ ఆమెతో వస్తామన్నారు. భీష్ముడి అనుజ్ఞ తీసుకుని ఆ ముగ్గురు మాతృమూర్తులూ హస్తిన వదిలి అరణ్యాలకు వెళ్ళిపోయారు.

కొంతకాలం ఘోరమైన తపస్సు చేసి వారు పార్థివదేహాలు వదిలి స్వర్గానికి చేరుకున్నారు.

◆◆◆

పాండవులు తమ తండ్రి భవనంలో ఉండి రాజభోగాలు అనుభవిస్తూ జీవించారు.

ధృతరాష్ట్రకుమారులు నూటొక్కమందీ, పంచపాండవులూ ఆటపాటలతో ఆనందంగా కాలం గడిపారు.

దుర్యోధనుడూ అతడి సోదరులూ సహజంగా చాలా బలిష్ఠులు. ఆటలలో నిపుణులు. కానీ, పాండవుల బలంముందూ, క్రీడలలో వారి నైపుణ్యంముందూ కౌరవులు *(ఇక్కడినుంచీ ధృతరాష్ట్రుడి కుమారులని కౌరవులు అందాము.)* ఎందుకూ కొరగాని వారిలా అని పించేవారు.

భీమసేనుడి ముందైతే కౌరవులు ఏమీ చేతకానివారిలా అనిపించేవారు. నూరుమంది కౌరవులనీ భీమసేనుడొక్కడే లొంగదీసేవాడు.

వేగంగా పరుగెత్తడంలో గాని, దూరంగా ఉన్న బరువైన వస్తువులవద్దకి అందరికంటే ముందు చేరి వాటిని అవలీలగా ఎత్తి తీసుకురావడంలో గాని కౌరవులెవరూ భీమసేనుడికి సరితూగేవారు కాదు.

హర్షాత్ ప్రక్రీడమానాంస్తాన్ గృహ్య రాజన్ నిలీయతే,
శిరస్సు వినిగృహ్యైతాన్ యోధయామాస పాండవైః. 127.17

ఆనందంగా ఆడుకుంటూన్న కౌరవులని జుట్టుపట్టి లాక్కొచ్చి, *(వారికంటే బలవంతులైన)* పాండవులతో కుస్తీపట్టమనేవాడు. అలాగే కొందరిని బలవంతంగా లాక్కెళ్ళి ఎక్కడో దాచేసే వాడు. వారికోసం మిగిలినవారు కంగారుపడి వెదుకుతూంటే ఆనందించేవాడు.

కొందరిని జుట్టుపట్టి నేలమీద ఈడ్చుకుపోయేవాడు. వాళ్ల చేతులూ, కాళ్ళూ కొట్టుకు పోయి ఏడుస్తున్నా లెక్కచేసేవాడుకాదు.

అలాగే జలక్రీడలాడుతుంటే పదిమందిని తాను ఒక్కడూ పట్టి నీటిలో ముంచేసేవాడు. వారు ఊపిరాడక గిలగిలలాడేవారు. కొనప్రాణంతో ఉండగా వాళ్ళని నీటిపైకి తీసుకు వచ్చేవాడు.

మధురమైన ఫలాలున్న వృక్షాలు కనబడితే కౌరవులు ఆ చెట్లెక్కి పళ్ళు కోసుకునేవారు.

వాళ్ళని చెట్లెక్కనిచ్చి భీమసేనుడు ఆ చెట్టు మొదలుని కాలితో గట్టిగా తన్నేవాడు. అతడు తన్నిన వేగానికి చెట్టుకున్న పళ్ళూ, చెట్టుమీదున్న కౌరవులూ ఒకేసారి నేలమీద పడేవారు.

ఏవం స ధార్తరాష్ట్రాంశ్చ స్పర్ధమానో వృకోదరః,
అప్రియేఽతిష్ఠదత్యంతం బాల్యాన్న ద్రోహచేతసా. 127.24

అలా కౌరవులని ఏడిపించడం వెనుక వారిపట్ల అతడికి ఏ ద్వేషమూ లేదు. అతడికవి సహజమైన బాల్యచేష్టలే. వాటిని అతడు కేవలం వేడుకకోసం ఆడే క్రీడగానే భావించేవాడు.

కాని, నిరంతరం అతడలా పీడిస్తూంటే కౌరవులకి అతడిపట్ల ద్వేషభావం పెరిగిపోయింది.

దుర్యోధనుడికి పుట్టుకతోనే అధర్మమైన ఆలోచనలు ఉండేవి. భీమసేనుడి చేష్టలు అతడికి భరించరానివయ్యాయి. అతడి పట్ల క్రూరమైన ఆలోచనలు చేసేవాడు.

యుధిష్ఠిరుడు తనకంటే పెద్దవాడని దుర్యోధనుడికి తెలుసు. అతడు పాండురాజు జ్యేష్ఠకుమారుడు. సింహాసనాధికారి అయిన పాండువు తరువాత న్యాయంగా యుధిష్ఠిరుడే చక్రవర్తి అవుతాడు. అప్పుడు తమ పరిస్థితి మరీ దైన్యంగా అయిపోతుంది అనుకున్నాడు దుర్యోధనుడు.

ఏదోవిధంగా పాండవుల అడ్డు తొలగిపోతే రాజ్యాధికారం తనదే అవుతుందని ఆలోచించాడు ఆ దుష్టుడు.

తస్య ధర్మాదపేతస్య పాపాని పరిపశ్యతః,
మోహాదైశ్వర్యలోభాశ్చ పాపా మతి రజాయత. 127.26

దుర్యోధనుడు స్వభావరీత్యా ఎంతటి పాపపు పనికైనా వెనుదీయనివాడు. రాజ్యాధికారం కావాలనే దురాశ అంత చిన్న వయస్సులోనే అతడి మనస్సులో తీవ్రంగా ఉంది. ఎంత పాపానికైనా తెగబడి ఆ అధికారం దక్కించుకోవాలనుకున్నాడు.

తన సోదరులతో సమావేశమై ఆలోచించాడు. "ఈ భీమసేనుడు అమిత బలశాలి. ఇతడికి పిరికితనం లేదు. బలానికి తోడు ధైర్యం, శౌర్యం ఇతడి సొత్తు. అతడొక్కడే మన వందమందినీ లొంగదీసేస్తున్నాడు. ఎలాగైనా ఇతణ్ణి చంపాలి.

తం తు సుప్తం పురోద్యానే గంగాయాం ప్రక్షిపామహే,

అథ తస్మాదవరజం శ్రేష్ఠం చైవ యుధిష్ఠిరమ్. 127.29

ప్రసహ్య బంధనే బద్ధ్వా ప్రశాసిష్యే వసుంధరామ్. 127.30

భీమసేనుణ్ణి ముఖాముఖీ ఎదురుకోవడం ఎవరికీ సాధ్యం కాదు. కపటంతోనే అతణ్ణి వధించాలి. గంగాతీరంలో ఉన్న ఉద్యానవనంలో అందరం క్రీడలకోసం వెళ్దాం. అక్కడ భీముడు నిద్రపోతున్నప్పుడు మనమందరం సాయంపట్టి అతణ్ణి జలప్రవాహంలోకి విసిరేసి చంపుదాం.

ఆ తరువాత యుధిష్ఠిరుణ్ణీ, అర్జునుణ్ణీ కారాగారంలో బంధిస్తే ఇక రాజ్యాధికారంకోసం మనతో పోటీపడేవాళ్ళు ఉండరు. ఈ భూమండలమంతనీ నేను ఎదురులేకుండా పరిపాలిస్తాను. రాజ్యాధికారం శాశ్వతంగా మనకే ఉంటుంది." అన్నాడు.

ఆ సోదరులందరూ భీమసేనుడి చేతిలో బాగా నలిగిపోయినవాళ్ళే. అందరికీ అతడి పట్ల ద్వేషం ఉంది. వారందరూ దుర్యోధనుడి పాపపు ప్రణాళికకి వంతపాడారు.

ధృతరాష్ట్రుడి చేతిలో రాజ్యం ఉండిపోవడంతో రాజసిబ్బంది దుర్యోధనుడు ఎలా ఆజ్ఞాపిస్తే అలా చేసేవారు.

అతడు తగు ఉద్యోగులని పిలిచాడు. గంగాతీరంలో నగరానికి దూరంగా ప్రమాణకోటి అనేచోట రాజకుమారులకోసం అందమైన దేరాలు వేయించమన్నాడు. తాము జలక్రీడలకి వెళ్ళేటప్పుడు ఆహారం తీసుకునేందుకూ, విశ్రాంతి తీసుకునేందుకూ తగిన ఏర్పాట్లు చెయ్యమన్నాడు. వంటవాళ్ళనీ ఇతర సిబ్బందినీ తగినంతమందిని నియమించమన్నాడు.

త్వరలోనే ప్రమాణకోటిలో అందమైన జలక్రీడాగృహం తయారయింది. సిబ్బంది వచ్చి మహారాజులకి తగిన ఏర్పాట్లన్నీ చేసామని చెప్పారు. నిపుణులైన వంటవాళ్ళనీ, ఇతర సిబ్బందినీ నియమించామన్నారు.

దుర్యోధనుడు పాండవులతో, ప్రేమ ఒలకపోస్తూ, "గంగాతీరంలో అనేక వృక్షాలు పుష్పాలతోనూ, ఫలాలతోనూ నిండి ఉన్నాయి. నీరు నిర్మలంగా ఉంది. ఆ తీరంలో విహరించి క్రీడావినోదంతో ఆనందిద్దాం." అన్నాడు.

యుధిష్ఠిరుడు అంగీకరించాడు.

◆◆◆

రాజకుమారులందరూ ఏనుగులమీదా, గుఱ్ఱాలమీదా, రథాలమీదా కూర్చుని ప్రమాణ కోటికి వెళ్ళారు. అక్కడికి చేరగానే దుర్యోధనుడు తమతో వచ్చిన సిబ్బందినీ, అక్కడ కొత్తగా నియమించిన సిబ్బందినీ అక్కడినుంచి పంపించేసాడు.

కౌరవులూ, పాండవులూ ఆ భవనాన్నీ, అక్కడ పెంచిన అందమైన ఉద్యానవనాలనీ చూసి ఆనందించారు. తరువాత భోజనానికి కూర్చున్నారు. ఒకరికొకరు రుచికరమైన పదార్థాలు తినిపిస్తూ వేడుకగా తింటున్నారు.

తతో దుర్యోధనః పాపస్తద్భక్ష్యే కాలకూటకమ్,
విషం ప్రక్షేపయామాస భీమసేనజిఘాంసయా. 127.45

పాపాత్ముడైన దుర్యోధనుడు భీమసేనుడికిచ్చే ఆహారంలో కాలకూటమనే మహావిషాన్ని కలిపాడు. ఆ విషం తిని భీముడు వెంటనే మరణిస్తాడని అతడి ఆలోచన.

హృదయం విషం పూసిన కత్తిలా ఉన్నా మాటలలో అమృతం ఒలికిస్తూ ఆ విషం కలిపిన భక్ష్యాలని దగ్గిరుండి భీముడిచేత తినిపించాడు. భీముడు అందరికంటే ఎక్కువగా తినగలడు. విషపూరితమైన పదార్థాలని దుర్యోధనుడు ఎంత తినిపిస్తే భీముడు అంతా తినేసాడు.

భీముడికి విషం తినిపిస్తూ **కృతకృత్యమివాత్మానం మన్యతే పురుషాధమః –** ఆ పురుషాధముడు పాండవమధ్యముణ్ణి బాగా మోసం చేసానని లోలోపల నవ్వుకున్నాడు. తన ప్రణాళిక విజయవంతంగా అమలుచేసానని ఆనందించాడు.

భోజనాలు చేసాక పాండవులూ, కౌరవులూ జలక్రీడలకు నదిలో దిగారు. సాయంత్రం వరకూ జలక్రీడలాడారు. అందరికంటే ఎక్కువ తినిన భీముడు అందరికంటే ఎక్కువ అలసిపోయినట్లయ్యాడు. ఎన్ని ఆటలాడుతున్నా దుర్యోధనుడు ఒక కన్ను భీముడిమీదే వేసి ఉంచాడు.

బాగా అలిసిపోయిన భీముడు ప్రమాణకోటిలో ఉన్న ఉద్యానవనాలలో ఒకచోట పడుకుని నిద్రపోయాడు. అతడు తిన్న ఆహారంలో ఉన్న విషం శరీరమంతా వ్యాపించింది. దానికితోడు నదిమీదనుంచి చల్లటి గాలి వస్తోంది. వీటి ప్రభావంతో అతడు గాఢనిద్రలోకి వెళ్ళిపోయాడు. విషప్రభావంవలన స్పృహలేనివాడిలా పడి ఉన్నాడు.

తతో బద్ధ్వా లతాపాశైర్భీమం దుర్యోధనః స్వయమ్,
మృతకల్పం తదా వీరం స్థలాజ్జలమపాతయత్. 127.54

ఎవరూ తనని గమనించకుండా జాగ్రత్తపడి దుర్యోధనుడు భీముణ్ణి సమీపించాడు. భీముడు కదలకుండా, మెదలకుండా మరణించినవాడిలా పడి ఉన్నాడు. అదే మంచి అవకాశం అనుకున్నాడు దుర్యోధనుడు.

చుట్టుపక్కల ఉన్న బలమైన లతలు తెంపి తెచ్చాడు. వాటితో భీముణ్ణి కదలకుండా గట్టిగా కట్టేసాడు. వెంటనే భీముణ్ణి మోసుకుపోయి ఎత్తయిన గట్టుమీదనుంచి నదిలో ఎక్కువలోతుగా ఉండే చోటుకి విసిరేసాడు.

భీముడు బరువువలన నదిలో లోతుకి పోయాడు. అలా లోతుకి వెళ్తూ వెళ్తూ నాగలోకం వరకూ వెళ్ళిపోయాడు. అక్కడ భీముడు తమమీద పడడంతో అనేక సర్పాలు మరణించాయి.

మిగిలిన నాగకుమారులు కోపంతో భీముణ్ణి అనేకసార్లు కాటువేసి అతడి శరీరంలో భయంకరమైన విషం కక్కారు. అతడి శరీరంలో అందిన ప్రతిచోటా కాట్లు వేసారు. కాని, వజ్రసదృశమైన అతడి విశాల వక్షస్థలంమీద ఉన్న చర్మంలో వాటి కోరలు దిగలేకపోయాయి.

ఆ సర్పాల విషం ప్రభావంతో దుర్యోధనుడివలన భీముడి శరీరమంతా వ్యాపించి ఉన్న కాలకూటవిషం విరిగిపోయింది. రెండు విషాలూ ఒకదానికొకటి విరుగుడై భీముడు సాధారణస్థితికి వచ్చాడు.

అతడు కళ్ళు తెరిచి చూస్తే లతలతో కట్టబడి ఉన్నాడు. కాళ్ళూ, చేతులూ విదిలించగానే దుర్యోధనుడు కట్టిన ఆ బలమైన లతలన్నీ తెగిపోయాయి. లేచి నిలిచిన భీముణ్ణి చూసి నాగులు అతడిమీద దాడి చేసారు. అన్ని సర్పాలని చూసి భీముడు భయపడలేదు. అతడు రెండు చేతులూ చాపి అందిన నాగులని అందినట్లే నలిపెయ్యడం మొదలుపెట్టాడు.

పోయినవాళ్ళు పోగా మిగిలిన నాగకుమారులు అక్కడినుంచి పారిపోయారు. వారు సర్పరాజు వాసుకివద్దకు వెళ్ళి జరిగినది చెప్పారు.

"నాగేంద్రా! ఎవడో ఒక నరుడు స్పృహలేని స్థితిలో మనలోకానికి వచ్చిపడ్డాడు. మేమతనిని కాటువేసాము. మాలో ఒక్కడు కాటువేసినా ఎటువంటి మానవుడైనా మరణించవలసిందే. కాని, ఇందరం కాటువేసినా అతడు మరణించలేదు సరికదా స్పృహ వచ్చి లేచి కూర్చున్నాడు. తనని కట్టిన బంధనాలు తెంపేసుకుని మమ్మల్ని నలిపి చంపి వెయ్యడం మొదలుపెట్టాడు.

అతడు భూలోకంలో ఏదో విషం తిని ఉంటాడు. దానివలన స్పృహతప్పాడు. మా కోరలలోని విషం శరీరంలో ప్రవేశించగానే అతడి శరీరంలో ఉన్న విషం విరిగిపోయి ఉంటుంది. దానివలన స్పృహవచ్చింది. మీరు వచ్చి ఆ నరుడెవరో తెలుసుకోండి." అన్నారు.

తమలోకానికి ఒక నరుడు వచ్చి, అనేక సర్పాలు అనేకమార్లు కరిచినా ఇంకా జీవించి ఉన్నాడనీ, అన్ని పాములు దాడి చేస్తూంటే భయపడకుండా ఉన్నాడనీ విన్న నాగరాజు వాసుకికి అతణ్ణి చూడాలనిపించింది.

వాసుకి భీముడున్నచోటుకి వచ్చాడు. అతణ్ణి అనుసరించి వచ్చిన వారిలో ఆర్యకుడు అనే నాగనాయకుడు ఉన్నాడు.

కుంతి తండ్రి శూరసేనుడికి ఆర్యకుడు తాత అవుతాడు. అతడు భీముణ్ణి చూస్తూనే గుర్తుపట్టాడు. అ బలశాలిని ఆప్యాయంగా దగ్గరకు తీసుకుని హృదయానికి హత్తుకున్నాడు.

ఆ భీమసేనుడు తన మనవడికి మనవడని వాసుకికి చెప్పాడు. ఆ మాట విని వాసుకి సంతోషించాడు.

"మనలోకానికి నీ బంధువు వచ్చాడు. అతణ్ణి ఎలా సంతోషపెట్టి పంపాలి? అనంతమైన ధనరాశులూ, అరుదైన మణులూ ఇద్దామా?" అని ఆర్యకుణ్ణి అడిగాడు.

"నాగరాజా! నువ్వు ఇతడిపట్ల ప్రసన్నుడివయ్యావు. నీ అనుగ్రహం ఉన్నవాడికి సంపదలకి లోటేముంటుంది?

రసం పిబేత్ కుమారోఽయం త్వయి ప్రీతే మహాబలః,
బలం నాగసహస్రస్య యస్మిన్ కుణ్డే ప్రతిష్ఠితమ్. 127.68

మన లోకంలో అమృతంవంటి పానీయం ఒకటి ఉందికదా! ఆ రసం ఒక్క పెద్ద పాత్రనిండా తీసుకుని ఎవరైనా తాగగలిగితే వారికి వెయ్యి ఏనుగుల బలం వస్తుంది. ఆ రసం ఇచ్చి ఈ బాలకుణ్ణి సత్కరించమని నా మనవి. ఇతడు ఎంత తాగగలిగితే అంత రసం ఇవ్వమని నా అభ్యర్థన." అన్నాడు ఆర్యకుడు.

వాసుకి, "అలాగే ఇవ్వండి." అన్నాడు.

నాగులు భీముడికి స్వస్తివాచకాలు చేసారు. ఆ పాండునందనుడు శుచి అయి తూర్పుకి తిరిగి కూర్చున్నాడు. నాగులు ఒక పాత్రనిండా ఆ మహిమాన్వితమైన రసం తెచ్చి ఇచ్చారు. భీముడు దానిని ఒక్కగుక్కలో తాగేసాడు. అంతపాత్రని అలా ఒక్కగుక్కలో తాగేసిన భీముణ్ణి చూసి నాగులు ఆశ్చర్యపోయారు.

నాగులు మరొకసారి పాత్ర నింపి తెచ్చారు. భీముడు దానినీ ఒక్క గుక్కలో తాగేసాడు.

నాగులు ఇస్తున్నారు. భీముడు ఒక్కొక్క పాత్రనీ ఒక్కొక్కగుక్కలో తాగేస్తున్నాడు. అలా ఎనిమిది పాత్రల రసం తాగేసాడు.

ఆ తరువాత నాగులు అతడికి ఒక దివ్యమైన శయనం ఇచ్చారు. భీముడు దానిమీద పడుకుని ఆదమరచి నిద్రపోయాడు.

◆◆◆

కౌరవులూ, పాండవులూ హస్తినాపురానికి బయల్దేరారు. అందరూ చేరారు. కాని, భీమసేనుడొక్కడూ కనబడలేదు. యుధిష్ఠిరుడూ సోదరులూ భీముడు నిద్రించిన ప్రదేశం చుట్టుపక్కల వెదికారు. జలక్రీడాభవనం అంతటా వెదికారు. ఎక్కడా భీముడి జాడలేదు. ఆ సోదరులలో ఆందోళన మొదలయింది.

వారి ఆందోళన చూసి, భీముణ్ణి విజయవంతంగా అంతమొందించినందుకు దుర్యోధనుడు చాలా ఆనందంగా ఉన్నాడు. అతడి సోదరులు కూడా 'అమ్మయ్య' అనుకున్నారు.

యుధిష్ఠిరస్తు ధర్మాత్మా హ్యవిదన్ పాపమాత్మని,
స్వేనానుమానేన పరం సాధుం సమనుపశ్యతి. 128.4

యుధిష్ఠిరుడు ధర్మాత్ముడు. అందరూ తనలాగే నిష్కల్మషంగా ఆలోచిస్తారు అనుకుంటాడు. అందరూ మంచివారే అనుకుంటాడు. అతడికి దుర్యోధనుడి మనస్సులో ఉన్న పాపపు చింతన తెలియదు.

భీముడు అందరికంటే ముందే బయల్దేరి హస్తినకు వెళ్ళిపోయి ఉంటాడని ఆ కుంతీ కుమారుడు భావించాడు.

కౌరవులూ పాండవులూ హస్తినకు తిరిగివచ్చారు.

యుధిష్ఠిరుడు తమ భవనానికి వెళ్ళాడు. తల్లికి నమస్కరించి చుట్టూచూసాడు. ఎప్పుడూ సందడిగా తిరిగే భీమసేనుడు కనబడలేదు. వెంటనే తల్లిని అడిగాడు.

"అమ్మా! భీముడు ఇంటికి వచ్చాడా? అతడు ప్రమాణకోటిలో ఉన్న జలక్రీడాభవనంలో ఎక్కడా మాకు కనబడలేదు. మేము చుట్టుపక్కల ఉన్న ఉద్యానవనాలూ, వనాలూ వెదికాము. ఎక్కడా అతడి జాడ తెలియలేదు. పోనీ ఇక్కడికి వచ్చి ఉంటాడులే అనుకున్నాము. అయినా మనస్సు కుదుటపడలేదు. ఎంతో ఆందోళనతో తిరిగి వచ్చాము. తీరా ఇక్కడికి వచ్చి చూస్తే ఎప్పుడూ సందడిగా తిరిగే తమ్ముడు కనబడడంలేదు.

నువ్వుగానీ అతణ్ణి ఎక్కడికైనా పంపావా?

ఆ బలశాలి అక్కడా, ఇక్కడా కనబడకపోవడంతో మనస్సు కీడు శంకిస్తోంది.

యతః ప్రసుప్తం మన్యేఽహం భీమం నేతి హతస్తు సః,
ఇత్యుక్తా చ తతః కుంతీ ధర్మరాజేన ధీమతా. 1.128.10

భీముడు నిద్రపోతూంటే ఎవరో చంపేసి, అతడి శరీరాన్ని కనబడకుండా చేసారేమో అనిపిస్తోంది."

ధర్మరాజు *(ఇక్కడినుంచి మధ్యమధ్యలో యుధిష్ఠిరుణ్ణి ధర్మరాజు అంటారు.)* చెప్పిన మాటలు విని కుంతి నిశ్చేష్టురాలైపోయింది.

కంగారుపడడంవలనా, భయపడడంవలనా ప్రయోజనం లేదని తెలిసిన వివేకవంతు రాలు కనుక త్వరగా తేరుకుంది.

"కుమారా! భీముడు ఇక్కడికి రానేలేదు. మీరందరూ దిగులుపడి కూర్చోకుండా అతడి కోసం వెదకండి. *(కనబడలేదని కుంగిపోతూ కూర్చుంటే ఆపదలు తొలగిపోవు. మేలు జరగదు. మానవుడు ఎప్పుడూ ఉత్సాహంతో అభ్యుదయంకోసం పాటుపడాలి. నిరుత్సాహాన్ని మనస్సునుంచి తొలగించాలి. మీరందరూ ప్రయత్నించి జాడ తెలుసుకుంటేనే కనబడని సోదరుడు దొరుకుతాడు.)*" అంది.

కుమారులని అలా ఆదేశించి ఆమె తన మరిదీ, మహామంత్రీ అయిన విదురుణ్ణి రమ్మని కబురంపింది. అతడు వచ్చాక, "మహాత్మా! భీమసేనుడు కనబడడంలేదు. జలక్రీడ కోసం వెళ్ళిన కుమారులందరూ తిరిగి వచ్చారు. భీమసేనుడొక్కడే రాలేదు. అక్కడ ఎంత వెదికినా కనబడలేదని నా కుమారులు చెప్తున్నారు.

న చ ప్రీణయతే చక్షుః సదా దుర్యోధనస్య సః,
క్రూరోఽసౌ దుర్మతిః క్షుద్రో రాజ్యలుబ్ధోఽనపత్రపః. 128.15

దుర్యోధనుడు భీముణ్ణి చూసి కళ్ళలో నిప్పులు పోసుకుంటున్నాడు. దుర్యోధనుడి గురించి మనకందరికీ తెలుసు. అతడు క్రూరుడు. దుర్బుద్ధి. క్షుద్రుడు. సిగ్గువదిలేసిన నీచుడు. ఏ పాపపు పనికీ వెరువడు. ఏ తప్పు పని చేస్తే ఎవరేమనుకుంటారో అని సంకోచించడు.

ఆ దుర్మార్గుడు జలక్రీడల సాకుతో నా బిడ్డలని ప్రమాణకోటి అనే చోటికి తీసుకు వెళ్ళాడు. అక్కడికి వెళ్ళాక భీముడు కనిపించడంలేదు. అక్కడ దుర్యోధనుడు ఏదో మాయోపాయం చేసి మహాబలశాలి అయిన భీముణ్ణి హతమార్చి ఉంటాడని నా అనుమానం.

భీముడికి ఏదో కీడు జరిగింది అనుకుంటే నా హృదయం బద్దలైపోతోంది. నేనిప్పుడేం చెయ్యాలి?" అని దుఃఖం పట్టలేక చెప్పుకుంది.

(ఆమె ఏడ్చి పెడబొబ్బలు పెట్టలేదు. పదిమందికీ తెలిసేలా అల్లరి చెయ్యలేదు. నలుగురూ వినేలా ఎవరినీ నిందించలేదు. మహామేధావీ, ధర్మశాస్త్ర మర్మాలు తెలిసినవాడూ, ధర్మాత్ముడూ అయిన తన మరిదితో చెప్పుకుంది. మనస్సుని తినేస్తున్న బాధ, అనుమానం మూడవకంటికి తెలియకుండా తమ క్షేమంకోరే వాని దగ్గర వెళ్ళబోసుకుంది.

పాండువు రాజ్యపాలనభారం వదిలేసినా కురుసామ్రాజ్యం ఇంకా బలంగా ఉండడానికి కారణం భీష్ముడు. అతడి బలంవలనా, అతడిముందు యుద్ధంలో నిలవాలంటే భయంవలనా ఇతర రాజులు అణిగిమణిగి ఉన్నారు. హస్తినలో కూడా అతడిమాట కాదనగలవారు ఎవరూ లేరు. తమపట్ల దారుణాలు జరుగుతూంటే న్యాయంగా కుంతి కురుపితామహుడైన భీష్ముణ్ణి కలిసి తన గోడు చెప్పుకోవాలి. తనకీ, పిల్లలకీ న్యాయం చెయ్యమని కోరాలి. కాని, ఆమె భీష్ముడికి చెప్పలేదు.

రాజవంశంలోనూ, రాజమందిరంలోనూ భీష్ముడి స్థానం అందరూ అనుకునేంత ముఖ్యమైనది కాదని కుంతి గ్రహించి ఉండాలి. కొన్ని పెద్దరికపు మాటలు మాట్లాడితే గౌరవిస్తున్నారు తప్ప కీలకమైన నిర్ణయాలలో భీష్ముడి స్థానం కేవలం అలంకారప్రాయమైన పెద్దరికం మాత్రమే అని కుంతి గ్రహించింది అనుకోవాలి. ఆమె ఆలోచన సరైనదే అని తరువాతి పరిణామాలు నిరూపిస్తాయి.)

విదురుడు, "ఎంత పని జరిగింది! బిడ్డ కనబడకపోతే ఎవరూ ఆందోళన చెందకుండా ఎలా ఉండగలిగారు? కౌరవులెవరూ మాట్లాడకుండా ఎందుకున్నారు? అది తప్పు కదా? అసలేమయిందో నేను కనుక్కుంటాను. నువ్వేం భయపడకు." అని ధైర్యం చెప్పలేదు. ఆమెని ఓదార్చలేదు. కనీసం సానుభూతైనా చూపించలేదు.

దూరదృష్టికలవాడు కనుకా, రాజమందిరంలో ఎవరి మనస్సులో ఏముందో తెలుసుకోగలిగిన మేధావి కనుకా, కుంతి నాయకత్వ సామర్థ్యం తెలిసివాడు కనుకా క్షత్రియవంశంలో పుట్టిన వీరమాతకి ఎలా చెప్పాలో అలా చెప్పాడు. వ్యర్థంగా ఒక్కమాట మాట్లాడలేదు.

"మైవం వదస్వ కళ్యాణి శేషసంరక్షణం కురు,
ప్రత్యాదిష్టో హి దుష్టాత్మా శేషేఽపి ప్రహరేత్ తవ. 128.17

కళ్యాణీ! ఇటువంటి మాటలు మాట్లాడకు. రాజమందిరాలలో గోడలకు చెవులుంటాయి. ఇప్పుడు నువ్వు ఆలోచించవలసినది భీమసేనుణ్ణి గురించి కాదు. మిగిలిన నీ నలుగురు కుమారులనీ ఎలా రక్షించుకోవాలా అని ఆలోచించు.

అందరినీ జలక్రీడలని తీసుకువెళ్ళావు. అందరినీ తిరిగి తీసుకురావడం నీ బాధ్యత కదా! అంత బాధ్యత మీద వేసుకున్నవాడివి భీముడు లేకుండా వెనక్కి ఎలా వచ్చావు? అక్కడ సిబ్బందిని ఎవరినీ ఉండవద్దని ఎందుకు చెప్పావు? – ఇలా దుర్యోధనుణ్ణి నిలదియ్య గలిగినవారు ఎవరూ లేరు. మనమే నిలదీసినా ఎవరూ పట్టించుకోరు. ప్రస్తుతం ఇక్కడ ఉన్న పరిస్థితి ఇది.

అంతే కాదు భీముణ్ణి తాను వధించాడని నలుగురికీ తెలిసిపోతే దుర్యోధనుడు మరీ తెగిస్తాడు. పడిన నింద ఎలాగా పడిందని నీ మిగిలిన నలుగురు కుమారులనీ కూడా చంపేస్తాడు. *(అతణ్ణి వారించడం గానీ, ఎదుర్కొని తప్పని చెప్పడం గానీ చెయ్యగలవారెవరూ ఇక్కడ లేరు.)*

అయినా వ్యాసమహర్షి నీ సంతానం గురించి చెప్పాడు. నీ కుమారులందరూ దీర్ఘాయుర్దా యంతో జీవిస్తారని ఆ దైవస్వరూపుడు అందరి మధ్యా చెప్పాడు. ఆయనమాట ఎన్నడూ అసత్యం కాదు.

ఇక భీమసేనుడి విషయానికి వస్తే అతణ్ణి ఎవరూ ఏమీ చెయ్యలేరు. అతడు ఎక్కడికి వెళ్ళినా, ఎందుకు వెళ్ళినా క్షేమంగా తిరిగి వస్తాడు. ఈ విషయం నీకూ తెలుసు. అందువలన అతడిగురించి మంచి వార్త వినాలని ఎదురుచూడడం తప్ప చేయగలిగింది ఏమీ లేదు."

ఈ మాటలు చెప్పి విదురుడు వెంటనే తన మందిరానికి వెళ్ళిపోయాడు.

కుంతీ ఆమె కుమారులూ లోపల్లోపలే దుఃఖించారు. తమ మనస్సుల్లో మెదిలే ఆలోచనలు ఎవరికీ తెలియకుండా జాగ్రత్తపడ్డారు.

◆◆◆

పాతాళలోకంలో నాగులిచ్చిన మహిమాన్వితమైన రసం తాగిన భీమసేనుడు ఎనిమిది రోజులు రాత్రీ, పగలూ నిద్రపోయాడు. అప్పటికి అతడికి తాను తాగిన రసం జీర్ణమయింది.

నిద్రలేవగానే అతడు ఒక నూతన తేజం యొక్క అనుభూతి పొందాడు. అతడికి పది వేల ఏనుగుల బలం వచ్చింది.

అతడు మేలుకోవడం చూసి నాగకుమారులు అతడితో ఇలా అన్నారు.

"మహాబాహో! ఇప్పుడు నీకు పదివేల ఏనుగుల బలం వచ్చింది. యుద్ధంలో నిన్నెవరూ జయించలేరు.

ఇక్కడున్న ఈ దివ్యజలంతో స్నానం చెయ్యి. నూతనవస్త్రాలు ధరించి ఇంటికి వెళ్ళు. నీ గురించి నీ తల్లీ, ఇతర సోదరులూ ఆందోళన పడుతున్నారు."

వారు చెప్పిన జలంలో భీముడు స్నానం చేసాడు. శుచి అయి వారిచ్చిన తెల్లని వస్త్రాలూ, తెల్లని మాలలూ ధరించాడు. నాగులు అతణ్ణి దివ్యాభరణాలతో అలంకరించారు. శాస్త్రోక్తంగా ఆశీర్వదించారు.

ఓషధీభిర్విషఘ్నీభిః సురభీభిర్విశేషతః,

భుక్తవాన్ పరమాన్నం చ నాగైర్దత్తం మహాబలః. 128.25

ఆ తరువాత సమస్త విషాలనీ విరిచేసేది, సుగంధభరితమైనదీ, ప్రభావవంతమైన ఓషధులు కలిపి చేసినదీ అయిన పరమాన్నాన్ని అతడికి పెట్టారు.

అతడు తృప్తిగా తిన్నాక ఒక నాగయువకుడు అతణ్ణి నాగలోకంనుంచి పైకి తీసుకు వచ్చాడు. అతడు ఎక్కడ నదిలో పడ్డాడో అక్కడ *(ప్రమాణకోటిదగ్గర)* భూమిపైకి తీసుకువచ్చి వదిలాడు. వెంటనే తాను అదృశ్యమైపోయాడు.

10

భీముడు వేగంగా నడిచి హస్తినాపురం చేరి, తమభవనంలోకి వెళ్ళాడు. తల్లికీ, అన్నగారికీ నమస్కరించాడు. తమ్ములని అక్కున చేర్చుకుని మూర్ధాఘ్రాణం చేసాడు. అతడు క్షేమంగా తిరిగిరావడంతో అందరి ఆనందానికీ హద్దులు లేవు.

భీమసేనుడు తల్లినీ, సోదరులనీ కూర్చోపెట్టి దుర్యోధనుడు చేసిన దారుణం వివరంగా చెప్పాడు. తరువాత నాగలోకంలో జరిగినవన్నీ పూసగుచ్చినట్లు చెప్పాడు.

ధర్మాత్ముడైన యుధిష్ఠిరుడు అంతా విన్నాడు. "భీమసేనా! ఇక్కడ రాజమందిరంలో పరిస్థితులు మనకి అనుకూలంగా లేవు. అందుచేత నువ్వు మాతో చెప్పిన విషయలేవీ ఎట్టిపరిస్థితిలోనూ ఇతరులకు తెలియనివ్వకూడదు." అని హెచ్చరించాడు. భీముడు అన్నగారు స్పష్టంగా చెప్పినదీ, చెప్పకుండా చెప్పినదీ కూడా అర్థం చేసుకున్నాడు.

అప్పటినుంచీ పాండవులు కౌరవులని ఒకకంట కనిపెడుతూ ఉన్నారు.

తాను చేసిన పనికి కుంతీపుత్రులనుంచి ఏవిధమైన స్పందనా లేకపోవడంతో ఎక్కడ ఏం జరుగుతోందో దుర్యోధనుడికి తెలియలేదు. పాండవుల ఆలోచనలేమిటో అంతుపట్ట లేదు. ఎంత ప్రయత్నించినా పాండవుల ఆలోచనల తాలూకు ఏ ఆధారం దొరకలేదు.

అతడా ఉత్కంఠ తట్టుకోలేకపోతున్నాడు. ఒకచోట కూర్చోలేకపోతున్నాడు. స్థిరంగా ఆలోచించలేకపోతున్నాడు. ఏదైనా చేసి పాండవులను రెచ్చగొడితే తప్ప వారేం చెయ్యబోతు న్నారో తెలియదనుకున్నాడు.

భీముడికి చాలా ఇష్టుడైన సారథి ఒకడున్నాడు. దుర్యోధనుడు ఆ సారథిని తానే స్వయంగా చేతులతో (కొట్టి) గొంతు పిసికి చంపేసాడు.

దానికీ పాండవులనుంచి స్పందన లేదు. అసలు ఆ సంఘటనే జరగలేదన్నట్లు ప్రవర్తించారు. **ధర్మాత్మా విదురస్తేషాం పార్థానాం ప్రదదౌ మతిమ్ -** అప్పుడు కూడా విదురుడు కుంతినీ, పుత్రులనీ రహస్యంగా కలిసాడు. మనస్సులలో ఉన్న భావాలు బయటపడకుండా జాగ్రత్తగా ఉండండి అని సలహా ఇచ్చాడు.

దుర్యోధనుడు ముందు పెట్టినదానికంటే తీవ్రమైన మహావిషాన్ని భీముడి ఆహారంలో కలిపాడు. ఆ దారుణం చూసిన యుయుత్సుడు దానిని సహించలేకపోయాడు. కాని, కౌరవులను వారించే శక్తి అతడికి లేదు. అందువలన కౌరవులతో అది తప్పని చెప్పలేకపోయాడు. పాండవులకు రహస్యంగా కౌరవుల కుట్ర తెలియజేసాడు.

అయినా భీమసేనుడు నిర్భయంగా కౌరవులు పెట్టిన విషాన్నం తిన్నాడు. *(సమస్త విషాలనీ నిర్వీర్యం చేసే ఓషధులని అతడు నాగలోకంలో భుజించాడు.)* వృకోదరుడు ఆ విషాన్నాన్ని చక్కగా జీర్ణం చేసుకున్నాడు.

(వృకం అంటే బలమైన జఠరాగ్ని. అది ఉదరంలో కలవాడు వృకోదరుడు. అతడు ఇతరులకంటే ఎక్కువ ఆహారం తినగలడు. చక్కగా జీర్ణం చేసుకోగలడు.)

కౌరవులు చిన్నపిల్లలు ఊహించడానికి కూడా సాధ్యంకాని దుర్మార్గాలు చేస్తూనే ఉన్నారు. పాండవులను చంపడానికి నిత్యం కొత్త కొత్త కుట్రలు చేస్తూనే ఉన్నారు. పాండవులు వాటిని పసిగడుతూనే ఉన్నారు. ప్రమాదంనుంచి జాగ్రత్తగా తప్పించుకుంటూ ఉన్నారు.

ఇవేవీ ధృతరాష్ట్రుడి చెవికి చేరలేదనుకోలేము. రాజమందిరాలలో రహస్యాలు ఉండవు. అక్కడ గోడలు కూడా వింటాయి. మాట్లాడతాయి. అన్ని విషయాలూ తెలుస్తూనే ఉన్నా ఆ గుడ్డిరాజు పాండవుల యోగక్షేమాలగురించి పెద్దగా పట్టించుకున్నట్లు కనబడదు.

కొంతకాలం గడిచాక ధృతరాష్ట్రుడు తన పిల్లలూ, తమ్ముడి పిల్లలూ ఆటపాటలతో సమయాన్ని వృథాచేస్తున్నారనుకున్నాడు. గౌతమ సగోత్రీయుడైన కృపాచార్యుడి వద్ద వివిధ విద్యలూ నేర్చుకునేందుకు కుమారులను పంపాడు.

◆◆◆

రాజకుమారులు కృపాచార్యుడివద్ద శిక్షణ పొందడం ప్రారంభించిన కొంతకాలానికి ద్రోణాచార్యుడు హస్తినాపురానికి వచ్చాడు.

అతడలా రావడానికి కారణముంది.

ద్రోణుడు భరద్వాజుడివద్ద గురుకులవాసం చేసాడు. ఆ సమయంలో పాంచాల రాజ కుమారుడు ద్రుపదుడు కూడా విద్యాభ్యాసానికి అదే గురుకులంలో చేరాడు. ఇతడు చంద్ర వంశ క్షత్రియుడు. ఈ ద్రుపదుణ్ణి యజ్ఞసేనుడు అని కూడా అంటారు.

ఆ రాజకుమారుడు ద్రోణుడితో స్నేహం చేసాడు. కొంతకాలానికి వారు ప్రాణస్నేహితులై పోయారు. గురువువద్ద పాఠాలు నేర్చుకోవడం, వాటిని వల్లెవేయడం, తీరికి దొరికితే అనేక ఆటలు ఆడుకోవడం – ఇలా గురుకులవాస జీవితం గడిపారు.

ద్రుపదుడు ద్రోణుడు సంతోషించేలా మాట్లాడేవాడు. అతడికి నచ్చే పనులు చేసేవాడు. వారిద్దరూ ఒకరికొకరు ప్రాణమయ్యారు.

ఒకరోజు ద్రుపదుడు, "మిత్రమా! నేనంటే నా తండ్రికి చాలా ఇష్టం. ఆయన నాకు రాజ్యాభిషేకం చేస్తాడు. **త్వద్భోగ్యం భవితా తాత సుఖే సత్యేన తే శపే, మమ భోగాశ్చ విత్తం చ త్వదధీనం సుఖాని చ** – నేను సత్యంమీద ప్రమాణంచేసి చెప్తున్నాను. రాజునయ్యాక నాకు విశేషమైన సంపదలూ, గొప్ప భోగభాగ్యాలూ లభిస్తాయి. అలా అప్పుడు నాకు లభించేవాటి మీద నాకెంత అధికారముంటుందో అంతే అధికారం నీకూ ఉంటుంది. అవన్నీ నీ అధీనంలో ఉంటాయి. నామాట నమ్ము." అని ప్రతిజ్ఞ చేసాడు.

ద్రోణుడు మిత్రుడి మాటలు నమ్మాడు. అతడి ఔదార్యానికి ఆనందించాడు.

కొంతకాలానికి ద్రుపదుడి తండ్రి స్వర్గస్థుడయ్యాడు. ద్రుపదుడు ఉత్తరపాంచాలదేశానికి రాజయ్యాడు. మరికొంతకాలానికి భరద్వాజుడు కూడా స్వర్గస్థుడయ్యాడు. ద్రోణుడు ఆ ఆశ్రమంలోనే ఉండి తపస్సు చేసాడు. అతడు చేసిన తపస్సుగురించి లోకమంతా చెప్పుకునేవారు.

ద్రోణుడి పితృదేవతలు అతణ్ణి వివాహం చేసుకుని సంతానం పొందమని ఆదేశించారు. ఆ తపస్వి కృపాచార్యుడి సోదరి అయిన కృపిని వివాహం చేసుకున్నాడు. వారికి ఒక కుమారుడు పుట్టాడు. అతడు పుట్టగానే ఏడుస్తే ఆ శబ్దం గుర్రం సకిలించినట్లు ఉంది. "అశ్వం చేసే ధ్వనిని పోలిన శబ్దం చేస్తున్న ఈ కుమారుడు అశ్వత్థామ అనే పేరుతో ప్రసిద్ధుడౌతాడు." అని అశరీరవాణి పలికింది. అలా ద్రోణుడి కుమారుడు అశ్వత్థామ అయ్యాడు.

కొంతకాలానికి ద్రోణుడికి ధనుర్విద్య నేర్చుకోవాలనిపించింది. అతడు మహేంద్రపర్వతం మీద ఉన్న పరశురాముడివద్దకు వెళ్ళాడు. "నేను ఆంగిరసగోత్రీయుణ్ణి. నా పేరు ద్రోణుడు." అని భార్గవరాముడి పాదాలముందు సాష్టాంగపడి నమస్కరించాడు.

భార్గవరాముడు, "ద్విజశ్రేష్ఠా! నీకు స్వాగతం. నువ్వు గొప్ప తపస్వివి అని విన్నాను. నువ్వేం కోరి వచ్చావో నాకు తెలియదు. నేను క్షత్రియులని సంహరించి లోకమంతటినీ

జయించాను. భూమండలమంతా నాదయింది. అప్పుడు విశేషమైన స్వర్ణరాశులూ, ఇతర సంపదలూ నావద్ద పోగయ్యాయి.

ఆ సంపదలనన్నిటినీ బ్రాహ్మణులకు దానం చేసేసాను. అనేక నగరాలతోనూ, పట్టణాలతోనూ, జనపదాలతోనూ కూడి ఉన్న భూమినంతనీ కాశ్యపుడికి ధారపోసాను.

అందరికీ అన్నీ ఇచ్చేసాక ప్రస్తుతం నావద్ద రెండే మిగిలి ఉన్నాయి. మొదటిది నా శరీరం. రెండవది అశేషమైన శస్త్రాస్త్రసంపద. వీటిలో నీకేది కావాలో కోరుకో."

"అస్త్రాణి మే సమగ్రాణి ససంహారాణి భార్గవ,
సప్రయోగరహస్యాని దాతుమర్హస్యశేషతః. 129.65

పరశురామా! సంపూర్ణ అస్త్ర శస్త్ర విద్యలూ ప్రయోగరహస్య ఉపసంహారాలతో సహా దానమివ్వండి. *(అది నా పూర్వజన్మసుకృతం అనుకుంటాను.)*' అన్నాడు ద్రోణుడు.

"తథాస్తు." అని పరశురాముడు నాలుగు అంగాలతోనూ శస్త్రాస్త్రవిద్యలు ద్రోణుడికి నేర్పాడు. అతణ్ణి సాటిలేని ధనుర్ధారిని చేసాడు.

(ధనుర్వేదంలో నాలుగు అంగాలున్నాయి. ముక్తం - అంటే విసిరేది. ధనుస్సునుంచి వదిలిన బాణంవంటి వాటి ప్రయోగం. అముక్తం - అంటే చేతిలో ధరించిఉండి ప్రయోగించడం. గద, ఖడ్గంవంటి వాటితో పోరాడడం. ముక్తాముక్తం - ఆయుధాన్ని ధరించీ, విసిరీ కూడా పోరాడగలగడం. మంత్రముక్తం - మంత్రశక్తిని ఆయుధంమీద ఆరోపించి ప్రయోగించడం.

కొందరు ఆదాన, సంధాన, విమోక్ష, సంహారాలని ధనుర్వేదంలో నాలుగు అంగాలంటారు.)

◆◆◆

ద్రోణుడికి విద్యాభ్యాసం, తరువాత తపస్సు, తరువాత పరశురాముడివద్ద శిష్యరికంతో జీవితంలో ముఖ్యభాగం గడిచిపోయింది. అతడు ఎన్నడూ ధనార్జనకోసం ప్రయత్నించలేదు. ఆర్థికంగా కడుపేదవాడిగానే జీవించాడు.

అశ్వత్థామతో సమానమైన వయస్సున్న పిల్లలు పాత్రలనిండా పాలు నింపుకుని తాగుతూంటే అశ్వత్థామకి కూడా పాలు తాగాలని కోరిక ఉండేది. తల్లిదగ్గిర మారాం చేసేవాడు. నిత్యం ఏదో ఒక విద్యాభ్యాసమూ, నేర్చుకున్న విద్యలు శిష్యులకు నేర్పడమూతో తలమునకలై ఉండే ద్రోణుడికి తన ఒక్కగానొక్క కుమారుడికోసం గోవుని సంపాదించాలనే ఆలోచనే మనస్సులోకి రాలేదు.

ద్రోణుడి నిష్ఠ తెలిసిన కృపి ఎన్నడూ భర్తని ఏదైనా సంపాదించమని అడగలేదు.

కుమారుడి కోరిక తీర్చడానికి ఆమె బియ్యపు పిండి నీళ్ళలో కలిపి నీళ్ళను తెల్లగా చేసి అదే పాలనిచెప్పి కుమారుడికి ఇచ్చి ఊరుకోపెట్టింది.

అందరు పిల్లలలానే తానూ పాలు తాగుతున్నానని అశ్వత్థామ ఆ బియ్యపుపిండినీళ్ళనే తాగి ఆనందంతో నాట్యం చేసేవాడు. అదిచూసి మిగిలిన బాలురు హేళన చేసేవారు. చుట్టుపక్కల ఉన్న విప్రులు కూడా ద్రోణుడి అసమర్థతనీ, అతడి కుమారుడి అవివేకాన్నీ నిందించడం మొదలు పెట్టారు.

ఇవన్నీ ద్రోణుడి చెవిన పడ్డాయి. ఎలాగైనా ఒక గోవుని సంపాదించాలనుకున్నాడు. కాని, ఎంత చూసినా అతడికి పండితులూ, శ్రోత్రియులే మిత్రులు. వారి వద్ద ఉన్న ఒకటి రెండు గోవులు వారి అగ్నిహోత్రానికి ఆధారాలు కావడంతో వారిని అడగలేకపోయాడు.

ఆశ్రమం వదిలి అనేక దేశాలు తిరిగాడు. ఏ యోగ్యుడినైనా అడగాలనుకుంటే అవతలివారికి ఇబ్బంది కలిగే పరిస్థితే కనిపించింది.

ఈలోగా అశ్వత్థామ పెరిగి పెద్దవాడయ్యాడు. తండ్రిదగ్గర విద్యాభ్యాసం మొదలుపెట్టాడు.

అయినా ద్రోణుడు గోవుకోసం అన్వేషణ మానలేదు. గోవుని సంపాదించడం ఎలాగా అని ఆలోచిస్తూంటే తన మిత్రుడు ద్రుపదుడు ఉత్తరపాంచాలదేశానికి రాజయ్యాడని జ్ఞాపకం వచ్చింది. ద్రుపదుణ్ణి తలుచుకోగానే, అతడు చేసిన ప్రతిజ్ఞ జ్ఞాపకం వచ్చింది. మనస్సు ఆనందంతో నిండిపోయింది.

వెంటనే ద్రుపదుడివద్దకి వెళ్ళాడు. ఎలాగో రాజుగారి దర్శనం లభించింది. తమ బాల్యస్నేహం జ్ఞాపకం చెయ్యబోయాడు. ఆ నిరుపేద, "నేను నీ స్నేహితుణ్ణి. గురుకులంలో మనం సహాధ్యాయులం. విద్యాభ్యాసం చేసేరోజులలో కలిసి చదువుకున్నాము. కలిసి ఆడుకున్నాము." అంటూంటే రాజుకి కోపం వచ్చింది. భృకుటి ముడిపడింది. కళ్ళు ఎరుపెక్కాయి.

"బ్రాహ్మణుడా! నువ్వు చదువుకున్నానంటున్నావు. నువ్వు నిజంగానే విద్య నేర్చుకుని ఉండవచ్చు. కానీ, నీకు లోకజ్ఞానం లేదు. ఒక పేదవాడు ఎక్కడినుంచో ఊడిపడి, రాజుముందు నిలబడి నేను నీస్నేహితుణ్ణి అనడం ఎంత అవివేకమో నీకు తెలియడంలేదు.

పూర్వం గురుకులంలో నీతో ఎందుకు స్నేహంగా ఉండేవాడినో కూడా గ్రహించలేని అవివేకివి. నీతో స్నేహం ఎందుకు చేసానంటే ఆ గురుకులంలో ఆనాడు నాతో కలిసి చదువుకునేందుకూ, ఆడుకునేందుకూ తగినవాడు నువ్వు తప్ప వేరొకడు లేడు. ఆనాడు కడు దరిద్రంలో ఉన్న నీతో స్నేహానికి కారణం నీ సామర్థ్యం. నీపై ఇష్టం కాదు.

సంపన్నుడు పేదవాడితోనూ, అధికారంలో ఉన్నవాడు బలహీనుడితోనూ ఏదో ఒక అవసరం ఉండి మాత్రమే స్నేహంగా ఉంటారు. ఆ అవసరం తీరాక ఎవరిదారి వారిదే.

న సఖ్యమజరం లోకే హృది తిష్ఠతి కస్యచిత్ – లోకంలో మనుష్యుల హృదయాలలో స్నేహాలు స్థిరంగానూ, బలంగానూ, శాశ్వతంగానూ ఉంటాయనుకోకు. కాలం గడుస్తూంటే మానవులే వృద్ధులై బలహీనులవుతున్నారు. శరీరాలు శిథిలమై రాలిపోతున్నాయి. అటువంటిది ఏదో చిన్ననాడు కలిసి ఆడుకున్నందుకు నేను ఎప్పటికీ నీతో స్నేహానికి బద్ధుడినై ఉంటానని ఎలా అనుకుంటున్నావు?

న దరిద్రో వసుమతః నావిద్వాన్ విదుషః సఖా,
న శూరస్య సఖా క్లీబః సఖిపూర్వం కిమిష్యతే. 130.9

ఒక్క విషయం ఎప్పుడూ జ్ఞాపకం ఉంచుకో.

దరిద్రుడికీ ఐశ్వర్యవంతుడికీ, పండితుడికీ విద్యాహీనుడికీ, శూరుడికీ పిరికివాడికీ మధ్య స్నేహం కుదరదు. అలాగే శ్రోత్రియుడుకానివాడికి శ్రోత్రియుడూ, కాలినడకన పోయేవాడికి అందమైన రథంలో ఠీవిగా వెళ్ళేవాడూ, బలిసినవాడికి బక్కచిక్కినవాడూ శాశ్వతంగా స్నేహితులు కాలేరు.

యయోరేవ సమం విత్తం యయోరేవ సమం శ్రుతమ్,
తయోర్వివాహః సఖ్యం చ న తు పుష్టివిపుష్టయోః. 130.10

సమానమైన సంపదలూ, సమానమైన విద్యా ఉన్నవారి మధ్య వివాహసంబంధాలూ, మైత్రీబంధాలూ ఏర్పడతాయి. అవి బలంగా ఉంటాయి. అన్ని విధాలా సమృద్ధంగా ఉన్నవాడికీ, ఏమీ లేనివాడికీ మధ్య ఇటువంటి బంధాలు ఏర్పడవు.

సరే. తెలిసో తెలియకో వచ్చావు. మంచి భోజనం ఎలా ఉంటుందో తెలియని పేదవి.

ఏకరాత్రం తు తే బ్రహ్మన్ కామం దాస్యామి భోజనమ్ – కావాలంటే నీకు ఒక్క రాత్రి, నువ్వు కోరిన పదార్థాలతో, మృష్టాన్నభోజనం ఏర్పాటు చేయిస్తాను. తృప్తిగా తిని, ఆనందించి వెళ్ళు." అన్నాడు.

ద్రోణుడి హృదయం కోపంతో మండిపోయింది. తపస్వి కనుక ఒక్క నిముషంలో మనస్సుని అదుపులోకి తెచ్చుకున్నాడు. ద్రుపదుడికి గుణపాఠం చెప్పాలనుకున్నాడు. అందుకు తగిన ప్రణాళిక త్రుటిలో మనస్సులో సిద్ధం చేసుకున్నాడు. రాజుతో మరొక్కమాట మాట్లాడలేదు. గిరుక్కున వెనక్కి తిరిగాడు.

వెంటనే హస్తినాపురానికి బయల్దేరాడు.

హస్తినలో రాజవంశానికి తగిన సమయం చూసి తానెవరో తెలియచెయ్యాలనుకున్నాడు. నివురు కప్పిన నిప్పులా కృపాచార్యుడి ఇంట్లో ఉన్నాడు. ద్రోణుడి కుమారుడు అశ్వత్థామ అప్పటికే శస్త్రాస్త్రవిద్యలలో నిపుణుడయ్యాడు.

కౌరవపాండవులకు కృపాచార్యుడివద్ద శిక్షణ అయిపోయాక, ఆ రోజు జరిగిన పాఠంలోని విషయాలపై అశ్వత్థామ మరింత శిక్షణ ఇచ్చేవాడు.

◆◆◆

ఒకరోజు కురుపాండవ కుమారులు హస్తినాపురం వెలుపలికి వచ్చి అరమరికలు లేకుండా ఆడుకుంటున్నారు. అప్పటికి ఉన్న పరిస్థితిలో అది చాలా అరుదైన విషయం.

వారు ఆడుతున్న బంతి *(దీనిని 'వీటా' అన్నారు. అంటే గుండ్రంగా ఉండే కర్రముక్క.)* ఒక నూతిలో పడింది. కుమారులు ఎంత ప్రయత్నించినా దానిని బయటకి తీయలేక పోయారు.

వారు దిగులుగా అటూ ఇటూ చూస్తున్నారు. వారికి తమ సమీపంలో ఉన్న తేజో వంతుడైన ఒక బ్రాహ్మణుడు కనపడ్డాడు. అతడు బక్కచిక్కి ఉన్నాడు. నల్లగా ఉన్నాడు. తలమీద కేశాలు కొంత నెరిసి తెల్లగా ఉన్నాయి.

ఆ బ్రాహ్మణుడు ద్రోణుడు.

కుమారులందరూ ఆ బ్రాహ్మణుడివద్దకు వెళ్ళారు. నూతిలో పడిన బంతిని తీయడానికి వారు పడిన అవస్థలూ, తీయలేక పొందిన నిరాశా ఆ ద్రోణుడు గమనిస్తూనే ఉన్నాడు. వారు తనని సహాయం చేయమని అడగడానికి వచ్చారు. తాను సంకల్పించిన కార్యం సాధించడంలో మొదటి అడుగు వేయడానికి ఇదే మంచి అవకాశం అనుకున్నాడు.

నవ్వుతూ ఆ కుమారులతో ఇలా అన్నాడు.

"మీరందరూ క్షత్రియకుమారులు. భరతవంశంలో పుట్టారు. ఈ పాటికి శస్త్రాలూ, అస్త్రాలూ ప్రయోగించడం నేర్చుకునే ఉంటారు. నూతిలో పడిన బంతిని, అదీ నీరులేక ఎండిపోయిన నూతిలో పడినదానిని, తీయడానికి ఇంత శ్రమపడాలా? ఇంత శ్రమపడినా తీయలేకపోయామని నిరాశ చెంది దానిని వదిలేయడం మీకు తగిన పనేనా? తెలివైనవారు ఒక ఉపాయం పని చెయ్యకపోతే దానిని మించిన మేలైన ఉపాయం మరొకటి చూసుకోవాలి కదా!"

కుమారులు మాట్లాడలేదు. తలదించుకున్నారు. ద్రోణుడే మళ్ళీ అన్నాడు.

"మీరందరూ చూస్తుండగా నా వేలికి ఉన్న ఉంగరాన్ని కూడా మీ బంతి పడిన నూతి

లోనే వేస్తాను. మీ బంతినే కాదు, నా ఉంగరాన్ని కూడా నాకున్న విద్యవలన లోతైన ఈ నూతిలోనుంచి పైకి తీస్తాను. ఏ ఉపకరణాలూ *(గేలం వంటివి)* వాడను. ఏ ఆయుధం వాడను. **ఉద్ధరేయమిషీకాభిః భోజనం మే ప్రదీయతామ్** – కేవలం గుప్పెడు గడ్డిపరకలతో ఈ రెండిటినీ తీస్తాను. నా కౌశలం గమనించి, మీ పెద్దలతో చెప్పి నాకు జీవనాధారం ఏర్పాటు చేయించండి."

ఇలా అని ద్రోణుడు కుమారులందరూ తెల్లబోయి చూస్తుండగా తన వేలికున్న ఉంగరాన్ని తీసి ఆ నూతిలో వేసాడు.

యుధిష్ఠిరుడు వినయంగా, "మహాత్మా!' మీవంటివారికి జీవనాధారం ఏపాటిది! మీరు కృపాచార్యులవారి ఇంట్లో ఉంటున్నారు.ఆ ఆచార్యుడి అనుమతితో మానుంచి శాశ్వతమైన ప్రయోజనం పొందండి." అన్నాడు.

ద్రోణుడు యుధిష్ఠిరుడికి సమాధానం చెప్పలేదు. పక్కనే ఉన్న పొడవైన గడ్డిని చూసాడు. కిందకి వంగి గుప్పెడు గడ్డిపరకలు పీకాడు.

"ఈ గడ్డిపరకలని అస్త్రమంత్రాలతో అభిమంత్రిస్తున్నాను. ఏ శక్తీ లేని ఈ గడ్డిపరకలు మంత్రబలం వలన ఎంత శక్తిమంతం అవుతాయో చూడండి." అన్నాడు.

మంత్రించిన ఒక గడ్డిపరకని నూతిలోకి వదిలాడు. అది సూటిగా వదిలిన బాణంలా వెళ్ళి బంతికి గుచ్చుకుంది. మరో గడ్డిపరకని వదిలాడు. అది మొదటి గడ్డిపరకకి గుచ్చుకుని విడదీయలేని బంధం అయింది. అలా గడ్డిపరకలు నూతిపైకి, చేతికి అందేవరకూ వదిలాడు. చేతికి అందగానే వాటిని పైకి లాగాడు. వాటితోపాటు బంతికూడా పైకి వచ్చింది.

ఆ అద్భుతదృశ్యం చూసిన రాజకుమారుల కళ్ళు ఆశ్చర్యంతో విప్పారాయి. వారు తేరుకుని, "**ముద్రికామపి విప్రర్షే శీఘ్రమేతాం సముద్ధర** – మహాత్మా! మీ ఉంగరం ఈ నూతిలో వేసారు కదా! దానిని కూడా బయటకు తీయండి." అన్నారు.

ద్రోణుడు ధనుస్సు ధరించి ఒక బాణం సంధించాడు. ఉంగరాన్ని ఉద్దేశించి ఆ బాణాన్ని నూతిలోకి ప్రయోగించాడు. ఆ బాణం ఉంగరాన్ని తగిలించుకుని నూతిపైకి వచ్చింది. ద్రోణుడు ఆ ఉంగరాన్ని తీసి ఆశ్చర్యచకితులై చూస్తున్న రాజకుమారుల చేతిలో ఉంచాడు.

వారందరూ తలలు వంచి ఆ బ్రాహ్మణుడికి నమస్కరించారు.

"మహాత్మా! ఈ అస్త్రవిద్యా, ఈ శస్త్రవిద్యాకౌశలం మేమింతవరకూ ఎక్కడా చూడలేదు. ఎవరూ చెప్పగా వినలేదు. మీరెవరు? మీవంటి మహాత్ములకి మేము ఏ సేవ చేయగలమో చెప్పండి." అన్నారు.

ద్రోణుడు నవ్వుతూ, "మీరు చూసినది భీష్ముడికి చెప్పండి. నేనెవరినో ఆయనకు తెలుస్తుంది." అన్నాడు.

రాకుమారులు వెంటనే వెళ్ళి కురుపితామహుడికి తాము చూసిన అద్భుతం వర్ణించి చెప్పారు. అది వినగానే ఆ విప్రుడు ద్రోణుడే అని భీష్ముడికి అర్థమయింది.

ఆ కురుపితామహుడు ఉన్న వాడు ఉన్నట్లుగానే లేచి ద్రోణుడు ఉన్న చోటుకి వచ్చాడు. అద్వితీయుడైన ఆ శస్త్రాస్త్రవేత్తని స్వాగతించి తన మందిరానికి తీసుకువెళ్ళాడు. మర్యాదలు చేసిన తరువాత అతడి రాకకు కారణమేమిటని అతిసున్నితంగా అడిగాడు.

ద్రోణుడు తన విద్యాభ్యాసం, ధనహీనత, ద్రుపదుడు చేసిన అవమానం అన్నీ చెప్పాడు.

"అపి చాహం పురా విప్రైః వర్జితో గర్హితో వసే,
పరోపసేవాం పాపిష్ఠాం న చ కుర్యాం ధనేప్సయా. 130.59

నాకున్నది ఒక్క కుమారుడు. అతడు బాల్యంలో తన వయసు పిల్లలందరూ పాలు తాగుతుంటే తనకూ పాలు కావాలని అడిగాడు. ఒక్క గోవును సంపాదించి ఒక్కగానొక్క కుమారుడి కోరిక తీర్చలేకపోయిన నా అసమర్థతని నేనే నిందించుకున్నాను.

గతంలో సాటి పండితులు (విప్రులు) ధనం సంపాదించడం చేతకానివాడినని నన్ను చూసి జాలిపడేవారు. దరిద్రుడినని నన్ను తప్పించుకుని తిరిగేవారు.

అయినా కేవలం ధనంకోసమూ, భోగాలకోసమూ ఎవరి పంచనో పడిఉండి సేవచేయడానికి నా అంతరాత్మ అంగీకరించలేదు.

(సేవాధర్మం - అంటే జీతం పుచ్చుకుని పనిచేయడం పాపిష్ఠిది. చిరకాలం తపస్సు చేసి పవిత్రుడినైన నావంటివాడికి ఊహించలేనిది. జీతం తీసుకున్నాక యజమాని చెప్పిన పని ధర్మమే అయినా చెయ్యాలి. అధర్మమే అయినా చెయ్యాలి. అది తప్పదు.

అతడు చెప్పిన పని అధర్మమే అయితే ఆ అధర్మం ఆచరించినందుకు బ్రతికినంతకాలం చిత్తక్షోభ అనుభవించాలి. చేయడానికి నిరాకరిస్తే రాజు కోపించి వేసే శిక్ష అనుభవించడానికి సిద్ధంగా ఉండాలి. ఆపైన అంతవరకూ తీసుకున్న ధనానికి ప్రతిఫలం ఇవ్వని కృతఘ్నుడైనందుకు నరకానికి పోవాలి.

అందుచేత జీవితంలో ఎవరివద్దా జీతం తీసుకుని పనిచేయకూడదని అప్పట్లో నిర్ణయించుకున్నాను.)

కానీ, ఇప్పుడు ఆ భావాలన్నీ మారిపోయాయి. ద్రుపదుడిమీద పగతీర్చుకోవడమే నా

జీవితానికి పరమలక్ష్యం అయింది. ఇంతకాలమూ పాటించిన నిష్ఠనీ, నమ్మిన సిద్ధాంతాలనీ పక్కన పెట్టాను.

ఇప్పుడు నాకు సంపద కావాలి. ద్రుపదుడు ఇస్తానన్న మృష్టాన్నాలూ, భోగభాగ్యాలూ నేనే సంపాదించుకోవాలి. వాటిని నా కుటుంబం అనుభవించాలి.

ఆ యజ్ఞసేనుడు నాముందు తలదించుకుని నిలబడాలి. *(ఆ యుద్ధం నేనే చెయ్యగలను. కానీ, పరశురాముడి అనుగ్రహంవలన అస్త్రసంపద పొందిన నేను సామాన్య యోధుడిపై గెలవడం విశేషం కాదు.)*

ఇవి సాధించడానికి ఏపని చేయడానికైనా సిద్ధమయ్యాను. మీ నగరానికి వచ్చాను.

గుణవంతులైన శిష్యులను తీసుకుని, వారిని తిరుగులేని పరాక్రమవంతులను చేసి, ఆ శిష్యుల ద్వారా ద్రుపదుడిమీద ప్రతీకారం తీర్చుకోవడమే నాకిప్పుడు జీవితాశయం.

బ్రూహి కిం కరవాణి తే – మహాత్మా! గంగానందనా! మీకు నేను ఏ సేవ చెయ్యాలో చెప్పు." అన్నాడు.

భీష్ముడు అత్యంత గౌరవంతో ద్రోణుణ్ణి అర్థించాడు.

"ద్రోణాచార్యా! మీరు హస్తినాపురంలోనే ఉండిపోండి. మా కుమారులకి శస్త్రాస్త్రవిద్యలు నేర్పండి. విశాల కురుసామ్రాజ్యానికి రాజధాని అయిన హస్తినాపురంలో ధనానికీ, వైభవానికీ, భోగాలకీ కొదవ లేదు. నేటినుంచి ఇవన్నీ మీవే. ఇక మీ జీవితంలో దేనికీ లోటుండదు.

ఆపైన మీరు ఏ కోరికతో ఇక్కడికి వచ్చారో అదికూడా తప్పక సిద్ధిస్తుంది." అన్నాడు.

ద్రోణుడు అంగీకరించాడు. కౌరవ పాండవ కుమారులకి అధ్యాపకుడినవుతానన్నాడు. భీష్ముడు అతడికి వైభవోపేతమైన భవనం, అపారమైన సంపదా ఇచ్చాడు. సేవలందించడానికి దాస దాసీ జనాన్ని నియమించాడు.

ద్రోణుడు కురు పాండవ కుమారులని శిష్యులుగా స్వీకరించే లాంఛనం శాస్త్రోక్తంగా జరిగింది.

కుమారులు తనచుట్టూ ఉండగా ద్రోణుడు ఆలోచనలో మునిగిపోయాడు. కొంతసేపటికి ఆ ఆలోచనలలోనుంచి బయటపడి మెల్లగా ఇలా అన్నాడు.

"కుమారులారా! శస్త్రాస్త్రవిద్యలలోనూ, యుద్ధతంత్రాలలోనూ, వ్యూహరచనలోనూ మిమ్మల్నందరినీ నిష్ణాతులని చేస్తాను.

అయితే నా మనస్సులో ఒక బలమైన కోరిక ఉంది.

మీ విద్యాభ్యాసం పూర్తయ్యాక, మీరందరూ మహావీరులయ్యాక అందరూ కలిసి నా కోరిక తీర్చాలి. ఏమంటారు?"

తచ్ఛ్రుత్వా కౌరవేయాస్తే తూష్ణీమాసన్ విశాంపతే,
అర్జునస్తు తతః సర్వం ప్రతిజజ్ఞే పరంతప. 131.7

కౌరవులు ముఖముఖాలు చూసుకున్నారు. ఎవరూ మాట్లాడలేదు. అర్జునుడు వెంటనే లేచాడు. ఆచార్యుడి కోరిక తాను తీరుస్తానని ప్రతిజ్ఞ చేసాడు.

ఆచార్యుడు సంతోషించి అర్జునుణ్ణి పదే పదే హృదయానికి హత్తుకున్నాడు. ఆనంద బాష్పాలు స్రవిస్తుంటే మూర్ధాఘ్రాణం చేసాడు.

ద్రోణాచార్యుడు కుమారులకు శిక్షణ ఇస్తున్నాడని తెలిసి వృష్ణి, అంధక వంశాల రాజుల కుమారులూ, అనేక దేశాల రాజుల కుమారులూ అతడికి శిష్యులుగా చేరారు. సూతపుత్రుడు కర్ణుడు కూడా విద్యాభ్యాసంకోసం అక్కడ చేరాడు.

అర్జునుడు ఆచార్యుడు చెప్పిన విషయాలు అందరికంటే వేగంగానూ, క్షుణ్ణంగానూ గ్రహించేవాడు. నిరంతర శస్త్రాభ్యాసంతో బలిష్ఠుడయ్యాడు.

స్పర్ధమానస్తు పార్థేన సూతపుత్రోఽత్యమర్షణః,
దుర్యోధనం సమాశ్రిత్య సోఽవమన్యత పాండవాన్. 131.12

కర్ణుడు ప్రతీ విషయంలోనూ అర్జునుడితో పోటీపడేవాడు. పార్థుణ్ణి రెచ్చగొట్టేవాడు. పాండవులని కించపరుస్తూ మాట్లాడేవాడు. పాండవులమీద ద్వేషంతో దహించుకుపోతున్న దుర్యోధనుడు అతడికి మద్దతుగా నిలిచేవాడు.

అర్జునుడు విద్యాభ్యాసంమీదనే దృష్టి కేంద్రీకరించి ఉండడంతో కర్ణుణ్ణీ, అతడి ప్రవర్తననీ పట్టించుకునేవాడు కాదు. మిగిలిన పాండవులు విదురుడి ఆదేశం పాటించి అంతకుముందు లానే అవమానాలు సహించి ఊరుకునేవారు.

ఆ విద్యాభ్యాసం ప్రారంభదినాలలో రెండు ఆసక్తికరమైన సంఘటనలు జరిగాయి.

ఆచార్యుడు అందరు శిష్యులకీ, తన కుమారుడితో సహా, ఒకేసారి పాఠం చెప్పేవాడు. అందువలన ఎవరిపట్లా పక్షపాతం చూపించాడని నిందపడే అవకాశం ఉండదు.

ప్రాథమిక శిక్షణ పూర్తయ్యాక ఆయన కుమారులకు అనేక అస్త్రాలు ఉపదేశించాడు. వాటి ప్రయోగం, ఉపసంహారం నేర్పాడు. ఆచార్యపుత్రుడైన అశ్వత్థామ కూడా కురు కుమారులతో కలిసి అస్త్రవిద్య నేర్చుకునేవాడు.

ఎంతగా హృదయం విప్పి అందరికీ విద్యనేర్పుతున్నా పుత్రప్రేమ ఆచార్యుణ్ణి ఒక ప్రలోభానికి గురిచేసింది. ఇతరులకు నేర్పని కొన్ని విశేషమైన అస్త్రప్రయోగ రహస్యాలు తన కుమారుడికొక్కడికే నేర్పాలనిపించేది.

దానికి ఆయన ఒక ఉపాయం ఆలోచించాడు.

శిష్యులందరికీ పెద్ద పెద్ద కుండలిచ్చి నదినించి నీరు తెమ్మనేవాడు. అందరికీ సమానమైన కుండలు ఇచ్చేవాడు. అందరు శిష్యులకీ అతి సన్నని మూతి ఉన్న కుండలు ఇచ్చేవాడు. అశ్వత్థామకి మాత్రం విశాలమైన మూతి ఉన్న కుండ ఇచ్చేవాడు. అశ్వత్థామ వెంటనే కుండ నింపుకుని వచ్చేవాడు. మిగిలినవారు రావడానికి చాలా సమయం పట్టేది. ఆ విరామంలో ఆయన తన కుమారుడికి రహస్యంగా ఎన్నో విషయాలు ఉపదేశించేవాడు.

అర్జునుడు అది గమనించాడు. అందరూ నదివద్దకి వెళ్తుంటే అతడు వారితో వెళ్ళేవాడు కాదు. తానున్న చోటే వారుణాస్త్రం ప్రయోగించి కుండ నీటితో నింపి అశ్వత్థామకంటే ముందే వచ్చేవాడు. ద్రోణుడికి గత్యంతరం లేకపోయింది. అశ్వత్థామకి చెప్తూన్న రహస్యాలన్నీ అర్జునుడికీ చెప్పేవాడు.

ఆ తరువాత మరొక సంఘటన జరిగింది.

అర్జునుడు రాత్రింబవళ్ళు ధనుర్విద్య సాధన చేసేవాడు. ఒక్క క్షణం కూడా వృథా చేయకుండా, విశ్రాంతి అంటూ సమయం వెచ్చించకుండా తన నైపుణ్యం పెంచుకుంటూ ఉండేవాడు.

ఆచార్యుడు అది గమనించాడు.

ఎవరూ దగ్గరలో లేని సమయం చూసి వంటవాడిని పిలిచాడు. "నువ్వు పొరబాటున కూడా అర్జునుడికి చీకటిలో భోజనం వడ్డించకు. **న చాఖ్యేయమిదం చాపి మద్వాక్యం విజయే త్వయా** – నేనిలా చెప్పానని అర్జునుడితో ఎప్పుడూ చెప్పకు." అన్నాడు.

కాని, విధినిర్ణయం వేరుగా ఉంది. ఒకరోజు రాత్రి అర్జునుడు భోజనం చేస్తూండగా గాలి బలంగా వీచింది. భోజనశాలలో దీపం ఆరిపోయింది. భోజనశాలలో అంతా కటిక చీకటిగా ఉంది. అయినా అర్జునుడు భోజనం చేస్తూనే ఉన్నాడు. అంత చీకటిలోనూ విస్తరిలో ఉన్న ముద్ద గురితప్పకుండా నోటిలోకి వెళ్తుండడం గమనించాడు.

"రోజూ తినే అభ్యాసంవలన అన్నంముద్ద గురితప్పకుండా నోటివద్దకి వెళ్తోంది. గట్టిగా సాధన చేస్తే చీకటిలో వదిలిన బాణం కూడా గురి తప్పకుండా లక్ష్యానికి తగులుతుంది." అనుకున్నాడు.

ఆరోజునుంచీ చీకటిలో బాణప్రయోగం సాధన చేయడం మొదలుపెట్టాడు.

ద్రోణుడి గురుకులంలో విద్యార్థులందరూ రాత్రి పొద్దుపోకముందే నిద్రపోయి వేకువనే లేచేవారు. ఒకరోజు అర్ధరాత్రి అందరూ గాఢనిద్రలో ఉన్నారు. ఆ సమయంలో పార్థుడు బాణం వదలితే వచ్చే టంకారధ్వని ద్రోణుడి చెవిన పడింది. అతడు వెంటనే లేచివెళ్ళి చూసాడు. అర్జునుడు ఒక్కడూ చీకటిలో ఉండి దీక్షగా బాణప్రయోగం చేస్తున్నాడు.

విద్యనేర్చుకోవడంలో అతడికున్న దీక్ష చూసి ఆచార్యుడు ఆనందం పట్టలేకపోయాడు. అర్జునుణ్ణి హృదయానికి హత్తుకున్నాడు.

"ప్రయతిష్యే తథా కర్తుం యథా నాన్యో ధనుర్ధరః,
త్వత్సమో భవితా లోకే సత్యమేతద్ బ్రవీమి తే. 131.27

అర్జునా! నిన్ను గొప్ప ధనుర్ధారిని చేస్తాను. నిన్నెంత వీరుణ్ణి చేస్తానంటే నీతో సమానమైన విలుకాడు ఈ లోకంలో ఎవడూ ఉండడు. నేను చెప్తున్న మాట ముమ్మాటికీ సత్యం చేస్తాను." అన్నాడు.

ఆయన అర్జునుడికి భూమిమీద నిలిచి, వేగంగా పోయే రథంమీద నిలిచి, దౌడుతీసే గుర్రంమీద ఉండి, ఏనుగుమీద ఉండి గురి తప్పకుండా వేగంగా బాణాలు ప్రయోగిస్తూ యుద్ధంచేసే రీతులన్నీ నేర్పాడు. కౌరవులకు గద, ఖడ్గం, తోమరం, ప్రాస, శక్తి మొదలైన ఆయుధాలతో యుద్ధం చేయడం నేర్పాడు.

కొంతకాలానికి కుమారుల విద్యాభ్యాసం పూర్తి కావచ్చింది. ద్రోణుడు ధనుర్విద్యలో పెట్టిన అన్ని పరీక్షలలోనూ అర్జునుడే అందరికంటే ఉత్తముడుగా ఉత్తీర్ణుడయ్యాడు.

11

ద్రోణుడు ధృతరాష్ట్రుడి సభకి వెళ్ళాడు. వ్యాసుడూ, భీష్ముడూ, కృపాచార్యుడూ, సోమదత్తుడూ, విదురుడూ మొదలైన ప్రముఖులందరూ అక్కడున్నారు.

కుమారుల విద్యాభ్యాసం పూర్తయిందనీ, వారు తమ అస్త్రవిద్యా ప్రదర్శన చేయడానికి అనుమతి ఇవ్వాలనీ ద్రోణుడు కోరాడు.

ధృతరాష్ట్రుడు ఆనందించి ద్రోణుడు ఎలా చెప్తే అలా రంగస్థలనిర్మాణం, ఇతర ఏర్పాట్లు చెయ్యాలని ఆజ్ఞాపించాడు.

రంగస్థలనిర్మాణం పూర్తయింది.

మంచి ముహూర్తంలో కుమారఅస్త్రవిద్యా ప్రదర్శన ఏర్పాటు చేసారు. నగరంలో పౌరు

లందరూ రంగస్థలికి చేరారు. ఇసుక వేస్తే రాలనంతమంది జనం అక్కడ పోగయ్యారు.

రాజూ, ఇతర ప్రముఖులూ ఉచితాసనాలమీద ఆసీనులయ్యాక ద్రోణుడు ఒక్కొక్క కుమారుణ్ణీ అందరికీ పరిచయం చేసాడు. ఒక్కొక్క కుమారుణ్ణీ పరిచయం చేస్తూంటే శంఖ భేరీ నాదాలతో రంగస్థలం మారుమోగి పోయింది. ఆచార్యుడు అలా పరిచయం చేసాక ఆ కుమారుడు తన యుద్ధవిద్యలు ప్రదర్శిస్తున్నాడు.

చివరిగా అర్జునుడి వంతు వచ్చింది. అర్జునుడు రంగప్రవేశం చెయ్యగానే పౌరులందరూ జయజయధ్వానాలు చేసారు. అతడి శౌర్య ధైర్యాలూ, సద్గుణాలూ, సాటిలేని ధనుర్విద్యాకౌశలం బిగ్గరగా పొగిడారు. ఆ శబ్దం మహాసముద్రం ఘోషలా ఉంది.

ఉన్నట్లుండి ప్రేక్షకులు ఎందుకలా కోలాహలం చేస్తున్నారని ధృతరాష్ట్రుడు అడిగాడు. అర్జునుడు రంగప్రవేశం చేసాడని విదురుడు చెప్పాడు. ధృతరాష్ట్రుడు అందరూ వినేలా:

"**ధన్యోఽస్మి** - ఇటువంటి వీరుడు మా కుమారులలో ఉన్నందుకు ధన్యుణ్ణయ్యాను.

అనుగృహీతోఽస్మి - దేవతలు నన్ను అనుగ్రహించారు.

రక్షితోఽస్మి - ఇటువంటి కుమారుడుండగా నాకిక శత్రుభయం లేదు." అన్నాడు.

చూపరులు దిగ్భ్రాంతి చెందేలా అర్జునుడు విలువిద్యా, అస్త్రవిద్యా ప్రదర్శించి అందరి మెప్పు పొందాడు. అనన్యసాధ్యమైన ధనుర్విద్యాకౌశలం ప్రదర్శిస్తూంటే అతడి వింటికున్న నారి శబ్దం తప్ప వేరొక శబ్దంలేకుండా రంగస్థలమంతా నిశ్శబ్దంగా ఉంది.

అంతలో రంగస్థల ప్రధానద్వారం వద్ద నిలిచి ఒక వీరుడు పిడుగులు పడుతున్నంత శబ్దం వచ్చేలా జబ్బలు చరుచుకున్నాడు. అందరూ అదిరిపడి అటు చూసారు.

అక్కడ సహజ కవచకుండలాలతో, విశాల నేత్రాలతో, స్ఫురద్రూపంతో వెలిగిపోతూ కర్ణుడు నిలుచున్నాడు. ఆ రంగస్థలంలో కర్ణుడికి ప్రవేశించే అర్హత ఉందో లేదో నిర్ణయించవలసిన ద్రోణాచార్యుడు గుడ్లప్పగించి చూస్తూ ఉండిపోయాడు.

అతడి కవచ కుండలాలు చూసి వెంటనే కుంతి అతణ్ణి గుర్తించింది. తన కుమారుడు అలా పెరిగి పెద్దవాడైనందుకు ఆనందించింది.

కర్ణుణ్ణి చూస్తూనే దుర్యోధనుడు ఆనందంతో లేచి నిల్చున్నాడు. అతడి పక్కనే ఉన్న అశ్వత్థామ కూడా లేచి నిలుచున్నాడు. దుర్యోధనుడి తమ్ముళ్ళందరూ లేచి అన్నచుట్టూ నిలుచున్నారు.

ద్రోణుడి మౌనాన్ని కర్ణుడికి అతడిచ్చిన అనుమతిగా భావించి ద్వారపాలకులు అతణ్ణి రంగమండపంలోకి రానిచ్చారు.

కర్ణుడు లోనికి ప్రవేశించి, తల తిప్పి రంగస్థలమంతటినీ చూసాడు. అతడి కళ్ళు ద్రోణాచార్యుడిమీద నిలిచాయి.

ఆ మహాస్త్రవేత్తకీ, అతడి పక్కనే అగ్నిశిఖలా నిలుచుని ఉన్న కృపాచార్యుడికీ నమస్కరించాడు.

ప్రణామం ద్రోణకృపయో నాత్యాదృతమివాకరోత్ – ఆ నమస్కారంలో గురువులమీద గౌరవం లేదు. పెద్దలపట్ల భక్తిలేదు. ఓ నమస్కారం అటు పడేస్తే సరిపోతుంది, ఒక లాంఛనం పూర్తవుతుంది – అనే భావం అతడి చేష్టలో స్పష్టంగా తెలుస్తోంది.

తరువాత అర్జునుడివైపు తిరిగాడు.

"కుంతీనందనా! నువ్వు ఇప్పటిదాకా గొప్ప విలువిద్య ప్రదర్శించావు. అస్త్రాల ప్రయోగం, ఉపసంహారం ఎలా చెయ్యాలో చూపించావు. ఆ విద్యలన్నీ నేనూ ప్రదర్శించగలను. నీకంటే గొప్పగా ప్రదర్శించగలను." అన్నాడు.

ఆ మాటలు విని ప్రేక్షకులందరూ ఒక్కసారి లేచి నిలుచున్నారు. అది చూసి దుర్యోధనుడు పొంగిపోయాడు.

కర్ణుడి మాటలు విని అర్జునుడు మండిపడ్డాడు.

కర్ణుడు తన విద్యాప్రదర్శనకి అనుమతినివ్వమని ద్రోణుణ్ణి కోరాడు. ఆచార్యుడు అనుమతించగానే ధనుస్సు ధరించాడు. అర్జునుడు ఏయే విద్యలు ప్రదర్శించాడో అ విద్యలన్నీ తానూ ప్రదర్శించాడు.

చూపరుల ఆశ్చర్యానికి అంతులేదు.

దుర్యోధనుడు వెంటనే రంగప్రదేశంలో ఉన్న కర్ణుడివద్దకి వెళ్ళాడు. అతణ్ణి స్నేహపూర్వకంగా ఆలింగనం చేసుకున్నాడు.

"మహాబాహో! నీకు స్వాగతం. నువ్విక్కడికి రావడమే మాకు గొప్ప అదృష్టం. ఇక నేను నీ స్వంత మనిషిని. నేటినుంచి ఈ కురుసామ్రాజ్యం కూడా నీకు స్వంతమే. నీకు కావలసిన రాజభోగాలన్నీ యథేచ్ఛగా అనుభవించు." అన్నాడు.

"రాజా! నువ్వంత మాట అన్నావు. నాకు అదే పదివేలు. నువ్వు అమితమైన స్నేహంతో చెప్పిన మాటలు వింటూంటే నువ్వు చెప్పిన భోగాలన్నీ అనుభవించినంత ఆనందం కలుగుతోంది.

కాని, ప్రస్తుతం నాకవి అవసరం లేదు. నాకిప్పుడు అర్జునుడితో ద్వంద్వయుద్ధానికి అనుమతి ఇస్తే చాలు." అన్నాడు కర్ణుడు.

అందరు పెద్దలూ వింటూ ఉండగా, హస్తినాపుర పౌరులందరిమధ్యా ఔచిత్యం మరిచి, పరమధూర్తుడై కర్ణుడలా మాట్లాడడం కేవలం తనని అవమానించడానికే అని అర్జునుడు గ్రహించాడు. ధీరోదాత్తుడైన మహావీరుడిలా మాట్లాడాడు.

"కర్ణా! పెద్దలున్న ప్రదేశానికి అనుమతి లేకుండా వచ్చేవాడూ, పెద్దల ఎదుట నిలిచి వారి అనుమతిలేకుండా మాట్లాడేవాడూ పోయేందుకు ప్రత్యేకమైన నరకాలున్నాయి. ఆ నరకాలకి పోవాలని చాలా తొందరపడుతున్నావు. నీ కోరిక తీరుస్తాను." అన్నాడు.

కర్ణుడు గురుకులంనుంచీ అర్జునుడిపట్ల ఉన్న అసూయా, ద్వేషమూ ప్రదర్శిస్తూ అంత తీవ్రంగానూ సమాధానం చెప్పాడు.

"అర్జునా! ఇది యుద్ధవిద్యలు ప్రదర్శించే రంగస్థలం.

రంగోఽయం సర్వసామాన్యః – ఇక్కడ వీరులందరికీ తమ విద్యలు ప్రదర్శించేందుకు సమానమైన అవకాశముంది.

కిమత్ర తవ – ఇక్కడ నీకేమీ ప్రత్యేకత లేదు. ఎవడికి బలముందో, ఎవడికి పరాక్రమం ఉందో వాడే రాజవుతాడు.

బలం ధర్మోఽనువర్తతే – ధర్మంకూడా ఎప్పుడూ బలవంతుడి పక్షంలోనే ఉంటుంది. నాకు బలముంది. పరాక్రమం ఉంది. అవి నీకూ ఉంటే యుద్ధానికి రా.

యుద్ధం చెయ్యడం వీరుల లక్షణం. ఆక్షేపించడం బలహీనుల లక్షణం. చేతనైతే బాణాలతో సంభాషించు. మాటలతో కాదు." అన్నాడు.

◆◆◆

అర్జునుడు ద్రోణుడి అనుమతి తీసుకుని యుద్ధానికి సిద్ధమయ్యాడు.

ధార్తరాష్ట్రా యతః కర్ణస్తస్మిన్ దేశే వ్యవస్థితాః,
భారద్వాజః కృపో భీష్మో యతః పార్థస్తతోఽభవన్. 135.26

ధృతరాష్ట్రకుమారులందరూ కర్ణుణ్ణి ప్రోత్సహిస్తూ అతడున్న చోటుకి వెళ్ళారు. ద్రోణుడూ, భీష్ముడూ, కృపాచార్యుడూ అర్జునుడున్నవైపుకి వెళ్ళారు.

ప్రేక్షకులు కూడా రెండు పక్షాలైపోయారు. కొందరు కర్ణుణ్ణి సమర్థించారు. కొందరు అర్జునుణ్ణి సమర్థించారు.

రాజవంశీయులైన స్త్రీపురుషులుకూడా కొందరు అర్జునుణ్ణి పొగిడారు. కొందరు కర్ణుణ్ణి పొగిడారు.

కుంతిభోజసుతా మోహం విజ్ఞాతార్థా జగామ హ - ద్వంద్వయుద్ధానికి తలపడనున్న వీరులెవరో ఒక్క కుంతికి మాత్రమే తెలుసు. తన బిడ్డలు ఒకరినొకరు చంపుకునేందుకు సిద్ధమై తలపడుతూంటే ఆ తల్లి మనస్సు తట్టుకోలేకపోయింది. ఆ వీరులిద్దరూ తనబిడ్డలే అని చెప్పి యుద్ధాన్ని ఆపగల ఒకే ఒక వ్యక్తి ఆమే. కాని, ఆ విషయం పైకి చెప్పలేకపోయింది. అలాగని కడుపులో దాచుకోనూలేకపోయింది. ఆమె చెప్పలేని మానసిక క్షోభ అనుభవించి, అది తట్టుకోలేక స్పృహతప్పి పడిపోయింది.

విదురుడు మంచిగంధం కలిపిన నీరు తెప్పించి ఆమెపై చిలకరింపజేసాడు. ఆమె తేరుకుని లేచింది.

ద్వంద్వయుద్ధం యొక్క రీతీ, నీతీ తెలిసిన ధర్మాత్ముడు కృపాచార్యుడు. ఆయన ధర్మానికి కట్టుబడినవాడు. పక్షపాతం లేనివాడు. ఆయన యుద్ధానికి సిద్ధమైన వీరులమధ్యకి వచ్చి నిలబడ్డాడు. రంగస్థలమంతా వినబడేలా ఇలా అన్నాడు.

"కర్ణా! ద్వంద్వయుద్ధ ధర్మం ప్రకారం యుద్ధానికి సిద్ధమైన వీరులు తమ పేరు, తమ వంశం, తమ తల్లిదండ్రుల పేర్లు అందరూ వినేలా ప్రకటించాలి. దానితో ఇద్దరు సమ ఉజ్జీ అయిన వీరులు యుద్ధం చేస్తున్నారని అందరికీ తెలుస్తుంది.

నీతో యుద్ధానికి రమ్మని నువ్వు రెచ్చగొట్టిన ఈ వీరుడి పేరు అర్జునుడు. ఇతడు కురు వంశీయుడు. కురుసామ్రాజ్యాధిపతి పాండురాజు ఇతడి తండ్రి. ఇతడి తల్లి కుంతిభోజ మహారాజు కుమార్తె కుంతీదేవి.

ఇక నీ గురించి చెప్పు. **తతో విదిత్వా పార్థస్త్వాం ప్రతియోత్స్యతి వా న వా** - ద్వంద్వ యుద్ధం ఇతర యుద్ధాలవంటిది కాదు. రాజకుమారులు తమతో సమ ఉజ్జీ అయిన వంశం, సదాచార సంపత్తీ ఉన్న వీరులతోనే ద్వంద్వయుద్ధం చేస్తారు. నీచకులంలో పుట్టినవారితో ద్వంద్వయుద్ధం చెయ్యరు. *(సైన్యాలతో తలపడే యుద్ధాలలో ఎవరెవరికి ఎదురైనా యుద్ధం చేస్తారు. ద్వంద్వయుద్ధంలో అది కుదరదు. ఇది ద్వంద్వయుద్ధ ధర్మం.)*

అందువలన అందరూ వినేలా నువ్వెవరివో చెప్పు. అది విన్నాక నీతో యుద్ధం చేయవచ్చో చేయకూడదో ఈ పార్థుడు నిర్ణయించుకుంటాడు."

ఆ మాటలు విని కర్ణుడు సిగ్గుతో తలదించుకున్నాడు. వెంటనే దుర్యోధనుడు ముందుకు వచ్చాడు.

"ఆచార్యా! శాస్త్రాలు ముగ్గురిని రాజవంశంలో పుట్టినవారుగా పరిగణించాలని చెప్తు న్నాయి. మొదటిది సుక్షత్రియవంశంలో పుట్టినవాడు. రాజ్యమున్నా లేకపోయినా అతణ్ణి

రాజుగానే భావించాలి. రెండవవాడు శూరుడు. యుద్ధవిద్యలలో నిపుణుడైనవాణ్ణి కూడా రాజుగానే భావించాలి. మూడవవాడు సైన్యాధ్యక్షుడు. యుద్ధంలో నాయకత్వం వహించి సైన్యాలను నడిపేవాడిని కూడా రాజుగానే భావించాలి.

యద్యయం ఫాల్గునో యుద్ధే నారాజ్ఞా యోద్ధుమిచ్ఛతి,
తస్మాదేషోఽ౦గవిషయే మయా రాజ్యేఽభిషిచ్యతే. 135.36

రాజుకానివాడితో యుద్ధం చేయడానికి అర్జునుడు అంగీకరించనంటే, ఈ క్షణాన్నే కర్ణుణ్ణి అంగరాజ్యానికి రాజుని చేస్తాను. ఇక్కడే రాజ్యాభిషేకం చేస్తాను. *(అప్పుడు అర్జునుడు ఇతడితో యుద్ధం చేసి తన శౌర్యం నిరూపించుకోక తప్పదు.)'*

భీష్ముణ్ణీ, ధృతరాష్ట్రుణ్ణీ కర్ణుడి అభిషేకానికి అనుమతి ఇమ్మన్నాడు. వారు అనుమతి ఇచ్చామనో ఇవ్వమనో చెప్పేందుకు అవకాశమివ్వకుండా వెనువెంటనే మంత్రవేత్తలైన బ్రాహ్మణులని అభిషేకానికి కావలసిన సామగ్రి తెమ్మన్నాడు. కర్ణుణ్ణి స్వర్ణసింహాసనంమీద కుర్చోపెట్టి శాస్త్రోక్తంగా అభిషేకం చేసాడు.

అంగరాజ్యాధిపతిగా కర్ణుడికి గొప్ప సంపద లభించింది. వెంటనే ఆతడు భూరిగా దానాలు చేసాడు. తరువాత దుర్యోధనుడికి కృతజ్ఞత తెలియజేసుకున్నాడు.

"దుర్యోధనా! రాజశిరోమణీ! సామాన్యుడినైన నన్ను నేడు నువ్వొక రాజుని చేసావు. నేనూహించని మహోపకారం చేసావు. **అస్య రాజ్యప్రదానస్య సదృశం కిం దదాని తే** - దీనికి నీకు ఏ ప్రత్యుపకారం చేయమంటావో చెప్పు. నువ్వేమాట చెప్తే ఆ మాటే నాకికపైన శిరోధార్యం."

దుర్యోధనుడు, "**అత్యంతం సఖ్యమిచ్ఛామి** - నీతో ఎడతెగని స్నేహమొక్కటే నేను కోరుకుంటాను." అన్నాడు.

కర్ణుడు, "తథాస్తు." అన్నాడు.

అర్జునుడికి దీటైన వీరుడితో బలమైన స్నేహబంధం ఏర్పడిందని ఆనందించి దుర్యోధనుడు కర్ణుణ్ణి గాఢంగా ఆలింగనం చేసుకున్నాడు.

అంతలో కర్ణుణ్ణి పెంచిన తండ్రి అధిరథుడు రంగప్రదేశం ప్రధానద్వారంలోకి వస్తూ, "కర్ణా! నాయనా కర్ణా!" అని పిలిచాడు. ఆ వృద్ధుడు వణికిపోతూ చేతికర్ర ఆధారంతో నిలబడ్డాడు. పరుగెత్తి రావడంతో బలహీనమైన శరీరం చెమటతో తడిసిపోయింది. కొడుకు అంగరాజ్యానికి రాజయ్యాడని తెలిసి ఆనందం పట్టలేక పరుగెత్తి వస్తూంటే పైనున్న వస్త్రం జారిపోతోంది.

అధిరథుడి పిలుపు కర్ణుడు విన్నాడు. వెంటనే చేతిలో ఉన్న ధనుస్సు పక్కన పెట్టాడు. వేగంగా తండ్రివద్దకి వెళ్ళాడు. రాజ్యాభిషేకంతో తడిసి ఉన్న శిరస్సు తండ్రి పాదాలకు తగిలేలా సాష్టాంగ నమస్కారం చేసాడు. అధిరథుడు కుమారుణ్ణి లేవనెత్తి గాఢంగా గుండెలకి హత్తుకున్నాడు. అతడి కళ్ళనుంచి ఆనందబాష్పాలు ధారలుగా కారుతున్నాయి.

అంతకుముందు అభిషేకద్రవ్యాలతో తడిసిన కర్ణుడి శిరస్సుని అధిరథుడు ఆనంద బాష్పాలతో మరొకసారి అభిషేకించాడు.

ఆ దృశ్యం చూసిన భీమసేనుడికి కర్ణుడు అధిరథుడి కుమారుడని *(సూతపుత్రుడని)* అర్థమైంది.

భీమసేనుడికి భయం అంటే ఏమిటో తెలియదు. అతడు ఎంతటివీరుడినీ లెక్కచెయ్యడు. ఆ మహాబలశాలి బిగ్గరగా నవ్వాడు.

"ఓరి సూతపుత్రా! నువ్వెవరివో తెలిసిపోయింది. అర్జునుడితో ద్వంద్వయుద్ధం చేసి అతడిచేతిలో మరణించే భాగ్యం విధాత నీ నుదుట రాసిపెట్టలేదు. క్షత్రియులమధ్యనుంచి తప్పుకో. నీ కులవృత్తిని అవలంబించి కొరడా తీసుకుని రథాలు నడుపు. ఆ ధనుస్సు నీవంటివారికి కాదు.

అంగరాజ్యం చ నార్హస్త్వముపభోక్తుం నరాధమ,
శ్వా హుతాశసమీపస్థం పురోడాశమివాధ్వరే. 136.7

ఓరి నరాధమా! యజ్ఞంలో అగ్నిముందుంచిన పురోడాశాన్ని ఋత్విక్కులే కాదు, దూరంగా ఉన్న కుక్కకూడా చూస్తుంది. ఆ పురోడాశాన్ని అదీ ఆశిస్తుంది. కాని, దానికి ఆ పురోడాశాన్ని సమీపించే అర్హతకూడా లేదు. అలాగే సూతపుత్రుడివైన నీకు ఈ దుర్యోధనుడు అంగరాజ్యం ఇచ్చినా దానిని పాలించే అర్హత లేదు." అన్నాడు.

ఆ మాటలు విన్న కర్ణుడు కోపం పట్టలేకపోయాడు. కోపంతో అతడి పెదాలు అదురుతున్నాయి. కాని, తాను సూతపుత్రుడిననీ, ఆ మాటలు సహించక తప్పదనీ గుర్తుకొచ్చి అతడు నిస్సహాయుడై దీర్ఘంగా నిట్టూర్చి ఆకాశంవంక చూసాడు. అతడి తండ్రి లోకసాక్షి అయిన సూర్యుడు పశ్చిమదిశలో అస్తమిస్తున్నాడు.

భీమసేనుడి మాటలు విన్న దుర్యోధనుడు తోకతొక్కిన తాచులా లేచాడు.

"వృకోదరా! భరతవంశంలో పుట్టావు. వీరుడివి. ఇటువంటి మాటలు మాట్లాడడం నీకు తగదు.

క్షత్రియుడికి గుర్తింపు బలం, పరాక్రమం మాత్రమే. ఎక్కువ కులంలో పుట్టినా, తక్కువ కులంలో పుట్టినా యుద్ధవిద్యలు నేర్చి, వాటిలో ప్రావీణ్యం సంపాదించినవాడు వీరుడే. అటువంటి వీరుడు క్షత్రియులతో స్నేహంచేస్తే అతణ్ణీ క్షత్రియుడిగానే భావించాలి. *(నాతో స్నేహం చేసినందుకు వీరుడైన కర్ణుడు క్షత్రియుడే అని అందరూ అమోదించాల్సిందే.)* ఆ వీరుడు చేతనైతే నాతో యుద్ధానికి రమ్మని ఏ క్షత్రియుడినైనా పిలిస్తే ఆ క్షత్రియుడు అతడితో యుద్ధం చేసితీరాలి.

శూరాణాం చ నదీనాం చ దుర్విదాః ప్రభవాః కిల– మహావీరుల జన్మరహస్యాలూ, జీవనదుల జన్మస్థానాలూ తెలుసుకోవడం కష్టమని గుర్తించాలి.

చరాచర జగత్తు అంతటా ఏదో ఒక రూపంలో వ్యాపించి ఉన్న అగ్ని నీటినుంచి పుట్టింది. భయంకరులైన రాక్షసులను సంహరించే వజ్రాయుధం దధీచి మహర్షి ఎముకలలో నుంచి పుట్టింది. సర్వగుహ్యస్వరూపుడైన స్కందుడు *(కుమారస్వామి)* అగ్ని, కృత్తికలు, రుద్రుడు, గంగల పుత్రుడని చెప్తారు.

ఎంతోమంది క్షత్రియకులంలో పుట్టినవారు బ్రాహ్మణులయ్యారు. విశ్వామిత్రుడి కథ అందరికీ తెలిసినదే కదా!

మనకందరికీ గురువైన ద్రోణాచార్యులవారు కుంభసంభవుడు. అలాగే గౌతమ వంశీయుడైన మహర్షి కృపాచార్యుల జన్మరహస్యం కూడా అందరికీ తెలిసినదే. అంతేకాదు. మీ సోదరులందరూ ఎలా పుట్టారో లోకమంతటికీ తెలుసు. అంతమాత్రం చేత మనమెవరినీ కించపరచడంలేదే! అందరినీ గౌరవిస్తున్నామే! అదే మర్యాద కర్ణుడివిషయంలోనూ పాటించాలి. అది గమనించుకో.

సూర్యసదృశమైన తేజస్సుతో, సర్వశుభలక్షణాలతో, ఎదురులేని పరాక్రమంతో శోభిల్లే ఈ కర్ణుడు ఒక సూతుడి కడుపున ఎలా పుట్టగలడు? పులి లేడికడుపున పుట్టదు కదా! ఈ వీరుడు అంగదేశాన్నే కాదు, యావత్ భూమండలాన్నీ కూడా పరిపాలించగలడు.

అందరూ వినండి. నేను చేసిన పని *(అంగరాజ్యానికి కర్ణుణ్ణి రాజుని చెయ్యడం)* నచ్చనివాళ్ళు వెంటనే మాతో యుద్ధానికి సిద్ధంకావచ్చు." అన్నాడు.

ఈలోగా చీకటిపడింది. రంగస్థలమంతా దీపాలకాంతిలో పట్టపగలులా ఉంది. దుర్యోధనుడూ, కర్ణుడూ కలిసి అక్కడినుంచి వెళ్ళిపోయారు. పాండవులు భీష్మ, ద్రోణ, కృపాచార్యులతో కలిసి వెళ్ళిపోయారు.

దుర్యోధనస్యాపి తదా కర్ణమాసాద్య పార్థివ,
భయమర్జునసంజాతం క్షిప్రమంతరధీయత. 136.24

అర్జునుడి ధనుర్విద్యా నైపుణ్యం, అద్వితీయమైన పరాక్రమం తలుచుకుని నిత్యం భయపడే దుర్యోధనుడు కర్ణుడు తనకి కొండంత అండగా దొరికాడని పొంగిపోయాడు. అర్జునుడికి ఇక భయపడనక్కర్లేదు అనుకున్నాడు.

రంగస్థలంనుంచి బయటకు వస్తున్న పౌరులలో కొందరు దుర్యోధనుడి మాటలు మెచ్చుకున్నారు. కొందరు కర్ణుణ్ణి మెచ్చుకున్నారు. చాలామంది అర్జునుణ్ణి మెచ్చుకున్నారు.

కుంత్యాశ్చ ప్రత్యభిజ్ఞాయ దివ్యలక్షణసూచితమ్,
పుత్రమంగేశ్వరం స్నేహాచ్ఛన్నా ప్రీతిరజాయత. 136.23

సూర్యుడివలన తనకు కలిగిన కుమారుడు పెరిగి పెద్దవాడై సర్వశుభలక్షణాలతో శోభిల్లుతున్నాడని కుంతి అమందానందం పొందింది. అతడు సూతుడి కొడుకుగా మిగిలిపోకుండా అంగరాజ్యానికి రాజవడంతో ఆమె ఆనందం రెట్టింపయింది.

ఆమె హృదయంలో పట్టరాని అనందం అనుభవిస్తున్నా, ముఖకవళికలలో గాని, మాటలలో గాని, చేష్టలలో గాని ఆ ఆనందం బయటికి వెల్లడించలేని దురదృష్టవంతురాలయింది.

ఆమెకి తన పెద్దకొడుకు రాజైనందుకు హృదయం ఒకపక్క ఆనందంతో పులకరిస్తోంది. మహావీరుడైన కర్ణుడు, తన మిగిలిన కుమారులకి నిత్యం హాని తలపెట్టే దుర్యోధనుడితో చేతులు కలిపాడనీ, అర్జునుణ్ణి ద్వేషిస్తున్నాడనీ దుఃఖంతో అదే హృదయం మరొక పక్క కుమిలిపోతోంది.

ఇలా ఒకే సమయంలో ఆనందం, దుఃఖం కలిపి అనుభవించడం ఆమెకి తలరాత అయింది.

◆◆◆

(వ్యాసభగవానుడి రచన ఎంత విస్తృతమైనదో అంత సాంద్రమైనది. (చిక్కనిది.) లక్ష శ్లోకాల మహేతిహాసం రచించినా కొన్ని సంఘటనలు చెప్పేటప్పుడు కేవలం కొంత సూచించి మిగిలినది మన ఊహకు వదిలేస్తారు. వాటిని విశ్లేషించుకుని అవగాహన చేసుకుంటేనే కథలో పాత్రల మౌలిక స్వరూపం, స్వభావం మనకి తెలుస్తాయి. వారి తరువాతి ప్రవర్తన అర్థమవుతుంది. అందుకు అడుగడుగునా అనేక ఉదాహరణలు కనిపిస్తాయి.

అటువంటివాటిలో కుమార అస్త్రవిద్యాప్రదర్శన సమయంలో కర్ణుడు రంగప్రవేశం చేసిన సంఘటనని చెప్పిన తీరు ఒకటి. ఇది ఆదిపర్వం 135వ అధ్యాయంలో ఉంది.

ఇందులో వ్యాసులవారు అప్పటికి హస్తినలో కురువృద్ధుల, గురువృద్ధుల పరిస్థితి గమనించమని సూచించిన కొన్ని అంశాలు చూద్దాం.

మొదటిది ద్రోణాచార్యుడి దిగజారుడు ధోరణి

దుర్యోధనుడు బాల్యంనుంచీ రాజ్యాంగానికి అతీతమైన శక్తిగా ప్రవర్తిస్తున్నాడు. హస్తినాపురంలో అతడిమాటకి తిరుగులేదు. అతడు తనకిలేని అధికారాన్ని అమలుచేస్తూంటే అడ్డుకోవలసినవాళ్ళు ధృతరాష్ట్రుడూ, భీష్ముడూ. వారిద్దరికీ అతడు చేసే అకృత్యాలు తెలియవని అనుకోలేము. అన్నీ తెలుస్తున్నా వారిద్దరూ మౌనం వహించారు. వారి మౌనాన్ని తన పనులకి ఆమోదంగానో, ప్రేమవలనగానీ మరేదైనా కారణంవలనగానీ తనని అడ్డుకోలేని అశక్తతగానో భావించి దుర్యోధనుడు పట్టపగ్గాలు లేకుండా ప్రవర్తిస్తున్నాడు.

ఈ పరిస్థితిలో కుమార అస్త్రవిద్యాప్రదర్శన ఏర్పాటయింది.

రాజవంశీయులూ, ఆచార్యద్రోణుడూ, ఇతర ప్రముఖులూ, రాజకుమారులూ, పౌరులూ రంగస్థలంలోకి ప్రవేశించారు.

అది రాజకుమారులు అస్త్రవిద్యలు ప్రదర్శించేందుకు ఏర్పాటైన రంగస్థలం. విద్యాభ్యాసం పూర్తిచేసుకున్న రాజకుమారులు తాము సాధించిన విద్యలు ప్రదర్శించే ప్రదేశం.

అక్కడ రాజకుమారులు మాత్రమే తమ విద్యలు ప్రదర్శిస్తారు. రాజకుమారులకు శిక్షణ ఇచ్చిన గురువు వారిని తాను ఎలా తీర్చిదిద్దాడో, ఎలా మహావీరులుగా మలిచాడో రాజుకూ, పౌరులకూ చూపించేందుకు ఏర్పాటైనది. రాజ్యంలో ఉన్న వీరులందరూ అక్కడికి వచ్చి తమ తమ విద్యలు ప్రదర్శించేందుకు ఏర్పాటైనది కాదు. అందుకే దాన్ని కుమారఅస్త్రవిద్యాప్రదర్శన అన్నారు. వీరుల అస్త్రవిద్యాప్రదర్శన అనలేదు.

ఇదెలా ఉంటుందంటే ఒక యూనివర్సిటీలో ఎమ్మే మేథమేటిక్స్ పరీక్ష జరుగుతోంది. ఆ సబ్జెక్టుమీద తనకి మంచి పట్టు ఉందని ఎవడో వచ్చి తననీ ఆ పరీక్ష రాయనిమ్మంటాడు. తనకీ హాల్‌టిక్కెట్టు ఇమ్మంటాడు. అతడెంత పండితుడైనా అతడికి హాల్‌టిక్కెట్టు ఇవ్వరు. పరీక్ష నిర్వహించే అధికారులు అతణ్ణి పరీక్షహాలులోకి రానివ్వరు. ఆ పరీక్ష ఆ యూనివర్సిటీ అనుమతించిన కొద్దిమందికే పరిమితం అని చెప్తారు.

అటువంటిదే రాజకుమారుల అస్త్రవిద్యాప్రదర్శన. ఆ కార్యక్రమం అంతా ద్రోణుడు నిర్వహిస్తున్నాడు. ఆ ప్రదర్శన పూర్తయేవరకూ రంగస్థలంలో అతడే సర్వాధికారి. అతడి ఆదేశమే తుదినిర్ణయం. దానికి తిరుగులేదు.

ఆ విద్యాప్రదర్శనలోకి నేనూ వస్తానని ప్రవేశించబోయాడు కర్ణుడు. వెంటనే ద్రోణుడు

ఆ ప్రదర్శనలో అతడికి స్థానం లేదని నిష్కర్షగా చెప్పాలి. లోనికి రావద్దని నిషేధించాలి. కాని, ఆచార్యుడు అలా చెయ్యలేదు.

అప్పటిదాకా అందరికీ ద్రోణుడిగురించి ఒక్క విషయమే తెలుసు. అతడు కేవలం సిరి సంపదలతో సుఖంగా సాగే జీవితంకోసం హస్తినాపురానికి చేరాడు. ధృతరాష్ట్రుడు ఇచ్చే సంపదే అతడికి జీవనాధారం. దానికోసం ధృతరాష్ట్రుడికి లొంగి ఉంటాడు. అటువంటివాణ్ణి 'క్రీతుడు' అంటారు. అంటే అమ్ముడుపోయినవాడు అని అర్థం. తమకి క్రీతుడు అయినవాడు తమకి లొంగి ఉంటాడనీ, తమని ధిక్కరించడనీ దుర్యోధనుడు అనుకుంటాడు.

ఆ ధైర్యంతోనే కర్ణుడు కనబడగానే దుర్యోధనుడు ఆనందం పట్టలేక లేచి నిలుచున్నాడు. ద్రోణపుత్రుడు అశ్వత్థామ కూడా అతణ్ణి అనుసరించి లేచి నిలుచున్నాడు. దుర్యోధనుడు కర్ణుణ్ణి మహానందంతో స్వాగతించాడు.

అతడికలా స్వాగతించే అధికారం లేదు. అది పరీక్షాధికారి అయిన ద్రోణుడికే ఉంది. పరీక్షాధికారి అధికారాన్ని ఒక విద్యార్థి తన చేతులలోకి తీసుకోవడం, నిర్ణయాలు చేసేయడం సహించరాని తప్పు. క్షమించరాని పొగరు.

అయినా ఆ తప్పు దుర్యోధనుడు చేసేసాడు. అప్పుడు ద్రోణుడు ధర్మానికి కట్టుబడి దుర్యోధనుణ్ణి మందలించాలి. కర్ణుణ్ణి నిషేధించాలి. కానీ, తాను మందలించినా దుర్యోధనుడు పట్టించుకోడు. కర్ణుణ్ణి లోనికి రావద్దని నిషేధించినా తన మాటని తోసిరాజని కర్ణుణ్ణి లోపలికి రమ్మంటాడు.

అదే జరిగితే రంగస్థలనియమాలను గౌరవించి భీష్మాదులు తనపక్షంలో నిలబడతారనీ, దుర్యోధనుణ్ణి అదుపులో పెడతారనీ, కర్ణుణ్ణి వెళ్ళగొడతారనీ ద్రోణుడికి నమ్మకం లేదు.

అంతే కాదు. తాను నిషేధించినా దుర్యోధనుడి అనుమతితో కర్ణుడు రంగప్రవేశం చేస్తే ఆచార్యుడిగా తనకది తీరని పరాభవం అవుతుంది.

అ పరాభవం భరించలేకపోతే హస్తినాపురం వదిలి వెళ్ళిపోవాలి. లేదా ఆయుధం అందుకుని ధర్మాన్ని నిలబెట్టాలి.

కాని, ద్రోణుడు ఆ రెండిటిలో ఏ పనీ చెయ్యలేదు. ఎందుకంటే అతడు రాజకుమారుల ద్వారా సాధించాలని ఆశించిన ముఖ్యమైన కార్యం ఇంకొకటి ఉంది. అది ద్రోణుడికీ, భీష్ముడికీ తప్ప వేరెవరికీ తెలియదు. అదే ద్రుపదుడిమీద పగ తీర్చుకోవడం. ఆ లక్ష్యం సాధించేందుకే ద్రోణుడు హస్తినకి వచ్చాడు.

అది అతడి స్వార్థం. ఆ స్వార్థం అతణ్ణి హస్తినాపురం వదిలి పోనివ్వడంలేదు. చేదైనా, బాధైనా అక్కడే పడిఉండేలా చేస్తోంది.

తాను ఒక్కసారి ఆయుధం చేతపట్టి దుర్యోధనుణ్ణి ఎదిరిస్తే తనమాట అమలవుతుంది. రంగస్థలమర్యాద కాపాడిన గౌరవం దక్కుతుంది. కాని, తన ముఖ్యలక్ష్యం నెరవేరదు.

అలా ద్రోణుడు లాభనష్టాలు బేరీజు వేసుకున్నాడు. ధర్మాన్నీ, స్వార్థాన్నీ త్రాసులో చెరో వైపూ వేసి తూచుకున్నాడు. తన స్థానమేమిటో అంచనా వేసుకున్నాడు. తాను ఏం చెయ్యాలో నిర్ణయించుకున్నాడు.

అందుకే దుర్యోధనుడు సమస్త రంగస్థలనియమాలనీ ఉల్లంఘిస్తున్నా నోరెత్తలేదు. రంగమండపంలో ప్రవేశించిన కర్ణుడు విద్యాప్రదర్శనకి అనుమతి ఇమ్మంటే ఆత్మగౌరవాన్ని వదులుకుని, అవమానాన్ని దిగమింగుకుని అనుమతి ఇచ్చాడు. ఎంతో కొంత మర్యాద దక్కించుకున్నట్లు ఆత్మవంచన చేసుకున్నాడు.

ఆ తరువాత కార్యక్రమమంతా దుర్యోధనుడే నడిపాడు. ద్రోణుడు నిస్సహాయుడైన ప్రేక్షకుడిలా ఉండిపోయాడు.

సాటిలేని ధనుర్ధారి, పరశురాముడి ప్రియశిష్యుడు, ఆయుధం ధరించి నిలిస్తే లోకమంతా ఏకమై దాడిచేసినా జయించగల మహావీరుడు వంటింటి కుందేలులా ప్రవర్తించాడు.

దుర్యోధనుడు ఏం చేసినా చూస్తూ ఊరుకోవడం, అవమానాలను భరిస్తూ అతడి పంచనే పడిఉండడం, ధర్మవిరుద్ధమైనా అతడిమాటే చెల్లుతూంటే ఆ అకార్యాలకి నిస్స హాయుడైన సాక్షిగా ఉండిపోవడం, ఎంత తిరస్కారమైనా సహించి భృత్యుడిలా విధేయంగా ఉండడం ద్రోణుడికి ఆనాటికే అలవాటై ఉంటుంది.

అందుకే పెద్దలంటారు – ఏ కారణంవలననైనా ఒక్కసారి చెయ్యిచాపితే ఆ తరువాత అది అలవాటై ఎంతటివాడైనా అవమానాల పాలవుతాడు. ఆ అవమానాలు సహించడం అలవాటు చేసుకుంటాడు.

12

ధృతరాష్ట్రుడి ఉత్సాహం

ఈ పుట్టుగుడ్డికి కొద్దికొద్దిగా జ్ఞానం వచ్చే వయస్సులోనే తాను ఎవరి సహాయం లేకుండా కదలలేనని తెలిసింది. పిల్లలకి సహజమైన ఆటపాటలలో పాల్గొని ఆనందించలేని దుస్థితిలో ఉన్నానని కూడా తెలిసింది. బయటిలోకంలో ఉన్నవని అందరూ చెప్పుకునే అందమూ, ఆనందమూ అందుకునే భాగ్యం తనకి ఎన్నడూ దక్కదనీ అర్థమయింది.

అదే సమయంలో తనకంటే రెండేళ్ళు చిన్నవాడైన పాండువు చురుగ్గా అందరితో ఆడుతూ, పాడుతూ అడుకుంటూంటే అందరూ అతణ్ణి మెచ్చుకోవడం ఇతడు వినే ఉంటాడు.

అది ధృతరాష్ట్రుడి మనస్సులో ఆత్మన్యూనతా భావానికి (ఇన్ఫీరియారిటీ కాంప్లెక్సుకి) బీజం వేసి ఉంటుంది.

మరికొంత వయస్సు వచ్చేసరికి తనకి రావలసిన రాజ్యం గుడ్డితనంవలన తనకి రాకుండా పోయిందని తెలిసింది. చిన్నవాడైన పాండువుకి ఆ రాజ్యం దక్కింది. ఇకపై పాండువు ఎంత దయతలిస్తే అంత వైభవంగా మాత్రమే తానూ, తన భార్యా, సంతానమూ జీవించవలసి ఉంటుంది.

పాండువు ఉదారంగా అన్నీ తనతో చెప్పేవాడు. తననే కుటుంబానికి పెద్దగా భావించే వాడు. దిగ్విజయయాత్ర తరువాత తనకి విశేష ధనరాశులు ఇచ్చాడు. కానీ, ఇవేవీ ఆ అంధుడికి అనందం కలిగించాయి అనుకోలేము.

వెయ్యి ఏనుగుల బలమున్న తనకేగాని అంధత్వం లేకపోతే ఆ ధనరాశులన్నీ తానే సంపాదించుకుని ఉండేవాడు. పాండువు కంటే సునాయాసంగా తానే లోకంలో ఉన్న రాజులనందరినీ జయించి ఉండేవాడు. కానీ, ఇప్పుడు ఏది లభించినా అది తమ్ముడి ఔదార్యంవలన పొందుతున్నదే.

ఇటువంటి ఆలోచనలు రావడం సహజం. ఆ ఆలోచనలతో అంతవరకూ తన దుస్థితివలన కలిగిన ఆత్మన్యూనతా భావం పాండువుపట్ల ఈర్ష్యగా మారి ఉండాలి.

పాండువుకంటే ముందు తనకి వివాహం అయింది. కాని, తనకంటే ముందు పాండువు తండ్రి అయ్యాడు. అతడి కొడుకు యుధిష్ఠిరుడు సోదరుల సంతానంలో జ్యేష్ఠుడయ్యాడు. అతడు పుట్టగానే అనేక శుభశకునాలు కనబడ్డాయని అందరూ అన్నారు.

అప్పటికే పాండువు రాజై ఉన్నాడు. అతడి తరువాత అతడి కుమారుడే రాజవుతాడు. ఆపైన తమ ఇద్దరి సోదరుల కుమారులలో జ్యేష్ఠుడైనందుకు కూడా యుధిష్ఠిరుడే రాజ్యానికి నిస్సందేహంగా ఉత్తరాధికారి అవుతాడు. తన కుమారులు పాండువు కుమారులకంటే తక్కువ స్థాయిలో జీవించాలి. ఈ ఆలోచన ఆ అంధుణ్ణి మరింత క్రుంగదీసి ఉంటుంది. పాండువు మీద ఉన్న ఈర్ష్య యుధిష్ఠిరుడిమీదకి కూడా వ్యాపించి ఉండాలి.

పాండువు మరణం తరువాత కుంతీ, ఆమె బిడ్డలూ హస్తినకు చేరారు. దుర్యోధనుడు భీముణ్ణి చంపడానికి ఎన్నో ప్రయత్నాలు చేసాడు. అవన్నీ విదురుడికి తెలుసు. అంతః పురంలో ఉండే పరిచారకులకీ తెలిసే ఉంటాయి. ఏ పరిచారకుల సహాయం లేకుండా దుర్యోధనుడు పదే పదే ఘోరమైన విషం సంపాదించలేడు కదా!

ఆపైన భీముడు ఎనిమిదిరోజులు కనబడకపోతే ఏమయ్యాడోనని అంతఃపురంలో చెవులు కొరుక్కోకుండా ఉన్నారనుకోలేము. ఆ మాటలు ధృతరాష్ట్రుడికి చేరలేదనీ అను కోలేము. అయినా ఆ గుడ్డిరాజు నిమ్మకు నీరెత్తినట్లు మిన్నకుండిపోయాడు.

తనకీ రాజ్యానికీ మధ్య ఆదిలో పాండువు అడ్డంగా వచ్చాడు. కానీ, ఇప్పుడు తన కుమారులే రాజకుమారులుగా చెల్లిపోతున్నారు. అన్నీ బాగుంటే దుర్యోధనుడు రాజయే అవకాశముంది. అటువంటి అవకాశం గట్టిపడుతూండగా పాండవులు అరణ్యాలనుంచి ఊడిపడి హస్తినకు చేరారు.

ఆనాడు తనకీ రాజ్యానికీ మధ్య పాండువు అడ్డమైతే ఈనాడు తన కుమారులకీ రాజ్యానికీ మధ్య పాండవులు అడ్డమవుతున్నారు. వారిని రాజ్యాధికారానికి ఎలాగైనా దూరంచెయ్యాలి. తన తెలివినీ, గుడ్డితనాన్నీ ఆయుధాలుగా చేసుకుని దుర్యోధనుణ్ణి రాజుని చెయ్యాలి. ఇదీ ఆ అంధుడి పథకం.

దానిని కుమార అస్త్రవిద్యాప్రదర్శన సందర్భంగా ఎంతో తెలివిగానూ, సమయస్ఫూర్తి తోనూ అమలు చేసాడు.

దుర్యోధనుడు ధృతరాష్ట్రుణ్ణి ఇరుకున పడేసాడని అందరూ అనుకుంటారు. ఎందుకంటే కర్ణుడికి అంగరాజ్యం ఇస్తున్నానని ముందు ప్రకటించి, ఆ తరువాత తండ్రి అనుమతి అడిగాడు దుర్యోధనుడు.

అలా అంగరాజ్యం దానంచేసే అధికారం దుర్యోధనుడికి లేదు. అతణ్ణి అనుమతించే అధికారం అంధరాజుకి లేదు. అందువలన న్యాయంగా అయితే ధృతరాష్ట్రుడు తన కొడుకు ప్రయత్నాన్ని వెంటనే ఆపాలి. ఆ రాజ్యానికి ఉత్తరాధికారి అయిన యుధిష్ఠిరుడు అక్కడే ఉన్నాడనీ, అలా దానంచేసే అధికారం అతడిదే తప్ప తమది కాదనీ చెప్పాలి.

కానీ, అప్పటికే దుర్యోధనుడి అకృత్యాలేవీ తనకి తెలియనట్లు నటిస్తున్న ధృతరాష్ట్రుడు ఇప్పుడుకూడా మౌనం పాటించడంలో గొప్ప లౌక్యముంది. సుదీర్ఘ ఉపన్యాసాలతో సాధించ లేని రెండు పనులు అతడు మౌనంతో అలవోకగా సాధించాడు.

మొదటిది. కౌరవసామ్రాజ్యపాలనలో కీలక నిర్ణయాలన్నీ దుర్యోధనుడే తీసుకుంటాడనీ, అందులో తన ప్రమేయమేమీ ఉండదనీ ప్రజలకొక సంకేతం పంపడం జరిగింది.

రెండవది. ఈ రాజ్యానికి ఇకపై దుర్యోధనుడే ప్రభువు అనే సంకేతం కూడా ప్రజలకూ, పాండవులకూ, అక్కడున్న ఇతర ప్రముఖులకూ పంపడం జరిగింది.

అంతేకాదు. అతడు మౌనం వదిలితే ఇబ్బందులొస్తాయి.

కర్ణుడి అభిషేకానికి అనుమతి నిరాకరిస్తే దుర్యోధనుడు రెండువిధాలుగా నష్టపోతాడు.

మొదటిది. అమలుచేసే అధికారం లేకుండా ప్రజలమధ్య ప్రకటన చేసినందుకు నలుగురిలో నగుబాటు పాలవుతాడు.

రెండవది మరింత ముఖ్యమైనది. యుద్ధభూమిలో సాటిలేని ధనుర్ధరుడుగా రూపొందుతున్న అర్జునుణ్ణి ఎదుర్కొనేందుకు కర్ణుడొక్కడే దుర్యోధనుడికి అండ. అతడికి అనుమతి నిరాకరిస్తే ఆ అండ తన కొడుక్కి అందకుండా పోతుంది.

లోకంలో ఏ తండ్రీ తన కొడుకు అలా చులకనవడం, బలహీనపడటం సహించలేడు. తన ఆశలకి రూపమైన పెద్దకొడుకు అలా అవడం ధృతరాష్ట్రుడు అసలే సహించలేడు.

ఆనక భీష్ముడు ఇదేమిటి, ఇలా ఎందుకు చేసావు అని అడిగితే ధృతరాష్ట్రుడివద్ద సమాధానం సిద్ధంగా ఉంది. రాజులు తమకి నచ్చినవారికి సామంతులుగా రాజ్యం ఇవ్వడం సాధారణ విషయం. అలా పొందినవారు రాజుకి లొంగిఉంటారు. రాజుకి ఎప్పుడు వారిపట్ల అనుగ్రహం తగ్గుతుందో అప్పుడు వారు ఆ ఈనాములు కొల్పోతారు. అంగరాజ్యం ***'ఇదం న మమ'*** *అని దానమిచ్చినది కాదు. తాత్కాలికంగా అనుభవించడానికి ఇచ్చినది మాత్రమే. అది ఎప్పటికీ కురుసామ్రాజ్యంలో భాగమే. దాని గురించి ఎవరూ చింతించనక్కర్లేదు.*

ఇలా నచ్చచెప్తే భీష్ముడు మాట్లాడలేదు.

ఆత్మన్యూనతాభావానికి లోనై కునారల్లిపోతున్నవాడికి ఒక్కసారి అధికారం చేతికి వస్తే అతడు ఊహించలేని వ్యూహాలు పన్నుతాడు. ఎంతటి దారుణానికైనా వెనుకాడడు.

ధృతరాష్ట్రుడు ఆ విధమైన ప్రవర్తన బహిరంగంగా మొదలుపెట్టిన ఘట్టం కుమార అస్త్రవిద్యాప్రదర్శన.)

13

ద్రోణాచార్యుడివద్ద రాజకుమారుల అస్త్రవిద్యాభ్యాసం పూర్తయింది. వారినందరినీ పిలిచి ద్రోణుడు గురుదక్షిణ కోరాడు.

"పంచాలరాజం ద్రుపదం గృహీత్వా రణమూర్ధని,
పర్యానయత భద్రం వః సా స్యాత్ పరమదక్షిణా. 137.3

కుమారులారా! మీరు నావద్ద శస్త్రాస్త్ర విద్యలన్నీ నేర్చుకున్నారు. నాకు గురుదక్షిణ ఇచ్చే సమయం వచ్చింది. నేను కోరే గురుదక్షిణ చెప్తున్నాను.

పాంచాల దేశపు రాజు ద్రుపదుడు. మీరు అతణ్ణి యుద్ధంలో పట్టి, బంధించి నావద్దకి తీసుకురండి. నాకప్పగించండి.

అదే మీరు నాకివ్వగల అత్యుత్తమమైన గురుదక్షిణ." అన్నాడు.

కుమారులు 'అదెంతపని' అన్నారు. కౌరవులు, పాండవులూ చతురంగ బలాలతో కూడిన మహాకౌరవసేనావాహినిని వెంట బెట్టుకుని పాంచాలదేశంవైపు బయల్దేరారు. వారితో ద్రోణుడూ వెళ్ళాడు.

కౌరవులు అత్యుత్సాహంతో పాంచాలదేశంలో ప్రవేశించి, అక్కడి ప్రజలని భీతావహులని చేస్తూ పాంచాల రాజధాని చేరారు. అక్కడ నగరద్వారాలు ఆక్రమించి నగరంలో ప్రవేశించారు.

కౌరవుల మిడిసిపాటూ, సామాన్యప్రజలపట్ల వారు చేస్తున్న దారుణాలూ చూసి అర్జునుడు వారితో కలిసి యుద్ధం చేయడానికి ఇష్టపడలేదు.

"ఏషాం పరాక్రమస్యాన్తే వయం కుర్యామ సాహసమ్,
ఏతైరశక్యః పాంచాలో గ్రహీతుం రణమూర్ధని. 137.13

ఆచార్యదేవా! కౌరవులు పరాక్రమవంతులమని మిడిసిపడుతున్నారు. అది ఉత్తములైన వీరులకు తగని పని. *(దోపిడిదొంగలలా ఊళ్ళమీద విరుచుకు పడుతున్నారు. సామాన్య ప్రజలని హింసించి భయభ్రాంతులను చేస్తున్నారు.)* వారిని తమ పరాక్రమమెంతో చూపించనిద్దాము. ఆ తరువాత మేము యుద్ధం చేస్తాము. వీరు ద్రుపదుణ్ణి యుద్ధంలో బంధించలేరు." అన్నాడు.

ద్రోణుడి అనుమతి తీసుకుని పాండవులు రాజధాని నగరంనుంచి అర్ధక్రోసు దూరంలో నిలిచారు.

తన రాజధానిలో ప్రవేశించి, రాజమార్గాలలో రథాలమీదా, అశ్వాలమీదా తిరుగుతున్న కురువీరులనీ, వారి అశేష సేనావాహినినీ ద్రుపదుడు చూసాడు.

అతడూ, సోదరులూ కవచాలు ధరించి, రథాలు ఎక్కి, రాజమందిరాలనుంచి బయటికి వచ్చి కౌరవులమీద దాడిచేసారు. ద్రుపదుడు కౌరవుల గురువుకి గురువు వద్ద క్షత్రియవిద్యలు నేర్చుకున్నాడు. అతడూ, అతడి తమ్ముడు సత్యజిత్తూ గొప్ప వీరులు. వారు కోపించి కౌరవులను తలొక వైపునుంచి శరపరంపరలతో హింసించారు.

ద్రుపదుడు విజృంభించి దుర్యోధన, దుశ్శాసన, కర్ణ, యుయుత్సులనీ, వారిని అనుసరించివచ్చిన రాజకుమారులనీ గాయపరిచారు. వారి సైన్యాన్ని ఊచకోత కోయడం మొదలుపెట్టారు.

అతడి ధాటికి తట్టుకోలేక కౌరవులు యుద్ధభూమి వదిలి పారిపోయారు.

పాంచాలశరభిన్నాంగో భయమాసాద్య వై వృషః - కర్ణుడు ద్రుపదుణ్ణి ఎదుర్కొన్నాడు.

కాని, ద్రుపదుడి పరాక్రమంముందు ఆగలేకపోయాడు. అతడి శరీరమంతా గాయాలయ్యాయి.

కర్ణో రథాదవప్లుత్య పలాయనపరోఽభవత్ – ద్రుపదుడి బాణాలు శరీరంలో లోతుగా దిగుతూంటే కర్ణుడు ఆ దెబ్బలు తట్టుకోలేకపోయాడు. ఎదురుతిరిగి బాణం ప్రయోగించేందుకు ద్రుపదుడు అతడికి అవకాశమివ్వలేదు.

జీవితంలో చేసిన మొదటి మహాయుద్ధంలో కర్ణుడు భయపడిపోయాడు. ఆయుధాలు వదిలేసి, రథంనుంచి దూకి రణభూమి వదిలి పారిపోయాడు.

(ఇలా సిగ్గులేకుండా రణరంగంనుంచి పారిపోవడం అతడికిది మొదటిసారి. అదేవిధంగా పలాయన మంత్రం జపించి ప్రాణాలు దక్కించుకోవడం తరువాత కూడా చాలాసార్లు చేసాడు.)

కోటనుంచి బయటకు వచ్చిన రాజూ, తమసైన్యమూ విజృంభించడం చూసిన పాంచాలదేశ పౌరులు ఇళ్ళనుంచి బయటకు వచ్చారు. కత్తి, కొడవలి, కర్ర, రోకలి ఇలా చేతికి ఏది దొరికితే అది పట్టుకుని కౌరవసైన్యం మీద విరుచుకు పడ్డారు. మహాప్రవాహంలా వస్తున్న ఆ పౌరుల దాడికి కురుసైన్యం కకావికలైపోయింది.

నాయకులే దిక్కుతోచక పారిపోతుంటే సైనికులు ప్రాణాలు అరచేతిలో పెట్టుకుని వెనుదిరిగి పరుగెత్తడం ప్రారంభించారు. సైన్యమంతా పాండవులను శరణుజొచ్చింది.

పాండవులు ద్రోణుడికి ప్రణామం చేసి అతడి అనుమతి తీసుకుని యుద్ధానికి సిద్ధమయ్యారు.

అర్జునుడు యుధిష్ఠిరుడితో, “అగ్రజా! మేముండగా మీరెందుకు శ్రమపడతారు. మీరిక్కడే ఉండండి. మేము ఆచార్యుడికి గురుదక్షిణ తెస్తాము.” అన్నాడు.

నకుల సహదేవులు రథాలెక్కి అర్జునుడికి చక్రరక్షకులుగా కదిలారు. భయంకరమైన గద ధరించి, ప్రాణికోటిని సంహరించే యముడిలా, భీమసేనుడు సైన్యం అగ్రభాగాన నిలిచాడు.

కురుపాంచాల సైన్యాలమధ్య యుద్ధం మొదలయింది. భీముడు పాంచాల గజసైన్యంవైపు కదిలాడు. కొండలలా ఉన్న మదపుటేనుగులు ఘీంకరిస్తూ అతడిపైకి దూసుకు వచ్చాయి. భయమంటే తెలియని ఆ వాయునందనుడు ఒంటరిగా గజసైన్యాన్ని ఎదుర్కొన్నాడు. గదతో ఒక్కొక్క దెబ్బకూ ఒక్కొక్క కుంభస్థలం బద్దలుకొట్టి ఏనుగులను వరుసగా పడగొట్టడం మొదలుపెట్టాడు. కొద్ది సేపటిలో ద్రుపదుడి గజసేన శాంతించింది.

ఈలోగా అర్జునుడు విజృంభించి ద్రుపదుణ్ణి చేరాడు. ఎడతెరిపిలేని వర్షంలా బాణాలు ప్రయోగించాడు. ద్రుపదుడికి తిరిగి బాణాలు ప్రయోగించడానికి అవకాశం ఇవ్వలేదు. అలా బాణాలు ప్రయోగిస్తూనే తన రథం ద్రుపదుడి రథం పక్కకి పోనిచ్చాడు. ద్రుపదుడి రథాన్ని సమీపిస్తూనే ధనుస్సు వదిలి మెరుపులా ఒరనుంచి ఖడ్గం తీసాడు.

సింహం లేడిమీదికి దూకినట్లు పాంచాలరాజురథంమీదికి దూకి అతణ్ణి లొంగదీసుకున్నాడు.

తమరాజు ఓడిపోవడం చూసి పాంచాల సైనికులు పారిపోయారు. భీమసేనుడు అంతవరకూ చేసిన యుద్ధంతో తృప్తి చెందలేదు. ఉత్సాహంగా విజృంభించి పాంచాల సైన్యంమీద విరుచుకు పడుతున్నాడు.

అర్జునుడు అతణ్ణి వారించాడు.

"సంబంధీ కురువీరాణాం ద్రుపదో రాజసత్తమః,
మా వధీస్తద్బలం భీమ గురుదానం ప్రదీయతామ్. 137.61

సోదరా! భీమసేనా! ద్రుపదమహారాజు రాజశ్రేష్ఠుడు. కురువంశీయులకు దగ్గిర బంధువు. అందుచేత ఆయన సైన్యాన్ని నాశనం చేయకు. మనం ఆచార్యుడు కోరిన గురుదక్షిణ సాధించడానికి వచ్చాం. ద్రుపదమహారాజుని ఆచార్యుడికి అప్పగించడమే మన పని. అందుకోసమే యుద్ధం చేసాము. ఆ పని పూర్తిచేసాము. అంతకు మించి యుద్ధం చేయవద్దు." అన్నాడు.

అలా మధ్యలో యుద్ధం ఆపడం ఇష్టంలేకపోయినా అర్జునుడు చెప్పినది సహేతుకంగా ఉండడంతో భీముడు మారణకాండ విరమించాడు.

పాండవులు యజ్ఞసేనుణ్ణి (అది ద్రుపదుడి అసలుపేరు), అతడి అమాత్యులతో సహా బంధించి ద్రోణుడికి గురుదక్షిణగా అప్పగించారు.

ద్రుపదుడికి రాజ్యం పోయింది. ధనం పోయింది. దర్పం పోయింది. ఆ మహారాజు బందీగా ద్రోణుడిముందు తలవంచుకుని నిలబడ్డాడు. అతడి ధన మాన ప్రాణాలు ద్రోణుడి వశమయ్యాయి.

అతడు నిండుసభలో తనని అవమానిస్తూ మాట్లాడిన మాటలన్నీ ద్రోణుడి మనస్సులో మెదిలాయి. అతడు మరీ కఠినంగానూ, మరీ మృదువుగానూ కాకుండా ఇలా అన్నాడు.

"రాజా! యుద్ధంలో నీ రాజ్యం నా వశమయింది. నీ రాజధాని నా వశమయింది. అందమైన నీ రాజధాని ధ్వంసమయింది. నువ్వు శత్రువులకు లొంగి ప్రాణాలు దక్కించుకుని దీనంగా నిలిచి ఉన్నావు. ఇదీ నీ పరిస్థితి.

ఇప్పుడు చెప్పు. పూర్వం నాతో చేసిన మైత్రి మళ్ళీ కావాలా? వద్దా?"

ద్రుపదుడు మాటలుగాక తలవంచుకునే నిలబడి ఉన్నాడు. ద్రోణుడు చిరునవ్వుతో, **"మా భైః ప్రాణభయాద్వీర క్షమిణో బ్రాహ్మణా వయమ్** – రాజా! నువ్వు మహావీరుడివి. మేము ప్రాణం తీస్తామేమోనని భయపడకు. మేము బ్రాహ్మణులం. ఎంతటి అపరాధాన్నయినా క్షమించగల క్షమాగుణ సంపన్నులం.

నువ్వు బాల్యంలో గురుకులవాసం చేసిన సమయంలో ఆటపాటలతో నాకు ఆప్తమిత్రుడివయ్యావు. **ప్రార్థయేయం త్వయా సఖ్యం పునరేవ జనాధిప** – రాజా! ఆనాటి మనస్నేహం మళ్ళీ అలాగే వర్ధిల్లేలా ఉందాం. (ఇది నా ఆజ్ఞ కాదు ప్రార్థన.)

ఇప్పుడు నీ రాజ్యమంతా నాది. నీకంటూ రాజ్యం లేదు. రాజైనవాడికి రాజ్యంలేనివాడితో స్నేహం కుదరదని నువ్వే చెప్పావు.

నాకు నీతో స్నేహం కావాలి. అందుచేత నాతో స్నేహం చేయడానికి వీలుగా నీకు అర్ధరాజ్యం ఇస్తున్నాను. ఇప్పుడు మనం సమానమైన రాజ్యాధిపతులం అవుతాము. పూర్వంలా స్నేహంగా ఉండవచ్చు.

గంగానదికి దక్షిణాన ఉన్న పాంచాల దేశానికి నువ్వు రాజువి. నదికి ఉత్తరాన ఉన్న పాంచాల దేశానికి నేను రాజుని. ఇది నీకు అంగీకారమైతే నాతో మిత్రుడిగా ఉండు."

ద్రుపదుడు సమాధానం చెప్పాడు.

"బ్రాహ్మణోత్తమా! నీవంటి పరాక్రమవంతుడికి ఇటువంటి ఔదార్యం ఉండడంలో ఆశ్చర్యమేముంది. నీ ఆదేశాన్ని అత్యంత ఆదరంతో పాటిస్తాను. నీతో శాశ్వతమైన మైత్రిని కోరుకుంటున్నాను."

ద్రోణుడు ద్రుపదుడికి తగిన సత్కారాలు చేసి సాదరంగా సాగనంపాడు.

ద్రుపదుడు దీనంగా వెనుదిరిగాడు. గంగ, చర్మణ్వతీ నదుల మధ్య ఉన్న రాజ్యాన్ని పరిపాలించాడు. అనేక నగరాలతోనూ, పట్టణాలతోనూ ఉన్న మాకందీదేశంలో కాంపిల్య నగరాన్ని రాజధానిగా చేసుకున్నాడు.

మనస్సుని సమాధానపరుచుకునేందుకు ఎంత ప్రయత్నించినా ద్రోణుడిముందు పొందిన పరాభవం అతడి హృదయాన్ని అగ్నిలా దహించివెయ్యడం మొదలుపెట్టింది. తన బలంతోనూ, పరాక్రమం తోనూ ద్రోణుణ్ణి ఏమీ చేయలేనని అతడికి తెలిసింది.

ఆ ఆచార్యుడిమీద ప్రతీకారం తీర్చుకునే ఉపాయం అన్వేషిస్తూ అతడు లోకసంచారం మొదలుపెట్టాడు.

గంగకి ఉత్తరతీరంలో అర్జునుడు తాను జయించిన అహిచ్ఛత్రం అనే నగరాన్ని ద్రోణుడికి గురుదక్షిణగా ఇచ్చాడు.

◆◆◆

కుమార అస్త్రవిద్యాప్రదర్శన జరిగి ఒక సంవత్సరమయింది.

రాజకుమారులందరిలోనూ యుధిష్ఠిరుడు జ్యేష్ఠుడు, సద్గుణాలలో శ్రేష్ఠుడు అని పెద్దలూ, మంత్రులూ, పండితులూ, ప్రజలూ వేనోళ్ళ పొగడడం మొదలుపెట్టారు.

పెద్దలందరూ పట్టుపట్టడంతో తప్పనిసరి అయి, ధృతరాష్ట్రుడు యుధిష్ఠిరుణ్ణి యువ రాజుగా *(భావి సామ్రాట్టుగా)* అభిషేకించాడు.

యుధిష్ఠిరుడు తన సత్ప్రవర్తనతోనూ, కర్తవ్యదీక్షతోనూ, ఓరిమితోనూ, వినయంతోనూ ప్రజలకు ఆరాధ్యుడయ్యాడు. భీముడు బలరాముడివద్ద గదాయుద్ధం నేర్చుకున్నాడు. అర్జునుడు క్షుర, నారాచ, భల్ల, విపాఠ బాణాలు ఒక్కొక్కటీ వరుసగానూ, వేగంగా మార్చి మార్చీ ప్రయోగించే యుద్ధకళలో ఆరితేరిన వీరుడయ్యాడు.

అర్జునుడితో సమానమైన విలుకాడు ఈలోకంలో లేడని ద్రోణుడు ప్రకటించాడు.

ఒకరోజు కౌరవులందరూ సమావేశమై ఉండగా ద్రోణుడు అందరూ వినేలా అర్జునుడితో ఇలా అన్నాడు.

"భరతవంశభూషణా! అగస్త్యమహర్షికి ప్రియశిష్యుడు అగ్నివేశుడు. ఆయన అగస్త్యుడివద్ద ధనుర్విద్య నేర్చుకున్నాడు. ఆ మహర్షి అనుగ్రహంతో అగ్నివేశుడికి సమస్త అస్త్రాలూ వశమయ్యాయి. అగ్నివేశుడు మా గురువుగారు.

ఈ అస్త్రసంపద గురువునుంచి శిష్యుడికి అందడం సంప్రదాయం. కొంతకాలానికి ఆ శిష్యుడే గురువై తన శిష్యులలో తగినవాడికి ఈ సంపదని అందజేస్తాడు.

ఆ సంప్రదాయాన్ని పాటించి నేను నీకొక అనితరసాధ్యమైన అస్త్రాన్ని అందిస్తాను. ఇది బ్రహ్మశిరోనామకాస్త్రం. ఎంతో తపస్సు చేసి నేను దీనిని మా గురువుగారినుంచి పొందాను. ఈ అస్త్రానికి సమస్తలోకాలనీ భస్మంచేసే శక్తిఉంది.

ఈ అస్త్రాన్ని నాకిస్తూ మా గురువుగారు అగ్నివేశమహర్షి ఒక నియమం పెట్టారు. దీనిని ఎట్టి పరిస్థితిలోనూ మానవులమీద ప్రయోగించకూడదు. ఈ అస్త్రానికి సంబంధించిన మంత్రాలన్నీ నేను ఇదివరకే నీకు ఉపదేశించాను. ఇప్పుడు ఈ అస్త్రాన్ని ఇస్తున్నాను.

మా గురువుగారు పెట్టిన నియమాన్ని గౌరవిస్తూ దీనిని స్వీకరించు. ఈ దివ్యాస్త్రాన్ని పొందిన సందర్భంగా నీ బంధువులందరూ చూస్తుండగా నువ్వు నాకు ఆచార్యదక్షిణ ఇవ్వాలి."

అర్జునుడు ఆ మహాస్త్రాన్ని స్వీకరించాడు. "ఆచార్యా! మీరేం కోరినా ఇస్తాను." అన్నాడు.

"**యుద్ధేఽహం ప్రతియోద్ధవ్యో యుధ్యమానస్త్వయానఘ** – అర్జునా! ఏకారణంవలననైనా నీతో నేను యుద్ధం చేయవలసి వస్తే (నేను *గురువునని తప్పుకోకుండా*) నువ్వు నాతో యుద్ధం చెయ్యాలి." అన్నాడు ద్రోణుడు.

అర్జునుడు, "**తథేతి**" అలాగే అని ద్రోణుడివద్దకు వెళ్ళి ఆ ఆచార్యుడి రెండుపాదాలూ తన చేతులతో పట్టి, శిరస్సువంచి నమస్కరించాడు.

తరువాత పెద్దలవద్దా, గురువు వద్దా ఆశీర్వాదం తీసుకుని సమస్త ఆయుధాలూ రథంలో నింపుకుని, భీమసేనుణ్ణి తోడుగా తీసుకువెళ్ళి నాలుగు దిక్కులలోనూ సముద్రపర్యంతం ఉన్న రాజ్యాలనన్నిటినీ జయించాడు.

అతిరథ మహారథులైన వీరులనీ, పాండురాజు కూడా జయించలేనని వదిలేసిన రాజులనీ, గంధర్వులను కూడా ఎదిరించి గెలిచిన రాజులనీ జయించి అర్జునుడు కురుసామ్రాజ్యాన్ని సముద్రతీరాలవరకూ విస్తరించాడు. యుద్ధాలలో ఓడిపోయిన రాజులు తనకు సమర్పించిన అపార ధనరాసులు హస్తినాపురానికి తీసుకువచ్చాడు.

ఆవిధంగా యుధిష్ఠిరుడు యువరాజయ్యాక అతడి సోదరులు లోకంలో ఉన్న రాజ్యాలనన్నిటినీ జయించి యుధిష్ఠిరుడి రాజ్యంలో కలిపేసారు. కోశాగారాలు పట్టనంత ధనం హస్తినాపురంలో పోగయింది.

ప్రజలు నిత్యం పాండవులకి జయజయ ధ్వానాలు చేస్తున్నారు. వారి పరాక్రమాలూ, ధర్మనిష్ఠా, రాజ్యపాలనా సామర్థ్యం కథలు కథలుగా చెప్పుకోవడం మొదలుపెట్టారు.

తతో బలమతిఖ్యాతం విజ్ఞాయ దృఢధన్వినామ్,
దూషితః సహసా భావో ధృతరాష్ట్రస్య పాండుషు,
స చింతాపరమో రాజా న నిద్రామలభన్నిశి. 138.27

ఇలా పాండవుల కీర్తి రాజ్యమంతటా వ్యాపించింది. రోజు రోజుకీ వారిపట్ల ప్రజలకి ఆదరం, గౌరవం, ప్రభుభక్తీ పెరుగుతున్నాయి.

పాండవుల కీర్తి ఎంత వేగంగా పెరుగుతోందో అంత వేగంగానూ వారిపట్ల ధృతరాష్ట్రుడి మనస్సులో అసూయ కూడా పెరగడం మొదలుపెట్టింది. ఆ అంధరాజుకి రాత్రీ పగలూ పాండవులకి వ్యతిరేకంగా ఆలోచించడంతోనే సరిపోయేది. రాత్రిళ్ళు నిద్ర పట్టేదికాదు.

14

ధృతరాష్ట్రుడి మనస్సు సదా వ్యాకులమైపోతోంది. పాండవుల అభ్యుదయం అతడు తట్టుకోలేకపోతున్నాడు. ఆ అభ్యుదయానికి ఎలాగోలా అడ్డుకట్ట వెయ్యాలి అనే ఆలోచన అతడి మనస్సుని దొలిచెయ్యడం మొదలుపెట్టింది.

ధృతరాష్ట్రుడి మంత్రివర్గంలో ఒక మంత్రి ఉన్నాడు. అతడు రాజనీతిశాస్త్రంలోనూ, అర్థశాస్త్రంలోనూ ఆరితేరినవాడు. రాజనీతిలో ఉన్న క్రూరత్వం బాగా తెలిసినవాడు. చాలా తెలివైనవాడు. ఏ రాజువద్ద పనిచేస్తే ఆ రాజుకి పరమవిశ్వాసపాత్రుడు.

అతడి పేరు కణికుడు.

ధృతరాష్ట్రుడికి తన ఆలోచనలు పంచుకొనేందుకూ, తనకు మంచి సలహా ఇచ్చేందుకు తగినవాడు కణికుడే అనిపించింది.

ఒకరోజు కణికుణ్ణి పిలిచాడు. పరివారంగానీ, దాసదాసీజనంగానీ, తదితరులుగానీ ఎవరూ దగ్గిరలేకుండా జాగ్రత్త పడ్డాడు.

కణికుడిముందు మనస్సులో ఉన్న బాధనంతనీ వెళ్ళబోసాడు.

"ఉత్సిక్తాః పాండవా నిత్యం తేభ్యోఽసూయే ద్విజోత్తమ,
తత్ర మే నిశ్చితతమం సంధివిగ్రహకారణమ్,
కణిక! త్వం మమాచక్ష్వ కరిష్యే వచనం తవ. 139.3

పాండవులు రోజు రోజుకీ బలపడుతున్నారు. వారి కీర్తి పెరిగిపోతోంది. ప్రజలలో వారిపట్ల ఉన్న ఆదరణకి అంతు లేకుండా పోతోంది. నేనది సహించలేకపోతున్నాను. వాళ్ళని చూస్తే నాకు అసూయగా ఉంది.

నేనిప్పుడు ఏం చెయ్యాలి? వాళ్ళతో రాజీపడి బ్రతకాలా? (*సంధి.*) వాళ్ళతో యుద్ధం చెయ్యాలా? (*విగ్రహం.*)

నువ్వు రాజనీతిలో నిపుణుడివి. అందులో ఉన్న మర్మాలన్నీ తెలిసినవాడివి. నేనేం చెయ్యాలో చెప్పు." అన్నాడు.

ధృతరాష్ట్రుడి మాటలు విని కణికుడు లోలోన సంతోషించాడు. (*తన పాండిత్యం ఉపయోగించే అవకాశం వచ్చిందని ఆనందించాడు. రాజు అడిగిన ప్రశ్నలో ఉన్న ఆంతర్యం గ్రహించి నవ్వుకున్నాడు.*) మనస్సులో ఉన్న భావాలు పైకి కనబడకుండా నిర్వికారంగా ముఖం పెట్టి సమాధానం చెప్పాడు. ఆ సమాధానంలో రాజనీతి సారాన్ని విశదీకరించాడు.

"రాజా! నువ్వడిగిన ప్రశ్నకి సమాధానం చెప్తాను. కాని, ఆ సమాధానం విన్నాక నామీద కోపగించకూడదు.

రాజుకి కపటం తెలియాలి. నమ్మించి మోసం చేయగల నేర్పుఉండాలి. శత్రువుని చంపడానికి ఎన్ని మాయోపాయాలు ఉన్నాయో అవన్నీ తెలియాలి. హృదయం పదునైన కత్తిలా చంపడానికి సిద్ధమౌతున్నా మాటల్లో అమృతం కురిపించగలగాలి.

నమ్మించడం, నమ్మాక నట్టేట ముంచడం చేతకావాలి. క్లుప్తంగా చెప్పాలంటే ధర్మం, న్యాయం అంటూ ధర్మపన్నాలు వల్లెవేయకుండా అనుకున్నది సాధించడమే ప్రధానలక్ష్యంగా పనిచేయగల కఠినత్వం ఉండాలి.

ఇదే విషయం ఇంకొంచెం వివరంగా చెప్తాను.

రాజు తన బలహీనతలు బయటపడకుండా జాగ్రత్తపడాలి. అదే సమయంలో ఎదుటి వారి బలహీనతలను గురించి పూర్తిగా తెలుసుకోవాలి. ఆ బలహీనతలను ఆధారంగా చేసుకుని అతణ్ణి ఉపయోగించుకోవాలి. ఉపయోగపడకపోతే వధించాలి.

శత్రువు ఎంత బలహీనుడైనా అతణ్ణి ఉపేక్షించకూడదు. ఎప్పుడూ ఒకకంట కనిపెడుతూ ఉండాలి. అవకాశం దొరకగానే చంపెయ్యాలి. అతడు తప్పు ఒప్పుకున్నా, మనసు మార్చు కున్నా, శరణుజొచ్చినా నమ్మకూడదు. నమ్మినట్లు నటించి దగ్గరకు రానివ్వాలి. రాగానే సంహరించాలి.

తాను ఏం చెయ్యాలనుకుంటున్నాడో, ఎలా చెయ్యాలనుకుంటున్నాడో ఎవరికీ తెలియ నివ్వకూడదు. పూజలూ, వ్రతాలూ, పుణ్యకార్యాలూ అందరికీ తెలిసేలా చెయ్యాలి. పవిత్రమైన వేషం ధరించాలి. జుట్టు పెంచి జడలు కట్టించాలి. కాషాయవస్త్రాలూ, కృష్ణాజినాలు ధరించి హోమాలు చెయ్యాలి.

ఈ రాజు ఎప్పుడూ ఎవరికీ హానిచెయ్యడు అని శత్రువులు కూడా నమ్మేలా ప్రవర్తించాలి. అలా ఉంటూనే అవకాశంకోసం ఎదురుచూడాలి. అవకాశం రాగానే, పొదలమాటున ఉన్న తోడేలు ఒక్కదూకున దాడిచేసినట్లు, దాడిచేసి శత్రువులను మట్టుపెట్టాలి.

హింస పాపమే. అయినా శత్రువులను చంపడం పాపంకాదు. అది రాజధర్మం.

పుత్రః సఖా వా భ్రాతా వా పితా వా యది వా గురుః,
రిపుస్థానేషు వర్తంతో హన్తవ్యా భూతిమిచ్ఛతా. 139.52

తాను కన్న కొడుకయినా, తనని కన్న తండ్రయినా, సోదరుడయినా, పూజించదగిన

పెద్దవాడయినా - ఎవడయినా శత్రుస్థానంలో ఉంటే అతణ్ణి సహించకూడదు. సంహరించాలి. అభ్యుదయం కోరే రాజు ఈ విషయం ఎపుడూ గుర్తుంచుకోవాలి.

కర్మణా యేన కేనైవ మృదునా దారుణేన చ,
ఉద్ధరేద్ దీనమాత్మానం సమర్థో ధర్మమాచరేత్. 139.72

అనుకోని పరిస్థితులవలన రాజు దయనీయమైన స్థితిలో పడిపోవచ్చు. (*రాజ్యాధికారం చేజారిపోయే పరిస్థితి రావచ్చు.*) అప్పుడు పవిత్రమైన ఆలోచనలతో మంచిమార్గంలో గానీ, పరమదారుణమైన ఆలోచనలతో పాపపు మార్గంలో గానీ పైకి రావాలి. (*రాజ్యాధికారం నిలబెట్టుకోవాలి.*) రాజుకి అధికారం దక్కించుకోవడం నిలబెట్టుకోవడం ప్రధానం. అది ఎలా సాధించాడనేది ప్రధానం కాదు.

ప్రహరిష్యన్ ప్రియం బ్రూయాత్ ప్రహరన్నపి భారత,
ప్రహృత్య చ కృపాయీత శోచేత చ రుదేత చ. 139.56

ఎవడినైనా చంపాలనుకుంటే వాడిని తియ్యని మాటలు చెప్పి సన్నిహితుణ్ణి చేసుకోవాలి. ఎంతో ఆదరించి నెత్తికెక్కించుకోవాలి. ఆ తరువాత అవకాశం దొరకగానే చంపెయ్యాలి. చంపేముందే కాదు, చంపేటప్పుడూ కూడా తియ్యతియ్యని మాటలే చెప్పాలి. అలా తియ్యగా మాట్లాడుతూనే చంపాలి.

అలా చంపాక, 'అయ్యో! పాపం అన్యాయంగా చనిపోయాడే!' అని నలుగురి ఎదుటా దయ చూపిస్తూ, సానుభూతి ఒలకపోస్తూ, వాణ్ణి పొగుడుతూ, వాడు చనిపోయినందుకు అందరికంటే ఎక్కువగా దుఃఖిస్తూ, కన్నీళ్ళు కారేలా ఏడ్చి శోకం ప్రకటించాలి. రాజు కావాలనుకునేవాడు ఈ ప్రవర్తనని బాగా అలవాటు చేసుకోవాలి.

అంజలిః శపథః సాంత్వం శిరసా పాదవందనం,
ఆశాకరణమిత్యేవం కర్తవ్యం భూతిమిచ్ఛతా. 139.67

రాజుకి మనస్సులో ఏమున్నా పైకి మాత్రం వినయం నటించాలి. అవసరమైతే చేతులు జోడించి నమస్కరించాలి. ఎదుటివారు నిజమని నమ్మేలా ప్రతిజ్ఞలు చెయ్యాలి. నమ్మకం కలిగించేలా మాట్లాడాలి. అవతలివాడి పాదాలకు శిరస్సు తగిలేలా సాష్టాంగ నమస్కారం కూడా చెయ్యాలి. ఏవేవో చేస్తానని ఆశ చూపెట్టాలి.

ఇవన్నీ రాజే కాదు, ఐశ్వర్యం కోరే ప్రతివ్యక్తీ నేర్చుకోవాలి. అలవరుచుకోవాలి.

నాచ్ఛిత్వా పరమర్మాణి నాకృత్వా కర్మ దారుణమ్,
నాహత్వా మత్స్యఘాతీవ ప్రాప్నోతి మహతీం శ్రియమ్. 139.77

చేపలు పట్టేవాణ్ణే చూడు. చిన్న ఎర వేస్తాడు. దానికి ఆశించివచ్చిన చేప గేలానికి తగులుకుంటుంది. దానినతడు నిర్దాక్షిణ్యంగా వధిస్తాడు. అలా చేయకపోతే అతడికి రోజు గడవదు.

మహైశ్వర్యం కోరేవాడెవడైనా మత్స్యకారుడు పాటించిన నీతినే పాటించాలి. ఇతరులను, తీవ్రంగా హింసించకుండానూ *(మోసం చేయకుండానూ)*, దారుణమైన పనులు ఏ సంకోచం లేకుండా చేయకుండానూ గొప్ప గొప్ప ఐశ్వర్యాలు పోగవవు. *(అందుకే అంటారు మహైశ్వ ర్యాలు మాయోపాయాలవలన తప్ప సిద్ధించవు అని.)*

రాజా! కేవలం ఎంతో కొంత ఐశ్వర్యం కోరేవాడినే ఇంత నిర్దయగా ఉండమని నీతిశాస్త్రం చెప్తోంది. రాజ్యమంతటిలోనూ అతి గొప్ప ఐశ్వర్యమూ, సర్వాధికారాలూ సమకూర్చే రాజ్యాధిపత్యం కోరేవాడి విషయంలో ఏం చెప్తుందో నువ్వే ఊహించుకో.

ఒక్కొక్కసారి కాలం కలసిరాదు. శత్రువైనవాడిని కూడా దూరంగా పెట్టలేము. అటువంటి సమయాల్లో అతణ్ణి ప్రేమగా భుజాలమీద ఎక్కించుకొని మోసినట్లు భరించాలి. నవ్వుతూ గౌరవించాలి. కాలం అనుకూలంగా మారగానే, నెత్తిమీద ఉన్న కుండని రాయిమీద వేసి పగలగొట్టినట్లు, వాణ్ణి క్షణంలో వధించాలి.

శత్రువుతో సంధిచేసుకోవలసి రావచ్చు. సర్దుబాటు చేసుకోవలసి రావచ్చు. ఏం చేసినా ఒకసారి శత్రువైనవాడు ఎప్పుడూ శత్రువే అని గుర్తుంచుకోవాలి. ఎన్నడూ ఉపేక్షించకూడదు. అలా ఉపేక్షించేవాడూ, చెట్టు చివరికొమ్మమీద ఆదమరచి నిద్రపోయేవాడూ, ఇద్దరూ కిందపడ్డాకే (పతనమయ్యాకనే) మేలుకుంటారు.

రాజుని (ఐశ్వర్యవంతుణ్ణి) దర్శించుకునేవాళ్ళూ, రాజు చుట్టూ తిరిగేవాళ్ళూ ఏదో ఒకటి ఆశించి మాత్రమే వస్తారు. వారు ఆశించిన విషయం చెప్పగానే, 'ఓ! అదా! అదెంతపని. కానీ, పని జరగడానికి కొంత సమయం పడుతుంది. ఓరిమిగా వేచి ఉండాలి.' అని ఏదో ఒక గడువు చెప్పాలి.

ఆ గడువు తీరగానే అతడు మళ్ళీ వస్తాడు. అప్పుడు ఏదో అనుకోని ఆటంకం వచ్చిందని నమ్మేలా చెప్పి మళ్ళీ వాయిదా వెయ్యాలి.

అలా రాజు తమకేదో ఉపకారం చేస్తాడని ఆశ కల్పించి, జనం తనచుట్టూ తిరిగేలా చేసుకోవాలి.

పాండవేషు యథాన్యాయమన్యేషు చ కురూద్వహ,
వర్తమానో న మజ్జేస్త్వం తథా కృత్యం సమాచర. 139.90

రాజా! పాండవులపట్ల అయినా ఇతరులపట్ల అయినా నువ్వు ఈ నీతినే అనుసరించి ప్రవర్తించాలి.

నువ్వు సకలసద్గుణాలు ఉన్నవాడివనీ, ఉత్తముడివనీ అందరూ అనుకుంటున్నారు. ఆ ప్రఖ్యాతి చెడకుండా పాండుపుత్రులనుంచి నిన్ను నువ్వు రక్షించుకునే ఉపాయం ఆలోచించుకో.

పాండవులను ముంచడానికి చేసే ప్రయత్నంలో నువ్వు మునిగిపోకుండా జాగ్రత్త వహించు.

భ్రాతృవ్యా బలినో యస్మాత్ పాండుపుత్రా నరాధిప,
పశ్చాత్తాపో యథా న స్యాత్ తథా నీతిర్విధీయతామ్. 139.92

పాండవులు నీ భ్రాతృవ్యులు. నీ సోదరుడి కుమారులు. చాలా బలవంతులు. వారి విషయంలో ముందు ఏదో చేసేసి తరువాత పశ్చాత్తాపం చెందవలసిన పనులు చెయ్యకు."

(ఇక్కడ వ్యాసుడి చమత్కారం చూడాలి. భ్రాతృవ్యులు అంటే సోదరుడి కుమారులు అనే అర్థమూ ఉంది, శత్రువులు అనే అర్థమూ ఉంది.)

ఇలా రాజనీతి పేరుతో కూటనీతిని ఉపదేశించి కణికుడు తన మందిరానికి వెళ్ళి పోయాడు.

ధృతరాష్ట్రోఽపి కౌరవ్యః శోకార్తః సమపద్యత – ధృతరాష్ట్రుడు కణికుడు చెప్పిన మాటలన్నీ నెమరువేసుకున్నాడు. ఇంతకీ తాను ఏం చెయ్యాలో తెలియక, ఏం చేస్తే ఏ ప్రమాదం ముంచుకొస్తుందో అనే ఆలోచన తెమలక చింతాక్రాంతుడైపోయాడు.

(కణికుడు చాలా తెలివైనవాడు. రాజనీతిలో చాలా ప్రసిద్ధుడు. అతడు ధృతరాష్ట్రుడికి రాజనీతిలో ఉండే కూటనీతి చెప్పి, చివరగా గట్టిగా హెచ్చరించి వెళ్ళిపోయాడు. పాండవులను పక్కనపెట్టి దుర్యోధనుడికి పట్టం కట్టడానికి అతడేదో వ్యూహం చెప్తాడని ఆశించిన ధృతరాష్ట్రుడికి ఉపదేశం అందింది. నిరాశ మిగిలింది.)

◆◆◆

కణికుడూ, ధృతరాష్ట్రుడూ సమావేశమైన తరువాత కొంతకాలం గడిచింది.

గాంధారి సోదరుడు శకుని హస్తినకు వచ్చి అక్కడే స్థిరపడిపోయాడు. అతడు దుర్యోధనుడి పాపపు ఆలోచనలకి వంతపాడడం మొదలుపెట్టాడు. పాండవులపట్ల ద్వేషం పెరిగేలా మాట్లాడడం మొదలుపెట్టాడు.

దుర్యోధనుడూ, దుశ్శాసనుడూ, శకునీ, కర్ణుడూ నిత్యం రహస్యంగా సమావేశమై పాండవులని ఏం చెయ్యాలా అని ఆలోచించేవారు.

రాజభవనంలో కుట్రలిలా సాగుతూండగా బయట రాజధానిలోనూ, రాజ్యమంతటానూ ప్రజలందరూ యుధిష్ఠిరుడే చక్రవర్తి కావాలని కోరుకునేవారు. నాలుగు వీథుల కూడళ్ళ లోనూ, నలుగురు కలిసేచోటా, సభలలోనూ, సమావేశాలలోనూ ఇదే విషయం మాట్లాడు కునేవారు.

"ఇప్పుడున్న రాజవంశీయులలో భీష్ముడు భూమండలమంతటికీ సామ్రాట్టు కాదగిన వాడు. కాని, అతడు భయంకరమైన ప్రతిజ్ఞ చేసి రాజ్యాధికారం వదిలేసాడు. తరువాతి తరంలో పుట్టిన ధృతరాష్ట్రుడు అంధుడు కావడంవలన రాజ్యాధికారానికి అర్హుడు కాడు. ఆనాడే లేని రాజ్యార్హత అతడికి ఇప్పుడు కొత్తగా రాదు.

ధృతరాష్ట్రుడి తరువాతి తరంలో పాండుపుత్రులలో జ్యేష్ఠుడు యుధిష్ఠిరుడు. అతడికి చక్రవర్తికి కావలసిన అన్ని అర్హతలూ ఉన్నాయి. అతడు సత్యవాది. దయాళువు. వేదవేత్త. సనాతనధర్మం తెలిసినవాడు. అతడి సోదరులు అజేయులు. అతడికి విధేయులు.

మనమందరం యుధిష్ఠిరుడికే అభిషేకం జరిగేలా చూడాలి. అతడి పరిపాలనలో ధర్మం నాలుగుపాదాలమీద నడుస్తుంది. కురువంశం క్షేమంగా ఉంటుంది. రాజ్యం సుభిక్షంగా ఉంటుంది." అనుకునేవారు.

ఆ మాటలు నిత్యం దుర్యోధనుడి చెవుల పడుతున్నాయి. అతడు అసూయతో దహించుకు పోయాడు. అసూయ తట్టుకోలేక పాండవులను హతమార్చడానికి అనేక ఉపాయాలు చేసాడు. పాండవులు ఆ ప్రయత్నాలనన్నిటినీ వమ్ముచేసి క్షేమంగా ఉన్నారు. విదురుడి సలహా పాటించి వారు దుష్టచతుష్టయం చేసిన దుర్మార్గాలు సహించారే గాని ఎన్నడూ బయటపెట్టలేదు.

పాండవులపట్ల మనస్సులో రగిలిన ద్వేషాన్ని తట్టుకోలేక దుర్యోధనుడు ఒకరోజు ధృతరాష్ట్రుడు ఏకాంతంగా ఉండగా వెళ్ళి తన గోడు వెళ్ళబోసుకున్నాడు.

"తండ్రీ! నేను రోజూ పౌరులు మాట్లాడుకునే మాటలు వింటున్నాను. వారు మనకి అశుభం సూచించేలా మాట్లాడుతున్నారు.

నువ్వూ, భీష్ముడూ రాజ్యాధికారం వదిలేసారు. దానితో పాండువు రాజయ్యాడు. ఇప్పుడు అతడి జ్యేష్ఠపుత్రుడు యుధిష్ఠిరుడు రాజవుతాడు. అతడి తరువాత అతడి కుమారులూ, మనవలూ రాజులవుతారు.

నీ కుమారులమైన మేమందరం రాజ్యాధికారం లేక నలుగురిలో నవ్వులపాలవుతాము. పాండవులు ఎంత అనుగ్రహిస్తే అంత మాత్రమే వైభవం అనుభవిస్తూ జీవించవలసిన దుస్థితిలో శాశ్వతంగా పడిపోతాము. *(ఇంతవరకూ యువరాజులలా బ్రతికాము.)* ఇకపైన *(పాండవులను సేవిస్తూ)* హస్తినలో జీవించే మా బ్రతుకులు నరకంలో జీవించేవారి బ్రతుకులలా అయిపోతాయి. ఇప్పుడు హస్తినలో పౌరులందరూ మేము ఆ స్థితిలోనే ఉండాలనుకుంటున్నారు.

నువ్వు ఏదో ఉపాయం చేసి మమ్మల్ని ఈ ఆపదనుంచి కాపాడు." అన్నాడు.

దుర్యోధనుడి మాటలు వినగానే ధృతరాష్ట్రుడికి కణికుడి ఉపదేశం గుర్తుకొచ్చింది. మరొకసారి అంతులేని ఆలోచనలో కూరుకుపోయాడు. మాట్లాడలేదు.

దుర్యోధనుడు కొంతసేపు చూసి అక్కడినుంచి వెళ్ళిపోయాడు.

తరువాత దుష్టచతుష్టయం సమావేశమయింది. వారందరూ పాండవుల బెడద శాశ్వతంగా విరగడ చేసుకునేందుకు ఒక కుటిలోపాయం ఆలోచించారు. అయితే ఆ ఉపాయం అమలుచేయడానికి ధృతరాష్ట్రుడి ఆమోదం, సహకారం కావాలి.

అందుకోసం దుర్యోధనుడు తండ్రివద్దకి మరొకసారి వచ్చాడు.

"తండ్రీ! మనకి పాండవులవలన ప్రమాదం రాకుండా ఉండాలంటే వారిని హస్తినాపురంనుంచి దూరంగా పంపెయ్యాలి. మీరే ఏదో ఒక సాకు చెప్పి వారిని ఇక్కడికి సమీపంలో ఉన్న వారణావతం అనే నగరానికి పంపించెయ్యండి." అన్నాడు.

ధృతరాష్ట్రుడు చాలాసేపు ఆలోచించి చివరకు ఇలా అన్నాడు.

"కుమారా! పాండువు ధర్మాత్ముడు. ప్రజలు అతణ్ణి తమ బహిఃప్రాణంగా ప్రేమించారు. అతడు ప్రజలనీ, రాజసిబ్బందినీ సైన్యాన్నీ తన స్వంత కుటుంబసభ్యులలా ఆదరించాడు. సైనికులకే కాదు, వారి సంతానానికీ, మనవలకీ కూడా ఏ లోటూ ఉండకుండా చేసాడు.

అటువంటి పాండువు చనిపోవడం అవకాశంగా తీసుకుని అతడి భార్యనీ, పుత్రులనీ నగరంనుంచి పంపేస్తే సైన్యం, ప్రజలూ మనమీద తిరుగుబాటు చేస్తారు. మనని ప్రాణాలతో వదలరు.

ఆపైన యుధిష్ఠిరుడు సాటిలేని ధర్మాత్ముడని లోకమంతా ప్రశంసిస్తోంది. అతణ్ణి యువరాజుగా అభిషేకించి, ఇప్పుడు హస్తినసనుంచి దూరం చేస్తే మనకి శాశ్వతమైన అపకీర్తి వస్తుంది."

దుర్యోధనుడివద్ద దానికి సమాధానం సిద్ధంగా ఉంది. *(తండ్రి తన ప్రతిపాదనని పూర్తిగా ఆమోదించలేదు. అలాగని తిరస్కరించనూలేదు. తండ్రితిరస్కరించకపోవడంతో అతడికి ఉత్సాహం వచ్చింది.)*

"తండ్రీ! ఈ విషయం నేను ఎప్పుడో ఆలోచించాను.

కొందరు ప్రజలకి ధనమిచ్చీ, కొందరికి బిరుదులిచ్చీ, కొందరికి సన్మానాలు చేసి మన మీద అభిమానం కలిగిద్దాం. మన వలన ప్రయోజనం పొందినవారు ఎప్పుడూ మనపక్షాననే మాట్లాడుతారు. మనపక్షాన ఉన్నవారికి కలిగే ప్రయోజనాలు చూసి మిగిలినవారు కూడా మనపక్షానికి రావాలనే అనుకుంటారు.

భీమార్జునులు సంపాదించిన సంపద అంతా కౌరవ కోశాగారంలో ఉంది. ఇప్పుడు యుధిష్ఠిరుణ్ణి నువ్వు యువరాజుగా అభిషేకించినా కోశాగారం ఇంకా మనచేతిలోనే ఉంది. అందరికీ జీతభత్యాలు మనచేతులమీదుగానే వెళ్తున్నాయి. రాజ్యంలోనూ, రాజ మందిరంలోనూ మనమాటే చెల్లుతోంది. రాజసిబ్బందిగానీ, మంత్రులు గానీ ఎవరూ - మనస్సులలో ఏమున్నా - బహిరంగంగా మనకి వ్యతిరేకంగా మాట్లాడడానికి సాహసించరు.

పరిస్థితి ఇలా అనుకూలంగా ఉండగానే పని చక్కపెట్టుకోవాలి. వెంటనే పాండవులనీ, వారి తల్లి కుంతినీ వారణావతానికి పంపెయ్యండి.

అప్పుడు రాజ్యమంతా నా అధీనంలోకి వస్తుంది. నేను ప్రజలు మెచ్చేలా పరిపాలిస్తాను. ఆ తరువాత చాలాకాలానికి పాండవులని హస్తినకి పిలిచినా వారినెవరూ పట్టించుకోరు. అందరూ నన్నే రాజుగా భావిస్తారు. పాండవులకి అన్యాయం చెయ్యడం మన ఉద్దేశం కాదు కనుక వారు ఏదోవిధంగా బ్రతికే ఏర్పాటు చేద్దాం."

ధృతరాష్ట్రుడు కుమారుడి తెలివికి పొంగిపోయాడు. ఎవరినుంచీ ఉపదేశం పొంద కుండానే దుర్యోధనుడు కణికుడు చెప్పిన కూటనీతిని ఒంటపట్టించుకున్నాడని ఆనం దించాడు. మనస్సులో ఉన్న మాట దాచుకోలేకపోయాడు.

"నాయనా! దుర్యోధనా! నా మనస్సులో కూడా ఇదే ఆలోచన ఉంది. కాని, ఈ ఆలో చన ఘోరమైన పాపంతో కూడినది. అందుచేతనే నువ్వు ఎన్నిమార్లు అడిగినా నేను నోరువిప్పి ఏమీ చెప్పలేకపోయాను.

సరే. నువ్వొక నిర్ణయానికి వచ్చావు. ఇప్పటిదాకా బాగానే ఆలోచించావు. అయితే ఒక్క విషయం విస్మరించావు. కుంతినీ, ఆమె కుమారులనీ హస్తిననుంచి పంపేస్తామంటే భీష్ముడూ, ద్రోణుడూ, కృపాచార్యుడూ, విదురుడూ అంగీకరించరు.

పాండవులపట్ల మనమేమైనా దుర్వ్యవహారం చేస్తే ఈ నలుగురూ చూస్తూ ఊరుకోరు.

కురువృద్ధులెవరూ సహించరు. అప్పుడు మనం దుర్మార్గులమని లోకమంతా నిందిస్తుంది. అందరూ ఏకమై మనని హతమార్చే ప్రమాదముంది."

దుర్యోధనుడివద్ద దానికీ సమాధానం ఉంది.

"తండ్రీ! నువ్వు గమనించావో లేదో కాని, భీష్ముడు రాజ్యవ్యవహారాలపట్ల ఉదాసీనంగా ఉంటున్నాడు. ఆయన ఏదీ పట్టించుకోవడంలేదు. ఏ విషయంలోనూ కలగజేసుకోవడం లేదు. పాండవులని వారణావతానికి పంపినా ఆయన తీవ్రంగా ప్రతిఘటించడు.

ద్రోణుడి విషయానికొస్తే ఆ ఆచార్యుడికి కుమారుడంటే పిచ్చి ప్రేమ. అతడికి మంచీ చెడూ, ధర్మం అధర్మం మొదలైనవాటికంటే కుమారుడే ముఖ్యం. కుమారుడెటు ఉంటే ఆచార్యుడూ అటే ఉంటాడు. అశ్వత్థామ మనపక్షంలో ఉన్నాడు. అతడికి నేనెంత చేప్తే అంత. అందుచేత కుమారుణ్ణి కాదనలేక ద్రోణుడూ మనపక్షంలోనే ఉంటాడు.

ద్రోణుడెటు ఉంటే కృపాచార్యుడూ అటే ఉంటాడు.

ఇకపోతే విదురుడు. అతడికి పాండవులపట్ల తీవ్రమైన పక్షపాతం ఉంది. కాని, అతడు మనదగ్గర జీతభత్యాలు తీసుకుంటున్నాడు. అతడికి మనస్సులో పాండవులపట్ల అభిమానం, మనపట్ల అనుమానం తప్పకుండా ఉంటాయి. మనస్సులో ఏమున్నా మన దగ్గర భృతి *(జీతం)* తీసుకుంటున్నాడు కనుక పైకి మనకి వ్యతిరేకంగా మాట్లాడలేదు.

అందుచేత నువ్వు గట్టిగా నిర్ణయం తీసుకుంటే దానిని వ్యతిరేకించేవారు ఎవరూ లేరు. నువ్వు నిశ్చింతగా కుంతినీ, ఆమె పుత్రులనీ ఈరోజే వారణావతానికి పంపెయ్యి.

వినిద్రకరణం ఘోరం హృదిశల్యమివార్పితమ్,
శోకపావకముద్భూతం కర్మణైతేన నాశయ. 141.24

పాండవుల అభ్యుదయం నా కంటికి నిద్రలేకుండా చేస్తోంది. మనస్సులో ఉన్న ఈ బాధ మహాగ్నిలా రోజురోజుకీ మరింత ప్రజ్వరిల్లి నా హృదయాన్ని దహించేస్తోంది. నా హృదయంలో శల్యమై రాత్రింబవళ్ళు గుచ్చి గుచ్చి బాధిస్తోంది. పాండవులని వారణావతానికి పంపించి నాకీ బాధనుంచి విముక్తి ప్రసాదించు." అన్నాడు.

◆◆◆

ఆ తరువాత దుర్యోధనుడూ, అతడి సోదరులూ ధనమిస్తామని ప్రలోభం కలిగించీ; సత్కారాలూ, సన్మానాలూ చేసీ చాలామంది మంత్రులని తమ పక్షానికి తెచ్చుకున్నారు. ప్రజలలో చాలామందిని తమవైపుకి తిప్పుకున్నారు.

అదే సమయంలో ధృతరాష్ట్రుడు తనకి నమ్మకస్తులైన మంత్రులని పాండవులకి వారణావతంమీద ఆసక్తి కలిగేలా మాట్లాడమన్నాడు.

వారు పాండవులవద్ద వారణావతాన్ని వర్ణించడం మొదలుపెట్టారు. ఆ నగరం ఎంత అందమైనదో రోజుకొకలా చెప్తూ వర్ణించారు. అక్కడ పశుపతిని పూజించే గొప్ప ఉత్సవం అత్యంత వైభవంగా జరగబోతోందనీ, దానిని చూడనివారి జన్మమే వృథా అనీ చెప్పారు.

అందరూ అలా చెప్పగా చెప్పగా పాండవులకి వారణావతానికి వెళ్ళాలనీ, అక్కడ ఉత్సవం చూడాలనీ కోరిక కలిగింది. ఆ విషయం ధృతరాష్ట్రుడికి తెలిసింది. అతడు వెంటనే యుధిష్ఠిరుణ్ణి పిలిచాడు.

“నాయనా! మీరు అయిదుగురూ విద్యాభ్యాసం పూర్తి చేసారు. మన సామ్రాజ్యాన్ని విస్తరించారు. పరిపాలన సుస్థిరం చేసారు.

మీకూ కొంత విరామం, వినోదం అవసరం. మన మంత్రులందరూ భూలోకంలో వారణావతాన్ని మించిన అందమైన నగరం లేదంటున్నారు.

మీకు ఆ నగరాన్నీ, అక్కడ జరిగే ఉత్సవాన్నీ చూడాలని ఉంటే తప్పక వెళ్ళండి. ఇక్కడ పరిపాలన మన మంత్రులు చూసుకుంటారు. మీరూ, మీ స్నేహితులూ, అనుచరులూ అందరూ ఆనందంగా వారణావతానికి వెళ్ళండి.

అక్కడ దేవతలలా విహరించండి. కోరినంత ధనరాసులు తీసుకు వెళ్ళి అక్కడ దానధర్మాలు చెయ్యండి.” అన్నాడు.

ధృతరాష్ట్రస్య తం కామమనుబుధ్య యుధిష్ఠిరః,
ఆత్మానశ్చాసహాయత్వం తథేతి ప్రత్యువాచ తమ్. 142.11

ధృతరాష్ట్రుడి కోరిక వెనుక ఉన్న దురుద్దేశం యుధిష్ఠిరుడికి అర్థమయింది. అది కేవలం కోరికమాత్రమే కాదు, ఆజ్ఞ అని కూడా అర్థమయింది. అయినా అక్కడ తాము నిస్సహాయులమని తెలిసినవాడు గనుక ఆలోచించాడు. తామున్న స్థితిలో అంధరాజు మాటని కొట్టిపారెయ్యడం కంటే వినడమే మేలనుకున్నాడు. అతడి ఆదేశానికి ఆమోదం తెలిపాడు.

15

పాండవులూ, కుంతీ వారణావతానికి బయల్దేరారు. వారి రథాలు కదలబోతూంటే పౌరులు వారిని వెళ్ళవద్దని బ్రతిమాలారు.

యుధిష్ఠిరుడు వారికి నచ్చచెప్పి వెనక్కి పంపించాడు.

విదురుడు వారిని సాగనంపే నెపంతో కొంతదూరం వారిని అనుసరించాడు. విదురుడికి మ్లేచ్ఛభాష తెలుసు. ఆ భాష యుధిష్ఠిరుడికీ తెలుసు. ఆ భాషలో విదురుడు యుధిష్ఠిరుడికి ధుర్యోధనుడి కుట్ర గురించి చెప్పాడు. వారిద్దరికే ఆ విషయం అర్థమయేలాగా, ఇతరులకి వేరే అర్థం స్ఫురించేలాగా మహామేధావి విదురుడు మాట్లాడాడు.

"శత్రువు వ్యూహం తెలుసుకున్నవాడు దానికి ప్రతిక్రియ చేసి తనని తాను రక్షించుకుంటాడు.

అగ్ని చలినుంచి మానవుణ్ణి రక్షిస్తుంది. ఆ అగ్నే ఎండిన వృక్షాలనీ, మండే వస్తువులని దహిస్తుంది. ఆ అగ్నే విస్తరిస్తే దావానలమై అడవిని దహిస్తుంది. ఎంతటి దావానలం చెలరేగినా కలుగులో ఉన్న ఎలుక ఎప్పుడూ సురక్షితంగా ఉంటుంది.

కొందరు ఇతరులని చంపడానికి అనేక ఉపాయాలు అనుసరిస్తారు. వారు ఆయుధాలు వాడరు. వేరే ఉపాయాలు వాడుతారు. ఏమీ కనపడని అంధుడికి దూరదృష్టి అసలే ఉండదు. దానికితోడు ధైర్యం కూడా కోల్పోతే తాను ప్రమాదంలో పడతాడు, ఇతరులని ప్రమాదంలో పడేసే ప్రయత్నం చేస్తాడు.

ఎవరైతే చిన్న సూచనని కూడా అర్థం చేసుకుని అప్రమత్తంగా ఉంటారో వారే బ్రతికి బట్టకడతారు. పంచేంద్రియాలూ వశంలో ఉన్నవారే అంతిమవిజయం సాధిస్తారు." అన్నాడు.

యుధిష్ఠిరుడు, "మహాత్మా! మీరు చెప్పినది నాకు అర్థమయింది." అన్నాడు.

విదురుడు అదే విషయం అదే విధమైన రహస్య పరిభాషలో మరొకసారి మనస్సుకి నాటేలా చెప్పి వెనుదిరిగి నగరానికి వెళ్ళిపోయాడు.

విదురుడు వెళ్ళాక కుంతి యుధిష్ఠిరుడి వద్దకి వెళ్ళింది.

"కుమారా! విదురుడేవేవో విచిత్రమైన మాటలు మాట్లాడాడు. నువ్వేమో అవన్నీ అతిశ్రద్ధగా విని, నీకర్థమయిందన్నావు. ఆయన ఏం చెప్పాడో, నీకేం అర్థమయిందో నాకైతే తెలియడం లేదు." అంది.

"అమ్మా! వారణావతంలో మనం నివసించేందుకు ఏర్పాటు చేసే భవనంలో అగ్నిప్రమాదముందని విదురుడు చెప్పాడు. మేము అయిదుగురమూ అప్రమత్తులమై ఆ భవనంనుంచి బయటపడే మార్గం తెలుసుకోవాలన్నాడు. అది అర్థమయిందని నేను చెప్పాను." అన్నాడు యుధిష్ఠిరుడు.

పాండవులు వారణావతం చేరారు. అక్కడి పౌరులు వారిని ఎంతో ఆదరంగా స్వాగతించారు.

◆◆◆

ధృతరాష్ట్రుడు పాండవులని వారణావతానికి వెళ్ళమని ఆజ్ఞాపించడంతో దుర్యోధనుడి ఆనందానికి అవధులు లేవు.

అతడు పురోచనుడనే మంత్రిని పిలిచాడు. పురోచనుడు దుర్యోధనుడికి నమ్మినబంటు.

"మంత్రివర్యా! నాకు నీకంటే విశ్వాసపాత్రులైన వారు ఇంకొకరు లేరు. అందుచేత అత్యంత రహస్యమైనదీ, కీలకమైనదీ ఒక బాధ్యత నీకు అప్పచెప్తున్నాను. ఆ పని అత్యంత నైపుణ్యంతో చేయడానికి నువ్వే సమర్థుడివి.

నేనిప్పుడు చెప్పే మాటలు నీకూ, నాకూ తప్ప ఇతరులెవరికీ తెలియకూడదు.

పాండవులు వారణావతానికి బయల్దేరడానికి సిద్ధంగా ఉన్నారు. నువ్వు వేగంగా పోయే అశ్వాలను పూన్చిన రథమెక్కి వారణావతానికి వెళ్ళు. పాండవులకంటే ముందు అక్కడికి చేరు. అక్కడ పాండవుల నివాసానికి ఏర్పాట్లు చేయడానికి వచ్చినట్లు నటించు.

వారణావత నగరానికి సమీపంలో ఒక గొప్పభవనం నిర్మించు. ఎంత ఖర్చు అయినా వెనుదీయక అత్యంత సుందరంగా ఆ భవనం నిర్మించు. ఆ భవన నిర్మాణంలో రాయి, ఇటుక వంటివి కాకుండా కలప, లక్క, నార మొదలైన పదార్థాలను పుష్కలంగా వాడు. గోడలకు నెయ్యి, నూనె, లక్క మొదలైన అగ్నిని ఆకర్షించి భగ్గున మండిపోయే పదార్థాలతో పూత *(ప్లాస్టరింగ్)* పూయించు. ఏ మాత్రం అగ్నిస్పర్శ తగిలినా భవనం క్షణాలలో మండి భస్మమై పోవాలి.

లోకంలో ఇంత అందమైనవి ఇంకెక్కడా ఉండవు అనిపించే అద్భుతమైన శయ్యలూ, ఆసనాలూ, ఇంకా ఇతరవస్తువులూ సేకరించి ఆ ఇంటిని అలంకరించు.

పాండవులూ, వారి తల్లీ ఆ ఇంట్లో ఏ సంకోచం లేకుండా నివసించేలా చెయ్యి. వారు ఆదమరచి నిద్రపోతున్నప్పుడు ఆ భవనపు సింహద్వారానికి నిప్పు పెట్టి ఆ ద్వారం తెరుచుకోకుండా బంధించు. క్షణాలలో మంటలు వ్యాపిస్తాయి. వారంతా మంటలలో పడి మరణిస్తారు.

దహ్యమానే స్వకే గేహే దగ్ధా ఇతి తతో జనాః,
న గర్హయేయురస్మాన్ వై పాండవార్థాయ కర్హిచిత్. 143.17

'పాండవుల అశ్రద్ధవలన భవనం కాలిపోయింది. ఆ మంటలలో పడి వారందరూ మరణించారు.'- అని ప్రజలు అనుకోవాలి.

వారి మరణానికి మనం కారణమని ఎవరికీ తెలియకూడదు.

ఈ పని పూర్తిచేసినందుకూ, అనంతమైన కౌరవసామ్రాజ్య సంపద నాకు దక్కేలా చేసి నందుకూ ఈ సంపదను నాతో సమానంగా నువ్వూ అనుభవించే హక్కు ఇస్తున్నాను." అన్నాడు.

పురోచనుడు తనకు అప్పగించిన పని చెప్పినది చెప్పినట్లు చేస్తానని ప్రతిజ్ఞ చేసాడు. వేగంగా వెళ్ళే అశ్వాలు పూన్చిన రథం ఎక్కి పాండవులకంటే ముందు బయల్దేరి వెళ్ళాడు.

◆◆◆

పాండవులు వారణావతంలో వేదవేత్తలైన విప్రులని కలసి వారి ఆశీస్సులు అందుకున్నారు. తరువాత క్షత్రియవీరులని కలసి వారి విశ్వాసం పొందారు. అన్ని వర్గాల ప్రజలనీ కలిసి అందరికీ బంధువులలా ప్రీతిపాత్రులయ్యారు.

ఈలోగా పురోచనుడు వారు నివసించడానికి ఒక అందమైన భవనంలో మహారాజులు నివసించడానికి తగిన ఏర్పాట్లు చేసాడు.

పాండవులు ఆ భవనంలో పదిరోజులు నివసించారు. తరువాత పురోచనుడు తాను నిర్మించిన నూతన భవనాన్ని వారికి వర్ణించి చెప్పాడు. **నివేదయామాస గృహం శివాఖ్యామశివం తదా-** ఆ భవనం పేరు శివభవనం (శుభకరమైనది) అని చెప్పాడు. వాస్తవానికి అది అశివభవనం (అశుభకరమైనది).

అది వారికోసమే నిర్మించానన్నాడు. పాండవులూ, కుంతీ వారి పరివారం ఆ నూతన భవనంలో ప్రవేశించారు.

యుధిష్ఠిరుడు భవనమంతా తిరిగి చూసాడు. భీమసేనుణ్ణి ఒకపక్కకు పిలిచి రహస్యంగా ఇలా చెప్పాడు.

"సోదరా! ఈ భవనం గోడలనుంచి నెయ్యివాసనా, లక్కవాసనా వస్తోంది. చూడబోతే అగ్ని తగిలితే భగభగ మండిపోయే పదార్థాలతో ఈ భవనం నేర్పుగా నిర్మించారనిపిస్తోంది.

ఈ భవనం నిర్మించమని పురోచనుణ్ణి దుర్యోధనుడు ఆజ్ఞాపించి ఉంటాడు. మన మందరం ఈ భవనంలో ఉండగా దీనిని అగ్నికి ఆహుతి చేసి మనని వధించాలని ఆ దుర్మార్గుడి ఉద్దేశం. ఇందులో అనుమానం లేదు.

మన పినతండ్రీ, సదా మన క్షేమం కోరేవాడూ మహాత్ముడు విదురుడు ఈ ప్రయత్నం గురించి మనకి హస్తినలోనే సూచన చేసాడు."

భీముడికి ఇందులో అంత ఆలోచించవలసినదేమీ కనబడలేదు.

"సోదరా! ఈ భవనంలో ఇంత ప్రమాదముంటే మనం ఇందులో ఉండడమెందుకు? ఇంతకుముందు ఉన్న భవనంలోనే ఉందాం." అన్నాడు.

యుధిష్ఠిరుడు ప్రశాంతంగా సమాధానం చెప్పాడు.

"మనం ఈ లక్కఇంటిని వదిలెయ్యడం కష్టమేమీకాదు. కాని, దాని పర్యవసనాలు మనకి మంచివి కావు.

విదురుడి సహాయం వలన మనం ఈ ప్రమాదాన్ని పసిగట్టాం గనుక, దీనినుంచి తప్పించుకోవచ్చు. ఈ పురోచనుడు మూర్ఖుడు. పాపభీతి లేనివాడు. మనం తప్పించుకున్నామని గ్రహిస్తే మనని మరొక ప్రమాదానికి గురి చేస్తాడు. ఏదో విధంగా దొంగదెబ్బ తీస్తాడు.

ఇతడే కాదు. దుర్యోధనుడు కూడా మనని చంపడానికి మరొక మాయోపాయం ఆలోచిస్తాడు.

అపదస్థాన్ పదే తిష్ఠన్నపక్షాన్ పక్షసంస్థితః,
హీనకోశాన్ మహాకోశః ప్రయోగైర్ఘాతయేద్ ధ్రువమ్. 145.27

నేను యువరాజునే అయినా అధికారమంతా దుర్యోధనుడి చేతిలో ఉంది. మన చేతిలో లేదు. అతడికి అనేకమంది సహాయకులున్నారు. మనకెవరూ లేరు. అతడివద్ద కురుసామ్రాజ్య కోశాగారం ఉంది. మనవద్ద సంపదలేదు.

ఇవన్నీ మనకు తెలుసు. కానీ, మనకంటే బాగా ఆ పాపాత్ముడికీ తెలుసు. అందుచేత ఎలాగోలా మనని తుదముట్టించడానికి ప్రయత్నిస్తాడు. అందుకు తగిన వనరులు అతడికి ఉన్నాయి. అతడిని ప్రతిఘటించేందుకు మనకి వనరులు లేవు. హస్తినలో అతడిని అడ్డుకునేవారూ లేరు, మనని ఆదుకునేవారూ లేరు.

ఆ దురాత్ముడు మనని హతమార్చడానికి ఒకదాని తరువాత మరొకటిగా వరుసగా ప్రయత్నాలు చేస్తూనే ఉంటాడు. మనం ఎన్నిసార్లు తప్పించుకున్నా, ఎప్పుడో ఒకప్పుడు అతడికి చిక్కిపోయే అవకాశం ఉంది.

అందుచేత మనం ఈ ప్రయత్నంలో అగ్నికి ఆహుతి అయిపోయామని అతడు నమ్మేలా ప్రవర్తించి, ఇక్కడినుంచి బయటపడి కొంతకాలం రహస్యంగా జీవించడమే సరైన వ్యూహం. కాలం ఎప్పుడూ అతడికే అనుకూలంగా ఉండదు. మనకి కూడా అనుకూల పరిస్థితులు కలిగిస్తుంది. తగిన సంపదా, బలమూ కూర్చుకున్నాక మనం ఏం చెయ్యాలో ఆలోచించుకోవచ్చు.

అందుకోసం ప్రస్తుతం ఇతరులెవరికీ తెలియకుండానూ, పురోచనుడికి ఏ మాత్రం అనుమానం రాకుండానూ ఈ జతుగృహం (లక్కఇల్లు) నుంచి బయట పడేందుకు భూమిలో ఒక సొరంగం తవ్వకుందాం. వెయ్యికళ్ళతో పురోచనుణ్ణి కనిపెడదాం. అతడు ఈ జతుగృహాన్ని అగ్నికి ఆహుతి చేసే సమయంలో ఆ సొరంగం ద్వారా బయటికి పోదాం. మనం చనిపోయామని నమ్మకం కలిగితే దుర్యోధనుడు మనవెనుక పడడు."

భీమసేనుడూ, ఇతర సోదరులూ అందుకు అంగీకరించారు.

◆◆◆

విదురుడికి విశ్వాసపాత్రుడైన శిల్పి ఒకడున్నాడు. వాడు సొరంగాలు తవ్వడంలో అందరి కంటే నిపుణుడు. విదురుడు అతణ్ణి పిలిచాడు. వెంటనే వారణావతానికి వెళ్ళి, అక్కడ రహస్యంగా పాండవులను కలిసి వారికి కావలసిన సేవలు అందించమన్నాడు.

ఆ ఖనకుడు (*సొరంగాలు తవ్వేవాడు*) పాండవులను రహస్యంగా కలిసాడు. తాను విదురుడికి విశ్వాసపాత్రుడినని నిరూపించుకునేందుకు యుధిష్ఠిరుడికీ, విదురుడికీ మధ్య మ్లేచ్ఛభాషలో జరిగిన సంభాషణ సారం చెప్పాడు.

యుధిష్ఠిరుడికి అతడిపై నమ్మకం కుదిరింది. అప్పుడు ఆ ఖనకుడు ఇలా అన్నాడు.

"పాండునందనా! మహాత్ముడు విదురుడు అత్యంత మేధావి. కౌరవులు అతడి శాస్త్రజ్ఞానాన్ని తెలుసుకున్నారు తప్ప అతడి తెలివిని అంచనా వేయలేకపోయారు. విదురుడు తన గూఢచారుల ద్వారా దుర్యోధనుడి కుటిల ప్రయత్నాల గురించి ఎప్పటికప్పుడు తెలుసుకుంటూనే ఉన్నాడు.

పురోచనుడు లక్క, పీచు, నూనె, నెయ్యి మొదలైన పదార్థాలతో ఈ గృహం నిర్మించాడు. ఇది ఆయుధాగారాన్ని ఆనుకుని ఉంది. అందుచేత ఈ లక్కఇంటిలోకి రావడానికి గానీ, దీనినుంచి బయటకు పోవడానికి గానీ ప్రధానద్వారమొక్కటే మార్గం. ఏ మాత్రం అగ్ని స్పర్శ తగిలినా ఈ లక్కఇల్లు క్షణాలలో భగభగ మండిపోతుంది.

మీరందరూ గాఢనిద్రలో ఉండగా ఇంటి ప్రధానద్వారానికి నిప్పుపెట్టి మీ సోదరులనీ, మీ తల్లినీ అంతం చెయ్యమని దుర్యోధనుడు పురోచనుడికి చెప్పాడు.

ఇక్కడ అంతా బాగానే ఉందని మీకు నమ్మకం కలిగాక, ఒక రాత్రి మీరందరూ గాఢ నిద్రలో ఉండగా ప్రధానద్వారం బయటినుంచి మూసివేసి దానికి నిప్పంటించి తాను తప్పుకోవాలని ఈ పురోచనుడు ఆలోచిస్తున్నాడు. తగిన అవకాశం కోసం చూస్తున్నాడు. మీరు గమనించారో లేదో గాని వాడు ఎప్పుడూ సింహద్వారం వద్దనే ఉండి కాపలా కాస్తు న్నాడు."

యుధిష్ఠిరుడు ఆ ఖనకుణ్ణి జతుగృహం నుంచి తాము ఎవరికీ తెలియకుండా బయటపడేందుకు వీలుండేలా ఒక సొరంగం నిర్మించమన్నాడు. అతడు అంగీకరించాడు.

పాండవులు పగటివేళ వేట నెపంతో చుట్టుపక్కల ఉన్న అరణ్యాలకు వెళ్ళిపోయేవారు. రాత్రిపూట ఆయుధాలు అందుబాటులో ఉంచుకుని నిద్రించేవారు.

ఖనకుడు ఆ లక్కఇంటినుంచి సమీప అరణ్యానికి వెళ్ళేందుకు వీలుగా పెద్ద సొరంగం నిర్మించాడు. లక్కఇంట్లో ఆ సొరంగంలోకి వెళ్ళేందుకు ఉన్న మార్గాన్ని చెక్కలతో కప్పాడు. అతడెంత నిపుణుడంటే ఆ చెక్కలమీద నడిచినా వాటికింద సొరంగముందని ఎవరికీ తెలియదు.

◆◆◆

పాండవులు వారణావతానికి వచ్చి ఒక సంవత్సరమయింది. వారి వ్యూహం ఒక్క ఖనకుడికి తప్ప వేరెవరికీ తెలియదు.

తాము అక్కడినుంచి తప్పించుకునేందుకు తగిన సమయం వచ్చిందని యుధిష్ఠిరుడు గ్రహించాడు. తల్లితోనూ, సోదరులతోనూ తన ఆలోచన చెప్పాడు.

ఒక పర్వదినంలో కుంతి బ్రాహ్మణులకు భోజనాలు ఏర్పాటు చేసింది. వారు భుజించాక ఇతరులకు మద్యం, ఆహారం ఏర్పాటు చేసింది. అనేకమంది మద్యం సేవించి, భోజనం చేసి వెళ్ళారు.

ఆ జనంలో ఒక నిషాదస్త్రీ తన అయిదుగురు ఎదిగిన కుమారులతో వచ్చింది. మంచి మద్యం రుచికరమైన భోజనం అందుబాటులో ఉండడంతో ఆమే, ఆమెకుమారులూ మద్యం ఎక్కువగా సేవించారు. మద్యంమత్తులో వారక్కడే భవనంలో పడి నిద్రపోయారు.

అర్ధరాత్రిసమయంలో తుఫానుగాలిలా గాలి వేగంగా వీచడం మొదలుపెట్టింది. పురోచనుడు సింహద్వారం గట్టిగా బంధించి భవనంలోనే పడుకున్నాడు.

భీమసేనుడు ఆ నడిరాత్రి సమయంలో సింహద్వారానికి నిప్పంటించాడు. ఆ తరువాత భవనం నాలుగుమూలలా నిప్పంటించాడు. వెంటనే పెద్ద ఎత్తున మంటలు చెలరేగాయి. అగ్నికి వాయువు తోడై మంటలు నాలుకలు చాపి వ్యాపించాయి.

పాండవులూ, కుంతీ సొరంగంలో ప్రవేశించి సొరంగమార్గం మూసేసారు.

భవనం కాలిపోతున్న వెలుగూ; చెక్కతో చేసిన గోడలూ, కిటికీలూ, ద్వారాలూ పేలిపోతున్న ఫెళఫెళారావాలూ నగరవాసులని నిద్రనుంచి లేపాయి. ఆ భవనంలో ఉన్న పాండువులు సజీవంగా దహనమై పోతున్నారని అందరూ విచారించారు.

సౌరంగంలో పాండవులు వేగంగా నడవలేకపోయారు. నిద్రలేమి, పగలంతా అలసట, మనస్సులో ఉద్వేగం వారి శక్తిని హరించేసాయి.

అది చూసి భీమసేనుడు తల్లిని తన భుజంమీద కూర్చోపెట్టుకున్నాడు. యుధిష్ఠిరుణ్ణీ, అర్జునుణ్ణీ చేతులతో ఎత్తాడు. నకుల సహదేవులని, తల్లి చంకనెక్కించుకున్న పిల్లలను పట్టుకున్నట్లు, పట్టుకున్నాడు. అమితవేగంతో సౌరంగం దాటి అరణ్యంలో ప్రవేశించాడు.

అతడలా వెళ్తుండగా, విదురుడు పంపిన విశ్వాసపాత్రుడైన మరొక సేవకుడు వారికి ఎదురయ్యాడు. వారికి నమ్మకం కలిగించడం కోసం (కోడ్‌లా) అడవిలో కార్చిచ్చు వ్యాపించినా సౌరంగంలో ఉన్న ఎలుకకేమీ కాదని చెప్పాడు.

అతడు వారిని గంగాతీరానికి తీసుకువెళ్ళాడు. అక్కడ ఒక ధృఢమైన నావఉంది. అదీ విదురుడు చేసిన ఏర్పాటే. అక్కడ వారికి విదురుడు సందేశం వినిపించాడు.

"కర్ణం దుర్యోధనం చైవ భ్రాతృభిః సహితం రణే,
శకునిం చైవ కౌంతేయ విజేతాసి న సంశయః. 148.9

కుంతీనందనా! యుధిష్ఠిరా! నువ్వూ నీ సోదరులూ రాబోయే కాలంలో భయంకరమైన యుద్ధంలో సోదరులతో సహా దుర్యోధనుణ్ణీ, కర్ణుణ్ణీ, శకునినీ సంహరిస్తారు. ఇది నిస్సందేహంగా జరుగుతుంది. మీరు ఎప్పుడూ కలవరపడకుండా, ధర్మమార్గం వదలకుండా ఉండండి."

ఆ సందేశం చెప్పి వారిని నావ ఎక్కించి గంగకి అవతలితీరం చేర్చాడు. వారు నావ దిగాక వారికి జయజయ ధ్వానాలు చేసి ఎలా వచ్చాడో అలాగే ఎవరికంటా పడకుండా వెళ్ళిపోయాడు.

◆◆◆

వారణావతంలో ఇల్లు కాలిపోయి పాండవులూ, కుంతీ మరణించారన్న వార్త హస్తినాపురానికి చేరింది. రాజమందిరమే కాదు, నగరమంతానూ, రాజ్యమంతానూ కూడా దుఃఖసాగరంలో మునిగిపోయాయి..

కణికుడి ఉపదేశం బాగా ఒంటబట్టించుకున్న ధృతరాష్ట్రుడు అందరికంటే ఎక్కువగా పొగిలి పొగిలి ఏడ్చాడు. అందరూ అతణ్ణి అనుమానించినా అతడి అంతరాంతరాల్లో ఎక్కడో పాండవులపట్ల ప్రేమ ఉందేమో అనుకున్నారు.

రాజవంశమర్యాదల ప్రకారం కుంతికీ, ఆమె కుమారులకీ అంత్యక్రియలు నిర్వర్తించారు.

ధృతరాష్ట్రుడూ, అతడి కుమారులూ, ఇతర కురుప్రముఖులూ జలతర్పణాలు ఇవ్వడానికి గంగానదికి వెళ్ళారు. ధృతరాష్ట్రుడూ, అతడి కుమారులూ పట్టలేని దుఃఖం నటించారు. విదురుడికి వాస్తవం తెలుసుకనుక అతడు శిరస్సువంచుకుని దుఃఖిస్తున్నట్లు కనబడ్డాడు.

భీష్ముడికి పాండవులంటే చాలా ఇష్టం. అతడు స్వయంగా ధర్మాత్ముడు. మహాబలశాలి. సాటిలేని వీరుడు. అవే లక్షణాలు పాండవులకీ ఉన్నాయి.

ధృతరాష్ట్రుడి పెంపకంలో దుర్యోధనాదులు ఉద్ధతులయ్యారు. కుంతీదేవి పెంపకంలో పాండవులు ఉదాత్తులయ్యారు.

అటువంటి పాండవులు ఇల్లు కాలిపోతే చేతకానివాళ్ళలా ఆ ఇంట్లో ఉండి సజీవ దహనమయ్యారన్న సమాచారాన్ని భీష్ముడు జీర్ణించుకోలేకపోయాడు. అతడు గంగాతీరంలో ఇతరులనుంచి కొంచెం దూరంగా కూర్చుని విలపించాడు. అతడికి సమీపంలో ఉన్న విదురుడికి ఆ మాటలు వినిపిస్తున్నాయి.

"విచిత్రవీర్యుడి మనవలలో యుధిష్ఠిరుడు సమస్త శుభలక్షణాలూ, చక్రవర్తికి కావలసిన ఉత్తమలక్షణాలూ ఉన్నవాడు. జ్యోతిశ్శాస్త్రవేత్తలు అందరూ అతడు తప్పక చక్రవర్తి అవుతా డన్నారు. అటువంటివాడు సజీవంగా దహనమై ఎలా మరణిస్తాడు?

భీమసేనుడు గదధరించి విజృంభిస్తే పర్వతాలను చూర్ణం చేయగలడు. ఎటువంటి ఆపద వచ్చినా భయపడకుండా ఎదుర్కొంటాడు. దానినుంచి అవలీలగా గట్టెక్కుతాడు. అటువంటివాడు ఇంటికి నిప్పంటుకుంటే గోడలు బద్దలుకొట్టి బయటపడాలి కదా! ఆ భీమసేనుడు చేతకానివాడిలా మంటలలో ఎలా చిక్కుకున్నాడు?

అర్జునుడు ధనుర్ధారులలో శ్రేష్ఠుడు. సమస్త దివ్యాస్త్రాలు అతడి అధీనంలో ఉన్నాయి. కావాలంటే అగ్నిజ్వాలలు పుట్టించగలడు. ఎటువంటి మహాగ్ని జ్వాలలనైనా ఆర్పగలడు. ధనుస్సు అందుకుంటే ఒక భవనమేమిటి, వందభవనాలనైనా ఛేదించగలడు. అటువంటి వాడు నిస్సహాయుడిలా అగ్నిజ్వాలలు చుట్టుముడుతూంటే ఏమీ చేయలేక వాటిలోపడి ఎలా మరణించాడు?

కుంతి ఎంత ఉత్తమురాలు! ఎంత గొప్పవంశంలో పుట్టింది! ఎటువంటి వంశంలో పెరిగింది! ఎందరు మహర్షుల ఆశీస్సులు అందుకుంది! ఎంత పతివ్రత! నిండు యౌవనంలో భర్త అరణ్యాలకు వెళ్తానంటే అతణ్ణి అనుసరించింది. అతడు తపస్సు చేస్తానంటే తానూ తపస్సు చేసింది. అతడి ఆజ్ఞానుసారం దేవతలవంటి బిడ్డలకు జన్మనిచ్చింది. ఆ పిల్లలని చూసుకునేందుకు భర్తతో సహగమనం చేయకుండా ఉండిపోయింది.

ఆ అమాయకురాలు జీవితంలో పట్టుమని పదేళ్ళు కూడా సుఖంగా గడపలేదు. కష్టం మీద కష్టం వచ్చి పడుతున్నా నోరెత్తకుండా అనుభవించింది. కర్తవ్యదీక్షతో మనస్సుని సుఖదుఃఖాలకి అతీతంగా చేసుకుంది.

అటువంటి ఉత్తమురాలు అకాలంలో దుర్మరణానికి ఎలా గురవుతుంది?

కాలేన సహ సంభగ్నో ధిక్ కృతాన్తమనర్థకమ్ – వీరందరినీ అగ్ని చంపలేదు. భయంకరమూ, అనివార్యమూ అయిన కాలమే వీరిని సంహరించింది. ఛీ! ఈ కాలం ఎన్ని అనర్థాలు కలిగిస్తూ పోతోందో కదా!"

అలా విలపిస్తూ తర్పణాలు ఇవ్వడానికి భీష్ముడు నదిలో దిగబోతూండగా విదురుడు ఆపాడు.

"పితామహా! మీరిలా విచారించడం తగదు. పాండవులూ, కుంతీ మరణించలేదు. వారిని చంపేందుకు ఈ దుష్టులు ఆ ఇంటికి నిప్పంటించారు. నేను ఎప్పుడు ఏం చెయ్యాలో అవన్నీ చేసి వారిని రక్షించాను.

ఎవరికీ అనుమానం కలగకుండా మీరు నదిలో దిగండి కానీ, **ఏతచ్చ తేభ్య ఉదకం విప్రసించ న భారత** – వారికి జలతర్పణాలు ఇవ్వకండి. పైకి దుఃఖిస్తూన్నట్లే ఉన్నా **మా శోచీః త్వం నరవ్యాఘ్ర** – రోదించకండి. శోకానికి గురికాకండి."

ఆ మాటలు విన్న భీష్ముడికి ఆనందంతో శరీరం గగుర్పొడిచింది. "విదురా! ఎవరికీ తెలియకుండా ఈ దుర్మార్గులు భయంకరమైన ప్రణాళిక రచించారు. ఆ ప్రమాదంనుంచి నువ్వు పాండవులని ఎలా రక్షించ గలిగావు? ఈ ప్రమాదాన్ని ఎలా పసిగట్టావు?" అని ఇతరులకు వినబడకుండా అడిగాడు.

విదురుడు భీష్ముడిని చెయ్యిపట్టుకుని కొంత దూరంలో ఉన్న రేవువద్దకి తీసుకువెళ్లాడు. అంతదూరంనుంచి తమ మాటలు కౌరవులకు వినబడవని నమ్మకం కలిగాక జరిగినదంతా వివరించాడు.

"పితామహా! దుర్యోధనుడు గతంలో పాండవులపట్ల చేసిన దుర్మార్గాలు మీకూ తెలుసు, నాకూ తెలుసు. అయితే ప్రస్తుతం అతడితో దుశ్శాసనుడు, కర్ణుడు, శకునీ చేరారు. వీరికి ధృతరాష్ట్రుడు మద్దతు ఇస్తున్నాడు.

వీళ్ళందరూ పాండవులని ఎలాగోలా చంపెయ్యాలని నిర్ణయించుకున్నారు. వారిని వారణావతం పంపి అక్కడ ఒక జతుగృహంలో *(లక్కఇంటిలో)* పెట్టారు.

వారా ఇంటిలో ఉండగా దానిని అగ్నికి ఆహుతి చేసారు. నేనొక ఉపాయంతో వారిని ఆ ఇంటినుంచి రక్షించి, పక్కనున్న అరణ్యంలోకి వెళ్ళే ఏర్పాటు చేసాను.

అక్కడ ఇంకొక సేవకుడు వారిని గంగాతీరానికి తీసుకువెళ్ళి, నది దాటించి అవతలి గట్టుకి చేర్చాడు. నాకు తెలిసిన సమాచారం ప్రకారం పాండవులూ, కుంతీ క్షేమంగా ఉన్నారు.

భీమసేనుడు తన తల్లినీ, సోదరులనీ మోస్తూ వాయువేగంతో అరణ్యంలో దక్షిణదిశగా వెళ్తున్నాడు.

(కొంతకాలం వారు అణిగి మణిగి ఉంటారు. ఆ తరువాత మళ్ళీ మన మధ్యకి వస్తారు. రాజ్యాధికారం పొందుతారు.)

అందువలన వారిని గురించి మీరు చింతించవద్దు." అన్నాడు.

16

రాత్రి బయల్దేరిన భీముడు ఎక్కడా ఆగకుండా నడుస్తున్నాడు. అతడి వేగానికి అడవిలో చెట్లకొమ్మలు విరిగిపోతున్నాయి. లతలు తెగిపోతున్నాయి. ఎత్తుపల్లాలూ గానీ, రాళ్ళూ ముళ్ళూ గాని లెక్కచేయకుండా వృకోదరుడు నక్షత్రాలను బట్టి దక్షిణ దిశగా, హస్తినానుంచి దూరంగా వెళ్ళిపోతున్నాడు. దారిలో వాగులూ, వంతలూ లెక్కచేయటంలేదు.

రాత్రి గడిచింది. మరునాడు పగలు గడిచింది. సాయంకాలం అవుతూ ఉంటే అతడొక భయంకరమైన అరణ్యం చేరాడు. భీముడలా నడుస్తూనే ఉన్నాడు. కాని, అతడి తల్లీ, సోదరులూ నిద్రలేమి వలనా, ఆకలి వలనా, దాహంవలనా బాగా అలసిపోయారు. వారికి నిద్ర ముంచుకొచ్చింది.

కుంతి బలహీనమైన స్వరంతో, "ఆహా! ఎంత దుస్థితిలో ఉన్నాను. దేవతలవంటి అయిదుగురు కుమారుల మధ్య ఉన్నాను. దాహంతో నోరెండిపోతూంటే గుక్కెడు నీటికి నోచుకోలేదు." అంది.

కౌరవసామ్రాజ్యానికి సామ్రాజ్ఞి, యువరాజు యుధిష్ఠిరుడిని కన్నతల్లి, సదా రాజభోగాలు అనుభవించవలసిన పుణ్యాత్మురాలు ఆకలితో, దాహంతో అలమటించిపోతోంది. కురు సామ్రాజ్యానికి వారసుడు, యువరాజుగా అభిషిక్తుడు, కాబోయే చక్రవర్తి తన ప్రాణాలు దక్కించుకునేందుకు దేశంనుంచి, తన నగరంనుంచి పారిపోతున్నాడు. - ఇలా అనుకుంటూంటే భీముడు దుఃఖంతో కుమిలిపోయాడు. కోపంతో రగిలిపోయాడు. కాని, అన్నగారికి విధేయుడు కనుక ప్రతీకారానికి పూనుకోలేక ఊరుకున్నాడు.

నిముషనిముషానికీ కుంతి వేలాడిపోతోంది.

ఆ తల్లి బాధ చూసిన భీముడికి గుండెలు పిండి నట్లయింది. చుట్టూ చూసాడు. విశాలమైన కొమ్మలతోనూ, ఊడలతోనూ ఉన్న ఒక మర్రిచెట్టు కనిపించింది.

తల్లినీ, సోదరులనీ ఆ చెట్టుకింద దింపాడు. వారందరూ గొంతు తడుపుకునేందుకు గుక్కెడు నీళ్ళకోసం తపించిపోతున్నారని గ్రహించాడు.

"మీరందరూ ఇక్కడే ఉండండి. కొంచెం విశ్రాంతి తీసుకోండి. అటువైపున నీటిలో ఉండే సారసపక్షులు ఎగురుతున్నాయి. అక్కడ నీరు దొరికే సరస్సో ఏదో ఉంటుంది. నేను పోయి మీరు తాగేందుకు నీరు తెస్తాను." అన్నాడు.

యుధిష్ఠిరుడు అతణ్ణి వెళ్ళి రమ్మన్నాడు. భీముడికి రెండు క్రోసుల దూరంలో ఒక సరస్సు కనబడింది. అతడా సరస్సులో స్నానం చేసి కడుపునిండా నీరు తాగాడు. తరువాత తన విశాలమైన ఉత్తరీయాన్ని నీటితో తడిపి, దోసిట్లో పట్టుకుని తల్లీ, సోదరులూ ఉన్న చోటికి వచ్చాడు.

వారంతా ఒళ్ళు తెలియని నిద్రలో ఉన్నారు. అడవిలో అలా కటిక నేలమీద పడి నిద్రిస్తున్న సోదరులనీ, తల్లినీ చూసిన భీముడికి దుఃఖం ఆగలేదు.

"ఇలా వీరందరూ అడవిలో నేలమీద పడి నిద్ర పోవడం చూడాల్సి వచ్చిన నేనెంత నిర్భాగ్యుణ్ణో కదా!

సమస్త శత్రువులనీ సంకల్పమాత్రం చేత మృతప్రాయులని చేయగల వాసుదేవుడి మేనత్త, విచిత్రవీర్యుడి కోడలు, విశ్వవిజేత అయిన పాండుమహారాజు ధర్మపత్ని, మా అయిదుగురికి తల్లి, అత్యంత సుకుమారి అయిన ఈ కుంతీదేవి ఇలా కటికనేలమీద ఒళ్ళెరుగక నిద్రపోతుంటే చూస్తూ నిస్సహాయంగా నిలుచోవడం కంటే దుర్భాగ్యం ఇంకేమైనా ఉంటుందా?

వయం తు ధృతరాష్ట్రేణ దుష్పుత్రేణ దురాత్మనా,
వివాసితా న దగ్ధాశ్చ కథంచిద్ దైవసంశ్రయాత్. 150.36

దురాత్ముడైన ధృతరాష్ట్రుడూ, అతడి కుమారులూ మమ్మల్ని రాజమందిరంనుంచి వెళ్ళగొట్టారు. అంతటితో ఆగక మమ్మల్ని సజీవదహనం చెయ్యడానికి ప్రయత్నించారు. దైవం మా పక్షాన ఉండటంతో బ్రతికి బయటపడ్డాము.

ఓరి దుర్యోధనా! ఇది నీ రోజు. దేవతలు కూడా నీ పక్షంలో ఉన్నారు. ఎందుకంటే ఎంత ప్రార్థించినా యుధిష్ఠిరుడు నిన్ను వధించడానికి అనుమతించడం లేదు. అన్నగారు ఊ అంటే ఇప్పుడే వెనక్కి హస్తినకు వచ్చి నిన్నూ, దుశ్శాసనుణ్ణీ, కర్ణుణ్ణీ, శకునినీ, మీ పక్షం వహిస్తున్న మంత్రులనీ వధించి ఉండేవాణ్ణి.

అన్నగారికి ఎంత చెప్పినా నీమీద కోపం రావడంలేదు. పాపాత్ముడా! ఆ ఒక్క కారణంచేత బ్రతికిపోయావు." అని విచారించాడు. ఆదమరచి నిద్రిస్తున్న ఆత్మీయులకి రక్షణగా తాను అప్రమత్తంగా మేలుకుని ఉండాలని నిర్ణయించుకున్నాడు.

పాండవులున్న చోటికి కొంతదూరంలో ఒక సాలవృక్షం మీద హిడింబుడు అనే భయంకరుడైన రాక్షసుడున్నాడు. వాడు మంచి ఆకలిమీద ఉన్నాడు. వాడి నాసికకి నరవాసన సోకింది. చుట్టూ చూసాడు. పాండవులు కనిపించారు.

వాడు తన చెల్లెలు హిడింబని పిలిచాడు.

"సోదరీ! నరవాసన నాసికకి తగిలి కడుపులో ఆకలి మహాగ్నిజ్వాలలా చెలరేగిపోతోంది. నువ్వు వెంటనే ఆ మానవులవద్దకు వెళ్ళు. వాళ్ళెవరో, ఈ నిర్జనారణ్యానికి ఎందుకు వచ్చారో తెలుసుకో. ఆ తరువాత వాళ్ళని చంపి తీసుకురా. మనకీ రోజు మనుష్యమాంసం విందుభోజనం అవుతుంది." అన్నాడు.

హిడింబ పాండవులున్న చోటుకి వచ్చింది. చెట్టు చాటునుంచి భీమసేనుణ్ణి చూసింది. మన్మథుడి మెత్తని బాణాలు ఆమె హృదయంలో గాఢంగా నాటాయి.

"యౌవనంలో ఉన్న ఈ మహాబలశాలి ఎంత అందంగా ఉన్నాడు! పద్మపత్రాల వంటి విశాల నేత్రాలూ, శంఖంవంటి మెడ, సాధారణులకు అసాధ్యమైన మహాబాహువులు, పుటంపెట్టిన బంగారంవంటి రంగుతో ఈ వీరుడు ఎంత అందంగా ఉన్నాడు!

నా అన్న ఇతణ్ణి చంపి మాంసం తిందాము అంటున్నాడు. ఒకటి రెండు ఘడియలు తింటే ఆ మాంసం తిన్న తృప్తి కలుగుతుంది. నిజమే. కానీ, ఇతణ్ణి రక్షించి ఇతడితో కాపురం చేస్తే అనేక సంవత్సరాలు ఆనందిస్తాను. నేనితణ్ణి రక్షించి వివాహం చేసుకుంటాను." అనుకుంది.

వెంటనే అత్యంత సౌందర్యవతి అయిన మానవకాంతగా మారిపోయింది. సిగ్గుపడుతూ భీమసేనుణ్ణి సమీపించింది.

"అనఘా! నువ్వెవరివి? ఆదమరిచి నిద్రిస్తున్న దేవతాస్వరూపులైన ఈ పురుషులెవరు? ఈ సుకుమారి అయిన స్త్రీ నీకేమవుతుంది?

ఇది మానవులు రాదగిన ప్రదేశంకాదు. ఇక్కడ నరమాంసం తినే రాక్షసులుంటారు. నేనూ రాక్షసినే. నా పేరు హిడింబ.

నాకొక అన్న ఉన్నాడు. అతడి పేరు హిడింబుడు. అతడు మిమ్మల్ని చంపి మీ మాంసం తినాలనుకుంటున్నాడు. కాని, నువ్వు ఆందోళన చెందకు.

నీవంటి వారు నరులలో ఉండడం సాధ్యం కాదు. నిన్ను చూసాక నేను నిన్నే వివాహం చేసుకోవాలనుకుంటున్నాను. ప్రతిజ్ఞ చేసి చెప్తున్నాను. నిన్ను తప్ప వేరెవరినీ భర్తగా అంగీకరించను. నన్ను భార్యగా స్వీకరించు. నేను మిమ్మల్నందరినీ రక్షిస్తాను.

నేను కోరిన రూపం ధరించగలను. కోరిన చోటుకి వెళ్ళగలను. నన్ను భార్యగా స్వీకరించి నాతో అనేక అందమైన ప్రదేశాలలో విహరించి ఆనందించు." అంది.

భీముడు, "రాక్షసీ! ఇక్కడ నిద్రిస్తున్న ఈ మహాత్ముడు నా అన్నగారు. నాకు ఈ లోకంలో ఈయనకంటే పూజ్యులు ఎవరూ లేరు. ఆయనకింకా వివాహం కాలేదు. అన్నగారు చేసుకోకుండా తమ్ముడు వివాహం చేసుకోకూడదు. అలా వివాహం చేసుకునే తమ్ముణ్ణి పరివేత్త అంటారు. పరివేత్త నరకానికి పోతాడు.

అయినా ఇటువంటి సోదరులనీ, కన్నతల్లినీ వదిలి ఒక ఆడదాని వెంట వెళ్ళే మూర్ఖుడు ఎవడుంటాడు? అందులోనూ నీ అన్నగురించి చెప్పాక వీళ్ళని రక్షించకుండా నేనెలా ఉండగలను?" అన్నాడు.

"ఆర్యా! నువ్వెలా చెప్తే అలాగే చేస్తాను. నువ్వు వీరినందరినీ నిద్రలేపు. నేను వీరినందరినీ రక్షిస్తాను."

"సులోచనా! ఎవడో రాక్షసుడికి భయపడి నావాళ్ళకి నిద్రాభంగం కలిగించలేను. నేనుండగా మావాళ్ళకి ఎవరిభయం లేదు. మనుష్యులు గానీ, రాక్షసులు గానీ, మాయలు తెలిసిన గంధర్వులు గానీ నా పరాక్రమం ముందు నిలవలేరు.

నువ్వు వెళ్ళాలనుకుంటే వెళ్ళు. నేనిలా అన్నానని కోపగించి నీ సోదరుణ్ణి పంపితే పంపు. నీకు తోచినట్లు చెయ్యి." అన్నాడు భీముడు.

ఈలోగా హిడింబ ఎంతకీ రాకపోవడంతో ఆమె అన్న అక్కడికి వచ్చాడు. హిడింబ భీముడితో మాట్లాడిన మాటలన్నీ విన్నాడు.

అతడు సమీపిస్తూంటే హిడింబ భీముణ్ణి తొందరపెట్టింది.

"మహావీరా! నా మాట విను. నీ వాళ్ళని నిద్రలేపు. మిమ్మల్నందరినీ నేను ఆకాశమార్గంలో మోసుకుపోయి రక్షిస్తాను." అంది.

"సుందరీ! సుమధ్యమా! నువ్వేమీ భయపడకు. ఈ రాక్షసుడు నా పరాక్రమవేగం తట్టుకోలేడు. నువ్వు చూస్తూండగానే ఇతణ్ణి సంహరిస్తాను." అన్నాడు భీముడు.

హిడింబాసురుడు కోపంతో పళ్ళు పటపటా కొరికి, "సోదరీ! నువ్వింత దుష్టచారిణివి అనుకోలేదు. ఒక మానవమాత్రుణ్ణి చూడగానే మోహించి మన రాక్షసకులానికే కళంక మయ్యావు.

ఇపుడే నువ్వు కోరుకున్న ఇతణ్ణీ, మిగిలిన మానవులనీ సంహరిస్తాను. తరువాత నిన్నూ వధిస్తాను." అంటూనే చెయ్యి ఎత్తి వేగంగా భీముణ్ణి కొట్టబోయాడు.

భీముడు నవ్వుతూ రాక్షసుడి చెయ్యి పట్టుకున్నాడు. సోదరులకు నిద్రాభంగం కలగకుండా అతణ్ణి దూరంగా లాక్కుపోయాడు. రాక్షసుడు ఎంత ప్రయత్నించినా భీముడి పట్టునుంచి విడిపించుకోలేకపోయాడు.

ఆ తరువాత వారిద్దరూ భయంకరమైన ద్వంద్వయుద్ధం చేసారు. వారు చేసే సింహనాదాలకి నిద్రపోతున్న వాళ్ళు లేచారు.

కుంతి తమ ఎదుట నిలుచున్న సౌందర్యరాశిని తేరిపార చూసింది. "సుందరీ! నువ్వు చూడబోతే దేవకన్యలా ఉన్నావు. నువ్వెవరివి? ఇక్కడి వనదేవతవా? అప్సరసవా? నువ్వెవరి కుమార్తెవి? ఈ అడవిలోకి ఎందుకు వచ్చావు? ఎక్కడి నుంచి వచ్చావు? ఇక్కడ మా సమీపంలో ఎందుకు నిలుచున్నావు?" అని అడిగింది.

హిడింబ తానెవరో అక్కడికెందుకు వచ్చిందో ఉన్నదున్నట్లు చెప్పింది. అక్కడికి కొంచెం దూరంలో యుద్ధం చేస్తున్న తన సోదరుణ్ణీ, భీముణ్ణి చూపించింది.

భీముడు యుద్ధం చేస్తున్న తీరు అర్జునుడు గమనించాడు. భీముడు వేడుకగా యుద్ధం పొడిగించి రాక్షసుణ్ణి పీడిస్తున్నాడని అర్థం చేసుకున్నాడు. వెంటనే వారిద్దరివద్దకూ వెళ్ళాడు.

"భీమసేనా! నువ్వు యుద్ధం చేసి అలసిపోయినట్లున్నావు. ఈ రాక్షసుణ్ణి వధించడానికి నీ వేగం చాలదు. నన్నూ కొంత సహాయం చేయమంటావా." అని ఆటపట్టించాడు.

ఆ మాటకి భీముడికి కోపం వచ్చింది. రాక్షసుణ్ణి రెండు చేతులతో పైకెత్తాడు. అతణ్ణి బలంగా వెనక్కి మడిచాడు. నడుం విరిగి రాక్షసుడు మరణించాడు.

సోదరులందరూ భీమసేనుణ్ణి అభినందించారు.

అప్పుడు తెల్లవారబోతోంది. సమీపంలో జనావాసం గమనించి పాండవులు అక్కడి ప్రజల కంటబడకుండా అరణ్యంలోకి బయల్దేరారు. హిడింబ కూడా వారిని అనుసరించింది.

◆◆◆

భీమసేనుడు, "హిడింబా! రాక్షసులు తమలో ఎవరికైనా ఇతరులు హాని చేస్తే అలా హాని చేసినవారిని వదిలిపెట్టరు. అనేక మాయలతో ప్రతీకారం తీర్చుకుంటారని నాకు తెలుసు. నీకా అవకాశం ఇవ్వను. నిన్నూ నీ సోదరుడి వద్దకే పంపుతాను." అన్నాడు.

స్త్రీవధ పాపమని యుధిష్ఠిరుడు భీముడికి నచ్చచెప్పాడు.

హిడింబ కుంతికి నమస్కరించింది.

"దేవీ! నేను నీ కుమారుణ్ణి చూడగానే మన్మథుడికి లొంగిపోయాను. నా జాతినీ, కావలసిన వాళ్ళనీ వదిలేసాను. నీ కుమారుడు భీమసేనుడే నాకు గతి అని నిర్ణయించు కున్నాను.

ఆర్యే జానాసి యద్ దుఃఖమిహ స్త్రీణామనంగజమ్,
తదిదం మామనుప్రాప్తం భీమసేనకృతం శుభే. 154.5

నువ్వు స్త్రీవి. మన్మథుడికి వశమైన స్త్రీ అనుభవించే బాధ ఎంత తీవ్రమైనదో, ఎంత సహించలేనిదో ఈ మహాత్ములకు తెలియకపోవచ్చు. స్త్రీవైన నీకు తెలుస్తుంది. నీ కుమారుడి వలన నేను ఆ బాధ అనుభవిస్తున్నాను.

నీ కుమారుడితో వివాహానికి అనుమతించు. నాకు అనేక రాక్షస విద్యలూ, మాయలూ తెలుసు. నేను మీ పట్ల అత్యంత విశ్వాసంతో ఉంటాను. మిమ్మల్ని సేవిస్తాను. మీకు ఏ కష్టం వచ్చినా నన్ను తలుచుకుంటే చాలు మీ ముందుకు వచ్చి వాల్తాను. మిమ్మల్ని ఆ కష్టంనుంచి గట్టెక్కిస్తాను.

నాకు భూత భవిష్యత్ వర్తమానాలు తెలుసుకునే శక్తి ఉంది. దుర్యోధనుడు మీకు ఎంత హాని చెయ్యాలనుకున్నాడో, విదురుడి సహాయంతో మీరెలా బయట పడ్డారో నాకు తెలుసు.

మీరు ఆకలితో, దాహంతో ఉన్నారు. ఇక్కడికి దగ్గరలో ఒక మంచి సరోవరం ఉంది. మీరు అక్కడికి వెళ్ళి స్నానం చేసి ఆ సరోవరంలో ఉన్న నీరు తాగండి. అది మీకు శక్తినిస్తుంది.

అక్కడ వృక్షాల కింద విశ్రమించండి. కొన్ని రోజులకి వ్యాసమహర్షి మీ వద్దకు వచ్చి మీరేం చెయ్యాలో చెప్తాడు." అంది.

ఆమె వారిని ఆ సరోవరం వద్దకి తీసుకువెళ్ళింది. అది శాలిహోత్రముని ఆశ్రమంలోని సరోవరం. ఆ సరోవర తీరంలో వారు నివసించటానికి హిడింబ ఒక కుటీరం నిర్మించింది. పాండవులు స్నానం, సంధ్యోపాసన చేసి అక్కడి నీరు తాగారు.

యుధిష్ఠిరుడు హిడింబా భీమసేనులకు పగటిపూట యథేచ్ఛగా విహరించేందుకు అనుమతి ఇచ్చి ప్రతిరోజూ సూర్యాస్తమయానికి ముందే భీమసేనుడు తమ వద్దకు చేరాలని నియమం పెట్టాడు.

భీమసేనుడు వారి ఆదేశం శిరసావహించాడు.

"యావత్ కాలేన భవతి పుత్రస్యోత్పాదనం శుభే,
తావత్ కాలం గమిష్యామి త్వయా సహ సుమధ్యమే. 154.20

శుభే! నీకు పుత్రుడు పుట్టేవరకూ మాత్రమే నీతో విహరిస్తాను." అన్నాడు. ఆమె అంగీకరించింది.

వెంటనే హిడింబ భీమసేనుడితో కలిసి *(ఆకాశమార్గంలో)* అందమైన వనప్రదేశాలవైపు వెళ్ళిపోయింది.

కొంతకాలానికి హిడింబకి భీముడివలన ఒక కుమారుడు పుట్టాడు. అతడు పుట్టిన వెంటనే యౌవనవంతుడూ మహాబలశాలి అయ్యాడు. మానవుడివలన జన్మించినా అతడికి మానవులకూ, రాక్షసులకూ కూడా సాధ్యం కానంత బలం ఉంది.

ఘటో హాస్యోత్కచ ఇతి మాతా తం ప్రత్యభాషత,
అభవత్ తేన నామాస్య ఘటోత్కచ ఇది స్మ హ. 154.38

ఆ కుమారుణ్ణి చూడగానే తల్లి నవ్వుతూ "ఇతడి *(ఘటం)* తల మీద *(ఉత్కచ)* నిలిచి ఉన్న శిరోజాలు ఉన్నాయి." అంది. ఆమె మాటలవలన అతడికి ఘటోత్కచుడు అని పేరు వచ్చింది. *(జుట్టు లేకపోవడంవలన ఆ పేరు వచ్చిందని కొందరంటారు.)*

ఘటోత్కచుడు పాండవులకు నమస్కరించాడు. "తండ్రులారా! నేను మీకు ఏ సేవ చేయాలో ఆదేశించండి." అన్నాడు.

కుంతీదేవి, "కుమారా! నువ్వు కురువంశంలో జన్మించావు. నాకు భీమసేనుడెంతో నువ్వూ అంతే. నా మనవలలో నువ్వే పెద్దవాడివి." అంది.

"పితామహీ! లోకం రావణుడు, మేఘనాదుడు వంటి మహాబలశాలులని చూసింది. నాకు వారికంటే ఎక్కువ బలముంది.

నా తండ్రులకు నా అవసరం ఎప్పుడైనా కలిగితే వారు తలుచుకోగానే వెంటనే వారి ముందు వచ్చి నిలుస్తాను. వారు ఏం చెప్పినా చేస్తాను." అని చెప్పి అందరికీ మరొకసారి నమస్కరించి, వారి అనుమతి తీసుకుని ఉత్తరదిశగా వెళ్ళిపోయాడు.

హిడింబ, "నా భర్త భీమసేనుడు విధించిన నియమాన్ని పాటించడం నా ధర్మం. నాకు పుత్రుడు కలిగాక తననుండి నేను దూరంగా ఉండాలన్నాడు. అందుచేత నేను వెళ్ళిపోతున్నాను." అని కుంతికీ, పాండవులకీ నమస్కరించి వెళ్ళిపోయింది.

◆◆◆

పాండవులు శాలిహోత్రముని ఆశ్రమంనుంచి బయల్దేరారు. వారు నారచీరలూ, కృష్ణాజినాలూ ధరించారు. శిరోజాలు జటలు కట్టుకున్నారు. వేదవేదాంగాలూ అధ్యయనం చేస్తూ ఋషులలా జీవిస్తూ అరణ్యాలలో సంచరిస్తూ ముందుకు వెళ్ళారు.

కొంతకాలానికి వ్యాసభగవానుడు వారి ఎదుట ప్రత్యక్షమయ్యాడు. కుంతీ, ఆమెపుత్రులూ వ్యాసుడికి ప్రణామం చేసి ఆయనముందు అంజలి ఘటించి నిలుచున్నారు. వ్యాసుడు వారితో ఇలా అన్నాడు.

"పాండుపుత్రులారా! మీరిలా కష్టాలు అనుభవిస్తారని నాకు ముందే తెలుసు. ధృత రాష్ట్రుడూ, అతడి కుమారులూ మిమ్మల్ని వంచించి రాజ్యంనుంచి పంపించారనీ తెలుసు. మిమ్మల్ని ఆ లక్కఇంట్లో సజీవదహనం చెయ్యాలనే పాపిష్ఠిసంకల్పానికి పూనుకున్నారని కూడా తెలుసు.

ఈ కష్టాలు తలుచుకుని విషాదానికి లోనుకాకండి. భవిష్యత్తు మీదే. మీకు అనేక శుభాలు కలగబోతున్నాయి.

ఇక్కడికి సమీపంలో ఒక నగరం ఉంది. మీరెవరో ఎవరికీ తెలియకుండా ఆ నగరంలో నివసించండి. అక్కడ దొరికే నీరూ, ఆహారమూ ఆరోగ్యాన్ని కలిగిస్తాయి. మీకక్కడ రోగభయం ఉండదు."

ఆ మహనీయుడు వారితో నడుస్తూ వారిని ఏకచక్రపురం అనే నగరానికి చేర్చాడు. అక్కడ ఒక శ్రోత్రియ బ్రాహ్మణుడి ఇల్లు చూపించి వారిని ఆ ఇంట్లో ఆశ్రయం పొంది ఉండమన్నాడు.

కుంతీదేవితో, "కుంతీ! నువ్వు ధన్యురాలివి. నీకు అయిదుగురు దేవతాంశసంభూతులైన కుమారులున్నారు. యుధిష్ఠిరుడు ఎన్నడూ ధర్మమార్గం వదలడు. అతడు పాటించే ధర్మమే అతణ్ణి భూమండలమంతటికీ చక్రవర్తిని చేస్తుంది. భీమసేనుడూ, అర్జునుడూ భూమండలమంతటినీ ఇతడి పరిపాలనకిందకి తీసుకు వస్తారు.

నీ కుమారుడు అత్యంత వైభవంగా అశ్వమేధ, రాజసూయ యాగాలు చేస్తాడు. మిగిలిన కుమారులు యుధిష్ఠిరుణ్ణి సేవిస్తూ రాజభోగాలు అనుభవిస్తారు.

నేను ఒక నెలరోజులు గడిచాక మళ్ళీవస్తాను. అప్పుడు మీరేం చెయ్యాలో చెప్తాను. గొప్ప గొప్ప లక్ష్యాలు సాధించాలనుకునేవారు తగిన దేశం, కాలం లభించేదాకా ఓరిమి వహించాలి కదా!"

అని చెప్పి ఎలా హఠాత్తుగా ప్రత్యక్షమయ్యాడో అలాగే హఠాత్తుగా అదృశ్యమైపోయాడు.

◆◆◆

అరణ్యాలలో నివసించే మునుల వేషాలలో ఉన్న పాండవులను వారుండిన గృహయజ మాని బ్రాహ్మణులే అనుకున్నాడు.

వారు నిత్యం చేసే వేదాధ్యయనం, గడుపుతున్న ధార్మిక జీవితం చూసి ఆ నగరవాసులందరూకూడా పాండవులు బ్రాహ్మణులే అనుకున్నారు.

పాండవులు పగలు భిక్షాటనం చేసి, సంపాదించిన ఆహారం కుంతీదేవిముందు ఉంచేవారు. ఆమె అందులో సగం భీముడికిచ్చి మిగిలినది నలుగురు కుమారులకూ పెట్టి, ఆ మిగిలినది తాను తినేది. భిక్షాటనం బ్రాహ్మణులకు మాత్రమే అనుమతించినది కనుక కండలు తిరిగిన యోధులైన ఆ సోదరులు క్షత్రియులని ఎవరికీ అనుమానించే అవకాశం లేకపోయింది.

కాలం అలా గడుస్తోంది.

ఒక రోజు కుంతీ, భీముడు ఇంట్లో ఉండిపోయారు. మిగిలిన సోదరులు భిక్షాటనకి వెళ్ళారు.

ఆ రోజు ఉన్నట్లుండి వారి గృహస్థు ఇంట్లోనుంచి బిగ్గరగా ఏడుపులూ, ఆర్తనాదాలూ వినిపించాయి. అవి అంతకంతకీ ఎక్కువవుతున్నాయి. తమకి ఆశ్రయమిచ్చిన బ్రాహ్మణుడికి ఏదో పెద్ద ఆపదే కలిగిందని కుంతి బాధపడింది.

"నాయనా! భీమసేనా! ఈ గృహస్థు మనకి ఆశ్రయమిచ్చాడు. మనజాడ దుర్యోధనుడికి తెలియకుండా ఆదుకున్నాడు. ఇప్పుడు ఇతడేదో ఆపదలో చిక్కుకున్నాడు.

ఏతావాన్ పురుషస్తాత కృతం యస్మిన్ న నశ్యతి,
యావచ్చ కుర్యాదన్యోఽస్య కుర్యాదభ్యధికం తతః. 156.14

ఉపకారం చేసిన వాడికి అవకాశం రాగానే ప్రత్యుపకారం చెయ్యాలి. తాను పొందిన ఉపకారానికి ఎన్నోరెట్లు గొప్పదైన ప్రత్యుపకారం చేసేవాణ్ణి పౌరుషవంతుడు అంటారు.

ఆ బ్రాహ్మణుణ్ణి ఆపదనుంచి బయటపడెయ్యడం మన ధర్మం." అంది.

"తల్లీ! ఈ బ్రాహ్మణుడికి వచ్చిన ఆపద ఏమిటో తెలుసుకో. అది ఎందుకు వచ్చిందో కూడా తెలుసుకో. ఆ ఆపదా, దానికి కారణం ఎంత దుస్సాధ్యమైనా వాటినుంచి ఈ విప్రుణ్ణి నేను కాపాడుతాను." అన్నాడు భీముడు.

కుంతి ఆ బ్రాహ్మణుడి ఇంటిలోకి వెళ్ళింది. ఆమె వెళ్ళే సమయానికి ఆ బ్రాహ్మణుడు, తన భార్యాబిడ్డలని రక్షించడం కోసం తాను చనిపోతానని అంటున్నాడు.

అతడి భార్యా, పిల్లలు ఒప్పుకోలేదు. నేను చనిపోతానంటే నేను చనిపోతానని వాదిస్తున్నారు. అతడి భార్య స్థిరంగా ఇలా చెప్పింది.

"నాథా! నువ్వు ఏమేమి ఆకాంక్షించి నన్ను భార్యగా స్వీకరించావో ఆ కోరికలన్నీ తీర్చాను. ఇద్దరు పిల్లల్ని ఇచ్చాను. నిన్ను ప్రీతిగా సేవించాను.

భార్య జీవితంలో చేయగల ధర్మాలలో అతి గొప్పది భర్తకోసం ప్రాణం విడవడం. అందుచేత నన్ను వెళ్ళనియ్యి. నీ బదులు వెళ్ళి అనంత పుణ్యలోకాలకి చేరే అర్హత పొందనియ్యి.

అంతేకాదు. నువ్వు నాకూ, మన పిల్లలకీ రక్షణగా ఉన్నావు. నీ నీడలో మేమందరం క్షేమంగా ఉన్నాము. నువ్వు లేకపోతే మేము దిక్కులేనివాళ్ళం అయిపోతాము.

ఉత్సృష్టమామిషం భూమౌ ప్రార్థయన్తి యథా ఖగాః,
ప్రార్థయంతి జనాః సర్వే పతిహీనాం తథా స్త్రియమ్. 157.12

ఒక మాంసంముక్క వీథిలో పడితే ఆకాశంలో ఎగిరే ప్రతీ పక్షీ దానిమీద వాలుతుంది. అలాగే భర్తలేని నిస్సహాయురాలైన స్త్రీని వశం చేసుకోవాలని దుర్మార్గులు వదలకుండా ప్రయత్నం చేస్తూనే ఉంటారు. నన్ను నీతిగా బ్రతకనివ్వరు.

నువ్వు లేకపోతే నేనే కాదు మన కుమార్తె కూడా ఆపదలో పడిపోతుంది. ఈమె మనిద్దరికీ ప్రాణంకంటే ఎక్కువ. నిస్సహాయురాలినైన నేను ఈమెనెలా రక్షించాలి?

ఈ చిన్నపిల్లకి వయస్సు వస్తూంటే తండ్రిలేని ఈమెకు ఉత్తముడైన వరుడు ఎలా దొరుకుతాడు? ఈ అనాథబాలికను నాకిమ్మంటే నాకిమ్మని అనేకమంది అయోగ్యులు ముందుకొస్తారు.

తాం చేదహం న దిత్సేయం తద్గుణైరుపబృంహితామ్,
ప్రమథ్యైనాం హరేయుస్తే హవిర్ధ్వాంక్షా ఇవాధ్వరాత్. 147.27

నీనుంచి వచ్చిన సద్గుణసంపత్తితో ఉండే ఈ కన్యని ఆ అయోగ్యులకి ఇవ్వడానికి నిరాకరిస్తే వారు ఊరుకుని వెళ్ళిపోరు. యజ్ఞంలో ఆహుతి చెయ్యడానికి సిద్ధం చేసిన హవిస్సుని కాకి రివ్వున వచ్చి తన్నుకుపోయినట్లు వారీమెను బలవంతంగా అపహరించి తీసుకుపోతారు.

మన కుమారుడు నీవద్ద ఉంటే విద్యాబుద్ధులు నేర్చుకుని ఉత్తమమైన మార్గంలో జీవిస్తాడు. నువ్వు లేకపోతే నేనితణ్ణి ఎలా చదివించాలి? మంచిచెడులు ఎలా నేర్పించాలి?

నువ్వు ఆత్మత్యాగానికి సిద్ధపడితే మేమందరం ఇలా నశించిపోతాము. మమ్మల్ని కాపాడడానికి నువ్వు జీవించే ఉండాలి. నన్ను వెళ్ళి మరణించనివ్వాలి."

ఆమె కుమారుడూ, కుమార్తె కూడా నేను వెళ్తానంటే నేను వెళ్తానని వాదిస్తున్నారు. కుంతి వారందరిమాటలూ వింది.

"విప్రోత్తమా! మీరందరూ ఎందుకిలా దుఃఖిస్తున్నారు? మీకు వచ్చిన ఆపద ఏమిటి? ఒకరితో ఒకరు పోటీపడి ఎందుకిలా మరణించడానికి సిద్ధపడుతున్నారు? మీ బాధ నాతో పంచుకోండి. చేతనైతే మీకు సహాయం చేస్తాను." అంది.

"తల్లీ! ఈ నగరానికి ఒక క్రోసుదూరంలో యమునానదీ తీరంలో ఒక గుహ ఉంది. అందులో నరమాంసభక్షకుడైన ఒక రాక్షసుడున్నాడు. వాడిపేరు బకాసురుడు. ఆ రాక్షసుడు ఈ నగరాన్నీ, ఈ దేశాన్నీ శత్రువులనుంచీ, దుష్టులనుంచీ రక్షిస్తున్నాడు.

అందుకు ఈ నగరంలో ఉన్నవాళ్ళందరూ వాడికి ఆహారం సమకూర్చడానికి ఒప్పుకున్నారు.. రోజుకొక గృహస్థు అన్నంతోనూ, భక్ష్యాలతోనూ నిండిన ఒక బండిని, దాన్ని లాగడానికి రెండు దున్నపోతులనీ, దాన్ని తోలడానికి ఒక మనిషినీ వాడికి పంపాలి. ఆ మనిషి ఆ గృహస్థు కుటుంబంలో వాడై ఉండాలి. ఇది ఆ రాక్షసుడు పెట్టిన నియమం.

ఆ అన్నాన్నీ, దున్నపోతులనీ, ఆ మనిషినీ తిని బకాసురుడు ఆ రోజుకి శాంతిస్తాడు. ఈ విశాలమైన నగరంలో అలా పంపే వంతు కొన్ని సంవత్సరాలకి ఒకసారి ప్రతీ గృహస్థుకీ వస్తుంది. రాక్షసుడు పెట్టిన నియమాన్ని ఎవరైనా అతిక్రమిస్తే వాడు ఆ కుటుంబంమీద పడి కుటుంబంలో ఉన్న వారినందరినీ విరుచుకు తినేస్తాడు.

ఈ రోజు ఆ రాక్షసుడికి ఆహారం పంపడం నావంతు. అందుకే ఇలా దుఃఖిస్తున్నాము." అన్నాడు ఆ గృహస్థు.

"విప్రుడా! నువ్వు విచారించకు. నిన్ను ఈ ఆపదనుంచి గట్టెక్కించే ఉపాయం నాకు తోచింది. నాకు అయిదుగురు కుమారులున్నారు. వారిలో ఒకడు ఈ రోజు రాక్షసుడికి బలిగా భోజనంతో వెళ్తాడు."

బ్రాహ్మణుడు గుండెలు బాదుకున్నాడు.

"ఎంత మాటన్నావు! నా ప్రాణం కాపాడుకోవడానికి ఇంకొక బ్రాహ్మణుడి ప్రాణాన్ని అడ్డువేయాలా? అంతకంటే ఘోరమైన పాపం ఇంకొకటి ఉంటుందా? నేనూ, నా కుటుంబం బలైపోవడానికైనా అంగీకరిస్తాను కాని, నన్ను కాపాడుకోవడంకోసం ఇంకొక బ్రాహ్మణుణ్ణి బలి ఇచ్చి ఆ బ్రహ్మహత్యాపాపం మూటకట్టుకోలేను." అన్నాడు.

"బ్రహ్మహత్య పాపమని నేనూ ఒప్పుకుంటాను. నా అయిదుగురు కుమారులలో ఒకడు పోయినా పరవాలేదు, మిగిలిన నలుగురూ చాలు అనుకునేంత నిర్దయురాలిని కాను నేను.

వందమంది పుత్రులున్నా తల్లికి అందులో ప్రతి ఒక్కడి ప్రాణం తన ప్రాణంకంటే ఎక్కువే.

న చాసౌ రాక్షసః శక్తో మమ పుత్రవినాశనే,
వీర్యవాన్ మంత్రసిద్ధశ్చ తేజస్వీ చ సుతో మమ. 160 .14

నా కుమారుడు బలపరాక్రమాలున్నవాడు. గురువులవద్ద చిరకాలం శుశ్రూష చేసి మంత్రవిద్యలు నేర్చుకున్నాడు. ఇంతవరకూ అనేకమంది బలిష్ఠులైన రాక్షసులు నా కుమారుడి మంత్రశక్తికి గురై మరణించారు. ఈ రాక్షసుడూ అలాగే మరణిస్తాడు. నా కుమారుడికి ఏమీ కాదు.

అయితే ఈ విషయం మీరు మనస్సులోనే ఉంచుకోవాలి. ఎవరితోనూ చెప్పకూడదు. ఎందుకంటే దాని ప్రభావం తెలిసాక అందరూ ఆ మంత్రం నేర్పమని నా కుమారుణ్ణి నిర్బంధిస్తారు. ఆ మంత్రం ఎవరికైనా ఉపదేశిస్తే ఆ తరువాత అది నా కుమారుడికి పని చెయ్యదు."

కుంతీదేవి మాటలు విన్న బ్రాహ్మణుడికి గుండెలమీదనుంచి పెద్ద కొండని దింపినట్లయింది. ఆమె ఔదార్యాన్ని అనేకవిధాల ప్రశంసించాడు.

కుంతి జరిగినదంతా భీమసేనుడికి చెప్పింది. అతడు "తథాస్తు." అన్నాడు.

17

భిక్షాటనం ముగించుకుని సాయంత్రం ఇంటికి వచ్చిన యుధిష్ఠిరుడికి భీమసేనుడు సహజంగా కనబడలేదు. ఏదో మహాసాహసానికి ఉద్యుక్తుడైనట్లు ఉత్సాహంగా ఉన్నాడు. ఏమైందని తల్లినడిగాడు. ఆమె జరిగినదంతా చెప్పింది. యుధిష్ఠిరుడు నివ్వెరపోయాడు.

"అమ్మా! ఎంత తప్పు చేసావు! ఎంత సాహసం చేసావు! ప్రపంచంలో ఎవరైనా పరాయి వారిని రక్షించేందుకు తన కుమారుణ్ణి ప్రమాదంలోకి పంపుతారా?

ఆ భీమసేనుణ్ణి తలుచుకునే కదా దుర్యోధనుడూ, కర్ణుడూ, శకునీ కంటిమీద కునుకు లేకుండా ఉన్నారు. ఇతడి బలాన్ని నమ్ముకునే కదా మనం దుర్యోధనాదులని వధించి రాజ్యం పొందాలని ఆశిస్తున్నాం! అటువంటి భీమసేనుణ్ణి ఎవరి ప్రాణాలో కాపాడడానికి త్యాగం చేస్తావా? చిరకాలంగా ఒకదాని తరువాత మరొకటిగా వచ్చి పడుతున్న తీవ్రమైన దుఃఖాలను అనుభవించి నీ మనస్సు రాయి అయిపోయిందనిపిస్తోంది. ఆలోచనాశక్తి నశించిపోయిందనిపిస్తోంది. లేకుంటే ఇటువంటి ఆలోచనే నీకు రాదు." అన్నాడు.

"నాయనా! నేనేమీ అనాలోచితంగా ఈ నిర్ణయానికి రాలేదు. మనకి ఉపకారం చేసిన బ్రాహ్మణుడికి ప్రత్యుపకారం చెయ్యడం క్షత్రియులుగా మన కర్తవ్యం. ఇది మొట్టమొదట ఆలోచించిన విషయం.

తరువాత భీమసేనుణ్ణి ప్రమాదంలోకి నెట్టడం గురించి. లక్కఇల్లు అగ్నికి ఆహుతి అయినప్పుడు భీముడి బలమెంతో నీకు తెలియలేదా? మనని అయిదుగురినీ మోస్తూ వాయువేగంతో రాత్రంతా నడిచాడు. ఎక్కడా ఆగకుండా మరునాడు పగలంతా కూడా నడిచాడు.

అంతసేపు మెలుకువగా ఉన్నందుకు అతడి భుజాలమీద కూర్చున్న మనం అలిసి పోయి వాలిపోయాము. అతడు అలిసిపోలేదు. ఆ సాయంత్రం మనం అలిసిపోయామని మనమీద జాలికొద్దీ మనని నిద్రపోమని దింపాడు. మనమంతా వెంటనే నిద్రలోకి జారిపోయినా మనని మోసుకొచ్చిన భీముడు అలుపెరగకుండా, మెలుకువగా ఉండి మనకి రక్షణగా ఉన్నాడు. అదంతా చూసినా నీకు అతడి బలమెంతో తెలియలేదా?

అంత శ్రమపడీ, అకలిదప్పులతో ఉండీ, పర్వతమంత రాక్షసుడు హిడింబాసురుడు మీదకు వస్తే అతణ్ణి ఎంత అవలీలగా వధించాడో మనమందరం చూసాము కదా! అప్పుడైనా నీకు అతడి బలమెంతో తెలియలేదా?

మన భీమసేనుడి బలం పరాక్రమం భూలోకంలో సాటిలేనివి. అతడి చేతికి చిక్కితే ఎంత గొప్ప రాక్షసుడైనా మరణించి తీరవలసినదే.

నేనేదో ఆవేశంలోనో, నా కొడుకుని గురించి బడాయి చెప్పుకునేందుకో, అనాలోచితంగా తొందరపడో ఈ నిర్ణయం తీసుకోలేదు. బాగా ఆలోచించి ధర్మం ఆచరించాలనే మంచి బుద్ధితోనే ఈ నిర్ణయం తీసుకున్నాను.

అయినా నేను ఈ బ్రాహ్మణుడి కుటుంబానికి భీమసేనుడి బలం గురించి చెప్పలేదు. అతడు మంత్రవిద్య తెలిసినవాడనీ, తన మంత్రశక్తితోనే రాక్షసుణ్ణి చంపుతాడనీ చెప్పాను." అంది.

యుధిష్ఠిరుడికి విషయం అర్థమయింది. "తల్లీ! నేనే తొందరపడ్డాను. నువ్వు ఎంతో ధర్మనిష్ఠతోనూ, వివేకంతోనూ ఆలోచించావు. నువ్వు చెప్పినట్లే భీమసేనుడు ఆ రాక్షసుణ్ణి చంపి క్షేమంగా తిరిగివస్తాడు. కాని, ఆ రాక్షసుడు భీమసేనుడి చేతిలో మరణించాడని ఎవరికీ చెప్పవద్దని ఆ గృహస్థుకి చెప్పు." అన్నాడు.

కుంతి వారికి అలానే చెప్పింది.

మరునాడు ఉదయం రాక్షసుడికోసం రుచికరమైన పదార్థాలతో బండెడు అన్నం సిద్ధం చేసారు. బండికి దున్నపోతులని కట్టారు. భీముడు ఆ బండిని తోలుతూ రాక్షసుడుండే ప్రాంతానికి వెళ్ళాడు.

అక్కడ బండి ఆపి, అందులో ఉన్న పదార్థాలతో ఆ అన్నం తినడం మొదలుపెట్టాడు. కొంత తిన్నాక ఆ రాక్షసుణ్ణి పేరుపెట్టి బిగ్గరగా పిలిచాడు. ఆ పిలుపులో ఆత్రుత లేదు. భయం లేదు.

రోజూ వచ్చేవాళ్ళు భయంతో వణికిపోతూ వచ్చేవారు. ఈ రోజు ఎవడో ఏ భయం లేకుండా, వణకకుండా మేఘగంభీరస్వరంతో తనని పేరుపెట్టి పిలుస్తూంటే రాక్షసుడికి పట్టరాని కోపం వచ్చింది.

వేగంగా పరుగెత్తివచ్చి చూసాడు. తనకోసం తెచ్చిన అన్నాన్ని ఆనందంగా ఆస్వాదిస్తూ తింటూన్న నరుణ్ణి చూసాడు. వేగంగా భీముడున్న బండి దగ్గరికి వచ్చాడు. రెండు చేతులూ పైకెత్తి, అరచేతులు దగ్గరకు చేర్చి భీముణ్ణి బలంగా వీపుమీద గుద్దాడు. భీముడు వాడివైపు ఒకసారి చూసి, వాణ్ణి పట్టించుకోకుండా అన్నం పూర్తిగా తినేసాడు. తరువాత చేతులూ, నోరూ కడుక్కుని వచ్చాడు.

రాక్షసుడికీ, భీముడికీ మధ్య కొద్దిసేపు భయంకరంగా యుద్ధం జరిగింది. భీముడు రాక్షసుణ్ణి నేలపై బోర్లా పడేసాడు. అతడి నడుంమీద మోకాలు పెట్టి నేలకి వేసి అదిమాడు. ఒక చేత్తో మెడనీ, మరొక చేత్తో తొడలనీ పట్టుకుని రెండుచేతులూ దగ్గరగా లాగి వాణ్ణి నడుము విరిచి వధించాడు.

అతడలా వధిస్తూంటే రాక్షసుడు బాధ తట్టుకోలేక పెడబొబ్బలు పెడుతూ వికృతంగా అరిచాడు. ఆ అరుపు విని వాడి బంధువులందరూ అక్కడికి వచ్చారు. భీముడు బకుణ్ణి చంపడం చూసి వారు భయభ్రాంతులయ్యారు. భీముడు వారినందరినీ హెచ్చరించాడు. "ఇకపై మీరెవరూ మానవులని బాధించకండి. ఎవరైనా నా ఆదేశం అతిక్రమిస్తే వాళ్ళని ఇలాగే వధిస్తాను." అన్నాడు. వారందరూ అంగీకరించి ఆ ప్రాంతం వదిలి పారిపోయారు.

భీమసేనుడు ఇంటికి వెళ్ళి జరిగినదంతా యుధిష్ఠిరుడికి చెప్పాడు.

మరునాడు ఉదయం పనులమీద నగరం బయటకి వచ్చినవారికి రక్తపుమడుగులో పడి ఉన్న బకాసురుడు కనిపించాడు. వారు పనులు గాలికి వదిలి నగరంలోకి వెళ్ళి కని పించినవారికందరికీ ఈ శుభవార్త చెప్పారు.

నమ్మలేని ఈ విషయం నిర్ధారించుకోడానికీ, చనిపోయిన రాక్షసుణ్ణి చూడాలనే కుతూహలంతోనూ నగరంలో ఉన్న జనమందరూ, స్త్రీ బాల వృద్ధులతో సహా, రాక్షసుడు పడిఉన్న చోటుకి వచ్చారు.

అందరూ మాట్లాడుకుంటుంటే, "నిన్న భోజనం పంపడం ఎవరివంతు?" అనే మాట వచ్చింది. అందరూ బ్రాహ్మణుడి ఇంటివద్దకి వెళ్ళారు. ఏం జరిగిందని అడిగారు.

"నిన్న నేను భోజనం సిద్ధం చేసి రాక్షసుడికి ఆహారంగా వెళ్ళడానికి సిద్ధపడ్డాను. నా కుటుంబంలో అందరూ శోకసముద్రంలో మునిగిపోయి ఏడుస్తున్నారు. ఇంతలో మంత్రసిద్ధి ఉన్న ఒక బ్రాహ్మణుడు ఎక్కడినుంచో వచ్చాడు. విషయం తెలుసుకున్నాడు. నా బదులు తాను వెళ్తానన్నాడు. నేనంగీకరించలేదు. అతడు తనకేమీ కాదని నన్ను నమ్మించి భోజనంతో నిండిన బండిని తీసుకువెళ్ళాడు. మళ్ళీ వెనక్కి రాలేదు. మీరు చెప్పినదాన్ని బట్టి చూస్తే ఆ బ్రాహ్మణుడే రాక్షసుణ్ణి వధించి ఎటో వెళ్ళిపోయి ఉంటాడు." అన్నాడు.

అందరూ ఆనందించారు. ఆనందంతో ఆ అపరిచిత బ్రాహ్మణుణ్ణి పొగుడుతూ ఉత్సవం చేసుకున్నారు.

◆◆◆

పాండువులు వేదాలు వల్లెవేస్తూనూ, శాస్త్రాధ్యయనం చేస్తూనూ రోజులో అధికభాగం గడిపేవారు. మిగిలిన సమయంలో భిక్షాటనం చేసేవారు. వారు అలా రోజులు గడుపుతూ వ్యాసుడికోసం ఎదురుచూస్తూ ఉన్నారు.

కొంతకాలానికి బ్రహ్మనిష్ఠుడైన బ్రాహ్మణుడొకడు అనేక దేశాలు తిరుగుతూ ఏకచక్రపురం చేరాడు. అతడు పాండవులుంటున్న గృహస్థు ఇంటికి వచ్చాడు. ఆ విప్రుడికి కూడా ఆ గృహస్థు ఆశ్రయమిచ్చాడు.

కొత్తగా వచ్చిన బ్రాహ్మణుడు తాను తిరిగిన దేశాలగురించి చక్కగా చెప్తూండేవాడు. కుంతీ, ఆమె కుమారులూ అతడు చెప్పే కథలు ఆసక్తిగా వినేవారు.

ధృష్టద్యుమ్నస్య చోత్పత్తిముత్పత్తిం చ శిఖండినః,
అయోజనిత్వం కృష్ణాయాః ద్రుపదస్య మహామఖే. 164.8

ధృష్టద్యుమ్నుడూ, శిఖండీ పుట్టడమూ, యజ్ఞవేదినుంచి పుట్టిన అయోనిజ అయిన ద్రౌపది జన్మవృత్తాంతమూ విశేషంగా చెప్పాడు. ఆ తరువాత ద్రౌపదీ స్వయంవరానికి ద్రుపదుడు చేయాలనుకుంటున్న ఏర్పాట్లగురించి చెప్పాడు. ధృష్టద్యుమ్నుడు ద్రోణుడివద్ద అస్త్రవిద్యాభ్యాసం చెయ్యడం గురించి కూడా చెప్పాడు.

◆◆◆

ఆశ్చర్యకరమైన ఆ విషయాలన్నీ వివరంగా చెప్పమని పాండవులు కోరారు. ఆ విప్రుడు ఆనందంగా చెప్పాడు. అతడికి తాను పాండవులతో మాట్లాడుతున్నానని తెలియదు.

అతడు ద్రుపదుణ్ణి ద్రోణుడు తన శిష్యులచే బంధింపచేసి అవమానించడం కథ అంతా చెప్పాడు.

ద్రోణుడి చేతిలో చెప్పరాని పరాభవానికి గురైన ద్రుపదుడు ప్రతీకారేచ్ఛతో రగిలి పోయాడు. తాను యుద్ధంలో ద్రోణుణ్ణి వధించడం అటుంచి, కనీసం గెలవలేడు. ఎందుకంటే క్షత్రియబలం తనకెంతఉందో అంతకంటే ఎక్కువగా ద్రోణుడికి ఉంది. ఆపైన చిరకాలం కఠిననియమాలు పాటించి చేసిన తపస్సువలన పొందిన అజేయమైన బ్రహ్మబలం కూడా ద్రోణుడికి ఉంది.

తాను చేయలేనిపని చేసి ద్రోణుణ్ణి వధించగల కుమారుడు కావాలని అతడి కోరిక. అది కేవలం దైవబలం వలననే సాధ్యమవుతుంది. దానిని సాధ్యం చేయడానికి దేవతలను మెప్పించే యజ్ఞం చేయించగల సమర్థుడైన ఋత్విక్కుకోసం వెదుకుతూ ద్రుపదుడు అనేక దేశాలు తిరిగాడు.

సాక్షాత్తు బ్రహ్మలోకంలా ఉన్న ఒక ఋషి ఆశ్రమంలో అతడు యాజి, ఉపయాజి అనే ఇద్దరు సోదరులను చూసాడు. వారిద్దరూ కాశ్యపగోత్రీయులు. సదా సంహితాధ్యయనంలోనే ఉండేవారు. అనేక శాస్త్రాలు తెలిసినవారు. సూర్యభగవానుడికి ప్రియభక్తులు. వారిలో చిన్నవాడైన ఉపయాజి నియమనిష్ఠలు పాటిస్తూ, అనేక కఠినవ్రతాలు ఆచరిస్తూ అమిత తేజస్వి అయ్యాడు.

ద్రుపదుడు చాలాకాలం వారిద్దరికీ సేవలు చేసి వారికి చేరువయ్యాడు. ఒకరోజు ఉపయాజి ఒక్కడే ఉన్నప్పుడు అతడికి నమస్కరించి తన మనస్సులో ఉన్న కోరిక చెప్పాడు. తనచేత యజ్ఞం చేయించమని ప్రార్థించాడు. తనచేత యజ్ఞం చేయిస్తే ఉపయాజి ఏది కోరితే అది ఇస్తానన్నాడు.

ఉపయాజి, “నేను అటువంటి పని చెయ్యను.” అని స్పష్టంగా చెప్పాడు.

ద్రుపదుడు నిరుత్సాహపడలేదు. ఆ ఋషి చేయనన్నాడు కాని, చేయలేను అనలేదు. అందుచేత ఎలాగో అలాగ అతణ్ణి ప్రసన్నుణ్ణి చేసుకుంటే తన కోరిక తీరుతుంది – అనుకున్నాడు. విసుగు లేకుండా శ్రద్ధాభక్తులతో ఆ సోదరులను సేవిస్తూనే ఉన్నాడు.

అలా ఒక సంవత్సరం గడిచింది.

అతడి సేవలకు ప్రసన్నుడై ఉపయాజి ఒకరోజు రాజుని తన సమీపానికి పిలిచాడు.

"రాజా! నీచేత యజ్ఞం చేయిస్తే నాకు ఏవేవో ఇస్తానన్నావు. నాకు వాటిమీద ఆసక్తి లేదు. అందుచేత నేను యజ్ఞం చేయించను. అయినా నువ్వు పూర్తి సంవత్సరం కాలం మమ్మల్ని సేవించావు. అందుకు ప్రతిఫలంగా నీ కోరిక తీరే ఉపాయం చెప్తాను.

నా అన్నగారు యాజి కడుసమర్థుడు. అతడు ఇతరులు ఏదైనా ఇస్తే ఆనందిస్తాడు. తీసుకోవడానికి సంకోచించడు. నువ్వు ఇస్తానన్న బహుమతులకు ఆశపడతాడు. నీకు నమ్మకం కలగడానికి ఆతడి గురించి రెండు సంఘటనలు చెప్తాను.

అవి మేము గురుకులంలో విద్యాభ్యాసం చేసే రోజులు. మేమిద్దరమూ ఒక అరణ్యంలోనుంచి వెళ్తున్నాము. అక్కడ నేలమీద ఒక మధురమైన ఫలం పడిఉంది. వేదాధ్యయనం చేసేవాడు అలా దొరికిన వస్తువుని వెంటనే తీసుకోకూడదు. అది లభించిన స్థానం శుచి అయినదేనా, అటువంటి ప్రదేశంలో ఉన్న పదార్థం – అది ఎంత గొప్పదైనా – తినడానికి యోగ్యమైనదేనా అని ఆలోచించాలి. యోగ్యమైనది అని కచ్చితంగా తెలుస్తేనే స్వీకరించాలి.

కాని, మా అన్నగారు అలా ఆలోచించలేదు. దొరికినది శుచో అశుచో అని ఆలోచించకుండా లొట్టలేసుకుంటూ తినేసాడు.

'దృష్ట్వా ఫలస్య నాపశ్యద్ దోషాన్ పాపానుబన్ధకాన్,
వివినక్తి న శౌచం యః సోఽన్యత్రాపి కథం భవేత్. 166.17

ఆహా! ఒక్క తియ్యని పండు కనపడగానే ఎంత ప్రలోభపడ్డాడు! అటువంటివాడు ఇతరులిచ్చే వస్తువులు తీసుకునేందుకు సంకోచించకుండా చెయ్యి చాపుతాడు. ఆ వస్తువులు తీసుకున్నందుకు ప్రతిఫలంగా చెయ్యవలసిన పని పుణ్యమా, పాపమా అని వివేచన కూడా చేయడు.' అనుకున్నాను.

రెండవ సంఘటన చెప్తాను. మేమూ, ఇతర శిష్యులూ గురుకులంలో ఉన్నప్పుడు భిక్షాటనం చేసి కడుపు నింపుకునేవారం. అందరూ తిన్నాక ఇంకా ఏమైనా భిక్షాన్నం మిగిలిపోతే మా అన్నగారు ఏమీ అసహ్యం లేకుండా ఆ మిగిలిన అన్నాన్ని చాలా ప్రీతిగా తినేవాడు. శ్రోతియులు ఇతరులు తినగా మిగిలిన అన్నాన్ని ముట్టుకోరు. అటువంటి అన్నాన్ని మా అన్నగారు ప్రీతిగా తినడమే కాకుండా అది ఎంత రుచిగా ఉందో వర్ణించి చెప్పేవాడు.

శ్రోత్రియుడూ, వేదవేత్త అయినవాడు తనకి ఎవరైనా ఏదైనా ఇస్తానంటే అటువంటి దాత ఇచ్చే వస్తువు తీసుకోవచ్చా అని దాతను గురించి ఆలోచించాలి. అతడు ఏదో ఒక పని కోరి ఇస్తాడు కదా, అటువంటి పని మనం చేయదగినదేనా అనీ అలోచించాలి.

అంటే అతడు శౌచం అశౌచం, పుణ్యం పాపం వంటివాటిని గురించి ఆలోచించాలి. కాని, కొందరు ఏదైనా దొరుకుతుందంటే చాలు ఇవేమీ ఆలోచించరు. అవతలివాడు ఇచ్చేదానిని పొందడంమీదే వారికి ఎక్కువ ఆసక్తి ఉంటుంది. నువ్వు ఏవేవో కానుకలు ఇస్తానంటున్నావు. అటువంటి కానుకలమీద మా అన్న యాజికి చాలా ఆసక్తి ఉంది. అతడు నీచేత తప్పక యజ్ఞం చేయిస్తాడు. అతణ్ణి ఆశ్రయించు." అని చెప్పాడు.

ఆ మాటలు విన్నాక ద్రుపదుడికి యాజీమీద గౌరవం కొంత తగ్గింది. అయినా అతడి వలన తన కోరిక తీరగలదు కనుక అతడి వ్యక్తిగత విషయాలు తనకి అనవసరం అనుకున్నాడు. యాజిని ఆశ్రయించాడు.

తన కోరిక చెప్పాడు. తన కోరిక తీరుస్తే అనేకవేల గోవులనీ, సంపదనీ ఇస్తానన్నాడు. యాజి వెంటనే అంగీకరించాడు.

"రాజా! నీ సంకల్పం నెరవేరేలా యజ్ఞం చేయిస్తాను. అయితే ఇది చాలా కష్టసాధ్యమైన కార్యక్రమం. మహాతపస్వి మా తమ్ముడు ఉపయాజిని కూడా ఇందులో పాల్గొనమని కోరుతాను. మేమిద్దరం కలిసి యజ్ఞం చేయిస్తే నువ్వు కోరుకున్నట్లు మహాతేజోవంతుడూ, మహాబలశాలి, మహాపరాక్రమవంతుడూ అయిన కుమారుడు నీకు కలుగుతాడు." అన్నాడు.

ఆ తరువాత ఉపయాజిని *(తనమాట కాదనలేని వాడని తెలిసి)* ఒప్పించాడు.

యజ్ఞానికి ఏర్పాట్లన్నీ పూర్తయ్యాయి. ఆ సోదరులిద్దరూ ఏకాగ్రచిత్తంతో మంత్రోచ్చారణ చేస్తూ హోమం చేసారు.

యజ్ఞం పూర్తికావచ్చింది. యాజి ద్రుపదుడి భార్య పాంచాలదేశపు పట్టమహిషిని పిలిచాడు. "రాణీ! వెంటనే వచ్చి ఈ హోమశేషాన్ని ప్రసాదంగా స్వీకరించు. ఇది నీకు ఒక కుమారుణ్ణీ, కుమార్తెనీ కలిగిస్తుంది." అన్నాడు.

రాణి కంగారుపడింది.

"అవలిప్తం ముఖం బ్రహ్మన్ దివ్యాన్ గంధాన్ బిభర్మి చ,
సుతార్థే నోపలబ్ధాస్మి తిష్ఠ యాజ మమ ప్రియే. 166.37

విప్రోత్తమా! నేను పరిమళద్రవ్యాలతో కూడిన తాంబూలం సేవించి ఉన్నాను. చందనాది లేపనాలు పూసుకుని ఉన్నాను. నాకెంతో ప్రియమైన సంతానాన్ని కలిగించే యజ్ఞప్రసాదాన్ని ఈ స్థితిలో స్వీకరించలేను. కొద్దిసేపు వేచి ఉంటే స్నానం చేసి శుచినై వస్తాను." అంది.

"యాజేన శ్రపితం హవ్యముపయాజాభిమంత్రితమ్,
కథం కామం న సంధధ్యాత్ సా త్వం విప్రేహి తిష్ఠ వా. 166.38

ఈ హవిస్సుని యాజి స్వయంగా వండి సిద్ధం చేసాడు. ఆపైన దీనిని ఉపయాజి అభిమంత్రించాడు. ఇది ఈ యజ్ఞం చేయించిన యజమాని ద్రుపదమహారాజు కోరికని తీర్చేది. నువ్వు వెంటనే వచ్చినా, సందేహిస్తూ నిలబడినా దీనిని మేము వినియోగించి తీరాలి. నిరీక్షించడం కుదరదు. నువ్వు స్వీకరిస్తే దీనివలన నీకు ఒక కుమారుడు, ఒక కుమార్తె కలుగుతారు. నువ్వు ఆలస్యం చేసినా వారిద్దరూ ఉద్భవిస్తారు. కానీ, నీ కడుపున కాదు." అన్నాడు.

రాణి ఇంకా సంకోచిస్తూ నిలబడే ఉంది. యాజి మారు మాట్లాడకుండా ఆ యజ్ఞప్రసాదాన్ని హోమగుండంలో వేసేసాడు.

వెంటనే ఆ అగ్నివేదినుంచి దేవతాసమానుడైన పురుషుడు పైకి వచ్చాడు. అతడు కిరీటమూ, కవచమూ ధరించి; ఖడ్గం, బాణం, ధనుస్సూ చేతబూని; అగ్నిలా వెలిగిపోతూ; దుర్నిరీక్ష్యమైన తేజస్సుతో ఉన్నాడు.

ఆ యువకుడు అలా యాగాగ్నినుంచి పుట్టగానే అశరీరవాణి అందరికీ వినబడేలా ఇలా అంది.

"ఈ కుమారుడు పాంచాలుల భయం పోగొడతాడు. వారి కీర్తిని పెంపొందిస్తాడు. ద్రుపదమహారాజు శోకం పోగొడతాడు. ద్రోణాచార్యుణ్ణి వధించడానికే పుట్టాడు."

ఆ తరువాత అదే అగ్నివేదినుంచి అత్యంత సౌందర్యవతి అయిన యువతి ఉద్భవించింది. ఒక స్త్రీకి ఉండగల సమస్త శుభలక్షణాలూ, ఉత్తమగుణాలూ రూపుదాల్చి నిలిచినట్లు ఉందామె. ఆమెను చూడగానే అందరికీ సాక్షాత్ దుర్గాదేవి మానవరూపం ధరించి అక్కడికి వచ్చిందా అనిపించింది.

చామనచాయతో ఉన్న ఆమెతో పోల్చదగిన అందగత్తె భూమండలంలో ఎక్కడా లేదు. ఆమె పుట్టగానే అశరీరవాణి ఇలా అంది.

"ఈ కన్య పేరు కృష్ణ. **సర్వయోషిద్వరా కృష్ణా నినీషుః క్షత్రియాన్ క్షయమ్** – ఈమె స్త్రీలందరిలోనూ శ్రేష్ఠురాలు. క్షత్రియవంశాల సంహారంకోసం పుట్టింది. ఈమెవలన కౌరవులు నశిస్తారు."

ఆ బిడ్డలిద్దరూ తన గర్భాన కాకుండా అగ్నినుంచి పుట్టడంతో రాణి, "అయ్యో! ఎంత భాగ్యం కోల్పోయానో కదా!" అని విచారించింది. యాజికి నమస్కరించి, "భగవన్! మీ ఆదేశాన్ని అర్థంచేసుకోలేకపోయాను. నన్ను మన్నించండి. ఈ ఇద్దరు బిడ్డలూ ఈ లోకంలో నన్ను తప్ప మరెవరినీ తల్లిగా భావించకుండా వరమివ్వండి." అని వేడుకుంది.

యాజి, "తథాస్తు." అని అనుగ్రహించాడు.

అక్కడ చేరిన తపస్వులూ, వేదశాస్త్రాలు తెలిసిన పెద్దలూ ఆ పిల్లలకి నామకరణం చేసారు. ఆ కుమారుడు సాహసి, పరాక్రమవంతుడు, శత్రుసంహారకుడు కనుక ధృష్టుడు; కవచంతోనూ, ఆయుధాలతోనూ జన్మించాడు కనుక ద్యుమ్నుడు. అందువలన అతడి పేరు ధృష్టద్యుమ్నుడు. ఆ కుమార్తె చామనచాయతో ఉంది కనుక ఆమెకు కృష్ణ అని పేరు పెట్టారు.

ధృష్టద్యుమ్నుడు తనని వధించడానికే పుట్టాడని ద్రోణుడికి తెలుసు. అతడి చేతిలోనే మరణించాలని తనకు రాసిపెట్టిఉంటే దానిని ఎవరూ తప్పించలేరనుకున్నాడు. శస్త్రాస్త్రవిద్యలు నేర్పే ఉత్తమ ఆచార్యుడిగా తన కర్తవ్యం చిత్తశుద్ధితో నిర్వర్తించాలనుకున్నాడు. ధృష్టద్యుమ్నుణ్ణి తన ఇంటికి తీసుకువెళ్ళి శస్త్రాస్త్రవిద్యలు నేర్పించడం మొదలుపెట్టాడు.

అంతవరకూ చెప్పి ఆ ఆగంతక బ్రాహ్మణుడు వెళ్ళిపోయాడు. కుంతి కుమారులతో సమావేశమయింది.

"కుమారులారా! మనం ఈ బ్రాహ్మణుడి ఇంట్లో చాలాకాలంగా ఉంటున్నాం. ఇక్కడ చూడవలసినవన్నీ చూసాం. ఉత్తములైన ఈ నగరపౌరుల ఆదరంతో భిక్షాన్నం తిని జీవించాం. ఇంతకంటే ఎక్కువకాలం ఇక్కడ ఉండడం తగదు. మీకందరికీ ఆమోదమైతే మనం పంచాల దేశం *(సంస్కృతంలో ఈ దేశాన్ని పంచాలదేశం అనీ పాంచాలదేశం అనీ కూడా అన్నారు.)* వెళ్దాం. ఆ దేశం సుభిక్షంగా ఉందని అందరూ చెప్తున్నారు." అంది.

అందరూ తల్లి ఆలోచనతో అంగీకరించారు. వారు ఏకచక్రపురం వదిలేలోగా వ్యాస భగవానుడు వారిముందు ప్రత్యక్షమయ్యాడు. కుంతీ, పాండవులూ ఆ మహాత్ముడికి నమస్కరించి, ఆయనముందు చేతులు జోడించి నిలుచున్నారు. వ్యాసుడు ప్రసన్నుడై కుశలప్రశ్నలు వేసాడు. ఆ తరువాత ఇలా అన్నాడు.

"వీరులారా! పూర్వం జరిగిన ఒక సంఘటన మీకు చెప్తాను. ఒక ఋషికి ఒక కూతురుంది. ఆమె సౌందర్యరాశి. తపోవన నియమాలు తు.చ. తప్పకుండా పాటించి జీవించిన గుణవంతురాలు. ఎంతకాలం గడిచినా ఆమెను వివాహమాడడానికి యోగ్యుడెవరూ ముందుకు రాలేదు. ఆమె దుఃఖించి శివుణ్ణి గురించి తీవ్రమైన తపస్సు చేసింది.

శివుడు ప్రత్యక్షమై ఆమెను వరం కోరుకోమన్నాడు.

"**పతిం సర్వగుణోపేతమిచ్ఛామీతి పునః పునః** – మహాదేవా! సర్వగుణోపేతుడైన భర్తని కోరుకుంటున్నాను." అని ఆమె పదే పదే అంది.

"**పంచ తే పతయో భద్రే భవిష్యన్తీతి భారతాః** – భరతవంశంలో పుట్టిన సద్గుణవంతులైన అయిదుగురు భర్తలను పొందుతావు." అని శివుడు వరమిచ్చాడు.

ఆమె బిత్తరపోయి తాను ఒక్క భర్తనే కోరుకుంటున్నానని చెప్పింది. శివుడు ఆమెకలా ఎందుకు వరమిచ్చాడో చెప్పాడు. "**పంచకృత్వస్త్వయా హ్యుక్తః పతిం దేహీత్యహం పునః** – భద్రే! నువ్వు భర్తనిమ్మని అయిదుమార్లు అడిగావు. అందువలన నువ్వు అయిదుగురు భర్తలకు భార్యవవుతావు. ఈ జన్మ తరువాత నువ్వు మళ్ళీ పుడతావు. అప్పుడు నేనిచ్చిన వరం నీకు లభిస్తుంది." అన్నాడు.

ఆ కన్య ఇప్పుడు ద్రుపదుడి కుమార్తెగా పుట్టింది. మీరందరూ వెంటనే బయల్దేరి పంచాలదేశం వెళ్ళండి. **సుఖినస్తామనుప్రాప్య భవిష్యథ న సంశయః** – అత్యుత్తమురాలు అయిన ద్రుపదకన్యని వివాహం చేసుకోండి. మీరందరూ సుఖంగా జీవిస్తారు."

ఇలా చెప్పి వ్యాసుడు అంతర్ధానమైపోయాడు.

కుంతీ, ఆమె పుత్రులూ తమకు ఆశ్రయమిచ్చిన బ్రాహ్మణుడివద్ద సెలవుతీసుకుని పంచాలదేశంవైపు బయల్దేరారు.

◆◆◆

పాండవులు ఒక పగలూ, ఒక రాత్రీ నడిచి గంగాతీరం చేరారు. అందరికీ దారి చూపించేందుకు అర్జునుడు ఒక మండే కొరివిని పట్టుకుని అందరికంటే ముందు నడిచాడు.

అదే సమయంలో గంగాతీరంలో, పాండవులున్న ప్రదేశానికి సమీపంలో అంగారపర్ణుడు *(ఇతణ్ణే చిత్రరథుడు అంటారు.)* అనే గంధర్వరాజు తన స్త్రీలతో జలక్రీడావినోదంలో ఉన్నాడు. అతడికి పాండవుల అడుగుల ధ్వని వినిపించింది.

చిత్రరథుడికి తాను స్త్రీలతో నిర్జన ప్రదేశంలో ఉండగా ఆ ప్రదేశానికి వచ్చి తమ వినోదానికి భంగం కలిగించిన వారిమీద కోపం వచ్చింది. అతడు తీరానికి వచ్చి, తన భయంకరమైన విల్లు ధరించి టంకారధ్వని చేసి ఇలా అన్నాడు.

"సాయంకాలం సూర్యుడు అస్తమించే సంధ్యాసమయానికి ఎనభై లవాల కంటే తక్కువ కాలాన్ని ముహూర్తమంటారు. మానవులు ఈ నదీసమీపంలో అంతకుముందువరకూ పగటిపూట సంచరించవచ్చు. ఆ తరువాత ఇక్కడ కేవలం యక్షులూ, గంధర్వులూ మాత్రమే సంచరిస్తారు. ఆ సమయంలో మానవులు ఇక్కడికి రావడం నిషేధించారు.

అలా నిషేధించిన సమయంలో నీటివద్దకు వచ్చే మానవులని మేము పట్టి బంధిస్తాము.

నేను అంగారపర్ణుడనే గంధర్వరాజుని. కుబేరుడి మిత్రుణ్ణి. నేనిక్కడ సంచరించే సమయంలో యక్షులూ, రాక్షసులూ, దేవతలూ కూడా ఇక్కడికి రావడానికి సాహసించరు. మీరు మానవమాత్రులు. తెలియక ఈ సమయంలో వచ్చినట్లున్నారు. వెంటనే దూరంగా పొండి."

అర్జునుడు అతడికి తీవ్రంగా సమాధానం చెప్పాడు.

"దుర్మతీ! సముద్రంలోనూ, హిమాలయపర్వత సానువులలోనూ, గంగాతీరంలోనూ ఎవరికీ ఏ నిషేధం లేదు. పగలు గానీ, రాత్రి గానీ, సంధ్యాసమయంలో గానీ ఈ ప్రదేశాలమీద ఎవరికీ ఇతరులని అడ్డుకునే హక్కు లేదు.

భుక్తే వా౽ ప్యభవా౽ భుక్తే రాత్రావహని ఖేచర,
న కాలనియమో హ్యస్తి గంగాం ప్రాప్య సరిద్వరామ్. 169.17

గంధర్వా! నదులన్నిటిలోనూ గంగానది శ్రేష్ఠమైనది. ఈ నదీతీరానికి రావడానికి ఎవరికీ ఏ నియమాలూ లేవు, ఏ నిషేధాలూ లేవు. భోజనం చేయకముందైనా, చేసిన తరువాతనయినా, పగలైనా, రాత్రయినా, ఎప్పుడయినా, ఎవరయినా ఇక్కడికి రావచ్చు.

బలహీనులైన మానవులు నీవంటివారికి భయపడి మీకు తోచినట్లు మీరు పెట్టే నియమాలు పాటిస్తారు. మేము బలశాలులం, వీరులం. మీకు భయపడం.

భారతావనిలో పవిత్రమైన నదులు ఏడు ఉన్నాయి. అవి గంగ, యమున, ప్రక్షకి, సరస్వతి, సరయు, గోమతి, గండకి. ఈ నదులలో స్నానం చేసినా, ఈ నదీజలాలను తాగినా మానవులు సమస్త పాపాలనుంచీ విముక్తులవుతారు.

ఈ నదులలో సాక్షాత్ స్వర్గంనుంచి దిగివచ్చినది గంగానది ఒక్కటే. ఇటువంటి నది సమీపానికి ఎవరు రావచ్చో, ఎవరు రాకూడదో నిర్దేశించడానికి నువ్వెవరివి?"

అర్జునుడి మాటలు విన్న చిత్రరథుడు మారు మాట్లాడకుండా ధనుస్సు ఎక్కుపెట్టి భయంకర విషసర్పాలవంటి బాణాలు ప్రయోగించడం మొదలుపెట్టాడు. అర్జునుడు కొరివిని పక్కన పెట్టి, డాలుతో గంధర్వుడి బాణాలని అడ్డుకున్నాడు. తృటిలో ధనుస్సు ధరించి బాణప్రయోగం మొదలుపెట్టాడు.

గంధర్వరాజు మాయలు ప్రయోగించడం మొదలుపెట్టాడు. అది చూసి అర్జునుడి నవ్వాడు. "గంధర్వా! నీకు తెలిసిన మాయాయుద్ధం నాకూ తెలుసు. నేనిప్పుడు మాయతో కాకుండా దివ్యాస్త్రాలు ప్రయోగించి నీ గర్వం అణుస్తాను." అని ఆగ్నేయాస్త్రం ప్రయోగించాడు.

మంటలు కక్కుతూ వెళ్ళిన ఆగ్నేయాస్త్రం గంధర్వుడి రథాన్ని భస్మం చేసింది. ఆ వేడికి స్పృహతప్పి గంధర్వుడు తలవాల్చి కింద పడడం మెదలుపెట్టాడు. అర్జునుడు ఒక్క దూకులో చిత్రరథుణ్ణి చేరాడు. అతణ్ణి శిరోజాలు పట్టుకుని సోదరులవద్దకు ఈడ్చుకువచ్చాడు. అది చూసి గంధర్వుడి భార్య తన భర్త ప్రాణాలు రక్షించమని యుధిష్ఠిరుణ్ణి కోరింది. యుధిష్ఠిరుడు అతణ్ణి వదలెయ్యమన్నాడు.

అర్జునుడు అతణ్ణి అవమానించకుండా వదిలేసాడు. గంధర్వుడు కృతజ్ఞతతో ఇలా అన్నాడు.

"చేతికి చిక్కిన శత్రువుని చంపకుండానూ, అవమానించకుండానూ విడిచిపెట్టే విశాల హృదయం ఉన్నవారు పురుషోత్తములు. వారే అసలైన వీరులు. ఈ రోజు నేను యుద్ధంలో ఓడిపోయాను. అయినా విచారించడంలేదు. ఎందుకంటే ఆర్జునుడివంటి మహాయోధుడు నాకు ప్రాణదానం చేసి మిత్రుడయ్యాడు. మీరెవరో నాకు తెలుసు.

ఇంతవరకూ నాపేరు అంగారపర్ణుడు. ఈ రోజుతో ఆ పేరు వదిలేస్తున్నాను. నా రథం చాలా గొప్పది. దివ్యశక్తులున్నది. అందుచేత దీనిని చిత్రరథం అనీ, నన్ను చిత్రరథుడనీ అంటారు. ఈ రోజు అర్జునుడి అస్త్రప్రభావం వలన నా చిత్రరథం దగ్ధమైపోయింది. నేనిక చిత్రరథుడనే పేరుని కూడా వదిలెయ్యాలి.

నేను పూర్వం తపస్సు చేసి చాక్షుషీవిద్య అనే విద్యని సాధించాను. దాని సహాయంతో ముల్లోకాలలోనూ దేనిని చూడాలనుకున్నా చూడగలము. ఆ విద్యని నా ప్రాణదాత అయిన అర్జునుడికి ఉపదేశిస్తాను." అన్నాడు.

"గంధర్వరాజా! నీకు ప్రాణదానం చేసినందుకు ప్రతిఫలంగా నువ్వీవిద్యని ఇస్తానంటే నాకది అంగీకారం కాదు. అలా ఇచ్చే విద్యని నేను స్వీకరించలేను." అన్నాడు అర్జునుడు.

"అర్జునా! నాకు మీతో మైత్రీబంధం కావాలి. నేను నీకు చాక్షుషీ విద్యనిస్తాను. అంతేకాదు. మీ సోదరులందరికీ తలొక వంద దివ్యశక్తులున్న గంధర్వాశ్వాలను ఇస్తాను. వీటికి బదులుగా నువ్వు నాకు ఆగ్నేయాస్త్రం ఉపదేశించు. మహావీరులు కలిసినప్పుడు ఇలా బహుమతులు ఇచ్చి పుచ్చుకుంటేనే మైత్రీబంధం దృఢంగా ఉంటుంది." అన్నాడు.

అలా అర్జునుడూ, గంధర్వుడూ విద్యలు ఇచ్చిపుచ్చుకున్నారు. గంధర్వుడు పాండవులకు దివ్యాశ్వాలు కూడా ఇచ్చాడు. వారిద్దరూ శాశ్వతంగా మిత్రత్వం పాటించాలని నిర్ణయించుకున్నారు.

18

అర్జునుడు తన మనస్సులో ఒకమూల వదలకుండా ఉండిపోయిన సందేహం తీర్చుకోవాలనుకున్నాడు.

"కారణం బ్రూహి గంధర్వ కిం తద్ యేన స్మ ధర్షితాః,
యాంతో వేదవిదః సర్వే సంతో రాత్రావరిందమాః. 169.59

గంధర్వరాజా! మేమందరం వేదవేత్తలం. శత్రువు ఎటువంటివాడైనా జయించగల సమర్థులం. మేమెవరమో నీకు తెలుసునంటున్నావు. అయినా రాత్రిపూట మామీద ఎందుకు దాడిచేసావు? *(అనవసరంగా మాతో యుద్ధానికి ఎందుకు దిగావు?)"* అని అడిగాడు.

"అర్జునా! *(మీలో ఎవరికీ వివాహం కాలేదు. అందుచేత అగ్నిని ఆరాధించడం మీకు సాధ్యం కాదు. నీలకంఠ వ్యా.)* నిత్యం అగ్నికి ఇవ్వవలసిన ఆహుతులు ఇవ్వకుండా ఉండిపోయారు. ఆపైన మీముందు నడిచి మిమ్మల్ని రక్షించే పురోహితుణ్ణి కూడా మీరు పెట్టుకోలేదు. ఈ రెండూ లేనివాడు ఏ రక్షణా లేనివాడితో సమానమే. అందుచేతనే మీరెంత పరాక్రమవంతులో తెలిసికూడా మిమ్మల్ని ఎదిరించాను.

మీ సోదరుల పరాక్రమం లోకమంతటికీ తెలుసు. నేను లోకసంచారం చేస్తూ ఈ మాట అనేకమంది చెప్పుకుంటూంటే విన్నాను. ఇవన్నీ తెలిసీ కూడా మిమ్మల్ని ఎదిరించడానికి బలమైన కారణం మరొకటి ఉంది.

స్త్రీసకాశే చ కౌరవ్య న పుమాన్ క్షంతుమర్హతి,
ధర్షణామాత్మనః పశ్యన్ బాహుద్రవిణమాశ్రితః. 169.68

బాహుబలం, యుద్ధంచెయ్యడంలో నైపుణ్యం ఉన్న పురుషుడు ఎవరైనా ఇతరులు తనని స్త్రీలముందు చులకనచేసి మాట్లాడితే సహించలేడు. అందుకే మిమ్మల్ని ఎదిరించాను. నువ్వు బ్రహ్మచర్యవ్రతం నిష్ఠతో పాటించావు గనుక నన్ను ఓడించగలిగావు. నీ స్థానంలో మరొక క్షత్రియుడు ఎవడున్నా వాడు ప్రాణాలతో ఉండేవాడు కాదు.

అదలా ఉంచు. మీకొక మంచిమాట చెప్తాను. అభ్యుదయం కోరేవాడు ఎవడైనా సరే ఆతడికొక మంచి పురోహితుడు ఉండాలి. ఆ పురోహితుడు షడంగాలతో కూడిన వేదంలో నిష్ణాతుడై ఉండాలి. విశ్వాసపాత్రుడై ఉండాలి. జితేంద్రియుడై ఉండాలి. సత్యవాదీ, ధర్మాత్ముడూ అయిఉండాలి.

తనకి పొందే హక్కున్నా పొందలేకపోతున్న సంపదని పొందడానికీ, పొందిన సంపదని

రక్షించుకునేందుకూ రాజుకి ఉత్తముడైన పురోహితుడు తప్పక ఉండాలి. రాజు ఆ పురోహితుడికి విధేయుడై ఉండాలి."

"చిత్రరథా! మాకు పురోహితుడుగా ఉండదగిన ఉత్తముడైన బ్రహ్మవేత్త ఎవరైనా ఉంటే చెప్పు."

"కుంతీనందనా! ఇదే వనంలో ఉత్కోచకం అనే ప్రదేశంలో దేవలమహర్షి తమ్ముడు ధౌమ్యుడు అనే ఋషి తపస్సు చేసుకుంటున్నాడు. మీకు ఆ ముని నచ్చితే ఆయనని మీకు పురోహితుడుగా ఉండమని ప్రార్థించండి."

"గంధర్వరాజా! నువ్విచ్చిన అయిదువందల దివ్యాశ్వాలనీ ప్రస్తుతం నీవద్దనే ఉంచు. మాకు అవసరం కలిగినప్పుడు మేము నిన్నడిగి వాటిని తీసుకుంటాము."

అలా అర్జునుడు దివ్యాశ్వాలని గంధర్వుడికి అప్పగించాడు. కుంతీ, పాండవులూ ధౌమ్యమహర్షి ఆశ్రమం వెదుకుతూ బయల్దేరారు.

వారు ఉత్కోచకం చేరి ఆ ఋషి ఆశ్రమానికి వెళ్ళారు. తన దివ్యశక్తివలన వారెవరో తెలుసుకున్న ధౌమ్యుడు వారికి స్వాగతసత్కారాలు చేసాడు. వారి ప్రార్థన మన్నించి వారికి పురోహితుడుగా ఉండడానికి అంగీకరించాడు.

అంతవరకూ తాము అనాథలం అనుకున్న పాండవులు ధౌమ్యుడి అంగీకారంతో తమకు కొండంత అండ దొరికిందనీ, తాము సనాథులమనీ భావించారు.

వారందరూ ధౌమ్యుడితో కలిసి పంచాలదేశంవైపు వెళ్ళారు.

◆◆◆

ద్రుపదుడి రాజధానికి చేరువవుతూ ఉంటే ఆ నగరం దిశలో వెళ్తున్న అనేకమంది బ్రాహ్మణులు పాండవులకు కనిపించారు. ద్రుపదుడు తన కుమార్తెకు స్వయంవరం ప్రకటించబోతున్నాడనీ, ఆ స్వయంవరానికి లోకంలో ఉన్న రాజులందరూ వస్తారనీ, భూరిగా ధనధాన్యాలు దానం చేస్తారనీ ఆ బ్రాహ్మణులు చెప్పారు. వారు ఆ స్వయంవరం గురించి తమకు తెలిసిన విషయాలు పాండవులకు చెప్పారు.

"అదొక అపూర్వమైన స్వయంవరం. దానిని చూడడానికి అనేకదేశాల ప్రజలు వస్తారు. అలా వచ్చే సందర్శకులను అలరించడానికి నట, నాట్య బృందాలు వస్తాయి. అనేక వినోద కార్యక్రమాలు ఉంటాయి. రోజూ మృష్టాన్న భోజనాలతో సంతర్పణలు ఉంటాయి. కొన్ని వారాలు అక్కడ ఉండి మేము ద్రుపదుడు ఇచ్చే విందులు ఆరగించి, వినోదాలు తిల కించి, చివరగా అత్యంత సౌందర్యరాశి అయిన ద్రుపదపుత్రిక స్వయంవరం చూసి,

రాజులిచ్చే దానాలు స్వీకరించి తిరిగి వెళ్తాము." అన్నారు ఆ బ్రాహ్మణులు.

పాండవులు ఆ బ్రాహ్మణసమూహంతో కలిసిపోయారు. వారు ద్రుపదుడి రాజధాని చేరి ఒక కుమ్మరివాని ఇంట్లో నివాసం ఏర్పరుచుకున్నారు. భిక్షాటనం చేసి ఆహారం సంపాదించుకుంటూ, ద్రౌపదీ స్వయంవరం జరిగే రోజుకోసం ఎదురుచూస్తున్నారు. నార చీరలూ, కృష్ణాజినాలూ ధరించి భిక్షాటనం చేస్తూండడం వలన ఆ సోదరులు పాండవులని ఎవరూ గుర్తించలేదు.

యజ్ఞసేనస్య కామస్తు పాండవాయ కిరీటినే,
కృష్ణాం దద్యామితి సదా న చైతద్ వివృణోతి సః. 184.8

ద్రుపదుడు అర్జునుడి బలపరాక్రమాలను గురించి విన్నాడు. యుద్ధంలో స్వయంగా చూసాడు. సాటిలేని ఆ మహావీరుడికి తన కుమార్తె కృష్ణనిచ్చి వివాహం చేయాలని అతడి ప్రగాఢమైన కోరిక. అయితే ఆ విషయం ఎవరికీ తెలియకుండా జాగ్రత్త పడ్డాడు.

(పాండవులు జతుగృహంలో కాలి మరణించారనే మాట చాలామంది నమ్మలేదు. వారిలో ద్రుపదుడొకడు. అర్జునుడు ఎక్కడో సజీవంగా ఉన్నాడనీ, తగిన సమయం చూసుకుని బయటపడతాడనీ అతడి విశ్వాసం.)

ద్రుపదపురోహితుడు రాజుకోరిక తీరే ఉపాయం చెప్పాడు.

"పుష్యమాసే తు రోహిణ్యాం శుక్లపక్షే శుభే తిథౌ,
దివసైః పంచసప్తత్యా భవిష్యతి స్వయంవరః. 166.56+

రాజా! పుష్యమాసంలో శుక్లపక్షఏకాదశి తిథిలో రోహిణీ నక్షత్రంలో నీ కుమార్తెకు స్వయంవరం ఏర్పాటు చెయ్యి. స్వయంవరంలో అర్జునుడు తప్ప ఇంకెవరూ సాధించలేని పరీక్ష పెట్టు.

ఆ ముహూర్తానికి నేటినుంచి 75 రోజుల వ్యవధి ఉంది. ఈ స్వయంవరం వార్త లోకంలో నలుదిశలకీ వ్యాపించేందుకు ఈ సమయం చాలు. ఈ వార్త వినగానే పాండవులు ఎక్కడ ఉన్నా, కుంతితో సహా, ఆ స్వయంవరానికి తప్పక వస్తారు." అన్నాడు.

ద్రుపదుడికి ఆ ఉపాయం నచ్చింది. తన కుమార్తెకు స్వయంవరం ప్రకటిస్తే అర్జునుడు ఎక్కడున్నా ఆ స్వయంవరానికి తప్పక వస్తాడని ద్రుపదుడు ఆశించాడు. అతడలా తప్పక వచ్చేందుకు ఆకర్షణ కలిగించేలా తన కుమార్తె స్వయంవర పరీక్ష రూపొందించాడు. అత్యంత దృఢమైన ఒక మహాధనుస్సుని తయారుచేయించాడు. అటువంటి ధనుస్సుని

అర్జునుడు తప్ప ఇతరులెవరూ ఒడుపు తెలిసి వంచలేరు. ఎంతో కొంత వంచినా నారి బిగించలేరు.

ఆ తరువాత ఎంతో ఎత్తులో ఒక యంత్రాన్ని ఏర్పాటు చేసాడు. ఆ యంత్రం దళసరిగా ఉన్న గుండ్రని లోహపు రేకులా ఉంది. దాని అంచున ఒక రంధ్రం ఉంది. ఆ రేకు వేగంగా గుండ్రంగా తిరుగుతుంది. ఆ యంత్రం పైన దానిలో ఉన్న రంధ్రంతో సమానమైన పరిమాణం గల లక్ష్యం ఉంది. యంత్రం ఒకసారి పూర్తిగా తిరిగినపుడు రంధ్రం సరిగ్గా లక్ష్యం కిందకు వస్తుంది. క్షణంలో అతి చిన్న భాగంలో అది లక్ష్యాన్ని దాటి వెళ్ళిపోతుంది. రంధ్రం సరిగ్గా లక్ష్యం కిందకి వచ్చినప్పుడు బాణం వేస్తే, ఆ బాణం రంధ్రంలోనుంచి పోయి లక్ష్యానికి తగులుతుంది.

ఆ కొద్ది వ్యవధిలోనే ఒకటి కాదు, రెండు కాదు వరుసగా అయిదు బాణాలు వేసి లక్ష్యం ఛేదించాలి. అది అవిశ్రాంతంగా సాధన చేసి, అద్వితీయమైన బాణప్రయోగ కౌశలం సాధించినవారికి తప్ప వేరెవరికీ సాధ్యం కాదు.

ఒక మంచి ముహూర్తంలో ద్రుపదుడు తన కుమార్తెకి స్వయంవరం జరిగే రోజూ, ఆ స్వయంవరంలో పెట్టిన పరీక్షా ప్రకటించాడు. తాను పెట్టిన లక్ష్యాన్ని యంత్రంలో ఉన్న రంధ్రం ద్వారా అయిదు బాణాలతో ఛేదించగల క్షత్రియ వీరవరేణ్యుడే తన కుమార్తెకు భర్త అవుతాడన్నాడు.

ద్రుపదుడు నిండు సభలో చేసిన ఆ ప్రకటన ఆనోటా ఈనోటా అంచెలంచెలుగా భూమండలంలో ఉన్న రాజులకందరికీ చేరింది. ప్రసిద్ధులైన రాజులందరూ తమ తమ పరివారాలతో దక్షిణపాంచాల దేశానికి చేరారు. అనేకమంది ఋషులూ, పండితులూ, సామాన్య ప్రజలూ కూడా చేరారు.

ద్రుపదుడు ప్రకటన చేసిన రోజునుంచి పదిహేనవరోజున స్వయంవరం ఏర్పాటయింది. విశాలమైన రంగస్థలంలో స్వయంవర మంటపం ఏర్పాటు చేసారు. మంటపానికి సమీపంలో ద్రుపదపురోహితుడు అగ్నివేదిని నిర్మింపజేసాడు. మంత్రాలు చదువుతూ ఆ వేది చుట్టూ దర్భలు పరిచాడు. తరువాత శాస్త్రోక్తంగా అగ్నిని ప్రతిష్ఠించి హవిస్సులర్పించాడు. ఆ విధంగా అగ్నిని తృప్తిపరిచి, ఇతర విప్రులతో కలిసి స్వస్తివచనాలు చదివాడు.

అనంతరం వీరులను ప్రోత్సహించేవిధంగా, భూనభోంతరాళాలు ప్రతిధ్వనించేలా శంఖ, భేరీ, మృదంగాది వాద్యాలు వాయించారు.

ద్రౌపది అమూల్యమైన వస్త్రాలూ, అనేక రత్నఖచిత ఆభరణాలూ ధరించింది.

ధృష్టద్యుమ్నుడు ఆమెను చేయి పట్టుకుని స్వయంవర మంటపానికి తీసుకువచ్చాడు.

ఆ లోకోత్తరసుందరిని చూసిన వారందరూ, "ఇంత అందం మానవకాంతలకు సాధ్యమా!" అన్నట్లు చేష్టలు దక్కి చూస్తూ ఉండిపోయారు.

ధృష్టద్యుమ్నుడు స్వయంవరపరీక్షలో పాల్గొనడానికి వచ్చిన వీరులనందరినీ చూసాడు. వారిలో తాము ఆహ్వానించిన క్షత్రియులే కాక ఇతరులు కూడా ఉన్నారని గుర్తించాడు. క్షత్రియులు కానివారు వీరులైనా వారిని పరీక్షలో పాల్గొనడానికి రావద్దని సున్నితంగానే అయినా స్పష్టంగా చెప్పవలసి వచ్చింది.

అతడు వాద్యాలను ఆపించాడు. అందరికీ వినబడేలా మేఘగంభీరస్వరంతో ఇలా ప్రకటించాడు.

"స్వయంవరానికి వచ్చిన రాజులకందరికీ ద్రుపదమహారాజు స్వాగతం చెప్తున్నాడు. స్వయంవర పరీక్ష మా తండ్రి ఇదివరకే ప్రకటించాడు. అయినా నేను మరొకసారి చెప్తున్నాను.

ఇక్కడ వేదికమీద పై ఎత్తున ఆగకుండా తిరుగుతున్న ఒక యంత్రం ఉంది. అందులో ఒక ఛిద్రం *(రంధ్రం)* ఉంది. యంత్రంపైన ఒక లక్ష్యం ఉంది. యంత్రం పూర్తిగా ఒక సారి తిరిగినప్పుడు ఛిద్రం సరిగ్గా లక్ష్యం కిందకి వస్తుంది.

ఈ వేదికపైన ఒక మహాధనుస్సూ, బాణాలూ ఉన్నాయి. ఈ ధనుస్సుని వంచి దీనికి నారి బిగించాలి. ఆ తరవాత ఇక్కడ ఉన్న అయిదు బాణాలనూ యంత్రంలో ఉన్న ఛిద్రంనుంచి పోయి లక్ష్యాన్ని ఛేదించేలా ఒకేసారి ప్రయోగించాలి.

ఏతన్మహత్కర్మ కరోతి యో వై
కులేన రూపేన బలేన యుక్తః,
తస్యాద్య భార్యా భగినీ మమేయం
కృష్ణా భవిత్రీ న మృషా బ్రవీమి. 184.36

కేవలం ఉత్తమవంశాలలో పుట్టినవారు, చక్కని రూపం కలవారు, బలపరాక్రమాలున్నవారూ అయిన రాజులందరూ ఈ లక్ష్యం ఛేదించడానికి ప్రయత్నించవచ్చు. అలా లక్ష్యాన్ని ఛేదించిన క్షత్రియవీరుడికి ఈ నా సోదరినిచ్చి వివాహం చేస్తానని మాట ఇస్తున్నాను."

ఇలా ప్రకటించి, ధృష్టద్యుమ్నుడు అక్కడ ఉన్న రాజులలో ఒక్కొక్కరి వంశం, గోత్రం, గొప్పదనం సభలో అందరికీ, తన సోదరికీ వివరంగా తెలిసేలా గంభీరమైన స్వరంతో పరిచయం చేసాడు.

తరువాత తన సోదరివద్దకు వచ్చాడు.

"త్వదర్థమాగతా భద్రే క్షత్రియాః ప్రథితా భువి,
ఏతే భేత్స్యంతి విక్రాంతాః త్వదర్థే లక్ష్యముత్తమమ్,
విధ్యేత య ఇదం లక్ష్యం వరయేథాః శుభేஉద్య తమ్. 186.24

లోకంలో ప్రసిద్ధులైన క్షత్రియవీరులందరూ నీకోసం ఇక్కడికి వచ్చారు. వీరిలో లక్ష్యాన్ని ఛేదించగల క్షత్రియోత్తముణ్ణి నువ్వు భర్తగా వరించు." అన్నాడు.

(ధృష్టద్యుమ్నుడి ప్రకటన అతి స్పష్టంగానే ఉంది. ఎవరికీ ఏ సందేహానికీ తావు ఇవ్వనంత స్పష్టంగా కూడా ఉంది.

"ఈ స్వయంవరపరీక్షలో పాల్గొనేందుకు 1) ఉత్తమవంశమూ, 2) సాముద్రికశాస్త్రప్రకారం ఏ లోపమూలేని చక్కని రూపమూ, బలపరాక్రమాలూ - ఈ మూడూ ఉన్నవారికి మాత్రమే అర్హత ఉంది. ఈ లక్షణాలలో ఏ ఒక్కటి లేకపోయినా వారికి స్వయంవరంలో పాల్గొనే అర్హత లేదు.

అలా అర్హతలేనివారు దయచేసి ప్రయత్నించవద్దు. అటువంటివారు ముందుకు వస్తే మేము నిరాకరించ వలసి వస్తుంది. అది అనవసరమైన విద్వేషాలకు దారితీస్తుంది." అని అతడి మాటల సారాంశం.)

ఆ స్వయంవరం చూడడానికి బలరాముడూ, శ్రీకృష్ణుడూ కూడా వచ్చారు. పాండవులూ వచ్చారు. వల్కలాలూ, కృష్ణాజినాలూ ధరించి నివురు కప్పిన నిప్పుకణికలలా బ్రాహ్మణ వేషాలలో ఉన్న పాండవులు బ్రాహ్మణసమూహం మధ్యలో కూర్చుని ఉన్నారు.

కృష్ణుడు అందరినీ పరిశీలనగా చూస్తూ అర్జునుణ్ణి గుర్తుపట్టాడు. అతడి పక్కనే ఉన్న మిగిలిన పాండవులనీ గుర్తుపట్టాడు. ఇతరులకు వినబడకుండా ఆ విషయం బలరాముడికి చెప్పాడు.

◆◆◆

యజ్ఞవేదినుంచి పుట్టిన ఆ అసాధారణసౌందర్యరాశికోసం క్షత్రియవీరులమధ్య జరుగుతున్న పోటీని చూడడానికి అనేకమంది దేవతలు అదృశ్యరూపంలో వచ్చి ఆకాశంలో నిలిచారు.

స్వయంవరానికి వచ్చినవారిలో వయసుమళ్ళినవారున్నారు. వారికి కొద్ది దూరంలో

వారి పుత్రులున్నారు. ఇంకొంత దూరంలో ఆ పుత్రుల పుత్రులున్నారు. అంటే, తాతలూ, తండ్రులూ, మనవలూ తమ తమ వయస్సులను మరిచిపోయి ద్రౌపదిని దక్కించుకునేందుకు ఒకరితో ఒకరు పోటీ పడుతూ ప్రయత్నించడానికి వచ్చారు.

రాజులందరూ ఆప్యాయంగా ఒకరినొకరు పలకరించుకుని, ఆత్మీయంగా వేడుక మాటలతో ఆనందిస్తున్నారు.

కానీ, ఒక్కసారి ద్రౌపది వేదికపైకి రావడంతో ఆ రాజసమూహంలో పరిస్థితి మారిపోయింది.

పరస్పరం స్పర్ధయా ప్రేక్షమాణాః – తండ్రీ కొడుకూ, తాతా మనవడూ, బంధువులూ, ఆప్తమిత్రులూ ఒకరినొకరు తమసొత్తుని ఆశించివచ్చిన పరాయివాళ్ళలా చూడడం మొదలుపెట్టారు.

కృష్ణా మమైవేత్యభిభాషమాణాః – ద్రౌపది నాది మాత్రమే అంటే, కాదు నాది మాత్రమే అంటూ ఒక్కొక్కరూ బిగ్గరగా ప్రకటిస్తూ,

ద్వేషం ప్రచక్రుః సుహృదోఽపి – బంధుత్వాలు మర్చిపోయి, స్నేహాలు వదిలేసి ప్రతిఒక్కరూ మిగిలిన ప్రతిఒక్కరిమీదా ద్వేషం వెళ్ళగక్కుతూ,

నృపాసనేభ్యః సహసోదతిష్ఠన్ – ఒక్కసారిగా సింహాసనాలమీదనుంచి లేచి నిలబడ్డారు.

ఈలోగా పోటీలో పాల్గొనేవారిని ప్రోత్సహిస్తూ దుందుభిధ్వనులూ, పణవనాదాలూ, వీణారవాలూ, వేణునాదాలూ మిన్నంటాయి.

బలాఢ్యులైన రాజులు ఒకరి తరువాత ఒకరు వేదిక వద్దకు చేరి విల్లు వంచడానికి ప్రయత్నించారు. చాలామంది దానిని వంచలేకపోయారు. కొద్దిమంది కొంతమేర వంచినా ఆ బలమైన ధనుస్సు వారికి లొంగక నిటారుగా అవడంతో అంతంత దూరం వెళ్ళి పడ్డారు. దుర్యోధనుడి సోదరులైన దుశ్శాసనుడు, దుర్ముఖుడు మొదలైనవారు అందరూ కూడా అలాగే భంగపడ్డారు.

కర్ణుడు తాను ధనుస్సుని వంచి, నారి బిగించి, లక్ష్యాన్ని ఛేదిస్తానని అందరికీ వినబడేలా బిగ్గరగా ప్రతిజ్ఞ చేసి వేదికవైపు వచ్చాడు. ధనుస్సు అందుకుని నారి బిగించాడు.

(అప్పటికే ధృష్టద్యుమ్నుడు కర్ణుడు సూతపుత్రుడని తన సోదరికి వినిపించేలా చెప్పి ఉన్నాడు. ఆమెకు అది గుర్తుంది.)

దృష్ట్వా తు తం ద్రౌపదీ వాక్యముచ్చై
ర్జగాద నాహం వరయామి సూతం,

సామర్షహాసం ప్రసమీక్ష్య సూర్యం
తత్యాజ కర్ణః స్ఫురితం ధనుస్తత్. 186.23

కర్ణుడు వేదికవైపు రావడం చూసిన ద్రౌపది బిగ్గరగా, "సూతకులంలో పుట్టినవాణ్ణి నేను వరించను." అంది.

(ఆ మాటలు కర్ణుణ్ణి అవమానించడానికి అనలేదు. ఆ స్వయంవర పరీక్ష ఉత్తమవంశాలలో పుట్టిన క్షత్రియవీరులకే పరిమితం అని ధృష్టద్యుమ్నుడు ప్రకటించాక సూతుడైన కర్ణుడు నేనూ ప్రయత్నం చేస్తానని ముందుకు రావడం తగదు. తనకి అర్హతలేని స్వయంవర పరీక్షలో పాల్గొనడానికి కర్ణుడు ప్రయత్నించడం అవధులు లేని అహంకారం ప్రదర్శించడమే.

అతడు ఓడినా అవమానానికి గురౌతాడు. గెలిచినా నిరాకరించబడి అవమానానికే గురౌతాడు. అటువంటి పరిస్థితి ఏర్పాడకుండా ఎవరి మర్యాద వారిని దక్కించుకోమని ధృష్టద్యుమ్నుడు ముందే హెచ్చరించాడు. ఆ ప్రకారమే ద్రౌపది చెప్పింది.)

ఆమె మాటలు విన్న కర్ణుడికి గుండెల్లో క్రోధాగ్ని భగ్గుమంది. కానీ, చేసేదేమీ లేక ఒక వెర్రినవ్వు నవ్వి, తలెత్తి సూర్యుణ్ణి చూసాడు. అవమానభారంతో తలదించుకుని వేదికనుంచి వెనుదిరిగాడు.

(తనకు అర్హతలేని రంగంలోకి చొరబడడానికి ప్రయత్నించడం, అక్కడ భంగపడి అవమానంతో దహించుకుపోవడం సూతపుత్రుడు కర్ణుడికి పరిపాటి అయిపోయింది.

కుమార అస్త్రవిద్యాప్రదర్శనలోనూ అలాగే ప్రవర్తించాడు. చూ. పేజీ. 107 నుంచి.

తప్పక అవమానం పొందుతానని తెలిసీ ప్రవర్తించడమూ, తాను పొందిన అవమానానికి కారణం తాను కాదనీ, ఎదుటివారేననీ తనని తాను సమర్థించుకోవడమూ, ఎదుటివారిమీద పగపట్టడమూ అతడికి అలవాటైపోయింది.

తనని వరించనన్నందుకు ద్రౌపదిమీద పగపట్టి తరువాతి కాలంలో ఆమెపట్ల ఎంత హేయంగా పలుమార్లు ప్రవర్తించాడో సభాపర్వంలోనూ, వనపర్వంలోనూ కూడా చూస్తాము.)

దుర్యోధనుడు సోదరులమధ్యనుంచి లేచాడు. అహంకారంతో ఠీవిగా నడిచి వేదికవద్దకు వచ్చాడు. ధనుస్సునెత్తాడు. నారిబిగించబోతే అది చేతినుండి జారింది. బలమైన వింటిబద్ద ఒక్కసారి విసురుగా నిటారుగా అయి, బలంగా పట్టుకున్న దుర్యోధనుడి చేతిని విదిలించింది. అది దుర్యోధనుడికి ఉండేలు దెబ్బలా తగిలింది. ఆ దెబ్బకి అతడు ఎగిరి వేదికనుంచి కింద పడ్డాడు. మెల్లగా లేచి సిగ్గుతో తలవంచుకుని నిష్క్రమించాడు.

తరువాత ధనుస్సుని వంచబోయిన మహాబలశాలులు శిశుపాలుడూ, జరాసంధుడూ కూడా భంగపడ్డారు.

రాజ్యాలు పాలిస్తున్న రాజులందరూ వింటికి నారి కూడా తొడగలేక విఫలులైపోయాక బ్రాహ్మణసమూహం మధ్యలో ఉన్న అర్జునుడు లేచి నిలుచున్నాడు. అటు చూడమని చెప్తున్నట్లు కృష్ణుడు బలరాముడి చెయ్యి నొక్కాడు. అర్జునుణ్ణి చూసి వారిద్దరూ అనందించారు. ద్రౌపదిని అర్జునుడే గెలుచుకుంటాడు అనుకున్నారు.

వారిద్దరూ తప్పితే అక్కడున్న రాజులు ఎవరూ అర్జునుణ్ణి గుర్తు పట్టలేదు.

అర్జునుడు వేదికవైపు నడుస్తూంటే బ్రాహ్మణసముదాయంలో కలకలం రేగింది. "విశ్వ విఖ్యాతులైన రాజులెందరో వచ్చారు. వారెవరూ ఈ విల్లుని కనీసం వంచలేకపోయారు. నిత్యం వ్యాయామం, ఆయుధాలతో అభ్యాసం చేసే ఆ మహాబలశాలులు వంచలేని విల్లుని స్వాధ్యాయంతోనూ, భిక్షాటనంతోనూ రోజు గడిపే బ్రాహ్మణుడు ఎలా వంచగలడు? ఇతడు అక్కడికి వెళ్ళి భంగపడి, మనమందరం సిగ్గుతో తల వంచుకునేలా చేస్తాడు." అన్నారు కొందరు.

మరికొందరు వారితో ఏకీభవించలేదు.. "బ్రాహ్మణుడైతే పరాక్రమం ఉండకూడదా? బ్రాహ్మణులు పళ్ళూ, మూలాలూ, ఆకులూ, నీరూ, ఆపైన కేవలం గాలీ స్వీకరిస్తూ దీర్ఘకాలం తపస్సు చేసినా దుర్బలులవరు. వారి తపస్సే వారికి తేజస్సు.

అదే వారికి ఎవరికీ లేని బలం ఇస్తుంది.

అగస్త్య మహర్షి సముద్రమంతటినీ తాగేసాడు. క్షత్రియుడెవడైనా ఆ పని చేయగలడా? పరశురాముడు ఒంటరిగా బయలుదేరి లోకంలో ఉన్న క్షత్రియులనందరినీ వధించాడు. ఎవడైనా క్షత్రియుడు అతణ్ణి ఆపగలిగాడా? నిష్ఠాగరిష్ఠుడైన బ్రాహ్మణుడికి అతడి తపస్సే అన్ని బలాలనూ మించిన బలం ఇస్తుంది.

ఇతడివలన మనం హేళనకి గురికాము. ఇతడి బాహువులు ఏనుగు తొండాలలా బలంగా ఉన్నాయి. ఏ సంకోచం, భయం లేకుండా ఈ క్షత్రియపరిషత్తులో ఇతడు నడిచే తీరు మహారణ్యంలో మృగరాజు నడిచినట్లు ఉంది." అని అర్జునుణ్ణి సమర్థించారు.

అందరూ తెల్లబోయి చూస్తూంటే అర్జునుడు వేదికమీదకి వచ్చి ధనుస్సుని చూసాడు. దానికి ప్రదక్షిణం చేసాడు. తలవంచి భక్తవశంకరుడైన శంకరుణ్ణి ప్రార్థించాడు. కృష్ణుణ్ణి తలుచుకున్నాడు.

ఆ మహాధనుస్సుని పైకెత్తాడు. ఒక్క నిముషంలో దానిని ఒడుపుగా వంచి నారి

బిగించాడు. అక్కడున్న అయిదు బాణాలు చేతిలోకి తీసుకున్నాడు. లక్ష్యంమీద దృష్టిని నిలిపాడు. యంత్రంలోని ఛిద్రం లక్ష్యం కిందకి రాగానే కంటి చూపుకి కూడా అందనంత వేగంగా అయిదు బాణాలూ ప్రయోగించి లక్ష్యం ఛేదించాడు. వేలాడుతున్న లక్ష్యం తెగి కిందపడింది..

స్వయంవరం చూడడానికి వచ్చి ఆకాశంలో నిలిచిన దేవతలందరూ బిగ్గరగా హర్షధ్వానాలు చేసారు. పుష్పవర్షం కురిపించారు.

అక్కడున్న బ్రాహ్మణులందరూ అర్జునుడి విజయంతో పులకించిపోయారు. హర్షం వ్యక్తం చేస్తూ పైపంచెలు గాలిలోకి ఎగరేశారు.

రంగస్థలం నలువైపులా ఉన్న వాద్యాలు వాయించేవారు విజయాన్ని సూచించే వాద్యధ్వనులతో రంగస్థలం మారుమోగిపోయేలా చేసారు.

తం దృష్ట్వా ద్రుపదం ప్రీతో బభూవ రిపుసూదనః,
సహసైన్యశ్చ పార్థస్య సాహాయ్యార్థమియేష సః. 187.25

ద్రుపదుడు అర్జునుణ్ణి గుర్తించాడు. స్వయంవర పరీక్షలో పార్థుడే గెలిచినందుకు రాజు మనస్సులో ఉన్న కోరిక తీరింది. కాని, అక్కడున్న రాజులు చేస్తున్న కలకలం ప్రమాదాన్ని సూచించేలా ఉంది. వెంటనే సైన్యంతో పార్థుడికి సహాయంగా నిలిచాడు.

అదంతా చూసి యుధిష్ఠిరుడు నకులసహదేవులతో కలిసి రంగస్థలం నుంచి బయటకు వచ్చి తామున్న కుమ్మరివాని ఇంటికి వెళ్ళిపోయారు.

ద్రౌపది చేతిలో తెల్లని వరమాలతో మెల్లమెల్లగా అర్జునుడి సమీపానికి వచ్చింది. అక్కడున్న అనేకవేలమంది చూస్తూండగా వరమాల అర్జునుడి మెడలో వేసి వినయంగా నిలుచుంది.

ఆ దృశ్యం చూసి రాజులు సహించలేకపోయారు.

"ఈ ద్రుపదుడు మనని ఎంత అవమానించాడు! స్వయంవరానికి పిలిచి స్వాగత సత్కారాలు చేసాడు. కుమార్తెని క్షత్రియుడికిస్తానని ప్రకటించాడు. ఇంతమంది రాజులలో తన కుమార్తెకు తగిన వరుడే దొరకలేదా?

స్వయంవరం చూడడానికి వచ్చిన ఒక బ్రాహ్మణుడికి ఈ కన్యనిచ్చి మననందరినీ ఘోరంగా పరాభవించాడు.

అసలు స్వయంవరం అనే వివాహపద్ధతి క్షత్రియులకే పరిమితం. ఆ పద్ధతిలో కన్యను పొందే హక్కు బ్రాహ్మణుడికి లేదు. ఆ విషయం యువకుడైన బ్రాహ్మణుడికి తెలియకపోవచ్చు.

ద్రుపదుడికి తెలియాలికదా! ఇతడు తెలిసే మనని అవమానించడానికి ఈ పని చేసాడు.

ఈ ద్రుపదుణ్ణి వధిద్దాం. మనలో ఎవరినీ స్వీకరించనని స్పష్టం చేసిన ద్రుపదపుత్రిని **అగ్నావేనాం పరిక్షిప్య యామ రాష్ట్రాణి పార్థివాః** – అగ్నికి ఆహుతి చేసి మనం మన దేశాలకి వెళ్ళిపోదాం." అని రాజులు ఆయుధాలు ధరించి వేదికవైపుకి దూసుకువచ్చారు.

వారిని చూసి భీమసేనుడు సమీపంలో ఉన్న ఒక మహావృక్షాన్ని పెకలించాడు. దాన్ని బలంగా దులిపి చిన్నచిన్న కొమ్మలూ, ఆకులూ రాలిపోయేలా చేసాడు. అతడు యమదండం ధరించిన యముడిలా ఉన్నాడు. ఆ వృక్షాన్ని రెండు చేతులతో ఎత్తి కనురెప్పపాటులో అర్జునుడి సమీపానికి వచ్చి నిలిచాడు.

అర్జునుడు వేదికమీద ఉన్న ధనుస్సు అందుకున్నాడు. అది చూసి రాజులు, "ఈ యువకుడు బ్రాహ్మణుడే అయినా ఆయుధం ధరించి యుద్ధానికి వస్తున్నాడు. అందుచేత ఇతణ్ణి వధించడం పాపంకాదు. రండి ఇతణ్ణి ఇక్కడే వధిద్దాం." అనుకున్నారు.

దుర్యోధనుడు మొదలైన రాజులని భీముడు ఎదుర్కొన్నాడు. అవమానాగ్నితో దహించుకుపోతున్న కర్ణుడు అవతలివాడెవరో తెలియక, అతడు సాధారణ బ్రాహ్మణుడే అనుకుని, ధనుస్సు ధరించి అహంకారంతో అర్జునుడిమీదకి వచ్చాడు.

అర్జునుడు ప్రయోగించిన బాణాల దెబ్బకి కర్ణుడికి మూర్ఛవచ్చినంత పనయింది. అతడు ఆశ్చర్యపోతూ తనముందున్న బ్రాహ్మణ యువకుణ్ణి అభినందించాడు.

"విప్రశ్రేష్ఠా! బ్రాహ్మణుడివైనా ఎంత బాహుబలం, ఎంత శస్త్రాస్త్రప్రయోగ కౌశలం సాధించావు! నువ్వెరివో నిజంగా చెప్పు. నువ్వు మానవరూపం ధరించి వచ్చిన ధనుర్వేదానివా? రూపు మార్చుకుని వచ్చిన పరశురాముడివా? ఇంద్రుడివా? విష్ణువువా?

నేను కోపించి ధనుస్సు చేతపట్టి నిలిస్తే నన్నెదిరించే శక్తి ఈ నలుగురికే ఉంది. వీరు కాక నాముందు నిలవగలవాడు పాండునందనుడు అర్జునుడొక్కడే."

అర్జునుడు, "నేను ధనుర్వేదాన్ని కాదు. పరశురాముణ్ణీ కాదు. గురుశుశ్రూష చేసి బ్రహ్మాస్త్రంతో సహా సమస్త అస్త్రాలూ నేర్చుకున్న బ్రాహ్మణుణ్ణి. **స్థితోఽస్మ్యద్య రణే జేతుం త్వాం వై వీర స్థితో భవ** – ఈరోజు నిన్ను యుద్ధంలో జయించడానికే నిలబడి ఉన్నాను. నువ్వు కూడా వెనుదిరగకుండా నిలిచి యుద్ధం చెయ్యి." అని యుద్ధక్రీడకి రెచ్చగొట్టాడు. అతడికి కర్ణుడితో యుద్ధం క్రీడలా ఉంది.

అతడి బలం, యుద్ధకౌశలం, ఉత్సాహం చూసిన కర్ణుడు అతడితో తలపడాలా వద్దా అని ఒక్క క్షణం ఆలోచించాడు. **"బ్రాహ్మం తేజస్తదాఽజయ్యం మన్యమానో న్యవర్తత –**

ఇతడి తేజం అజేయంగా ఉంది. *(ఇతడితో యుద్ధం ప్రమాదకరం.)* అయినా ఇతడు బ్రాహ్మణుడు ఇతడితో యుద్ధం నాకెందుకు." అని తనను తాను సమర్థించుకుంటూ కర్ణుడు యుద్ధంనుంచి వెనుదిరిగి వెళ్ళిపోయాడు.

(యుద్ధంలో అవతలివాడిది పైచేయి అయినప్పుడు రణరంగం వదిలి పారిపోవడం కర్ణుడికి ఇది రెండవసారి.)

ఈలోగా భీముడు దుర్యోధనాదులనందరినీ పడగొట్టి మహాబలశాలి శల్యుడిమీదకి వెళ్ళాడు. భయంకరమైన యుద్ధం చేసి శల్యుణ్ణి పడగొట్టాడు. అది చూసి యుద్ధానికి దిగిన రాజులందరూ నిశ్చేష్టులై చూస్తూ ఇలా అనుకున్నారు.

"కర్ణుణ్ణి ఎదిరించి నిలిచే శక్తి పరశురాముడికీ, ద్రోణుడికీ, కృష్ణుడికీ, కృపాచార్యుడికీ ఉంది. ఆ తరువాత అర్జునుడికి ఉంది. అలాగే శల్యుణ్ణి ఓడించి నేలమీద పడగొట్టగల బలం బలరామదేవుడికుంది, దుర్యోధనుడికుంది. ఆ తరువాత భీమసేనుడికుంది. ఇవి లోకంలో అందరికీ తెలిసిన విషయాలు.

ఇప్పుడు ఈ బ్రాహ్మణ యువకులు కేవలం ఇద్దరు నిలిచి ఇందరిని ఎదిరించి, కర్ణుణ్ణీ, శల్యుణ్ణీ ఓడించారు. ఇటువంటి వీరులతో యుద్ధం చేయడం కంటే తప్పుకుపోవడమే మేలు. **క్రియతామవహారోస్మాద్ యుద్ధాద్ బ్రాహ్మణసంవృతాత్** - ఇదొక చిత్రమైన యుద్ధభూమి. చుట్టూ బ్రాహ్మణులు. పోరాడేది బ్రాహ్మణులు. వారిని ఎదిరించేది క్షత్రియులు. ఇటువంటి యుద్ధక్షేత్రంనుంచి దూరంగా పోవడమే మంచిది.

(అయినా మనమేమీ పారిపోవడం లేదు.) బ్రాహ్మణులను రక్షించడం క్షత్రియుల ధర్మం. ఆయుధాలు ధరించి వారితో యుద్ధం చేయడం మనకి తగదు."

అలా తమ పలాయనానికి ఒక సాకు వెదుక్కుని వారందరూ వెనుదిరిగి తమ తమ నివాసాలకి వెళ్ళిపోయారు.

బ్రాహ్మణులందరూ భీమార్జునులని అభినందిస్తూ చుట్టుముట్టారు. ప్రేక్షకులూ వారి చుట్టూ పోగయ్యారు. వారినందరినీ వినయంగా తప్పించుకుంటూ భీమార్జునులూ, వారి వెనుక ద్రౌపదీ రంగస్థలంనుంచి బయటపడ్డారు.

కుమ్మరివాని ఇంట్లో ఉన్న కుంతి కుమారులకోసం ఎదురుచూస్తోంది. వారు భిక్షాటనం పూర్తిచేసి రావలసిన సమయమయింది. అయినా ఎవరూ ఇంకా ఇల్లు చేరలేదు. వారికి ఏ ఆపదా రాలేదు కదా అని ఆమె ఆందోళనగా ఉంది.

ఆమె కుమారులు ద్రౌపదితో కుటీరానికి వచ్చారు. ఆ సమయంలో ఆమె లోపలి

గదిలో ఉంది. భీమార్జునులు ఆనందంగా, "**భిక్షేత్యథావేదయతాం** – తల్లీ! భిక్ష తీసుకు వచ్చాం." అన్నారు.

లోపలిగదిలో ఉన్న కుంతి, "**భుంక్తేతి సమేత్య సర్వే** – తీసుకువచ్చిన భిక్షని మీరందరూ కలిసి స్వీకరించండి." అంటూ బయటకు వచ్చింది. తన కుమారులు వేడుకగా భిక్ష అని చెప్పినది ఆ కన్యని గురించి అని గ్రహించి నిర్ఘాంతపోయింది. "**కష్టం మయా భాషితమిత్యువాచ** – ఎంత తగని మాట నా నోటినుంచి వచ్చింది!" అని చింతించింది. తప్పు చేసానని భయపడిపోయింది.

ఆమె ద్రౌపది చేయి పట్టుకుని బయట కూర్చుని ఉన్న యుధిష్ఠిరుడి వద్దకు వెళ్ళి జరిగినది చెప్పింది. "తండ్రీ! నా మాట అసత్యం కాకుండానూ, ఈ కన్య పాపకార్యం చేయకుండానూ ఉండే మార్గం చెప్పు." అంది.

యుధిష్ఠిరుడు బాగా ఆలోచించాడు. "**త్వయా జితా ఫల్గుణ యాజ్ఞసేనీ త్వయైవ శోభిష్యతి రాజపుత్రీ** – అర్జునా! ఈమెని నువ్వు గెలుచుకున్నావు. ఈమె నీ సహచరిగా ఉండడమే ఈమెకు శోభస్కరం. వెంటనే అగ్నిని ప్రజ్వలింపజేసి విధిపూర్వకంగా ఈమె పాణిగ్రహణం చెయ్యి." అన్నాడు.

అర్జునుడు అంగీకరించలేదు. "నువ్వూ, భీమసేనుడూ నాకంటే పెద్దవారు. మీ ఇద్దరికంటే ముందు చిన్నవాడినైన నేను వివాహం చేసుకోవడం అధర్మం. నాచేత అటువంటి పని చేయించవద్దు." అన్నాడు.

యుధిష్ఠిరుడు ఆలోచనలో మునిగిపోయాడు. చివరకి, "**సర్వేషాం ద్రౌపదీ భార్యా భవిష్యతి హి నః శుభా** – మంగళమయి అయిన ఈ ద్రుపదకన్య మనందరికీ భార్య అవుతుంది." అన్నాడు.

ఆ మాటలు విన్న మిగిలిన సోదరులు అయోమయంలో పడ్డారు. అంతలో పాండవులున్న కుటీరానికి బలరామకృష్ణులూ, ఇతర యాదవవీరులూ వచ్చారు. బలరామకృష్ణులు కుంతీదేవికీ, యుధిష్ఠిరుడికీ పాదాలు స్పృశించి నమస్కరించారు.

"వాసుదేవా! మేమెవరిమో ఎవరికీ తెలియకూడదని బ్రాహ్మణవేషాలు ధరించి, బ్రాహ్మణులలా జీవిస్తున్నాము. మీరిద్దరూ మమ్మల్ని ఎలా గుర్తుపట్టారు?" అని యుధిష్ఠిరుడు అడిగాడు.

కృష్ణుడు నవ్వాడు. "రాజా! అగ్నిని ఎవరికీ తెలియకూడదని పైపంచెలో మూటగట్టి పెడితే దాగుతుందా! మీరూ అంతే.

ఈ రోజు లభించిన అద్భుతమైన విజయం పాండవులకు తప్ప వేరెవరికి సాధ్యమవుతుంది!" అన్నాడు.

జతుగృహంనుంచి క్షేమంగా బయటపడినందుకు వారిని అభినందించి బలరామకృష్ణులు తమ నివాసానికి వెళ్ళిపోయారు.

19

ధృష్టద్యుమ్నుడు కొంత సిబ్బందితో రహస్యంగా పాండవులను అనుసరించి వచ్చాడు.

పాండవులు భిక్షాన్నం తల్లికిచ్చారు. ఆమె ద్రౌపదిని పిలిచింది. "భద్రే! ఈ అన్నంలో మొదటిముద్ద దేవతలకు నివేదించు. ఆ తరువాత కొంత బ్రాహ్మణులకు భిక్షగా ఇయ్యి. ఆ తరువాత చుట్టుపక్కల ఎవరైనా అకలితో ఉంటే వారికీ కొంత అన్నం పెట్టు. మిగిలిన దానిలో సగం భీమసేనుడికి ఇయ్యి. రెండవ సగాన్ని ఆరుభాగాలు చేసి నలుగురు అన్నదమ్ములకీ తలొక భాగం, నీకొక భాగం, నాకొక భాగం పెట్టు." అంది. ద్రౌపది ఆమె చెప్పినట్లే చేసింది.

భోజనాలయ్యాక సహదేవుడు నేలమీద దర్భలు పరిచాడు. పాండవులందరూ తమ కృష్ణాజినాలు ఆ దర్భలమీద పరిచి దక్షిణదిశగా తలలుంచి శయనించారు. వారి తలలున్నవైపు కుంతీ, పాదాలున్నవైపు ద్రౌపదీ పడుకున్నారు.

పుట్టినప్పటినుంచీ రాజమందిరంలో సర్వసౌఖ్యాలతో జీవించిన ద్రౌపది భిక్షాన్నం తినవలసి వచ్చిందని గానీ, నేలమీద పడుకోవలసి వచ్చిందని గానీ ఏమీ చింతించలేదు.

పాండవులు శస్త్రాస్త్రాలగురించీ, యుద్ధవ్యూహాలగురించీ చాలాసేపు మాట్లాడుకుని నిద్రకు ఉపక్రమించారు.

ధృష్టద్యుమ్నుడు అక్కడ జరిగినవన్నీ చూసాడు. పాండవుల మాటలన్నీ విన్నాడు. అవన్నీ తండ్రికి పూసగుచ్చినట్లు చెప్పాడు.

"తండ్రీ! స్వయంవరవేదిక వద్ద జరిగినవి అందరం చూసాము. నేను ఆ సోదరుల మాటలన్నీ విన్నాను. పాండవులు లక్కఇంట్లో మరణించి ఉందరని మనం అనుకుంటున్నాము కదా! బ్రాహ్మణవేషంలో ఉన్న ఆ అయిదుగురు సోదరులూ పాండవులే. వారి తల్లే కుంతీదేవి." అన్నాడు.

ద్రుపదుడు సంతోషించి తన పురోహితుణ్ణి ఆ బ్రాహ్మణవీరుల వద్దకి వెళ్ళి వారు

పాండవులేనా అని తెలుసుకోమన్నాడు. యుధిష్ఠిరుడు సమాధానం చెప్పకుండా తప్పించు కున్నాడు.

"మా సోదరుడు మీరు పెట్టిన లక్ష్యం ఛేదించడానికి వచ్చినప్పుడు మేమెవరిమని మీరడగలేదు. ఈ కన్యని మేము కోరితే మీరివ్వలేదు. పోనీ మీ రాజు తాను కోరి ఈమెను మాకిచ్చాడా అంటే అలాగా ఇవ్వలేదు. రాజు పెట్టిన పరీక్షలో నెగ్గినందుకు మాకీ కన్య దక్కింది. అప్పుడు లేని కులం, వంశం ప్రసక్తి ఇప్పుడెందుకు?

అయినా, లోకంలో ఎవరూ వంచలేని విల్లుని వంచి, ఎవరూ ఛేదించలేని లక్ష్యాన్ని ఛేదించిన మహావీరుడు చేపట్టిన కన్యకి లోటేముంటుంది?" అన్నాడు.

అంతలో ద్రుపదుడి దూత వచ్చి, రాజు వారికందరికీ తన మందిరంలో విందు ఏర్పాటు చేసాడనీ, వారిని రమ్మని ఆహ్వానం పంపాడనీ చెప్పాడు. వారికోసం శ్రేష్ఠమైన రథాలు తెచ్చానన్నాడు. పాండవులు ద్రుపద పురోహితుడి అనుమతి తీసుకుని ఒక రథం ఎక్కారు. ద్రౌపదీ, కుంతీ వేరొక రథం ఎక్కారు.

అక్కడ ద్రుపదుడు వారెవరో మరింత నిర్ధారించుకునేందుకు అనేక ఆసనాలూ, వస్తువులూ పెట్టాడు. వారు దేనిపట్ల ఆసక్తి చూపుతారో తెలుసుకోవాలని ఆయన ఉద్దేశ్యం. ద్రౌపదీ, కుంతీ అంతఃపురంలోకి వెళ్ళారు. పాండవులు రాజభవనంలోకి వెళ్ళారు.

వారు రాజులకు యోగ్యమైన బంగారు ఆసనాలపై వయస్సుప్రకారం అతి సహజంగా కూర్చున్నారు. దాసదాసీజనం బంగారు పళ్ళేలలో తెచ్చిన ఆహారం ఏమీ ఆశ్చర్యపోకుండా స్వీకరించారు. తరువాత అక్కడ అనేక ఆయుధాలు పెట్టిన చోటుకి వెళ్ళి వాటిని పరిశీ లించారు.

అవన్నీ చూసిన ద్రుపదుడు ఆనందభరితుడయ్యాడు. యుధిష్ఠిరుణ్ణి చేరి ఆదరపూర్వకంగా మాట్లాడి, అతడి నోటివెంట వారెవరో వినాలనుకున్నాడు.

"మీరెవరు? బ్రాహ్మణులా, క్షత్రియులా, వైశ్యులా, శూద్రులా? లేక మాయావిద్యలు తెలిసినందుకు మానవరూపంలో వచ్చిన దేవతలా? ఉత్తమధర్మం పాటించేవారు ఎప్పుడూ సత్యాన్నే ఆశ్రయించాలి. అందువలన నిజం చెప్పండి. మీరెవరో తెలిస్తే దాని ప్రకారం శాస్త్రోక్తంగా వివాహం చేస్తాను." అన్నాడు.

యుధిష్ఠిరుడు, "రాజా! మేము మీతో వివాహసంబంధానికి తగిన యోగ్యులమే. మేము పాండవులం. మీరు చూసిన స్త్రీ మా తల్లి కుంతీదేవి. నేను చెప్పినదంతా సత్యమే. ఇకపైన మీరే మాకు పెద్దదిక్కు. మీరే మాకు ఆశ్రయం." అన్నాడు.

ద్రుపదుడు ఆనందం పట్టలేకపోయాడు. అతడు పాండురాజుకు మంచి మిత్రుడు. లక్కఇంటినుంచి వారెలా బయటపడ్డారో చెప్పమన్నాడు. యుధిష్ఠిరుడు హస్తినలో విదురుడి సూచనతో మొదలుపెట్టి తాము కుమ్మరివాని ఇంటికి చేరేవరకూ జరిగినవన్నీ చెప్పాడు.

ద్రుపదుడు ధృతరాష్ట్రుడు చేసిన పని నీచమైనదనీ, లోకమంతా అసహ్యించుకునేదనీ నిందించాడు. పాండవులు తమరాజ్యం పొందేలా తాను చేస్తానని ప్రతిజ్ఞ చేసాడు. కుంతీ పాండవులూ ఉండడానికి విశాలమైన దివ్యభవనం ఒకటి ఏర్పాటు చేసాడు.

ద్రుపదుడూ, ధృష్టద్యుమ్నుడూ యుధిష్ఠిరుడివద్దకు వెళ్లి అర్జునుడికి ద్రౌపదినిచ్చి వివాహం చేస్తామన్నారు.

"**మమాపి దారసంబంధః కార్యస్తావత్ –** నేను కూడా వివాహం చేసుకోవాలి కదా!" అన్నాడు యుధిష్ఠిరుడు. "అలా అయితే నా కుమార్తెని నువ్వే వివాహం చేసుకో. లేదా మీ సోదరులలో ఎవరైనా వివాహం చేసుకోండి." అన్నాడు ద్రుపదుడు.

"రాజా! ద్రౌపది మా అన్నదమ్ములు అయిదుగురికీ పట్టమహిషి అవుతుంది. అలా అని మా తల్లి ఆదేశించింది. పైగా **ఏష నః సమయో రాజన్ రత్నస్య సహ భోజనమ్ –** మా సోదరులలో ఒక నియమం ఉంది. మాలో ఎవరు ఒక రత్నాన్ని *(సంపదని)* సాధించినా దానిని మేమందరం సమానంగా అనుభవించాలి. నీ కన్య ఒక అపూర్వమైన రత్నం. ఆమెని సాధించామని మేము మా నియమాన్ని ఉల్లంఘించలేము."

ద్రుపదుడు నిర్ఘాంతపోయాడు. మెల్లగా తేరుకుని, "యుధిష్ఠిరా! ఒక పురుషుడికి అనేక మంది భార్యలుండవచ్చని శాస్త్రాలు చెప్తున్నాయి. కాని, ఒక స్త్రీకి అనేకమంది భర్త లుండ వచ్చని ఏ శాస్త్రమూ చెప్పలేదు. అలా జరిగినట్లు ఎక్కడా వినలేదు. నువ్వు చెప్తున్నది ధర్మవిరుద్ధం. లోకాచారానికి కూడా విరుద్ధం." అన్నాడు.

"రాజా! ధర్మం స్వరూపం చాలా సూక్ష్మమైనది. దానిని తెలుసుకోవడం మనకి సాధ్యం కాదు. నానోటివెంట అసత్యం రాదు. పైగా మా తల్లిగారు ఇలాగే చెయ్యమని ఆదేశించారు."

"రేపు మీ తల్లిగారూ, నువ్వూ, నేనూ, ధృష్టద్యుమ్నుడూ కూర్చుని ఈ విషయం మరొకసారి చర్చిద్దాం." అని ద్రుపదుడూ, ధృష్టద్యుమ్నుడూ వెళ్ళిపోయారు.

మరునాడు అందరూ కూర్చుని చర్చించుకుంటూ ఉంటే అక్కడికి వ్యాసభగవానుడు వచ్చాడు. ద్రుపదుడు అతణ్ణి విధిపూర్వకంగా పూజించి ఉత్తమాసనం ఇచ్చాడు. కుశలప్రశ్నలయ్యాక తన మనస్సులో ఉన్న ధర్మసంశయం ఋషికి నివేదించాడు.

"కథమేకా బహూనాం స్యాద్ ధర్మపత్నీ న సంకరః,
ఏతన్మే భగవాన్ సర్వం ప్రబ్రవీతు యథాతథమ్. 195.5

ఒక స్త్రీ అనేకమంది పురుషులకు భార్య ఎలా అవుతుంది? అలా అయితే అది సంకరదోషం అవదా? ఇదంతా మాకు స్పష్టమయేలా వివరించండి."

వ్యాసుడు అందరినీ తమ తమ అభిప్రాయాలు చెప్పమన్నాడు. అందరూ చెప్పాక, "యుధిష్ఠిరుడు చెప్పినది ధర్మబద్ధంగానే ఉంది. పాంచాలరాజా! ద్రౌపదీ వివాహవిషయంలో ఒక రహస్యం ఉంది. అది అందరికీ చెప్పకూడదు. కానీ, నీకు తెలియాలి." అని, ద్రుపదుణ్ణి వేరే గదిలోకి తీసుకువెళ్ళాడు. అక్కడ పాండవులయొక్క, ద్రౌపదియొక్క పూర్వజన్మల చరిత్రలు చెప్పాడు.

"ఈ పాండవులు పూర్వం వేరు వేరు కాలాలలో ఇంద్రపదవిలో ఉన్నవాళ్ళు. వారు చాలా అహంకారంతో ఉండడం చూసి రుద్రుడు వారిని భూలోకంలో మానవులుగా పుట్టమని శపించాడు. ధర్మ, వాయు, ఇంద్రుల వలనా; అశ్వినీ దేవతలవలనా కుంతీ మాద్రులకు వీరు పుత్రులై పుట్టారు. రుద్రుడు స్వర్గలక్ష్మిని భూలోకంలో వీరికి భార్యగా ఉండమన్నాడు. ఆమె నీకు కుమార్తెగా లభించింది.

అందుచేత ఈమె అయిదుగురు పాండవులనీ వివాహం చేసుకోక తప్పదు." అన్నాడు.

ద్రుపదుడికి కొద్దిసేపు దివ్యదృష్టి అనుగ్రహించి జరిగినదంతా *(తాను చెప్పినది)* చూడగలిగేలా చేసాడు. ద్రుపదుడి సంశయం తీరిపోయింది.

"బ్రహ్మర్షీ! దైవ నిర్ణయమెలా ఉందో చెప్పావు. ఇక ఆలోచించవలసినదేమీ లేదు. దైవం ఏది ఎలా జరగాలని నిర్ణయిస్తే అది అలాగే జరుగుతుంది.

అందరు తండ్రులలాగే నేనూ నా కుమార్తె శ్రేష్ఠుడైన భర్తను పొందాలనుకున్నాను. కాని, దేవదేవుడైన శంకరుడు ఆమె అయిదుగురు భర్తలకి భార్య అవుతుందని చెప్పాడు. ఈశ్వరుడే అలా సంకల్పిస్తే నేనేం చేయగలను.

ఈమెను అయిదుగురు పాండవులకూ ఇచ్చి వివాహం చేస్తాను.

యది చైవం విహితః శంకరేణ ధర్మోఽధర్మో వా నాత్ర మమాపరాధః – ఈ నిర్ణయం శంకరుడే స్వయంగా చేసాడు. ఆ ప్రకారం చేయడం ధర్మమైన అధర్మమైనా దానివలన నాకు ఏ పాపం రాదు." అన్నాడు.

వ్యాసుడు యుధిష్ఠిరుణ్ణి పిలిచాడు. " పాండునందనా! ఈ రోజు చంద్రుడు పుష్యమీ నక్షత్రంతో కలిసి ఉన్నాడు. ఇది మీ అందరికీ చాలా శుభప్రదమైనది. ఈ రోజే నువ్వు కృష్ణని *(ద్రౌపదిని)* పాణిగ్రహణం చెయ్యి." అన్నాడు.

ద్రుపదుడూ అతడి కుమారులు అత్యంత వైభవంగా వివాహం చేయడానికి నిముషాలమీద ఏర్పాట్లు చేసారు. అంతఃపురస్త్రీలు ద్రౌపదికి మంగళస్నానం చేయించారు. మేలి వస్త్రాభరణాలతో అలంకరించారు.

పరిచారకులు పాండవులకు మంగళస్నానాలు చేయించి రాజులకు తగిన వస్త్రాలు ధరింపచేసారు. వారిని కుండలాలతోనూ, రత్నహారాలతోనూ అలంకరించారు.

పాండవులు తమ పురోహితుడు ధౌమ్యుడి వెనుక వివాహవేదిక వద్దకు వచ్చారు. ధౌమ్యుడు అగ్నివేది నిర్మింపచేసి అగ్నిని ప్రతిష్ఠించి ఆహుతులు అర్పించాడు. యుధిష్ఠిరుడికీ ద్రౌపదికీ వివాహం చేయించారు.

ఆ తరువాత ఆ సోదరులు ద్రౌపదిని రోజుకొకరు చొప్పున వయస్సు క్రమం అనుసరించి వివాహం చేసుకున్నారు.

ద్రుపదుడు అల్లుళ్ళకు అమూల్య ఆభరణాలూ, విశేష ధనరాశులూ, చతురంగబలాలూ అరణంగా ఇచ్చాడు.

కృష్ణుడు దాస దాసీ జనాన్నీ, యుద్ధపుటేనుగులనీ, జాతిగుర్రాలనీ, బలమైన రథాలనీ లెక్కకు మించి పంపాడు. కోట్లకొలదీ బంగారు నాణేలు పంపాడు.

పాండవులూ, పాంచాలులూ కలిసిపోయారని సంతోషించి అనేక దేశాల రాజులు వారికి బాసటగా నిలిచారు. పాండవులు జీవించి ఉన్నారన్న వార్త త్వరలో లోకమంతా వ్యాపించిపోయింది. దుర్యోధనుడు పురోచనుడితో లక్కఇల్లు కట్టించడంతో మొదలుపెట్టి జరిగినదంతా దేశదేశాల ప్రజలూ చెప్పుకున్నారు.

"పాండవులు ధృతరాష్ట్రుణ్ణి ఎంతో గౌరవించారు. అతడెలా చెప్తే అలా నడుచుకున్నారు. అటువంటి కుమారులని పాపభీతి లేకుండా దయమాలి అత్యంత క్రూరంగా సజీవదహనం చేయించడానికి పూనుకున్నాడు ఆ పుట్టుగుడ్డి." అని ధృతరాష్ట్రుణ్ణి నిందించారు.

ఇంత ఘోరం కళ్ళెదురుగా జరుగుతూంటే చేతకానివాడిలా చేతులు ముడుచుకుని కూర్చున్నాడని భీష్మణ్ణి తిట్టినతిట్టు తిట్టకుండా తిట్టుకున్నారు.

◆◆◆

అక్కడ హస్తినలో ఈ వార్త దుష్టచతుష్టయానికి తెలిసింది. ద్రౌపదీస్వయంవరంనుంచి చేతకానివారిలా వెనక్కివచ్చామని అవమానం, తాము ఎంతో జాగ్రత్తగా ప్రణాళిక రచించి సజీవదహనం చేయబోతే పాండవులు తప్పించుకున్నారని విచారం వారిని కలిచివేసాయి.

అశ్వత్థామ, దుష్టచతుష్టయం సమావేశమయ్యారు. పాండవులకు ఇప్పుడు ద్రుపదుడి అండ ఉంది. వారిని వధించడం ఇదివరకంత సులువుకాదు. వారిని బలహీనపరిచి రాజ్యభ్రష్టులని చెయ్యాలి. దానికి తగిన ఉపాయం ఏమిటి – అని ఆలోచించారు.

పాండవుల అభ్యుదయవార్త విని విదురుడు చాలా సంతోషించాడు. దుర్మార్గులైన దుర్యోధనాదులు పాంచాలదేశంనుంచి పరాభవంతో తిరిగివచ్చినందుకు మరింత సంతోషించాడు.

ధృతరాష్ట్రుడికి ఈ వార్తలేవీ చేరలేదు. తన కుమారులూ, కర్ణుడూ కూడా స్వయంవరానికి వెళ్ళారని మాత్రమే తెలుసు. అక్కడ విఫలురై, ఆపైన యుద్ధంచేయబోయి భంగపడి వెనక్కి వచ్చారని అతడికి తెలియదు.

తనకి తెలిసిన వార్త ధృతరాష్ట్రుడికి చెప్పడం విదురుడి ధర్మం. అతడు తన ఆనందం ఆపుకోకుండానూ, నిజం స్పష్టంగా చెప్పకుండానూ, అలాగని బొత్తిగా దాచకుండానూ, ధృతరాష్ట్రుణ్ణి వెంటనే నొప్పించకుండానూ, ఎంతో తెలివిగా, "**దిష్ట్యా కురవో వర్ధంతే** – అదృష్టవశంచేత కురువంశీయులకు గొప్ప అభ్యుదయం కలిగింది." అన్నాడు.

ఆ మాటని ధృతరాష్ట్రుడు వేరేవిధంగా అర్థం చేసుకున్నాడు. ద్రౌపది దుర్యోధనుణ్ణే వరించింది అనుకున్నాడు. ఆనందం పట్టలేకపోయాడు. **అబ్రవీత్ పరమప్రీతో దిష్ట్యా దిష్ట్యేతి** – "ఎంత అదృష్టం! ఎంత అదృష్టం!!" అని పదే పదే పైకి అన్నాడు. వెంటనే ద్రౌపదికోసం అమూల్యాభరణాలు తయారుచేయించమని ఆజ్ఞాపించాడు.

"విదురా! దుర్యోధనుణ్ణీ, ద్రౌపదినీ ఇంతవరకూ ఎవరూ కనీ వినీ ఎరుగనంత వైభవంగా ఊరేగింపుగా నగరంలోకి తీసుకురా." అన్నాడు.

విదురుడు ధృతరాష్ట్రుణ్ణే నిశితంగాచూస్తూ, "ద్రౌపది పాండవులనే వరించింది. వారందరూ ద్రుపదుడు చేసే సత్కారాలు స్వీకరిస్తూ పాంచాలదేశంలో ఉన్నారు." అని చెప్పాడు.

(ధృతరాష్ట్రుడికి పొంగే పాలమీద చల్లని నీళ్ళు చిలకరించినట్లు అయింది. పాండవులు ఇంకా జీవించే ఉన్నారన్న ఆశ్చర్యం, తన కొడుకుల వైఫల్యానికి దుఃఖం, పాండవుల విజయానికి ఈర్ష్య ఒకేసారి మనస్సుని పట్టి అల్లకల్లోలం చేసాయి.)

అయినా ఆ అంధరాజు అత్యంత నిగ్రహంతో ముఖంమీద ఏ భావం లేకుండా బిగబట్టి, మరోసారి, "ఎంత అదృష్టం! ఎంత అదృష్టం!!" అన్నాడు.

"క్షత్తా! పాండవులు పాండువుకి ఎంత ప్రీతిపాత్రులో నాకూ అంతే ప్రీతిపాత్రులు.

ఇంకా చెప్పాలంటే వాళ్ళని పాండువుకంటే ఎక్కువగా నేనే ప్రేమించాను. పాండవులు క్షేమంగా ఉన్నారంటే నాకెంత ఆనందంగా ఉందో చెప్పలేను. వారు ద్రుపదుడికి అల్లుళ్ళయితే అనేకమంది రాజులు వారికి సన్నిహితులవుతారు.” అన్నాడు. *(దాస్యంలో ఉన్న స్త్రీకి పుట్టినవాణ్ణి క్షత్త అంటారు. విదురుడు క్షత్త.)*

విదురుడు అంతకంటే లౌక్యంగా సమాధానం చెప్పాడు. “**నిత్యం భవతు తే బుద్ధిరేషా రాజన్ శతం సమాః** – రాజా! ఎంత మంచి మాట చెప్పావు! నీ బుద్ధి ఏమీ మారకుండా ఇలాగే నూరేళ్ళూ ఉండుగాక!” అని చెప్పి తన మందిరానికి వెళ్ళిపోయాడు.

విదురుడు వెళ్ళిపోయాడని తెలిసాక దుర్యోధనుడూ, కర్ణుడూ రాజువద్దకి వచ్చారు.

“విదురుడు ఉండగా మాట్లాడాలంటే కొంత సంకోచంగా ఉండి మేము దూరంగా ఉన్నాము. మీరు మాట్లాడినదంతా విన్నాము. నువ్వేమిటి అలా మాట్లాడావు? శత్రువు వృద్ధిచెందుతూంటే నీవాళ్ళే వృద్ధి చెందుతున్నట్లూ, నువ్వే వృద్ధిచెందుతున్నట్లూ ఎలా అను కుంటున్నావు?

నువ్వు ఎప్పుడూ మన క్షేమం గురించే ఆలోచించాలి. కానీ, దానికి వ్యతిరేకంగా ఆలోచిస్తున్నావు. మనం నిత్యం పాండవులని ఎలా బలహీనపరచాలా అని ఆలోచించాలి. వాళ్ళు బలవంతులై మననీ, మన సంతానాలనీ, మన బంధుమిత్రులనీ మింగెయ్యకుండా జాగ్రత్త వహించాలి.” అన్నాడు దుర్యోధనుడు.

“నాయనా! **అహమప్యేవమేవైతత్ చికీర్షామి యథా యువామ్** – మీరిద్దరూ ఎలా ఆలోచిస్తున్నారో సరిగ్గా అలాగే నేనూ ఆలోచిస్తున్నాను. కాని, మనం విదురుడి ఎదుట బయటపడకూడదు. అతడు పాండవపక్షపాతి. మనం ఊహించలేనంత తెలివైనవాడు. అందుకే ముఖకవళికలలో గాని, శరీరం కదలికలలో గాని అతడికి ఏ అనుమానమూ రాకుండా జాగ్రత్తపడి పాండవుల పట్ల ప్రేమ ఒలకపోస్తూ, వారికి మేలు కోరినట్లు మాట్లాడుతాను.

కర్ణా! దుర్యోధనా! మీరిద్దరూ బాగా ఆలోచించండి. ఎప్పుడు ఏమి చేస్తే మనకి మేలవు తుందో అలా ప్రణాళిక వెయ్యండి. అది నాకు చెప్పండి.” అన్నాడు ధృతరాష్ట్రుడు.

దుర్యోధనుడు పాండవులలో భేదాలు కలిగించడానికీ, వారికీ ద్రుపదుడికీ మధ్య భేదాలు కలిగించడానికీ, ద్రౌపదికీ పాండవులకూ మధ్య భేదాలు కలిగించడానికీ అనేక కుటి లోపాయాలు ఏకరువు పెట్టాడు. చివరగా ఇలా అన్నాడు. “తండ్రీ! *(పాండవులందరూ కర్ణుణ్ణి ద్వేషిస్తారు.)* కర్ణుణ్ణే వాళ్ళవద్దకు పంపి ప్రేమగా పిలిపిద్దాం. (కర్ణుడు మారిపోయాడని

సంతోషించి) పాండవులు హస్తినాపురానికి వస్తారు. అప్పుడు వారిని ఏదోలా వధిద్దాం. ఇది నా వ్యూహం. కర్ణా! నువ్వేమంటావు?"

(శ్రద్ధగా చదివేవారు ఈ సంభాషణ చదవగానే దుర్యోధనుడూ, ధృతరాష్ట్రుడూ అంత వరకూ ధరించి ఉన్న ముసుగులు తీసేసి ఒకరితో ఒకరు అసలు విషయం నిక్కచ్చిగా, పచ్చిగా మాట్లాడుకుంటున్నారని గ్రహించేస్తారు.)

వెంటనే కర్ణుడు అందుకున్నాడు.

"దుర్యోధనా! నీ ఆలోచన సరైనది కాదని నా అభిప్రాయం.

పాండవులు ఇక్కడ ఉన్నప్పుడు పూర్తిగా బలవంతులు కారు. రెక్కలు రాని పక్షులలా ఉన్నారు. వారి పక్షంలో గట్టిగా నిలబడేవారు ఎవరూ లేరు. అటువంటప్పుడు కూడా నువ్వు వారిని మట్టుపెట్టడానికి చేసిన ప్రతీ ప్రయత్నం విఫలమయింది.

ఇప్పుడు పాండవులు పూర్తి బలవంతులయ్యారు. వారికి మహావీరుడు పాంచాలరాజు అండ ఉంది. వాసుదేవుడి అండ ఉంది. అనేకమంది రాజుల అండ ఉంది. వారు రోజు రోజుకీ బలపడుతున్నారు. ఇప్పుడు వారిని ఏ కుటిలోపాయాలతోనూ ఏమీ చేయలేవు.

అంతేకాదు. అయిదుగురు సోదరులు ఒకే భార్యతో కాపురం చేస్తూ కూడా ఐకమత్యంగా ఉన్నారంటే వారిమధ్య ఉన్న సోదరప్రేమ ఎంత బలమైనదో గ్రహించు. అటువంటివారి మధ్య భేదాలు ఎలా కలిగిస్తావు?

పాంచాలికి వారిపట్ల విముఖత్వం కలిగించడం కూడా సాధ్యం కాదు. వారు కష్టాలలో ఉన్నప్పుడూ, భిక్షాటనం చేసి బ్రతుకుతున్నప్పుడూ ఆమె వారిని వరించింది. అటువంటిది ఐశ్వర్యంతో ఉన్నప్పుడూ, సిరిసంపదలతో ఉన్నప్పుడూ, అనేకమంది రాజుల మన్ననలు పొందుతున్నప్పుడూ వారి పట్ల విముఖత ఎందుకు చూపుతుంది?

ఈప్సితశ్చ గుణః స్త్రీణా మేకస్యా బహుభర్తృతా,
తం చ ప్రాప్తవతీ కృష్ణా న సా భేదయితుం క్షమా. 201.7

ఏ స్త్రీ అయినా తనకు అనేకమంది భర్తలుంటే బాగుండునని కోరుకుంటుంది. *(కానీ ఆ కోరిక ఎవరికీ తీరదు.)* ఆ కోరిక తీరి ఆనందిస్తున్న ద్రౌపదికి భర్తలతో భేదం కలిగించడం అసాధ్యం.

పాంచాలరాజు ధర్మాత్ముడు. అతడి పక్షాన ఉండేవారూ అటువంటివారే. వారిని ధన మిచ్చీ, సంపదలిచ్చీ ప్రలోభపెట్టడం కూడా సాధ్యంకాదు.

ఇవన్నీ పరిశీలిస్తే పాండవులను కుటిలోపాయాలతో మట్టుపెట్టడం సాధ్యంకాదని

స్పష్టమవుతోంది. వారిమీద వెంటనే దాడిచేసి యుద్ధంలో సంహరించడమే మనకి మిగిలిన ఒకే ఒక ఉపాయం.

పాండవులు ఇప్పుడిప్పుడే కుదుటపడుతున్నారు. వారికంటూ ఇప్పుడు సైన్యమేమీ లేదు. వారు పెద్దఎత్తున సైన్యం సమీకరించుకునే లోపే వారిమీద దాడి చెయ్యాలి.

ఇప్పుడు మనపక్షం చాలా బలంగా ఉంది. పాంచాలరాజు బలం మన బలం కంటే తక్కువగా ఉంది. ఎప్పుడూ ఇలాగే ఉండదు. పాంచాల రాజు మిగిలిన రాజులని కూడగట్టుకుని పాండవులకు రాజ్యం కట్టబెట్టడానికి ఏదో ఒకరోజు మనమీద దాడి చేస్తాడు. ఈలోగా మనమే వారిమీద దాడి చెయ్యాలి.

మనం దాడిచెయ్యబోతున్నాం అని తెలిస్తే యదుకులభూషణుడు కృష్ణుడు అజేయమైన యాదవసైన్యంతో పాండవుల పక్షాన చేరుతాడు. అతడలా చేరేలోపే మనం దాడిచేసి పాండవులను సంహరించాలి.

శత్రువులతో యుద్ధంచేయడం క్షత్రియులు పూర్వంనుంచీ పాటిస్తున్న ధర్మమే. మీ పూర్వుడు భరతుడు యుద్ధం చేసి భూమండలమంతనీ తన అధీనంలోకి తెచ్చుకున్నాడు. ఇంద్రుడు తన పరాక్రమంతో ముల్లోకాలనీ తన పరిపాలనలోకి తెచ్చుకున్నాడు. అలాగే పాండవులని జయించి సముద్రపర్యంతం ఉన్న భూమినంతనీ నీ పరిపాలనలోకి తెచ్చుకుని, ఆ విశాల సామ్రాజ్యాన్ని గర్వంగా పాలిస్తూ సుఖంగా ఉండు." అన్నాడు.

(ద్రౌపది తనను నిరాకరించిందని కర్ణుడు పగతో రగిలిపోతున్నాడు. కాని, ఆమె నవ వధువు. ధృతరాష్ట్రుడు ఆహ్వానించి, ఆదరించవలసిన కోడలు. అందుచేత ద్రౌపది మీద వెళ్ళగక్కాలనుకున్న ద్వేషాన్ని బయటపెట్టకుండా నిగ్రహించుకున్నాడు. అయినా ఆగలేకపోయాడు. మనసులో ఉన్న విషాన్ని యావత్తు స్త్రీజాతిమీద కక్కేసాడు.

లోకంలో ఏ స్త్రీ అయినా అనేకమంది భర్తలుంటే బాగుండునని కోరుకుంటుంది - అని అనరాని మాట అన్నాడు.

లోకంలో అంతవరకూ పుట్టిన నీచాతినీచుడు కూడా స్త్రీలనుగురించి అనలేని మాట అన్నాడు.

ఆపాదమస్తకం ద్వేషమనే విషంతో నిండి ఉన్న కర్ణుడు స్త్రీలను గురించి - అదీ రాజు ఎదుట- అంత నీచంగా మాట్లాడడం తనకి తప్ప వేరెవరికీ సాధ్యం కాదని నిరూపించుకున్నాడు.

ఆ మాటల పర్యవసానం తెలిసే స్థితిలో కర్ణుడు లేడు. అర్థంచేసుకుని ఆలోచించే స్థితిలో ధృతరాష్ట్రుడు లేడు. దుర్యోధనుడు అసలే లేడు.

ఎదురుగా ఉన్న రాజు ధృతరాష్ట్రుడి భార్య కూడా ఒక స్త్రీయే. అలాగే పక్కనే ఉన్న దుర్యోధనుడి భార్యకూడా ఒక స్త్రీయే. అంతెందుకు తన భార్య కూడా ఒక స్త్రీయే.

పాండవులమీద ఈర్ష్యతో దహించుకుపోతున్న ధృతరాష్ట్రుడికి గాని, దుర్యోధనుడికి గాని కర్ణుడి నోటివెంట వచ్చిన మాటలు తమ భార్యలకి కూడా వర్తిస్తాయని స్పృహ కలగలేదు. ఆ స్పృహే గాని వారికి కలిగి ఉంటే ....)

ధృతరాష్ట్రుడికి కర్ణుడి ఆలోచన నచ్చింది.

"**ఉపపన్నం మహాప్రాజ్ఞే కృతాస్త్రే సూతనందనే** – సూతనందనా! నువ్వు మేధావివి. అస్త్రశస్త్రాలు నేర్చిన నీవంటివాడు ఎలా ఆలోచించాలో అలా ఆలోచించావు. ఎలా మాట్లాడాలో అలా మాట్లాడావు. ఈ ఆలోచన అమలు చేయడంలో ఉన్న కష్టనష్టాలూ, ఉచితానుచితాలూ మిరిద్దరూ భీష్మ, ద్రోణ, విదురులతో చర్చించి ఒక ప్రణాళిక రూపొందించండి." అన్నాడు.

మరునాడు భీష్మ ద్రోణులనీ, సమస్త మంత్రివర్గాన్నీ సమావేశపరిచాడు. దుర్యోధనుడూ, కర్ణుడూ కూడా వచ్చారు. ధృతరాష్ట్రుడు కర్ణుడి ఆలోచనని చాలా సున్నితంగా అందరికీ చెప్పి, దానిగురించి తమ తమ అభిప్రాయాలు చెప్పమన్నాడు.

భీష్ముడు ఏ విధమైన సందేహాలకీ తావులేకుండా తన అభిప్రాయం చెప్పాడు.

"ధృతరాష్ట్రా! **న రోచతే విగ్రహో మే పాండుపుత్రైః కథంచన** – పాండవులతో వైరానికి గానీ, యుద్ధానికి గానీ నేను ఎన్నడూ అంగీకరించను. నాకు నువ్వెంతో పాండువూ అంతే. నీ పుత్రులెంతో పాండవులూ అంతే.

ఈ రాజ్యం కురువంశీయులది. తండ్రి తాతలనుంచీ వస్తున్నది.

ఇది పాండువుకి చెందినది. దీనిమీద నీకంటే ముందే పాండుపుత్రులకు హక్కుంది.

దుర్యోధనా! ఈ రాజ్యం *(నీది కాకపోయినా)* నీదే అని నువ్వు ఎలా అనుకుంటున్నావో అలాగే ఈ రాజ్యం *(సమస్తహక్కులూ ఉన్న)* తమదే అని పాండవులూ అనుకుంటున్నారు.

యది రాజ్యం న తే ప్రాప్తాః పాండవేయా యశస్వినః,
కుత ఏవ తవాపీదం భరతస్యాపి కస్యచిత్. 202.7

దీనిమీద పాండవులకే హక్కు లేకపోతే నీకు మాత్రం హక్కు ఎక్కడిది? అసలు వారికి లేని హక్కు భరతవంశంలో పుట్టిన మరొకడెవడికైనా ఎలా వస్తుంది?

అధర్మేణ చ రాజ్యం త్వం ప్రాప్తవాన్ భరతర్షభ,
తేఽపి రాజ్యమనుప్రాప్తాః పూర్వమేవేతి మే మతిః. 202.7

గాంధారీనందనా! నువ్వు ఈ రాజ్యాన్ని అధర్మంగా చేజిక్కించుకున్నావు. కానీ, నీకంటే ముందు *(నువ్వు పుట్టకముందే)* దీనిమీద సమస్త హక్కులూ పాండవులు పొందారు.

వారిమీద అకారణంగా వైరం వహించి *(వాళ్ళని అడ్డు తొలగించుకోవాలని)* చెయ్యరాని పనులు చేసావు. నీచుడైన పురోచనుడు చేసిన పనికి ప్రజలు అతణ్ణి తిట్టడంలేదు. ఆ పని చేయించిన నిన్ను తిడుతున్నారు. నువ్వు చేసిన పనివలన నేను ప్రజలకి ముఖం చూపించ లేకపోతున్నాను.

నువ్వు తలపెట్టిన లాక్షాగృహదహనం నుంచి పాండవులు బ్రతికి బయటపడడం మన అదృష్టం. కుంతీదేవి ప్రాణాలతో బయటపడడం మన అదృష్టం. పాపిష్ఠి పురోచనుడు తాను తీసిన గోతిలో తానే పడి సజీవంగా దహనమైపోవడం అన్నిటికంటే గొప్ప అదృష్టం.

నాయనా! తప్పుడు ఆలోచనలు మాను. పాండవులను ఆదరపూర్వకంగా పిలిచి వారికి *(కనీసం)* అర్ధరాజ్యం ఇయ్యి. అలా చేసి ఇంతవరకూ మూటకట్టుకున్న అపకీర్తి కొంతైనా తొలగించుకో. ఒక్కమాట ఎప్పుడూ జ్ఞాపకం ఉంచుకో. పాండవులు జీవించి ఉన్నంతకాలం వారి రాజ్యాన్ని నువ్వుకాదు కదా సాక్షాత్ దేవేంద్రుడే దిగి వచ్చినా అపహరించలేడు.

నువ్వు ధర్మంగా ప్రవర్తించాలనుకుంటే, నాకు నచ్చే విధంగా ప్రవర్తించాలనుకుంటే, ఈ లోకం క్షేమంగా ఉండాలనుకుంటే పాండవులకు అర్ధరాజ్యం ఇచ్చెయ్యి."

(భీష్ముడు ఈ మాట దుర్యోధనుడితో చెప్పడమే ఆశ్చర్యకరం. అంత బతిమాలి మరీ చెప్పడం ఇంకా ఆశ్చర్యకరం. రాజ్యం ఇవ్వడానికీ, ఇవ్వకపోడానికీ దుర్యోధనుడెవరు? అసలు ధృతరాష్ట్రుడెవరు? ఇవన్నీ నిర్ణయించవలసిన భీష్ముడు ఇది ధర్మం, ఇది అధర్మం అని నిక్కచ్చిగా ఎందుకు మాట్లాడడంలేదు? రాజీపడీ, బతిమాలీ, ఎందుకు నచ్చచెప్పవలసి వచ్చింది? ఇవన్నీ ఆలోచిస్తే దీనివలన భీష్ముడు తనను తాను ఏ స్థితికి తెచ్చుకున్నాడో తెలుస్తోంది.)

ద్రోణుడు తన అభిప్రాయం చెప్పాడు.

"రాజా! ధృతరాష్ట్రా! నువ్వు సలహాకోసం మమ్మల్ని పిలిచావు. సలహా చెప్పేవాడు ధర్మం అర్థం వృద్ధిచెందేలానూ, రాజు కీర్తి లోకమంతా వ్యాపించేలానూ ఉండే పద్ధతి చెప్పాలి.

మహాత్ముడు భీష్ముడి ఆలోచనతో నేను పూర్తిగా ఏకీభవిస్తున్నాను. అనేక అమూల్యమైన బహుమతులు పంపీ, సాంత్వన వచనాలు చెప్పించీ పాండవులను ఆహ్వానించు. వారు నీకు భక్తిగా నమస్కరిస్తారు. నీ ఆజ్ఞ పాటిస్తారు. వారికి అర్ధరాజ్యం ఇచ్చి నీ గౌరవం నిలుపుకో. కురువంశం సుఖశాంతులతో ఉండేలా చెయ్యి."

వెంటనే కర్ణుడు లేచాడు. పెద్దలపట్ల ఇసుమంత గౌరవం కూడా లేకుండా, సభామర్యాద పాటించకుండా, అహంకారంతో మిడిసిపడుతూ మాట్లాడాడు.

"మహారాజా! భీష్ముడూ, ద్రోణుడూ నీవలన విశేషంగా ధనం పొందుతున్నారు. గౌరవం పొందుతున్నారు. వీరు నీకు అత్యంత ఆంతరంగికులని భావించి నువ్వు వీరిని ఆదరిస్తున్నావు. అయినా ఈ వృద్ధులిద్దరూ నీకు మేలుచేసే మాటలు చెప్పడంలేదు. నీ ఉప్పు తింటూ నీకు నష్టం కలిగించే సలహాలిస్తున్నారు.

ఇంతేసి వయస్సు వచ్చీ, ధర్మమూర్తులని అందరిచేతా పొగిడించుకుంటూ నీ కొలువులో ఉన్నవాళ్ళు ఇలా మాట్లాడుతున్నారంటే ఇంతకంటే ఆశ్చర్యం ఏముంటుంది! వీరి మాటలు పట్టించుకోకు.

రాజా! రాజ్యం ఎవరికైనా భాగ్యవశం వలననే లభిస్తుంది. ఏ ఇతర కారణాలవలనా రాదు. నీ అదృష్టంవలన నీకు దక్కిన ఈ రాజ్యం నీదే. దీనిని నువ్వూ నీ కుమారులూ శాశ్వతంగా అనుభవించాలి. దీనిని ఎవరికీ ఇవ్వవలసిన పని లేదు. నీకు సలహా చెప్తున్న వారిలో ఎవరు నీకు మేలు కోరుతున్నారో, ఎవరు నీకు నష్టం కలిగించాలనుకుంటున్నారో గ్రహించి, ఏం చెయ్యాలో నిర్ణయించు."

ద్రోణుడు ఆ మాటలు సహించలేకపోయాడు.

"ఓరి దుష్టుడా! నువ్విలా ఎందుకు మాట్లాడుతున్నావో నాకు తెలుసు. *(నువ్వొక్కడివే గొప్ప వీరుడివని భ్రమపడుతున్నావు. పాండవులు నీకంటే శ్రేష్ఠులు. అది తెలిసి నువ్వు తట్టుకోలేకపోతున్నావు.)* పాండవులపట్ల అసూయా, ద్వేషం పెంచుకున్నావు. వాటితో దహించుకుపోతున్న నువ్వు దుర్యోధనుణ్ణి అడ్డం పెట్టుకుని పాండవులకు హాని తలపెడుతున్నావు. అందుకే ఇటువంటి పాపిష్ఠి సలహాలు ఇస్తున్నావు.

నేను కురువంశానికి మేలు కోరేవాడిని. కౌరవులూ పాండవులూ సుఖంగా ఉండాలని కోరేవాడిని. నేనూ, భీష్ముడూ చెప్పినట్లు చెయ్యకపోతే కౌరవులు త్వరలోనే నశించిపోతారు."

ఆ తరువాత విదురుడు అందుకున్నాడు.

"రాజా! నీ హితులూ, సన్నిహితులూ ఎప్పుడూ నీకు మేలు కలిగించే మాటలే చెప్తున్నారు. **న త్వశుశ్రూషమాణే వై వాక్యం సంప్రతితిష్ఠతి** – కానీ, నీకు వారిమీద గౌరవం లేదు. వారు చెప్పే మాటలు వినడమే నీకు ఇష్టముండదు. వింటున్నట్లు నటిస్తావు. ఆ హితోక్తులు ఎంత మాత్రమూ మనస్సుకి పట్టించుకోవు.

భీష్మద్రోణులు శాస్త్రాలసారం తెలిసినవారు. ధర్మాత్ములు. సత్యసంధులు. సాటిలేని పరాక్రమశాలులు. కృతయుగంలో దశరథతనయుడు రాముడు ఎంత సద్గుణసంపన్నుడో వీరిద్దరూ అంత సద్గుణసంపన్నులు. వీరి మాటలు విను. పాండవులకు అన్యాయం చెయ్యకు. వారికి ఎదురు నిలిచే శక్తి నీ కుమారులలో ఎవరికీ లేదు. దేవేంద్రుడు కూడా అర్జునుడిముందు నిలవలేడు. *(నీ కొడుకులూ, కర్ణుడూ ఒక లెక్కా!)*

బలరామదేవుడూ, కృష్ణుడూ పాండవులకు అండగా ఉన్నారు. అటువంటివారితో యుద్ధానికి ఎవరు పూనుకున్నా వారికి మిగిలేది పరాజయమూ, పరాభవమూ మాత్రమే. యాదవవీరులు బలవంతులు. వారివద్ద అసంఖ్యాకమైన గొప్ప సైన్యం ఉంది. కృష్ణుడు ఏ పక్షాన ఉంటే యాదవయోధులందరూ ఆ పక్షాననే ఉంటారు. **యతః కృష్ణస్తతో జయః** - కృష్ణుడు ఎవరి పక్షాన ఉంటే వారికి జయం తథ్యం.

దుర్యోధనశ్చ కర్ణశ్చ శకునిశ్చాపి సౌబలః,
అధర్మయుక్తా దుష్ప్రజ్ఞా బాలా మైషాం వచః కృథాః. 205.29

దుర్యోధనుడూ, కర్ణుడూ, శకునీ ఎప్పుడూ దుర్బుద్ధితోనే ఆలోచిస్తారు. వీళ్లు మంచి చెడులను గురించి వివేచన చేయలేని మూర్ఖులు. వీళ్ళ మాటలు వినకు.

పురోచనుడు కాలి చనిపోయాడు. *(ప్రజల ఆగ్రహానికి గురికాకుండా చచ్చి బతికిపోయాడు.)* అతడు చేసిన పాపిష్ఠిపనికి ప్రజలు అతడికంటే ఎక్కువగా నిన్నే దోషిగా నిలబెడుతున్నారు. ఆ పాపం ప్రక్షాళన చేసుకోవాలంటే వెంటనే పాండవులకు రాజ్యం ఇయ్యి.

దుర్యోధనుడివలన కౌరవులందరూ నశించే ప్రమాదం ఉంది. ఈ మాట నేను నీకు ఇదివరకే చాలాసార్లు చెప్పాను. నీ కుమారులను రక్షించుకో. నిన్ను నువ్వు రక్షించుకో. ప్రజలను రక్షించు. దుర్యోధనుడి మాటలు వినకు."

ధృతరాష్ట్రుడు పరిస్థితిని అంచనా వేసుకున్నాడు. తన కుమారుడి మాట చెల్లేలా లేదని గ్రహించాడు. కణికుడి ఉపదేశం గుర్తుకు తెచ్చుకున్నాడు. తేనెలొలికేలా మాట్లాడాడు.

"విదురా! భీష్మద్రోణులు చెప్పినదే సరైన పద్ధతి అనిపిస్తోంది. ఊరికే అందరూ నాగురించి రకరకాలుగా మాట్లాడతారు గాని పాండువు కొడుకులు నాకు మాత్రం కొడుకులు కారా! నా బిడ్డలకీ పాండవులకీ మధ్య భేదం ఎందుకు చూపిస్తాను? ఈ రాజ్యం నా కుమారులకు ఎంత చెందుతుందో అంతగానూ పాండవులకీ చెందుతుంది.

నాకు అత్యంత ప్రియులైన పాండవులకు హాని తలపెట్టినందుకు **దిష్ట్యా శాంతః పురోచనః**

– *(లక్కఇల్లు నిర్మించడం వెనుకా, అది కాలిపోవడం వెనుకా ఉన్న అసలు రహస్యం తెలిసిన ఒకే ఒక్కడు పురోచనుడు)* మన అదృష్టవశాత్తూ పురోచనుడు ఆ మంటలలోనే కాలిపోయి నశించాడు. **దిష్ట్యా వర్ధామహే సర్వే** – *(ఈ రహస్యం లోకానికి తెలయలేదు కనుక)* మనం గౌరవం దక్కి బయటపడ్డాం. ఇంతకంటే అదృష్టమేముంటుంది.

నువ్వు తగిన బహుమతులు తీసుకుని వెంటనే పాంచాల దేశానికి వెళ్ళు. పాండవులనీ, కుంతినీ, కృష్ణనీ ఆదరంగా ఆహ్వానించు. మహారాజవైభవంతో హస్తినాపురానికి తీసుకురా.” అన్నాడు.

20

విదురుడు పాంచాల దేశానికి వెళ్ళాడు. అప్పుడు అక్కడ బలరాముడూ, కృష్ణుడూ కూడా ఉన్నారు.

ధృతరాష్ట్రుడి ఆహ్వానాన్ని మన్నించి హస్తినకి వెళ్ళడమే మంచిదని అందరూ తీర్మానించారు. యుధిష్ఠిరుడు అంగీకరించాడు.

కుంతి కన్నీళ్ళు పెట్టుకుని విదురుడికి నమస్కరించింది.

“మహాత్మా! నీ కృపవలన నా కుమారులు ఆపదల పాలవకుండా ఉన్నారు. నీ అనుగ్రహమే లేకపోతే లక్కఇంటినుంచి ప్రాణాలతో బయడపడేవాళ్ళమా!

ఈ పాండవులు మీ కురువంశాన్ని ఉద్ధరించేవారు. కోకిల పిల్లలకి జన్మనిస్తుంది. కానీ, వాటిని కాకి పెంచుతుంది. అలాగే మీ పవిత్రమైన వంశంలో ఈ కుమారులు జన్మించారు. వీరిని నేను పెంచాను. ఈ పైన నేనేం చెయ్యాలో మీరే నిర్ణయించండి.” అంది.

విదురుడు ఆమెను ఊరడించాడు. ద్రుపదుడి అనుమతి తీసుకుని వారందరూ హస్తినకు బయల్దేరారు.

వారు హస్తినకు చేరుతున్నారని వార్త తెలియగానే ధృతరాష్ట్రుడు వారిని స్వాగతించడానికి వికర్ణుణ్ణీ, చిత్రసేనుణ్ణీ, ద్రోణాచార్యుణ్ణీ, కృపాచార్యుణ్ణీ, ఇంకా అనేకమంది మహావీరులనీ పంపాడు.

వారు నగరంలోకి ప్రవేశించగానే పౌరులు వారికి ఘనస్వాగతం చెప్పారు. “అమ్మయ్యా! పాండవులు తిరిగి వచ్చేసారు. మనకింక దిగులు లేదు.” అని ఆబాలగోపాలం ఆనందించారు.

రాజప్రాసాదంలోకి ప్రవేశించిన పాండవులు ధృతరాష్ట్రుడివద్దకూ, భీష్ముడివద్దకూ, ఇంకా ఇతర పెద్దలవద్దకూ వెళ్ళి వారి పాదాలు పట్టి నమస్కరించారు.

కౌరవుల భార్యలు కుంతినీ, ద్రౌపదినీ అంతఃపురంలో గాంధారీదేవి మందిరంలోకి తీసుకువెళ్ళారు. వారికి ద్రౌపదిని ఎంత చూసినా ఆశ్చర్యంగానే ఉంది. వారికి ఇంద్రుడి భార్య అయిన శచీదేవి తమ మధ్యకి నడిచి వస్తోందా అనిపించింది.

కుంతి గాంధారి పాదాలకి నమస్కరించింది. తన కోడలిని పరిచయం చేసింది. ద్రౌపది గాంధారి పాదాలకి నమస్కరించింది. ఆ హస్తినాపురరాణి ద్రౌపదిని అక్కున చేర్చుకుంది.

పరిష్వజ్య చ గాంధారీ కృష్ణాం కమలలోచనామ్,
పుత్రాణాం మమ పాంచాలీ మృత్యురేవేత్యమన్యత,
సా చింత్య విదురం ప్రాహ యుక్తితః సుబలాత్మజా. 206.22+1

పాంచాలి స్పర్శ గాంధారికి ఒక విద్యుదాఘాతంలా తగిలింది. ఎందుకో ఆ ద్రుపద నందిని తన పుత్రులకు మృత్యువు అవుతుందని ఆమె మనస్సుకు అనిపించింది. ఆమె కలవరపడింది. ద్రౌపది తన సమీపానగానీ, తన మందిరంలోనే వేరేచోట గానీ ఉండడం తట్టుకోలేకపోయింది.

వెంటనే తెలివిగా విదురుణ్ణి పిలిచింది. కుంతినీ, కోడలినీ పాండువు మందిరానికి తీసుకువెళ్ళమంది.

పాండవులు కొన్ని రోజులు విశ్రాంతిగా ఉన్నారు.

ఒకరోజు ధృతరాష్ట్రుడు భీష్మణ్ణీ, పాండవులనీ పిలిచాడు. "యుధిష్ఠిరా! నేను చెప్పేది నువ్వూ, నీ సోదరులూ శ్రద్ధగా వినండి.

మీ తండ్రి నా ఆజ్ఞని భక్తితో పాటించాడు. నా ఆజ్ఞ ప్రకారమే ఈ రాజ్యానికి రాజయ్యాడు. అనేక దేశాలని జయించాడు. నేను ఆజ్ఞాపిస్తే చాలు ఎంతటి దుస్సాధ్యమైన పనినైనా సాధించి వచ్చేవాడు. మీరూ మీ తండ్రి అడుగుజాడలలో నడిచి నా ఆజ్ఞ పాటించండి.

నా కుమారులు దురాత్ములు. అహంకారంతో దహించుకుపోతున్నారు. అటువంటి దురాత్ములకూ మీవంటి ధర్మాత్ములకూ మధ్య వైరం నాకిష్టంలేదు. అందువలన మీరు వెంటనే హస్తినని వదిలి ఖాండవప్రస్థానికి వెళ్ళిపోండి. ఈ సామ్రాజ్యంలో అర్ధభాగం తీసుకుని ఖాండవప్రస్థంలో సుఖంగా ఉండండి. అక్కడ మీకు ఎవరివలనా ఏ హానీ జరగదు." అన్నాడు.

కృష్ణుడూ, పాండవులూ అంగీకరించారు. వెంటనే కుంతితోనూ, ద్రౌపదితోనూ సహా ఖాండవప్రస్థానికి బయల్దేరారు.

ఖాండవప్రస్థం ఎందుకూ కొరగాని బంజరుభూమిలా ఉంది. వారు వ్యాసుడిచే భూమిపూజ చేయించి నగరం నిర్మాణానికి పూనుకున్నారు. అనతికాలంలోనే ఆ నగరాన్ని అత్యంత సుందరంగా, సర్వసంపదలతో సమృద్ధంగా, శత్రుదుర్భేద్యంగా నిర్మించారు. అది నాగుల రాజధాని భోగవతినీ, ఇంద్రుడి రాజధాని అమరావతినీ మరిపించే అందమైన నగరమయింది. దానికి ఇంద్రప్రస్థం అని పేరు పెట్టారు.

కొంతకాలమయ్యాక బలరామకృష్ణులు పాండవులవద్ద సెలవు తీసుకుని ద్వారకకు వెళ్ళారు.

◆◆◆

ఒకరోజు పాండవులు ఇష్టాగోష్ఠిలో ఉండగా అక్కడికి దేవర్షి నారదుడు వచ్చాడు. యుధిష్ఠిరుడు ఋషికి సాష్టాంగనమస్కారం చేసి స్వాగతం చెప్పాడు. అర్ఘ్యపాద్యాలిచ్చి పూజించాడు. అయనకు ఉత్తమాసనం ఇచ్చి సోదరులు చేతులు కట్టుకుని నిలుచున్నారు.

నారదుడు వారిని ఆసీనులు కమ్మన్నాడు. ఈలోగా నారదుడు వచ్చాడని తెలిసి ద్రౌపది అక్కడికి వచ్చింది. ఆమె భక్తితో దేవర్షి పాదాలకి నమస్కరించి, అంజలి ఘటించి నిలుచుంది. నారదుడు ఆమెని ఆశీర్వదించి, అంతఃపురానికి వెళ్ళమన్నాడు. ఆమె వెళ్ళిన తరువాత పాండవులతో ఇలా అన్నాడు.

"నాయనా! ఎంత ఐకమత్యంతో ఉండేవారి మధ్యనైనా స్త్రీవిషయంలో విభేదాలు వస్తాయి. పూర్వం ఎంతో ఐకమత్యంతో ఉండే సుందుడు, ఉపసుందుడు అనే రాక్షసులు తిలోత్తమ అనే అప్సరసకోసం యుద్ధంచేసి ఒకరినొకరు చంపుకున్నారు.

మీలో ఉన్న ఐకమత్యం చెడకుండా ద్రౌపదితో కాపురం విషయంలో మీలో మీరే ఏదో ఒక నియమం పెట్టుకోండి."

పెద్దలపట్ల గౌరవం ఉన్న పాండవులు నారదుడి సమక్షంలోనే ఒక నియమం ఏర్పరుచుకున్నారు.

"ద్రౌపది మన ఒక్కొక్కరి మందిరంలోనూ ఒక్కొక్క సంవత్సరం కాపురం చేస్తుంది. ఆ సమయంలో ఆ సోదరుడితో ఆమె ఏకాంతంలో ఉండగా మరొక సోదరుడు చూడకూడదు. ఎవరైనా అలా చూస్తే అతడు పన్నెండు సంవత్సరాలు బ్రహ్మచర్యం పాటిస్తూ వనవాసం చెయ్యాలి."

వారి మాటలు విని నారదుడు ఆనందించి వెళ్ళిపోయాడు.

◆◆◆

చాలాకాలం సుఖంగా గడిచింది.

ద్రౌపది యుధిష్ఠిరుడి మందిరంలో ఉంది. వారిద్దరూ ఏకాంతంలో ఉన్నారు. అదే సమయంలో ఒక శ్రోత్రియబ్రాహ్మణుడు తన గోవులను చోరులు ఎత్తుకుపోతున్నారనీ, వాటిని కాపాడమనీ అర్జునుణ్ణి వేడుకున్నాడు.

పాండవుల ఆయుధాలన్నీ యుధిష్ఠిరుడి మందిరంలో ఉన్నాయి. అర్జునుడు ఆలోచించాడు. ఆయుధాలకోసం అన్నగారి మందిరంలోకి ప్రవేశిస్తే తమమధ్య ఉన్న నియమం ప్రకారం పన్నెండేళ్ళు వనవాసం చెయ్యాలి. ఆయుధాలు గ్రహించి గోవులని రక్షించకపోతే బ్రాహ్మణుణ్ణీ, గోవులనూ రక్షించకుండా వదిలేసిన పాపం వస్తుంది.

పాపం మూటగట్టుకోవడం కంటే వనవాసమే మేలనుకున్నాడు.

వెంటనే యుధిష్ఠిరుడి మందిరంలోకి వెళ్ళి ఆయుధాలు తీసుకుని గోవులని రక్షించాడు.

తరువాత తమమధ్య ఉన్న నియమాన్ని ఉల్లంఘించినందుకు వనవాసం చేస్తానని యుధిష్ఠిరుడి అనుమతి తీసుకున్నాడు. అర్జునుడు వనవాసకాలంలో అనేక ఉత్తమ తీర్థాలని సేవిస్తాడని తెలిసిన వేదవిదులైన అనేకమంది పండితులు అతణ్ణి అనుసరించారు.

వారందరూ అనేక దేశాలలో ఉన్న అందమైన వనాలనీ, సరోవరాలనీ దర్శించారు. దారిలో ఉన్న పుణ్యతీర్థాలని సేవించారు. అలా ప్రయాణించి వారందరూ గంగాద్వారానికి *(ఉత్తరభారతదేశంవారు ఆనాటి గంగాద్వారమే నేటి హరిద్వార్ అంటారు.)* చేరారు.

ఆ బృందంలో ఉన్న విప్రులందరూ గంగలో స్నానాలు చేసి అగ్నిహోత్రాలు చేయడం మొదలుపెట్టారు. వారందరూ స్నానం చేసాక అర్జునుడు నదిలోకి దిగాడు.

అతడు స్నానంచేసి, పితృదేవతలకి తర్పణాలిచ్చి గట్టుకి రాబోతూంటే ఒక నాగకన్య అతణ్ణి నీటిలోకి లాగింది. ఆమె అతణ్ణి అలా నీటిలో తీసుకువెళ్ళి నాగలోకంలో ఉన్న ఒక అందమైన నగరానికి చేర్చింది. అక్కడ ప్రజ్వలిస్తున్న అగ్నిని చూసి అర్జునుడు అగ్నిహోత్రం చేసాడు.

తరువాత ఆ కన్యని, "సుందరీ! నువ్వెవరివి? ఎవరి కుమార్తెవి? ఇదే దేశం? నన్నెందుకిలా తీసుకువచ్చావు?" అని అడిగాడు.

ఐరావతుడనే సర్పరాజు వంశానికి చెందిన కౌరవ్యుడనే రాజు తన తండ్రి అనీ, అది తమ దేశమనీ, తనపేరు ఉలూపి అనీ ఆ కన్య చెప్పింది. అర్జునుణ్ణి చూడగానే మోహించాననీ, తనని అనుగ్రహించమనీ అర్థించింది.

అర్జునుడు బ్రహ్మచర్య నియమం పాటిస్తానని ఒప్పుకున్నాడని తనకి తెలుసునని చెప్తూ, తనతో కాపురం ధర్మవిరుద్ధం కాదని నచ్చజెప్పింది. అర్జునుడు ఆ రాత్రి ఆమెతో గడిపాడు.

ఉదయం ఆమె అతడు గంగలో ఎక్కడ మునిగాడో అక్కడికి తీసుకువచ్చి వదిలింది. తనమాట మన్నించినందుకు అతడికి ఎన్నడూ ఏ జలచరంవలనా ప్రమాదముండదని వరమిచ్చింది. అర్జునుడు ముందు రాత్రి జరిగినది పండితులకు చెప్పాడు.

అర్జునుడివలన ఆమెకు ఐరావతుడనే కుమారుడు కలిగాడు.

◆◆◆

అర్జునుడూ, ఋషులూ హిమాలయాలలో ఉన్న క్షేత్రాలన్నీ దర్శించి తూర్పుదిశగా ప్రయాణం చేసారు. అంగ, వంగ దేశాలు దాటి కళింగదేశం చేరారు. అర్జునుడితో వచ్చిన ఋషులు అతడి అనుమతి తీసుకుని అక్కడినుంచి ఇంద్రప్రస్థానికి తిరుగుప్రయాణం మొదలుపెట్టారు.

అర్జునుడు కొద్దిమంది అనుచరులతో సముద్రందిశగా వెళ్ళి మణిపురం అనే నగరం చేరాడు. ఆ నగరానికి రాజు చిత్రవాహనుడు. అతడికి చిత్రాంగద అనే అందాలరాశి అయిన కుమార్తె ఉంది. అర్జునుడికి ఆమెపట్ల బలమైన ఆకర్షణ కలిగింది. ఆమెను వివాహం చేసుకోవాలనుకున్నాడు.

నేరుగా రాజువద్దకి వెళ్ళి తన కోరిక చెప్పాడు. రాజు, తమ వంశంలో ఒక్కొక్కరికీ ఒక్కరే సంతానం ఉంటారనీ, తమ పూర్వీకులందరికీ కుమారులే పుట్టారనీ, తనకు మాత్రం కుమార్తె పుట్టిందనీ చెప్పాడు. అర్జునుడికి కుమార్తెనివ్వడం తనకి ఇష్టమే కాని, తన కుమార్తెకి పుట్టే కుమారుడు తన రాజ్యానికి వారసుడుగా తనవద్దనే ఉండాలన్నాడు. అదే తాను కోరే కన్యాశుల్కం అన్నాడు.

అర్జునుడు అంగీకరించాడు. చిత్రాంగదని వివాహమాడి మూడు సంవత్సరాలు మణిపురంలో నివసించాడు. వారికొక కుమారుడు పుట్టాడు. ఆ కుమారుడి పేరు బభ్రువాహనుడు. రాజువద్దా, చిత్రాంగదవద్దా సెలవు తీసుకుని అర్జునుడు మళ్ళీ తీర్థయాత్రలు ప్రారంభించాడు.

దక్షిణసముద్రతీరం చేరాక అతడికొక వింత కనపడింది. అక్కడ ఉన్న మునులందరూ అయిదు తీర్థాలు వదిలి మిగిలిన తీర్థాలలోనే స్నానం చేస్తున్నారు. అలా ఎందుకు చేస్తున్నారని ఆ వీరుడు అడిగాడు. ఆ తీర్థాలలో మొసళ్ళు ఉన్నాయని ఆ మునులు చెప్పారు.

భయమెరుగని పార్థుడు ఒక తీర్థంలో దిగాడు. వెంటనే ఒక పెద్ద మొసలి అతడి

పాదం పట్టుకుంది. పార్థుడు ఆ మొసలిని ఈడ్చుకుంటూ గట్టుకి వచ్చాడు. గట్టుమీదకి రాగానే ఆ మొసలి అందమైన అప్సరస అయిపోయింది. ఒక ఋషి శాపం వలన తానూ, తన నలుగురు సఖులూ అలా మొసళ్ళుగా మారామని చెప్పింది. ఎవడైనా వీరుడు తమని నీటినుంచి బయటకు లాగి గట్టుకి చేరిస్తే తమకి శాపవిమోచనం అవుతుందని చెప్పింది. అర్జునుడు మిగిలిన నాలుగు తీర్థాలలోనూ దిగి అక్కడ ఉన్న అప్సరసలకి కూడా శాపవిమోచనం కలిగించాడు.

అతడికి చిత్రాంగద గుర్తుకు వచ్చింది. వెంటనే మణిపురానికి వెళ్ళాడు. బభ్రువాహనుణ్ణి రాజుకిచ్చి, "రాజా! నేను మీకిచ్చిన మాట ప్రకారం నా కుమారుణ్ణి మీ వద్దనే ఉంచుకోండి. మీరు కోరిన కన్యాశుల్కం ఇచ్చి నేను ఋణవిముక్తుణ్ణి అవుతాను." అన్నాడు.

తాను త్వరలోనే చిత్రాంగదని ఇంద్రప్రస్థానికి తీసుకు వెళ్తాననీ, అక్కడ ఆమె తమ బంధుమిత్రులమధ్య ఆనందంగా ఉండవచ్చనీ చెప్పి, అక్కడినుంచి ప్రభాసతీర్థానికి వెళ్ళాడు.

అర్జునుడు ప్రభాసతీర్థానికి చేరాడని కృష్ణుడికి చారులు చెప్పారు. కృష్ణుడు ప్రభాసతీర్థం చేరి అర్జునుణ్ణి కలిసాడు. వారిద్దరూ అత్యంత స్నేహంతో ఆలింగనం చేసుకున్నారు. అర్జునుడు తాను ఎందుకు వనవాసం చేస్తున్నాడో చెప్పి అంతవరకూ జరిగినవన్నీ చెప్పాడు.

తరువాత వారిద్దరూ ద్వారకకు వెళ్ళారు. అక్కడ అందరూ అర్జునుడికి ఘనస్వాగతం చెప్పారు. అర్జునుడు పెద్దలందరికీ వినయంగా నమస్కరించాడు.

యాదవులు రైవత పర్వతంమీద గొప్ప ఉత్సవం జరుపుకుంటున్నారు. ఆ ఉత్సవానికి యాదవులందరూ తమ తమ స్త్రీలతోనూ, సంతానంతోనూ వచ్చారు. అందరూ ఆనందంగా ఒకరినొకరు పలకరించుకుంటున్నారు.

కృష్ణుడూ, అర్జునుడూ కలిసి ఉత్సవాన్ని చూస్తూ ప్రజలనీ, ప్రముఖులనీ పలకరిస్తూ తిరుగుతున్నారు. అంతలో అసామాన్య సౌందర్యవతి అయిన ఒక యువతిని అర్జునుడు చూసాడు. వెంటనే మన్మథుడికి లొంగిపోయి ఆమెనే చూస్తూ ఉండిపోయాడు. కృష్ణుడు అది గమనించాడు.

"**వనే చరస్య కిమిదం కామేనాలోడ్యతే మనః** – అర్జునా! వనవాసం చేస్తున్నావు. బ్రహ్మచర్యం పాటిస్తానని నియమం పెట్టుకున్నావు. ఇదేమిటిలా మన్మథుడికి ఇంత సులువుగా లొంగిపోయావు. నువ్వు రెప్పవెయ్యకుండా చూస్తున్న కన్య నా సోదరి సుభద్ర. ఈమెను వివాహం చేసుకుంటావా? మా తండ్రిగారితో మాట్లాడమంటావా?" అని నవ్వుతూ అడిగాడు.

"కృష్ణా! ఈమె నా రాణి అయితే చాలు. నేనింక లోకంలో ఏమీ కోరను. ఈమెను నాదాన్ని చేసుకునేందుకు ఏం చెయ్యాలో చెప్పు. నువ్వేం చెయ్యమన్నా చేస్తాను."

"పార్థా! క్షత్రియులకి స్వయంవరం ద్వారా వివాహం చేసుకునే పద్ధతి ఒకటి ఉంది. కాని, కన్యల మనస్సులు చంచలంగా ఉంటాయి. ఆ మండపానికి వచ్చాక ఆమె ఏమి చేస్తుందో ఎవరికి తెలుసు?

మహావీరులకు మరొక ఉపాయం ఉంది. అందరినీ ఎదిరించి కన్యని ఎత్తుకుపోయి వివాహం చేసుకోవడం. నువ్వు సాటిలేని వీరుడివి. నీకు ఇదే సరైన పద్ధతి."

కృష్ణార్జునులు బాగా ఆలోచించి, వేగంగా వెళ్ళగల నమ్మకస్తుడైన వార్తాహరుణ్ణి ఇంద్రప్రస్థానికి పంపి తమకి అనుమతి ఇమ్మని యుధిష్ఠిరుణ్ణి కోరారు. అతడు అనుమతించాడు.

ఒకరోజు సుభద్ర రైవతపర్వతాన్ని పూజించడానికి వెళ్ళింది. ఆ సంగతి అర్జునుడు కృష్ణుడికి చెప్పాడు. కృష్ణుడు తన రథాన్ని సిద్ధం చేయించి, ఆయుధాలతో నింపి అర్జునుడికిచ్చాడు. అర్జునుడు కవచం ఆయుధాలూ ధరించి, వేటకు వెళ్తున్నానని అందరికీ చెప్పి రైవతపర్వతంవైపు వెళ్ళాడు.

సుభద్ర అక్కడ పూజలన్నీ యథావిధిగా చేసి, బ్రాహ్మణుల ఆశీస్సులందుకుని, గిరికి ప్రదక్షిణం చేసి ద్వారకకి తిరిగి వస్తోంది. అర్జునుడు రథంమీదనుంచి దూకి ఆమెని బలవంతంగా రథంలో కూర్చోపెట్టి ఇంద్రప్రస్థంవైపు బయల్దేరాడు.

ఆ విషయం తెలిసి యాదవులందరూ సమావేశమయ్యారు. వెంటనే అర్జునుడిమీద యుద్ధానికి బయల్దేరాలని వీరాలాపాలు చేసారు. తామెంతో ఆదరంగా స్వాగతించి గౌరవిస్తే, అర్జునుడు తమని తీరని అవమానానికి గురిచేసి తమ కన్యని ఎత్తుకుపోయాడని నిందించారు. అతణ్ణి వదలకూడదని తీర్మానించారు.

బలరాముడు వారిని వారించాడు. "మనమందరం ఇంత ఆవేశపడుతూంటే కృష్ణుడు కిమ్మనకుండా కూర్చున్నాడు. మనందరిలోనూ తెలివైనవాడు కృష్ణుడు. అతడి అభిప్రాయం తెలుసుకున్నాకే ఏం చెయ్యాలో ఆలోచిద్దాం." అన్నాడు.

కృష్ణుడు తన ఆలోచన చెప్పాడు.

"అర్జునుడు మనని అవమానించలేదు. సన్మానించాడు. మన కన్యకి ఆ భరతకుల విభూషణుడికంటే గొప్ప వరుడు దొరుకుతాడా?

ఎవరో దానమిస్తే స్వీకరించి వివాహం చేసుకునేందుకు కన్య పశువుకాదు. అందుచేత

అతడికి కన్యాదానం అంగీకారం కాదు. యాదవులు ధనం తీసుకుని తమ గారాలపట్టిని అమ్ముకోరు. అందువలన అతడు కన్యాశుల్కం కావాలా అని అడగలేదు.

ఆదిదేవుడైన రుద్రుడు తప్ప ముల్లోకాలలోనూ పార్థుడితో సమానమైన వీరుడు మరొకడు లేడు. అతడు సుక్షత్రియుడికి తగిన రీతిలో కన్యని రాక్షసవివాహం పద్ధతిలో అపహరించుకుపోతే ఆనందించాలి, అభినందించాలి. ఆగ్రహిస్తే ఎలా?

అందుచేత మీరందరూ వెంటనే వెళ్ళి అతణ్ణి సాదరంగా తీసుకువచ్చి, సుభద్రతో వివాహం జరిపించడం మంచిదని నా అభిప్రాయం." అన్నాడు.

యాదవులు సుభద్రార్జునులకి వైభవంగా వివాహం చేసారు. అమూల్యమైన కానుకలిచ్చారు.

సుభద్రార్జునులు ఒక సంవత్సరం ద్వారకలో ఉండి ఇంద్రప్రస్థానికి బయల్దేరారు. అర్జునుడు ఇంద్రప్రస్థం చేరేసరికి పన్నెండేళ్ళ వనవాసం పూర్తయింది. నూతనదంపతులు పెద్దలందరికీ నమస్కరించారు.

అర్జునుడు సుభద్రని వివాహం చేసుకున్నందుకు ద్రౌపది నిష్ఠూరాలాడింది.

"తత్రైవ గచ్ఛ కౌంతేయ యత్ర సా సాత్వతాత్మజా,
సుబద్ధాపి హి భారస్య పూర్వబంధః శ్లథాయతే. 220.16

కుంతీనందనా! *(ఇక్కడికెందుకు వచ్చావు? ఇంక నాతో పనేముంది?)* యాదవకన్యని తెచ్చుకున్నావు కదా! అక్కడికే వెళ్ళు. బరువైన మూటని ఎంత బిగించి కట్టినా, తరువాత మరొకసారి గట్టిగా కడితే మొదటి ముడి వదులైపోతుంది. నా పట్ల నీ ప్రేమబంధానికి ఇప్పుడు అదే గతి పట్టింది." అని ప్రణయకోపం ప్రదర్శించింది.

అర్జునుడు ఆమెను చాలాసేపు అనునయించి ప్రసన్నురాలిని చేసుకున్నాడు.

వవన్దే ద్రౌపదీం భద్రా ప్రేష్యాహమితి చాబ్రవీత్ – సుభద్ర ద్రౌపది పాదాలకి నమస్కరించి, "నేను నీ దాసిని." అంది. అందరూ అనందించారు.

అర్జునుడు ఇంద్రప్రస్థం చేరాడని వార్త తెలియగానే బలరామకృష్ణులూ, అనేకమంది యాదవ ప్రముఖులూ అమూల్యమైన ఉపాయనాలతో ఆ నగరానికి వచ్చారు. యుధిష్ఠిరుడు వారినందరినీ స్వాగతించి, తగు ఉత్తమభవనాలు విడిదిగా ఇచ్చి సత్కరించాడు.

కొంతకాలానికి బలరాముడూ, ఇతర యాదవులూ ద్వారకకి బయల్దేరారు. కృష్ణుడు ఇంకొంతకాలం అర్జునుడితో గడుపుతానని ఇంద్రప్రస్థంలోనే ఉండిపోయాడు.

ఒక శుభముహూర్తంలో సుభద్రకి కొడుకు పుట్టాడు. ఆ కుమారుడు **అభిశ్చ** – భయం

అంటే ఏమిటో తెలియనివాడూ, **మన్యుమాంశ్చైవ** – శత్రువులమీద కోపంతో విరుచుకుపడి పోరాడేవాడూ కనుక ఆ కుమారుడికి అభిమన్యువు అని పేరు పెట్టారు.

ద్రౌపదికి యుధిష్ఠిరుడి వలన ప్రతివింధ్యుడు, భీమసేనుడివలన సుతసోముడు, అర్జునుడి వలన శ్రుతకర్మ, నకులుడివలన శతానీకుడు, సహదేవుడివలన శ్రుతసేనుడు అనే కుమారులు కలిగారు.

బిడ్డలందరూ దినదిన ప్రవర్ధమానులై పెరిగారు. అర్జునుడికీ, కృష్ణుడికీ అభిమన్యుడంటే ప్రాణం. అభిమన్యుడు పెద్దవాడవుతూంటే అర్జునుడు మానవులకూ, దేవతలకూ తెలిసిన అస్త్రాలన్నీ తగుకాలంలో ఉపదేశించాడు.

◆◆◆

ఒక వేసవికాలంలో కృష్ణార్జునులు యమునానదిలో స్నానానికి వెళ్ళారు. అంతఃపుర కాంతలు వారిని అనుసరించారు.

కొంతసేపు జలక్రీడావినోదం సలిపి కృష్ణార్జునులు ఉత్తమాసనాలపై విశ్రాంతి తీసుకుంటున్నారు.

వారివద్దకు ఆజానుబాహువైన ఒక బ్రాహ్మణుడు వచ్చాడు. అతడు మంచి ఒడ్డూ పొడవుతో, పుటం పెట్టిన బంగారు మైచాయతో, గొప్ప తేజస్సుతో వెలిగిపోతున్నాడు. అతడు సమీపిస్తూంటే కృష్ణార్జునులు లేచి నిలుచున్నారు. ఆ బ్రాహ్మణుడు వారితో,

"మహావీరులారా! నేను ఎక్కువ ఆహారం తీసుకుంటాను. అపరిమితంగా తింటాను. **భిక్షే వార్ష్ణేయ పార్థౌ వామేకాం తృప్తిం ప్రయచ్ఛతమ్** – మిమ్మల్ని భిక్ష ఇమ్మని కోరుతున్నాను. ఒక్కసారి నాకు తృప్తి కలిగేలా భోజనం పెట్టండి." అన్నాడు.

"నువ్వు ఏ అన్నం తింటావో చెప్పు. ఆ అన్నాన్ని నీకు తృప్తి కలిగేలా మేము ఏర్పాటు చేస్తాము." అన్నారు కృష్ణార్జునులు.

ఆ బ్రాహ్మణుడు మాట్లాడకపోవడంతో అదే మాట రెట్టించారు. అప్పుడు బ్రాహ్మణుడు సమాధానం చెప్పాడు.

"వీరులారా! నేను సాధారణ బ్రాహ్మణుణ్ణి కాదు. నేను అగ్నిభట్టారకుణ్ణి. నాకు కావలసిన ఆహారం ఖాండవవనం. ఆ వనాన్ని, అందులో ఉన్న సమస్తజీవులతో సహా దహిస్తేనే నాకు తృప్తి కలుగుతుంది. నేనలా దహించేందుకు మీరు సహాయం చెయ్యాలి.

ఆ వనంలో ఇంద్రుడి ప్రియమిత్రుడైన తక్షకుడు తన పరివారంతో సహా నివసిస్తున్నాడు. నేను ఆ వనాన్ని దహించడానికి ప్రయత్నించినప్పుడల్లా తక్షకుణ్ణి కాపాడడానికి ఇంద్రుడు

మేఘాలని పంపి వర్షం కురిపించి నన్ను అడ్డుకుంటున్నాడు. మీరు అస్త్రవిద్యాప్రభావంతో ఆ వనంమీద వర్షం పడకుండా నిరోధిస్తే నేను ఆ వనాన్ని దహించి ఆరోగ్యవంతుణ్ణి అవుతాను.”

అగ్ని అలా కోరడానికి కారణం ఉంది. పూర్వం శ్వేతకి అనే రాజు రుద్రుణ్ణి మెప్పించ డానికి పన్నెండు సంవత్సరాలు అవిచ్ఛిన్నంగా ఆజ్యధారలు అగ్నిలో ఆహుతి చేసాడు. అంతకాలం అలా నెయ్యి తాగిన అగ్నికి జీర్ణశక్తి మందగించింది. తేజస్సు తగ్గిపోయింది. అప్పుడు అగ్ని బ్రహ్మవద్దకు వెళ్ళి తాను పూర్వపు ఆకలీ, తేజస్సూ తిరిగి పొందే ఉపాయం చెప్పమని ప్రార్థించాడు. ఖాండవవనాన్ని, అందులో ఉన్న సమస్త జీవులతో సహా పూర్తిగా భక్షిస్తే *(దహిస్తే)* ఆ వనంలో ఉన్న ఓషధులవలనా, ఆ జీవుల వసవలనా అగ్ని ఆరోగ్యం బాగుపడుతుందని బ్రహ్మ చెప్పాడు.

అర్జునుడు, “అగ్నిదేవా! నువ్వు కోరినట్లు వర్షపుధారలని నిరోధించే దివ్యాస్త్రాలు నావద్ద ఉన్నాయి. కానీ, నా వేగం తట్టుకోగల ధనుస్సు నా వద్ద లేదు. ఆ తరువాత కనురెప్ప పాటులో అనేక బాణాలు ప్రయోగించాలి. అన్ని బాణాలూ నావద్ద లేవు. విశాలమైన ఆ వనాన్ని నువ్వు దహించేటప్పుడు ఆ వనంనుంచి జీవులు పారిపోకుండా నిరోధించడానికి ఆ వనం చుట్టూ అత్యంతవేగంతో తిరగగల బలమైన రథం కావాలి. నా వద్ద అదీ లేదు. అలాగే మహాయోధుడైన కృష్ణుడి బలపరాక్రమాలకు తగిన ఆయుధం అతడివద్ద లేదు.

ఇవన్నీ నువ్వు సమకూరుస్తే ఎవరూ ఆపకుండా నువ్వీ వనాన్ని దహించేందుకు మేము తోడ్పడతాము.” అన్నాడు.

అగ్ని వెంటనే లోకపాలకులలో ఒకడైన వరుణుణ్ణి తలుచుకున్నాడు. జలేశ్వరుడైన వరుణుడు అగ్ని ఎదుట ప్రత్యక్షమయ్యాడు.

“వరుణదేవా! పూర్వం సోముడనే రాజు నీకు దివ్యమైన గాండీవమనే ధనుస్సునీ, అక్షయతూణీరాలనీ, కపిధ్వజం ఉన్న దివ్యరథాన్నీ ఇచ్చాడు. వాటినీ, నీవద్దనున్న దివ్యమైన చక్రాన్నీ నాకియ్యి. వాటిని కృష్ణార్జునులకిచ్చి వారివలన ఒక ముఖ్యకార్యం సాధించవలసి ఉంది.” అన్నాడు అగ్ని.

వరుణుడు అవన్నీ వెంటనే ఇచ్చాడు. తెల్లని గుర్రాలు పూన్చినదీ, కపిధ్వజంతో వెలిగి పోతున్నదీ అయిన దివ్యరథమూ; లక్షధనుస్సుల పెట్టు అయినదీ, ఏ శస్త్ర అస్త్రాలూ ఛేదించలేనిదీ, చిత్రవర్ణాలతో శోభిస్తున్నదీ అయిన గాండీవమనే అద్భుతమైన ధనుస్సూ; అక్షయ తూణీరాలూ అర్జునుడికిచ్చాడు. అ కపిధ్వజంలో అనేక శక్తులు కూడా ఉన్నాయి. అవి కంటబడగానే శత్రువుల బలధైర్యాలు నశించిపోతాయి.

కృష్ణుడికి వజ్రంలా అభేద్యమైన చక్రాన్నీ, కౌమోదకి అనే అసామాన్యమైన గదనీ ఇచ్చాడు. "మధుసూదనా! ఈ చక్రం ప్రయోగిస్తే మానవులే కాదు, అధిక శక్తివంతులైన రాక్షస పిశాచ దైత్య పన్నగులలో ఎవరైనా సరే మృత్యువాత పడవలసినదే. దీన్ని ఏ శక్తీ ఆపలేదు. శత్రుసంహారం చేసినవెంటనే ఈ చక్రం తిరిగి నీవద్దకి వచ్చేస్తుంది." అన్నాడు.

కృష్ణార్జునులు ఆ దివ్యరథం ఎక్కారు. తమ ఆయుధాలను పట్టి చూసారు. ఎవరు అడ్డువచ్చినా అగ్ని ఖాండవవనాన్ని దహించేందుకు ఆ ఆయుధాలు తోడ్పడగలవు అను కున్నారు. అగ్నిదేవుణ్ణి వనం దహించమన్నారు.

అగ్ని వనాన్ని నాలుగువైపులనుంచీ చుట్టుముట్టాడు. వనం మధ్యలో కూడా ప్రజ్వ లించడం మొదలుపెట్టాడు. వనంలో ఉన్న జంతువులూ, పక్షులూ, ఇతర జీవులూ బయటకు పారిపోవడానికి ప్రయత్నిస్తే అర్జునుడు వాటిని బాణాలతో వధించి వనంలో పడేలా చేసాడు. వారి రథం అలాతచక్రంలా వనం చుట్టూ తిరిగి ఏ ఒక్క జీవినీ పారిపోకుండా చేసింది. *(మండే కొరివిని వేగంగా తిప్పితే దాని చివర ఉండే మంట వృత్తాకారంలో చక్రంలా తిరుగుతున్నట్లు కనిపిస్తుంది. అలా చక్రంలా తిరిగే మంటని అలాతచక్రం అంటారు.)*

ఖాండవదహనం వార్త విని ఇంద్రుడు కుంభవృష్టి కురిపించాడు. అర్జునుడు బాణాలతో అకాశాన్ని కప్పేసి ఒక్క నీటిబొట్టు కూడా అగ్నిమీద పడకుండా ఆపాడు. ఇంద్రుడు కోపించి దేవతలతో కలిసి కృష్ణార్జునులమీదకి యుద్ధానికి వచ్చాడు. వారు ఒక పక్కన జీవులు వనంలోనుంచి పారిపోకుండా చేస్తూనే మరొక పక్కన దేవతలతో యుద్ధం చేసారు. వారి పరాక్రమం చూసి ఇంద్రుడు ముచ్చటపడ్డాడు.

ఈలోగా అశరీరవాణి, "ఇంద్రా! నీ మిత్రుడు తక్షకుడు ఇప్పుడు ఈ వనంలో లేడు. అతడు కురుక్షేత్రానికి వెళ్ళాడు. ఈ యుద్ధం అనవసరం. వీరిద్దరూ నరనారాయణులు. అజేయులు." అని పలికింది.

ఇంద్రుడు యుద్ధం విరమించాడు.

ఆ వనంలో తక్షకుడి నివాసంలో మయుడు అనే అసురుడు ఉన్నాడు. అతడు దానవ రాజులకు శిల్పి. విశేష ప్రజ్ఞావంతుడు. అతడు వనాన్ని చుట్టిన మంటలనుంచి అత్యంత వేగంగా బయటకు పరుగెత్తి వచ్చి తనని రక్షించమని అర్జునుణ్ణి శరణువేడాడు. అర్జునుడు అతడికి అభయమిచ్చాడు. అది చూసి కృష్ణుడూ, అగ్నిదేవుడూ కూడా అతణ్ణి వధించకుండా వదిలారు.

ఖాండవదహనం పూర్తయింది. అగ్నికి పూర్వపు ఆరోగ్యం, తేజస్సూ చిక్కాయి.

కృష్ణార్జునులు సాధించిన దుస్సాధ్యమైన మహాకార్యానికి ఇంద్రుడు సంతోషించాడు. "మీరు లోకోపకారకమైన అద్భుతకార్యం సాధించారు. **వరం వృణీతం తుష్టోఽ స్మి దుర్లభం పురుషేష్విహ –** నేను సంతోషించి మీకు వరమిస్తున్నాను. మానవులకు దుర్లభమైన వరం ఏదైనా కోరుకోండి." అన్నాడు.

అర్జునుడు సమస్త దివ్యాస్త్రాలనీ తనకు ప్రసాదించమన్నాడు. **వాసుదేవోఽ పి జగ్రాహ ప్రీతిం పార్థేన శాశ్వతీమ్ –** కృష్ణుడు అర్జునుడితో తన స్నేహబంధం శాశ్వతంగా ఉండేలా వరమిమ్మన్నాడు.

ఇంద్రుడు వారు కోరిన వరాలిచ్చాడు. "అర్జునా! నువ్వు భవిష్యత్తులో గొప్ప తపస్సు చేసి మహాదేవుడు శివుణ్ణి మెప్పిస్తావు. ఆ విధంగా నువ్వు మహేశ్వరుడి అనుగ్రహం పొందిన తరువాత దేవతలకు మాత్రమే వశమై ఉండే దివ్యాస్త్రాలు నీకు ఉపదేశిస్తాను." అన్నాడు. కృష్ణార్జునుల స్నేహబంధం రోజురోజుకీ బలపడుతుందని చెప్పి అదృశ్యమై పోయాడు.

కృష్ణార్జునులు తమ మాట నిలబెట్టుకున్నందుకు అగ్నిదేవుడు వారిని అభినందించి ఆశీర్వదించాడు. కృష్ణార్జునులూ, మయుడూ అగ్నికి ప్రదక్షిణ నమస్కారాలు చేసి, అతడి అనుమతి తీసుకుని యమునాతీరానికి వెళ్ళారు.

ఇది వ్యాసభగవానుడు
మహాభారతమహేతిహాసం ఆదిపర్వంలో
చెప్పిన కథాసంగ్రహం.

శ్రీః

సభాపర్వం

నారాయణం నమస్కృత్య నరం చైవ నరోత్తమమ్,
దేవీం సరస్వతీం వ్యాసం తతో జయ ముదీరయేత్.

1

ఖాండవదహనం జరిగింది.

అగ్ని తన పూర్వపు ఆరోగ్యం, తేజస్సూ తిరిగి పొందాడు.

వనాన్ని దహించడాన్ని ఇంద్రుడు తొలుత వ్యతిరేకించినా తరువాత కృష్ణార్జునులపట్ల ప్రసన్నుడయ్యాడు.

ఖాండవదహనంలో చెలరేగిన మహాగ్నిజ్వాలలలో చిక్కి కూడా ప్రాణం దక్కించుకున్న వాడు మయాసురుడు ఒక్కడే. కృష్ణార్జునుల అనుగ్రహం వలననే అతడికది సాధ్యమయింది.

కృష్ణార్జునులు ఒకరోజు యమునాతీరంలో కూర్చుని ఉన్నారు. మయుడు వారివద్దకి వచ్చాడు. వారిద్దరికీ నమస్కరించి తనని రక్షించిన అర్జునుణ్ణి అనేకవిధాల ప్రశంసించాడు.

"అర్జునా! నువ్వు నన్ను అగ్నినుంచి రక్షించావు. కృష్ణుడి క్రోధాగ్నినుంచి కూడా రక్షించావు. నాకు ప్రాణభిక్ష పెట్టావు. నేను నీకు ఎప్పటికీ ఋణపడే ఉంటాను. నన్నే సేవ చెయ్యమంటావో చెప్పు." అన్నాడు.

అర్జునుడు సాదరంగా, "మయాసురా! నువ్వు వ్యక్తం చేసిన కృతజ్ఞత చాలు. నేను నీ పట్ల స్నేహభావంతో ఉంటాను. నువ్వూ నా పట్ల అదే స్నేహభావంతో ఉండు. అంతకంటే వేరే ఏమీ అక్కర్లేదు." అన్నాడు.

మయుడు వదలలేదు. తాను శిల్పకళలో నిపుణుడిననీ, పేరుగాంచిన దానవశిల్పిననీ చెప్పాడు. దానవులకోసం అద్భుతమైన అనేక మందిరాలు నిర్మించానని చెప్పాడు. అర్జునుడి కోసం కూడా అద్భుతమైన నిర్మాణం ఏదైనా చేస్తానన్నాడు.

ఎంత చెప్పినా మయుడు వినకపోవడంతో అర్జునుడు నవ్వుతూ ఇలా అన్నాడు.

"దానవశిల్పీ! నీ ప్రాణం రక్షించినందుకు ప్రతిఫలంగా నువ్వు ఏదేదో చేస్తానంటున్నావు. అటువంటి ప్రతిఫలం నేను స్వీకరించలేను. అలాగని ఇంతగా బలవంతం చేస్తున్న నిన్ను

పూర్తిగా నిరాకరించి చిన్నబుచ్చలేను. నీమాట చెల్లేలాగనూ, నా నియమం భంగం కాకుండానూ ఒక పని చెప్తాను. నీకిష్టమైతే అది చెయ్యి.

కృష్ణస్య క్రియతాం కించిత్ తథా ప్రతికృతం మయి - నువ్వు కృష్ణుడికోసం ఏదైనా చెయ్యి. అది నాకోసమే ప్రత్యుపకారంగా చేసినట్లు భావిస్తాను."

మయుడు, "కృష్ణా! నేను ఏం చెయ్యాలో సెలవియ్యి." అని వినయంగా అడిగాడు.

కృష్ణుడు వెంటనే తన మనస్సులో ఉన్న కోరిక చెప్పాడు.

"మహాశిల్పీ! నాకోసం ఏమైనా చెయ్యాలనుకుంటే నా కోరిక చెప్తాను. విను.

మహారాజు యుధిష్ఠిరుడి కోసం ఒక గొప్ప సభాభవనం నిర్మించు. నీ శిల్పకళా నైపుణ్యమూ, వాస్తుపాండిత్యమూ పూర్తిగా ఉపయోగించు. మానవలోకంలో ఇంతవరకూ ఎవరూ కనీ వినీ ఎరుగని అద్భుతమైన కళాఖండం వంటి సభాభవనం నిర్మించు.

అదెలా ఉండాలంటే ఎవరెంత ప్రయత్నించినా దానిని పోలిన భవనం నిర్మించడం సాధ్యం కాకూడదు. దేవతలకూ, మానవులకూ, దానవులకూ తెలిసిన శిల్పకళా నైపుణ్యమంతా ఆ నిర్మాణంలో కనబడాలి. అటువంటి సభాభవనం మా యుధిష్ఠిరుడికోసం నిర్మించు."

మయుడు అంగీకరించాడు. కృష్ణార్జునులు యుధిష్ఠిరుడివద్దకి వెళ్ళారు. జరిగినదంతా చెప్పారు.

యుధిష్ఠిరుడు మయుణ్ణి విశేషంగా సత్కరించాడు.

మయుడు ఒక శుభముహూర్తంలో మంగళానుష్ఠానాలూ, స్వస్తివాచకాలూ చేయించి, విశేషంగా అన్న, వస్త్ర, ధన దానాలు చేసాడు. తాను నిర్మించదలచిన సభాభవనంకోసం వెయ్యి అడుగుల పొడవూ, వెయ్యి అడుగుల వెడల్పూ *(అంటే పదిలక్షల చతురపు అడుగుల వైశాల్యం)* ఉన్న రమణీయమైన ప్రదేశాన్ని ఎంచుకున్నాడు.

◆◆◆

పాండవులతో కలిసి వేడుకలతో గడుపుతున్న కృష్ణుడికి వృద్ధుడైన తండ్రి వసుదేవుణ్ణి చూడాలనిపించింది. ఆ మాట అందరితో చెప్పాడు.

ఒక మంచి ముహూర్తంలో మేనత్త కుంతి పాదాలకు నమస్కరించి ద్వారకకు వెళ్ళడానికి అనుమతి తీసుకున్నాడు. పాండవ పురోహితుడు ధౌమ్యుడి వద్ద శెలవుతీసుకుని, ద్రౌపదినీ సుభద్రనీ పలకరించాడు. పాండవులు ఒక్కొక్కరి వద్దా అనుమతి తీసుకుని ప్రయాణసమయంలో చేయవలసిన మంగళకరమైన విధులన్నీ చేసాడు.

భవనం వెలుపల రథం సిద్ధంగా ఉంది. కృష్ణుడు యుధిష్ఠిరుడికీ, భీముడికీ పాదాభి వందనం చేసాడు. అర్జునుణ్ణి ప్రేమగా ఆలింగనం చేసుకున్నాడు. నకులసహదేవుల వందనాలు స్వీకరించాడు.

రథం మీద సారథిస్థానంలో దారుకుడు కూర్చున్నాడు.

కృష్ణుడు రథం ఎక్కగానే......

యుధిష్ఠిరుడు దారుకుణ్ణి పక్కకి జరగమని తాను స్వయంగా పగ్గాలు పట్టాడు.

అర్జునుడు రథం ఎక్కి కృష్ణుడి పక్కన నిల్చుని సువర్ణదండం ఉన్న చామరం, వ్యజనం చేతులలో ధరించి కృష్ణుడికి వీచాడు.

భీముడు స్వర్ణాలంకృతమైన ఛత్రం పట్టాడు.

నకులసహదేవులు చామరం, వ్యజనం ధరించి కృష్ణుణ్ణి సేవించారు.

సాత్వతోత్తముడైన సాత్యకి రథంలో కృష్ణుడి వెనుక కూర్చున్నాడు.

కృష్ణుడు అనుమతించగానే గరుడధ్వజమున్న రథం కదిలింది.

నగరప్రముఖులూ, పౌరులూ రథం వెంబడి వచ్చారు.

రెండుక్రోసుల దూరం వెళ్ళాక కృష్ణుడు రథం ఆపి పాండవులనీ, పౌరులనీ తమ నగరానికి వెళ్ళమన్నాడు.

తరువాత దారుకుడి సారథ్యంలో రథం ద్వారకదిశగా సాగింది.

ద్వారకకి చేరగానే కృష్ణుడు పెద్దలనందరినీ దర్శించాడు. అందరికీ నమస్కరించాడు. పిన్నలను ఆప్యాయంగా అక్కున చేర్చుకున్నాడు. తరువాత రుక్మిణీదేవి మందిరానికి వెళ్ళాడు.

◆◆◆

మయుడు ఒకరోజు అర్జునుణ్ణి కలిసాడు.

"అర్జునా! యుధిష్ఠిరుడి సభాభవనం కృష్ణుడు కోరినట్లు నిర్మించాలంటే సాధారణ నిర్మాణసామగ్రి సరిపోదు. దానికోసం ఈ దేశంలో లభించని కొన్ని ప్రత్యేకమైన వస్తువులు సంపాదించాలి.

కైలాస పర్వతానికి ఉత్తరాన మైనాకపర్వతం ఉంది. పూర్వం అక్కడ వృషపర్వుడనే రాక్షసరాజు యజ్ఞం చేసాడు. అక్కడే బిందుసరోవరం, దాని సమీపంలో హిరణ్యశృంగమనే పర్వతం ఉన్నాయి.

ఆ ప్రాంతంలో విచిత్రమైన కాంతులీనే విశేషమైన మణులతో కూడిన అనేక పదార్థాలు లభిస్తాయి. *(ఆ పదార్థాలనుంచి వచ్చే కాంతి చూపరులకి భ్రమకలిగిస్తుంది. ఉన్నది లేనట్లూ, లేనిది ఉన్నట్లూ భ్రాంతి కలిగిస్తుంది.)* నేను ఆ పదార్థాలని ఉపయోగించి పూర్వం వృషపర్వుడికోసం ఊహకు కూడా అందనంత సుందరమైన సభాభవనం నిర్మించాను.

ఆ పదార్థాలు ఇంకా ఆ ప్రాంతంలో ఉండే ఉంటాయి. నువ్వు అనుమతిస్తే వెళ్ళి, వాటిని తీసుకువచ్చి యుధిష్ఠిరుడి సభాభవనం నిర్మాణంలో ఉపయోగిస్తాను.

అంతేకాదు.

అక్కడ ఒక విశేషమైన గద ఉంది. సామాన్యమైన గదలు ఒకలక్ష పోగేసినా అక్కడున్న గదకి బరువులో సరితూగవు. భీమసేనుడివంటి విశేషబలశాలికి అటువంటి గద ఆయుధంగా ఉండాలి. అక్కడే వరుణదేవుడికి సంబంధించిన దేవదత్తం అనే గొప్ప శంఖం ఉంది. దాని ధ్వని శత్రుభయంకరంగా ఉంటుంది. అవన్నీ ఇప్పటికీ అక్కడే ఉంటే వాటిని తీసుకువస్తాను." అని చెప్పి, అర్జునుడి అనుమతి పొంది మయుడు ఉత్తరదిశగా వెళ్ళిపోయాడు.

అతడు బిందుసరోవరం చేరి తనకి కావలసిన వస్తువులన్నీ సేకరించి తిరిగివచ్చాడు.

భయంకరమైన గదని భీమసేనుడికీ, దేవదత్తమనే శంఖాన్ని అర్జునుడికీ ఇచ్చాడు.

◆◆◆

ఆ తరువాత పధ్నాలుగు నెలలలో యుధిష్ఠిరుడికోసం అద్భుతమైన సభాభవనం నిర్మించాడు.

దాని సౌందర్యం, అందులోని విశేషాలూ అంతకుముందు ఎవరూ కనీ, వినీ ఎరుగనివి. యాదవులు దేవతలనడిగి తెప్పించుకున్న సభ సుధర్మ గానీ, లోకపితామహుడు బ్రహ్మదేవుడు కొలువుతీరే ప్రసిద్ధమైన సభ గానీ మయసభతో పోల్చడానికి సరిపోవేమో అనిపించేలా అందంగానూ, అద్భుతంగానూ ఉంది ఆ మయసభ.

ఒక శుభముహూర్తంలో యుధిష్ఠిరుడు శాస్త్రాలలో చెప్పిన విధంగా నూతన భవన ప్రవేశసమయంలో చేయవలసిన పూజలన్నీ చేసాడు. విశేషంగా అన్నదానం చేసాడు. పెద్దలూ ఋషులూ ముందు నడవగా వినమ్రుడై వారి వెనుక సోదరులతో కలిసి మయసభాభవనంలో ప్రవేశించాడు.

ఒకరోజు యుధిష్ఠిరుడు మయసభాభవనంలో ఋషులతోనూ, ప్రముఖులతోనూ కొలువుతీరి ఉన్నాడు. ఆ సమయంలో దేవర్షి నారదుడు యుధిష్ఠిరుడి సభాభవనానికి వచ్చాడు.

యుధిష్ఠిరుడు ఆ దేవర్షికి అర్ఘ్యపాద్యాలిచ్చాడు. విధ్యుక్తంగా పూజించాడు. ఉచితాసనం ఇచ్చి గౌరవించి వినమ్రుడై తన సింహాసనంమీద కూర్చున్నాడు.

నారదుడు కుశలప్రశ్నల సాకుతో ధర్మరాజుకి ధర్మం, నీతి, రాజనీతి ఉపదేశించాడు. ఈ ఉపదేశం సభాపర్వంలో అయిదవ అధ్యాయంలో ఉంది. ఇందులో ప్రతి వాక్యానికీ ముందు గాని, మధ్యలో గాని 'కచ్చిత్' అనే మాట ఉండడం వలన ఈ అధ్యాయమంతా ప్రశ్నలే అయ్యాయి.

ఈ అధ్యాయంలో ఉన్న 128 శ్లోకాలలో 108 శ్లోకాలలో ప్రతీ శ్లోకంలోనూ ప్రశ్న రూపంలో ఉన్న ఉపదేశముంటుంది. *(రామాయణంలో కూడా అయోధ్యాకాండలో నూరవ సర్గలో రాముడు భరతుడికి ఇలాగే కుశలప్రశ్నల సాకుతో రాజధర్మం ఉపదేశించాడు. ఆ సర్గని కచ్చిత్సర్గ అని కూడా అంటారు.)*

"రాజా! మానవుడు ధర్మానికీ, అర్థానికీ, కామానికీ దేనికివ్వవలసిన ప్రాధాన్యం దానికిస్తూ జీవించాలి. ధనంమీద ప్రలోభం పెంచుకుని ధర్మాన్ని పక్కనపెట్టకూడదు. అడుగడుగునా ధర్మం పాటిస్తున్నానా లేదా అనే ఆలోచనలోనే మునిగిపోయి ధన సంపాదనపట్ల అశ్రద్ధగా ఉండకూడదు. కామోపభోగాలకు లొంగిపోయి ధర్మాన్నీ, అర్థాన్నీ ఉపేక్షించకూడదు. నువ్వు అలాగే చేస్తున్నావు కదా!

నీ సిబ్బందిలో అనేకులుంటారు. వారిలో ప్రజ్ఞావంతులైన వారిని ముఖ్యమైన పనులలోనూ, మధ్యములను మధ్యరకమైన పనులలోనూ, సాధారణమైన వారిని తక్కువ పనులలోనూ నియోగిస్తున్నావా?

ప్రజలు సుఖంగా జీవించడానికి ఆహారం కావాలి. నీ రాజ్యంలో వ్యవసాయానికి ప్రాధాన్యం ఇస్తున్నావా? పెద్ద పెద్ద చెరువులు తవ్వించి వ్యవసాయానికి అవసరమైనన్ని నీటివనరులు ఏర్పరిచావా? రైతులకు వర్షాధారిత పంటలే జీవనాధారం కావడం లేదు కదా?

వ్యవసాయమే వృత్తిగా కలవారు పేదరికంలో మగ్గిపోవడంలేదుకదా? వారికి సకాలంలో మంచి విత్తనాలు దొరుకుతున్నాయా? తక్కువ వడ్డీకి ఋణాలు లభిస్తున్నాయా? ***(ప్రత్యేకం చ శతం వృద్ధ్యా దదాసి ఋణమనుగ్రహమ్?)***

వ్యవసాయమూ, వర్తకమూ, పాడిపరిశ్రమా ఉత్తముల చేతులలోనే ఉన్నాయి కదా? ఈ మూడూ బాగుంటేనే రాజ్యం సుఖసమృద్ధులతో ఉంటుంది. అధిక లాభాలకోసం ప్రజలని పీడించేవారి చేతులలో ఇవి పడిపోలేదు కదా?

నాయనా! ప్రతి పనికీ ఒక ప్రయోజనం ఉంటుంది. అది తెలుసుకుని, దాని ప్రకారం జీవిస్తే ఈ లోకంలోనూ, పైలోకంలోనూ సుఖంగా ఉంటారు. వేదానికి ఫలం అగ్నిహోత్రం. ధనానికి ఫలం దానమూ, భోగానుభవమూ. భార్యఉన్నందుకు ఫలం సంసారమూ, సంతానమూ. విద్యకు ఫలం శీలమూ, మంచి నడువడీ. ఇవన్నీ గ్రహించి ప్రవర్తిస్తున్నావు కదా!

ఇలా అనేక విషయాలు ఉపదేశించాడు.

యుధిష్ఠిరుడు, "దేవర్షీ! నువ్వు ఉపదేశించిన ప్రకారమే రాజ్యపాలన చేస్తాను." అని చెప్పాడు.

నారదుడు ప్రసన్నుడై ఉండగా యుధిష్ఠిరుడు, "పూజ్యుడా! నువ్వు మనోవేగంతో సమస్త లోకాలలోనూ సంచరిస్తావు కదా! మయుడు నాకోసం నిర్మించిన ఈ అద్భుతమైన సభవంటిది ఇంకెక్కడైనా ఉందా?" అని అడిగాడు.

నారదుడు, "యుధిష్ఠిరా! మానవలోకంలో ఇంతకు పూర్వం ఎప్పుడూ ఎక్కడా ఇటువంటి సభాభవనం లేదు. అయితే దేవతల సభలు వేరుగా ఉంటాయి." అన్నాడు.

యుధిష్ఠిరుడి కోరికమేరకు నారదుడు అనేక దేవసభలు వర్ణించి చెప్పాడు.

ఇంద్రుడి సభ వర్ణిస్తూ హరిశ్చంద్ర మహారాజు ఇంద్రలోకంలో విశేషమైన స్వర్గసుఖాలు అనుభవిస్తున్నా డని చెప్పాడు.

తమ తండ్రి పాండురాజు కూడా ఇంద్రసభలోనే ఉన్నాడుకదా అని యుధిష్ఠిరుడు అడిగాడు. పాండురాజు పితృదేవతలుండే లోకంలో ఉన్నాడని నారదుడు చెప్పాడు.

హరిశ్చంద్రుడు ఇంద్రలోకంలో ఉంటే, తనతండ్రి అంతకంటే కిందిదైన పితృలోకంలోనే ఎందుకున్నాడో చెప్పమని యుధిష్ఠిరుడు అడిగాడు.

నారదుడు వివరించాడు.

"భరతశ్రేష్ఠా! పితృలోకంలో ఉన్న నీ తండ్రి ఇంద్రలోకంలో అత్యంత వైభవం అనుభవిస్తున్న హరిశ్చంద్రమహారాజుని చూసి ఆశ్చర్యపోయాడు. హరిశ్చంద్రుడు లోకంలో ఉన్న రాజులనందరినీ జయించి రాజసూయయాగం చేసాడు. రాజసూయయాగం చేసిన రాజులూ, యుద్ధంలో శత్రువులకు వెన్నుచూపకుండా పోరాడి వీరమరణం పొందిన క్షత్రి యులూ, కఠోరమైన తపస్సు చేసి శరీరత్యాగం చేసిన మహాత్ములూ ఇంద్రలోకంలో ఉంటారు.

ఈ విషయం తెలిసి నీ తండ్రి పాండువు నన్నొక కోరిక కోరాడు. నేను భూలోకానికి వెళ్తే నీతో ఇలా చెప్పమన్నాడు.

'కుమారా! నీ సోదరులు నీ ఆజ్ఞననుసరించి ఉంటారు. వారు ఎదురులేని పరాక్రమ శాలులు. వారిని పంపి భూలోకంలో ఉన్న రాజులనందరినీ జయించి రాజసూయయాగం చెయ్యి. నువ్వు ఆ యాగం చేస్తే నేను పితృలోకం నుంచి ఇంద్రలోకానికి వెళ్ళి హరిశ్చంద్ర మహారాజులా సుఖంగా ఉంటాను.' ఇదీ నీ తండ్రి సందేశం.

రాజా! ఈ యజ్ఞం కోసం యుద్ధాలు చేయాలి. ఆ యుద్ధాలలో అనేకమంది మరణిస్తారు. అనేక దేశాలు నష్టపోతాయి. కానీ, రాజులకు ఇది జీవితకాలంలో చాలా గొప్ప కీర్తినీ, జీవితానంతరం ఇంద్రలోక నివాసాన్నీ ఇస్తుంది. బాగా ఆలోచించి నీకు ఏం చేస్తే మేలనిపిస్తుందో అది చెయ్యి."

ఇలా చెప్పి నారదుడు వెళ్ళిపోయాడు.

◆◆◆

నారదుడు వచ్చి వెళ్ళాక యుధిష్ఠిరుడు ఆ దేవర్షి ఉపదేశాలు మననం చేసుకున్నాడు.

రాజ్యంలో దుర్బలులూ, పేదలూ, నిరాశ్రయులూ, అశక్తులై అనాథలుగా ఉన్న వృద్ధులూ దైన్యం లేకుండా జీవించేలా చేయడం రాజు బాధ్యత అని నారదుడు చెప్పాడు.

అటువంటి దీనులు సుఖంగా జీవించడానికి అవసరమైన ధనం తన కోశాగారంనుంచి తీసి వెచ్చించమని యుధిష్ఠిరుడు తన సిబ్బందిని ఆదేశించాడు.

పేదరైతులకు రాజధనంతో సహాయం చేయమన్నాడు. తన రాజ్యంలో ఎవరూ లేమితో గాని, దైన్యంతో గాని ఉండకూడదని ఆజ్ఞాపించాడు.

యుధిష్ఠిరుడి పరిపాలన అన్ని వర్గాల ప్రజల మన్ననలూ అందుకుంది. రాజ్యంలో ఎక్కడికి వెళ్ళినా అతణ్ణి ప్రేమించేవారే తప్ప ద్వేషించేవారు లేరు.

ఏవంగతే తతస్తస్మిన్ పితరీవాశ్వసన్ జనాః,
న తస్య విద్యతే ద్వేష్టా తతోఽస్యాజాతశత్రుతా. 13.9

ప్రజలంతా యుధిష్ఠిరుణ్ణి తమ తండ్రిలా ప్రేమించారు. పూజించారు. ఆ రాజ్యంలో రాజుమీద ప్రజలందరికీ విశేషమైన ప్రేమాభిమానాలు ఏర్పడ్డాయి. ఏ ఒక్కడికీ ఏ మూలా అతడిపట్ల ద్వేషం లేదు. అందువలన యుధిష్ఠిరుడికి 'అజాతశత్రువు' అని పేరు వచ్చింది.

యుధిష్ఠిరుడు రాత్రింబవళ్ళు రాజసూయయాగం గురించే ఆలోచించాడు. సోదరులతో తన ఆలోచన పంచుకున్నాడు. మంత్రులతో సంప్రదించాడు. వ్యాసుడూ, ధౌమ్యుడూ మొదలైన ఋషులను తానేం చెయ్యాలో చెప్పమన్నాడు. విరాటరాజుతోనూ, ద్రుపదుడితోనూ ప్రస్తావించాడు. అందరూ ఆ యాగం చేయమని ప్రోత్సహించారు.

ఎవరెన్ని చెప్పినా యుధిష్ఠిరుడు ఆలోచిస్తూనే ఉన్నాడు. అతడి మనస్సు ఎంతసేపూ కృష్ణుడి సన్నిధిలోనే ఉంది. అతడివద్ద లేదు. "అప్రమేయుడు, మహాబాహువు, సర్వలోక శ్రేష్ఠుడు అయిన కృష్ణుడు కారణజన్ముడు. లోకంలో సాధుత్వం *(మంచితనం)* కాపాడేందుకు మనమధ్య మానవుడై పుట్టాడు. ఏది చెయ్యాలో, ఏది చెయ్యకూడదో, ఏది సాధ్యమో, ఏది అసాధ్యమో నిర్ణయించవలసినవాడు కృష్ణుడే కాని నేను కాదు. నా సోదరులూ కాదు. మంత్రులూ కాదు." అనుకున్నాడు.

కృష్ణుణ్ణి ఇంద్రప్రస్థానికి రమ్మని ఆహ్వానిస్తూ దూతని పంపాడు. కృష్ణుడు వెంటనే బయల్దేరి ఇంద్రప్రస్థం చేరాడు.

కొన్ని రోజులయ్యాక, నందనందనుడు ప్రయాణపు బడలికనుంచి సేద తీరాక యుధిష్ఠిరుడు తన ఆలోచన అతడి ముందుంచాడు.

"కృష్ణా! నాకు రాజసూయయాగం చెయ్యాలని కోరికగా ఉంది. మంత్రిమండలితోనూ, రాజప్రముఖులతోనూ, నా సోదరులతోనూ చర్చించాను. మహర్షులకు విన్నవించాను. అందరూ ప్రోత్సహిస్తున్నారు.

అయితే ఒక విషయంమీద రాజుకి చాలా మంది సలహాలు చెప్తారు.

కొందరు రాజుమీద ప్రేమతోనూ, అతడు చిన్నబుచ్చుకుంటాడేమోనని సందేహంతోనూ అతడి ఆలోచనలో దోషాలున్నా చెప్పరు. మరికొందరు రాజు ఏం చెప్తే దానికి తలలూపి, రాజునుంచి ప్రశంసలూ, బహుమానాలూ ఆశిస్తారు. ఇంకొందరు రాజు తలపెట్టిన పని వలన తమకి కలిగే ప్రయోజనం ఏముంటుందో అంచనా వేసుకుని దాని ప్రకారం సలహాలిస్తారు.

అతి కొద్దిమంది, అదీ ఆ రాజు అదృష్టవంతుడైతే, రాజు క్షేమమే దృష్టిలో ఉంచుకుని సలహాలిస్తారు.

నువ్వు మాకందరికీ ఇష్టుడివి. ప్రాణసమానుడైన వాడివి. సదా మా క్షేమమే కోరుతావు. మేము సంశయంలో ఉన్నప్పుడు మాకు అభ్యుదయపథం చూపిస్తావు. మమ్మల్ని విజయ పథంలో నడిపిస్తావు.

నువ్వు చెప్పు. రాజసూయయాగం చేసే అర్హత నాకుందా? అందుకు కావలసిన శక్తి యుక్తులు మా సోదరులకున్నాయా?" అని అడిగాడు.

కృష్ణుడు, "రాజా! నీకు రాజసూయయాగం చేయడానికి ఉండవలసిన అర్హతలన్నీ ఉన్నాయి. అయితే ఆ యాగం చెయ్యడానికి లోకంలో ఉన్న రాజులనందరినీ జయించాలి." అన్నాడు.

ఆ తరువాత లోకంలో ఉన్న రాజుల బలాబలాలు చెప్పాడు. "పరశురాముడు క్షత్రియ సంహారం చేసిన తరువాత లోకంలో నామమాత్రంగా మిగిలిన క్షత్రియవంశాలు క్రమంగా బలపడ్డాయి. అయితే రాజులందరూ ఒక ఒప్పందం చేసుకున్నారు. పరస్పర కలహాలు మాని తమలో అత్యంత బలపరాక్రమాలున్నవాణ్ణి ఒకణ్ణి సామ్రాట్టుగా అంగీకరించి మిగిలిన రాజులందరూ అతడికి లొంగి ఉండాలని ఒప్పందానికి వచ్చారు.

ఇప్పుడు మగధదేశాధీశుడైన జరాసంధుణ్ణి అందరూ సామ్రాట్టుగా అంగీకరించారు. పరాక్రమశాలి అయిన శిశుపాలుడు సేనాధిపతిగా ఉండి అతణ్ణి సేవిస్తున్నాడు. మాయా యుద్ధంలో నిపుణుడైన దంతవక్త్రుడు అతడికి లొంగి ఉన్నాడు. హంసుడూ, డింభకుడూ అతణ్ణి సేవించారు. వారిద్దరూ మరణించారు. మీకు బంధువైన బలశాలి భగదత్తుడికి మీరంటే అభిమానం ఉన్నా అతడూ జరాసంధుడికే విధేయుడిగా ఉన్నాడు.

కంసుడు యాదవులని కాదని జరాసంధుడి కుమార్తెలైన అస్తి, ప్రాప్తి అనే ఇద్దరినీ వివాహం చేసుకున్నాడు. మామగారైన జరాసంధుడి అండ చూసుకుని కంసుడు యాదవులని హింసించడం మొదలుపెట్టాడు. నేను కంసుణ్ణి వధించాను.

జరాసంధుడు నా మీద కక్షతో ఉన్నాడు. మేము కూడా అతడినుంచి ప్రమాదం ఊహించి మధురని వదిలి, రైవతపర్వతం వద్దనున్న కుశస్థలం అనే నగరానికి ఆబాలగోపాలం తరలివెళ్ళిపోయాము. ఆ దురాత్ముడు భూమిమీద ఉన్న రాజులలో నూటికి 86 వంశాలలో ఉన్న వారిని ఓడించి నిర్బంధించి ఉంచాడు. వారినందరినీ రుద్రుడికి బలి ఇవ్వడానికి సిద్ధపడుతున్నాడు.

ఆ జరాసంధుణ్ణి ఓడిస్తే గాని రాజసూయయాగం చెయ్యలేము." అన్నాడు.

యుధిష్ఠిరుడు వెంటనే మనస్సు మార్చుకున్నాడు.

"జరాసంధుడు అజేయుడైతే అతడితో యుద్ధానికి పంపి నా సోదరుల ప్రాణాలు ప్రమాదంలో పడెయ్యలేను. అర్జునుడు వెళ్తే నువ్వూ వెళ్తావు. మీతో భీమసేనుడూ బయల్దేరు తాడు. భీమార్జునులు నాకు రెండు నేత్రాలు. నువ్వు నా ఆత్మవి. మీకేమైనా అయితే నేను జీవించలేను.

నీ అంతవాడివి నువ్వే బలరామదేవుడు తోడుండగా జరాసంధుడికి భయపడి పారిపోయా నంటున్నావు. అటువంటి వాణ్ణి మేము మాత్రం ఎలా జయిస్తాము? నేను రాజసూయయాగం చెయ్యను. శాంతిపథంలోనే జీవిస్తాను." అన్నాడు.

అర్జునుడు యుధిష్ఠిరుడి ఆలోచనతో ఏకీభవించలేదు.

"రాజా! అస్త్రాలూ, శస్త్రాలూ, బాహుబలమూ, రాజ్యమూ శ్రమపడి సాధిస్తేనే లభిస్తాయి. ఆయుధాలూ, బాహుబలం సంపాదించిన తరువాత వీరులైనవారు దైన్యం, సంకోచం ప్రదర్శించడం తగదు. వాటివలన వారు అంతవరకూ సంపాదించిన కీర్తి నశిస్తుంది.

శత్రువు బలవంతుడైనకొద్దీ పరాక్రమశాలి అయిన క్షత్రియుడు అతడితో యుద్ధానికి మరింత ఉత్సాహం చూపించాలి. అటువంటి శత్రువుని జయించేదాకా వీరుడైనవాడికి మనశ్శాంతి ఉండదు. ఇది ఉత్తమవంశంలో పుట్టిన పరాక్రమవంతుల లక్షణమనీ, ఇదే మనకి మేలైన పద్ధతి అనీ తెలిసి కూడా మనం యుద్ధమంటే సంకోచిస్తే ఎలా?

కాషాయం సులభం పశ్చాన్మునీనాం శమమిచ్ఛతామ్,
సామ్రాజ్యం తు భవేచ్ఛక్యం వయం యోత్స్యామహే పరాన్. 16.17

మనకిప్పుడు సామ్రాజ్యం కావాలి. నువ్వు సామ్రాట్టువి కావాలి. దానికోసం మనం శ్రమించాలి. అనేక యుద్ధాలు చెయ్యాలి. అదే మన ప్రస్తుతకర్తవ్యం. ఆ తరువాత *(వృద్ధులమై పోయాక)* శాంతి మాత్రమే కావాలనుకుంటే అప్పుడు కాషాయవస్త్రాలు ధరించి మునులలా కూర్చుందాం." అన్నాడు.

భీముడు కూడా తన మనస్సులో ఉన్న మాట చెప్పాడు.

"శత్రువు బలవంతుడేమోనని సంకోచిస్తూ కూర్చుంటే కలిసివచ్చేదేమీ ఉండదు. వీరులు ఏమరుపాటు లేకుండా ప్రయత్నించాలి. తెలివైన వ్యూహం ఎంచుకోవాలి. ఆ తరువాత విజృంభించాలి. ఇదే క్షత్రియధర్మం. నేను కూడా అర్జునుడితో ఏకీభవిస్తున్నాను." అన్నాడు.

భీమార్జునులు తాము కృష్ణుడితో కలసి వెళ్ళి జరాసంధుణ్ణి ఓడిస్తామన్నారు.

కొంత చర్చ జరిగాక, "అంత బలం జరాసంధుడికి ఎలా వచ్చింది?" అని యుధిష్ఠిరుడు కృష్ణుణ్ణి అడిగాడు. కృష్ణుడు అతడి జన్మవృత్తాంతం చెప్పాడు.

మగధదేశానికి రాజు బృహద్రథుడు. కాశీరాజుకి కవలపిల్లలైన ఇద్దరు కుమార్తెలున్నారు. బృహద్రథుడు వారిద్దరినీ వివాహం చేసుకున్నాడు. ఎంతకాలమైనా అతడికి సంతానం కలగలేదు.

అతడు ఆ దిగులుతో ఉండగా తన రాజ్యానికి గౌతమవంశీయుడైన చండకౌశికుడు అనే తపస్వి వచ్చాడని విన్నాడు. వెంటనే రాజు తన ఇద్దరు భార్యలతో ఆ ఋషి దర్శనానికి వెళ్ళాడు. ఋషి ప్రసన్నుడయ్యాక తన మనస్సులో ఉన్న బాధ చెప్పాడు. ఋషి మామిడి చెట్టుకింద ఉన్నాడు. రాజు బాధ విని ఆయన ధ్యానంలోకి వెళ్ళాడు. అంతలో చెట్టునుంచి ఒక పండు వచ్చి ఋషి ఒడిలో పడింది. ఆ పండు రాజుకిచ్చాడు.

"రాజా! ఈ ఫలాన్ని నీ భార్యలలో ఎవరికిస్తే వారికి యోగ్యుడూ, మహాబలశాలీ అయిన కుమారుడు కలుగుతాడు." అన్నాడు.

రాజూ, రాణులూ ఋషికి నమస్కరించి రాజమందిరానికి వెళ్ళారు. రాజు ఆ పండు రాణులకిచ్చాడు. వారు దానిని రెండుముక్కలు చేసి చెరొక ముక్కా తిన్నారు.

నెలలు నిండి ప్రసవించేసరికి ఒక రాణికి ఎడమభాగంగానూ, మరొక రాణికి కుడిభాగం గాను రెండు శిశువు ఖండాలు పుట్టాయి. రెండు ఖండాలలోనూ ప్రాణం ఉంది. కానీ, ఆ ఖండాలను చూడలేక రాణులు వాటిని గుడ్డలలో చుట్టి నాలుగు వీథుల కూడలిలో వదిలేసారు.

ఆ రెండు భాగాలనీ జర అనే రాక్షసి చూసింది. వాటిని కలిపి తీసుకుపోదామని కలిపింది. ఆమె కలపగానే ఆ రెండు భాగాలూ అతుక్కుపోయి వజ్రకాయుడైన ఒక మగశిశువు అయ్యాయి. వెంటనే అతడు ఆకలితో ఏడ్చాడు. ఆ స్వరం మేఘం గర్జించినట్లుంది.

ఆ శబ్దం విని అంతఃపురంలో ఉన్నవారందరూ బయటికి వచ్చారు. ఆ రాక్షసి మానవ వనిత రూపం ధరించి ఆ శిశువుని రాజుకి అప్పగించింది. అతడు ఆ రాజు కుమారుడని చెప్పి అంతర్ధానమైపోయింది.

జర అతకడం వల్ల రూపు దిద్దుకున్న ఆ బిడ్డకి జరాసంధుడని పేరు వచ్చింది.

2

జరాసంధుడు చండకౌశికుడి అనుగ్రహంవలన నిజంగానే అమిత బలశాలి అయ్యాడు. కుమారుడికి తగిన వయస్సు రాగానే బృహద్రథుడు అతడికి రాజ్యాభిషేకం చేసి రాజ్యం అప్పగించాడు.

బృహద్రథుడూ, భార్యలూ వానప్రస్థాశ్రమం స్వీకరించి తపస్సు చేసి స్వర్గం చేరారు. జరాసంధుడు శివుణ్ణి గురించి తపస్సుచేసి అనేక వరాలు పొందాడు.

తరువాత కంసుణ్ణి చంపినందుకు కృష్ణుడిమీద కోపించి ఒక భయంకరమైన గద తీసుకున్నాడు. దానిని బలంగా తొంభై తొమ్మిది సార్లు తిప్పి మథురదిశలో విసిరాడు. అది సరిగ్గా తొంభై తొమ్మిది యోజనాల దూరం వెళ్ళి పడింది.

జరాసంధుడి గురించి చెప్పి కృష్ణుడు యుధిష్ఠిరుణ్ణి యుద్ధానికి ప్రోత్సహిస్తూ మాట్లాడాడు.

"రాజా! జరాసంధుడికి లొంగినవారిలో ఎవరికీ అతడంటే గౌరవం లేదు. కేవలం

అతడి బలానికీ, యుక్తికీ లొంగి అలా పడిఉన్నారు. ఇప్పుడు జరాసంధుడు కొంచెం బల హీనుడై ఉన్నాడు. అతడికి ముఖ్యబలమైన హంసుడూ, డింభకుడూ మరణించారు. అతడికి అతి సన్నిహితుడైన కంసుడు మరణించాడు. జరాసంధుడి మరణానికి సమయం ఆసన్న మయింది.

అతణ్ణి శస్త్రాస్త్రాలతో వధించలేము. కేవలం భుజబలంతో మల్లయుద్ధంలోనే వధించాలి.

మయి నీతిర్బలం భీమో రక్షితా చావయోర్జయః,
మాగధం సాధయిష్యామ ఇష్టిం త్రయ ఇవాగ్నయః. 20.3

నాలో నీతి ఉంది. భీముడిలో బలం ఉంది. అర్జునుడు మా ఇద్దరినీ రక్షిస్తాడు. యజ్ఞానికి త్రేతాగ్నులు సిద్ధిని కలిగించినట్లు మేము ముగ్గురం వెళ్ళి జరాసంధుణ్ణి వధిస్తాం. మగధని సాధిస్తాం. నా మీద నమ్మకం ఉంటే భీమార్జునులని నాకు అప్పగించు. నీ రాజసూయయాగా నికి ఏకైక అవరోధంగా ఉన్న జరాసంధుణ్ణి వధిస్తాము."

యుధిష్ఠిరుడు అంగీకరించాడు.

"కృష్ణా! నువ్వు సదా మా శ్రేయోభిలాషివి. మాకు రక్షకుడివి. ఏ విషయంలోనైనా నీ నిర్ణయమే మా పాండవులందరి నిర్ణయమూనూ. నీలో బుద్ధి *(తెలివి)* ఉంది. నీతి ఉంది, బలముంది, ప్రయత్నముంది, ఉపాయముంది. నువ్వు చేపట్టిన ఏ కార్యమైనా తప్పక సిద్ధిస్తుంది.

అర్జునః కృష్ణమన్వేతు భీమోఽన్వేతు ధనంజయమ్ - అర్జునుడు నిన్ననుసరిస్తాడు. భీముడు అర్జునుణ్ణి అనుసరిస్తాడు. ముగ్గురూ విజయం సాధించి క్షేమంగా తిరిగిరండి."

ఆ వీరులు ముగ్గురూ శాస్త్రోక్తమైన ఆశీర్వచనాలు పొంది ప్రయాణానికి సిద్ధమయ్యారు. కృష్ణుడి సూచనమేరకు వారు స్నాతకులైన *(వేదం నేర్చుకోవడం పూర్తిచేసిన)* బ్రాహ్మణులలా వస్త్రధారణ చేసి పైపంచెలు కప్పుకున్నారు.

వారు కురుజాంగల దేశాలు దాటి, అనేక పర్వతాలూ నదులూ దాటి, పవిత్రమైన సరయూ నదిని దాటి కోసలదేశంలో ప్రవేశించారు. ఇంకా ముందుకు వెళ్ళి మిథిలను దాటి, గంగ, శోణభద్ర నదులను దాటి తూర్పుగా వెళ్ళి మగధదేశం చేరారు.

ఆ దేశం అందాలను చూస్తూ జరాసంధుడుండే రాజధానినగరం గిరివ్రజపురం చేరారు. ఆ నగరం చుట్టూ ఉన్న వృషభ, విపుల, వారాహ, చైత్యక, మాతంగ పర్వతాలను చూసారు. వాటిలో చైత్యపర్వతానికి జరాసంధుడూ, అతడి ప్రజలూ భక్తిశ్రద్ధలతో పూజలు చేస్తారు.

చైత్యపర్వత శిఖరం వద్ద మూడు భేరీలు ఉన్నాయి. జరాసంధుడి తండ్రి బృహద్రథుడు ఋషభుడనే రాక్షసుణ్ణి వధించి, అతడి చర్మంతో ఆ భేరీలు చేయించాడు. వాటిని ఒక్కసారి మోగిస్తే నెలరోజులు నిర్విరామంగా మోగుతాయి.

కృష్ణుడూ, భీమార్జునులూ జరాసంధుడికి ఇష్టమైన చైత్యపర్వతంయొక్క శిఖరాన్ని పడ గొట్టారు. అతడి తండ్రి చేయించిన భేరీలను పగలగొట్టారు. అక్కడినుంచి గిరివ్రజపురం చేరి నగరానికి రక్షణగా ఉన్న ప్రాకారాన్ని పగలగొట్టి నగరంలో ప్రవేశించారు.

రాజవీధి నుంచి వెళ్తూ పూలమాలలు అమ్మేవాడినుంచి బలవంతంగా పూలమాలలు తీసుకుని ధరించారు. చందన లేపనాలు పూసుకున్నారు. రంగు రంగుల వస్త్రాలు బల వంతంగా తీసుకుని ధరించారు.

జరాసంధుడి రాజభవనానికి వెళ్ళి నిర్భయంగా అతడిముందు నిలుచున్నారు.

వేదవిదులైన బ్రాహ్మణులు ఎప్పుడు వచ్చినా వారిని పూజించి వారడిగినది ఇవ్వాలని జరాసంధుడు నియమం పెట్టుకున్నాడు. అతడు ఈ ముగ్గురికీ అర్ఘ్యపాద్యాలిచ్చి ఆహ్వానించాడు. వారికి స్వాగతం చెప్పాడు.

భీమార్జునులు మౌనంగా ఉన్నారు. కృష్ణుడు అందరి బదులూ సమాధానం చెప్పాడు.

"రాజా! వీరిద్దరూ ఒక వ్రతం పాటిస్తున్నారు. వీరు అర్ధరాత్రి వరకూ మాట్లాడరు. ఆ తరువాతే మాట్లాడుతారు." అన్నాడు.

జరాసంధుడు వారిని తన యజ్ఞశాలలో ఉండమని చెప్పి, తాను తన మందిరానికి వెళ్ళిపోయాడు.

అర్ధరాత్రి దాటాక ఆ బ్రాహ్మణులను సత్కరించడానికి యజ్ఞశాలకు వెళ్ళాడు. జరాసంధుణ్ణి చూస్తూనే ఆ వీరులు ముగ్గురూ లేచి నిలుచుని, "రాజా! నీకు నమస్కారం." అన్నారు.

జరాసంధుడు ఆ బ్రాహ్మణ వేషధారులని కూర్చోమన్నాడు. వారిని పరిశీలనగా చూసాడు. వినయంగానే అయినా గంభీరంగా వారిని ఇలా ప్రశ్నించాడు.

"మీరు స్నాతకులైన బ్రాహ్మణులుగా వచ్చారు. కానీ, మీ రూపాలూ, మీ అలంకారాలూ స్నాతకులకు ఉండవలసినవి కావు. స్నాతకులు విశేషసందర్భాలలో తప్పితే పూలమాలలు ధరించరు. చందన లేపనాలు అంగీకరించరు. మీరు ఏ నిమిత్తం లేకుండానే పూలమాలలు ధరించారు. చందనాది లేపనాలు పూసుకున్నారు. మీ భుజాలు బలిష్ఠులైన బ్రాహ్మణుల భుజాలలా లేవు. నిత్యం వ్యాయామంతో కండలు తీరిన కఠినమైన క్షత్రియుల భుజాలలా ఉన్నాయి.

మీ భుజాలమీద నిత్యం అమ్ములపొదులు కట్టుకునేవారి భుజాలకు మాత్రమే ఉండే మచ్చలున్నాయి. బాణప్రయోగ శిక్షణలో నిత్యం లాగి వదిలిన నారి దెబ్బలకు మీ చేతులు కాయలు కాచి ఉన్నాయి.

మీ తేజస్సు సాత్త్వికమైన బ్రాహ్మణతేజస్సులా లేదు. ఉగ్రమైన క్షత్రియతేజంలా ఉంది. నిజం చెప్పండి. మీరెవరు?

మీరు చైత్యపర్వత శిఖరం పడగొట్టారు. అక్కడ ఉన్న అందమైన భేరీలని పగలగొట్టారు. నగరప్రాకారం పడగొట్టి నగరంలో ప్రవేశించారు. అంగళ్ళలో ఉన్న వారిని భయపెట్టారు. ఇవన్నీ శిక్షించవలసిన నేరాలు. మీరు బ్రాహ్మణులే అయితే ఇన్ని నేరాలు ఎందుకు చేసారు?

మీరు నిజంగానే బ్రాహ్మణులైతే నేను చేసే పూజలు అందుకోవాలి. కానీ, మీరు నా పూజలు స్వీకరించలేదు. స్నాతకులలా ప్రవర్తించలేదు. ఇదంతా ఎందుకు చేస్తున్నారు?"

కృష్ణుడు ముఖంమీద ఏ భావమూ కనబడనీయకుండా సమాధానం చెప్పాడు.

"రాజా! మేము స్నాతకులమైన బ్రాహ్మణులమే అనుకో. మాలో క్షత్రియతేజం ఉందన్నావు. క్షత్రియులు కూడ వేదం నేర్చుకుని స్నాతకులు కావచ్చు.

అది. సరే.

నువ్వనుకుంటున్నది నిజమే. మేమొక కార్యసిద్ధికోసమే నీ నగరానికి వచ్చాము. సింహ ద్వారంనుంచి మిత్రుడి ఇంటిలోనికీ, వేరొక మార్గంనుంచి శత్రువు ఇంటిలోనికీ ప్రవేశించమని శాస్త్రాలు చెప్తున్నాయి. అందుచేత నగరద్వారంనుంచి కాకుండా ప్రాకారం పగలగొట్టి నీ నగరంలో ప్రవేశించాము. శత్రువు నగరంలో ప్రవర్తించవలసినట్లు ప్రవర్తించాము.

అంతే కాదు. మిత్రుడు ఇచ్చే ఆతిథ్యం స్వీకరించాలి. శత్రువు ఇచ్చే ఆతిథ్యం తిరస్క రించాలి. ఇది రాజనీతి. అందుకే నీ ఆతిథ్యం స్వీకరించలేదు."

జరాసంధుడు ఆశ్చర్యపోయాడు.

"మీరు నాకు శత్రువులమంటున్నారు. కానీ, నాకు తెలిసినంతలో మీకూ, నాకూ ఏ శత్రుత్వమూ లేదు. నేను శ్రద్ధాపూర్వకంగా క్షత్రియధర్మం పాటిస్తూ ప్రజలని కన్నబిడ్డలలా పాలిస్తున్నాను. నాతో శత్రుత్వం ఎవరికుంటుంది?" అన్నాడు.

కృష్ణుడు జరాసంధుడికేసి స్థిరంగా చూస్తూ సమాధానం చెప్పాడు.

"రాజా! క్షత్రియజాతికి ఆదర్శమూర్తి అయిన ఒక మహారాజు లోకంలో ధర్మం నిలపాలని

కోరుతున్నాడు. ఆయన కోరికని ఆదేశంగా భావించి మేము ధర్మాన్ని పాటిస్తున్నాము. ధర్మాన్ని రక్షిస్తున్నాము.

నువ్వు అపారమైన సైన్యాన్ని సమీకరించావు. మహాదేవుడైన శివుణ్ణి ఆరాధించి బలో పేతుడివయ్యావు. ఈ బలగర్వంతో మూర్ధాభిషిక్తులైన రాజులని ఓడించి, బంధించి తెచ్చావు. వారిని రుద్రుడికి బలి ఇవ్వబోతున్నావు.

నరబలి సర్వథా నిషిద్ధం. అది అధర్మం. అయినా నువ్వు ఆ అధర్మమే చెయ్యాలనుకుంటు న్నావు. అటువంటి పనికి పూనుకున్నందుకు నువ్వు, ధర్మాన్ని రక్షించే మాకు శత్రువు అయ్యావు.

అయినా నువ్వు కొన్ని మంచి పనులు చేసావు. అందుచేత నీకు స్వర్గలోకంలో నివాసం కలిగించాలనుకుంటున్నాము. వేదాధ్యయనం వలనా, పరోపకారం వలనా, తపస్సు వలనా, స్వర్గలోకప్రాప్తి కలుగుతుంది. ఇది అందరికీ వర్తిస్తుంది.

కానీ, క్షత్రియుడికి యుద్ధంలో మరణించడమే స్వర్గప్రాప్తికి ఉత్తమమైన మార్గం. మాతో చేసే యుద్ధం వలన నీకు స్వర్గంలో ఇంద్రుడి నిలయమైన వైజయంతంలో స్థానం లభిస్తుంది.

మేమెవరమని అడిగావు.

నేను వాసుదేవ కృష్ణుణ్ణి. **మాం విద్ధి తే రిపుమ్ –** ప్రసిద్ధుడినైన నీ చిరకాల శత్రువుని. ఈ వీరులిద్దరూ కుంతీనందనులు. భీమార్జునులు.

రాజా! నిన్ను మాతో యుద్ధానికి ఆహ్వానిస్తున్నాము. చేతనైతే స్థిరంగా నిలిచి మాతో యుద్ధంచెయ్యి. యముణ్ణి వెతుక్కుంటూ వెళ్తావు. యుద్ధంచెయ్యడానికి సిద్ధంగా లేకపోతే నువ్వు బంధించిన రాజులనందరినీ వదిలిపెట్టు."

జరాసంధుడు తాను చేసిన పనిని సమర్థించుకున్నాడు.

"కృష్ణా! రాజులు యుద్ధంచెయ్యాలి. ఎదుటివారిని ఓడించాలి. లేదా యుద్ధభూమిలో మరణించాలి. ఇది క్షత్రియధర్మం. యుద్ధభూమిలో మరణించకుండా, ఓడిపోయి లొంగి పోయిన రాజుని ఏం చెయ్యాలనేది గెలిచిన రాజు ఇష్టం. అది అతడి హక్కు.

నేను క్షత్రియధర్మం పాటించాను. యుద్ధంలో ఓడిపోయినవారినే రుద్రుడికి బలి ఇస్తు న్నాను. అందుచేత ధర్మం అతిక్రమించానని నువ్వు చేసిన ఆరోపణ పసలేనిది.

అయినా వాదనలెందుకు? నువ్వు యుద్ధం కోరుతున్నావు. అందుకే వచ్చావు. తప్పకుండా యుద్ధం చేద్దాం. మీ సైన్యాలతో మీరూ, నా సైన్యంతో నేనూ రణభూమిలో నిలిచి వ్యూహ ప్రతివ్యూహాలతో యుద్ధం చేద్దామా?

లేక మీ ముగ్గురూ కలిసి ఒకేసారి నాతో యుద్ధం చేస్తారా? లేక ఏ ఇద్దరైనా ఒకటై యుద్ధం చేస్తారా? లేక ఒకరి తరువాత ఒకరు యుద్ధానికి వస్తారా?

మీరే తేల్చుకోండి. మీరెలా యుద్ధం చేస్తామన్నా నేను సిద్ధం." అన్నాడు.

వెంటనే మంత్రులనీ, పురోహితులనీ పిలిపించాడు. తనకేమైనా అయితే తన కుమారుడు సహదేవుడికి పట్టాభిషేకం జరగాలని ఆజ్ఞాపించాడు.

కృష్ణుడు బ్రహ్మ చెప్పిన మాటలు జ్ఞాపకం చేసుకున్నాడు. "దుర్భర పరాక్రమశాలి జరాసంధుడు వాయుపుత్రుడైన భీముడి చేతిలో తప్ప వేరెవరి చేతిలోనూ మరణించడు. ఎలాగైనా జరాసంధుడు భీముడితో యుద్ధంచేసేలా చెయ్యాలి." అనుకున్నాడు. జరాసంధుడు గర్విష్ఠి కనుక ఆ బలహీనతని ఉపయోగించుకోవాలి అనుకున్నాడు.

"జరాసంధా! మా ముగ్గురిలో ఎవరితో ద్వంద్వయుద్ధం చేస్తావో నిర్ణయించుకో." అన్నాడు.

జరాసంధుడు భీముడివైపు చూసాడు.

"భీమ! యోత్స్యే త్వయా సార్ధం శ్రేయసా నిర్జితం వరమ్– భీమసేనా! నువ్వు ప్రసిద్ధుడివైన బలశాలివి. నీతోనే యుద్ధం చేస్తాను. నీవంటి బలవంతుణ్ణి గెలిస్తే కీర్తి వస్తుంది. నీ చేతిలో ఓడిపోయినా అది అవమానం కాదు. (*అల్పబలం ఉన్న కృష్ణార్జునులతో యుద్ధం చేసి గెలిచినా అదేమీ గొప్ప గర్వకారణం కాదు. అలా కాక వారి చేతిలో ఓడిపోవడమే జరిగితే అది భరించలేని అవమానమవుతుంది.*)" అన్నాడు.

జరాసంధుడు కిరీటం తీసేసి జుట్టు గట్టిగా ముడివేసాడు. నడుముకి దట్టీ బిగించి యుద్ధానికి సిద్ధమయ్యాడు. భీముడు పైపంచె నడుముకి బిగించి యుద్ధానికి సిద్ధమయ్యాడు.

ఆ మహావీరుల మధ్య ద్వంద్వయుద్ధం ఆరంభమయింది. ముష్టి ఘాతాలతో మొదలైన యుద్ధం మల్లయుద్ధ రీతులలో సాగింది. ఒకరినొకరు జయించాలనే కోరికతో అరణ్యంలో రెండు మదపుటేనుగులు తలపడినట్లు వారు తలపడ్డారు.

భయంకర సింహనాదాలతోనూ, వీరాలాపాలతోనూ గిరివ్రజపురం మారుమోగి పోయింది. ఆ వీరులు ఆహారం నిద్రా లేకుండా, రాత్రీ పగలూ నిర్విరామంగా పోరాడారు. నగరవాసులందరూ ఆ అపూర్వమైన యుద్ధం చూడడానికి గుమిగూడారు.

కార్తికస్య తు మాసస్య ప్రవృత్తం ప్రథమేఽహని 23.29

కార్తీకమాసం శుక్లపాడ్యమినాడు వారిద్దరిమధ్యా యుద్ధం ప్రారంభమయింది. ఆ నాటి నుంచి త్రయోదశివరకూ ఇద్దరు యోధులూ నువ్వా నేనా అని సమాన బలంతోనూ, ఉత్సాహంతోనూ యుద్ధం చేసారు.

చతుర్దశ్యాం నిశాయాం తు నివృత్తో మాగధః క్లమాత్. 23.30

చతుర్దశినాటి రాత్రికి జరాసంధుడి బలం తగ్గిపోవడం మొదలయింది.

అది చూసి కృష్ణుడు,"శత్రువు బలహీనపడ్డాడు. త్వరగా యుద్ధం ముగించు." అని భీముడికి చెప్పాడు. ఎంత కొట్టినా, ఎంత హింసించినా జరాసంధుడు మరణించలేదు.

అప్పుడు కృష్ణుడు స్పష్టమైన స్వరంతో ఇలా చెప్పాడు.

"భీమసేనా! ఇంతకుముందు ఈ మగధరాజు మా సోదరుడు బలరామదేవుడి చేతికి చిక్కాడు. ఆయన చేతికి చిక్కిన శత్రువు ఎంత బలవంతుడైనా ప్రాణాలతో బయటపడడు. బలరాముడు ఇతణ్ణి చంపబోతుండగా బ్రహ్మదేవుడు అడ్డుకుని, 'ఇతడు భీమసేనుడి చేతిలో మరణించాల్సి ఉంది. నువ్వు విడిచిపెట్టు.' అని చెప్పాడు.

ఈ దురాత్ముడు మరణించవలసిన సమయం వచ్చింది. నువ్వు సంకోచించక ఇతణ్ణి వధించు."

అలా అంటూనే భీముడికొక్కడికే అర్థమయేలా ఒక లేత రెమ్మని తీసుకుని, దానిని రెండుభాగాలుగా నిలువునా చీల్చి పడేసాడు.

భీముడు జరాసంధుడి రెండు కాళ్ళూ ఒడిసిపట్టి, అతణ్ణి వేగంగా గాలిలో వందసార్లు గిరగిరా తిప్పి నేలకువేసి కొట్టాడు. అతడి నడుముని మోకాలితో తొక్కిపెట్టి శరీరాన్ని వెనక్కివంచి వెన్ను విరిచాడు.

ఆ తరువాత ఒక కాలితో అతడి కాలిని తొక్కిపట్టి రెండవకాలిని బలంగా పైకి లాగి అతణ్ణి నిలువుగా రెండు ముక్కలుగా చీల్చేసాడు. ఆ రెండు ముక్కలూ వెంటనే అతుక్కుపోయి జరాసంధుడు మళ్ళీ బ్రతికాడు.

అప్పుడు కృష్ణుడు మరొక లేతకొమ్మని రెండుగా చీల్చి, ఆ రెండు ముక్కలూ వ్యతిరేక దిశలలో విసిరి భీముడికి సంకేతం ఇచ్చాడు.

భీముడు జరాసంధుణ్ణి మరొకసారి నిలువునా రెండుగా చీల్చి, ఆ రెండు ఖండాలనీ వ్యతిరేకదిశలలో విసిరేసాడు. జరాసంధుడు మరణించాడు.

ఆ రాత్రి భీమార్జునులూ, కృష్ణుడూ జరాసంధుడి శరీరఖండాలని రాజమందిరం ముందు పడేసారు.

జరాసంధుడి దివ్యరథాన్ని కృష్ణుడు స్వాధీనం చేసుకున్నాడు. ఆ ముగ్గురు వీరులూ ఆ రథంలో జరాసంధుడు రాజులను బంధించి ఉంచిన ప్రదేశానికి వెళ్ళి వారిని విడిపించారు.

ఆ రాజులందరూ కృష్ణుడికి కృతజ్ఞులై నమస్కరించారు. అనేక విధాల స్తుతించారు.

కృష్ణుడు వారికి కర్తవ్యం ఉపదేశించాడు.

"మీరందరూ ధర్మమైన మార్గం ఎన్నడూ వదలకుండా మీ మీ రాజ్యాలు పరిపాలించండి. ధర్మరాజు యుధిష్ఠిరుడు రాజసూయయాగం చెయ్యాలని తలపెట్టాడు. ఆ యాగానికి మీ వంతు సహాయ సహకారాలు అందించండి." అన్నాడు.

రాజులందరూ ఆనందంగా ఆమోదించారు.

అంతలో జరాసంధుడి కుమారుడు సహదేవుడు మంత్రి, పురోహితులతో కలిసి కృష్ణుణ్ణి సమీపించాడు. కృష్ణుడు అతడికి అభయమిచ్చి మగధరాజ్యానికి రాజుగా ప్రతిష్ఠించాడు.

సహదేవుడూ, ఇతర రాజులూ ఇచ్చిన విశేష ధనరాసులతో రథం నింపుకుని కృష్ణుడూ, భీమార్జునులూ ఇంద్రప్రస్థానికి తిరిగివచ్చారు.

జరిగినదంతా యుధిష్ఠిరుడికి చెప్పారు. యుధిష్ఠిరుడు పరమానంద భరితుడయ్యాడు.

"కృష్ణా! నీ నాయకత్వంలో భీముడు జరాసంధుణ్ణి వధించాడు. ఇక నేను ఏ సంశయం లేకుండా రాజసూయయాగం చేస్తాను." అన్నాడు.

గిరివ్రజపురంనుంచి కృష్ణుణ్ణి అనుసరించి వచ్చిన రాజులని యుధిష్ఠిరుడు ఎవరికి తగినట్లు వారిని సత్కరించి వారి వారి దేశాలకు వెళ్ళమని అనుజ్ఞ ఇచ్చాడు.

కొన్ని రోజుల తరువాత కృష్ణుడు ఇంద్రప్రస్థంనుంచి ద్వారకకి వెళ్ళాడు.

◆◆◆

ఒకరోజు యుధిష్ఠిరుడు ఆంతరంగికులతో సమావేశమై ఉన్నాడు.

అంతలో అక్కడికి వ్యాసుడు వచ్చాడు. రాజు ఆ ఋషిని విధ్యుక్తంగా పూజించి ఉచితాసనం ఇచ్చాడు. సంభాషణలు రాజ్యపాలనమీదికీ, కోశాగారం మీదికీ వెళ్ళాయి.

అర్జునుడు లేచి, "రాజా! మానవులకు అసాధ్యమైన మహాధనుస్సు గాండీవం నా స్వంత మయింది. అక్షయ తూణీరాలు అమరాయి. కపిధ్వజం ఉన్న అపూర్వమైన రథం లభించింది.

తత్ర కృత్యమహం మన్యే కోశస్య పరివర్ధనమ్,
కరమాహారయిష్యామి రాజ్ఞః సర్వాన్ నృపోత్తమ. 25.3

ఇన్ని సాధనాలు సమకూరాక క్షత్రియుడిగా నా ప్రస్తుత కర్తవ్యం కోశాగారం వృద్ధి చేయడమే. లోకంలో ఉన్న రాజులనందరినీ జయించి, వారందరిచేత కప్పం కట్టించి ధనాగారం నింపుతాను. నువ్వు అనుమతిస్తే కుబేరుడుండే ఉత్తరదిశలో వెళ్ళి సంపన్నులైన రాజులనందరినీ నీకు సామంతులను చేస్తాను." అన్నాడు.

వ్యాసుడు అర్జునుణ్ణి అభినందించాడు.

"మీవంటి పరాక్రమశాలురైన పుత్రులున్నందుకు పాండురాజు ధన్యుడయ్యాడు. యుధిష్ఠిరుడు భూమండలమంతనీ పరిపాలించే సార్వభౌముడౌతాడు.

ఉత్తరదిశలో ఉన్న రాజులను జయించడానికి నువ్వు బయల్దేరు. మహాబలశాలి భీముడు తూర్పుదిశలోనూ, సహదేవుడు దక్షిణ దిశలోనూ, నకులుడు పశ్చిమదిశలోనూ సైన్యాలతో బయల్దేరండి. భూమి అంచులవరకూ ఉన్న రాజులనందరినీ జయించి రండి.

మీరందరూ విజయం సాధించి అపారమైన సంపదతో తిరిగివస్తారు." అన్నాడు.

తారాబలం, చంద్రబలం అనుకూలంగా ఉన్న ముహూర్తంలో, బ్రాహ్మణుల స్వస్తివాచకాల మధ్య, పెద్దల ఆశీర్వాదాల బలంతో యుధిష్ఠిరుడి సోదరులు దిగ్విజయయాత్రకి బయల్దేరారు.

బలపరాక్రమసంపన్నులైన ఆ నలుగురు సోదరులూ ఆ యా దిశలలో ఉన్న రాజులనందరినీ జయించి లెక్కకు మించిన ధనరాశులతో ఇంద్రప్రస్థానికి తిరిగివచ్చారు.

ధర్మ్యైః ధనాగమైస్తస్య వవృధే నిచయో మహాన్,
కర్తుం యస్య న శక్యేత క్షయో వర్షశతైరపి. 33.7

ధర్మరాజు కోశాగారం ఎంతగా నిండిపోయిందంటే ఎంత ఖర్చుచేసినా కొన్ని వందల సంవత్సరాలైనా ఆ ధనరాశి తరగదు.

పాండవుల దిగ్విజయయాత్ర పూర్తయిన తరువాత కృష్ణుడు యాదవుల ఉపాయనంగా *(బహుమతిగా)* రథాలు పట్టనంత ధనరాశులతో ఇంద్రప్రస్థానికి వచ్చాడు.

పాండవులందరూ నగరం వెలువడి వచ్చి కృష్ణుడికి స్వాగతం పలికారు. ప్రేమ, అభిమానం, భక్తీ పెల్లుబుకుతూంటే శ్రీమన్నారాయణుణ్ణి సేవించినట్లు కృష్ణుణ్ణి సేవించారు.

ప్రయాణపు బడలిక తీరాక కృష్ణుడితో యుధిష్ఠిరుడు వినయంగా మనస్సులో ఉన్న మాట చెప్పాడు.

"కృష్ణా! నీ దయవలన ఈ భూమండలమంతా నాకు వశమయింది. అపారమైన సంపద లభించింది. ఈ సంపదని రాజసూయయాగానికి వినియోగించాలని ఉంది. నువ్వే స్వయంగా యజ్ఞదీక్ష వహించు. నువ్వే యజ్ఞం చేస్తే నేను *(తెలిసీ, తెలియకా)* చేసిన సమస్త పాపాలనుంచి విముక్తుడినౌతాను. లేదంటే, **అనుజ్ఞాతస్త్వయా కృష్ణ ప్రాప్నుయాం క్రతుముత్తమమ్** – నువ్వు అనుజ్ఞ ఇస్తే నా సోదరులతో కలిసి నేనే యజ్ఞదీక్ష స్వీకరిస్తాను." అన్నాడు.

"మహారాజా! నువ్వు యజ్ఞదీక్ష వహించు. చక్రవర్తి అవడానికి నువ్వే అందరికంటే

అర్హుడివి. మేమందరం యజ్ఞ నిర్వహణ బాధ్యత వహిస్తాం. నాకు కూడ ఏదో ఒక పని చెప్పు. నువ్వేపని చెప్తే ఆ పని చేస్తాను." అన్నాడు.

యుధిష్ఠిరుడు సహదేవుణ్ణి, మంత్రిమండలి సహాయంతో, యజ్ఞానికి కావలసిన సంభారాలన్నీ సేకరించమని ఆదేశించాడు. వేదవ్యాసుడు వేదశాస్త్రాలలో నిష్ణాతులైన ఋత్విక్కులని తీసుకువచ్చాడు.

వేదవ్యాసుడు బ్రహ్మగానూ, యాజ్ఞవల్క్యమహర్షి అధ్వర్యుడుగానూ, సుసామ మహర్షి ఉద్గాతగానూ, పైలుడూ, ధౌమ్యుడూ హోతలుగానూ ఉన్నారు. ఋషులందరూ పుణ్యాహ వాచనం చేసి యజ్ఞశాలను శుద్ధిచేసారు.

భూలోకంలో ఉన్న రాజులకందరికీ, వారి ప్రజలకీ యజ్ఞం చూడడానికి రమ్మని ఆహ్వానాలు పంపారు. హస్తినాపురంలో ఉన్న పెద్దలనీ, రాజవంశీయులనీ పిలవడానికి నకులుడు స్వయంగా వెళ్ళాడు.

ఆహూతులందరూ ఇంద్రప్రస్థం చేరారు. రాజసూయయాగం ప్రారంభమయింది.

లక్షమంది భోజనాలు చేసాక ఒకసారి శంఖం ఊదాలని నియమం పెట్టుకున్నారు.

అనేకమంది ప్రముఖులు యజ్ఞనిర్వహణలో తలొక బాధ్యతా స్వీకరించారు. వంటశాలనీ, అన్నదానాన్నీ దుశ్శాసనుడు పర్యవేక్షించాడు. అశ్వత్థామ యజ్ఞానికి వచ్చిన బ్రాహ్మణుల ఆదర సత్కారాలు చేసే బాధ్యత స్వీకరించాడు. భీష్మద్రోణులు ఏయే పనులు పూర్తయ్యాయో, ఏవేవి పూర్తికాలేదో పరిశీలించి తగు సూచనలిచ్చారు.

దుర్యోధనుడు సామంతరాజులు తెచ్చిన ఉపాయనాలు స్వీకరించాడు. కృష్ణుడు యజ్ఞానికి వచ్చిన బ్రాహ్మణుల పాదప్రక్షాళన చేసాడు. విదురుడు ఆదాయవ్యయాల లెక్కలు చూసాడు.

రోజూ అనేకసార్లు భోజనశాలనుంచి శంఖం వినిపించేది అంటే ప్రతీరోజూ లక్షలాది మంది మృష్టాన్నభోజనాలు చేసారు.

రాజసూయయాగం సమస్త అంగవ్రతాలతో సహా పూర్తయింది. యాగం చివరిరోజున 'అభిషేచనీయం' అనే కార్యక్రమం ఉంది. అంటే పూజనీయులైన వారిని సామ్రాట్ యుధిష్ఠిరుడు అర్ఘ్యమిచ్చి పూజిస్తాడు.

యజ్ఞశాలలో మహాత్ములైన ఋషులూ, అనేక దేశాలనుంచి వచ్చిన రాజులూ ఆసీనులై ఉన్నారు. వారిని చూసి నారదుడు ఇలా అనుకున్నాడు.

"రాజులందరూ నిజానికి దేవతలు. బ్రహ్మ ఆజ్ఞవలన ఆ దేవతల అంశలు రాజులై

భూమిమీద అవతరించాయి. వీరందరూ కలహించుకుని, రణరంగంలో మరణించి తిరిగి దేవలోకానికి చేరాలి. ఆ కార్యం నిర్వహించడానికి శ్రీహరి యాదవుడై జన్మించాడు. ఆహా! ఆ దేవదేవుడి లీలలు ఎవరు గ్రహించగలరు!"

3

భీష్ముడు, "యుధిష్ఠిరా! ఇప్పుడు నువ్వు యజ్ఞానికి వచ్చినవారిని సత్కరించాలి. ఆచార్యులూ, ఋత్విక్కులూ, బంధువులూ, స్నాతకులూ, ప్రియమిత్రులూ, రాజ్యాలేలే రాజులూ– ఈ ఆరు వర్గాలకు చెందినవారిని అందరినీ అర్ఘ్యమిచ్చి పూజించాలి.

ఏషామేకైకశో రాజన్నర్ఘ్యమానీయతామితి,
అథ చైషాం వరిష్ఠాయ సమర్థాయోపనీయతామ్. 36.25

అందుచేత నువ్వు ఒక్కొక్కరి వద్దకీ వెళ్ళి వారికి అర్ఘ్యమిచ్చి పూజించాలి. వీరందరిలోనూ శ్రేష్ఠుడైనవాడికి మొట్టమొదట అర్ఘ్యం ఇవ్వాలి. (*దానిని అగ్రపూజ అంటారు.*)"

"పితామహా! ఇంతమంది ఉన్న సభలో నేనెవరికి తొలిపూజ చెయ్యాలో చెప్పు." అన్నాడు యుధిష్ఠిరుడు.

భీష్ముడు బాగా ఆలోచించి ఒక నిర్ణయానికొచ్చాడు.

"కురునందనా! ఈ సభలో ఉన్న అందరికంటే బలంలోనూ, తేజస్సులోనూ, బుద్ధిలోనూ, పరాక్రమంలోనూ శ్రేష్ఠుడు కృష్ణుడే. అతడికే తొలిపూజ చెయ్యాలి." అన్నాడు.

వెంటనే భీష్ముడి అనుమతి తీసుకుని సహదేవుడు కృష్ణుడికి అర్ఘ్యం సమర్పించాడు. దానిని కృష్ణుడు శాస్త్రోక్తంగా స్వీకరించాడు.

అలా కృష్ణుణ్ణి గౌరవిస్తూంటే శిశుపాలుడు సహించలేకపోయాడు. లేచి నిలుచుని కృష్ణుడికి అగ్రపూజ చేయడం తగదని బిగ్గరగా అభ్యంతరం చెప్పాడు.

"యుధిష్ఠిరా! కృష్ణుడికి అగ్రపూజ చేసి నువ్వు ఈ సభలో ఉన్న అన్ని వర్గాలవారినీ అవమానించావు. ఈ భీష్ముడు వృద్ధుడైపోయాడు. ఇతడికి బుద్ధి నిలకడగా ఉండదు, జ్ఞాపకశక్తి నశించింది. అటువంటివాడు ఏదో చెప్పాడే అనుకో. నీ స్వంత వివేకం ఏమైంది? అతడు చెప్పినది తగునా, తగదా అని ఆలోచించాలికదా? ఏమీ ఆలోచించకుండా ఈ వృద్ధుడు చెప్పినది గుడ్డిగా నమ్మి కృష్ణుడికి అగ్రపూజ చేసి మమ్మల్నందరినీ అవమానించావు.

రాజులలో శ్రేష్ఠుడికి అగ్రపూజ చేయవచ్చు.

కానీ, ఈ కృష్ణుడు రాజుకాదు. అసలు యాదవులకు రాజ్యార్హతే లేదు. రాజాధిరాజు దుర్యోధనుడూ, మహావీరుడూ కర్ణుడూ ఉన్న ఈ సభలో కృష్ణుణ్ణి ఎలా పూజించావు?

కృష్ణుడు నాకు బంధువూ, ఇష్టుడూ అందుచేత అతడికి అగ్రపూజ చేసాను అంటావేమో! అదీ తప్పే. ఎందుకంటే నీ బంధువులందరిలో శ్రేష్ఠుడూ, నీకు అందరికంటే ఆప్తుడూ, పరాక్రమశాలీ, యశోవిశాలుడూ అయిన ద్రుపదమహారాజు సభలో ఉండగా ఈ యాదవుడి కెలా అగ్రపూజ చేస్తావు?

నా రాజసూయయాగానికి కృష్ణుడే ప్రధాన ఋత్విక్కు అంటావేమో! అదీ కుదరదు. ఋత్విక్కులందరిలోనూ శ్రేష్ఠుడూ, వృద్ధుడూ, నీ యాగంలో బ్రహ్మస్థానంలో కూర్చున్న మహాత్ముడూ వ్యాసుడనే కృష్ణద్వైపాయనుడున్న సభలో కృష్ణుడికెలా అగ్రపూజ చేస్తావు?

కృష్ణుడు నాకు గురువూ, ఆచార్యుడూ అంటావేమో! మీ కురువంశ రాజకుమారులకు తొలిగురువు కృపాచార్యుడు. ఆపైన సకల శస్త్రాస్త్రాల ప్రయోగంలో నిపుణుడూ, ఆయుధం ధరించి నిలిస్తే అజేయుడూ, ఆచార్యులందరిలోనూ శ్రేష్ఠుడూ, వృద్ధుడూ అయిన పూజ్యుడు ద్రోణాచార్యుడుండగా కృష్ణుడికెలా తొలి అర్ఘ్యం ఇస్తావు?

సభలో ఉన్న రాజులారా! అందరూ నామాట వినండి. మనం యుధిష్ఠిరుడికి భయపడి గానీ, ఇతడినుంచి ఏదైనా ఆశించి గానీ, ఇతడికి కప్పాలూ, ఉపాయనాలూ ఇవ్వడంలేదు. ఇతడు ధర్మపరాయణుడనే గౌరవంతో ఇస్తున్నాం. ఇతడెంత ధర్మమూర్తో ఈనాడు తెలిసి పోయింది.

అయినా కృష్ణా! ఈ కుంతీ కుమారులు భయస్థులు. పిరికివారు. తపస్సు చేసుకునేందుకు తప్ప ఎందుకూ పనికిరానివారు. వీళ్ళు వివేకహీనులై నీకు తొలి అర్ఘ్యం ఇచ్చారు. కానీ, నీ బుద్ధి ఏమైంది? ఆ అర్ఘ్యం స్వీకరించే అర్హత నీకు ఉందో లేదో ఆలోచించుకోవద్దా?

నీకిచ్చిన తొలి అర్ఘ్యం మాకు అవమానం కాదు. అది నీకే అవమానం. నపుంసకుడికి వివాహం చేస్తే ఆ అవమానం భరించలేక అతడు కుళ్ళికుళ్ళి ఏడుస్తాడు. గుడ్డివాడిముందు అద్దం పెట్టి నీ అందం చూసుకో అంటే వాడు కుమిలి కుమిలి ఏడుస్తాడు.

అలాగే మహాత్ములెందరినో కాదని నీకు తొలి అర్ఘ్యం ఇస్తే నువ్వు అవమానంతో కుమిలిపోవాలి. కానీ, ఆనందంగా స్వీకరించి నువ్వేమిటో మాకు తెలిసేలా చేసావు.

ఈ రోజు యుధిష్ఠిరుడి నిజరూపమేమిటో అందరికీ తెలిసింది. ఇక ఈ సభలో ఉండడం వ్యర్థం."

అలా అందరినీ నిందించి శిశుపాలుడు వెళ్ళిపోవడానికి సిద్ధమయ్యాడు. అతణ్ణి అనుసరించి కొందరు రాజులు కూడా వెళ్ళడానికి లేచారు.

ధర్మరాజు పరుగెత్తి వెళ్ళి శిశుపాలుణ్ణి సముదాయించబోయాడు. భీష్ముడు యుధిష్ఠిరుణ్ణి ఆపాడు. కృష్ణుడు శ్రీమన్నారాయణుడని చెప్పాడు.

"రాజా! లోకమంతా గౌరవించే పురుషశ్రేష్ఠుడు గోవిందుడు. అతడికి అగ్రపూజ చేయడం సహించలేని వాణ్ణి అనునయించకు." అన్నాడు.

శిశుపాలుడి ప్రవర్తనని సహదేవుడు సహించలేకపోయాడు. సాధారణంగా పెద్దలమధ్య మాట్లాడని అతడు కోపం పట్టలేకపోయాడు. సభాభవనమంతా ప్రతిధ్వనించేలా ఇలా ప్రకటించాడు.

"కృష్ణుడికి నేను చేసిన అగ్రపూజ నచ్చని రాజులు ఎవరైనా ఉంటే నా మాట శ్రద్ధగా వినండి. నేను చేసిన పని నచ్చని ప్రతీ ఒక్కడి శిరస్సునీ నా పాదంతో తొక్కి మరీ చెప్తున్నాను. పౌరుషముంటే ఆయుధం ధరించి ముందుకు రండి. ఒక్కొక్కణ్ణీ ఇక్కడే వధిస్తాను."

అతడలా అంటుంటే అతడి శిరస్సుమీద ఆకాశంనుంచి పుష్పవృష్టి కురిసింది.

దేవకీనందనుణ్ణి నిందిస్తుంటే నారదుడు తట్టుకోలేకపోయాడు.

"కృష్ణం కమలపత్రాక్షం నార్చయిష్యంతి యే నరాః,
జీవన్మృతాస్తు తే జ్ఞేయాః న సంభాష్యాః కదాచన. 39.9

కమలపత్రాక్షుడైన కృష్ణుణ్ణి అర్చించని మానవులు బ్రతికిఉన్నా మరణించినవారితో సమానులే. అటువంటివారితో మాట్లాడడం కూడా పాపమే." అన్నాడు.

సహదేవుడు సభలో పెద్దలనందరినీ అర్ఘ్యమిచ్చి పూజించాడు.

ఈలోగా శిశుపాలుడు తన మిత్రులైన రాజులతో కలిసి యుద్ధానికి సిద్ధమయ్యాడు. పరిస్థితి తీవ్రరూపం దాలుస్తోంది, ఇప్పుడు నేనేం చెయ్యాలి అని యుధిష్ఠిరుడు భీష్ముణ్ణి అడిగాడు.

"రాజా! నువ్వేమీ చెయ్యనక్కర్లేదు. కృష్ణుడు మౌనంగా ఉండడంతో వీళ్ళు రెచ్చిపోతున్నారు. సింహం నిద్రపోతూంటేనే కుక్కలు ధైర్యంగా అరుస్తాయి. సింహం లేచి గర్జిస్తే ఇంకే శబ్దమూ ఉండదు." అన్నాడు.

శిశుపాలుడు కోపంతో ఊగిపోయాడు. భీష్ముణ్ణీ, కృష్ణుణ్ణీ అనరాని మాటలు అంటూ నిందించడం మొదలుపెట్టాడు. ఆ మాటలు వినలేక భీముడు శిశుపాలుణ్ణి వధిస్తానని లేచాడు. భీష్ముడు అతణ్ణి అనునయించి కూర్చోపెట్టి శిశుపాలుడి జన్మవృత్తాంతం చెప్పాడు.

"వీడు చేదిరాజు కొడుకు. నాలుగు చేతులతోనూ, మూడు కళ్ళతోనూ అత్యంత వికార మైన రూపంతో పుట్టాడు. పుట్టగానే గాడిద ఓండ్రపెట్టిన స్వరంతో ఏడ్చాడు. అలా వికారంగా ఉన్న ఆ పిల్లవాణ్ణి వదిలెయ్యాలనుకున్నారు.

అంతలో ఆకాశవాణి, "రాజా! ఇతడు మహాబలవంతుడవుతాడు. అయితే ఇతణ్ణి వధించే వాడు ఇప్పటికే పుట్టి ఉన్నాడు. వీణ్ణి ఎవరు ఎత్తుకోగానే వీడికి అధికంగా ఉన్న రెండు చేతులూ ఊడి పడిపోతాయో, మూడవకన్ను అదృశ్యమైపోతుందో వాడివలన వీడు మర ణిస్తాడు." అంది.

అప్పటినుంచీ ఇంటికి వచ్చిన ప్రతీవారికీ వీణ్ణి ఎత్తుకోమని ఇచ్చారు. కృష్ణుడు ఎత్తు కోగానే వీడి రెండు చేతులూ ఊడిపడ్డాయి. మూడవకన్ను నుదుటిలో కలిసిపోయింది.

శిశుపాలుడి తల్లి కృష్ణుడికి మేనత్త. ఆమె తన కుమారుడు చేయబోయే తప్పులు మన్నించమని కృష్ణుణ్ణి వేడుకుంది.

వాడు చేసే నూరు తప్పులు క్షమిస్తానని కృష్ణుడు వాగ్దానం చేసాడు. అందుచేత వీడిని కృష్ణుడు తప్ప ఎవరూ చంపలేరు." అన్నాడు.

ఆ మాటలు విని శిశుపాలుడు మరింత కోపంతో భీష్మణ్ణి నపుంసకుడన్నాడు. పాండవులనీ కృష్ణుణ్ణీ భరించలేని దుర్భాషలాడాడు.

కృష్ణుడు ప్రశాంతంగా సభనుద్దేశించి ఇలా అన్నాడు.

"రాజులారా! ఇతడు చేసిన నూరు తప్పులు సహిస్తానని ఇతడి తల్లికి మాటిచ్చాను. మాపట్ల ఇతడు గతంలో చాలా దారుణమైన తప్పులు చేసాడు. అయినా సహించాను. ఇప్పుడు ఎటువంటి మాటలన్నాడో మీరే విన్నారు.

ఇతడి నూరు తప్పులూ పూర్తయి పోయాయి. ఇక వీడిని సహించను."

శిశుపాలుడు మరింత రెచ్చిపోయి కృష్ణుణ్ణి నిందించాడు.

కృష్ణుడు స్మరించగానే అతడి చేతిలోకి సుదర్శన చక్రం వచ్చింది. దానిని ప్రయోగించి శిశుపాలుడి శిరస్సు ఖండించాడు.

శిశుపాలుడి శరీరంనుంచి ఒక దివ్యతేజస్సు బయల్దేరింది.

అందరూ ఆశ్చర్యపోయి చూస్తూ ఉండగా అది కృష్ణుడి వద్దకు వచ్చి అతడిలో లీనమైపోయింది.

కొందరు రాజులు కృష్ణుణ్ణి ప్రశంసించారు. కొందరు కృష్ణుడిపై ద్వేషం, కసి పెంచుకున్నా ఏమీ చేయలేక మిన్నకుండి పోయారు. కొందరు తటస్థంగా ఉండిపోయారు.

రాజసూయయాగం పూర్తయింది.

వచ్చిన ఋషులూ, రాజులూ పాండవుల సత్కారాలందుకుని తమ తమ దేశాలకు వెళ్ళారు. కృష్ణుడు ద్వారకకి వెళ్ళాడు.

దుర్యోధనుడూ శకునీ మాత్రమే కొన్ని రోజులు దివ్యమైన మయసభలో ఉన్నారు.

◆◆◆

వ్యాసుడు బయల్దేరుతూంటే యుధిష్ఠిరుడు వినమ్రుడై ఆయనకు నమస్కరించి తన సందేహం తీర్చమన్నాడు.

"పితామహా! దేవర్షి నారదుడు స్వర్గంలోనూ, అంతరిక్షంలోనూ, భూమిమీదా అనేక ఉత్పాతాలు కనబడ్డాయని చెప్పాడు. అవన్నీ శిశుపాలవధతో చెల్లిపోయాయా?"

వ్యాసుడు ప్రశాంతంగా సమాధానం చెప్పాడు.

"రాజా! ఆ ఉత్పాతాల పూర్తి ఫలితం పదమూడు సంవత్సరాల తరువాత కనబడుతుంది.

క్షత్రియులందరూ మహాసంగ్రామంలో మరణిస్తారు. దానికి నువ్వే కారణమౌతావు.

అది దుర్యోధనుడి అపరాధం నుంచి పుడుతుంది. భీమార్జునుల పరాక్రమంతో పూర్తవుతుంది.

నీకు తెల్లవారుజామున స్వప్నంలో వృషభారూఢుడైన రుద్రుడు దక్షిణదిశగా చూస్తూ కనబడతాడు. అయినా చింతించకు.

మా తత్కృతే హ్యనుధ్యాహి కాలో హి దురతిక్రమః. 46.16

ఏది ఎలా జరగాలో దైవం ముందే నిర్ణయించి ఉంచుతుంది. ఆ కాలగతిని దాటడం ఎవరితరమూ కాదు. అంతా ఆ ప్రకారమే జరుగుతుంది." ఇలా చెప్పి వ్యాసుడు బయల్దేరి వెళ్ళాడు.

వ్యాసుడితో జరిగిన సంభాషణ అంతా యుధిష్ఠిరుడు సోదరులకు చెప్పాడు.

"ఇప్పటి నుంచీ నేను చాలా జాగ్రత్తగా ఉంటాను. ఎవరితోనూ పరుషంగా మాట్లాడను. **భేదమూలో హి విగ్రహః**- వాదనవలన విరోధాలొస్తాయి. అందుచేత నేటినుంచి జ్ఞాతులు ఏమి చెప్పినా తలవంచి వారి ఆదేశాలు పాటిస్తాను. ఎంత బాధ కలిగినా సహిస్తాను. ఎవరితోనూ వాదించను." అని ప్రతిజ్ఞ పూనాడు.

◆◆◆

దుర్యోధనుడు మయసభలో ఉన్న విశేషాలన్నీ ఆశ్చర్యపోతూ చూసాడు.

అటువంటి అద్భుతాలు అతడు అంతకుముందు ఎన్నడూ చూడలేదు.

ఒక చోట తెరిచిన ద్వారమున్నట్లు కనబడితే వెళ్ళాడు. తీరా అక్కడ ద్వారం లేదు. తల గోడకు కొట్టుకున్నాడు.

ఇంకొకచోట నేలమీద బిగించిన స్ఫటికమణుల వలన నీరున్నదని భ్రాంతి కలిగిస్తోంది. దుర్యోధనుడు పంచె పైకిలాక్కొని నీళ్ళలోకి దిగబోయాడు. అక్కడ నీరులేదు. అందరూ అది చూసి నవ్వుకున్నారు.

మరొకచోట చదునైన నేలలా కనబడింది. అతడు రాజసం ఒలకపోస్తూ నడవబోతే అది సరస్సు. అందులో పడ్డాడు. బట్టలన్నీ తడిసాయి.

అతడి అవస్థ చూసి భీముడు బిగ్గరగా నవ్వాడు. అంతవరకూ ఎలాగో నవ్వు ఆపుకున్న అర్జునుడు, నకులసహదేవులూ ఇక ఎంతమాత్రమూ ఆపుకోలేక నవ్వారు. యజమానులు నవ్వడంతో వారి సేవకులు పైకి తెలియనీయకుండా మూతులు బిగబట్టుకుని నవ్వారు.

ఈలోగా యుధిష్ఠిరుడి ఆజ్ఞ ప్రకారం సేవకులు దుర్యోధనుడికి అమూల్యమైన నూతన వస్త్రాలు తెచ్చి ఇచ్చారు.

అసలే అహంకారి అయిన దుర్యోధనుడు అందరూ తనని చూసి నవ్వుతుంటే, అవమానంతో మండిపడ్డాడు. పైకి ప్రదర్శించలేక, తనని దహిస్తున్న ఆ పరాభవాగ్నిని లోలోపలే అణుచుకున్నాడు.

పాండవుల అనుమతి తీసుకుని తలవంచుకుని శకునితో హస్తినాపురానికి ప్రయాణమయ్యాడు.

◆◆◆

(మహాభారతంలో ఉన్న ఒక్కొక్క పర్వంలోనూ ప్రధానమైన కథలో భాగంగా అనేక ఘట్టాలున్నాయి. అటువంటి ఒక్కొక్క ఘట్టాన్నీ ఒక్కొక్క పర్వం అంటారు. సభాపర్వంలో జరాసంధవధపర్వం, దిగ్విజయపర్వం, రాజసూయపర్వం ఇలా పేర్లున్నాయి.

ఇక్కడినుంచీ ఉన్న కథని ద్యూతపర్వం అంటారు. ద్యూతం అంటే జూదం.)

ఇంద్రప్రస్థంనుంచి హస్తినకి వచ్చే ప్రయాణంలో దుర్యోధనుడి ముఖం పాలిపోయి ఉంది. చూపు నిలకడగా లేదు. **ప్రమత్తో ధృతరాష్ట్రస్య పుత్రో దుర్యోధనస్తదా** – పిచ్చెక్కినవాడిలా అయిపోయాడు. శకుని పదే పదే పలకరిస్తున్నా పలకలేదు.

కొంతసేపు అతణ్ణి పరిశీలనగా చూసి శకుని, "దుర్యోధనా! ఎందుకిలా బెంగపడినవాడిలా ఉన్నావు? నీకేమైంది?" అని అడిగాడు.

దుర్యోధనుడు నిజం చెప్పాడు.

"మామా! పాండవుల సంపదా, వారి వైభవమూ చూసాక **అమర్షేణ తు సంపూర్ణో దహ్యమానో దివానిశం** - నా మనస్సు ఈర్ష్యతో దహించుకుపోతోంది. ఇది నన్ను రాత్రింబవళ్ళు తినేస్తోంది.

వాళ్ళు అడవులలో పుట్టారు. కందమూలాలు తింటూ అడవులలో తిరిగారు. భిక్షాటనం చేసారు. అయినా ఎవరూ ఊహించలేనంత ఉన్నతస్థితికి ఎదిగారు.

మరి నేను? రాజమందిరంలో పుట్టాను. రాజభోగాలనుభవిస్తూ రాజమందిరంలో పెరిగాను. యుద్ధవిద్యలు అభ్యసించాను. యువరాజుగా ఉన్నాను. అయినా పాండవులతో పోలిస్తే ఎంతో హీనంగా ఉన్నాను.

దైవమేవ పరం మన్యే పౌరుషం చ నిరర్థకమ్ - బలం, పరాక్రమం, తెలివి, మానవ ప్రయత్నం ఉంటే ఏదైనా సాధించవచ్చు అంటారు. కానీ, అది ఉత్తి భ్రమ. ఇవేవీ లేకపోయినా దైవానుగ్రహం ఒకటి ఉంటే చాలు, ఇదిగో ఈ పాండవులలా, అభ్యుదయం పొందుతారని తేలిపోయింది.

నావంటి పరాక్రమవంతుడు ఎవడైనా శత్రువు అభ్యుదయం చూసి తట్టుకోగలడా? అయినా నేను తట్టుకుంటూనే ఉన్నాను. పురుషుడు నిత్యం ఇతరులకంటే ఉన్నతుడిగా ఉండేందుకు ప్రయత్నించాలి. నేనలా ప్రయత్నించడంలేదు. ఇప్పుడు నేనెవరిని? పరాక్రమవంతుడినేనా? పురుషుడినేనా?

నేను పురుషుణ్ణి కాదు. అలాగని స్త్రీనీ కాదు. నపుంసకుణ్ణీ కాదు.

ఈర్ష్య, అవమానం మనస్సుని దహించేస్తూ ఉన్నా సహిస్తూ, ఇంకా ప్రాణాలు నిలబెట్టుకుని బ్రతికి ఉన్న చేతకానివాణ్ణి. నా పరిస్థితి తలుచుకుంటే నాకే అసహ్యం వేస్తోంది. ఇటువంటి బ్రతుకు నేను బ్రతకలేను.

అశక్తశ్చైక ఏవాహం తామాహర్తుం నృపశ్రియమ్,
సహాయాంశ్చ న పశ్యామి తేన మృత్యుం విచింతయే. 47.35

యుధిష్ఠిరుడు అనుభవిస్తున్న రాజ్యలక్ష్మిని నువ్వుకూడా ప్రయత్నిస్తే పొందవచ్చు అంటావని నాకు తెలుసు. నిజం చెప్తున్నాను విను.

నేను ఒక్కడినే సైన్యాలతో వెళ్ళి యుద్ధాలకు పూనుకోలేను అటువంటి రాజ్యలక్ష్మిని సాధించలేను. నాకంత శక్తి లేదు.

అలాగైతే ఎవరిదైనా సహాయం తీసుకొని ప్రయత్నించు అంటావేమో! జైత్రయాత్ర చేబడితే నాకు సహాయంగా నిలిచేందుకు పాండవులతో సమానులైన యోధులెవరూ ముందుకు రారు.

అందుచేత నిస్సహాయుడినై ఈ అసూయతో దహించుకుపోవడం నాకు తప్పదు. అలా నిత్యం కుమిలిపోతూ జీవించడం కంటే మరణమే నాకు మేలు.

వహ్నిమేవ ప్రవేక్ష్యామి భక్షయిష్యామి వా విషమ్,
ఆపో వాపి ప్రవేక్ష్యామి న హి శక్ష్యామి జీవితుమ్. 47.31

అగ్నిలో ప్రవేశిస్తాను. లేదా విషం తింటాను. లేదా నీటిలో దూకుతాను. లేదా ఏదో ఒకటి చేసి ప్రాణం వదిలేస్తాను. ఆత్మహత్య చేసుకునేందుకు నాకు అనుమతినియ్యి. నేను మరణించానని నా తండ్రికి చెప్పు." అని కుమిలిపోయాడు.

శకుని దుర్యోధనుణ్ణి ఓదార్చి క్షత్రియులకు తగిన సలహా చెప్పాడు.

"దుర్యోధనా! పాండవులపట్ల అసూయ వద్దు. వారు తమ అదృష్టాన్ని అనుభవిస్తున్నారు.

వారిని మట్టుపెట్టడానికి నువ్వు ఎన్నో కుతంత్రాలు పన్నావు. ఎన్నో ప్రయత్నాలు చేసావు. కానీ, వాటన్నిటినుంచీ వారి అదృష్టమే వారిని రక్షించింది.

వాసుదేవకృష్ణుడు అజేయుడు. అతడు వారికీ, నీకూ కూడా బంధువే. కానీ, అతడు వారికే రక్షణగా ఉన్నాడు. వారి అదృష్టమే వారికి అంతటివాడి సహాయం అందేలా చేసింది.

కోటి ఆశలతో ద్రౌపదీ స్వయంవరానికి వెళ్ళావు. అక్కడ వారు ద్రౌపదిని పొందారు. నువ్వు పరాభవం పొందావు. కారణం? వారి అదృష్టమే వారికి విజయం అందించింది.

అనేక కష్టాలకోర్చి వారు *(మీ అధీనంలో ఉండిపోయిన)* తమతండ్రి రాజ్యంలో కొంతభాగం ఎట్టకేలకు మీనుంచి పొందారు. మీరు ఎటువంటి భాగం ఇచ్చారు? బంజరుభూమి వంటి ఖాండవప్రస్థం ఇచ్చారు.

ఆ రాజ్యభాగాన్నే పాండవులు ఊహకు కూడా అందని రీతిలో అత్యంత వైభవోపేతమైన ఇంద్రప్రస్థం చేసారు. దానికి కారణం కూడా వారి అదృష్టమే.

కనీ వినీ ఎరుగనంత వైభవంగా రాజసూయయాగం చేసారు. యుధిష్ఠిరుడు చక్రవర్తి అయ్యాడు. దానికి కారణం కూడా వారి అదృష్టమే.

ఇలా వారి అదృష్టమే వారిని మహోన్నతస్థితికి తీసుకువెళ్ళింది. **తత్ర కా పరిదేవనా** - వాళ్ళు సుఖంగా ఉన్నారని నువ్వెందుకింత మానసికవేదన పొలవుతున్నావు?

కృష్ణుడి యుక్తి, తేజస్సు అండగా ఉండడంతో యుధిష్ఠిరుడు సామ్రాట్టు అయ్యాడు. అపారమైన సంపద అతడికి లభించింది.

ఇది అందరికీ తెలిసిన విషయమే. **తత్ర కా పరిదేవనా** – ఇందులో నువ్వు కుమిలి కుమిలి దుఃఖించాల్సింది ఏముంది?

సాక్షాత్తూ అగ్నిదేవుడే వచ్చి అతడి సహాయం కోరేంత వీరుడయ్యాడు అర్జునుడు. అగ్నిని మెప్పించి మహాధనుస్సు గాండీవమూ, అక్షయ తూణీరాలూ పొందాడు.

అయితే ఇవన్నీ నువ్వూ ప్రయత్నించి సాధించగలవు. **తత్ర కా పరిదేవనా** – ఈపాటి దానికి నువ్వు గగ్గోలు పెట్టి ఏడవాల్సినపనేముంది?

నీకు మాత్రం లోటేముంది. సమస్త సాధనసంపత్తీ నీ అధీనంలో ఉండగా ఎందుకిలా ఊరకనే నిరాశా నిస్పృహలకు లోనైపోతున్నావు?

ఏ అదృష్టం పాండవులను వరించిందో అంతకంటే గొప్ప అదృష్టమే నిన్ను వరించింది.

(కానీ, నువ్వేం చేసావు?

ఇతర రాజులను జయించి రాజ్యం విస్తరింపజేసేందుకు ఏ ప్రయత్నమూ చేయలేదు. లోకంలో ఉన్న సంపదనంతనీ నీ వశం చేసుకోవాలనే ఆలోచనే నీకు ఎన్నడూ రాలేదు.

రాత్రింబవళ్ళు పాండవులను ఎలా చంపాలా అనే ఒక్క అంశం తప్ప వేరే ఏ ఆలోచనా నీకు లేదు. నీతీ, రాజనీతీ అధ్యయనం చేసిన క్షత్రియుడిలా కాకుండా అశక్తుడైన దుర్జనుడిలా ఆలోచించావు.

పాండవులు మరణించారనే భ్రమలో పడి అనేక సంవత్సరాలు భోగలాలసతో జీవించావు. జైత్రయాత్రకు బయల్దేరేందుకు అంది వచ్చిన అవకాశాన్ని జారవిడుచుకున్నావు. ఇప్పుడు తీరికగా విచారిస్తున్నావు.)

జైత్రయాత్ర చేస్తే నీకు సహాయం చేసేవారు లేరని నిన్ను నువ్వే మోసం చేసుకుంటున్నావు. పరాక్రమవంతులైన వందమంది సోదరులు ఎప్పుడూ నిన్ననుసరించి ప్రవర్తిస్తారు. మహా యోధులమైన నేనూ, నా సోదరులూ నీకోసం ప్రాణాలివ్వడానికి సిద్ధంగా ఉన్నాము.

అజేయులైన భీష్మ ద్రోణులు నీకు సహాయంగా యుద్ధం చేస్తారు. శత్రుభయంకరులైన అశ్వత్థామా, కర్ణుడూ నీముందు నడుస్తారు.

అశేషమైన కురుసామ్రాజ్యసంపద నీవద్ద ఉంది. చతురంగబలాలతో కూడిన సుశిక్షితమైన సైన్యం నీ వద్ద ఉంది.

అన్నీ ఉన్నా, బలపరాక్రమాలను ఆశ్రయించి చక్రవర్తికావాలనే కోరిక ఒక్కటే నీకు లేదు. ఆ కోరికే ఉంటే ఎప్పుడో లోకంలో ఉన్న రాజులనందర్నీ జయించి చక్రవర్తివి అయి ఉండేవాడివి." అన్నాడు.

"అయితే వెంటనే ఈ వీరులతో వెళ్ళి పాండవులను ఓడించి, వారి సంపదని స్వాధీనం చేసుకుంటాను." అన్నాడు దుర్యోధనుడు.

శకుని వివరించాడు.

"రాజా! ఇతర రాజులనందరినీ మీరు జయించగలరు కానీ పాండవులనీ, కృష్ణుణ్ణీ జయించలేరు. వారిని మీరేకాదు. ఈలోకంలో ఎవరూ జయించలేరు. వారితో యుద్ధంచెయ్యాలనే ఆలోచన పొరబాటున కూడా మనస్సులోకి రానియ్యకు.

అది అనేక అనర్థాలకు దారితీస్తుంది. వాటిని నువ్వు తట్టుకోలేవు.

అయినా, పాండవులని జయించడమే నీ కోర్కైతే దానికీ ఒక మార్గముంది. శత్రువుని ఆయుధాలతో జయించడం ఒక పద్ధతి. అది అందరికీ తెలిసినదే. అయితే, అంతకంటే మేలైన పద్ధతి ఇంకొకటుంది. అదే తెలివితో జయించడం. మానవుడికి తెలివిని మించిన ఆయుధం మరొకటి లేదు. ఒక్క కత్తి పైకెత్తకుండా, ఒక్క బాణం ప్రయోగించకుండా, ఒక్క రక్తంబొట్టు కూడా చిందకుండా పాండవులని ఓడించే ఉపాయం నాదగ్గిర ఉంది." అన్నాడు.

అంతవరకూ వివర్ణమై ఉన్న దుర్యోధనుడి ముఖం ఒక్కసారి వెలిగిపోయింది. కళ్ళలో కాంతి కనబడింది. "మామా! ఆ ఉపాయమేదో త్వరగా చెప్పు." అని ఆదుర్దాగా అడిగాడు.

"కుమారా! యుధిష్ఠిరుడు సద్గుణాలు రాసిపోసిన మానవమూర్తి. అయినా అతడికొక బలహీనత ఉంది.

అతడికి జూదం ఆడడం చాలా ఇష్టం. ఒక్కసారి జూదానికి కూర్చున్నాడంటే అతడికిక అక్కడినుంచి లేవాలనిపించదు.

అయితే అతడికి ఆ ఆటలో నైపుణ్యం లేదు. అంకె చెప్పడంలో గాని, పాచిక వెయ్యడంలో గాని అతడికి నేర్పు లేదు.

దేవనే కుశలశ్చాహం న మేఽస్తి సదృశో భువి,
త్రిషు లోకేషు కౌరవ్య తం త్వం ద్యూతే సమాహ్వయ. 48.20

ఈ అక్షవిద్యలో (*పాచికలాడడంలో లేదా జూదమాడడాంలో*) నేను నిపుణుణ్ణి. ఈ

లోకంలోనే కాదు. ముల్లోకాలలోనూ ఈ విద్యలో నాతో సమానమైనవాడు లేడు. యుధిష్ఠిరుణ్ణి జూదానికి ఆహ్వానించు. అతణ్ణి నేను కొనగోటితో ఓడిస్తాను. అతడి సంపదా, రాజ్యం నీవౌతాయి.

అక్షాణాం హృదయం మే జ్యాం రథం విద్ధి మమాస్తరమ్ - పాచికలు నాతో తమ రహస్యాలు చెప్తాయి. అవి చెప్పే రహస్యాలు నాకు తప్ప వేరెవరికీ తెలియవు. ఆ పాచికలే నా ఆయుధాలు. అవే నా ధనుస్సుకి నారి. జూదమాడే పీటే నా యుద్ధరథం. వీటితో నేను రంగంలోకి దిగితే నన్ను ఎదిరించి గెలవగలవాడు ఎవ్వడూ లేడు. ఇదంతా నీ తండ్రికి చెప్పి పాండవులతో జూదానికి ఒప్పించు." అన్నాడు.

దుర్యోధనుడు పొంగిపోయాడు. "మామా! ఇదంతా ఇంత అందంగా నేను చెప్పలేను. ధృతరాష్ట్రుడికి నువ్వే చెప్పు." అన్నాడు.

◆◆◆

హస్తినాపురంలో ధృతరాష్ట్రుడికి తమ వ్యూహం ఎలా చెప్పాలా అని దుర్యోధనుడూ, శకునీ బాగా ఆలోచించారు. ఆ తరువాత అంధరాజు వద్దకి వెళ్ళారు.

శకుని వినయంగా, భరించలేని బాధ కంఠంలో వ్యక్తమయేలా నటిస్తూ ఇలా అన్నాడు.

"రాజా! దుర్యోధనుడేదో తట్టుకోలేని మానసిక క్షోభతో కుమిలిపోతున్నాడు. అతడి ముఖం పాలిపోయింది. రోజురోజుకీ చిక్కిపోతున్నాడు. ఎప్పుడూ ఏదో పోగొట్టుకున్నట్లు ఎటో చూస్తూ కూర్చుంటున్నాడు. నీకేమైందని ఎన్నిసార్లు అడిగినా మాకెవరికీ ఏమీ చెప్పడం లేదు. నీ పెద్దకొడుకుని ఇక నువ్వే రక్షించుకోవాలి."

కొడుక్కి ఏమయిందో అని ధృతరాష్ట్రుడు తల్లడిల్లిపోయాడు. తడుముకుంటూ దుర్యోధనుడి వద్దకి వెళ్ళాడు.

"నాయనా! ఈ విశాల సామ్రాజ్యం, కురువంశీయుల ఐశ్వర్యం అన్నీ నీవే. ఇవన్నీ నీ కోసమే ఉన్నాయి. నీ సుఖం కోసమూ, నీ ఆనందం కోసమే ఉన్నాయి. ఇన్ని ఉన్నా నీకు బెంగ దేనికి?

సేవకులు బలవర్ధకమైన ఆహారం అనేక రుచులతో వండి వడ్డిస్తున్నారా? నీకు నచ్చే అమూల్యమైన వస్త్రాలు రోజూ తెచ్చి ఇస్తున్నారా?

శయనాని మహార్హాణి యోషితశ్చ మనోరమాః,
గుణవంతి చ వేశ్మాని విహారాశ్చ యథాసుఖమ్. 49.10

రాత్రికి శ్రేష్ఠమైన హంసతూలికా తల్పాలు అమరుస్తున్నారా? మనోహరలైన మదవతులు రోజూ నిన్ను సేవించడానికి వస్తున్నారా? విలాసంగా విహరించేందుకు అన్ని ఏర్పాట్లూ జరుగుతున్నాయా?" అని అడిగాడు.

దుర్యోధనుడికి చిరాకనిపించింది.

"తండ్రీ! నేను బాగానే తింటున్నాను. మంచి వస్త్రాలే ధరిస్తున్నాను. అన్ని భోగాలూ అందుబాటులోనే ఉన్నాయి. అయితే ఈ భోగాలనన్నిటినీ సమర్థుడైనవాడు స్వయంగా సంపాదించుకుని అనుభవిస్తేనే అతడికి ఆనందం కలుగుతుంది. అసమర్థుడు కాకతాళీయంగా పొంది అనుభవిస్తే అందులో ఆనందం ఉండదు. ప్రస్తుతం నువ్వు చెప్పిన భోగాలని నేను ఎందుకూ కొరగానివాడు అనుభవించినట్లు అనుభవిస్తున్నాను.

నేను ఈర్ష్యతో, పగతో దహించుకుపోతున్నాను. రాజసూయయాగంలో పాండవుల ఐశ్వర్యం చూసాక నాకు వాళ్ళమీద పగ పెరిగిపోతోంది.

సాధారణమైన ఐశ్వర్యం చూసి నేను చలించను. విశేషమైన ఐశ్వర్యాన్ని చూసినా అసూయపడను. కానీ, ఊహాతీతమైన యుధిష్ఠిరుడి ఐశ్వర్యాన్ని చూసాక నా మనస్సు దహించుకుపోతోంది.

ఆ యాగంలో రాజులు తెచ్చే ఉపాయనాలు స్వీకరించే బాధ్యత నాకు అప్పగించారు. ఒక్కొక్క రాజూ తెచ్చిన బహుమతులు నేను నవ్వుతూ స్వీకరించాను. రాజులు ఒకరితో ఒకరు పోటీపడి రథాలమీద, ఏనుగులమీద పెద్ద పెద్ద మూటలలో రత్నాలూ, బంగారం తీసుకువచ్చారు.

న మే హస్తః సమభవద్ వసు తత్ ప్రతిగృహ్ణతః,
అతిష్ఠంత మయి శ్రాంతే గృహ్య దూరాహృతం వసు. 50.24

ఆగని ప్రవాహంలా వస్తున్న ఆ ధనరాసులను తీసుకుని తీసుకుని నా భుజాలు నెప్పులు పెట్టాయి. *(నిత్యవ్యాయామంతో ఎంతో బలిష్ఠుడినైన)* నేను ఆగకుండా వస్తున్న ధనరాశులను తీసుకోలేక అలిసిపోయేవాణ్ణి. పదే పదే ఆ కానుకల ప్రవాహాన్ని ఆపి ఒక్క నిముషం విశ్రాంతి తీసుకునేవాణ్ణి. అలా రాత్రీ పగలూ అమూల్యమైన వస్తువులు రాసులుగా వస్తూనే ఉన్నాయి.

అటువంటి సంపద ఎవరైనా, ఎక్కడైనా విన్నారా? చూసారా? అటువంటి సంపదని చూసాక దానిని ఏదో ఒక ఉపాయంతో, అది ధర్మమే అయినా అధర్మమే అయినా, నా స్వంతం చేసుకోవాలి. లేకపోతే నా ప్రాణాలు నిలిచేలా లేవు." అన్నాడు.

ధృతరాష్ట్రుడు కొంచెం మెత్తబడ్డాడు అనుకున్నాక, జూదంలో పాండవుల సంపదనంతనీ కాజేయాలనే తమ ప్రణాళిక ధృతరాష్ట్రుడిముందు ఉంచారు.

(మహావీరులూ, ధర్మాత్ములూ పుట్టిన కురువంశంలో పుట్టిన ధృతరాష్ట్రుడు ఇలా మోసం

చేసి ఇతరుల సంపద కాజేయడం తప్పని చెప్పాడు. మోసం చేసి పాండవుల సంపద కాజేస్తే వారితో శత్రుత్వం వస్తుందని హెచ్చరించాడు. నీతి నియమాలు ఉల్లంఘించి తప్పుపనులు చేయవద్దని వారించాడు. పైకి ఇలా చెప్తూనే దుర్యోధనుడు చెప్పినట్లు మోసం చేసి పాండవుల సంపదని కాజేయడంపట్ల పరోక్షంగా సుముఖతనే చూపించాడు.)

"కుమారా! ధర్మవేత్తా, మహామేధావీ విదురుడు మన ప్రధానమంత్రి. అతడితో ఆలోచించాక ఈ విషయం ఏం చెయ్యాలో చూద్దాం." అన్నాడు.

దుర్యోధనుడు మండిపడ్డాడు.

"విదురుడు ఎవరి పక్షాన మాట్లాడుతాడో మనకి తెలియదా? ద్యూతంలో మోసం చేసి పాండవులని ఓడించడానికి అతడు ఎంతమాత్రమూ అంగీకరించడు. నువ్వు ఈ పథకాన్ని ఆమోదించకపోతే **మరిష్యే౽హమసంశయమ్** – నేను బ్రతకను. ఆత్మహత్య చేసుకుంటాను.

అయినా విదురుడేం చెప్తాడు? నువ్వేమడిగినా ధర్మశాస్త్రాలు వల్లెవేస్తాడు. అతడు చదివిన ధర్మశాస్త్రాలే నువ్వూ చదివావు. అందుచేత అతడు చెప్పేది విని తల ఊపుతావు. మనకేది మేలో ఆలోచించవు.

యస్య నాస్తి నిజా ప్రజ్ఞా కేవలం తు బహుశ్రుతః,
న స జానాతి శాస్త్రార్థం దర్వీ సూపరసానివ. 55.1

ఎంతసేపు వంట చేసినా వండిన ఆ పదార్థం యొక్క రుచి అందులో తిరిగే గరిటెకి తెలియదు. అలానే సదా శాస్త్రాలు వల్లెవేసుకుంటూ కూర్చునేవాడికి వాటిలోని రహస్యాలు తెలియవు. స్వయంగా విశ్లేషించి చూసే ప్రజ్ఞ ఉన్నవాడికే అవి తెలుస్తాయి.

మీరు చేసే ధర్మశాస్త్రచర్చలు సాధారణ పౌరులకే వర్తిస్తాయి. రాజ్యాలేలే రాజులు బృహస్పతినీతిని అనుసరించాలి. క్షత్రియుడు ఎప్పుడూ శత్రువుమీద విజయానికే ప్రయత్నించాలి.

స వై ధర్మస్త్వధర్మో వా స్వవృత్తౌ కా పరీక్షణా – అందుకు ఎంచుకున్న పద్ధతి ధర్మమే అయినా, అధర్మమే అయినా విజయం సాధించడమే లక్ష్యంగా ఉండాలి."

ధృతరాష్ట్రుడికి కొడుకు చెప్తున్న మాటలన్నీ నచ్చాయి. కానీ, తొందరపడదలుచుకోలేదు.

"పాండవులు హస్తినాపురం వదిలి వెళ్ళిపోయారు. ఎంతోకాలంగా ఎదురు చూసిన హస్తినాపుర రాజ్యాధికారం నేటికి పూర్తిగా మన చేతికి వచ్చింది. నువ్వు ఏ యుద్ధాలూ చెయ్యకుండా అనేక తరాలు తిన్నా తరగనంత సంపద, పాండురాజు సంపాదించినది, మన అధీనంలోనే ఉంది.

నీకు యజ్ఞాలు చెయ్యాలనుంటే చెయ్యి. దానాలు చెయ్యాలనుంటే చెయ్యి. భోగాలనుభవించాలనుంటే అనుభవించు. **క్రీడన్ స్త్రీభిర్నిరాతంకః ప్రశామ్య భరతర్షభ –** ఎవర్నీ లెక్కచెయ్యకుండా నీకు నచ్చిన స్త్రీలతో క్రీడించు. తృప్తిపొంది మనశ్శాంతితో జీవించు.

అంతే కాని, పాండవుల జోలికి వెళ్ళకు. వాళ్ళు నీకు సోదరులు. శత్రువులు కాదు. సోదరులు సంపన్నులైతే తానే సంపన్నుడైనట్లు సంతోషించడం ఉత్తముడి లక్షణం.

పాండవుల సంపద కాజేయవలసిన అవసరం నీకేమీ లేదు. నమ్మించి మోసం చేసి కాజేయవలసిన అవసరం అసలే లేదు." అన్నాడు.

దుర్యోధనుడు ఈ వాదనని ఇక్కడితో ముగించెయ్యాలనుకున్నాడు. తన మాట కాదనలేకుండా తండ్రిని ఇరుకున పెట్టి సాధించాలనుకున్నాడు.

"రాజా! ఒక పడవకి ఇంకొక పడవని కడితే ఆ రెండవ పడవ మొదటి పడవనే అనుసరించి వెళ్తుంది. స్వతంత్రంగా కదలదు. అలాగే నీ నోటినుంచి విదురుడి ఉపదేశమే వస్తోంది. మా అభ్యుదయం కోరే మాటలు రావడంలేదు.

ఈ లోకంలో ఎవడి నుదుటిమీదా వీడు నీకు శత్రువు, వీడు నీకు మిత్రుడు అని వ్రాసి ఉండదు. అసలు ఏ మానవుడూ పుట్టుకతోనే ఎవడికీ శత్రువూ కాదు, మిత్రుడూ కాదు.

ఎవడివలన రాజుకి మనస్తాపం కలుగుతుందో వాడు ఆ రాజుకి శత్రువు. ఆ శత్రువు వృద్ధి చెందుతుంటే సంతోషించే రాజు తాను ఇక ఎప్పుడూ వృద్ధిలోకి రాడు. తాను వృద్ధి లోకి రావాలని ఎల్లప్పుడూ ప్రయత్నించేవాడే మానవులలో శ్రేష్ఠుడు. పాండవులు అపారమైన సంపదతో ఉన్నారు. నేను సాధారణమైన సంపదతో ఉన్నాను. వారు నాకంటే సంపన్ను లవడం, వైభవంగా ఉండడం నేను సహించలేను.

పాండవుల రాజ్యం నాకు స్వాధీనమవాలి. వారి సంపద నా పరమవాలి. ఇదే నా నిర్ణయం. దానికి యుధిష్ఠిరుడు శకునితో జూదమాడేలా చెయ్యడమే నా వ్యూహం. అదే నా మనశ్శాంతికి ఉపాయం.

నువ్వేగాని నా మేలు కోరితే, ఈ భూమండలమంతటికీ నేను సామ్రాట్టునవాలని కోరుకుంటే దీనికి అంగీకరించు. ఇన్ని చెప్పినా నువ్వు విదురుడి మాటే వినాలనుకుంటే విను. నేను ఇప్పుడే పాండవులతో యుద్ధానికి వెళ్ళి రణరంగంలో మరణించి, ఈ మనోవేదన నుంచి శాంతి పొందుతాను. నేను మరణించాక నువ్వూ, విదురుడూ ధర్మశాస్త్రచర్చలు చేసుకుంటూ ఈ రాజ్యాన్ని పరిపాలించండి." అన్నాడు.

దుర్యోధనుడు అలా బెదిరించడంతో అంతవరకూ ఈ మోసం పట్ల మనస్సులో ఆసక్తి

ఉన్నా ధర్మం అంటూ నసుగుతున్న గుడ్డిరాజు, అక్కడ శకుని ఉన్నాడని కూడా చూడకుండా, ముసుగు తీసేసాడు.

వెంటనే తగు ఉద్యోగులని పిలిచి ద్యూతక్రీడకోసం అందమైన భవనం నిర్మించే ఏర్పాట్లు చెయ్యమన్నాడు. అలా ఆదేశాలిచ్చాక విదురుణ్ణి పిలిపించి తన నిర్ణయం చెప్పాడు.

ద్యూతక్రీడ వినాశనానికి దారితీస్తుందనీ, దానిని తాను ఆమోదించలేననీ విదురుడు చెప్పాడు.

ధృతరాష్ట్రుడు అంగీకరించలేదు.

"విదురా! జ్ఞాతులమధ్య ద్యూతం వేడుకే కదా! దేవతలు అనుగ్రహిస్తే దానివలన ఏ కలహాలూ రావు. ఏ ప్రమాదాలూ ఉండవు. అంతేకాదు. భీష్ముడూ, ద్రోణుడూ, కృపాచార్యుడూ, నువ్వూ ఎదురుగా ఉండగా తేడాలెందుకు వస్తాయి! కలహాలెలా పుడతాయి?

అయినా ఈ లోకమంతా దైవం ఎలా నడిపిస్తే అలానే నడుస్తుంది. దీనిని నువ్వూ మార్చలేవు. నేనూ మార్చలేను. దైవసంకల్పం ఎలా ఉంటే అలాగే జరుగుతుంది. ఇక ఈ విషయంమీద చర్చ అనవసరం. నా ఆజ్ఞ విను.

గచ్ఛ త్వం రథమాస్థాయ హయైర్వాతసమైర్జవే,
ఖాండవప్రస్థమద్యైవ సమానయ యుధిష్ఠిరమ్.

నువ్వు వెంటనే వాయువేగంతో వెళ్ళగల గుర్రాలని ఎంపిక చేసి, వాటిని రథానికి పూన్చి ఇంద్రప్రస్థానికి వెళ్ళు. యుధిష్ఠిరుణ్ణి నేను చెప్పానని సుహృద్ ద్యూతానికి *(స్నేహపూర్వకంగా ఆడే జూదానికి)* ఆహ్వానించు." అన్నాడు.

ఇక మాట్లాడవద్దు. చెప్పినట్లు చెయ్యి - అని ధృతరాష్ట్రుడు ఆజ్ఞాపించడంతో విదురుడు తలవంచుకుని బయటకు వచ్చాడు. రాగల ప్రమాదాలను తలుచుకుని దుఃఖిస్తూ భీష్ముడి మందిరానికి వెళ్ళాడు.

4

విదురుడు ఇంద్రప్రస్థం వెళ్ళి యుధిష్ఠిరుణ్ణి కలిసాడు. వారిచ్చిన స్వాగత సత్కారాలు స్వీకరించాడు.

ఇరువైపులా కుశలప్రశ్నలు అయ్యాయి. యుధిష్ఠిరుడు తన మనస్సులో ఉన్న అనుమానం తీర్చుకోవాలని సంభాషణ మొదలుపెట్టాడు.

యుధిష్ఠిరుడు: మహాత్మా! నీ ముఖం ప్రసన్నంగా లేదు. నువ్వేదో మానసిక సంక్షోభంలో ఉన్నట్లున్నావు. ఏమైంది? హస్తినలో అందరూ కుశలమేనా?

విదురుడు: హస్తినలో అందరూ క్షేమమే. కురురాజు ధృతరాష్ట్రుడు నీకొక సందేశం పంపాడు. అతడు నీ మయసభవంటి సభని హస్తినలో నిర్మించాడు. ఆ సభని చూడడానికీ, అక్కడ బంధుమిత్రులతో ద్యూతక్రీడకీ నిన్ను రమ్మన్నాడు.

యుధిష్ఠిరుడు: **కో వై ద్యూతం రోచయేత్ బుధ్యమానః** – జూదంలో కలహాలు పుడతాయి. శత్రుత్వాలు ఏర్పడతాయి. వివేకవంతులు ఎవరూ జూదమాడరు. నువ్వు బాగా ఆలోచించి మేమేం చెయ్యాలో చెప్పు. నువ్వెలా చెప్తే మేమలా చేస్తాము.

విదురుడు: జూదం భయంకరమైన పరిణామాలకి మూలమని నాకూ తెలుసు. ధృతరాష్ట్రుడికీ తెలుసు. జూదం వద్దని ధృతరాష్ట్రుడికి చాలా నచ్చచెప్పాను. దానివలన రాగల అనర్థాలు వివరించాను. అయినా రాజు ఈ సందేశం చెప్పమని నన్ను పంపించాడు.

యుధిష్ఠిరుడు: అక్కడ మేము ధృతరాష్ట్రుడి కుమారులతో మాత్రమే జూదమాడాలా, లేక ఇతరులతో కూడా ఆడాలా?

విదురుడు: ద్యూతక్రీడలో అసమానమైన వంచనా నైపుణ్యం ఉన్న గాంధారరాజు శకుని అక్కడే ఉన్నాడు. అతడు పందెం చెప్పినా, పాచికలు విసిరినా వాటికి తిరుగులేదు. అతడే కాక ఇంకా వివింశతి, చిత్రసేనుడూ, సత్యవ్రతుడూ, జయుడూ కూడా నీతో ద్యూతక్రీడకి సిద్ధమౌతున్నారు.

యుధిష్ఠిరుడు: **మహాభయాః కితవాః సంనివిష్టాః**
మాయోపదా దేవితారోఽత్ర సంతి,
ధాత్రా తు దిష్టస్య వశే కిలేదం
సర్వం జగత్ తిష్ఠతి న స్వతంత్రమ్. 58.14

ద్యూతక్రీడలో పాచికలనేగాక దారుణమైన మోసాన్ని కూడా సాధనంగా చేసుకుని ఆడే భయంకరులైన జూదగాళ్ళందరూ అక్కడ చేరారు. వాళ్ళతో జూదమాడడానికి ఆ క్రీడలో నైపుణ్యంలేని నన్ను రమ్మంటున్నారు!

ఏమైనా ఈ లోకమంతా విధాత నిర్ణయించిన విధంగా నడుస్తుంది. అభ్యుదయమార్గంలో సాగడం గానీ, అధోగతి పాలవడం గానీ ఎవరి చేతిలోనూ లేవు. అన్నీ నిర్ణయించేవాడు ఆ విధాతే. **న చాకామః శకునినా దేవితాహం** – నాకైతే జూదమాడాలనే కోరికే లేదు.

అందులోనూ మాయావి అయిన శకునితో ఏ పరిస్థితిలోనూ జూదమాడాలని కోరను.

అయినా ధృతరాష్ట్రుడు పిలిచాక వెళ్ళడమూ తప్పదు. అతడు ఆదేశిస్తే ఎవరితోనైనా జూదమాడడమూ తప్పదు. దాని పర్యవసానం ఎంత ఘోరమైనా ఆంబికేయుడి ఆదేశం పాటించడం నా ధర్మం. ఆపైన కానున్నది కాక మానదు.

◆◆◆

మంత్రవేత్తలైన పురోహితులతోనూ, పరివారంతోనూ, సైన్యంతోనూ పాండవులు హస్తినాపురానికి బయల్దేరారు. అంతఃపురస్త్రీలూ, వారి పరిచారికలూ వందలాది పల్లకీలలో వారిని అనుసరించారు.

హస్తినాపురానికి చేరేముందు వారందరూ ఒక సమతల ప్రదేశంలో విశ్రమించారు. యుధిష్ఠిరుడు ఒక్కడే ఉన్న సమయంలో విదురుడు అతడి వద్దకి వెళ్ళాడు. ద్యూతక్రీడకి ఆహ్వానం పంపించడం వెనుక ఉన్న కుట్ర అంతా వివరించాడు. అది ధృతరాష్ట్రుడి అనుమతితోనే జరుగుతోందనీ, జాగ్రత్తగా వ్యవహరించమనీ హెచ్చరించాడు.

తరువాత పాండవులు హస్తినాపురం చేరి పెద్దలందరికీ యథోచితంగా నమస్కరించారు.

కౌరవుల భార్యలు ద్రౌపదిని సాదరంగా ఆహ్వానించారు.

యాజ్ఞసేన్యాః పరామృద్ధిం దృష్ట్వా ప్రజ్వలితామివ,
స్నుషాస్తా ధృతరాష్ట్రస్య నాతిప్రమనసోఽభవన్. 58.33.

అసమానమైన ఐశ్వర్యంతో వెలిగిపోతున్న ద్రౌపదిని చూసి కౌరవుల భార్యలు ఈర్ష్యతో దహించుకుపోయారు.

◆◆◆

మరునాడు ఉదయం పాండవులు సంధ్యోపాసన చేసి, ధృతరాష్ట్రుడు కొత్తగా నిర్మించిన సభాభవనానికి వెళ్ళారు. అప్పటికే రాజులందరూ అక్కడ చేరి ఉన్నారు. పరస్పరం కుశల ప్రశ్నలూ, స్నేహపూర్వకమైన సంభాషణలూ జరిగాయి. ధృతరాష్ట్రుడు ఏం జరుగుతుందో అని ఆసక్తితో ఉన్నాడు.

శకుని లేచి యుధిష్ఠిరుడితో ఇలా అన్నాడు.

శకుని: యుధిష్ఠిరా! జూదమాడే పీట సిద్ధంగా ఉంది. పాచికలు వేయడానికి అమూల్యమైన వస్త్రం పరిచి ఉంది. సభ్యులందరూ నిరీక్షిస్తున్నారు.

ద్యూత క్రీడ ప్రారంభిద్దామా?

యుధిష్ఠిరుడు: జూదమాడడంలో క్షత్రియోచితమైన పరాక్రమమేమీ లేదు. దీనికొక నీతి లేదు. ఇది కపటంతోనూ, మోసంతోనూ కూడుకున్నది. సత్పురుషులందరూ దీనిని పాపానికి హేతువంటారు. అటువంటి పనికి ధృతరాష్ట్రుడి కుమారుల కంటే ఎక్కువగా నువ్వెందుకింత ఉత్సాహం చూపిస్తున్నావు?

శకుని: రాజా! నాకు జూదమంటే ఇష్టం. ఒక్కొక్క క్రీడకి ఒక్కొక్క నేర్పు కావాలి. జూదమాడేవాడు అవతలివాడి కపటాన్ని కనిపెట్టగలగాలి. అతడి మోసాన్ని సహించగలగాలి. తగిన తీరులో దానిని తిప్పికొట్టగలగాలి. అందుకే జూదరులు కపటాన్నీ, మోసాన్నీ చూసి బెంబేలెత్తిపోరు.

అయినా, పాచిక వేసాక జయాపజయాలు దైవాధీనాలు. ఆటకు కూర్చునే ముందు ఓడిపోతామనే భయం మాకూ ఉంటుంది. అయినా మేము ఆడుతూనే ఉంటాము.

యుధిష్ఠిరుడు: అసితుడి కుమారుడు దేవలుడు మునిశ్రేష్ఠుడు. కపటమే సాధనంగా జూదమాడేవారితో జూదానికి కూర్చోవడం మహాపాపమని ఆ మహాత్ముడు చెప్పాడు. ఇక్కడ జయాపజయాలను నిర్ణయించేది కపటమే. ఇది క్షత్రియులకు తగదు. ధర్మయుద్ధమే ఉత్తమ క్షత్రియుల పద్ధతి.

శకుని: ఆటలలోనే కాదు, ఏ పోటీలోనైనా కపటం ఉంటుంది. ఎత్తూ, దానికి పై ఎత్తూ ఉంటూనే ఉంటాయి. మహాపండితులు కూడా శాస్త్ర చర్చలలో ఒకరిపై ఒకరు గెలవడానికి కపటాన్నే ఆశ్రయిస్తారు. సమానమైన శాస్త్ర జ్ఞానం ఉన్నవారిలో సమయస్ఫూర్తీ, వాక్చాతుర్యం ఉన్నవాడు అవతలి పండితుణ్ణి ఓడిస్తున్నాడు. అక్కడ జరిగినది శాస్త్రజ్ఞాన పరీక్ష.

కాని, గెలిచిన దేమిటి? వాక్చాతుర్యం. వాక్చాతుర్యంతో గెలిచినవాణ్ణి శాస్త్రచర్చలో గెలిచాడని సత్కరిస్తున్నారు. ఇది కపటం కాదా?

అస్త్రవిద్య బాగా తెలిసినవాడు శస్త్రవిద్య మాత్రమే తెలిసినవాణ్ణి యుద్ధంలో ఓడిస్తున్నాడు. ఇది కపటం కాదా?

అయినా వీటిలో దేనినీ కపటం అనడం లేదు. దానిని ప్రజ్ఞ అంటున్నారు. ఒక్క అక్షవిద్యలోనే *(పాచికలాడడంలోనే)* నిపుణుడైనవాడు ఆ విద్య నేర్చు కోకుండా ఆటకు కూర్చున్నవాణ్ణి ఓడిస్తే దానిని మాత్రం కపటం అంటు న్నారు.

ఏవం త్వం మామిహాభ్యేత్య నికృతిం యది మన్యసే,
దేవనాద్ వినివర్తస్వ యది తే విద్యతే భయమ్. 59.17

రాజా! నేను కపటంగా ఆడుతానని నా ముందు కూర్చోవడానికి భయపడుతూంటే నువ్వు వెనక్కి వెళ్ళిపోవచ్చు.

యుధిష్ఠిరుడు: **ఆహూతో న నివృత్తేయమితి మే వ్రతమాహితమ్,**
విధిశ్చ బలవాన్ రాజన్ దిష్టస్యాస్మి వశే స్థితః. 59.18

ఒక్కసారి వచ్చి కూర్చున్నాక నేను వెనక్కి తగ్గను. ఇది నా వ్రతం. దైవం బలమైనది. నేను దైవానికి వశమై ఉన్నాను. *(దైవనిర్ణయం ఎలా ఉంటే అలాగే అవుతుంది.)* అది సరే. ధృతరాష్ట్ర మహారాజా! నేనెవరితో జూద మాడాలి?

(ధృతరాష్ట్రుడు మౌనంగా ఉండిపోయాడు.)

దుర్యోధనుడు: పందెం కాయడానికి ధనం నేనిస్తాను. నా బదులు శకుని నీతో అడుతాడు.

యుధిష్ఠిరుడు: ఒకడు పందెంకాసి ధనం పెట్టడం మరొకడు పాచికలు వెయ్యడం ఆట పద్ధతి కాదు. ఆమోదయోగ్యమూ కాదు. అయినా ధృతరాష్ట్రమహారాజు ఆజ్ఞ అదే అయితే అధర్మమైన ఆట ఆడుతున్నారని తెలిసినా నాకు ఆడడం తప్ప మరో మార్గం లేదు. *(నేను జ్ఞాతులతో వాదించనని నియమం పెట్టుకున్నాను.)*

ధృతరాష్ట్రుడి మౌనమే దుర్యోధనుడి ప్రతిపాదనకి అంగీకారమయింది. యుధిష్ఠిరుడికి ఆదేశమయింది.

జూదం మొదలయే సమయానికి భీష్ముడు, ద్రోణుడు, కృపాచార్యుడు, విదురుడు విషాద వదనాలతో సభాభవనంలో ప్రవేశించారు.

కంఠహారాలు పణంగా పెట్టి జూదం మొదలు పెట్టారు. అక్కడినుంచీ పందేలు పెరిగాయి. ప్రతీసారీ శకునే గెలిచాడు. అయినా యుధిష్ఠిరుడు ఆడుతూనే ఉన్నాడు. ఓడుతూనే ఉన్నాడు.

తన సంపద ఒక్కొక్క భాగం ఓడిపోతున్నా యుధిష్ఠిరుడు పంతం కొద్దీ ఆడుతూనే ఉన్నాడు. శకుని మోసం చేసి గెలుస్తున్నాడు. ఓడిపోతున్న యుధిష్ఠిరుణ్ణి మాటలతో రెచ్చగొడుతూ ఉన్నాడు. యుధిష్ఠిరుడు రెచ్చిపోయి ఆడుతూ ఉన్నాడు.

ఒక దశలో యుధిష్ఠిరుడు తనకున్న సంపద అంతా కోల్పోయే స్థితికి వచ్చాడు.

యుధిష్ఠిరుడి సంపద దుర్యోధనుడి పరం అయిపోతుంటే ధృతరాష్ట్రుడు ఆనందం పట్టలేకపోయాడు.

ధృతరాష్ట్రస్తు తం హృష్టః పర్యపృచ్ఛత్ పునః పునః,
కిం జితం కిం జితమితి హ్యాకారం నాభ్యరక్షత. 65.43

తన కుమారుల విజయం పట్లా, అంతకంటే ఎక్కువ పాండవుల పరాజయం పట్లా ఆనందం అణుచుకోలేకపోయాడు. అంతవరకూ అతడి మనస్సులో గుంభనగా ఉన్న భావాలు అందరికీ తెలిసిపోతాయేమోననే సంకోచం కూడా లేకుండా, "ఈ పందెం ఎవరు గెలిచారు? మనవాళ్ళే గెలిచారా?" అంటూ హావభావాలు ప్రదర్శిస్తూ బిగ్గరగా అడగడం మొదలుపెట్టాడు.

విదురుడు ఉండబట్టలేకపోయాడు.

"మహారాజా! ఈ జూదం *(సుహృద్ ద్యూతమని)* వేడుకగా ఆడుదామని పాండవులని పిలిపించావు. కానీ, ఇప్పుడిది వేడుక అనే హద్దు దాటిపోయింది. ఇది ఎక్కడికి దారితీస్తోందో స్పష్టంగా తెలుస్తోంది. దీనిని వెంటనే నిలపమని ఆజ్ఞాపించు. నేను చెవినిల్లు కట్టుకు పోరినా నువ్వు నా మాట వినడంలేదు. మరణం ఆసన్నమైనవాడికి ఔషధం రుచించదంటారు. అలాగే వంశం నాశనమైపోయే ప్రమాదం ముంచుకొస్తూంటే నీ మేలు కోరి చెప్పే మాటలు నీకు నచ్చడంలేదు.

దుర్యోధనుడు మహాపాపి. ఈ పాపి పుట్టినప్పుడే అనేక దుశ్శకునాలు కనబడ్డాయి. అందరూ అతణ్ణి వదిలెయ్యమని *(చంపెయ్యమని)* చెప్పినా నువ్వు వదలలేదు.

కొండ అంచున నిలిచిఉన్న చెట్టుకు బాగా పొడవైన కొమ్మ ఉంది. ఆ కొమ్మ చివర తెనెపట్టు ఉంటుంది. దానికి ఆశపడి, దానినే చూస్తూ అడుగులు వేసేవాడు లోయలో పడి మరణిస్తాడు. అలాగే నువ్వు పాండవుల సంపద నీదవుతుందని ఆనందిస్తున్నావు. దానివలన వచ్చే ప్రమాదాన్ని తెలుసుకోలేకపోతున్నావు.

ఈ దుర్యోధనుడు కపటజూదంలో సాధించిన విజయంతో మత్తెక్కిపోతున్నాడు. మితిమీరి మద్యం సేవించినవాడిలా ప్రవర్తిస్తున్నాడు. పాండవులను వంచించి వారితో నిష్కారణంగా వైరం కొనితెచ్చుకుంటున్నాడు. పాండవులు విజృంభిస్తే నీ కుమారులలో ఒక్కడు కూడా మిగలడు.

ఇప్పటికైనా మించిపోలేదు. ఈ అనర్థం సర్వనాశనానికి కారణమవకుండా త్వరపడు. ఈ జూదం వెంటనే ఆపు. ఈ దుర్యోధనుణ్ణి వదిలెయ్యి. నీ వంశాన్ని రక్షించు. నిన్ను

నువ్వు రక్షించుకో. ఈ పాపిని దేశంనుంచి బహిష్కరించి నువ్వూ, మిగిలిన నీ కుమారులూ పాండవులతో కలిసి సుఖంగా బ్రతకండి.

పాండవులు అందమైన నెమిళ్ళవంటివారు. దుర్యోధనుడు ఇనుపముక్కు కాకిలాంటి వాడు. కాకికోసం నెమిళ్ళని త్యాగం చెయ్యకు. కాకిని త్యాగం చేసి నెమిళ్ళని దక్కించుకో." అన్నాడు.

దుర్యోధనుడు ఆ మాటలు విన్నాడు. విదురుడిమీద విరుచుకు పడ్డాడు.

"దాసీపుత్రా! మనిషి మనస్సులో ఉండే ఆలోచనలు అతడి మాటలలో బయటపడతాయి. మానవుడికి ఎవరి పట్ల ద్వేషం ఉంటుందో వారు ఏం చేసినా అతడికది తప్పుగానే కన బడుతుంది. ఎవరిపట్ల పక్షపాతం ఉందో వారు ఏం చేసినా అది పరమధర్మంలా కనబడు తుంది.

నువ్వు మా ఉప్పు తింటున్నావు. కానీ, సదా మా శత్రువులా మమ్మల్ని నిరుత్సాహపరుస్తూ ఉంటావు. మాగురించి ఒక్క మంచి మాట కూడా ఎప్పుడూ మాట్లాడవు.

ఇందరు మహాత్ములు సాక్షిగా మేము జూదమాడి సంపద సాధిస్తూంటే చూడలేకపోతు న్నావు. లోకంలో ఎంత కుటిలుడైనా అనువుగాని చోట గాని, తగని సందర్భంలో గాని తన మనస్సులో ఉన్న ద్వేషాన్ని వెళ్ళగక్కడు. అప్పటికి దాన్ని మనస్సులో అణుచుకోవాలని గ్రహిస్తాడు. మా మహామంత్రివి నీకు ఆపాటి జ్ఞానం కూడా లేదు.

ఇతరుల విషయాలలో పిలవని పేరంటంలా తలదూర్చకు. నిన్నెవరైనా సలహా అడి గారా? ఏది ఉచితం, ఏది అనుచితం అని విశ్లేషించి చెప్పమన్నారా? ఎవరూ అడగలేదే!

కులటను భర్త ఎంత ఆదరించినా, అనునయించినా ఆమె అతణ్ణి నిరాదరించి విటుడి వద్దకే వెళ్తుంది. నువ్వూ అలాగే మాట్లాడుతున్నావు. మా తండ్రి నిన్ను ఎంత ఆదరించినా, ఎంత గౌరవించినా మమ్మల్ని గురించి నోటికి ఏది వస్తే అది మాట్లాడుతున్నావు. పాండవులను పొగుడుతున్నావు.

మేము పెద్ద మనస్సు చేసుకుని ఎప్పటికప్పుడు క్షమిస్తూంటే నువ్వింకా రెచ్చిపోతున్నావు.

ధర్మశాస్త్రాలు చదివావు. వాటిని ఒకసారి జ్ఞాపకం చేసుకో. ఈ సృష్టిలో ప్రతీ జీవినీ నడిపించేవాడు పరమాత్మే. గర్భస్థ శిశువు కదలికలను కూడా ఆ పరమాత్మే నియంత్రిస్తాడు. నీరు ఎప్పుడూ పల్లానికే ప్రవహించినట్లు సమస్త జీవులూ ఆ పరమాత్మ సంకల్పం ప్రకారమే ప్రవర్తిస్తాయి. నన్నూ ఆ పరమాత్మే నియంత్రిస్తున్నాడు. నేనూ అతడు నడిపించినట్లే నడుస్తు న్నానని గ్రహించు.

మేము చేసే పనులు నీకు నచ్చకపోతే, **యత్రేచ్ఛసి విదుర తత్ర గచ్ఛ** – మా మానాన మమ్మల్ని వదిలిపెట్టి, నీకు నచ్చిన చోటికి వెళ్ళు." అన్నాడు.

విదురుడు స్థిరంగా సమాధానం చెప్పాడు.

"దుర్యోధనా! నువ్వు మందబుద్ధివి. ఎవరూ అంగీకరించినా అంగీకరించకపోయినా నిన్ను నువ్వే పండితుడిగా భావించుకుంటున్నావు. నన్ను మూర్ఖుడిగా భావిస్తున్నావు. నేనెప్పుడూ ధృతరాష్ట్రుడి మేలు కోరీ, అతడి పుత్రుల మేలు కోరీ మాట్లాడతాను.

నువ్వు భయంకరమైన కాలసర్పాన్ని పొడిచి పొడిచి రెచ్చగొడుతున్నావు. దాని ఫలితం అనుభవించవలసివచ్చిన రోజున విచారిస్తావు." అన్నాడు.

ఇన్ని తీవ్రమైన మాటలు *(భవిష్యద్వాణిలా)* వినబడుతున్నా ధృతరాష్ట్రుడు చెవిటివాడిలా విననట్లే ఉండిపోయాడు.

◆◆◆

సోదరులు దిగ్విజయయాత్ర చేసి సంపాదించిన సంపదనంతనీ పందెం కాసాడు యుధిష్ఠిరుడు.

అ పందెం కూడా శకునే గెలిచాడు. ఆ తరువాత తన రాజ్యం అంతనీ పందెం కాసాడు. అదీ ఓడిపోయాడు.

సోదరుల శరీరాలమీద ఉన్న ఆభరణాలన్నీ పందెంకాసాడు. ఓడిపోయాడు.

ఒక్కొక్క పెద్ద పెద్ద పందెం కాసినప్పుడు ధృతరాష్ట్రుడు ఉత్కంఠ ఆపుకోలేకపోయాడు. ఏం జరుగుతోందో కనిపించని అంధరాజుకి ఉత్కంఠతో నరాలు తెగిపోతున్నంత పనయింది. సూది పడితే వినబడేంత నిశ్శబ్దంగా ఉన్న సభలో, "ఈ పందెం ఎవరు గెల్చారు? మనవాళ్ళే గెలిచారా?" అని అందరికీ వినబడేలా అడగడం మొదలుపెట్టాడు.

ఉత్కంఠ ఆపుకోలేక *(ధృతరాష్ట్రుడు ఇంత నీచానికి దిగజారాడా అని సభలోనివారంతా ఏవగించుకుంటారనే సంకోచమైనా లేకుండా)* అతడలా బిగ్గరగా అడుగుతుంటే అతడిమాటలు సభాభవనమంతటా ప్రతిధ్వనించాయి.

శకుని బిగ్గరగా, "**జితమిత్యేవ** – ఈ పందెం కూడా నేనే గెలిచాను." అనడంతో అంధ రాజు ఆనందం పట్టలేకపోయాడు.

యుధిష్ఠిరుడూ, సోదరులూ తమకున్న సంపదనంతనీ కోల్పోయి శరీరాలతో మిగిలారు. శకుని పొడిచి పొడిచి తరువాతి పందెం కాయమన్నాడు.

ఓడిపోతున్న కొద్దీ యుధిష్ఠిరుడిలో పంతం పెరిగిపోయింది.

పందెం కాయడం, పాచికలు విసరడంమీదనే అతడి బుద్ధి లగ్నమైపోయి ఉంది. శకుని ఎలా ఊహించాడో అలాగే జూదం మత్తులో పూర్తిగా మునిగిపోయాడు.

"యుధిష్ఠిరా! నువ్వు నీకున్న సర్వం కోల్పోయావు. పందెం కాయడానికి నీదగ్గర ఇంకేం మిగిలి ఉందని ఆడుతావు?" అని శకుని ఎగతాళి చేసాడు.

యుధిష్ఠిరుడు క్షణం కూడా ఆలోచించలేదు. నకులుణ్ణి పందెం కాసాడు. వెంటనే ఓడిపోయాడు.

"రాజా! నకులుడు మా అధీనంలోకి వచ్చాడు. ఇంకా అడతావా? ఇంకేం పందెం కాయగలవు?" అని శకుని వంకరగా నవ్వాడు.

యుధిష్ఠిరుడు సహదేవుణ్ణి పందెం కాసి ఓడిపోయాడు.

"మాద్రీ కుమారులిద్దరూ ఇప్పుడు నా అధీనంలో ఉన్నారు. అయినా నువ్వు తెలివైన వాడివి. సవతి తల్లి కుమారులని పందెంకాసి ఓడిపోయి స్వంత సోదరులని రక్షించు కున్నావు." అని శకుని యుధిష్ఠిరుణ్ణి సర్వనాశనానికి ప్రచోదనం చేసాడు.

యుధిష్ఠిరుడికి పంతం మరింత పెరిగింది.

"ఓరి మూర్ఖుడా! నువ్వు చేస్తున్న మోసం చాలదన్నట్లు మా సోదరులలో భేదం కలిగించ డానికి ప్రయత్నిస్తున్నావు. నీ ఆటలు సాగవు." అన్నాడు.

"రాజా! జూదంలో ఓడిపోయినవాడు గెలిచినవాణ్ణి తిట్టడం, శాపాలు పెట్టడం చాలా సహజమైన విషయం. పరాజయం జూదరిని పిచ్చి వాడిలా మాట్లాడేలా చేస్తుంది. నేను నీ తిట్లు పట్టించుకోను. అది సరే. ఇక ఆడడానికి నీ వద్ద ఏమీ లేదనీ, పూర్తిగా ఓడిపోయాననీ ఒప్పుకుంటున్నావా?"

"అసమానవీరుడైన అర్జునుణ్ణి పందెం కాస్తున్నాను." అని యుధిష్ఠిరుడు ఆవేశంలో అనేసాడు. ఆ మహావీరుణ్ణి కూడా ఓడిపోయాడు.

ఆ తరువాత భీముణ్ణి ఓడిపోయాడు. చివరికి తనని తానే పందెం కాసి ఓడిపోయాడు.

యుధిష్ఠిరుడు సోదరులనీ, తననీ ఓడిపోతుంటే, ప్రతీ పందెం గెలిచినప్పుడు సభలో ఉన్న రాజులందరూ వినేలా శకుని, "మీరు స్వేచ్ఛ కోల్పోయారు. ఇప్పుడు పూర్తిగా మా అధీనంలోకి వచ్చారు. మాకు దాసులయ్యారు." అని అత్యంత అవమానకరంగా ప్రక టించాడు. యుధిష్ఠిరుడు ఆ అవమానం సహిస్తూనే పందేలు కాసాడు. అంతే కాని, వెనక్కి తగ్గలేదు.

◆◆◆

శకుని విషపు నవ్వు నవ్వాడు.

"నీ దగ్గర ఇంకేదైనా సంపద మిగిలి ఉందేమో ఆలోచించు. ఆఖరి పందేనికి పనికి వస్తుంది." అన్నాడు.

"నేను నా సర్వస్వం ఓడిపోయాను. నా సోదరులని ఓడిపోయాను. చివరికి నన్ను నేనే ఓడిపోయాను. నీకు దాసుణ్ణి అయిపోయాను. ఇక నావద్ద మిగిలినదేమీ లేదు." అని ధర్మరాజు యుధిష్ఠిరుడు తలదించుకున్నాడు.

"యుధిష్ఠిరా! ఇప్పుడు చెప్తున్నాను. విను. నీవద్ద ఇంకా సంపద మిగిలి ఉండగా దానిని రక్షించుకుందుకు నిన్ను నువ్వే పందెం ఒడ్డావు. ఇది అధర్మం. నీ సంపద అంతనీ పూర్తిగా కోల్పోయాకే నిన్ను నువ్వు పణంగా పెట్టాలి." అని ఎత్తిపొడిచాడు శకుని.

యుధిష్ఠిరుడు మౌనంగా ఉండిపోయాడు.

శకుని ముల్లుకర్రతో పొడిచినట్లు మాట్లాడాడు.

"రాజా! మీ పాండవుల ప్రియపత్ని ద్రౌపదిని నువ్వు పందెంలో పెట్టలేదు. ఆమెని పణంగా పెట్టి నువ్వు ఆడు. మావైపునుంచి మాకు దాసుడివైన నిన్ను పణంగాపెట్టి మేము ఆడతాము. నువ్వు గెలిస్తే నీకు దాస్యంనుంచి విముక్తి లభిస్తుంది." అన్నాడు.

ఆ మాట వినగానే సభలో ఉన్న పెద్దలందరూ తలలు దించుకున్నారు. భీష్ముడూ, ద్రోణుడూ, అశ్వత్థామా, కృపాచార్యుడూ జరగబోయే భయంకరమైన ప్రమాదాన్ని గ్రహించారు. ఉద్వేగంతో వారి ముఖాలు చెమటతో తడిసిపోయాయి.

వారందరూ ఇంత దారుణానికి పూనుకున్న శకునినీ, దానికి ఆనందంతో మత్తెక్కిపోతున్న దుర్యోధనుణ్ణీ ఏమీ చెయ్యలేక కోపించిన మహాసర్పాలు బుసకొట్టినట్లు దీర్ఘనిశ్వాసాలు వదులుతూ ఉండిపోయారు.

ధృతరాష్ట్రుడు సర్వాత్మనా అంధుడు కనుక అత్యంత ఘోరమైన ఆ పందేన్ని ఆపాలని అతడికి అనిపించలేదు.

(ఒక్కొక్క పందెం ఏమవుతుందో అనే ఉత్కంఠా, తన కుమారులు పాండవులమీద పూర్తిగా గెలిచారన్న ఆనందం – ఈ రెండిటితో తలమునకలై ఉన్న ఆ అంధుడికి ఇటువంటి పందెం అధర్మమనీ, కులవధువుని పణంగా పెట్టడం పాపమనీ అనిపించలేదు. ఇంత జరిగినా యుధిష్ఠిరుడు ఈ ఆట ఇంతతో చాలని లేచిపోలేదు.)

యుధిష్ఠిరుడు ద్రౌపదిని పందెం కాసాడు. ఆమెనూ ఓడిపోయాడు.

కొంతసేపు సభలో శ్మశాన నిశ్శబ్దం అలుముకుంది.

ఆ భయంకర పరిణామం నుంచి ముందు తేరుకున్నవాడు దుర్యోధనుడు. అతడి ఆనందానికి పట్టపగ్గాలు లేవు. అతడి అహంకారం ఆకాశం పట్టనంత స్థాయికి పెరిగిపోయింది. పాండవులని పూర్తిగా జయించాననే గర్వంతో పిచ్చెక్కినట్లు అయిపోయాడు.

"ఏహి క్షత్త ద్రౌపదీమానయస్వ
ప్రియాం భార్యాం సమ్మతాం పాండవానామ్,
సమ్మార్జతాం వేశ్మ పరైతు శీఘ్రం
తత్రాస్తు దాసీభి రపుణ్యశీలా. 66.1

క్షత్తా! *(విదురా!)* వెంటనే ద్రౌపదిని ఇక్కడికి తీసుకురా. పాండవుల ప్రియపత్ని ద్రౌపది ఇప్పుడు నాకు దాసీ అయింది. ఆమె దాసీలా నా మందిరం ఊడ్చాలి. ఆ పాపాత్మురాలు నా దాసీలలో ఒకర్తెగా ఇకనుంచి దాసీలతో కలిసి జీవించాలి." అని ఆజ్ఞాపించాడు.

విదురుడు కదలలేదు.

"దుర్యోధనా! నువ్వు బుద్ధిహీనుడివి. నీవంటి మూర్ఖుడే ఇలా మాట్లాడగలడు. నీ నెత్తి మీద మహావిషసర్పాన్ని ధరించావు. అది బుసకొడుతోంది. అది చాలదన్నట్లు దానిని పొడిచి రెచ్చగొట్టకు. అది కాటువేస్తే నువ్వుండవు.

నీ తలమీద మృత్యుదేవత తిరుగుతోంది. నీ మెడకి కాలపాశం చుట్టుకుని ఉంది. అవి నాకు కనబడుతున్నాయి.

ఇంతకీ ద్రౌపది నీకు దాసి కాదు. ముందే జూదంలో ఓడిపోయి దాసుడైన యుధిష్ఠిరుడికి ద్రౌపదిని పణంగా పెట్టే అధికారం లేదు. ఆ పందెం చెల్లదు. ఆ ఆటా చెల్లదు." అన్నాడు.

దుర్యోధనుడు విదురుడికి సమాధానం చెప్పలేదు. ప్రాతికామిని పిలిచాడు.

"ఈ విదురుడు పిరికిపంద. నువ్వు వెళ్ళి ద్రౌపదిని తీసుకురా." అని ఆజ్ఞాపించాడు.

ప్రాతికామి అంతఃపురంలో ఉన్న ద్రౌపదివద్దకి వెళ్ళాడు.

"ద్రుపదనందినీ! యుధిష్ఠిరుడు జూదంలో తన సర్వస్వం పణంగా పెట్టి ఓడిపోయాడు. నీమీద పందెం కాసి నిన్నూ ఓడిపోయాడు. నిన్ను దుర్యోధనుడు గెలుచుకున్నాడు. ఇప్పుడు నువ్వు అతడికి దాసివి. నీచే దాసీలు చేసే పనులు చేయించడానికి తీసుకురమ్మని నన్ను పంపాడు." అన్నాడు.

"ప్రాతికామీ! ఏం మాట్లాడుతున్నావు? యుధిష్ఠిరుడు అంత ఒళ్ళు తెలియకుండా

జూదమాడాడా? అయినా మహైశ్వర్యవంతుడైన ఏ రాజైనా తన సంపదని పణంగా పెడతాడు తప్ప భార్యని పణంగా పెట్టడు."

"రాజకుమారీ! జూదంలో నీ భర్త తనకున్న సంపదనంతనీ, తన రాజ్యాన్నీ, సోదరులనీ, స్వయంగా తననీ పందెంలో పెట్టి ఓడిపోయాడు. ఆ తరువాత నిన్ను కూడా పందెంలో పెట్టి ఓడిపోయాడు."

"ప్రాతికామీ! నువ్వు సభకి వెళ్ళు. ఆ జూదరిని నేనడిగానని ఇలా అడుగు. '**కిం న పూర్వం పరాజైషీరాత్మానమథవా ను మామ్** - నువ్వు ముందుగా నిన్ను ఓడిపోయి, ఆ తరువాత నన్ను ఓడావా? లేక నన్ను ముందుగా ఓడి ఆ తరువాత నిన్ను నువ్వే పందెం కాసి ఓడిపోయావా?"

ప్రాతికామి సభలో అందరూ వినేలా యుధిష్ఠిరుడికి ద్రౌపది ప్రశ్న చెప్పాడు. ఆ జూదరి నిశ్చేష్టుడై జీవచ్ఛవంలా ఉండిపోయాడు. మాట్లాడలేదు.

దుర్యోధనుడు అట్టహాసంగా నవ్వి మరొకసారి ఆదేశించాడు.

"సూతపుత్రా! ద్రౌపదిని సభకి వచ్చి అందరిముందూ ఆ ప్రశ్న అడగమను. ఈ యుధిష్ఠిరుడు ఏం చెప్తాడో అందరూ వింటారు." అన్నాడు.

ప్రాతికామి ఆ మాటలు ద్రౌపదికి చెప్పాడు.

"సభలో ధర్మాత్ములూ, నీతిజ్ఞులూ ఉంటారు. నేనేం చెయ్యాలో వారిని చెప్పమను. వారేం చెప్తే నేనది చేస్తాను." అంది ఆమె.

ఆ మాటలు ప్రాతికామి సభలో చెప్పాడు.

అంతలో యుధిష్ఠిరుడు తనకి నమ్మిన బంటు అయిన సేవకుణ్ణి పిలిచాడు. అతడితో రహస్యంగా ద్రౌపదికి సందేశం పంపాడు.

"ఏకవస్త్రా త్వధోనీవీ రోదమానా రజస్వలా,
సభామాగమ్య పాంచాలి శ్వశురస్యాగ్రతో భవ. 67.19

ద్రౌపదీ! నువ్వు తప్పకుండా సభకు రా. ఏ స్థితిలో ఉన్నా రావాలి. రజస్వల అయి ఉన్నా, అధోవస్త్రం మాత్రమే ధరించి ఉన్నా ఏడుస్తూ వచ్చి మామగారి ఎదుట నిలబడు. నీవంటి రాజకుమారి ఏడుస్తూ సభకు వచ్చి నిలబడితే సభలో ఉన్నవారందరూ దుర్యోధనుణ్ణి నిందిస్తారు."

(ఏ కోణం నుంచి చూసినా, ఎలా అర్థం చేసుకునేందుకు ప్రయత్నించినా ఈ సందేశం

యుధిష్ఠిరుడి పట్ల పాఠకులకు ఇప్పటికే తగ్గి ఉన్న గౌరవం పూర్తిగా పోయేలా చేస్తుంది.)

ప్రాతికామి సభవైపు తిరిగి, "నేను ద్రౌపదికి ఏం చెప్పాలి?" అని అడిగాడు.

దుర్యోధనుడు ఆగ్రహంతో ఊగిపోయాడు. *(పాండవులు తిరిగి తలెత్తుకోలేని రీతిలో ద్రౌపదిని పరాభవించాలని నిశ్చయించుకున్నాడు.)*

"దుశ్శాసనా! మన శత్రువులు పాండవులు ఇప్పుడు మనకి దాసులై మన అధీనంలో ఉన్నారు. వాళ్లు మన ఆజ్ఞప్రకారం నడుచుకోవాలి. మనమేం చేసినా సహించాలి. నువ్వు వెళ్ళి నిర్భయంగా ద్రౌపదిని సభకి లాక్కునిరా." అన్నాడు.

దుశ్శాసనుడు పాండవుల మందిరానికి వెళ్ళాడు.

"ద్రౌపదీ! యుధిష్ఠిరుడు నిన్ను జూదంలో పణంగా పెట్టి ఓడిపోయాడు. నువ్విప్పుడు దుర్యోధనుడికి దాసీవి. మేము నిన్ను ధర్మంగా గెలుచుకున్నాము. నువ్విక కౌరవులకు సేవ చెయ్యాలి. వెంటనే సభలోకి రా." అన్నాడు.

ద్రౌపది దుఃఖం ఆపుకోలేకపోయింది. తనని తాను రక్షించుకునేందుకు అంతఃపుర స్త్రీలున్న చోటుకి పరుగెత్తింది. దుశ్శాసనుడు అంతకంటే వేగంగా పరుగెత్తి సుదీర్ఘమైన ఆమె కేశపాశం పట్టుకున్నాడు. ఆమెను, అలాగే జుట్టు పట్టుకుని, సభవైపుకు లాక్కుపోయాడు.

రాజసూయయాగంలో అవభృథస్నానంతో పునీతమైన కేశపాశాన్ని ఆ దురాత్ముడు పట్టుకుని లాగుతుంటే నిస్సహాయురాలైన ఆ అబల ఆక్రోశించింది.

"దురాత్మా! నేను రజస్వలగా ఉన్నాను. ఏకవస్త్రంతో ఉన్నాను. నా వస్త్రం శుభ్రంగా లేదు. ఈ స్థితిలో పెద్దలముందుకు గానీ, సభలోకి గానీ రాకూడదు. నన్ను వదులు."అంది.

ఆ మాటలు విని దుశ్శాసనుడు ఆమెను మరింత బలంగా ఈడ్చుకుపోయాడు. ఆమె తనని రక్షించమని కృష్ణుడికి మొరపెట్టుకుంది. దుశ్శాసనుడు ఆమెని హేళన చేసాడు.

"రజస్వలా వా భవ యాజ్ఞసేనీ
ఏకాంబరా వాప్యథవా వివస్త్రా,
ద్యూతే జితా చాసి కృతాసి దాసీ
దాసీషు వాసశ్చ యథోపజోషమ్. 67.34

యాజ్ఞసేనీ! మేము నిన్ను జూదంలో గెలుచుకున్నాము. నువ్వు రజస్వలవైనా, ఏకవస్త్రవైనా, ఏ వస్త్రం లేక నగ్నంగా ఉన్నా మా అభిమతం గ్రహించి దాసీలలో దాసీగా ఉండాల్సిందే! మా ఆదేశాలు పాటించవలసిందే! మేము రమ్మంటే రావలసిందే." అన్నాడు.

దుశ్శాసనుడు ఆమెనలా బలవంతంగా ఈడ్చుకుపోతూ ఉంటే ఆమె ధరించిన వస్త్రం చెదిరిపోయింది.

"నా వస్త్రం చెదిరిపోయింది. ఇలా సగం ఆచ్ఛాదనతో సభలోకి రాకూడదు." అని ఆమె ఎంత మొరపెట్టుకున్నా దుశ్శాసనుడు పట్టించుకోలేదు. ఆ దుష్టుడు ఆమెని అలాగే సభమధ్యలోకి లాక్కొచ్చాడు. ఆమె నేలమీద పడిపోయినా ఆగకుండా ఈడ్చుకువచ్చాడు.

సభమధ్యలో పడి ఉన్న ద్రౌపది తన భర్తలని చూసింది. ఆ చూపులో నింద లేదు. జాలి ఉంది.

ఆమె హృదయంలో కౌరవులపట్ల క్రోధాగ్ని జ్వాల ఎగసిపడుతోంది. ఆమె ఆవేశంతో పెద్దలందరి మధ్యా ఆక్రోశించింది. ఆ సామ్రాజ్ఞి దుష్టుల చేతికి చిక్కి అలా నిస్సహాయంగా దీనంగా నిలుచుని ఉంటే ఆమె దుర్దశ చూసి సభలో ఉన్నవారికి గుండెలు బరువెక్కి పోయాయి.

సభలో సూది పడితే వినబడేంత నిశ్శబ్దం అలుముకుంది.

ద్రౌపది ఏడుస్తూనే స్పష్టమైన స్వరంతో సభలో ఉన్నవారినందరినీ అడిగింది.

"నేను అగ్నినుంచి పుట్టాను. పుణ్యకర్మలు చేసాను. కురువంశానికి కోడలిగా వచ్చాను. ఇక్కడ *(సింహాసనంమీద)* కూర్చున్న ఈ ధృతరాష్ట్ర మహారాజుకి కూతురువంటి దాన్ని. నన్నిలా సభమధ్యకి ఈడ్చుకు రావడం ధర్మమా? నన్ను జూదంలో పందెంగా పెట్టడం ధర్మమేనా? ఈ పందెం చెల్లుతుందా? నేను కౌరవులకి దాసీనయ్యానా? ఈ నీచుడు దుశ్శాసనుడు చేసిన పనిని ఎవరూ ఖండించడంలేదు. ఇలా మాట్లాడకుండా ఉండడమూ, ఈ ఉదాసీనతా గౌరవనీయులైన మీకు తగినపనేనా?"

ద్రౌపది ఆక్రందనలూ, ఆమె అడిగిన ప్రశ్నా వింటున్న ధృతరాష్ట్రుడు నిమ్మకి నీరెత్తినట్లు కిమ్మనకుండా ఉండిపోయాడు.

దుర్యోధనుడూ, దుశ్శాసనుడూ, కర్ణుడూ, శకునీ ఆమె అవస్థ చూసి ఆనందించారు.

భీష్ముడు ద్రౌపదితో ఇలా అన్నాడు. "శకుని ద్యూతవిద్యలో సాటిలేని నిపుణుడు. ఆ విద్య చేతకానివాడు యుధిష్ఠిరుడు. శకుని నీ భర్తని జూదం మత్తులోకి లాగి నిన్ను పణంగా పెట్టించాడు. **న మన్యతే తాం నికృతిం యుధిష్ఠిరః తస్మాన్న తే ప్రశ్నమిమం బ్రవీమి** – అయితే శకుని తనని మోసం చేసాడని నీ భర్త ఒప్పుకోవడంలేదు. అందుచేత నీ ప్రశ్నకి నేనేమీ సమాధానం చెప్పలేను."

(భీష్ముడు మాట్లాడిన ఈ మాటలకంటే పలాయనవాదం అనేది ఇంకేదైనా ఉంటుందా? ఆయన నేర్చిన ధర్మశాస్త్రాలు ఒక కీలకమైన సమయంలో ధర్మనిర్ణయం చెయ్యడానికి పనికిరాకుండా పోయాయా?

ధర్మానికీ అధర్మానికీ మధ్య ఘర్షణ జరుగుతుంటే ఈ మహాత్ముడు ఏమీ తెలియనివాడిలానో, తెలిసినా ధర్మం పక్షంలో నిలబడలేని చేతకానివాడిలానో ఉండిపోయాడు.

ఇతడు వసిష్ఠులవారి వద్దా, బృహస్పతివద్దా, శుక్రాచార్యుడివద్దా వేద వేదాంగాలూ, సకల శాస్త్రాలూ నేర్చుకున్నాడని గంగాదేవి చెప్పింది! ఈయన నేర్చిన శాస్త్రాలన్నీ కలిపినా ఒక చిన్న విషయంలో ధర్మనిర్ణయం చెయ్యడానికి కూడా పనికిరానివా?

విదురుడు క్షణంలో తేల్చి చెప్పిన విషయం, ఈయన ఆలోచనకి అంతుపట్టలేదా?

కుటుంబంలో అందరికంటే పెద్దవాడూ, ఏదైనా ఆదేశమిస్తే అది అమలయేలా చూసుకోగల పరాక్రమశాలీ, అయిన భీష్ముడు జూదాన్ని అనుమతించడమూ, అనుమతించినా ఈ పరిస్థితి రానివ్వడమూ, వచ్చినా తరువాత జరుగుతున్న అశ్లీల ప్రవర్తనని ఖండించకుండా ఉండడమూ, ఆపైన ఇటువంటి చేతకాని సమాధానం చెప్పడమూ, ఆపైన మహాత్ముడిగా చెల్లిపోవడమూ – ఆశ్చర్యకరమైన విషయాలని కొందరంటారు. కొందరు ఆ వాదనతో అంగీకరించరు.)

మిగిలినవారెవరూ మాట్లాడలేదు. ద్రౌపది బిగ్గరగా సభనుద్దేశించి మరొకసారి ఇలా అడిగింది.

“కపట ద్యూతంలో నిపుణులైనవారందరూ కలిసి ద్యూతవిద్యలో ప్రవేశంలేని యుధిష్ఠిరుణ్ణి పందెంలో గెల్చారు. ఆ తరువాత అతణ్ణి రెచ్చగొట్టి, నిస్సహాయస్థితిలో పడేసి నన్ను పణంగా పెట్టించారు.

ఇక్కడ పెద్దలున్నారు. కొడుకులూ, కోడళ్ళూ ఉన్న ధర్మాత్ములైన రాజులున్నారు. సభలో ఉన్నవారందరూ ఆలోచించండి. ధర్మం ప్రకారం నా ప్రశ్నకి సమాధానం చెప్పండి. యుధిష్ఠిరుడు నన్ను పందెం కాయడం చెల్లుతుందా? నేను కౌరవులకి దాసీనయ్యానా? కాక స్వతంత్రురాలినా? ధర్మస్వరూపమైన సభని ప్రశ్నిస్తున్నాను. సమాధానం చెప్పండి.

న సా సభా యత్ర న సంతి వృద్ధా
న తే వృద్ధా యే న వదంతి ధర్మమ్,

నాసౌ ధర్మో యత్ర న సత్యమస్తి
న తత్ సత్యం యచ్ఛలేనానువిద్ధమ్. 67.52+

వృద్ధులు లేనిది సభకాదు. ధర్మం తెలిసీ మాట్లాడనివారు వృద్ధులు కారు. సత్యం కానిది ధర్మం కాదు. కపటంతో కూడినది సత్యం కాదు."

చెదిరిన జుట్టుతోనూ, చెదిరిన బట్టతోనూ అంత సభమధ్య నిలుచుని కన్నీళ్ళు ధారలుగా కారుస్తూ ధర్మం చెప్పమని అందరినీ వేడుకుంటున్న ద్రౌపదిని చూసి భీమసేనుడు కోపం పట్టలేకపోయాడు.

"సోదరా! యుధిష్ఠిరా! మేమందరం సాధించి తెచ్చిన సంపదని పోగొట్టావు. రాజ్యం పోగొట్టావు. మమ్మల్ని పందెంగా పెట్టి దాసులని చేసావు. అయినా నేను బాధపడలేదు. కానీ, ద్రౌపదిని పణంగా పెట్టినందుకు నిన్ను క్షమించలేను.

అస్యాః కృతే మన్యురయం త్వయి రాజన్ నిపాత్యతే,
బాహూ తే సంప్రధక్ష్యామి సహదేవాగ్నిమానయ. 68.6

ఈ కోపం ఆపుకోలేను. జూదమాడిన నీ రెండు బాహువులనీ అగ్నికి ఆహుతి చేస్తాను. సహదేవా! అగ్ని తీసుకురా." అన్నాడు.

అర్జునుడు భీముణ్ణి సముదాయించి శాంతింపచేసాడు.

5

ధృతరాష్ట్రుడి కుమారుడు వికర్ణుడు తన సోదరులు చేస్తున్న అన్యాయాన్నీ, దుర్మార్గాన్నీ సహించలేకపోయాడు. సభలో లేచి నిలిచి అక్కడున్న పెద్దలనందరినీ నిలదీసాడు.

"ఈ సభమధ్యలో నిలిచి పాంచాలరాజకుమారి ఒక ప్రశ్న అడిగింది. ఆ ప్రశ్నకి సమాధానం చెప్పకుండా ఆమెని అవమానిస్తే ఇక్కడున్నవారందరూ నరకానికి పోతారు. తండ్రీ ధృతరాష్ట్రమహారాజా! పితామహా భీష్మా! బ్రాహ్మణకులశ్రేష్ఠులు ద్రోణాచార్య కృపాచార్యులారా! కామక్రోధాలు జయించి రాజ్యాలు పాలించే మహారాజులారా! ఈ సాధ్వి ద్రౌపది పదే పదే అడుగుతున్న ప్రశ్నకి సమాధానం చెప్పండి." అన్నాడు.

అతడలా ఒక్కొక్కరినీ ఎన్ని సార్లు ప్రశ్నించినా ఎవరూ మాట్లాడలేదు. ధృతరాష్ట్రుడైతే చెవిటివాడిలా ఉండిపోయాడు. చివరికి విసుగెత్తి వికర్ణుడు ఇలా ప్రకటించాడు.

"ఈ సాధ్వి ద్రౌపది యుధిష్ఠిరుడు ఒక్కడికే భార్య కాదు. ఈమె అయిదుగురు పాండవులకీ భార్య. అందుచేత ఈమెని పందెంలో పణంగా పెట్టే అధికారం యుధిష్ఠిరుడు ఒక్కడికే

పరిమితం కాదు. అంతే కాదు, తనను తాను ఓడిన తరువాత ఈమెని పందెంలో పెట్టే అధికారం యుధిష్ఠిరుడికి అసలే లేదు. అందువలన కూడా ఆ పందెం చెల్లదు.

ఈ ధర్మం అందరికీ తెలుసు. అయినా నోరువిప్పి చెప్పడానికి సంకోచిస్తున్నారు. సరే. సారాంశం నేను చెప్తాను. ద్రౌపదిని పాండవులు జూదంలో ఓడిపోలేదు. కౌరవులు ఆమెని గెలుచుకోలేదు."

ఆ మాటలు విని సభాసదులందరూ హర్షధ్వానాలు చేసారు. వికర్ణుణ్ణి మెచ్చుకున్నారు. శకునిని నిందించారు.

వికర్ణుడి మాటలు విని కర్ణుడు కోపం పట్టలేకపోయాడు. చేతికందిన ఫలితాన్ని ఈ కుర్రవాడు చెడగొడుతున్నాడని ఆగ్రహించాడు. వికర్ణుణ్ణి తిట్టాడు.

"వ్యాధి శరీరంలో పుడుతుంది. శరీరంలోనే పెరుగుతుంది. చివరికి తనకి ఆశ్రయమిచ్చిన ఆ శరీరాన్నే నశింపచేస్తుంది. అగ్ని అరణిలోంచి పుడుతుంది. క్రమంగా ఆ అరణినే దహించేస్తుంది. గడ్డి తిని బ్రతికే పశువు ఆ గడ్డినే కాలితో తొక్కుతుంది. అలాగే కౌరవుడివై పుట్టిన నువ్వు కౌరవులకు వ్యతిరేకంగా మాట్లాడుతున్నావు.

యుధిష్ఠిరుడు అందరూ వింటూండగానే ద్రౌపదిని పందెం కాసాడు. ఓడిపోయాడు.

ద్రౌపది మాకు దాసీ అయింది. ఆ విషయంలో ఇక చర్చించేదేమీ లేదు.

అయినా గౌరవం కులస్త్రీలకే ఉంటుంది. కులటలకు ఉండదు. దైవం ఒక స్త్రీకి ఒక భర్త అని నిర్దేశించాడు. **ఇయం త్వనేకవశగా బంధకీతి వినిశ్చితా** – అయిదుగురు భర్తలతో కాపురం చేస్తున్న ద్రౌపది నిస్సందేహంగా వేశ్య. ఈమెని సభలోకి తీసుకురావడం ఇలా గుండెలు బాదుకునేంత నేరమేమీ కాదు. ఏకవస్త్ర అయినా, వివస్త్ర అయినా ఇటువంటి స్త్రీని సభలోకి తీసుకురావడం తప్పుకాదు.

సోదరా! దుశ్శాసనా! **పాండవానాం చ వాసాంసి ద్రౌపద్యాశ్చాప్యుపాహర** – నువ్వు పాండవులవీ, ద్రౌపదివీ వస్త్రాలు ఊడదియ్యి." అన్నాడు.

(ద్రౌపదీ స్వయంవరంలో కర్ణుడు ముందుకు వస్తూ ఉంటే, ద్రౌపది అందరూ వినేలా "నేను సూతపుత్రుణ్ణి వరించను." అంది. ఆ మాట మనస్సులో శల్యమై కర్ణుణ్ణి బాధించింది. అవమానం అక్కడితో ఆగలేదు. మహావీరుడిలా ముందుకు వెళ్ళి అర్జునుడి చేతిలో ఓడిపోయి వెనుదిరిగిన అవమానం అతణ్ణి నిత్యం మరింత దహించేస్తోంది. కానీ, రెండు విషయాలలోనూ తాను ఏమీ చేయలేని అశక్తుడయ్యాడు.

ఆ అశక్తత దుర్జనత్వమైంది. కోపంగా మారింది. మంచి వేగంగా ధనుస్సు ధరించి బాణాలు ప్రయోగిస్తూ అర్జునుడిమీదకి వెళ్ళాడు. యుద్ధం కొద్దిసేపే జరిగింది.

ఆ కొద్దిసేపట్లోనూ అర్జునుడు కొట్టిన దెబ్బలు తట్టుకోలేకపోయాడు. యుద్ధానికి దిగినంత వేగంగానూ పారిపోయేందుకు ఉపాయం ఆలోచించాడు. "నువ్వు బ్రాహ్మణుడివి నీతో యుద్ధం చెయ్యకూడదు." అని సాకు చెప్పి పారిపోయాడు.

ఆనాడు యుద్ధంలో ఏమీ చేయలేక పారిపోయిన చేతకానివాడు, నిస్సహాయంగా ఉన్న అబలమీద కసితీర్చుకుంటూ తన నీచస్వభావం, దురహంకారం ప్రదర్శించాడు.)

ఆ మాటలు విని పాండవులందరూ తమ ఉత్తరీయాలు తీసి కింద పెట్టారు. దుశ్శాసనుడు నిస్సహాయంగా విలపిస్తున్న ద్రౌపది వస్త్రం లాగడం మొదలుపెట్టాడు.

(తనని రక్షించలేని స్థితిలో భర్తలున్నారు. సభలో ఉన్న పెద్దలు విగ్రహాలలా కూర్చున్నారు. మామగారు ధృతరాష్ట్రుడు మౌనం వహించాడు. అత్తగారు గాంధారి ఈ లోకంతో సంబంధం లేనట్లుంది.)

ద్రౌపది మనస్సుని ఏకాగ్రం చేసుకుని ఆపదలలో అభయమిచ్చే కృష్ణుణ్ణి ప్రార్థించింది.

"గోవింద ద్వారకావాసిన్ కృష్ణ గోపీజనప్రియ,
కౌరవైః పరిభూతాం మాం కిం న జానాసి కేశవ. 68.41
హే నాథ హే రమానాథ వ్రజనాథాఽఽర్తినాశన,
కౌరవార్ణవమగ్నాం మాముద్ధరస్వ జనార్దన. 68.42
కృష్ణ కృష్ణ మహాయోగిన్ విశ్వాత్మన్ విశ్వభావన,
ప్రపన్నాం పాహి గోవింద కురుమధ్యేఽవసీదతీమ్. 68.43

దయాసాగరుడైన కృష్ణుడు ఆమె ఆర్తితో చేసిన ఆక్రందన విన్నాడు. అదృశ్యరూపంలో వచ్చి ఆమెకు అక్షయవస్త్రాలు అనుగ్రహించాడు. దుశ్శాసనుడు ఎంత లాగుతున్నా ద్రౌపది ఆచ్ఛాదన అలాగే ఉంది. ఆమె శరీరం మీద వస్త్రం చెదరలేదు. ఆమె కొంగునుంచి చిత్ర విచిత్రమైన రంగులలో వస్త్రాలు పుట్టుకొచ్చాయి.

నానారాగవిరాగాణి వసనాన్యథ వై ప్రభో,
ప్రాదుర్భవంతి శతశో ధర్మస్య పరిపాలనాత్. 68.47

కృష్ణుడి ప్రభావంవలన *(ధర్మాన్ని పాటించిన ఫలంగా)* వందలాది రంగురంగుల వస్త్రాలు ఆమె కొంగునుంచి వస్తున్నాయి. దుశ్శాసనుడు ఎంతలాగినా ఆమె కొనకొంగు కూడా కదలలేదు.

సభలో కలకలం చెలరేగింది. "ద్రౌపది మహాసాధ్వి" అని సభలోనివారందరూ సభా భవనం మారుమోగిపోయేలా ప్రశంసించారు. అంతే తీవ్రస్వరంతో దుశ్శాసనుడు చేయ బూనిన అకృత్యాన్ని నిందించారు.

ద్రౌపది చెప్పలేని అవమానంనుంచి బయటపడింది. కాని, ఆమె పట్ల తలపెట్టిన ఘోరకృత్యాన్ని భీమసేనుడు సహించలేకపోయాడు.

"క్షత్రియవీరులారా! ఈ దుష్టుడు దుశ్శాసనుడు చేయబూనిన ఘోరకృత్యానికి ప్రతీకారంగా నేను చేసే ప్రతిజ్ఞ వినండి. భయంకరమైన యుద్ధంలో ఈ దురాత్ముడి గుండెలు చీల్చి రక్తం తాగుతాను. ఇటువంటి ప్రతిజ్ఞ ఇంతవరకూ ఎవరూ చేయలేదు. ఇకముందు ఎవరూ చేయలేరు. నేనేగాని వీడి వక్షం చీల్చి రక్తం తాగకపోతే నాకు జీవితానంతరం ఉత్తమగతులు లభించకపోవుగాక."

సభలోని రాజులందరూ భీమసేనుణ్ణి ప్రశంసించారు. అతడి ప్రతిజ్ఞని అభినందించారు.

దుశ్శాసనుడు ద్రౌపది కొంగునుంచి పుట్టుకొస్తున్న అక్షయవస్త్రాలు లాగి లాగి అలిసి పోయి, సిగ్గుతో తలవంచుకుని కూలబడిపోయాడు.

కర్ణో దుఃశాసనం త్వాహ కృష్ణాం దాసీగృహాన్ నయ – కర్ణుడు, "దుశ్శాసనా! ఈ దాసి ద్రౌపదిని నీ ఇంటికి తీసుకుపో." అన్నాడు.

దుశ్శాసనుడు నేలమీద పడిఉన్న ద్రౌపదిని బరబరా ఈడ్చుకుపోవడం మొదలుపెట్టాడు.

ద్రౌపది ఆర్తనాదాలు చేస్తూ, "నేను దాసీనో కాదో ఇప్పుడైనా చెప్పండి." అని సభలో ఉన్న వారిని వేడుకుంది.

సభాసదుల మౌనం, ద్రౌపది నిస్సహాయతా, ఆమె ఆర్తనాదాలూ దుర్యోధనుడికి ఆనందం కలిగించాయి.

"పాంచాలీ! యుధిష్ఠిరుడు నిన్ను పందెం కాసాడు. అది తప్పని నీ మిగిలిన నలుగురు భర్తలనీ చెప్పమను. నీకు వెంటనే దాస్య విముక్తి ప్రసాదిస్తాను." అన్నాడు.

భీముడు, "ధర్మరాజు యుధిష్ఠిరుడికి మామీద సర్వాధికారాలూ ఉన్నాయి. ఆ మహాత్ముడి మాటలకు బద్ధులమై ఇలా ఉండిపోయాము. లేకపోతే సింహం క్షుద్రజంతువులని చంపినట్లు ధృతరాష్ట్రుడి కుమారులనందరినీ ఆయుధాలతో పనిలేకుండా చేతులతో నలిపి చంపేసే వాణ్ణి." అన్నాడు.

ఆ మాటలు పట్టించుకోకుండా కర్ణుడు ద్రౌపదితో కనీసం సభామర్యాదకూడా పాటించ

కుండా, నీచంగా, అశ్లీలంగా అత్యంత జుగుప్సాకరంగా *(ఏ స్త్రీతోనూ మాటలాడకూడని విధంగా)* మాట్లాడాడు.

"ధనం పోగొట్టుకున్నవాడి మీదా, దాసుడైనవాడి మీదా, వాడిభార్య మీదా, వాడి సంతానంమీదా అతడి యజమానికి సర్వహక్కులూ ఉంటాయి. ఇక నువ్వు దుర్యోధనుడికీ, అతడి పరివారానికీ సేవ చేస్తూ జీవితం గడుపు. దుర్యోధనుడికే కాదు, అతడి సోదరులందరికీ నువ్వు దాసీవే.

ఈ పాండవులు ఇక నీకు భర్తలు కారు. నిన్ను మళ్ళీ జూదంలో పణంగా పెట్టనివాణ్ణి ఎవడినైనా భర్తగా ఎంచుకో. దాసీలు అదుపులేని కామప్రవృత్తితో ప్రవర్తించడం అందరికీ తెలిసినదే." అన్నాడు.

దుర్యోధనుడు కర్ణుణ్ణి అభినందిస్తూ సైగ చేసాడు. ఆపైన విజయగర్వం తలకెక్కి నిండు సభలో ఎడమతొడపైఉన్న వస్త్రం తొలగించి ద్రౌపదికి చూపించాడు.

అది చూసిన భీమసేనుడి కళ్ళు అగ్నిగోళాలయ్యాయి.

"పితృభిః సహ సాలోక్యం మా స్మ గచ్ఛేద్ వృకోదరః,
యద్యేతమూరుం గదయా న భింద్యాం తే మహాహవే. 71.14

దుర్యోధనా! ఇప్పుడు నువ్వు చూపించిన నీ తొడని యుద్ధంలో గదతో విరగ్గొడతాను. అలా చేయకపోతే నా పూర్వీకులు పొందిన పితృలోకాలు నాకు లభించకుండుగాక." అని భీషణ ప్రతిజ్ఞ చేసాడు.

భీముడలా ప్రతిజ్ఞ చేసిన వెంటనే ఎక్కడినుంచో ఒక నక్క వచ్చి ధృతరాష్ట్రుడి అగ్ని గృహంలో నిలిచి భయంకరంగా ఊళ పెట్టింది. అది విని అన్ని దిశలలోనూ గాడిదలు చెవులు చిల్లులుపడేలా ఓండ్రపెట్టాయి. వినాశనాన్ని సూచించే అనేక భయంకరమైన శకునాలు కనబడ్డాయి, వినబడ్డాయి.

ఆ శబ్దం గాంధారి వింది. కురువృద్ధులందరూ విన్నారు. "అమంగళం శాంతించుగాక!" అన్నారు.

జాత్యంధుడు ధృతరాష్ట్రుడు అంతవరకూ జరిగిన అన్యాయాలూ, ఘోరమైన మాటలూ, ద్రౌపది ఆర్తనాదాలు తనకేమీ వినబడనట్లూ, తనకేమీ పట్టనట్లూ ఉన్నాడు. భయంకరమైన శకునాలు అతడికోసమే అన్నట్లు శబ్దాలరూపంలో వస్తూ ఉంటే అవి అతడి చెవులలో సూదులలా దిగాయి. *(భీముడు దుర్యోధనుణ్ణి తొడ విరక్కొట్టి చంపుతానని చేసిన ప్రతిజ్ఞ అతణ్ణి భయకంపితుణ్ణి చేసింది.)*

అప్పుడు ఆ గుడ్డిరాజు నోరువిప్పాడు.

"దుర్యోధనా! నువ్వు పరమమూర్ఖుడివి. కురువంశీయులలో శ్రేష్ఠులైన పాండవుల భార్యని ఇలా సభకి లాక్కొచ్చి అనరాని మాటలన్నావు. నువ్వు జీవించే ఉన్నా ఈ రోజుతో *(భీముడి ప్రతిజ్ఞవలన)* మరణించినవాడివే." అని, కుమారుణ్ణెలా రక్షించుకోవాలా అని వేగంగా ఆలోచించి, ఒక నిర్ణయానికి వచ్చాడు. జరగకూడనిదంతా జరగనిచ్చిన మహారాజు, అంతా జరిగాక ద్రౌపదిని ఓదార్చాడు.

"పుత్రీ! ద్రౌపదీ! నా కోడళ్ళందరిలోనూ నువ్వే శ్రేష్ఠురాలివి. ధర్మపరాయణురాలివి. నీకేం కావాలో కోరుకో." అన్నాడు.

"రాజా! నువ్వు నాకొక వరం ఇవ్వాలనుకుంటే యుధిష్ఠిరుడికి దాస్యవిముక్తి ప్రసాదించు. ఇలా ఎందుకు కోరుతున్నానో చెప్తాను.

మనస్వినమజానంతో మైవం బ్రూయుః కుమారకాః,
ఏష వై దాసపుత్రో హి ప్రతివింధ్యం మమాత్మజమ్. 71.29

నా ప్రియపుత్రుడు ప్రతివింధ్యుడు అభిమానధనుడు. అతణ్ణి ఎవరూ దాసుడి పుత్రుడు అనకుండా ఉండాలంటే యుధిష్ఠిరుడికి దాస్యవిముక్తి కావాలి."

(ఈ కోరిక యుధిష్ఠిరుడికి వరమే. కానీ, అందుకు ఆమె చెప్పిన కారణం? యుధిష్ఠిరుడి పట్ల భక్తి కాదు. ప్రేమ కాదు. కనీసం జాలి వల్ల కూడా కాదు.)

ధృతరాష్ట్రుడు ఆమెని మరొక వరం కూడా కోరుకొమ్మన్నాడు. ఆమె, "రాజా! భీమార్జున నకుల సహదేవులకు వారి ఆయుధాలతోనూ, రథాలతోనూ కూడా దాస్య విముక్తి కలిగించు." అంది.

ధృతరాష్ట్రుడు ఆమెను మరొక వరం కూడా కోరుకోమన్నాడు. ఆమె సున్నితంగా తిరస్కరించింది.

"రాజా! మితిమీరిన ఆశ ఎవరినైనా ధర్మం తప్పి ప్రవర్తించేలా చేస్తుంది. వైశ్యుడికి ఒక్కవరం, క్షత్రియస్త్రీకి రెండువరాలూ, క్షత్రియుడికి *(రాజుకి)* మూడువరాలు, బ్రాహ్మణుడికి నూరువరాలూ మాత్రమే కోరుకునేందుకు అధికారముంది. నేను రెండు వరాలు తీసుకున్నాను. నాకవి చాలు.

నా భర్తలు ఏదో కారణంవలన ఆపదలో పడ్డారు. ఇప్పుడు వారు స్వతంత్రులు. వారు *(క్షత్రియులకు తగిన)* ధర్మాన్ని అనుసరించి అభ్యుదయం పొందుతారు."

కర్ణుడు నివ్వెరపోయాడు.

"ఇంతవరకూ ఏ స్త్రీ చేయలేని అద్భుతాన్ని ఈ ద్రౌపది చేసి చూపించింది. కష్టాలకడలిలో పడి, మునిగి నశించిపోతున్న పాండవులని ఒక్కమాటతో గట్టున పడేసింది." అన్నాడు.

భీమసేనుడు యుధిష్ఠిరుడితో, "సోదరా! రాజరాజా! నువ్వు అనుమతిస్తే ఇక్కడున్న శత్రువులనందరినీ ఇప్పుడే వధిస్తాను. ఇక ప్రశ్నలకీ సమాధానాలకీ తావులేదు.

వాద ప్రతివాదాలకిది సమయం కాదు. నువ్వు ఊ అను చాలు ఈ క్షుద్రులనందరినీ ఇక్కడే వధిస్తాను." అని కోపంతో పళ్ళుకొరుకుతూ అన్నాడు.

యుధిష్ఠిరుడు ఎంతో కష్టంమీద భీమసేనుణ్ణి శాంతింపచేసాడు. తరువాత చేతులు జోడించి ధృతరాష్ట్రుడి ముందు నిలుచుని, "రాజా! జూదం ఆడమన్నావు. ఆడాను. దానికి పర్యవసానంగా ఇంత జరిగింది. ఇప్పుడు మేమేం చెయ్యాలో ఆజ్ఞాపించు. నీ ఆజ్ఞ మాకెప్పుడూ శిరోధార్యమే."అన్నాడు.

ధృతరాష్ట్రుడు ఎంతో చాకచక్యంగా సమాధానం చెప్పాడు. ముందరికాళ్ళకి బంధం వేస్తూ యుధిష్ఠిరుణ్ణి అజాతశత్రూ అన్నాడు.

"అజాతశత్రూ! నువ్వు ఇక్కడ ఓడిపోయినవన్నీ తిరిగి నీకే చెందుతాయి. ఆనందంగా మీ రాజధానికి వెళ్ళి రాజ్యపాలన చేసుకో. నాయనా! మీ అందరి మేలు కోరి చెప్పే మాట విను. ధర్మసూక్ష్మాలు నీకు తెలిసినంతగా ఇంకెవరికీ తెలియవు. అందుచేత నా మాటలు నీకు అర్థమవుతాయి.

ఉత్తములు ఎవరిపట్లా శత్రుభావాన్ని మనస్సులో నిలుపుకోరు. వారు ఎదుటివారు చేసిన అపచారాలని మన్నిస్తారు. వారిలో ఏ కొద్దిపాటి మంచిగుణాలు ఉన్నా వాటినే స్మరిస్తారు. దుర్యోధనుడు చేసిన పనులు మనస్సులో పెట్టుకోకు. దుర్యోధనుణ్ణి గురించి ఆలోచించే ముందు వృద్ధురాలైన తల్లి గాంధారినీ, వృద్ధుణ్ణీ అంధుణ్ణీ అయిన నన్నూ తలుచుకో.

జూదానికి నేను అనుమతించాను. మీరంతా నా కుమారులే. మీ బలాబలాలు తెలుసుకోవాలనే ఈ జూదం అనుమతించాను. నాకు వేరే ఉద్దేశం లేదు. అయినదేదో అయిపోయింది. ఇక్కడ జరిగినవన్నీ ఇక్కడే మర్చిపో. నీకు శుభమగుగాక!"

పాండవులు హస్తినాపురంనుంచి ఇంద్రప్రస్థానికి బయల్దేరారు.

(ఇక్కడితో ద్యూతపర్వంలో కథ పూర్తయింది. దీని తరువాత వచ్చే కథని అనుద్యూతపర్వం అంటారు.)

◆◆◆

పాండవులు ప్రయాణమై వెళ్ళాక దుష్టచతుష్టయం దుర్యోధనుడు, దుశ్శాసనుడు, శకుని, కర్ణుడు సమావేశమయ్యారు. అందరూ చిన్నబోయిన వదనాలతోనూ, మండుతున్న హృదయాలతోనూ ఉన్నారు. అందరికంటే ముందు దుశ్శాసనుడు మాట్లాడాడు.

"మనం ఎంతో కష్టపడి ప్రణాళిక వేసి, ఎంతో తెలివిగా దానిని అమలుచేసి సంపాదించిన అపారమైన సంపదని వృద్ధుడైన తండ్రి ఒక్కమాటతో పోగొట్టాడు." అన్నాడు.

అందరూ అంగీకరించారు. చేతికి చిక్కినట్లే చిక్కి అంతలోనే జారిపోయిన పాండవులను మళ్ళీ ఎలా సాధించాలా అని ఆలోచించారు. అందరూ కలిసి ధృతరాష్ట్రుడి వద్దకి వెళ్ళారు.

తండ్రికి తనపట్ల ఉన్న వల్లమాలిన వ్యామోహంవలన తానేం చెప్పినా కాదనలేదని దుర్యోధనుడికి తెలుసు. తాను బాధ పడతానన్నా, తనకి ప్రమాదమన్నా తండ్రి సహించలేడనీ తెలుసు. అతడిలా అన్నాడు.

"మహారాజా! అర్జునుడితో సమానమైన వీరుడు ఈ లోకంలో లేడు. ద్రౌపదీ స్వయంవరంలోనూ, ఖాండవదహనంలోనూ అతడు ప్రదర్శించిన బలపరాక్రమాలూ, అస్త్రవిద్యానైపుణ్యం వేరెవరికీ సాధ్యం కానివి. అతడి పరాక్రమం తలుచుకుంటేనే నా మనస్సు భయాందోళనలతో నిండిపోతోంది.

గృహే గృహే చ పశ్యామి తాత పార్థమహం సదా,
శరగాండీవసంయుక్తం పాశహస్తమివాంతకం. 74.6+

ఎక్కడ చూసినా ఏ ఇంట్లో చూసినా బాణం, గాండీవం ధరించిన అర్జునుడే కనబడుతున్నాడు. నా కంటికి అతడు అందగాడైన అర్జునుడిలా లేడు. పాశం ధరించి నిలుచున్న యముడిలా ఉన్నాడు.

అర్జునుడంటే ఎంత భయం నన్ను ఆవరించిందంటే 'అ' అనే అక్షరంతో మొదలయ్యే అశ్వం, అర్థం మొదలైన మాటలు విన్నా ఉలికిపడుతున్నాను. అతడితో యుద్ధమే గాని చేయవలసి వస్తే అది మేమూ, మా సైన్యమూ మొత్తానికి ఎవరూ మిగలకుండా నశించడానికే దారితీస్తుంది." అన్నాడు.

"అర్జునుడి పరాక్రమం నాకూ తెలుసు. అందుచేత ఎప్పుడూ అతడికి అపకారం తలపెట్టకు. ఈ జూదంలో జరిగిందేదో జరిగిపోయింది. ఇకపైన ప్రేమతో అర్జునుడికి చేరువవడానికి ప్రయత్నించు. అతడినే కాదు, పాండవులనందరినీ ప్రేమతో చేరదియ్యి. నువ్వు నిర్భయంగా జీవిస్తావు." అన్నాడు ధృతరాష్ట్రుడు.

"రాజా! మేము కపటంగా జూదమాడి అర్జునుణ్ణి ఓడించాము. మరొకసారి అలా

చెయ్యలేము. అతడినుంచి ప్రమాదం రాకుండా ఉండాలంటే అతణ్ణి హతమార్చే ఉపాయ మేదో మీరే చూడాలి." అన్నాడు దుర్యోధనుడు.

ధృతరాష్ట్రుడు, "కుమారా! పాండవుల పట్ల కపటోపాయాలు వదిలిపెట్టు. వాళ్ళింకా చిన్న వయస్సులో ఉండగానే వాళ్ళని హతమార్చడానికి నువ్వు ఎన్నో ప్రయత్నాలు చేసావు. అవన్నీ వాళ్ళు తిప్పికొట్టారు. పుత్ర మిత్ర బాంధవ జనంతో క్షేమంగా ఉండాలంటే వారికి హాని తలపెట్టకు." అన్నాడు.

దుర్యోధనుడు అంగీకరించలేదు.

"రాజా! దేవగురువు బృహస్పతి చెప్పిన మాటలు మీకు తెలుసు.

సర్వోపాయైర్నిహంతవ్యాః శత్రవః శత్రుసూదన,
పురా యుద్ధాద్ బలాద్వాపి ప్రకుర్వన్తి తవాహితమ్. 74.8

నీకు ఎవరివలన హాని కలిగే అవకాశముందో వారు నీకు శత్రువులు. యుద్ధం చేసి గాని, వేరే ఉపాయాలవలన గాని శత్రువులని హతమార్చాలి.

మనం ఎలాగోలా పాండవుల సంపదని చేజిక్కించుకుంటే దానితో ఇతర రాజులని ఘనంగా సత్కరించీ, ప్రలోభపెట్టీ మనవైపుకి తిప్పుకుంటాం. అపారమైన శక్తిమంతులం అవుతాం. అప్పుడు అర్జునుడు మాత్రం మనని ఏం చెయ్యగలడు? ఇప్పుడు పాండవులందరూ మనమంటే కోపంతో మండిపడుతున్నారు. వారినలా వదిలేస్తే నీ కుమారులం అందరం వారి కోపాగ్నిలో భస్మమైపోతాం.

అందుచేత మనం ఆత్మరక్షణ ఉపాయాలు వెదుక్కోవాలి. పాండవుల పతనంలోనే మనకి రక్షణ ఉంది. దానికి మేమొక ఉపాయం ఆలోచించాము.

నువ్వు పాండవులని మళ్ళీ జూదానికి పిలు. ఈమారు జూదంలో ఒకే పందెం. ఒకే ఆట. ఈ జూదంలో ఓడిపోయినవారు మృగచర్మాలు ధరించి పన్నెండు సంవత్సరాలు అరణ్యవాసం చెయ్యాలి. ఆ తరువాత ప్రజలమధ్య ఉంటూ ఎవరూ గుర్తుపట్టలేని విధంగా ఒక సంవత్సరం అజ్ఞాతవాసం చెయ్యాలి.

వారు ఓడిపోతే వారు అడవికి వెళ్తారు. మేము ఓడిపోతే మేము అడవికి వెళ్తాము. అయినా అక్షవిద్యలో నిపుణుడు శకునిమామ ఉండగా మేము ఓడిపోము. మాకోసం నువ్వు మళ్ళీ పాండవులని జూదానికి పిలు. నువ్వు పిలిస్తే వాళ్ళు తప్పక వస్తారు. ఒక్కసారి యుధిష్ఠిరుడు జూదంలో కూర్చుంటే చాలు. వాళ్ళ రాజ్యం, వాళ్ళ సంపదా శాశ్వతంగా

మనచేతికి వస్తాయి. పాండవులు అడవులు పట్టిపోతారు. మనకి వాళ్ళవలన ప్రమాదం తప్పిపోతుంది." అన్నాడు.

(ధృతరాష్ట్రుడు, "ఇప్పటిదాకా జరిగిన జూదం చాలదా? ఎంతెంత భయంకరమైన ఉత్పాతాలు వచ్చాయి! మనం మోసం చేసామని అందరూ తిట్టిపోస్తున్నారు. ఇంకా ఆ తిట్లు చెవులలో గింగురుమంటున్నాయి. మళ్ళీ జూదమా? నీకు నోరెలా వచ్చింది?" అనలేదు. ఆ అంధుడు దుర్యోధనుడి మాటలు విన్నాక ఒక్క క్షణం కూడా ఆలోచించలేదు.)

"పాండవులు చాలాదూరం వెళ్ళిపోయి ఉంటారు. అయినా వాళ్ళని వెనక్కి పిలవాలను కుంటే నేను చెప్పానని కబురుచెయ్యి." అన్నాడు.

ఈ విషయం బయట అందరికీ తెలిసింది.

భీష్ముడు, ద్రోణుడు, అశ్వత్థామ, కృపాచార్యుడు, సోమదత్తుడు, బాహ్లీకుడు, యుయుత్సువు, వికర్ణుడు ముక్తకంఠంతో "**మా ద్యూతమిత్యభాషంత శమోస్త్వితి చ సర్వశః –** మరొకసారి ద్యూతక్రీడ జరగనివ్వవద్దు. అప్పుడే అందరూ సుఖశాంతులతో ఉంటారు." అన్నారు.

ఎవరెన్ని చెప్పినా పుత్రవ్యామోహంతో సర్వాత్మనా అంధుడైన ధృతరాష్ట్రుడు మళ్ళీ జూదానికి రమ్మని పాండవులకు ఆదేశం పంపాడు.

◆◆◆

ధృతరాష్ట్రుడి నిర్ణయం విన్న గాంధారి భయభ్రాంతురాలయింది. అతణ్ణి ఏకాంతంలో కలిసింది.

"ఆర్యపుత్రా! దుర్యోధనుడు పుట్టగానే జననష్టం, వంశనాశనం సూచించే అనేక దుశ్శకునాలు కనిపించాయి.

విదురుడు మహాజ్ఞాని. మన శ్రేయోభిలాషి. దుర్యోధనుడు ఒక్కణ్ణీ త్యాగం చేసి మిగిలిన కుమారులని రక్షించుకోమని అతడు అనేకసార్లు నీకు చెప్పాడు. నువ్వు ఆ సలహాని పెడచెవిని పెడుతూనే వచ్చావు. ఈనాడు నువ్వు మళ్ళీ అదే తప్పు చేస్తున్నావు.

రాజా! నీ వంశం నశించిపోవడానికి నువ్వే కారణం కావద్దు. కొంచెం ఆలోచించు. *(మొన్న జరిగిన జూదంలో నీ కుమారులు ఎంత హేయంగా ప్రవర్తించారో నీకు తెలుసు. ఆ సమయంలో పాండవుల క్రోధాగ్నిలో కౌరవులు నశించిపోతారేమోనని భయపడ్డాను. చివరి క్షణంలో ఆ ముప్పు తప్పింది.)*

నీ కుమారులకీ పాండవులకీ మధ్య చల్లారుతున్న విద్వేషాగ్నిని మళ్ళీ జ్వలింప చెయ్యకు.

ఇంటికి పెద్దగా చేయవలసిన కర్తవ్యం ఎలాగూ చెయ్యలేదు. పనిగట్టుకుని వంశనాశనానికి దారితీసే పనులు చెయ్యకు. కురువంశంలో ఏకైక చరిత్రహీనుడిగా మిగిలిపోకు.

సంపద అందరికీ కావాలి. ధర్మంగా సంపాదిస్తే అది ఆనందం, శ్రేయస్సూ ఇస్తుంది. కపటంతోనూ, కుతంత్రంతోనూ సంపాదిస్తే అది పతనానికి హేతువవుతుంది." అంది.

అవిడ తిట్టిన తిట్లు రాజు పట్టించుకోలేదు. ఆవిడ చెప్పిన మంచిమాటలు ఆయన చెవికెక్కలేదు.

"దేవీ! **అంతః కామం కులస్యాస్తు న శక్నోమి నివారితుమ్** – వంశం నాశనమవాలనే గాని దైవం రాసిపెట్టి ఉంటే దానిని నేను ఆపలేను. ఏ ప్రమాదం వచ్చినా రానీ. నేను మాత్రం దుర్యోధనుణ్ణి కాదనలేను. అతడేం తలపెట్టినా అడ్డుచెప్పలేను.

పాండవులు వెనక్కి వస్తారు. నా కుమారులు వాళ్ళతో జూదమాడతారు." అన్నాడు.

6

పాండవులు హస్తిన వదిలి చాలా దూరం వెళ్ళారు.

ప్రాతికామి అత్యంత వేగంగా ప్రయాణించి వారిని చేరాడు. యుధిష్ఠిరుడికి నమస్కరించి ధృతరాష్ట్రుడి సందేశం వినిపించాడు.

"యుధిష్ఠిరా! సభలో రాజులనందరినీ సమావేశపరుస్తున్నాను. నువ్వు వెనక్కి వచ్చి నిండు సభలో మరోసారి నా కుమారులతో జూదమాడాలి."

ఆ సందేశం విన్న యుధిష్ఠిరుణ్ణి విషాదం కమ్మేసింది.

"ద్యూతక్రీడకి ధృతరాష్ట్రుడు పంపినది ఆహ్వానమే అయినా ఆదేశమే అయినా ఇది తప్పక వంశనాశనానికి దారితీస్తుంది. అయినా నేను ఆయన ఆజ్ఞని పాటిస్తాను." అన్నాడు.

పాండవులు వెనక్కి మళ్ళీ హస్తినాపురానికి వెళ్ళారు. జూదం జరిగే సభలోకి ప్రవేశించారు.

శకుని యుధిష్ఠిరుడితో ఇలా అన్నాడు.

"రాజా! ఈసారి జూదంలో పందెం వినండి. మేము ఓడిపోయి మీరు గెలిస్తే మేమందరం కృష్ణాజినాలు ధరించి అరణ్యాలకి వెళ్ళిపోతాము. పన్నెండేళ్ళు వనవాసం చేస్తాము. పదమూడవ సంవత్సరం ప్రజలమధ్యకి వచ్చి అక్కడ మమ్మల్ని ఎవరూ గుర్తుపట్టకుండా ఒక సంవత్సరం అజ్ఞాతవాసంలో గడుపుతాము.

అజ్ఞాతవాసంలో ఉండగా మీరు మమ్మల్ని కనిపెడితే మేము తిరిగి పన్నెండేళ్ళు వనవాసం, ఒక సంవత్సరం అజ్ఞాతవాసం చేస్తాము.

అలా కాక మీరు ఓడిపోయి మేము గెలిస్తే ఆ పని మీరు చెయ్యాలి.

త్రయోదశే చ నిర్వృత్తే పునరేవ యథోచితమ్,

స్వరాజ్యం ప్రతిపత్తవ్య మితరైరథవేతరైః. 76.14

ఓడిపోయినవారు పదమూడు సంవత్సరాలూ అరణ్యవాసం, అజ్ఞాతవాసం విజయవంతంగా పూర్తిచేసి వచ్చాక, గెలిచినవారు వారి రాజ్యం వారికి సగౌరవంగా అప్పగించాలి. ఇది నీకు సమ్మతమేనా?" అన్నాడు.

సభలో ఉన్నవారందరూ ఆందోళనపడిపోయారు.

అక్కడున్న రాజులందరూ యుధిష్ఠిరుణ్ణి జూదానికి కూర్చోవద్దన్నారు. కురువృద్ధుడు భీష్ముడూ, గురువృద్ధుడు ద్రోణుడూ, వికర్ణుడూ కూడా ఆ జూదం ఆడవద్దన్నారు. అయినా యుధిష్ఠిరుడు ధృతరాష్ట్రుడి ఆదేశం పాటించడమే తన ధర్మమన్నాడు. మరొకసారి జూదం ఆడడానికే సిద్ధమయ్యాడు.

కౌరవుల పక్షాన ఉండే రాజులుకూడా ఆ అన్యాయాన్ని సహించలేక ఆ పందెంతో జూదమాడవద్దన్నారు. అయినా యుధిష్ఠిరుడు ఆడాలనే నిర్ణయించుకున్నాడు.

అక్కడున్న పెద్దలలో ఒక్క ధృతరాష్ట్రుడు మాత్రమే ఆడవద్దని చెప్పలేదు. *(యుధిష్ఠిరుడు ఆడాలనీ, ఓడిపోవాలనీ పన్నిన పథకానికి రాజముద్ర వేసినవాడు తానే కనుక ఆ అంధుడు నోరు విప్పలేదు.)*

మహామేధావి యుధిష్ఠిరుడికి ఆ జూదం వలన వచ్చే పరిణామం తెలుసు. అక్కడ మొదలయే ఆట కురువంశం సర్వనాశనమవడంతోనే పూర్తవుతుందనీ తెలుసు. అయినా ధృతరాష్ట్రుడి ఆజ్ఞ పాటించాలనే నిర్ణయించుకున్నాడు.

రాజులందరూ యుధిష్ఠిరుణ్ణి అవివేకి అని తిట్టుకున్నారు.

"ఈ యుధిష్ఠిరుడి వివేకం ఏమయింది? ఇంతవరకూ లోకంలో ఏ రాజూ పొందని అవమానం పొందాడు. వెంట్రుకవాసిలో శాశ్వత దాస్యంనుంచి బయటపడ్డాడు. అంతలోనే మళ్ళీ ఎందుకు వచ్చాడు? ఈ పందెం గెలవలేడని తెలిసినా లేచి వెళ్ళిపోకుండా ఎందుకింకా కూర్చున్నాడు?" అని రకరకాల బాధపడ్డారు.

యుధిష్ఠిరుడికి రాబోయే అనర్థం స్పష్టంగానే కనబడుతోంది. జరగబోయే అవమానమూ స్పష్టంగానే కనబడుతోంది. అయినా అతడు వెనక్కి తగ్గలేదు. అతడి ఆలోచన ఎవరికీ అంతుబట్టలేదు.

అతడు స్థిరంగా, "శకునీ! నువ్వు పిలిస్తే నేను రాలేదు. నువ్వు జూదమాడమంటే నేను కూర్చోలేదు. తండ్రిగారు ధృతరాష్ట్రమహారాజు రమ్మన్నారు. వచ్చాను. జూదమాడడానికి కూర్చోమన్నారు. కూర్చున్నాను. నా ధర్మం నేను పాటిస్తున్నాను. తండ్రిగారి ఆజ్ఞని పాటించి ఆయన ఏ పందేనికి అనుమతిస్తే ఆ పందెంతోటే జూదమాడడానికే నిశ్చయించుకున్నాను." అన్నాడు.

శకుని మరొకసారి పందెం వివరించాడు. "యుధిష్ఠిరా! నీకీ పందెం ఆమోదమే కదా?" అని రెట్టించాడు.

యుధిష్ఠిరుడు, "శకునీ! నువ్వు భయంకరమైన పందెం చెప్పావు. దానికి అంగీకరించడం గాని, దానిని తిరస్కరించడం గాని నా పని కాదని చెప్పాను. ఇదంతా ధృతరాష్ట్ర మహారాజు సభలో జరుగుతోంది. ఆ మహారాజు ఆదేశం ఏదైనా దానిని శిరసావహిస్తాను. ఇందరు పెద్దలు ఈ పందేన్ని ఖండించినా ధృతరాష్ట్రుడు మౌనంగా ఉన్నాడు.

అందుచేత నీపందెం ఆమోదించమనే ఆయన ఆదేశమని తెలిసిపోతోంది. ఆయన ఆదేశాన్ని పాటించడమే నా కర్తవ్యం. దీనికి నా ఆమోదంతో పనిలేదు." అన్నాడు.

శకుని పాచికలు వేసాడు. యుధిష్ఠిరుడు ఓడిపోయాడు.

పాండవులు కృష్ణాజినాలు ధరించి వనవాసానికి సిద్ధమయ్యారు. వారలా మాటకు కట్టుబడి నిస్సహాయంగా వెళ్ళిపోతుంటే దుశ్శాసనుడు ఆనందం పట్టలేక బిగ్గరగా అరిచాడు.

"సమస్త భూమండలానికీ ఇప్పుడు దుర్యోధనుడే సార్వభౌముడు.

మహాసామ్రాట్! నీకు జయం! ఇక ఈ కుంతీపుత్రులు చిరకాలం జనావాసాలకి దూరమై అరణ్యాలలో దుర్భరమైన, నరకప్రాయమైన జీవితం గడుపుతారు.

పాండవులారా! నిన్నటిదాకా యుధిష్ఠిరుడే సామ్రాట్ అని విర్రవీగారు. ఇప్పటికైనా మా గొప్పతనం తెలిసిందా! మేమెక్కడ, మీరెక్కడ?

పాపం ద్రుపదమహారాజు పాంచాలిని ఈ పాండవులకిచ్చి ఆమె జీవితాంతం కుమిలి కుమిలి దుఃఖించేలా చేసాడు. **క్లీబాః పార్థాః పతయో యాజ్ఞసేన్యాః** - ఈమె భర్తలైన పాండవులు శక్తిహీనులు, నపుంసకులు.

కాం త్వం ప్రీతిం లప్స్యసే యాజ్ఞసేని! పతిం వృణీష్వేహ యమన్యమిచ్ఛసి - యాజ్ఞసేనీ! ఇక వీళ్ళతో ఏం జీవిస్తావు! నీకు నచ్చిన వేరెవరినో పతిగా స్వీకరించు. ఎందుకంటే,

ఏతే హి సర్వే కురవః సమేతాః

క్షాంతా దాంతాః సుద్రవిణోపపన్నాః,

ఏషాం వృణీష్వైకతమం పతిత్వే
న త్వాం తపేత్ కాలవిపర్యయోఽ యమ్. 77.12

ధృతరాష్ట్రుడి పుత్రులమైన కౌరవులం మేము నూరుగురమూ దయగలవాళ్ళం. జితేంద్రియులం. ఐశ్వర్యవంతులం. కాలం నీపట్ల కర్కశంగా ఉంది. అందుచేత *(ఈ పాండవులను నమ్ముకుంటే)* నువ్వు పడరాని అగచాట్లు పడాలి. ఆ దురవస్థ తప్పాలంటే మాలో ఎవరినైనా భర్తగా ఎంచుకో."

ఇలా దుశ్శాసనుడు యుక్తాయుక్తాలు మరిచి నోటికి వచ్చినట్లు అత్యంత నీచంగా, హేయంగా మాట్లాడాడు. అంధరాజు ధృతరాష్ట్రుడు అవన్నీ వింటున్నాడు. అయినా ఆ దుర్బుద్ధిని నివారించడానికి ప్రయత్నించలేదు.

దుశ్శాసనుడు మరింత రెచ్చిపోయాడు. ఏ భీముడి పేరు చెప్తే అంతకుముందు వణికిపోయేవాడో ఆ భీముడి చుట్టూ నాట్యం చేస్తూ, 'ఎద్దు, ఎద్దు' అని అరవడం ప్రారంభించాడు.

అది చూసి దుర్యోధనుడు నవ్వుతూ భీముడి నడకని అనుసరిస్తూ అతడి వెనుక నడవడం మొదలుపెట్టాడు.

భీముడు, "దుశ్శాసనా! నిన్నిప్పుడేమీ చెయ్యను. సరిగ్గా పదమూడు సంవత్సరాలు లెక్కపెట్టకో. పదమూడవ సంవత్సరం నిండాక అతిరథ మహారథుల సమక్షంలో నీ గుండెలు చీల్చి రక్తం తాగుతాను. నువ్వు ప్రాణాలు విడిచేముందు నువ్వన్న మాటలన్నీ, ఒక్కటీ వదలకుండా జ్ఞాపకం చేస్తాను. అక్కడితో ఆగను. యుద్ధంలో ఈ దుర్యోధనుడి తొడలు విరక్కొట్టి ఇతడి తలని నా పాదంతో తన్నుతాను. ఎవరు అడ్డంవస్తారో చూస్తాను." అని ప్రతిజ్ఞ చేసాడు.

అర్జునుడు రణరంగంలో కర్ణుణ్ణి వధిస్తాననీ, సహదేవుడు శకునిని వధిస్తాననీ ప్రతిజ్ఞలు చేసారు. ద్రౌపదిని అవమానించినప్పుడు ఆనందించిన కౌరవులనందరినీ వధిస్తానని నకులుడు ప్రతిజ్ఞ చేసాడు.

◆◆◆

యుధిష్ఠిరుడు సముద్రమంత గంభీరంగానూ, హిమాలయపర్వతమంత ధైర్యంగానూ ఉన్నాడు. మనస్సుని ఏ తీవ్రభావాలకీ లోనుకాకుండా నియంత్రించుకున్నాడు.

ధృతరాష్ట్రుడివద్దా, ఇతర పెద్దలవద్దా వనవాసవ్రతానికి అనుమతి తీసుకున్నాడు. పధ్నాలుగవ సంవత్సరంలో తిరిగి వారినందరినీ కలుస్తానని చెప్పాడు. భీష్మద్రోణులతో

సహా సభ్యులందరూ సిగ్గుతో తలవంచుకున్నారు. ఎవరూ నోరువిప్పి మాట్లాడలేకపోయారు.

యుధిష్ఠిరుడు విదురుణ్ణి వేరేగా కలుసుకున్నాడు.

"మహాత్మా! నువ్వు మాకు వరుసకి పినతండ్రివే అయినా మమ్మల్ని కన్నతండ్రిలా కాపాడుతున్నావు. మాకు కర్తవ్యం ఉపదేశించు. నీ ఆదేశమేదైనా దానిని త్రికరణశుద్ధిగా పాటిస్తాము." అన్నాడు.

విదురుడు పాండవులను ఆశీర్వదించాడు.

"యుధిష్ఠిరా! మీ తల్లి వృద్ధురాలైపోయింది. ఆమె వనవాసక్లేశాలు అనుభవించలేదు. అందుచేత మీ వనవాసం, అజ్ఞాతవాసం పూర్తయేవరకూ ఆమె మాతో నా మందిరంలో ఉంటుంది. నేనామెను అత్యంత ఆదరంగా చూసుకుంటాను.

నాయనా! నువ్వు ప్రదర్శించిన సహనమే నీకు కవచం. అదే నీ ఆయుధం. దానిముందు దేవేంద్రుడైనా నిలువలేడు.

అధర్మం వలన ఓడిపోయినవాడు ఎప్పుడూ సిగ్గుపడక్కర్లేదు. అది విధిలీల అని గ్రహించి తరువాత చెయ్యవలసిన దానిని గురించి ఆలోచించుకోవాలి.

నీకు భూదేవి క్షమాగుణాన్నీ, సూర్యుడు తేజస్సునీ, వాయువు బలాన్నీ, సమస్తదేవతలూ అంతులేని సంపదలనీ ఇత్తురుగాక!

మీరందరూ క్షేమంగా వనవాసవ్రతం పూర్తిచేసుకుని రండి. అప్పుడు తిరిగి కలుద్దాం." అన్నాడు.

◆◆◆

ద్రౌపది, వనవాసానికి బయల్దేరేముందు, అత్తగారు కుంతి వద్దకి వెళ్ళింది. పాండవుల మందిరంలో ఉన్నవారినందరినీ పలకరించింది. కుంతికి పాదాభివందనం చేసింది.

కుంతీదేవికి దుఃఖంతో గొంతు గద్గదమైపోయింది. ఆమె అలాగే ద్రౌపదికి కర్తవ్యం ఉపదేశించింది.

"పుత్రీ! ఏ స్త్రీకీ రాకూడని బాధ నీకు వచ్చింది. దానిని ఉత్తమవంశానికి చెందిన యోగ్యురాలిలా ఎదుర్కొన్నావు. స్త్రీకి తన సదాచారపాలనే అసలైన బలం. నువ్వు అన్నీ తెలిసినదానివి. అందుచేత నీకు ప్రత్యేకంగా కర్తవ్యం ఉపదేశించక్కర్లేదు.

విధినిర్ణయం ప్రకారం మానవులకి కష్టాలూ, సుఖాలూ కలుగుతాయి. మహాసాధ్వులైన స్త్రీలు కష్టాలు కలిగాయని క్రుంగిపోరు. సుఖాలు కలిగాయని పొంగిపోరు. ఇతరులపై క్రోధం వెళ్ళగక్కరు.

సౌభాగ్యాః కురవశ్చేమే యే న దగ్ధాస్త్వయానఘే,
అరిష్టం వ్రజ పంథానం మదనుధ్యానబృంహితా. 79.6

ఈ కౌరవుల అదృష్టం బాగుంది. వీరిని నువ్వు *(శపించి)* నీ క్రోధాగ్నిలో భస్మం చెయ్యకుండా వదిలావు. నువ్వు ఏ విఘ్నమూ లేకుండా వనవాసకాలం పూర్తి చేసుకుని రా. ఎల్లవేళలా మా ఆశీస్సులు నీకు అండగా ఉంటాయి."

అత్తగారి మాటలకు చలించిపోయిన ద్రౌపదికి కళ్ళవెంట నీరు ధారలుగా ప్రవహించింది. ఆమె ఏమీ మాట్లాడలేక, "తథాస్తు" అని భర్తలతో వనవాసానికి బయల్దేరింది.

పాండవులందరూ కుంతికి నమస్కరించి వనవాసానికి ఆమె అనుమతి తీసుకున్నారు. ఆమె రోదిస్తూనే వారిని ఆశీర్వదించింది.

పాండవులు బయల్దేరుతుంటే హస్తినాపురప్రజలు పాండవులని ప్రశంసించారు. కౌరవులని తీవ్రమైన పదజాలంతో నిందించారు.

ద్రౌపదిపట్ల తమ భర్తలు చేసిన అకృత్యాలు కౌరవుల భార్యలు తెలుసుకున్నారు. ఉత్తమ వంశంలో పుట్టి అంత నీచంగా ప్రవర్తించిన తమ భర్తలను అసహ్యించుకున్నారు.

(తరువాత కనిపించిన దుశ్శకునాలు చూసి భయంతో వణికిపోయారు. ఆనందంగా గడుస్తున్న జీవితాలలో ఏ అపశ్రుతులు వస్తాయోనని బెదిరిపోయారు. ప్రజలు తిట్టే తిట్లు విని తలలు దించుకున్నారు.)

వారందరూ కన్నీళ్ళు పెట్టుకుని ముఖాలు చేతులతో కప్పుకుని రోదించారు.

◆◆◆

పాండవుల శపథాలూ, పౌరుల ఛీత్కారాలూ విన్న ధృతరాష్ట్రుడు కలవరపడిపోయాడు. వీటి పర్యవసానం ఏమవుతుందో అని మనస్సు చెదిరిపోయింది. ఏకాంతంలో ఉండలేక విదురుణ్ణి వెంటనే పిలిపించుకున్నాడు.

"విదురా! పాండవులు వనవాసానికి ఎలా వెళ్ళారు? ఏం చేస్తూ వెళ్ళారు? ద్రౌపది ఎలా వెళ్ళింది? బ్రహ్మర్షి ధౌమ్యుడు ఎలా వెళ్ళాడు? అన్నీ వివరంగా చెప్పు." అన్నాడు.

విదురుడు సమాధానం చెప్పాడు.

"యుధిష్ఠిరుడు పైపంచెతో ముఖం కప్పుకుని వెళ్ళాడు. భీముడు తన విశాలమైన భుజాలు చూసుకుంటూ వెళ్ళాడు. అర్జునుడు తన రెండు చేతులతో ఇసుక అన్నివైపులా చల్లుకుంటూ వెళ్ళాడు. సహదేవుడు ముఖంనిండా మట్టిపూసుకుని వెళ్ళాడు. నకులుడు

శరీరమంతా దుమ్ము పూసుకుని వెళ్ళాడు. ద్రౌపది విరబోసుకున్న జుట్టుతో ముఖం కప్పుకుని, ఏడుస్తూ వెళ్ళింది. ధౌమ్యులవారు దర్భలు చేతబట్టి, రుద్రుడికీ యముడికీ సంబంధించిన సామవేదమంత్రాలు చదువుతూ వెళ్ళారు" అని చెప్పాడు.

"పాండవులు *(తలవంచుకుని వెళ్ళిపోకుండా)* ఎందుకలా రకరకాల చేష్టలు చేస్తూ వెళ్ళారు?" అన్నాడు ధృతరాష్ట్రుడు.

"రాజా! యుధిష్ఠిరుడు భయంకరమైన కోపాగ్నిని మనస్సులో అణిచి పెట్టాడు. తాను ఎవరినైనా చూస్తే ఆ క్రోధాగ్నికి వారు భస్మమైపోతారేమోనని భయంతో ముఖం కప్పు కున్నాడు. భీమసేనుడు తన భుజాలబలంతో కౌరవులమీద ప్రతీకారం తీర్చుకుంటానని సూచిస్తూ వెళ్ళాడు.

అర్జునుడు ఇసుకరేణువులలా అన్నిదిశలనూ కప్పివేసేలా బాణాలు ప్రయోగించి నీ కుమారులమీద ప్రతీకారం తీర్చుకుంటానని సూచించాడు.

ఈ రోజు కురువంశానికి భయంకరమైన దుర్దినం. ఇటువంటి రోజున తననెవరూ గుర్తించకూడదని సహదేవుడు అలా ప్రవర్తించాడు.

తన అందమైన రూపం ఎవరూ చూడకూడదని నకులుడు శరీరమంతా దుమ్ముపూసు కున్నాడు.

ద్రౌపది రజస్వలగా ఉంది. ఏకవస్త్రగా ఉంది. ఆమె, "ఈ రోజు నీచులూ, దుర్మార్గులూ అయినవారి వలన నేనీ దురవస్థ అనుభవిస్తున్నాను. నేటినుంచి సరిగ్గా పధ్నాలుగవ సంవత్సరంలో నన్ను బాధించిన దురాత్ముల భార్యలు వారి భర్తల, పుత్రుల శవాలవద్ద జుట్టుముడి విప్పుకుని పడిపడి ఏడుస్తారు." అని ప్రతిజ్ఞ చేసింది.

'ఆ యుద్ధంలో కౌరవులు ఒక్కడు కూడా మిగలకుండా మరణిస్తారు. అప్పుడు వారి కులపురోహితులు ఈ మంత్రాలే చదివి వారికి అంత్యేష్టి చేస్తారు.' అని శపిస్తూ ధౌమ్యుడు సామవేదం చదువుతూ వెళ్ళాడు." అని వివరించాడు.

ఇక్కడ ధృతరాష్ట్రుడూ, విదురుడూ మాట్లాడుకుంటున్న సమయంలోనే నారదుడు ఆకాశమార్గంలో వచ్చి కౌరవుల ముందు నిలబడ్డాడు.

"ఇతశ్చతుర్దశే వర్షే వినంక్ష్యంతీహ కౌరవాః,
దుర్యోధనాపరాధేన భీమార్జునబలేన చ. 80.34

నేటినుంచి పధ్నాలుగవ సంవత్సరంలో జరగబోయేది వినండి. దుర్యోధనుడు చేసిన అపరాధం వలన కోపించిన భీమార్జునులు తమ పరాక్రమంతో కౌరవులనందరినీ వధిస్తారు. మీలో ఒక్కడూ మిగలడు."

ఈ మాట చెప్పి దేవర్షి ఎలా వచ్చాడో అలాగే ఆకాశమార్గంలో వెళ్ళిపోయాడు.

ఈ పరిణామం విని ధృతరాష్ట్రుడు బెంబేలెత్తిపోయాడు.

దుర్యోధనుడికీ ఏం చెయ్యాలో తోచలేదు. భయభ్రాంతుడై శకునినీ, కర్ణుణ్ణీ, దుశ్శాసనుణ్ణీ వెంటబెట్టుకుని ద్రోణాచార్యుడి వద్దకి వెళ్ళాడు. ఆ ఆచార్యుడే పాండవులనుంచి తమని రక్షించగల సమర్థుడని ఆయనని ఆశ్రయించాడు.

పాండవులని వంచించి సంపాదించిన సంపత్తి, రాజ్యం ఆయన చరణాలకు సమర్పిస్తున్నానన్నాడు. తమకి రక్షణగా ఉండమన్నాడు. ఆపాటి మాటకే పొంగిపోయిన అల్పసంతోషి అయిన ఆ బ్రాహ్మణోత్తముడు (!) ద్రోణుడు వారికి ధైర్యం చెప్పాడు.

"పాండవులని ఎవరూ వధించలేరు. మీరింతగా అడుగుతున్నారు కనుక నేను యథా శక్తిగా మీకు సహాయం చేస్తాను. మిమ్మల్ని నిస్సహాయులుగా వదిలి వెళ్ళను.

దుర్యోధనా! నీకు ఎందరు తోడుగా నిలిచినా, ఎవరేం చేసినా విధి బలీయమైనది. పాండవులు వనవాసం పూర్తిచేసాక తిరిగివచ్చి నువ్వు నిష్కారణంగా చేసిన దుర్మార్గాలకి తప్పకుండా ప్రతీకారం తీర్చుకుంటారు.

అగ్నివేదికనుంచి ధృష్టద్యుమ్నుడు నన్ను వధించడానికే పుట్టాడు. అతడు పాండవుల పక్షాన యుద్ధం చేస్తాడు. అతడే నాకు మృత్యువు అవుతాడు. అతడికోసం అర్జునుడు నాతో యుద్ధానికి కూడా సంకోచించడు.

వీటన్నిటికీ ఫలితం కౌరవులకి అనర్థమే అవుతుంది. పాండవులని మోసంచేసి సంపాదించిన సంపదవలన నీకు శాశ్వతమైన సుఖం ఉండదు.

తాటిచెట్టు పైన ఉన్న ఆకుల నీడ దాని మొదలుమీద ఎంతసేపు ఉంటుందో నువ్వు అన్యాయంగా కైవసం చేసుకున్న సంపదవలన సుఖం కూడా నీకు అంతేసేపు ఉంటుంది.

ఈ పధ్నాలుగు సంవత్సరాలలో చేయగలిగినన్ని మంచిపనులు చెయ్యి. అనుభవించగలిగినన్ని భోగాలు అనుభవించు. ఆ తరువాత ఉండేది మారణహోమమే."

ఆ మాటలు విన్న ధృతరాష్ట్రుడు, 'విదురా! నువ్వు వెంటనే బయల్దేరి వేగంగా వెళ్ళి పాండవులని వెనక్కి తీసుకునిరా.

వారు రావడానికి నిరాకరిస్తే వనవాసకాలంలో వారు సుఖంగా జీవించడానికి కావలసిన, రథాలూ, సామగ్రి, సేవకులు, సైన్యం వెంటనే పంపించు. ఎవరేం చేసినా పాండవులు కూడ నాకు కుమారులే కదా!" అని ప్రేమతో కాక ప్రాణభయంతో అన్నాడు.

విదురుడు జవాబు చెప్పలేదు. కదలలేదు.

తాను చేసిన పనికి ఒక్కొక్కరూ చెప్తున్న భయంకర పరిణామాలు విని ధృతరాష్ట్రుడు ఒకచోట నిలవలేకపోయాడు. స్థిరంగా కూర్చోలేకపోయాడు. అతడి మనస్సు కల్లోలమైన సముద్రంలా ఉంది.

ఆ సమయంలో అతడివద్దకి సంజయుడు వచ్చాడు.

"రాజా! అపారమైన పాండవుల సంపద నీకు వశమయింది. భూమండలమంతా నీ చేతికి చిక్కింది. ఆశించినవన్నీ సాధించావు. ఇంకా ఎందుకు దుఃఖిస్తున్నావు?" అన్నాడు.

"పాండవులతో విరోధం కోరి తెచ్చుకున్నాక దుఃఖం కాక మిగిలేదింక ఏముంటుంది?" అన్నాడు ధృతరాష్ట్రుడు.

"రాజా! ఇదేదో అనుకోకుండా జరిగినది కాదు.

నువ్వు బాగా ఆలోచించుకుని, మంచి చెడులు తర్కించుకుని ఈ పని చేసావు. భీష్ముడూ, ద్రోణుడూ, విదురుడూ చెవినిల్లు కట్టుకుని పోరినా విన్నావుకాదు. సిగ్గులేని మోసగాళ్ళ మాట చెల్లించావు.

రాజా! దేవతలు ఎవరిని అంతం చెయ్యాలనుకుంటారో వాళ్ళ బుద్ధిని భ్రమింపచేస్తారు. వారి బుద్ధికి ప్రయోజనం కలిగించే పనులు అనర్థాలుగానూ, సర్వనాశనానికి దారితీసే పనులు ప్రయోజనకరంగానూ స్ఫురిస్తాయి.

న కాలో దండముద్యమ్య శిరః కృంతతి కస్యచిత్,
కాలస్య బలమేతావద్ విపరీతార్థదర్శనమ్. 81.11

కాలం (విధి, దైవం) ఎవరినీ స్వయంగా కర్రతో తల పగలగొట్టదు. ఖడ్గంతో శిరచ్ఛేదం చెయ్యదు. అయినా అన్నీ కాలగతిని అనుసరించే జరుగుతాయి.

పగలవలసిన తల పగిలేలాగనూ, తెగవలసిన శిరస్సు తెగేలాగనూ కాలం మానవుల బుద్ధిని నడిపిస్తుంది. దానిని ఎవరూ అతిక్రమించలేరు.

ఇంత బలం కాలానికి ఎలా వచ్చిందంటే మానవులకు వినాశకాలంలో విపరీతబుద్ధి కలిగించే శక్తి దానికి ఉంది. అందుకే కాలగతి దాటలేనిది అయింది.

పాండవులు సంపదపోయినా విచారించరు.

ఎందుకంటే వారు సంపదని తిరిగి సంపాదించుకోగలరు కనుక.

రాజ్యం పోయినా విచారించరు.

తిరిగి సంపాదించుకోగలరు కనుక.

ద్రౌపదికి నీ కుమారులు నిష్కారణంగా, హేయంగా చేసిన అవమానాన్ని మాత్రం పాండవులు సహించరు.

ప్రతీకారం తీర్చుకోగలరు కనుక.

ద్రౌపది ఒక మానవస్త్రీ గర్భాన పుట్టినది కాదు. ఆమె అయోనిజ. తపస్విని. దేవతలు కూడా గౌరవించే సాధ్వి. అటువంటి ఉత్తమురాలిని సభామధ్యకి ఈడ్చి తెప్పించగల నీచబుద్ధి దుర్యోధనుడికి తప్ప ఎవరికి ఉంటుంది? ఆమెని అనరాని మాటలు అనగల అశ్లీలభావాలు నీ కుమారులకి తప్ప ఎవరికుంటాయి?" అన్నాడు సంజయుడు.

ధృతరాష్ట్రుడు తనని తాను సమర్థించుకున్నాడు.

"సంజయా! నువ్వు మరీ క్రూరంగా మాట్లాడుతున్నావు. ఆనాడు సభలో ద్రౌపది చేసిన ఆర్తనాదాలు విని గాంధారీ, నా కోడళ్ళు ఎంత ఏడ్చారో తెలుసా! పాంచాలి పైకి అనకపోయినా మనస్సులో శపించుకోవడం వలన నా నూరుగురు కుమారులకీ ఆ రోజుతోనే ఆయువు తీరిపోయింది.

లోకవినాశనాన్ని సూచించే భయంకరమైన ఉత్పాతాలు కనబడ్డాయి.

అప్పుడు విదురుడు నా చెవిలో ద్రౌపదికి వరాలిమ్మని చెప్పాడు. ఆ మహామంత్రి మాట నేను ఎప్పుడు కాదన్నాను! వెంటనే ఆమెకి వరాలిచ్చాను. ఇక నేను చేసిన తప్పేముంది?" అన్నాడు, ఎప్పటిలాగే.

ఇది

వ్యాసభగవానుడు మహాభారతమహేతిహాసంలో

సభాపర్వంలో చెప్పిన కథాసంగ్రహం.

శ్రీః

3 వనపర్వం

నారాయణం నమస్కృత్య నరం చైవ నరోత్తమమ్,
దేవీం సరస్వతీం వ్యాసం తతో జయ ముదీరయేత్.

1

హస్తినాపురంనుంచి బయల్దేరిన పాండవులను అనుసరించి అనేకమంది వేదవేత్తలైన బ్రాహ్మణులు కూడా అరణ్యంవైపు వచ్చారు. పద్నాలుగుమంది విశ్వాసపాత్రులైన సేవకులు, తమ భార్యలతోసహా రథాలెక్కి పాండవులని అనుసరించారు.

చీకటిపడే సమయానికి వారందరూ గంగాతీరంలో ఉన్న ప్రమాణకోటి అనే విశాలమైన వటవృక్షం వద్దకి వచ్చారు.

వేదవేత్తలు అగ్నికార్యాలు చేసి యక్ష రాక్షస పిశాచ గణాలనుంచి రక్షించే మంత్రాలు చదివారు. ఆ రాత్రి అందరూ గంగాజలం మాత్రమే సేవించి విశ్రమించారు. మరునాడు ఉదయం యుధిష్ఠిరుడు సంధ్యోపాసన చేసి ఆ వేదవేత్తలకి ఇలా విజ్ఞాపనం చేసాడు.

"నేను సర్వస్వం కోల్పోయి ఉన్నాను. మేమందరమూ అవమానభారంతో క్రుంగి పోతున్నాం. దుఃఖంలో మునిగిపోయి ఉన్నాం. ఈ అరణ్యాలలో మాకే తలదాచుకొనేందుకు గూడులేదు. మా ఆహారమే ఎలా సంపాదించుకోవాలో తెలియని స్థితిలో మేము ఉన్నాము.

మాతో వస్తే మీరు భరించలేని వనవాసక్లేశాలు అనుభవించవలసి వస్తుంది. అది చూసి మేము తట్టుకోలేము. అలాగని మీ వంటి మహాత్ములని సేవించే స్థితిలోనూ లేము. అందువలన మమ్మల్ని అనుసరించి రావద్దని మిమ్మల్ని ప్రార్థిస్తున్నాను." అని యుధిష్ఠిరుడు దుఃఖంతో నేలమీద కూలబడిపోయాడు.

ఆ వేదవేత్తలలో కర్మయోగంలోనూ, సాంఖ్యయోగంలోనూ ప్రవీణుడైన శౌనకుడు అనే విద్వాంసుడున్నాడు. ఆయన,

"రాజా! మాకు ఏదో ఆశ్రయం కల్పించాలనుకోకు. నువ్వు పుణ్యమూర్తివి. నీ హృద యంలో మాకింత చోటియ్యి. అది చాలు. తపస్సు చేయడానికి అలవాటుపడిన మేము మా ఆహారం స్వయంగా సంపాదించుకుంటాము. మీతో ఉండి మీకు అభ్యుదయం కలిగించే వైదికకర్మలు చేస్తాం. సద్గోష్ఠులతో మీ మనస్సులలో ఉన్న దైన్యం పోగొడతాం.

మానసం శమయేత్ తస్మాత్ జ్ఞానేనాగ్నిమివాంబునా,
ప్రశాంతే మానసే హ్యస్య శరీరముపశామ్యతి. 2.16

రాజా! మనస్సులో పుట్టిన దుఃఖం అగ్నిజ్వాలలా విజృంభించి శరీరాన్ని బాధిస్తుంది. నీటిని చల్లి అగ్నిని శాంతింపచేస్తాం. అలాగే జ్ఞానంతో మనస్సులో ఉన్న దుఃఖాన్ని శాంతింప చేస్తే మానవుడికి బాధలుండవు.

యజ్ఞం *(క్రమం తప్పకుండా దేవతలని సేవించడం)*, అధ్యయనం, దానం, తపస్సు, సత్యం, సహనం, ఇంద్రియనిగ్రహం, అలోభం *(లోభం లేకుండా ఉండడం)* ఈ ఎనిమి దింటినీ ధర్మమార్గాలు అంటారు.

వీటిలో మొదటి నాలుగూ పాటించినవారు పితృలోకానికి వెళ్తారు. చివరి నాలుగూ కూడా పాటించినవారు దేవలోకానికి వెళ్తారు.

అందువలన మమ్మల్ని నువ్వే పోషించాలి అనుకుంటే తపస్సు చేసి ఆ శక్తి సంపాదించు." అన్నాడు.

యుధిష్ఠిరుడు లేచి సోదరులతో కలిసి ధౌమ్యుడి వద్దకు వెళ్ళాడు.

"మహర్షీ! నేనీ విప్రులను వెళ్ళిపోమని చెప్పలేను. వీరందరూ నన్ననుసరించి వస్తే వీరికి అన్నపానాలు సమకూర్చే స్థితి నాకిప్పుడు లేదు. ఈ దురవస్థలో నేనేం చెయ్యాలో ఉపదేశించండి.

ధౌమ్యుడు యుధిష్ఠిరుడి ధర్మబుద్ధికి సంతోషించాడు.

"రాజా! అందరికీ అన్నపానాలు ఇచ్చేవాడు సూర్యుడు. అతడు ప్రత్యక్షదైవం. ఆయన ఉత్తరాయణంలో జలనిధుల నుంచి ఆవిరిరూపంలో నీరు గ్రహించి మేఘాలు ఏర్పరుస్తాడు. దక్షిణాయనంలో చంద్రుడివలన ఆ మేఘాలు వర్షిస్తాయి. వర్షాలవలన పంటలు పండుతాయి. జీవులన్నిటికీ ఆ పంటలు ఆహారమవుతాయి.

ఏవం భానుమయం హ్యన్నం భూతానాం ప్రాణధారణమ్,
పితైష సర్వభూతానాం తస్మాత్ తం శరణం వ్రజ. 3.9

అన్నమే అన్నిజీవులకీ ప్రాణం నిలబెట్టుకొనేందుకు ఆధారం. ఆ అన్నం సూర్యరూప మైనది. ఆవిధంగా అన్నం పెట్టి జీవులని పోషిస్తున్న సూర్యుడే సమస్తజీవులకూ తండ్రి అవుతున్నాడు. నువ్వు సూర్యుణ్ణి ప్రార్థిస్తే, అతడే దిక్కని ఆరాధిస్తే ఈ సమస్యనుంచి బయటపడతావు."

అలా చెప్పి వేదమంత్రాలలో ఉన్న పదాలతో బ్రహ్మ కూర్చిన ఆదిత్య అష్టోత్తరశతనామ స్తోత్రం ఉపదేశించాడు.

యుధిష్ఠిరుడు గంగానదిలో స్నానం చేసి సూర్యుణ్ణి శాస్త్రోక్తవిధానంలో పూజించాడు. తరువాత గంగానదిలో నిలిచి, మనస్సు ఏకాగ్రం చేసి, సూర్యుడి మీదనే లగ్నంచేసి ధౌమ్యుడు ఉపదేశించిన పన్నెండు శోకాలనూ జపించడం మొదలుపెట్టాడు.

అతడలా బాహ్యస్పృహ లేకుండా జపిస్తుంటే సూర్యుడు ప్రసన్నుడై సౌమ్యమైనరూపంలో అతడి ఎదుట ప్రత్యక్షమయ్యాడు.

"వత్సా! నీకు పన్నెండు సంవత్సరాలు అక్షయమైన ఆహారం ప్రసాదిస్తాను.

గృహ్ణీష్వ పిఠరం తామ్రం మయా దత్తం నరాధిప!
యావద్ వర్త్స్యతి పాంచాలీ పాత్రేణానేన సువ్రత. 3.72

ఫలమూలామిషం శాకం సంస్కృతం యన్మహానసే,
చతుర్విధం తదన్నాద్యమక్షయ్యం తే భవిష్యతి. 3.73

ఈ రాగి పాత్ర స్వీకరించు. దీనిలో వండిన చతుర్విధ అన్నాలూ *(ఫలాలూ, మూలాలూ, మాంసమూ, కూరలూ)* అక్షయమవుతాయి. ఎన్నివేలమందికి వడ్డించినా, ఎంత వడ్డించినా అన్నం వస్తూనే ఉంటుంది. అందరి భోజనాలూ అయ్యాక ద్రౌపది భోజనం చేస్తుంది. ఆమె భోజనం చేసాక ఆ రోజుపాత్రనుంచి ఇక అన్నం రాదు. ఈ విధంగా అతిథులనీ, అభ్యాగతులనీ, నీ పరివారాన్నీ పోషించుకో. పధ్నాలుగవ సంవత్సరంలో నీరాజ్యం తిరిగి నీదౌతుంది."

ఆ అక్షయపాత్ర ఇచ్చి సూర్యుడు అంతర్ధానం అయిపోయాడు. యుధిష్ఠిరుడు నదినుంచి గట్టుకి వచ్చాడు. ఆ పాత్రలో కొద్దిగా అన్నం వండాడు. అది అక్షయమై పాత్ర నిండిపోయింది. ఎంతమందికి వడ్డించినా అందులోనుంచి అన్నం వస్తూనే ఉంది.

విప్రులందరూ భోజనం చేసాక పాండవులు భోజనం చేసారు. ఆ తరువాత ద్రౌపది భోజనం చేసింది. పాత్రలో అన్నం రావడం ఆగిపోయింది.

◆ ◆ ◆

ద్యూతక్రీడవలన కలిగిన పరిణామాలు ధృతరాష్ట్రుణ్ణి బాగా కలిచివేసాయి. ఏదో కీడు జరగబోతోందని అతడి అంతరాత్మ నిత్యం ఘోషపెట్టింది.

అది తట్టుకోలేక రాజు విదురుణ్ణి పిలిపించాడు.

"విదురా! నువ్వు నీతీ, రాజనీతీ, ధర్మం తెలిసినవాడివి. మహామేధావివి.

ప్రజలిప్పుడు మామీద తీవ్రమైన ద్వేషంతో ఉన్నారు. ఈ ద్వేషం పెరిగి మహాగ్నిజ్వాలగా మారి మమ్మల్ని దహించెయ్యకుండా ఆపాలంటే మనమేం చెయ్యాలి?

కోపంతో మండిపడుతున్న పాండవులు మమ్మల్ని సమూలంగా నాశనం చెయ్యకుండా నిరోధించడానికి ఏం చెయ్యాలి? అందరి మనస్సులలోనూ మాపట్ల అభిమానం, భక్తీ కలగాలంటే ఏం చెయ్యాలి? ఇవన్నీ వివరంగా చెప్పు." అన్నాడు.

విదురుడు ఓరిమిగా చెప్పాడు.

"రాజా! రాజు ధర్మం, అర్థం, కామం అనే మూడు పురుషార్థాలు సాధించాలి. వాటిలో అర్థాన్నీ, కామాన్నీ ధర్మబద్ధంగా అనుష్ఠించాలి. శకుని పాపాత్ముడు. ఆ పాపాత్ముడి ఆలోచనలకి నువ్వూ, నీ కుమారులూ వంత పాడారు. ధర్మాన్ని వదిలేసారు. అధర్మాన్ని ఆశ్రయించి పాండవుల రాజ్యం, సంపదా పొందారు.

ఏ రాజైనా క్షేమంగా ఉండాలంటే ఇతరుల సంపదని ఆశించకూడదు. పరుల సంపదని వక్రమార్గంలో కైవసం చేసుకునేందుకు ప్రయత్నించకూడదు. కానీ, నీ కనుసన్నలలోనే ఆ పాపం జరిగిపోయింది.

ఇప్పటికైనా మించిపోయింది లేదు. శకునిని వదిలిపెట్టెయ్యి. పాండవులని ప్రేమగా ఆహ్వానించు. ఈ భూమండలమంతనీ పరిపాలించగల సమర్థుడు యుధిష్ఠిరుడు ఒక్కడే. అతణ్ణి సింహాసనంమీద కూర్చోబెట్టి, దుర్యోధనుణ్ణి అతడికి విధేయంగా ఉండమను. నిండుసభ ఏర్పాటుచేసి దుశ్శాసనుడిచేత భీముడికీ, ద్రౌపదికీ క్షమార్పణ చెప్పించు.

దుర్యోధనుడు పుట్టినప్పుడే అతణ్ణి వదిలెయ్యమని నీకు చెప్పాను. ఆ తరువాత కూడా అనేకసార్లు చెప్పాను. ఇప్పుడైనా దుర్యోధనుణ్ణి నియంత్రించి దుర్మార్గపు పనులు చెయ్యకుండా ఆపగలిగితే ఆపు. లేకపోతే అతణ్ణి వదిలెయ్యి. నీ వంశం సమూలంగా నాశనం కాకుండా ఉండడానికి ఇదే ఉపాయం. నీ వంశానికి మేలుచేసే ఈ మాటలు నీకు ఇంతకుముందు కూడా చెప్పాను." అన్నాడు.

ధృతరాష్ట్రుడికి పట్టరాని కోపం వచ్చింది.

"నీకు నా కుమారులంటే ద్వేషం, పాండవులపట్ల పక్షపాతం ఉన్నాయి. ఆ పక్షపాతంతో మాట్లాడుతున్నావు. కౌరవులూ, పాండవులూ కూడా నా కుమారులే. కానీ దుర్యోధనుడు నా ఔరసపుత్రుడు. నా శరీరంలో భాగమే నా జ్యేష్ఠకుమారుడయింది. అతణ్ణి వదిలెయ్యమని పదే పదే చెప్తున్నావు. లోకంలో ఎవడైనా తన శరీరాన్ని తానే వదులుకుంటాడా?

స మాం జిహ్మం విదుర సర్వం బ్రవీషి
మానం చ తేఽ హమధికం ధారయామి,
యథేచ్ఛకం గచ్ఛ వా తిష్ఠ వా త్వం
సుసాంత్వ్యమానాఽ ప్యసతీ స్త్రీ జహాతి. 4.21

నేను నిన్నెంతో గౌరవిస్తున్నాను. కానీ నేను ఎప్పుడు ఏమడిగినా నువ్వు కుటిలమైన సలహాలే ఇస్తున్నావు. *(నాకు మనస్తాపం కలిగించేందుకే ప్రయత్నిస్తున్నావు. ఇక నేనిది తట్టుకోలేను.)* నువ్వేం చేస్తావో నీ ఇష్టం. నేనింత చెప్పాక కూడ ఇక్కడే ఉండాలంటే ఉండు. ఎటైనా పోవాలనుకుంటే పో. కులటని భర్త ఎంతో సహనంగా, ఆమె మనస్సు నొప్పించకుండా ఆదరించినా ఆమె భర్తని అంటి పెట్టుకుని ఉండదు." అని రుసరుసలాడుతూ అభ్యంతర మందిరంలోకి వెళ్ళిపోయాడు.

విదురుడు, "అయ్యో! ఈ వంశం సర్వనాశనమైపోతోంది. *(నేను ఎంత ప్రయత్నించినా నివారించలేకపోయాను.")* అని విచారిస్తూ పాండవులవద్దకి బయల్దేరాడు.

◆ ◆ ◆

పాండవులు గంగాతీరంనుంచి పశ్చిమదిశలో వెళ్ళారు. కురుక్షేత్రాన్ని దాటారు. సరస్వతి, దృషద్వతి, యమునా నదులని సేవించి ఋషులు ఎక్కువగా ఉండే కామ్యకవనం చేరారు.

కొంతకాలం కామ్యకవనంలో గడపాలనుకున్నారు.

విదురుడు పాండవులు ప్రయాణంచేసిన మార్గాన్ని అనుసరిస్తూ వచ్చి వారిని కలిసాడు. అతణ్ణి అంత దూరంలో చూసి భీముడు, "మనని మళ్ళీ జూదానికి పిలవడానికి ఈయన వస్తున్నాడేమో! ఈ సారి పందెం కాయడానికి మన దగ్గర ఆయుధాలు తప్ప ఇంకేమీ లేవు. అవి కూడా శకుని కాజేస్తే ఇక మనం కౌరవులమీద విజయం సాధించలేము." అన్నాడు.

విదురుడు ధృతరాష్ట్రుడితో జరిగిన సంభాషణ యుధిష్ఠిరుడికి చెప్పాడు. పాండవులకు అన్యాపదేశంగా కర్తవ్యం ఉపదేశించాడు.

"పరాక్రమం ఉన్న వివేకవంతుడు ఏం చెయ్యాలో మీకు తెలుసు. అయినా ఒకసారి చెప్పడం నా ధర్మం. అగ్ని వృద్ధి చెందడానికి హోమగుండం, ఆజ్యం మాత్రమే ఉపాయాలు కావు. చిన్న నిప్పురవ్వ కూడా పక్కనున్న గడ్డీ, చెత్తా కలియడంతో మహాజ్వాల అవుతుంది. దావానలం అవుతుంది. అలాగే శత్రువుల వంచనకీ, అవమానానికీ గురైన పరాక్రమ వంతుడు తగిన సమయంకోసం నిరీక్షిస్తూ, ఆయుధసంపత్తినీ, మిత్రులనీ వృద్ధి చేసు

కుంటాడు. అటువంటి సహనం, సామర్థ్యం ఉన్నవాడు భూమండలం అంతనీ తన అధీనంలోకి తెచ్చుకోగలడు."

2

విదురుడు పాండవులతో చేరాడని తెలియడంతో ధృతరాష్ట్రుడి గుండెల్లో రాయి పడింది. తన తొందరపాటుకి పశ్చాత్తాపం మొదలయింది.

"విదురుడు సామాన్యుడు కాదు. సౌమ్యంగానే ఉన్నా యుద్ధతంత్రాలు పూర్తిగా తెలిసిన మేధావి. అతడి ఆలోచనని ఎవరూ అందుకోలేరు. అతడి మాటలు ఎవరూ పూర్తిగా అర్థం చేసుకోలేరు. అటువంటివాడు పాండవులతో చేరితే మాకు ప్రమాదమే. పాండవుల పరాక్రమానికి ఇతడి తెలివి తోడైతే వారి ముందు మేము నిలువలేము." అనుకున్నాడు.

రాత్రీ పగలూ ఇలా ఆలోచిస్తూంటే అతడికి కాళ్ళూ, చేతులూ ఆడడం మానేసాయి. ఒకరోజు ఇలాగే ఆలోచిస్తూ సభాభవనంలోకి ప్రవేశిస్తూండగా కళ్ళు తిరిగి పడిపోయాడు.

ఆ ఆలోచనలను భరించలేక విదురుణ్ణి తీసుకురమ్మని సంజయుణ్ణి పంపాడు. విదురుడు రాగానే తాను అన్న మాటలకి క్షమించమని ప్రాధేయపడ్డాడు. తరువాత అనునయించే క్రమంలో ధృతరాష్ట్రుడూ, వినయంతో విదురుడూ ఆలింగనం చేసుకున్నారు.

◆ ◆ ◆

వెళ్ళిపోయాడనుకున్న విదురుడు తిరిగి రావడం దుర్యోధనుడు సహించలేకపోయాడు. కర్ణుణ్ణీ, శకునినీ, దుశ్శాసనుణ్ణీ పిలిచాడు.

"ఈ విదురుడు మళ్ళీ తండ్రిగారి పక్కన చేరాడు. తండ్రికూడా ఇతణ్ణి చాలా ఆదరంగా స్వీకరించాడు. ఇక ఈ దాసీపుత్రుడు ఎలాగోలా పాండవులని వెనక్కి పిలిపిస్తాడు. మీకు చేతనైతే పాండవులు అరణ్యాలనుంచి హస్తినకి రాకుండా ఆపే ఉపాయం ఆలోచించండి.

పాండవులేగాని తిరిగివస్తే నేను అన్నం, నీరు వదిలేసి ప్రాయోపవేశం చేసి మరణిస్తాను.

విషముద్బంధనం చైవ శస్త్రమగ్నిప్రవేశనమ్,
కరిష్యే న హి తాన్వృద్ధాన్ పునర్ద్రష్టుమిహోత్సహే. 7.6

విషం తింటాను. లేదంటే ఉరేసుకుంటాను. ఆయుధంతో పొడుచుకుంటాను. అగ్ని ప్రవేశం చేస్తాను. ఎలాగోలా ప్రాణమైనా వదిలెయ్యగలను. కాని పాండవులు ఆనందంగా ఉండడం, అభివృద్ధి పొందడం మాత్రం నేను చూడలేను."

కర్ణుడు, "యుధిష్ఠిరుడు సత్యవ్రతుడు. ఒక్కసారి మాట అంటే ఆమాటకి కట్టుబడి

ఉంటాడు. పాండవులు జూదంలో అంగీకరించిన నియమం పూర్తికానిదే వెనక్కిరారు. ఆ మహాత్ములు ఆడినమాట తప్పి వెనక్కి వచ్చినా ఈ సారి మరింత భయంకరమైన పందెం పెట్టి జూదమాడించి ఓడించి పంపుదాం.” అన్నాడు.

(పరాక్రమంతో జయించలేని పాండవులను జూదంలో సులువుగా ఓడించడం చూసాక ఆ సూతపుత్రుడు యుద్ధంకంటే జూదమే మేలనుకున్నాడేమో!)

దుర్యోధనుడికి ఆ మాటలు నచ్చలేదు. అది గ్రహించిన కర్ణుడు మాట మార్చాడు. మిత్రుడు ఆనందించడానికి పాండవులను మట్టుపెట్టే ఉపాయం చెప్పాడు.

“పాండవులు దుఃఖంలో మునిగిపోయి బలహీనంగా ఉన్నారు. వారివద్ద యుద్ధానికి తగిన రథాలుగానీ, ఆయుధాలు గానీ లేవు. మనం యుద్ధానికి యోగ్యమైన రథాలలో సమస్త ఆయుధాలు నింపుకుని అరణ్యాలలో పడి తిరుగుతున్న పాండవులని చుట్టుముట్టి వధిద్దాం. ఆ తరువాత వాళ్ళు ఎవరికీ తెలియకుండా పైలోకాలలో అజ్ఞాతవాసం చేసి ఆడినమాట నిలబెట్టుకుంటారు!”

ఈ మాట అందరికీ నచ్చింది. యుద్ధసన్నాహాలు మొదలుపెట్టారు.

◆ ◆ ◆

దుష్టచతుష్టయం చేసిన దురాలోచన వ్యాసుడికి దివ్యదృష్టివలన తెలిసింది. ఆయన వెంటనే ధృతరాష్ట్రుడి వద్దకి వచ్చాడు.

“ధృతరాష్ట్రా! నువ్వు దగ్గిరుండి కపటజూదం ఆడించావు. పాండవులని వనవాసానికి పంపావు. ఇంతవరకూ చేసిన భయంకరమైన అపరాధాలూ, పాపాలూ చాలవన్నట్లు ఇప్పుడు పాపాత్ముడు దుర్యోధనుడు పాండవులని వధించడానికి కుట్ర పన్నుతున్నాడు.

దుర్యోధనుడేగాని అరణ్యంలో పాండవుల జోలికి వెళ్తే అక్కడే వారి కోపాగ్నికి భస్మమైపోతాడు. ప్రాణాలతో తిరిగిరాడు. పదమూడు సంవత్సరాల తరువాత జరగబోయే వంశనాశనం ఈ రోజే జరగనివ్వకు.” అన్నాడు.

ధృతరాష్ట్రుడు, “భగవన్! మీరు చెప్పినదంతా నిజమే. ఈ జూదం నాకూ ఇష్టంలేదు. కాని, ఏమిటో దైవం నా చేత ఇటువంటి పనులే చేయిస్తోంది!

దుర్యోధనుడు అవివేకి అని నాకు తెలుసు. అతడి ప్రతీ ఆలోచనా పాపభూయిష్ఠమనీ నాకు తెలుసు. కానీ, పుత్రవ్యామోహంతో అతణ్ణి త్యాగం చేయలేకపోతున్నాను. పోనీ అతణ్ణి నియంత్రిద్దామా అంటే అదీ చేయలేకపోతున్నాను. మీరే దుర్యోధనుడికి హితబోధ చెయ్యండి. తన బుద్ధి మార్చుకోమని చెప్పండి.” అన్నాడు.

"మైత్రేయమహర్షి అరణ్యంలో పాండవులను కలిసి, అక్కడినుంచి ఇక్కడికి వస్తున్నాడు. ఆ మహర్షిని దుర్యోధనుడికి హితబోధ చెయ్యమను." అని వ్యాసుడు వెళ్ళిపోయాడు.

కొంతసేపటికి మైత్రేయుడు అక్కడికి వచ్చాడు. ఆయనకి అర్ఘ్యపాద్యాలిచ్చి పూజించాక అంధరాజు వినమ్రుడై ఇలా అడిగాడు.

"మీరు పాండవులను కలిసి వస్తున్నారని వ్యాసులవారు చెప్పారు. పాండవులు కుశలమేనా? వారు ఇక్కడ చేసిన ప్రతిజ్ఞ పాటించి వనవాసం చేస్తున్నారా? ఎంత కాదనుకున్నా నా కుమారులు వారికి సోదరులే కదా! పాండవులు నా కుమారుల పట్ల స్నేహభావంతో ఉన్నారా?"

మైత్రేయమహర్షి తాను చెప్పదలుచుకున్నది ఏ సంకోచం లేకుండా చెప్పాడు.

"ధృతరాష్ట్రా! యుధిష్ఠిరుడు జటలు కట్టుకుని, మృగచర్మం ధరించి వనవాసవ్రతం పాటిస్తున్నాడు. ఆ మహాత్ముణ్ణి చూడడానికి అనేకమంది ఋషులు వస్తున్నారు. వారందరి ఆశీర్వాదాల బలం పాండవులకుంది.

నువ్వు సింహాసనంమీద ఉన్న సభలో నీ కుమారులు దోపిడిదొంగలలా ప్రవర్తించారు. ఇదివరకు నువ్వంటే ఋషులకు గౌరవముండేది. నీ సమక్షంలో నీ కొడుకులు చేస్తున్న దారుణాన్ని ఆపకుండా ఉన్నందుకు నువ్వా గౌరవం పోగొట్టుకున్నావు."

ఆ తరువాత దుర్యోధనుడివైపు తిరిగాడు.

"దుర్యోధనా! పాండవులు పరాక్రమవంతులు. మనుష్యులలో శ్రేష్ఠులు. బలిష్ఠులు. వారివి వజ్రకాయాలు. మానవులు కన్నెత్తి చూడడానికి కూడా సాహసించలేని భయంకరుడైన కిర్మీరుడు అనే రాక్షసుణ్ణి భీమసేనుడు ఇటీవలనే అవలీలగా వధించాడు. అటువంటి వారితో వైరం పెంచుకోకు." అన్నాడు.

మైత్రేయుడు మాట్లాడుతూంటే దుర్యోధనుడు ఆయన మాటలని లెక్కచెయ్యకుండా తొడమీద చేతితో కొట్టుకుంటూ ఎటో చూస్తున్నాడు.

మైత్రేయుడికి కోపం వచ్చింది. కళ్ళు ఎర్రబడ్డాయి.

"త్వదభిద్రోహసంయుక్తం యుద్ధముత్పత్స్యతే మహత్,
తత్ర భీమో గదాఘాతైస్తవోరుం భేత్స్యతే బలీ. 10.34

నువ్వు చేసిన ద్రోహం వలన భయంకరమైన యుద్ధం జరుగుతుంది. ఇప్పుడు నువ్వు నా ముందు ఏ తొడని కొట్టావో అదే తొడని భీమసేనుడు యుద్ధంలో గదతో విరక్కొడతాడు." అని శపించాడు.

తన కొడుకుని అంత భయంకరంగా శపించవద్దని ధృతరాష్ట్రుడు ప్రాధేయపడ్డాడు.

"రాజా! నీ కుమారులు పాండవులను వంచించకుండా శాంతిపూర్వకంగా ప్రవర్తిస్తే ఈ శాపం దుర్యోధనుడికి తగలదు. లేకపోతే అతడు దీనిని అనుభవించాల్సిందే." అని చెప్పి మైత్రేయుడు వెళ్ళిపోయాడు.

◆ ◆ ◆

కౌరవులు మోసం చేసి రాజ్యం కాజేసారనీ, పాండవులు మాటకి కట్టుబడి రాజ్యం వదిలి వనవాసానికి వెళ్ళిపోయారనీ లోకమంతటా వార్త వ్యాపించింది.

ఆ వార్త విని యాదవశ్రేష్ఠులూ, ధృష్టద్యుమ్నుడూ, ఇతర బంధువులూ పాండవులను చూడడానికి కామ్యకవనానికి వచ్చారు.

అందరూ కౌరవులమీద కోపంతో ఉన్నారు. వచ్చిన రాజులందరూ యుధిష్ఠిరుడి చుట్టూ కూర్చున్నారు. పాండవులని ఆ స్థితిలో చూసిన కృష్ణుడికి పట్టరాని కోపం వచ్చింది. అక్కడున్న వీరులందరితోనూ ఆ వాసుదేవుడు ఇలా అన్నాడు.

"దుర్యోధన, దుశ్శాసన, కర్ణ, శకునుల రక్తం భూదేవి తాగవలసిన సమయం వచ్చింది. మనం వెంటనే సైన్యాలతో హస్తినమీద దాడిచేసి ఆ దుర్మార్గులని వధిద్దాం. **నికృత్యోపచరన్ వధ్య ఏష ధర్మః సనాతనః** – ఇతరులని మోసంచేసి వారి సంపద కాజేసి భోగాలు అనుభవించేవాడిని తప్పక వధించాలి. ఇదే మన సనాతన ధర్మం."

అర్జునుడు కృష్ణుణ్ణి శాంతింపచేస్తూ అతడు పూర్వం చేసిన తపస్సులని సుదీర్ఘంగా వర్ణించాడు. అతడు సాక్షాత్తు శ్రీమన్నారాయణుడే అని తనకు తెలుసునన్నాడు.

కృష్ణుడు కొంత శాంతించాడు.

"మమైవ త్వం తవైవాహం యే మదీయాస్తవైవ తే,
యస్త్వాం ద్వేష్టి స మాం ద్వేష్టి యస్త్వామను స మామను. 12.45

పార్థా! నువ్వు నావాడివి. నేను నీవాడిని. నాకున్నదంతా నీదే. నిన్ను ద్వేషించేవాడు నన్ను ద్వేషించినట్లే. నీపట్ల ప్రేమాభిమానాలు చూపించేవాడు నా పట్లా ప్రేమాభిమానాలు చూపించినట్లే. మనం నరనారాయణ ఋషులం. నువ్వు నరుడివి. నేను నారాయణుణ్ణి. మనం ఇప్పుడు ఈలోకంలో ఈ రూపాలతో ఉన్నాం." అన్నాడు.

వీరిలా మాట్లాడుకుంటూ ఉంటే అవమానాగ్నితో దహించుకుపోతున్న ద్రౌపది కోపావేశంతో కృష్ణుడి ముందుకు వచ్చి నిలిచింది.

"కృష్ణా! నువ్వు లోకేశ్వరుడివి. సర్వాంతర్యామివి. ఋషులందరూ నువ్వు మానవ రూపంలో ఉన్న క్షమ, సత్యం అంటున్నారు. నువ్వే యజ్ఞానివనీ, నువ్వే యజ్ఞం చేయించే యాజకుడివనీ, నువ్వే యజ్ఞం చేసే యజమానివనీ పరశురాముడు చెప్పాడు. లోకంలో ఉన్న జీవులన్నిటికీ నువ్వే ప్రభువువి. నీ పట్ల నాకు అచంచలమైన స్నేహం, భక్తీ ఉన్నాయి. నేననుభవించిన దుఃఖం నీకు నివేదిస్తాను. విను.

నేను అందరిలాగా తల్లిదండ్రులకు పుట్టిన సామాన్యస్త్రీని కాదు. అగ్నివేదినుంచి ఉద్భవించిన దానిని. అదే అగ్నివేదినుంచి పుట్టిన ధృష్టద్యుమ్నుడికి సోదరిని. దైవాంశ సంభూతులైన పాండవుల ధర్మపత్నిని. నీకు భక్తురాలిని.

ఒక దురాత్ముడు నన్ను జుట్టుపట్టి నిండుసభలోకి ఈడ్చుకురావడం ధర్మమేనా? అది క్షమించదగిన నేరమేనా?

నేను రజస్వలని. ఏకవస్త్రంతో ఉన్నాను. ఆ వస్త్రం కూడా శుభ్రంగా లేని సమయంలో నన్ను ఒక నీచుడు సభమధ్యలోకి బలవంతంగా ఈడ్చుకురావచ్చా? ఈ దారుణాన్ని క్షమించ వచ్చా?

యదువీరులూ, పాంచాలులూ ఇంకా జీవించే ఉండగా ధృతరాష్ట్రుడి కుమారులు నేను దాసిననీ, నన్ను అనుభవిస్తామనీ అన్నారు. ఇది సహించదగిన అపచారమేనా?

మహావీరులైన ఈ నాభర్తలు అబలనైన నన్ను శత్రువులు అలా అవమానిస్తూ ఉంటే చూస్తూ ఊరుకున్నారు. వీరి చేతకాని ప్రవర్తనని ఏమని నిందించాలి?

పత్నిని రక్షించడమంటే సంతానాన్ని రక్షించడం. సంతానాన్ని రక్షించడమంటే తనని తానే రక్షించుకోవడం.

శాశ్వతోఽ యం ధర్మపథః సద్భిరాచరితః సదా,
యద్ భార్యాం పరిరక్షంతి భర్తారోఽ ల్పబలా అపి. 12.68

అందుకే సత్పురుషులు ఒక శాశ్వతమైన ధర్మాన్ని ఏర్పరిచారు. భర్త ఎంత బలహీనుడైనా తన పత్నిని ఇతరులనుంచి రక్షించి తీరాలి. భర్తగా అది అతడి కర్తవ్యం.

తమ ధర్మపత్నినీ, అబలనీ అయిన నన్ను క్షుద్రులు జుట్టుపట్టి లాగుతూ ఉంటేనూ, చుట్టూ చేరి సహించలేని అశ్లీలపదాలతో అవమానిస్తూ ఉంటేనూ ఈ మహావీరులు భీముడూ, అర్జునుడూ గుడ్లప్పగించి చూస్తూ ఉండిపోయారు.

ధిగ్బలం భీమసేనస్య ధిక్ పార్థస్య చ పౌరుషమ్ – అత్యంత బలహీనుడు కూడా

తనప్రాణం ఒడ్డి అయినా భార్యని రక్షించుకుంటాడే! ఇంతబలం ఉన్న ఈ భీమసేనుడు ఏం చేసాడు? ఛీ! ఇతడికి బలముండి ఏం ప్రయోజనం?

ఈ అర్జునుడు ఇంత గాండీవం ధరించి మహావీరుడినని చెప్పుకుంటాడు. ఈ మహావీరుడికి కనీసం భార్యని రక్షించడానికైనా ఉపయోగపడని పరాక్రమం ఉండి మాత్రం ఏం ప్రయోజనం? ఛీ! ఇటువంటి భర్తలను గురించి చెప్పుకుంటే సిగ్గేస్తుంది.

నామీద ఇంత అత్యాచారానికి సాహసించిన దుర్యోధనుడు ఇంకా జీవించే ఉన్నాడంటే వీరి పరాక్రమం వ్యర్థం. వీరి పౌరుషం వ్యర్థం. అయినా ఈ పాండవులు ఏనాడు పరాక్రమం చూపించారు గనుక!

భీముడికి అతి తీవ్రమైన కాలకూటవిషం పెట్టి కాళ్ళూ చేతులూ కట్టేసి నదిలో పారేస్తే నోరెత్తకుండా ఊరుకున్నారు. లక్కఇంట్లో సజీవదహనం చెయ్యడానికి పూనుకుంటే దానికీ నోరెత్తలేదు. ఒక నీచుడు నన్ను నేలమీద పడేసి జుట్టుపట్టి సభలోకి ఈడ్చుకొస్తూంటే బొమ్మలలా చూస్తూ ఉండిపోయారు! పౌరుషమున్నవాళ్ళు ఎవరైనా అలా ఊరుకుంటారా?

నైవ మే పతయః సంతి న పుత్రా న చ బాంధవాః,
న భ్రాతరో న చ పితా నైవ త్వం మధుసూదన! 12.125

మధుసూదనా! నాకు*(ఆపదలో రక్షించగల)* భర్తలు లేరు. పుత్రులు లేరు. బంధువులు లేరు. తండ్రి లేదు. సోదరుడు లేదు. చివరికి నువ్వు కూడా లేవు. ఎందుకంటే సూతపుత్రుడు కర్ణుడు అంతేసి అశ్లీలాలు మాట్లాడుతూంటే, నేనలా అవమానాగ్నిలో దహించుకుపోతూంటే మీలో ఎవరికీ గుండెల్లో బాధ కలగలేదు. ఈ రోజుకీ మీలో ఎవరికీ కౌరవులమీద కోపం రాలేదు. మీరందరూ ఉన్నా, నన్ను బాధించిన దుర్మార్గులు ఇంకా జీవించే ఉన్నారంటే నేను అందరూ ఉన్నా ఎవరూ లేనిదానినయ్యాను. దిక్కులేనిదానినైపోయాను.

కృష్ణా! ఎవరు ఏం చేసినా, ఏం చెయ్యకపోయినా నా రక్షణ బాధ్యత వహించడం నీకు తప్పదు.

అందుకు మొదటి కారణం నేను నీకు బంధువుని. రెండవ కారణం నేను అగ్నికుండం నుంచి పుట్టాను, సదా గౌరవించవలసిన దానిని. మూడవకారణం నేను నీకు నిజమైన భక్తురాలిని. నాలుగవ కారణం నన్ను రక్షించే శక్తి నీకొక్కడికే ఉంది."

ఇలా చెప్పి ద్రౌపది అందరిమధ్యా భోరున విలపించింది.

కృష్ణుడు ద్రౌపదికి ధైర్యం చెప్పాడు. "కృష్ణే! నీకు సహించరాని బాధ కలిగింది. అది ఎవరూ కాదనలేరు. కానీ, వీరపత్నిగా నా మాట విను. నిన్ను బాధించిన నీచులు రణ

రంగంలో భయంకరమైన మరణం పాలవుతారు. వారి భార్యలు ఆ కౌరవుల శవాలమీద పడి, నువ్వు విలపించినదానికంటే అనేకరెట్లు, హృదయవిదారకంగా విలపిస్తారు.

అప్పుడు నువ్వు తిరిగి సామ్రాజ్ఞివౌతావు. ఇది నా ప్రతిజ్ఞ. నిన్ను బాధించినవారి భార్యలు విధవలై జీవితాంతం కుమిలి కుమిలి ఏడుస్తారు. ఆకాశం విరిగిపడితే పడవచ్చు. సముద్రాలు పూర్తిగా ఇంకిపోవచ్చు. హిమాలయ పర్వతం ముక్కలైపోవచ్చు. కానీ, నేను చేసిన ప్రతిజ్ఞ అసత్యం కాదు." అన్నాడు.

ద్రౌపది కొంత ఊరట చెంది అర్జునుడికేసి చూసింది. "కృష్ణుడి మాటకి తిరుగులేదు." అని అర్జునుడు ఆమెకి ధైర్యం చెప్పాడు.

ధృష్టద్యుమ్నుడు కోపం నియంత్రించుకుంటూ మాట్లాడాడు.

"సోదరీ! భీకరమైన సంగ్రామం జరుగుతుంది. నేను ద్రోణుణ్ణీ, శిఖండి భీష్మణ్ణీ వధిస్తాం. అర్జునుడు కర్ణుణ్ణి వధిస్తాడు. భీమసేనుడు దుర్యోధనుణ్ణి తొడలు విరక్కొట్టి చంపుతాడు. ధృతరాష్ట్రుడి కొడుకులలో ఒక్కడు కూడా మిగలడు." అన్నాడు.

అక్కడ ఆవేశాలు కొంత తగ్గాక కృష్ణుడిలా అన్నాడు.

"యుధిష్ఠిరా! నేనే గనుక ద్వారకలో ఉంటే ద్యూతక్రీడ వార్త తెలియగానే హస్తినకి వచ్చి ఆ క్రీడ నిలిపేవాణ్ణి. అందరికీ నచ్చచెప్పి ఆపించేవాణ్ణి. ఆ మూర్ఖులు వినకపోతే బలప్రయోగం చేసి ఆపించేవాణ్ణి. ఎవరేమనుకున్నా, ఏమన్నా నిన్ను ఆ జూదంలో కూర్చోనిచ్చేవాణ్ణి కాదు.

కానీ, అదే సమయంలో శాల్వుడు సౌభం అనే విమానంలో మామీద యుద్ధానికి వచ్చాడు. ఆ విమానం ఒక నగరంలా ఉంటుంది. దానిని ధ్వంసం చేసి, వాణ్ణి సంహరించి వచ్చేలోగా ఇంత దారుణం జరిగిపోయింది."

తరువాత కృష్ణుడు సుభద్రనీ, అభిమన్యుణ్ణీ తనతో ద్వారకకి తీసుకువెళ్ళాడు. ధృష్టద్యుమ్నుడు ద్రౌపదీపుత్రులని తనతో తీసుకువెళ్ళాడు. చేదిరాజు ధృష్టకేతువు తన సోదరి కరేయుమతిని *(ఆమె నకులుడి భార్య)* తనతో తీసుకువెళ్ళాడు.

అక్కడనుంచి పాండవులూ, ద్రౌపదీ, ధౌమ్యుడూ ద్వైతవనానికి ప్రయాణమయ్యారు.

3

ద్వైతవనంలో ద్వైతసరస్సు ఉంది. పాండవులు ఆ సరస్సు సమీపంలో నివాసమున్నారు.

ఒకరోజు సాయంత్రం పాండవులూ, ద్రౌపదీ కూర్చుని మాట్లాడుకొంటూ తమ దురవస్థకి

దుఃఖించారు. ద్రౌపది ఎప్పటినుంచో తన మనస్సులో ఉన్నమాట యుధిష్ఠిరుడితో అనేసింది.

"మహారాజా! అత్యంత వైభవంగా జీవించిన నిన్ను ఈ స్థితిలో చూస్తుంటే నా గుండె విలవిలలాడి పోతోంది. ఇప్పుడు కూడా నీకు ధృతరాష్ట్రుడి కొడుకులమీద కోపం రావడంలేదా?

నీ సోదరులందరూ పరాక్రమవంతులు. ఐశ్వర్యం అనుభవించదగినవారు. వారు ఇలా ఏ అలంకారాలూ లేకుండా నారచీరలు కట్టుకుని, మృగచర్మాలు కప్పుకుని కూర్చుంటే కూడా నీకు కోపం రావడంలేదా?

శత్రుభయంకరుడైన భీమసేనుడూ, అజేయుడైన వీరుడు అర్జునుడు పరివారం చేసే సేవలు అందుకోవలసినవారు. ఆ వీరులు తమ పనులు తామే చేసుకోవలసివచ్చినా నీకు కోపం రావడంలేదా?

సుకుమారులైన నకులసహదేవులూ, నేనూ ఇలా వనవాసక్లేశాలు అనుభవిస్తున్నా నీకు కోపం రావడంలేదా?

నిజమే. నీకు కోపము రాదు.

న నిర్మన్యుః క్షత్రియోఽస్తి లోకే నిర్వచనం స్మృతమ్,
తదద్య త్వయి పశ్యామి క్షత్రియే విపరీతవత్. 27.37

లోకంలో కోపం రాని క్షత్రియుదుండడు. అసలు క్షత్రియుడు అనే మాటకే దుర్మార్గులపట్ల కోపం కలిగి ఉండేవాడు అని అర్థం. అటువంటిది ఎంత దుర్మార్గమైనా సహించడం, ఎటువంటి అవమానమైనా భరించడమూ తప్ప కోపం తెచ్చుకోని క్షత్రియుణ్ణి నిన్నే చూస్తు న్నాను.

రాజా! కోపం చూపించవలసిన సమయంలో కూడా శాంతంగా కూర్చునే క్షత్రియుణ్ణి ఎవరూ గౌరవించరు. అందరూ చులకనగా చూస్తారు. హేళన చేస్తారు. క్షమించరాని శత్రువులని క్షమించేవాడూ, క్షమించవలసిన వాడిని క్షమించలేనివాడూ ఈ లోకంలో తిరస్కారానికి గురవుతారు. పుణ్యలోకాలకి అర్హత కోల్పోతారు.

ఇది నేను చెప్తున్న మాట కాదు. ప్రహ్లాదుడు తన మనవడు బలి చక్రవర్తికి చెప్పిన మాట. ఆయన ఇలా చెప్పాడు. "బలీ! ఎవరూ హద్దుమీరిన సహనం, క్షమాగుణం ప్రదర్శించ కూడదు.

కాలే మృదుర్యో భవతి కాలే భవతి దారుణః,
స వై సుఖమవాప్నోతి లోకేఽముష్మిన్నిహైవ చ. 28.24

మృదుత్వం గానీ, భయంకరమైన తీవ్రత గానీ దేనికి తగిన సమయంలో దానిని ప్రదర్శించేవాడే ఇహ పర లోకాలలో సుఖం పొందుతాడు. తెలియక అపరాధం చేసినవాణ్ణి రాజు క్షమించవచ్చు. కానీ, బాగా ఆలోచించి, ఒక పథకంప్రకారం అపరాధం చేసేవాణ్ణి ఎట్టి పరిస్థితిలోనూ క్షమించకూడదు. వాణ్ణి శిక్షించి తీరాలి.

మొదటిసారి అపరాధం చేసిన వాణ్ణి తక్కువ శిక్షతో వదిలేసినా అది పెద్ద తప్పు కాదు. కాని, వాడు అదే నేరం రెండవసారి చేసినా, అటువంటి మోసమే మరొకసారి చేసినా వాడికి కఠినాతికఠినమైన శిక్ష విధించితీరాలి. రాజుకి కఠినత్వం లేకపోతే అతడివలన పరిపాలన సాగదు. ఇది ప్రహ్లాదుడు చెప్పిన మాట." అంది.

యుధిష్ఠిరుడు ద్రౌపదికి నచ్చచెప్పడానికి ప్రయత్నించాడు.

"ద్రౌపదీ! క్షమ వలన శాంతి వస్తుంది. శాంతివలన అభ్యుదయం వస్తుంది. క్రోధం వలన శత్రుత్వం వస్తుంది. శత్రుత్వం వలన అనర్థం వస్తుంది. అందుకే భీష్మపితామహుడూ, ద్రోణాచార్యుడూ, కృపాచార్యుడూ, విదురుడూ శాంతినే కోరుకుంటారు.

కోపం మనిషిచేత ఊహించలేని తప్పు చేయిస్తుంది. పెద్దలని ఆక్షేపించేలా చేస్తుంది, అవమానించేలా చేస్తుంది. ముందువెనుకలు ఆలోచించకుండా హత్యలుచేసేలా కూడా చేస్తుంది. కోపం అజ్ఞానులైన బలహీనుల లక్షణం. శాంతం విజ్ఞులైన బలవంతుల లక్షణం.

నాకు రాజ్యంమీద హక్కుంది. అది పొందే అర్హత ఉంది. అందుచేత నేను శాంతం వహిస్తాను. సుయోధనుడికి రాజ్యంపై హక్కూ లేదు, అది పొందే అర్హతా లేదు. అందుచేత అతడికి శాంతిలేదు. ఎప్పుడూ తన కోపంలో తానే దహించుకుపోతూ ఉంటాడు. నేను పెద్దలు ఉపదేశించే మార్గంలో క్షమాగుణాన్నే ఆశ్రయించి నడుస్తాను." అన్నాడు.

ప్రతీ మానవుడికీ దయ, సహనం, క్షమ, శాంతి అవసరమని యుధిష్ఠిరుడూ; క్షత్రియుడికి కోపం, పగ, పరాక్రమం అవసరమని ద్రౌపదీ వాదించుకున్నారు.

యుధిష్ఠిరుడి మాటలు వింటున్న భీమసేనుడు కోపంతో ఊగిపోయాడు.

"రాజా! మానవుడు ధర్మం, అర్థం, కామం అనే మూడు పురుషార్థాలని అనుష్ఠించాలి. వీటిలో ఏదీ సాధించలేని స్థితిలో మనం ఈ అడవులలో పడి ఎందుకిలా జీవిస్తున్నామో చెప్పగలవా?

దుర్యోధనుడు ధర్మం వలన గానీ, ఋజుత్వం వలన గానీ, పరాక్రమంవలన గానీ మన రాజ్యాన్ని చేజిక్కించుకోలేదు. నువ్వు ధర్మం అంటూ చేతకాని నిర్ణయాలు చేస్తూండడంతో

మన రాజ్యం, సంపదా ఆ నీచుడికి దక్కాయి. మేము నలుగురమూ నీ ఆజ్ఞని శిరసావహించడంతో ఇలా అడవిలో జంతువులలా బ్రతుకుతున్నాము.

భవాన్ ధర్మో ధర్మ ఇతి సతతం వ్రతకర్శితః,
కచ్చిద్ రాజన్ న నిర్వేదాదాపన్నః క్లీబజీవికామ్. 33.13

నువ్వు ధర్మం ధర్మం అనుకుంటూ రాత్రింబవళ్ళు వ్రతాలూ, పూజలూ చేస్తుంటావు. ఈ వ్యామోహంలో పడిపోయి వైరాగ్యం అవలంబించి నపుంసకుడిలా సాహసశూన్యమైన జీవితం గడపాలనుకోవడం లేదుకదా – అనిపిస్తోంది.

నీ మాట పాటించి శత్రువులు ఏం చేసినా క్షమించి ఊరుకుంటూ ఉంటే వాళ్ళు మేము చేతకానివాళ్ళం అంటున్నారు. ఆ మాటలు గుండెని పిండేస్తున్నాయి. ఈ దురవస్థ అనుభవిస్తూ కాలం గడపడం కంటే వీరులలా పోరాడి యుద్ధభూమిలో మరణించడమే మేలనిపిస్తోంది. రాజ్యభోగాలు పోయినా కనీసం పుణ్యలోకాలు లభిస్తాయి.

శవానికి సుఖం ఉండదు, దుఃఖమూ ఉండదు. అలాగే పిడుక్కీ, బియ్యానికీ ధర్మం ధర్మం అంటూ స్వధర్మమైన క్షత్రియధర్మాన్ని ఉపేక్షించేవాడికి ధర్మమూ దక్కదు, అర్థమూ దక్కదు. నువ్వెన్ని చెప్పినా బాహుబలం చూపించడమే క్షత్రియధర్మం.

రాజా! కాలం వేగంగా గడిచిపోతుంది. పదమూడేళ్ళు గడిచేసరికి మనం జీవించి ఉంటామో ఉండమో తెలియదు. అయినా, మనం ఎవరూ గుర్తుపట్టకుండా మారువేషాలలో అజ్ఞాతవాసం చెయ్యగలమనే అనుకుంటున్నావా? ఉత్తరీయంలో మూటకట్టి అగ్నిని దాచగలమనే అనుకుంటున్నావా?

ధర్మశాస్త్రాలు సదా వల్లించి, వల్లించి నీ బుద్ధి జడమైపోయింది. అసలు ఇంత సహనం, క్షమ ఉన్న నువ్వు క్షత్రియులలో ఎలా పుట్టావో నాకు అర్థంకావడంలేదు!

ధర్మం తెలిసినవాళ్ళు కొన్ని పరిస్థితులలో ఒక మాసాన్ని ఒక సంవత్సరంగా లెక్కపెట్ట వచ్చు అంటారు. మనం వనవాసం మొదలుపెట్టి పదమూడు నెలలయింది. ఇది పద మూడేళ్ళతో సమానం. ఇక వనవాసం చాలు. కౌరవులమీద యుద్ధానికి బయల్దేరుదాం." అన్నాడు.

యుధిష్ఠిరుడు బాగా ఆలోచించాడు.

"భీమసేనా! నీ మాటలతో నన్ను చాలా హింసించావు. అయినా నువ్వు చెప్పినది నిజమే. నేను అనుసరించిన నీతివలననే మీకందరికీ ఇన్ని కష్టాలు వచ్చాయి. శకుని కపటంగా జూదం ఆడుతున్నప్పుడు నేను వెనక్కి తగ్గిపోవలసింది.

కాని, ఆ జూదం మత్తులో నేను అలా చెయ్యలేకపోయాను. అది సరే. నేనలా ఒళ్ళు తెలియకుండా పందేలు కాస్తున్నాను. అది నీకు బాధ కలిగించింది. తప్పనిపించింది.

నేను మత్తులో ఉన్నాననీ, అది తప్పనీ నీకు తెలిసింది కదా! అప్పుడు నువ్వేం చేసావు? ఆ మత్తులోనుంచి నన్ను బయటపడెయ్యడానికి ప్రయత్నించావా? కనీసం హెచ్చరించావా? లేదే!

జరిగిపోయిన దానికి నేనే బాధ్యుణ్ణి. నేనెవరినీ తప్పు పట్టను. ఏది ఏమైనా రెండవసారి ద్యూతంలో అంతమంది మధ్య సభలో ఒప్పుకున్న మాటని విడిచి పెట్టలేను. వనవాసం, అజ్ఞాతవాసం తప్పక చేస్తాను.

కౌరవులతో యుద్ధం చెయ్యాలనే కోరిక నీకు ఒక్కడికే కాదు. మనకందరికీ ఉంది. కానీ, సమస్త అస్త్రాలనీ వశం చేసుకున్న భీష్ముడూ, ద్రోణుడూ, అశ్వత్థామా కౌరవుల పక్షంలోనే ఉంటారు. యుద్ధమే జరిగితే వీరు ప్రాణాలకు తెగించి దుర్యోధనుడి పక్షంలో యుద్ధం చేస్తారు. వీరినందరినీ జయించకుండా (*వధించకుండా?*) మనం దుర్యోధనుణ్ణి ఏమీ చెయ్యలేము."

ఆ మాట విని భీముడు మౌనంగా ఉండిపోయాడు.

◆ ◆ ◆

భీమసేనుడూ, యుధిష్ఠిరుడూ మాట్లాడుకుంటూ ఉండగా అక్కడికి వ్యాసుడు వచ్చాడు.

"యుధిష్ఠిరా! నీ మనస్సులో ఉన్న సంశయం నాకు తెలిసింది. భీష్మద్రోణులను గురించి నీ మనస్సులో ఉన్న భయం పోగొడతాను." అని, యుధిష్ఠిరుణ్ణి అందరినుంచీ దూరంగా తీసుకువెళ్ళాడు.

"నువ్వు నేనే శరణని నమ్మావు. అందుచేత నీకు 'ప్రతిస్మృతి' అనే విద్యని ఉపదేశిస్తాను. దీనిని నువ్వు అర్జునుడికి ఉపదేశించు. అతణ్ణి ఉత్తరదిశగా వెళ్ళమను. ఈ విద్యకున్న ప్రభావంవలన అతడు అత్యంతవేగంగా వెళ్ళగలడు.

ఇంద్ర, రుద్ర, యమ, వరుణ, కుబేరులని ప్రత్యక్షంగా కలుసుకుంటాడు. అతడు నర నారాయణ ఋషులలో ఒకడు కనుక వారినలా చూడడం అతడికి సాధ్యమౌతుంది. ఆ దేవతలనుంచి దివ్యాస్త్రాలు పొంది సవ్యసాచి యుద్ధంలో శత్రువులను నిర్మూలిస్తాడు.

ఆపైన నువ్వు ఇంతమందితో ఒకే అరణ్యంలో చిరకాలం ఉండకూడదు. ఇక్కడ ఉండే ఋషులకీ, జీవరాశులకీ నీవలన ఇబ్బంది కలుగుతుంది. నువ్వు వెంటనే ఈ అరణ్యం వదిలి వెళ్ళు." అన్నాడు.

యుధిష్ఠిరుడికి ఆ విద్య ఉపదేశించి వ్యాసుడు అంతర్ధానమైపోయాడు. పాండవులు తిరిగి కామ్యకవనానికి వెళ్ళారు. యుధిష్ఠిరుడు ప్రతిస్మృతిని బాగా అభ్యాసం చేసి, తరువాత అర్జునుడికి ఉపదేశించాడు.

"అర్జునా! నువ్వు ఈ విద్యని బాగా సాధన చెయ్యి. ఆ తరువాత కవచం ధరించి, ధనుర్బాణాలూ, ఖడ్గమూ తీసుకుని ఉత్తరదిశకు వెళ్ళి ఉగ్రమైన తపస్సు చెయ్యి. దేవతలనుంచి దివ్యాస్త్రాలు సంపాదించి తిరిగిరా." అన్నాడు.

అర్జునుడు బయల్దేరి వెళ్తుంటే సిద్ధులూ, ఋషులూ అతణ్ణి ఆశీర్వదించారు.

అర్జునుడు ఉత్తరదిశగా బయల్దేరాడు. ప్రతిస్మృతిలో సిద్ధిపొందినవాడు కనుక అతడి మార్గానికి జంతువులు గాని, సర్పాలు గాని, దుష్టశక్తులు గాని అడ్డు రాలేదు.

మనోజవగతిర్భూత్వా యోగయుక్తో యథానిలః – మనోవేగంతో హిమాలయాలనీ, గంధమాదన పర్వతాన్నీ దాటి ఇంద్రకీల పర్వతం చేరాడు. నరసంచారం లేని ఆ ప్రాంతంలో, "నాయనా! అక్కడే ఆగిపో!" అనే మాట వినిపించింది.

అర్జునుడు చుట్టూ చూసాడు. ఒక చెట్టుకింద ఉన్న తపస్వి కనిపించాడు. అతడు దివ్యతేజస్సుతో ఉన్నాడు.

ఆ తపస్వి, "నాయనా! ఆయుధాలు ధరించి వస్తున్నావు. నువ్వెవరివి? కోపానికీ సహనానికీ, సుఖానికీ దుఃఖానికీ అతీతమైన స్థితికి చేరేవారు ఉండే ప్రదేశమిది. ఇక్కడ ఆయుధాలతో పనిలేదు. నీ ధనుస్సుని వెంటనే కింద పడెయ్యి." అని ఆజ్ఞాపించాడు.

అర్జునుడు చలించలేదు. చేతిలో ఉన్న ధనుస్సుని వదలలేదు.

ఆ తపస్వి అర్జునుడి ధైర్యానికి సంతోషించాడు. "వీరుడా! నేను ఇంద్రుణ్ణి. నీ ధైర్యానికి మెచ్చాను. ఏదైనా వరం కోరుకో." అన్నాడు.

అర్జునుడు: భగవన్! నాకు సమస్త అస్త్రాలనీ వాటి రహస్యాలతో సహా అనుగ్రహించండి.

ఇంద్రుడు: ఇక్కడికి వచ్చాక ఇంకా అస్త్రాలెందుకు. నీకు ఇష్టమైన పుణ్యలోకాలు కోరుకో. వెంటనే అనుగ్రహిస్తాను.

అర్జునుడు: నేను శత్రువులమీద ప్రతీకారం తీర్చుకునేందుకు దివ్యాస్త్రాలకోసం వచ్చాను. నాకోసం నా సోదరులు ఎదురుచూస్తూ ఉంటారు. వారిని వదిలి నేను ఏ లోకాలకీ రాను. దైవత్వం ఇస్తానన్నా స్వీకరించను.

ఇంద్రుడు: నీ పట్టుదలకి సంతోషించాను. నువ్వు పరమశివుడి దర్శనం పొందడానికి ప్రయత్నించు.

ఆయన దర్శనమిచ్చాక నువ్వు ఈ శరీరంతో స్వర్గానికి రాగలుగుతావు.

ఇలా చెప్పి ఇంద్రుడు అదృశ్యమైపోయాడు.

◆ ◆ ◆

అర్జునుడు ఒక దట్టమైన అరణ్యంలో సమతలప్రదేశం ఎంచుకుని అక్కడ శివుణ్ణి గురించి తపస్సు మొదలుపెట్టాడు. కేవలం వాయువుని మాత్రమే ఆహారంగా తీసుకుంటూ, కాలి వేళ్ళమీద నిలబడి, చేతులు పైకెత్తి చాలాకాలం ఉగ్రమైన తపస్సు చేసాడు.

అతడి తపస్సుని శివుడు మెచ్చాడు. కిరాతవేషం ధరించి భువికి దిగివచ్చాడు. ఉమాదేవి భిల్లస్త్రీ వేషం ధరించి శివుణ్ణి అనుసరించి వచ్చింది. ప్రమథగణాలు కూడా స్త్రీల వేషాలలో శివుణ్ణి అనుసరించి వచ్చాయి.

శివుడు చూస్తూండగా మూకుడు అనే రాక్షసుడు పందివేషం ధరించి వేగంగా అర్జునుడి మీదకి వస్తున్నాడు. ఆ రాక్షసుణ్ణి చూడగానే అర్జునుడు గాండీవం, బాణం అందుకున్నాడు. శివుడు అర్జునుణ్ణి ఆగమన్నాడు. "ఈ పందిని ముందు నేను చూసాను. ఇది నా వేట." అంటూనే బాణం వదిలాడు.

ఆ మాట పట్టించుకోకుండా అర్జునుడూ బాణం వదిలాడు. ఇద్దరి బాణాల దెబ్బకీ మూకుడు తన సహజమైన రాక్షసరూపం ధరించి ప్రాణం వదిలాడు.

అర్జునుడు: పుటం పెట్టిన బంగారంలా గొప్ప తేజస్సుతో ఉన్నావు. నువ్వెవరివి? ఇంతమంది స్త్రీలతో ఇక్కడికెందుకు వచ్చావు? ఈ పంది నావద్దకి వచ్చింది. నా బాణానికి లక్ష్యం అయింది. నువ్వు దీనిని కొట్టడం నన్నవమానించడమే. నిన్ను ప్రాణాలతో వదలను.

కిరాతుడు: మేము వనచారులం. అడవిలో తిరగడం మా ధర్మం. ఇంతకీ అగ్నివంటి తేజస్సుతో ఉన్న నువ్వెవరివి? ఈ అడవికి ఎందుకొచ్చావు?

అర్జునుడు: నేను గాండీవమనే మహాధనుస్సుని ధరించిన వీరుణ్ణి.

కిరాతుడు: ఆ పందికి మొదట నా బాణం తగిలింది. అది మరణించింది. ఆ తరువాత నువ్వు బాణం వేసావు. నేను కొట్టిన జంతువుని కొట్టి నువ్వు తప్పు చేసావు. అతితెలివిగా నీ తప్పుని నామీద రుద్దడానికి ప్రయత్నిస్తున్నావు.

అర్జునుడు మారు మాట్లాడకుండా బాణాలు ప్రయోగించాడు. కిరాతుడు ఆ బాణాలన్నీ చేత్తో పట్టుకున్నాడు. అర్జునుడు మరింత వేగంగా బాణాలు వేసాడు. అవన్నీ కూడా కిరాతుడి చేతిలో చిక్కాయి.

కొంతసేపటికి అగ్నిదేవుడిచ్చిన అక్షయతూణీరాలు కాళీ అయిపోయాయి. అర్జునుడు కోపించి గాండీవం కొనతో కిరాతుణ్ణి కొట్టాడు. గాండీవం కూడా కిరాతుడి వశమైపోయింది. అర్జునుడు ఖడ్గం తీసి కొట్టాడు. కిరాతుడికి తగిలి ఆ ఖడ్గం విరిగిపోయింది.

అర్జునుడు ఆశ్చర్యపోతూ కిరాతుణ్ణి వక్షస్థలంతో ఢీకొన్నాడు. కిరాతుడు కుంతీనందనుణ్ణి వక్షానికి చేర్చి అదిమిపెట్టాడు. అర్జునుడికి ఊపిరాడలేదు. కొంతసేపటికి తేరుకున్నాడు. ఆ కిరాతుణ్ణి జయించడానికి తన శక్తి చాలదని గ్రహించాడు. మంత్రాలు జపిస్తూ పార్థివ లింగాన్ని చేసి, ఏకాగ్రచిత్తంతో దానిని పూజించాడు.

శివలింగంమీద తాను వేసిన పూవులన్నీ కిరాతుడి శిరస్సు మీద కనబడ్డాయి. అర్జునుడికి విషయం అర్థమైంది. కిరాతరూపంలో ఉన్న శంకరుడి చరణాలపై వాలిపోయాడు.

“అర్జునా! నీ ధైర్య శౌర్యాలకి సంతోషించాను. భూమండలంలో నీతో సమానమైన క్షత్రియవీరుడు ఎవడూ లేడు. నువ్వు పూర్వం నరుడనే ఋషివి. యుద్ధంలో నీ ముందు ఎవరూ నిలువలేరు. నీకు దివ్యదృష్టి ఇస్తున్నాను. చూడు.” అన్నాడు శివుడు.

అర్జునుడు పార్వతీపరమేశ్వరులని చూసాడు. ఆ త్రినేత్రుడితో యుద్ధం చేయబూనిన అపరాధాన్ని మన్నించమని వేడుకున్నాడు. దానిని ఎప్పుడో క్షమించేశానని శివుడు ఊరడించాడు.

పరిష్వజ్య చ బాహుభ్యాం ప్రీతాత్మా భగవాన్ హరః,
పునః పార్థం సాంత్వపూర్వమువాచ వృషభధ్వజః. 39.84

శివుడు రెండు చేతులతో అర్జునుణ్ణి వాత్సల్యంతో కౌగిలించుకుని, సాంత్వనవచనాలు చెప్పాడు. ఏదైనా వరం కోరుకోమన్నాడు. అర్జునుడు పాశుపతాస్త్రం ఇమ్మని కోరాడు.

శివుడు పాశుపతాస్త్ర ధారణ, ప్రయోగం, ఉపసంహారం మొదలైన రహస్యాలన్నీ అర్జునుడికి ఉపదేశించాడు. తరువాత అర్జునుడికి అతడి గాండీవం ఇతర ఆయుధాలూ తిరిగి ఇచ్చి అదృశ్యమైపోయాడు.

అప్పటికి సూర్యుడు అస్తమించాడు. పరమశివుడు అత్యంత కరుణతో అనుగ్రహించిన ఆలింగన భాగ్యానికి అర్జునుడు పొంగిపోయాడు.

అంతలో వరుణుడూ, కుబేరుడూ, యముడూ అక్కడికి వచ్చారు.

యముడు అర్జునుడితో, “అర్జునా! నీకు దివ్యదృష్టి ఇస్తున్నాను. ఇప్పుడు నువ్వు మమ్మల్ని చూడగలవు. నువ్వు యుద్ధంలో భీష్ముణ్ణీ, ద్రోణుణ్ణీ జయిస్తావు.

నివాతకవచులనే రాక్షసులని వధిస్తావు. మానవరూపంలో *(దుర్మార్గులైన రాజులుగా)* భూలోకంలో తిరుగుతున్న దానవులను నిశ్శేషంగా వధిస్తావు. అలాగే సూర్యపుత్రుడు కర్ణుణ్ణీ వధిస్తావు. **గృహాణాస్త్రం మహాబాహో దండమప్రతివారణమ్** – నీకు తిరుగులేని దండాస్త్రాన్ని ప్రయోగ ఉపసంహార రహస్యాలతో ఇస్తున్నాను. దీనికి ఎదురులేదు." అని ఆ అస్త్రం ఉపదేశించాడు.

తరువాత వరుణుడు వరుణపాశ ప్రయోగ ఉపసంహారాలు అనుగ్రహించాడు. కుబేరుడు అంతర్ధానం అనే మహాస్త్రాన్ని ప్రసాదించాడు. ఆ ఒక్క అస్త్రం కౌరవసైన్యం అంతటినీ భస్మం చేసేస్తుందని చెప్పాడు. శంకరుడు త్రిపురాసుర సంహారంలో ఆ అస్త్రాన్నే ఉపయోగించాడని చెప్పాడు.

అర్జునుడు ఆ లోకపాలకులని భక్తిశ్రద్ధలతో విధిపూర్వకంగా పూజించాడు.

3

వారందరూ అదృశ్యమయ్యాక అర్జునుడు ఇంద్రుడి రథాన్ని స్మరించాడు. వెంటనే ఆ రథాన్ని తీసుకుని మాతలి వచ్చాడు. అతడు, "అర్జునా! నిన్ను భూలోకం నుంచి దేవలోకానికి తీసుకురమ్మని నీ తండ్రి ఇంద్రుడు పంపాడు. దేవేంద్రుడి సభలో దేవతలూ, ఋషులూ, గంధర్వులూ, అప్సరసలూ నిన్ను చూడాలని నిరీక్షిస్తున్నారు. వెంటనే రథం ఎక్కు." అన్నాడు.

అర్జునుడు ఆ రథంలో ఇంద్రలోకం చేరాడు. అమరావతిని సమీపించాడు. ఇంద్రసభలో ప్రవేశించి ఇంద్రుడికి నమస్కరించాడు. అక్కడ తుంబురుడు మొదలైన వారు సామగానం చేస్తున్నారు. అప్సరసలు వేరొకపక్కన నాట్యం చేస్తున్నారు. దేవతలు అర్జునుడికి అర్ఘ్య పాద్యాలిచ్చారు. ఇంద్రుడి భవనంలో నివాసం ఉండడానికి ఏర్పాటు చేసారు.

ఇంద్రుడు అర్జునుడికి అనేక దివ్యాస్త్రాలు అనుగ్రహించి వాటి ప్రయోగ ఉపసంహారాలలో శిక్షణ ఇచ్చాడు. ఆ శిక్షణ పూర్తయ్యాక, "అర్జునా! నువ్వు ఇప్పుడు నీ మిత్రుడు చిత్రసేనుడనే గంధర్వుడివద్ద గానం, వాద్యం, నృత్యం నేర్చుకో." అన్నాడు.

చిత్రసేనుడు అర్జునుడికి గీతం, వాద్యం, నృత్యం అనే విద్యలు చక్కగా నేర్పాడు.

ఒకరోజు ఇంద్రసభలో నాట్యం చేస్తున్న ఊర్వశిని అర్జునుడు రెప్పవెయ్యకుండా చూసాడు. అది ఇంద్రుడు గమనించాడు. ఆయన చిత్రసేనుణ్ణి పిలిచి, "ఈ రాత్రి ఊర్వశిని అర్జునుడి మందిరానికి పంపించు." అని చెప్పాడు.

చిత్రసేనుడి సందేశానికి ఊర్వశి ఆనందంగా తన అంగీకారం తెలిపింది.

ఆమె అంతకు ముందే అర్జునుణ్ణి చూసింది. దేవతలు కూడా మెచ్చిన అతడి పౌరుషం తలుచుకుంది. ఆమె మన్మథుడికి లొంగిపోయింది.

సాయంత్రం అవగానే అభ్యంగన స్నానం చేసింది. మానవులకు లభించని దివ్యమైన అంగరాగాలు పూసుకుంది. మనస్సుని రాగరంజితం చేసే వస్త్రధారణతో ముస్తాబయింది. రత్నాభరణాలు అలంకరించుకుంది. చీకటిపడి వెన్నెల విరియగానే అర్జునుడి మందిరానికి బయల్దేరింది.

ఆ రాత్రి సమయంలో ఆ వేషభూషణాలతో వచ్చిన ఊర్వశిని చూసి అర్జునుడు సిగ్గుతో తలదించుకున్నాడు. **తదాభివాదనం కృత్వా గురుపూజాం ప్రయుక్తవాన్** - పూజ్యులైన పెద్దవారికి చేసే విధంగా ఆమెకు స్వాగత సత్కారాలు చేసాడు. ఆమె పాదాలు పట్టి నమస్కరించాడు.

అర్జునుడు: దేవీ! నువ్వు అప్సరసలలో శ్రేష్ఠులైనవారిలో శ్రేష్ఠురాలివి. నీ పాదాలకు శిరసా నమస్కరిస్తున్నాను. నన్ను ఏ సేవ చెయ్యమంటావో ఆజ్ఞాపించు.

ఊర్వశి: అనఘా! నీ తండ్రి ఇంద్రుడూ, చిత్రసేనుడూ ఈ రాత్రి నిన్ను అలరించమని ఆజ్ఞాపించారు. నేను అందుకే వచ్చాను.

అర్జునుడు: *(రెండు చెవులూ మూసుకున్నాడు)* నేను వినలేని మాటలు మాట్లాడుతున్నావు. నాకు నువ్వు పూజ్యురాలివి. నాకు నా తల్లి కుంతీదేవి ఎంతో, తల్లి శచీదేవి ఎంతో, నువ్వూ అంతే.

ఊర్వశి: నేను దేవసభలో నాట్యంచేస్తున్నప్పుడు నువ్వు రెప్పవెయ్యకుండా నా ప్రతీ కదలికనీ చూసావు. అప్పటినుంచీ నాకు నీ మీద కోరిక ఉంది.

అర్జునుడు: నువ్వు మా పురువంశీయులకు తల్లివి. నిన్ను ఆ దృష్టితోనే చూసాను. నువ్వు మావంశాన్ని వృద్ధిచేసిన పూజ్యురాలివి.

ఊర్వశి: మేము అప్సరసలం. ఒకే వంశంలో పుట్టిన అనేక తరాలవారిని అలరిస్తాము. మాకు మానవులకుండే వరుసలుండవు.

అర్జునుడు: కానీ, నాకు ఆ వరుసలున్నాయి. నువ్వు మా పూర్వులకు తల్లివి. అందుచేత కుంతీదేవీ, మాద్రీదేవీ, శచీదేవీ నాకు ఎంత పూజింపదగినవారో నువ్వూ అంతే పూజింపదగినదానివి. నీ పాదాలపై శిరస్సు ఉంచి నమస్కరిస్తున్నాను. నీ మనస్సునుంచి ఇతర భావాలు తొలగించి వెళ్ళిపో.

ఊర్వశి: అర్జునా! నన్ను అవమానించావు. నీ తండ్రి ఇంద్రుడు చెప్పాడని నేను కోరి నీ వద్దకి వచ్చాను. అందుకు ప్రతిఫలంగా నువ్వు నన్ను తృణీకరించి అవమానించావు..

తస్మాత్ త్వం నర్తనః పార్థ స్త్రీమధ్యే మానవర్జితః,
అపుమానితి విఖ్యాతః షండవద్ విచరిష్యసి. 46.50

దానికి ఫలితం అనుభవిస్తావు. స్త్రీల మధ్య అవమానకరంగా నాట్యం చేస్తావు. నిన్ను అందరూ నపుంసకుడు అంటారు. నపుంసకుడిలాగే జీవిస్తావు.

అలా శపించి ఊర్వశి కోపంగా వెనుదిరిగి వెళ్ళిపోయింది.

జరిగినదంతా ఇంద్రుడికి తెలిసింది. అతడు అర్జునుణ్ణి పిలిపించి నవ్వుతూ, "ఊర్వశి శాపం నీకు వరం అవుతుంది. నువ్వు ఒక ఏడాది అజ్ఞాతవాసం చెయ్యాలి. ఆ సంవత్సర కాలం ఊర్వశి శాపాన్ని అనుభవించు. నపుంసకుడైన నర్తకుడిగా రాజాంతఃపురాలలో ఎవరూ గుర్తించకుండా గడుపు.

ఆ సంవత్సరకాలం పూర్తయిన మరునాడు నీకు శాపవిముక్తి అవుతుంది." అన్నాడు.

◆ ◆ ◆

లోమశుడు అనే మహాప్రభావశాలి అయిన ఋషి అనేక లోకాలు చూస్తూ ఒకరోజు స్వర్గలోకానికి వచ్చాడు. ఇంద్రసభలో ఇంద్రుడిపక్కన కూర్చుని ఉన్న అర్జునుణ్ణి చూసి ఆశ్చర్యపోయాడు.

అతడి ఆశ్చర్యం అర్థంచేసుకున్న ఇంద్రుడు, "బ్రహ్మర్షీ! పూర్వం నరనారాయణులు అనే ఋషులు బదరీవనంలో తపస్సుచేసారు. నీకా విషయం తెలుసు. వారిలో నారాయణుడే కృష్ణుడై భూమిపై అవతరించాడు. నరుడు అర్జునుడై అవతరించాడు. వీరిద్దరూ భూభారం తగ్గించడానికి మానవరూపంలో ఉన్నారు.

ఈ అర్జునుడు దివ్యాస్త్రాల రహస్యాలు అధ్యయనం చెయ్యడానికి ఇక్కడికి వచ్చాడు. ఇతడు నివాతకవచులు అనే రాక్షసులను సంహరించి తిరిగి తన సోదరులను కలుస్తాడు.

నువ్వు వెంటనే భూలోకంలో కామ్యకవనానికి వెళ్ళు. అక్కడ ఉన్న నలుగురు పాండవులనీ తీర్థయాత్రలు చెయ్యమని చెప్పు. నువ్వూ వారితో కలిసి వెళ్ళు. దారిలో యక్ష, రాక్షస, పిశాచ బాధలనుంచి వారిని రక్షించు." అన్నాడు.

◆ ◆ ◆

అర్జునుడు దివ్యాస్త్రాలు సంపాదించడంకోసం తపస్సు చెయ్యడానికి వెళ్ళాడని వ్యాసుడు ధృతరాష్ట్రుడికి చెప్పాడు. ధృతరాష్ట్రుడికి గుండెల్లో రాయి పడింది. మనస్సులో చెలరేగిన ఆందోళనా, అంతర్మథనం తట్టుకోలేక సంజయుణ్ణి పిలిపించుకున్నాడు.

సంజయుడు ధృతరాష్ట్రుడిని ఓదార్చలేదు. కామ్యకవనంలో కృష్ణుడు ద్రౌపది ఎదుట చేసిన ప్రతిజ్ఞ చెప్పాడు.

ధృతరాష్ట్రుడికి మరింత ఆందోళన కలిగింది. ఎన్ని విధాలుగా ఆలోచించినా పాండవుల పట్ల చేసిన ద్రోహాన్ని, అన్యాయాన్నీ సరిదిద్దాలని మాత్రం ఆ అంధరాజుకి తట్టలేదు.

అర్జునుడు దేవదేవుడైన శంకరుణ్ణి యుద్ధంలో మెప్పించి తిరుగులేని పాశుపతాస్త్రం సంపాదించాడని సంజయుడు చెప్పాడు. ఆ తరువాత లోకపాలకులు ఇచ్చిన తిరుగులేని మహాస్త్రాలని వర్ణించి చెప్పాడు.

సంజయుడు ఏవో ఓదార్పుమాటలు చెప్పి తనని సమర్థిస్తాడు అనుకున్న ధృతరాష్ట్రుడికి ఏ విధమైన ఓదార్పూ లభించలేదు.

◆ ◆ ◆

పాండవులని చూడాలని ఒకరోజు నారదుడు కామ్యకవనానికి వచ్చాడు. యుధిష్ఠిరుడు తీర్థయాత్రలవలన ప్రయోజనమేమిటో చెప్పమని నారదుణ్ణి కోరాడు. ఆ దేవర్షి తీర్థయాత్రల ప్రాముఖ్యం వివరించాడు.

"నాయనా! మానవులు చేయవలసిన యజ్ఞాలూ, దానాలూ, వ్రతాలూ చాలా ఉన్నాయి. అయితే అవన్నీ సంపన్నులకే సాధ్యమైనవి. అంత వ్యయ ప్రయాసలతో కూడిన పుణ్యకార్యాలు సామాన్యులు చెయ్యలేరు.

అటువంటివారికోసం తీర్థయాత్రలు చెప్పారు. మనస్సుని నిర్మలంగా ఉంచుకుని, మాటవలన గానీ, చేతవలన గానీ ఏ పాపమూ చేయకుండా తీర్థయాత్రలు చేసి, యథావిధిగా తీర్థవిధులు నిర్వహించిన వాడికి యజ్ఞం చేసినంత పుణ్యం వస్తుంది."

ఆ దేవర్షి అనేక తీర్థాల విశేషాలు చెప్పాడు. అనేక పుణ్యకథలు చెప్పాడు. యుధిష్ఠిరుణ్ణి తీర్థయాత్రలు చెయ్యమని ప్రోత్సహించి అదృశ్యమైపోయాడు.

యుధిష్ఠిరుడు ధౌమ్యుడికి నమస్కరించి ఇలా అడిగాడు.

"అర్జునుడు తపస్సు చెయ్యడానికి వెళ్ళి చాలాకాలం అయింది. అతడు లేకుండా ఈ కామ్యకవనంలో ఉండాలనిపించడంలేదు. మీరు అన్నీ తెలిసినవారు. అనేక పుణ్యక్షేత్రాల

గురించీ, ఆ ప్రాంతాలలో జీవించిన మహాత్ముల గురించీ, అక్కడ ఉండే రమ్యమైన ప్రదేశాల గురించీ చెప్పండి."

ధౌమ్యుడు తూర్పు, దక్షిణ, పశ్చిమ, ఉత్తర దిశలలో ఉన్న పుణ్యక్షేత్రాలగురించి చెప్పాడు.

అంతలో అక్కడికి లోమశమహర్షి వచ్చాడు. ఆయన ఇంద్రసభలో ఇంద్రుడి అర్ధ సింహాసనంమీద ఉన్న అర్జునుణ్ణి చూసానన్నాడు. అర్జునుడు అనేక దివ్యాస్త్రాలు సాధించాడని చెప్పాడు.

పాండవులనీ, ద్రౌపదినీ తీర్థయాత్రలు చెయ్యమని దేవేంద్రుడు చెప్పాడని చెప్పాడు. తాను కూడ వారితో కలిసి ప్రయాణిస్తానని చెప్పాడు.

అక్కడ ఉన్న ఋషులు తాము కూడా పాండవులతో తీర్థయాత్రలకి వస్తామన్నారు. యుధిష్ఠిరుడు అంగీకరించాడు. వారు బయల్దేరే సమయానికి వ్యాసుడూ, నారదుడూ అక్కడికి వచ్చారు. ఆ ఋషిశ్రేష్ఠులు పుణ్యతీర్థాలని ఎలా సేవించాలో చెప్పారు.

"శరీరనియమం ప్రాహుర్బ్రాహ్మణా మానుషం వ్రతమ్,
మనోవిశుద్ధాం బుద్ధిం చ దైవమాహుర్వ్రతం ద్విజాః. 93.21

రాజా! నియమానుసారం శరీరశుద్ధిని పొందడాన్ని మానుషవ్రతం అంటారు. మనస్సుని నియంత్రించి బుద్ధిని ఉత్తమమైన మార్గంలో ఉంచుకోవడాన్ని దైవవ్రతం అంటారు. ఈ రెండు వ్రతాలనీ అనుష్ఠించి తీర్థయాత్రలు చేస్తే అనంత పుణ్యఫలాలు లభిస్తాయి." అని చెప్పారు.

ఆ ఋషుల ఆదేశాలు పాటిస్తామని పాండవులు చెప్పారు. వారి ఆశీస్సులు తీసుకుని తీర్థయాత్రలకి బయల్దేరారు.

హస్తిననుంచీ వారితో వచ్చిన ఇంద్రసేనుడనే సేవకుడూ, ఇతర పరిచారకులూ కూడా రథాలలో వారిని అనుసరించారు.

4

పాండవులు అనేక తీర్థాలు సేవించి ప్రభాసతీర్థం చేరారు. యుధిష్ఠిరుడు ఆ పుణ్యతీర్థంలో నీరు మాత్రమే తీసుకుని పంచాగ్నులమధ్య నిలిచి పన్నెండు రోజులు తపస్సు చేసాడు.

అక్కడికి కృష్ణుడూ, బలరాముడూ ఇతర యాదవవీరులూ వచ్చారు. వారందరూ పాండవుల దయనీయస్థితి చూసి చలించిపోయారు.

బలరాముడు ఆవేదన ఆపుకోలేకపోయాడు.

"కృష్ణా! ఈ యుధిష్ఠిరుడు ధర్మదేవుడి కుమారుడు. సత్యం, ధర్మం తప్పని మహాత్ముడు. ధర్మాన్నే నమ్ముకున్న ఇతడు ఇటువంటి దుర్భరమైన కష్టాలు అనుభవిస్తున్నాడు. అధర్మాన్నే నమ్ముకున్న పాపాత్ముడు దుర్యోధనుడు రాజభోగాలలో మునిగి తేలుతున్నాడు.

వీరిద్దరినీ చూసిన సామాన్యులకి ధర్మంమీద ఆసక్తి ఎలా ఉంటుంది? అధర్మంపట్ల భయం ఎలా వస్తుంది?

కథం ను భీష్మశ్చ కృపశ్చ విప్రో
ద్రోణశ్చ రాజా చ కులస్య వృద్ధః,
ప్రవ్రాజ్య పార్థాన్ సుఖమాప్నువంతి
ధిక్ పాపబుద్ధీన్ భరతప్రధానాన్. 119.9

కురుపితామహుడని అందరూ గౌరవిస్తున్న భీష్ముడూ, బ్రాహ్మణశ్రేష్ఠులని అందరి మన్ననలూ అందుకుంటున్న కృపాచార్యుడూ, ద్రోణాచార్యుడూ, వృద్ధుడు ధృతరాష్ట్రుడూ ఆ సభలో ఉన్నారు. దుర్యోధనుడు పాండవులని మోసం చేసి అడవులకి పంపిస్తూంటే ఈ పెద్దలందరూ చూస్తూ ఉండిపోయారు! ఆ పైన రాజభోగాలమధ్య హస్తినలో సుఖంగా తింటున్నారు. నిశ్చింతగా నిద్రపోతున్నారు.

ఛీ! వీళ్ళనేమనాలి? ఈ భరతవంశశ్రేష్ఠులని ఏమనడానికీ మాటలు చాలవు. బ్రాహ్మణులైన ఈ ద్రోణుణ్ణీ, కృపాచార్యుణ్ణీ ఎందుకు గౌరవించాలో తెలియడంలేదు." అన్నాడు.

యదువీరులందరూ వెంటనే సైన్యాలతో వెళ్ళి ధృతరాష్ట్రుడి పుత్రులనందరినీ వధించాలన్నాడు సాత్యకి.

యుధిష్ఠిరుడు అందరినీ శాంతింపచేసి పదమూడు సంవత్సరాలు అన్ని కష్టాలూ అనుభవించాకనే ఏం చెయ్యాలో ఆలోచిద్దాం అన్నాడు.

అలా కొంత సంభాషణ సాగింది. యాదవవీరులు తిరిగి వెళ్ళిపోయారు. పాండవులు తీర్థయాత్ర కొనసాగించారు.

◆ ◆ ◆

పాండవులు గంధమాదనపర్వతం చేరారు. ఆ పర్వతంపైకి ఎక్కుతూంటే చాలా వేగంగా గాలి వీచింది. ఆ వేగానికి నిలదొక్కుకోవడం కష్టమయింది. కొద్దిసేపట్లో ఆకాశం మేఘావృతమై కుంభవృష్టి కురిసింది.

వర్షం వెలిసాక పాండవులు ముందుకు సాగుతూంటే అలసటతో ద్రౌపది స్పృహతప్పి పడిపోయింది.

ధౌమ్యుడూ, లోమశుడూ శాంతిమంత్రాలు పఠించారు. కొంతసేపటికి ఆమెకి స్పృహ వచ్చింది.

ఆ సుకుమారి పర్వతాలు ఎక్కడం దిగడం చెయ్యలేదని ఆలోచించి భీముడు ఘటోత్కచుణ్ణి తలుచుకున్నాడు.

ఘటోత్కచుడు అనుచరులతో ప్రత్యక్షమయ్యాడు. వారు పాండవులనీ, ద్రౌపదినీ తమ వీపులమీద ఎక్కించుకున్నారు. కొందరు ఋషులను మోసారు.

అందరూ మెల్లగా ప్రయాణించి బదరికాశ్రమం చేరారు. ఆ బదరికాశ్రమంలో పాండవులు ఆరు రోజులున్నారు.

ఒకరోజు ఈశాన్యదిశనుంచి వస్తున్న గాలిలో తేలివచ్చి సుగంధం వెలువరిస్తూ ఒక సహస్రదళపద్మం వారు కూర్చున్నచోట పడింది. ఆ పుష్పం చూసి ద్రౌపది ముగ్ధురాలై పోయింది.

“భీమసేనా! నీకు నామీద ప్రేమ ఉంటే ఇటువంటి పుష్పాలు అనేకం తెచ్చిపెట్టు.” అంది.

భీమసేనుడు ముందువెనుకలు ఆలోచించకుండా అటువంటి పుష్పాలకోసం ఈశాన్యదిశలో బయల్దేరాడు.

ఆ పర్వతంమీద ఉన్న అరణ్యశోభని చూస్తూ ముందుకు వెళ్తూ అతడొక అద్భుతమైన అరటితోటని చూసాడు. ఆ తోటమధ్య ఒక సరోవరం ఉంది. భీముడు ఆ సరోవరంలో స్నానంచేసి, ఆనందంగా శంఖం ఊదాడు. ఆ ధ్వనికి అరణ్యమంతా దద్దరిల్లిపోయింది.

భీముడు ఇంకా ముందుకి సాగాడు. స్వర్గలోకానికి వెళ్ళేమార్గం అక్కడికి దగ్గరలో ఉంది.

ఆ కదలీవనంలో వాయుపుత్రుడు హనుమంతుడున్నాడు. అతడు తన సోదరుడు భీమసేనుణ్ణి గుర్తించాడు. అతణ్ణి స్వర్గమార్గంవైపు వెళ్ళకుండా ఆపాలనుకున్నాడు.

హనుమంతుడు భీముడి మార్గానికి తన తోకని అడ్డంగా పెట్టి నిద్ర నటిస్తూ ఉన్నాడు. తన ఉనికి తెలియచెయ్యడానికి ఒకసారి తోక విదిల్చాడు. ఆ శబ్దంతో పర్వతమంతా మారుమోగిపోయింది.

ఆ శబ్దం విని భీముడు అటువైపు వచ్చాడు. మెరుపులు రాసిపోసినట్లున్న హనుమంతుణ్ణి చూసాడు.

హనుమంతుడు కనురెప్పలు కొద్దిగా పైకెత్తి భీముణ్ణి చూసాడు. తన తమ్ముడితో మాట్లాడాడు.

హనుమ: సోదరా! నాకు ఆరోగ్యం బాగాలేదు. నేనీ ప్రశాంతమైన కదళీవనంలో నిద్రపోతూ విశ్రాంతి తీసుకుంటున్నాను. నువ్వెందుకు ఏవేవో శబ్దాలు చేస్తూ నా నిద్ర పాడుచేస్తున్నావు? మేము అడవిలో ఉండే జంతువులం. మాకు జ్ఞానముండదు. నువ్వు మానవుడివి. నీకు జ్ఞానం ఉండాలి. కానీ, అజ్ఞానిలా ప్రశాంతమైన వనాన్ని కల్లోలం చేస్తున్నావు. నువ్వెవరివి?

ఏదెలా ఉన్నా ఇక్కడనుంచి ముందుకు వెళ్ళకు. ముందుకు వెళ్తే దేవలోకానికి వెళ్ళే మార్గం ఉంటుంది. అక్కడ మానవులకి ప్రవేశం లేదు.

భీముడు: నేను చంద్రవంశానికి చెందిన క్షత్రియుణ్ణి. నాపేరు భీమసేనుడు. అది సరే. ఇంత తేజశ్శాలివి నీ నిజరూపంలో కాకుండా వానరరూపంలో ఎందుకున్నావు? నువ్వెవరివి?

హనుమ: నేనెవరినో కాదు. నేను వానరుణ్ణే. నామాట విను. వెనుదిరిగి వెళ్ళిపో.

భీముడు: నాకేమైనా ప్రమాదముందా? ఏదైనా దుష్పరిణామం ఎదుర్కోవలసి వస్తుందా? – ఇవేమీ నిన్నడగలేదు. నా దారికి ఏ అవరోధం వచ్చినా నేను భయపడను. ఆ అవరోధాలని ఛేదించి మరీ ముందుకు వెళ్ళగలను. ఇంతకీ మంచో, చెడో నా దారిన నేను వెళ్తాను. నువ్వు దారికడ్డంగా ఉన్నావు. లేచి పక్కకి వెళ్ళు.

హనుమ: నాకు ఆరోగ్యం బాగాలేదని చెప్పాను. నేను లేవలేను. ముందుకు వెళ్ళాలంటే చేతనైతే నామీదుగా దూకి వెళ్ళు.

భీముడు: నువ్వు కోతివి. నీకు జ్ఞానం లేదని నువ్వే చెప్పావు. అందుకే ఇలా మాట్లాడుతున్నావు. పండితుల వద్ద శిక్షణ పొందిన మానవులకే జ్ఞానంగురించి తెలుస్తుంది. పక్షులకీ, జంతువులకీ తెలియదు. అయినా చెప్తాను, విను. నిర్గుణ పరమాత్మ అన్ని జీవులలోనూ సమానంగా వ్యాపించి ఉంటాడు. అందుచేత ఒకరిమీద ఒకరు దూకి వెళ్ళకూడదు. ఈ శాస్త్రజ్ఞానం వలన ఇంతసేపు ఆగాను. లేకుంటే నీమీదనుంచే ఏమిటి, ఈ పర్వతంమీద నుంచే దూకి వెళ్ళేవాణ్ణి. మా సోదరుడు హనుమంతుడు అలాగే సముద్రంమీదనుంచి దూకి లంకకి చేరాడు.

హనుమ: అంత పని చేసాడా మీ సోదరుడు! ఇంతకీ ఆ హనుమంతుడెవరు? నీకెలా సోదరుడయ్యాడు?

భీముడు: ఆయన మా అన్నగారు. వానరవీరుడు. వాయునందనుడు. మహాపరాక్రమశాలి. పూజ్యుడు. ఆయన గురించి నీకు తెలియదు, చెప్తే అర్థంకాదు. ముందు నాదారినుంచి తప్పుకో. లేకపోతే యమలోకానికి పోతావు.

హనుమ: నీ మాటలు వింటూంటే నువ్వు మంచి బలశాలివి అనిపిస్తోంది. నేను వృద్ధుణ్ణి. ఓపికలేదు. కదలలేను. నువ్వే కొంచెం నాతోక పక్కకి తోసేసి వెళ్ళిపో.

భీముడికి కోపం వచ్చింది. "ఈ కోతిని తోక పట్టుకుని యమలోకానికి చేరేలా విసిరేస్తాను." అనుకున్నాడు. ఎడమచేత్తో తోకపట్టుకుని లేవదియ్యబోయాడు. తోక కదలలేదు.

రెండుచేతులతోనూ బలమంతా ఉపయోగించి ప్రయత్నించినా ఆ తోక కదలలేదు. భీముడు సిగ్గుపడ్డాడు. అతడి అహంకారం తగ్గింది. హనుమంతుడివద్దకి వెళ్ళి, పాదాలు పట్టి నమస్కరించాడు.

"మహాత్మా! నువ్వెవరివి? సిద్ధుడివా? గంధర్వుడివా? దేవుడివా? ఇలా వానరరూపంలో ఎందుకున్నావు? నువ్వెంతటివాడివో తెలియక కఠినంగా మాట్లాడాను. నన్ను మన్నించు." అన్నాడు.

హనుమంతుడు చిరునవ్వుతో నిజం చెప్పాడు.

"భీమసేనా! నేను వానరుణ్ణే. వానరవీరుడు కేసరి క్షేత్రంలో పుట్టిన వాయునందనుణ్ణి. నువ్వు ఇందాకా హనుమంతుడు అన్నావే! ఆ హనుమంతుణ్ణి నేనే. త్రేతాయుగంలో రాముణ్ణి సేవించాను. రామపట్టాభిషేకం జరిగాక ప్రభువుని ఒక కోరిక కోరాను. 'ప్రభూ! భూలోకంలో ఎంతకాలం నీ కథ చెప్పుకుంటారో అంతకాలం నేనీలోకంలో ఉండేలా అనుగ్రహించు.' అన్నాను. రామప్రభువు అనుమతించాడు.

ఈ వనంలో గంధర్వులు రోజూ రామకథ గానం చేస్తారు. అందుచేత నేనీ వనంలో ఉంటాను."

భీముడు కోరడంతో హనుమంతుడు రామకథ అంతా చెప్పాడు. హనుమంతుడు సముద్రం దాటినప్పుడు ధరించిన రూపం చూపించమని భీముడు కోరాడు. హనుమంతుడు తన శరీరం పెంచి పర్వతమంత అయ్యాడు. ఆ విరాట్ స్వరూపాన్ని భీమసేనుడు చూడలేకపోయాడు. ఆ రూపం ఉపసంహరించమని ప్రార్థించాడు.

హనుమంతుడు సహజస్వరూపానికి వచ్చాడు. భీముణ్ణి ప్రేమతో ఆలింగనం చేసుకుని ఏదైనా వరం కోరుకోమన్నాడు.

"భీమసేనా! నీ కోసం ఏం చెయ్యమంటావు? హస్తినాపురానికి వెళ్ళి ధృతరాష్ట్ర కుమారుల నందరినీ వధించమంటావా? ఆ నగరాన్ని రాళ్ళవర్షంతో నేలమట్టం చెయ్యమంటావా? ఆ దుర్యోధనుణ్ణి పశువులా బంధించి తీసుకురమ్మంటావా? నీకేం కావాలో చెప్పు." అన్నాడు.

భీమసేనుడు వినయంగా, "మహాత్మా! మీకు నామీద దయగలిగింది. అది చాలు. ఇంతవరకూ అనాథలుగా *(రక్షించేవారెవరూ లేనివారుగా)* ఉన్న మాకు నువ్వు రక్షకుడిగా లభించావు. పాండవులం ధన్యులమయ్యాం. నీ అనుగ్రహం ఉంటే శత్రువులను మేమే జయిస్తాం." అన్నాడు.

హనుమంతుడు సంతోషించాడు. "భీమసేనా! నువ్వు శత్రుసైన్యంలోకి చొచ్చుకుపోతూ చేసే సింహనాదంలో నా గర్జన కూడా కలిసి వినబడుతుంది. అది శత్రువుల గుండెలు బద్దలు చేస్తుంది." అన్నాడు.

ఆ తరువాత భీమసేనుడు హనుమంతుడు చూపించిన దారిలో వెళ్ళి ఒక నిర్మలమైన సరోవరాన్నీ, అందులో ఉన్న సౌగంధికపుష్పాలనీ చూసాడు.

ఆ సరోవరం కుబేరుడిది. దానికి 'క్రోధవశులు' అనే రాక్షసులు కాపలాగా ఉన్నారు. ఆ రాక్షసులు భీమసేనుడిమీద దాడిచేసారు. భీముడు వారినందరినీ ఓడించి సౌగంధికపద్మాలు సేకరించాడు. ఈలోగా భీముణ్ణి వెదుకుతూ యుధిష్ఠిరుడూ, సోదరులూ అక్కడికి వచ్చారు.

అంతలో ఆకాశవాణి, "పాండవులారా! ఇది కుబేరుడి ఆశ్రమం. మీరిక ముందుకు వెళ్ళకండి. వచ్చినదారినే వెనక్కి వెళ్ళండి." అంది.

వారందరూ బదరికాశ్రమానికి తిరిగివెళ్ళారు.

◆ ◆ ◆

అర్జునుడు ఇంద్రుడి భవనంలో అయిదు సంవత్సరాలు ఉండి సమస్త దివ్యాస్త్రాలూ పొందాడు. తరువాత ఇంద్రుడి వద్ద అనుమతి తీసుకుని తన సోదరులను కలవడానికి బయల్దేరాడు.

గంధమాదనపర్వతంమీద ఉన్న పాండవులు ఆకుపచ్చనిరంగు గుర్రాలతో ఉన్న రథం ఆకాశమార్గంలో తమ ఆశ్రమంవైపు రావడం చూసారు. ఆ రథం ఇంద్రుడిది. అది వారున్నచోటుకి వచ్చింది.

అర్జునుడు రథంనుంచి దూకి మొట్టమొదట ధౌమ్యుడి పాదాలకు నమస్కరించాడు.

అర్జునుడు సోదరులకి తాను సాధించినవన్నీ వివరించాడు.

మరునాడు ఉదయం అందరూ సంధ్యోపాసన చేసి కూర్చున్న సమయంలో దేవేంద్రుడు ఆకాశమార్గంలో వారి ఆశ్రమానికి వచ్చాడు. పాండవులందరూ త్రిలోకాధిపతికి నమస్కరించి వినయంగా నిలుచున్నారు.

దేవేంద్రుడు, "యుధిష్ఠిరా! అర్జునుడు ఏకాగ్రచిత్తంతో కృషిచేసి సమస్త దివ్యాస్త్రాలూ సంపాదించాడు. మేము చేయలేని కార్యాలు మాకోసం సాధించాడు. తిరుగులేని శస్త్రాస్త్రవేత్త అయ్యాడు. మూడు లోకాలూ ఏకమై వచ్చినా యుద్ధంలో అర్జునుడిముందు నిలువలేవు." అని చెప్పి స్వర్గానికి వెళ్ళిపోయాడు.

ఇంద్రుడు చెప్పిన దేవకార్యం ఏమిటని సోదరులు అర్జునుణ్ణి అడిగారు. ఇంద్రుడి ఆదేశంమేరకు తాను నివాతకవచులు అనే రాక్షసులను సంహరించాననీ, అలాగే కాలకేయులు అనే రాక్షసులను కూడా సంహరించాననీ అర్జునుడు చెప్పాడు.

యుధిష్ఠిరుడు అర్జునుడు సాధించిన దివ్యాస్త్రాలని ప్రదర్శించమని కోరాడు. అర్జునుడు అందుకు సిద్ధపడ్డాడు. నారదుడు వచ్చి అర్జునుణ్ణి అస్త్రప్రదర్శన చేయవద్దన్నాడు. శత్రువులమీద ప్రయోగించవలసిన అస్త్రాలని వేడుకగా ప్రదర్శిస్తే అవి లోకాన్ని నాశనం చేస్తాయని హెచ్చరించాడు. అర్జునుడు అస్త్రప్రదర్శన విరమించాడు.

పాండవులు బదరికాశ్రమంనుంచి వెనక్కి తిరిగి కామ్యకవనానికి చేరారు.

5

ఆ దట్టమైన అరణ్యంలో అనేక భయంకరమైన క్రూరమృగాలున్నాయి. వాటిని చూసి భీమసేనుడు ఆనందంతో సింహగర్జన చేసి వాటిమీదకి దూకేవాడు. అతణ్ణి చూసి సింహాలూ, పులులూ, ఏనుగులూ, మహాసర్పాలూ పారిపోయేవి.

ఒకరోజు ఒక పెద్ద కొండచిలువ భీమసేనుణ్ణి చూసింది. అది ఒక్క ఉదుటున అతడిమీద పడి చుట్టేసింది. అనేకవేల ఏనుగుల బలమున్న వాయునందనుడు ఎంత ప్రయత్నించినా ఆ పాము పట్టునుంచి విడిపించుకోలేక పోయాడు.

భీముడు ఎంతకీ రావడంలేదని యుధిష్ఠిరుడు ఆందోళనలో పడ్డాడు. అదే సమయంలో అతడికి ఆపదని సూచించే అనేక శకునాలు కనబడ్డాయి.

యుధిష్ఠిరుడు భీమసేనుడి అడుగుజాడలని అనుసరించి వచ్చి పాముకి చిక్కి ఉన్న

సోదరుణ్ణి చూసాడు. భీముణ్ణి కదలకుండా పట్టే శక్తి సాధారణ సర్పాలకి లేదని గ్రహించాడు. ఆ సర్పంతో మాట్లాడాడు.

యుధిష్ఠిరుడు: సర్పరాజా! నువ్వెవరివి? దేవతవా? దానవుడివా? లేక ఇంకెవరివైనానా? నువ్వు సాధారణసర్పానివి మాత్రం కాదు. నేను యుధిష్ఠిరుణ్ణి. ఇతడు పాపమెరుగని వాడు. నా సోదరుడు. ఈ ఉత్తముణ్ణి ఎందుకు పట్టుకున్నావు?

సర్పం: రాజా! నేను నహుషుడనే రాజర్షిని. అనేక పుణ్యకార్యాలవలనా, పరాక్రమం వలనా నేను త్రిలోకాధిపత్యం సాధించాను. ఐశ్వర్య మదంతో పల్లకీలో కూర్చుని ఋషులచే మోయించాను. అప్పుడు అగస్త్యుడి శాపంవలన ఇలా సర్పంగా మారిపోయాను. ఇది ఆ ఋషి నాకు అనుమతించిన ప్రాంతం. ఇక్కడికి వచ్చిన జీవులని నేను పట్టుకుని తింటాను. అవే నా ఆహారం. నా పట్టునుంచి ఎవరూ విడిపించుకోలేరు.

యుధిష్ఠిరుడు: నీకు ఏ ఆహారం కావాలో, ఎంత కావాలో చెప్పు. అది నేను తెచ్చి ఇస్తాను. మా సోదరుణ్ణి వదులు.

సర్పం: రాజా! నువ్వు ఏం చేసినా, ఏం ఇచ్చినా నాకు చిక్కినవాణ్ణి నేను వదలను.

యుధిష్ఠిరుడు: నీనుంచి విడిపించుకునే ఉపాయమేమీ లేదా?

సర్పం: ఉంది. నేనడిగే ప్రశ్నలకి నువ్వు సరైన సమాధానం చెప్తే నాకు శాపవిముక్తి అవుతుంది. అప్పుడు నీ సోదరుణ్ణి వదిలేస్తాను.

యుధిష్ఠిరుడు: నువ్వు రాజర్షివి. బ్రాహ్మణులకు *(బ్రహ్మవేత్తలకు)* వేద్యమైనవి *(తెలిసినవి)* అన్నీ నీకే తెలుసు. అయినా నీ ప్రశ్నలకి సమాధానం చెప్పి నీకు ఆనందం కలిగించడానికి ప్రయత్నిస్తాను.

సర్పం: నువ్వు చాలా తెలివైనవాడివిలా ఉన్నావు. నువ్వు బ్రాహ్మణులను గురించి చెప్పావు.అసలు బ్రాహ్మణుడంటే ఎవరు? అతడికి తెలిసినవేమిటి?

యుధిష్ఠిరుడు: సత్యం, దానం, క్షమ, సుశీలత, ఆనృశంస్యం *(క్రూరత్వం లేకపోవడం)*, తపస్సు, దయ ఎవడిలో ఉంటాయో అతడు బ్రాహ్మణుడు.

సుఖ దుఃఖాలకు అతీతమూ, శాశ్వతమైన ఆనందానికి స్థానమూ అయిన పరబ్రహ్మమే తెలుసుకోదగినది.

సర్పం: నువ్వు చెప్పిన సద్గుణాలన్నీ శూద్రులకు కూడా ఉండవచ్చు కదా?

యుధిష్ఠిరుడు: ఆ సద్గుణాలన్నీ ఉన్నవాడు శూద్రుడిగా జన్మించినా అతడే బ్రాహ్మణుడు. ఆ సద్గుణాలు లేనివాడు బ్రాహ్మణదంపతులకు జన్మించినా అతడే శూద్రుడు.

సర్పం: సుఖదుఃఖాలు లేని స్థితిని గురించి చెప్పావు. అటువంటి స్థితి నాకు ఎక్కడా కనిపించడంలేదు.

యుధిష్ఠిరుడు: ఒకచోట చల్లగా ఉంటే మరొకచోట వేడిగా ఉంటుంది. ఈ రెండింటికీ మధ్య చల్లదనమూ, ఉష్ణమూ లేని ప్రదేశం ఒకటి ఉంటుంది. అలాగే సుఖదుఃఖాలకి అతీతమైన స్థితీ ఉంటుంది.

సర్పం: ఒకడి నడవడిని బట్టి మాత్రమే అతడు బ్రాహ్మణుడు అనాలంటే వర్ణం నిర్ణయించడం చాలా శ్రమపడితే కాని సాధ్యం కాదు కదా?

యుధిష్ఠిరుడు: కాలం గడుస్తూ ఉంటే ఎవడి వర్ణం ఏది అని నిర్ణయించడం కష్టమే అవుతుంది.

ఇలా కొంత సంవాదం జరిగాక ఒక దివ్యవిమానం అక్కడికి వచ్చి ఆకాశంలో నిలిచింది.

ఆ సర్పం, "రాజా! నాకు శాపవిముక్తి కలిగింది. నేను స్వర్గానికి వెళ్తున్నాను. భీమసేనుణ్ణి వదిలేసాను." అంది. అందరూ చూస్తూండగా నహుషుడు సర్పరూపం వదిలి దివ్యతేజస్సుతో విమానం ఎక్కి స్వర్గంవైపు వెళ్ళిపోయాడు.

భీమసేనుడు క్షేమంగా ఉన్నందుకు అందరూ సంతోషించారు. అందరూ కామ్యకవనానికి బయల్దేరారు.

◆ ◆ ◆

పాండవులు కొంతకాలం కామ్యకవనంలో ఉండి తరువాత తిరిగి ద్వైతవనానికి వెళ్ళారు. ద్వైతసరస్సు పక్కన విశాలమైన సమతల ప్రదేశంలో ఒక కుటీరం నిర్మించుకున్నారు.

పాండవులు ఆ కుటీరంలో ఉండగా ఒకరోజు కృష్ణుడు అంతఃపురస్త్రీలతో కలిసి వారిని చూడడానికి వచ్చాడు. అదే సమయానికి మార్కండేయమహర్షీ, నారదుడూ కూడా వచ్చారు.

యుధిష్ఠిరుడు, "మహర్షీ! పుణ్యకర్మలవలన శుభమూ, పాపకర్మలవలన అశుభమూ కలగాలి కదా! పుణ్యకర్మలు చేసిన నేనెందుకిలా బాధలు పడుతున్నాను?

ఎప్పుడూ పాపకర్మలే చేసే దుర్యోధనుడు ఎందుకిలా సుఖంగా ఉన్నాడు? అసలు ఈ కర్మలనీ, వీటి ఫలితాలనీ ఎవరు నిర్దేశిస్తారు? ఎవరు నిర్ణయిస్తారు? ఎవరు అమలుచేస్తారు? అన్నీ నాకు చెప్పండి." అని మార్కండేయుణ్ణి ప్రార్థించాడు.

మార్కండేయుడు కాలగతిని గురించీ, కర్మానుభవం గురించీ వివరంగా చెప్తూ మధ్యలో నాలుగు యుగాల ధర్మాలూ, ఆయా యుగాలలో జీవించిన అనేకమంది మహాత్ముల చరిత్రలూ చెప్పాడు.

వీరిలా చర్చించుకుంటూ ఉండగా సత్యభామా, ద్రౌపదీ వేరొకచోట కూర్చుని మాట్లాడు కుంటున్నారు. ఉన్నట్లుండి సత్యభామ ద్రౌపదిని ఒక సందేహం తీర్చమంది.

"పాంచాలరాజకుమారీ! నేను కృష్ణుణ్ణి నా వశంలో ఉంచుకోవాలని ఎంతో ప్రయత్నం చేసాను. కానీ, ఆ దేవకీనందనుడు ఎప్పుడూ నాకు చిక్కడు.

నువ్వు నీ అయిదుగురు భర్తలనీ కొంగున కట్టేసావు. దిక్పాలకులవంటి ఈ అయిదుగురు వీరులనీ నీ వశంలో ఎలా ఉంచుకుంటున్నావు? నీ భర్తలు నీవైపు చూసే చూపులు చాలు- వారికి నువ్వంటే ప్రాణమని తెలుసుకునేందుకు. వారు నీతో ఎప్పుడూ కోపంగా మాట్లాడరు. నువ్వేమైనా ప్రశ్నిస్తే సమాధానం దాటవేసేలా మాట తప్పించరు.

వ్రతచర్యా తపో వాపి స్నానమంత్రౌషధాని వా,
విద్యావీర్యం మూలవీర్యం జపహోమాగదాస్తథా. 233.6

ఇదెలా సాధ్యమయింది? నువ్వేమైనా వ్రతం చేసావా? తపస్సు చేసావా? మంత్రం వేసావా? తంత్రం చేసావా? యజ్ఞం చేసావా? హోమం చేసావా? మందూ మాకూ పెట్టావా? వేళ్ళూ పసర్లూ వాడావా? నువ్వు ప్రయోగించిన ఉపాయమేమిటో నాకూ చెప్పు. నేనూ కృష్ణుణ్ణి నా వశం చేసుకుంటాను." అంది.

ద్రౌపది చిరునవ్వుతో ప్రశాంతంగా వివరించింది.

"సత్యభామా! నువ్వు చెప్పిన ఉపాయాలన్నీ ధర్మమార్గం వదిలి ప్రవర్తించే స్త్రీలు పాటిస్తారు. సాధ్వి అయిన స్త్రీకి భర్తని వశం చేసుకోవాలనే ఆలోచనే రాదు. ఆమె అందుకు ప్రయత్నించదు.

ఆకులూ, పసర్లూ, వేళ్ళూ, మంత్రాలూ ప్రయోగించడమంటే స్త్రీ తన సౌభాగ్యానికి మూలమైన భర్తని ప్రమాదంలో పడెయ్యడమే. అంతే కాదు. ఆమె అటువంటి ప్రయత్నం చేస్తోందని తెలిస్తే భర్త ఆమెని విషసర్పాన్ని చూసినట్లు చూస్తాడు.

ఆమె సమీపిస్తే బెదిరిపోతాడు. ఆ దంపతులమధ్య అనురాగం అంతరించిపోతుంది.

భర్త ఎంచుకున్న జీవనవిధానాన్ని తానూ హృదయపూర్వకంగా స్వీకరించడమే సాధ్వి లక్షణం. అదే ఆమె సౌభాగ్యానికి కారణం.

ఇంద్రప్రస్థంలో రోజూ వేలాదిమంది బ్రాహ్మణులకు భోజనం పెట్టాక యుధిష్ఠిరుడు భోజనం చేసేవాడు. ఆయన తిన్నాక నేను తినేదాన్ని. అ క్రమం అప్పుడూ, ఇప్పుడూ అలాగే నడుస్తోంది.

ఇంటిల్లిపాదీ పడుకునేవరకూ గృహిణి మేలుకుని ఉండాలి. అందరికంటే ముందు లేవాలి. కుటుంబ ఆదాయవ్యయాలమీద ఒక కన్నేసి ఉంచాలి. పరివారం ఎవరి పనులు వారు చేస్తున్నారో లేదో కనిపెడుతూ ఉండాలి. ఇదంతా చేస్తూ అత్తమామలని సేవించాలి.

సాధ్వి జీవితం ఇంత కష్టసాధ్యమైనది. అయినా ఆ కష్టమే తనకి ఆనందమని భావించే గృహలక్ష్మి భర్త అనురాగాన్ని ఏ ప్రయత్నం లేకుండానే పొందుతుంది. ఆ అనురాగంలో ఆమె జీవితం ధన్యమవుతుంది." అంది.

అంతలో కృష్ణుడు ద్వారకకి ప్రయాణమయ్యాడు. సత్యభామ ద్రౌపదిని ఆలింగనం చేసుకుని, వీడ్కోలు పలికి, భర్తతో కలిసి వెళ్ళింది.

◆ ◆ ◆

(ఇక్కడినుంచి ఘోషయాత్రాపర్వం మొదలవుతుంది.)

అనేకమంది బ్రాహ్మణులు దేశాటనం చేస్తూ అరణ్యంలో ఉన్న పాండవులని కలిసి వెళ్ళేవారు.

అలా కలిసిన ఒక బ్రాహ్మణుడు అక్కడినుంచి హస్తినాపురానికి వెళ్ళి ధృతరాష్ట్రుణ్ణి దర్శించాడు. తానూ, రాజూ మాత్రమే ఉన్నప్పుడు పాండవులు అనుభవిస్తున్న దుస్థితిని రాజుకి వివరించి చెప్పాడు.

రాజు అంతా మౌనంగా విన్నాడు. అతడికి పాండవులు అనుభవిస్తున్న కష్టాలు వింటూంటే బాధ కలిగింది. అయితే అది ఒక్క క్షణమే. అన్ని కష్టాలు అనుభవిస్తున్న పాండవులలో రోజురోజుకీ పెరిగే ప్రతీకారవాంఛని తలుచుకుంటే భయం కమ్మేసింది. అది ఆయన్ని వదలకుండా ఉంది.

"ఏమిటో విపరీతమైన పరిణామాలు చోటుచేసుకుంటున్నాయి.

శకుని కపట జూదం ఆడి తప్పు చేసాడు. అతడు ఆడించినట్లు ఆడి రెచ్చిపోయి అంతా పోగొట్టుకుని యుధిష్ఠిరుడూ తప్పు చేసాడు. పుత్రవ్యామోహంతో జూదం ఆపకుండా నేనూ తప్పు చేసాను.

అయితే దురదృష్టం ఏమిటంటే ఇందరు చేసిన తప్పులకీ ఫలితం నా కుమారులు

అనుభవించబోతున్నారు. **కురూణా మయ మంతకాలః**- కౌరవులు అంతమయే కాలం సమీపించింది."

వీరిద్దరి సంభాషణా శకుని రహస్యంగా విన్నాడు. విన్నదంతా కర్ణుడికి చెప్పాడు.

6

దుర్యోధనుడు ప్రసన్నంగా ఉన్న సమయం చూసి కర్ణుడూ, శకునీ అతడికి దుర్బోధ చేసారు. కర్ణుడు మంచి ఉత్సాహంగా చెప్పాడు.

"**ప్రవ్రాజ్య పాండవాన్ వీరాన్ స్వేన వీర్యేణ భారత** – దుర్యోధనా! అందరూ పాండవులు వీరులంటారు. కానీ, అంతటి పాండవులని నీ పరాక్రమంతో అడవులకి పంపించావు. నువ్వు మహావీరుడివి.

లోకంలో ఉన్న రాజులందరూ నీకు సామంతులై కప్పాలు కడుతున్నారు. వేదవేత్తలందరూ నీ ఆశ్రయంలో ఉన్నారు. నీతో సమానమైన ఐశ్వర్యవంతుడు ఈ లోకంలో లేడు. ఇంద్రప్రస్థంలో పాండవులను వరించిన రాజ్యలక్ష్మి ఇప్పుడు నీ వశమయింది.

నీవంటి సామ్రాట్టుకి తన శత్రువు దీనస్థితిలో ఉండగా చూసినప్పుడు కలిగే ఆనందమే ఆనందం. దానిముందు రాజ్యం లభిస్తే వచ్చే ఆనందం గాని, సంపదలు వరించి వస్తే లభించే ఆనందం గాని, సత్పుత్రులు కలిగితే వచ్చే ఆనందం గాని ఎందుకూ పనికిరావు.

సువాససో హి తే భార్యాః వల్కలాజినసంవృతామ్,
పశ్యంతు దుఃఖితాం కృష్ణాం సా చ నిర్విద్యతాం పునః. 237.21

నీ రాణులు అమూల్యమైన వస్త్రాలూ, అనేక రత్నాభరణాలూ ధరించి దేవతల రథాలవంటి రథాలలో వెళ్ళి, నారచీరలు ధరించి అడవిలో పడి బతుకుతున్న ద్రౌపదిని పలకరిస్తే ఆ ద్రౌపది సిగ్గుతో తలవంచుకుని నిలబడడం మనం చూడాలి.

వినిందతాం తథాఽఽత్మానం జీవితం చ ధనచ్యుతమ్,
న తథా హి సభామధ్యే తస్యా భవితు మర్హతి,
వైమనస్యం యథా దృష్ట్వా తవ భార్యాః స్వలంకృతాః. 237.22

ద్రౌపది నీ భార్యల వైభవాన్నీ తన దుస్థితినీ పోల్చి చూసుకోవాలి. సామ్రాజ్ఞిగా వెలిగిన యాజ్ఞసేని సంపద కోల్పోయి నిరుపేదగా అడవిలో బ్రతుకవలసివచ్చిన తన జీవితాన్ని తలుచుకుని కుమిలిపోవడం మనం చూడాలి. ఆ రోజు సభమధ్యలో జరిగిన అవమానానికి ఎంత దుఃఖించిందో అంతకి అనేకరెట్లు దుఃఖించడం మనం చూడాలి." అన్నాడు.

(స్వయంవరంలో తనని వరించనని ప్రకటించినందుకు ద్రౌపదిని అవమానించాలనీ, ఆమె దుఃఖిస్తూ ఉంటే చూడాలనీ కర్ణుడికి ఉన్న పైశాచిక ప్రవృత్తి ఇంకా మారలేదు. అతడి నీచ, కుటిల స్వభావం మారలేదు.)

ఆ మాటలు దుర్యోధనుడికి వీనులవిందుగా ఉన్నాయి.

"నేను మీతో పూర్తిగా ఏకీభవిస్తున్నాను. ఆటవికులలా బ్రతుకుతున్న పాండవుల ముందు మన వైభవం ప్రదర్శిస్తూ ఆనందించడం నాకూ ఇష్టమే.

కానీ, పాండవులున్న ప్రదేశానికి వెళ్ళడానికి తండ్రిగారిని ఒప్పించే ఉపాయం ఆలోచించండి. ఆయన అంగీకరిస్తే విదురుణ్ణి పట్టించుకోనక్కర్లేదు. ఏవో మాటలు చెప్పి భీష్ముడుకూడా అడ్డుచెప్పకుండా చెయ్యవచ్చు." అన్నాడు.

అందరూ ఆలోచనలలో పడి తమ తమ మందిరాలకు వెళ్ళారు.

మరునాడు ఉదయం నలుగురూ మళ్ళీ కలిసారు. కర్ణుడు నవ్వుతూ, "రాజా! మీ గోసంపద అంతా ఇప్పుడు ద్వైతవనంలో ఉంది. పశుపాలకులు మిమ్మల్ని ఒకసారి వచ్చి మీ పశువులని లెక్కచూసుకోమని చాలాకాలంగా చెప్తున్నారు. అలా వెళ్ళడం రాజుగా మీ బాధ్యత కూడాను. ఆ కారణం చెప్పి మీ తండ్రిని ఒప్పించు." అన్నాడు.

అందరికీ ఆ కారణం నచ్చింది. అందరూ ధృతరాష్ట్రుడివద్దకి బయల్దేరారు. కర్ణుడు తమ ప్రణాళిక ఎక్కడా బయటపడకుండా ధృతరాష్ట్రుడితో ఎంతో అందమైన అబద్ధం చెప్పాడు.

"రాజా! మన పశుసంపద ద్వైతవనంలో బాగా అభివృద్ధి చెందింది. గోవులని వాటి లక్షణాలని బట్టి లెక్కించుకోవాలి. ఆ తరువాత లేగదూడలు మనకి చెందినవి అని తెలియడానికి వాటికి ముద్రలు వేయాలి.

అన్నింటికంటే ముఖ్యంగా గోవులని చంపే క్రూరమృగాలని వేటాడాలి. ఇవన్నీ చేయడానికి మాకు అనుమతి ఇవ్వండి." అన్నాడు.

ధృతరాష్ట్రుడు అంగీకరించలేదు.

"గోవులని లెక్కించడానికీ, క్రూర మృగాలని వేటాడడానికీ సమర్థులైన వారిని పంపించండి. ఆ పనికి మీరే వెళ్ళక్కర్లేదు.

ప్రస్తుతం పాండవులు ఆ ద్వైతవనంలోనే ఉన్నారు. అహంకారంతో మిడిసిపడే మీరు వారిపట్ల ఏ అపచారం చేసినా వారి క్రోధాగ్నిలో భస్మమైపోతారు.

పాండవులు ఈ వనవాసకాలంలో తపస్సు చేసారు. అర్జునుడు దివ్యాస్త్రాలు సంపాదించాడు. మీరు మోసం చేసి వాళ్ళ రాజ్యం కాజేసారు. ఆపైన ద్రౌపదిపట్ల సహించరాని ప్రవర్తన చేసారు. వీటన్నిటికీ పగతీర్చుకునేందుకు పాండవులు అవకాశం ఎప్పుడు దొరుకుతుందా అని ఎదురు చూస్తూ ఉంటారు. మీరు వెళ్ళి వారికి ఆ అవకాశం కల్పిస్తారు. అందువలన మిమ్మల్ని ద్వైతవనానికి అనుమతించను." అన్నాడు.

పాండవుల పట్ల ఏ తప్పుపనీ చెయ్యమని నచ్చచెప్పడానికి దుష్టచతుష్టయం ప్రయత్నించారు. వాళ్ళలా ప్రయత్నిస్తూంటే ధృతరాష్ట్రుడు మెత్తబడిపోవడం మొదలుపెట్టాడు.

"మీరెంత నియంత్రణలో ఉన్నా మీ సైనికులు తొందరపడి ఏదైనా తప్పు చేయవచ్చు. అది చినికి చినికి గాలివాన అయి యుద్ధానికి దారితీయవచ్చు. వనవాసం చేస్తున్నవారితో యుద్ధానికి తలపడడం కంటే నీచమైన పని ఇంకొకటుండదు."

శకుని వెంటనే అందుకున్నాడు.

"యుధిష్ఠిరుడు ధర్మాత్ముడు. ఆడినమాట తప్పడు. పన్నెండేళ్ళు వనవాసం చేస్తాడే తప్ప యుద్ధం చెయ్యడు. అయినా మేము గోవుల లెక్క చూసి క్రూరమృగాలను వేటాడి వెంటనే వెనుదిరిగి వచ్చేస్తాం. పాండవులున్నచోటుకి వెళ్ళనే వెళ్ళం." అన్నాడు.

ధృతరాష్ట్రుడు ఘోషయాత్రకు అనుమతి ఇచ్చాడు.

◆ ◆ ◆

దుర్యోధనుడూ, దుశ్శాసనుడూ, శకునీ, కర్ణుడూ గొప్ప సైన్యంతో ఘోషయాత్రకి బయల్దేరారు.

ఎనిమిదివేల రథాలలో కొందరూ, ముప్ఫైవేల ఏనుగులమీద కొందరూ, తొమ్మిదివేల గుర్రాలమీద కొందరూ వీరులు బయల్దేరారు. అనేకవేలమంది పదాతి సైనికులు వారిని అనుసరించారు.

కౌరవుల భార్యలూ, వారి బంధుమిత్రుల భార్యలూ, వారికి సేవ చేసేందుకు వేలాదిమంది పరిచారికలూ బయల్దేరారు.

పదులవేల సంఖ్యలో హస్తినాపురవాసులూ, వారి భార్యలూ బయల్దేరారు. వారికి వస్తువులు అమ్మేందుకు వేలాదిమంది వర్తకులు బయల్దేరారు. హస్తినాపురంలో ఉన్న ప్రజలంతా నగరం వదిలి వెళ్ళిపోతున్నారా అన్నట్లుంది ఆ దృశ్యం. జనసముద్రంలా వారందరూ ద్వైతవనందిశలో కదిలారు.

రెండు క్రోసుల దూరం వెళ్ళాక కొంత విశ్రమించి, మళ్ళీ కదిలి ద్వైతవనం చేరారు.

సమతలప్రదేశం చూసుకుని అందరూ నివాసానికి ఏర్పాట్లు చేసుకున్నారు. *(డేరాలు వేసుకున్నారు.)*

గోవులనన్నిటినీ లెక్కలు చూసారు. ముద్రలు లేని గోవులకీ, లేగదూడలకీ ముద్రలు వేసారు.

ఆ రాత్రి రాజపరివారంలో అందరూ అనేక రకాల పానీయాలూ *(మద్యాలూ)*, రుచికరమైన భోజనాలు స్వీకరించారు. దుర్యోధనుణ్ణి, అతడి స్త్రీలనీ అలరించేందుకు గోపస్త్రీలు విచిత్రమైన వేషాలు ధరించి, వాద్యాలు మోగిస్తూ, పాటలు పాడి, నాట్యం చేసారు.

మరునాడు రాజపరివారం క్రూరమృగాలని వేటాడడానికి బయల్దేరారు.

దుర్యోధనుడు తన స్త్రీలతో ద్వైతసరస్సులో జలక్రీడలాడేందుకు వీలుగా ఆ పరిసరాలకి ఎవరూ రాకుండా కాపలాకి కౌరవసైనికులు ఆ సరస్సువైపు వెళ్ళారు.

అప్పటికే గంధర్వరాజు చిత్రసేనుడు తన స్త్రీలతో ఆ వనానికి వచ్చి అక్కడ విహరిస్తున్నాడు. అతడితో అనేకమంది దేవకుమారులూ, అప్సరసలూ కూడా వచ్చారు. వారందరూ ద్వైతసరస్సులో జలక్రీడలు ఆడాలనుకొన్నారు. అటువైపు ఎవరూ రాకుండా గంధర్వులు కాపలాకాస్తున్నారు.

దుర్యోధనుడి సైనికులు అటువస్తూంటే వారిని రావద్దని గంధర్వులు హెచ్చరించారు.

ఆ మాట విని దుర్యోధనుడు కోపంతో మండిపడ్డాడు. సైనికాధికారిని పిలిచాడు. తగినంతమంది సైనికులని వెంటబెట్టుకుని వెళ్ళి గంధర్వులని తరిమెయ్యమన్నాడు.

ఆ అధికారి, "గంధర్వులారా! భూలోకంలో సాటిలేని పరాక్రమశాలి మా మహారాజు దుర్యోధనుడు. ఆ రాజు ఈ సరస్సులో జలక్రీడకి వస్తున్నాడు. మీ మేలుకోరి చెప్తున్నాను. మీరు వెంటనే ఇక్కడినుంచి తొలగిపోండి." అన్నాడు.

ఆ మాటలు విని గంధర్వులు పగలబడి నవ్వారు.

"మీ రాజు దుర్యోధనుడు మహామూర్ఖుడు. దేవలోకంనుంచి వచ్చిన గంధర్వవీరులని తొలగిపొమ్మని చెప్పేవాడు ఎవడైనా మూర్ఖుడే. మీ రాజు బెదిరింపులకి భయపడడానికి మేమేమీ మీదేశపు వర్తకులం కాదని చెప్పండి. ఇంకొక్క మాట మాట్లాడకుండా వెనుదిరిగి మీ రాజు వద్దకి వెళ్ళండి. లేకపోతే యమరాజు దర్శనానికి వెళ్తారు." అన్నారు.

ఆ బెదిరింపుకి దురోధనుడి సైనికులు ప్రాణాలు అరచేతిలో పెట్టుకుని పారిపోయారు. గంధర్వులు అన్న మాటలన్నీ తమ రాజుకి పొల్లుపోకుండా చెప్పారు.

దుర్యోధనుడు కోపంతో ఊగిపోయాడు. పెదాలు అదిరిపోతూ ఉంటే, "గంధర్వులేకాదు, సమస్త దేవతలూ, ఇంద్రుడితో సహా ఆ సరోవరం సమీపానికి వచ్చినా సహించను. ఆ పాపాత్ములని తరిమి తరిమి కొట్టండి." అన్నాడు.

దుర్యోధనుడూ, అతడి సోదరులూ, కర్ణుడూ, ఇతర రాజులూ కవచాలు ధరించారు. ఆయుధాలు అందుకున్నారు. మహాసైన్యం వెంటరాగా ద్వైతసరస్సు వద్దకి వెళ్ళారు. గంధర్వులు ఎంత చెప్పినా వినకుండా కౌరవులు యుద్ధానికి సిద్ధమయ్యారు.

గంధర్వులు ఆ విషయం తమ రాజు చిత్రసేనుడికి చెప్పారు. చిత్రసేనుడూ అతడి సైన్యం యుద్ధానికి సిద్ధమయ్యారు. అపారమైన గంధర్వసేనని చూస్తూనే చాలామంది ధృతరాష్ట్రకుమారులు పరుగెత్తి పారిపోయారు.

రాధేయస్తు తదా వీరో నాసీత్ తత్ర పరాఙ్ముఖః – కర్ణుడు పారిపోకుండా గంధర్వులతో యుద్ధం చేసాడు. విరామం లేకుండా నలుదిశలా బాణాలు ప్రయోగించి గంధర్వులని చికాకు పరిచాడు.

కర్ణుడి ఒంటరి పోరాటం చూసి దుర్యోధనుడూ, దుశ్శాసనుడూ, వికర్ణుడూ, శకునీ మరింత సైన్యంతో వచ్చి గంధర్వులమీద దాడిచేసారు. కొన్ని క్షణాలు కౌరవులదే పైచెయ్యి అయింది.

కౌరవులు మహాస్త్రాలు ప్రయోగించి గంధర్వులని బాధించడం చిత్రరథుడు చూసాడు. అతడు వెంటనే మాయాయుద్ధం ప్రారంభించాడు. కౌరవసైన్యంలో ప్రతీ ఒక్కడికీ పదిమంది గంధర్వులు తనని చుట్టుముట్టి గాయపరుస్తున్నట్లయింది. దానితో కౌరవసేన చెల్లాచెదరైపోయింది.

అనేకమంది గంధర్వులు కర్ణుడిమీద దాడిచేసారు. అతడి సారథినీ, గుర్రాలనీ చంపారు. రథాన్ని విరక్కొట్టారు. ఇంకొక్క క్షణం అక్కడున్నా తన ప్రాణానికి ప్రమాదమని ఆ సూత పుత్రుడు గ్రహించాడు.

తతో రథాదవప్లుత్య సూతపుత్రోఽసిచర్మభృత్,
వికర్ణరథమాస్థాయ మోక్షాయాశ్వానచోదయత్. 241.32

కర్ణుడు కత్తీ, డాలూ తీసుకుని రథంమీదనుంచి దూకేసాడు. చాలా వేగంగా, గంధర్వులకు దొరకకుండా తప్పించుకుంటూ, వికర్ణుడి రథం చేరాడు. ఒక్క గెంతు గెంతి ఆ రథంలోకి దూకాడు. వెంటనే గుర్రాల పగ్గాలు స్వయంగా పట్టాడు. తనకు అలవాటైన పలాయనవిద్యలో నైపుణ్యం చూపిస్తూ *(ఎవరు తరిమినా దొరకనంత)* వేగంగా యుద్ధరంగంనుంచి దట్టమైన అరణ్యంలోకి పారిపోయాడు.

ఎటువంటి యుద్ధంలోనైనా ఎదురులేని వీరుడు కర్ణుడొక్కడే అనీ, అటువంటివాడి అండ తనకుందనీ దుర్యోధనుడు పట్టపగ్గాలులేని అహంకారంతో ఉన్నాడు.

ఆ కర్ణుడు అందరికంటేముందు యుద్ధంనుంచి పారిపోవడం చూసి కౌరవసేన కాలికి బుద్ధి చెప్పింది.

దుర్యోధనుడి అహంకారం దెబ్బతింది. అతడు మొండితనంగా నిలిచి బాణాలు ప్రయోగించాడు. గంధర్వులు ఆ బాణాలని లెక్కచెయ్యకుండా అతడి రథాన్ని చుట్టుముట్టారు. బరువైన బాణాలు వేగంగా ప్రయోగించి దుర్యోధనుడి రథాన్ని ముక్కలు ముక్కలు చేసేసారు.

దుర్యోధనుడు నిలదొక్కుకోలేక కిందపడిపోయాడు. చిత్రసేనుడు ఒక్క దూకున వచ్చి దుర్యోధనుణ్ణి బంధించాడు. తరువాత దుశ్శాసనుణ్ణి బంధించాడు. గంధర్వులు మిగిలిన ధృతరాష్ట్రకుమారులనీ, వారితో వచ్చిన రాజులనీ, శకునినీ తాళ్ళతో ఒకరికొకరిని కట్టి బంధించారు. యుద్ధంలో ఓడిన కౌరవులు గంధర్వులకు దాసులయ్యారు.

ఆ తరువాత గంధర్వులు కౌరవప్రముఖుల డేరాలున్న ప్రదేశానికి దూసుకువెళ్ళారు. *(ఆ ప్రధాన శిబిరాల చుట్టూ హస్తినసుంచి వచ్చిన పురప్రముఖుల శిబిరాలూ, సైనికాధికారుల శిబిరాలూ, వాటివెనుక సేవకులవీ, వర్తకులవీ, సామాన్య ప్రజలవీ అనేకవేల శిబిరాలుంటాయి. గంధర్వులు కౌరవుల శిబిరాలమీదికి వస్తూంటే చుట్టూ ఉన్న శిబిరాలలోని వారు తమ ప్రాణాలు అరచేతులలో పెట్టుకుని బయటకు వచ్చి చూస్తూ ఉండి ఉంటారు.)*

గంధర్వులు కౌరవుల భార్యలనీ, వారితో వచ్చిన రాజుల భార్యలనీ బంధించారు. ఆ స్త్రీలు దాసుల భార్యలు కనుక గంధర్వులకు దాసీలయ్యారు. గంధర్వులు వారిని ఒకరికొకరిని తాళ్ళతోకట్టి (?) వారి భర్తలున్నచోటుకి నడిపిస్తూ, మధ్యమధ్యలో అదిలిస్తూ తీసుకువెళ్ళారు. హస్తినాపుర ప్రజలముందు, తమ పరివారం ముందు, తమ కళ్ళముందు తమ భార్యలు దాసీలుగా అంత ఘోర అవమానానికి గురికావడాన్ని కౌరవులు నిస్సహాయంగా చూస్తూ ఉండిపోయారు. గంధర్వులు వారినందరినీ ద్వైతసరస్సునుంచి దూరంగా నడిపించుకు పోయారు.

చుట్టూ ఉన్న హస్తినాపుర పౌరులూ, సైనికులూ, సేవకులూ కలలో కూడా ఊహించలేని ఆ దృశ్యాన్ని నిర్ఘాంతపోయి చూస్తూ ఉండిపోయారు.

7

ఆ రోజు యుధిష్ఠిరుడు ఒక యాగం చేస్తున్నాడు. అది ఒక్కరోజులో పూర్తయే యాగం.

ద్వైతవనంలో ఉండే ఋషులు కొందరు యజ్ఞానికి ఋత్విక్కులు గానూ, మరికొందరు యజ్ఞం చూడడానికీ పెద్దసంఖ్యలో వచ్చి పాండవుల కుటీరంవద్ద ఉన్నారు.

యజ్ఞం పూర్తయింది. యుధిష్ఠిరుడూ, ఋషులూ కుటీరానికున్న విశాలమైన అరుగుమీద కూర్చున్నారు.

కౌరవులను అనుసరించి వచ్చిన అమాత్యులూ, వృద్ధులూ పాండవులను వెదుక్కుంటూ పరుగెత్తారు. వారి వెనుక వేలాదిమంది పౌరులూ, వారి భార్యలూ పరుగెత్తారు - తమ శిబిరాలలో కంటే పాండవుల కుటీరంవద్దనే రక్షణ ఉంటుందని గ్రహించి.

పాండవుల కుటీరం కనబడగానే వాళ్ళకి ప్రాణం లేచివచ్చింది. వారందరూ యుధిష్ఠిరుడి ముందు మోకరిల్లి కౌరవులనీ, వాళ్ళ భార్యలనీ గంధర్వులు బంధించి తీసుకుపోతున్నారనీ వారికీ, తమకూ ఇక పాండవులే దిక్కని శరణుజొచ్చారు. కౌరవులనీ, వారి భార్యలనీ రక్షించమని వేడుకున్నారు.

వారి దీనాలాపాలు విని భీమసేనుడు ఆనందించాడు.

"మహతా హి ప్రయత్నేన సంనహ్యా గజవాజిభిః,
అస్మాభిర్యదనుష్ఠేయం గంధర్వైస్తదనుష్ఠితమ్. 242.15

గజ, అశ్వ సైన్యాలతో సహా దాడి చేసి మేము ఎంతో శ్రమపడి సాధించాలనుకున్నది గంధర్వులు చేసేసారు. *(కాగల కార్యం గంధర్వులే తీర్చారు - అనే మాట దీనినుంచే పుట్టింది.)*

మేము అన్నగారి మాటకు కట్టుబడి నారచీరలూ, మృగచర్మాలూ ధరించి ఉండగా తమ వైభవం ప్రదర్శించి మమ్మల్ని అవమానించాలనీ, హేళన చెయ్యాలనీ దుర్బుద్ధితో దుర్యోధనుడు ఇక్కడికి వచ్చాడు. చివరికి తానే భరించలేని అవమానంపాలయ్యాడు.

దిష్ట్యా లోకే పుమానస్తి కశ్చిదస్మత్ప్రియే స్థితః,
యేనాస్మాకం హృతో భారః ఆసీనానాం సుఖావహః. 242.18

ఏం అదృష్టం! ఈ లోకంలో మాకు కూడా మేలు చెయ్యాలనుకునే పుణ్యాత్ములు ఇంకా ఉన్నారు. మేము చేయవలసిన పని తమ తలకెత్తుకుని మాకింత ఉపకారం చేసారు!" అన్నాడు.

యుధిష్ఠిరుడు భీమసేనుడికి నచ్చజెప్పాడు.

"సోదరా! లోకంలో జ్ఞాతులమధ్య విభేదాలుంటాయి. అవి ఒక్కొక్కసారి వైరాలవుతాయి. అంతమాత్రంచేత వారు ఒకరికొకరు బంధువులు కాకుండాపోరు. బంధువులలో ఎవరికైనా ఆపదవస్తే మిగిలిన బంధువులందరూ ఏకమై వారిని రక్షించాలి.

పరైః పరిభవే ప్రాప్తే వయం పంచోత్తరం శతమ్,
పరస్పరవిరోధే తు వయం పంచ శతం తు తే. 243.3+

మనలో మనం కలహించుకుంటే మనం అయిదుగురం. కౌరవులు వందమంది. పైవారితో కలహం వస్తే భరతవంశీయులం నూటఅయిదుమందిమి.

అంతేకాదు. మనం క్షత్రియులం. శరణన్నవారిని రక్షించడం మన ధర్మం. ఇన్నివేలమంది హస్తినాపురవాసులు **భయార్తాన్ శరణైషిణః**– తమ రాజు యుద్ధంలో ఓడిపోయాడనీ, అతణ్ణీ, సోదరులనీ, వారి భార్యలనీ బంధించి తీసుకుపోతున్నారనీ భయపడిపోతున్నారు. తమ రాజుని రక్షించమని శరణుజొచ్చారు. వీళ్ళ రాజుని రక్షించడం మన కర్తవ్యం." అన్నాడు.

భీమసేనుడు అంగీకరించలేదు.

"సోదరా! కౌరవులపట్ల జాలి చూపిస్తున్నావా! వారిని రక్షించాలంటున్నావా! వారు మనపట్ల చేసిన పాపకృత్యాలన్నీ అప్పుడే మర్చిపోగలుగుతున్నావా!

దుర్యోధనుడు ఆహారంలో కాలకూటవిషం కలిపి నాకు తినిపించడం గుర్తుకి రావడంలేదా?

స్పృహతప్పి ఉన్న నన్ను కాళ్ళూ, చేతులూ కట్టి గంగానదిలో విసిరెయ్యడం మర్చిపోయావా?

మననందరినీ లక్కఇంట్లో సజీవంగా దహనంచెయ్యాలని ప్రయత్నించడమైనా గుర్తుందా?

(నువ్వు జూదం మత్తులో ఉండగా) మన కళ్ళముందే పాంచాల రాజకుమారిని జుట్టుపట్టి సభకి ఈడ్చుకు రావడమైనా గుర్తుందా?

ఆ ఉత్తమురాలిని నిండుసభలో బట్టలూడదీసి నగ్నంగా నిలబెట్టాలని ప్రయత్నించడమైనా గుర్తుందా?

దుర్యోధనుడు అడవిలో దొరకగానే అతడు చేసిన పాపకృత్యాలకి మనమే పట్టి కసి తీర్చుకోవాలి ఆ గంధర్వులు మనమీద స్నేహభావంతో మనం చేయవలసిన పని వాళ్ళు చేసేసి మనకి ఉపకారం చేసారు. ఇప్పుడు కౌరవులమీద ప్రేమ పుట్టుకొచ్చి గంధర్వులతో యుద్ధం చెయ్యడం తప్పు. మనం గంధర్వులను అభినందించాలి. వారితో స్నేహం చెయ్యాలి.." అన్నాడు.

ఇక్కడ ఇలా పాండవుల కుటీరంముందు, వేలాదిమంది ప్రజలు వింటూండగా చర్చ జరుగుతోంది.

అక్కడ గంధర్వులు అదిలిస్తూంటే అరణ్యమార్గంలో నడుస్తున్న దుర్యోధనుడు అవమానభారంతోనూ, దుఃఖంతోనూ తల్లడిల్లిపోతున్నాడు. తననే కాదు, తన సోదరులనే కాదు, తనతో వచ్చిన రాజులనే కాదు, తమభార్యలని కూడా బానిసలను చేసి, తాళ్ళతో కట్టి నడిపిస్తూ, అదిలిస్తూ గంధర్వులు తీసుకుపోతున్నారు.

భూమండలమంతకీ సామ్రాట్టు అయిన తన కళ్ళముందే తన భార్యలని ఊహించలేనంత అవమానకరంగా బంధించి నడిపిస్తున్నారు. భార్యల కళ్ళముందు తమని చేతకానివారినీ, పరాక్రమహీనులనీ నడిపించినట్లు అరణ్యమార్గాలలో నడిపించి బానిసలలా తీసుకు పోతున్నారు.

అంతకంటే మరింత అవమానకరమైన విషయం – ఆ దురవస్థనుంచి బయటపడాలంటే తమను రక్షించమని పాండవులనే ప్రార్థించాలి.

అభిమానధనుడని పేరున్న దుర్యోధనుడు ప్రాణభయంతో అభిమానం వదిలేసాడు. అహంకారం ముందే వదిలేసాడు. సిగ్గు అంతకంటే త్వరగా వదిలేసాడు. ప్రాణాలు దక్కితే చాలనుకున్నాడు. ఎలుగెత్తి యుధిష్ఠిరుణ్ణి శరణని ప్రార్థించాడు.

"పాండుపుత్ర మహాబాహో పౌరవాణాం యశస్కర,
సర్వధర్మభృతాం శ్రేష్ఠ గంధర్వేణ హృతం బలాత్.

రక్షస్వ పురుషవ్యాఘ్ర యుధిష్ఠిర మహాయశాః,
భ్రాతరం తే మహాబాహో బద్ధ్వా నయతి మామయమ్.

బద్ధ్వా హరంతి గంధర్వా అస్మద్దారాంశ్చ సర్వశః,
అనుధావత మాం క్షిప్రం రక్షధ్వం పురుషోత్తమాః.

వృకోదర మహాబాహో ధనంజయ మహాయశః,
యమౌ మామనుధావేతం రక్షార్థం మమ సాయుధౌ. 243.11

పాండుపుత్రా! మహావీరా! యుధిష్ఠిరా!

పౌరవాణాం యశస్కర! – నీ వలననే మన పురువంశం కీర్తి లోకమంతా వ్యాపించింది.

పురుషవ్యాఘ్ర! – నవ్వు పురుషశ్రేష్ఠుడివి.

మహాయశాః! – నువ్వు మహాయశస్వివి.

సర్వధర్మభృతాం శ్రేష్ఠ! – ధర్మవేత్తలందరిలోనూ శ్రేష్ఠుడివైన పరమధర్మాత్మా!

నేను దుర్యోధనుణ్ణి. నీ సోదరుణ్ణి.

గంధర్వులు నన్నూ, నా తమ్ముళ్ళనూ *(యుద్ధంలో ఓడిపోవడంతో బానిసలను చేసి)* తాళ్ళతో కట్టి అరణ్యమార్గాలలో ఎక్కడికో లాక్కుపోతున్నారు. మమ్మల్ని మీరే కాపాడాలి.

కులస్త్రీలూ, కురువంశవధువులూ అయిన మా భార్యలను కూడా తాళ్ళతో కట్టి మా కళ్ళ ఎదుటే దట్టమైన అరణ్యాలలోకి లాక్కుపోతున్నారు. వారిని మీరే కాపాడాలి.

మాకిక నువ్వూ, మీ సోదరులే దిక్కు. వేరే దిక్కులేదు. మమ్మల్ని రక్షించండి.

వృకోదర మహాబాహో! – భీమసేనా! మహాపరాక్రమశాలీ!

ధనంజయ మహాయశః! – సాటిలేని మహావీరుడని ఖ్యాతిగాంచిన అర్జునా!

నకులసహదేవులారా!

మీరు వెంటనే ఆయుధాలు ధరించి, మమ్మల్ని లాక్కుపోతున్న జాడలను అనుసరించి వచ్చి, మమ్మల్నీ మా భార్యలనీ గంధర్వులనుంచి కాపాడండి.

ఆలస్యం చేయకండి! వెంటనే బయల్దేరండి! వేగంగా వచ్చి మీ పరాక్రమంతో మమ్మల్ని విడిపించండి!"

దుర్యోధనుడి ఆర్తనాదాలూ, పాండవులను ప్రాధేయపడి తమని రక్షించమని చేసిన ప్రార్థనలూ అరణ్యమంతా ప్రతిధ్వనించాయి. హస్తినాపురంనుంచి వచ్చిన అమాత్యులు ఆ ఆ ఆక్రందనలూ, శరణాగతీ విన్నారు. సైనికాధికారులు విన్నారు. సైనికులు విన్నారు. రాజమందిరంలో పనిచేసే దాసదాసీజనం విన్నారు. వేలాదిగా తరలివచ్చిన పౌరులు విన్నారు. వర్తకులు విన్నారు. వీరిని అనుసరించి వచ్చిన వీరి భార్యలు విన్నారు.

ఏవం విలపమానస్య కౌరవస్యార్తయా గిరా,
శ్రుత్వా విలాపం సంభ్రాంతం ఘృణయాభిపరిప్లుతః,
యుధిష్ఠిరః పునర్వాక్యం భీమసేనమిదాబ్రవీత్. 243.11+

అలా అరణ్యంలో చెట్లనూ, పుట్టలనూ దాటి దుర్యోధనుడి రోదన, ఆర్తనాదం, శరణాగతి యుధిష్ఠిరుడి చెవికి చేరింది. ఆ అజాతశత్రువు చలించి పోయాడు.

(యుద్ధంలో ఓడినవారిని దాసులు గానూ, వారి భార్యలను దాసీలుగానూ – అంటే బానిసలుగా – చేసుకుంటారు. ద్యూతసభలో కొద్దిసేపు తాము దాసులై అనుభవించిన అవమానాలూ, దాసీగా పరిగణించి కౌరవులు ద్రౌపది పట్ల చేసిన దారుణప్రవర్తనా ఆ ధర్మాత్ముడికి గుర్తొచ్చి ఉంటాయి. ధర్మమూర్తి కనుక ఆ అజాతశత్రువు అటువంటి దుర్దశ ఎవరికీ రాకూడదు అనుకుని ఉంటాడు.

వేరే ఎవడైనా ఇంకొకలా అనుకుంటాడు.)

వెంటనే సోదరులతో ఇలా అన్నాడు.

"సోదరులారా! ఈ లోకంలో వరం ఇచ్చే సామర్థ్యం, పుత్రులని పొందే భాగ్యం, రాజ్యం దానమిచ్చే శక్తీ – ఈ మూడు చాలా గొప్ప పుణ్యంవలన మాత్రమే లభిస్తాయి. అనంత పుణ్యఫలాలు ఇస్తాయి.

అయితే, **శత్రోశ్చ మోక్షణం క్లేశాత్ త్రీణి చైకం చ తత్సమమ్** – ఎవరినైనా, చివరికి శత్రువునైనా ఆపదనుంచి కాపాడడం ఈ మూడింటికంటే గొప్పభాగ్యం. అన్నిటినీ మించిన పుణ్యకార్యం.

దుర్యోధనుడు తనకి ప్రాణభిక్ష పెట్టమని మనని పేరుపేరునా ప్రార్థిస్తున్నాడు. భయంతో వణికిపోతూ ఆక్రోశిస్తున్నాడు. పదే పదే మీరే శరణని మనని వేడుకుంటున్నాడు. శరణన్నవాడు శత్రువైనా రక్షించడం మన ధర్మం కనుక మీరందరూ వెంటనే బయల్దేరి వెళ్ళి దుర్యోధనుణ్ణి రక్షించండి.

సోదరా! భీమసేనా! మహావీరా! సాధారణక్షత్రియుడు కూడా శరణన్నవాడిని రక్షిస్తాడు. నీవంటి వీరుణ్ణి పేరుపెట్టి పిలిచి దుర్యోధనుడు మాకిక నువ్వే గతి అని గొంతుచించుకుని ఆర్తనాదాలు చేస్తూ శరణని వేడుకుంటున్నాడు. అతణ్ణి రక్షించడం నీ క్షత్రియధర్మం కదా!

(ఇది కేవలం కరుణా! లేక అక్కడున్నవారికందరికీ దుర్యోధనుడి దీనాలాపాలూ, శరణాగతీ బాగా తెలియడానికి చెప్పిన మాటలా! ఆహా! ఇది కదా మెత్తనిపులి యుధిష్ఠిరుడి తెలివి!)

ధృతరాష్ట్రుడి కుమారులు ఎక్కివచ్చిన యుద్ధరథాలు ఆయుధాలతో నిండి, కాంచన ధ్వజాలతో వెలిగిపోతూ ఇక్కడే ఉన్నాయి. నిపుణులైన సారథులు రథాలమీద సిద్ధంగా ఉన్నారు. మీరు వెంటనే ఆయుధాలు ధరించి ఈ రథాలలో వెళ్ళండి. కౌరవులని రక్షించండి." అన్నాడు.

అర్జునుడు వెంటనే లేచాడు.

"అగ్రజా! గంధర్వులు నాకు మిత్రులు. వారికి నచ్చచెప్పి దుర్యోధనుణ్ణి విడిపించడానికి ప్రయత్నిస్తాను. వారు వినకపోతే యుద్ధంచేసి విడిపిస్తాను." అని ప్రతిజ్ఞ చేసాడు.

భీముడూ, నకులసహదేవులు కూడా కవచాలు ధరించి ఆయుధాలు తీసుకున్నారు.

కౌరవులరథాలెక్కి గంధర్వులు వెళ్ళిన మార్గంలో వేగంగా బయల్దేరారు.

గంధర్వసైన్యాన్ని సమీపించగానే అర్జునుడు వారికిలా విజ్ఞాపన చేసాడు.

"గంధర్వులారా! కౌరవులు మాకు బంధువులు. వారిని విడిపించి తీసుకురమ్మని మహారాజు యుధిష్ఠిరుడు మమ్మల్ని ఆజ్ఞాపించాడు. మీరు మాకు మిత్రులు. మా కోరిక మన్నించి కౌరవులని విడిచిపెట్టండి."

ఆ మాటని విని గంధర్వులు అర్జునుణ్ణి హేళన చేసారు.

పాండవులు గంధర్వులమీద దాడిచేసారు.

కర్ణుణ్ణీ, దుర్యోధనుణ్ణీ, దుశ్శాసనుణ్ణీ రథాలు విరగ్గొట్టి బంధించిన విధానాన్నే గంధర్వులు పాండవులమీద ప్రయోగించబోయారు. అనేకవందలమంది ఒక్కొక్క రథంమీద దాడిచేసారు. కానీ, పాండవుల బాణాలు వర్షంలా వచ్చి తగులుతూండడంతో వారి సమీపానికి కూడా రాలేకపోయారు.

కౌరవులని జయించినంత సులువుగా పాండవులని జయించలేమని గ్రహించారు. ఏది ఏమైనా కౌరవులని వదలకూడదని వారిని ఆకాశమార్గంలో తీసుకుపోవడానికి ప్రయత్నించారు.

అది గమనించి అర్జునుడు వారు కదలడానికి వీలులేకుండా వారి చుట్టూ బాణాలతో ఒక పంజరంలా నిర్మించాడు.

తన సైన్యం వెనుకంజవేయడం చూసి గంధర్వరాజు చిత్రసేనుడు స్వయంగా యుద్ధానికి దిగాడు. అతడు ఎంత ప్రయత్నించినా అర్జునుడి దివ్యాస్త్రాలముందు నిలబడలేకపోయాడు. అంతవరకూ అదృశ్యంగా ఉండి యుద్ధం చేసిన చిత్రసేనుడు అర్జునుడిముందు ప్రత్యక్షమయ్యాడు.

మిత్రుణ్ణి చూడగానే అర్జునుడు తన దివ్యాస్త్రాలని ఉపసంహరించాడు. అది చూసి మిగిలిన పాండవులు యుద్ధం విరమించారు.

అర్జునుడు చిత్రసేనుడికి తన సోదరులను పరిచయం చేసాడు. ఇరువైపులా కుశలప్రశ్నలయ్యాయి.

"మిత్రుడా! ఈ కౌరవులనీ, వీరి మిత్రులనీ, వారి భార్యలనీ నువ్వెందుకిలా బంధించి తీసుకువెళ్తున్నావు." అని అర్జునుడు కుతూహలంగా అడిగాడు.

(పాండవులూ, గంధర్వులూ యుద్ధం మాని నవ్వుకుంటూ మాట్లాడుకోవడం కౌరవులు చూసారు. వారి భార్యలు చూసారు. అంతవరకూ తీవ్రంగా యుద్ధం చేసినవాళ్ళు హఠాత్తుగా యుద్ధం ఆపి నవ్వుకుంటూ ఏం మాట్లాడుకుంటున్నారో అర్థంకాక గుడ్లప్పగించి చూస్తూ ఉండిపోయారు. కౌరవుల భార్యలకి తమ భర్తల పరాక్రమం ఎంతో, పాండవుల పరాక్రమం

ఎంతో స్పష్టంగానే తెలిసిపోయింది. అంతకంటే స్పష్టంగా ఇక తాము అనుభవించవలసిన మానావమానాలు పాండవుల దయమీదనే ఆధారపడి ఉన్నాయనీ తెలిసిపోయింది.)

చిత్రసేనుడు నవ్వాడు.

చిత్రసేనుడు: అర్జునా! దురాత్ముడు దుర్యోధనుడూ, పాపాత్ముడు కర్ణుడూ కలిసి మీపట్ల తలపెట్టిన అపచారం ఇంద్రుడికి తెలిసింది. ఈ దుర్మార్గులని పట్టి బంధించి తీసుకురమ్మని నన్ను పంపాడు. ఆ పైన నువ్వు నా ప్రియమిత్రుడివి. నీ శత్రువు నాకూ శత్రువే కదా! *(ఇంతకీ యుద్ధం మేము ప్రారంభించలేదు. దుర్యోధనుడే ప్రారంభించాడు. యుద్ధం మొదలయ్యాక ప్రాణమున్నంతవరకూ పోరాడకుండా పిరికిపందలా మాకు లొంగిపోయాడు.)*

అర్జునుడు: చిత్రసేనా! ఎన్ని తప్పులు చేసినా దుర్యోధనుడు మాకు సోదరుడు. నా కోరిక మన్నించీ, మా యుధిష్ఠిరుడి ఆదేశం పాటించీ ఇతణ్ణి విడిచిపెట్టు.

చిత్రసేనుడు: ఈ ధూర్తుడు యుధిష్ఠిరుణ్ణి మోసం చేసాడు. సాధ్వీశిరోమణి ద్రౌపదిని అవమానించాడు. ఇటువంటివాణ్ణి వదలకూడదు.

అర్జునుడు: నువ్వు వీళ్ళని బానిసలలా బంధించి వీరి భార్యలు చూస్తుండగా అరణ్యమార్గాలలో నడిపించావు. వీళ్ళు చూస్తుండగా వీళ్ళ భార్యలని బంధించి నడిపించావు. హస్తినాపురవాసుల ముందు వీళ్లని దాసులనూ, దాసీలనూ చేసి నడిపించావు. వీళ్ళు కలలో కూడా ఊహించలేని అవమానంపాలు చేసావు. ఇంద్రుడి ఆదేశం పాటించావు. *(వీళ్ళకి ఈ శిక్ష చాలు.)* ఇప్పుడు యుధిష్ఠిరుడి ఆదేశం పాటించి వీరిని విడిచిపెట్టు.

చిత్రసేనుడు: ....

అర్జునుడు: పోనీ యుధిష్ఠిరుడివద్దకు వెళ్ళి అతడు చెప్పినట్లు చేద్దాం.

చిత్రసేనుడు అంగీకరించాడు.

8

చిత్రసేనుడూ, పాండవులూ రథాలలో బయల్దేరారు.

ధర్మరాజు యుధిష్ఠిరుడు కుటీరంముందు మృగచర్మం కప్పుకుని కూర్చుని ఋషులమధ్య కూర్చుని ఉన్నాడు. చిత్రసేనుడూ, పాండవులూ అతడివద్దకు వెళ్ళారు.

చిత్రసేనుడు యుధిష్ఠిరుడికి నమస్కరించాడు. కొంతసేపు కుశలప్రశ్నలయ్యాయి.

తరువాత దుర్యోధనాదుల దుష్టప్రణాళిక అంతా చిత్రసేనుడు వివరంగా చెప్పాడు.

(దీనిని వ్యాసులవారు ఒక అందమైన దృశ్యంగా చిత్రీకరించారు. గంధర్వప్రముఖులూ, పాండవులూ రథాలమీద వస్తున్నారు. వారి వెనుక బందీలుగా (ఓడిపోయి బానిసలుగా చిక్కి) ఉన్న కౌరవులూ, వారి భార్యలూ ఉన్నారు. ఆ బందీలని తాళ్లతో కట్టి పశువుల మందని అదిలిస్తున్నట్లు గంధర్వులు అదిలిస్తున్నారు. అటు నడకా కాకుండా, ఇటు పరుగూ కాకుండా కౌరవశ్రేష్ఠులు పాండవుల రథాల వెనుక వేగంగా కన్నీళ్ళు కారుస్తూ కదుల్తున్నారు.. మధ్య మధ్య గంధర్వులు అదిలిస్తూంటే వాళ్ళు నడవమన్నట్లు నడుస్తూ, తాము కోరి తెచ్చుకున్న దురవస్థకి కుళ్ళి కుళ్ళి ఏడుస్తూ ధృతరాష్ట్రుడి కొడుకులూ, కోడళ్ళూ వస్తున్నారు.

యుధిష్ఠిరుడు కుటీరానికున్న అరుగుమీద కూర్చున్నాడు. ద్వైతవనం నలుమూలలనుంచీ వచ్చిన ఋషులందరూ ఆయన చుట్టూ కూర్చున్నారు. కుటీరానికి ఎదురుగా ఉన్న విశాలమైన సమతల ప్రాంతంలో హస్తినాపురంనుంచి వచ్చిన అనేకవేలమంది కూర్చుని ఉన్నారు. అంతలో చిత్రరథుడూ, నలుగురు పాండవులూ రథాలమీద మెల్లగా వచ్చారు. వారి వెనక గంధర్వులచే పశువులమందలా తోలుకు రాబడిన కౌరవులూ, వారి వెనుక మరొక మందలా వారి భార్యలూ వచ్చారు. తాళ్ళతో బంధించబడి ఉన్న కౌరవబృందాన్ని గంధర్వులు హస్తినాపుర ప్రజలమధ్యా, పరివారం మధ్యా నిలబెట్టారు.

ద్రౌపది నారచీరలు కట్టుకుని కుటీరం గుమ్మానికి ఆనుకుని నిలబడి వేడుక చూస్తోంది. నారచీర ధరించి ఉన్న వీరపత్ని అయిన ఆమెని అమూల్యవస్త్రాలంకారాలతో ఉండి బందీలైన – తమ భర్తల చేతకానితనం వల్ల గంధర్వులకు దాసీలైన – కౌరవపత్నులు మిర్రి మిర్రి చూస్తున్నారు. ఆమెకు ముఖాలు చూపించలేక తలలు దించుకున్నారు.

కౌరవుల భవిష్యత్తుని యుధిష్ఠిరుడు ఏమని నిర్ణయిస్తాడా అని ప్రజలలో కొందరు ఆత్రంగానూ, కొందరు కుతూహలంగానూ, మరికొందరు వేడుకగానూ చూస్తున్నారు.)

గంధర్వరాజు చెప్పినదంతా యుధిష్ఠిరుడు ఓరిమిగా విన్నాడు. అంతా విని కౌరవులని విడిచిపెట్టమని కోరాడు. గంధర్వులు కౌరవులను కట్టిఉంచిన తాళ్ళు విప్పి, వారికి స్వేచ్ఛ ప్రసాదించారు. యుధిష్ఠిరుడు గంధర్వరాజుని ప్రశంసించాడు.

"దిష్ట్యా భవద్భిర్బలిభిః శక్తైః సర్వైర్న హింసితః,
దుర్వృత్తో ధార్తరాష్ట్రోఽయం సామాత్యజ్ఞాతిబాంధవః. 246.14

గంధర్వరాజా! ఈ ధృతరాష్ట్రకుమారులు మాకు సోదరులే. అయినా వీరు నిత్యం ఏ పాపకర్మ చేద్దామా అని ఆలోచించే దురాత్ములు.

వీళ్ళు అమాత్య మిత్ర బంధు సమేతంగా మితిమీరిన అహంకారంతో ఉత్తిపుణ్యాన మీతో యుద్ధంచేసారు. యుద్ధంలో ఓడిపోయారు. *(యుద్ధంలో వీరమరణం పొందకుండా పిరికిపందలలా)* మీకు బందీలుగా చిక్కారు. మీరు బలవంతులు. సర్వసమర్థులు. అయినా దయతలిచి వీరిని వధించకుండా బంధించారు. మామీద గౌరవం ఉంచి వీరికి దాస్యంనుంచి విముక్తి కలిగించి స్వేచ్ఛ ప్రసాదించారు. అది మా అదృష్టం!

వీరిని వధించకుండా వదిలి మీరు మాకెంత ఉపకారం చేసారో చెప్పలేము. *(మా సోదరులు దుర్యోధన, దుశ్శాసన, కర్ణులను వధిస్తామని చేసిన ప్రతిజ్ఞలు నెరవేర్చుకునేందుకు అవకాశమిచ్చారు.)* మీకు ఏ సేవ చేసి మా కృతజ్ఞత తెలియజెయ్యాలో చెప్పండి." అన్నాడు. హస్తినాపుర ప్రజలూ, కౌరవుల పరివారమూ యుధిష్ఠిరుడు మాట్లాడిన ప్రతిమాటనీ శ్రద్ధగా విన్నారు. తమరాజుని ప్రాణాలతో విడిచిపెట్టిన అతడి ఔదార్యాన్ని వేనోళ్ళ పొగిడారు.

చిత్రసేనుడు యుధిష్ఠిరుడివద్ద సెలవు తీసుకుని స్వర్గానికి వెళ్ళి జరిగినదంతా ఇంద్రుడికి నివేదించాడు. *(యుధిష్ఠిరుడి తెలివికి ఇంద్రుడు సంతోషించాడు.)* యుద్ధంలో మరణించిన గంధర్వులనందరినీ ఇంద్రుడు అమృతస్పర్శతో తిరిగి బ్రతికించాడు.

కౌరవులు పాండవుల కుటీరం సమీపానికి వచ్చారు. దుర్యోధనుడూ, దుశ్శాసనుడూ, శకునీ చేతులు జోడించి తలవంచుకుని యుధిష్ఠిరుడి ముందు నిలుచున్నారు.

"దుర్యోధనా! ఇటువంటి దుస్సాహసం ఇంకొకసారి ఎప్పుడూ చెయ్యకు. అహంకారంతో దుస్సాహసానికి పూనుకుంటే చివరకి మిగిలేవి అవమానమూ, దుఃఖం మాత్రమే.

ఇక నీకు ప్రాణభయం లేదు. గంధర్వులు మళ్ళీ వచ్చి నిన్ను బంధించి ఏం చేస్తారో అని భయపడకు. వారి లోకానికి వారు వెళ్ళిపోయారు. ఇప్పుడు మీరూ, మీ భార్యలూ దాసులు కారు. మీకు స్వేచ్ఛ లభించింది. మీరు మీ భార్యలతో నిర్భయంగా హస్తినకు వెళ్ళండి." అన్నాడు యుధిష్ఠిరుడు.

పాండవేనాభ్యనుజ్ఞాతో రాజా దుర్యోధనస్తదా,
ప్రణమ్య ధర్మపుత్రం తు గతేంద్రియ ఇవాతురః.
విదీర్యమాణో వ్రీడావాన్ జగామ నగరం ప్రతి. 245.24

దుర్యోధనుడు యుధిష్ఠిరుడిముందు ప్రణామం చేసాడు. వెళ్ళడానికి అనుజ్ఞ తీసుకున్నాడు. హృదయం అవమానభారంతో క్రుంగి పోతుంటే, శరీరంలో సర్వాంగాలూ సిగ్గుతో చితికిపోయినట్లయి శక్తిహీనమైపోతుంటే, చుట్టూ ఉన్న ప్రజలమధ్య తలెత్తుకోలేక నేలచూపులు చూస్తూ వెనుదిరిగి హస్తినకు బయల్దేరాడు.

ద్వైతవనంలో ఉన్న ఋషులందరూ యుధిష్ఠిరుడి ఔదార్యాన్ని ప్రశంసించారు.

◆ ◆ ◆

దుర్యోధనుడు వంచిన తల ఎత్తకుండానే హస్తినకి ప్రయాణమయ్యాడు. కొంతదూరం వెళ్ళాక ఒత్తయిన పచ్చికతో ఉన్న సమతల ప్రదేశం కనిపించింది. ఆ రాత్రికి అక్కడ విడిది చేద్దామని ఆదేశించాడు.

ఆ రాత్రి దుర్యోధనుడికి తిండి రుచించలేదు. నిద్రపట్టలేదు. తల్పంమీద కళావిహీనంగా పద్మాసనంలో కూర్చున్నాడు. వద్దనుకున్నా జరిగినవన్నీ కళ్ళముందు కనబడుతున్నాయి.

(అప్పుడు పాండవులని జూదంలో ప్రతిఘటించలేని అశక్తులని చేసి, వారి కళ్ళెదుట సభలో ద్రౌపదిని అవమానించి ఆనందించాడు.

ఇప్పుడు తాము నూరుగురు సోదరులూ ఛాతీలు విరుచుకుని సైన్యంతో వచ్చారు. ఆపైన యుద్ధంచేసారు. అయినా తమ భార్యలని తమ కళ్ళ ఎదుటే గంధర్వులు బంధించారు. తమ కళ్ళెదుట అందరు స్త్రీలనీ కట్టి పశువుల మందని నడిపించినట్లు నడిపించారు. తమని బానిసలను చేసి తమ భార్యల ఎదుట ఈడ్చుకెళ్ళి అవమానించారు.

పాండవులను అడుగడుగునా అవమానించాలనీ, వీలైతే అంతం చెయ్యాలనీ తాను ఆలోచించాడు. ఈనాడు ప్రజలూ, సైన్యమూ, అమాత్యులూ, నగరవాసుల భార్యలూ వింటుండగా తాను పాండవుల పాదాలపై పడి వారిని శరణుకోరాల్సి వచ్చింది.

హస్తినాపుర ప్రజలమధ్యా, తన పరివారం మధ్యా యుధిష్ఠిరుడి ముందూ, ద్రౌపది సమక్షంలోనూ తమనీ, తమ భార్యలనీ బంధించి గంధర్వులు బానిసలుగా నిలబెట్టారు. ప్రజలందరి మధ్యా యుధిష్ఠిరుడి దయవలన తాము బ్రతికి బట్టకట్టారు. తాము దాస్యం నుంచి బయట పడ్డారు. దాసీలైన తమ భార్యలు స్వేచ్ఛ పొందారు. తమ పరాభవం అవమానకరమైతే, ఆ పరాభవం తమ భార్యల కళ్ళముందు జరగడం మరింత అవమానకరమైంది. పురప్రజలందరి ముందూ బానిసలుగా నిలబడడంతో తలకొట్టేసినంత పనైంది. అదీ ద్రౌపది ముందు జరగడం కలలో ఊహకు కూడా అందని అవమానమైంది.)

రాత్రి అలా ఆలోచనలతో గడిచిపోతుండగా కర్ణుడు దుర్యోధనుడి శిబిరంలోకి వచ్చాడు. దుర్యోధనుడి దీనవదనం గమనించకుండా తనకి బాగా అలవాటైన పొగడ్తలు మొదలుపెట్టాడు.

కర్ణుడు: దుర్యోధనా! మహారాజా! నేను నీకు ఎప్పుడో చెప్పాను. ఈ భూలోకంలో నీతో సమానమైన పరాక్రమవంతుడు ఎవడూ లేడు. గంధర్వులతో యుద్ధం

చేసి, వారిని ఓడించి, సోదరులతోనూ, అంతఃపురకాంతలతోనూ క్షేమంగా ఉన్నావంటే ఈ లోకంలో నువ్వే మహావీరుడివి.

అహం త్వభిద్రుతః సర్వైర్గంధర్వైః పశ్యతస్తవ,
నాశక్నువం స్థాపయితుం దీర్యమాణాం చ వాహినీమ్. 247.12
శరక్షతాంగశ్చ భృశం వ్యపయాతోఽభిపీడితః,
ఇదం త్వత్యద్భుతం మన్యే యద్ యుష్మానిహ భారత. 247.13

నా సైన్యాన్ని ఆ గంధర్వులు ఎలా చెదరగొట్టారో నువ్వే చూసావు. ఆ తరువాత అనేకమంది ఒక్కసారి దాడిచేసి నా శరీరమంతా గాయపరిచారు. వాళ్ళని ఎదిరించలేక ప్రాణాలు అరచేతిలో పెట్టుకుని నేను యుద్ధరంగం నుంచి పారిపోవడమూ నువ్వు చూసావు.

అయినా వదలకుండా ఆ గంధర్వులు నా వెంటపడ్డారు. ఎలాగో వారికి అందకుండా పారిపోయి ప్రాణం దక్కించుకున్నాను. అటువంటి భయంకర మైన గంధర్వసైన్యాన్ని నువ్వు ఓడించావు. నీ సోదరులని రక్షించావు. అంతః పురకాంతల గౌరవం కాపాడావు. ఏమైనా ఈ లోకంలో పరాక్రమవంతుడంటే నువ్వే.

(దుర్యోధనుడికి కర్ణుడి మాటలు పుండుమీద కారం రాసినట్లున్నాయి.)

దుర్యోధనుడు: రాధేయా! నువ్వు యుద్ధరంగంనుంచి వెనక్కి తిరిగి చూడకుండా పారిపోవడం నేను చూసాను. ఆ తరువాత ఏం జరిగిందో నీకు తెలియదు. నీ మాటలు ప్రాణం తీసే ములుకులలా తగులుతున్నాయి. అయినా అవి ఎత్తిపొడుపు మాటలు కాదని నాకు తెలుసు కనుక సహిస్తున్నాను.

మేము యుద్ధంలో పూర్తిగా ఓడిపోయాము. గంధర్వులు మా సోదరులనీ, బంధువులనీ, మిత్రులనీ చివరికి మా భార్యలనీ కూడా బంధించారు. మమ్మల్ని బందీలుగా *(దాసులుగానూ, దాసీలుగానూ)* అడవులలో నడిపిస్తూ తీసుకుపోయారు.

మా అదృష్టం బాగుండి కొందరు వృద్ధమంత్రులు యుధిష్ఠిరుడివద్దకు వెళ్ళి మమ్మల్ని కాపాడమని ప్రార్థించారు. చివరికి నేను కూడా పదిమందీ వినేలా, నా ప్రాణం కాపాడమని సిగ్గువిడిచి, గొంతు చించుకుని యుధిష్ఠిరుణ్ణి ప్రార్థించవలసి వచ్చింది. పాండవులు గంధర్వులని ఓడించారు.

గంధర్వరాజు చిత్రసేనుడూ, అర్జునుడూ రథంలో నవ్వుకుంటూ వెళ్ళారు. మేము బందీలమై కన్నీళ్ళు కారుస్తూంటే గంధర్వులు మమ్మల్ని మా భార్యలు చూస్తూండగా ఆ రథం వెనుక, నడవడం సాధ్యంకాని అరణ్యంలో, కాలి నడకన నడిపిస్తూ, పశువులను అదిలించినట్లు అదిలిస్తూ తీసుకెళ్ళారు. అంతకంటే గుండె బద్దలైపోయే విషయం బందీలైన మా భార్యలని కూడా అలాగే లాక్కెళ్ళారు.

ఆ తరువాత మమ్మల్నీ, మా భార్యలనీ హస్తినాపుర ప్రజలమధ్యా, మన పరివారాల మధ్యా యుధిష్ఠిరుడిముందూ, ద్రౌపది ముందూ నిలబెట్టారు. ద్రౌపది విలాసంగా నిలబడి మా దురవస్థ చూస్తూ ఉండగా చిత్రసేనుడూ యుధిష్ఠిరుడూ నవ్వుకుంటూ యోగక్షేమాలు మాట్లాడుకున్నారు. మమ్మల్నేం చెయ్యాలా అని చర్చించుకున్నారు. అంతసేపూ మేము సిగ్గుతో చితికిపోతూ బందీలుగా నిలుచున్నాము. చివరికి యుధిష్ఠిరుడి దయవలన మా ప్రాణాలు దక్కాయి. గంధర్వులు మమ్మల్ని కట్టిన తాళ్ళు విప్పి మాకు స్వేచ్ఛ ప్రసాదించారు. నేను యుధిష్ఠిరుడి పాదాలకు నమస్కరించి వచ్చాను.

ఇదంతా పౌరులందరూ చూసారు. మన సేవకులు చూసారు. సైనికులు చూసారు. వారందరూ నాకు ప్రాణభిక్ష పెట్టాడని నా ఎదురుగా, నేను వింటూండగా పదే పదే యుధిష్ఠిరుణ్ణి పొగిడారు. రేపటినుంచి ఈ విషయం నగరమంతా కథలు కథలుగా చెప్పుకుంటారు. ఇక నేను హస్తినలో తలెత్తుకు తిరగలేను. ఇక్కడే ప్రాయోపవేశం చేసి మరణిస్తాను.

అంతలో దుశ్శాసనుడూ, శకునీ అక్కడికి వచ్చారు.

దుర్యోధనుడు: దుశ్శాసనా! నిన్ను ఇక్కడే రాజుగా అభిషేకం చేస్తున్నాను. ఇక ఈ సామ్రాజ్యం నీదే.

దుశ్శాసనుడు: *(అన్నగారి పాదాలు పట్టుకుని ఏడ్చాడు.)* సోదరా! వందసంవత్సరాలైనా నువ్వే ఈ సామ్రాజ్యానికి చక్రవర్తివి.

కర్ణుడు: రాజా! మీరిద్దరూ రాజవంశీయులలా కాకుండా, కనీసం నాగరికులలానైనా కాకుండా కేవలం గ్రామీణులలా మాట్లాడుతున్నారు.

యుద్ధంలో ఒక నిముషం ఒకరిది పైచేయి అయితే మరునిముషం అవతలవారిది పైచేయి అవుతుంది. దానికోసం చింతించక్కర్లేదు, ప్రాణాలు తీసుకోనక్కర్లేదు. పాండవుల వలన ప్రాణాలు దక్కించుకున్నాను, ఇది నాకు

అవమానం అని నువ్వు బాధపడడం తప్పు. నువ్వు వాళ్ళకి ఋణపడి ఉంటావని అనుకోవడమూ తప్పే. వాళ్ళు నీకేమీ ఉపకారం చెయ్యలేదు. కేవలం కర్తవ్యం నిర్వర్తించారు.

పాల్యమానాస్త్వయా తే హి నివసన్తి గతజ్వరాః,
నార్హస్యేవంగతే మన్యుం కర్తుం ప్రాకృతవద్ యథా. 249.40

రాజా! ఈ భూమండలమంతా నీదే. నీవంటి ఉత్తముడి పాలనలో రాజ్యంలో ఉన్న ప్రజలందరూ క్షేమంగా ఉన్నారు. అరణ్యాలలో ఉన్న పాండవులు కూడా నీ ప్రజలే. వారూ నీ వలననే క్షేమంగా ఉన్నారు. ప్రజలందరూ తమ శక్తియుక్తులూ, పరాక్రమం, పౌరుషం చూపించి రాజుని రక్షించుకోవాలి. అది వారి కర్తవ్యం. ప్రభువైన నీ పట్ల పాండవులు తమ కర్తవ్యం నిర్వర్తించారు. అంతే తప్ప నీకేమీ ప్రత్యేకంగా ఉపకారం చెయ్యలేదు.

నువ్విలా దిగులుపడి కూర్చుంటే రాజులందరూ నిన్ను చులకనగా చూస్తారు. నేనది సహించలేను. నువ్వీ అవమానం అనే భావననుంచి బయట పడకపోతే నేనూ నీతో ఆమరణ నిరశనవ్రతం అవలంబిస్తాను.

శకుని: రాజా! కర్ణుడు చాలా బాగా చెప్పాడు. పాండవులు నీ పక్షం వహించి చాలా మంచిపని చేసారు. తమ ప్రభుభక్తి ప్రదర్శించారు. అది చూసి నువ్విలా శోకిస్తే ఎలా?

ప్రసీద మా త్యజాత్మానం తుష్టశ్చ సుకృతం స్మర,
ప్రయచ్ఛ రాజ్యం పార్థానాం యశో ధర్మమవాప్నుహి. 251.8

మనస్సు ప్రశాంతంగా ఉంచుకో. మరణించాలనే ఆలోచన మానుకో. పాండవులు ఉపకారమే చేసారనుకుంటే ప్రభువుగా వారికి మంచి బహుమతి ఇయ్యి. వారు కావాలంటే వారి రాజ్యమే వారికిచ్చెయ్యి. దానమిచ్చినందుకు నీదే పైచేయి అయిందని నీకు సంతోషంగా ఉంటుంది. ధర్మాత్ముడివని కీర్తీ వస్తుంది. నీ దయవలన రాజ్యం దక్కిందని పాండవులు నీకు విధేయులై ఉంటారు.

దుర్యోధనుడు: మీరెన్ని చెప్పినా నా నిర్ణయం మారదు. పాండవులు కర్తవ్యమే నిర్వర్తించారో, నాకు సహాయమే చేసారో, నామీద దయ చూపించారో నాకు తెలిసినంత బాగా మీకు తెలియదు. మీరు తెలిసీ తెలియకా చెప్పిన మాటలే మళ్ళీ

మళ్ళీ చెప్తూ నన్ను హింసించకండి. మీరందరూ ఇక్కడనుంచి వెళ్ళిపోండి. నేను ఆమరణ నిరశనవ్రతంలో కూర్చుంటాను.

అలా చెప్పి దుర్యోధనుడు నారచీరలు ధరించి, దర్భాసనం పరుచుకుని దానిమీద కూర్చున్నాడు. ఆచమించి ఆమరణ దీక్ష ప్రారంభించాడు.

9

దుర్యోధనుడి దీక్షగురించి తెలియగానే పాతాళంలో ఉన్న రాక్షసులందరూ కలవరపడిపోయారు. అతడు ఈవిధంగా ప్రాణాలు తీసుకుంటే తమపక్షం బలహీనమైపోతుందని భయపడ్డారు.

వెంటనే వారందరూ ఆలోచించి అథర్వవేదంలో చెప్పిన విధంగా ఒక యాగం ప్రారంభించారు. ఔపనిషద మంత్రాలు చదువుతూ హోమం చేసారు.

హోమం పూర్తయే సమయానికి అగ్నికుండంనుంచి ఒక భయంకరమైన కృత్య *(శక్తి)* ఉద్భవించింది. "నేనేం చెయ్యాలి." అని అడిగింది.

"నువ్వు వెంటనే భూలోకానికి వెళ్ళి దుర్యోధనుణ్ణి తీసుకురా." అని దైత్యులు ఆదేశించారు. ఆ కృత్య భూలోకానికి వెళ్ళి దుర్యోధనుణ్ణి రెండు ఘడియలలో రసాతలానికి చేర్చింది. దైత్యులందరూ దుర్యోధనుడికి స్వాగతం చెప్పారు.

"రాజా! దేవతలు పాండవులని ఆశ్రయించారు. మాకు నువ్వే గతి. నువ్వు సామాన్య మానవుడివి కాదు. మేము పూర్వం శంకరుణ్ణి గురించి దీర్ఘకాలం చేసిన తపస్సుకి ఫలితంగా మాకు దక్కిన కారణజన్ముడివి.

నీ శరీరంలో నాభిపైనున్న భాగం **పూర్వకాయస్య పూర్వస్తే నిర్మితో వజ్రసంచయైః** – పరమశివుడు వజ్రాలతో నిర్మించాడు. దానిని ఏ అస్త్రం గానీ, ఏ శస్త్రం గానీ ఏమీ చెయ్యలేవు. **కృతః పుష్పమయో దేవ్యా రూపతః స్త్రీమనోహరః** – అలాగే నీ నాభిక్రింది భాగం పుష్పమయంగా ఉండేలా పార్వతీదేవి నిర్మించింది. ఈ భాగం స్త్రీజన మనోహరమైనది.

ఇలా నిన్ను పార్వతీపరమేశ్వరులు నిర్మించారు. అటువంటి నువ్వు శత్రువులని తలుచుకుని ఆత్మహత్యకి పూనుకోకు. అనేక విద్యలు తెలిసిన మేమందరమూ నీ వెనుక ఉంటాము.

అనేకమంది అసురులు అదృశ్యరూపంలో వచ్చి భీష్మ, ద్రోణ, కృపాచార్యుల శరీరాలలో ప్రవేశిస్తారు. వారి అంతరాత్మలు అసురులకి వశమైపోతాయి. అప్పుడు ఆ వీరులు ధర్మంగురించి ఆలోచించరు. బంధుప్రేమ మర్చిపోతారు. యుద్ధం చెయ్యడానికి ఆత్రుతగా

ఎదురుచూస్తారు. వారికిక దయా దాక్షిణ్యాలుండవు. అధర్మయుద్ధానికి వెనుకాడరు.

మేము నీ పక్షం వహించినట్లే దేవతలు పాండవుల పక్షం వహిస్తారు. వారూ బంధుత్వం, ప్రేమా మర్చిపోయి భీష్మాదులని వధిస్తారు. అనేకమంది రాక్షసులు ఇప్పటికే రాజులై పుట్టి రాజ్యాలేలుతున్నారు. వారందరూ నీ పక్షాన యుద్ధం చేస్తారు.

నువ్వు కృష్ణార్జునులను గురించి భయపడకు. కృష్ణుడి చేతిలో మరణించిన నరకుడి ఆత్మ కర్ణుడిలో ప్రవేశించింది. అది కృష్ణార్జునులని వధించేలా చేస్తుంది. మేము ఒక లక్షమంది దైత్యులనీ, అసురులనీ సంశప్తకులు అనే పేరుతో భూమిమీదికి పంపాము. వారు అర్జునుణ్ణి సంహరించే అవకాశంకోసం ఎదురు చూస్తున్నారు.

అందుచేత నువ్వు ఈ ఆత్మహత్యా ప్రయత్నం మాని యుద్ధానికి సిద్ధంగా ఉండు.

త్వమస్మాకం గతిర్నిత్యం దేవతానాం చ పాండవాః.

రాక్షసులమైన మాకిక నువ్వే దిక్కు. ఎందుకంటే దేవతలంతా పాండవులకు దిక్కయ్యారు."

దైత్యులు ఈ మాటలు చెప్పగానే కృత్య దుర్యోధనుణ్ణి తీసుకుపోయి అతడి మందిరంలో వదిలింది. *(దుర్యోధనుడిలో అంతవరకూ ఉన్న అవగుణాలకు ఇప్పుడు రాక్షసత్వం తోడైంది.)*

మరునాడు ఉదయం కర్ణుడు దుర్యోధనుడి వద్దకి వచ్చాడు. ఆ కర్ణుడు ముందురోజున్న కర్ణుడు కాదు. ఆ దుర్యోధనుడూ ముందురోజున్న దుర్యోధనుడు కాదు. వారు ఆనందంగా నవ్వుకుంటూ సైన్యాన్ని నడిపిస్తూ హస్తినాపురానికి చేరారు.

◆ ◆ ◆

దుర్యోధనుడూ, అతడి సోదరులూ ఘోషయాత్రలో పొందిన పరాజయం, అవమానం హస్తినాపురంలో అందరికీ తెలిసిపోయాయి. పాండవుల ఔదార్యం ప్రజలు కథలు కథలుగా చెప్పుకున్నారు.

ఒకరోజు భీష్ముడు దుర్యోధనుణ్ణి పిలిచాడు. దుష్టచతుష్టయం భీష్ముడివద్దకి వెళ్ళారు. భీష్ముడు హితబోధ చెయ్యడానికి ప్రయత్నించాడు.

"దుర్యోధనా! నిన్ను ఘోషయాత్రకి వెళ్ళవద్దని చెప్పాము. అయినా వెళ్ళావు. పాండవులున్న చోటుకి వెళ్ళవద్దన్నాము. అయినా వెళ్ళావు. సాహసాలేవీ చేయవద్దన్నాము. అయినా చేసావు. చివరికి గంధర్వులతో యుద్ధం వచ్చింది. నీ ప్రాణస్నేహితుడు కర్ణుడు వీరుడిలా యుద్ధం చెయ్యలేదు. పిరికిపందలా పారిపోయాడు.

చివరికి పాండవుల ధర్మమా అని గంధర్వుల చెరనుంచి బయటపడ్డావు. పాండవులతో

యుద్ధం చెయ్యడం దేవతలకు కూడా సాధ్యం కాదు. ఇప్పటికైనా ఈ సత్యం గ్రహించు. సద్బుద్ధితో ప్రవర్తించు. పాండవులతో సంధి చేసుకో." అన్నాడు.

ఆ మాటలు విని దుర్యోధనుడు పగలబడి నవ్వి అక్కడనుంచి వెళ్ళిపోయాడు. భీష్ముడు అవమానం దిగమింగుకున్నాడు. అప్పటికే అలా అవమానాలు భరించడం అలవాటయింది కనుక ఆ కురుపితామహుడు పెద్దగా బాధపడలేదు.

దుష్టచతుష్టయం సమావేశమైంది. తమకు జరిగిన అవమానం నుంచి ప్రజల దృష్టి ఎలా మరల్చాలా అని ఆలోచించారు.

కర్ణుడు తన పరాక్రమం నిరూపించుకునేందుకు దిగ్విజయయాత్ర చేస్తానన్నాడు. దుర్యోధనుడు అంగీకరించాడు.

కర్ణుడు చతురంగబలాలతో దిగ్విజయయాత్రకి బయల్దేరాడు.

◆ ◆ ◆

పాండవులు దిగ్విజయయాత్రలో వదిలేసిన *(చిన్న చిన్న)* రాజులని జయించి కర్ణుడు తానూ దిగ్విజయయాత్ర చేసాననిపించాడు. హస్తినకి తిరిగివచ్చి దుర్యోధనుణ్ణి కలిసాడు.

"రాజా! భూలోకంలో ఉన్న రాజులందరూ ఇప్పుడు నీకు సామంతులైపోయారు. నువ్వు రాజసూయయాగం చెయ్యి." అన్నాడు.

వెంటనే యజ్ఞకర్మలలో నిష్ణాతులైన పండితులని పిలిపించి, దుర్యోధనుడు తన సంకల్పం చెప్పాడు. వారందరూ ముక్తకంఠంతో అది కుదరదన్నారు.

"యుధిష్ఠిరుడు సామ్రాట్టు అయి ఉన్నాడు. **న స శక్యం క్రతుశ్రేష్ఠో జీవమానే యుధిష్ఠిరే** – అతడు జీవించి ఉండగా రాజసూయయాగం చేసే అధికారం నీకుండదు. అంతేకాదు. నీ తండ్రి ధృతరాష్ట్రుడిది దీర్ఘాయుర్దాయం. ఆయన జీవించి ఉండగా కూడా నీకు ఆ యాగం చేసే అధికారం లేదు.

అయితే నువ్వు నిరుత్సాహపడకు. రాజసూయంతో సమానమైనది వైష్ణవయజ్ఞం. నువ్వా యజ్ఞం చెయ్యి. భూమండలమంతా నీ అధీనంలో ఉందని నిరూపించుకునే ఉపాయం కూడా చెప్తాము. నీ సామంతరాజులనందరినీ కప్పాలు బంగారం రూపంలో ఇమ్మను.

ఆ బంగారం కరిగించి ఒక నాగలి చేయించు. నీ యజ్ఞమండపం నిర్మించే ప్రదేశాన్ని ఆ బంగారు నాగలితో దున్ను. అలా చేసిన ఏకైక మహారాజుగా నీకు కీర్తి వస్తుంది." అన్నారు.

దుర్యోధనుడు అంగీకరించాడు. యజ్ఞానికి ఏర్పాట్లు చురుగ్గా సాగాయి. లోకంలో ఉన్న రాజులందరికీ ఆహ్వానాలు వెళ్ళాయి. దుశ్శాసనుడు ఒక దూతను పిలిచాడు.

"నువ్వు ద్వైతవనానికి వెళ్ళు. అక్కడ పాపాత్ములైన పాండవులున్నారు. వాళ్ళని దుర్యోధనుడు చేసే గొప్పయజ్ఞం చూడడానికి రమ్మని పిలు. అలాగే అక్కడ ఉండే ఋషులని భక్తిపూర్వకంగా ఆహ్వానించు." అన్నాడు.

ఆ దూత సందేశం పాండవులు విన్నారు. "పన్నెండు సంవత్సరాలు మేము అడవులలో జీవిస్తామని ప్రతిజ్ఞ చేసాము. అందుచేత ఆ యజ్ఞానికి రాలేకపోతున్నామని చెప్పు." అన్నాడు యుధిష్ఠిరుడు.

భీమసేనుడు తీవ్రంగా స్పందించాడు.

"మేము తప్పక వస్తామని చెప్పు. అయితే ఇప్పుడు కాదు. పదమూడు సంవత్సరాల తరువాత. అప్పుడు రణయజ్ఞం జరుగుతుంది. క్రోధం అనే అగ్నిలో అస్త్రశస్త్రాలు జ్వాలలై లేస్తాయి. ఆ యజ్ఞంలో కౌరవులని ఆహుతి చేసి, ఆ తరువాత హస్తినని మా స్వంతం చేసుకునేందుకు వస్తామని దుర్యోధనుడికి చెప్పు." అన్నాడు.

దుర్యోధనుడు వైష్ణవయజ్ఞం శాస్త్రోక్తంగా పూర్తిచేసాడు. ఎంత ఆడంబరంగా చేసినా ఆ యజ్ఞం యుధిష్ఠిరుడి రాజసూయంతో పోల్చడానికి వీలులేదనీ, కౌరవుల యజ్ఞవైభవం పాండవుల యజ్ఞవైభవంలో పదోవంతు కూడా లేదనీ ప్రజలు పెదవి విరిచారు.

కర్ణుడు దుర్యోధనుణ్ణి అభినందించాడు.

"రాజా! గొప్ప యజ్ఞం చేసావు. త్వరలో మహాయుద్ధం జరుగుతుంది. ఆ యుద్ధంలో పాండవులని వధించి నువ్వు రాజసూయ యాగం చేస్తావు. అప్పుడు నిన్ను మరొకసారి అభినందిస్తాను." అన్నాడు.

దుర్యోధనుడు పొంగిపోయాడు. అతడి ఆనందం చూసి కర్ణుడు పాండవులని వధించి రాజసూయయాగం చేయిస్తానని ప్రతిజ్ఞ చేసాడు.

"పాదౌ న ధావయే తావద్ యావన్న నిహతోఽర్జునః,
కీలాలజం న ఖాదేయం కరిష్యే చాసురవ్రతమ్,
నాస్తీతి నైవ వక్ష్యామి యాచితో యేన కేనచిత్. 257.17

రాజా! నా ప్రతిజ్ఞ విను. అర్జునుణ్ణి వధించేవరకూ నేను పాదాలు కడిగించుకోను. మాంసం తినను. మద్యం ముట్టను. ఎవరేమడిగినా కాదనకుండా ఇస్తాను." అన్నాడు.
(రాజులు తమ పాదాలు తాము కడుక్కోరు. వారి పాదాలు సేవకులు కడుగుతారు. అర్జునుణ్ణి వధించేవరకూ సేవకులచే పాదాలు కడిగించుకోనని కర్ణుడి ప్రతిజ్ఞ.)

ధృతరాష్ట్రుడి కుమారులందరూ బిగ్గరగా హర్షధ్వానాలు చేసారు. ఆ ఒక్క ప్రతిజ్ఞతో పాండవులు జీవించి ఉన్నా మరణించినట్లే అనుకున్నారు.

ఈ వార్తలన్నీ గూఢచారులవలన యుధిష్ఠిరుడికి తెలిసాయి. అతడికి అర్జునుడి క్షేమం గురించి బెంగ పట్టుకుంది.

(ఇక్కడితో ఘోషయాత్రాపర్వం పూర్తయింది.)

10

ఒక రాత్రి యుధిష్ఠిరుడికి కల వచ్చింది. ఆ కలలో ద్వైతవనంలో ఉన్న మృగాలన్నీ అతడితో దీనంగా మొరపెట్టుకున్నాయి.

"రాజా! నీ సోదరులు ఈ వనంలో నిత్యం వేటాడడంవలన ఇక్కడి మృగాలన్నీ చనిపోయాయి. మేము మాత్రమే బీజప్రాయంగా మిగిలి ఉన్నాము. మీరు మరికొంతకాలం ఇక్కడే ఉంటే మా జాతులు అంతరించిపోతాయి." అన్నాయి.

యుధిష్ఠిరుడు మరునాడు సోదరులతోనూ, ద్రౌపదితోనూ, అనేకమంది వేదవిదులతోనూ ద్వైతవనం వదిలి కామ్యకవనానికి వెళ్ళిపోయాడు.

అప్పటికి పాండవులు వనవాసం ప్రారంభించి పదకొండు సంవత్సరాలైంది.

◆ ◆ ◆

పాండవులు అరణ్యాలలో కూడా వేలాదిమంది బ్రాహ్మణులకి నిత్యం అన్నదానం చేస్తున్నారని విని దుర్యోధనుడు ఈర్ష్యతో దహించుకుపోయాడు. వారిని అవమానపరచడం ఎలాగా అని నిత్యం ఆలోచించడమే అతడి పని అయింది.

ఒకరోజు దుర్వాసమహర్షి పదివేలమంది శిష్యులతో దుర్యోధనుడికి అతిథిగా వచ్చాడు. ఆ మహర్షి కోపిష్ఠి అనీ, క్షణంలో ఆగ్రహం వచ్చి శపిస్తాడనీ దుర్యోధనుడు విన్నాడు. ఆ మహర్షిని అనుక్షణం కనిపెట్టి ఉండి సేవలు చేసాడు.

అతడి శ్రద్ధకీ, సేవకీ దుర్వాసుడు ఆనందించి ఏదైనా వరం కోరుకోమన్నాడు.

దుర్యోధనుడు అప్పటికే ఏం కోరాలో ఆలోచించుకుని ఉన్నాడు.

"మహర్షీ! మా తరం భరతవంశీయులలో యుధిష్ఠిరుడు అందరికంటే పెద్దవాడు. సద్గుణసంపన్నుడు. మీకు నాయందు దయ కలిగితే నాకు ఏ విధమైన సేవాభాగ్యం అనుగ్రహించారో అదే విధమైన సేవాభాగ్యం మా అన్నగారు యుధిష్ఠిరుడికీ అనుగ్రహించండి.

అయితే మీరు మధ్యాహ్నం పాండవులందరూ భోజనం చేసాక, ద్రౌపదికూడా భోజనం చేసాక వారి వద్దకి భోజనానికి వెళ్ళమని నా ప్రార్థన." అన్నాడు.

దుర్వాసుడు అంగీకరించాడు. శిష్యులతో కలిసి వెళ్ళిపోయాడు.

కర్ణుడు ఆనందం పట్టలేకపోయాడు.

"దిష్ట్యా కామః సుసంవృత్తో దిష్ట్యా కౌరవ వర్ధసే,
దిష్ట్యా తే శత్రవో మగ్నా దుస్తరే వ్యసనార్ణవే. 262.26

ఏమి అదృష్టం! చిరకాలంగా ఉన్న కోరిక తీరింది. కౌరవులకి అభ్యుదయం కలిగింది. మన శత్రువులు ఆపదలో పడ్డారు. అనేక ఆపదలనుంచి బయటపడిన పాండవులు ఈ ఆపదనుంచి మాత్రం బయటపడలేరు.

దుర్వాసుడి క్రోధాగ్నిలో పడిపోతారు. వారు చేసిన మహాపాపాలకి నరకంలో పడి మగ్గిపోతారు." అన్నాడు.

దుర్వాసుడు ఒకరోజు పాండవులూ, ద్రౌపదీ భోజనాలు చేసారని తెలుసుకున్నాడు. తాను దుర్యోధనుడికి ఇచ్చిన మాట ప్రకారం ఆకలితో ఉన్న పదివేలమంది శిష్యులతో వారివద్దకి వెళ్ళాడు.

యుధిష్ఠిరుడు దుర్వాసుణ్ణి విధిపూర్వకంగా పూజించాడు. "మహర్షీ! మీరందరూ స్నానాదులు చేసి భోజనానికి రావలసింది." అని ప్రార్థించాడు.

అప్పటికి ద్రౌపది భోజనం చేసేసి అక్షయపాత్ర కడిగేసింది. ఇక ఆ రోజుకి దానినుంచి ఆహారం రాదు. ఆ పరిస్థితిలో ముక్కోపి దుర్వాసుడికీ అతడి పదివేలమంది శిష్యులకీ భోజనం ఎలా అమర్చాలో పాలుపోక ఆమె ఆందోళన పడింది.

ఎంత ఆలోచించినా చేయగలిగిందేమీ కనిపించలేదు. ఆమె ఏకాగ్రచిత్తంతో కృష్ణుణ్ణి ధ్యానించింది.

"కృష్ణా! నీ భక్తురాలిని. నువ్వే శరణని నమ్మిన దాన్ని. ఈ ఆపదనుంచి నన్ను కాపాడు. ఆ నాడు కౌరవసభలో నన్ను రక్షించావు. ఈనాడు ఈ మహాముని కోపాగ్నినుంచి కూడా నువ్వే రక్షించాలి." అని ప్రార్థించింది.

కృష్ణుడు వెంటనే పాండవులవద్ద ప్రత్యక్షమయ్యాడు. ద్రౌపది ధైర్యంగా ఊపిరి తీసుకుంది. కృష్ణుడు ఆమెను తొందరపెట్టాడు.

కృష్ణుడు: ద్రౌపదీ! ఆకలి దహించేస్తోంది. ముందు నాకు అన్నంపెట్టు.

ద్రౌపది: కృష్ణా! నువ్వు సర్వజ్ఞుడివి. నేను భోజనం చేసాక అక్షయపాత్ర ఆ రోజుకి పని చెయ్యదు. నేను అన్నం ఎక్కడినుంచి తేగలను?

కృష్ణుడు: ద్రౌపదీ! నేను అలిసిపోయాను. ఆకలితో ఉన్నాను. ఇది పరిహాసానికి సమయంకాదు.

ద్రౌపది: .... (ఏం చెప్పాలో పాలుపోలేదు.)

కృష్ణుడు: ద్రౌపదీ! సూర్యుడిచ్చిన అక్షయపాత్ర వెంటనే తీసుకురా.

ద్రౌపది పాత్ర తెచ్చింది. కృష్ణుడు దాన్ని పరిశీలించాడు. దాని అంచున చిన్ని ఆకుముక్క అంటుకుని ఉంది. కృష్ణుడు ఆ ఆకుముక్క తిన్నాడు. "ఈ ఆకుముక్కవలన విశ్వాత్మా, యజ్ఞభోక్తా అయిన శ్రీహరి తృప్తుడగుగాక." అన్నాడు.

తరువాత సహదేవుణ్ణి పిలిచాడు. "నువ్వు త్వరగా వెళ్ళి దుర్వాసుణ్ణీ, శిష్యులనీ భోజనానికి రమ్మని చెప్పు." అన్నాడు.

అక్కడ దుర్వాసుడూ, శిష్యులూ అఘమర్షణ మంత్రాలు చదువుతూ స్నానం చేస్తున్నారు. వారు నీటిలో మునిగి పైకి లేచేసరికి వారికి కడుపులు నిండిపోయాయి. సంతృప్తిగా మృష్టాన్నాలతో భోజనం చేసినట్లయింది. మంత్రాలు చదువుతూనే త్రేనుస్తున్నారు.

శిష్యులందరూ దుర్వాసుడి వద్దకి వచ్చారు. "మహర్షీ! నదిలో మునిగి లేచేసరికి అందరికీ భోజనం చేసినట్లు కడుపులు నిండిపోయాయి. **ఆకంఠతృప్తా విప్రర్షే కింస్విద్ భుంజామహే వయమ్** – తృప్తిగా పీకలవరకూ తిన్నట్లుంది. ఇక అక్కడికి వెళ్ళి ఏం తినగలం? ఇంతమందికి వంటలు చేసి మనకోసం నిరీక్షిస్తున్న యుధిష్ఠిరుడికి ఏమని చెప్తాం?" అన్నారు.

దుర్వాసుడిదీ అదే పరిస్థితి. "శిష్యులారా! మనం నిష్కారణంగా వంటలు చేయించాం. వారు వండి వడ్డించబోయే సమయానికి తినలేని స్థితిలో ఉన్నాం. పాండవులని పరీక్షించబోయి మహా అపచారం చేసాము. అంబరీషుడి సంఘటనతో నాకు శ్రీహరి భక్తులంటే భయం పట్టుకుంది.

పాండవులు మహాత్ములు. ధర్మపరాయణులు. విద్వాంసులు. వీరులు. వాసుదేవ కృష్ణుడే తమకి శరణ్యుడని నమ్మిన భక్తులు. మనం చేసిన పనికి వారు కోపించి చూస్తే చాలు. భస్మమైపోతాం. మనం పాండవుల కంటపడకుండా ఇక్కడినుంచి ఇలాగే పరుగెడదాం." అన్నాడు.

ఋషి, ఆయన శిష్యులు వెనుదిరిగి చూడకుండా పారిపోయారు. సహదేవుడు ఎంత వెదికినా ఎవరూ కనబడలేదు. ఇలా వంటలు చేయించి మాయమైపోవడం, తరువాత అర్ధరాత్రి వచ్చి భోజనం పెట్టమనడం దుర్వాసుడికి అలవాటే. ఆయన మళ్ళీ ఏ సమయంలో వచ్చి భోజనం పెట్టమంటాడో అని పాండవులు కంగారుపడ్డారు.

కృష్ణుడు నవ్వి, "దుర్వాసుడు ఎప్పుడో పారిపోయాడు. మళ్ళీ వచ్చి మిమ్మల్ని బాధించడు. అతడి గురించి విచారించకండి. ధర్మాన్ని పాటించే వారిని ఆ ధర్మమే రక్షిస్తుంది. ఏ ఋషీ వారిని ఏమీ చెయ్యలేడు." అని ధైర్యం చెప్పాడు.

పాండవులని బాధించడానికి కౌరవులు చేసిన మరొక ప్రయత్నం ఆ విధంగా విఫలమయింది.

11

పాండవులు ఒకరోజు క్రూరమృగాలని వేటాడేందుకు బయల్దేరారు. ద్రౌపదిని ధౌమ్యుడి రక్షణలోనూ, తృణబిందు మహర్షి రక్షణలోనూ ఉంచి పాండవులందరూ అడవిలో తలొక దిక్కుకీ వెళ్ళారు.

ఆ సమయంలో సింధుదేశపు రాజు జయద్రథుడు కామ్యకవనంలో వెళ్తున్నాడు. జయద్రథుడు వృద్ధక్షత్రుడి కుమారుడు. ధృతరాష్ట్రుడి కుమార్తె దుస్సలకి భర్త. సింధుదేశపు రాజు కనుక అతణ్ణి సైంధవుడు అని కూడా పిలుస్తారు. అతడు మరొక స్త్రీని వివాహం చేసుకునేందుకు సాళ్వదేశం వెడుతున్నాడు. అట్టహాసంగా అలంకరించుకుని పెద్దలవద్దా, పురోహితులవద్దా ఆశీస్సులందుకుని పెళ్ళికి తరలి వెళ్తున్న అతనిని అనేకమంది మిత్రులైన రాజులు అనుసరించారు.

జయద్రథుడు పాండవుల ఆశ్రమం సమీపానికి వచ్చాడు. అది పాండవుల ఆశ్రమమని అతడికి తెలియదు. ఆశ్రమద్వారంవద్ద నిలబడి ఉన్న ద్రౌపదిని అతడు చూసాడు. ఆమె అపూర్వ సౌందర్యానికి ముగ్ధుడైపోయాడు. వివేకం కోల్పోయాడు. కామానికి వశమై పోయాడు.

అలా ఆమెనే చూస్తూ ఉంటే అతడి మనస్సులో ఆమె పట్ల కోరిక ప్రబలింది. తన మిత్రుడైన కోటికాస్యుడు అనే రాజుని ఆమె ఎవరో తెలుసుకోమన్నాడు.

"కోటికా! ఆ స్త్రీ ఎవరో తెలుసుకో. ఆమె అప్సరసా, దేవకన్యా, వనదేవతా, లేక మానవస్త్రీయా అని తెలుసుకో. ఈమె గాని నాకు వశమైతే వేరొక స్త్రీని వివాహమాడను. ఈమెను రథమెక్కించి ఇక్కడినుంచి ఇలాగే వెనక్కి వెళ్ళిపోతాను." అన్నాడు.

కోటికాస్యుడు రథం దిగి ఆశ్రమంవైపు వచ్చి ద్రౌపదిని ఆమె ఎవరని అడిగాడు.

"సుందరీ! నువ్వెవరివి? ఇంత దట్టమైన అరణ్యంలో నిర్భయంగా ఉన్న నువ్వు దేవతవా? యక్షకాంతవా? దానవకాంతవా? నాగకన్యవా? నువ్వెవరి కుమార్తెవి? ఎవరి భార్యవి?

అదుగో అక్కడ రథాలమీద ఉన్న వారంతా ప్రసిద్ధిపొందిన రాజులు. వారందరిలోనూ యాగాగ్నిలా వెలిగిపోతున్న అతడు సింధుదేశపు రాజు జయద్రథుడు. నా పేరు కోటికాస్యుడు." అన్నాడు.

ద్రౌపది నిర్మలమైన మనస్సుతో, స్థిరమైన స్వరంతో సమాధానం చెప్పింది.

"రాకుమారా! నేను పతిపరాయణురాలినైన స్త్రీని. ఒంటరిగా ఉన్న స్త్రీ అపరిచితులైన పరపురుషులతో మాట్లాడకూడదని తెలిసిన దాన్ని. కానీ, నీ ప్రశ్నకి సమాధానం చెప్పేందుకు వేరెవరూ లేరు కనుక నేను మాట్లాడవలసి వచ్చింది.

నువ్వెవరివో నాకు తెలుసు. నిన్ను కోటికాస్యుడంటారనీ, శైబ్యుడంటారనీ నాకు తెలుసు గనుక నేనెవరినో చెప్తాను. నేను పాండవుల పత్నిని. నా భర్తలు నన్నిక్కడ ఉండమని అరణ్యంలో వేటకి వెళ్ళారు. మీరందరూ రథాలు దిగి విశ్రమించండి. నా భర్తలు వచ్చాక మీకు అతిథిసత్కారాలు చేస్తారు."

కోటికాస్యుడు వెనక్కివెళ్ళాడు. "జయద్రథా! ఆ సుందరి వేరెవరో కాదు. ఆమె పాంచాలరాజకుమారి. పాండవుల ప్రియపత్ని. సాధ్వీశిరోమణి. ఆమెని కలిసి కుశలమడిగి సౌవీరదేశానికి వెళ్ళు." అన్నాడు.

జయద్రథుడూ, ఇంకొక ఆరుగురు రాజులూ పాండవుల ఆశ్రమానికి వచ్చి లోపల ప్రవేశించారు.

"ద్రౌపదీ! నువ్వు కుశలమేనా? నీ భర్తలు కుశలమేనా? నీ బంధువులు కుశలమేనా?" అన్నాడు జయద్రథుడు..

తామంతా కుశలమేనని చెప్పి, ద్రౌపది వారికి కాళ్ళు కడుక్కునేందుకు నీరు ఇచ్చింది. కూర్చునేందుకు ఆసనాలిచ్చింది.

అబల ఒంటరిగా ఉండడంతో జయద్రథుడికి ధైర్యం వచ్చింది.

జయద్రథుడు: ద్రౌపదీ! పాండవులు రాజ్యం పోగొట్టుకున్నారు. వారి ఐశ్వర్యం ఇతరుల పాలయింది. దీనంగా అరణ్యాలలో పడి రోజులు గడుపుతున్నారు. వీరితో నువ్వు పొందే సుఖమేముంది? నీ భర్తలు ఇకముందు కూడా రాజ్యం పొందరు. ధనవంతులు కాలేరు.

స్త్రీలు ధనహీనుడైన భర్తని వదిలేసి సంపన్నుడైన మరొకణ్ణి ఆశ్రయిస్తారు. అది వారికి శోభనిస్తుంది.

భార్యా మే భవ సుశ్రోణి త్యజైనాన్ సుఖమాప్నుహి,
అఖిలాన్ సింధుసౌవీరాన్ ఆప్నుహి త్వం మయా సహ. 267.17

సుందరీ! నువ్వు పాండవులని వదిలెయ్యి. నాకు భార్యవి కా. నా భార్యవైతే సింధు సౌవీర దేశాలు నీవవుతాయి. అనేక భోగాలు అనుభవించవచ్చు.

ద్రౌపది: *(కోపంతో కళ్ళు ఎరుపెక్కాయి.)* సింధురాజా! ఇంకొకసారి ఇటువంటి తుచ్ఛమైన మాట మాట్లాడకు. అయినా నేను నీకేమవుతానో తెలియదా? ఇలా మాట్లాడేందుకు సిగ్గులేదా?

జయద్రథుడు: ద్రౌపదీ! నీకు రాజధర్మం తెలియదు. ఈ లోకంలో స్త్రీలూ, రత్నాలు అందరికీ సమానంగా చెందుతాయి. ఎవరికి చేతనైనది వారు దక్కించుకుంటారు.

ద్రౌపది: మూర్ఖుడా! నువ్వు వివేకం కోల్పోయి మాట్లాడుతున్నావు. నిద్రపోతున్న సింహాన్ని లేపి దాని మీసాలతో ఆడుకోవాలి అనుకుంటున్నావు. భీమసేనుడు కోపించి నిలవడం చూసావంటే వెనుదిరిగి చూడకుండా పారిపోతావు. గాండీవం ధరించి అర్జునుడు నీ ముందు నిలుచుంటే నీ ఆయువు చెల్లిపోయినట్లే.

జయద్రథుడు: కృష్ణే! నీ భర్తల పరాక్రమం, పౌరుషం నాకు తెలియనివి కావు. నువ్వు వారిని గురించి కథలు చెప్తే పారిపోయే పిరికివాణ్ణి కాదు. మేము పాండవులకంటే గొప్ప వంశాలలో పుట్టాము. వారికంటే గుణవంతులం. ఐశ్వర్యవంతులం.

అవన్నీ ఎందుకు. నా కోరిక చెప్పాను. నీకిక రెండే మార్గాలున్నాయి. వెంటనే నా రథం ఎక్కి నాకు లొంగిపో. లేదంటే నేనిప్పుడు పాండవులతో యుద్ధంచేసి వారిని ఓడిస్తాను. అప్పుడు ఏడుస్తూ నీ అంత నువ్వే వచ్చి శరణని నన్ను చేరుతావు.

ద్రౌపది: నేను పాండవుల రక్షణలో ఉన్నాను. కృష్ణుడి రక్షణలో ఉన్నాను. కృష్ణార్జునులు రథంమీద వస్తూ ఉంటే ఈ ద్రౌపదిని దేవేంద్రుడు కూడా కన్నెత్తి చూడలేడు. నీచమానవుడివి నువ్వెంత!

జయద్రథుడు: పాంచాలీ ఈ మాటలు కట్టిపెట్టి నా రథం ఎక్కు.

ద్రౌపది: నేను సాధ్విని. ధర్మాన్ని నమ్మినదాన్ని. నీవంటివాడి బెదిరింపులని లెక్క చెయ్యను. నేను ఒంటరిగా ఉన్నానని దుస్సాహసం చేసి నన్ను అపహరిస్తే పాండవులు నిన్ను కనురెప్పపాటులో ఓడించి నా ముందుకు ఈడ్చుకు వస్తారు.

జయద్రథుడి అనుచరులు ద్రౌపదిని పట్టుకోబోయారు. ఆమె ఎలుగెత్తి ధౌమ్యుణ్ణి పిలిచింది.

ఈలోగా జయద్రథుడు ఆమె కొంగు పట్టుకున్నాడు. ద్రౌపది రోషంతో అతణ్ణి తోసేసింది. అతడా దెబ్బకి చాపచుట్టలా కింద పడ్డాడు. అయినా పట్టు వదలక వెంటనే లేచి ఆమెని ఎత్తుకెళ్ళి రథంలో కూర్చోపెట్టాడు.

ధౌమ్యుడు జయద్రథుణ్ణి తిట్టాడు. అతడా తిట్లు పట్టించుకోకుండా వెళ్ళిపోయాడు. ధౌమ్యుడు ఆ రథం వెనుక పరుగెత్తాడు. ఆ కోలాహలానికి అడవిలో పక్షులూ జంతువులూ బిగ్గరగా శబ్దాలు చేసాయి.

అది విని యుధిష్ఠిరుడు ఎక్కడో ఏదో ప్రమాదం జరుగుతోందని సోదరులని హెచ్చరించాడు. అందరినీ ఆశ్రమానికి వెళ్ళమన్నాడు. పాండవులు వాయువేగంతో ఆశ్రమం చేరారు. అక్కడ ద్రౌపది పరిచారిక నేలమీదపడి ఏడుస్తోంది. ఆమె వారికి జరిగినదంతా చెప్పింది. జయద్రథుడూ, అతడి అనుచరులూ వెళ్ళిన మార్గం చూపించింది.

పాండవులు ఆ మార్గంలో వెళ్తుంటే వారికి ధౌమ్యుడు పరుగెడుతూ కనిపించాడు. వారు ఆ ఋషిని ఆశ్రమానికి వెళ్ళమని చెప్పి జయద్రథుడు వెళ్ళిన మార్గంలో ఇంకా వేగంగా వెళ్ళారు. మాంసం చూసిన డేగ దూసుకు వెళ్ళినట్లు వారు సైంధవుడి దిశగా వెళ్ళారు.

సైంధవుడు కనుచూపు మేరలో ఉండగా పాండవులు "నిలు, నిలు" అని కేకలేసారు. వారిని చూడగానే జయద్రథుడి సైన్యంలో కొంతభాగం చెల్లాచెదరై పారిపోయింది.

సైంధవుడు పాండవుల రథాలు చూసాడు. అందులో ఏ రథం ఎవరిదో చెప్పమని ద్రౌపదిని అడిగాడు. ద్రౌపది తీవ్రస్వరంతో సమాధానం చెప్పింది.

"మూర్ఖుడా! నేనేదో భయపడిపోతున్నాను అనుకుంటున్నావు. **న మే వ్యథా విద్యతే త్వద్భయం వా** – నువ్వు నన్నపహరించడానికి ప్రయత్నించావని నేనేమీ భయపడిపోవడం లేదు. నాగురించి ఆలోచించకు. మృత్యుదేవత నీ ముందు వచ్చి నిలుచుంది. నువ్వు దాన్ని గురించి చింతించు. ఇక నువ్వు గానీ, నీతో వచ్చిన రాజులు గానీ, నీ సైనికులు గానీ ప్రాణాలతో తిరిగి వెళ్ళరు." అంది.

జయద్రథుడు తనతో వచ్చిన రాజులనీ, సైన్యాన్నీ యుద్ధానికి ఉత్సాహపరిచాడు. వారందరూ పాండవులమీద దాడిచేసారు. పాండవులు అయిదువైపుల నుంచి ఆ సైన్యాన్ని ఊచకోత కోసారు. భీముడు రథం దిగి మహాగదతో గజసైన్యాన్నీ, రథాలనీ నుగ్గు నుగ్గు చేసాడు.

అర్జునుడు శిబి, ఇక్ష్వాకు, త్రిగర్త, సింధు రాజకుమారులలో ఒక్కణ్ణి కూడా వదలకుండా వధించాడు. కోటికాస్యుడు పారిపోతుంటే భీముడు వేగంగా వెళ్ళి అతడి శిరస్సు ఖండించాడు.

ఆ యుద్ధంలో తనవెంట వచ్చిన వారందరూ మరణిస్తూంటే జయద్రథుడు భయంతో వణికిపోయాడు. ద్రౌపదిని రథంనుంచి దింపి యుద్ధరంగంనుంచి వేగంగా రథంలో పారిపోయాడు. అది చూసి చావగా మిగిలిన సైనికులు అరణ్యంలోకి పరుగెత్తారు. భీముడు వాళ్ళని సంహరించడం మొదలుపెట్టాడు.

"సోదరా! భీమసేనా! పాపి జయద్రథుడు కనబడడం లేదు. వాణ్ణి వెదుకుదాం. పారిపోతున్న సైనికులని చంపుతూ సమయం వృథా చెయ్యకు." అన్నాడు అర్జునుడు.

భీముడు సైన్యాన్ని చంపడం ఆపాడు. యుధిష్ఠిరుడితో, "రాజా! యుద్ధం ముగిసింది. మీరూ, ధౌమ్యులవారూ, ద్రౌపదీ, నకుల సహదేవులూ ఆశ్రమానికి వెళ్ళిపొండి. జయద్రథుడు పాతాళంలో దాగినా ఈ రోజు వాణ్ణి చంపకుండా వదలను." అన్నాడు.

యుధిష్ఠిరుడు భీముణ్ణి శాంతింపచేసాడు.

"భీమసేనా! జయద్రథుడు పాపాత్ముడు. క్షమించరాని తప్పే చేసాడు. అయినా వాడు మన సోదరికి భర్త. సోదరి దుస్సల ముఖం చూసీ, వృద్ధురాలు గాంధారి ముఖం చూసీ వాణ్ణి వధించకు." అన్నాడు.

ఆ మాటలు విన్న ద్రౌపది కోపంతో మండిపడింది.

"కర్తవ్యం చేత్ ప్రియం మహ్యాం వధ్యః స పురుషాధమః,
సైంధవాపసదః పాపో దుర్మతిః కులపాంసనః. 271.45

భీమసేనా! అర్జునా! మీరు నా కోరిక మన్నించాలనుకుంటే నరాధముడైన ఆ సైంధవుణ్ణి వధించండి. ఆ కులపాంసనుడు ప్రాణాలతో ఉండకూడదు. తన రాజ్యం అపహరించిన వాడినీ, తన భార్యని అపహరించిన వాడినీ పౌరుషమున్న క్షత్రియుడు ప్రాణాలతో వదలకూడదు." అంది.

భీమార్జునులు ఆ మాటలు విన్నారు. వారికి రక్తం మరిగిపోయింది. జయద్రథుడు పరుగెత్తిన దిశలో దూసుకు వెళ్ళారు.

యుధిష్ఠిరుడూ, ఇతరులూ ద్రౌపదితో సహా ఆశ్రమానికి వెళ్ళారు.

భీమార్జునులు సైంధవుడు రెండు క్రోసులు *(నాలుగు మైళ్ళు)* వెళ్ళి ఉంటాడని అంచనా వేసుకున్నారు. అర్జునుడు దివ్యాస్త్ర ప్రభావం తెలిసినవాడు కనుక బాణాలు అభిమంత్రించి వదిలాడు.

ఆ బాణాలు ఆకాశమార్గంలో వెళ్ళి జయద్రథుడి రథాశ్వాలను వధించాయి. జయద్రథుడు భయంతో బిక్కచచ్చిపోయాడు. అతడు తన పరాక్రమమంతా పలాయనం మీదే కేంద్రీకరించాడు. ఎంత పరుగెత్తినా భీమార్జునుల రథాల శబ్దం సమీపిస్తోంది.

అర్జునుడు బిగ్గరగా, "సైంధవా! ఆగు. క్షత్రియుడివి. సింధుదేశపు రాజువి. వీరుడివి. సైన్యాన్ని శత్రువులకు వదిలేసి ఇలా పారిపోతున్నావేమిటి? నీచుడా! ఈ బలం చూసుకునేనా పరస్త్రీని అపహరించడానికి సాహసించావు! కొంచెమైనా యుద్ధం చేసి పౌరుషం చూపించు." అని ఆక్షేపించాడు.

జయద్రథుడి జాడ దొరకడంతో భీముడు రథంనుంచి దూకి ఆ దుష్టుడి కోసం పరుగెత్తాడు. భీముడి వేగం ముందు జయద్రథుడి వేగం పనికిరాలేదు.

లేడిని చూసిన సింహంలా భీముడు లంఘించి సైంధవుడి జుట్టు పట్టుకున్నాడు. బెదిరిపోయిన సైంధవుణ్ణి రెండు చేతులతో ఎత్తి నేలకేసి కొట్టాడు.

ఆ దెబ్బకి సైంధవుడికి స్పృహ తప్పిపోయింది. అతడు స్పృహలోకి రాగానే, భీముడు అతణ్ణి మళ్ళీ కిందపడేసి మోకాళ్ళతో కుమ్మాడు. ఆ దెబ్బలకి తాళలేక, భీముణ్ణి ఎదిరించలేక సైంధవుడు ఏడవడం మొదలుపెట్టాడు. తనని చంపవద్దని వేడుకోవడం ప్రారంభించాడు.

ఇంకొంతసేపు అలా వదిలేస్తే భీముడు ఆ పిరికిపందని చంపేస్తాడని భయపడి అర్జునుడు అడ్డుపడ్డాడు. యుధిష్ఠిరుడి ఆదేశం జ్ఞాపకం చేసాడు.

"అర్జునా! ఈ నీచుడు ద్రౌపదిపట్ల చేసిన అపచారానికి వీడికి జీవించే హక్కులేదు. కానీ, యుధిష్ఠిరుడు నా చేతులు కట్టేసాడు." అనుకొంటూ భీముడు నిరాశపడ్డాడు.

అయినా కోపం ఆగక పదునైన బాణం తీసుకుని వాడి శిరస్సుని గొరిగాడు. అయిదు చోట్ల వికృతంగా, అవమానకరంగా కనబడేలా శిఖలు ఉంచి తల అంతా గొరిగేసాడు. భీముడు ఏం చేసినా సైంధవుడు సహిస్తూ ప్రాణాలు దక్కితే చాలనుకున్నాడు. భీముడు వాణ్ణి తలమీద తన్నాడు.

"మూర్ఖుడా! ప్రాణాలతో ఉండాలని ఉంటే నే చెప్పే నియమం విను. నువ్వు రాజుల సభలలోకి వెళ్ళి, 'నేను యుధిష్ఠిరుడికి దాసుణ్ణి!' అని బిగ్గరగా ప్రకటించాలి. అలా

ప్రకటిస్తావా?” అంటూ ఆ నీచుణ్ణి నేలమీద పడేసి రథం వద్దకి ఈడ్చుకుపోవడం మొదలుపెట్టాడు.

సైంధవుడు అలాగే చేస్తానన్నాడు. భీముడు అతణ్ణి లతలతో కాళ్ళూ, చేతులూ కట్టి రథంలో పడేసాడు.

ఆశ్రమం చేరి అతణ్ణి ఈడ్చుకుంటూ తీసుకు వెళ్ళి యుధిష్ఠిరుడి ముందు నిలబెట్టారు. అతడి తలమీద వికృతంగా ఉన్న అయిదు శిఖలనీ చూసి యుధిష్ఠిరుడు నవ్వు ఆపుకోలేక పోయాడు. అతణ్ణి కట్టిన లతలు విప్పెయ్యమన్నాడు.

భీముడు యుధిష్ఠిరుడితో, “సోదరా! ద్రౌపదిని పిలవండి. ఈ పాపాత్ముడు ఇప్పుడు పాండవులకి దాసుడయ్యాడని చెప్పండి” అన్నాడు.

ద్రౌపది, “ఇతడికి తగిన పరాభవం జరిగింది. పొగరు అణిగింది. యుధిష్ఠిరుడికి దాసుడయ్యాడు. ఇక ఇతణ్ణి వదిలెయ్యండి.” అంది.

సైంధవుడు యుధిష్ఠిరుడి ముందు సాష్టాంగపడి నమస్కరించాడు. యుధిష్ఠిరుడు అతణ్ణి మందలించాడు.

“నువ్వు క్షత్రియుడివి. సింధుదేశ రాజకుమారుడివి. ఛీ! ఎంతో ఉత్తమమైన వంశంలో పుట్టి కూడా పరస్త్రీ పట్ల ఇంత నీచంగా ఎలా ప్రవర్తించావు! నువ్వే నీచుడివి, క్షుద్రుడివి అనుకుంటే నీతో వచ్చిన రాజులు అంతకంటే నీచులు, క్షుద్రులు. నువ్వు చేసిన పనికి లోకమంతా నిన్ను అసహ్యించుకుంటుంది.

ఇకనైనా బుద్ధి తెచ్చుకో. ఇటువంటి దుస్సాహసం మళ్ళీ ఎప్పుడూ చెయ్యకు. నీకు దాసత్వంనుంచి విముక్తి ప్రసాదిస్తున్నాను. స్వేచ్ఛగా వెళ్ళు.”

జయద్రథుడు అక్కడున్న ఋషులందరి వద్దకీ వెళ్ళి, వారి పాదాలకి తన శిరస్సు తగిలేలా నమస్కరించాడు.

అతడు దాస్యంనుంచి విముక్తి పొందాడు. కాని, అంత పరాభవం పొందాక బ్రతికి ఉన్నా చచ్చినవాడితో సమానమయ్యాడు. తలవంచుకుని అక్కడినుంచి వెళ్ళిపోయాడు.

◆ ◆ ◆

(సైంధవుడు అట్టహాసంగా పెళ్ళికి బయల్దేరాడు. అడవిలో ఒంటరిగా ఉన్న స్త్రీని చూడగానే మనస్సు వికారానికి లోనయింది. ఉచితానుచితాల విచక్షణ నశించింది. తాము పదిమందిమి ఉన్నామనీ, ఆ స్త్రీ ఒంటరిగా ఉందనీ ధైర్యంతో ఆమెని అపహరించాడు.

ఆమె తానెవరో చెప్పింది. అయినా అతడికి కురుసభలో జూదంలో ఓడిపోయి

నిస్సహాయులై అవమానాలు సహించిన పాండవులే గుర్తుకొచ్చారు. వారు అంతకుముందు చేసిన మానవాతీతమైన సాహసకార్యాలు అతడికి గుర్తుకు రాలేదు. దుస్సాహసానికి పూనుకున్నాడు.)

సైంధవుడికి అటు సాళ్వదేశంలో చేసుకోవలసిన పెళ్ళి చెడింది. ఇటు సింధుదేశంలో తలెత్తుకు తిరగలేని పరిస్థితి ఏర్పడింది. అవమానభారంతో ప్రజలమధ్యకు వెళ్ళలేకపోయాడు. భీముడు కలిగించిన వికృతరూపంతో గంగాద్వారానికి *(నేటి హరిద్వార్‌కి)* వెళ్ళాడు.

అక్కడ నిర్జన ప్రదేశంలో శివుణ్ణి గురించి ఘోరమైన తపస్సు చేసాడు. అతడి తపస్సుకి మెచ్చి శివుడు ప్రత్యక్షమై వరం కోరుకోమన్నాడు.

"వరం చాస్మై దదౌ దేవః స జగ్రాహ చ తత్ శృణు,
సమస్తాన్ సరథాన్ పంచ జయేయం యుధి పాండవాన్. 272.27

పంచపాండవులనీ యుద్ధంలో గెలిచేలా వరం అనుగ్రహించు." అని సైంధవుడు కోరాడు.

"అది సాధ్యం కాదు. నువ్వు పాండవులను జయించలేవు. వారు అయిదుగురూ అజేయులు. వారినెవ్వరూ వధించలేరు.

అయినా నువ్వింత తపస్సు చేసావు కనుక అర్జునుణ్ణి తప్ప మిగిలిన నలుగురినీ యుద్ధంలో ఒకే ఒక్కరోజు నిలవరించే శక్తి నీకిస్తున్నాను." అని శివుడు వరమిచ్చి అదృశ్యమైపోయాడు. జయద్రథుడు ఆ మాత్రానికే సంతోషించి స్వదేశానికి వెళ్ళిపోయాడు.

పాండవులు కామ్యకవనంలోనే ఉండిపోయారు.

12

అనేక కష్టాలు అనుభవిస్తున్న పాండవుల పట్ల జయద్రథుడు చేసిన అపచారం సంగతి ఋషులందరికీ తెలిసిపోయింది. ఋషులందరూ ఆ ఉత్తములకి ఒక కష్టం మీద మరొక కష్టం వచ్చి పడుతోందని విచారించారు. ఎక్కడెక్కడి ఋషులూ వచ్చి పాండవులకు సాంత్వన వచనాలు చెప్పారు.

మార్కండేయ మహర్షి వచ్చినప్పుడు యుధిష్ఠిరుడు ఉండబట్టలేకపోయాడు.

"భగవన్! మీరు ఋషి బృందాలలో అత్యంత పూజ్యులు. దేవర్షులలో కూడా ప్రముఖులు. భూత భవిష్యత్ వర్తమానాలు తెలిసినవారు.

నా హృదయాన్ని తినేస్తున్న ఆవేదన మీకు నివేదిస్తాను.

ద్రౌపది *(తల్లిగర్భంలో)* గర్భవాసక్లేశం అనుభవించలేదు. ఆమె యజ్ఞవేదినుంచి పుట్టినది. సాధ్వి. ఎన్నడూ ధర్మమార్గం విడువనిది. అటువంటి ఉత్తమురాలు ఒకదాని తరువాత మరొకటిగా ఎందుకిన్ని అవమానాలకి గురవుతోంది? చివరికి క్షుద్రుడు సైంధవుడు కూడా ఆమెను అవమానించడానికి ఎలా సాహసించగలిగాడు?

మహాత్ముడైన పాండురాజుకి కోడలు కావడమే ఆమె చేసిన నేరమా? అదే ఆమె దోషమా? ఎన్నడూ ధర్మం తప్పని నేనెందుకిన్ని బాధలు పడుతున్నాను? ఎందుకిన్ని అవమానాలు అనుభవిస్తున్నాను?

ఈ భూలోకంలో గతంలో ఎన్నడైనా, ఎవడైనా నాలాగ ధర్మం పాటిస్తానని వ్రతం పూని ఇన్ని కష్టాలు అనుభవించినవాడు ఉన్నాడా? లేక నేనే మానవులందరిలోనూ అత్యంత దురదృష్టవంతుణ్ణా?"

మార్కండేయ మహర్షి యుధిష్ఠిరుడికి ధర్మమార్గం వదలని దశరథరాముడు అనుభవించిన కష్టాలు వివరించాడు. రామావతార కథ వినిపించాడు.

యుధిష్ఠిరుడు మరొక ప్రశ్నవేసాడు.

"మహామునీ! జూదంలో ఓడిపోయి నేనూ, నా సోదరులూ కౌరవులకు దాసులం అయిపోయాము. అప్పుడు ఈ సౌభాగ్యవతి ద్రౌపది మాకు దాస్యవిముక్తి కలిగించి పునర్జన్మ ప్రసాదించింది. గతంలో ఇలా భర్తని రక్షించడం ఏ పతివ్రతకైనా సాధ్యమయిందా?"

మార్కండేయ మహర్షి మద్రదేశాధిపతి అశ్వపతి కుమార్తె సావిత్రి చరిత్ర చెప్పాడు. ఆయువు తీరిపోయిన భర్త సత్యవంతుణ్ణి ఆమె ఎలా కాపాడిందో చెప్పాడు. సావిత్రి సత్యవంతుణ్ణి ఉద్ధరించినట్లే ద్రౌపది పాండవులని కష్టాలనుంచి ఉద్ధరిస్తుందని చెప్పాడు.

ఆ మహర్షి మాటలు విన్న యుధిష్ఠిరుడికి మనస్సునుంచి చింతా, శోకం తొలగిపోయాయి.

పాండవుల వనవాసం పూర్తికావస్తోంది.

◆ ◆ ◆

ఒకరాత్రి కర్ణుడు సుఖంగా నిద్రపోతున్నాడు. సూర్యుడు బ్రాహ్మణ వేషంలో అతడి కలలోకి వచ్చాడు. అతడితో మాట్లాడాడు.

సూర్యుడు: కర్ణా! నువ్వు చేతికి ఎముకలేకుండా దానాలు చేస్తున్నావు. విశేషించి బ్రాహ్మణులు ఏమడిగినా లేదనకుండా ఇస్తున్నావు. ఈ విషయం తెలుసుకుని ఇంద్రుడు బ్రాహ్మణవేషంలో నీ వద్దకి వస్తున్నాడు.

కర్ణుడు: దేవేంద్రుడు త్రిలోకాధిపతి. అంతటివాడు నావద్దకు ఎందుకు వస్తున్నాడు?

సూర్యుడు: ఇంద్రుడు పాండవపక్షపాతి. ఎప్పుడూ వారి అభ్యుదయమే కోరుకుంటాడు. నీకు పుట్టుకతో వచ్చిన కవచకుండలాలు ఇమ్మని అడగడానికి అతడు వస్తున్నాడు. నువ్వు తొందరపడి ఇవ్వకు.

కర్ణుడు: నా కవచకుండలాలు అతడికెందుకు?

సూర్యుడు: ఈ కవచకుండలాలు నీ శరీరంలో భాగాలు.

అమృతాదుత్థితం హ్యేతదుభయం రత్నసంభవమ్,
తస్మాద్ రక్ష్యం త్వయా కర్ణ జీవితం చేత్ ప్రియం తవ. 300.20

రత్నమయాలైన ఈ కవచకుండలాలు అమృతం నుంచి పుట్టాయి. ఇవి నీ శరీరంమీద ఉన్నంతవరకూ నిన్ను ఎవరూ యుద్ధంలో వధించలేరు. అవతలి వాడు ఎంతటి వీరుడైనా, ఎన్ని శస్త్రాస్త్రాలు ప్రయోగించినా నిన్ను చంపలేడు. అందుచేత ప్రాణాలతో ఉండాలనుకుంటే వీటిని ఇవ్వకు.

కర్ణుడు: భగవన్! నామీద ఇంతప్రేమ చూపిస్తున్నారు. నా క్షేమంకోరి ఇంతగా చెప్తున్నారు. మీరు బ్రాహ్మణవేషంలో ఉన్నారే కాని బ్రాహ్మణులు కారు. నిజం చెప్పండి. మీరెవరు?

సూర్యుడు: నాయనా! నేను సహస్రాంశుణ్ణి. సూర్యుణ్ణి. నీమీద వాత్సల్యంతో ఈ రూపంలో నీకు కనబడి నీ కర్తవ్యం చెప్తున్నాను. నా మాట విను. నీకు మేలవుతుంది.

కర్ణుడు: లోకసాక్షి సూర్యుడే నన్ననుగ్రహించి సాక్షాత్తు దిగివచ్చి నా మేలుకోరి మాట్లాడుతుంటే నాకిక అంతా అభ్యుదయమే. ఇంతకంటే మేలు ఇంకేముంటుంది.

దేవా! మీకు నామీద ప్రేమ ఉంది. వాత్సల్యం ఉంది. నేను మీ ప్రేమకీ, వాత్సల్యానికీ అర్హుడిననుకుంటే విప్రులకి దానం చేసే విషయంలో నేను పాటిస్తున్న వ్రతం కొనసాగనివ్వండి.

దేవేంద్రుడే స్వయంగా నా ముందుకు వచ్చి, చేయి చాచి అర్థిస్తే ఈ జీవితానికి అంతకంటే కావలసినదేముంది? నేను ఆయనకి నా రెండు చెవులూ కోసి కుండలాలు ఇచ్చేస్తాను. శరీరం చీల్చి కవచమిస్తాను. శాశ్వతమైన కీర్తి, యశస్సూ సంపాదిస్తాను.

మానవశరీరాలు శాశ్వతం కాదుకదా! ఈ లోకంలో శాశ్వతంగా నిలిచేది కీర్తి ఒక్కటే. జీవితానంతరం ఉత్తమలోకాలు ఇచ్చేదీ కీర్తి ఒక్కటే. అందుకే, 'మానవుడికి ఆయువు ఎంత?' అని ప్రశ్నిస్తే, 'అతడి కీర్తి ఉన్నంత.' అని సమాధానం చెప్పారు పెద్దలు.

ఈ ప్రాణం ఎవరికైనా కొంత ముందో వెనుకో తప్పక పోయేదే. అశాశ్వతమైన దీన్ని కాపాడుకునేందుకు ఆచంద్రాతారార్కం నిలిచే శాశ్వతమైన కీర్తిని ఎలా వదులుకుంటాను? ఇంద్రుడికి ఎవరూ ఇవ్వలేని భిక్ష ఇచ్చి నేను శాశ్వతమైన కీర్తి సంపాదిస్తాను.

సూర్యుడు: కర్ణా! నీ కీర్తికోసమూ, నలుగురూ నిన్ను పొగడాలనీ ఈ పని చెయ్యడం తప్పు. నీ స్వార్థంకోసం నీ తల్లిదండ్రులనీ, నీ భార్యనీ, నీ సంతానాన్నీ దుఃఖంలో ముంచేసి వెళ్ళడం మంచిపనికాదు. మానవుడు ప్రాణాలతో ఉంటేనే మంచిపనులు చెయ్యగలడు. ఒక పనిలో కాకపోతే మరొక పనిలో కీర్తి సంపాదిస్తాడు.

నా భక్తులను నేను రక్షించాలి. వారికి మేలు చెయ్యాలి. అందుచేతనే నీకు కనబడి ఇలా మంచిమాటలు చెప్తున్నాను.

కర్ణుడు: సూర్యదేవా! నేను నీకు పరమభక్తుణ్ణి. స్వర్గంలో మహాప్రభావశీలురైన అనేకమంది దేవతలున్నారు. కానీ, నాకు తెలిసిన దేవత నువ్వొక్కడివే. నేను జీవితాంతం ఉపాసించేది నిన్నొక్కడినే. అందుకే నామీద దయతో నువ్వు వచ్చి నా మేలుకోరి చెప్తున్నావని నాకు తెలుసు. కానీ, నీ ఆదేశాన్ని పాటించలేను. నా సత్యవ్రతం మానలేను. దానినుంచి మరలలేను. నన్ను క్షమించు.

సూర్యుడు: కర్ణా! యుద్ధంలో నిలిచి అర్జునుణ్ణి ఓడించాలనుకుంటే ఇంద్రుడడిగేవి ఇవ్వకు.

కర్ణుడు: సూర్యదేవా! అర్జునుడి విషయంలో నువ్వు చింతించకు. నేను కార్తవీర్యార్జునుడి వంటి బలవంతుణ్ణి. పరాక్రమవంతుణ్ణి. అనేక దివ్యాస్త్రాలు సాధించినవాణ్ణి. పరశురాముడి శిష్యుణ్ణి. ఆచార్య ద్రోణుడివద్ద ధనుర్వేదం నేర్చుకున్నవాణ్ణి. అర్జునుడు నాముందు యుద్ధంలో నిలవలేడు.

సూర్యుడు: నువ్వు ఇంద్రుడికి కవచకుండలాలు ఇవ్వాలనే నిర్ణయించుకున్నావు. సరే. ఒక పని చెయ్యి. అతడడిగినవి నువ్వు ఇచ్చినందుకు ఒక వరం కోరుకో. శత్రువులనందరినీ ఒక్కపెట్టున సంహరించగల దివ్యాస్త్రం ఒకటి ఇమ్మను.

నేనింతగా ఎందుకు చెప్తున్నానో నీకు ఇప్పుడు అర్థంకాదు. అది దేవరహస్యం గనుక నేను చెప్పలేను. తరువాత నీకు అదే తెలుస్తుంది.

ఇలా చెప్పి సూర్యుడు అదృశ్యమైపోయాడు.

మరునాడు కర్ణుడు సూర్యుణ్ణి ఉపాసించి, రాత్రి కలలో జరిగినదంతా చెప్పాడు. అదంతా సత్యమేనన్నాడు సూర్యుడు.

◆ ◆ ◆

కర్ణుడు సూర్యోదయానికి ముందే ప్రారంభించి, మధ్యాహ్నం వరకూ సూర్యుణ్ణి ఉపాసిస్తాడు. అతడు నదినుంచి బయటకు వచ్చే సమయానికి అనేకమంది బ్రాహ్మణులు అతణ్ణి యాచించి ఏదో ఒకటి పొందాలని ఆశతో వేచి ఉంటారు. ఆ సమయంలో వారు ఏమడిగినా కర్ణుడు లేదనకుండా ఇస్తాడు.

ఒకరోజు కర్ణుడు సూర్యోపాసన పూర్తిచేసే సమయానికి ఇంద్రుడు బ్రాహ్మణవేషంలో అక్కడికి వచ్చాడు. అతడు అందరికీ అన్నీ ఇచ్చే వరకూ ఇంద్రుడు వేచి ఉన్నాడు. అందరినీ పంపించి కర్ణుడు ఇంద్రుడివద్దకి వచ్చాడు.

కర్ణుడు: విప్రోత్తమా! నీకేం కావాలి? స్వర్ణాభరణాలా? గోవులా? సౌందర్యవతులైన స్త్రీలా? ఏం కావాలో సంకోచించకుండా కోరుకో.

ఇంద్రుడు: కర్ణా! నువ్వు చెప్పినవేవీ నాకక్కర్లేదు. నువ్వు సత్యవ్రతం పాటించేవాడివి అని లోకంలో పేరు తెచ్చుకున్నావు. అదే నిజమైతే, నీకు పుట్టుకతో వచ్చిన కవచకుండలాలు నాకియ్యి.

కర్ణుడు: బ్రాహ్మణుడా! ఇవి నా శరీరంలో భాగాలు. వీటిని తీసి ఇవ్వడం సాధ్యంకాదు. వేరే ఏమైనా కోరుకో.

ఇంద్రుడు: కర్ణా! ఏం కావాలో కోరుకోమన్నావు. ఆ మాటమీదే నిలబడి నేనడిగినవి ఇయ్యి.

కర్ణుడు: ఈ కవచకుండలాలు ఉన్నంతవరకూ శత్రువులు నన్ను వధించలేరు. ఇవి నీకిచ్చేస్తే శత్రువులు నన్ను సులువుగా వధిస్తారు.

ఇంద్రుడు: నేనడిగినవి తప్ప నాకు వేరే ఏమీ అక్కర్లేదు.

కర్ణుడు: *(నవ్వుతూ)* త్రిలోకాధిపతీ! నువ్వు వస్తావనీ, ఇలా అడుగుతావనీ నాకు ముందే తెలుసు. నువ్వు సమస్త జీవులకీ ప్రభువువి. నువ్వడిగినవి తప్పక ఇస్తాను. కానీ, నా కవచకుండలాలు తీసుకున్నందుకు నువ్వు నాకొక వరమివ్వాలి.

ఇంద్రుడు: నేను రావడానికిముందే సూర్యుడు వచ్చి నీకు జరగబోయేదంతా చెప్పాడని తెలిసింది. నా వజ్రాయుధం తప్ప ఏదైనా కోరుకో.

కర్ణుడు: దేవేంద్రా! నీవద్ద అమోఘమైన *(అంటే ఎదురులేని)* శక్తి అనే ఆయుధం ఉంది. అది ఎంత శత్రుసమూహాన్నయినా నిశ్శేషంగా సంహరిస్తుంది. ఆ శక్తి నాకియ్యి.

ఇంద్రుడు: కర్ణా! నేనడిగినది నువ్వియ్యి. నువ్వడిగినది నేనిస్తాను. నేను ప్రయోగిస్తే ఈ శక్తి ఎందరు శత్రువులనైనా చంపుతుంది. కానీ, నువ్వు ప్రయోగిస్తే అది ఒక్కడిని మాత్రమే సంహరించి తిరిగి నావద్దకు వచ్చేస్తుంది.

ఎవడైనా తేజోవంతుడూ, ప్రతాపవంతుడూ సింహనాదం చేస్తూ నీమీదకు వచ్చేవాడూ అయిన శత్రువుమీదనే దీన్ని ప్రయోగించాలి. అదికూడా నీ వద్ద ఇతర ఆయుధాలేవీ లేనప్పుడూ, నీకు ప్రాణాపాయం వచ్చినప్పుడూ మాత్రమే ప్రయోగించాలి. బలహీనులమీద ప్రయోగించినా, నీకు ప్రాణాపాయస్థితి లేనప్పుడు ప్రయోగించినా ఇది నీ శత్రువుని వదిలి నిన్నే సంహరిస్తుంది. ఇది నీకు అంగీకారమైతే ఇక మనం వస్తువులు ఇచ్చిపుచ్చుకోవచ్చు.

కర్ణుడు: దేవేంద్రా! నువ్విచ్చే శక్తితో నేను ఒక్కణ్ణే సంహరించాలనుకుంటున్నాను. అది నా చిరకాలవాంఛితం.

ఏకమేవాహమిచ్ఛామి రిపుం హంతుం మహాహవే,
గర్జంతం ప్రతపంతం చ యతో మమ భయం భవేత్. 310.26

ఈ లోకంలో నాకు ఒకే ఒక శత్రువంటే భయం. అతడు ప్రతాపవంతుడూ, తేజోవంతుడూను. అతడు యుద్ధంలో నిలిచి భయంకరంగా సింహనాదం చేస్తాడు. ఆ ఒక్కడికోసమే నేను ఈ శక్తిని కోరుతున్నాను.

ఇంద్రుడు: కర్ణా! నువ్వు ఎవరిగురించి మాట్లాడుతున్నావో నాకు తెలుసు. అతడు శ్రీహరి రక్షణలో ఉన్నాడు.

కర్ణుడు: మంచిది. నువ్వు నాకు ఒక్క వీరుణ్ణి చంపే శక్తినే ఇయ్యి. నా శరీరం కోసి ఇస్తే తప్ప ఈ కవచం రాదు. అలా కోసి ఇచ్చాక నా రూపం బీభత్సంగా ఉండకుండా చెయ్యి. అలాగే నా చెవులను ఖండిస్తే తప్ప ఈ కుండలాలు రావు. వాటిని కూడ విరూపంగా ఉండకుండా చెయ్యి.

ఇంద్రుడు: నీ శరీరంమీద గాయాలుండవు. ఇది నేనిచ్చే వరం కాదు. ఇది నీ సత్యవాక్పాలన ఫలం.

ఇలా చెప్పి ఇంద్రుడు శక్తి ఆయుధాన్ని కర్ణుడికిచ్చాడు. కర్ణుడు శరీరం ఛేదించి కవచకుండలాలు ఇంద్రుడికిచ్చాడు.

ఇంద్రుడు నవ్వుకుంటూ స్వర్గానికి వెళ్ళిపోయాడు. కర్ణుడు అమోఘమైన శక్తిని తీసుకుని ఆనందంగా తన మందిరానికి వెళ్ళిపోయాడు.

13

కర్ణుడు కవచకుండలాలు ఇంద్రుడికిచ్చి, అతడినుంచి శక్తిని పొందిన సంగతి మార్కండేయ మహర్షి పాండవులకు చెప్పాడు. అది విన్న యుధిష్ఠిరుడికి చిరకాలంగా తనని బాధిస్తున్న *(కర్ణుడు చావడు అనే)* బెంగ తొలగిపోయింది.

తరువాత పాండవులు ద్వైతవనానికి వెళ్ళారు. అక్కడ ఉండగా ఒకరోజు ఒక బ్రాహ్మణుడు పరుగెత్తుతూ వచ్చాడు.

"యుధిష్ఠిరా! నేను అగ్నిహోత్రం చేసుకునే కర్రలు రెండింటినీ *(వీటిని అరణి, మంథం అంటారు. ఒకదానితో ఒకటి రుద్దడం వలన అగ్ని పుడుతుంది.)* చెట్టుకొమ్మకి తగిల్చాను. అటువైపు వచ్చిన ఒక లేడి కొమ్ముకి ఆ అరణి తగులుకుంది. ఆ లేడి మహావేగంగా అరణ్యంలోకి పారిపోయింది. దాని అడుగుజాడలు అనుసరించి వెళ్ళి నా అరణిని తెచ్చిపెట్టండి. నా అగ్నిహోత్రవిధి ఆగిపోకుండా కాపాడండి." అని వేడుకున్నాడు.

పాండవులు ఆయుధాలు ధరించి ఆ లేడిని వెదుకుతూ వెళ్ళారు. ఎంతదూరం వెళ్ళినా వారికి లేడి కనిపించలేదు. అందరూ అలసటతో కూర్చుండిపోయారు. నకులుడు తన మనస్సులో చిరకాలంగా ఉన్న సందేహం తీర్చమన్నాడు.

నకులుడు: మనం ఎప్పుడూ పొరబాటున కూడా ధర్మం అతిక్రమించలేదు. ఎవరి సొత్తూ ఆశించలేదు. అపహరించలేదు. ఎవరితోటీ కఠినంగా మనస్సు చివుక్కుమనేలా మాట్లాడలేదు. అయినా ఎందుకిలా అడుగడుగునా కష్టాలు అనుభవిస్తున్నాం?

యుధిష్ఠిరుడు: మానవులు పూర్వం చేసిన పుణ్యాలవలన సుఖాలూ, పాపాలవలన దుఃఖాలూ అనుభవిస్తారు. ఈ కారణంవలననే నీకు కష్టాలు వస్తాయని గానీ, ఇన్ని కష్టాలు మాత్రమే అనుభవించాలి అని గానీ ఎవరూ చెప్పలేరు.

భీముడు: ఆనాడు దుశ్శాసనుడు ద్రౌపదిని సభలోకి ఈడ్చుకు వస్తున్నప్పుడు నేను చేతకానివాడిలా ఆ నీచుణ్ణి చంపకుండా వదిలేసాను. అందుకే మనకీ కష్టాలు వచ్చాయి.

అర్జునుడు: ఆనాడు సభలో కర్ణుడు గుండెలు చీల్చేలా, ఎముకలు చిట్లిపోయేలా దుర్భాషలు ఆడుతుంటే నేను సహించి ఊరుకున్నందుకే మనకీ కష్టాలు వచ్చాయి.

సహదేవుడు: శకుని కపటద్యూతంలో మనని మోసం చెయ్యడం మొదలుపెట్టగానే నేను అతణ్ణి వధించి ఉంటే మనకీ కష్టాలు వచ్చేవి కావు.

యుధిష్ఠిరుడు అందరిమాటలూ ఓరిమిగా విన్నాడు. "నకులా! అందరం దాహంతో ఉన్నాము. ఆ చెట్టు ఎక్కి దగ్గరలో ఏదైనా నీటివనరు ఉందేమో చూడు." అన్నాడు.

నకులుడు చెట్టెక్కి చూసాడు. దూరంగా నీటిపక్షులు కనిపించాయి. ఆ మాట సోదరులకి చెప్పాడు. వారు నకులుణ్ణి వెళ్ళి తూణీరాలలో నీళ్ళునింపి తెమ్మని చెప్పారు.

నకులుడు ఆ సరోవరం వద్దకు వెళ్ళి నీటిని సమీపించబోతుంటే, "మాద్రీనందనా! ఆగు. ఈ సరోవరం నాది. నేనడిగిన ప్రశ్నలకి సమాధానం చెప్పకుండా ఈ నీటిని తాకకు." అని వినిపించింది.

నకులుడు ఆ మాటలు పట్టించుకోకుండా నీరు తాగాడు. విగతజీవుడై పడిపోయాడు.

కొంతసేపటికి సహదేవుడూ, అర్జునుడూ, భీముడూ కూడా ఒకరిని వెదుకుతూ ఒకరు అక్కడికి వచ్చారు. అందరికీ ఆ మాటలే వినిపించాయి. ఎవరూ ఆ మాటలు పట్టించుకోలేదు. ఒకరి తరువాత ఒకరు స్పృహతప్పి మరణించినవారిలా సరోవరం గట్టున పడిపోయారు.

వెళ్ళిన సోదరులలో ఎవరూ వెనక్కి రాకపోవడంతో వారిని వెదుకుతూ యుధిష్ఠిరుడు బయల్దేరి అక్కడికి వచ్చాడు. నీళ్ళవద్ద మరణించినట్లు పడిఉన్న సోదరులను చూసి దుః ఖించాడు. కొంతసేపయ్యాక మనస్సు కుదుటపరుచుకుని ఆలోచించాడు.

"నా సోదరులు ఈ నీరు తాగి పడిపోయారు. ఇంతటి వీరులు ఈ నీరు తాగి పడిపోయారంటే ఈ నీటిలో ఏదో రహస్యముంది. ఈ నలుగురి ముఖాలలోనూ జీవకళ ఉంది. తేజస్సు తగ్గలేదు. అందుచేత వీరు మరణించలేదు.

ఇక దీనిలో ఉన్న రహస్యం తెలియాలంటే నేనూ ఈ నీటిలోకి దిగాలి." ఇలా అనుకుని నీటిలో అడుగు పెట్టబోతూంటే అతడికి ఇలా వినిపించింది.

అశరీరవాణి: రాజా! నీరు తాగడానికి సాహసించకు. ఈ నీరు నాది. నా అనుమతి లేనిదే ఎవరూ ఈ నీటిని తాగి ప్రాణాలతో ఉండరు. నాప్రశ్నలకి సమాధానం చెప్పగలిగితేనే నీకు ఈ నీటిని తాగేందుకు అనుమతినిస్తాను.

నీ సోదరులనీ ఇలాగే హెచ్చరించాను. వారు నా మాట పట్టించుకోలేదు. యమలోకానికి వెళ్ళిపోయారు.

యుధిష్ఠిరుడు: నువ్వెవరివి?

అశరీరవాణి: నేను నీటిలో ఉండే చేపలనీ, నాచునీ తింటాను. నేను కొంగని.

యుధిష్ఠిరుడు:: అసంభవం! ఒక సాధారణమైన కొంగ మహావీరులైన నా సోదరులని పడగొట్టిందంటే నేను నమ్మను. నువ్వు వసువులకో, రుద్రులకో, మరుద్గణాలకో చెందిన దేవతవై ఉండాలి.

అశరీరవాణి: రాజా! నువ్వు తెలివైనవాడివి. నేను కొంగని కాదు. యక్షుణ్ణి. నీ సోదరులని నేనే చంపాను. నన్ను చూడు.

(యుధిష్ఠిరుడికి ఎదురుగా ఉన్న చెట్టుమీద కూర్చున్న తాటిచెట్టంత ఎత్తున్న యక్షుడు భయంకరరూపంతో కనబడ్డాడు.)

యుధిష్ఠిరుడు: యక్షుడా! ఈ నీరు నీదంటున్నావు. నేను ఇతరుల వస్తువులను తాకను. నువ్వు అడగాలనుకుంటున్న ప్రశ్నలు అడుగు. నాకు చేతనైతే సమాధానం చెప్తాను.

యక్షుడు: సూర్యుణ్ణి ఉదయించేలా ఎవరు చేస్తున్నారు? అతడి చుట్టూ ఎవరు తిరుగుతున్నారు? అతడు అస్తమించేలా ఎవరు చేస్తున్నారు?

యుధిష్ఠిరుడు: సూర్యుణ్ణి ఉదయించేలా చేసేవాడు బ్రహ్మ. సూర్యుడి చుట్టూ దేవతలు తిరుగుతారు. సూర్యుడు సత్యంలో నిలిచిఉన్నాడు. ధర్మం అతణ్ణి అస్తమించేలా చేస్తుంది.

యక్షుడు: మానవుడు దేనివలన శ్రోత్రియుడవుతాడు? దేనివలన బ్రహ్మని పొందుతాడు? దేనివలన అతడికి నిత్యం సహాయం అందుతూ ఉంటుంది? దేనివలన బుద్ధిమంతుడవుతాడు?

యుధిష్ఠిరుడు: మానవుడు వేదాధ్యయనం చేసి శ్రోత్రియుడవుతాడు. తపస్సువలన బ్రహ్మని పొందుతాడు. దృఢసంకల్పం అతడికి నిత్యం సహాయంగా నిలుస్తుంది. పెద్దల శుశ్రూష చేసి బుద్ధిమంతుడవుతాడు.

యక్షుడు: మానవులు బ్రాహ్మణులకెందుకు ధనమిస్తారు? నటులకీ, నర్తకులకీ, సేవకులకీ, రాజుకీ ఎందుకు ధనమిస్తారు?

యుధిష్ఠిరుడు: తమ ధర్మం నిర్వర్తించడానికి బ్రాహ్మణులకీ, కీర్తికోసం నటులకీ, తమ కుటుంబాలని పోషించుకునేందుకు సేవకులకీ, భయంతో రాజుకీ ధనమిస్తారు.

యక్షుడు: ఇంట్లో ఉన్నవాడికి మిత్రుడెవరు? వేరే చోటుకి ప్రయాణమై వెళ్తున్నవాడికి మిత్రుడెవరు? రోగికి మిత్రుడెవరు? మరణం ఆసన్నమైనవాడికి మిత్రుడెవరు?

యుధిష్ఠిరుడు: ఇంట్లో ఉన్నవాడికి మిత్రుడు భార్య. ప్రయాణమై వెళ్ళేవాడికి సాటి ప్రయాణికుడే మిత్రుడు. రోగికి వైద్యుడు మిత్రుడు. మరణం ఆసన్నమైనవాడికి మిత్రుడు దానం.

యక్షుడు: మానవుడికి ఆత్మ ఏది? దైవం ఇచ్చిన మిత్రుడెవరు? జీవనాధారం ఏది? చివరికి ఉత్తమగతులు పొందడానికి ఆధారం ఏది?

యుధిష్ఠిరుడు: :మానవుడికి అతడి పుత్రుడే ఆత్మ. దైవమిచ్చిన మిత్రుడు భార్య. జీవనాధారం మేఘం. ఉత్తమగతులకు ఆధారం దానం.

యక్షుడు: లోకంలో అన్నిటికంటే గొప్పధర్మం ఏది? ఎప్పుడూ ఫలితమిచ్చే ధర్మమేది? దేనిని నియంత్రించుకుంటే తరువాత పశ్చాత్తాపం పడవలసిన అవసరం ఉండదు? ఎవరితో స్నేహం ఎప్పుడూ చెడదు?

యుధిష్ఠిరుడు: సృష్టిలో ఏ జీవిపట్లా క్రూరత్వం లేకుండా ఉండడమే గొప్పధర్మం. వేదం చెప్పిన ధర్మం తప్పక సదా ఫలితమిస్తుంది. మనస్సుని నియంత్రించుకున్న వాడు తరువాతి కాలంలో పశ్చాత్తాపపడవలసిన పనులు చేయడు. సత్పురుషులతో స్నేహం ఎన్నటికీ చెడదు.

యక్షుడు: మానవుడు దేనిని విడిచిపెడితే అందరికీ ప్రియమైనవాడు అవుతాడు? దేనిని విడిస్తే విచారం ఉండదు? దేనిని విడిస్తే ధనవంతుడవుతాడు? దేనిని విడిస్తే సుఖంగా ఉంటాడు?

యుధిష్ఠిరుడు: అహంకారం విడిస్తే అందరికీ ప్రియమైనవాడు అవుతాడు. కోపం విడిస్తే విచారించవలసిన స్థితి రాదు. కోరికలు విడిస్తే ధనవంతుడవుతాడు. లోభం విడిస్తే సుఖంగా ఉంటాడు.

యక్షుడు: జ్ఞానం అంటే ఏమిటి? శమం అంటే ఏమిటి? దయ అంటే ఏమిటి? ఆర్జవం అంటే ఏమిటి?

యుధిష్ఠిరుడు: తత్త్వం *(భగవత్‌తత్త్వం)* తెలుసుకోవడమే జ్ఞానం. మనస్సుని ప్రశాంతంగా ఉంచుకోవడం శమం. లోకంలో ప్రతీ ఒక్కరూ సుఖంగా ఉండాలనుకోవడం దయ. మనస్సులో వంకర ఆలోచనలు లేకపోవడం ఆర్జవం.

యక్షుడు: మానవుడు జయించలేని శత్రువు ఎవరు? అంతంలేని వ్యాధి ఏమిటి? సాధువు అంటే ఎవరు? అసాధువు అంటే ఎవరు?

యుధిష్ఠిర: మానవుడు జయించలేని శత్రువు కోపం. అంతం లేని వ్యాధి లోభం. అన్ని జీవులకూ హితవైనవాడు సాధువు. దయలేనివాడు అసాధువు.

(యక్షుడు ఇలా అనేక ప్రశ్నలడిగి చివరికి ఒక్క ప్రశ్న మిగిలిందన్నాడు.)

యక్షుడు: రాజా! ఇంకొక్క ప్రశ్నకి సమాధానం చెప్పి నీరు తాగు. ఎప్పుడూ సంతోషంగా ఉండేవాడెవడు? ఈ లోకంలో అన్నింటికంటే ఆశ్చర్యకరమైన విషయం ఏమిటి? మానవజీవితానికి సరైన మార్గం ఏది? దేనిని వార్త అంటారు?

యుధిష్ఠిరుడు: తనకున్నదే పంచభక్ష్య పరమాన్నాలూ అనుకుని ఆస్వాదిస్తూ ఆనందంగా తినేవాడూ, అప్పుచెయ్యని వాడూ, *(బ్రతుకుతెరువుకోసం)* దేశాలుపట్టి తిరగనవసరం లేనివాడూ సంతోషంగా ఉంటాడు.

ఈ లోకంలో రోజూ ఎవరో ఒకరు చనిపోవడం చూస్తూనే ఉంటారు. అయినా మిగిలినవాళ్ళు తాము ఈ లోకంలో చిరకాలం ఉండిపోతాము అనుకున్నట్లు ప్రవర్తిస్తారు. ఇంతకంటే ఆశ్చర్యకరమైన విషయం ఇంకొకటేదీ లేదు.

తర్కో౽ ప్రతిష్ఠః శ్రుతయో విభిన్నా
నైకో ఋషిర్యస్య మతం ప్రమాణమ్,
ధర్మస్య తత్త్వం నిహితం గుహాయాం
మహాజనో యేన గతః స పంథాః. 313.117

ఒకరేదైనా చెప్తే మరొకరు దానిని వాక్చాతుర్యంతో ఖండిస్తున్నారు. వేదవాక్యాలే వేరువేరు విధాలుగా చెప్తున్నాయి. ఈయన చెప్పినదే ప్రమాణం, దీనికి తిరుగులేదు అనుకోదగిన ఋషి ఎవడూ లేదు. ధర్మం స్వరూపం చాలా రహస్యమైనది, సులువుగా అందనిది. అందువలన పెద్దలు నడిచిన మార్గంలో నడవడమే శ్రేయస్కరం. అదే సరైన మార్గం.

కాలం జీవులని మోహం అనే పెద్ద పాత్రలో వేసి, సూర్యుడు అనే అగ్నిని

ఉపయోగించి, రాత్రీ పగలూ అనే కట్టెలతో మంటపెట్టి, మాసాలూ ఋతువులూ అనే గరిటెలతో నలగగొడుతూ ఉడకపెడుతోంది. ఇదే వార్త.

(యక్షుడు సంతోషించాడు.)

యక్షుడు: నీ నలుగురు సోదరులలో ఎవరిని బ్రతికించమంటావు?

యుధిష్ఠిరుడు: నకులుణ్ణి.

యక్షుడు: నీకు బాగా ఇష్టుడు భీముడు. అజేయుడైన వీరుడు అర్జునుడు. వీరిద్దరూ నిన్ను కాపాడుతారు కదా! వారిని వదిలేసి నకులుణ్ణే ఎందుకు కోరుకుంటున్నావు?

యుధిష్ఠిరుడు: ధర్మాన్ని అణిచివేస్తే, అలా అణిచినవాణ్ణి ధర్మం తొక్కేస్తుంది. ధర్మాన్ని రక్షిస్తే అది మనని రక్షిస్తుంది. భేదభావం లేకపోవడమే ఉత్తమధర్మం. మా తండ్రికి ఇద్దరు భార్యలు. కుంతీపుత్రులలో నేను బ్రతికి ఉన్నాను. మాద్రీపుత్రులలో నకులుణ్ణి బ్రతికించు.

యక్షుడు: యుధిష్ఠిరా! అర్థకామాలకంటే భేదభావం లేకపోవడమే ఉత్తమధర్మమని విశ్వసించావు. నాకు నచ్చావు. నీ నలుగురు సోదరులనీ బ్రతికించాను.

(వెంటనే భీమార్జుననకులసహదేవులు వసివాడకుండా లేచి కుర్చున్నారు.)

యుధిష్ఠిరుడు: మహాత్మా! మీరెవరో చెప్పండి.

యక్షుడు: **అహం తే జనకస్తాత ధర్మో మృదుపరాక్రమ,**
త్వాం దిదృక్షురనుప్రాప్తో విద్ధి మాం భరతర్షభ. 314.6

నేను నీ తండ్రిని. ధర్మదేవతని.ఎంతటి శత్రువునైనా మృదుస్వభావంతో గెలిచే నిన్ను చూడాలని వచ్చాను. నన్ను గుర్తించు. ఏదైనా వరం కోరుకో.

యుధిష్ఠిర: భగవన్! బ్రాహ్మణుడి అరణి, మంథం మాకు దొరికేలా చెయ్యి.

యక్షుడు: నిన్ను పరీక్షించాలనే నేనే లేడిరూపంలో వచ్చి ఆ అరణిని అపహరించాను. అది నీ కిస్తాను. వేరే ఏదైనా వరం కోరుకో.

యుధిష్ఠిర: మేము పన్నెండేళ్ళు వనవాసం చేసాము. ఇక ఒక ఏడాది అజ్ఞాతవాసం చెయ్యాలి. ఈ సంవత్సరకాలంలో మేమెక్కడున్నా ప్రజలు మమ్మల్ని గుర్తుపట్టకుండా వరమియ్యండి.

యక్షుడు: మీరు లోకంలో ఎక్కడున్నా ఎవరూ మిమ్మల్ని గుర్తించలేరని వరం ఇస్తున్నాను. మీరు అజ్ఞాతవాసం విరాటనగరంలో గడపండి.

అజ్ఞాతవాసకాలంలో మీలో ఎవరు ఏ రూపం కోరితే వారికి ఆ రూపం వస్తుంది. మిమ్మల్ని ఎవరూ గుర్తించరు.

బ్రాహ్మణుడి అరణీ, మంథం ఇవిగో తీసుకో. వీటిని ఆ బ్రాహ్మణుడికియ్యి.

ఇలా చెప్పి ధర్మదేవత అంతర్ధానమైపోయాడు.

◆ ◆ ◆

పాండవులు ఆశ్రమానికి వచ్చి బ్రాహ్మణుడికి అతడి అరణి ఇచ్చి అతడి ఆశీస్సులు అందుకున్నారు.

ఆ రోజుతో వారి పన్నెండేళ్ళ వనవాసం పూర్తవుతుంది.

వారు ఆ వనవాసకాలంలో తమతో ఉన్న ఋషులందరికీ నమస్కరించి, వారి ఆశీస్సులు అందుకున్నారు. యుధిష్ఠిరుడు తన ఆవేదన వారికి నివేదించాడు.

"ధృతరాష్ట్రపుత్రులు ద్వేషంతోనూ, మోసంతోనూ మమ్మల్ని వనవాసానికి పంపారు. మేము అనుభవించిన కష్టాలు మీరందరూ చూసారు.

ఇప్పుడు అంతకంటే కష్టమైన అజ్ఞాతవాసం చెయ్యాలి. ప్రజలమధ్య ఉండాలి. ఎవరూ మమ్మల్ని గుర్తుపట్టకుండా జాగ్రత్తపడాలి.

మేము ఎక్కడున్నామో గుర్తించడానికి దుర్యోధనుడూ, దుశ్శాసనుడూ, కర్ణుడూ, శకునీ ఎంతో ప్రయత్నం చేస్తారు. భూమి నలుదిక్కులకీ గూఢచారులని పంపుతారు. మా జాడ చెప్తే బహుమతులిస్తామని ప్రజలని ప్రలోభపెడతారు.

అయినా మీ అందరి ఆశీస్సుల బలంతో మేము అజ్ఞాతవాసం విజయవంతంగా పూర్తిచేస్తాము." అన్నాడు.

ధౌమ్యుడు, "నాయనా! కాలం కలసిరానప్పుడు అజ్ఞాతవాసం చేయవలసివస్తుంది. అది ఎవరికైనా తప్పదు. దేవతలు రాక్షసుల చేతిలో ఓడిపోయి అనేకసార్లు అజ్ఞాతవాసం చేసారు. మానవులై జీవించారు. విష్ణువే స్వయంగా వామనుడై, రాముడై మానవుడిగా జీవించాడు.

అందుచేత మీరు చింతించకండి. ధైర్యం, వివేకం కోల్పోకండి. మీరు అజ్ఞాతవాసం ముగించి తిరిగి విశాలమైన సామ్రాజ్యాన్ని పరిపాలిస్తారు." అన్నాడు.

పాండవులు అక్కడ ఉన్న ఋషుల అనుమతీ, ఆశీస్సులూ తీసుకుని ద్రౌపదితో బయల్దేరారు. ఋషులందరూ తమ తమ ఆశ్రమాలకి వెళ్ళిపోయారు. పాండవులను

పన్నెండేళ్ళు సేవించిన పరివారం తమ రథాలతో యాదవుల వద్దకు వెళ్ళిపోయారు. ధౌమ్యుడు పాండవులతో వెళ్ళాడు.

పాండవులు ఆయుధాలు ధరించి రెండు క్రోసులు (ఎనిమిది మైళ్ళు) నడిచి, ఇతరులెవ్వరూ లేనిచోట ఆగారు.

ఇది

వ్యాసభగవానుడు మహాభారతమహేతిహాసంలో
వనపర్వంలో చెప్పిన కథాసంగ్రహం.

మహాభారతం - మొదటిభాగం

మహాభారతం మనిషి కథ.
మనిషికోసం చెప్పిన కథ.
మనిషి ఎలా ఉండాలో చెప్పిన కథ.
మనిషి ఎలా ఉండకూడదో చెప్పే కథ.
ప్రతీ మనిషిలోనూ మెరిసిపోయే వెలుగైన పార్శ్వం ఒకటి ఉంటుంది.
ఎవరూ చూడని రహస్యమైన సందర్భాలలో తన ఆలోచనల తీరునీ,
నలుగురి ఎదుటా బహిరంగంగా తాను ప్రవర్తించిన తీరునీ,
ఎప్పుడు గుర్తుకు తెచ్చుకున్నా గర్వించదగిన పార్శ్వం అది.
దానిని తలుచుకుని ఆనందిస్తాం.
ఎవరైనా గమనించి ప్రస్తావిస్తే గర్విస్తాం.
అలాగే ప్రతీ మనిషిలోనూ చీకటిపార్శ్వం కూడా ఒకటి ఉంటుంది.
అది లేనే లేదనుకోవడం ఆత్మవంచనే.
ఎవరికీ తెలియకుండా మనస్సులో మెదిలిన విపరీతమైన ఆలోచనలూ,
మనస్సుని నియంత్రించుకోలేని స్థితిలోని తన ప్రవర్తనా,
దాని పర్యవసానాలూ,
గుర్తుచేసుకుంటే బాధ కలుగుతుంది.
ఎవరితోనైనా చెప్పుకోవాలంటే అవమానం అనిపిస్తుంది.
అసలు తలుచుకుంటేనే సిగ్గేస్తుంది.
ఇలా కూడా నేనుండగలనా అని భయమేస్తుంది.
మనిషిలోని ఈ రెండు పార్శ్వాలనీ చక్కగా విశ్లేషించి,
సందేహాలకు తావు లేకుండా వివరించి, విమర్శించి చెప్తుంది మహాభారతం.

వాసుదేవ నమోఽస్తు తే

శ్రీ జయలక్ష్మి పబ్లికేషన్స్

హైదరాబాద్

రెండు భాగములు రూ. 550/-

మహాభారతం

వ్యాసుడి మూలానికి విధేయంగా సరళవ్యావహారికంలో

రెండవభాగం

విరాట, ఉద్యోగ, భీష్మ, ద్రోణ, కర్ణ, శల్య, సౌప్తిక, స్త్రీ, శాంతి,
అనుశాసన, ఆశ్వమేధిక, ఆశ్రమవాసిక, మౌసల, మహాప్రస్థానిక,
స్వర్గారోహణ పర్వములు

రచన
ఉప్పులూరి కామేశ్వరరావు

శ్రీ జయలక్ష్మి పబ్లికేషన్స్
2023

మహాభారతం

వ్యాసుడి మూలానికి విధేయంగా సరళవ్యావహారికంలో

రెండవభాగం

విరాట, ఉద్యోగ, భీష్మ, ద్రోణ, కర్ణ, శల్య, సౌప్తిక, స్త్రీ, శాంతి, అనుశాసన, ఆశ్వమేధిక, ఆశ్రమవాసిక, మౌసల, మహాప్రస్థానిక, స్వర్గారోహణ పర్వములు.

రచన

ఉప్పులూరి కామేశ్వరరావు

ప్రచురణ

శ్రీజయలక్ష్మి పబ్లికేషన్స్

హైదరాబాద్

2023

మహాభారతం

వ్యాసుడి మూలానికి విధేయంగా సరళవ్యావహారికంలో

రెండవభాగం

విరాట, ఉద్యోగ, భీష్మ, ద్రోణ, కర్ణ, శల్య, సౌప్తిక, స్త్రీ, శాంతి, అనుశాసన, ఆశ్వమేధిక, ఆశ్రమవాసిక, మౌసల, మహాప్రస్థానిక, స్వర్గారోహణ పర్వములు.

ప్రథమముద్రణ : ఫిబ్రవరి, 2017
ద్వితీయముద్రణ : అక్టోబర్, 2020
తృతీయముద్రణ : మే, 2023

రచయిత : ఉప్పులూరి కామేశ్వరరావు
9247134917

మూల్యం (రెండు భాగాలు) : రు.550/-

ప్రచురణ
శ్రీజయలక్ష్మి పబ్లికేషన్స్
2-22-310/97c, Street No.3
వెస్ట్రన్ హిల్స్, కూకట్‌పల్లి, హైదరాబాదు -500085
ఫోన్:040-23050986 మొబైల్:9849254282

ముద్రణ
సంహిత గ్రాఫిక్స్
7-1-548, అమీర్‌పేట
హైదరాబాద్ - 5000016
ఫోన్ :040-23731620

అంకితం

ఆచార్య **పుల్లెల శ్రీరామచంద్రుడు** గారికి

విషయసూచిక

శ్రీః

విరాటపర్వం

నారాయణం నమస్కృత్య నరం చైవ నరోత్తమమ్,
దేవీం సరస్వతీం వ్యాసం తతో జయ ముదీరయేత్.

1

పాండవులు ధర్మదేవత ఆదేశం జ్ఞాపకం చేసుకున్నారు. తమ అజ్ఞాతవాసకాలం మత్స్యదేశంలోనే గడపాలనుకున్నారు.

"మత్స్యో విరాటో బలవాన్ అభిరక్షేఽథ పాండవాన్,
ధర్మశీలో వదాన్యశ్చ వృద్ధశ్చ సతతం ప్రియః. 1.16

మత్స్యదేశపురాజు విరాటుడు ధర్మశీలుడు. దాత. వృద్ధుడైనా మహాబలవంతుడు. మనమంటే ఇష్టపడేవాడు. ఎప్పుడూ మనకి మేలే కలగాలని కోరేవాడు. ఈ సంవత్సరకాలం మనమందరం అతడి కొలువులో ఉందాం." అన్నాడు యుధిష్ఠిరుడు. సోదరులందరూ అంగీకరించారు.

యుధిష్ఠిరుడు: నేను బ్రాహ్మణుడిలా వేషం వేస్తాను. నా పేరు కంకుడు అని చెప్తాను. రాజుతో వేడుకగా జూదం ఆడి అతడికి వినోదం కలిగిస్తాను. ఇదివరకు యుధిష్ఠిరుడికి ప్రాణసఖుడినని చెప్తాను.

భీముడు: నేను యుధిష్ఠిరుడికి రుచికరమైన వంటలు చేసేవాడినని చెప్తాను. వంటవాడినే అయినా నా బలంతో ఏనుగులను లొంగదీసేవాడిననీ, మల్లులతో యుద్ధం చేసేవాడిననీ చెప్తాను. నాపేరు బల్లవుడని చెప్తాను.

యుధిష్ఠిరుడు: **ఆయుధానాం వరం వజ్రం కకుద్మీ చ గవాం వరః,**
హ్రదానా ముదధిః శ్రేష్ఠః పర్జన్యో వర్షతాం వరః. 2.16

భీమసేనా! ఆయుధాలన్నిటిలోనూ వజ్రాయుధం గొప్పది. గోవులలో ఆబోతు గొప్పది. జలాశయాలలో సముద్రం గొప్పది. వర్షించే వాటిలో మేఘం గొప్పది. అలాగే ధనుర్ధారులలో అర్జునుడు గొప్పవాడు.

ఇతణ్ణి చూస్తుంటే ఏకాదశ రుద్రుల తరువాత పన్నెండవ రుద్రుడేమోననీ, ద్వాదశ ఆదిత్యుల తరువాత పదమూడవ ఆదిత్యుడేమోననీ, అష్టవసువుల

తరువాత తొమ్మిదవ వసువేమోననీ అనిపిస్తుంది. ఈ అర్జునుడు విరాటుడి కొలువులో ఎవరూ గుర్తించకుండా ఉండగలడా?

అర్జునుడు: రాజా! పూర్వం ఊర్వశి నాకు శాపం ఇచ్చింది. అది అజ్ఞాతవాసకాలంలో వరమవుతుందని ఇంద్రుడు చెప్పాడు. ఊర్వశి శాపం వలన నేను ఒక సంవత్సరంపాటు పురుషుణ్ణీ కాకుండా, స్త్రీనీ కాకుండా మూడవరకం వాడినవుతాను.

రాజులకథలు చెప్తూ విరాటుడి అంతఃపురకాంతలకి వినోదం కలిగిస్తాను. వారికి గానం, నృత్యం నేర్పుతాను. ఎవరూ గుర్తించకుండా కాలం గడుపుతాను. నా పేరు బృహన్నల అని చెప్తాను.

నకులుడు: నేను విరాటుడి కొలువులో అశ్వపాలకుడిగా ఉంటాను. పూర్వం ఇంద్రప్రస్థంలో యుధిష్ఠిరుడివద్ద ఇదే పని చేసానని చెప్తాను. నా పేరు గ్రంథికుడు అని చెప్తాను.

సహదేవుడు: నేను విరాటుడికి గోపాలకుడిగా ఉంటాను. నాకు గోవులని గురించి బాగా తెలుసు కనుక నాకా పని కష్టంకాదు. నా పేరు తంతిపాలుడని చెప్తాను.

యుధిష్ఠిరుడు: ఈ ద్రౌపది మనకి ప్రియమైన భార్య. పతివ్రత. ఈమెని తల్లిని రక్షించినట్లు రక్షించాలి. అక్కగారిని గౌరవించినట్లు గౌరవించాలి. ఈమె సేవలందుకోవడమే తప్ప ఎవరినీ సేవించి ఎరుగదు. ఈమె ఎవరూ గుర్తించకుండా ఎలా ఉంటుంది?

ద్రౌపది: రాణీవద్ద అనేకమంది పరిచారికలు ఉంటారు. వారిలో రాణీకి అలంకరణ మాత్రమే చేసే ఆమెని సైరంధ్రి అంటారు. ఆమె పుష్పమాలలు కట్టడం, చందనాదులు సిద్ధం చెయ్యడం, కేశాలంకరణ చెయ్యడం వంటి పనులు మాత్రమే చేస్తుంది. ఇతర సేవలు చెయ్యదు. *(ఆమె పరిచారికే గాని స్వతంత్రురాలు కూడా. తనకిష్టంలేని పనులు చెయ్యదు.)*

నేను సైరంధ్రిగా విరాటుడి భార్య సుదేష్ణని ఆశ్రయించి ఉంటాను. పూర్వం ద్రౌపదికి సైరంధ్రిగా ఉన్నానంటాను.

అలా ఎవరు ఏ వేషంలో, ఏ పని చేస్తూ అజ్ఞాతవాసం చెయ్యాలో నిర్ణయించుకున్నారు. అయితే పాండవులు అంతకుముందు ఏ రాజునీ సేవించినవారు కాదు. వారికి సేవాధర్మం తెలియదు.

అందుచేత ధౌమ్యుడు వారికి రాజసేవలో ఎలా ప్రవర్తించాలో వివరంగా చెప్పాడు. తరువాత అగ్నిని ప్రజ్వలింపచేసి, పాండవుల విజయం కోసం హోమాలు చేసాడు.

పాండవులు మత్స్యదేశంవైపు కదిలారు.

ధౌమ్యుడు పాంచాలదేశంవైపు వెళ్ళాడు.

◆◆◆

పాండవులు మత్స్యదేశం సమీపానికి వచ్చారు. ద్రౌపది తనకి అలసటగా ఉందనీ, ఇక నడవలేననీ ఒక్క రాత్రి విశ్రమిద్దామనీ అడిగింది.

యుధిష్ఠిరుడు, "అర్జునా! ఆమెని నీ భుజాలమీద కూర్చోపెట్టుకుని నడు." అన్నాడు. వారలా నడిచి విరాటనగరం సమీపించారు.

"అర్జునా! మనం ఈ ఆయుధాలతో నగరంలోకి వెళ్తే ప్రజలు మనలని గుర్తుపట్టేస్తారు. వీటిని ఎలా దాచాలి?" అన్నాడు యుధిష్ఠిరుడు.

అర్జునుడు, "రాజా! ఈ పక్కన శ్మశానముంది. ఈ శ్మశానంలో ఎత్తయిన జమ్మిచెట్టుంది. ఆ అవతల క్రూరమృగాలు తిరిగే అరణ్యముంది. అందుచేత ఇక్కడికి ఎవరూ రారు. మన ఆయుధాలని ఈ చెట్టుమీద దాచుకుందాం." అన్నాడు.

అందరూ ఆయుధాలు ఇచ్చారు. ధనుస్సులకున్న నారి విప్పేసారు. నకులుడు ఆ ఆయుధాలను కట్టకట్టి జమ్మిచెట్టుమీద దట్టంగా ఉన్న కొమ్మల మధ్య కట్టేసాడు. పాండవులు ఒక శవాన్ని ఆ ఆయుధాలమీద కట్టేసారు.

ఆబద్ధం శవ మత్రేతి గంధమాఘ్రాయ పూతికమ్,
అశీతిశతవర్షేయం మాతా న ఇతి వాదినః. 5.32

వారు శవాన్ని అలా చెట్టుకొమ్మలకి కట్టి తమనే చూస్తున్న ఆ చుట్టుపక్కల ఉన్న గొల్లవారికి, "ఈమె మా తల్లి. నూటఎనభై సంవత్సరాలు బ్రతికి మొన్ననే మరణించింది. మా వంశాచారం ప్రకారం ఆమె శవాన్ని ఇలా చెట్టుకొమ్మకి కట్టాము." అని చెప్పారు.

శవం అంటే సహజంగా ఉండే భయంతోనూ, ఆ శవంనుంచి వచ్చే దుర్గంధం భరించలేకా అక్కడికెవరూ రారని ధైర్యంతో పాండవులు విరాటనగరం వైపుకి వెళ్ళారు.

దారిలో యుధిష్ఠిరుడు ముల్లోకాలనూ ఏలే దుర్గాదేవిని అద్భుతమైన 24 శ్లోకాలతో మానసికంగా స్తుతించాడు. ఆ స్తోత్రానికి సంతోషించి దుర్గ యుధిష్ఠిరుడికి ప్రత్యక్షమయింది.

"యుధిష్ఠిరా! నీ ప్రార్థనకి సంతోషించాను. మీ కోరిక తీరుతుంది. మిమ్మల్ని విరాట

నగరంలో ఎవరూ గుర్తుపట్టలేరు. ఈ సంవత్సరం తరువాత నువ్వు కౌరవులని వధించి భూమండలమంతనీ పరిపాలిస్తావు." అని అమ్మలగన్న అమ్మ వరమిచ్చింది.

◆◆◆

పాండవులు గంగానదిలో స్నానాలు చేసి దేవతలకీ, ఋషులకీ, పితృదేవతలకీ తర్పణాలిచ్చారు.

యుధిష్ఠిరుడు అగ్నిహోత్రం, జపం చేసి ధర్మదేవుణ్ణి ధ్యానించాడు. ధర్మదేవత వరంవలన పాండవులు విరాటుడివద్ద ఏ యే పనులు చెయ్యాలనుకున్నారో ఆ యా పనులకు సంబంధించిన రూపాలూ, వస్త్రాలూ, పరికరాలు వారికి వచ్చాయి.

వారు తమలో తమను రహస్యంగా జయుడు, జయంతుడు, విజయుడు, జయత్సేనుడు, జయద్బలుడు అనే పేర్లతో వ్యవహరించుకోవాలనుకున్నారు.

పాండవులు ఒక్కొక్కరూ విడివిడిగా విరాటరాజుని దర్శించి, మెప్పించి తాము అనుకున్న కొలువులు పొందారు.

ద్రౌపది మాసిపోయిన చీర కట్టుకుని రాజవీథిలో నడిచి వస్తోంది. విరాటుడి భార్య సుదేష్ణాదేవి ఆ సమయంలో మేడపైనుంచి నగరాన్ని చూస్తోంది. ఆమెకి అపూర్వసౌందర్యవతి అయిన ద్రౌపది మలినవస్త్రం కట్టుకుని వస్తూ కనబడింది.

సుదేష్ణాదేవి ఆమెని అంతఃపురానికి రప్పించి, "నువ్వెవరివి?" అని అడిగింది.

"నేను సైరంధ్రిని. సైరంధ్రిగా సేవచేయడానికి తగిన రాణి దొరికితే ఆమె వద్ద పని చెయ్యడానికి వచ్చాను." అంది ద్రౌపది.

సుదేష్ణ నమ్మలేకపోయింది.

"కల్యాణీ! సమస్త శుభలక్షణాలు రాసిపోసిన స్త్రీమూర్తివి నువ్వు. నువ్వు ఎవరికో పరిచర్యలు చేసేదానిలా లేవు. అనేకమంది పరిచారికల సేవలందుకునేదానిలా ఉన్నావు.

నిజం చెప్పు. నువ్వెవరివి? యక్షకాంతవా? గంధర్వకాంతవా? నాగకన్యవా? కిన్నెరవా? ఎవరైనా దేవతవా? **నగర స్యాథ దేవతా** – విరాటనగరాన్ని రక్షించే నగరాధిదేవతవా?"

"నేను దేవకాంతనీ కాదు, గంధర్వకాంతనీ కాదు. జీవనోపాధి వెదుక్కుంటూ వచ్చిన సైరంధ్రిని. నేను అన్ని రకాల సుందరమైన పుష్పాలతోనూ సొగసైన మాలలు అల్లగలను. పూర్వం శ్రీకృష్ణుడి భార్య సత్యభామకీ, పాండవుల భార్య ద్రౌపదికీ అలా మాలలు అల్లాను. ద్రౌపదీదేవి స్వయంగా నాకు మాలిని అని పేరు పెట్టింది.

తత్ర తత్ర చరామ్యేవం లభమానా సుభోజనం – నాకు మంచి భోజనం పెట్టి, తగు

వస్త్రాలు ఇస్తే చాలు. అలా ఇచ్చేవారికోసం వెదుక్కుంటున్నాను. ఇప్పుడిలా నీ మందిరానికి వచ్చాను." అంది ద్రౌపది.

"మాలినీ! నా మందిరంలో ఉన్న స్త్రీలందరూ నీ సౌందర్యాన్ని రెప్పవెయ్యకుండా చూస్తున్నారు. ఈ అంతఃపురంలో ఉన్న చెట్లుకూడా నీ వైపు వాలి నిన్నే చూస్తున్నాయి. **తేఽపి త్వాం సంనమన్తీవ పురుషం కం న మోహయేః** – ఇటువంటి అందగత్తెవి నువ్వు కంటబడితే మోహించని మగవాడుంటాడా? మన్మథుడికి వశమైపోకుండా ఉండగలడా?

రాజా విరాటః సుశ్రోణి దృష్ట్వా వపురమానుషమ్,
విహాయ మాం వరారోహే గచ్ఛేత్ సర్వేణ చేతసా. 9.25

మానవస్త్రీకి దుర్లభమైన నీ అద్భుత సౌందర్యాన్ని ఒక్కసారి చూస్తే చాలు, మా విరాటరాజు నన్ను వదిలి మనస్సునిండా నిన్నే నింపుకుంటాడు. నిన్ను నా మందిరంలో ఉండనిస్తే నా కాపురాన్ని నేనే చెడగొట్టుకోవడం అవుతుంది." అంది సుదేష్ణ.

"దేవీ! నేను వివాహితని. అయిదుగురు భర్తలకి ప్రియభార్యని. నా భర్తలు పరాక్రమవంతులైన గంధర్వులు. వారు ఎవరికీ కనబడకుండా నన్ను రాత్రింబవళ్ళు రక్షిస్తుంటారు.

ఆ పైన నేను కష్టతరమైన వ్రతనియమాలతో ఉన్నాను. ఒకరు ఎంగిలి చేసిన ఆహారం నేను తినను. నేనెవరి పాదాలూ స్పృశించను. ఈ నియమాలను ఎవరు గౌరవిస్తారో వారివద్ద ఉండటానికే నా భర్తలు అంగీకరిస్తారు.

మరొక విషయం. సాధారణ అంతఃపుర పరిచారికలతో చనువు తీసుకున్నట్లు ఎవడైనా నాపట్ల ప్రవర్తించడానికి ప్రయత్నిస్తే ఆ రాత్రి వాడికి తెల్లవారదు." అంది ద్రౌపది.

ఆ మాటల తీవ్రత విన్న సుదేష్ణకి ఆమె వలన తన కాపురానికి ముప్పు లేదని నమ్మకం కలిగింది. ద్రౌపదిని తన అంతఃపురంలో ఉండమంది.

◆◆◆

పాండవులు విరాటుడి కొలువులో క్షేమంగా ఉన్నారు. విరాటుడూ వారి సేవలతో ఆనందించాడు. పాండవులు రాజుని సేవిస్తూనే ద్రౌపది క్షేమసమాచారాలు నిత్యం తెలుసుకుంటున్నారు.

అలా నాలుగునెలలు గడిచాయి. విరాటనగరంలో బ్రహ్మోత్సవాల వేడుకలు ప్రారంభమయ్యాయి. అనేక దేశాలనుంచి వేలకొద్దీ మల్లయుద్ధ ప్రవీణులు ప్రతిఏటా ఆ ఉత్సవానికి వస్తారు. తమ బలం, యుద్ధ నైపుణ్యం ప్రదర్శించి రాజునుంచి కానుకలు అందుకుంటారు.

ఆ సంవత్సరం జీమూతుడనే మల్లుడు ఒకడు వచ్చాడు. అతడి శరీరం పర్వతంలా ఉంది. అతడి మల్లయుద్ధపు తీరు మిగిలిన యోధులని భయభ్రాంతులకి గురిచేసింది.

అతడితో తలపడడానికి ఎవరూ సాహసించలేదు. మల్లయుద్ధక్రీడ చాలా పేలవంగా ముగిసిపోయేలా ఉంది. విరాటుడికి తల కొట్టేసినట్లయింది.

బాగా ఆలోచించగా ఆ రాజుకి వంటలవాడు వల్లవుడు గుర్తుకొచ్చాడు. అతడి రూపం, అతడి నడకా గుర్తుకొచ్చి అతణ్ణి పిలిపించి జీమూతుడితో మల్లయుద్ధం చెయ్యమన్నాడు.

నోద్యమాన స్తదా భీమో దుఃఖేనైవాకరో న్మతిమ్,
న హి శక్నోతి వివృతే ప్రత్యాఖ్యాతుం నరాధిపమ్. 13.20

ఆ భయంకరుడైన మల్లుణ్ణి జయిస్తే తనని ఎవరైనా గుర్తుపడతారేమోనని భీముడు సంకోచించాడు. తన వలన సోదరులకీ, ద్రౌపదికీ తిరిగి పన్నెండేళ్ళు వనవాసం చేసే దుస్థితి కలుగుతుందేమోనని దుఃఖించాడు. అయినా రాజసేవలో ఉన్నాక రాజాజ్ఞ పాటించక తప్పదు కనుక అంగీకరించాడు.

పైపంచె నడుముకి బిగించి గోదాలోకి దిగాడు. కొద్దిసేపు పోరు భయంకరంగా సాగింది. భీముడు పర్వతమంత ప్రత్యర్థిని రెండు చేతులతో పైకెత్తాడు. అందరూ ఆశ్చర్యపోయి చూసారు. భీముడు ఆ మల్లుణ్ణి వందసార్లు గిరగిరా తిప్పి నేలకు వేసి కొట్టి చంపాడు.

విరాటుడు అమితానందం పొంది భీముడికి విశేషమైన ధనమిచ్చి సత్కరించాడు.

ఆ తరువాత విరాటుడు వేడుకగా భీముణ్ణి ఏనుగులతోనూ, సింహాలతోనూ, పులులతోనూ పోరమనేవాడు.

విరాటుడు మరింత ముందుకు పోయాడు.

పునరన్తఃపురగతః స్త్రీణాం మధ్యే వృకోదరః,
యోధ్యతే స విరాటేన సింహై ర్మత్తై ర్మహాబలైః. 13.41

అంతఃపురకాంతల మధ్య బాగా బలిసిన సింహాలతో భీముణ్ణి పోరమని ఆజ్ఞాపించేవాడు. ఆ భీకరమైన పోరును స్త్రీలతో కలిసి చూసి ఆనందించేవాడు.

◆◆◆

బ్రాహ్మణ్యాం క్షత్రియా జ్జాతః సూతో భవతి – క్షత్రియుడి వలన బ్రాహ్మణస్త్రీకి పుట్టిన వాణ్ణి సూతుడు అంటారు. అతడికి ఉపనయనం మొదలైన సంస్కారాలు ఉంటాయి. అయితే అతడికి రథాలు నడపడమే వృత్తిగా ఉంటుంది.

పూర్వం రాజులు సూతులతో వివాహసంబంధాలు చేసుకున్నారు. అయినా ఆ సూతులకు రాజ్యాధికారం లేదు. చాలాకాలం క్రితం ఒక సూతుడు ఒక రాజుని సేవించి మెప్పించాడు. ఆ రాజు ఆ సూతుడికొక రాజ్యం ఇచ్చాడు. ఆ రాజ్యానికి సూతదేశం అని పేరు వచ్చింది.

ఆ సూతరాజులలో కేకయుడు అనేవాడు మాళవరాజు కుమార్తెలనిద్దరినీ వివాహం చేసుకున్నాడు.

కేకయుడికి పెద్దభార్యయందు కుమారులు పుట్టారు. ఆ కుమారులని కీచకులు అన్నారు. అతడికి రెండవ భార్యయందు చిత్ర అనే కుమార్తె కలిగింది. ఆమెనే సుదేష్ణ అని కూడా అంటారు.

విరాటరాజు కోసలదేశరాజకుమార్తె సురథని వివాహం చేసుకున్నాడు. వారికి శ్వేతుడనే కుమారుడు జన్మించాడు.

సురథ చనిపోయింది. విరాటుడు దుఃఖంలో మునిగిపోయాడు. ఆ సమయంలో కేకయుడు సుదేష్ణను విరాటుడికిచ్చి వివాహం చేసాడు.

సుదేష్ణకి ఉత్తరుడు అనే కుమారుడు, ఉత్తర అనే కుమార్తె కలిగారు.

కీచకుడు సుసంపన్నమైన మత్స్యదేశానికి వచ్చి పినతల్లి కూతురైన సుదేష్ణని సేవిస్తూ విరాటనగరంలోనే ఉండిపోయాడు. క్రమంగా కీచకుడి సోదరులు కూడా విరాటనగరానికి వచ్చి చేరారు.

కాలేయులనే రాక్షసులు కేకయుడికి కొడుకులై పుట్టి కీచకులయ్యారు. ఆ రాక్షసులలో అందరికంటే పెద్దవాడూ, అందరికంటే బలవంతుడూ అయిన బాణుడే కీచకులలో జ్యేష్ఠుడయ్యాడు. ఇతడు మహాబలశాలి. అనేక అస్త్రాల మర్మం తెలిసినవాడు. యుద్ధంలో తిరుగులేనివాడు.

కీచకుడి సహాయంతో విరాటుడు తనకంటే బలవంతులైన ఎందరో రాజులని ఓడించాడు. మేఖల, త్రిగర్త, యవన, పుళింద, కోసల, కళింగ, అంగ, వంగ రాజ్యాలను జయించి ఆ రాజులనుంచి అపారమైన సంపద పొందాడు. క్రమంగా కీచకుణ్ణి తన సైన్యాధిపతిని చేసాడు.

పేరుకి విరాటుడే రాజు అయినా ఆ రాజ్యంలో కీచకుడి మాటకి ఎదురులేదు. విరాటుడు కూడా అతడిమాట కాదనడానికి సాహసించలేని స్థితిలో పడ్డాడు. విరాటుడికి పదిమంది సోదరులున్నారు. వారూ వీరులే. కాని, కీచకుణ్ణి ఎదిరించే శక్తి వారికి లేదు. వారూ కీచకుడికి లొంగి ఉండేవారు.

కీచకుడికి ఉన్న నూట అయిదుమంది సోదరులనీ ఉపకీచకులు అంటారు. వారుకూడా బలవంతులే కాని, కీచకుడితో సమానమైనవారు కారు.

పాండవుల అజ్ఞాతవాసం పూర్తికావస్తోంది. ఒకరోజు సేనాధిపతి కీచకుడు సుదేష్ణ మందిరానికి వచ్చాడు. అక్కడ అతిలోక సౌందర్యవతి ద్రౌపదిని చూసాడు. ఆమె సౌందర్యం చూస్తూ ఉంటే అతడికి పిచ్చెక్కిపోయింది. ఆమెనెలాగైనా తనదానిని చేసుకోవాలనుకున్నాడు.

"సోదరీ! ఈమె ఎవరు? ఈ సౌందర్యం మానవస్త్రీలకు ఉండదు. ఈమె నిన్ను సేవిస్తోంది. ఇది తప్పు. ఇటువంటి స్త్రీరత్నం సేవలు అందుకోవాలి గాని ఇతరులను సేవించకూడదు. ఈమెను నా మందిరానికి తీసుకువెళ్ళి కాలు కింద పెట్టనివ్వకుండా నా పరిచారికలచేత సేవలు చేయిస్తాను." అని, ద్రౌపదితో మాట్లాడడానికి సుదేష్ణవద్ద అనుమతి తీసుకున్నాడు.

ద్రౌపదిని సమీపించి ఆమె మిగిలిన పరిచారికలవంటిదేనని అనుకుని మాట్లాడాడు.

కీచకుడు: కల్యాణీ! నీతో సమానమైన సౌందర్యరాశిని నేనింతవరకూ చూడలేదు. నువ్వెవరివి? ఎక్కడనుంచి వచ్చావు? నిజం చెప్పు.

నువ్వు మానవకాంతలా లేవు. నువ్వు పద్మంలో నివసించే లక్ష్మివా? ఈశ్వరివా? హ్రీ, శ్రీ, కీర్తి, కాంతి అనేవారిలో ఒకర్తెవా? లేక మా సోదరి మందిరానికి వచ్చిన రతీదేవివా?

నువ్వెవరివైనా నా మనస్సు దోచుకున్నావు. నిన్ను చూసాక నేను మన్మథుడికి లొంగిపోయాను. నువ్వు నా దానివి అయి సమస్త భోగభాగ్యాలూ పొందు. **కామం ప్రకామం సేవ త్వం మయా సహ విలాసిని** – నాతో కలిసి స్వేచ్ఛగా కామోపభోగాలు అనుభవించు.

ద్రౌపది: సూతపుత్రా! నేను సైరంధ్రిని. సంపన్నుల స్త్రీలకు కేశాలంకరణ చేసి జీవించేదానిని. నీవంటివాడు నన్ను కోరకూడదు.

నాగురించి వెంపర్లాడడం మాని ఈ కోరిక నీ భార్యయందు చూపించు. అది ధర్మం.

మానవుడు జీవించి ఉన్నంత కాలం అతడికి ధర్మపత్ని అయిన భార్య శ్రేయోభిలాషిణి అవుతుంది. ప్రియురాలవుతుంది. జీవితానంతరం జలతర్పణాలిచ్చి సద్గతులు కలిగిస్తుంది.

అటువంటి ధర్మపత్నిపట్ల అనురాగంతో ఉండు. అదే నీకు క్షేమం.

ఎంతటివాడికైనా పరభార్యల పట్ల ఆసక్తి ప్రాణాంతకం అవుతుందని శాస్త్రాలు చెప్తున్నాయి. అది గుర్తుకు తెచ్చుకో.

కీచకుడు: చారుహాసినీ! నిన్ను చూసాక నన్ను మన్మథుడు ఆవహించాడు. నిన్ను వదిలి ఉండలేను. నన్ను తిరస్కరించకు. ఈ రాజ్యానికి విరాటుడు పేరుకే రాజు. నిజంగా నేనే ప్రభువుని. సర్వాధికారాలూ నా చేతిలోనే ఉన్నాయి. నన్ను అంగీకరించు. ఈ రాజ్యం నీదవుతుంది. నా భార్యలు నీకు దాసీలవుతారు. నేనే స్వయంగా నీకు దాసుణ్ణి అవుతాను.

ద్రౌపది: సూతపుత్రా! నా భర్తలు పరాక్రమవంతులైన గంధర్వులు. వారిముందు ఎవరూ నిలవలేరు. నా భర్తలు అదృశ్యంగా ఉండి నన్ను రక్షిస్తారు. వారు నీ మాటలు వింటే కోపంతో మండిపడి నిన్ను వధిస్తారు. ఊరికే మృత్యువుని ఆహ్వానించకు.

ద్రౌపది ఇలా తిరస్కరించడంతో ఆమెతో మాట్లాడి ప్రయోజనం లేదని కీచకుడు సోదరి వద్దకి వెళ్ళాడు.

అతడు ద్రౌపదిపట్ల కామంతో ఒళ్ళు తెలియని స్థితిలో ఉన్నాడు.

పొగిడినా, బ్రతిమాలినా, ప్రలోభపెట్టినా ఆమె సానుకూలంగా స్పందించలేదు. ఇక ఆ సైరంధ్రితో మాట్లాడి ప్రయోజనం లేదనుకున్నాడు. తన సోదరివద్దకు వెళ్ళాడు. తన మనస్సుని దహించేస్తున్న అంతులేని కామాన్ని తట్టుకోలేక సోదరిని దీనంగా బ్రతిమాలాడు.

"సోదరీ! ఈ సైరంధ్రిని పొందకపోతే నేను ప్రాణాలతో ఉండలేను. ఆమె నాకు లొంగేలా ఏదైనా ఉపాయం ఆలోచించు. ఆమెను పొందేలా చేసి నా ప్రాణం కాపాడు." అని ఆమెను పట్టుకుని భోరున ఏడ్చాడు.

తస్య సా బహుశః శ్రుత్వా వాచం విలపతస్తదా,
విరాటమహిషీ దేవీ కృపాం చక్రే మనస్వినీ. 15.3

ఆగకుండా అలా దీనంగా తనని పట్టుకుని విలపిస్తున్న మహాబలశాలిని చూస్తుంటే సుదేష్ణకి మనస్సు కరిగిపోయింది. ఆ మనస్వినికి అతడిపై జాలి కలిగింది.

(న్యాయంగా ఆమెకి సైరంధ్రిపై జాలి కలగాలి.

వివాహిత, వ్రత నియమాలు పాటిస్తూ జీవిస్తున్న పతివ్రతా అయిన పరస్త్రీని తనకు చేర్చమని కీచకుడు అడుగుతుంటే – మహారాణి అయి ఉండీ – కాదనలేని తన దుఃస్థితికి తనమీద తనకే జాలి కలగాలి.

విశాలమూ, సుసంపన్నమూ అయిన మత్స్యదేశానికి మహారాజుగా ఉండీ, కీచకుడు తనపైనున్న అధికారిలా ప్రవర్తిస్తుంటే నిస్సహాయుడిగా చూస్తూ ఉండిపోయిన తన భర్త మహారాజుని చూసి జాలిపడాలి.

కానీ, ఆమెకు కీచకుడిమీదనే జాలి కలిగింది.

ఎందుకలా?

ఆమెకు కీచకుడి కోరికను కాదనే ధైర్యం లేదు. అతడు మృదువుగా, జాలిగొలిపేలా ప్రార్థిస్తున్నాడే గాని ఆ ప్రార్థన వెనుక ఉన్నది కఠినమైన ఆదేశమే అని ఆమెకు తెలుసు.

బ్రతిమాలినప్పుడు కాదంటే అతడు నేరుగా ఆదేశిస్తాడు. అతడు ఏమి ఆదేశించినా కాదనగల సమర్థులు మత్స్యదేశం మొత్తంలో ఎవరూ లేరు. అందుచేత అతడి ఆదేశం పాటించడానికే పూనుకుంది సుదేష్ణ. దానిని సోదరుడిమీద జాలి అని అంతరాత్మకి సర్ది చెప్పుకుంది.

ఇన్ని భావాలని వ్యాసులవారు వ్యంగ్యంగా మనస్విని అనే ఒక్క మాటలో ధ్వనింపజేసారు.)

అన్యాయమే అయినా, అధర్మమే అయినా, ఘోరమైన దోషమే అయినా కీచకుడి కోరిక తీర్చడానికే సిద్ధమైంది. సైరంధ్రి కీచకుడికి చిక్కేందుకు ఏమి చెయ్యాలా అని ఆలోచించింది.

"సోదరా! ఏదో ఒక పర్వదినం సాకు చెప్పి నాకోసం మంచి వంటలూ, పిండివంటలూ చేయించు. ఉత్తమమైన మద్యాలు తెప్పించు. నాకోసం మద్యం తెమ్మని సైరంధ్రిని నీ మందిరానికి పంపుతాను. ఎవరూ లేని సమయం చూసి ఆమెని *(ఎలాగోలా)* ఒప్పించు. అనుభవించు." అంది.

కీచకుడు ఆనందంగా వెళ్ళిపోయాడు. ఒకరోజు విశేషమైన వంటకాలు చేయించాడు. ఉత్తమమైన మద్యాలు తెప్పించాడు. అన్నీ సిద్ధం చేసి సైరంధ్రిని పంపమని కబురు పంపాడు.

సుదేష్ణ వెంటనే స్పందించింది.

"ఉత్తిష్ఠ గచ్ఛ సైరంధ్రి కీచకస్య నివేశనమ్,
పాన మానయ కల్యాణి పిపాసా మాం ప్రబాధతే. 15.10

సైరంధ్రీ! నాకు మద్యం తాగాలని ఉంది. ఆ కోరిక ఆపుకోలేకపోతున్నాను. నువ్వు వెంటనే కీచకుడి ఇంటికి వెళ్ళి నాకోసం మద్యం తీసుకురా" అంది.

"దేవీ! నేను నీ మందిరంలో ఉండడానికి ఇష్టపడినప్పుడు కొన్ని నియమాలు చెప్పాను. నువ్వు అంగీకరించావు. నేను నిన్ను నమ్మాను. ఇప్పుడు ఆ కీచకుడికి నాపట్ల ఉన్న భావం నీకు తెలుసు. అయినా అతడి మందిరానికి నన్ను ఒంటరిగా వెళ్ళమంటున్నావు. నాకిచ్చిన

మాట దాటుతున్నావు. నీమీద ఉంచిన నమ్మకాన్ని వమ్ము చేస్తున్నావు. నేను వెళ్ళను. వేరెవరినైనా పంపు." అంది ద్రౌపది.

"సైరంధ్రీ! భయపడకు. నేను పంపానంటే కీచకుడు నిన్ను బాధించడు. ఏ శంకా లేకుండా వెళ్ళు." అని బంగారుపాత్ర సైరంధ్రి చేతికిచ్చి పంపింది సుదేష్ణ.

ద్రౌపది తన దీనస్థితికి ఏడుస్తూ కీచకుడి మందిరానికి బయల్దేరింది. దారిలో ఆగి, తనని రక్షించమని ఏకాగ్రచిత్తంతో సూర్యుణ్ణి ప్రార్థించింది. సూర్యుడు ఆమెని రక్షించడానికి అదృశ్యరూపంలో ఉండే ఒక రాక్షసుణ్ణి పంపాడు. ఆ రాక్షసుడు ఆమెని నీడలా అనుసరించి వెళ్ళాడు.

ఆమె రావడం చూసిన కీచకుడు ఉత్సాహంగా లేచి ఎదురు వెళ్ళాడు.

"సైరంధ్రీ! నీకు స్వాగతం. క్షణంలో పరిచారికలు నిన్ను అమూల్యమైన ఆభరణాలతో అలంకరిస్తారు. చక్కగా అలంకరించుకునిరా. దివ్యమైన నా పాన్పుమీద నన్ను చేరు." అన్నాడు.

మద్యం తెమ్మని సుదేష్ణ తనని పంపిందనీ, మద్యం ఇస్తే తాను వెళ్ళిపోతాననీ ద్రౌపది చెప్పింది.

"మద్యానిదేముంది ఎవరో ఒకరు తీసుకువెళ్తారు." అంటూ కీచకుడు ఆమె కుడిచెయ్యి పట్టుకోబోయాడు. ఆమె తప్పించుకుని వెళ్ళబోతుంటే ఆమె ఉత్తరీయం అతడి చేతికి చిక్కింది. ఆమె విదిలించి కొట్టింది. అందులో సూర్యుడు పంపిన రాక్షసుడి బలం కూడా ఉంది.

ఆ దెబ్బకి అంత బలశాలి కీచకుడూ **పపాత శాఖీవ నికృత్తమూలః** – మొదలు నరికిన చెట్టులా కూలబడిపోయాడు.

ద్రౌపది ఏడుస్తూ తనని రక్షించమని విరాటుడి సభవైపు పరుగెత్తింది. ఆమెను అనుసరించి వస్తున్న కీచకుడు ఆమె సభలోకి వచ్చేసరికి ఆమెని చేరుకున్నాడు. రావడంతోటే ఆమెని జుట్టుపట్టి నేలమీద పడేసాడు. అందరూ చూస్తూండగా కాలితో తన్నాడు.

సూర్యుడు పంపిన రాక్షసుడు కీచకుణ్ణి వాయువేగంతో దూరంగా విసిరికొట్టాడు. ఆ దెబ్బ బాధ తట్టుకోలేక కీచకుడు చేష్టలుడిగి నేలమీద పడ్డాడు.

ఆ సమయంలో భీముడు సభలో ఉన్నాడు. అతడు పళ్ళు పటపట కొరుకుతూ లేవబోయాడు. భీముడు లేస్తే కీచకుణ్ణి వధిస్తాడు. తమని అందరూ గుర్తుపట్టేస్తారు. ఇలా ఆలోచిస్తున్న యుధిష్ఠిరుడు తన బొటనవేలితో భీముడి బొటనవేలుని నొక్కిపట్టి అతణ్ణి ఆపాడు.

భీముడు బయట పక్కనే ఉన్న లావుపాటి చెట్టుకేసి చూస్తున్నాడు. యుధిష్ఠిరుడు అతడి ఉద్దేశం గ్రహించాడు.

"బల్లవా! వంటచెరకుకోసం నీడనిచ్చే చెట్టుని ఖండిస్తావా? ఈ చెట్టునీడలో సుఖంగా గడిపిన సమయం గుర్తు చేసుకో." అన్నాడు.

మహాసముద్రం ఎంత క్షోభించినా చెలియలికట్ట దాటదు. అలాగే హృదయం ఎంత క్షోభించినా భీముడు అన్నగారి ఆదేశం దాటలేకపోయాడు.

ద్రౌపది తాను పొందిన అవమానం చూస్తూ కూడా అశక్తులలా కూర్చున్న భర్తలని చూపులతోనే దహించేలా చూసింది. రోషం పట్టలేక విరాటుడితో ఇలా అంది.

"రాజా! నేనే తప్పూ చెయ్యలేదు. ఈ నీచుడు నువ్వు చూస్తూ ఉండగానే నన్ను బానిసని తన్నినట్లు తన్నాడు. నువ్వు సత్యం, ధర్మం రక్షిస్తానని ప్రతిజ్ఞ చేసి ఈ సింహాసనంమీద కూర్చున్నావు. ఈ పాపినుంచి నన్ను రక్షించు.

పరాక్రమవంతులైన నా భర్తలకు ఈ రోజు ఏమయిందో తెలియదు. ఆ మహారథులు ఏమయ్యారో తెలియదు. నేను నిస్సహాయురాలినై ఈ క్షణం నీ రక్షణలో ఉన్నాను.

నేను పతివ్రతని. ఏ దోషం లేని దానిని. నన్ను ఈ కీచకుడు నువ్వు చూస్తుండగా తన్నాడు. రాజువైన నీ ఎదుటనే ఈ నీచుడు ఇలా ప్రవర్తించినా నువ్వు నోరువిప్పి మాట్లాడడం లేదు.

నాకొక విషయం తెలుస్తోంది. కీచకుడికీ ధర్మం తెలియదు, నీకూ ధర్మం తెలియదు. ఈ సభలో ఉన్నవారికెవరికీ ధర్మం తెలియదు. నీ సభ దోపిడిదొంగల సభలా ఉంది."

ఆమె అలా దూషిస్తూంటే విరాటుడు, *(కీచకుణ్ణి అదుపు చేసే శక్తి లేక)* ఆమెతో ఇలా అన్నాడు.

"మీ ఇద్దరి మధ్యా చాటుగా ఏం జరిగిందో నాకు తెలియదు. అది తెలియకుండా ఎవరిని ఏమనగలను?"

యుధిష్ఠిరుడు బాధ, క్రోధం అణుచుకుని ద్రౌపదికి మాత్రమే అర్థమయేలా మాట్లాడాడు.

"సైరంధ్రీ! పతివ్రతలైన స్త్రీలు భర్తల అడుగుజాడలలో నడిచేటప్పుడు కొన్ని కష్టాలకు గురవుతారు. వాటిని సహించడమే వారి గొప్పతనం. నీకు అయిదుగురు పరాక్రమవంతులైన భర్తలున్నారు కదా! వారు ఇక్కడ జరిగినదంతా గమనిస్తూనే ఉండి ఉంటారు. తాము కలుగజేసుకునేందుకు ఇది తగినసమయం కాదని ఊరుకుని ఉంటారు."

ద్రౌపది కళ్ళనుంచి నిప్పులు కురిపిస్తూ చూసింది.

యుధిష్ఠిరుడు చలించలేదు. "విరాటరాజు జూదం ఆడుతూ ఆనందిస్తున్నాడు. నువ్వు అతడికి అసౌకర్యం కలిగిస్తున్నావు. కులాంగనలు ఇలా నాట్యకత్తెలలా ఇంతసేపు సభలో నిల్చోకూడదు. ఎప్పుడు ఏం చెయ్యాలో నీ భర్తలు చూసుకుంటారు. నువ్వు ఇక్కడినుంచి వెళ్ళిపో." అన్నాడు.

"నువ్వు చెప్పినది నిజమే. నా భర్తలు మహాపరాక్రమవంతులు. శత్రుభయంకరులు. అందులో పెద్దవాడున్నాడే అతడు మాత్రం జూదరి. జూదమాడుతుంటే అతడికి ఒళ్ళు తెలియదు. తాను జూదం మత్తులో మునిగితేలుతూ మిగిలినవారిని కష్టాలలో ముంచేస్తాడు." అని ద్రౌపది గిరుక్కున వెనుదిరిగి అంతఃపురానికి వెళ్ళిపోయింది.

2

ఆమె జుట్టు చెదిరిపోయింది. ఏడ్చి ఏడ్చి కన్నీళ్ళు ముఖంమీద చారికలు కట్టాయి. దుఃఖంతోనూ, కోపంతోనూ కళ్ళు ఎర్రబడ్డాయి. ఆ స్థితిలో ఆమె అంతఃపురంలో కాలుపెట్టింది.

(సైరంధ్రిని కీచకుడి మందిరానికి తాను ఎందుకు పంపిందో సుదేష్ణకు తెలుసు. మదిర సాకుతో ఆమెను ఒంటరిగా పంపి అతడు తన కోరిక తీర్చుకునే అవకాశం కల్పించేందుకే పంపింది.

అలా రాణి అదేశం పాటించి వెళ్ళిన సైరంధ్రి తిరిగి వచ్చింది. జుట్టు రేగిపోయి, వస్త్రాలు నలిగిపోయి, ముఖమంతా కన్నీటి చారలతో, అవమానంతోనూ, దుఃఖంతోనూ ఎర్రబడిన కళ్ళతో తిరిగి వచ్చిన సైరంధ్రిని చూసిన రాణి ఏమి జరిగిందో ఊహించుకోలేనంత చిన్నపిల్ల కాదు.

సైరంధ్రి కీచకుడికి లొంగింది, తనపై కీచకుడి ఒత్తిడి తగ్గింది – అని ఊపిరి పీల్చుకునే ఉంటుంది.

అయినా ఏమి జరిగినా ఒక పరిచారిక తనని నిలదీసి నిందించలేదనే ధైర్యంతో ఏమీ తెలియని దానిలా నటిస్తూ అడుగుతోంది.)

సుదేష్ణ ఏమీ తెలియనట్లు అడిగింది.

"సైరంధ్రీ! ఎందుకలా ఉన్నావు? నీకేమయింది? ఎవరైనా నిన్ను ఏమైనా అన్నారా? ఎవరైనా నీపట్ల అనుచితంగా ప్రవర్తించారా? తిట్టారా, కొట్టారా?"

ద్రౌపది ఆమెవైపు తీక్షణంగా చూసింది.

“నీకోసం మద్యం తేవడానికి వెళ్ళాను. అక్కడ కీచకుడి బారినుంచి ఎలాగో తప్పించుకుని పరుగెత్తి నన్ను రక్షించమని వేడుకునేందుకు రాజసభకి వెళ్ళాను. ఆ దురాత్ముడు నన్ను వెంబడించి రాజసభకి వచ్చాడు. నిండుసభలో – నిర్మానుష్యమైన అడవిలో నిస్సహాయురాలైన స్త్రీపట్ల ప్రవర్తించినట్లు నన్ను కిందపడేసి తన్నాడు.” అని చెప్పింది.

తాను ఊహించని పరిణామం విన్న సుదేష్ణ ఉలికిపడింది. వెంటనే తన తప్పును కప్పిపుచ్చుకునేందుకు ప్రయత్నించింది.

“అంత పని జరిగిందా? సైరంధ్రీ నువ్వు ఊ అను చాలు. నిన్ను అవమానించిన కీచకుణ్ణి వెంటనే వధిస్తాను.” అని బీరాలు పలికింది.

ద్రౌపది ఆమెను మరింత తీక్షణంగా చూసింది.

“అన్యే చైనం వధిష్యంతి యేషామాగః కరోతి సః,
మన్యే చైవాద్య సువ్యక్తం యమలోకం గమిష్యతి. 16.51

కీచకుడు నన్ను అవమానించి నా భర్తలపట్ల సహించరాని అపరాధం చేసాడు. అతడు ఎవరి పట్ల అపరాధం చేసాడో వారే అతణ్ణి వధిస్తారు. ఇక అతడికి యమలోకమే గతి. *(నువ్వు శిక్షిస్తాను, వధిస్తాను అని చేతకాని బీరాలు పలికి శ్రమపడకు.)*’ అంది.

అలానే ధూళిధూసరితమైన శరీరంతో కీచకవధ అనే వ్రతదీక్ష పూనినదానిలా మౌనంగా కదలక, మెదలక కూర్చుండిపోయింది. అన్నపానీయాలు ముట్టలేదు. ఎవరు ఎంత బ్రతిమాలినా పట్టించుకోలేదు. ఆమె ముఖంలోని తీవ్రతకి అంతఃపురమంతా కలవరపడి పోయింది.

ద్రౌపది సాయంత్రంవరకూ అలానే ఉండి, మెల్లగా లేచింది. స్నానం చేసి, వస్త్రాలు మార్చుకుంది. ఆహారం తినకుండా, నీరు ముట్టకుండా కీచకుడి వధను గురించే ఆలోచిస్తూ ఉండిపోయింది.

అర్ధరాత్రివరకూ అలా ఆలోచిస్తూ ఉండి చివరకి తనకి భీముడే రక్షకుడని నిర్ణయించుకుని ఎవరి కంటా పడకుండా భీముడి మందిరానికి వెళ్ళింది.

కీచకుడు చేసిన దుర్మార్గాన్ని తలచుకుని భీముడు నిద్రరాక చాలాసేపు దుఃఖించి క్రమంగా గాఢ నిద్రలోకి జారుకున్నాడు.

ఆ సమయంలో ద్రౌపది రహస్యంగా అక్కడికి వచ్చి అతణ్ణి నిద్రలేపి, దుఃఖం ఆపుకోలేక కౌగిలించుకుని మనస్సులో ఉన్న బాధనంతనీ అతడిముందు వెళ్ళబోసుకుంది.

"భీమసేనా! ఒక నీచుడు నీ కళ్ళ ఎదుట నన్ను కాలితో తన్నుతుంటే చూసి కూడా నువ్వు ఎలా నిద్రపోతున్నావు? ఆ నీచుడు ఇంకా జీవించి ఉండగా నీకు నిద్ర ఎలా వచ్చింది?

దుశ్శాసనుడు కురుసభలో చేయరాని అవమానం చేసాడు. అయినా బ్రతికే ఉన్నాను.

అరణ్యంలో జయద్రథుడు చేసిన అవమానం రెండవది. అదీ సహించి బ్రతికే ఉన్నాను. నేను పొందిన అవమానాలు భర్తలు బ్రతికి ఉన్న మరే స్త్రీ అయినా పొందిందా?

కీచకుడు నన్ను తనకి భార్యగా ఉండమని రోజూ వేధిస్తూంటే నా గుండె తరుక్కుపోతోంది.

అయినా ఎందుకు జీవించి ఉన్నానో తెలుసా?

చక్రవత్పరివర్తంతే హ్యర్థాశ్చ వ్యసనాని చ,
ఇతి కృత్వా ప్రతీక్షామి భర్తౄణాముదయం పునః. 20.4

ఐశ్వర్యం గాని, అష్టకష్టాలు గాని ఎవరికీ శాశ్వతం కాదు. అవి చక్రంలో ఆకు ఒకసారి పైకి వెళ్ళినట్లు వృద్ధి చెందుతాయి. మరొకసారి కిందకి వెళ్ళినట్లు క్షీణిస్తాయి. వృద్ధిచెందినపుడు మిడిసిపడకూడదు. కష్టాలు వచ్చినప్పుడు క్రుంగిపోకూడదు.

నేను పెద్దలు, విజ్ఞులు చెప్పిన మాట నమ్ముతాను. మనకు మళ్ళీ మంచిరోజులు వస్తాయని నా ప్రగాఢవిశ్వాసం. ఆ విశ్వాసమే ఇన్ని అవమానాలు సహించినా నేను బ్రతికిఉండేలా చేస్తోంది.

భ్రాతరం చ విగర్హస్వ జ్యేష్ఠం దుర్ద్యూతదేవినమ్,
యస్యాస్మి కర్మణా ప్రాప్తా దుఃఖ మేతదనంతకమ్. 18.10

మీ అన్నగారు జూదం ఆడుతూ ఒళ్ళు తెలియక పందేలు కాసాడు. జూదం అతడి బలహీనత. అతడి ద్యూతప్రియత్వం వలన నేనిన్ని అవమానాలు సహిస్తున్నాను. అతన్నేమనాలి? *(ఏమన్నా తప్పులేదు)*.

రాజ్యం కోల్పోయి, వనవాసం అజ్ఞాతవాసం చేస్తాననే పందెంతో జూదమాడేవాడు మీ అన్న తప్పితే ఈ లోకంలో ఇంకొకడెవడైనా ఉంటాడా? సోదరులతోనూ, భార్యతోనూ కలిసి దేశదిమ్మరిలా బతుకుతానని పందెంకాసే మహాత్ముడు మీ అన్న తప్ప ఈ లోకంలో ఇంకొకడు ఎవడుంటాడు?

భార్యనీ, సోదరులనీ పణంగా పెట్టి జూదమాడడం ఎప్పుడైనా విన్నామా?

అటువంటి పందేలు కాసి జూదమాడేవాడు మీ అన్న తప్ప ఇంకెవడుంటాడు?

నా మాటలు నీకు బాధ కలిగిస్తాయని తెలుసు. అయినా ఈ రోజు నువ్వు నా బాధ విని తీరాలి.

ఎటువంటి వీరుడివి! ఇలా ఇంకొకడి ఇంటిలో వంటలు చేస్తూ పొట్టపోసుకుంటూ రోజులు గడుపుతుంటే చూసి నేనింకా ఎందుకు బ్రతికి ఉన్నానో తెలియదు.

అంతఃపురస్త్రీలకు వినోదం కలిగించడానికి నీవంటి వీరుణ్ణి సింహాలతోనూ, ఏనుగుల తోనూ పోరాడిస్తే నా గుండె కరిగి కన్నీళ్ళవుతోంది. అది చూసి అందరూ నా శీలాన్ని శంకిస్తున్నారు. నేను నీతో ఎవరికీ తెలియకుండా సంబంధం ఏర్పరుచుకున్నానని వ్యంగ్యంగా సుదేష్ణ నా ఎదురుగానే పరిచారికలతో అంటోంది. అటువంటి మాటలు కూడా సహించి పడి ఉన్నాను.

దేవతలను జయించిన అర్జునుడు ఆడపిల్లలకు నాట్యం నేర్పుతూ, అంతఃపురస్త్రీలకు కథలు చెప్తూ అసహ్యమైన నపుంసకజీవితం గడుపుతూంటే అందుకు కారణమైన నీ అన్నగారిని నిందించకుండా ఉండగలనా?

ఎటువంటి నకుల సహదేవులు? సేవకులలా ఏ పనులు చేస్తున్నారు?

ద్రుపదుడి కూతురిని, ధృష్టద్యుమ్నుడి సోదరిని, పాండవుల పట్టమహిషిని ఇటువంటి నికృష్టమైన బ్రతుకు బ్రతుకుతున్నాను. నేను గనుక ఇంకా బ్రతికి ఉన్నాను. అభిమానవతి అయిన మరొక రాచబిడ్డ అయితే ఎప్పుడో మరణించి ఉండేది. నలుదిశలా సముద్రపర్యంతం ఉన్న భూమండలమంతా నా వశమై ఉండగా పరిచారికల సేవలందుకున్న నేను నీ అన్నగారి ద్యూతచాపల్యంవలన ఈ విరాటుడి భార్యకి సేవచేస్తూ, రాజుకోసం గంధం తీస్తూ - ఇలా పొట్టపోసుకుంటున్నాను.

అహం సైరంధ్రివేషేణ చరంతీ రాజవేశ్మని,
శౌచదాస్మి సుదేష్ణాయా అక్షధూర్తస్య కారణాత్. 20.1

నీ అన్నగారు జూదరి అయి, తానేం చేస్తున్నాడో తనకి తెలియని స్థితిలోకి పోయి పందేలు కాయడం వలన నేను సైరంధ్రినై సుదేష్ణకి స్నానం చేయిస్తున్నాను.

విరాటుడికి నేను తీసే గంధం తప్ప నచ్చదట. ఆ గంధంలో కొంచెం తేడా వచ్చినా అతడనే మాటలు ఒకటా, రెండా! అవన్నీ నీ అన్నగారి వ్యసనం వలన నేను భరిస్తున్నాను." అని చెప్పి హృదయవిదారకంగా ఏడ్చింది.

భీముడు ఆమె చేతులు చూసాడు. సుకుమారంగా ఉండే ఆమె చేతులు సంవత్సరకాలం సుదేష్ణ మందిరంలో చేసిన సేవలకి కాయలు కాచిపోయాయి. ఆ చేతులను ముఖానికి అద్దుకుని భీముడు కన్నీరు కార్చాడు.

"కల్యాణీ! ఇప్పుడు నువ్వు అన్న మాటలు మళ్ళీ ఎప్పుడూ అనకు. ఈ మాటలు వింటే యుధిష్ఠిరుడు వెంటనే ప్రాణం వదిలేస్తాడు. అతడు లేకపోతే మేము నలుగురమూ ఉండము.

భర్తననుసరించి జీవించే స్త్రీకి కష్టాలు తప్పవు. రాముడి భార్య సీత పడిన కష్టాలముందు మనకష్టాలు ఏపాటివి?

అయినా మన అజ్ఞాతవాసం పూర్తికావస్తోంది. కొద్దిరోజులు ఓరిమి వహించు. ఈ భూమండలం అంతటికీ నువ్వే రాణివౌతావు." అన్నాడు.

"ఈ రోజు కీచకుడు నన్ను తన్నాడు. మీరంతా ఉండీ నన్ను రక్షించలేకపోయారు. విరాటుడు అశక్తుడై ఏమీ తెలియనట్లు నటించాడు.

దర్శనే దర్శనే హన్యాద్ యది జహ్యాం చ జీవితమ్,
తద్ ధర్మే యతమానానాం మహాన్ ధర్మో నశిష్యతి. 21.39

ఈమెని ఏం చేసినా ఏమవదు అని ధైర్యంతో రేపటినుంచి కనబడిన ప్రతీవాడూ నన్ను తన్నడం మొదలుపెడతాడు. నేనది సహించలేక ప్రాణం వదిలేస్తాను. సత్యం, ధర్మం అంటూ నానా దురవస్థలూ అనుభవిస్తూ, కట్టుకున్న భార్యని కూడా రక్షించుకోలేక, ఆమె ఆత్మహత్యకి కారణం కావడం వలన మీకు దక్కే ధర్మం ఏమిటో తెలియడంలేదు.

అన్నగారి మాట నిలబెట్టామని గర్విస్తున్న మీకు భార్య దక్కదు. కనీసం భార్యని రక్షించుకోలేని మహావీరులని ఘనకీర్తి మాత్రం మిగులుతుంది.

పురుషుడే *(రేతోరూపంలో)* భార్యయందు సంతానంగా జన్మిస్తాడు. అటువంటి భార్యను రక్షించడం సామాన్య మానవధర్మం. పౌరుషవంతుడికి తన భార్యని అవమానించినవాడు పరమ శత్రువు. **క్షత్రియస్య సదా ధర్మో నాన్యః శత్రునిబర్హణాత్** – క్షత్రియుడికి శత్రువుని వధించడంకంటే పరమధర్మం ఇంకొకటి లేదు.

మన శత్రువైన కీచకుణ్ణి నువ్వు వధించాలి. కుండని రాయిమీద వేసి పగలకొట్టినట్లు భయంకరంగా వధించాలి. రేపు సూర్యోదయానికి వాడు బ్రతికి ఉంటే నేను విషం తాగి మరణిస్తాను. వాడికి చిక్కను. మీకు దక్కను." అని అతడి గుండెలమీద తలపెట్టి వెక్కి వెక్కి ఏడ్చింది.

భీమసేనుడు ఆమెని ఓదార్చాడు.

"ద్రౌపదీ! కీచకుణ్ణి తప్పక చంపుతాను. అర్జునుడు నాట్యం నేర్పే ఈ నర్తనశాలలోనే చంపుతాను. ఇక్కడ స్త్రీలు పగటివేళ నాట్యం చేసి, రాత్రి ఇళ్ళకు వెళ్ళిపోతారు. రాత్రి ఈ శాల నిర్మానుష్యంగా ఉంటుంది.

నువ్వు రేపు పగటిపూట కీచకుణ్ణి తిరస్కరించకుండా దగ్గరకు రానియ్యి. ఎవరూ వినకుండా అతడికి రహస్యంగా సందేశం చెప్పు. రేపు రాత్రి రెండవకంటికి తెలియకుండా నర్తనశాలకి ఒంటరిగా రమ్మను. అక్కడ బలమైన పాన్పు ఉంది. **తత్రాస్య దర్శయిష్యామి పూర్వప్రేతాన్ పితామహాన్** – అక్కడ వాడికి చనిపోయిన వాడి తాత ముత్తాతలని చూపిస్తాను." అన్నాడు.

ద్రౌపది కళ్ళు తుడుచుకుని ఎవరికంటా పడకుండా తన నివాసానికి వెళ్ళింది.

◆◆◆

మరునాడు ఉదయాన్నే కీచకుడు రాజమందిరానికి వెళ్ళాడు. ద్రౌపది ఒంటరిగా ఉండగా ఆమెను సమీపించాడు.

"నీ భర్తలు గంధర్వులన్నావు. పరాక్రమవంతులన్నావు. నిన్న నిన్ను నిండు సభలో కింద పడతోసాను. కాలితో తన్నాను. ఎవరైనా రక్షించడానికి సాహసించారా? నీ భర్తలు రాలేదు. విరాటుడు నోరు విప్పలేదు. నీ భర్తలే కాదు, విరాటుడు కూడా నానుంచి నిన్ను కాపాడలేరు.

సైరంధ్రీ! ఈ మత్స్యదేశానికి అసలైన రాజుని నేనే. నన్ను చేరు. నీకు దాసుడిగా ఉంటాను. నువ్వు సుఖించు. నన్ను సుఖపెట్టు.

అహ్నాయ తవ సుశ్రోణి శతం నిష్కాన్ దదామ్యహం – ఎంతకాలం నా సోదరికి సేవ చేసినా నీకు చివరికి మిగిలేదేమీ ఉండదు. అదే నన్ను చేరితే నీకు సకలసౌఖ్యాలూ అమరుస్తాను. ఇప్పటికిప్పుడు వంద బంగారు నాణేలు కూడా ఇస్తాను. " అన్నాడు.

ద్రౌపది, "కీచకా! నా భర్తలవిషయంలో నేను భయపడుతున్నాను. నువ్వొక పని చెయ్యి. ఎవరికీ మాటమాత్రం కూడా చెప్పకుండా, రెండవకంటికి తెలియకుండా ఈ రాత్రికి నర్తనశాలకి రా." అని అక్కడినుంచి వెళ్ళిపోయింది.

కీచకుడు ఆనందం పట్టలేకపోయాడు. ఎంత వేచినా పగలు గడిచినట్లు అనిపించలేదు. సాయంత్రం విశేషంగా అలంకరించుకుని రాత్రికోసం నిరీక్షిస్తున్నాడు.

ఈలోగా కీచకుడు రాత్రికి నర్తనశాలకి వస్తాడని ద్రౌపది భీముడికి చెప్పింది.

"ద్రౌపదీ! ఎంత ప్రియమైన వార్త చెప్పావు! ఇంద్రుడు వృత్రాసురుణ్ణి చంపినట్లు, ఈ రోజు కీచకుణ్ణి చంపుతాను. వధించడం ఇంత భయంకరంగా కూడా ఉంటుందా అని అందరూ అదిరిపడేలా ఆ నీచుణ్ణి చంపుతాను. వాణ్ణి చంపుతుంటే మత్స్యదేశంలో ఉన్న వీరులందరూ అడ్డం వచ్చినా వాడు బ్రతకడు. వాడిని రక్షించడానికి వచ్చే వారిని కూడా వాడితో పాటే చంపుతాను." అన్నాడు భీముడు.

ద్రౌపది చిన్న హెచ్చరిక చేసింది. "ఆ నీచుణ్ణి గుట్టుగానే చంపు. నాకోసం మన అజ్ఞాతవాసం భంగమయేలా చెయ్యకు." అంది.

చీకటి పడింది. నర్తనశాలలోని స్త్రీలందరూ వెళ్ళిపోయారు. భీముడు ఎవరూ తనని గమనించకుండా జాగ్రత్తపడి నర్తనశాలలో ప్రవేశించాడు. లేడికోసం పొంచి ఉన్న సింహంలా కీచకుడికోసం ఎదురుచూస్తూ అక్కడ ఉన్న పానుపుమీద పడుకున్నాడు.

కీచకుడు ఘుమఘుమలాడే అంగరాగాలు పూసుకుని ఎవరికంటా పడకుండా నర్తనశాలలో ప్రవేశించాడు. పానుపుమీద నిద్రిస్తున్నది సైరంధ్రే అనుకుని అక్కడికి చేరాడు.

"సైరంధ్రీ! నా అంతఃపురమంతా నీకోసం అలంకరించాను. ఇంతవరకూ నన్ను చేరిన స్త్రీలందరూ నీ అంత మగవాడు లేడని నన్ను పొగిడారు. నువ్వు నాతో రా. శయ్యాసౌఖ్యం అనుభవించు." అన్నాడు.

భీముడు పకపక నవ్వుతూ లేచి, "**ఈదృశస్తు త్వయా స్పర్శం స్పృష్టపూర్వో న కర్హిచిత్** - నిన్ను నువ్వే పొగుడుకుంటున్నావు. ఇదిగో నా స్పర్శ చూడు. ఇంతకుముందు ఎప్పుడూ ఇటువంటి స్పర్శ నీకు తగిలి ఉండదు." అని కీచకుడితో తలపడ్డాడు.

ఆ బలశాలులు ఇద్దరి మధ్యా పోరు భయంకరంగా సాగింది.

క్రమంగా కీచకుడు బలహీనపడ్డాడు. భీముడు రెండు అరచేతులూ ఒక్కటి చేసి ఆ సూతుడి రొమ్ముమీద బలంగా కొట్టాడు. కీచకుడు ఆ దెబ్బ తట్టుకోలేక పడిపోయాడు. తరువాత భీముడు ఆ సూతుణ్ణి రెండు చేతులతోనూ ఎత్తి, వేగంగా గిరగిరా తిప్పి నేలకువేసి కొట్టాడు. వాడి నడుమును మోకాలితో తొక్కిపట్టి, చేతులతో నలిపి హింసించాడు. తరువాత అతడిగొంతు బలంగా పిసికాడు. మహాబలశాలి కీచకుడి కనుగుడ్లు బయటికి వచ్చాయి.

భీమసేనుడు, "మా అన్నగారి పట్టమహిషిని అవమానించిన నీచుణ్ణి వధించాను. మా అన్నగారి ఋణం తీర్చుకున్నాను." అన్నాడు.

కాని, ప్రాణంలేని కీచకుడు ఆ మాట వినలేదు. భీముడికి ఇంకా కోపం తగ్గలేదు. మళ్ళీ కీచకుడి శరీరంమీదకి దూకాడు. వాడి మెడా, తలా, చేతులూ, కాళ్ళూ మొండెంలోకి బలవంతంగా కూరాడు. ఇప్పుడక్కడ ఒక మాంసపు ముద్ద మాత్రమే మిగిలి ఉంది.

"ద్రౌపదీ! ఇటు రా! ఈ నీచుడు ఏమయ్యాడో చూడు." అన్నాడు. మాంసపుముద్ద అయి పడి ఉన్న ఆ నీచుణ్ణి చూసి ఆమె శాంతించింది. భీముడు ఎవరికంటా పడకుండా వంటశాలకు వెళ్ళిపోయాడు.

ద్రౌపది నర్తనశాలకు కాపలాగా ఉన్నవారిని పిలిచింది.

"ఈ కీచకుణ్ణి నా భర్తలైన గంధర్వులు వధించారు. పరస్త్రీలని కోరేవాడికి పట్టే గతి చూడండి." అంది.

కాపలావాళ్ళు ఆ వార్త రాజబంధువులకి చెప్పారు. కీచకుడి బంధువులందరూ అక్కడికి చేరి అతడికి పట్టిన గతి చూసి విలపించారు. అగ్నిసంస్కారంకోసం కీచకుడి శరీరాన్ని నర్తనశాలనుంచి బయటికి తెచ్చారు.

వారికి కొంత దూరంలో ఒక స్తంభాన్ని అనుకుని ఉన్న ద్రౌపది కనిపించింది. ఉపకీచకులు తమ సోదరుడి మరణానికి ఆమే కారణమనీ, ఆమెనికూడా అతడితో కలిపి దహనం చెయ్యడమే తమ సోదరుడి పట్ల తమ ధర్మమనీ కూడబలుక్కున్నారు. విరాటుడి వద్దకి వెళ్ళి సైరంధ్రిని కూడా కీచకుడితో కలిపి దహనం చెయ్యడానికి అనుమతి ఇమ్మన్నారు. ఉపకీచకుల పరాక్రమం తెలిసిన రాజు చేసేదేమీ లేక అనుమతించాడు.

ఉపకీచకులు ద్రౌపదిని శ్మశానానికి లాక్కుపోయారు. ఆమె, "జయా! జయంతా! విజయా! జయత్సేనా! జయద్బలా! ఈ సూతపుత్రులు నన్ను శ్మశానానికి ఈడ్చుకుపోతున్నారు. మీ పరాక్రమం తెలియక ఈ మూర్ఖులు నన్ను హింసిస్తున్నారు." అని బిగ్గరగా అరుస్తూ ఏడ్చింది.

ఆ మాటలు భీమసేనుడి చెవిన పడ్డాయి. అతడు వేగంగా వేషం మార్చుకుని, కోటగోడ దాటి, శ్మశానంవైపు వాయువేగంతో పరుగెత్తాడు. యముడిలా ఉపకీచకులముందు నిలబడ్డాడు.

పక్కనే ఉన్న ఒక ఎండిన తాటిచెట్టు ఒకటి అతడి కంట బడింది. దానిని అవలీలగా పెల్లగించి, మొదలునుంచి పది మూరలు ఉండేలా విరిచాడు. ఆ మానుతో దండం ధరించిన యముడిలా సూతపుత్రులమీద పడ్డాడు.

అంత భయంకరంగా వస్తున్నవాడు తమ అన్నని చంపిన గంధర్వుడే అనుకుని భయపడి ఉపకీచకులు ద్రౌపదిని వదిలి ప్రాణభీతితో పారిపోయారు. భీముడు వారివెంట పడి ఆ నూటఅయిదుమందినీ వధించాడు.

అప్పుడు శాంతించి ద్రౌపది వద్దకి వచ్చి, "నిన్ను బాధించినవాడు ఎవడైనా సరే, ఇలాగే నా చేతిలో చస్తాడు.

ఇక నిన్నెవరూ కన్నెత్తి చూడడానికి కూడా సాహసించరు. నువ్వు నగరానికి వెళ్ళిపో." అన్నాడు.

జరిగినది నగరంలో ఉన్నవారందరికీ తెలిసిపోయింది. కొందరు నగరం బయటికి వెళ్ళి భయంకరంగా వధించబడిన ఉపకీచకుల శవాలని చూసారు. వారు విరాటుడివద్దకి వెళ్ళి సైరంధ్రి భర్తలు ఉపకీచకులని బీభత్సంగా వధించారని చెప్పారు. రాజు కలవరపడ్డాడు.

ఆయన అంతఃపురానికి వెళ్ళి రాణితో, "సుదేష్ణా! ఈ సైరంధ్రిని వెంటనే పంపించెయ్యి. ఈమె ఇంకా ఇక్కడే ఉంటే ఆ గంధర్వులు మనని ఏం చేస్తారో తెలియదు. ఈ మాట నేనే ఆమెతో చెప్తే ఆమె భర్తలకి కోపం వస్తుందేమోనని సంకోచిస్తున్నాను. నువ్వు స్త్రీవి కనుక నువ్వు చెప్తే మనకి ప్రమాదముండదు." అన్నాడు.

ద్రౌపది నదిలో స్నానం చేసి వస్తూ వంటశాలవద్ద ఉన్న భీమసేనుణ్ణి చూసింది. కనబడీ కనబడని చిరునవ్వుతో, "నన్ను రక్షించిన గంధర్వులకి నమస్కరిస్తున్నాను." అంది.

ద్రౌపది నగరానికి తిరిగి వస్తూ ఉంటే దారిలో పురుషులందరూ, గంధర్వుల భయంతో, ఆమెవైపు కన్నెత్తి చూడడానికి కూడా సాహసించలేదు. తలలు దించుకుని తలొకవైపుకీ పరుగెత్తారు.

సైరంధ్రి క్షేమంగా వచ్చిందని తెలిసి, నర్తనశాలలో ఉన్న కన్యలూ, బృహన్నలా ఆమెను చూడడానికి బయటకు వచ్చారు. బృహన్నల వయ్యారంగా తిప్పుకుంటూ, "సైరంధ్రీ! ఆ పాపాత్ములబారినుంచి నువ్వెలా బయటపడ్డావు?" అని అడిగాడు.

ద్రౌపది అతడివైపు తీక్ష్ణంగా చూసింది.

"బృహన్నలా! నువ్వు కన్యలతో నృత్యం చేస్తూ అంతఃపురంలో ఆనందంగా బ్రతికేస్తున్నావు. సైరంధ్రి పడరాని కష్టాలు పడుతున్నా నీకు పట్టదు. అందుకే ఇలా నవ్వుతూ మాట్లాడుతున్నావు." అంది.

"సైరంధ్రీ! అతి నికృష్టమైన పేడి జీవితం గడుపుతూ ఈ బృహన్నల అనుభవిస్తున్న దుఃఖం నీకు తెలియదు. అయినా ఈ లోకంలో ఎవరి హృదయం ఎవరు పూర్తిగా అర్థం చేసుకున్నారు కనుక. అందుకే నీకింత ఆపద వచ్చినా నేను దుఃఖించడం లేదనుకుంటున్నావు." అని బృహన్నల గిరుక్కున వెనక్కి తిరిగి నర్తనశాలలోకి వెళ్ళిపోయాడు.

ద్రౌపది అంతఃపురంలో ప్రవేశించగానే సుదేష్ణ ఆమెని పిలిపించింది.

"సైరంధ్రీ! నువ్వు వయస్సులో ఉన్న అందగత్తెవి. రాజుల మందిరాలలో పురుషులు అందగత్తెలని చూస్తే ఆగలేరు.

నీవంటి లోకోత్తర సౌందర్యవతిని చూస్తే అసలే ఆగలేరు. ఇది మా పరిస్థితి. ఇక నీ వైపునుంచి. నీ భర్తలకి కోపం ఎక్కువ. ఎవరైనా నీవైపు చూస్తే చాలు, వారిని భయంకరంగా

చంపేస్తున్నారు. నువ్వు ఇంకా ఇక్కడే ఉంటే ఎవరికి ఏ ప్రమాదం వస్తుందో అని రాజు భయపడుతున్నాడు. నువ్వు వెంటనే ఇక్కడినుంచి వెళ్ళిపో." అంది.

ద్రౌపది, "**త్రయోదశాహమాత్రం మే రాజా క్షామ్యతు భామిని** - మీరు ఇంతకాలం నాకు ఆశ్రయమిచ్చారు. ఇంకొక పదమూడు రోజులపాటు ఓరిమి పట్టమని రాజుకి చెప్పు. ఈలోగా నా గంధర్వులు తాము తలపెట్టిన కార్యం పూర్తిచేసి వస్తారు. నా భర్తలు ఎంతపరాక్రమవంతులో అంత కృతజ్ఞులు. మీరు నాకు ఆశ్రయం ఇచ్చినందుకు మీకు తప్పక ప్రత్యుపకారం చేస్తారు." అంది.

సుదేష్ణకి అంతవరకూ ఉన్న రాజసం పోయింది. దర్పంతో ఆజ్ఞాపించడం పోయింది. ఆమెని ఏమంటే ఏమవుతుందో అని భయం పట్టుకుంది.

ఆ రాణి బ్రతిమాలడం మొదలుపెట్టింది. ప్రాధేయపడుతోంది. అమాయకురాలిలా నటించడం అంతకుముందే పోయింది.

"తల్లీ! **వస భద్రే యథేష్టం త్వం త్వామహం శరణం గతా** - నేను నిన్ను శరణు వేడుకుంటున్నాను. నీ ఇష్టం వచ్చినన్ని రోజులు ఉండు.

త్రాయస్వ మమ భర్తారం పుత్రాంశ్చైవ విశేషతః - నా భర్తనీ, పుత్రులనీ మాత్రం కాపాడు." అంది.

◆◆◆

హస్తినాపురంలో దుర్యోధనుడు కొలువుతీరి ఉన్నాడు. భీష్ముడు, ద్రోణుడు, కృపాచార్యుడు వంటి పెద్దలు ఆ కొలువులో ఉన్నారు. పాండవుల జాడ తెలుసుకుని వారి అజ్ఞాతవాసం భగ్నం చేయమని ప్రతీ దేశానికీ పంపిన గూఢచారులందరూ తిరిగి వచ్చారు. పాండవుల జాడ ఏమీ తెలియలేదనీ, వారిని బహుశా అరణ్యాలలో ఉండే క్రూరమృగాలో, సర్పాలో తినేసి ఉంటాయనీ వారు చెప్పారు.

ఈ మాటలు రాజుకి రుచించవని వారికి తెలుసు. అందుకే తామెంత కష్టపడి వెదికారో చెప్పి, చివరగా రాజు ఆనందించే మాట చెప్పారు.

"**ఇమాం చ నః ప్రియాం వీర వాచం భద్రవతీం శృణు** - రాజా! ఇప్పుడు మనకి ఆనందం కలిగించేదీ, అభ్యుదయం చేకూర్చేదీ అయిన విషయం మేము తెలుసుకున్నది చెప్తాం విను.

మత్స్యదేశం ఇంతవరకూ శత్రువులు కన్నెత్తి చూడలేనంత బలమైన దేశం. అయితే విరాటరాజు బలమంతా అతడి సేనాధిపతి కీచకుడే.

ఇటీవలే ఆ కీచకుణ్ణీ, పరాక్రమవంతులైన అతడి సోదరులనీ ఒక గంధర్వుడు నుగ్గు నుగ్గు చేసి చంపాడు. ఒక స్త్రీ విషయంలో వచ్చిన విభేదం వలన ఆ గంధర్వుడు వాళ్ళని ఊహించలేనంత క్రూరంగా వధించాడు. ఇప్పుడు విరాటుడు బలహీనుడై పోయాడు."

దుర్యోధనుడు వారు చెప్పిన సమాచారం గురించి బాగా ఆలోచించాడు. సభని ఉద్దేశించి ఇలా అన్నాడు.

"పాండవుల వనవాసం పూర్తయింది. వాళ్ళ అజ్ఞాతవాసం కూడా పూర్తి కావస్తోంది. ఇక కొద్దిరోజులే మిగిలి ఉంది. ఈలోగా మనం వాళ్ళని గుర్తిస్తే వాళ్ళు తిరిగి వనవాసానికి వెళ్ళిపోతారు. మనకి రాజ్యం నిష్కంటకమవుతుంది. అందుకు ఏం చెయ్యాలో చెప్పండి."

భీష్ముడు ఇలా చెప్పాడు. "పాండవులున్నచోట సిరిసంపదలూ, పాడిపంటలూ పుష్కలంగా ఉంటాయి. ప్రకృతి వైపరీత్యాలు ఉండవు. ప్రజలందరూ ఆనందంగా ఉంటారు. గోసంపద విశేషంగా ఉంటుంది. అలా ఉన్న దేశాలలో వెదికితే వారిని కనిపెట్టవచ్చు. **తత్ క్షిప్రం కురు కౌరవ్య యద్వేవం శ్రద్దధాసి మే** - నేను చెప్పేది చెప్పాను. నువ్వు ఏం చెయ్యాలనుకుంటున్నావో *(పాండవుల గుట్టు కనిపెట్టాలి అనుకుంటుంటే)* దానికోసం ఏమాత్రం ఆలస్యం చెయ్యకుండా వెంటనే ప్రయత్నం ప్రారంభించు."

ద్రోణుడూ పాండవుల కోసం ఎక్కడ అన్వేషించాలో చెప్పాడు. కృపాచార్యుడు పాండవులు తిరిగి వచ్చే సమయానికి యుద్ధానికి ఎలా సిద్ధంగా ఉండాలో చెప్పాడు.

(ఈ ముగ్గురూ గౌరవనీయులైన పెద్దలు.

వీరు పాండవులు పడిన కష్టాలు తలుచుకోలేదు. కపటద్యూతం గురించి పల్లెత్తు మాట మాట్లాడలేదు. పాండవుల పట్ల కనీస సానుభూతి వ్యక్తం చెయ్యలేదు. వారు క్షేమంగా తిరిగి వచ్చాక వారి రాజ్యం వారికిమ్మని చెప్పలేదు.

అజ్ఞాతవాసం కూడా పూర్తిచేసి వస్తే వారి రాజ్యం వారికి సగౌరవంగా ఇస్తామని నమ్మించి, వారిని జూదంలో కూర్చోపెట్టారనీ, అందుకు తాము సాక్షులమనీ ఈ పెద్దలు న్యాయంగా చెప్పాలి. నీతికి నిలబడాలి. తమ పెద్దరికం నిలబెట్టుకోవాలి. అడినమాట తప్పితే తాము కౌరవులను సమర్థించలేమని నిర్ద్వంద్వంగా చెప్పాలి.

వీరు అటువంటి మాట కనీసం మాటవరసకైనా అనలేదు.

తాము చేయవలసిన కనీస కర్తవ్యం చెయ్యలేదు సరికదా పాండవులకు రాజ్యం తిరిగి ఇవ్వకుండా ఉండడానికి ఉపాయాలు చెప్పారు! పదమూడు సంవత్సరాలలో హస్తినాపురంలో వచ్చిన మార్పు ఇది.

పాఠకులు భీష్ముడు అజ్ఞాతవాసం గురించి ఇప్పుడు చెప్పిన మాటలని జాగ్రత్తగా గుర్తు పెట్టుకోవాలి. పది రోజులు గడిచాక ఇదే గంగాతనయుడు ఇదే విషయంలో మనం తెల్లబోయే మాటలు చెప్తాడు!)

అందరూ అన్నీ చెప్పాక దుర్యోధనుడు తన మనస్సులో ఉన్న మాట చెప్పాడు.

"ఈ లోకంలో ఇప్పుడు సాటిలేని బలపరాక్రమాలున్న మహావీరులు నలుగురు. బలరాముడు, భీముడు, మద్రరాజు శల్యుడు, కీచకుడు. వీరితో సమానమైన శారీరక బలం ఉన్నవాడు మరొకడు లేడు. వీరితో యుద్ధం చేసి గెలవగలవాడు గాని, వీరితో బాహుయుద్ధం చేసి వధించగలవాడు గాని ఇంకొకడు లేడు.

తేనాహమవగచ్ఛామి ప్రత్యయేన వృకోదరమ్,
మనస్యభినివిష్టం మే వ్యక్తం జీవంతి పాండవాః. 29.14(ద)

ఇప్పుడు నాకు పాండవులు ఎక్కడున్నారో స్పష్టమయింది. వాళ్ళు విరాటనగరంలో ఉన్నారు. క్షేమంగా ఉన్నారు.

కీచకుణ్ణి చంపినవాడు గంధర్వుడు కాదు. అతడు భీమసేనుడే. ఆ స్త్రీ ద్రౌపదే!

మనమేం చెయ్యాలా అని పెద్దగా ఆలోచించేదేమీ లేదు. వెంటనే మత్స్యదేశంమీదకి యుద్ధానికి వెళ్ళాలి. పాండవులు విరాటనగరంలో ఉంటే రాజుకి సహాయం చెయ్యడానికి తప్పకుండా యుద్ధానికి వస్తారు. అజ్ఞాతవాసం గడువు ముగియకుండా వారిని యుద్ధంలోకి రప్పించి మనం గుర్తిస్తే మళ్ళీ పన్నెండేళ్ళు వనవాసానికి వెళ్తారు.

యుద్ధానికి ఇదొకటే కారణం కాదు. పాండవులు అనుభవించి వదిలిన రాజ్యాన్ని దుర్యోధనుడు సిగ్గులేకుండా ఎలా అనుభవిస్తున్నాడో కదా – అని విరాటుడు చాలామంది ఎదుట నన్ను అవమానించి మాట్లాడాడు. అందువలన కూడా అతడిమీద దాడి చెయ్యాలి."

ఆ ఆలోచనని త్రిగర్త దేశాధిపతి సుశర్మ బలపరిచాడు.

"మహారాజా! మాత్స్యులు అనేకసార్లు మామీద దాడి చేసారు. కీచకుడి బలంముందు మేము నిలవలేక ఓడిపోయాము. కీచకుడు మరణించడంతో విరాటుడు బలహీనుడై పోయాడు.

అతడిమీద ప్రతీకారం తీర్చుకునేందుకు ఇదే మంచి సమయం. మీ కౌరవులూ, మా త్రిగర్తులూ కలిసి మంచి వ్యూహంతో ఒకేసారి దాడి చేస్తే విరాటుడు మనముందు నిలవలేడు.

అతడికి సహాయంగా పాండవులు బయటపడితే మన ప్రయత్నానికి మరొక గొప్ప

ఫలితం కూడా చేకూరినట్లు అవుతుంది. అక్కడ పాండవులు లేకపోయినా మాత్స్యుల ధనధాన్యాలూ, అపారమైన గోసంపదా మనకి వశమవుతాయి.” అన్నాడు.

ఇతరులు మాట్లాడడానికి అవకాశమివ్వకుండా దుర్యోధనుడు ఆదేశాలు ఇచ్చాడు.

“త్రిగర్తులు తమ పూర్తి సైనికశక్తితో విరాటనగరంమీద ముందువైపునుంచి దాడి చేస్తారు. మరునాడు మనం వెనుకవైపునుంచి దాడి చేద్దాం. రెండు దిశలలో ఉన్న అసంఖ్యాకమైన ఉత్తమజాతి గోవులనీ అపహరిద్దాం. దుశ్శాసనా! అందుకు తగిన ఏర్పాట్లు చెయ్యి.” అన్నాడు.

గోగ్రహణానికి ఏర్పాట్లు చక చకా జరిగిపోయాయి. కృష్ణపక్ష సప్తమి రోజున సుశర్మ ఆగ్నేయదిశనుంచి విరాటనగరంమీద దాడి చేసాడు. మరునాడు అష్టమీ తిథిలో కౌరవులు అపారమైన సేనతో, భీష్మాది వీరులతో రెండవవైపునుంచి దాడి చేసారు.

3

సుశర్మ విరాటుడి గోసంపదని స్వాధీనం చేసుకునేందుకు ప్రయత్నించాడు. విరాటుడి గోపాలురు అతడి సైన్యాన్ని ఎదిరించారు. కానీ, త్రిగర్తుల బలంముందు నిలవలేకపోయారు. వారు రథాలమీద వాయువేగంతో నగరంలోకి వెళ్ళి విరాటుడికి సుశర్మ చేసిన దాడిగురించి చెప్పారు.

విరాటుడు వెంటనే సైన్యాన్ని సిద్ధం చేసాడు. వీరులనందరినీ యుద్ధానికి సిద్ధం కమ్మన్నాడు. తన సోదరుడు శతానీకుణ్ణి సైన్యాధిపతిగా అభిషేకించాడు. రాజు యుద్ధానికి బయల్దేరుతున్నాడని నగరంలో అందరికీ తెలిసింది. పాండవులకీ తెలిసింది.

వ్యతీతః సమయః సమ్యగ్ వసతాం వై పురోత్తమే,
కుర్వతాం తస్య కర్మాణి విరాటస్య మహీపతేః. 31.2

పాండవులు మారు వేషాలలో విరాటుడి కొలువులో వివిధ వృత్తులూ చేస్తూ తమ అజ్ఞాతవాసం పూర్తి చేసారు. జూదంలో అంగీకరించిన నియమాలన్నీ పూర్తయ్యాయి.

తమకు ఆశ్రయమిచ్చిన విరాటుడిమీద దాడి జరుగుతుంటే తాము చూస్తూ ఊరుకోవడం ధర్మం కాదని యుధిష్ఠిరుడు నిర్ణయించాడు. అజ్ఞాతవాసం పూర్తయింది కనుక తామెవరో తెలిసిపోయినా ఇక ప్రమాదం లేదు.

అతడు విరాటుడితో, “రాజా! నేనుకూడా చతురంగాలతో కూడిన ధనుర్వేదం నేర్చుకున్నాను. యుద్ధం చెయ్యడంలో సమర్థుడిని. అలాగే మన వల్లవుడూ, తంతిపాలుడూ, గ్రంథికుడూ కూడా మహావీరులే.

మేము నలుగురమూ కూడా రథాలు అధిరోహించి మీకు సహాయంగా యుద్ధం చెయ్యడానికి వస్తాము. మీ గోవులని రక్షిస్తాము." అన్నాడు.

విరాటుడు వారికందరికీ ఉత్తమమైన కవచాలూ, ఆయుధాలూ, రథాలూ ఏర్పాటు చేయించాడు.

విరాటుడి సేన సమరోత్సాహంతో దక్షిణ గో[గ్రహణం చేస్తున్న సుశర్మ సైన్యం ఉన్న దిశలో బయల్దేరింది. సూర్యాస్తమయానికి ఇంకా కొద్ది సమయం ఉందనగా సుశర్మ సైన్యంతో తలపడింది.

భయంకరమైన యుద్ధం జరిగింది. యుధిష్ఠిరుడు తనకీ, తన సోదరులకీ శ్యేన *(డేగ)* వ్యూహం రచించాడు. దాని ముక్కువద్ద స్వయంగా తాను ఉన్నాడు. నకులసహదేవులు రెక్కలుగా ఉన్నారు. భీమసేనుడు తోకవద్ద ఉన్నాడు. పాండవులూ, విరాటుడూ శత్రుసైన్యాన్ని ఊచకోత కోసారు.

అంతలో చీకటి పడింది. కొంతసేపు యుద్ధం ఆగింది. వెన్నెల రాగానే యుద్ధం మళ్ళీ మొదలయింది. సుశర్మా, అతడి సోదరుడూ వృద్ధుడైన విరాటుడి మీద తలొకపక్కనుంచీ దాడిచేసి అతణ్ణి బంధించారు. సుశర్మ విరాటుణ్ణి తన రథంలో ఎక్కించుకుని వేగంగా పారిపోవడం మొదలుపెట్టాడు.

యుధిష్ఠిరుడు, "భీమసేనా! సుశర్మ విరాటుణ్ణి అపహరించి తీసుకుపోతున్నాడు. ఈ రాజు మనకి ఆశ్రయమిచ్చాడు. మనం కోరినవన్నీ ఇచ్చాడు. అతణ్ణి కాపాడు. నకులసహదేవులు నీకు చక్రరక్షకులుగా ఉంటారు." అన్నాడు.

భీముడు చుట్టూ చూసాడు. పక్కనే ఒక మహావృక్షం ఉంది. బలిసిన దాని మాను గదలా ఉంది. ఆ వృక్షాన్ని పెకలించి ఆ మానుతో త్రిగర్తులని మూకుమ్మడిగా వధిద్దామనుకున్నాడు.

యుధిష్ఠిరుడు అందుకు అంగీకరించలేదు. "నువ్వలా వృక్షాన్ని పెకలించి దానితో యుద్ధం చేస్తే నువ్వెవరివో అందరికీ తెలిసిపోతుంది. ఎందుకంటే ఆలా చేయగలవాడు ఈ లోకంలో నువ్వు తప్ప మరొకడు లేడు. అందుచేత ఆ పని చెయ్యకు. సాధారణ ఆయుధాలతోనే యుద్ధం చెయ్యి." అన్నాడు

భీముడు బలమైన విల్లు తీసుకుని అన్నివైపులా బాణాలు వర్షంలా కురిపిస్తూ వేగంగా సుశర్మ రథం చేరాడు. అతడి రథాశ్వాలని వధించాడు. సారథిని కిందకి తోసేసాడు.

ఈ సంరంభంలో విరాటుడు సుశర్మ రథంలో ఉన్న గద తీసుకుని, ఆ గదతో సుశర్మని తీవ్రంగా కొట్టాడు. ఆ దెబ్బలు తట్టుకోలేక సుశర్మ యుద్ధరంగం వదిలి పరుగెత్తాడు.

భీముడు అతడి వెంటపడి జుట్టుపట్టాడు. కోపంగా పైకెత్తి నేలకివేసి కొట్టాడు. ఆ త్రిగర్తరాజు తలని బలంగా తన్నాడు. అతడి శరీరం హూనం అయేలా మోకాళ్ళతో పొడిచాడు. పిడికిళ్ళు బిగించి గుద్దాడు. ఆ దెబ్బలు తట్టుకోలేక సుశర్మ రక్షించమని ఆర్తనాదాలు చేసాడు. చివరకి అతడికి స్పృహతప్పిపోయింది.

సుశర్మ గతి చూసిన త్రిగర్తసేన భయంతో పది దిక్కులూ పట్టి పారిపోయింది.

భీముడు సుశర్మని మెడపట్టి ఈడ్చుకు వస్తుంటే అతడికి స్పృహ వచ్చింది. తప్పించుకునేందుకు పెనుగులాడుతుంటే భీముడు అతడి కాళ్ళూ, చేతులూ తాళ్ళతో గట్టిగా కట్టి రథం ఎక్కించి యుధిష్ఠిరుడివద్దకి తీసుకువెళ్ళాడు. అప్పుడే స్పృహలోకి వచ్చిన సుశర్మతో, "మూర్ఖుడా! నువ్వు ప్రాణాలతో ఉండాలంటే రాజుల సభలలోకి వెళ్ళి '**దాసోஉస్మీతి త్వయా వాచ్యం** – నేను దాసుణ్ణి.' – అని అందరికీ వినబడేలా చెప్పాలి. అందుకు అంగీకరిస్తే నిన్ను చంపకుండా వదలుతాను." అన్నాడు.

సుశర్మకి శరీరంలో ఉన్న ఎముకలసంధులన్నీ అప్పటికే నలిగిపోయి ఉన్నాయి. అతడు భీముడు చెప్పిన మాటకి వెంటనే అంగీకరించాడు. అయితే అతడు మాట్లాడేలోపునే దయామయుడైన యుధిష్ఠిరుడు, "వీడు యుద్ధంలో ఓడిపోయి బందీగా చిక్కి విరాటుడికి దాసుడయ్యాడు. వీడికి తగిన పరాభవం జరిగింది. ఇక వీణ్ణి వదిలెయ్యి." అన్నాడు.

సుశర్మ సిగ్గుతో విరాటరాజుకి సాష్టాంగనమస్కారం చేసి, తలదించుకుని వెళ్ళిపోయాడు.

ఆ రాత్రి పాండవులూ, విరాటుడూ యుద్ధభూమి ముందుభాగంలో, మృతదేహాలు లేనిచోట, విశ్రమించారు.

విరాటుడు, "కంకుభట్టూ! మీరు నలుగురూ నాకు సహాయంగా నిలవడం వలన ఈ రోజు శత్రువుని జయించాను. మీవలన శత్రువుకి బందీగా చిక్కినవాణ్ణి, శాశ్వతంగా అవమానం పాలవకుండా, స్వేచ్ఛగా ఉన్నాను.

మీకేం కావాలో కోరుకోండి. మణిమాణిక్యాలా, ధనరాసులా, సౌందర్యవతులైన కన్యలా? మీరేం కోరితే అవన్నీ మీవే! ద్విజశ్రేష్ఠా! అసలు ఈ రోజు మత్స్యదేశానికి నిజమైన రాజువి నువ్వే. రేపే నీకు పట్టాభిషేకం చేస్తాను." అన్నాడు.

యుధిష్ఠిరుడు, "రాజా! ఇప్పుడు నువ్వు చెప్పిన మాటలే చాలు. మాకు రాజ్యాభిషేకం పొందినంత ఆనందంగా ఉంది. అంతకంటే ఆనందకరమైన విషయం ఒకటుంది.

శత్రువు చేతికి బందీగా చిక్కిన నువ్వు బయటపడ్డావు. మాకది చాలు. వేరే ఏమీ అవసరం లేదు.

నగరంలో నీ విజయవార్త ప్రకటించేందుకు దూతలని పంపు. నీకు ఘనస్వాగతం చెప్పడానికి ఏర్పాట్లు చెయ్యమను." అన్నాడు.

విరాటుడి దూతలు బయలుదేరి సూర్యోదయసమయానికి నగరం చేరారు.

◆◆◆

విరాటుడు తనకున్న సైన్యం అంతనీ తీసుకుని సుశర్మమీద యుద్ధానికి వెళ్ళాడనే వార్త తెలియగానే కౌరవులు రెండవవైపునుంచి విరాటనగరంమీద దాడి చేసారు.

ఆ మహాసైన్యంలో భీష్ముడు, ద్రోణుడు, కర్ణుడు, కృపుడు, అశ్వత్థామ, శకుని మొదలైన అతిరథమహారథులున్నారు.

షష్టిం గవాం సహస్రాణి కురవః కాలయంతి చ,
మహతా రథవంశేన పరివార్య సమంతతః. 35.5

వారు రథాలతో పశుపాలకులుండే గ్రామాలపై విరుచుకు పడ్డారు. విరాటుడి గోపాలురిని తరిమికొట్టి అతడి గోధనాన్ని తరలించుకుపోవడం మొదలుపెట్టారు. ఆ మహాసైన్యం ముందు గోపాలురు ఆగలేకపోయారు. వివిధగ్రామాలలో ఉన్న అరవైవేల గోవులని కౌరవసేన తరలించుకు పోవడం ప్రారంభించింది.

అక్కడి గోపాలకుల నాయకుడు పరుగెత్తి నగరానికి వెళ్ళాడు.

విరాటుడి కుమారుడు ఉత్తరుడు ఒక్కడే నగరంలో మిగిలిన వీరుడు. అతడు అంతఃపురంలో స్త్రీలమధ్య కూర్చుని తన పరాక్రమం గురించి గొప్పలు చెప్పుకుంటున్నాడు.

ఆ సమయంలో గోపాలురనాయకుడు అక్కడికి వచ్చి కౌరవుల దాడి గురించి నివేదించాడు. గోసంపదని రక్షించమని ప్రార్థించాడు. లోకంలో అర్జునుడి తరువాత లెక్కలోకి వచ్చే మహావీరుడు ఉత్తరుడే అని పొగిడాడు. అనేకవేలమంది శత్రువులని అర్జునుడు ఒక్కడే పోరాడి ఓడించినట్లు ఉత్తరకుమారుడు తలుచుకుంటే కౌరవసేననంతనీ నిముషాలమీద ఓడించగలడని చెప్పి ప్రోత్సహించాడు.

అతడలా పొగుడుతుంటే ఉత్తరకుమారుడు పొంగిపోయాడు.

"నగరాన్ని రక్షించేవారు ఎవరూ లేరనుకుని ధైర్యంతో కౌరవులు ఇంతకి తెగించారు. మహావీరుడినైన నేను నగరంలోనే ఉన్నానని వారికి తెలియదు. భీష్మ ద్రోణ కర్ణులతో కూడిన కౌరవసేనని అంతనీ నేనొక్కడినే నా బాణాలతో నాశనం చేస్తాను.

అయితే నాకు తగిన సారథి లేకుండా పోయాడు. ఏం చెయ్యను?" అని వాపోయినట్లు నటిస్తూ ప్రగల్భాలు పలికాడు.

అర్జునుడు ద్రౌపదిని పక్కకి రమ్మని సంజ్ఞ చేసాడు. "నేను అర్జునుడి సారథిననీ, ఉత్తరుడి రథం నడుపుతాననీ చెప్పు. ఏదోలా ఒప్పించి నేనుకూడా యుద్ధరంగానికి వెళ్ళేలా చెయ్యి." అన్నాడు.

ద్రౌపది ముందుకు వచ్చింది.

"రాజకుమారా! మన బృహన్నల మంచి సారథి. అతడు అర్జునుడి శిష్యుడు. అతడివద్ద యుద్ధవిద్యలన్నీ నేర్చుకున్నాడు. అగ్నిదేవుడు ఖాండవవనాన్ని దహించినప్పుడూ, అర్జునుడు దిగ్విజయయాత్రకి వెళ్ళినప్పుడూ ఇతడే ఆ మహావీరుడి రథం నడిపాడు. అసలు ఇతడి వలననే ఖాండవదహనం సాధ్యమయింది. ఇతణ్ణే నీ రథం కూడా నడపమని కోరు." అంది.

"సైరంధ్రీ! అతడు ఎంతటి గొప్పవాడైనా కావచ్చు. కాని, ఒక పేడివాణ్ణి నా రథం నడిపి యుద్ధానికి తీసుకువెళ్ళమని మహావీరుడినైన నేను కోరలేను." అన్నాడు ఉత్తరుడు.

ద్రౌపది ఉత్తరని వెళ్ళి బృహన్నలని ఒప్పించమంది. అర్జునుడు ఆ శిష్యురాలి కోరిక కాదనలేకపోయినట్లు కాసేపు నటించి చివరకు ఒప్పుకున్నాడు.

ఉత్తరుడు కవచం ధరించాడు. బృహన్నలకి కవచం ఇచ్చారు. ఆ కవచం ఎలా ధరించాలో తెలియనట్లు తిరగేసి కట్టుకోబోయాడు బృహన్నల. అది చూసి స్త్రీలందరూ నవ్వారు. అప్పుడు ఉత్తరుడు ఆ కవచాన్ని తానే స్వయంగా కట్టాడు.

అర్జునుడూ, బృహన్నలా బయల్దేరబోతుంటే ఉత్తరా, ఆమె చెలికత్తెలూ బృహన్నలతో, "మీరు కౌరవులని ఓడించాక భీష్మద్రోణాదుల మెత్తటి పైవస్త్రాలు తీసుకురండి. వాటిని మేము మా ఆటబొమ్మలకి కట్టి ఆనందిస్తాము." అన్నారు.

అర్జునుడు నవ్వాడు. "ఉత్తరకుమారుడు కౌరవులమీద గెలిస్తే అలాగే తెస్తాము." అని రథం ఎక్కాడు.

రథం కౌరవులున్న దిశగా వెళ్ళింది. అర్జునుడు రథాన్ని నగరం బయట ఉన్న శ్మశానం వైపు తీసుకువెళ్ళి, తాము ఆయుధాలు దాచిన జమ్మిచెట్టు దగ్గర ఆపాడు. అక్కడినుంచి కౌరవసైన్యం బాగా కనబడుతోంది.

ఉత్తరుడు రథంలో నిలబడి ఆ సైన్యాన్ని చూసాడు.

కనుచూపు పారినంత మేర ఎటు చూసినా భయంకరమైన యుద్ధరథాలూ, వాటిమీద

ఎత్తుగా ఎగురుతున్న జెండాలూ, నిలువెత్తు ధనుస్సులు ధరించిన మహావీరులూ కనిపించారు. ఎంత పైకి లేచి, మునికాళ్ళమీద నిలుచుని చూసినా, ఆ సైన్యానికి అంతు లేదనిపించింది. ఆ సైన్యం ఒక మహాసముద్రంలా ఉంది. ఆ దృశ్యం చూడగానే ఉత్తరుడికి గుండె జారిపోయింది.

"బృహన్నలా! ఇది సైన్యమా లేక సముద్రమా! ఎంతెంత రథాలూ, ఎంతెంత ధనుస్సులూ, ఎన్ని లక్షల సైన్యం! ఈ మహాసైన్యాన్ని చూస్తే చాలు శరీరం రోమాంచితమవుతోంది. స్పృహతప్పిపోతోంది.

నేను బాలుణ్ణి. యుద్ధంలో అనుభవం లేనివాణ్ణి. ఒంటరిని. ఈ సైన్యాన్ని ఎదుర్కొనే శక్తి నాకు లేదు. రథం వెనక్కి తిప్పు. రాజమందిరానికి పారిపోదాం." అని ఏడవడం మొదలుపెట్టాడు.

అర్జునుడు ధైర్యం చెప్పాడు. యుద్ధానికి వచ్చి శత్రువులని చూడగానే భయపడి పారిపోతే అంతఃపుర స్త్రీలు నవ్వుతారన్నాడు. అతడెన్ని చెప్పినా ఉత్తరుడికి ధైర్యం చాలలేదు. బృహన్నల తనమాట వినడంలేదని రథంనుంచి దూకి నగరంవైపు పరుగెత్తాడు.

అర్జునుడు అతడివెంటపడి జుట్టు పట్టుకున్నాడు. ఉత్తరుడు ఏడుస్తూ తనని పారిపోనిమ్మని బతిమాలాడు.

"బృహన్నలా! నన్ను వెళ్ళిపోనీ. నువ్వుకూడా వచ్చెయ్యి. నగరానికి వెళ్ళిపోదాం. నన్ను చూసి స్త్రీలు నవ్వితే నవ్వనీ. గోవులు పోతే పోనీ. **నివర్తయ రథం క్షిప్రం జీవన్ భద్రాణి పశ్యతి** – రథం వెనక్కి తిప్పు. ఈ ముప్పు తప్పించుకుని ప్రాణాలతో ఉంటే ఎప్పటికైనా మేలు జరుగుతుంది. ఈ రోజు అవమానం కలిగినా, ఇంకొక రోజు సన్మానం జరుగుతుంది." అన్నాడు. తన మాట వింటే ఎవరికీ తెలియకుండా మంచి లంచం కూడా ఇస్తానన్నాడు.

"బృహన్నలా! నన్ను పారిపోనిస్తే నీకు వంద బంగారునాణేలు ఇస్తాను. బంగారంలో పొదిగిన ఎనిమిది మంచి జాతి వైడూర్యమణులిస్తాను. రథాలూ, గుర్రాలూ, ఏనుగులూ ఇస్తాను." అన్నాడు.

భయంతో మతి చెడి మాట్లాడుతున్న ఉత్తరుడితో, "యుద్ధం చెయ్యడానికి నీకంత భయంగా ఉంటే నువ్వు యుద్ధం చెయ్యకు. రథం నడుపు. నేను యుద్ధం చేస్తాను." అంటూ అర్జునుడు అతణ్ణి బలవంతంగా రథం ఎక్కించాడు.

జమ్మిచెట్టుకి దగ్గరగా వెళ్ళాక ఉత్తరుణ్ణి రథం దిగి చెట్టుమీద ఉన్న ఆయుధాలమూట

కిందకి దింపమన్నాడు. ఉత్తరుడు సంకోచిస్తుంటే అర్జునుడు ధైర్యం చెప్పి అతడిచేత ఆయుధాలు దింపించాడు.

ఆ మూటలో ఉన్న మహాయుధాలను చూడగానే ఉత్తరుడికి కళ్ళు తిరిగాయి. ఎలాగో నిలదొక్కుకున్నాడు. అర్జునుడు అవి పాండవుల ఆయుధాలు అని చెప్పి ఏ ఆయుధం ఎవరిదో వివరించాడు.

"ఇటువంటి దివ్యమైన ఆయుధాలు ధరించే పాండవులు ఇప్పుడు ఎక్కడున్నారో కదా!" అని ఉత్తరుడు వారిని గురించి విచారించాడు.

అప్పుడు అర్జునుడు తానెవరో చెప్పాడు. యుధిష్ఠిరాదులు విరాటుడి కొలువులో ఎవరెవరు ఏ ఏ పని చేస్తున్నారో చెప్పాడు. "పేడి రూపంలో ఉన్న నువ్వు మహావీరుడు అర్జునుడివంటే నాకు నమ్మకం కలగడం లేదు. నువ్వే అర్జునుడివైతే నీకున్న పది పేర్లూ చెప్పు." అన్నాడు ఉత్తరుడు.

అర్జునుడు మందహాసం చేసాడు.

"ఉత్తరకుమారా! నాకున్న పదిపేర్లూ చెప్తాను. ఒక్కసారి విని వాటిని బాగా మనస్సుకి పట్టించుకో.

అర్జునః ఫల్గునో జిష్ణుః కిరీటీ శ్వేతవాహనః,
బీభత్సుః విజయః కృష్ణః సవ్యసాచీ ధనంజయః. 44.9

(1) అర్జునుడు, (2) ఫల్గునుడు, (3) జిష్ణువు, (4) కిరీటి, (5) శ్వేతవాహనుడు, (6) బీభత్సుడు, (7) విజయుడు, (8) కృష్ణుడు, (9) సవ్యసాచి, (10) ధనంజయుడు. ఇవి నా పది పేర్లు." అన్నాడు అర్జునుడు.

"నీకు ఆ పేర్లు ఎందుకు వచ్చాయి?" అని అడిగాడు ఉత్తరుడు.

అర్జునుడు చెప్పాడు.

"(1) నా శరీరవర్ణమంత తెల్లటి ఛాయ ఇంకెవరికీ ఉండదు. అందుకు నేను అర్జునుణ్ణి. (2) చంద్రుడు ఉత్తరఫల్గునీ నక్షత్రంతో కలిసి ఉండగా పుట్టాను. అందుకు ఫల్గునుణ్ణి. (3) నేను శత్రువులకు లొంగను. శత్రువులే నాకు లొంగుతారు. అందుకు జిష్ణుణ్ణి. (4) పూర్వం రాక్షసులని యుద్ధంలో ఓడించినప్పుడు దేవేంద్రుడు స్వయంగా నా తలమీద సూర్యుడిలా వెలిగిపోయే కిరీటం పెట్టాడు. అందుకు కిరీటిని. (5) నా రథానికి బంగారు కవచాలున్న తెల్లని గుర్రాలుంటాయి. అందుకు శ్వేతవాహనుణ్ణి. (6) యుద్ధంలో జుగుప్స కలిగించే పనులు చెయ్యను. అందుకు బీభత్సుణ్ణి. (7) యుద్ధానికి వెళ్తే విజయం

సాధించకుండా తిరిగిరాను. అందుకు విజయుణ్ణి. (8) చిన్నతనంలో చామనచాయగా ఉన్న నన్ను మా తండ్రి ముద్దుగా కృష్ణుడని పిలిచాడు. అందుకు కృష్ణుణ్ణి. (9) నేను కుడి, ఎడమ చేతులు రెండిటితోనూ బాణాలు ప్రయోగించగలను. అందుకు సవ్యసాచిని. (10) అనేక రాజ్యాలని జయించి ధనం పోగుచేసాను. అందుకు ధనంజయుణ్ణి."

ఉత్తరుడు అర్జునుడికి నమస్కరించి తనకిక భయం లేదన్నాడు. అర్జునుడి ఆయుధాలు తెచ్చి రథంలో పెట్టాడు. అంతా చేసాక ఉత్తరుడికి మళ్ళీ అనుమానం వచ్చింది.

"ఇంత వీరుడివి. నీకీ పేడిరూపం ఎలా వచ్చింది?" అని అడిగాడు.

అర్జునుడు ఊర్వశి శాపం, అది అజ్ఞాతవాసంలో వరంగా మారడం వివరించాడు.

అర్జునుడు చేతికున్న కంకణాలు తీసేసాడు. పేడిరూపానికి సరిపోయేలా కట్టుకున్న శిరోజాలు సహజరూపంలో పెట్టి తెల్లని వస్త్రంతో పైకెత్తి కట్టాడు.

తూర్పుకి తిరిగి సర్వాస్త్రాలనీ మనస్సులో ధ్యానించాడు. ఆ అస్త్రాలన్నీ వచ్చి అంజలి ఘటించి నిలుచున్నాయి. అర్జునుడు వాటిని తన మనస్సులో నిలవమన్నాడు. ఆ అస్త్రాలని గ్రహించిన అర్జునుడి ముఖం తేజోవంతమయింది.

ఉత్తరుడికి ఇంకొక అనుమానం వచ్చింది.

"వీరుడా! ఇటు చూస్తే నువ్వు ఒక్కడివి. అటు చూస్తే అవతలి పక్షంలో లోకవిఖ్యాతి గాంచిన అనేకమంది వీరులున్నారు. లక్షలాది సైనికులున్నారు. నువ్వు ఒక్కడివీ అంతమందితో ఎలా యుద్ధం చేస్తావు?" అని అడిగాడు.

అర్జునుడు నవ్వాడు.

యుధ్యమానస్య మే వీర గంధర్వైః సుమహాబలైః,
సహాయో ఘోషయాత్రాయాం కస్తదాసీత్ సఖా మమ. 45.36

ఘోషయాత్రలో మహాబలవంతులైన గంధర్వులతో యుద్ధం చేసినప్పుడు నాకు ఎవరు తోడున్నారు? దేవతలు కూడా జయించలేకపోయిన నివాతకవచులనే రాక్షసులతో యుద్ధం చేసి గెలిచినప్పుడు నాకు తోడెవరున్నారు? ద్రౌపదీ స్వయంవరంలో అనేకమంది రాజులతో యుద్ధం చేసినప్పుడు నాకు తోడెవరు?

ఈ యుద్ధాలన్నీ నేను ఒంటరిగానే చేసాను.

నాకు గురువులైన ద్రోణుడూ, కృపుడూ, ఆపైన ఇంద్రుడూ, యముడూ, కుబేరుడూ, కృష్ణుడూ, పరమశివుడూ ఎప్పుడూ నాకు అండగా ఉంటారు. వారందరి ఆశీస్సులూ ఉండగా ఈ కౌరవులను జయించడం ఏపాటిది!" అన్నాడు.

రథంమీదున్న ఉత్తరుడి సింహధ్వజం తొలగించాడు. వెంటనే స్వర్ణమయమైన కపిధ్వజం వచ్చి రథంమీద నిలబడింది. అగ్ని అనుగ్రహంతో భయంకరమైన భూతాలు ఆ ధ్వజంమీద వచ్చి నిలిచాయి. ఆకాశంనుంచి దివ్యరథం ఒకటి వచ్చి ఉత్తరుడి రథంతో కలిసిపోయింది.

అర్జునుడు ఆ రథానికి ప్రదక్షిణం చేసాడు. సమరోత్సాహంతో రథం అధిరోహించాడు. ఉత్తరుడు సారథిస్థానంలో కూర్చున్నాక రథం కౌరవసేనమీదకి పోనిమ్మన్నాడు. రథం కదలగానే పాంచజన్యం ఊదాడు. ఆ శంఖంనుంచి వచ్చిన ధ్వనికి పర్వతాలు కంపించాయి.

ఆ ధ్వనికి ఉత్తరుడికి కాళ్ళూ, చేతులూ ఆడలేదు. అతడు రథంలో కూలబడిపోయాడు. అర్జునుడు పగ్గాలు లాగి గుర్రాలను ఆపాడు. ఉత్తరుణ్ణి కౌగిలించుకుని ధైర్యం చెప్పాడు. భయం పోగొట్టాడు.

◆◆◆

నగరంనుంచి ఒకే రథం రావడం, జమ్మిచెట్టు దగ్గర ఆగడం, ఆ తరువాత జరిగిన సంఘటనలూ అన్నీ కౌరవసైన్యంలో ఉన్న వారందరూ చూసారు. ఇంత మహాసైన్యంతో యుద్ధానికి విరాటనగరంనుంచి ఒంటరిగా వస్తున్న వీరుడెవరా అని మిక్కిలి కుతూహలంగా చూసారు.

ఆ రథం నడుపుతున్న పేడివాడి ఒడ్డూ, పొడుగూ అంత దూరంనుంచి చూస్తే అతడు అర్జునుడేమో అనిపించింది, ద్రోణుడికి. కొంతసేపటికి పేడివాడు రథికుడయ్యాడు. అతడి చేతిలో ఉన్న మహాధనుస్సు చూసాక ద్రోణుడికి సందేహం తీరిపోయింది.

అర్జునుడు శంఖం ఊదగానే కౌరవసేనలో ఉన్న గుర్రాలు దీనంగా సకిలించాయి. కన్నీళ్ళు కారుస్తూ ముఖం పక్కకి తిప్పుకున్నాయి. ప్రశాంతంగా ఉన్నచోట ఉన్నట్లుండి గాలి తీవ్రంగా వీచి మేఘంలా దుమ్ము లేచింది. ఆ శకునాలన్నీ ద్రోణుడు గమనించాడు.

ద్రోణుడు: గుర్రాలు దీనంగా సకిలిస్తున్నాయి. గాలి భయంకరంగా వీస్తోంది. రథాలమీద ధ్వజాలు ఊగిపోతున్నాయి. ఏదో ప్రమాదం జరగబోతోంది.

వీరులందరూ జాగ్రత్తగా ఆత్మరక్షణ చేసుకుంటూ మీ సైన్యాలని రక్షించుకోండి. ఇంతవరకూ సేకరించిన గోధనం రక్షించండి. వస్తున్నవాడు ఎవరో కాదు. మహాధనుర్ధరుడు అర్జునుడు.

నేహాస్య ప్రతియోద్ధారం అహం పశ్యామి కౌరవాః – కౌరవులారా! ఈ అర్జునుడికి ఎదురు నిలిచి యుద్ధం చెయ్యగలవాడు ఎవడూ లేదు.

కర్ణుడు: ఆచార్యా! అర్జునుణ్ణి పొగిడి మమ్మల్ని బెదిరించడం మీకు అలవాటే కదా! మీరింత పొగిడిన అర్జునుడు యుద్ధంలో నాలో గాని, దుర్యోధనుడిలో గాని పదహారోవంతు పరాక్రమం కూడా లేనివాడు.

దుర్యోధనుడు: కర్ణా! ఇతడు అర్జునుడే అయితే మనం వచ్చిన పని పూర్తయింది. అజ్ఞాతవాసం పూర్తికాకుండా బయటపడినందుకు పాండవులు మళ్ళీ పన్నెండేళ్ళు అరణ్యవాసం చెయ్యాలి. అయినా పాండవులు అంత తెలివితక్కువవాళ్ళు కాదు. తమంత తాము బయటపడతారని నేననుకోను.

వారి అజ్ఞాతవాసకాలం ముగిసిపోయిందేమో కూడా తెలియడంలేదు. అది ముగిసిందో లేదో భీష్ముడే చెప్పాలి.

రాజా యద్యపి మత్స్యానాం యది బీభత్సు రాగతః,
సర్వైర్యోద్ధవ్యమస్మాభిరితి నః సమయః కృతః. 47.15

మనమందరం యుద్ధం చెయ్యడానికి వచ్చాం. ఆ వచ్చేవాడు అర్జునుడే అయినా, విరాటుడే అయినా యుద్ధం చెయ్యాల్సిందే.

కర్ణుడు: రాజా! ఆచార్య ద్రోణుడికి అర్జునుడంటే ప్రేమ. అందుచేత మనని భయపెడుతున్నాడు. ఏవేవో శకునాలు కనబడ్డాయని చెప్తున్నాడు.

ఇది మన దేశం కాదు. మన నగరం కాదు. మహారణ్యం వెలుపల ఉన్న విశాలమైన మైదానం. అందులో వేసవి కాలం. ఇక్కడ గాలి వేగంగా వీయడం, దుమ్ము లేవడం ఏమీ ఆశ్చర్యంకాదు. అది సహజం. ఇదొక అపశకునం అంటున్నాడు ఈయన.

ఆపైన గుర్రాలు నిలుచున్నా, పరుగెడుతున్నా సకిలిస్తాయి. అడవిలో నక్కలు అరుస్తాయి. ఇవేవీ వింతలూ, విడ్డూరాలూ కావు. వీటిని శకునాలు అని ఈయన చెప్తుంటే సైన్యం బెదిరిపోతుంది. శత్రువుకి సులువుగా లొంగిపోతుంది.

ఆచార్యులకి జాలి ఎక్కువ. వీరు యుద్ధంలో జరిగే హింసని తట్టుకోలేరు. ఇటువంటివారికి రాజభవనాలలో శాస్త్రచర్చలూ, ఉద్యానవనాలలో కవిత్వాలూ చెప్పడంలో మంచి నైపుణ్యం ఉంటుంది. పదిమంది చేరిన చోట మంచి ప్రసంగాలు చెయ్యడంలోనూ, వైదికకర్మలు చేయించడంలోనూ కూడా నేర్పరులే. *(కాని, యుద్ధంలో కాదు.)*

ఇటువంటి ఆచార్యుణ్ణి వెనక్కి తగ్గమని చెప్పు. శత్రువుని ఎదుర్కొనే పద్ధతి మనం ఆలోచిద్దాం.

వచ్చేవాడు అర్జునుడే అయితే ఈ రోజు అతణ్ణి వధించి నీ ఋణం తీర్చుకుంటాను. మీరందరూ చూస్తూ ఉండండి. నేను ఒక్కణ్ణే అర్జునుణ్ణి ఎదుర్కొని హతమారుస్తాను.

కృపాచార్యుడు: కర్ణా! యుద్ధం గురించి తెలిసిన పెద్దలు మాట్లాడుతుంటే అర్థం చేసుకోవాలి. ఆక్షేపించకూడదు. మాట్లాడేముందు మనశక్తీ, ఎదుటివాడి శక్తీ తెలుసుకుని ఆ తరువాత నోరు విప్పాలి. భోటికి తోచినట్లు మాట్లాడకు.

అర్జునుడు ఒక్కడే వస్తున్నాడంటే చులకనగా మాట్లాడావు.

ఏకో గంధర్వరాజానం చిత్రసేనమరిందమః,
విజిగ్యే తరసా సంఖ్యే సేనాం ప్రాప్య సుదుర్జయామ్. 49.9

గంధర్వరాజు చిత్రసేనుణ్ణీ అతడి సైన్యాన్నీ అర్జునుడు ఒక్కడే ఓడించాడు. ఆ సంగతి నీకు బాగా తెలిసినదే కదా!

అర్జునుడు ఒక్కడే వెళ్ళి దేవతలు కూడా ఓడించలేని నివాతకవచ కాలఖంజులని వధించాడని విన్నావు కదా!

ఒక్కడే వెళ్ళి కిరాతరూపంలో ఉన్న రుద్రుడితో యుద్ధం చేసాడని తెలుసు కదా!

ఏకేన హి త్వయా కర్ణ కిం నామేహ కృతం పురా,
ఏకైకేన యథా తేషాం భూమిపాలా వశే కృతాః. 49.11

పాండవులు ఒక్కొక్కరూ ఒక్కొక్క దిక్కుకు వెళ్ళి సముద్రపర్యంతం ఉన్న రాజులనందరినీ జయించారు. ఇంతవరకూ నువ్వు ఒక్కడివే వెళ్ళి సాధించిన ఘనకార్యం ఏదైనా ఉందా?

ఇప్పుడు ఒక్కడివే వెళ్ళి అర్జునుడితో పోరాడి అవమానం పాలవకు. అర్జునుడితో యుద్ధమే చెయ్యవలసి వస్తే అందరం కలిసి అతణ్ణి ఎదుర్కోవడమే కొంతలో కొంత మేలు.

అశ్వత్థామ: కర్ణా! మనం ఇంకా విరాటుడి గోవులని వశపరచుకోలేదు. శత్రువుల రాజ్యం దాటలేదు. ఏదేదో సాధించినవాడిలా ఎందుకిలా వ్యర్థ ప్రలాపాలు చేస్తావు!

నిప్పు ఆత్మస్తుతి చేసుకోకుండానే కాలుస్తుంది. సూర్యుడు మౌనంగానే

ప్రకాశిస్తాడు. భూమి నోరు విప్పకుండానే ఈ చరాచర జీవకోటినంతనీ మోస్తోంది. అలాగే వీరులు ఎన్ని యుద్ధాలు చేసి విజయాలు సాధించినా తామెంత గొప్పవారో చెప్పుకోరు. తమ పరాక్రమాన్ని తామే పొగుడుకోరు.

ఆచార్యులని గురించి ఏ మాటలు చెప్పి నువ్వు ఆక్షేపించావో అవన్నీ వారి కులధర్మాలు. వారు ఆ ధర్మాలు పాటించి లోకంలో అందరికీ పూజ్యులు అవుతున్నారు. *(సూతపుత్రుడివైన నువ్వూ నీ కులధర్మం పాటిస్తే మంచిది కదా!)*

ఆచార్య ద్రోణుడు ఆక్షేపించదగినవాడా? కపటజూదంలో రాజ్యం గెలిచిన క్షత్రియుడు గౌరవించదగినవాడా? అటువంటి వాణ్ణి ఏమంటారో తెలుసా? సిగ్గులేనివాడు, మోసగాడు, క్రూరుడు అంటారు.

తథాధిగమ్య విత్తాని కో వికత్థేద్ విచక్షణః,
నికృత్యా వంచనాయోగైశ్చరన్ వైతంసికో భవేత్. 50.9

చాటుగా ఉంటి మాటువేసే వేటగాడిలా సంపదలు పోగుచేసుకున్నవాడు పరమనీచుడే అయినా, వాడుకూడా పెద్దలముందు తనని తాను పొగుడుకోడు. మీరు ఆ హద్దు కూడా దాటిపోయి ఆత్మస్తుతిలో పడ్డారు.

కతమద్ ద్వైరథం యుద్ధం యత్రాజైషీర్ధనంజయమ్,
నకులం సహదేవం వా ధనం యేషాం త్వయా హృతమ్. 50.10

దుర్యోధనా! ఈ కర్ణుణ్ణి నెత్తికెక్కించుకున్నావు. ఈ సూతుడు బీరాలు పలుకుతూంటే అతడొక మహావీరుడనీ, అతడి పక్కన నిలుచున్న నువ్వొక మహావీరుడివనీ భ్రమపడుతున్నావు. ఆ భ్రమలో మిడిసిపడుతున్నావు.

రాజా! పాండవులలో అర్జునుడితో గాని, నకులుడితో గాని, సహదేవుడితో గాని ఎప్పుడైనా యుద్ధం చేసి గెలిచావా? ఎప్పుడైనా ద్వంద్వయుద్ధం చేసావా?

అసలు వీరిలో ఎవరిమీదైనా ఎప్పుడైనా ప్రత్యక్ష యుద్ధానికి దిగే సాహసం చేసావా? లేదే! మరి వారి సంపద నీకెలా వచ్చింది? నేను చెప్పనా? సిగ్గుమాలిన మోసం చెయ్యడం వలన వచ్చింది.

ఇదే కదా నీ పరాక్రమం!

యుధిష్ఠిరుడితో గాని భీముడితో గాని ఎప్పుడైనా ఎదురు నిలిచి యుద్ధం చేసావా? లేదే! మరి ఇంద్రప్రస్థం నీకెలా స్వాధీనమయింది? ఏ యుద్ధంలో చేజిక్కింది?

తథైవ కతమద్ యుద్ధం యస్మిన్ కృష్ణా జితా త్వయా,
ఏకవస్త్రా సభాం నీతా దుష్టకర్మన్ రజస్వలా. 50.12

దురాత్ముడా! పాపీ! ద్రౌపదిని ఏ యుద్ధంలో గెలిచావని రజస్వలగా, ఏకవస్త్రంతో ఉండగా సభలోకి ఈడ్చుకు వచ్చావు?

ఇప్పుడు చెప్తున్నమాట ఎప్పుడూ గుర్తుంచుకో. **క్షయాయ ధార్తరాష్ట్రాణాం ప్రాదుర్భూతో ధనంజయః** – కౌరవులని సంహరించడానికే ధనంజయుడు పుట్టాడు. ఇప్పుడు ఆ ధనంజయుడు గాండీవం ధరించి నీపైకి వస్తున్నాడు.

యథా త్వమకరోద్ద్యూతం ఇంద్రప్రస్థం యథాఽఽహరః,
యథాఽఽఽనైషీః సభాం కృష్ణాం తథా యుధ్యస్వ పాండవమ్. 50.22

ఏ పరాక్రమాన్ని నమ్ముకుని కపటజూదం ఆడడానికి సాహసించావో, ఏ పరాక్రమాన్ని నమ్ముకుని ఇంద్రప్రస్థాన్ని కాజేయడానికి పూనుకున్నావో, ఏ పరాక్రమాన్ని నమ్ముకుని పాంచాలిని సభకి ఈడ్చుకు రావడానికి తెగించావో అదే పరాక్రమాన్ని ఇప్పుడు గాండీవం ధరించి వస్తున్న అర్జునుడిముందు ప్రదర్శించు.

నీ మామ మహామేధావి *(అని నువ్వు భ్రమపడుతున్న)* శకుని నీవెంటే ఉన్నాడు కదా! ఆ మాయావికి ద్యూతసభలో చూపించిన ఉత్సాహం ఇంకా మిగిలి ఉంటే అతణ్ణి అర్జునుడి ముందుకి పంపు. అతడి మోసాలు ఇక్కడ ప్రదర్శించి చూపించమను. **నాక్షాన్ క్షిపతి గాండీవం** – గాండీవంనుంచి పాచికలు రావనీ, ప్రాణం తీసే బాణాలు వస్తాయనీ ఆ నీచుడు గ్రహిస్తాడు.

సభలో మేనమామని ముందు కూర్చోబెట్టి అతడి వెనక దాగి పాచికలాడించావు కదా! ఇప్పుడు గాండీవాన్ని తట్టుకునేందుకు కూడా ఆ మేనమామనే నీ ముందు నిలవమను. నువ్వెలాగా అర్జునుణ్ణి ముఖాముఖీ ఎదుర్కోలేవు. మేనమామ చాటున నిలిచి యుద్ధం చూడు. మీ ఒక్కొక్కరి బలమెంతో పరాక్రమమెంతో బయటపడుతుంది.

మీలో ఎవరు యుద్ధం చేస్తారో, ఎవరు యుద్ధం చెయ్యరో నాకు అనవసరం. విరాటుడే వస్తే నేను యుద్ధం చేస్తాను. అర్జునుడు వస్తే నేను యుద్ధం చెయ్యను.

భీష్ముడు: ఆచార్యా! కర్ణుడు ఎటువంటివాడో, ఎలా మాట్లాడుతాడో మనకి తెలియనిదేముంది! యుద్ధంకోసం వీరాలాపాలు చేసాడనుకుని అతణ్ణి

క్షమించెయ్యండి. మీ గురించి ఈ సూతపుత్రుడికి ఏం తెలుసు? ఈ లోకంలో పరశురాముడు తప్ప మీతో సమానమైన యోధుడు ఎవడున్నాడు?

అశ్వత్థామా! కర్ణుణ్ణి క్షమించు. అవతల లోకాన్ని దహించే ప్రళయాగ్నిలా అర్జునుడు వస్తున్నాడు. ఈ సమయంలో మనమందరం ఐకమత్యంతో ఉండాలి. అర్జునుడు ధృతరాష్ట్రపుత్రులలో ఒక్కరిని కూడా వదలడు. మనం వారిని రక్షించాలి.

ద్రోణుడు: భీష్మా! పాండవుల అజ్ఞాతవాసం పూర్తికాలేదని దుర్యోధనుడు అంటున్నాడు. పాండవులు అజ్ఞాతవాసం పూర్తికాకుండా బయటపడేంత మూర్ఖులు కారని నా అభిప్రాయం. ఈ విషయం నువ్వే తేల్చాలి.

భీష్ముడు: నా లెక్కప్రకారం పాండవులు అరణ్యవాసం ప్రారంభించి పదమూడు సంవత్సరాల అయిదు నెలల పైన పన్నెండు రోజులు అయ్యాయి. వారు ఏ నియమం పాటిస్తామని మాట ఇచ్చారో ఆ మాటమీద నిలబడ్డారు. వారి వనవాసం అజ్ఞాతవాసం పూర్తయ్యాయి.

దుర్యోధనా! అర్జునుణ్ణి ప్రేమగా పలకరించి, పాండవుల రాజ్యం వారికి ఇచ్చెయ్యి. వారిని సుఖంగా ఉండనీ. నువ్వు క్షేమంగా ఉండు.

దుర్యోధనుడు: **నాహం రాజ్యం ప్రదాస్యామి పాండవానాం పితామహ,**
యుద్ధోపచారికం యత్తు తచ్ఛీఘ్రం ప్రవిధీయతామ్. 52.15

పితామహా! నేను పాండవులకు రాజ్యం ఇవ్వను. ఆ విషయం ఇక మాట్లాడకండి.

యుద్ధం గురించి ఆలోచించండి. మనం ఏం చెయ్యాలో ఆ పనులు వెంటనే చెయ్యండి.

భీష్ముడు: మంచిది. యుద్ధమే జరగాలనుకుంటే నీ క్షేమం కోరి చెప్తున్న మాట విను. సైన్యంలో నాలుగవవంతుని నువ్వు రక్షణగా పెట్టుకుని, గోవులను తరలించుకుని, అర్జునుడికి అందనంత వేగంగా హస్తినాపురానికి వెళ్ళు. ఆ వచ్చేవాడు అర్జునుడే అయినా, విరాటుడే అయినా అతణ్ణి నేను నిలువరిస్తాను.

దుర్యోధనుడికి ఆ మాట నచ్చింది. వెంటనే యుద్ధరంగంనుంచి తప్పుకుని హస్తినాపురంవైపు బయల్దేరాడు.

భీష్ముడు వెంటనే యుద్ధవ్యూహం రచించాడు. "ఆచార్య ద్రోణా! మీరు సైన్యం మధ్యలో ఉండండి. అశ్వత్థామ మీ ఎడమభాగాన్నీ, కృపాచార్యుడు మీ కుడిభాగాన్నీ రక్షిస్తారు. సూతపుత్రుడు కర్ణుడు సేనకి ముందు భాగంలో ఉంటాడు. నేను వెనుక భాగంలో ఉంటాను." అని మండలవ్యూహంలో సైన్యాన్ని నిలబెట్టాడు.

(పాండవుల అజ్ఞాతవాసం పూర్తయి అయిదునెలలు అయిందని భీష్ముడన్నాడు. ఆ మాట దుర్యోధనుడికి హస్తినలో సభలోనే చెప్తే పోయేది కదా! పదిరోజుల క్రితం పాండవులకోసం ఎక్కడ వెదికించాలో చెప్పడం దేనికి? ఆ రోజు అలాగా, ఈ రోజు ఇలాగా మాట్లాడడంలో భీష్ముడి ఆంతర్యం ఏమిటి? ఎక్కడైనా, ఎవరితోనైనా యుద్ధమంటే చాలు పొంగిపోయే మనస్తత్త్వమా ఇతడిది? ఇటువంటి ప్రశ్నలు రావడం సహజం. వీటికి ఎవరి సమాధానాలు వారు వెదుక్కుంటేనే తృప్తి.)

4

అర్జునుడు సమీపిస్తుంటే అందరూ ముందు కపిధ్వజాన్ని చూసారు. అంతలో ద్రోణుడు, "ఇవిగో రెండు బాణాలు నా పాదాలముందు వాలాయి. రెండు నా చెవులపక్కనుంచి సున్నితంగా పోయాయి. అర్జునుడు నా పాదాలకు నమస్కరించి, నా కుశలం అడిగాడు." అన్నాడు.

అర్జునుడు కురుసైన్యాన్ని చూసాడు. ఊహించిన వీరులందరూ కనిపించారు. దుర్యోధనుడు కనిపించలేదు. పరిశీలనగా చూస్తే దూరంలో గోవులను తోలుకుపోతూ కనిపించాడు.

"ఉత్తరా! ఈ వీరులనీ, సైన్యాన్నీ తరువాత చూద్దాం. అదుగో అక్కడ కుడివైపున సుయోధనుడు పారిపోతున్నాడు. అతడికి ప్రాణాలమీద తీపి ఎక్కువయింది. రథం పక్కకి మళ్ళించి అతడిమీదకి పోనీ. **తత్రైవ యోత్స్యే; నాస్తి యుద్ధం నిరామిషమ్** - మాంసం లేని యుద్ధంలో పస ఏముంటుంది! *(అసలైన)* వాణ్ణి వదిలి మిగిలిన వారితో పోరితే ప్రయోజనమేముంటుంది! దుర్యోధనుణ్ణి ఒక్కణ్ణి లొంగదీసుకుంటే ఈ వీరులందరూ ఓడిపోయినట్లే." అన్నాడు.

రథం దుర్యోధనుడివైపు వెళ్తుంటే అర్జునుడు శంఖం పూరించి ధనుష్టంకారం చేసాడు. ఆ శబ్దానికి అతడి ధ్వజంమీద ఉన్న భూతాలు కదిలి శత్రువుల గుండెలదిరేలా అరిచాయి. ఆ శబ్దం విన్న గోవులకు ఏమర్థమయిందో ఏమో అవి కౌరవుల అదిలింపులు లెక్కచెయ్యకుండా, తోకలు పైకెత్తి వెనక్కి తిరిగి విరాటనగరంవైపు పరుగెత్తాయి.

గోగణాన్ని రక్షించాక అర్జునుడు మహావేగంతో దుర్యోధనుడివైపు దూసుకుపోయాడు. తన దారికి అడ్డువచ్చిన మహావీరులను ఎందరినో సంహరించాడు.

కర్ణుడి సోదరుడు సంగ్రామజిత్తు అందంగా అలంకరించుకుని, మంచి ధనుస్సు పట్టుకుని అర్జునుడిమీదకి వచ్చాడు. అతడికి సహాయంగా కర్ణుడు వచ్చాడు. అర్జునుడు ఒక్కబాణంతో సంగ్రామజిత్తు శిరస్సు ఖండించాడు.

తాను చూస్తుండగా అర్జునుడు చేసిన సోదరుడి వధ చూసి కోపం పట్టలేక కర్ణుడు సవ్యసాచితో తలపడ్డాడు. కొద్దిసేపు యుద్ధం సాగింది. సూతపుత్రుణ్ణి ఉపేక్షిస్తే దుర్యోధనుడు పారిపోతాడని గ్రహించి అర్జునుడు ఆకర్ణాంతం నారి లాగి కంటికి కనబడనంత వేగంగా బాణాలు ప్రయోగించాడు. ఆ బాణాలు పిడుగులలా కర్ణుడి తొడలనీ, నుదుటినీ, మెడనీ చీల్చేసేయి.

విహాయ సంగ్రామశిరః ప్రయాతో, వైకర్తనః పాండవబాణతప్తః – ఆ బాణాల దెబ్బలు తట్టుకోలేక కర్ణుడు యుద్ధరంగం వదిలి పారిపోయాడు.

(మనం గమనిస్తే కర్ణుడు యుద్ధరంగంనుంచి పారిపోవడం ఇది నాలుగవసారి.)

దావాగ్ని అరణ్యాన్ని దహించినట్లు అర్జునుడు కౌరవసైన్యాన్ని నశింపచేస్తూ ముందుకు వెళ్ళాడు. వెయ్యి ఏనుగులు పక్కపక్కన నడుస్తూ పంటపొలాలమీద వెళ్తుంటే ఆ పొలం ఎలా నాశనమైపోతుందో అలా అర్జునుడు వెళ్ళే బాటలో కురుసైన్యం నశించిపోయింది.

“అర్జునా! ఇంతమందిని వధించావు. ఇప్పుడు రథం ఎవరివైపు నడిపించమంటావు? అతణ్ణి ఎలా గుర్తించాలి?” అని అడిగాడు ఉత్తరుడు.

అర్జునుడు అలవోకగా యుద్ధం చేస్తూనే కౌరవసేనలో ఉన్న మేటి యోధులని చూపించాడు. వారి రథాలమీదున్న ధ్వజాల గుర్తులను బట్టి వారిని గుర్తించాలని చెప్పాడు.

“నల్లని ధ్వజంతో ఉన్న రథంలో పులిచర్మం కప్పుకుని ఉన్నవాడు కృపాచార్యుడు.

కమండలం చిహ్నంగా ఉన్న ధ్వజం గల రథంలో ఉన్నవాడు ఆచార్య ద్రోణుడు. ఆయన నాకు పూజ్యుడు. ఆయన నన్ను తాకేలా బాణం వేస్తేనే ఆయనతో యుద్ధం చేస్తాను.

ఆయన రథానికి ప్రదక్షిణదిశలో మన రథం పోనీ. అది ఆయనకు నేను చేసే ప్రణామం.

పతాకంపై ధనుస్సు గుర్తున్న రథంలో ఉన్నవాడు ఆచార్యపుత్రుడు అశ్వత్థామ. ఏనుగు గుర్తున్న ధ్వజం కర్ణుడిది.

నాగధ్వజం ఉన్న రథంలో కూర్చున్నవాడు అహంకారి, దురాత్ముడు దుర్యోధనుడు. మనరథం వాడికి ఎదురుగా పోనీ.

ఎత్తయిన నీలిరంగు పతాకంమీద అయిదు నక్షత్రాలు కనబడుతున్నాయి చూడు. ఈ సైన్యంలో ఉన్న రథాలన్నిటి మధ్యా మేఘాలమధ్యనున్న సూర్యుడిలా వెలిగిపోతున్న ఆ రథం భీష్ముడిది. మా పాండవులకీ, కౌరవులకీ కూడా పితామహుడు. ఆ మహాత్ముడు అజేయుడు.

రాజశ్రియాభివృద్ధశ్చ సుయోధనవశానుగః – రాజైన దుర్యోధనుడి పోషణలో ఉన్నాడు. అతడి ఆదేశం ప్రకారం నడుచుకుంటున్నాడు. ప్రస్తుతం అతడినుంచి తప్పించుకుని దుర్యోధనుడిమీదకి వెళ్ళు."

(దీని తరువాత వచ్చే అధ్యాయంలో భీష్ముడి జెండామీద తాటిచెట్టు గుర్తు ఉంటుందని చెప్పారు.)

దారిలో కృపాచార్యుడు అడ్డు తగిలాడు. అర్జునుడు ఆయనని గాయపరిచి రథంనుంచి పడగొట్టాడు. ప్రాణం తీయకుండా వదిలాడు.

తరువాత ద్రోణుడు దాడిచేసాడు. అర్జునుడు వినయంగా, "ఆచార్యా! మేము వనవాసం, అజ్ఞాతవాసం పూర్తి చేసాము. మాకు జరిగిన అన్యాయానికి ప్రతీకారం తీర్చుకుంటున్నాము. మీరున్న సైన్యంతో యుద్ధం చేస్తున్నందుకు కోపగించకు." అన్నాడు. వారిద్దరి మధ్యా భయంకరమైన యుద్ధం జరిగింది. చివరకి అర్జునుడి బాణాల దెబ్బలకి తట్టుకోలేక ద్రోణుడు అతడికి దారి ఇచ్చాడు.

తండ్రి దెబ్బతిన్నాడన్న కోపంతో అశ్వత్థామ యుద్ధంలోకి దిగాడు. అతడూ అర్జునుడిముందు నిలవలేక దారి ఇచ్చాడు.

అంతలో కర్ణుడు మరొక రథం ఎక్కి మళ్ళీ యుద్ధానికి వచ్చాడు. వస్తూనే అర్జునుణ్ణి నిందించాడు. అర్జునుడికి కళ్ళు ఎర్రబడ్డాయి.

"ఇప్పుడే నీ కళ్ళముందే నీ తమ్ముణ్ణి చంపాను. పౌరుషమున్న వీరుడు సోదరుణ్ణి చంపిన వాడితో ప్రాణమున్నంతసేపూ పోరాడాలి. గెలవనైనా గెలవాలి. ప్రాణమైనా వదలాలి. అది వీరుల పద్ధతి.

కాని, నిత్యం ప్రగల్భాలు పలికే నువ్వు మాత్రం పౌరుషం చూపించకుండా ప్రాణభయంతో పారిపోయావు. తమ్ముణ్ణి చంపుతుంటే చూసికూడా పారిపోయే మహావీరుడు నువ్వు తప్ప ఇంకెవడుంటాడు?

సూతపుత్రా! విను. ఆనాడు ద్యూతసభలో మేము ధర్మపాశానికి కట్టుబడి, చేష్టలుదక్కి నిస్సహాయులుగా ఉండిపోయాము. అది అలుసుగా తీసుకుని మమ్మల్ని అనరాని మాటలన్నావు. సహించాము. పాంచాలిని అవమానించావు. అదీ సహించాము.

ఈ రోజు నన్ను నేను విజృంభించకుండా ఆపే పరిస్థితి లేదు. ఆనాటి నీ ప్రవర్తనకి ఈనాడు ప్రతీకారం తీర్చుకుంటాను.

ఇంతకుముందులా దెబ్బతగలగానే పారిపోకు. ప్రాణం ఎవరికైనా ఎప్పుడోప్పుడు పోయితీరవలసినదే. ఆ ప్రాణం కాపాడుకునేందుకు పిరికిపందలా ప్రవర్తించకు. స్థిరంగా నిలిచి యుద్ధం చెయ్యి. నేనేమిటో, నువ్వేమిటో తెలుస్తుంది." అన్నాడు.

కర్ణుడు రోషంగా విల్లందుకున్నాడు. వారిద్దరిమధ్యా యుద్ధం కొద్దిసేపే జరిగింది. అర్జునుడు బలంగా ఒక బాణాన్ని కర్ణుడి రొమ్ముకి గురిపెట్టి వదిలాడు. అది కర్ణుడి కవచాన్ని చీల్చుకుని శరీరంలోకి దిగిపోయింది.

స గాఢవేదనో హిత్వా రణం ప్రాయాదుదఙ్ముఖః,
తతోఽర్జున ఉదక్రోశ దుత్తర శ్చ మహారథః. 60.27

అర్జునుడు కొట్టిన దెబ్బలకి కర్ణుడికి కళ్ళు బైర్లు కమ్మాయి. అంతటా చీకటి కమ్మేసినట్లు అయింది. ఆ దెబ్బలు తట్టుకోలేక రాధేయుడు ప్రాణభయంతో యుద్ధభూమిని వదిలి ఉత్తరదిక్కుగా హస్తినాపురంవైపు పరుగెత్తాడు.

(ఇది కర్ణుడి అయిదవ పలాయనం.)

అర్జునుడు, "ఉత్తరా! అదుగో అక్కడ తాళధ్వజమున్న రథంలో కూర్చుని ఈ యుద్ధాన్ని వేడుకగా చూస్తున్న ఆ మహాయోధుడు భీష్ముడు. నేను తనతో యుద్ధం చేస్తానని ఎదురు చూస్తున్నాడు. రథం ఆ దిశలో పోనీ." అన్నాడు.

ఉత్తరుడు యుద్ధం ఇంత భయంకరంగా ఉంటుందని ఎప్పుడూ వినలేదు. వందలు, వేలు సంఖ్యలో యోధులు వరుసగా మరణిస్తుంటే అతడికి కళ్ళు తిరిగిపోయాయి. తెగిన కాళ్ళూ, చేతులూ, మొండాలతో యుద్ధభూమి నిండిపోయింది. వాటినుండి కారిన రక్తంతో నేల తడిసిపోయింది. ఆ మృతదేహాల మధ్య అత్యంత వేగంగా రథం నడపడం అతడికి శక్తికి మించిన పని అయిపోయింది.

"అర్జునా! నేనీ యుద్ధం చూడలేకపోతున్నాను. **గంధేన మూర్ఛితశ్చాహం వసారుధిరమేదసామ్** – ఈ వసా, రక్తం, చితికిన మెదళ్ళు – వీటినుంచి వస్తున్న వాసనకి నాకు కళ్ళు తిరుగుతున్నాయి. గుర్రాలని అదుపు చెయ్యలేకపోతున్నాను." అన్నాడు.

అర్జునుడు నవ్వాడు. "ఉత్తరా! క్షత్రియవంశంలో పుట్టావు. రాజకుమారుడివి. యుద్ధంమధ్యలో నీరుకారిపోకూడదు." అని ధైర్యం చెప్పాడు.

అంతలో దుశ్శాసనుడు మరొక ముగ్గురు సోదరులతో అర్జునుణ్ణి ఎదుర్కొన్నాడు. దుశ్శాసనుణ్ణి చూడగానే అర్జునుడికి భయంకరమైన కోపం వచ్చింది. ఒక్క బాణంతో దుశ్శాసనుడి విల్లు ఖండించాడు. అతడు మరొక విల్లు అందుకునేందుకు ప్రయత్నించేలోగా ఒకేసారి అయిదు బాణాలు అతడి కవచం చీల్చి రొమ్మున లోతుగా నాటేలా ప్రయోగించాడు.

దుశ్శాసనుడికి కళ్ళు చీకట్లు కమ్మాయి. తేరుకుని వెనక్కి తిరిగి చూడకుండా అర్జునుడికి అందనంత దూరం పారిపోయాడు.

అర్జునుడికీ, భీష్ముడికీ మధ్య చాలా గొప్ప యుద్ధం జరిగింది. చివరికి అర్జునుడు కొట్టిన దెబ్బలకి భీష్ముడు కళ్ళు తిరిగి పడిపోయాడు.

అప్పుడు అర్జునుడు తన ముఖ్య లక్ష్యమైన దుర్యోధనుడిమీద విరుచుకు పడ్డాడు. సవ్యసాచి బాణాల దెబ్బలకి దుర్యోధనుడు రక్తం కక్కుకుంటూ రణరంగంనుంచి పారిపోబోయాడు.

"ఓరి నీచుడా! క్షత్రియుడిలా ప్రవర్తించు. యుద్ధం చెయ్యి. రాచపుట్టుక పుట్టినందుకు గొప్ప కీర్తి సంపాదించే అవకాశం వదలి పారిపోకు.

ఇది నీ ద్యూతసభ కాదు. ఇక్కడ వందిమాగధుల స్తోత్రపాఠాలుండవు. నీచుల సలహాలూ, సహాయాలూ ఉండవు. పదునైన ఆయుధాల శబ్దాలూ, హాహాకారాలూ ఉంటాయి. వీరుడిలా నిలబడి యుద్ధం చెయ్యి. నీ తల్లిదండ్రులు పెట్టిన దుర్యోధనుడనే పేరు తలుచుకుని అయినా యుద్ధం చెయ్యి. పిరికిపందలా పారిపోకు. ఆగు. ఇన్నిమాటలంటున్నా సిగ్గులేకుండా పారిపోతూనే ఉన్నావు. పారిపోతున్న నిన్ను చంపను.

పో! పారిపో! ఈ రోజు ఈ పాండుపుత్రుడు ప్రాణభిక్ష పెట్టడంతో బ్రతికిపోయానని నలుగురూ ఉన్న సభలలో చెప్పుకో." అన్నాడు.

ఆ మాటలు సహించలేక దుర్యోధనుడు లేని ఓపిక తెచ్చుకుని రథం వెనక్కి తిప్పి అర్జునుణ్ణి ఎదుర్కొన్నాడు. ఈలోగా మిగిలిన కురువీరులు తేరుకుని దుర్యోధనుడికి సహాయంగా వచ్చారు.

అర్జునుడు తిరుగులేని సమ్మోహనాస్త్రం ప్రయోగించాడు. కౌరవసైన్యంలో ఉన్నవారందరూ స్పృహ తప్పి పడిపోయారు. అర్జునుడు ఉత్తరకుమారుణ్ణి వేగంగా వెళ్ళి కౌరవుల పైవస్త్రాలు ఉత్తరకోసం తెమ్మన్నాడు. "ద్రోణాచార్యుణ్ణీ, కృపాచార్యుణ్ణీ చూసావు కదా! వారి తెల్లని పైవస్త్రాలు తీసుకో. కర్ణుడి ఆకుపచ్చని వస్త్రం, అశ్వత్థామ దుర్యోధనుల

నీలంరంగు వస్త్రాలూ తీసుకో. మెరుపువేగంతో కదులు. ఎవరివద్దకైనా వెళ్ళు. కానీ, భీష్మణ్ణి సమీపించకు. ఆయనకి ఈ అస్త్రానికి విరుగుడు తెలుసు." అన్నాడు.

ఉత్తరుడు కౌరవుల పైవస్త్రాలు తెచ్చి రథమెక్కాడు. ఈలోగా కురువీరులకి స్పృహరావడం మొదలయింది. దుర్యోధనుడు కోపంతో రొప్పుతూ ముందుకి రాబోయాడు. అర్జునుడు ఒక బాణం వదిలి అతడి కిరీటం ఎగరగొట్టాడు.

ఇందరు అతిరథమహారథులనీ, ఇంత సైన్యాన్నీ ఒంటిచేత్తో గెలిచి నిలిచిన అర్జునుణ్ణి చూసి దుర్యోధనుడు మండిపడ్డాడు.

"పితామహా! ఈ అర్జునుణ్ణి ఎందుకిలా వదిలేసారు. వెంటనే చంపండి." అని బిగ్గరగా అరిచాడు.

భీష్ముడు నవ్వాడు. "ఇప్పటిదాకా రక్తం కక్కుతూ చేతకానివాడిలా రథంలో పడిఉన్నావు. కాస్త స్పృహ రాగానే ఎగిరెగిరి పడుతున్నావు. ఇంతకాలం బీరాలు పలికి, నీ పరాక్రమాన్ని నువ్వే పొగుడుకున్నావు. అర్జునుడు ఎదురుపడగానే ఆ పరాక్రమం, *(జూదమాడిన)* ఆ తెలివీ ఏమయ్యాయో అది ముందు చెప్పు.

అర్జునుడిది నీవంటి బుద్ధి కాదు. అతడు ధర్మానికి కట్టుబడతాడు. స్పృహతప్పినవారిని చంపడు. అందుకే మనమందరం బ్రతికిపోయాము. ఇంతవరకూ చేసిన యుద్ధం, చూపించిన పరాక్రమం చాలు. ఇక వెనక్కి తిరిగి హస్తినకి నడవండి." అన్నాడు.

కౌరవులు అవమానభారం సహిస్తూ వెనుదిరిగి వెళ్ళిపోయారు.

ఉత్తరుడూ, అర్జునుడూ జమ్మిచెట్టువద్దకి వచ్చారు. ఉత్తరుడు అర్జునుడి ఆయుధాలు జమ్మిచెట్టుమీదున్న మూటలో పెట్టాడు.

అంతవరకూ అగ్నిజ్వాలలా వెలిగిన కపిధ్వజం అకాశంలోకి వెళ్ళి మాయమయింది. అలాగే ఉత్తరుడి రథంలో కలిసిపోయిన దివ్యరథం మాయమైపోయింది. ఉత్తరుడి సింహధ్వజం రథంమీదకి చేరింది.

అర్జునుడు పొడవైన తన జుట్టు విప్పి, జడవేసి బృహన్నలవేషంలోకి మారిపోయాడు.

"ఉత్తరా! యుద్ధం నువ్వే చేసావనీ, కౌరవులని నువ్వే ఓడించావనీ నీ తండ్రితో చెప్పు. పాండవులు నీ తండ్రి కొలువులో సేవ చేస్తున్నారని చెప్పకు. ఆ మాట వింటే నీ తండ్రి తట్టుకోలేడు. భయంతో క్రుంగిపోతాడు." అని చెప్పి, ఆ వీరుడు తిరిగి బృహన్నల వేషంలోకి వచ్చాడు.

ఉత్తరుణ్ణి రథంలో కూర్చోమన్నాడు. తాను సారథి స్థానంలో కూర్చున్నాడు.

గోపాలురిని వేగంగా వెళ్ళి ఉత్తరకుమారుడు యుద్ధంలో విజయం సాధించాడని రాజుకి చెప్పమన్నాడు.

◆◆◆

విరాటుడు నగరానికి తిరిగి వచ్చాడు. విజయోత్సవాలు జరిగాయి. రాజు సభాభవనానికి వచ్చి కొలువు తీరాడు. ఎటు చూసినా ఉత్తరుడు కనిపించలేదు.

తరువాత అంతఃపురానికి వెళ్ళి, తన కుమారుడు ఏమయ్యాడని అడిగాడు. అక్కడి వారు జరిగినదంతా చెప్పారు.

విరాటుడికి నోట మాట రాలేదు. కొంతసేపయ్యాక తేరుకున్నాడు. మంత్రులనీ, ముఖ్యులనీ సమావేశపరిచాడు.

"భీష్మ ద్రోణాదులమీద యుద్ధానికి ఉత్తరకుమారుడు ఒంటరిగా వెళ్ళాడు. అదీ ఒక పేడివాడి సారథ్యంలో. అతడింకా బ్రతికి ఉన్నాడనుకోను. ఏమైనా అతడికి సహాయంగా మన యావత్తు సైన్యాన్నీ వెంటనే పంపండి." అన్నాడు.

యుధిష్ఠిరుడు: "రాజా! బృహన్నల ఉంటే చాలు. నీ కుమారుడు కౌరవులనందరినీ జయించి తిరిగి వస్తాడు. నీ కుమారుడికి ఏమీ కాదు. నీ గోసంపదని ఎవరూ అపహరించలేరు." అన్నాడు.

ఈలోగా అర్జునుడు పంపిన గోపాలురు వచ్చి ఉత్తరుడు కౌరవులనందరినీ ఓడించి గోసంపద రక్షించాడని చెప్పారు.

యుధిష్ఠిరుడు: నేను చెప్పాను కదా! బృహన్నల సారథిగా ఉంటే నీ కుమారుడు దేవతలనైనా జయిస్తాడు.

రాజు ఆనందం పట్టలేకపోయాడు. ఉత్తరుడికి స్వాగతం చెప్పడానికి విశేషమైన ఏర్పాట్లు చెయ్యమన్నాడు. నగరమంతా విజయోత్సవాలు ఘనంగా జరపాలని ఆదేశించాడు. ఇంకా అనేక ఏర్పాట్లు చెయ్యమని ఆజ్ఞాపించాడు.

ఆ సమయంలో ఇంకేం చెయ్యాలో తోచక జూదమాడాలనిపించింది. సైరంధ్రిని పాచికలు తెమ్మన్నాడు. యుధిష్ఠిరుణ్ణి తనతో జూదమాడమన్నాడు.

యుధిష్ఠిరుడు: రాజా! పట్టలేని ఆనందంతో ఉన్నవాడితో జూదమాడకూడదు అంటారు. అందుచేత ఇప్పుడు నీతో ఆడకూడదు. అయినా నువ్వు తప్పదంటే ఆడదాము.

విరాటుడు: కంకుభట్టూ! నేను నీకు ఏ పందెం ఓడిపోయినా నాకు అనందమే.

నేను ఇవ్వరానిదీ, నువ్వు తీసుకోరానిదీ నావద్ద ఏదీ లేదు.

యుధిష్ఠిరుడు: రాజా! జూదం అనేక దోషాలకి నిలయం. ఆటలో మాటమీద మాట వస్తుంది. కలహాలు పుడతాయి. ఈ జూదం వలననే యుధిష్ఠిరుడు అనేక కష్టాలు అనుభవించాడు. ఇంతవరకూ ఏదో ఆడాము. ఇక ఈ జూదాన్ని వదిలివెయ్యడం మంచిది.

విరాటుడు: పాచికలు వచ్చాయి. ఆట మొదలుపెడదాం.

ఆట మొదలుపెట్టారు. విరాటుడికి మనస్సు ఆటమీద లేదు. కుమారుడు సాధించిన నమ్మలేని విజయం గురించే అతడు ఆలోచిస్తున్నాడు. ఆనందం పట్టలేకుండా ఉన్నాడు.

విరాటుడు: ఎటువంటి కౌరవయోధులు! ఎక్కడి నా కుమారుడు! ఇతడు చిన్నవాడు. యుద్ధానుభవం లేనివాడు. అయినా అందరు కౌరవులమీదా గెలిచాడు! ఏమి పరాక్రమం! ఎటువంటి పోరాటపటిమ!

యుధిష్ఠిరుడు: **బృహన్నలా యస్య యన్తా కథం స న జయేద్ యుధి** – బృహన్నల సారథిగా ఉంటే గెలవకుండా ఎలా ఉంటాడు!

విరాటుడు: బ్రాహ్మణాధమా! నేను ఆనందంగా మాట్లాడితే చాలు, నా వీరకుమారుడితో పాటు ఆ పేడివాణ్ణి పొగుడుతావేంటి? బ్రాహ్మణులకు ఏది మాట్లాడాలో, ఏది మాట్లాడకూడదో తెలియదు. నువ్వు కావాలని నన్నూ, నా కుమారుణ్ణీ అవమానిస్తున్నావు. ఈ సారి క్షమిస్తున్నాను. ప్రాణాలతో ఉండాలంటే మళ్ళీ ఇటువంటి మాటలు మాట్లాడకు. పాచికలు వెయ్యి.

యుధిష్ఠిరుడు: రాజా! నీ మనస్సు అనుకోని విజయంతో ఉద్వేగానికి లోనై ఉంది. మనస్సునుంచి ఉద్వేగాన్ని తొలగించి కుదురుగా ఆలోచించు. వాస్తవాన్ని జీర్ణించుకో. భీష్ముడూ, ద్రోణుడూ, అశ్వత్థామా, కృపాచార్యుడూ, కర్ణుడూ ఉన్న సైన్యాన్ని జయించడం దేవేంద్రుడికి కూడా సాధ్యం కాదు. అది కేవలం బృహన్నలకే సాధ్యం. **తాదృశేన సహాయేన కస్మాత్ స న విజేష్యతి** – అటువంటివాడు సహాయంగా ఉంటే నీ కుమారుడు గెలవకుండా ఎలా ఉంటాడు?

విరాటుడు: ఎన్నిసార్లు చెప్పినా ఆ పాడు మాటలు మానవు. రాజు అలుసిస్తే ఇలాగే అవుతుంది.

కంకుడు తనకి వినోదం కలిగించడానికి జీతానికి వచ్చినవాడు. అటువంటివాడు

మహావీరుడైన తన కుమారుణ్ణి పనికిరానివాడిగా ఉపేక్షించి మాటిమాటికీ స్త్రీలమధ్య నర్తనశాలలో పడిఉండే బృహన్నలని పొగడుతుంటే సహించలేకపోయాడు.

కోపం పట్టలేక చేతిలో ఉన్న పాచికతో యుధిష్ఠిరుణ్ణి ముఖంమీద కొట్టాడు.

బలంగా తగిలిన దెబ్బకి యుధిష్ఠిరుడి ముక్కునుంచి రక్తం వచ్చింది. ఆ రక్తం కిందపడకుండా యుధిష్ఠిరుడు అదిమిపట్టాడు. అంతలో సైరంధ్రి పరుగెత్తి వెళ్ళి, బంగారు పాత్రలో నీరు తెచ్చి యుధిష్ఠిరుడి ముఖం తుడిచింది.

అంతలో ఉత్తరకుమారుడు నగరంలోకి వచ్చాడు. ప్రజల అభినందనలూ, అభివాదాలూ స్వీకరిస్తూ రాజభవనానికి చేరాడు.

యుధిష్ఠిరుడు ద్వారపాలకుడితో, "బృహన్నలని లోపలికి రానీయకు. యుద్ధంలో తప్ప వేరే సందర్భంలో ఎవరైనా నాకు గాయం చేస్తే బృహన్నల సహించదు. ఈ విరాటుణ్ణి సైన్యంతో సహా నాశనం చేసేస్తాడు." అన్నాడు.

ఈలోగా ఉత్తరుడు సభలోకి వచ్చాడు. రక్తంతో ఉన్న కంకుణ్ణీ, అతడికి పరిచర్య చేస్తున్న సైరంధ్రినీ చూసాడు. అతడు కోపంతో ఊగిపోయాడు. "ఈ మహాత్ముణ్ణి కొట్టి గాయపరచినవాడు ఎవడు? ఇంత పాపానికి ఒడిగట్టినవాడు ఎవడు? వెంటనే చెప్పండి." అని సభాభవనం దద్దరిల్లేలా అడిగాడు.

విరాటుడు తెల్లబోయాడు. ఆ పని తానే చేసానన్నాడు. ఉత్తరుడు వణికిపోయాడు.

"తండ్రీ! చెయ్యకూడని పని చేసావు. ఆ మహాత్ముణ్ణి మన్నించమని వేడుకో. లేకపోతే మనం సమూలంగా నాశనమైపోతాం." అన్నాడు.

విరాటుడికి అంతా అయోమయంగా ఉంది. అయినా తనని మన్నించమని యుధిష్ఠిరుణ్ణి కోరాడు.

మహాత్ముడైన యుధిష్ఠిరుడు, "విరాటరాజా! నాకు కోపం లేదు. అయినా రాజులు ఇలా ధూర్తప్రవర్తన చేస్తూనే ఉంటారు. నా ముక్కునుంచి వచ్చిన ఒక్క రక్తపుబొట్టు నేలమీద పడినా నీ రాజ్యం నశించిపోతుంది. నేను అందుకు భయపడ్డాను." అన్నాడు.

అంతలో అర్జునుడు ప్రవేశించి యుధిష్ఠిరుడికీ, విరాటరాజుకీ నమస్కరించాడు. విరాటుడు కుమారుణ్ణి అభినందించి, యుద్ధం ఎలా జరిగిందో వర్ణించమన్నాడు.

"తండ్రీ! యుద్ధం నేను చెయ్యలేదు. ఆ కౌరవసైన్యాన్ని చూసి నేను భయంతో పారిపోయాను. ఈలోగా ఒక దేవపుత్రుడు వచ్చి నాకు ధైర్యం చెప్పాడు.

అతడే యుద్ధం చేసి మన గోసంపదనీ, మననీ రక్షించాడు. ఆ తరువాత అతడు అక్కడే అదృశ్యం అయిపోయాడు." అన్నాడు ఉత్తరుడు.

అందరూ ఆనందంగా తమ తమ స్థానాలకు వెళ్ళారు.

◆◆◆

తరువాత మూడవరోజున పాండవులు స్నానాలు చేసి తెల్లని విలువైన వస్త్రాలూ, ఆభరణాలూ ధరించి విరాటుడి సభకి వచ్చారు. రాజులు కూర్చునే ఆసనాలమీద కూర్చున్నారు.

విరాటుడు ముఖం చిట్లించాడు. "కంకుభట్టూ! నిన్ను గౌరవిస్తూ ఉంటే అది అలుసుగా తీసుకుని వేషం మార్చావు. ఏకంగా రాజులు కూర్చునే ఆసనంమీదే కూర్చున్నావు. ఇదేం ప్రవర్తన?" అన్నాడు.

అర్జునుడు తాము ఒక్కొక్కరూ ఎవరో చెప్పాడు. అజ్ఞాతవాసకాలం ఆ రాజు కొలువులో తలదాచుకున్నామన్నాడు.

ఉత్తరుడు, "తండ్రీ! కౌరవులతో యుద్ధం చేసి గెలిచినది ఈ అర్జునుడు, నేను కాదు. మన గోసంపదని రక్షించినది ఈ సవ్యసాచి, నేను కాదు. మన గౌరవం కాపాడినది ఈ విజయుడు, నేను కాదు." అన్నాడు.

కంకుభట్టు పట్ల తాను చేసిన అపచారాలు తలుచుకుని విరాటుడు, "అయ్యో! తెలియక ఎంతెంత అపచారాలు చేసానో కదా!" అని భయపడిపోయాడు.

"నాయనా! ఉత్తరకుమారా! ఈ పాండవులు నిన్నే కాదు, నన్నూ యుద్ధంలో రక్షించారు. త్రిగర్తులకు బందీగా చిక్కిపోయిన నన్ను ఈ భీమసేనుడే గాని రక్షించకపోతే నేను త్రిగర్తులకు దాసుణ్ణి అయిపోయేవాణ్ణి.

ఇంతేసి ఉపకారాలు చేసి మన ధన, మాన, ప్రాణాలను రక్షించిన వీరిపట్ల నేను చేసిన అపచారాలకు ప్రాయశ్చిత్తంగానూ, వీరి అనుగ్రహం పొందదానికీ మన ఉత్తర కుమారిని అర్జునుడికిచ్చి వివాహం చేస్తాను." అన్నాడు.

అర్జునుడు, "రాజా! నీ కుమార్తె తండ్రిపట్ల చూపించే విశ్వాసంతో నా పట్ల ప్రవర్తించింది. ఆమెని భార్యగా స్వీకరించలేను. నీకిష్టమైతే కోడలిగా స్వీకరిస్తాను.

నా కుమారుడు అభిమన్యుడికి నీ కుమార్తెనిచ్చి వివాహం చెయ్యి." అన్నాడు.

విరాటుడు ఆనందంతో పాండవులను ఒక్కొక్కరినీ కౌగిలించుకున్నాడు.

పాండవులు విరాటదేశంలో ఉన్న ఉపప్లవ్యం (*దీనినే ఉపప్లావ్యం అని కూడా అంటారు.*) అనే నగరానికి వెళ్ళారు. తమ మిత్రులందరికీ అజ్ఞాతవాసం పూర్తయిందనీ, ఉత్తరకీ అభిమన్యుడికీ వివాహమనీ చెప్పడానికి దూతలని పంపారు.

ద్రుపదుడు ఒక అక్షౌహిణీ సైన్యంతో వచ్చాడు. కాశీరాజు, శైబ్యుడూ చెరొక అక్షౌహిణీ సైన్యంతో వచ్చారు.

వృష్ణి, అంధక వంశాలవారు అపారమైన సైన్యాన్ని పాండవులకు ఇచ్చారు.

యుధిష్ఠిరుడు చక్రవర్తి వైభవంతో ఉండగా, బంధుమిత్రుల సందడి మధ్య ఉత్తరాభిమన్యుల వివాహం కన్నులపండువుగా జరిగింది.

ఇది

వ్యాసభగవానుడు మహాభారతమహేతిహాసంలో

విరాటపర్వంలో చెప్పిన కథాసంగ్రహం.

శ్రీః

ఉద్యోగపర్వం

నారాయణం నమస్కృత్య నరం చైవ నరోత్తమమ్,
దేవీం సరస్వతీం వ్యాసం తతో జయ ముదీరయేత్.

1

(శ్రీమద్రామాయణంలో సుందరకాండ సారవంతమైనది, మహాభాగవతంలో దశమస్కంధం సారవంతమైనది, అలాగే మహాభారతంలో ఉద్యోగపర్వం సారవంతమైనది - అంటారు పెద్దలు.

ఉద్యోగం అంటే ప్రయత్నం. వ్యాసభగవానుడు ఈ పర్వానికి ఈ పేరు పెట్టి మనని బాగా ఆలోచించమన్నాడు. ఈ పర్వంలో వేరు వేరు కోణాలలో జరిగిన ప్రయత్నాలు చెప్పారు.

పాండవుల రాజ్యం పాండవులకు ఇవ్వకుండా ఉండాలని కౌరవులు ప్రయత్నించారు.

తమ రాజ్యం తాము తిరిగి సంపాదించుకునేందుకూ, ఆ సాకుతో కౌరవులను వధించడానికీ పాండవులు ప్రయత్నం చేసారు.

ధృతరాష్ట్రుడి సంతతి సమూలంగా నాశనం కాకుండానూ, అపారమైన జననష్టం కలగకుండానూ ఉండేందుకు విదురుడు, సంజయుడు ప్రయత్నించారు.

మంచిమాటల సాకుతోనూ, భీమార్జునులంటే భయం నటిస్తూనూ, కృష్ణుడిపట్ల భక్తి నటిస్తూనూ, మొత్తంమీద వంచనతోనూ పాండవులకు రాజ్యమివ్వకుండా తన కుమారుడు దుర్యోధనుడే చక్రవర్తిగా మిగలేలా ధృతరాష్ట్రుడు ప్రయత్నించాడు.

తనకు జరిగిన అవమానానికి ప్రతీకారం తీర్చుకునేలా భర్తలను రెచ్చగొట్టేందుకు ద్రౌపది ప్రయత్నం చేసింది.

యుద్ధంలో కౌరవులని నిర్మూలించి తమదైన రాజ్యాన్ని పాండవులు యుద్ధం చేసి పొందేలా ప్రచోదనం చెయ్యడానికి వీరమాతలా కుంతి ప్రయత్నించింది.

అవతారలక్ష్యం సాధించేందుకు కృష్ణుడు ప్రయత్నించాడు. ***పరిత్రాణాయ సాధూనాం*** *- మంచివారిని రక్షించడానికీ,* ***వినాశాయ చ దుష్కృతాం*** *- దుర్మార్గులని వధించడానికీ,*

ధర్మసంస్థాపనార్థాయ - *లోకంలో ధర్మం స్థాపించడానికీ ఆయన అవతరించాడు. ఆ దిశగా ప్రయత్నం ఆ శ్రీహరి చేసాడు.*

భయంకరమైన మారణకాండ తప్పించేందుకు మహర్షులు ప్రయత్నించారు.

వీటిలో ఏ ప్రయత్నాలు ఎలా సాగాయో రసవత్తరంగా చెప్పారు వ్యాసులవారు.)

◆◆◆

ఉత్తరాభిమన్యుల వివాహం జరిగింది.

వివాహానికి వచ్చిన ప్రముఖులందరూ మరునాడు విరాటుడి సభాభవనానికి వచ్చారు. వారందరూ వేడుక సంభాషణలతో కొంతసేపు ఆనందించారు. ఎన్ని వేడుకమాటలు చెప్పుకున్నా అందరిలోనూ కొంత ఉద్విగ్నత స్పష్టంగా తెలుస్తోంది.

కొంతసేపయ్యాక కృష్ణుడు లేచి నిలుచున్నాడు.

కృష్ణుడు: పాండవులు ఎంత పరాక్రమవంతులో మనకందరికీ తెలుసు. అయినా వారు ధర్మాన్ని పాటించి కపటద్యూతంలో యుధిష్ఠిరుడు ఇచ్చిన మాటకి కట్టుబడి ఉన్నారు. చెప్పుకోలేని అవమానాలు సహించారు. పదమూడు సంవత్సరాలు ఊహించలేని కష్టాలు అనుభవించారు.

జూదంలో అనుకున్న నియమం *(ఒప్పందం)* వీరు పాటించారు. కనుక కౌరవులు కూడ అదే నియమాన్ని పాటించి వీరి రాజ్యాన్ని వీరికివ్వాలి. అయితే దుర్యోధనుడు అలా ఇవ్వడు.

మనమందరం పాండవుల క్షేమం కోరుతాం. మనం ఇప్పుడు ఏం చెయ్యాలో బాగా ఆలోచించండి. యుద్ధం తప్పకపోవచ్చు. అయినా ధృతరాష్ట్రుడివద్దకి ఒక దూతని పంపి పాండవుల రాజ్యం పాండవులకిమ్మని కోరడం మంచిదనుకుంటాను.

బలరాముడు: వనవాసం, అజ్ఞాతవాసం గడిచిపోయాయి. ఇప్పుడు అందరూ సుఖంగా ఉన్నారు. గడిచిపోయిన కష్టాలు మాటిమాటికీ జ్ఞాపకం చేసి పాండవులను రెచ్చగొట్టడం మంచిపద్ధతి కాదు.

యుధిష్ఠిరుడు ఇష్టపడే జూదానికి కూర్చున్నాడు. శకుని కపటద్యూతంలో నిపుణుడని తెలిసే అతడితో ఆడడానికి ఒప్పుకున్నాడు. ఒళ్ళు తెలియ కుండా పందేలు కాసి కష్టాలు కొనితెచ్చుకున్నాడు. ఇందులో శకుని తప్పేముంది? దుర్యోధనుడి తప్పు మాత్రం ఏముంది?

అందుచేత ఎవరినైనా పంపి ధృతరాష్ట్రుణ్ణి బ్రతిమాలి పాండవుల రాజ్యం వారికి ఇప్పించాలి. ఆ దూత అందరినీ ప్రార్థించాలే తప్ప ఎవరినీ నొప్పించ కూడదు.

సాత్యకి: *(కోపంగా లేచాడు)* ఎవరి మనస్సులో ఎటువంటి ఆలోచనలు ఉన్నాయో అవే వారి మాటలలో అనుకోకుండా బయటికి వస్తాయి. శూరుడు మాట్లాడితే ఆ మాటలలో పౌరుషం ఉంటుంది. ధర్మాత్ముడు మాట్లాడితే అందులో ధర్మముంటుంది. నీవంటివాడు మాట్లాడితే ఇలాగే ఉంటుంది.

ఇంత ధర్మవిరుద్ధంగా మాట్లాడినందుకు నిన్ను తప్పుపట్టను. ఈ మాటలు శ్రద్ధగా, నిశ్శబ్దంగా వింటున్న ఇందరు రాజులది ఈ తప్పు. ఇటువంటి మాటలని నలుగురి మధ్యా అనుమతించకూడదు.

అసలు ఈ రాజ్యమంతా పాండురాజునుంచి యుధిష్ఠిరుడికి సంక్రమించినదే. కౌరవులు ఇంతవరకూ అనేక మోసాలు చేసి వారి రాజ్యం వారికి కాకుండా చేసారు. ఇప్పుడైనా ధృతరాష్ట్రుడు యుధిష్ఠిరుడికి సగౌరవంగా అతడిరాజ్యం ఇవ్వాలి. అలా ఇవ్వకపోతే **పాదయోః పాతయిష్యామి కౌంతేయస్య మహాత్మనః -** ఆ కౌరవులని యుద్ధంలో ఓడించి తెచ్చి యుధిష్ఠిరుడి పాదాలమీద పడేస్తాను.

ఇప్పుడు కౌరవులు పాండవులకు రాజ్యమైనా ఇవ్వాలి, లేదా యుద్ధంలో మన చేతులలో మరణమైనా పొందాలి.

ద్రుపదుడు: కృష్ణా! బలరాముడు ఇలా ఎందుకు మాట్లాడాడో అర్థం కావడంలేదు. అతడి మాటలకు నేనూ అంగీకరించను. ధృతరాష్ట్రుడు హద్దులెరుగని పుత్రవ్యామోహంతో కొడుకునే సమర్థిస్తాడు. భీష్మద్రోణులు దయనీయ స్థితిలో ఉన్నారు. వారినెవరూ పట్టించుకోరు. హస్తినలో పరిస్థితి ఇది.

ఈ పరిస్థితిలో దుర్యోధనుడికి మంచిమాటలు తలకెక్కవు. మంచిగా మాట్లాడేవాళ్ళంతా చేతకానివాళ్ళు అనుకుంటాడు.

అందుచేత ఇప్పుడు మనం చెయ్యవలసిన పనులు రెండు. మొదటిది లోకంలో ఉన్న రాజులకందరికీ మనపక్షంలో నిలబడమని సందేశం పంపుదాం. రెండవది ధృతరాష్ట్రుడివద్దకి యోగ్యుడైన దూతని పంపుదాం. మా పురోహితుడు విద్వాంసుడు, తెలివైనవాడు. ఈయనని హస్తినకి పంపుదాం.

కృష్ణుడు: ద్రుపదుడి మాటలతో నేనూ ఏకీభవిస్తున్నాను. ధృతరాష్ట్రుడు ధర్మానికి కట్టుబడితే అందరూ సుఖంగా ఉంటారు. లేదంటే యుద్ధం తప్పదు. అందరికీ పంపినట్లే యాదవవీరులకి కూడా మన పక్షంలో చేరమని సందేశం పంపండి.

విరాట ద్రుపద మహారాజులారా! మీరు వయస్సులో పెద్దలు. మిమ్మల్ని పాండవులూ, కౌరవులూ, మేమూ గౌరవిస్తాము. ధృతరాష్ట్రుడు కూడా మిమ్మల్ని గౌరవిస్తాడు. ద్రోణాచార్యుడూ, కృపాచార్యుడూ ద్రుపదమహారాజుకి మిత్రులు. మేము మీకు శిష్యులలా ఉంటాము. మేము ఏం చెయ్యాలో చెప్పండి.

అలా సంభాషణలు సాగాయి. యాదవులందరూ ద్వారకకి వెళ్ళిపోయారు. ద్రుపదుడూ, విరాటుడూ తమ పక్షాన ఉండమని రాజులకందరికీ సందేశాలు పంపారు.

ద్రుపదుడు తన పురోహితుణ్ణి పిలిచాడు.

"మీరు వయస్సువలనా, పాండిత్యంవలనా అందరి మన్ననలూ అందుకున్నవారు. బుద్ధిలో బృహస్పతివంటివారు. ఇక్కడ జరిగిన మాటలన్నీ మీరు విన్నారు. హస్తినలో ఉన్న వీరులు పరస్పరం వాదించుకునేలా మాట్లాడండి. విదురుడు మీ మాటలు సమర్థిస్తాడు. దుర్యోధనుడు తన వీరులమధ్య భేదాలు తగ్గించి ఐకమత్యం కుదర్చడానికి ప్రయత్నిస్తాడు. వారి మధ్య భేదాలు తగ్గకుండా ఉండేలా మీరు ప్రయత్నించాలి.

తమలో తాము వాదించుకుంటూ ఉంటే వారికి యుద్ధసన్నాహాలు ప్రారంభించడం ఆలస్యమవుతుంది. ఇదే మీరు సాధించవలసిన ముఖ్య ప్రయోజనం." అన్నాడు.

ఆ మాటలను బాగా అర్థంచేసుకున్న ద్రుపదపురోహితుడు శిష్యులతో హస్తినకి బయల్దేరాడు.

◆◆◆

ఉపప్లవ్యంలో జరుగుతున్న పరిణామాలన్నీ గూఢచారులు దుర్యోధనుడికి ఎప్పటికప్పుడు చెప్తున్నారు. కృష్ణుడు ద్వారకకి వెళ్ళాడని వినగానే దుర్యోధనుడు ద్వారకకి బయల్దేరాడు. అర్జునుడూ ద్వారకకి బయల్దేరాడు.

దుర్యోధనుడు ముందుగా కృష్ణుడి మందిరం చేరాడు. కృష్ణుడు నిద్రపోతున్నాడు. దుర్యోధనుడు కృష్ణుడి తలవైపున ఉన్న ఉత్తమాసనంమీద ఠీవిగా కూర్చున్నాడు. కొద్ది నిముషాలు ఆలస్యంగా వచ్చిన అర్జునుడు కృష్ణుడి పాదాలవద్ద వినయంగా కూర్చున్నాడు.

ప్రతిబుద్ధః స వార్ష్ణేయో దదర్శాగ్రే కిరీటినమ్ - మెలుకువ వచ్చి కళ్ళు తెరిచిన కృష్ణుడు ముందుగా అర్జునుణ్ణి చూసాడు.

తరువాత దుర్యోధనుడు అతడి దృష్టిలోకి వచ్చాడు.

దుర్యోధనుడు, "కృష్ణా! జరగబోయే యుద్ధంలో నువ్వు మా పక్షంలో ఉండి మాకు సహాయం చెయ్యాలి. నీకు పాండవులెంత బంధువులో మేమూ అంతే బంధువులం. ఆపైన నీ సహాయం కోరడానికి ముందు నేను వచ్చాను. ముందు వచ్చిన వారి కోరిక ముందు మన్నించడం పెద్దలు ఏర్పరిచిన సంప్రదాయం. నీకు తెలియనిదేముంది." అన్నాడు.

కృష్ణుడు, "రాజా! నువ్వు ముందు వచ్చానంటున్నావు. ఒప్పుకుంటాను. **దృష్టస్తు ప్రథమం రాజన్ మయా పార్థో ధనంజయః -** కానీ నేను ముందు అర్జునుణ్ణి చూసాను. ముందు వచ్చినందుకు నీ కోరికా, ముందుగా నేను చూసినందుకు అర్జునుడి కోరికా తీరుస్తాను. **ప్రవారణం తు బాలానాం పూర్వం కార్య మితి శ్రుతిః** - వయస్సులో ఎవరు చిన్నవారో వారి కోరిక ముందు తీర్చాలని శాస్త్రం చెప్తోంది. నా వద్ద, నాతో సమానమైన పరాక్రమం ఉన్న పదిలక్షలమంది నారాయణగోపాలురు అనే యోధులతో కూడిన సైన్యముంది. ఆ సైన్యమంతనీ మీలో ఒకరు తీసుకోవచ్చు. **అయుధ్యమానః సంగ్రామే న్యస్తశస్త్రోఽహ మేకతః** - ఆయుధం పట్టకుండానూ, యుద్ధం చెయ్యకుండానూ ఉండే నన్ను రెండవవారు తీసుకోవచ్చు.

అర్జునా! నీకేం కావాలో కోరుకో." అన్నాడు.

అర్జునుడు కృష్ణుణ్ణి కోరుకున్నాడు. దుర్యోధనుడు తేలికగా ఊపిరి పీల్చుకున్నాడు. కృష్ణుడి బలమంతా తనకే దక్కిందని పొంగిపోయాడు.

అక్కడినుంచి దుర్యోధనుడు బలరాముడి మందిరానికి వెళ్ళాడు. ఆయన సహాయం అర్థించాడు.

బలరాముడు, "దుర్యోధనా! విరాటుడి కొలువులో నేనేమన్నానో నీకు తెలిసే ఉంటుంది. నా మాటలు కృష్ణుడికి నచ్చలేదు. కృష్ణుణ్ణి చూడకుండా నేనుండలేను. అందుచేత నేనెవరి పక్షంలోనూ చేరను. ప్రసిద్ధమైన భరతవంశంలో పుట్టావు. **గచ్ఛ యుద్ధస్వ ధర్మేణ క్షాత్రేణ పురుషర్షభ** - *(నిన్నెవరూ సరిగా అర్థం చేసుకోవడం లేదు.)* నువ్వు పురుషశ్రేష్ఠుడివి. క్షత్రియధర్మం పాటించు. యుద్ధం చెయ్యి." అన్నాడు.

తరువాత కృతవర్మ ఒక అక్షౌహిణీ సైన్యాన్ని దుర్యోధనుడికి ఇచ్చాడు. అతడి పక్షాన

యుద్ధం చేస్తానన్నాడు. తాను వచ్చిన పని చక్కగా జరిగిందని ఆనందిస్తూ, దుర్యోధనుడు ఆ మహాసైన్యంతో హస్తినకి వెళ్ళాడు.

దుర్యోధనుడు వెళ్ళాక, "పది లక్షలమంది మహావీరులైన నారాయణగోపాలురని వదిలేసావు. యుద్ధం చెయ్యనని నియమం పెట్టుకున్న నన్ను ఒక్కణ్ణీ కోరుకున్నావు. ఇలా ఎందుకు చేసావు?" అని కృష్ణుడు అర్జునుణ్ణి అడిగాడు.

"కృష్ణా! కౌరవులనీ, వారికి సహాయంగా వచ్చిన వారినందరినీ నువ్వు ఒక్కడివే వధించగలవు. అలాగే నేనూ ఒక్కడినే వధించగలను. కౌరవుల పక్షాన ఎవరెవరు యుద్ధం చేస్తారో, ఎవరి బలమెంతో, పరాక్రమం ఎంతో, వారినెలా ఎదుర్కోవాలో అనే భయం నాకు ఏమాత్రం లేదు. అసలు ఆ ఆలోచనే లేదు. నా రథాన్ని నువ్వు నడిపి, నాకు సారథిగా ఉండాలని నేను చిరకాలంగా కోరుకుంటున్నాను. ఈ యుద్ధంలో నువ్వు నాకు సారథ్యం చేసి నన్ను ధన్యుణ్ణి చెయ్యి." అన్నాడు అర్జునుడు.

కృష్ణుడు అంగీకరించాడు. పార్థసారథి అయ్యాడు.

మద్రదేశపు రాజు శల్యుడికి పాండవుల సందేశం అందింది. అతడు మాద్రి అన్నగారు. నకుల సహదేవులకు మేనమామ. చాలా బలశాలి. మంచి పరాక్రమవంతుడు. అతడివద్ద అపారమైన సైన్యం ఉంది.

యుద్ధంలో పాండవుల పక్షాన పోరాడడానికి శల్యుడు సైన్యంతో ఉపప్లవ్యానికి బయలుదేరాడు. ఈ సమాచారం దుర్యోధనుడికి తెలిసింది.

దుర్యోధనుడు శల్యుడు ప్రయాణించే దారిలో అడుగడుగునా విశ్రాంతికి శిబిరాలు వేయించాడు. అక్కడ అనేకమంది సేవకులని నియమించాడు. శల్యుడికీ, అతడి పరివారానికీ మంచి ఆహారాలూ, పానీయాలూ, వేడుకలూ ఏర్పాటు చేసాడు. అవి తాను చేసినట్లు తెలియకుండా జాగ్రత్తపడుతూ రహస్యంగా శల్యుణ్ణి అనుసరించాడు.

ఆ ఏర్పాట్లకు శల్యుడు చాలా సంతోషించి,"నాకోసం యుధిష్ఠిరుడు ఎటువంటి ఏర్పాట్లు చేసాడు! ఈ ఏర్పాట్లు చేసినవాడు ఎదురుపడగానే అతడేం కోరినా ఇస్తాను." అన్నాడు.

వెంటనే దుర్యోధనుడు అతడి ముందుకు వచ్చి ఆ ఏర్పాట్లన్నీ తానే చేసానని చెప్పి తన పక్షాన యుద్ధం చెయ్యమన్నాడు. ఇచ్చిన మాటకు కట్టుబడి శల్యుడు అంగీకరించాడు. యుధిష్ఠిరుణ్ణి చూసి హస్తినకు వస్తానన్నాడు.

యుధిష్ఠిరుడితో జరిగినదంతా చెప్పాడు శల్యుడు. యుధిష్ఠిరుడు కంగారు పడలేదు. భయపడలేదు. మెత్తగా విన్నపం చేసాడు.

"రాజా! నువ్వు దుర్యోధనుడి పక్షానే ఉండు. ఇచ్చిన మాటమీద నిలబడు. అది

ఉత్తముల లక్షణం. అయితే నాకూ ఒక వరమియ్యి. ఈ లోకంలో యుద్ధరథానికి సారథ్యం వహించడంలో నువ్వు కృష్ణుడితో సమానుడివి.

రేపు యుద్ధంలో కర్ణుడికీ అర్జునుడికీ తప్పక ద్వంద్వయుద్ధం జరుగుతుంది. అప్పుడు అందరూ నిన్ను కర్ణుడికి సారథిగా ఉండమంటారు. నువ్వు అంగీకరించు. **తేజోవధశ్చ తే కార్యః సౌతే రస్మజ్జయావహః** – ఆ సూతపుత్రుడి యుద్ధోత్సాహం అణిగిపోయేలా మాట్లాడి, అతణ్ణి క్రుంగదీసి మాకు విజయం లభించేలా చెయ్యి.

అకర్తవ్య మపి హ్యేతత్ కర్తుమర్హసి మాతుల! – సారథి ఇటువంటి పని చెయ్యకూడదు. అయినా నువ్వు మాకు మేనమామవి కనుక మాకోసం ఈ పని చెయ్యాలి." అన్నాడు.

శల్యుడు అంగీకరించాడు. ద్యూతసభలో ఆ సూతపుత్రుడి జుగుప్సాకరమైన ప్రవర్తనకి అతణ్ణి ఏం చేసినా తప్పులేదన్నాడు. యుధిష్ఠిరుణ్ణి ఆశీర్వదించి హస్తినకి బయల్దేరాడు.

◆◆◆

పాండవులను సమర్థించే రాజులందరూ సైన్యాలతో ఉపప్లవ్యానికి వచ్చారు. యుయుధానుడు, సాత్యకి, ధృష్టకేతువు, జరాసంధుడి కొడుకు జయత్సేనుడు, పాండ్యరాజు మొదలైన అనేకమంది రాజులు సైన్యాలతో తరలివచ్చారు. పాండవుల పక్షంలో ఉన్న సైన్యం మొత్తం ఏడు అక్షౌహిణులయింది.

కౌరవులను సమర్థించేవారు సైన్యాలతో హస్తినాపురం చేరారు. భగదత్తుడు, భూరిశ్రవసుడు, శల్యుడు, కృతవర్మ, జయద్రథుడు, సుదక్షిణుడు మొదలైన అనేకమంది రాజులు సైన్యాలతో హస్తినకి వచ్చి చేరారు. కౌరవపక్షంలో ఉన్న సైన్యం మొత్తం పదకొండు అక్షౌహిణులయింది. ఆ సైన్యం నిలవడానికి హస్తినాపురం సరిపోలేదు. ఆ సేనలని పంచనదం, కురుజాంగలం, రోహితకారణ్యం, గంగాకూలం మొదలైన ఆహారసమృద్ధి గల ప్రాంతాలలో విడిది చేయించారు.

కౌరవుల పక్షంలో ఉన్న వీరులనీ, వారి సైన్యాలనీ ఒకకంట కనిపెడుతూ ద్రుపద పురోహితుడు ధృతరాష్ట్రుడి సభలో ప్రవేశించాడు. కుశలప్రశ్నల తరువాత సభలో నిలుచుని అందరికీ వినబడేలా ఇలా చెప్పాడు.

"మీకందరికీ తెలిసిన విషయమే అయినా జరిగినది మళ్ళీ ఒకసారి మనవి చేస్తాను.

పాండురాజూ, ధృతరాష్ట్రుడూ ఒకతండ్రి బిడ్డలే. తండ్రిరాజ్యం వీరిద్దరికీ చెందాలి. ధృతరాష్ట్రుడి కుమారులకు తండ్రి రాజ్యం సంక్రమించింది. మరి పాండవులకు ఏం వచ్చింది? వారు తమ పరాక్రమంతో రాజ్యం వృద్ధి చేసుకున్నారు. సంపన్నులయ్యారు.

వారి రాజ్యాన్ని దుర్యోధనుడు కపటజూదంలో మోసంచేసి కాజేసాడు. సభలో వారి భార్యని ఎలా అవమానించాడో మీకు తెలుసు.

ఇదంతా ధృతరాష్ట్రుడి ఆమోదంతోనే జరిగింది. పాండవులు మాటమీద నిలబడి పదమూడు సంవత్సరాలు అనేక కష్టాలు అనుభవించారు.

అయినా భయంకరమైన మారణహోమంతో లోకం నాశనం కాకూడదని వారు ఇప్పటికీ కౌరవులతో సత్సంబంధాన్నే కోరుతున్నారు. వారు శాంతియుతంగా తమ రాజ్యం తాము పొందాలని కోరి నన్ను ఈ మాటలు చెప్పమన్నారు.

మీకు మద్దతుగా పదకొండు అక్షౌహిణుల సైన్యం వచ్చింది. మీ సైన్యమంతా ఒక ఎత్తు, అర్జునుడొక్కడూ ఒక ఎత్తు. ఆపైన సాత్యకి, భీముడు, కవలలు – వేయి అక్షౌహిణుల పెట్టు. వీరందరూ ఎంతో వాసుదేవకృష్ణుడు ఒక్కడూ అంత. ఈ విషయాలన్నీ ఆలోచించి, ధర్మం పాటించి, ఇందరు పెద్దల సమక్షంలో జూదమాడినప్పుడు అనుకున్న ఒప్పందం మీద నిలబడి పాండవుల రాజ్యం వారికివ్వండి. అందరూ సుఖంగా జీవించే ఈ అవకాశం జారవిడువకండి." అన్నాడు.

సభలో ఉన్న పెద్దలు ఆ సందేశానికి స్పందించారు.

భీష్ముడు: మీరు చెప్పినదంతా యథార్థమే. పాండవులు చాలా కష్టాలు అనుభవించారు. అయినా **దిష్ట్యా న యుద్ధమనసః పాండవాః సహ బాంధవైః** – మనందరి అదృష్టం వలనా పాండవులు యుద్ధం కోరడంలేదు. శాంతినే కోరుతున్నారు.

మీరు చెప్పదలచిన విషయం మంచిదే అయినా **అతితీక్ష్ణం తు తే వాక్యం బ్రాహ్మణ్యాదితి మే మతిః** – మీరు బ్రాహ్మణులు కావడంవలన ఆ విషయాన్ని తీవ్రంగా నొప్పించే విధంగా చెప్పారు. యుద్ధమే జరిగితే అర్జునుడి పరాక్రమాన్ని తట్టుకోగలవాడు మాపక్షంలోనే కాదు, ఈ లోకంలోనే లేదు.

కర్ణుడు: విప్రుడా! పాండవుల పరాక్రమం ఎంతో ఇక్కడున్న అందరికీ తెలుసు. నువ్వు వారిని పొగిడి కొత్తగా చెప్పేందుకు ఏమీ లేదు.

దుర్యోధనుడు: జూదంలో యుధిష్ఠిరుణ్ణి ఓడించి పందెం ప్రకారం పాండవులు అడవులకు వెళ్ళారు. ఇప్పుడు రాజ్యం కోరడం వెనుక ఉన్నది మేము ఆనాడు అన్న మాటా కాదు, వారి హక్కూ కాదు. విరాటుడూ, ద్రుపదుడూ తమ పక్షాన

ఉన్నారనే ధైర్యం వాళ్ళని రాజ్యం అడిగేలా చేస్తోంది. పాండవులు బెదిరిస్తే దుర్యోధనుడు బెదిరిపోడు. రాజ్యం ఇవ్వడు.

భీష్ముడు: కర్ణా! ఎందుకొచ్చిన బీరాలు! అర్జునుడి పరాక్రమం నీకు కొత్తా! అనేకసార్లు అతడితో యుద్ధాలలో ఓడిపోయిన నువ్వా పరాక్రమం గురించి మాట్లాడేది! ఈ పురోహితుడి సందేశం ఆమోదిస్తే అందరం క్షేమంగా ఉంటాం. లేదంటే అర్జునుడు మననందరినీ యుద్ధంలో మట్టికరిపిస్తాడు. నిన్న గాక మొన్న మత్స్యదేశంలో అర్జునుడు ఎదురవగానే యుద్ధం మధ్యలో ఎలా పారిపోయావో మర్చిపోయావా?

ధృతరాష్ట్రుడు: భీష్ముడు చెప్పిన మాట అందరికీ శ్రేయస్కరమైనది. విప్రోత్తమా! మీరు చెప్పిన విషయాలు మేము ఆలోచించి మా సమాధానం సంజయుడిద్వారా యుధిష్ఠిరుడికి తెలియజేస్తాము.

తరువాత ద్రుపదపురోహితుణ్ణి తగురీతిలో సత్కరించి పంపారు.

ధృతరాష్టుడు సంజయుణ్ణి సభకి పిలిపించాడు.

"సంజయా! పాండవులు ధర్మం పాటించేవారు. వారిలో సద్గుణాలే తప్ప దుర్గుణం ఒక్కటికూడా కనబడదు. అందులో యుధిష్ఠిరుడు మహాతపస్వి. అటువంటివాణ్ణి మోసంచేసి అతడి రాజ్యం కాజేయాలని ప్రయత్నిస్తున్నాడు దుర్యోధనుడు. ఇతణ్ణి నిత్యం రెచ్చగొడుతున్నవాడు ఆ సూతపుత్రుడు. కర్ణుడి ఆలోచనలు అన్నీ పాపంతో కూడినవి. అతడి మాటలు చాలా నీచంగా, వినడానికే ఇబ్బందిగా ఉంటాయి. అయినా నా దుర్యోధనుడు అతడి మాటే వింటాడు.

అర్జునుడు ఒక్కడే నిలిచినా మనతో యుద్ధం చేసి గెలవగలడు. ఇక కృష్ణుడు. **సనాతనో వృష్ణివీరశ్చ విష్ణుః** – వృష్ణివీరుడైన కృష్ణుడు సనాతనుడైన విష్ణువు. అతడు అర్జునుడితో కలిసి రథంలో యుద్ధానికి వస్తే ఈ అక్షౌహిణులూ నిలవవు. ఈ కర్ణాదులూ నిలవరు. ఈ విషయం తలుచుకుంటే చాలు నా గుండె భయంతో బద్దలైపోతుంది.

నువ్వు ఉపప్లవ్యానికి వెళ్ళు. అందరినీ ప్రేమగా పలకరించు. పేరుపేరునా కుశలమడుగు. ధృతరాష్ట్రుడు శాంతినే కోరుతున్నాడని వారికి నచ్చచెప్పు. ఎవరికీ కోపం రాకుండా మాట్లాడు. నీ మంచి మాటలతో పాండవులు కోపం వదిలి శాంతించాలి. యుద్ధం చెయ్యాలనే సంకల్పం వదిలెయ్యాలి. నీ రాయబారం భరతవంశంలో అందరికీ మేలు కలిగించాలి." అన్నాడు.

(పాండవుల రాజ్యం వారికి తిరిగి ఇవ్వడం గురించి ఆ అంధుడు ఒక్కమాట కూడా మాట్లాడలేదని పాఠకులు గమనించే ఉంటారు.)

◆◆◆

సంజయుడు ఉపప్లవ్యానికి వెళ్ళాడు. నిండు సభలో యుధిష్ఠిరుణ్ణి దర్శించాడు. ఎంతో ఆప్యాయంగా ఒక్కొక్కరి యోగక్షేమాలూ అడిగాడు. యుధిష్ఠిరుడు తామంతా కుశలమేనన్నాడు. కౌరవులు కుశలమేనా అని అడిగాడు. ఆ తరువాత దృఢమైన స్వరంతో మాట్లాడాడు.

"సంజయా! ధృతరాష్ట్రుడూ అతడి కుమారులూ మాగురించి పాపపుమాటలు మాట్లాడుకోవడంలేదుకదా! ఎప్పుడైనా అడవిలో దొంగలు చుట్టుముట్టితే అర్జునుణ్ణి జ్ఞాపకం చేసుకుంటున్నారా? భీమార్జున నకులసహదేవుల పరాక్రమాలు తలుచుకుంటున్నారా?

కౌరవులు బుద్ధిహీనులై ద్వైతవనానికి వచ్చారు. శత్రువులు వారిని ఓడించి, బంధించి నడిపించుకుపోయారు. ఆ దురవస్థనుంచి కౌరవులనీ, వారి భార్యలనీ భీమార్జునులు కాపాడారని జ్ఞాపకం చేసుకుంటున్నారా?" అన్నాడు.

సంజయుడు సభలో ఉన్న వీరులకందరికీ మరొకసారి నమస్కరించాడు.

"రాజా! యుధిష్ఠిరా! అందరూ మిమ్మల్ని సదా గుర్తుచేసుకుంటూనే ఉన్నారు. ధృతరాష్ట్ర మహారాజు పంపిన సందేశం వినండి. మా రాజు శాంతినే కోరుకుంటున్నాడు. నిన్నుకూడా యుద్ధంగురించి ఆలోచించవద్దని కోరుతున్నాడు.

పాండవులారా! సమస్త సద్గుణాలూ మిమ్మల్ని ఆశ్రయించి ఉన్నాయి. శాంతి, సహనం మీకున్న గొప్ప లక్షణాలు. అటువంటి మీరు భయంకరమైన సైన్యాన్ని సమకూర్చు కుంటున్నారు. **ఉద్భాసతే హ్యంజనబిందువత్ తచ్ఛుభ్రే వస్త్రే యద్భవేత్ కిల్బిషం వః**- మీవంటివారు హింసాపూర్వకమైన యుద్ధాన్ని కోరకూడదు. తెల్లని శుభ్రమైన వస్త్రంమీద నల్లని కాటుకమచ్చ పడినట్లు అది మీ కీర్తికి మచ్చ అవుతుంది.

కృష్ణార్జునులూ, భీముడూ, ధృష్టద్యుమ్నుడూ, సాత్యకీ మొదలైన వీరులను యుద్ధంలో ఎవరూ ఓడించలేరు. అలాగే కౌరవపక్షంలో ఉన్న ద్రోణుడు, భీష్ముడు, శల్యుడు, అశ్వత్థామ, కర్ణుడూ మొదలైన వీరులముందు యుద్ధంలో నిలవగలిగేవారు ఈ లోకంలోనే లేరు. ఆపైన దుర్యోధనుడు సమీకరించిన సైన్యం నిలవడానికి నేల చాలడంలేదు.

ఇటువంటి రెండు పక్షాలమధ్యా యుద్ధమే జరిగితే ఎవరు గెలుస్తారో, ఎవరు ఓడిపోతారో ఎవరూ చెప్పలేరు. కానీ, ఆ యుద్ధంలో ఇరుపక్షాల వీరులూ తప్పక మరణిస్తారు.

మీరందరూ ఒకరికొకరు బంధువులే. ఇంతమంది బంధువులు మరణించాక ఓడినవారికీ దుఃఖమే మిగులుతుంది. గెలిచిన వారికీ దుఃఖమే మిగులుతుంది.

కౌరవులు మీపట్ల ఎలా ప్రవర్తించినా మీరు శాంతివహించి ఉన్నారు కనుక వారూ మీరూ సుఖంగా ఉన్నారు. మీరేగనుక కోపిస్తే ఈ భూమిమీద మీకున్న బంధువులందరూ యుద్ధంలో మరణిస్తారు. అప్పుడు గెలిచి ప్రాణాలతో మిగిలినా, మీ గెలుపుకీ, అవతలివారి మరణానికీ తేడా ఉండదు. అందుచేత యుద్ధం అనే ఆలోచననే మనస్సులోకి రానివ్వకండి.

నేను దూతగా వచ్చాను. అయినా చేతులెత్తి నమస్కరించి అభ్యర్థిస్తున్నాను. మిమ్మల్ని శరణు కోరుతున్నాను. నా మాట మన్నించండి. యుద్ధం ప్రయత్నం మానండి. అందరూ సుఖంగా ఉంటారు." అన్నాడు.

యుధిష్ఠిరుడు సంజయుడి మాటలు బాగా అర్థం చేసుకున్నాడు. అతడి మాటలలో దీనమైన ప్రార్థన ఉంది. బెదిరింపు ఉంది. యుద్ధం చేసి గెలిచినా మీరు పొందేదేముంది అని హెచ్చరిక ఉంది. దానికి యుధిష్ఠిరుడు తగిన సమాధానం చెప్పాడు.

"సంజయా! యుద్ధం అనే మాట నా నోటినుంచి వచ్చిందా? ఆ మాట ఒక్కసారైనా అన్నానా? నువ్వేమో ప్రతీవాక్యంలోనూ యుద్ధం అంటూ మాట్లాడావు. మేం ఏ పందేనికి కట్టుబడి అరణ్యవాసం చేసామో అదే పందేనికి కట్టుబడి ధృతరాష్ట్రుడు మా రాజ్యం మాకు ఇచ్చేస్తే యుద్ధం ఎందుకు జరుగుతుంది?

జూదం ప్రారంభం కాగానే విదురుడు ఆ దుర్మార్గాన్ని ఆపమన్నాడు. దుర్యోధనుడు ఆ ధర్మమూర్తిని అవమానించాడు. ధృతరాష్ట్రుడు విననట్లు నటించాడు. ఆనాడే కౌరవులు నశించక తప్పదని నాకు స్పష్టమయింది.

నేను చెప్పేది జాగ్రత్తగా విను. **ఇంద్రప్రస్థే భవతు మమైవ రాజ్యం సుయోధనో యచ్ఛతు భారతాగ్ర్యః –** సుయోధనుడు మా ఇంద్రప్రస్థం మాకు అప్పగించాలని రాజుకి చెప్పు. అప్పుడే శాంతి సాధ్యమనీ సుయోధనుడు సుఖంగా జీవించడం సాధ్యమవుతుందనీ కూడా స్పష్టమయేలా చెప్పు." అన్నాడు.

2

సంజయుడు పట్టినపట్టు వదలలేదు.

"రాజా! దురాశాపరులు మాత్రమే రాజ్యంకోసమూ, భోగాలకోసమూ యుద్ధాలు చేస్తారు. యుద్ధం చేసి రాజ్యం పొందడం నీవంటి ధర్మాత్ముడికి తగని పని. కౌరవులు మాట తప్పుతారే అనుకో. నీ రాజ్యం నీకు ఇవ్వము అంటారే అనుకో. **భైక్ష్యచర్యా మంధకవృష్ణిరాజ్యే శ్రేయో మన్యే న తు యుద్ధేన రాజ్యమ్** - అటువంటి కౌరవుల నీడ కూడా నీమీద పడనంత దూరంగా వెళ్ళిపో. వాళ్ల రాజ్యంలోనే ఉండవద్దు. యాదవుల రాజ్యాలలో భిక్షాటనం చేస్తూ జీవితం గడిపేసినా అది నీకు ఈ యుద్ధం కంటే మేలే. నీవంటి పుణ్యాత్ముడికి యుద్ధం తగదు.

జూదమాడిననాడు నువ్వు సామ్రాట్టువి. సామంతులందరూ నీ పక్షాన ఉన్నారు. కృష్ణుడూ, సాత్యకీ ఆనాడూ నీకు అండగానే ఉన్నారు. ఆనాడు నువ్వు బలవంతుడివి. అప్పుడు కౌరవులకి ఇందరు మిత్రులు లేరు. ఇంత సైన్యం లేదు. ఆనాడు వారు నీ ముందు బలహీనులు.

పదమూడు సంవత్సరాల కాలంలో పరిస్థితులు మారాయి. ఇప్పుడు ఆనాటి నీ సామంతులందరూ కౌరవపక్షంలో ఉన్నారు. ఈనాడు వారితో పోలిస్తే నీ బలం చాలా తక్కువ. అనుకూలమైన సమయంలోనే శాంతి వహించినవాడివి. ఈ ప్రతికూలసమయంలో విజృంభించాలని ప్రయత్నించడం అవివేకం కదా!

భీష్ముడు మిమ్మల్ని ఎంతో ప్రేమిస్తాడు. అటువంటివాణ్ణి వధించి రాజ్యం సంపాదించి సుఖపడగలవా? ద్రోణుణ్ణీ, అశ్వత్థామనీ రాజ్యంకోసం వధించగలవా? శల్యుణ్ణి వధించగలవా?

రాజా! సముద్రపర్యంతం ఉన్న భూమినంతనీ జయించి రాజ్యం చేసినా మానవుడు సుఖదుఃఖాలకు అతీతుడు కాదు. మానవజీవితం చాలా చిన్నది. సుఖాలూ, భోగాలు నీటి బుడగలవంటివి. ఇవేవీ నీకు తెలియనివి కావు. ఈ అల్పమైన విషయాల కోసం యుద్ధం చేయవద్దని ప్రార్థిస్తున్నాను. శాశ్వతమైన పుణ్యలోకాలకోసం ప్రయత్నించు. వానప్రస్థాశ్రమానికి వెళ్ళి తపస్సు చేసుకో."

యుధిష్ఠిరుడు శాంతంగా సమాధానం చెప్పాడు.

"అన్ని కర్మలలోనూ ధర్మాచరణమే గొప్పది. మాటలలో నేర్పువలన అధర్మాన్ని ధర్మంలాగా, ధర్మాన్ని అధర్మంలాగా చూపించి మాట్లాడే వారికి విద్వాంసులు సమాధానం

చెప్పాలి. అన్ని ధర్మాలూ తెలిసిన కృష్ణుడు ఇక్కడే ఉన్నాడు. ఏది ధర్మమో అతణ్ణే నిర్ణయించమందాం. కృష్ణుడు ఎలా చెయ్యమంటే నేను అలా చేస్తాను." అన్నాడు.

సంజయుడు శక్తివంచన లేకుండా ధృతరాష్ట్రుడి ఆజ్ఞ పాటిస్తున్నాడు. ధర్మం పేరుతో దాగుడుమూతలు ఆడుతున్నట్లు మాట్లాడుతున్నాడు. కృష్ణుడు అతడికి నిర్ణయాత్మకమైన సమాధానం చెప్పాడు.

"సంజయా! ధర్మం గురించి నువ్వు ఏవేవో చెప్తున్నావు. ఒక్క విషయం మర్చిపోయావు. ధర్మం గురించి యుధిష్ఠిరుడికి తెలిసినంతగా ఎవరికీ తెలియదు. నీకు అసలే తెలియదు. ఆయన ధర్మాన్ని తెలుసుకోవడమే కాదు. అనుక్షణం ఆచరించే మహాత్ముడు.

ఒకడు ప్రత్యక్షంగా దొంగతనం చేస్తాడు. మరొకడు పరోక్షంగా దొంగతనం చేస్తాడు. ఇద్దరూ దొంగలే. సొత్తుగల యజమాని సమర్థుడైతే దొంగని చంపి తన సొత్తు కాపాడుకోవడం తప్పుకాదు. ఈ ధర్మం తెలిసి కూడా ఇలా మాట్లాడుతున్నావా?

కపటద్యూతంలో కౌరవులు వీరి రాజ్యాన్ని కాజేసారనే మాట తప్పించి ధర్మం, శాంతి అంటూ చెప్తావా? ద్రౌపది పట్ల చేసిన అమానవీయ ప్రవర్తనని పక్కనపెట్టి, కర్ణుడు ఒక కులకాంతని అనరాని మాటలు అన్నాడనిన విషయమే తెలియనట్లూ శాంతిసందేశం చెప్తావా? దుశ్శాసనుడు ఈ అయోనిజని, 'నీ భర్తలు నపుంసకులు. నీకు మరొక గతి లేదు. వేరొక పౌరుషవంతుణ్ణి భర్తగా పొందు.' అన్న మాటలేమీ తెలియనట్లు మాట్లాడుతూ శాంతి గురించి ఉపదేశం చేస్తావా?

వనవాసకాలం పూర్తికాగానే కౌరవులు పాండవుల రాజ్యం పాండవులకి అప్పగించాలి. వారలా చెయ్యలేదు. అప్పుడే శాంతికి అవకాశం పోయింది.

అయినా నేను హస్తినకి వస్తాను. పాండవుల ప్రయోజనం కాపాడుతూ సంధికి ప్రయత్నిస్తాను. కౌరవులు నా మాట వింటే మృత్యుముఖం నుంచి బయటపడతారు.

ధృతరాష్ట్రుడికి ఒకమాట చెప్పు. కౌరవులు ఒక వనం. పాండవులు ఆ వనంలో ఉన్న పులులూ, సింహాలూ. ఆ మృగరాజులకు భయపడి ఎవరూ ఆ వనంజోలికి వెళ్ళరు. మృగరాజులు వెళ్ళిపోతే ఆ అడవిని నిముషాలలో నరికేస్తారు. అడవిని వదిలి బయటకి వస్తే పులులనీ, సింహాలనీ చంపేస్తారు. అందుచేత అడవీ, అందులో సింహాలూ కలిసి ఉంటేనే రెండిటికీ క్షేమం.

ధృతరాష్ట్రుడికి నేను చెప్పానని ఇంకొకమాట కూడా చెప్పు.

నీ సభలో కౌరవులు ద్రౌపదిపట్ల ఘోరమైన అవమానం చేయడానికి నిర్లజ్జగా పూనుకున్నారు. ఆ అవమానంనుంచి తనని రక్షించమని ఆ సాధ్వీమణి నన్ను ప్రార్థించింది.

ఋణమేతత్ ప్రవృద్ధం మే హృదయాన్నాపసర్పతి,
యద్గోవిందేతి చుక్రోశ కృష్ణా మాం దూరవాసినమ్. 22

'గోవిందా! రక్షించు.' అని మొరపెట్టి ఎక్కడో ఉన్న నన్ను శరణుజొచ్చింది. ఆమె హృదయంలో ఉన్న ఆవేదనయొక్క తీవ్రత వలన ఆ ప్రార్థన నాకు వినిపించింది. చాలా దూరంగా ఉండడంచేత అప్పుడేదో స్పందించాను. కేవలం ఆమెను రక్షించాను.

కానీ, ఆ ప్రార్థనకి ఫలం ఆమె పూర్తిగా పొందేలా చేయలేకపోయాను. ఆమెకు ఋణపడి ఉండిపోయాను. ఆ ఋణం నా మనస్సులో ఇంకా మెదుల్తోంది. నేను ఆ ఋణం తీర్చక తప్పదు. *(ఆ యాజ్ఞసేనిని అవమానించినవారిని వధించి ఆ ఋణంనుంచి విముక్తుణ్ణి కావలసి ఉంది.)*

పాండవులు శాంతికీ సిద్ధంగా ఉన్నారు. యుద్ధానికీ సిద్ధంగానే ఉన్నారు." అన్నాడు.

సంజయుడు తిరిగి వెళ్ళడానికి అనుమతి కోరాడు. యుధిష్ఠిరుడు ఇలా చెప్పాడు.

"హస్తినాపురంలో ప్రతీ ఒక్కరినీ కుశలం అడిగానని చెప్పు. దుర్యోధనుడితో 'నువ్వు భూమండలమంతనీ నిష్కంటకంగా పరిపాలించాలనుకుంటున్నావు. నీ కోరిక తీరదు. **దదస్వ వా శక్రపురీం మమైవ, యుధ్యస్వ వా భారతముఖ్య! వీర!** – ఇంద్రప్రస్థాన్ని మాకు తిరిగి అప్పగించు. లేదా యుద్ధానికి సిద్ధంగా ఉండు.

అపాపాం యదుపైక్షస్త్వం కృష్ణామేతాం సభాగతామ్,
తద్దుఃఖమతితిక్షామ మా వధిష్మ కురూనితి. 31.13

ఏ అపరాధం చెయ్యని అబల ద్రౌపదిని సభకి ఈడ్చుకు వచ్చి అవమానిస్తే ఆ దుః ఖం సహించాము. చేతకాక కాదు, మీ కౌరవులనందరినీ అక్కడే చంపెయ్యడం ఇష్టంలేక.

మా చిన్నతనంనుంచీ నువ్వు చేసిన పాపిష్ఠిపనులు సహించాము. ఎందుకో తెలుసా? **మా వధిష్మ కురూనితి** – కౌరవులని అందరినీ వధించడం ఇష్టంలేక.

మమ్మల్ని మృగచర్మాలు ధరించి వనవాసం చెయ్యమన్నావు. ఆ దుఃఖమూ సహించాము. **మా వధిష్మ కురూనితి** – కౌరవులని అందరినీ వధించడం ఇష్టంలేక.

కానీ, ఇప్పుడు అవసరమైతే యుద్ధం చేస్తాం. మిమ్మల్ని వధించి అయినా మా రాజ్యం

మేము సాధించుకుంటాం. . అయినా యుద్ధం వద్దనుకుంటే మాకు అయిదుగురికీ అయిదు ఊళ్ళయినా ఇయ్యి. అవే చాలనుకుంటాం. ఆ ఊళ్ళపేర్లు చెప్తాను.

అవిస్థలం, వృకస్థలం, మాకంది, వారణావతం, అయిదవది నీకిష్టమైన గ్రామం ఇయ్యి. బంధుమిత్రులతో సుఖంగా జీవించు."

◆◆◆

సంజయుడు హస్తినాపురం చేరాడు. ధృతరాష్ట్రుడు అనుమతించాక ఆయన సభలో ప్రవేశించి నమస్కరించాడు. ఉపప్లవ్యంలో అందరూ కుశలమనీ, కౌరవుల కుశలమడిగారనీ చెప్పాడు.

తరువాత కొంత కటువైన స్వరంతో ధృతరాష్ట్రుడి మేలుకోరి మాట్లాడాడు.

"రాజా! కొయ్యబొమ్మకి తాడు కడితే తాడు లాగినట్లే ఆ బొమ్మ నడుస్తుంది. దానికి స్వేచ్ఛ లేదు. అలాగే మానవుడికి కూడా స్వేచ్ఛ లేదు. అతడు అనుభవించవలసిన ప్రారబ్ధాన్ని బట్టి పరమాత్మ అతడి బుద్ధిని నడిపిస్తాడు – అభ్యుదయం వైపు అయినా, పతనంవైపు అయినా.

యుధిష్ఠిరుడు పాపకర్మలని విసర్జించి జీవిస్తున్నాడు. పాపకర్మలన్నిటినీ మూటకట్టి తలకెత్తుకుని నువ్వు జీవిస్తున్నావు. పుత్రవ్యామోహంతో పిచ్చివాడిలా అయిపోయావు. విజ్ఞులైన మంత్రుల మాటలు పెడచెవిన పెట్టి, అల్పబుద్ధులైన కర్ణాదులు చూపించిన మార్గంలో పోతున్నావు. రాజ్యకాంక్షతో చెయ్యరాని పనులు చేసావు. లోకం నిన్ను ఛీ! అంటోంది.

ఈ ప్రపంచంలో ద్యూతసభలో దుర్యోధనాదుల ప్రవర్తనని సమర్థించేవాడు ఒకే ఒక వ్యక్తి. అదే నువ్వు. మిగిలిన లోకమంతా మిమ్మల్ని తిట్టిపోస్తోంది. నువ్వు ఈ పద్ధతి మార్చుకోకపోతే యుద్ధం తప్పదు. దాని పరిణామాలు నీకు భయంకరంగా ఉంటాయి.

రాజా! నేను చాలా దూరం వేగంగా ప్రయాణించి వచ్చాను. అలసిపోయాను. పాండవులు అన్న మాటలు రేపు సభలో వినిపిస్తాను. ఇప్పుడు సెలవు ఇప్పించు."

అలా చెప్పి సంజయుడు వెళ్ళిపోయాడు.

◆◆◆

(ఈ తరువాతి కథని ప్రజాగరపర్వం అంటారు. అంటే నిద్రపట్టక రాత్రంతా జాగారం చేసిన వృత్తాంతం. ఇది ఉద్యోగపర్వంలో 33 నుంచి 40వ అధ్యాయం వరకూ 8 అధ్యాయాలలో ఉంది. ఈ పర్వంలో విదురుడు చెప్పిన మాటలనే విదురనీతి అంటారు.)

సంజయుడు చెప్పిన మాటలు ధృతరాష్ట్రుణ్ణి కలిచివేసాయి. కొంత అంతర్మథనం జరిగాక అతడు విదురుణ్ణి పిలిపించుకున్నాడు. విదురుడు వచ్చాక తన మనస్సుని పీడిస్తున్న ఆలోచనలు *(ఎప్పటిలాగే నిజం దాచిపెట్టి)* చెప్పాడు.

"విదురా! సంజయుడు వచ్చాడు. ఏవేవో మాటలన్నాడు. యుధిష్ఠిరుడి సందేశం రేపు సభలో చెప్తానన్నాడు. అతడు వెళ్ళినప్పటి నుంచీ మనస్సు కల్లోలంగా ఉంది. ఇంద్రియాలు వికలమైపోతున్నాయి. కంటిమీద కునుకు రావడంలేదు. నాలుగు మంచి మాటలు చెప్పు. మనస్సు కుదటపడి నిద్రపడుతుంది." అన్నాడు.

"అభియుక్తం బలవతా దుర్బలం హీనసాధనమ్,
హృతస్వం కామినం చోరమావిశంతి ప్రజాగరాః. 33.13

రాజా! లోకంలో బలవంతుడితో విరోధం పెట్టుకున్న దుర్బలుడికీ, తన సంపదనంతనీ పోగొట్టుకున్నవాడికీ, కాముకుడికీ, దొంగకీ నిద్రపట్టదు. ఈ నాలుగు దోషాలలో ఏదీ నీలో లేదుకదా? బాగా ఆలోచించుకో!

మూఢుడికీ వివేకవంతుడికీ తేడా చెప్తాను. మూఢుడు వెంటనే చేయవలసిన పనులు నానుస్తూ ఉంటాడు. పిలవకుండా లోపలికి వస్తాడు. అడగకపోయినా మాట్లాడుతాడు. ఎవడు తనని ముంచుతాడో వాడినే నమ్ముతాడు.

ఇక ఈ పనులన్నీ తాను చేస్తూనే, అవే పనులు చేసే మరొకణ్ణి విమర్శించేవాడు ఉంటాడే వాడు మూర్ఖులలోకెల్లా పరమమూర్ఖుడు.

వివేకవంతుడు ఏ పనినైనా బాగా ఆలోచించి చేపడతాడు. చకచకా పూర్తిచేస్తాడు. సమయం వ్యర్థం చెయ్యడు. మాటలమీద నియంత్రణతో ఉంటాడు.

రాజు ఏ పని చేసినా దానివలన వెంటనే వచ్చే ఫలితాలూ, దీర్ఘకాలంలో వచ్చే ఫలితాలూ బాగా ఆలోచించుకోవాలి. ఎందుకంటే వీరుడు ప్రయోగించిన బాణం చంపితే ఒక్కణ్ణి చంపుతుంది. కాని పెడదారి పట్టిన రాజు ఆలోచన రాజ్యం అంతనీ నాశనం చేస్తుంది.

ఏకః స్వాదు న భుంజీత ఏకశ్చార్థాన్ న చింతయేత్,
ఏకో న గచ్ఛేదధ్వానం నైకః సుప్తేషు జాగృయాత్. 33.46

రుచికరమైన పదార్థం వండుకుని ఒక్కడే కూర్చుని తినకూడదు. కీలకమైన నిర్ణయాలు ఒక్కడే కూర్చుని చెయ్యకూడదు. నిర్జనమార్గంలో ఒక్కడే వెళ్ళకూడదు. అందరూ నిద్రపోతూంటే ఒక్కడే మెలుకువగా ఉండకూడదు.

ఈ లోకంలో ఏ పనీ చేయకుండా కూర్చున్న గృహస్థూ, లౌకికవ్యవహారాలు తలకెత్తుకున్న సన్యాసీ – వీరిద్దరూ లోకంలో అధములలోకెల్లా అధములు.

నిత్యమూ ధనం వచ్చే సాధనమూ, ఆరోగ్యమూ, ఎప్పుడూ మంచిమాటలే మాట్లాడేదీ ప్రియురాలై వలచి వలపించేదీ అయిన భార్యా, చెప్పినమాట వినే కుమారుడూ, ధనం సంపాదించడానికి పనికివచ్చే విద్యా – ఈ ఆరూ లోకంలో గొప్ప సుఖాలు.

లోకంలో ఆరుగురి వలన ఆరుగురి జీవితాలు సుఖంగా గడిచిపోతాయి. అజాగ్రత్తగా ఉన్నవారి వలన చోరులూ, రోగుల వలన వైద్యులూ, కాముకుల వలన స్త్రీలూ, పూజలు చేయించుకునేవారి వలన పురోహితులూ, తగాదాలలో ఉన్నవారివలన రాజులూ, తాము ఏమి చెప్పినా నమ్మే మూర్ఖులవలన పండితులూ – సుఖంగా జీవించేస్తారు.

చదువు పూర్తి అయ్యాక శిష్యుడు గురువునీ, భార్య కాపురానికి వచ్చాక పురుషుడు తల్లినీ, కామం ఉడిగిపోయినవాడు స్త్రీనీ, అవసరం తీరినవాడు సహాయం చేసినవాణ్ణీ, ఏరు దాటినవాడు తెప్పనీ, రోగం తగ్గినవాడు వైద్యుణ్ణీ అవమానిస్తారు. *(మర్చిపోతారు లేక ఉపేక్షిస్తారు.)*

అసూయాపరుడూ, మితిమీరి జాలిపడేవాడూ, ఎంతకీ తృప్తిచెందనివాడూ, ముక్కోపీ, ప్రతీదీ అనుక్షణం అనుమానించేవాడూ, ఇతరుల దయమీద బ్రతికేవాడూ – ఈ ఆరుగురూ నిత్యం దుఃఖిస్తూ ఉంటారు.

పుష్కలంగా ధనం ఉన్నవాడికి జీర్ణశక్తి ఉండదు. వాడికి ఏ ఆహారమూ రుచించదు. ఏది తిన్నా జీర్ణం కాదు. దరిద్రుడికి ఆకలీ, జీర్ణశక్తీ ఉంటాయి. వాడికి ఏ ఆహారమైనా రుచిగానే ఉంటుంది. **జీర్యంత్యపి చ కాష్ఠాని దరిద్రాణాం** – వాడు కట్టెలు *(రాళ్ళు)* తిన్నా జీర్ణమైపోతాయి."

ధృతరాష్ట్రుడికి అనుమానం వచ్చింది. "మానవుడి ఆయుర్దాయం వందసంవత్సరాలని వేదాలు చెప్తున్నాయి. కానీ, అందరూ అంతకాలం జీవించడం లేదు. ఇలా ఎందుకు జరుగుతోంది." అన్నాడు.

విదురుడు, "రాజా! మితిమీరిన గర్వం, నోటికి వచ్చినట్లు మాట్లాడడం, మహాపాపాలు చెయ్యడం, అదుపులేని కోపం, స్వార్థం, మిత్రద్రోహం అనేవి ఆరు పదునైన కత్తులు. మానవుల ఆయుర్దాయాన్ని ఛేదించేవి ఈ ఆరు దుర్గుణాలే. యముడు కాదు.

విదురుడు ఇలా ఇంకా అనేక నీతులు చెప్పాడు. ధృతరాష్ట్రుడు అన్నీ విని చివరికి ఇలా అన్నాడు.

"విదురా! నేనూ నీలాగే ఆలోచిస్తాను. ధర్మంపట్ల నిష్ఠతోనే ఉంటాను. ఎప్పుడూ మంచిపనులే చెయ్యాలనుకుంటాను.

సా తు బుద్ధిః కృతాప్యేవం పాండవాన్ ప్రతి మే సదా,
దుర్యోధనం సమాసాద్య పునర్విపరివర్తతే. 40.31

నేనూ ఎప్పుడూ పాండవులపట్ల ఎంతో ప్రేమతోనే ఉంటాను. ఎప్పుడూ వారికి మేలే చెయ్యాలనుకుంటాను. కానీ, దుర్యోధనుడు మాట్లాడగానే, ఎంత వద్దనుకుంటున్నా, నా ఆలోచనలన్నీ మారిపోతాయి.

ఏం చెయ్యమంటావు? నేనూ అందరిలానే ఒక మానవమాత్రుణ్ణే. మానవుణ్ణి దైవమే నడిపిస్తుంది. అతడి బుద్ధి దైవం ప్రచోదించినట్లే నడుస్తుంది. మానవుడు ఎంత ఆలోచించినా, ఎంత ప్రయత్నించినా అనివార్యమైన కాలగతికి ఎదురీదలేడు. నేనూ అంతే కాలగతికి ఎదురీదలేను.

ఇంతవరకూ నువ్వు చెప్పిన మాటలవలన మనస్సులో మరింత అలజడి రేగుతోంది. ఎంత ప్రయత్నించినా మనస్సు కుదుటపడటంలేదు. కటువుగా లేకుండా మనశ్శాంతి కలిగించే చక్కటి ఆధ్యాత్మిక విషయాలు చెప్పు."

విదురుడు, "రాజా! సనత్సుజాతుడు నీకా విషయాలన్నీ చక్కగా చెప్పగలడు." అన్నాడు.

"అవన్నీ నీకే తెలుసుకదా! నువ్వే చెప్పు." అన్నాడు ధృతరాష్ట్రుడు.

"రాజా! అవన్నీ నాకు తెలుసు. కానీ, నీకు చెప్పే అధికారం నాకు లేదు. అవి సనత్సుజాతుడే చెప్పాలి." అని, విదురుడు ఏకాగ్రచిత్తంతో సనత్సుజాతుణ్ణి ధ్యానించాడు.

ఆయన వెంటనే ప్రత్యక్షమయ్యాడు.

"మహాత్మా! ఈ ధృతరాష్ట్రుడు దేనిని విని సమస్త దుఃఖాలనుంచీ బయటపడతాడో ఆ అధ్యాత్మవిద్య ఇతడికి ఉపదేశించు." అని విదురుడు ప్రార్థించాడు.

ఆ మహాత్ముడు ధృతరాష్ట్రుడికి అధ్యాత్మవిద్య ఉపదేశించాడు. ఇది ఉద్యోగపర్వంలో 42 నుంచి 46వ అధ్యాయం వరకూ ఉన్న అసామాన్యమైన ఉపదేశం. దీనిని సనత్సుజాతీయం అంటారు.

ఈ సంభాషణలతో తెల్లవారిపోయింది. ఆ రాత్రి ధృతరాష్ట్రుడికి నిద్ర లేదు.

(ప్రజాగరపర్వం పూర్తయింది.)

◆◆◆

(ఇక్కడినుంచి కథాభాగాన్ని యానసంధిపర్వం అంటారు. ఈ పర్వంలో ధర్మానికి నిలబడి పాండవుల రాజ్యం వారికి ఇచ్చేసి సంధి చేసుకోవాలా, లేక అధర్మానికి తెగబడి యుద్ధంచెయ్యాలా అని కురుసభలో చర్చ జరుగుతుంది.)

మరునాడు ఉదయం సంజయుడు ఏం చెప్తాడో వినాలనే కుతూహలంతో కౌరవపక్షంలో ఉన్న వీరులందరూ సభకి వచ్చారు. ధృతరాష్ట్రుడు సింహాసనం అలంకరించాక సంజయుడు అతడికి నమస్కరించి, అతడి అనుమతితో ఉపప్లవ్యంలో యుధిష్ఠిరుడు చెప్పిన మాటలన్నీ చెప్పాడు.

అన్నీ విన్నాక ధృతరాష్ట్రుడు అర్జునుడు ఏమన్నాడో చెప్పమన్నాడు.

సంజయుడు: రాజా! అర్జునుడు దుర్యోధనుడితో నిండుసభలో అందరూ వింటూండగా ఇలా చెప్పమన్నాడు.

'దుర్యోధనా! అందరూ చెప్తున్నారని మాకు అర్ధరాజ్యం ఇచ్చెయ్యకు. *(నువ్వు ఇవ్వకపోయినా మేమే తీసుకోగలం కనుక మాకు నష్టం లేదు.)* యుద్ధం చెయ్యడానికే సిద్ధపడు. మాకు అదే ఎక్కువ ఆనందాన్నిస్తుంది.

యుధిష్ఠిరుడు ఇంతకాలం అణిచిపెట్టిన కోపాన్ని ఇప్పుడు మీమీద వదుల్తాడు. మండువేసవిలో ఎండుగడ్డిమీద వదిలిన అగ్నిలా ఆ కోపం కౌరవులనీ, కౌరవుల సైన్యాన్నీ రూపుమాపుతుంటే నువ్వు క్రుంగిపోతావు.

భీమసేనుడూ, కవలలూ నీ సైన్యాన్నీ, నీ బంధువులనీ, నీ సోదరులనీ వరసపెట్టి వధిస్తుంటే యుద్ధం ఎందుకు మొదలుపెట్టానా అని కుమిలి కుమిలి ఏడుస్తావు.

కృష్ణుడు నా రథంమీద కూర్చోగానే మీ అందరికీ ఆయువు చెల్లిపోతుంది. ధృతరాష్ట్రుడి కొడుకులలో ఒక్కడుకూడా ప్రాణాలతో మిగలడు.'

ధృతరాష్ట్రుడు: అర్జునుడు ఇంకేమన్నాడు?

సంజయుడు : మహారాజా! అర్జునుడు, 'సభలో ఉన్న వారందరూ వినేలా ధృతరాష్ట్రుడితోనూ, అతడి పుత్రులతోనూ ఇంకా ఇలా చెప్పు.

పట్టుకోకుండానే గాండీవం ఎగిరిపడి పిలుస్తోంది - యుద్ధం ప్రారంభించమని.

ముట్టుకోకుండానే నారి కంపిస్తూ టంకారధ్వని చేస్తోంది.

తూణీరాలలోని బాణాలు శత్రువులమీదకు వదలమంటూ ముందుకు దూకుతున్నాయి.

చెయ్యి వెయ్యకుండానే మహాఖడ్గం ఒరలోనుంచి బయటకు వస్తోంది.

ధ్వజే వాచో రౌద్రరూపా భవంతి కదా రథో యోక్ష్యతే తే కిరీటిన్ - కిరీటీ! శత్రుసంహారానికి సమయం ఆసన్నమైంది. యుద్ధానికి రథం సిద్ధం చెయ్యకుండా ఆలస్యం చేస్తున్నావేమిటి అని కపిధ్వజంనుంచి రౌద్రమైన హెచ్చరికలు పదే పదే వినిపిస్తున్నాయి.

హత్వా త్వహం ధార్తరాష్ట్రాన్ సకర్ణాన్
రాజ్యం కురూణామవజేతా సమగ్రమ్,
యద్వః కార్యం తత్కురుధ్వం యథాస్వమ్
ఇష్టాన్ దారాన్ ఆత్మభోగాన్ భజధ్వమ్. 48.97

ధృతరాష్ట్రుడి పుత్రులారా! సంధికి అంగీకరించకండి. యుద్ధం జరిగేలా చెయ్యండి. కర్ణుడితో సహా మిమ్మల్నందరినీ, ఒక్కణ్ణీ వదలకుండా, యుద్ధంలో వధించి రాజ్యాన్ని పూర్తిగా జయిస్తాం.

ఈలోగా మీకు తోచినన్ని పుణ్యకర్మలు చేసుకోండి. మీ ప్రియభార్యలతో అనుభవించదగినన్ని భోగాలు చివరగా అనుభవించండి.

భీమసేనుడు గద ధరించి రథంమీద నిలిచి, చిరకాలంగా అణిచిపెట్టిన క్రోధాన్ని యుద్ధంలో మీ మీద యుగాంతాగ్నిలా వదుల్తూ కనిపించిన రోజు **ధార్తరాష్ట్రోఽన్వతప్యత్** - యుద్ధం ఎందుకు కోరానా అని దుర్యోధనుడికి పశ్చాత్తాపం కలుగుతుంది.

ధృతరాష్ట్రపుత్రులని ఒక్కొక్కడినీ భీమసేనుడు వరసపెట్టి వధిస్తుంటే ఆ రోజు **ధార్తరాష్ట్రోఽన్వతప్యత్.**

శత్రుభయంకరుడు, మహాస్త్రవేత్త సాత్యకి, కార్చిచ్చు ఎండిన అడవిని దహించినట్లు, కౌరవసేనని నాశనం చేస్తుంటే ఆ రోజు **ధార్తరాష్ట్రోఽన్వతప్యత్.**

ఇంద్రుడిచ్చిన ఐంద్రాస్త్రం, దిక్పాలకులిచ్చిన మహాస్త్రాలూ ప్రయోగించి ధృతరాష్ట్రుడి ప్రియపుత్రులనీ, వారి పక్షాన యుద్ధానికొచ్చిన రాజులనీ వధిస్తాం.

ఒక్కరిని కూడా ప్రాణాలతో వదలము. వారందరూ మరణించిన తరువాతనే 13 సంవత్సరాలుగా కరువైన మనశ్శాంతి మాకు దక్కుతుంది.

భీష్ముడు: దుర్యోధనా! యుద్ధమే చేస్తే అర్జునుడు చెప్పినట్లే అవుతుంది. కృష్ణార్జునులు నరనారాయణులు. వారితో యుద్ధానికి దిగడమంటే ఆత్మహత్యకు పూనుకోవడమే అవుతుంది. వారి రాజ్యం వారికిచ్చేసి నువ్వు సుఖంగా ఉండు.

నువ్వు నమ్ముతున్న వాళ్ళు ఎటువంటివాళ్ళో గ్రహించు. **రామేణ చైవ శప్తస్య కర్ణస్య** – కర్ణుడికి పరశురాముడి శాపం ఉంది. **క్షుద్రస్య పాపస్య భ్రాతుర్దుశ్శాసనస్య** – నీ తమ్ముడు దుశ్శాసనుడు నీచుడు, పాపాత్ముడు. ఇక శకుని. అతడి సంగతి అందరికీ తెలుసు.

కర్ణుడు: పితామహా! ఆయువు మూడినవాడు మాట్లాడినట్లు మాట్లాడావు. నేను ఏ పాపం చేసానని నన్ను ఇంతేసి మాటలంటున్నావు? **అహం హి పాండవాన్ సర్వాన్ హనిష్యామి రణే స్థితాన్** – ఈ పాండవులనందరినీ నేనొక్కడినే యుద్ధంలో సంహరించగలను.

భీష్ముడు: రాజా! ధృతరాష్ట్రా! ఈ సూతపుత్రుడు తన ప్రతాపమంతా నీ సభలో పాండవులమీద రంకెలు వెయ్యడంలోనే చూపిస్తున్నాడు.

వీడు రోజుకొకసారి పాండవులను చంపుతానంటాడు. తానేమిటో, పాండవులేమిటో ఎన్నోసార్లు ప్రత్యక్షంగా చూసాడు. అయినా అదేమీ తెలియనట్లే ప్రగల్భాలు పలుకుతాడు. పాండవులలో ప్రతీ ఒక్కడూ ఎన్నో ఘనకార్యాలు చేసారు. గొప్పయుద్ధాలలో గెలిచారు. ఈ కర్ణుడు ఇంతవరకూ సాధించినది ఏమీలేదు. గెలిచిన గొప్ప యుద్ధమూ ఏదీ లేదు.

విరాటనగరంలో, మేమందరం చూస్తూ ఉండగా, వీడి కళ్ళ ఎదుట అర్జునుడు వీడి తమ్ముణ్ణి వధించాడు. వీడు విజృంభించి ఏం చేసాడో తెలుసా? రణరంగం నుంచి పారిపోయాడు!

అర్జునుడు ఒక్కడూ ఇంతమంది కౌరవులనీ స్పృహతప్పేలా కొట్టాడు. మా వస్త్రాలు కోసి పట్టుకుపోయాడు. అప్పుడు వీడు ఎక్కడున్నాడో అడుగు!

ఘోషయాత్రలో గంధర్వులు నీ కుమారులనీ, కోడళ్ళనీ బానిసలును చేసి బంధించి నడిపించుకుపోయినప్పుడు ఈ సూతపుత్రుడు ఏమయ్యాడో అడుగు? ఎక్కడికి పారిపోయాడో చెప్పమను!

వీడి నోటివెంట ఎప్పుడూ ఒక్క నిజం రాదు. ఒక్క మంచిమాట రాదు. దుర్యోధనుడి ముందు నిలిచి యుద్ధం యుద్ధం అంటూ దుర్బోధ చెయ్యడానికి తప్ప వేరే ఎందుకూ పనికిరాడు. వీడి మాట వినకు. పాండవుల రాజ్యం వారికిచ్చి సుఖంగా ఉండు.

ద్రోణుడు: నేను భీష్ముడి సలహానే సమర్థిస్తాను. పాండవుల రాజ్యం వారికి ఇవ్వడమే అందరికీ మంచిది. అదే అందరికీ క్షేమం. అర్జునుడు ఏం చెప్పాడో అది అవలీలగా చెయ్యగలడు. అతడు విజృంభిస్తే కౌరవులలో ఒక్కడు కూడ మిగలడు.

అనాదృత్య తు తద్వాక్యం అర్థవద్ద్రోణభీష్మయోః,
తతః స సంజయం రాజా పర్యపృచ్ఛత పాండవాన్. 49.47

ధృతరాష్ట్రుడు భీష్మద్రోణుల మాటలు పట్టించుకోలేదు. అసలు ఆ మాటలు తనకు ఏమీ వినపడనట్లు నటించాడు. పాండవులు ఇంకా ఏం చెప్పారో చెప్పమన్నాడు.

3

ధృతరాష్ట్రుడు భీష్మద్రోణుల మాటలు పెడచెవిన పెట్టడంతోనే **కురవ స్సర్వే నిరాశా జీవితేఽభవన్** - కౌరవపక్షంలో ఉన్న వీరులందరూ ప్రాణాలమీద ఆశలు వదులుకున్నారు.

భీమసేనుడి పేరు వినగానే ధృతరాష్ట్రుడికి శరీరం కంపించిపోయింది. అతడి బలపరాక్రమాలు తలుచుకుని వణికిపోయాడు. భీముడు ఆకలిగొన్న పులిలా విజృంభిస్తుంటే తన కుమారులు లేడిపిల్లలలా ఎలా నశించిపోతారో తలుచుకుని బెదిరిపోయాడు. చివరికి ఇలా అన్నాడు.

"మా సోదరుల పుత్రులు 105 మందిలోనూ సాటిలేని బలశాలి, భయమెరుగని పరాక్రమశాలి భీమసేనుడొక్కడే. చిన్నతనంలోనే అతడు ఒక్కడూ నా నూరుగురు కుమారులని హింసించేవాడు. అసలు ఆ భీముడే కౌరవపాండవులమధ్య భేదానికి కారణం.

(భయంతో కుంటిసాకులు వెదుక్కోవడమంటే ఇదే.)

అస్త్రే ద్రోణార్జునసమం - ఆ భీముడు అస్త్ర విద్యలో ద్రోణుడితోనూ, అర్జునుడితోనూ సమానమైనవాడు.

వాయువేగసమం జవే - వేగంలో వాయువుతో సమానమైనవాడు.

మహేశ్వరసమం క్రోధే – కోపిస్తే మహేశ్వరుడితో *(రుద్రుడితో)* సమానమైనవాడు.

కో హన్యా ద్భీమ మాహవే – అటువంటి భీముణ్ణి యుద్ధంలో గెలవగలవాడెవడు?

మయా తాత ప్రతీపాని కుర్వన్ పూర్వం విమానితః – ఆ భీముడిపట్ల చెప్పరాని దుర్మార్గాలు చేసాం. అందరిమధ్యా అవమానించాం.

సంయుగం యే గమిష్యతి నరరూపేణ మృత్యునా – ఆ నరరూపం ధరించిన మృత్యువుతో నా కుమారులు యుద్ధానికి సిద్ధమౌతున్నారు.

కిం ను కుర్యాం కథం కుర్యాం క్వ ను గచ్ఛామి సంజయ –ఇప్పుడు నేనేం చెయ్యాలి? ఎలా చెయ్యాలి? ఎక్కడికి పోవాలి? నా కుమారులు తెలివితక్కువగా ప్రవర్తించారు. వారందరూ యుద్ధంలో నశిస్తారు.

అవశోఽహం తదా తాత పుత్రాణాం నిహతే శతే,
శ్రోష్యామి నినదం స్త్రీణాం కథం మాం మరణం స్పృశేత్. 51.60

భీమార్జునులు నా పుత్రులనందరినీ యుద్ధంలో వధిస్తారు. నూరుగురు కొడుకులు మరణిస్తే అంతఃపుర స్త్రీల ఆక్రందనలు విని ఎలా తట్టుకోవాలి? కుమారుల మరణవార్తలు వింటూ, వారిభార్యల రోదనలు వింటూ బ్రతకడం కంటే, అందరూ సుఖంగా ఉన్నప్పుడు, ఇప్పుడే మరణించడం మేలనిపిస్తోంది.

విదురుడు హెచ్చరించిన ప్రమాదం రానే వచ్చింది.

సంజయా! యుద్ధం జరుగుతుంది. పాండవులు జయిస్తారు. నా కుమారులు నశిస్తారు. ఇదంతా స్పష్టంగానే తెలుస్తోంది. అయినా నేనేమీ చెయ్యలేకపోతున్నాను.

ఎటొచ్చీ పితామహుడు భీష్ముడూ, ద్రోణుడూ, కృపుడూ మనని ఆశ్రయించి ఉన్నారు. వీరి మనస్సులలో భావాలు ఎలా ఉన్నా, ధర్మాధర్మాల విషయంలో తమ అభిప్రాయాలు ఎలా ఉన్నా వీరు మన పక్షాన యుద్ధం చేస్తారు. అది కొంతవరకు గుడ్డిలో మెల్ల.

జ్ఞానం వస్తే దుఃఖం పోతుందని ఆ మహాత్ముడు సనత్సుజాతుడు రాత్రంతా చెప్పాడు. కానీ, నాకైతే దుఃఖం వస్తే జ్ఞానం పోతుందనిపిస్తోంది. అది సరే. నువ్వు అక్కడున్న వీరుల బలాబలాలు చూసావు కదా! ఆ విశేషాలు చెప్పు."

సంజయుడు తాను చూసినదీ, తెలుసుకున్నదీ మొహమాటం లేకుండా చెప్పాలని నిర్ణయించుకున్నాడు.

సంజయుడు: రాజా! భీష్ముడు అపహరించి తెచ్చిన కాశీరాజకన్య అంబ అటు కోరుకున్న శాల్వుడికీ భార్య కాలేదు, ఇటు విచిత్రవీర్యుడికీ భార్య కాలేదు, తనని

ఎత్తుకొచ్చిన భీష్ముడికీ భార్య కాలేదు. తన దుస్థితికి కారణమైన భీష్ముణ్ణి వధించే శక్తికోసం తపస్సు చేసి తనువు చాలించింది. ఆమె ద్రుపదుడికి కుమార్తెగా జన్మించి పురుషుడిగా మారి శిఖండి అయింది. ఆ శిఖండి మహాపరాక్రమశాలి అయ్యాడు.

భీష్ముణ్ణి వధించే బాధ్యత శిఖండికిచ్చారు. మద్రరాజు శల్యుడి వధ యుధిష్ఠిరుడి బాధ్యత. నీ నూరుగురు కొడుకులూ భీమసేనుడి వంతు. కర్ణుడూ, వికర్ణుడూ, జయద్రథుడూ అర్జునుడి పాలు. గొప్ప గొప్ప ధనుర్ధారులందరూ కూడా అర్జునుడి వంతే. నీ మనవలని అభిమన్యుడు వధిస్తాడు.

ఆచార్య ద్రోణుడు ధృష్టద్యుమ్నుడి వంతు. కృతవర్మ సాత్యకి వంతు. ఇలా నీ పక్షంలో ఉన్న వీరులని ఎవరిని ఎవరు వధించాలో నిర్ణయించుకున్నారు. రాజా! నువ్వూ, నీ కుమారుడూ యుద్ధమే చేస్తారో, శాంతినే కోరుకుంటారో తేల్చుకోండి.

ధృతరాష్ట్రుడు: **దుర్యోధన నివర్తస్వ యుద్ధాత్ భరతసత్తమ** – దుర్యోధనా! యుద్ధ గురించి ఆలోచించకు. నువ్వూ, నీ పక్షంలో ఉన్నవారూ సుఖంగా జీవించడానికి లోకంలో ఉన్న భూమిలో సగం చాలు. మిగిలినది పాండవులకిచ్చి సుఖంగా ఉండు.

నేను గాని, భీష్ముడు గాని, ద్రోణుడు గాని, కృపాచార్యుడు గాని, అశ్వత్థామ గాని యుద్ధానికి అంగీకరించము. నువ్వు సహజంగా సత్పురుషుడివి. నువ్వూ యుద్ధం వద్దనే అనుకుంటావు. కానీ, ఈ కర్ణుడూ, శకునీ నీ బుద్ధిని తప్పుదారి పట్టిస్తున్నారు.

దుర్యోధనుడు: రాజా! నేను భీష్ముణ్ణీ, ద్రోణుణ్ణీ, అశ్వత్థామనీ నమ్ముకుని యుద్ధం గురించి ఆలోచించలేదు.

అహం చ తాత కర్ణశ్చ రణయజ్ఞం వితత్య వై,
యుధిష్ఠిరం పశుం కృత్వా దీక్షితౌ భరతర్షభ. 58.12

నేనూ, కర్ణుడూ ఈ యుద్ధమనే యజ్ఞానికి ప్రణాళిక వేసాము. ఈ యజ్ఞంలో మేము వధించే పశువు యుధిష్ఠిరుడే. అందుకు తగిన ఏర్పాట్లన్నీ చేసుకున్నాకే మేమీ యజ్ఞదీక్ష వహించాము.

ఈ యజ్ఞంలో యుద్ధరథమే యజ్ఞవేదిక. ఖడ్గమే స్రువం. గద స్రుక్కు. కవచమే యజ్ఞశాల. నా రథాశ్వాలు ఋత్విక్కులు. శూరులు దర్భలు. యశస్సే హవిస్సు. ఈ యజ్ఞంలో యముణ్ణి పూజించి, శత్రువులని వధించి, రాజ్యలక్ష్మిని సాధించి తిరిగివస్తాము.

(మాకు ఈ వృద్ధవీరులు అవసరంలేదు.) నేనూ, కర్ణుడూ, దుశ్శాసనుడూ చాలు. శత్రువులనందరినీ రూపుమాపి విజయం సాధిస్తాం.

యుద్ధంలో మేము గెలిస్తే భూమండలమంతా మాదే అవుతుంది. పాండవులు గెలిస్తే వారిదవుతుంది. మేమూ, వారూ రాజ్యం పంచుకుని, కలిసి జీవించడం ఇక జరగదు.

యావద్ధి సూచ్యా స్తీక్ష్ణాయా విధ్యేదగ్రేణ మారిష,
తావద ప్యపరిత్యాజ్యం భూమే ర్నః పాండవాన్ ప్రతి. 58.18

అంతేకాదు. వారడుగుతున్న అర్ధరాజ్యం కాదుకదా, వాడిసూది మొన మోపేంత భూమి కూడా పాండవులకు ఇవ్వను.

తండ్రీ! ఒక్కసారి ఆలోచించు. పాండవులు అర్ధరాజ్యం ఇమ్మని రాయబారాలు మొదలుపెట్టి, చివరికి అయిదు గ్రామాలిచ్చినా చాలని దిగి వచ్చారే! ఇది చాలదా మనని చూసి వాళ్ళెంత భయపడుతున్నారో గ్రహించడానికి?

ధృతరాష్ట్రుడు: సభాసదులారా! దుర్యోధనుడు నామాట వినడంలేదు. ఇతడెంత వర్ణించి చెప్పినా మన బలం పాండవుల బలంకంటే తక్కువే. నేను దుర్యోధనుడిమీద ఆశలు వదులుకున్నాను. ఈ మూర్ఖుణ్ణి అనుసరించి యముడి దర్శనానికి వెళ్తున్న మిమ్మల్ని గురించి విచారిస్తున్నాను.

సంజయా! నువ్వు అర్జునుణ్ణి విడిగా కలిసావా? అతడేమన్నాడో మరొకసారి చెప్పు.

కర్ణుడు: రాజా! అదే పనిగా అర్జునుణ్ణి పొగుడుకుంటూ మనని మనం తక్కువగా అంచనా వేసుకోవడం ఈ సమయంలో మంచిదికాదు. నేను పరశురాముడివద్ద బ్రహ్మాస్త్రం ఉపదేశం పొందాను. దానికోసం చిన్న అబద్ధం చెప్పాను. అది తెలిసి ఆయన **తే నాంతకాలే ప్రతిభాస్యంతీతి** – నీ ప్రాణానికి ప్రమాదం వచ్చినప్పుడు నీకు దివ్యాస్త్రాలు జ్ఞాపకం రావు

– అని శపించాడు. కాని, ఇప్పుడు నా ప్రాణానికేమీ ప్రమాదం రాలేదు. ఆ అస్త్రాలన్నీ నా వద్దనే ఉన్నాయి. వాటిని ఈ లోకంలో ఎవడూ తట్టుకోలేడు.

భీష్మద్రోణాదులనందరినీ హస్తినలోనే ఉండనీ. నేను ఒక్కణ్ణే వెళ్ళి పాండవులను వధించి వస్తాను.

భీష్ముడు: కర్ణా! నీకు కాలం మూడింది. అందుకే ఇలా మాట్లాడుతున్నావు. ఇంద్రుడిచ్చిన శక్తి ఉందని గర్విస్తున్నావేమో! కృష్ణుడి చక్రం దాన్ని భస్మం చేస్తుంది. సర్పముఖం ఉన్న నీ బాణాన్ని అర్జునుడు నాశనం చేస్తాడు. అర్జునుణ్ణి నువ్వేమీ చెయ్యలేవు. నువ్వేకాదు, ఎవరూ ఏమీ చెయ్యలేరు. అతడికి వాసుదేవకృష్ణుడి రక్షణ ఉంది.

కర్ణుడు: పితామహా! ఇందాకటినుంచీ నిష్కారణంగా నన్ను నిందిస్తున్నావు. అందుకు ప్రతిఫలం విను. సభాముఖంగా ప్రతిజ్ఞ చేస్తున్నాను.

న్యస్యామి శస్త్రాణి న జాతు సంఖ్యే
పితామహో ద్రక్ష్యతి మాం సభాయామ్,
త్వయి ప్రశాంతే తు మమ ప్రభావం
ద్రక్ష్యంతి సర్వే భువి భూమిపాలాః. 62.13

నేను శస్త్రసన్యాసం చేస్తున్నాను. యుద్ధంలో భీష్ముడు గెలిస్తే ఆ తరువాతే నన్ను సభలో చూస్తాడు. పితామహా! యుద్ధంలో నువ్వు శాంతించాకే *(నేల కూలాకే)* నేను ఆయుధాలు ధరిస్తాను. అప్పుడు రాజులందరూ నా ప్రభావం చూస్తారు.

(ఇలా అని కర్ణుడు సభనుంచి వెళ్ళిపోయాడు.)

భీష్ముడు: ఈ సూతపుత్రుడి పరాక్రమం మనకి తెలిసినదే! అయినా వీడు ఇప్పుడు అన్న మాటమీద మాత్రం తప్పక నిలబడతాడు. భగవత్ స్వరూపుడైన పరశురాముడితో ఈ సూతుడు తాను బ్రాహ్మణుణ్ణి అని అబద్ధమాడాడు. ఆయన శాపానికి గురయ్యాడు. అప్పుడే వీడి ధర్మం, బలం రెండూ పోయాయి.

దుర్యోధనుడు: *(కోపంగా)* పితామహా! నేను నీ బలం నమ్మి యుద్ధానికి దిగడంలేదు. కర్ణుడిబలం, దుశ్శాసనుడి బలం నమ్మి ఈ యుద్ధానికి సిద్ధమవుతున్నాను.

ధృతరాష్ట్రుడు: నాయనా! మనందరిలోనూ పెద్దవాడూ, పూజ్యుడూ భీష్ముడు. ఆ మహాత్ముడి మాట విను. వీరందరూ నిన్ను ప్రేమిస్తారు. ఎప్పుడూ నీ క్షేమమే కోరుకుంటారు.

దుర్యోధనుడు ఎవరిమాటా విననని తేల్చి చెప్పాడు. సభలో ఉన్న వారందరూ లేచి వెళ్ళిపోయారు. ధృతరాష్ట్రుడూ, సంజయుడూ మిగిలారు. ధృతరాష్ట్రుడు మరొకసారి ఇరుపక్షాల బలాలు పోల్చి చెప్పమన్నాడు.

సంజయుడు అంగీకరించలేదు. "రాజా! నువ్వు ఒంటరిగా ఉన్నప్పుడు నేనేమీ చెప్పను. పాండవులగురించి వినగానే నీ మనస్సులో అసూయ మొదలవుతుంది. నీ తండ్రి వ్యాసుణ్ణీ, నీ పట్టపురాణినీ రమ్మను. వారి సమక్షంలో నువ్వడిగినది చెప్తాను." అన్నాడు.

వ్యాసుడూ, గాంధారీ, దుర్యోధనుడూ వచ్చారు.

సంజయుడు: రాజా! పాండవుల బలం గురించి పదే పదే అడుగుతున్నావు. ఒక్క వాక్యంలో చెప్తాను. విను.

సమస్తమైన జగత్తూ ఒక ఎత్తు. వాసుదేవకృష్ణుడు ఒక ఎత్తు. వాసుదేవుడికి ముందు బారెడు దూరంలో ఆయన చక్రం నడుస్తుంటుంది. ఆయన ఆలోచన ఎవరికీ అందదు. ఆయన అధర్మం అంతం చేయడానికి భూమిమీద అవతరించాడు. ఈనాడు లోకంలో ఉన్న అధర్మం అంతా ముద్ద అయి నీ కుమారులలో ఉంది.

ధృతరాష్ట్రుడు: సంజయా! **కథం త్వం మాధవం వేత్థ** – మాధవుడు సర్వలోకేశ్వరుడని నువ్వెలా తెలుసుకున్నావు?

కథమేనం న వేదాహం – నేనెందుకు తెలుసుకోలేకపోతున్నాను?

వ్యాసుడు: రాజా! మంచి ప్రశ్న వేసావు. దీని గురించి సంజయుడు నీకు చెప్తాడు.

సంజయుడు: రాజా! నీకు విద్య *(జ్ఞానం)* లేదు. నాకు తరగని విద్య ఉంది. ఏ గురువులు నాకు ఏ విద్యలు నేర్పారో ఆ గురువులే నీకూ అవే విద్యలు ఇంకా బాగా నేర్పారు. నేర్చుకున్న విద్యలో నువ్వు నాకంటే ఏ విధంగానూ తక్కువ కాదు.

నాలో స్వార్థం లేదు. నీలో స్వార్థం గూడుకట్టుకుని ఉంది. నాకు దురాశ లేదు. నీకు దురాశ ఉంది. నాలో కుటిలత్వం లేదు. అది నీలో

మూర్తీభవించి ఉంది. నీలో ఉన్న ఈ దోషాలు నీ మనస్సుని కమ్మేసాయి. వీటివలన నీ బుద్ధి మసకబారిపోయింది. నీ జ్ఞానం మరుగునపడిపోయింది. ఇలా తమస్సులో పడి కొట్టుకునేవాడికి మాధవుడి గురించి తెలియదు. మహారాజా! కృష్ణుణ్ణి గౌరవించు. పూజించు. అతడి సందేశాన్ని ఆదేశంగా తీసుకుని పాటించు. సుఖంగా జీవించు.

ధృతరాష్ట్రుడు: దుర్యోధనా! వ్యాసభగవానుడు, సంజయుడు చెప్పిన మాటలు విన్నావు కదా. కృష్ణుణ్ణి శరణుపొందు. నిన్ను రక్షించుకో. మమ్మల్ని రక్షించు. లోకాన్ని రక్షించు.

దుర్యోధనుడు: కృష్ణుడు అర్జునుడి పక్షంలో చేరాడు. అతడు నన్నే కాదు, ఈ లోకాన్నంతనీ నాశనం చేసినా నేను అతణ్ణి శరణు కోరను.

గాంధారి: దుష్టుడా! పెద్దలమాట పెడచెవిని పెడుతున్నావు. యుద్ధంలో భీముడి చేతిలో గదాఘాతం తిన్నప్పుడు కానీ, నీకు నీ తండ్రి చెప్పిన మంచిమాట గుర్తురాదు.

ధృతరాష్ట్రుడు: *(ఆ మాటలు పట్టించుకోలేదు.)* సంజయా! కృష్ణభక్తిని ఎలా అలవరచుకోవాలో చెప్పు.

సంజయుడు: రాజా! కోరికలనుంచీ, దురాశనుంచీ మనస్సుని మరల్చి దానిని తన అధీనంలోకి తెచ్చుకున్నవాడికి కృష్ణుడిపట్ల ప్రేమ కలుగుతుంది. అటువంటి నిర్మలమైన ప్రేమనే భక్తి అంటారు. అలా భక్తి కలిగినవాడిపట్ల కృష్ణుడు ప్రసన్నుడౌతాడు. ఆ కృష్ణుడు పాండవుల రాయబారిగా ఇక్కడికి వస్తున్నాడు.

ధృతరాష్ట్రుడు: ఆహా! కళ్ళున్నవాళ్ళు ఎంత అదృష్టవంతులు! ఆ మహాపురుషుణ్ణి చూడగలరు! నేను ఆ ఉపేంద్రుణ్ణే శరణు పొందుతాను.

(ఇక్కడితో యానసంధిపర్వం పూర్తయింది.)

◆◆◆

(ఇక్కడినుంచి భగవద్యానపర్వం ప్రారంభమవుతుంది.)

కృష్ణుడు పాండవుల రాయబారిగా హస్తినకు వెళ్ళడానికి సిద్ధమయ్యాడు. కౌరవులకు తమ సందేశాలు ఏమిటో చెప్పమని పాండవులను ఒక్కొక్కరినీ అడిగాడు.

యుధిష్ఠిరుడు: కృష్ణా! ధృతరాష్ట్రుడు పంపిన సందేశం విన్నావు. రాజు దురాశాపరుడు అయిపోయాడు. ఇంత వయస్సులో కూడా పాపానికి వెనుకాడడం లేదు. ఆయన రాజ్యం ఇవ్వకపోతే యుద్ధం తప్పదేమో అనిపిస్తోంది.

యుద్ధం పాపమే. కాని, క్షత్రియుడు తన రాజ్యం తాను కాపాడుకునేందుకు యుద్ధం చెయ్యాలి. అది అతడి ధర్మం. అయినా యుద్ధం జరగకుండా నువ్వు సంధి చేయగలిగితే అది మాకూ, వారికీ, లోకానికీ మహోపకారమే.

దుర్యోధనుడు కుటిలుడు. పాపాత్ముడు. అతడి చుట్టూ అతడేమంటే దానికి వంతపాడేవాళ్ళే ఉన్నారు. ఆ దుర్మార్గుల మధ్యకి నువ్వు ఒక్కడివీ వెళ్ళడం ప్రమాదంతో కూడినది. మాకోసం నువ్వు ప్రమాదంలో పడడం నాకు ఇష్టం లేదు.

కృష్ణుడు: యుద్ధం తప్పించడానికి మనపక్షంనుంచి మనం ప్రయత్నించాలి. లేకపోతే తరువాతి కాలంలో లోకమంతా మనని నిందిస్తుంది.

నాకు దుర్యోధనుడి గురించి పూర్తిగా తెలుసు. అన్నీ తెలిసే నేను హస్తినకి వెళ్తున్నాను. నాకేమవుతుందో అని నువ్వు బాధపడకు. నేను విజృంభిస్తే వాళ్ళెవరూ మిగలరు. దుర్యోధనుడు కంఠంలో ప్రాణం ఉండగా రాజ్యం ఇవ్వడు. అతణ్ణి వధించక తప్పదు. అయినా శాంతికోసం నేను చేయగల ప్రయత్నమంతా చేస్తాను.

భీముడు: వాసుదేవా! వారూ మేమూ సన్నిహిత బంధువులం. దుర్యోధనుడు నీచుడు. అందుకే మాకు అపకారం తలపెట్టాడు. మేము నీచులం కాదు. అందుకే సంధిని కోరుకుంటున్నాము. వారికీ మాకు ఎలాగైనా సంధి పొసగేలా నువ్వు మాట్లాడు.

కృష్ణుడు: ఎంత ఆశ్చర్యం! ఈ మాటలు మాట్లాడుతున్నది మా భీమసేనుడేనా? అగ్నిగాని చల్లబడిపోయిందా? పర్వతాలు గానీ కదిలిపోతున్నాయా? భీమసేనుడి నోట పిరికిమాటలు ఎలా వస్తున్నాయి? సోదరా! యుద్ధం ప్రారంభం కాకుండానే ఇలా భయపడిపోతే ఎలా? నీవంటి వీరుడికి ఈ పిరికితనం తగదు.

భీముడు కృష్ణా! నాకు భయమా? భరతవంశం నశించిపోకూడదని అలా చెప్పాను. ఇంతకాలంగా అన్నగారి మాట అతిక్రమించలేక అణిచిపెట్టుకున్న

క్రోధాన్ని నువ్వు పొడిచి రెచ్చగొట్టావు. ఇప్పుడు విను. మాపట్ల ద్రోహం తలపెట్టినవాడికి సహాయంగా వచ్చిన రాజులనందరినీ అరికాలితో తొక్కి చంపుతాను. రేపు యుద్ధంలో బలిష్ఠులైన రాజులనందరినీ ఏరి ఏరి రథాలనుంచి లాగి చంపడం నువ్వే చూస్తావు.

కృష్ణుడు: భీమసేనా! నీ పరాక్రమం నాకు తెలియదా! ఈ యుద్ధంలో విజయం సాధించే భారమంతా నీమీదనే ఉంది. అందుచేత నిన్ను కొంచెం రెచ్చగొట్టాను.

అర్జునుడు: కృష్ణా! మంచి మాటలతో వారు రాజ్యమిచ్చేలా చూడు. కాదంటే యుద్ధం ఉండనే ఉంది. మేము ఎప్పుడు ఏం చెయ్యాలో మాకంటే నీకే బాగా తెలుసు. మమ్మల్ని అభ్యుదయపథంలో నడిపించు.

నకులుడు: కృష్ణా! దుర్యోధనుడు అహంకారి. అతడితో మృదువుగానే మాట్లాడు. అయినా యుద్ధమంటూ జరిగితే కౌరవులలో ఒక్కడు కూడా మిగలడని బెదిరించు. ఏం చెప్పినా, ఎలా చెప్పినా శాంతికే ప్రాధాన్యమిచ్చి మాట్లాడు.

సహదేవుడు: అన్నగార్లు మాట్లాడినదంతా ధర్మమే. ఎవరూ కాదనలేరు. నువ్వుమాత్రం కౌరవసభలో యుద్ధం జరిగేలాగే మాట్లాడు. సంధి జరిగే మాటలు ఎంతమాత్రం మాట్లాడకు.

సాత్యకి: నేను సహదేవుడి మాటలనే సమర్థిస్తాను.

ద్రౌపది: కృష్ణా! నేను ద్రుపదమహారాజు చేసిన యజ్ఞంలో అగ్నివేదినుంచి పుట్టాను. అయోనిజని. ధృష్టద్యుమ్నుడి సోదరిని. నీ చెల్లెలిని. భరతవంశానికి కోడలిని. వీరాధివీరులైన పాండవులకు పట్టమహిషిని. అయిదుగురు వీరపుత్రులకు తల్లిని.

నాభర్తలందరూ చూస్తూండగా ఒక నీచుడు నన్ను జుట్టుపట్టి సభలోకి ఈడ్చుకు వచ్చాడు. బలవంతంగా దాసీని చేసాడు.

అప్పుడు **నిరమర్షేషు అచేష్టేషు ప్రేక్షమాణేషు పాండుషు** – ఈ మహావీరులు పాండవులు పౌరుషం చచ్చి, చేష్టలుడిగి, గుడ్లప్పగించి చూస్తూ కూర్చున్నారు. ఆనాడు సభలో ఆ కౌరవులు తలపెట్టిన ఘోరమైన అవమానంనుంచి నువ్వు నన్ను రక్షించావు.

ధిక్ పార్థస్య ధనుష్మత్తాం భీమసేనస్య ధిగ్బలమ్– ఛీ! ఆనాడు ఈ పార్థుడి

విలువిద్య ఎందుకు పనికొచ్చింది? భార్యని కూడా రక్షించుకోలేని భీమసేనుడి బలం గురించి ఏం చెప్పను? వీళ్ళు ఇలాగే ఉంటారు. మారరు.

నీకేగాని నామీద జాలి ఉంటే నీ కోపం, నాకోపం ఆ ధృతరాష్ట్రుడి కుమారులమీద చూపించు. యుద్ధం జరిగేలా చూడు.

ఈ భీమార్జునులు పౌరుషహీనులై శాంతినే కోరితే కోరనీ. నా అయిదుగురు కుమారులూ, అభిమన్యుడూ క్షత్రియులలా కౌరవులతో యుద్ధం చేస్తారు.

దుశ్శాసనభుజం శ్యామం సంభిన్నం పాంసుగుంఠితమ్,
యద్యహం తు న పశ్యామి కా శాన్తి ర్హృదయస్య మే. 82.39

ఏ చేత్తో దుశ్శాసనుడు నన్ను పట్టుకున్నాడో ఆ చెయ్యి తెగి రణరంగంలో పడాలి. దానిని నేను చూడాలి. అంతవరకూ నాకు శాంతి లేదు. ఆనాడు సభలో ఒక్కొక్కరూ కూసిన కారుకూతలు ఇంకా నా చెవులలో గింగురు మంటున్నాయి. అవమానాగ్నిని పదమూడేళ్ళు మనస్సులో దాచుకున్నాను.

దీనినుంచి నాకు విముక్తి కావాలి. పగ తీరాలి. శాంతి కావాలి.

మీరందరూ ధర్మం ధర్మం అంటూ ఉంటే మనస్సు ఉడికిపోతోంది. చంప కూడనివాణ్ణి చంపడం ఎంత పాపమో చంపవలసినవాణ్ణి చంపకపోవడం అంతే పాపం. ఆ పాపం నా భర్తలకి చుట్టుకోకుండా కాపాడు.

కృష్ణుడు: కృష్ణే! నువ్వు ఎంత ఏడుస్తున్నావో అంతకంటే అనేకరెట్లు కౌరవుల భార్యలు ఏడుస్తారు. భర్తలూ, కుమారులూ, సోదరులూ యుద్ధంలో వరుసగా మరణిస్తూంటే వాళ్ళు అనాథలై గోడుగోడున ఏడుస్తారు. ఇది నువ్వు చూస్తావు. నా మాట నమ్ము.

భూమి బద్దలై ముక్కలు ముక్కలు అయిపోతే అయిపోవచ్చు. సముద్రాలు ఇంకితే ఇంకిపోవచ్చు. ఆకాశం నక్షత్రాలతో కలిసి భూమిమీద కూలితే కూలిపోవచ్చు. నా మాటమాత్రం సత్యమై తీరుతుంది.

కృష్ణుడు మంచి ముహూర్తంలో హస్తినకు బయల్దేరడానికి సిద్ధమయ్యాడు. సాత్యకిని రథంలో సమస్త ఆయుధాలూ నింపమన్నాడు. సాత్యకిని రథమెక్కించుకుని బయర్దేరాడు.

దారిలో పరశురాముడితో సహా అనేకమంది ఋషులు కనిపించారు. కృష్ణుడు రథం దిగి వారికందరికీ నమస్కరించాడు. కృష్ణుడు కురుసభలో మాట్లాడే మాటలు వినడానికి తామందరమూ హస్తినకి వస్తున్నామని ఆ ఋషులు చెప్పారు.

కృష్ణుడు వచ్చే మార్గంలో అతడికి విడిదికోసం దుర్యోధనుడు అడుగడుగునా ఏర్పాట్లు

చేసాడు. అవన్నీ ఎప్పటికప్పుడు తండ్రికి చెప్పాడు.

కృష్ణుడు వృకస్థలం చేరాడు. మరునాడు హస్తినకు వస్తాడు.

ధృతరాష్ట్రుడు కృష్ణుడికి కళ్ళు తిరిగిపోయేలా అమూల్యమైన బహుమతులు ఇమ్మని ఆజ్ఞాపించాడు.

దుర్యోధనుడు తప్ప మిగిలిన కుమారులనందరినీ నగరం బయటికి వెళ్ళి కృష్ణుడికి స్వాగతం చెప్పమన్నాడు.

విదురుడు ఆ ఏర్పాట్లన్నీ గమనించాడు. ధృతరాష్ట్రుణ్ణి చూసి జాలి పడ్డాడు.

విదురుడు: రాజా! ఈ కానుకలన్నీ కృష్ణుడికి ఎందుకు ఇవ్వాలనుకుంటున్నావో నాకు తెలుసు.

మాయైషా సత్యమేవైతత్ ఛద్మైత ద్భూరిదక్షిణ!
జానామి త్వన్మతం రాజన్ గూఢం బాహ్యేణ కర్మణా. 87.8

నువ్వు భక్తితో ఇస్తున్నావో, నిజంగా ఆనందించి ఇస్తున్నావో, ప్రలోభపెట్టి కృష్ణుణ్ణి నీవైపు తిప్పుకునేందుకు ప్రయత్నిస్తున్నావో నాకు తెలుసు.

ఇదంతా నీ నటన. పైపైన ప్రేమ ఒలకబోసి అమూల్యమైన కానుకలు లంచంగా ఇచ్చి ఆ దేవకీనందనుణ్ణి నీవైపు తిప్పుకుందామనే నీ ప్రయత్నం? ఒక్క విషయం గుర్తుంచుకో. ధనంతో కృష్ణుణ్ణి కొనలేవు. అతడికి నీ బహుమతులు అక్కర్లేదు. పాండవుల కోరిక మన్నిస్తే చాలు సంతోషిస్తాడు.

దుర్యోధనుడు: కృష్ణుడు అర్జునుడితో కలిసిపోయాడు. ఆ పార్థుణ్ణి వదలడు. ఇక ఈ బహుమతులు వృథా. ఇంతింత విలువైన బహుమతులు ఇస్తే తనని చూసి మనం భయపడిపోయి ఇవన్నీ ఇస్తున్నాం అనుకుంటాడు.

భీష్ముడు: రాజా! ముల్లోకాలకూ ప్రభువైన శ్రీహరికి నీ బహమతులు ఏపాటివి? ఆయన మెప్పు పొందాలంటే పాండవులు ధర్మంగా అడిగిన వారి రాజ్యం వారికిచ్చి సంధిచేసుకో.

దుర్యోధనుడు: పితామహా! నా కంఠంలో ప్రాణముండగా నేను పాండవులకు ఏమీ ఇవ్వను. కృష్ణుడు రావడం మనకే మేలు. ఇక్కడికి రాగానే నేను అతణ్ణి బంధిస్తాను.

తస్మిన్ బద్ధే భవిష్యంతి వృష్ణయః పృథివీ తథా,
పాండవాశ్చ విధేయా మే స చ ప్రాతరిహైష్యతి. 88.14

కృష్ణుణ్ణి బంధిస్తే యాదవులందరూ నాకు లొంగిపోతారు. పాండవులు

కోరలు తీసిన పాములై నాకు విధేయులౌతారు. నా ఆజ్ఞానువర్తులౌతారు. భూమండలమంతనీ ఏకాచ్ఛత్రాధిపత్యంగా పరిపాలిస్తాను. రేపు ఉదయం కృష్ణుడు రానే వస్తాడు. అతడు వచ్చాక జరగబోయేది ఇదే.

భీష్ముడు: రాజా! నీ కుమారుడు మృత్యువుని పెనవేసుకుని ఆనందిస్తున్నాడు. ఈ నీచుడూ, ఇతడి స్నేహితులూ కృష్ణుణ్ణి సమీపించడానికి ప్రయత్నిస్తే భస్మమైపోతారు. నీ పుత్రుడు **పాపస్యాస్య** – పాపాత్ముడు, **నృశంసస్య** – క్రూరుడు, **త్యక్తధర్మస్య** – ధర్మం వదిలేసాడు. ఇటువంటి వాడి మాటలు వినడం కూడ పాపమే.

అలా అని భీష్ముడు సభలోనుంచి లేచి వెళ్ళిపోయాడు.

4

కృష్ణుడు హస్తినాపురం చేరాడు. నేరుగా ధృతరాష్ట్రుణ్ణి చూడడానికి వెళ్ళాడు. ధృతరాష్ట్రుడూ, భీష్మద్రోణులూ, సభలో ఉన్న రాజులూ అందరూ వెంటనే ఆసనాలనుంచి లేచి నిలుచున్నారు.

ధృతరాష్ట్రుడు చేసిన అతిథిపూజ కృష్ణుడు స్వీకరించాడు. అందరినీ కుశలమడిగాడు. కొంతసేపు వేడుకగా పలకరింపులయ్యాయి. రాజువద్ద సెలవుతీసుకుని కృష్ణుడు విదురుడి మందిరానికీ, కుంతీదేవి మందిరానికీ వెళ్ళాడు.

కృష్ణుణ్ణి చూడగానే కుంతీదేవికి ఎంత ఆపుకున్నా దుఃఖం ఆగలేదు. ఎలాగో గొంతు పెగుల్చుకుని కుమారుల యోగక్షేమాలు అడిగింది.

"కృష్ణా! నేను కష్టాలు భరించేందుకే పుట్టాను. దుఃఖం అనుభవించేందుకే పుట్టాను.

పితరం త్వేవ గర్హేయం నాత్మానం న సుయోధనమ్ – నేననుభవించిన కష్టాలకి సుయోధనుణ్ణి నిందించడంలేదు. *(తప్పుడు నిర్ణయాలు తీసుకున్నానే, అలా చేయకపోయినా బాగుండేదే అని)* నన్ను నేనూ నిందించుకోవడం లేదు.

నా జీవితం ఇలా కావడానికి నన్ను కన్న తండ్రే కారణం. ఆయననొక్కడినే నిందించుకుంటూ ఉంటాను.

ఇంటిముందు నిలిచిన యాచకుడికి దానమిచ్చినంత సులువుగా నా తండ్రి నన్ను కుంతిభోజుడికి ఇచ్చేసాడు.

బాలాం మామార్యకస్తుభ్యం క్రీడంతీం కందుహస్తికామ్,

అదాత్తు కుంతిభోజాయ సఖా సఖ్యే మహాత్మనే. 90.63

అప్పటికి నేను చిన్న పిల్లని. స్నేహితురాళ్ళతో కలిసి ఆనందంగా కేరింతలు కొడుతూ ఆడుకునే వయసు. అశుభం, శుభం తెలియని చిన్నపిల్లనని జాలి గాని, కన్నకూతురినని ప్రేమగాని లేకుండా నా తండ్రి శూరసేనుడు నన్ను కుంతిభోజుడికి, ఒక ఆటబొమ్మని ఇచ్చినంత సులువుగా ఇచ్చేసాడు.

అలా కన్నతండ్రిచేత వంచితురాలినయ్యాను.

వరించి వివాహం చేసుకుని అత్తవారింట కాలు పెట్టిన నేను అక్కడ కూడా వంచితురాలినయ్యాను. కోరి చేసుకున్న వివాహం వలన సుఖపడ్డానా అంటే అదీ లేదు. ఏమైనా భోగాలు గాని, ఆనందం గాని అనుభవించానా అంటే అదీ లేదు. *(అడవులలో జీవితం, అనాథలా బ్రతకడం మిగిలింది.)*

ఇలా ఎవరికి తోచినట్లు వారు తన్నితే దొర్లిపోయే బంతిలా నా జీవితం నా ప్రమేయం లేకుండానే గడిచిపోయింది. రాజకుమారిగా పుట్టిన నేను బిడ్డలు బిచ్చమెత్తి తీసుకు వచ్చిన అన్నం తిని బ్రతకాల్సివచ్చింది.

ఎవరికి తోచినట్లు వారు నా జీవితంతో ఆడుకుని నేను కష్టాలు భరించడానికే పుట్టానా అనుకునే స్థితికి నన్ను తీసుకువచ్చారు.

ఎటువంటి మహారాజుకు భార్యనయ్యాను! అయినా విధవనయ్యాను.

ఎటువంటి పరాక్రమవంతులకు తల్లినయ్యాను! అయినా **దుర్యోధనేన నికృతా వర్ష మద్య చతుర్దశమ్** – దుర్యోధనుడి వలన పధ్నాలుగు సంవత్సరాలు పడరాని పాట్లు పడ్డాను. స్త్రీకి ఇతరుల ఆశ్రయంలో జీవించడంకంటే మరణమే మేలు. నేను విదురుడి ఇంట్లో జీవిస్తున్నాను. పధ్నాలుగో సంవత్సరం గడుస్తోంది.

మరణించడమంటే కనిపించకపోవడమే. నేను నా కుమారులను చూసి పదమూడు సంవత్సరాలైంది. అంటే పాండవులకు నేను బ్రతికే ఉన్నా మరణించినట్లే. అలాగే నాకు వారూ మరణించినట్లే. ఇటువంటి దుస్థితిని అనుభవించిన తల్లిని లోకంలో నేనొక్కర్తెనే.

అయోనిజ అయిన ద్రౌపదివంటి దివ్యతేజోరాశి కోడలయింది. కానీ, ఆమె లోకంలో ఎప్పుడూ, ఎక్కడా ఏ స్త్రీ కనీ వినీ ఎరుగని అవమానం పొందింది. అదీ సహించాను.

అత్యంతదుఃఖితా కృష్ణా కిం జీవితఫలం మమ – ఇలా సహించలేని దుఃఖాలు భరిస్తూ రోజులు గడుపుతున్నాను. ఈ విధంగా జీవించి ఉండడం వలన ప్రయోజనమేముంది? అర్జునుడు పుట్టినప్పుడు ఆకాశవాణి, '**హత్వా కురూన్ మహాజన్యే రాజ్యం ప్రాప్య ధనంజయః**

– ఇతడు కౌరవులను వధిస్తాడు. రాజ్యం పొందుతాడు. సోదరులతో కలిసి అనేక అశ్వమేధాలు చేస్తాడు.' అని చెప్పింది. ఆ మాట నిజమవుతుందా?

నాయనా! నా పెద్దకొడుకు యుధిష్ఠిరుడు మహాత్ముడు.

బ్రూయా మాధవ రాజానం ధర్మాత్మానం యుధిష్ఠిరమ్,
భూయాంస్తే హీయతే ధర్మో మా పుత్రక వృథా కృథాః. 90.74

అతడితో నా మాటగా చెప్పు. 'నువ్వు ధర్మం ధర్మం అంటూ ధర్మసూత్రాలు వల్లెవేసుకుంటూ జీవిస్తున్నావు. నీ ధర్మం నీకూ, మాకూ కూడా కొరగానిదైపోయింది. వ్యర్థమైన ఆ ధర్మాన్ని పట్టుకు వేళ్ళాడకు.'

భీమార్జునులకు నా మాట చెప్పు. '**యదర్థం క్షత్రియా సూతే తస్య కాలోఽ యమాగతః** – క్షత్రియస్త్రీ ఏ ఆశతో పుత్రులకు జన్మనిస్తుందో ఆ ఆశ తీర్చే సమయం వచ్చింది. ఈ సమయాన్ని జారవిడిస్తే లోకం మిమ్మల్ని ఛీ! అంటుంది. మిమ్మల్ని కన్నందుకు నన్నూ ఛీ! అంటుంది. ఆ పరిస్థితి రానివ్వకండి.'

నకులసహదేవులకి, 'క్షత్రియధర్మంమీద నిలబడండి. పరాక్రమంతో సుఖం పొందండి. ఆ ప్రయత్నంలో ప్రాణాలు పోయినా ధన్యులే అవుతారు.' అని చెప్పు.

అర్జునుణ్ణి ద్రౌపది కోరిన మార్గాన్నే ఎంచుకోమను. శాంతిపాఠాలు వల్లించవద్దని చెప్పు." అంది.

కృష్ణుడు, "అత్తా! నీచులూ, వివేకహీనులూ తాత్కాలికంగా వచ్చే సుఖాలకోసం వెంపర్లాడతారు. ఉత్తములూ, వివేకవంతులూ శాశ్వతమైన విజయంకోసం, నిష్కంటకమైన రాజ్యం కోసం ప్రయత్నిస్తారు. వారి పట్టుదల గొప్పది. దాని ఫలమూ గొప్పదే. ఈ రెండింటి మధ్యలో వచ్చే శ్రమనీ, దుఃఖాన్నీ వారు లెక్కచెయ్యరు. నీ పుత్రులు ఉత్తములూ, వివేకవంతులూ. వారు ఈ భూమండలమంతనీ పరిపాలిస్తారు." అన్నాడు.

◆ ◆ ◆

కృష్ణుడు కుంతిని ఊరడించి దుర్యోధనుడి మందిరానికి వెళ్ళాడు. అక్కడ దుష్టచతుష్టయం కూర్చుని ఉన్నారు. వారందరూ లేచి నిలుచుని కృష్ణుణ్ణి స్వాగతించారు.

దుర్యోధనుడు కృష్ణుణ్ణి ఆ పూట తన ఇంట్లో భోజనం చెయ్యమన్నాడు. కృష్ణుడు నిరాకరించాడు.

దుర్యోధనుడు ఎత్తిపొడుపుగా, "కృష్ణా! మేమూ, పాండవులూ నీకు సమానమైన బంధువులమే కదా! నువ్వు అన్నీ తెలిసినవాడివి. అయినా ఎప్పుడూ పాండవుల వెంటే

ఉంటావు. మేము ఎంత ఆదరించినా, హృదయపూర్వకంగా ఆహ్వానించినా మా ఇంట భోజనం కూడా చెయ్యనంటున్నావు. ఇది ధర్మమేనా?" అన్నాడు.

కృష్ణుడు, "నేను దూతగా వచ్చాను. దూత తాను వచ్చిన పని పూర్తయ్యాకే భోజనం చేస్తాడు. నేను వచ్చిన పని పూర్తయేలా చూడు. తరువాత నీ మందిరంలో తప్పకుండా భోజనం చేస్తాను." అన్నాడు.

దుర్యోధనుడు, "కృష్ణా! నువ్వు నన్ను అవమానిస్తున్నావు. నువ్వు వచ్చిన పని జరగవచ్చు. జరగకపోవచ్చు. మేము ఎంతో ఆదరంతో చెయ్యాలనుకున్న పూజని తిరస్కరించకూడదు కదా! మాకు నీమీద ద్వేషం లేదు. అది గ్రహించు. మాతో ఇలా మాట్లాడడం తగదని తెలుసుకో." అన్నాడు.

కృష్ణుడు దుష్టచతుష్టయాన్ని పరికించి చూసాడు. ప్రసన్నవదనంతో స్థిరంగా సమాధానం చెప్పాడు.

"నేను ఉపాయనాలను ఆశించో, పూజలకు పొంగిపోవాలనో, ఎవరిపైనో ద్వేషం ప్రదర్శించాలనో రాలేదు. ధర్మం నిలబెట్టడానికి వచ్చాను. దూతగా వచ్చినప్పుడు దూత పాటించవలసిన ధర్మాన్నే పాటిస్తాను.

సంప్రీతిభోజ్యాన్యన్నాని ఆపద్భోజ్యాని వా పునః,
న చ సంప్రీయసే రాజన్ న చైవాపద్గతా వయమ్. 91.25

ఎప్పుడైనా ఇష్టులైనవారు పెడితేనే భోజనం చెయ్యాలి. ఒకవేళ ఎక్కడా భోజనం దొరకకపోతే శరీరాన్ని కాపాడుకునేందుకు ఇష్టుడుకానివాడు పెట్టినా తినాలి. ఇప్పుడు నువ్వా నాకు ఇష్టుడివి కాదు. నిన్ను కాదంటే వేరే ఎక్కడా భోజనం దొరకదేమో అనే ఇబ్బందీ లేదు. అందుచేత నీ భోజనం తిరస్కరిస్తున్నాను.

నువ్వు నిష్కారణంగా పాండవులపట్ల పగబట్టావు. వారిపట్ల చెయ్యరాని పనులు చేసావు. నీ జీవితమంతా అధర్మమార్గంలోనే గడపాలని నిర్ణయించుకున్నావు. పాండవులు నీపట్ల అత్యంతసహనం చూపించి ఇంతవరకూ నీకు ఏ హానీ చెయ్యలేదు.

పాండవుల మార్గం ధర్మం. ధర్మాన్ని పాటించడమంటే నన్ను ప్రేమించడమే. పాండవులు ధర్మం పాటించారు. నాకు ప్రీతిపాత్రులయ్యారు. ధర్మాన్ని పాటించేవాణ్ణి ద్వేషించడమంటే నన్ను ద్వేషించడమే. నువ్వు పాండవులని ద్వేషిస్తున్నావు.

తనని ద్వేషించేవాడు పెట్టే అన్నం తినకూడదు. అటువంటివాడికి అన్నం పెట్టకూడదు.

నువ్వు పెట్టే పంచభక్ష్య పరమాన్నాలకంటే విదురుడు పెట్టే పట్టెడన్నమే నాకు విందుభోజనం." అన్నాడు.

దుర్యోధనుడి సమాధానంకోసం చూడకుండా గిరుక్కున వెనుదిరిగి విదురుడింటికి వెళ్ళిపోయాడు. అక్కడ విదురుడు ఏర్పాటు చేసిన భోజనాలు ముందుగా వేదవేత్తలకు పెట్టాడు. తరువాత తాను తిన్నాడు.

కృష్ణుడు విశ్రాంతి తీసుకున్నాక ఆ రాత్రి విదురుడు తన ఆలోచన చెప్పాడు.

"కృష్ణా! దుర్యోధనుడు పాండవులను మోసంచేసి మహాసామ్రాజ్యమంతా చేజిక్కించుకున్నాడు. ఇదంతా తాను పరాక్రమంతో సాధించానని భ్రమలో పడి మిడిసిపడుతున్నాడు. తానూ, కర్ణుడూ ఎదురులేని వీరులం అనుకుంటున్నాడు. ఇప్పుడు ఇంద్రుణ్ణికూడా ఓడించగలను అనుకుంటున్నాడు.

తన ఆలోచనలలో ఉన్న మంచీ, చెడూ చెప్పేవారందరూ తనకి శత్రువులు అనుకుంటున్నాడు. నీ పట్ల కూడా శత్రుభావంతోనే ఉన్నాడు.

యత్ర సూక్తం దురుక్తం చ సమం స్యాన్మధుసూదన,
న తత్ర ప్రలపేత్ ప్రాజ్ఞో బధిరేష్వివ గాయనః. 92.13

వాడికి నువ్వు మంచి చెప్తే తలకెక్కదు. హెచ్చరిస్తే నచ్చదు. రాబోయే ఆపదగురించి అనునయించి చెప్పినా వినిపించుకోడు. ఆ మూర్ఖుడికి ఏం చెప్పినా అది చెవిటివాడిముందు శంఖం ఊదినట్లే అవుతుంది. అందుచేత నీ దౌత్యం ఫలించదు. అది నీకు తెలుసు. అన్నీ తెలిసి నువ్వీ శత్రువుల మధ్యకి అనవసరంగా వచ్చావు." అన్నాడు.

కృష్ణుడు నవ్వుతూ సమాధానం చెప్పాడు.

"విదురా! తల్లిదండ్రులు ప్రేమతో నచ్చచెప్పినట్లు చెప్పావు. నువ్వు చెప్పినదంతా నిజమే. అయినా నేను రాక తప్పదు.

ఘోరమైన యుద్ధం జరగబోతోంది. కక్షలూ, కార్పణ్యాలూ ఉన్న రాజులే కాదు, ఏ కారణం లేని కోట్లాదిమంది సామాన్యసైనికులు కూడా ఈ యుద్ధంలో మరణిస్తారు. భవిష్యత్ తరాలు ఈ మారణకాండకి నన్ను నిందించే ప్రమాదముంది.

'కృష్ణుడు తలుచుకుంటే ఈ యుద్ధాన్ని ఆపగలిగేవాడు. గట్టిగా ప్రయత్నిస్తే సంధి పొసగేలా చేసి ఉండేవాడు. అయినా తగుప్రయత్నం చెయ్యలేదు. ఇంతమంది మరణానికి కృష్ణుడే కారణం.' అంటారు.

ఆ నింద నా మీద పడకుండా ఉండటానికి వచ్చాను. శక్తివంచన లేకుండా ప్రయత్ని

స్తాను. ఆ ప్రయత్నం ఫలించినా గాని, విఫలమైనా గాని ప్రయత్నించిన పుణ్యం నాకు తప్పక వస్తుంది.

ఇక శత్రువుల మధ్యకి వచ్చానని నువ్వు చింతించకు. ఈ క్షుద్రులందరూ కలిసినా నా సమీపానికి కూడా రాలేరు." అన్నాడు.

◆◆◆

మరునాడు ఉదయం కృష్ణుడు తన అనుష్ఠానం పూర్తి చేసుకుని కూర్చున్నాడు. అతణ్ణి రాజసభకి తీసుకువెళ్ళడానికి దుర్యోధనుడూ, శకునీ వచ్చి ఆహ్వానించారు. కృష్ణుడు విదురుణ్ణి తన రథంలో కూర్చోపెట్టుకున్నాడు. అందరూ ధృతరాష్ట్రుడి సభాభవనం చేరారు.

ముందు దుర్యోధనుడూ, కర్ణుడూ నడిచారు. వారి వెనుక విదురుణ్ణీ, సాత్యకినీ చెరొక చేతితో పట్టుకుని కృష్ణుడూ, ఆ వెనుక కృతవర్మా ఇతర యాదవవీరులూ సభలో ప్రవేశించారు.

సభలో ఉన్న వారందరూ లేచి నిలిచి కృష్ణుణ్ణి గౌరవించారు. బంగారు ఆసనంమీద కృష్ణుడు విరాజితుడయ్యాడు.

ఆ సభను చూడడానికి అనేకమంది ఋషులు వచ్చి ఆకాశంలో నిలుచున్నారు. వారు కృష్ణుడికి కనబడ్డారు. అతడు వెంటనే భీష్ముడికి కర్తవ్యం సూచించాడు. "ఈ సభని చూడడానికీ, మన మాటలు వినడానికీ, మనకి మేలు చేసే మంచి మాటలు చెప్పడానికీ అనేకమంది ఋషులు వచ్చారు. వారు కూర్చోనిదే మనం కూర్చోకూడదు. వారికి తగిన ఆసనాలు వేయించి, వారిని పూజించు." అంటూ లేచి నిలుచున్నాడు.

భీష్ముడు ఆ ఋషులందరికీ తగిన ఆసనాలు వేయించాడు. వారిని పూజించాడు. యదువీరులకీ, ఋషులకీ చేయవలసిన మర్యాదలు పూర్తయ్యాయి. సభ అంతా నిశ్శబ్దంగా ఉంది.

కృష్ణుడు లేచి ధృతరాష్ట్రుడికి తన సందేశం చెప్పాడు.

"రాజా! లోకమంతా భరతవంశాన్ని పూజిస్తోంది. మీరు తమని రక్షిస్తారని ఆశిస్తోంది. మీ పరిపాలనలో చిరకాలం సుఖంగా ఉంటామని నమ్ముతోంది.

ఇటువంటి వంశం నిర్మూలంగా నాశనమైపోయే ప్రమాదంలో ఉంది. దుర్యోధనుడూ, నీ ఇతర కుమారులూ క్రూరులైపోతున్నారు. దురాశతో అధర్మానికి సంకోచించకుండా, పాపానికి భయపడకుండా స్వేచ్ఛగా ప్రవర్తిస్తున్నారు. నువ్వు వారికి వంత పాడుతున్నావు.

నీవలన భయంకరమైన ఆపద వచ్చిపడుతోంది. దీన్ని నివారించు. నీ కుమారులని

నువ్వు అదుపు చెయ్యి. పాండవులని నేను అదుపుచేస్తాను. సంధి కుదిర్చి, అందరూ సుఖంగా జీవించేందుకు అవకాశం కల్పిద్దాం.

నువ్వూ, పాండవులూ కలిసి ఉంటే లోకంలో మీకు శత్రువులే ఉండరు.

ఈ సందర్భంలో నీ సభలో ఉన్న పెద్దలకీ, వీరులకీ ఒక విషయం స్పష్టం చేస్తాను. ధర్మానికి అధర్మం వలనా, సత్యానికి అసత్యంవలనా బాధగాని, నష్టంగాని కలుగుతున్నప్పుడు ధర్మం తెలిసినవారు ఉదాసీనత వహించ కూడదు. వారు ధర్మం పక్షంలో నిలబడాలి. అవసరమైతే ధర్మం కోసం ఆయుధం ధరించాలి. ఏమీ చెయ్యకుండా ఉదాసీనంగా కూర్చోకూడదు. ఎందుకంటే ఆ ఉదాసీనత వారికే చేటవుతుంది. వారు చరిత్రహీనులవుతారు. అటువంటి వారు ఎందరున్నా, ఎంతటివారున్నా చివరికి సత్యమే నిలుస్తుంది. ధర్మమే గెలుస్తుంది."

సభలో ఎవరు మాట్లాడలేదు. పరశురాముడు లేచాడు.

"రాజా! కామం, క్రోధం, లోభం, మోహం, మదం, మాత్సర్యం, అహంకారం అనే దోషాలు మానవులని పట్టి పీడిస్తాయి. వీటికి లొంగినవాడు పిచ్చిపట్టినవాడిలా ప్రవర్తిస్తాడు. చివరికి నశిస్తాడు.

ఆ స్థితికి చేరకుండా నీ కుమారులని కాపాడు. కృష్ణార్జునులు నరనారాయణులు. అర్జునుడు నరుడు. అతణ్ణి జయించగలవాడు ముల్లోకాలలోనూ లేడు. అటువంటి అర్జునుడు ముందుండి నడిపే యుద్ధానికి నీ కుమారులని పంపకు. వారి మరణానికి నువ్వే కారణం కావద్దు. పాండవుల రాజ్యం వారికిచ్చి సుఖంగా ఉండు." అన్నాడు.

కణ్వుడు కూడా అదే మాట చెప్పాడు.

వెంటనే దుర్యోధనుడు భ్రుకుటి ముడిపడుతూండగా బిగ్గరగా నవ్వాడు. అహంకారంతో విర్రవీగుతూ ఋషులకి సమాధానం చెప్పాడు.

"మహర్షీ! మీ ఋషుల మాటలకి నేను భయపడను. నేనేం చెయ్యాలో ఈశ్వరుడు నిర్ణయించే ఉంచాడు. **తథా మహర్షే వర్తామి కిం ప్రలాపః కరిష్యతి** – నేనదే చేస్తాను. మీ వ్యర్థప్రలాపాలు నా మీద ప్రభావం చూపించవు." అన్నాడు.

దేవర్షి నారదుడు దుర్యోధనుణ్ణి మందలించాడు. అహంకారంతో పతనమవద్దని హెచ్చరించాడు.

అందరూ దుర్యోధనుణ్ణి తప్పు పడుతూంటే ధృతరాష్ట్రుడు కల్పించుకున్నాడు.

"నారదమహర్షీ! నువు చెప్పినదంతా నిజమే. నేనూ శాంతినే కోరుకుంటున్నాను.

కానీ, ఏమీ చెయ్యలేకపోతున్నాను. దుర్యోధనుడు మూర్ఖుడు. నామాట వినడు. కృష్ణా! ఈ మూర్ఖుడికి నువ్వే నచ్చ చెప్పు." అన్నాడు.

కృష్ణుడు ధృతరాష్ట్రుడి ఆదేశం పాటించాడు. దుర్యోధనుడికి హితబోధ చేసాడు.

"దుర్యోధనా! కురుసత్తమా! నీకూ, నిన్ను నమ్మినవారికీ శ్రేయదాయకమైన నా మాట విను.

నువ్వు మంచి వంశంలో పుట్టావు. చక్కగా విద్యాభ్యాసం చేసావు. గురువులవద్ద మంచి నడవడి గురించి తెలుసుకున్నావు. ఈ లోకంలో సజ్జనులు సత్యాన్నీ, ధర్మాన్నీ గౌరవిస్తారు. దుష్టులు దానికి వ్యతిరేకంగా ప్రవర్తిస్తారు.

ఇంతవరకూ ఏవేవో చేసావు. ఇకనైనా ఆ విపరీత ప్రవర్తన మానుకో. నీ తండ్రి పాండవులకు అన్యాయం చెయ్యవద్దంటున్నాడు. ఆయన చెప్తున్న మాటని గౌరవించు.

నీ చుట్టూ నీచులూ, మూఢులూ, క్రూరులూ, పాపాత్ములూ అయినవారిని పోగు చేసుకున్నావు. వీరు యుద్ధంలో ఏమీ సాధించలేరు. ఈ నీచులు నీకు రక్షణ అనుకుంటూ వీరులైన పాండవులతో విరోధం పెంచుకోకు. విషయం యుద్ధం వరకూ రానివ్వకు.

నీ పక్షం వహించే రాజులందరూ ఇక్కడే ఉన్నారు. అదుగో పితామహుడు భీష్ముడు. ఇదుగో ఆచార్య ద్రోణుడు. ఆ పక్కనే కర్ణుడూ, కృపుడూ, అశ్వత్థామా, సైంధవుడూ, ఇంకా ఇతరులూ ఉన్నారు.

దృశ్యతాం వా పుమాన్ కశ్చిత్ సమగ్రే పార్థివే బలే,
యోఽర్జునం సమరే ప్రాప్తే స్వస్తిమా నావ్రజేద్ గృహాన్. 124.51

ఇంతమందిలో అర్జునుడితో యుద్ధానికి తలబడి క్షేమంగా ఇంటికి తిరిగిరాగల వీరుడెవరో చెప్పు. పోనీ వీరినే చెప్పమను.

వీరినందరినీ కలుపుకుని, మహాసైన్యాన్ని వెంటబెట్టుకుని విరాటనగరం వెళ్ళావు. అక్కడ మీరందరూ ఒక పక్షం అయితే అర్జునుడు ఒక్కడూ అవతలిపక్షం అయ్యాడు. ఆ యుద్ధం ఎలా జరిగిందో లోకమంతా కథలు కథలుగా చెప్పుకుంటున్నారు.

ఆనందంగా జీవిస్తున్న ఈ రాజులనందరినీ దురహంకారంతో రణరంగానికి బలిచెయ్యకు. పాండవుల రాజ్యం పాండవులకిచ్చి నీ రాజ్యంలో నువ్వు సుఖంగా ఉండు." అన్నాడు.

కృష్ణుడు చెప్పినట్లు చెయ్యమని భీష్ముడన్నాడు. ద్రోణుడూ అదేమాట చెప్పాడు.

"దుర్యోధనా! అల్పుల మాట విని చెడిపోకు. కృష్ణుడు చెప్పినట్లు చెయ్యి. నేను చెప్తున్న మాట శ్రద్ధగా విని ఆలోచించు. నేను మీ అందరికీ గురువుని. మీలో ఒక్కొక్కరి శక్తి సామర్థ్యాలూ తెలిసినవాణ్ణి.

నిన్ను యుద్ధానికి ప్రోత్సహిస్తున్న వారి బలం, పరాక్రమం అల్పమైనవి. **వైరం పరేషాం గ్రీవాయాం ప్రతిమోక్ష్యంతి సంయుగే-** యుద్ధమే జరిగితే శత్రువులను సంహరించే పని నా మెడకీ, భీష్ముడి మెడకీ చుట్టి వీరందరూ పక్కకి తప్పుకుంటారు.

నేను చెప్పవలసినది చెప్పాను. ఇక పదే పదే చెప్పను." అన్నాడు.

విదురుడు చెప్పవలసిన సమయంలో, చెప్పవలసిన మాటలు ఎలా చెప్పాలో అలా చెప్పడమే తన కర్తవ్యం అని నిశ్చయించుకున్నాడు.

"దుర్యోధనా! ఇందరు పెద్దలు మాట్లాడుతుంటే వీరి మాటలు నచ్చనట్లు, వీరిని చులకన చేస్తూ హావభావాలు ప్రదర్శిస్తున్నావు. ఇది నీకు అలవాటైపోయింది. దీని ఫలితం నువ్వు అనుభవించక తప్పదు.

అయితే నేను విచారిస్తున్నది నీగురించి కాదు. **ఇమౌ తు వృద్ధౌ శోచామి గాంధారీం పితరం చ తే** - వృద్ధులైపోయిన నీ తల్లిదండ్రులని తలుచుకుంటేనే నాకు దుఃఖం ముంచుకొస్తోంది.

నువ్వు తమని వార్ధక్యంలో రక్షిస్తావని ఈ వృద్ధదంపతులు ఆశిస్తున్నారు. పుత్రులూ, మిత్రులూ అందరూ యుద్ధంలో మరణిస్తే ఈ వృద్ధులు రెక్కలు తెగిన పక్షులలా అయిపోతారు.

భిక్షుకౌ విచరిష్యేతే శోచన్తౌ పృథివీ మిమామ్,
కులఘ్న మీదృశం పాపం జనయిత్వా కుపూరుషమ్. 125.21

వంశనాశనానికి కారణమైన నీవంటి నీచుణ్ణీ, పాపాత్ముణ్ణీ ఎందుకు కన్నామా - అని గుండెలు బద్దలయేలా ఏడుస్తూ వీరిద్దరూ బిచ్చమెత్తుకుని బ్రతకవలసివస్తుందే అని నేను వీరికోసం ఏడుస్తున్నాను. నీ కోసం కాదు." అన్నాడు.

ఆ తరువాత భీష్ముడివైపు తిరిగాడు.

"పితామహా! ఈ సింహాసనంమీద మహారాజుగా ధృతరాష్ట్రుడు కూర్చున్నాడు. అతడి పక్కన చేతులు కట్టుకుని మంత్రిలా నేను నిలుచున్నాను. ఈ పదవులు మాకు ఏ హక్కువలన గానీ, ఏ గొప్ప అర్హతవలన గానీ వచ్చినవి కావు. మేము ప్రయత్నించి సాధించుకున్నవీ కావు. చిత్రకారుడు ఏ బొమ్మని ఎక్కడ పెట్టాలో ఆలోచించి చిత్రం గీసినట్లు నువ్వు మమ్మల్ని నియమించడంవలన మేము ఈ పదవులలో ఉన్నాం.

ఈ దుర్యోధనుడికి ఈ రాజ్యంమీద ఏ హక్కూ లేదు. దీన్ని పొందడానికి ఇతడు సాధించినదీ ఏమీ లేదు. ఇందరు పెద్దలని కాదని భరతవంశం భవిష్యత్తుని నిర్ణయించడానికి ఇతడెవరు?

విచిత్రవీర్యుడి మరణంతో నశించిపోయిన భరతవంశాన్ని నువ్వు వ్యాసుణ్ణి ప్రార్థించి ఉద్ధరించావు. ఈ వంశం ఈ దుర్యోధనుడివలన ఇప్పుడు ఇంకొకసారి నాశనమైపోయేలా ఉంది. ఈ దుష్టుణ్ణి బలప్రయోగంతో నువ్వే ఆపాలి. ఈ వంశాన్ని రక్షించాలి. ఇది నీ కర్తవ్యం. **తన్మే విలపమానస్య వచనం సముపేక్షసే** – ఇలా నేనెంత వేడుకున్నా నువ్వు నామాట పట్టించుకోవడం లేదు.

వార్ధక్యంవలన నీ బుద్ధిగాని జడమైపోయిందా? అదే జరిగితే ఈ రాజభవనాల్లో నివసించడం, రాజసభలో కూర్చోవడం నీకూ, నాకూ, ధృతరాష్ట్రుడికీ అనవసరం. వానప్రస్థాశ్రమానికి పోదాం. ఇక్కడే ఉండి దుర్యోధనుణ్ణి నియంత్రిస్తావో, అడవులకే పోతావో నిర్ణయించుకో.” అన్నాడు.

అందరూ అలా మాట్లాడుతుంటే ధృతరాష్ట్రుడు తనకి అలవాటైన ముసుగు ధరించాడు. పాండవుల పట్ల ప్రేమ నటించాడు. కృష్ణుడి మాట వినమని లాంఛనంగా చెప్పాడు.

అందరి ఉపదేశాలూ విన్నాక దుర్యోధనుడు సమాధానం చెప్పాడు.

“కేశవా! నువ్వు రెండు పక్షాల దృష్టికోణంనుంచీ విషయాన్ని చూసి మాట్లాడాలి. కానీ, పాండవులు మంచివాళ్ళనీ, నేనొక్కడినే దుర్మార్గుడననీ ముందే నిర్ణయించుకుని మాట్లాడుతున్నావు. నేనెంత ఆలోచించినా నేను చేసిన తప్పేమిటో, నేను చేసిన దోషమేమిటో నాకు తెలియడం లేదు.

పాండవులకు జూదం వ్యసనం. అందుకే వాళ్ళు జూదమాడారు. జూదంలో శకుని వాళ్ళ రాజ్యం గెలిచాడు. ఇందులో నా తప్పేముంది?

పాండవులు మామీద కక్షకట్టి, మా శత్రువులతో చేతులు కలిపి యుద్ధానికి సిద్ధమవుతున్నారు. ఇందులో నా తప్పేముంది?

మేము ఏ తప్పూ చెయ్యకపోయినా మమ్మల్ని నిందిస్తున్నావు. పాండవుల పరాక్రమం వర్ణించి భయపెట్టడానికి ప్రయత్నిస్తున్నావు. మేం క్షత్రియులం. యుద్ధమంటే భయపడం.

క్షత్రియధర్మం పాటించి యుద్ధం చేస్తూ మరణించినా మాకు మేలే జరుగుతుంది. వీరస్వర్గం లభిస్తుంది. వీరశయనం *(యుద్ధంలో మరణించడం)* పొందేవారిని గురించి బంధుమిత్రులు గర్విస్తారు. విచారించరు.

మా చిన్నతనంలో పెద్దలందరూ కలిసి తెలిసో, తెలియకో పాండవులకు సగం రాజ్యం

ఇచ్చారు. దానిని మేము తిరిగి సాధించి తెచ్చుకున్నాము. ఇది నా రాజ్యం. ఇటుపైన నా కంఠంలో ప్రాణముండగా నా రాజ్యంనుంచి వాడి సూది మొన మోపేంత ప్రాంతం కూడా పాండవులకు ఇవ్వను. ఇదే నా నిర్ణయం."

ఆ మాటలు విన్న కృష్ణుడికి కళ్ళు ఎర్రబడ్డాయి.

"దుర్యోధనా! వీరశయనం కోరి తొందరపడుతున్నావు. నీకది తప్పక లభిస్తుంది.

సభాసదులారా! మీ అందరి మధ్యలో నిలబడి ఇతడు తాను చేసిన తప్పేమిటని అడుగుతున్నాడు.

పాండవుల సంపద చూసి ఇతడు ఈర్ష్యతో దహించుకుపోయాడు. కపటజూదంలో వారి సంపద కాజేసాడు. ఇది తప్పుకాదా?

దుర్యోధనా! సోదరుల భార్యని సభలోకి ఈడ్చుకు వచ్చి అనరాని మాట లని హింసించావు. అది క్షమించదగిన నేరమేనా? అది తప్పు కాదా?

ఆడిన మాటకి కట్టుబడి వనవాసానికి వెళ్తున్న పాండవులను దుశ్శాసనుడు అత్యంత హేయమైన దుర్భాషలాడాడు. అది తప్పు కాదా?

కర్ణుడు అనరానిమాటలంటూంటే మీరు మందలించకుండా వినోదంగా నవ్వి పాండవులను హేళన చేసారు. అది తప్పు కాదా?

వారణావతంలో పాండవులనీ, వారి తల్లినీ సజీవదహనం చెయ్యాలని ప్రయత్నించావు. అది భయంకరమైన తప్పిదం కాదా? క్షమించదగిన నేరమేనా?

భీమసేనుడికి విషం పెట్టావు. పాములచేత కరిపించావు. ఇది తప్పు కాదని ఈ సభలో ఎవరినైనా చెప్పమను.

ఇన్ని తప్పులు చేసి ఇప్పుడు నేనేం చేసాను అని సభలో నిలిచి బుకాయిస్తున్నావు. నువ్వు చేసిన తప్పులు లోకమంతకీ తెలుసు. అయినా ఇంతమంది మధ్య బుకాయించి గట్టెక్కాలనుకుంటున్నావు. నువ్వు **మిథ్యావృత్తిః** – మోసగాడివి. **అనార్యః** –నీచుడివి.

ఇప్పటికైనా పెద్దలు చెప్తున్న మాటలు విని సుఖంగా ఉండు." అన్నాడు.

అంతలో దుశ్శాసనుడు *(సభలోని వారి దృష్టి మరల్చడానికి)* అందరూ వినేలా ఇలా అన్నాడు.

"సోదరా! నువ్వు పాండవులతో సంధి చేసుకోకపోతే నిన్ను బంధించి యుధిష్ఠిరుడికి అప్పగిస్తారట. భీష్మద్రోణులూ, తండ్రీ కలిసి నిన్నూ, నన్నూ, కర్ణుణ్ణీ బంధించి పాండవులకు అప్పగిస్తారట."

ఆ మాట వినగానే దుర్యోధనుడు లేచి, సభామర్యాద పాటించకుండా, వెళ్ళిపోయాడు. అతడి సోదరులూ, మంత్రులూ, కొందరు రాజులూ అతణ్ణి అనుసరించారు.

భీష్ముడు నిస్సహాయుడిలా తన వేదన వ్యక్తం చేసాడు. "కృష్ణా! క్షత్రియవంశాలు అంతరించిపోయే సమయం వచ్చేసింది అనుకుంటున్నాను." అని కూర్చున్నాడు. *(ధర్మం కోసం నిలబడడం, అధర్మాన్ని నిర్ద్వంద్వంగా ఖండించడం ఆ వృద్ధుడు ఎప్పుడో మర్చిపోయాడు. యుద్ధమంటే జబ్బలు చరుచుకోవడం తప్ప ఇతర క్షత్రియధర్మాలు ఎప్పుడో వదిలేసాడు.)*

భీష్ముడి మాటలు విన్న కృష్ణుడికి కోపం వచ్చింది.

"ఇందులో దుర్యోధనుడినొక్కడినే తప్పు పట్టలేను.

సర్వేషాం కురువృద్ధానాం మహానయమతిక్రమః,
ప్రసహ్య మందమైశ్వర్యే న నియచ్ఛత యన్నృపమ్. 128.34

అసలు ఈ పరిస్థితికి కారణం ఇక్కడున్న పెద్దలే. పితామహా! నువ్వు కౌరవులందరిలోనూ పెద్దవాడివి. పరాక్రమశాలివి. ఆచార్య ద్రోణా! నువ్వు గురువులందరిలోనూ పెద్దవాడివి. అజేయుడివైన వీరుడివి. కృపాచార్యా! కౌరవపాండవులకందరికీ నువ్వే మొదటి గురువువి. ఈ దుర్యోధనుడు ముందునుంచీ రాజ్యాధికారమంతా తనచేతిలోనే ఉన్నట్లు ప్రవర్తిస్తుంటే అతణ్ణి అదుపుచేయకుండా ఉపేక్షించి మీరందరూ తప్పుచేసారు. ఇతడు చేస్తున్న దారుణాలను అడ్డుకోకుండా అశక్తులలా చూస్తూ కూర్చుని పరిస్థితి ఇంతవరకూ రానిచ్చారు.

ఇప్పటికైనా నాయకత్వం *(ప్రభుత్వం)* వహించండి. మిమ్మల్ని ఎదిరించి నిలవగలవారు ఎవరూ లేరు. అందరినీ అదుపు చేసి ధర్మాన్ని నిలబెట్టండి. జూదంలో పెట్టిన నియమం ప్రకారం పాండవులు వనవాసం, అజ్ఞాతవాసం పూర్తిచేసారు. అదే నియమం ప్రకారం ధృతరాష్ట్రుడూ, అతడి పుత్రులూ పాండవుల రాజ్యం వారికి ఇచ్చేలా చెయ్యండి. అది మీ కర్తవ్యం." అన్నాడు.

భీష్మద్రోణులు తలలు దించుకున్నారు.

కృష్ణుడు కోపాన్ని అదుపులో ఉంచుకుని స్థిరంగా, నిర్ణయాత్మకంగా ఇలా ప్రకటించాడు.

"ధృతరాష్ట్ర మహారాజా! సభాసదులారా! అందరి మేలు కోరి నేను చెప్పేమాట శ్రద్ధగా వినండి. ఇది మీ అందరికీ తెలిసినదే.

కంసుడు తండ్రిని బంధించి రాజయ్యాడు. యాదవులని హింసించాడు. నేను అతణ్ణి ఒక్కణ్ణీ సంహరించడంతో యాదవవంశాలన్నీ సుఖంగా ఉన్నాయి.

పూర్వం దైత్యులు దేవతలతో అకారణంగా యుద్ధానికి సిద్ధమయ్యారు. బ్రహ్మ యముణ్ణి పిలిచి లోకకంటకులైన దైత్యులని బంధించి వరుణుడికి అప్పగించమన్నాడు. వారిప్పుడు వరుణుడి అధీనంలో ఉన్నారు. లోకాలకి వారివలన బాధలు తప్పాయి.

తథా దుర్యోధనం కర్ణం శకునిం చాపి సౌబలమ్,
బద్ధ్వా దుశ్శాసనం చాపి పాండవేభ్యః ప్రయచ్ఛథ. 128.48

అలాగే మీరు కూడా దుష్టచతుష్టయాన్ని బంధించి పాండవులకు అప్పగించండి. లోకంలో శాంతి నిలపండి."

ధృతరాష్ట్రుడు గాంధారిని సభకి తీసుకురమ్మని విదురుణ్ణి పంపాడు. ఆమెకు జరిగినదంతా చెప్పాడు. ఆమె దుర్యోధనుణ్ణి పిలిపించమంది. ఆమె దుర్యోధనుణ్ణి మందలించి పెద్దలు చెప్పిన మాట వినమంది. భీష్మద్రోణాది మహావీరులూ, పురుషపుంగవులూ, ధర్మశాస్త్రాలు కూలంకషంగా నేర్చిన మహనీయులూ చెప్పడానికి సాహసించని కఠోరసత్యం ఆ మహారాణి, ఒక స్త్రీ, నిర్ద్వంద్వంగా చెప్పింది.

"దుర్యోధనా! నా రాజ్యం, నా రాజ్యం అంటూ ఎగిరి గెంతులేసినంత మాత్రాన ఇది నీదైపోదు. ఈ రాజ్యం పాండురాజుది. నీ తండ్రి వయస్సులో పెద్దవాడైనా అంధుడు కావడంతో అతడికి సింహాసనార్హత లేదు. అందుచేత పాండురాజుకే అభిషేకం చేసారు. అతడి తరువాత ఈ రాజ్యం అతడి పుత్రులకీ, పౌత్రులకీ చెందుతుంది.

దీనిమీద నీ తండ్రికే లేని అధికారం నీకెక్కడినుంచి వస్తుంది? ఇది నీదనీ, పాండవులకివ్వననీ పరమమూర్ఖుడిలా మాట్లాడకు."

ధృతరాష్ట్రుడు గాంధారి మాటలని సమర్థించాడు.

"దుర్యోధనా! మన వంశంలో రాజు పెద్దకొడుక్కి రాజ్యం రాకపోవడం కొత్తేమీ కాదు. అయితే అలా రాజ్యంమీద హక్కు పోగొట్టుకున్నవాళ్ళెవరూ నీలాగ దుర్మార్గానికి ఒడికట్టలేదు.

మన పూర్వుడు యయాతికి పెద్దకొడుకు యదువు. అతడి తండ్రిని ధిక్కరించాడు. రాజకుమారులలో జ్యేష్ఠుడు దర్పంతో మిడిసిపడుతుంటే అతడికి రాజ్యార్హత ఉండదు. అందువలన యయాతి తన చిన్న కొడుకు పురువుకి పట్టాభిషేకం చేసాడు. అందుకు అలిగి యదువు యుద్ధానికి దిగలేదు.

మా ముత్తాత ప్రతీపమహారాజుకి పెద్దకొడుకు దేవాపి. అతడు ఉత్తముడు. సద్గుణసంపన్నుడు. కానీ, అతడికి చర్మవ్యాధి ఉంది. అతణ్ణి రాజుని చెయ్యడం తగదని

అందరూ చెప్పారు. అప్పుడు ప్రతీపమహారాజు తన చిన్నకుమారుడు శాంతనుణ్ణి రాజుని చేసాడు. దానికి దేవాపి కక్షకట్టలేదు. యుద్ధానికి దిగలేదు.

ఆ తరువాత నేను పెద్దవాడినైనా అంధుణ్ణి కావడంవలన రాజ్యం నాకివ్వకుండా పాండురాజుకి ఇచ్చారు. **మయ్యభాగిని రాజ్యాయ కథం త్వం రాజ్యమిచ్ఛసి** – నాకే లేని రాజ్యాధికారం నీకెలా వస్తుంది?" అన్నాడు. *(ఆ అంధరాజు నోరుజారి జీవితంలో మొదటిసారి నిజం మాట్లాడాడు.)*

దుర్యోధనుడు వారిద్దరికీ సమాధానం చెప్పకుండానే సభనుంచి వెళ్ళిపోయాడు.

సభ వదిలి బయటకు వచ్చిన దుర్యోధనుడి చుట్టూ కర్ణుడూ, శకునీ, దుశ్శాసనుడూ చేరారు. ఆ నలుగురూ, ఎప్పటిలాగే, భయంకరంగా ఆలోచించారు.

"అందరూ కృష్ణునే సమర్థిస్తున్నారు. మనని బంధించి కృష్ణుడికి అప్పగించాలనుకుంటున్నారు. వారు అందుకు ప్రయత్నించే లోపునే మనం విజృంభిద్దాం. కృష్ణుణ్ణి బంధిద్దాం. మనం కృష్ణుణ్ణి బంధించామని తెలియగానే పాండవులు నిస్సహాయులైపోతారు. మనం వాళ్ళని సులువుగా జయించవచ్చు."

సాత్యకి వాళ్ళ ఆలోచనలు పసిగట్టాడు. కృతవర్మని పిలిచాడు.

"నారాయణగోపాలుర సైన్యం హస్తినలోనే ఉంది. వాళ్ళని వెంటనే యుద్ధానికి సిద్ధం చేసి సభాభవనం ముందునిలుపు. నేనీ లోపున కృష్ణుణ్ణి హెచ్చరిస్తాను." అన్నాడు.

సాత్యకి సభలో ప్రవేశించాడు. అందరూ వినేలా దుర్యోధనాదుల పన్నాగం చెప్పాడు.

కృష్ణుడు మేఘగంభీర స్వరంతో ఇలా అన్నాడు.

"రాజా! నీ కుమారులు నన్ను బంధిస్తారుట! బంధించడమే జరిగితే నేను వారిని బంధిస్తానో, వారు నన్ను బంధిస్తారో నువ్వే చూస్తావు! వీరినందరినీ క్షణంలో పట్టి కుంతీపుత్రులకి అప్పగించగలను. అది తప్పు కూడా కాదు. కానీ, నీ సమక్షంలో ఆ పని చెయ్యడం ఇష్టం లేక ఓరిమి వహిస్తున్నాను. దుర్యోధనుడు ఏం చేస్తాడో చూద్దాం. నువ్వు భయపడకు. నీ కుమారులని నేను క్షమించేసాను. ఇప్పుడు వధించను."

ధృతరాష్ట్రుడు కలవరపడిపోయాడు. దుర్యోధనుణ్ణి మళ్ళీ పిలిపించాడు. అతడు తన అనుయాయుల సమూహంతో సభలో ప్రవేశించాడు. ధృతరాష్ట్రుడు *(కృష్ణుడంటే భయంతోనో, ఒక్క క్షణం మనస్సు మారి నిజంగానో)* తన కుమారుణ్ణి మందలించాడు.

"క్రూరుడా! పాపీ! నువ్వు నీచుడివి. నీ చుట్టూ పదిమంది నీచులని పోగుచేసావు. మీరందరూ కాలం మూడిన మనుషులు చేసే పనులు చేస్తున్నారు.

కృష్ణుణ్ణి బంధిస్తావా? దేవేంద్రుడితో దేవతలందరూ కలిసి వచ్చినా ఇతడిముందు నిలువలేరు. అతడు సర్వేశ్వరుడు. అతణ్ణి పూజించాలి. అతడిమాట పాటించాలి. అంతేకాని అతడిపట్ల అపచారం తలపెట్టకూడదు.

మూర్ఖుడా! కృష్ణుణ్ణి బంధిస్తావా? వాయువుని ఎప్పుడైనా పట్టుకున్నావా? చంద్రుణ్ణి ఎప్పుడైనా చేత్తో తాకావా? భూమిని ఎప్పుడైనా నెత్తిన పెట్టుకు తిరిగావా? అవన్నీ ఎంతో కృష్ణుణ్ణి బంధించడం అంతకంటే అసాధ్యం. అది ఆత్మహత్యా ప్రయత్నం." అన్నాడు.

కృష్ణుడు, "దుర్యోధనా! దుర్బుద్ధీ! నీ అజ్ఞానంతో నేను ఒంటరిగా ఉన్నాననీ, నిస్సహాయుడిననీ భావిస్తున్నావు. నాతో ఇక్కడ ఎవరెవరు ఉన్నారో చూడు." అన్నాడు.

అందరూ చూస్తుండగా కృష్ణుడు మహోన్నతంగా ఎదిగాడు. అతడి శరీరంలో మెరుపుల రాశులలా అందరు దేవతలూ కనబడ్డారు. లలాటంమీద బ్రహ్మ, వక్షంమీద రుద్రుడూ ఉన్నారు. కుడిభుజంలో గాండీవం ధరించిన దుర్జయుడైన అర్జునుడున్నాడు. ఎడమభుజంలో అపారబలశాలి బలరామదేవుడు హలాయుధం ధరించి ఉన్నాడు. ఆ విశ్వరూపంలో ఉన్న కృష్ణుడికి వెయ్యి చేతులూ, వాటిలో దివ్యాయుధాలూ ఉన్నాయి. అతడి ముందు అంధకులూ, వృష్ణులూ తమ సైన్యాలతో ఉన్నారు. భీమసేనుడు మహాగద ధరించి వెనక ఉన్నాడు.

కృష్ణుడి కళ్ళనుంచీ, ముక్కునుంచీ, చెవులనుంచీ భయంకరమైన అగ్నిజ్వాలలు బయల్దేరాయి.

దివ్యతేజోమయమైన ఆ రూపాన్ని చూడలేక సభాసదులందరూ కళ్ళు మూసుకున్నారు. భీష్ముడూ, ద్రోణుడూ, విదురుడూ, సంజయుడూ, ఋషులూ తప్ప మిగిలినవారెవరూ ఆ తేజోమూర్తిని చూడలేకపోయారు.

ధృతరాష్ట్రుడు ఆ దివ్యరూపం తనకి కూడా చూపించమని ప్రార్థించాడు. కృష్ణుడు అతడికి చూపు ప్రసాదించాడు. ఆ దివ్యరూపం చూసి తరించిన ధృతరాష్ట్రుడు, "కృష్ణా! నిన్ను చూసాను. తరించాను. నిన్ను చూసాక ఇంకెవరినీ చూడాలనే కోరికలేదు. నాకిచ్చిన దృష్టి తీసేసుకో. నా అంధత్వం నాకు తిరిగి వచ్చేలా అనుగ్రహించు." అన్నాడు. అతడు తిరిగి అంధుడయ్యాడు.

కృష్ణుడు తన విశ్వరూపం ఉపసంహరించాడు. సాత్యకి, కృతవర్మల భుజాలమీద చేతులు వేసి సభాభవనం బయటికి వచ్చాడు. ఆ సందడిలో నారదాది ఋషులు అదృశ్యంగా వెళ్ళిపోయారు.

5

కృష్ణుడు నేరుగా కుంతి నివాసానికి వెళ్ళాడు.

"ఎవరెన్ని చెప్పినా దుర్యోధనుడు వినలేదు. యుద్ధం తప్పేలా లేదు. నేను తిరిగి వెళ్ళిపోతున్నాను. పాండవులకు ఏం చెప్పమంటావు?"అన్నాడు.

కుంతి, "కృష్ణా! యుధిష్ఠిరుడితో నా మాటగా ఇలా చెప్పు. కుమారా! నువ్వు శాంతి, సహనం అంటూ కూర్చుంటున్నావు. అది క్షత్రియుడి పద్ధతి కాదు. పరాక్రమించవలసిన సమయంలో నువ్వు సహనం అంటూ కూర్చుంటావని నేను గానీ, నీ తండ్రి పాండురాజుగానీ కలలో కూడా ఊహించలేదు. ఇంత జరిగాక కూడా నువ్వు ఇంకా శాంతి అంటూ కూర్చుని అధోగతికి పోకు. నీ తమ్ముళ్ళని అధోగతికి తీసుకుపోకు.

పూర్వం విదుల అనే క్షత్రియకాంతకి సంజయుడు అనే కొడుకుండేవాడు. వాడు యుద్ధంలో ఓడిపోయి వచ్చి ఇంట్లో పడుకున్నాడు.

అప్పుడామె క్షత్రియులందరు అన్నివేళలా గుర్తుంచుకోవలసిన మాట చెప్పింది.

'తిందుక కర్రకి నిప్పంటుకుంటే అది ఒక్క క్షణం భగ్గున మండి మసైపోతుంది. అదే ఊకకి నిప్పంటిస్తే అది మంటలేకుండా గంటలతరబడి పొగకక్కుతూ ఉంటుంది. పౌరుషవంతుడైన క్షత్రియుడు తిందుక కర్రలా పరాక్రమం చూపించాలి. ఆ ప్రయత్నంలో మరణించినా అతడికి మంచిదే. ఊకనిప్పులా చిరకాలం చేవ చచ్చి ఎలాగోలా బ్రతకడం క్షత్రియుడికి తగదు. అది అతడికీ, అతడికి జన్మనిచ్చిన తల్లిదండ్రులకీ కూడా అవమానకరం.

క్షమావా న్నిరమర్ష శ్చ నైవ స్త్రీ న పునః పుమాన్ - అవమానాలు భరిస్తూ, అన్యాయాలూ సహిస్తూ శాంతి శాంతి అంటూ చేతులు ముడుచుకుని కూర్చునేవాడు అటు ఆడదీ కాదు, ఇటు మగవాడూ కాదు. అలా అవమానకరంగా జీవించవద్దు.' అంది విదుల. ఈ మాట యుధిష్ఠిరుడికి చెప్పు.

ద్రౌపదికి జరిగిన అవమానం నా గుండెని ఇంకా కోసేస్తూనే ఉందని చెప్పు. ఆమెను నా అయిదుగురు కుమారులతోనూ, 'ఏదోలా బతికేస్తే చాలు అనుకోవద్దు. పరాక్రమించి శత్రువులను నామరూపాలు లేకుండా చెయ్యండి. రాజ్యం సంపాదించండి. రాజులలా బ్రతకండి.' అని చెప్పమను.

మాధవా! ఇంకా ఏం చెప్పాలో అవి చెప్పు. నా కుమారులు చేతకానివాళ్ళలా చరిత్రలో మిగిలిపోకుండా కాపాడు." అంది.

కృష్ణుడు అక్కడినుంచి బయల్దేరి కర్ణుణ్ణి రథమెక్కించుకుని నగరం బయటికి వచ్చాడు. ఎవరూ లేని చోట రథం ఆపి కర్ణుడితో ఇలా అన్నాడు.

"కర్ణా! నువ్వు శాస్త్రాలు నేర్చుకున్నావు. తల్లిదండ్రులు అనే బంధాలూ, కర్తవ్యాలూ ఎలా ఏర్పడతాయో నీకు తెలుసు. ఒక యువతి కన్యగా ఉన్నప్పుడే ఆమె గర్భవతి అయితే ఆమెకు పుట్టే కుమారుడు, ఆ తరువాత ఆమెను వివాహం చేసుకున్న పురుషుడికి కుమారుడవుతాడు.

నువ్వు అలా పుట్టావు. కుంతీదేవికి పాండురాజుతో వివాహం జరగడానికి ముందే ఆమెకు నువ్వు సూర్యుడివలన పుట్టావు. అందుచేత పాండురాజు కుమారుడివయ్యావు. పాండవులలో ఒకడివయ్యావు. వారిలో పెద్దవాడివి అయ్యావు. నువ్వు మాకు కావలసినవాడివి. పాండవులకు తండ్రిపక్షాన సోదరుడివి. మాకు నీ తల్లిపక్షాన బంధువువి.

నాతో ఉపప్లవ్యానికి వచ్చెయ్యి. పాండవులు నిన్ను తమ అన్నగా గుర్తిస్తారు. నీకు రాజ్యాభిషేకం చేస్తారు. బంగారు కలశాలతో పవిత్రజలాలు తెచ్చి నిన్ను అభిషేకిస్తారు. అలాగే పుణ్యాంగనలు అభిషేకిస్తారు. వారిలో ఒకర్తెగా ద్రౌపది కూడా నీకు అభిషేకం చేస్తుంది. పాండవులు నీకు విధేయులై ఉంటారు. భీష్మద్రోణులు నిన్ను ఆశీర్వదిస్తారు. భూమండలమంతకీ నువ్వే చక్రవర్తివవుతావు."

కర్ణుడు గంభీరంగా సమాధానం చెప్పాడు.

"కృష్ణా! **సర్వం చైవాభిజానామి పాండోః పుత్రోఽస్మి ధర్మతః** – నా జన్మవృత్తాంతమంతా నాకు తెలుసు. ధర్మశాస్త్రాన్ని బట్టి నేను పాండురాజుకి పెద్దకుమారుడిననీ నాకు తెలుసు.

ఆనాడు కుంతి నన్ను నిర్దయగా నదిలో వదిలేసింది. అధిరథుడూ, రాధాదేవి నన్ను ఎంతో ప్రేమగా పెంచారు. అశక్తుడినైన శిశువుగా ఉండగా అసహ్యించుకోకుండా నాకు సేవ చేసారు. నేను సూతుడిగానే అన్ని సంస్కారాలు చేసుకున్నాను. అధిరథుడూ, రాధాదేవి చూపించిన వాత్సల్యానికీ, వారు చేసిన సేవకీ, వారు పెట్టిన తిండికీ నేను సూతుడిగానే ఉండి వారి ఋణం తీర్చుకోవాలి.

వయస్సు వచ్చాక నేను సూతకులంలో కన్యనే వివాహం చేసుకున్నాను. పిల్లలూ, మనవలూ పుట్టారు. వీరందరూ సూతులే. వీరందరి ప్రేమానుబంధాలనీ వదులుకోలేను. ఉన్నట్లుండి క్షత్రియుడినైపోలేను. వీరందరికీ దూరమవలేను.

పైగా నన్ను ఒక్కడినే నమ్ముకుని దుర్యోధనుడు ఈ యుద్ధానికి సిద్ధపడ్డాడు. ఈ సమయంలో అతడికి ద్రోహం చెయ్యలేను. యుద్ధం తప్పదు. నేను దుర్యోధనుడి పక్షంలో యుద్ధం చెయ్యడమూ తప్పదు.

ఈ దశలో నేను కుంతీకుమారుణ్ణనీ, తనకి అన్ననని తెలిస్తే యుధిష్ఠిరుడు యుద్ధం చెయ్యడు. రాజ్యం స్వీకరించడు. దానిని నాకే పట్టం కడతాడు. నేను వెంటనే ఆ రాజ్యాన్ని దుర్యోధనుడికి ఇచ్చేస్తాను. దానివలన లోకంలో ధర్మం చెడిపోతుంది.

స ఏవ రాజా ధర్మాత్మా శాశ్వతో౽స్తు యుధిష్ఠిరః,
నేతా యస్య హృషీకేశో యోద్ధా యస్య ధనంజయః. 141.23

ఈ లోకంలో ధర్మం నిలబడాలంటే యుధిష్ఠిరుడే చిరకాలం రాజ్యం చెయ్యాలి. అతడికి నువ్వే మార్గదర్శకుడిగా ఉండాలి. అర్జునుడే రక్షకుడిగా ఉండాలి.

మనమధ్య జరిగిన ఈ సంభాషణని నువ్వు రహస్యంగానే ఉంచు. నేనూ రహస్యంగానే ఉంచుతాను. ఈ విషయాలు ఏ మాత్రం తెలిసినా యుధిష్ఠిరుడు యుద్ధం చెయ్యడు.

ఈ యుద్ధం జరగాలి. ఇది సామాన్యమైన యుద్ధం కాదు. ఇది రణయజ్ఞం. దీనికి కారణం దుర్యోధనుడు. నువ్వు అధ్వర్యుడివి. అర్జునుడు హోత. గాండీవం స్రుక్కు. వీరుల పౌరుషమే ఆజ్యం. దివ్యాస్త్రాలు వేదమంత్రాలు. భీమసేనుడి సింహనాదమే సామగానం. రథాలు యూపస్తంభాలు. దుర్యోధనవధతో ఈ యజ్ఞం పూర్తవుతుంది. దీనికి దక్షిణ ధృష్టద్యుమ్నుడు.

యదా ద్రక్ష్యసి మాం కృష్ణ నిహితం సవ్యసాచినా,
పునశ్చిత్తి స్తదా చాస్య యజ్ఞస్యాథ భవిష్యతి. 141.46

కృష్ణా! ఏ యజ్ఞమైనా పూర్తయ్యాక పునశ్చిత్తి అనే కార్యక్రమం చేస్తారు కదా! ఈ రణ యజ్ఞంలో సవ్యసాచిచేతిలో నేను మరణించడం నువ్వు చూస్తావు. అదే ఈ యజ్ఞానికి పునశ్చిత్తి అవుతుంది.

గాంధారీ, ఆమె కోడళ్ళూ, కౌరవులకు సహాయంగా వచ్చిన రాజుల భార్యలూ కుక్కలూ, నక్కలూ, గద్దలూ తిరిగేచోట, వాటిమధ్య నేలపై పడి ఉన్న తమ ఆప్తుల మృతదేహాలవద్ద విలపిస్తారు. వారి కళ్ళనుంచి నిర్విరామంగా స్రవించే అశ్రుధారలే ఈ యాగానికి పవిత్రమైన అవభృథస్నానం. ఇదంతా నీకు తెలుసు.

కృష్ణా! దుర్యోధనుడు సంతోషిస్తాడని పాండవులని అనరాని మాటలన్నాను. **తేన తప్యే హ్యకర్మణా** – ఆ నీచమైన పని చేసినందుకు అనుక్షణం దుఃఖిస్తూనే ఉన్నాను.”

కృష్ణుడు నిట్టూర్చాడు.

“కర్ణా! నువ్వు నా మాట వినలేదు. సరే. నువ్వు వెనక్కి వెళ్ళి భీష్మద్రోణులకీ, కృపాచార్యుడికీ నా మాటగా చెప్పు.

ఈరోజునుంచి ఏడవరోజు అమావాస్య. ఆ తిథికి ఇంద్రుడు దేవత. ఆ రోజున యుద్ధం ప్రారంభమవుతుంది. సిద్ధంగా ఉండమను. ముల్లోకాలలోనూ పవిత్రమైన కురుక్షేత్రంలోనే కురుపాండవ మహాసంగ్రామం జరుగుతుంది. కౌరవపక్షాన వచ్చిన వీరులందరికీ ఉత్తమగతులు లభిస్తాయని చెప్పు." అన్నాడు.

కర్ణుడు,"కృష్ణా! కౌరవుల సర్వనాశనం సూచించే అనేక దుశ్శకునాలు కనబడుతున్నాయి. అదే సమయంలో పాండవులపక్షానికి విజయం సూచించే శుభశకునాలూ కనబడుతున్నాయి. నాకొక కల వచ్చింది. అందులో యుధిష్ఠిరుడి విజయం, మా పక్షంలో వీరుల మరణం స్పష్టంగా కనిపించాయి. ఇవన్నీ చూస్తుంటే మనం మళ్ళీ స్నేహంగా మాట్లాడుకునే అవకాశం స్వర్గంలోనే లభిస్తుంది అనిపిస్తోంది."

అలా చెప్పి కర్ణుడు కృష్ణుణ్ణి గట్టిగా తన హృదయానికి తగిలేలా హత్తుకున్నాడు. కృష్ణుడి రథం దిగి, తన రథమెక్కాడు.

మనస్సుని దైన్యం కమ్ముకుంటూండగా కర్ణుడు నగరానికి తిరిగివెళ్ళాడు.

కృష్ణుడు ఉపప్లవ్యానికి వెళ్ళాడు.

◆◆◆

యుద్ధం తప్పదనీ, ఆ యుద్ధంలో కౌరవపక్షంలో ఎవరూ మిగలరనీ కుంతితో విదురుడు చెప్పాడు. ఆ వంశనాశనాన్ని ఆపలేకపోయానని వాపోయాడు.

కుంతి యుద్ధమే కోరుకుంది. విదురుడు వచ్చి వెళ్ళాక ఆ యుద్ధం ఎలా జరుగుతుందా అని ఆలోచించడం మొదలుపెట్టింది.

"ద్రోణుడికి శిష్యులంటే ప్రాణం. అతడు పాండవులను వధించడు. భీష్ముడికి పాండవులంటే ఇష్టం. అతడివలనా పాండవులకు ప్రమాదం లేదు.

ఆ కర్ణుడొక్కణ్ణీ తలచుకుంటేనే భయం వేస్తోంది. నాకు పుట్టిన బిడ్డలలో వీడొక్కడే ఆ దుర్యోధనుడి పాపపు ఆలోచనలను పట్టి పోతున్నాడు. పాండవులపట్ల ద్వేషంతో రగిలిపోతున్నాడు. వీడికి పాండవులపట్ల ప్రేమ కలిగిస్తే యుద్ధంలో నా బిడ్డలకి ఇంకెవరివలనా ప్రమాదముండదు.

వీడు నాకుమారుడనీ, పాండవులు వీడి సోదరులనీ వాస్తవాన్ని చెప్పి వీడి మనస్సు మారుస్తాను. ఎంతైనా కన్నతల్లినని తెలిసాక నా మాట కాదనడు." అనుకుంది.

ఉదయం ఒంటరిగా గంగాతీరానికి వెళ్ళింది. అక్కడ కర్ణుడు సూర్యుణ్ణి ఉపాసిస్తూ మంత్రాలు చదువుతున్నాడు. ఎండ వేడెక్కుతోంది. కర్ణుడి జపం ఆగడంలేదు. దుర్బలురాలైన

ఆ వృద్ధురాలు ఎండవేడికి తాళలేక **అతిష్ఠత్ సూర్యతాపార్తా కర్ణ స్యోత్తరవాససి** – కర్ణుడి ఉత్తరీయం నీడలో నిలబడింది.

కర్ణుడు ఉపాసన పూర్తిచేసి వెనక్కి తిరిగాడు. కుంతిని చూసి చేతులు జోడించి నమస్కరించాడు.

"రాధాకుమారుణ్ణి, అధిరథుడి పుత్రుణ్ణి, కర్ణుణ్ణి నీకు శిరస్సు వంచి నమస్కరిస్తున్నాను. తల్లీ! నువ్వేం కోరి వచ్చావు? నేను నీకు ఏ సేవ చెయ్యాలి? చెప్పు." అన్నాడు.

కుంతి మృదువుగా తాను వచ్చిన పని చెప్పింది.

"పుత్రా! నేను పాండురాజు భార్యని. కుంతీదేవిని. నేను కన్యగా ఉన్నప్పుడు నాకు నువ్వు సూర్యుడివలన పుట్టావు. నీతో ఈ ముఖ్యమైన రహస్యం చెప్పడానికి వచ్చాను.

పాండవులు నీ సోదరులు. ఆ విషయం తెలియక నువ్వు దుర్యోధనుణ్ణి సేవిస్తున్నావు. ఇప్పటికైనా మించిపోయింది లేదు. పాపాత్ముడైన దుర్యోధనుణ్ణి విడిచిపెట్టు. పాండవులతో కలిసిపో. నీకిక సూతపుత్రుడని పేరుండదు. పృథ కుమారుడని లోకం నిన్ను గుర్తిస్తుంది. కర్ణుడూ, అర్జునుడూ కలిసిపోతే నా కుమారులకు లోకంలో ఎదురుండదు." అంది.

సూర్యమండలం నుంచి, "కర్ణా! ఈమె చెప్పింది నిజం. ఈమే నిన్ను కన్న తల్లి. తల్లి చెప్పినట్లు చెయ్యి. అదే నీకు మేలైన పద్ధతి." అని వినిపించింది.

కర్ణుడు కుంతితో ఇలా అన్నాడు.

"తల్లీ! నువ్వు పూజ్యురాలివి. అయినా నాపట్ల ఘోరమైన పాపం చేసావు. నన్ను అనాథని చేసి వదిలేసావు. దిక్కులేని వాణ్ణి చేసావు. క్షత్రియుడిగా పుట్టిన నేను సూతకుల సంస్కారాలు చేసుకున్నాను. సూతుడి తిండి తిని పెరిగాను. సూతులలో ఒక్కడినై జీవిస్తున్నాను. నాకు ఏ శత్రువూ చేయలేని హాని నువ్వు చేసావు.

పుట్టినది మొదలు నేటివరకూ సూతకులంలో పెరిగి, సూతుడిగా బ్రతుకుతున్న నన్ను నీ స్వార్థంకోసం ఇప్పుడు ఉన్నట్లుండి క్షత్రియుణ్ణని చెప్పుకోమంటున్నావు. ఇంతవరకూ నాకు సహోదరులు లేరని లోకమంతటికీ తెలుసు. ఇప్పుడు కొత్తగా పాండవులు నా సోదరులని చెప్తే లోకం నన్ను పిరికివాణ్ణనీ, యుద్ధానికి భయపడి సిగ్గువదిలి పాండవుల పంచన చేరాననీ నిందిస్తుంది.

నేను దుర్యోధనుడి దయవలన వైభవోపేతమైన జీవితం అనుభవించాను. ఇప్పుడు అతడి ఋణం తీర్చుకోవలసిన సమయం వచ్చింది. ఈ సమయం కోసమే దుర్యోధనుడూ, అతడి సోదరులూ నన్ను నెత్తిన పెట్టుకుని గౌరవిస్తున్నారు.

అటువంటి రాజుకి కీలకసమయంలో ద్రోహం చెయ్యలేను.

అయినా నువ్వు ఈ మధ్యాహ్న సమయంలో నన్ను అడిగావు. నీ ప్రయత్నం వృథా కానివ్వను. అర్జునుడు తప్ప మిగిలిన నలుగురు పాండవులూ యుద్ధంలో నా చేతికి చిక్కినా వారిని వధించను.

అర్జునుణ్ణి వధించక మానను. అర్జునుణ్ణి వధిస్తే నా జీవితం సార్థకమవుతుంది. యుద్ధంచేస్తూ అర్జునుడి చేతిలో మరణిస్తే శాశ్వతమైన కీర్తీ, స్వర్గం లభిస్తాయి.

న తే జాతు న శిష్యంతి పుత్రాః పంచ యశస్విని!
నిరర్జునాః సకర్ణా వా సార్జునా వా హతే మయి. 146.23

అర్జునుడు మరణిస్తే నాతో కలిపి అయిదుగురూ, నేను మరణిస్తే అర్జునుడితో కలిపి అయిదుగురూ నువ్వు జన్మనిచ్చిన పుత్రులు మిగులుతారు. ఎన్నటికీ ఆరుగురూ మిగలరు."

కుంతి కన్నీటితో కర్ణుణ్ణి కౌగిలించుకుంది.

"నాయనా! దైవం అన్నిటికంటే బలమైనది. మానవులు దైవం నడిపినట్లు మాత్రమే నడుస్తారు. నీ నలుగురు సోదరులనీ వధించనని వాగ్దానం చేసావు. అది మర్చిపోకు. నీకు మేలగుగాక. స్వస్తి." అంది.

ఆ తరువాత ఎవరితోవన వారు వెళ్ళిపోయారు.

◆◆◆

కృష్ణుడు ఉపప్లవ్యం చేరాడు. ముఖ్యులందరిమధ్యా హస్తినలో జరిగినవన్నీ చెప్పాడు. ఎవరెవరు ఏమన్నారో వివరంగా చెప్పాడు. యుద్ధం తప్పదని స్పష్టం చేసాడు.

యుధిష్ఠిరుడు యుద్ధానికి ఏర్పాట్లు చెయ్యమన్నాడు.

(ఇక్కడితో భగవద్యానపర్వం పూర్తయింది.)

◆◆◆

యుధిష్ఠిరుడి శిబిరంలోకి బలరాముడు వచ్చాడు. అందరూ లేచి ఆయనను గౌరవించారు.

బలరాముడు ఇలా అన్నాడు.

"దారుణమైన ప్రజానాశనం జరగబోతోంది. ఇది దైవనిర్ణయం. దీనిని ఎవరమూ ఆపలేము. మాకు పాండవులూ, కౌరవులూ సమానమైన బంధువులే. నేనెన్ని మార్లు చెప్పినా వినకుండా కృష్ణుడు పాండవుల పక్షమే వహించాడు.

అర్జునుణ్ణి వదిలి కృష్ణుడుండలేడు. కృష్ణుణ్ణి వదిలి నేనుండలేను.

దుర్యోధనుడూ, భీముడూ గదాయుద్ధంలో ఆరితేరిన వీరులు. ఇద్దరూ నా శిష్యులే. ఇద్దరూ నాకు ఇష్టులే. అయినా పాండవులే గెలుస్తారు. అది కృష్ణుడి సంకల్పం. అతడి సంకల్పం నెరవేరి తీరుతుంది. కురువంశీయులు ఒకరినొకరు చంపుకోవడం నేను చూడలేను. నేను తీర్థయాత్రలకి వెళ్ళిపోతున్నాను."

బలరాముడు అందరికీ వీడ్కోలు చెప్పి తన పరివారంతో సహా వెళ్ళిపోయాడు.

◆◆◆

రుక్మిణి సోదరుడు రుక్మి ఒక అక్షౌహిణి సైన్యంతో పాండవపక్షంలో చేరడానికి వచ్చాడు. పాండవులు అతనికి స్వాగత సత్కారాలు చేసారు. కొంత విశ్రమించాక రుక్మి రాజులందరూ ఉన్నచోటుకి వచ్చాడు.

"అర్జునా! శత్రువులను చూసి భయపడకు. నీకు కొండంత అండగా నేనుంటాను. మనం ఎవరెవరిని వధించాలో చెప్పు. భీష్ముడినా, ద్రోణుడినా, కర్ణుణ్ణా? వారినందరినీ నేనొక్కడినే వధించి ఈ రాజ్యం నీకిస్తాను." అన్నాడు.

అర్జునుడు కృష్ణుడి వైపు చూసి నవ్వాడు.

"నేను కురువంశంలో పుట్టాను. పాండురాజు పుత్రుణ్ణి. ద్రోణాచార్యుడి శిష్యుణ్ణి. నాకు యుద్ధంలో శత్రువులంటే భయంలేదు. శత్రువులను జయించడానికి ఎవరి సహాయం అక్కర్లేదు. నేను ఇంతవరకూ చేసిన మహాయుద్ధాలన్నీ ఒక్కడినే చేసాను. అన్ని యుద్ధాలలోనూ విజయం సాధించాను. మాకు నీ సహాయం అవసరం లేదు. నువ్వు ఇక్కడే ఉండాలంటే ఉండు లేదంటే వెళ్ళిపో." అన్నాడు.

రుక్మి దుర్యోధనుడి వద్దకి వెళ్ళి ఇలాగే మాట్లాడాడు. అసలే అహంభావి అయిన దుర్యోధనుడు అతడి సహాయం తిరస్కరించాడు.

ఆ కాలంలో ఉన్న మహావీరులలో మహాభారత మహాసంగ్రామంలో పాల్గొనని వీరులు ఇద్దరే. ఒకడు బలరాముడు, రెండవ వాడు రుక్మి.

6

హస్తినలో ధృతరాష్ట్రుడు సంజయుణ్ణి పిలిపించాడు.

"సంజయా! కౌరవ పాండవ సైన్యాలు యుద్ధక్షేత్రంలో మోహరించాయన్నావు. ఆ తరువాత ఏమైంది?

ఉండబట్టలేక అడుగుతున్నాను కానీ, జరగబోయేది ఏమిటో నాకే తెలుస్తోంది.

(నువ్వైనా నన్ను అర్థం చేసుకో. నేను అందరి క్షేమం కోరేవాడిని. అందరూ పిల్లా పాపలతో కళకళలాడుతూ ఉండాలనే ఎప్పుడూ అనుకుంటాను. నా సంకల్పం ఇలా ఉండగా దైవం నన్ను వేరేవిధంగా నడిపిస్తోంది.)

జూదం తప్పని నాకు తెలుసు. ఆపైన దుర్యోధనుడు పాండవులను జూదానికి పిలిచి మోసం చేసి వారి సంపదను కాజెయ్యాలనుకున్నాడనీ నాకు తెలుసు. అందుకే ఆ జూదాన్ని ఆపాలని శాయశక్తులా ప్రయత్నించాను. ఎంత ప్రయత్నించినా ఆ జూదం ఆపలేక పోయాను.

దుర్యోధనుడు ఆడించినట్లల్లా ఆడడమూ తప్పని నాకు తెలుసు. కానీ, ఎంత ప్రయత్నించినా అతణ్ణి ఆపలేకపోయాను. నేను మారలేకపోయాను.

ఈ యుద్ధం జరిగితే కోట్లాదిమంది నిష్కారణంగా ఒకరినొకరు చంపుకుంటారనీ నాకు తెలుసు. యుద్ధం నివారించడానికి ఎంతో ప్రయత్నం చేసాను. కానీ, ఎంత ప్రయత్నించినా యుద్ధాన్ని ఆపలేకపోయాను.

దిష్టమేవ పరం మన్యే పౌరుషం చాప్యనర్థకమ్ – ఇవన్నీ చూస్తుంటే దైవసంకల్పం ముందు మానవప్రయత్నం సాగదని తేలిపోయింది.

యద్భావి తద్భవిష్యతి – కాలగతిలో ఏది జరగాలని నిర్ణయించబడిఉందో అదే జరుగుతుంది. దానిని మార్చడం ఎవరితరమూ కాదు.

క్షత్రధర్మః కిల రణే తనుత్యాగో హి పూజితః – అయితే రాజలోకాన్ని కమ్ముకున్న ఈ కారుమబ్బులలో కూడా మంచి మెరుపుతీగ లేకపోలేదు. క్షత్రియుడిగా పుట్టినవాడికి యుద్ధంలో మరణించడమే ఉత్తమగతి. అలా మరణించినవాణ్ణి లోకం గౌరవిస్తుంది. *(వానికి స్వర్గలోక వాసం లభిస్తుంది. ఈ యుద్ధంలో పాల్గొనే రాజులందరూ ఆ భాగ్యం పొంది ధన్యులవబోతున్నారు.)*

(ఈ మాటలు విన్న సంజయుడికి ఇంత దారుణంగా అబద్ధమాడుతున్న రాజుని చూసి జాలిపడాలో, లేక సాహసించి మందలించాలో తెలియలేదు. అయినా రాజుకి మేలుకోరే విశ్వాసపాత్రుడైన భృత్యుడిగా తన ధర్మం పాటించాడు. రాజుకి చేదైనా బాధైనా నిర్భీతిగా సత్యమే చెప్పాడు.)

“త్వద్యుక్తోయమనుప్రశ్నః మహారాజ యథేచ్ఛసి,
న తు దుర్యోధనే దోషమ్ ఇమమాధాతుమర్హసి. 159.8

రాజా! యుద్ధక్షేత్రంలో ఏమౌతోందని అడిగావు. ఆ తరువాత నీ ప్రవృత్తికి తగినట్లు మాట్లాడావు. ఇలా మాట్లాడగలవారు నువ్వుతప్ప ఇంకెవరుంటారు?

నువ్వు అనుమతించి, వెనక నిలిచి, కోరిన ఫలితం వచ్చేవరకూ వదలకుండా చేయనిచ్చిన పనులన్నిటికీ దుర్యోధనుణ్ణి ఒక్కణ్ణే తప్పు పట్టకు. నీ వలన జరిగిన దారుణాలకి నీ కుమారుడే కారణమంటూ నేరం అతడి మీదకి నెట్టెయ్యకు. నీకేమీ తెలియదని నిన్ను నువ్వు మోసం చేసుకునేందుకూ ప్రయత్నించకు.

శృణుష్వానవశేషేణ వదతో మమ పార్థివ,
య ఆత్మనో దుశ్చరితాత్ అశుభం ప్రాప్నుయాన్నరః,
న స కాలం న వా దేవాన్ ఏనసా గంతుమర్హతి. 159.9

నేను చెప్పేది పూర్తిగా విను. ఘోరమైన పాపాలు ఎవడూ తెలియక చెయ్యడు. పూర్తిగా తెలిసే చేస్తాడు. ఆ పాపాల పర్యవసానం అనుభవించవలసి వచ్చినపుడు మాత్రం ఆ దుర్దశకి కాలమే కారణమనీ, దైవమే కారణమనీ ఆక్రోశిస్తాడు. అతడు ఎంత మొత్తుకున్నా ఆ మాట చెల్లదు. దానిని ఎవరూ పట్టించుకోరు. అసలు కాలాన్ని గాని, దైవాన్ని గాని తలుచుకునే అర్హతే అతడికి లేదు.

పాండవులపట్ల నీ కనుసన్నలలో జరిగిన దుర్మార్గాలకి ఫలితమే ఈ భయంకరమైన యుద్ధం. నువ్వు చేసిన పనులకు ఫలితమైన దుర్వార్తలు రోజూ దుఃఖిస్తూ వినడం నీకు తప్పదు." అన్నాడు.

7

పాండవుల సర్వసైన్యాధిపతిగా ధృష్టద్యుమ్నుణ్ణి నియమించాలని అందరూ అంగీకరించారు. యుధిష్ఠిరుడు అతణ్ణి సర్వసైన్యాధిపతిగా అభిషేకించాడు.

భీమసేనుడు ముందు నడవగా పాండవసైన్యం కురుక్షేత్రం చేరింది. హిరణ్వతీ నదీతీరంలో సేన విడిసింది.

ద్రౌపదీ, ఇతర అంతఃపురస్త్రీలూ ఉపప్లవ్యంలోనే ఉండిపోయారు.

కౌరవుల గూఢచారులు పాండవులు చేసుకుంటున్న ఏర్పాట్లన్నీ ఎప్పటికప్పుడు దుర్యోధనుడికి చెప్పారు. పాండవుల గూఢచారులు కౌరవశిబిరాలలో జరిగేవన్నీ యుధిష్ఠిరుడికి చెప్పారు.

దుర్యోధనుడు భీష్ముడిని తన సర్వసైన్యాధిపతిగా ఉండమని కోరాడు. భీష్ముడు సంతోషించాడు. "**సంయోద్ధవ్యం తవార్థాయ యథా మే సమయః కృతః** – దుర్యోధనా!

నీపక్షాన యుద్ధం చేస్తానని నీకు ఎప్పుడో మాట ఇచ్చాను. నా మాట నిలబెట్టుకుంటాను. అయితే, యుద్ధంలో నేను పాండవులను గాని, శిఖండిని గాని వధించను. అంతేకాదు; నేను యుద్ధం చేసేంతకాలం ఈ కర్ణుడు యుద్ధరంగంలో కాలుపెట్టకూడదు. **కర్ణో వా యుధ్యతాం పూర్వం అహం వా పృథివీపతే!** – ఈ మహాయుద్ధంలో కర్ణుడు మరణించాక నేను యుద్ధం చేస్తాను. లేదంటే నేను మరణించాక కర్ణుడు యుద్ధం చేస్తాడు." అన్నాడు.

కర్ణుడు భీష్మణ్ణి నిందిస్తూ అతడు పెట్టిన నియమాన్ని అంగీకరించాడు. భీష్మణ్ణి కౌరవుల సర్వసైన్యాధిపతిగా అభిషేకించారు.

దుర్యోధనుడు శిఖండిని ఎందుకు వధించవని అడిగాడు.

కాశీరాజు కూతురు అంబ తపస్సు చేసి, శివుణ్ణి మెప్పించి తనని చంపేలా వరం పొందిందని భీష్ముడు చెప్పాడు. ఆమె స్త్రీగా ఉండగా వరమడిగింది. ఆ వరం నెరవేరేందుకు ద్రుపదుడికి కుమార్తెగా జన్మించింది. స్థూణాకర్ణుడు అనే యక్షుడు ఆమె స్త్రీత్వాన్ని తాను తీసుకుని తన పురుషత్వాన్ని ఆమెకిచ్చాడు.

"నేను స్త్రీమీద గానీ, స్త్రీగా పుట్టి తరువాత పురుషుడుగా మారినవాడిమీద గాని, స్త్రీరూపంలో ఉన్న పురుషుడిమీద గాని, స్త్రీ పేరు పెట్టుకున్నవాడి మీద గాని ఆయుధం ప్రయోగించను." అన్నాడు భీష్ముడు.

దుర్యోధనుడు తమపక్షంలో అతిరథులెవరో, మహారథులెవరో, రథులెవరో చెప్పమన్నాడు. భీష్ముడు అందరి శక్తులూ వివరించి చివరగా కర్ణుడు సామాన్య రథికుడు కూడా కాదనీ, కేవలం అర్ధరథుడనీ తేల్చాడు. అతడికి పరశురాముడి శాపం, బ్రాహ్మణుడి శాపం ఉన్నాయన్నాడు.

ద్రోణుడు ఆ మాటని సమర్థించాడు.

"రణే రణేఽభిమానీ చ విముఖశ్చాపి దృశ్యతే,
ఘృణీ కర్ణః ప్రమాదీ చ తేన మేఽర్ధరథో మతః. 128.9

కర్ణుడు నలుగురిమధ్యా, సభలలోనూ యుద్ధం, యుద్ధం అని బీరాలు పలుకుతాడు. తీరా యుద్ధం చేయవలసి వస్తే యుద్ధరంగంనుంచి తప్పించుకుంటాడు. ఇతడి నోటివెంట అసభ్యమైన పదాలే తప్ప ఉదాత్తమైన మాటలు రావు. యుద్ధంలో ఏకాగ్రత లేదు. అందుచేత ఇతడు అర్ధరథుడే." అన్నాడు.

కర్ణుడు మండిపడ్డాడు."భీష్మా! నువ్వు పదే పదే నన్ను అవమానిస్తున్నావు. నువ్వు

అసత్యం చెప్పవని అందరూ నమ్ముతారు. ఇప్పుడు నామీదద్వేషంతో నేను అర్ధరథుణ్ణి అని నువ్వు ప్రకటించావు. అందరూ అదే నిజమనుకుంటారు.

నువ్వు దుర్యోధనుడికి ద్రోహం చెయ్యాలని పట్టుదలతో ఉన్నావు. లేకపోతే యుద్ధానికి వెళ్ళేముందు వీరులమధ్య భేదాలు పుట్టేలా ఇలా మాట్లాడవు. కొందరిపట్ల పక్షపాతంతో వారిని మహారథులూ, అతిరథులూ అన్నావు. కొందరిపట్ల ద్వేషంతో వారిని రథులూ, అర్ధరథులూ అన్నావు. అయినా ఎవరు అతిరథులో, ఎవరు మహారథులో నిర్ణయించడానికి కావలసిన జ్ఞానమెక్కడ! అల్పజ్ఞానివైన నువ్వెక్కడ!

ఈ లోకంలో నువ్వొక్కడివే వీరుడివి అనుకుంటున్నావు.

నువ్వు బ్రతికుండగా నేను యుద్ధం చెయ్యను. ఎందుకో తెలుసా? నేను పాండవ సైన్యాన్నంతనీ ఒంటిచేత్తో జయించగలను. కానీ, నేనెంత పరాక్రమించినా ఆ కీర్తి నాకు దక్కదు. సైన్యాధిపతివి కనుక నీకు దక్కుతుంది. అది నాకిష్టంలేదు." అన్నాడు.

భీష్మడి కళ్ళు ఎర్రబడ్డాయి.

"దుర్యోధనుడి పక్షాన యుద్ధం బాధ్యత మొత్తం నేను నెత్తికెత్తుకున్నాను. ఈ సమయంలో మన పక్షంలో వివాదాలు ఉండకూడదు. కేవలం ఆ ఒక్క కారణంవలన నువ్వు ఈ రోజు బ్రతికిపోయావు. లేకుంటే నువ్వు అన్న మాటలకి ఈపాటికి యముడి దర్శనం చేస్తూ ఉండేవాడివి." అన్నాడు.

దుర్యోధనుడు ఇద్దరినీ శాంతింపచేసాడు. తరువాత, "పితామహా! పాండవపక్షంలో ఉన్న వీరులనందరినీ జయించడానికి నీకెంత కాలం కావాలి?" అని అడిగాడు.

భీష్ముడు, "దుర్యోధనా! నేను రోజుకి పదివేలమంది యోధులనీ, వెయ్యిమంది రథికులనీ వధించగలను. దీని ప్రకారం ఎంత సమయం పడుతుందో లెక్క వేసుకో. సాధారణసైనికులమీద మహాస్త్రాలు ప్రయోగించడం అధర్మం. లక్షమందిని ఒకేసారి చంపగల మహాస్త్రాలు ప్రయోగిస్తే పాండవసైన్యాన్ని ఒక నెలలో సంహరించగలను." అన్నాడు.

దుర్యోధనుడు అదే ప్రశ్న ద్రోణుణ్ణి అడిగాడు. అతడు కూడా తనకి ఒక నెల కాలం పడుతుందన్నాడు.

కృపాచార్యుడు తనకి రెండునెలలు కావాలన్నాడు. కర్ణుడు తనకి కేవలం అయిదురోజులు చాలన్నాడు.

భీష్ముడు బిగ్గరగా నవ్వాడు. "గాండీవం ధరించిన అర్జునుడూ, సారథిస్థానంలో

కృష్ణుడూ ఉన్న రథం కళ్ళముందు కనబడేంత వరకూ ఇలా నోటికి తోచినట్లు మాట్లాడవచ్చు." అన్నాడు.

ఈ మాటలన్నీ గూఢచారులు యుధిష్ఠిరుడికి చెప్పారు. అతడు, "అర్జునా! కౌరవసైన్యం అంతనీ వధించడానికి నీకెంత కాలం కావాలి?" అని అడిగాడు.

అర్జునుడు వినయంగా వాస్తవం చెప్పాడు. "భీష్మద్రోణులు సాటిలేని మహావీరులు వారు ఏమన్నారో అది సాధించగలరు. అందుకు సందేహం లేదు.

సామరానపి లోకాంస్త్రీన్ సర్వాన్ స్థావరజంగమాన్,
భూతం భవ్యం భవిష్యం చ నిమేషా దితి మే మతిః. 194.11

వాసుదేవుడు సహాయంగా నిలిస్తే మేమిద్దరమూ, ఇంకెవరి సహాయం కోరకుండా, ముల్లోకాలనీ, భూత భవిష్యత్ వర్తమానాలనీ ఒక్క నిముషంలో నశింపచెయ్యగలం.

కానీ, సాధారణవీరులతో యుద్ధం చేసేటప్పుడు మహాస్త్రాలు ప్రయోగించకూడదు. యుగాంతాలలో రుద్రుడు దేనిని ప్రయోగిస్తాడో ఆ పాశుపతాస్త్రం నా దగ్గరుంది.

ఈ విషయం భీష్మద్రోణులకి తెలియదు. కర్ణుడికి అసలే తెలియదు.

అయినా నువ్వే వీరినందరినీ ఓడించగలవు. ధర్మమూర్తివైన నువ్వు కళ్ళెర్రచేసి కోపంతో చూస్తే చాలు, ఎంతటివాడైనా భస్మమైపోతాడు." అన్నాడు.

◆◆◆

(ఉలూక దూతాగమన పర్వం. ఉలూకుడు దూతగా వచ్చిన వృత్తాంతం.)

దుర్యోధనుడు కర్ణుణ్ణీ, శకునినీ, దుశ్శాసనుణ్ణీ తన శిబిరానికి పిలిచాడు. నలుగురూ బాగా ఆలోచించారు. పాండవుల ఉత్సాహం తగ్గించడానికి పథకం వేసారు. *(దీనిని తేజోవధ చెయ్యడం అంటారు.)*

శకుని కొడుకు ఉలూకుడు అనేవాణ్ణి పిలిచారు. పాండవులని ఒక్కొక్కరినీ రెచ్చగొడుతూ, అవమానిస్తూ, సిగ్గుపడేలా చేస్తూ, భరించలేని దుర్భాషలతో ఒక సందేశం చెప్పారు. యుధిష్ఠిరుడి సమక్షంలో అందరూ వింటుండగా ఆ సందేశం చెప్పమన్నారు. *(పాండవులు ధర్మాత్ములు కనుక దూతకి హాని తలపెట్టరు. అందుచేత తమ సందేశం ధైర్యంగా చెప్పమన్నారు.)*

ఉలూకుడు పాండవుల సైనిక నివేశంలో ప్రవేశించాడు. యుధిష్ఠిరుడి సన్నిధికి వెళ్ళాడు. అందరూ ఉన్న సమావేశంలో దుర్యోధనుడి సందేశం వినిపించాడు.

"రాజా! యుధిష్ఠిరా! నేను దూతగా వచ్చాను. దూతకి స్వేచ్ఛగా మాట్లాడే స్వాతంత్ర్యం

లేదు. తనని పంపినవారి మాటలే చెప్పాలి. అవి ఎంత బాధ కలిగించినా దూతమీద కోపగించకూడదు. ఈ ధర్మం నీకు తెలుసు. నువ్వు అనుమతిస్తే దుర్యోధనుడి సందేశం వినిపిస్తాను." అన్నాడు.

యుధిష్ఠిరుడు అతడికి అభయమిచ్చి సందేశం వినిపించమన్నాడు. ఉలూకుడు మొదలుపెట్టాడు.

"రాజా! దుర్యోధనుడు ఇలా చెప్పమన్నాడు.

యుధిష్ఠిరా! ఇంతవరకూ మీ సోదరులు చాలా ప్రతిజ్ఞలు చేసారు. పదిమందిలో చాలా ప్రగల్భాలు పలికారు. చేతనైతే ఆ ప్రతిజ్ఞలు నిలబెట్టుకోమను. అప్పుడు మహావీరులకు అన్నగారినని చెప్పుకుని **పురుషో భవ** – మగవాడిలా బ్రతుకు.

లక్క ఇంట్లో మిమ్మల్ని సజీవదహనం చెయ్యాలనుకున్నాను. అది జ్ఞాపకం చేసుకుని **పురుషో భవ** – మగవాడిలా యుద్ధం చెయ్యి.

కృష్ణా! నువ్వు ఏ యుద్ధమూ చేయకపోయినా నీకు మహావీరుడని పేరు వచ్చింది. **అద్యేదానీం విజానీమః సంతి షండాః సశృంగకాః** – నపుంసకులకు కూడా కొమ్ములు మొలుస్తాయని మాకు ఇప్పుడే తెలిసింది.

మొన్న సభలో ఏదో మాయారూపం చూపించావే! చేతనైతే ఆ మాయారూపం రణరంగంలో చూపించు. అప్పుడు మా మాయలు మేమూ చూపిస్తాం.

అర్జునుడితో కలిసి మమ్మల్నందరినీ వధిస్తానని ప్రగల్భాలు పలికావు కదా! ఆ మాటమీదే నిలబడు.మమ్మల్ని చూసి పారిపోకు. **పురుషో భవ** – మగవాడిలా యుద్ధం చెయ్యి.

అయినా నువ్వు కంసుడి సేవకుడివి. నా అంతటి రాజుకి నీవంటి సేవకుడితో యుద్ధం చెయ్యడం సిగ్గుచేటు.

భీమసేనా! నిన్ను అడవిలో జంతువులతో కలిసి బ్రతికేలా చేసాను. విరాటుడి ఇంట్లో వంటలవాడిగా చేసాను.

త్వం హి భోజ్యే పురస్కార్యో భక్ష్యే పేయే చ భారత,
క్వ యుద్ధం క్వ చ భోక్తవ్యం యుధ్యస్వ పురుషో భవ. 160.68

నీకు భోజనం చెయ్యడంలోనూ, పానీయాలు సేవించడంలోనూ మంచి పరాక్రమం ఉంది. నిజంగా ఆ పరాక్రమానికి నీకు పురస్కారమిచ్చి సన్మానించాలి.

నీ పరాక్రమం ఇంతవరకూ భోజనంమీదే చూపించావు. యుద్ధం చెయ్యడమంటే

భోజనం చెయ్యడం కాదు. యుద్ధభూమిలో మమ్మల్ని చూసి భయంతో తిండిపోతులా వెనక్కి పారిపోకు. **పురుషో భవ** – మగవాడిలా యుద్ధానికి రా!

ఇంతవరకూ నీకు చేసిన అవమానాలు గుర్తు చేసుకో. చీమూ, నెత్తురూ ఉన్న పరాక్రమవంతునికి ఈ అవమానాలు చాలవా! యుద్ధరంగంలో మా అందరి ఎదుటా దుశ్శాసనుడి రక్తం తాగుతానన్నావు. ఇదిగో దానికి సమయం వచ్చింది. మేమందరమూ అజేయమైన సేనావాహినితో యుద్ధానికి వస్తున్నాము. చేతనైతే **పురుషో భవ** – మగవాడిలా యుద్ధం చేసి మాట నిలబెట్టుకో.

నకులా! సహదేవా! మీ భార్యని మీ కళ్ళ ఎదుట సభలోకి ఈడ్చుకువచ్చి హింసించాను. ఆ అవమానం మనస్సులో నింపుకోండి. ఎవరి చాటునా నిలబడకండి. **పురుషో భవ** – మగవాళ్ళలా యుద్ధం చెయ్యండి.

అర్జునా! నిన్ను దేశంనుంచి వెళ్ళగొట్టాను. అడవులపాలు చేసాను. సవ్యసాచినని విర్రవీగుతున్న నీచేత విరాటుడి మందిరంలో స్త్రీలమధ్య నాట్యం చేయించాను. నీ పరాక్రమాన్ని నమ్ముకున్న నీ భార్యని నీ కళ్ళ ఎదురుగా అవమానించాను.

ఇన్ని చేసినా నీకు పౌరుషం రాలేదు. మగతనం ఉన్నవాడికి ఇంత అవమానం చేస్తుంటే కోపం రాకుండా ఉండదు. నిజంగా మగవాడివే అయితే కోపం తెచ్చుకో. నీకు గొప్ప విలువిద్య ఉందిట కదా! అస్త్రాలన్నీ తెలుసట కదా! భీష్మ ద్రోణ కర్ణాదులతో కూడిన సైన్యంతో యుద్ధానికి వస్తున్నాం. **ఇహ తే దృశ్యతాం పార్థ యుధ్యస్వ పురుషో భవ** – వారిముందు నీ పరాక్రమమెంతో చూపిస్తూ మగవాడిలా యుద్ధం చెయ్యి.

తాటిచెట్టంత గాండీవం పట్టుకుని తిరుగుతున్నావు. భీష్మద్రోణులని ఎదిరించి ప్రాణాలతో బయటపడగలవా? నువ్వు అడవులలో పడి ఏడుస్తుంటే పదమూడేళ్ళు నీ రాజ్యం అనుభవించాను. ఆ నాడు నీ గాండీవం ఏమయింది? మీ అయిదుగురినీ నా దాస్యం నుంచి నీ గాండీవం కాపాడలేదు. చివరికి ఆడకూతురు ద్రౌపది మీకు దిక్కయింది. నాకు దాస్యం చెయ్యకుండా ఆమె మిమ్మల్ని కాపాడింది.

వాసుదేవసహస్రం వా ఫాల్గునానాం శతాని వా,
ఆసాద్య మా మహోఘేషుం ద్రవిష్యతి దిశో దశ. 160.119

నేను ధనుస్సు ధరించి బాణాలు గుప్పిస్తే వెయ్యిమంది కృష్ణులైనా, వందమంది అర్జునులైనా నాముందు నిలవలేక దిశలు పట్టి పారిపోతారు. నా పక్షంలో ఉన్న యోధులతో తలపడనంతవరకే నువ్వు గొప్పలు చెప్పుకుంటావు.

ఆ తరువాత నీకు మిగిలేది పరాజయమూ, దుఃఖమే.

తపస్సు చెయ్యకుండా స్వర్గం రాదు. భీష్మద్రోణులతో కలిసి ఉన్న మమ్మల్ని గెలవకుండా మీకు రాజ్యం రాదు." అన్నాడు.

ఇంకా అక్కడున్న వీరులనందరినీ మర్యాద మర్చిపోయి దుర్యోధనుడు చెప్పిన మాటలతో హేళనచేస్తూ మాట్లాడాడు.

అక్కడున్నవారు ఆ మాటలు సహించలేకపోయారు. భీముడు పళ్ళు పటపట కొరికాడు. కళ్ళు కోపంతో పెద్దవయ్యాయి.

"ఉలూకా! దుర్యోధనుడితో ఇలా చెప్పు.

దురాత్మా! మేము మా అన్నగారిమాట జవదాటలేము. అందువలన మీరు చేసిన దురాగతాలన్నీ సహించాం.

ఇక సహించే కాలం అయిపోయింది. తెల్లవారితే యుద్ధం ప్రారంభమవుతుంది. నిన్నూ, నీ సోదరులనీ యుద్ధంలో వధిస్తాను. దుశ్శాసనుడి గుండె చీల్చి రణరంగంమధ్య నువ్వు చూస్తూ ఉండగా వాడి రక్తం తాగుతాను.

నీ తొడలు విరగ్గొట్టి నిన్ను చంపుతాను. చేతనైతే నిన్నూ నీ సోదరులనీ రక్షించుకో. మిమ్మల్ని వధించే సమయంలో భీష్ముడు అడ్డువస్తే అతణ్ణీ వధిస్తాను.

ఇంతమంది క్షత్రియుల మధ్య మళ్ళీ ప్రతిజ్ఞ చేసి చెప్తున్నాను. ధృతరాష్ట్రుడి పుత్రులలో ఒక్కడు కూడా మిగలకుండా వధిస్తాను." అన్నాడు.

సహదేవుడు ఇలా అన్నాడు. "ఉలూకా! యుద్ధంలో నీ తండ్రి చూస్తూ ఉండగా నిన్ను వధిస్తాను. తరువాత ఈ వినాశనానికి కారణమైన నీ తండ్రిని వధిస్తాను."

అర్జునుడు, "దుర్యోధనా! క్షత్రియపుట్టుక పుట్టావు. చేతనైతే యుద్ధం చెయ్యి. నీ శక్తి ఎంతో, నీ పరాక్రమం ఎంతో చూపించు. నపుంసకుడిలా భీష్ముడి ఉత్తరీయం చాటునా, ద్రోణుడి ఉత్తరీయం చాటునా నిలిచి ప్రగల్భాలు పలకకు. నువ్వు స్వయంగా వస్తే మాతో యుద్ధం చెయ్యలేవు. కనీసం యుద్ధరంగంలో నిలబడి మమ్మల్ని కన్నెత్తి చూడలేవు.

చేతకాని వాడివి. ఎందుకిలా అశ్లీలాలు మాట్లాడుతావు. భీష్ముడిమీద ప్రేమతోనూ, భక్తితోనూ పాండవులు అతణ్ణి ఏమీ చెయ్యరు అనుకుంటున్నావు.

హన్తాస్మి ప్రథమం భీష్మం మిషతాం సర్వధన్వినామ్ – ధనుర్ధరులందరూ చూస్తూఉండగా మొట్టమొదట భీష్ముణ్ణే వధిస్తాను.

భీష్ముడూ, ద్రోణుడూ, కర్ణుడూ నీమూలంగా మరణించాక, నీ సోదరులూ, సుతులూ

నీ దురాశకు బలై నేలకూలడం చూసాక – అప్పుడు నీకు రాజ్యంమీద ఆశ తగ్గుతుంది. నువ్వేమిటో మేమేమిటో తెలుస్తుంది. చేసిన పాపాలు వరుసగా జ్ఞాపకం వస్తాయి." అన్నాడు.

కృష్ణుడు, "దుర్యోధనా! నేను కేవలం సారథిగానే ఉంటానంటే చేతకానివాణ్ణి అనుకుంటున్నావు. నాకు కోపం వస్తే నీ పక్షంలో ఉన్న రాజులనందరినీ అగ్ని ఎండుగడ్డిని దహించినట్లు దహించేస్తాను. దుశ్శాసనుడి రక్తం ఎప్పుడో కాదు, ఈ రోజే భీమసేనుడు తాగుతున్నాడనుకో." అన్నాడు.

మిగిలిన వీరులందరూ కూడా తాము ఎవరెవరిని వధిస్తారో చెప్పారు. అందరి మాటలూ విని ఉలూకుడు యుధిష్ఠిరుడివద్ద సెలవుతీసుకున్నాడు.

దుర్యోధనుడికి అందరి మాటలూ పొల్లుపోకుండా చెప్పాడు.

ఇరు పక్షాలూ యుద్ధానికి సిద్ధమయ్యాయి.

ఇది

వ్యాసభగవానుడు మహాభారతమహేతిహాసంలో

ఉద్యోగపర్వంలో చెప్పిన కథాసంగ్రహం.

శ్రీః

భీష్మపర్వం

1

నారాయణం నమస్కృత్య నరం చైవ నరోత్తమమ్,
దేవీం సరస్వతీం వ్యాసం తతో జయ ముదీరయేత్.

కౌరవ పాండవ సైన్యాలు కురుక్షేత్రం చేరాయి. ఇరు పక్షాల సైన్యాలూ నేల ఈనినట్లున్నాయి. కొండలమీదా, మైదానాలలోనూ, అరణ్యాలలోనూ ఎక్కడ చూసినా సైనికులే. అందరిలోనూ సమరోత్సాహం.

తెల్లవారితే యుద్ధం.

ఇరుపక్షాలలోని సేనానాయకులూ భీష్ముడి నాయకత్వంలో సమావేశమయ్యారు. యుద్ధానికి కొన్ని నియమాలు ఏర్పరుచుకున్నారు.

1. ప్రతీరోజూ సాయంత్రం వరకూ యుద్ధం జరుగుతుంది. సూర్యుడు అస్తమించాక యుద్ధం చెయ్యకూడదు. సాయంత్రం అయ్యాక ఇరువైపులా ఉన్న బంధువులు పరస్పరం ప్రేమతో ప్రవర్తించాలి.
2. ఎవరైనా పరుషంగా మాట్లాడితే వారిని మాటలతోనే ఎదుర్కోవాలి. ఆయుధాలతో కాదు.
3. ఏనుగుమీద ఉన్న యోధుడు ఏనుగుమీద ఉన్నవాడితోనూ, రథంమీద ఉన్నవాడు రథంమీద ఉన్నవాడితోనూ, ఆశ్వికుడు ఆశ్వికుడితోనూ, కాలిబంటు కాలిబంటుతోనూ మాత్రమే యుద్ధం చెయ్యాలి.
4. పరాకుగా ఉన్నవాడిమీద, భయపడుతున్న వాడిమీద దాడి చెయ్యకూడదు.
5. శరణుపొందినవాడినీ, వెన్నుచూపి పారిపోతున్నవాడినీ వధించకూడదు.
6. ఆయుధాలూ, ఆహారమూ మోసుకువచ్చే సేవకులనీ, భేరీలు వాయించే వారినీ, శంఖాలు ఊదేవారినీ వధించకూడదు.

ఇలా కొన్ని నియమాలకి ఇరుపక్షాల నాయకులూ అంగీకరించారు. ఆ నియమాలకి కట్టుబడి ఉంటామన్నారు.

◆◆◆

హస్తినాపురం రాజమందిరంలో సుఖమైన ఆసనంమీద కూర్చున్న ధృతరాష్ట్రుడు లోలోన బయల్దేరిన ఆందోళన తట్టుకోలేక పోతున్నాడు. అంతలో అక్కడికి వ్యాసుడు వచ్చాడు. ఆయనకి రాబోయే రోజులలో జరగబోయే భయంకర మారణకాండ కంటికి కట్టినట్లు కనబడుతోంది.

ఆయన, "పుత్రా! నీ కుమారులూ, వారివలన ఇతర రాజులూ మరణానికి సిద్ధమై కురుక్షేత్రానికి చేరారు. వారందరూ యముడి వశమైపోయారు. గుండె రాయి చేసుకుని వారి మరణవార్తలు విని తట్టుకో. యుద్ధరంగంలో ఎవరు ఎవరివలన మరణిస్తున్నారో చూడాలనుకుంటే నీకు దివ్యదృష్టి ఇస్తాను. నువ్వు ఇక్కడే కూర్చుని యుద్ధం చూడవచ్చు." అన్నాడు.

ధృతరాష్ట్రుడు యుద్ధం చూడడానికి ఇష్టపడలేదు. "బ్రహ్మర్షీ! నేను పుట్టిననాటినుంచి ఇప్పటివరకూ ఏమీ చూడలేదు. ఇప్పుడు రెండు పక్షాలలోని వీరుల వధా చూడలేను. నీ అనుగ్రహం ఉంటే ఎప్పుడు ఏం జరుగుతోందో విని తెలుసుకోవాలని ఉంది." అన్నాడు.

వ్యాసుడు, "సంజయుడికి దివ్యదృష్టి ఇస్తాను. అతడు యుద్ధంలో ఎప్పుడు ఏం జరిగిందో నీకు వివరంగా చెప్తాడు.

ప్రకాశం వాఽప్రకాశం వా దివా వా యది వా నిశి,
మనసా చింతితమపి సర్వం వేత్స్యతి సంజయః. 2.11

ఇతడికి ఎక్కడ ఏం జరిగిందీ, ఎవరు ఏమన్నారో, మనస్సులో ఏమనుకున్నారో - అన్నీ తెలుస్తాయి. ఈ యుద్ధం పూర్తయేవరకూ యుద్ధక్షేత్రంలో తిరిగినా, ఇతడికి ఎవరి ఆయుధం వలనా ఏమీ గాయం కాదు. ప్రాణహాని ఉండదు.

ఈ మహాసంగ్రామానికి తలపడిన కౌరవపాండవుల కీర్తిని నేను ముల్లోకాలలోనూ వ్యాపింపజేస్తాను." అన్నాడు.

వ్యాసుడు వెళ్ళిపోయాక ధృతరాష్ట్రుడు చాలాసేపు అంతర్మథనం పడ్డాడు. చివరికి సంజయుణ్ణి పిలిచాడు.

"సంజయా! ఈ భూమికోసం రాజులూ, వీరులూ ఒకరినొకరు చంపుకుంటూ యుద్ధం చేస్తున్నారుకదా! ఇంతమంది ఇలా ప్రాణాలను లెక్కచెయ్యకుండా పోరాడేలా చేసే లక్షణం ఈ భూమిలో ఏముంది? దీని స్వరూపమేమిటి? దీని స్వభావమేమిటి?" అని అడిగాడు.

సంజయుడు భూమి ఉత్పత్తి గురించీ, దాని స్వరూప స్వభావాల గురించి వివరంగా, సుదీర్ఘంగా వర్ణించి చెప్పాడు.

◆◆◆

కొన్ని రోజుల తరువాత సంజయుడు యుద్ధరంగంనుంచి ధృతరాష్ట్రుడి మందిరానికి వచ్చాడు. శిఖండి చేతిలో భీష్ముడు గాయపడి మృత్యుముఖంలో ఉన్నాడని చెప్పాడు.

"రాజా! పైకి ఎన్ని మాటలు మాట్లాడినా దుర్యోధనుడు భీష్ముణ్ణి నమ్ముకునే యుద్ధానికి దిగాడు. ఆ భీష్ముడు ఈ రోజు అంపశయ్యమీద పడిఉన్నాడు. **తవ దుర్మంత్రితే రాజన్ యథా నార్హః స భారత!** – ఇదంతా నీ దురాలోచనకి ఫలితం. లేకపోతే ఆ మహాత్ముడికి ఈ గతి పట్టేదికాదు." అన్నాడు.

ధృతరాష్ట్రుడు గోడుగోడున విలపించాడు. చివరికి పాండవులని తిట్టడం మొదలుపెట్టాడు.

"పాండవులు భీష్ముణ్ణి వధించి రాజ్యం పొందాలనుకుంటున్నారు. ఇంతకంటే దారుణం ఉంటుందా? **ధర్మాదధర్మో బలవాన్ సంప్రాప్త ఇతి మే మతిః** – ధర్మం బలహీనమైపోతోంది, అధర్మం బలంపడుతోంది – అనిపిస్తోంది. ఇంతకీ దుర్యోధనుడు భీష్ముడి రక్షణకి తగు ఏర్పాటు చెయ్యలేదా? ఆ మహావీరుడు ఎలా మరణించాడు? అంతా వివరంగా చెప్పు." అన్నాడు.

సంజయుడు ప్రశాంతంగా జరిగింది జరిగినట్లు చెప్పాడు.

"రాజా! రోజూ లోకమంతా నిందించే పనులు చేసేవాణ్ణి ఎవరో ఒకరు, ఎప్పుడో ఒకప్పుడు తప్పక వధిస్తారు. మానవుడు తాను చేసిన పాపాలకి ఫలితం అనుభవిస్తూ ఆ బాధకి ఇతరులు కారణమంటాడు – అది నిజం కాదని తెలిసినా కూడా. మీరు చిరకాలంగా చేస్తున్న మోసాలనీ, ద్రోహాలనీ పాండవులు భరించారు. పల్లెత్తు మాట అనకుండా సహించారు. ఏనాటికైనా తమకు నువ్వు తప్పక న్యాయం చేస్తావని ఎదురు చూసారు. కానీ, నువ్వు అన్యాయానికే తెగబడ్డావు. యుద్ధానికే మొగ్గు చూపావు. దాని ఫలితం నేటినుంచి అనుక్షణం అనుభవిస్తావు.

అది సరే. నేను యుద్ధరంగంలో చూసినదీ, విన్నదీ చెప్తాను. విను."

◆◆◆

భీష్ముడూ, ద్రోణుడూ ప్రతిరోజూ ఉదయం మనస్సు నిర్మలంగా ఉంచుకుని, "**జయోఽస్తు పాండుపుత్రాణాం** – పాండవులకు విజయం లభించుగాక." అని ఆశీర్వదించేవారు. కాని, మాట ఇచ్చిన ప్రకారం కౌరవుల పక్షంలో యుద్ధం చేసారు.

యుద్ధం ప్రారంభమైన రోజున చంద్రుడు మఘా నక్షత్రంలో ఉన్నాడు. ఏడు మహాగ్రహాలు అగ్నిలా దీపిస్తూ కనిపించాయి. భీష్ముడు తెల్లని వస్త్రాలూ, తెల్లని కవచం, తెల్లని తలపాగా ధరించాడు. అతడి వెండిరథం, దానికి పూన్చిన గుర్రాలూ తెల్లగా

ఉన్నాయి. బంగారుమయమైన తాళధ్వజం ఆయన రథంమీద రెపరెపలాడుతోంది. కౌరవసైన్యం మధ్యలో గాంగేయుడు మేఘాలమధ్య వెలిగిపోతున్న సూర్యుడిలా ఉన్నాడు. ఆయన తమ పక్షంలో ఉన్న రాజులనందరినీ ఉద్దేశించి ఇలా అన్నాడు.

"క్షత్రియవీరులారా! ఈ యుద్ధం మనందరికోసం తెరిచి ఉంచిన స్వర్గద్వారం. క్షత్రియుడై పుట్టినవాడు ఉక్కుతో చేసిన ఆయుధం వలననే మరణించాలి. అది అతడి ధర్మం. మంచానపడి వ్యాధులతో కృశించి మరణించడం క్షత్రియుడికి అతిహేయమైనది. అతడి పుట్టుకకి తగనిది. అందుచేత అందరూ ప్రాణాలొడ్డి పోరాడండి."

పాండవులసేన తూర్పుముఖంగా ఉంది. కౌరవులసేన పశ్చిమముఖంగా ఉంది.

అర్జునుడి రథానికి కృష్ణుడు సారథిగా ఉన్నాడు. అతడు అర్జునుడితో, "అర్జునా! తలపెట్టిన కార్యంలో విజయాన్నిచ్చే దేవి దుర్గ. శత్రువులని జయించడానికి మనస్సుని ఏకాగ్రం చేసి దుర్గని స్తుతించు." అన్నాడు.

అర్జునుడు రథం దిగాడు. పదమూడు శ్లోకాలలో ఉన్న అత్యంత ప్రభావవంతమైన స్తోత్రంతో దుర్గని ప్రార్థించాడు. అతడి భక్తికి సంతోషించి దుర్గాదేవి ఆకాశంలో ప్రత్యక్షమయింది.

"అర్జునా! నువ్వు ప్రాచీనుడైన ఋషి నరుడివి. నారాయణుడితో కలిసి యుద్ధానికి వచ్చావు. త్వరలోనే శత్రువులను ఓడిస్తావు." అని చెప్పి అంతర్ధానమయింది. ఆమె అర్జునుడికి మాత్రమే కనబడింది. ఆమె మాట అర్జునుడికి మాత్రమే వినబడింది.

అర్జునుడు ఇరుపక్షాలలో ఉన్న వీరులనీ చూడాలనుకున్నాడు. తన రథం రెండు సేనల మధ్యా నిలపమని కృష్ణుణ్ణి కోరాడు. రెండు పక్షాలలోనూ ఉన్నవారందరూ బంధువులూ, స్నేహితులూనూ. వారందరూ యుద్ధంలో మరణించడానికి సిద్ధంగా ఉన్నారు. ఇంతమందిని చంపి, ఇంత హింస చేసి రాజ్యం పొంది ఏం ఆనందం అనుభవిస్తాము? – అనుకున్నాడు. మనస్సు విషాదానికి లోనయింది. ఆయుధాలు వదిలేసి రథంలో చతికిలబడ్డాడు. యుద్ధం చెయ్యనన్నాడు.

అర్జునుడు వేదవేదాంగాలు చదివినవాడు. శాస్త్రాలు అధ్యయనం చేసినవాడు. మనస్సుమీద పూర్తి నియంత్రణ ఉన్నవాడు. అంతటివాడు యుద్ధం చేస్తానని వచ్చాడు. ఇరుపక్షాల వీరులనీ చూసాడు. అంతమందిని వధించాలా అనుకున్నాడు. ఇతరులని వధించడం *(సాధారణదృష్టిలో)* హింస కదా, హింస పాపం కదా అని భ్రమలో పడ్డాడు. 'పాపం చెయ్యకూడదు కనుక యుద్ధం చెయ్యను.' అన్నాడు.

అతణ్ణి ఆ భ్రమనుంచి బయటికి తేవడానికి కృష్ణుడు సకల ఉపనిషత్తుల సారమైన భగవద్గీతని ఉపదేశించాడు.

అర్జునుడు భ్రమనుంచి బయటపడ్డాడు.

"నష్టో మోహః స్మృతిర్లబ్ధా త్వత్ప్రసాదాన్మయాఽచ్యుత!
స్థితోఽస్మి గతసందేహః కరిష్యే వచనం తవ. 18.73

అచ్యుతా! నీ అనుగ్రహం వలన నా భ్రమ తొలిగింది. వాస్తవం తెలిసింది. సంశయాలు నశించాయి. నీ ఆజ్ఞ పాటిస్తాను." అని అర్జునుడు ఉత్సాహంతో యుద్ధోన్ముఖుడు అయ్యాడు.

అంతలో యుధిష్ఠిరుడు కవచం విప్పేసాడు. ఆయుధాలు రథంలో వదిలేసాడు. రథం దిగి నడుచుకుంటూ కౌరవసైన్యంవైపు బయల్దేరాడు. అతడి వెనుక అర్జునుడూ, ఇతర సోదరులూ, కృష్ణుడూ, ఆప్తులైన వీరులూ వెళ్ళారు.

అందరూ యుధిష్ఠిరుణ్ణి అనుసరిస్తూనే, "ఎక్కడికి వెళ్తున్నావు? ఎందుకిలా వెళ్తున్నావు?" అని అడిగారు. యుధిష్ఠిరుడు మౌనంగా ముందుకు సాగాడు.

కొందరు సైనికులు తెల్లబోయి చూసారు. కౌరవపక్షంలో ఉన్నవారు, 'యుధిష్ఠిరుడు పిరికిపంద' అంటూ ఉత్తరీయాలు పైకి ఎగరేసారు.

యుధిష్ఠిరుడు నేరుగా భీష్ముడి రథంవద్దకి వెళ్ళాడు. అతడేం మాట్లాడుతాడో వినాలని కుతూహలంతో అందరూ నిశ్శబ్దంగా ఉన్నారు.

యుధిష్ఠిరుడు రథంలో ఉన్న భీష్ముడి రెండుపాదాలూ పట్టుకున్నాడు. వినయంగా ఇలా అభ్యర్థించాడు.

యుధిష్ఠిరుడు: పితామహా! ఇప్పుడు నేను నీతో యుద్ధం చెయ్యాలి. నాకు అనుజ్ఞ ఇచ్చి ఆశీర్వదించు.

భీష్ముడు: యుధిష్ఠిరా! నీ ప్రవర్తన లోకమంతటికీ ఆదర్శప్రాయమైనది. నువ్వు ధర్మమూర్తివి. యుద్ధ మర్యాదలు*(కట్టుబాట్లు)* తెలిసిన వాడివి. నువ్వు ఇలా నావద్దకి రాకపోయి ఉంటే నీకు పరాజయం కలగాలని శపించి ఉండేవాణ్ణి. నిన్ను ఆశీర్వదిస్తున్నాను. యుద్ధం చెయ్యి. విజయం సాధించు.

నాయనా! నేను ధర్మం పక్షంలో నిలిచి పోరాడాలి. ధర్మానికే విజయం కలగాలని యుద్ధం చెయ్యాలి. ధర్మంకోసం ప్రాణాలర్పించానని గర్వంగా చెప్పుకోవాలి.

అతస్త్వాం క్లీబవద్ వాక్యం బ్రవీమి కురునందన,
భృతోఽ స్మ్యర్థేన కౌరవ్య! యుద్ధాదన్యత్ కిమిచ్ఛసి. 43.42

కానీ, ఈ రోజు నీ ఎదుట ఒక నపుంసకుడిలా నిలబడి మాట్లాడవలసి వచ్చింది. కౌరవులు తమ ధనంతో నన్ను పోషించారు. వారి తిండి తిని బ్రతికినందుకు వారు ధర్మమార్గంలో పోతున్నా, అధర్మమార్గమే పట్టి పోతున్నా నేను వారి పక్షంలోనే యుద్ధం చెయ్యాలి. నాకిది తప్పదు.

నీ సత్ప్రవర్తనకి సంతోషించి నీకొక వరం ఇవ్వాలనుకుంటున్నాను. నీ పక్షంలో వచ్చి యుద్ధం చేయమనడం తప్ప మరేదైనా వరం కోరుకో.

యుధిష్ఠిరుడు: నిన్ను యుద్ధంలో ఎవరూ ఓడించలేరు కదా! నీ మీద విజయం సాధించడానికి మేమేం చెయ్యాలి?

భీష్ముడు: నేను ప్రాణంతో ఉండగా నన్నెవరూ ఓడించలేరు. సాక్షాత్తూ దేవేంద్రుడే దిగివచ్చినా నన్ను ఓడించలేడు.

యుధిష్ఠిరుడు: అందుకే అడుగుతున్నాను. **వధోపాయం బ్రవీహి త్వమాత్మనః సమరే పరైః** – శత్రువులు నిన్ను ఏ ఉపాయంతో ఎలా వధించాలో చెప్పు.

భీష్ముడు: నేను మరణించే కాలం ఇంకా రాలేదు. అందుచేత ఆ ఉపాయం ఇప్పుడు చెప్పను. మళ్ళీ వచ్చినప్పుడు అడుగు. అప్పుడు చెప్తాను.

యుధిష్ఠిరుడు భీష్ముడికి నమస్కరించి ద్రోణుడి రథంవద్దకి వెళ్ళాడు.

యుధిష్ఠిరుడు: ఆచార్యా! విప్రోత్తమా! నేను నీతో యుద్ధం చెయ్యవలసి వచ్చింది. నాకు అపరాధం, పాపం అంటకుండా నీతో యుద్ధం ఎలా చెయ్యాలి? నేను శత్రువులని ఎలా ఓడించాలి? దయచేసి నాకు ఉపదేశించు.

ద్రోణుడు: రాజా! నువ్వు నా వద్దకి రాకుండా యుద్ధం మొదలుపెట్టి ఉంటే నువ్వు ఓడిపోవాలని శపించి ఉండేవాడిని. నీ గురుభక్తికి సంతోషించాను. నీకు అనుమతి ఇస్తున్నాను. శత్రువులతో పోరాడి విజయం సాధించు.

నేను కౌరవుల ఉప్పుతిన్నాను. ధర్మమైనా, అధర్మమే అయినా వారి పక్షంలోనే యుద్ధం చెయ్యాలి. ఈ విషయం నిస్సహాయుడైన నపుంసకుడిలా చెప్పవలసివచ్చింది.

యోత్స్యేఽ హం కౌరవస్యార్థే తవాశాస్యో జయో మయా – నేను దుర్యోధనుడి పక్షంలోనే యుద్ధం చేస్తాను. కానీ, నువ్వే గెలవాలని కోరుకుంటున్నాను.

యుధిష్ఠిరుడు: నేను గెలవాలంటే అందుకు తగిన ఉపాయం చెప్పు.

ద్రోణుడు: యుద్ధానికి ముందే నీ విజయం నిశ్చయమైపోయింది. **యతో ధర్మః తతో కృష్ణః** - ధర్మం ఏ పక్షంలో ఉంటే కృష్ణుడు ఆ పక్షంలో ఉంటాడు. **యతః కృష్ణః తతో జయః** - కృష్ణుడు ఎటు ఉంటే విజయం అటే ఉంటుంది.

యుధిష్ఠిరుడు: ఆచార్యా! మీరు అజేయులు కదా! మిమ్మల్ని మేము ఎలా గెలవాలి?

ద్రోణుడు: నేను యుద్ధం చేస్తున్నంతసేపూ మీకు విజయం సాధ్యం కాదు. అందుచేత నేను త్వరగా మరణించేలా మీరు ప్రయత్నించండి.

యుధిష్ఠిరుడు: ఆచార్యా! నన్ను మన్నించు. నీ పాదాలమీద పడి ప్రమాణం చేసి అడుగుతున్నాను. నిన్ను వధించడానికి ఉపాయం మాకు తెలియదు. అది నువ్వే చెప్పాలి.

ద్రోణుడు: నా చేతిలో ఆయుధం ఉన్నంతసేపు ఎవడూ నన్ను చంపలేడు. నేను ఆయుధం విడిచి ఆమరణ నిరశనవ్రతంలో ఉండగా మాత్రమే నన్ను వధించడం సాధ్యం.

నమ్మదగినవాడు ఎవడైనా అప్రియమైన మాట చెప్తే నేను వెంటనే ఆయుధం కిందపడేస్తాను. ఆ అవకాశం చూసుకుని నన్ను వధించాలి.

యుధిష్ఠిరుడు ద్రోణుడికి నమస్కారం చేసి కృపాచార్యుడి వద్దకి వెళ్ళాడు. ఆయనకి ప్రదక్షిణనమస్కారాలు చేసాడు.

యుధిష్ఠిరుడు: ఆచార్యా! నా మనస్సులో ఏ పాపపు ఆలోచనా లేదు. అయినా నీతో యుద్ధం చేయవలసి వచ్చింది. అనుమతించి ఆశీర్వదించు.

కృపాచార్యుడు: యుధిష్ఠిరా! ఇలా వచ్చి అనుమతి తీసుకోవడం సత్సంప్రదాయం. నువ్వే గనుక ఇలా రాకపోతే నువ్వు ఓడిపోవాలని శపించేవాణ్ణి.

యుధిష్ఠిరుడు: అందుకే నిన్ను అభ్యర్థిస్తున్నాను.

కృపాచార్యుడు: *(నీ మనస్సులో ఉన్న మాట నాకు అర్థమయింది.)* నాకు మరణం లేదు. ఎల్లవేళలా నీకు విజయం కలగాలనే కోరుకుంటున్నాను.

యుధిష్ఠిరుడు శల్యుడివద్దకి వెళ్ళి అతడికి నమస్కరించాడు. యుద్ధంలో కర్ణుడికి సారథిగా ఉండి అతడి ఉత్సాహం నీరుకార్చమని మరొకసారి కోరాడు. అలాగే చేస్తానని శల్యుడు వాగ్దానం చేసాడు.

తరువాత యుధిష్ఠిరుడు సోదరులతోనూ, ఆప్తులతోనూ కలిసి కురుసేననుంచి బయటకు వచ్చాడు. రెండు సైన్యాల మధ్యా నిలిచి, కురుసైన్యం వైపు చూసి, “వీరులు ఎవరైనా మా పక్షానికి వచ్చి యుద్ధం చెయ్యాలనుకుంటే నేను అంగీకరిస్తాను. వారిని స్వాగతిస్తాను.” అన్నాడు.

వెంటనే యుయుత్సుడు పాండవుల పక్షానికి వచ్చాడు. కౌరవులతో యుద్ధం చేస్తానన్నాడు. యుధిష్ఠిరుడు అతణ్ణి సాదరంగా తన పక్షంలోకి స్వీకరించి, “మహావీరా! ఈ యుద్ధంలో దుర్యోధనుడూ, అతడి సోదరులూ మరణిస్తారు. **త్వయి పిండశ్చ తంతుశ్చ ధృతరాష్ట్రస్య దృశ్యతే** – ధృతరాష్ట్రుడికి పిండోదక కర్మలు చేసే బాధ్యతా, అతడి సంతాన పరంపర కొనసాగించే బాధ్యత నీమీదనే ఉందనిపిస్తోంది.” అన్నాడు.

◆◆◆

మొదటిరోజు యుద్ధం

భీముడు సింహనాదం చేసి కౌరవులమీదికి దూసుకు పోయాడు. కురుక్షేత్ర మహాసంగ్రామం ప్రారంభమయింది.

అనేకమంది వీరులు ద్వంద్వయుద్ధాలు చేసారు. బంధుత్వాలు మర్చిపోయి, చిరకాల స్నేహాలు విస్మరించి ఒకరినొకరు చంపడానికి ప్రయత్నించారు.

పాండవుల పక్షంలో అభిమన్యుడు విజృంభించాడు. అతడి పరాక్రమం విడివిడిగా తట్టుకోలేక భీష్ముడు, కృపాచార్యుడు. కృతవర్మ వంటి కాకలు తీరిన యోధులు అందరూ కలిసి ఒక్కసారిగా ఆ బాలుడిమీద దాడి చేసారు.

అంతవరకూ ఎవరూ తాకలేకపోయిన భీష్ముడి తాళధ్వజాన్ని అభిమన్యుడు పడగొట్టాడు.

విరాటుడి కుమారుడు ఉత్తరుడు మదపుటేనుగునెక్కి యుద్ధానికి వచ్చాడు. అతడు ఏనుగుని తెలివిగా నడిపి మద్రరాజు శల్యుడి రథాశ్వాలని తొక్కించి చంపాడు. శల్యుడు కోపించి ఉక్కుతో చేసిన బరువైన శక్తిని ప్రయోగించి ఉత్తరుణ్ణి చంపాడు.

శ్వేతుడు విరాటుడి మొదటిభార్య కుమారుడు. గొప్ప పరాక్రమశాలి. పాండవసేనానాయకులలో ఒకడు. సోదరుడి వధ చూసిన శ్వేతుడు శల్యుణ్ణి చంపడానికి వేగంగా వచ్చాడు. కౌరవపక్షంలో ఉన్న వీరులూ, భీష్ముడూ శల్యుణ్ణి రక్షించారు.

శ్వేతుడు విజృంభించి యుద్ధం చెయ్యడంతో తట్టుకోలేక భీష్ముడు వెనుదిరిగాడు. అది చూసి పాండవులు ఆనందంతో శంఖాలు పూరించారు. భీష్ముడికి మద్దతుగా

కౌరవవీరులందరూ కలిసి శ్వేతుడితో తలపడ్డారు. విరాటరాజపుత్రుడు వారినందరినీ చెల్లాచెదరు చేసాడు. వారందరూ తలొక దిక్కుకీ పారిపోయారు.

ఆ యుద్ధంలో శ్వేతుడు అడ్డం రాకపోతే భీష్ముడొక్కడే పాండవసేననంతనీ వధించేవాడు అనిపించింది. అలాగే భీష్ముడు అడ్డం రాకపోతే శ్వేతుడొక్కడే కౌరవసైన్యం అంతనీ నాశనం చేసి ఉండేవాడు అనిపించింది.

శ్వేతుడు బలమైన బాణాలతో భీష్ముడి విల్లు విరిచేసాడు. గాంగేయుడు మరొక విల్లు అందుకోబోతే దానినీ ఛేదించాడు. భీష్ముడు కోపంతో కంటికి కనబడనంత వేగంగా విల్లందుకుని ఒకేసారి అనేకబాణాలు ప్రయోగించి శ్వేతుడి సారథినీ, అశ్వాలనీ వధించాడు.

శ్వేతుడు రథంనుంచి దూకి బలమైన గదని భీష్ముడి మీద విసిరాడు. ఆ గదని ఆపడం గాని, తట్టుకోవడం గాని సాధ్యం కాదని గ్రహించి భీష్ముడు రథంనుంచి దూకేసాడు. అతడి రథం, సారథి, అశ్వాలూ శ్వేతుడి గదాఘాతానికి నుగ్గునుగ్గు అయిపోయాయి.

అంతలో ఆకాశంనుంచి దివ్యవాణి భీష్ముడికి ఒక్కడికే వినబడేలా, "భీష్మా! శ్వేతుడి ఆయువు తీరిపోయింది. ఇతణ్ణి వధించు." అంది. భీష్ముడు బ్రహ్మాస్త్రం ప్రయోగించి శ్వేతుణ్ణి వధించాడు. ఆ తరువాత పాండవసైన్యాన్ని ఊచకోత కోసాడు.

సాయంత్రం అయింది. యుద్ధం ఆగింది. ఆ రోజు యుద్ధంలో కౌరవులదే పైచేయి అయింది.

యుధిష్ఠిరుడు కృష్ణుడి శిబిరానికి వెళ్ళాడు. దీనాలాపాలు ప్రారంభించాడు. "కృష్ణా! భీష్ముడు ఒక్కడే మనకి అపారమైన నష్టం కలిగించాడు. మనం ఇతణ్ణి ఎదుర్కోలేము. నా కోసం ఇంతమంది వీరులు ఇలా భీష్ముడనే అగ్నిలో ఆహుతి అయిపోవడం నాకిష్టంలేదు. నేను అరణ్యాలకు పోయి, అక్కడ దొరికినదేదో తినేస్తూ జీవితం గడిపేస్తాను." అన్నాడు.

కృష్ణుడు నవ్వాడు. "రాజా! ఇప్పుడే కదా యుద్ధం మొదలయింది. మనపక్షంలో కూడా మహావీరులున్నారు. భీష్ముణ్ణి చంపడానికే పుట్టిన శిఖండి ఉన్నాడు. నీ వీరులను గురించి నువ్వేమీ భయపడకు." అని ధైర్యం చెప్పాడు.

రెండవరోజు యుద్ధం

అర్జునుడు రథాన్ని భీష్ముడివైపు పోనిమ్మని కృష్ణుణ్ణి కోరాడు. దారిలో అడ్డం వచ్చిన వీరులనీ వారి సైన్యాలనీ అగ్ని ఎండుగడ్డిని దహించినట్లు తన బాణాగ్నికి ఆహుతి చేసాడు.

భీష్ముడికీ, అర్జునుడికీ మధ్య ఎన్నడూ కనీ వినీ ఎరుగని మహాయుద్ధం జరిగింది.

ధృష్టద్యుమ్నుడు ద్రోణుడితో తలపడ్డాడు. చాలాసేపు యుద్ధం జరిగింది. ద్రోణుడు ధృష్టద్యుమ్నుడి రథాశ్వాలనీ, సారథినీ చంపాడు. అది చూసి భీముడు అతణ్ణి తన రథంలో ఎక్కించుకున్నాడు.

దుర్యోధనుడు కళింగరాజుని భీముడిమీదికి పంపాడు. భీముడు కళింగరాజునీ, అతడి కుమారుణ్ణీ, సేనాధిపతినీ వధించాడు. అయినా కోపం తగ్గక రథంనుంచి దిగి, గద ధరించి కళింగసైన్యంలోకి దూసుకుపోయాడు. పవనతనయుడు ఒక్కడే వేలాదిమంది కళింగ సైనికులని వధించాడు. భీమసేనుడి ఆ రౌద్రరూపం చూడలేక భయంతో కౌరవసైన్యాలు పారిపోయాయి.

ఆ రోజు మధ్యాహ్నంనుంచి అర్జునుడూ, అభిమన్యుడూ విజృంభించారు. తమని ఎవరూ నిరోధించలేని విధంగా కౌరవసైన్యంమీద విరుచుకుపడి లెక్కకు అందనంతమంది సైనికులని వధించారు. అర్జునుడి బాణప్రయోగకౌశలం చూసి భీష్ముడు ఆనందించాడు. అతడు నవ్వుతూ ద్రోణాచార్యుడితో ఇలా అన్నాడు.

"న హ్యేష సమరే శక్యో విజేతుం హి కథంచన,
యథాస్య దృశ్యతే రూపం కాలాంతక యమోపమమ్. 55.38

ఆచార్యా! అగ్నికి వాయువు తోడైనట్లు అర్జునుడికి కృష్ణుడు తోడయ్యాడు. వారు దావానలం అరణ్యాన్ని దహించినట్లు కురుసైన్యాన్ని నశింపచేస్తున్నారు. ఈ సమయంలో అర్జునుడు ప్రళయకాలంలో ప్రజాక్షయం చేసే యముడిలా ఉన్నాడు. ఇపుడు ఇతణ్ణి జయించడమూ సాధ్యంకాదు, ఆపడమూ సాధ్యంకాదు. అతడివలన జరిగే నష్టాన్ని సహించడం తప్ప వేరే దారి లేదు.

అటు సూర్యుడు కూడా అస్తమిస్తున్నాడు. ఈ రోజుకి యుద్ధం ఆపుదాం." అన్నాడు.

అలా రెండవరోజు యుద్ధం ముగిసింది. ఆ రోజు పాండవులదే పైచేయి అయింది.

మూడవరోజు యుద్ధం

పాండవుల పక్షంలో అర్జునుడు ఒకవైపునుంచీ, భీమసేనుడూ, ఘటోత్కచుడూ మరొకవైపు నుంచీ, సాత్యకీ అభిమన్యుడూ వేరొకవైపునుంచీ కౌరవసైన్యాన్ని చీల్చి చెండాడారు.

కౌరవుల పక్షంలో భీష్మద్రోణులు విజృంభించారు. ఆ రోజు మిగిలిన యోధులందరూ చేసిన యుద్ధం ఒకలెక్క అయితే అర్జునుడు ఒక్కడూ చేసిన యుద్ధం ఒకలెక్క అయింది.

భీముడూ, ఘటోత్కచుడూ దుర్యోధనుడి ప్రధాన సైన్యాన్ని మట్టుపెట్టారు. భీముడు ప్రయోగించిన బాణం దుర్యోధనుడి మెడమీద బలంగా నాటింది. ఆ దెబ్బకి దుర్యోధనుడు స్పృహతప్పి పడిపోయాడు. అతడు స్పృహవచ్చి చూసేసరికి అన్నిదిశలలోనూ పారిపోతున్న తన సైన్యం కనబడింది.

దుర్యోధనుడు భీష్ముడి వద్దకి వెళ్ళి, వృద్ధుడని కూడా చూడకుండా, అతణ్ణి నిందించాడు.

"పితామహా! నువ్వూ, ద్రోణుడూ, కృపాచార్యుడూ జీవించే ఉన్నారు. కనీసం కదలలేనంతగా గాయపడలేదు. పూర్తి ఆరోగ్యంతో యుద్ధం చేస్తూనే ఉన్నారు. అయినా సైన్యం పారిపోతోంది. మీవంటి వారుండగా ఈ పరిస్థితి ఎందుకొచ్చింది? మీముందు పాండవులెంత? వారి పరాక్రమమెంత?

నువ్వు పాండవపక్షపాతివి. అందుకే వాళ్ళు నా సైన్యాన్ని సర్వనాశనం చేస్తూ ఉంటే కూడా చూస్తూ ఊరుకున్నావు. పాండవులపట్ల నీకంత దయ ఉంటే, 'నేను పాండవుల తోనూ, ధృష్టద్యుమ్నుడితోనూ, సాత్యకితోనూ యుద్ధం చెయ్యను.' అని ముందే చెప్పి ఉండాలి.

శ్రుత్వా తు వచనం తుభ్యమాచార్యస్య కృపస్య చ,
కర్ణేన సహితః కృత్యం చింతయానస్తదైవ హి. 58.39

నువ్వూ, ద్రోణుడూ, కృపాచార్యుడూ ఈ మాట యుద్ధం ప్రారంభమవకముందే చెప్పి ఉంటే నేనూ, కర్ణుడూ ఏం చెయ్యాలో ఆలోచించుకునే వాళ్ళం.

నువ్వు యుద్ధంలో నా ప్రయోజనాన్ని గాలికి వదిలి పాండవులకే మేలు చెయ్యాలనుకుంటే నేనేం చెయ్యలేను. అలాకాకపోతే లోకవిఖ్యాతమైన నీ పరాక్రమం చూపించి యుద్ధం చెయ్యి." అన్నాడు.

భీష్ముడు అవమానం సహించాడు. కోపం అణుచుకున్నాడు.

నవ్వుతూ, " పాండవులను ఎవరూ జయించలేరని నీకు అనేకసార్లు చెప్పాను. మళ్ళీ చెప్తున్నాను. పాండవులు అజేయులు. అయినా నీకు మాట ఇస్తున్నాను. పాండవులు ముందుకు రాకుండా ఆపుతాను." అన్నాడు.

అప్పటికి మధ్యాహ్నం దాటిపోయింది. సాయంత్రం కావస్తోంది. ఆ సమయంలో భీష్ముడు విజృంభించాడు. రణరంగంలో అత్యంత వేగంగా తిరుగుతూ పాండవసైన్యాన్ని హింసించాడు. ఒక్క భీష్ముడే యుద్ధం చేస్తున్నాడా లేక లక్షలాదిమంది భీష్ములు యుద్ధం చేస్తున్నారా అనిపించేలా పాండవసైన్యంమీద దాడి చేసాడు.

ఆ భయంకర కృత్యం చూసి కృష్ణుడు, "అర్జునా! భీష్ముణ్ణీ, ద్రోణుణ్ణీ వధిస్తానని

ప్రతిజ్ఞ చేసావు. అది గుర్తుంచుకుని భీష్మణ్ణి ఎదిరించి నిలువరించు.” అన్నాడు. అర్జునుడు భీష్ముడితో పోరాడాడు. ఎంత ప్రయత్నించినా అతడు తన పితామహుడిమీద పూర్తి పరాక్రమం చూపించలేకపోయాడు.

భీష్ముడు కృష్ణార్జునులని బాగా గాయపరిచాడు. అయినా అర్జునుడు సహిస్తున్నాడే కాని రెచ్చిపోవడంలేదు.

కృష్ణుడు, “ఈ అర్జునుడు భీష్మణ్ణి వధించడానికి వెనుకాడుతున్నాడు. ఇలా వదిలేస్తే ఈ గాంగేయుడు పాండవసైన్యం అంతనీ ఈ రోజే వధించేసేలా ఉన్నాడు. ఇక నేనే పూనుకుని భీష్మణ్ణి వధిస్తాను.” అనుకున్నాడు.

సాత్యకితో, “ఇప్పుడు నేను భీష్మద్రోణులు ఇద్దరినీ వధిస్తాను. కౌరవులనీ, వారికి సహాయంగా వచ్చినవారినీ ఒక్కణ్ణికూడా వదలకుండా వధిస్తాను. యుధిష్ఠిరుడికి పట్టాభిషేకం చేస్తాను.” అన్నాడు.

కృష్ణుడు స్మరించగానే సుదర్శనచక్రం వచ్చి అతడి చేతిమీద నిలిచింది. వెంటనే కృష్ణుడు రథంనుంచి నేలమీదికి దూకాడు. భీష్ముడివైపు పరుగెత్తాడు.

భీష్ముడు తన ధనుస్సుని పక్కన పెట్టాడు.

ఏహ్యేహి దేవేశ జగన్నివాస
నమోఽస్తు తే మాధవ చక్రపాణే,
ప్రసహ్య మాం పాతయ లోకనాథ
రథోత్తమాత్ సర్వశరణ్య సంఖ్యే. 59.97

త్వయా హతస్యాపి మమాద్య కృష్ణ
శ్రేయః పరస్మిన్నివ చైవ లోకే,
సంభావితోఽస్మ్యన్ధకవృష్ణినాథ
లోకైస్త్రిభిర్వీర తవాభియానాత్. 59.98

దేవేశా! జగన్నివాసా! చక్రపాణీ! మాధవా! కృష్ణా! నీకు చేతులెత్తి నమస్కరిస్తున్నాను. యుద్ధంలో నన్ను బలవంతంగా రథంనుంచి పడగొట్టు. నీ చేతిలో మరణిస్తే నాకు ముల్లోకాలలోనూ కీర్తివస్తుంది. ఈ లోకంలోనూ పైలోకంలోనూ శ్రేయస్సే కలుగుతుంది.” అన్నాడు.

ఈలోగా అర్జునుడు రథం దిగి కృష్ణుడి వెంట పరుగెత్తాడు. అతణ్ణి కౌగిలించుకుని ఆపే ప్రయత్నం చేసాడు. కృష్ణుడు ఆగలేదు. అర్జునుణ్ణి తనతో ఈడ్చుకుంటూ ముందుకు

వెళ్ళాడు. అర్జునుడు ముందుకు వచ్చి తన బలమంతా ఉపయోగించి భూమిని తన్నిపెట్టి నిలబడ్డాడు. అయినా కృష్ణుడు ముందుకే సాగాడు. పదిఅడుగుల తరువాత అర్జునుడు శ్రీహరిని ఆపగలిగాడు.

అర్జునుడు కృష్ణుడికి నమస్కరించాడు. "భగవన్! కోపం ఉపసంహరించు. మాకు నువ్వే గతి. నేను నా పుత్రులమీదా, సోదరులమీదా ఒట్టుపెట్టి చెప్తున్నాను. నీ సహాయంతో కురువీరులనందరినీ వధిస్తాను." అన్నాడు.

కృష్ణుడు శాంతించి వెనక్కివచ్చి రథమెక్కాడు. *(కృష్ణుడి వ్యూహం ఫలించింది.)* అర్జునుడు మానవమాత్రులు తట్టుకోలేని పరాక్రమంతో విజృంభించాడు. మహేంద్రాస్త్రం ప్రయోగించాడు. కౌరవసేనని మట్టుపెట్టాడు. రక్తం ఏరులై ప్రవహించింది. వైతరణీనది భూలోకానికి వచ్చి రణరంగంలో ప్రవహించిందా అనిపించింది.

ఆ విధంగా ఆ రోజు యుద్ధంలో పాండవులు విజయం సాధించారు. సూర్యుడు అస్తమించాడు. యుద్ధం విరమించి సైన్యాలు శిబిరాలకి నడిచాయి.

నాలుగవరోజు యుద్ధం

నాలుగవరోజు ఉదయం చెప్పుకోదగిన యుద్ధం అర్జునుడికీ, భీష్ముడికీ మధ్య జరిగింది.

మరొక పక్క అశ్వత్థామ, శల్యుడు, భూరిశ్రవసుడు, చిత్రసేనుడు, శలుడు ఒక్కుమ్మడిగా అభిమన్యుణ్ణి చుట్టుముట్టారు. *(శలుడు సోమదత్తుడి కుమారుడు.)* కానీ, అందరూ కలిసినా అభిమన్యుడిముందు నిలువలేకపోయారు. ధృష్టద్యుమ్నుడు అభిమన్యుడికి సహాయంగా వచ్చి శలుణ్ణి వధించాడు.

భీమసేనుడు ఆ యుద్ధాలు చూసాడు. "ఎవరెవరో వీరులతో యుద్ధం చేస్తున్నాం. ఎవరెవరినో చంపుతున్నాం. కానీ, దీనివలన యుద్ధం ఎటూ తేలదు. ఈ యుద్ధానికి మూలకారణమైన దుర్యోధనుణ్ణి వధిస్తే ఈ రోజే యుద్ధం అంతమైపోతుంది." అనుకున్నాడు. పర్వతశిఖరమంత గద తీసుకుని దుర్యోధనుడివైపు వెళ్ళాడు.

దుర్యోధనుడు మాగధుణ్ణి పదివేల ఏనుగులతో వెళ్ళి భీముణ్ణి వధించమన్నాడు. అదిచూసి ధృష్టద్యుమ్నుడూ, నకులసహదేవులూ భీముడికి సహాయంగా వెళ్ళారు.

భీముడు రథంనుంచి కిందికి దూకాడు. గదతో ఏనుగులని మోది వధించడం మొదలుపెట్టాడు. ఒక్కొక్క దెబ్బకి ఏనుగులు ఎగిరి ఒకదానిమీద మరొకటి పడి మరణించాయి. కొన్నిటికి కుంభస్థలాలు బద్దలయ్యాయి. కొన్నిటికి తొండాలు

తెగిపోయాయి. కొన్ని రక్తం కక్కుతూ పిచ్చెక్కినట్లు పరుగెత్తి పారిపోయాయి. ఆ దృశ్యం చూసి ప్రాణాలతో మిగిలిన మాగధుడి ఏనుగులు భయంతో వెనుదిరిగి కౌరవసైనికులని తొక్కుతూ పరుగులెత్తాయి.

భీముడి గద రక్తంతోటీ, వసతోటీ, మాంసంతోటీ తడిసిపోయింది. గదనుంచి రక్తం కారుతోంది. అతడు ఏనుగుల రక్తంతో తడిసిపోయాడు.

ఆ భయంకర దృశ్యం చూసిన దుర్యోధనుడు నిశ్చేష్టుడైపోయాడు. ఎలాగో గొంతు పెగల్చుకుని సమస్త సైన్యమూ, మిగిలిన వీరులనందరినీ వదిలి, ఒక్క భీముడిమీదనే దాడి చెయ్యాలి అని ఆదేశించాడు. భీముడు బెదరలేదు. ఒక రథాన్ని ఎత్తి దానితో మరొక రథాన్ని కొట్టాడు. ఒక ఏనుగునెత్తి దానితో మరొక ఏనుగుని కొట్టాడు. గదతో రథాలనీ, గుర్రాలనీ, ఏనుగులనీ చిత్తుచిత్తు చేస్తూ, అలసట లేకుండా, మదగజం పచ్చికబీడులో విహరించినట్లు రణరంగమంతా తానే అయి వీరవిహారం చేసాడు.

తరువాత రథం ఎక్కాడు. ధృతరాష్ట్రుడి కుమారులు అనేకమంది ఒకేసారి భీముడితో తలపడ్డారు. భీముడు గద పక్కనపెట్టి ధనుస్సు అందుకున్నాడు. అసామాన్యమైన బాణప్రయోగకౌశలం ప్రదర్శించాడు. ధృతరాష్ట్ర కుమారులైన సేనాపతినీ, సుషేణుణ్ణీ, ఉగ్రుణ్ణీ, వీరబాహువునీ, భీముణ్ణీ, భీమరథుణ్ణీ, సులోచనుణ్ణీ అవలీలగా వధించాడు.

అది చూసి మిగిలిన ధృతరాష్ట్రపుత్రులు వెనుతిరిగి చూడకుండా పారిపోయారు. భీముడు వాళ్ళని తరుముతూ వెళ్ళాడు. అతడు ఆ రోజే మొత్తం కౌరవులనందరినీ వధించేలా ఉన్నాడని గ్రహించి భీష్ముడు మహావీరులనందరినీ కలిసి భీముణ్ణి ఎదుర్కోమన్నాడు. భీముడికి సహాయంగా ఘటోత్కచుడూ, అభిమన్యుడు వచ్చారు. ఘటోత్కచుడి ప్రతాపం కౌరవులు తట్టుకోలేకపోయారు.

ఈలోగా సాయంత్రం అయింది. భీష్మద్రోణులు ఆలోచించి ఆరోజుకి యుద్ధం ముగిసిందని ప్రకటించారు.

కౌరవులు పరాజయభారంతోనూ, సిగ్గుతోనూ, గాయాల బాధతోనూ తమ శిబిరాలకు వెళ్ళారు.

అయిదవరోజు యుద్ధం

అయిదవరోజు యుద్ధంలో ఇరుపక్షాల వీరులూ భయంకరంగా పోరాడారు. లక్షల సంఖ్యలో సామాన్యసైనికులు మరణించారు. అనేకమంది మహారథులు నేలకొరిగారు.

ఆరోజు మధ్యాహ్నం సాత్యకి కుమారులు పదిమందినీ భూరిశ్రవుడు ఒక్కడే వధించాడు.

యుద్ధం ఎంత భయంకరంగా సాగినా ఏ పక్షంలోనూ ప్రధానమైన యోధులు ఎవరూ మరణించలేదు.

ఆరవరోజు యుద్ధం

ఆరవరోజు ఉదయం యుధిష్ఠిరుడు ధృష్టద్యుమ్నుణ్ణి తమ సైన్యాన్ని మకరవ్యూహంలో నిలబెట్టమన్నాడు. ఆ వ్యూహాన్ని శత్రువులు ఛేదించలేరు. భీష్ముడు తన సైన్యాన్ని క్రౌంచవ్యూహంలో నిలబెట్టాడు.

యుద్ధం ప్రారంభమయింది. ఇరుపక్షాలవీరులూ సామాన్య సైనికులని పదులవేల సంఖ్యలో వధిస్తున్నారు. పాండవులకు చాలా నష్టం జరిగింది. కానీ, కౌరవులకు అంతకంటే ఎక్కువ నష్టం జరిగింది.

సంజయుడు ఇలా చెప్తూంటే ధృతరాష్ట్రుడు తట్టుకోలేకపోయాడు.

"సంజయా! మా పక్షంలో ఎందరో గొప్పవీరులున్నారు. అజేయులైన భీష్మద్రోణులున్నారు. యుద్ధవిద్యలలో ఆరితేరిన అనేకమంది బలిష్ఠులైన రాజులున్నారు. అయినా రోజూ పాండవులదే పైచేయి అవుతోంది. ఇదంతా చూస్తుంటే దేవతలు దివినుండి దిగివచ్చి పాండవపక్షంలో నిలిచి మనవారితో పోరాడుతున్నారు అనిపిస్తోంది.

ఇలాగే జరుగుతుందని విదురుడు ముందే గ్రహించాడు. దుర్యోధనుణ్ణి హెచ్చరించాడు. సర్వనాశనం అయిపోతావని సంకోచం లేకుండా చెప్పాడు. అయినా దుర్యోధనుడు మూర్ఖుడై ఆ మాటలు పట్టించుకోలేదు. దాని ఫలితం *(ఈ దారుణమైన వార్తలు వింటూ)* నేను అనుభవిస్తున్నాను." అన్నాడు.

సంజయుడు అంగీకరించలేదు.

"రాజా! నువ్వు అనుభవిస్తున్న దుఃఖానికి ఇతరులెవ్వరూ కారణం కాదు. దానికి ఏకైక కారణం నువ్వే. దుర్యోధనుడు చేసిన ప్రతీ పాపపుపని వెనకా నీ ఆమోదం *(ఆ రూపంలో ప్రోత్సాహం)* ఉంది. మానవుడు తాను చేసిన పుణ్యపాపాల ఫలితం ఈ లోకంలోనూ పైలోకంలోనూ అనుభవించి తీరాలి. అందుచేత నిత్యం దుఃఖం కలిగించే వార్తలు వినడానికి సిద్ధంగా ఉండు." అన్నాడు.

ఈ సంభాషణ ఇదే సారాంశంతో వేరువేరు వాక్యాలతో యుద్ధం ప్రారంభం నుంచీ యుద్ధం ముగిసేవరకూ ప్రతీరోజూ ఆ ఇద్దరిమధ్యా జరిగింది.

అలాగే పాండవశిబిరంలో యుధిష్ఠిరుడు ప్రతీరోజూ సాయంత్రం యుద్ధం ఆపగానే, "ఇంతమంది మరణం నేను చూడలేను. అరణ్యానికి పోయి మిగిలిన జీవితం ఎలాగోలా

గడిపేస్తాను.” అంటూ దీనాలాపాలు ప్రారంభిస్తాడు. *(కృష్ణుడూ, అర్జునుడూ అతణ్ణి ఓదారుస్తున్నట్లో, ధైర్యం చెప్తున్నట్లో మాట్లాడుతూ చివాట్లు పెడతారు.)*

సంజయుడు యుద్ధం వర్ణించాడు.

భీమసేనుడు ఒంటరిగా కౌరవసేనలోకి చొచ్చుకుపోయాడు. అది చూసి అతణ్ణి బంధించడానికి అనేకమంది వీరులు చుట్టుముట్టారు.

భీముడు రథంనుంచి దూకాడు. ఇతరులకు కదపడం కూడా సాధ్యంకాని బరువైన గదని అందుకుని అలవోకగా తిప్పాడు. రథాలు విరిగిపోయాయి. అశ్వాలు మాంసం ముద్దలయ్యాయి. ఏనుగులు చచ్చిపడ్డాయి. ప్రళయకాలంలో యముడు దండం ధరించి తిరుగుతున్నట్లు భీముడు ఆ గదని ధరించి ఎదురులేకుండా రణరంగమంతటా తిరుగుతున్నాడు.

అతడు ఒంటరిగా వెళ్ళాడని తెలిసి, అతడు వెళ్ళిన మార్గంలో ధృష్టద్యుమ్నుడు బయల్దేరాడు. అతడికి భీముడి రథం కనిపించింది. భీముడు కనబడలేదు. “సారథీ! భీముడేమయ్యాడు?” అని అడిగాడు. అతడు ఒంటరిగా పోరాడుతున్న భీముణ్ణి చూపించాడు.

ధృష్టద్యుమ్నుడు భీముణ్ణి తన రథంలో ఎక్కించుకున్నాడు. ఈలోగా అభిమన్యుడు వారితో కలిసాడు. వారు ముగ్గురూ కౌరవసేనని వధించడం మొదలుపెట్టారు.

సాయంత్రం కావస్తూంటే దుర్యోధనుడు భీముడిమీద దాడిచేసాడు. భీముడు సంతోషించాడు.

“గాంధారీనందనా! అనేక సంవత్సరాలుగా నిరీక్షిస్తున్న అవకాశం నేడు నీ వలన దక్కింది. ఈ రోజు నిన్ను సంహరించి మా అందరికీ కలిగిన క్లేశాలకు ప్రతీకారం తీర్చుకుంటాను. ఉలూకుణ్ణి పంపి చెప్పినమాటలు జ్ఞాపకం చేస్తూ నిన్నూ నీ బంధువులనీ వధిస్తాను.” అన్నాడు.

భీముడు దుర్యోధనుడి రథం విరక్కొట్టాడు. అతణ్ణి పదునైన బాణాలతో గాయపరిచాడు. తేరుకుని తిరగబడే అవకాశం ఇవ్వకుండా హింసించాడు. అప్పుడు కృపాచార్యుడు వేగంగా వచ్చి దుర్యోధనుణ్ణి తన రథంలో ఎక్కించుకుని కాపాడాడు.

అలా ఆరవరోజు యుద్ధం ముగిసింది.

శరీరమంతా భీముడి బాణపుదెబ్బలకి గాయాలై రక్తం కారుతుంటే దుర్యోధనుడికి సిగ్గూ, బాధా, కోపం ముంచుకొచ్చాయి. వెంటనే లేచి భీష్ముడి శిబిరానికి వెళ్ళాడు.

"పితామహా! పాండవులు మన సైన్యాన్ని ఊచకోత కోస్తున్నారు. అనేకమంది మహారథులని వధించారు. భీముడు నన్ను ఇదిగో ఇలా హింసించాడు. నువ్వు నాకిచ్చిన మాటమీద నిలబడతావనీ, శత్రువులని వధిస్తావనీ ఇంకా ఆశిస్తూనే ఉన్నాను." అన్నాడు.

యుద్ధంలో తగిలిన గాయాలతో బాధపడుతున్న దుర్యోధనుణ్ణి చూసి భీష్ముడు నవ్వుకున్నాడు. ధైర్యం చెప్పి పంపించాడు.

ఏడవరోజు యుద్ధం

ఏడవరోజు ఉదయం గాయాలనుంచి పూర్తిగా కోలుకోకుండానే యుద్ధరంగానికి వచ్చిన దుర్యోధనుణ్ణి భీష్ముడు చూసాడు. జాలిపడ్డాడు. తనవద్దనున్న విశల్యకరణి అనే ఓషధినిచ్చాడు. దానిని సేవించిన దుర్యోధనుడికి గాయాల బాధ తగ్గింది.

ఆ రోజు యుద్ధంలో లక్షలాదిమంది సాధారణసైనికులూ, వీరులూ మరణించారు. ప్రసిద్ధులైన అతిరథ మహారథులు ఎవ్వరూ మరణించలేదు. ఘటోత్కచుడు పాండవుల పక్షాన, అలంబుషుడు అనే రాక్షసుడు కౌరవుల పక్షానా మాయాయుద్ధం చేసారు.

ఎనిమిదవరోజు యుద్ధం

ఒక్కొక్కరోజు గడుస్తూంటే యుద్ధంలో తీవ్రత పెరుగుతోంది. వ్యూహ ప్రతివ్యూహాలు రచించుకున్నా వాటిప్రకారం కాకుండా మహావీరుల పరాక్రమమే ఆధారంగా యుద్ధం జరుగుతోంది.

ఆ రోజు యుద్ధంలో ఐరావతుడు విజృంభించాడు. ఇతడు అర్జునుడికీ నాగరాజపుత్రి ఉలూపికీ పుట్టినవాడు. ఇతడు ఒక్కడే శకుని సోదరులు ఆరుగురినీ వధించాడు. కానీ, తరువాత అలంబుషుడు అనే రాక్షసుడి చేతిలో మరణించాడు.

ఆ రోజు మధ్యాహ్నానికి ముందు ఎనమండుగురు ధృతరాష్ట్రపుత్రులు తలొకవైపునుంచీ చుట్టుముట్టి భీమసేనుడిమీద దాడిచేసారు. ఆ ఎనమండుగురూ భీమసేనుడి చేతిలో మరణించారు.

సోదరుల వధ చూసిన దుర్యోధనుడు దుఃఖిస్తూ భీష్ముడివద్దకి వెళ్ళాడు. పితామహుణ్ణి పట్టుకుని యుద్ధరంగంలోనే బిగ్గరగా విలపించాడు.

"పితామహా! భీమసేనుడు నా సోదరులని చంపేస్తున్నాడు. నువ్వు నీకేమీ పట్టనట్లున్నావు. నిన్ను నమ్మి నేను తప్పుచేసానేమో అనిపిస్తోంది." అన్నాడు.

ఆ మాటలకి భీష్ముడికి కోపంతో కళ్ళలో నీరు తిరిగింది.

"సుయోధనా! నీ మేలుకోరి మేము చెప్పినమాటలు నువ్వు వినలేదు.

సమయశ్చ మయా పూర్వం కృతో వై శత్రుకర్శన,
నాహం యుధి నియోక్తవ్యో నాప్యాచార్యః కథంచన. 88.41

నేనూ, ద్రోణుడూ మమ్మల్ని యుద్ధంలోకి లాగవద్దని చెప్పాం. అయినా బలవంతంగా మమ్మల్ని యుద్ధంలోకి దింపావు. భీమసేనుడు మీ సోదరులనందరినీ వధిస్తాడని నీకు ముందే చెప్పాను. దానిని ఎవరూ ఆపలేరు. అందుచేత ఆ దుఃఖం నువ్వు సహించవలసినదే. ఈ యుద్ధంలో నువ్వు కోరవలసినది వీరస్వర్గం మాత్రమే అని నిశ్చయించుకుని క్షత్రియుడిలా యుద్ధం చెయ్యి." అన్నాడు.

ఆ రోజు మధ్యాహ్నం దాటాక భీమసేనుడు మరొక తొమ్మిదిమంది ధృతరాష్ట్రపుత్రులని వధించాడు. ద్రోణుడు అడ్డుపడడానికి ప్రయత్నించినా లెక్కచెయ్యకుండా లేళ్ళమందమధ్య విరుచుకుపడిన పెద్దపులిలా కౌరవులని వధించాడు.

ఎనిమిదవరోజు అపారమైన జననష్టం జరిగింది. సాయంత్రం యుద్ధం విరమించారు.

◆◆◆

ఆ రాత్రి దుష్టచతుష్టయం దుర్యోధనుడి శిబిరంలో సమావేశమయ్యారు. దుర్యోధనుడు, "కర్ణా! భీష్మద్రోణులకు యుద్ధమంటే పండగే. అయినా పాండవులపట్ల పక్షపాతంతో వాళ్ళు పాండవులను హింసించడంలేదు. నేను చూస్తూండగా ఈ రోజు నా పదిహేడుమంది సోదరులని భీముడు వధించాడు. భీష్మద్రోణులు చూస్తే అలా ఉన్నారు. నువ్వేమో ఆయుధం పట్టడం లేదు. ఇప్పుడు నేను పాండవులను ఎలా జయించాలి?" అని అడిగాడు.

కర్ణుడు, "నువ్వు వెంటనే భీష్ముడివద్దకి వెళ్ళు. ఆయనని అస్త్రసన్యాసం చెయ్యమను.

న్యస్తశస్త్రే తతో భీష్మే నిహతాన్ పశ్య పాండవాన్,
మయైకేన రణే రాజన్ ససుహృద్గణబాంధవాన్. 97.14

భీష్ముడే గాని అస్త్రసన్యాసం చేస్తే పాండవులనే కాదు, వారి బంధుమిత్రులను కూడా నేనొక్కడినే వధిస్తాను." అన్నాడు.

దుర్యోధనుడికి కొండంత ధైర్యం వచ్చింది. అంతవరకూ భీష్ముణ్ణి సూటిపోటి మాటలు అన్నాడు. యుద్ధం ప్రారంభమయ్యాక నేరుగా నిందించడం మొదలుపెట్టాడు. ఇప్పుడు ఏకంగా యుద్ధంనుంచి తప్పుకోమనడానికి బయల్దేరాడు.

"కర్ణా! భీష్ముణ్ణి ఎలాగోలా ఒప్పించి వస్తాను. ఆ వృద్ధుడు తప్పుకున్న తరువాత నువ్వు శత్రువులను సంహరించు." అన్నాడు.

వెంటనే సోదరులతోనూ, ఇతర రాజులతోనూ కలిసి భీష్ముడి శిబిరానికి వెళ్ళాడు. అతడికి నమస్కరించి, తన మనస్సులో ఉన్న మాట దృఢంగా చెప్పాడు.

దయయా యది వా రాజన్ ద్వేష్యభావాన్మమ ప్రభో,
మదభాగ్యతయా వాపి మమ రక్షసి పాండవాన్. 97.41

అనుజానీహి సమరే కర్ణమాహవశోభినమ్,
స జేష్యతి రణే పార్థాన్ ససుహృద్గణబాంధవాన్. 97.42

పితామహా! నువ్వు మహాశక్తిశాలివి. ఈ పాండవులని జయించడం నీకెంతపని! అయినా పాండవులపట్ల దయతో గానీ, నాపట్ల ద్వేషంతోగానీ, నా దురదృష్టంవలన గానీ నువ్వు పాండవులను ఎలాగోలా రక్షించాలనే అనుకుంటే కర్ణుడికి యుద్ధం చెయ్యడానికి అనుమతినియ్యి. అతడు పాండవులని సమిత్రబాంధవంగా వధిస్తాడు." అన్నాడు.

అటువంటి మాటలు పడవలసివచ్చిందని భీష్ముడు దుఃఖించాడు. తనని శంకించినందుకు కోపించాడు. తిరిగి తిట్టలేని తన అశక్తతకి కుమిలిపోయాడు. కొంతసేపు శ్రమపడి మనస్సుని అదుపులోకి తెచ్చుకున్నాడు.

"దుర్యోధనా! నీకోసం ప్రాణం పణంగా పెట్టి పోరాడుతున్నాను. అటువంటి నాతో ఇలా మాట్లాడడం నీకు తగదు. అర్జునుణ్ణి ఎవరూ జయించలేరు. దానికి తోడు అతడు కృష్ణుడి రక్షణలో ఉన్నాడు. ఇక అతణ్ణి నేనేకాదు, ఎవరూ జయించలేరు.

మరణం సమీపించిన వాడికి అన్ని చెట్లూ బంగారం చెట్లలా కనిపిస్తాయి. అలాగే నీకు సహజంగా జరుగుతున్న ప్రతీదీ విపరీతంగా కనిపిస్తోంది. అయినా నీకిప్పుడు వాగ్దానం చేస్తున్నాను. లోకం ఉన్నంతవరకూ చెప్పుకునే యుద్ధం రేపు చేయబోతున్నాను."

దుర్యోధనుడు భీష్ముడికి నమస్కరించి వెళ్ళిపోయాడు. భీష్ముడు తన పరాధీనస్థితిని తలుచుకుని దుఃఖించాడు. మరునాడు అర్జునుడితో యుద్ధం చెయ్యాలని నిశ్చయించుకున్నాడు.

తొమ్మిదవరోజు యుద్ధం

కౌరవులు ఆ రోజుతో భీష్ముడు యుద్ధం అంతంచేస్తాడని ఆశించారు. ఆ వృద్ధుణ్ణి రక్షించడమే ప్రధానవ్యూహంగా పెట్టుకున్నారు.

ఆ రోజు భీష్ముడు విజృంభించి పదులవేల సంఖ్యలో పాండవసైనికులనీ, వీరులనీ

వధించాడు. అశ్వత్థామనీ, ద్రోణుణ్ణీ, శల్యుణ్ణీ ఆపగలిగిన పాండవులు ఆరోజు భీష్ముణ్ణి ఆపలేకపోయారు. అర్జునుడు ఎంత ప్రయత్నించినా ఆ వృద్ధుడిమీద ఆధిక్యం సాధించలేకపోయాడు. *(కొంత ప్రేమతో, కొంత గౌరవంతో.)*

భీష్ముడు ఎదురులేకుండా చేస్తున్న నరమేధం చూసి కృష్ణుడు రథం మీదనుంచి కిందికి దూకాడు. ఒక చేతిలో కొరడా, మరొకచేతితో మెరిసిపోతున్న ఆయుధం ధరించి భీష్ముడిమీదకి పరుగెత్తాడు.

అతణ్ణి చూసి భీష్ముడు ధనుస్సు పక్కన పెట్టాడు. శాంతంగా, "దేవదేవా! పుండరీకాక్షా! వాసుదేవా! ఈ మహాయుద్ధంలో నన్ను పడగొట్టు. నేను నీ దాసుణ్ణి. నీకు తోచినట్లు కొట్టు. నేను ఆ ఆయుధ ప్రహారాలని ఆనందంగా స్వీకరిస్తాను." అన్నాడు.

ఈలోగా అర్జునుడు పరుగెత్తి వచ్చాడు. కృష్ణుణ్ణి తన బాహువులతో బంధించి ఆపబోయాడు. కృష్ణుడు ఆగలేదు. అర్జునుణ్ణి తనతో ఈడ్చుకుపోయాడు. కృష్ణుణ్ణి బలంతో ఆపలేనని అర్జునుడికి తెలుసు. వినయంగా ప్రార్థించాడు.

"మహాబాహో! నువ్వు యుద్ధం చెయ్యనని ప్రతిజ్ఞ చేసావు. ఆ మాట తప్పకు. నేను ప్రతిజ్ఞ చేసి చెప్తున్నాను. యుద్ధభారం అంతా నేను వహిస్తాను. భీష్ముణ్ణి నేనే వధిస్తాను. ప్రళయాంతకాలంలో చంద్రుడు పడిపోయినట్లు నా బాణపు దెబ్బలతో భీష్ముడు పడిపోతాడు. ఆ దృశ్యం నువ్వు చూస్తావు. నా మాట నమ్ము." అని బతిమాలాడు.

కృష్ణుడు వెనక్కి వచ్చాడు.

భీష్ముడు తిరిగి ధనుస్సు అందుకుని పాండవసైన్యాన్ని చీల్చి చెండాడాడు. పాండవసైన్యంలో విపరీతమైన జననష్టం జరిగింది.

ఆ విధంగా తొమ్మిదవరోజు యుద్ధం ముగిసింది.

ఆ రాత్రి పాండవపక్షంలో ఉన్న ప్రముఖులందరూ యుధిష్ఠిరుడి శిబిరంలో సమావేశమయ్యారు. యుధిష్ఠిరుడు మళ్ళీ దీనాలాపాలూ, వైరాగ్యగీతాలూ ప్రారంభించాడు. "ఈ జననష్టం నేను చూడలేను. మనం భీష్ముణ్ణి ఎదుర్కోలేము. నేను అడవులకు వెళ్ళి తపస్సు చేసుకుంటాను." అని పాతపాట మళ్ళీ మొదలుపెట్టాడు.

అర్జునుడు భీష్ముణ్ణి వధించకపోతే తానే వధిస్తానని కృష్ణుడు యుధిష్ఠిరుడికి ధైర్యం చెప్పాడు. అతడు కొంత కోలుకున్నాడు.

"కృష్ణా! నువ్వు యుద్ధం చెయ్యనన్నావు. ఆ మాటమీదే నిలబడు. అదే మాకు గౌరవంగా ఉంటుంది. యుద్ధం ప్రారంభమయ్యాక తనని ఒకసారి కలవమని భీష్ముడు చెప్పాడు.

అందరం ఆయనవద్దకే వెళ్ళి ఆలోచిద్దాం. ఆయనే మన విజయానికి ఉపాయం చెప్తాడు." అన్నాడు యుధిష్ఠిరుడు.

అందరూ కవచాలూ, ఆయుధాలూ వదిలి భీష్ముడి శిబిరానికి వెళ్ళారు. ఆయనకి భక్తితో ప్రణామం చేసారు. భీష్ముడు సంతోషించాడు.

భీష్ముడు: పాండవులారా! మీ పక్షంలో యుద్ధం చెయ్యమనడం తప్ప ఏమైనా కోరుకోండి. అది ఎంత అసాధ్యమైనా మీకోసం చేస్తాను.

యుధిష్ఠిరుడు: పితామహా! నువ్వు సర్వజ్ఞుడివి. నిన్ను జయించే ఉపాయమూ, మేము రాజ్యం గెలుచుకునే ఉపాయమూ చెప్పు.

భీష్ముడు: నేను ప్రాణాలతో ఉండగా నన్ను ఎవరూ జయించలేరు. నన్ను యుద్ధంలో ఓడించడం మీకే కాదు, ముల్లోకాలలోనూ ఎవరికీ సాధ్యంకాదు. నేను మరణిస్తే కౌరవపక్షంలో అందరూ మరణించినట్లే. అప్పుడే మీకు విజయం లభిస్తుంది.

యుధిష్ఠిరుడు: ఇంతకీ మేము విజయం సాధించడం ఎలా?

భీష్ముడు: నన్ను వధించడమే మీ విజయానికి ఉపాయం. మీ సైన్యంలో కృష్ణుడూ, అర్జునుడూ తప్ప వేరెవరూ నన్ను వధించలేరు. నేను స్త్రీగాని, స్త్రీగా పుట్టి ఏదో అద్భుతం వలన పురుషుడుగా మారినవాడు గాని ఎదురైతే వాడిమీద బాణం వెయ్యను. వాడితో యుద్ధం చెయ్యను. అందుచేత శిఖండిని ముందుపెట్టుకుని అర్జునుడు నామీద పదునైన బాణాలు ప్రయోగించి నన్ను వధించవచ్చు.

భీష్ముడి వధకి ఉపాయం తెలుసుకుని పాండవులు తమ శిబిరాలకి వెళ్ళిపోయారు.

దారిలో అర్జునుడు సిగ్గుతో తలెత్తుకోలేకపోయాడు. బాధతో తపించిపోయాడు. కృష్ణుడితో తన ఆవేదన పంచుకున్నాడు.

"కృష్ణా! మా బాల్యంలో భీష్ముడికి నేనంటే ప్రాణం. నేను ఆటలాడి దుమ్ముతో నిండిన బట్టలతో ఆయనవద్దకు వెళ్ళేవాడిని. ఆయన తెల్లని మల్లెపువ్వువంటి వస్త్రం ధరించి ఉన్నా నన్ను ఒళ్ళోకి తీసుకునేవాడు. నామీద ప్రేమతో నా శరీరానికి అంటిన ధూళిని కూడ ప్రీతితో స్వీకరించేవాడు! ఆ ప్రేమమూర్తిని ఎలా వధించాలి?

నాహం తాతస్తవ పితుస్తతోఽస్మి తవ భారత,
ఇతి మామబ్రవీద్ బాల్యే యః స వధ్యః కథం మయా. 107.94

నేను చిన్నతనంలో ఆయన చూపించే ప్రేమకు పొంగిపోయి ఆయనని 'తంద్రీ' అని పిలిచేవాణ్ణి. ఆయన పులకించిపోయి నన్ను ముద్దాడుతూ, 'నేను నీకు తండ్రిని కాదు. నీ తండ్రికి తండ్రిని.' అనేవాడు. అంత అనురాగం ఆయననుంచి పొందాను. ఇప్పుడు ఎవడివెనకో నిలిచి *(చాటుగా ఉండి కొట్టే వేటగాడిలా)* బాణాలు వేసి ఆ అమృతమూర్తిని ఎలా చంపగలను?

మా మీద ప్రేమతో తననెలా చంపాలో చెప్పిన ఆ దయామయుణ్ణి చంపి, రాజ్యం పొంది సుఖించగలమా?" అని వాపోయాడు.

కృష్ణుడు కర్తవ్యం బోధించాడు. "పార్థా! క్షత్రియనీతి ఎంత నిర్దయతో కూడినదో బృహస్పతి ఇంద్రుడికి చెప్పాడు. ఆ నీతి నీకు చెప్తాను. శత్రువు ఎంత మంచివాడు అయినా, తనకంటే పెద్దవాడే అయినా తనని ఎదిరించి యుద్ధంలో నిలిచినప్పుడు ఏ సంకోచం లేకుండా అతణ్ణి చంపాలి. క్షత్రియుడు దయ వదిలి క్రూరంగా యుద్ధం చెయ్యాలి. తరువాత అసూయా ద్వేషాలు వదిలి యజ్ఞం చెయ్యాలి. ఇదే క్షత్రియధర్మం. ఇదే నీ ధర్మం. కర్తవ్యం పాటించడంలో నీ ప్రేమాభిమానాలకీ, భావావేశాలకీ తావులేదు." అన్నాడు.

అర్జునుడు క్షణకాలం తనని ఆవహించిన మోహంలో పడి బాధపడ్డాడు. కృష్ణుడి మాటలతో ఆ మోహం నుంచి బయటపడ్డాడు. శిఖండికి రక్షణగా నిలిచి భీష్ముణ్ణి వధిస్తానన్నాడు. అందరూ సంతోషించారు.

పదవరోజు యుద్ధం

ఆ రోజు యుద్ధంలో పాండవులందరూ కౌరవసేనమీద విరుచుకుపడ్డారు. కౌరవసేనలో ఉన్న మహావీరులందరూ భీష్ముణ్ణి రక్షిస్తున్నారు.

శిఖండి తన సైన్యంతో ముందుకు వచ్చాడు. ఆ రోజు అతడిముందు ఎవరూ నిలవలేకపోయారు. అతడు నేరుగా భీష్ముణ్ణి ఎదుర్కొన్నాడు. మూడు బాణాలతో భీష్ముణ్ణి రొమ్ముమీద కొట్టాడు.

భీష్ముడు, "శిఖండీ! నిన్ను బ్రహ్మ స్త్రీగానే పుట్టించాడు. నా లెక్కలో నువు స్త్రీవే. నేను స్త్రీలతో యుద్ధం చెయ్యను. నీకు చేతనైనంత కొట్టు. నువ్వెంత కొట్టినా నీతో యుద్ధం చెయ్యను." అన్నాడు.

శిఖండి కోపంతో మండిపడ్డాడు.

"భీష్మా! నువ్వు చాలాకాలం జీవించావు. కానీ, పుట్టినప్పటినుంచీ ఇప్పటివరకూ నువ్వు సాధించింది ఏమీలేదు. ఒక్క మంచిపని చెయ్యలేదు. ధర్మంపక్షంలో నిలబడి ధైర్యంగా

ఒక్కసారి కూడా మాట్లాడలేదు. నీ జీవితమంతా యుద్ధాలలో క్షత్రియులని వధించడం తప్ప వేరే ఏ వ్యాపకం లేకుండా వ్యర్థంగా గడిపేసావు.

ఈరోజు నిన్ను వదలను. వధిస్తాను. సత్యంమీద ఒట్టుపెట్టి చెప్తున్నాను. *(నేను పుట్టినదే నిన్ను వధించడానికి.)* నువ్వు పోరాడినా వధిస్తాను. నువ్వు పోరాడకపోయినా వధిస్తాను." అన్నాడు.

ఆ మాటలు అర్జునుడు విన్నాడు. భీష్మవధకి సమయం ఆసన్నమైంది అనుకున్నాడు. శిఖండిని పోరాడమని పురికొల్పాడు. "మహాబాహో! శిఖండీ! నువ్వు భీష్ముడిమీద దాడి కొనసాగించు. ఈ రోజు మనం భీష్ముణ్ణి వధించకపోతే కారణజన్ముడివైన నీకూ, ప్రతిజ్ఞ చేసిన నాకూ కూడా అవమానం తప్పదు. నిన్ను అడ్డుకునేందుకు ద్రోణాదులు వస్తారు. ఎందరువచ్చినా వారిని నేను నిలవరిస్తాను. నిన్ను రక్షిస్తాను." అన్నాడు.

పాండవవీరులు కౌరవులని భీష్ముడి సమీపంనుంచి తరుముతున్నారు. శిఖండి బాణాలు తగులుతున్నా లెక్కచెయ్యకుండా భీష్ముడు పాండవసేనని వధిస్తూనే ఉన్నాడు.

తనసైన్యం పారిపోతూంటే దుర్యోధనుడికి కోపం వచ్చింది. భీష్ముణ్ణి నిందించి ఇంకా ఎక్కువగా యుద్ధం చెయ్యమన్నాడు. భీష్ముడు ఒక్క క్షణం ఆలోచించాడు.

"దుర్యోధనా! నీ అన్నం తిన్నందుకు నేను నీ పక్షాన యుద్ధం చేసాను. ముందే చెప్పినట్లు రోజుకి పదివేలమంది వీరులకు తక్కువ కాకుండా వధించాను. ఈ రోజు నేను పాండవులనైనా సంహరిస్తాను, లేదా వారి చేతిలో నేనైనా మరణిస్తాను. ఏది ఎలా జరిగినా నీ అన్నం తిన్న ఋణం ఈ రోజుతో తీర్చుకుంటాను." అన్నాడు.

ఆ రోజు భీష్ముడు ఒక్కడే లక్షమందిని వధించాడు.

అర్జునుడు శిఖండిని మరింత ప్రోత్సహించాడు. అదే సమయంలో భీష్ముడు తానున్న దుస్థితినీ, తాను సహిస్తున్న అవమానాలనీ, తాను చేస్తున్న భయంకరమైన మారణకాండనీ తలుచుకున్నాడు. తాను చేస్తున్న పనిని తానే నిందించుకున్నాడు. అతడికి యుద్ధంమీదా, తన జీవితంమీదా నిరుత్సాహం కలిగింది. ఇటువంటి జీవితం ఇక సహించలేను అనుకున్నాడు.

యుధిష్ఠిరుడి సమీపానికి రథం పోనిమ్మన్నాడు. "యుధిష్ఠిరా! జీవితమంతా యుద్ధాలు చేసీ, వీరులని చంపీ విసిగిపోయాను. జీవితంమీద విరక్తి కలిగింది. జీవించాలనే కోరిక నశించింది. నువ్వు వెంటనే నా వధకి ప్రయత్నించు." అని ఆదేశించాడు.

ఆ ఆదేశం పాటించి అర్జునుడు భీష్ముడిమీద దాడి చేసాడు. అతడి ధనుస్సుని ఛేదించాడు. పదునైన బాణాలతో కొట్టాడు. భీష్ముడు నవ్వుకున్నాడు.

"ఈ పాండవులు నాకు ఇష్టులు. వీళ్ళని చంపడం నాకు ఇష్టంలేదు. ఆపైన వీరిని వాసుదేవకృష్ణుడు రక్షిస్తున్నాడు. లేకుంటే ఒక్క ధనుస్సుతోనే వీరినందరినీ వధించగలను. అయినా నా మనస్సు యుద్ధంమీద లేదు.

నేను మరణించవలసిన సమయం దగ్గిరపడిందని నాకే తెలుస్తోంది." అనుకున్నాడు.

అతడి మనస్సులో ఉన్న మాట తెలిసి ఋషులూ, వసువులూ వచ్చి ఆకాశంలో నిలబడ్డారు. వారు ఒక్క భీష్ముడికే కనబడ్డారు. వారి మాటలు అతడికి ఒక్కడికే వినబడ్డాయి. "నాయనా! నీ ఆలోచన సరైనదే. యుద్ధం విరమించి ఈ శరీరాన్ని వదిలెయ్యి." అని చెప్పారు.

ఆ తరువాత అర్జునుడు ఎన్ని బాణాలతో కొట్టినా భీష్ముడు తిరిగి కొట్టలేదు. ఆత్మరక్షణ చేసుకోలేదు. దుశ్శాసనుడు అతడి సమీపానికి వచ్చాడు. కాని, అర్జునుడి బాణవృష్టినుంచి ఆ వృద్ధుణ్ణి రక్షించలేకపోయాడు.

భీష్ముడు అన్ని దెబ్బలూ భరిస్తూ నవ్వాడు. "దుశ్శాసనా! దేవదానవులు కలిసి వచ్చినా నన్నుగానీ, అర్జునుణ్ణి గానీ జయించలేరు. ఇక మానవులెంత! ఇదిగో శరీరాన్ని చీలుస్తూ తగులుతున్న ఈ బాణాలు అర్జునుడివి. శిఖండివి కాదు. శిఖండికి అంత శక్తి లేదు." అన్నాడు.

అలా అంటూండగా అతడి శరీరంమీద రెండు అంగుళాలు కూడా అంతరం లేకుండా బాణాలు దిగాయి.

ఆ కురుకుల పితామహుడు తూర్పువైపు తల ఉండేలా రథంనుంచి కింద పడిపోయాడు. శరీరంనిండా బాణాలు గుచ్చుకుని ఉండడంచేత అతడు నేలకి తగలకుండా ఆ బాణాలమీదనే *(అంపశయ్యమీద)* ఉండిపోయాడు.

ఆకాశంనుంచి దివ్యవాక్కులు అతడికి వినిపించాయి. "ఈ భీష్ముడు దక్షిణాయనంలో ఎలా మరణిస్తాడు?"

భీష్ముడు, "నేను ఉత్తరాయణం వరకూ ఎదురుచూస్తాను. అంతవరకూ ప్రాణం వదలను." అన్నాడు.

గంగాదేవి మహర్షులని హంసలరూపంలో భీష్ముడివద్దకి పంపింది. ఉత్తరాయణం వచ్చేవరకూ ప్రాణాలు వదలవద్దని ఆ హంసలు చెప్పాయి. తనకి తండ్రి ఇచ్చిన స్వేచ్ఛామరణం వరంవలన తాను ఉత్తరాయణం వచ్చేవరకూ బ్రతికి ఉంటానని భీష్ముడు ఆ హంసలకి చెప్పాడు.

భీష్ముడు పడిపోవడంతో ఇరుపక్షాలూ ఆ రోజుకి యుద్ధం ఆపేసాయి.

రాజులందరూ కవచాలూ, ఆయుధాలూ వదిలేసి కాలినడకన భీష్ముడివద్దకి వెళ్ళారు. కౌరవపాండవులను చూసి భీష్ముడు, "ప్రాణాన్ని లెక్కచెయ్యకుండా యుద్ధం చేస్తున్న మిమ్మల్ని చూసి సంతోషిస్తున్నాను. **శిరో మే లంబతేஉత్యర్థముపధానం ప్రదీయతామ్** - నా శరీరమంతా బాణాలమీద నిలిచి ఉంది. శిరస్సుమాత్రం వేలాడిపోతోంది. నాకొక ఉపధానం *(తలగడ)* ఇవ్వండి." అన్నాడు.

రాజులందరూ పరుగున పోయి మృదువైన తలగడలు తెచ్చారు. వాటిని చూసి భీష్ముడు నవ్వాడు. "వీరశయ్యమీద ఉన్న నాకు ఈ ఉపధానాలు పనికిరావు." అన్నాడు.

అర్జునుణ్ణి చూసాడు. "ధనుంజయా! నీకు క్షత్రధర్మం తెలుసు. సమస్త ధనుర్ధరులలో నువ్వే శ్రేష్ఠుడివి. నాకు తగిన ఉపధానం ఏర్పాటుచెయ్యి." అన్నాడు.

అర్జునుడు గాండీవం ధరించి మూడు పదునైన బాణాలు భూమిలోకి వదిలి భీష్ముడికి ఉపధానం ఏర్పాటు చేసాడు.

భీష్ముడు ఆ రాజుల సమూహాన్ని చూసి, "క్షత్రియ వీరులారా! సూర్యుడు ఉత్తరాయణానికి వచ్చేవరకూ నేను ఈ శరతల్పం మీదనే ఉంటాను. ఆ తరువాత ప్రాణాలు వదిలేస్తాను. నా చుట్టూ ఒక అగడ్త తవ్వండి. నేను ఇలాగే పడిఉండి సూర్యుణ్ణి ఉపాసిస్తాను." అన్నాడు.

ఈలోపున శరీరంలో దిగిన బాణాలు బయటికి తియ్యడంలో నిపుణులు వచ్చి భీష్ముడి శరీరంనుంచి బాణాలు తియ్యబోయారు.

భీష్ముడు,"దుర్యోధనా! శరతల్పంమీద ఉండగా బాణాలు తీయించుకోవడం ధర్మంకాదు. నాకు ఈ శస్త్రచికిత్సకులతో పనిలేదు. వీరికి తగిన ధనమిచ్చి పంపించు." అన్నాడు.

అతిరథమహారథులందరూ భీష్ముడికి ప్రదక్షిణనమస్కారాలు చేసి తమ శిబిరాలకి వెళ్ళిపోయారు.

మరునాడు ఉదయం రాజులందరూ భీష్ముడివద్దకు వెళ్ళారు. ఆ వృద్ధుడు శరీరంలో దిగిన బాణాల బాధని ఓర్చుకుంటూ మహాసర్పం బుసకొట్టినట్లు దీర్ఘనిశ్వాసాలు వదులుతున్నాడు. తనకి నమస్కరించి నిలుచున్న రాజులతో దాహంగా ఉందన్నాడు.

అందరూ చల్లని నీరూ,మంచి ఆహారం తెచ్చారు. భీష్ముడు, "మనుష్యలోకంలో ఉన్న ఆ ద్రవ్యాలు తనకికవద్దన్నాడు. అర్జునుణ్ణి పిలిచాడు. "నాయనా! దాహంగా ఉంది. నేనున్న స్థితిలో నాకు తగిన నీరు ఇయ్యి." అన్నాడు.

అర్జునుడు రథమెక్కాడు. గాండీవం తీసుకున్నాడు. రథంతోనే భీష్ముడికి ప్రదక్షిణం

చేసాడు. గాండీవంమీద బాణం సంధించాడు. పర్జన్యాస్త్రం అభిమంత్రించి భీష్ముడి పక్కనే భూమిలోకి ప్రయోగించాడు. అక్కడ నిర్మలమైన జలధార ఉబికింది. ఆ నీటితో అర్జునుడు భీష్ముడి దప్పిక తీర్చాడు. అక్కడ ఉన్న రాజులందరూ ఉత్తరీయాలు ఎగరేసి అర్జునుణ్ణి అభినందించారు.

భీష్ముడు దుర్యోధనుణ్ణి చూసి, "అర్జునుడు చేసిన అద్భుతం చూసావు కదా! ఈ లోకంలో అర్జునుడికి తెలిసినన్ని అస్త్రాలు ఇంకెవరికీ తెలియవు. అతడితో యుద్ధానికి తలపడకు. సంధి చేసుకో. మరణించినవారు మరణించగా మిగిలిన నీ సోదరులని నాలుగు కాలాలపాటు సుఖంగా బ్రతకనీ. ఈ రాజులని రక్షించు." అన్నాడు.

దుర్యోధనుడికి ఆ మాటలు రుచించలేదు. అతడు ముఖం తిప్పుకున్నాడు. భీష్ముడు మౌనం వహించి, బాధను సహిస్తూ మనస్సుని పరమాత్మమీద లగ్నంచేసాడు.

రాజులందరూ తమ శిబిరాలకి వెళ్ళిపోయారు.

అప్పుడు కర్ణుడు భీష్ముడివద్దకి వెళ్ళాడు. "కురుశ్రేష్ఠా! నేను కర్ణుణ్ణి. నువ్వు నిత్యం ద్వేషించే కర్ణుణ్ణి." అన్నాడు.

భీష్ముడు కళ్ళు తెరిచి కర్ణుణ్ణి దగ్గరికి రమ్మన్నాడు. తన రక్షణకి నియోగింపబడిన వీరులని దూరంగా వెళ్ళమన్నాడు.

"కర్ణా! నువ్వు వచ్చి మంచిపని చేసావు. నువ్వు రాధాకుమారుడివి కాదు. సూతపుత్రుడివి కాదు. నువ్వు కుంతీకుమారుడివి. క్షత్రియుడివి. నువ్వు నిష్కారణంగా పాండవులని ద్వేషించావు. వాళ్ళని కించపరచడానికి చెయ్యగలిగిన ప్రయత్నమంతా చేసావు. గొప్ప ధర్మలోపం చేసావు. అందుచేత నీతో కఠినంగా మాట్లాడాను.

ఇప్పుడు నాకు నీమీద కోపంలేదు. నువ్వు దుర్యోధనుణ్ణి వదిలెయ్యి. పాండవులతో కలిసిపో. దానివలన ఇంకా బ్రతికిఉన్న క్షత్రియులు సుఖంగా జీవిస్తారు." అన్నాడు.

కర్ణుడు, "మహాత్మా! నేను కుంతీపుత్రుడనని నాకు తెలుసు. ఆమె నన్ను పనికిరాని వస్తువులా వదిలేసింది. నేను సూతులవలన బ్రతికాను. వారివలన పెరిగాను. ఇప్పుడు కొత్తగా భరతవంశీయుణ్ణి కాలేను. కృష్ణుడు అర్జునుడికి ఎలాగో, నాకు దుర్యోధనుడు అలాగ.

పాండవులని నేను యుద్ధంలో జయిస్తాను. ఇది నా నమ్మకం. నాకు యుద్ధం చెయ్యడానికి అనుమతి ప్రసాదించు. నేను తొందరపాటుతో గాని, అవివేకంతో గాని ఏదైనా చేసిఉంటే నన్ను క్షమించు." అన్నాడు.

భీష్ముడు కర్ణుడికి యుద్ధానికి అనుజ్ఞ ఇచ్చాడు. కర్ణుడు శరతల్పంమీద ఉన్న ఆ వృద్ధమూర్తికి నమస్కరించి దుర్యోధనుడి శిబిరానికి వెళ్ళాడు.

ఇది

వ్యాసభగవానుడు మహాభారతమహేతిహాసంలో

భీష్మపర్వంలో చెప్పిన కథాసంగ్రహం.

శ్రీః

ద్రోణపర్వం

నారాయణం నమస్కృత్య నరం చైవ నరోత్తమమ్,
దేవీం సరస్వతీం వ్యాసం తతో జయ ముదీరయేత్.

1

కర్ణుడు కవచం ధరించాడు. రథంనిండా ఆయుధాలు నింపుకున్నాడు. భీష్ముడున్న చోటుకి వెళ్ళి ఆయన పాదాలకి నమస్కరించాడు. దుర్యోధనుడి పక్షంలో వీరోచితంగా పోరాడమని భీష్ముడు ప్రోత్సహించాడు.

అక్కడినుంచి కర్ణుడు దుర్యోధనుడివద్దకి వచ్చాడు. భీష్ముడి తరువాత తమ సైన్యానికి సర్వసైన్యాధిపతిగా ఎవరిని నియమించాలో సలహా చెప్పమని దుర్యోధనుడు కర్ణుణ్ణి అడిగాడు.

కర్ణుడు, "రాజా! సర్వసైన్యాధిపతిగా ఉండడానికి తగిన వీరులు మన సైన్యంలో చాలామంది ఉన్నారు. కానీ, వారు ఒకరితో ఒకరు ఎప్పుడూ పోటీపడుతూ ఉంటారు. వారిలో ఎవరికి ఆ పదవి ఇచ్చినా మిగిలినవారు ఉత్సాహంగా యుద్ధం చెయ్యరు.

అందుచేత మనందరికీ గురువూ, ధనుర్ధారులలో శ్రేష్ఠుడూ, ఉత్తముడూ అయిన ద్రోణాచార్యుడికి నాయకత్వం ఇస్తే అందరూ సంతోషిస్తారు. ఉత్సాహంగా యుద్ధం చేస్తారు." అన్నాడు.

దుర్యోధనుడు ద్రోణుణ్ణి సర్వసైన్యాధిపతిగా అభిషేకించాడు. ద్రోణుడు ఆ సత్కారానికి సంతోషించాడు. ఏదైనా వరం కోరుకోమన్నాడు.

"యుధిష్ఠిరుణ్ణి ప్రాణాలతో పట్టి ఇవ్వండి." అన్నాడు దుర్యోధనుడు.

అతడెందుకు అలా అడిగాడో ద్రోణుడికి అర్థం కాలేదు. అయినా అతడికి కూడా మంచి బుద్ధి కలిగిందేమో అనుకున్నాడు.

"రాజా! యుధిష్ఠిరుడు అజాతశత్రువని పొందిన కీర్తి నేడు నీవలన సార్థకమయింది. నువ్వు కూడా అతణ్ణి ద్వేషించలేకపోతున్నావు. అందుకే అతణ్ణి వధించమని కోరకుండా పట్టి ఇమ్మని కోరుతున్నావు. బహుశా అతడి రాజ్యం అతడికిచ్చి పట్టాభిషేకం చేద్దామను

కుంటున్నావు. నీది చాలా మంచి ఆలోచన. ఈ ఆలోచన విని పెద్దలూ, ఋషులూ ఆనందిస్తారు." అన్నాడు.

మానవుడి అంతరాంతరాలలో ఉన్న దుర్బుద్ధి ఏదో ఒక సమయంలో తప్పనిసరిగా బయటపడుతుంది. **నాకారో గూహితుం శక్యో బృహస్పతిసమైరపి** – తన నిజస్వరూపాన్ని దాచిపెట్టి అన్నివేళలా నటించడం బృహస్పతివంటివాడికి కూడా సాధ్యం కాదు.

దుర్యోధనుడు ఎప్పటినుంచో మనస్సులో నింపుకుని ఉన్న దురాలోచన బయటపెట్టాడు.

"ఆచార్యా! దేవతలు దిగివచ్చినా పాండవులనందరినీ వధించలేరు. మనం వారిలో నలుగురిని చంపినా మిగిలినవాడు మనలో ఎవరినీ మిగలనివ్వడు. ఒకవేళ అన్నీ అనుకూలించి మనం పాండవులనందరినీ, వారి సంతానాన్నీ కూడా సంహరించ గలిగినా ఆ తరువాత కృష్ణుడు ఊరుకోడు. మననందరినీ వధించి యావత్తు భూమండలాన్నీ కుంతికో, ద్రౌపదికో ఇచ్చేస్తాడు. అందువలన యుధిష్ఠిరుణ్ణి వధించడంవలన మనకి కలిగే పెద్ద ప్రయోజనమేమీ లేదు.

సత్యప్రతిజ్ఞే త్వానీతే పునర్ద్యూతేన నిర్జితే,
పునర్యాస్యంత్యరణ్యాయ పాండవాస్తమనువ్రతాః. 12.17

యుధిష్ఠిరుణ్ణి సజీవంగా పట్టుకుంటే మరొకసారి జూదంలో కూర్చోపెట్టవచ్చు. అతడు ఓడిపోయి ముందులాగే అరణ్యాలకు వెళ్ళిపోతాడు. అతడి మాట జవదాటని మిగిలిన పాండవులు కూడా అతడివెంటే అరణ్యాలకు వెళ్ళిపోతారు. నిష్కంటకమైన రాజ్యం చిరకాలం మనదవుతుంది." అన్నాడు.

దుర్యోధనుడి కుటిలబుద్ధి ద్రోణుడికి కొత్తకాదు. అయినా ఇటువంటి యుద్ధసమయంలో కూడా ఇలా అలోచించగలుగుతున్నాడే అని నివ్వెరపోయాడు. అంతలోనే తేరుకుని లౌక్యంగా సమాధానం చెప్పాడు. అనేక అంతరాలతో *(షరతులతో)* కూడిన వాగ్దానం చేసాడు.

"రాజా! అర్జునుణ్ణి జయించడం ఎవరికీ సాధ్యం కాదు. అందుచేత అర్జునుడు రక్షించకుండా ఉన్న సమయంలో, యుధిష్ఠిరుడు గాని నాకెదురైతేనూ, నాతో యుద్ధం చేస్తేనూ తప్పకుండా అతణ్ణి పట్టి బంధించి నీకు అప్పగిస్తాను. అర్జునుడేగాని అన్నగారి రక్షణకు వస్తే నీ కోరిక తీరదు." అన్నాడు.

ఆ సంభాషణ యుధిష్ఠిరుడికి చేరింది. పక్కనే ఉన్న అర్జునుడితో, " ద్రోణుడి మాట విన్నావు కదా! నా రక్షణబాధ్యత నీమీదే ఉంది. ఈ రోజు నువ్వు నా సమీపంలోనే ఉండి యుద్ధం చెయ్యి." అన్నాడు.

పదకొండవరోజు యుద్ధం

ద్రోణుడు దుస్సహమైన పరాక్రమాన్ని ప్రదర్శిస్తూ యుద్ధం చేసాడు. కానీ, ఆ రోజు అర్జునుడూ, అభిమన్యుడూ చేసిన యుద్ధం వర్ణనాతీతం. సాయంత్రం కావస్తూంటే ద్రోణుడు యుధిష్ఠిరుడి రథాన్ని సమీపించాడు. అది గమనించి కృష్ణుడు అర్జునుడి రథాన్ని భూమి కంపించిపోయేంత వేగంతో యుధిష్ఠిరుడివద్దకి తీసుకువచ్చాడు. ద్రోణుడూ, అర్జునుడూ తీవ్రంగా యుద్ధం చేసారు.

ఈలోగా సూర్యుడు అస్తమించాడు. యుద్ధం విరమించారు.

ఆ రోజు యుద్ధంలో పాండవులదే పైచేయి అయింది. ద్రోణుడు తన పరాజయానికి సిగ్గుపడ్డాడు. దుర్యోధనుడితో, "రాజా! ఈ రోజు అర్జునుడు విజృంభించడంతో యుధిష్ఠిరుణ్ణి బంధించలేకపోయాను. రేపు ఏదో ఒక ఉపాయంతో అర్జునుణ్ణి దూరంగా తీసుకుపోగలిగితేనూ, యుధిష్ఠిరుడు యుద్ధరంగంనుంచి వెనుదిరిగిపోకుండా నిలుస్తేనూ అతణ్ణి తప్పకుండా బంధించి నీకు అప్పగిస్తాను." అన్నాడు.

ఆ మాట విని త్రిగర్తరాజు సుశర్మ ఆ పని తాను చేస్తానన్నాడు.

"అర్జునుడు మమ్మల్ని అనేకసార్లు ఓడించి అవమానించాడు. అందుకు ప్రతీకారం తీర్చుకునే సమయం కోసం ఎదురు చూస్తున్నాం. ఆ అవకాశం ఇప్పుడు వచ్చింది అనిపిస్తోంది. రేపు మేము అర్జునుణ్ణి ఎదుర్కొని యుద్ధం చేస్తాం. పోతే అర్జునుడు పోతాడు, లేకపోతే మాలో ఒక్కడు కూడా మిగలకుండా త్రిగర్తులమందరం నశిస్తాం." అని ప్రతిజ్ఞ చేసాడు.

మరునాడు ఉదయం దర్భలతో చేసిన వస్త్రాలు ధరించి, అగ్నులను ప్రతిష్ఠించి, విధివిధానంగా హోమాలు చేసి సుశర్మా, అతడి అయిదుగురు సోదరులూ అదే ప్రతిజ్ఞ చేసారు. వారితో వచ్చిన వేలాదిమంది వీరులు కూడా అవే ప్రతిజ్ఞలు చేసారు.

పన్నెండవరోజు యుద్ధం

ఆ రోజు సంశప్తకులు *(శపథం చేసిన త్రిగర్తులు)* యుద్ధరంగానికి దక్షిణదిశలో నిలిచి అర్జునుణ్ణి చేతనైతే తమతో యుద్ధం చెయ్యమని పిలిచారు.

ఎవరైనా తనని యుద్ధానికి పిలిస్తే వారిని చూసి వెనక్కిపోనని అర్జునుడు నియమం పెట్టుకున్నాడు. అందుచేత పాంచాల రాజకుమారుడు సత్యజిత్తుని యుధిష్ఠిరుడికి రక్షణగా ఉంచి సవ్యసాచి సంశప్తకులమీద యుద్ధానికి వెళ్ళాడు.

అతడు సంశప్తకులమీద విరుచుకు పడి సుధన్వుడి శిరస్సు ఖండించాడు. అతడి ధాటికి తట్టుకోలేక సంశప్తకులు ఎవరికి దొరికిన మార్గంలో వాళ్ళు పారిపోయారు. సుశర్మా, అతడి సోదరులూ సైన్యానికి ధైర్యం చెప్పి తిరిగి యుద్ధానికి వచ్చేలా చేసారు. అది చూసి అర్జునుడు, "కృష్ణా! పారిపోతున్న సంశప్తకులు తిరిగి యుద్ధానికి వస్తున్నారు. రథం వారున్న వైపే పోనీ. రుద్రుడు జీవులని సంహరించినట్లు ఈ రోజు వీరినందరినీ వధిస్తాను." అన్నాడు. వీరవిహారం చేసి వేలకొద్దీ వీరులని సంహరించాడు.

అదే సమయంలో ద్రోణుడు యుధిష్ఠిరుణ్ణి బంధించడానికి అజేయమూ, అలౌకికమూ అయిన గరుడవ్యూహాన్ని రచించి ముందుకు సాగాడు. యుధిష్ఠిరుడు ధృష్టద్యుమ్నుణ్ణి ద్రోణుణ్ణి ఎదుర్కోమన్నాడు. పాండవవీరులు ద్రోణుణ్ణి అడ్డుకున్నారు. కాని ఆచార్యుడి ముందు నిలవలేకపోయారు. సత్యజిత్తు, విరాటరాజు కొడుకు శతానీకుడు ద్రోణుడి బాణాలకి బలైపోయారు.

ఇంకొకచోట ప్రాగ్జ్యోతిషపురాధీశుడైన భగదత్తుడు *(కౌరవపక్షంలో ఉన్నవాడు)* పాండవసైన్యంమీద దాడి చేసాడు. అతడివద్ద సుప్రతీకం అనే ఏనుగు ఉంది. అది ఇంద్రుడి వాహనమైన ఐరావతం వంశానికి చెందినది. దానికి వెయ్యి సాధారణ ఏనుగులకుండే బలముంది. దాని కుంభస్థలానికి ఉక్కుతో చేసిన కవచం వేసి, భగదత్తుడు ఆ ఏనుగుమీద కూర్చుని యుద్ధం చేస్తాడు. అతడి మడమల తాకిడినీ, కాలి బొటనవేలి ఒత్తిడినీ, అంకుశంపోటునీ అర్థం చేసుకుని సుప్రతీకం శత్రుసైన్యాలని ఛిన్నాభిన్నం చేస్తుంది. కాళ్ళతో తొక్కి, తొండంతో విసిరీ శత్రువుల ఆశ్వికులనీ, రథాలనీ నాశనం చేస్తుంది. ఎంత సైన్యమైనా, ఎటువంటి వీరులైనా ఆ ఏనుగుని తట్టుకోలేరు.

ఆ ఏనుగుని భీముడిమీదకి తోలాడు భగదత్తుడు. అది భీముణ్ణి తొండంతో చుట్టింది. భీముడు తప్పించుకున్నాడు. సాత్యకి దానిని ఎదుర్కోబోతే అది అతడి రథాన్ని తొండంతో విసిరేసింది. సాత్యకి కూడా దాని బారినపడకుండా తప్పించుకున్నాడు.

సుప్రతీకాన్ని రెచ్చగొట్టి భగదత్తుడు పాండవసైన్యాన్ని తొక్కించి చంపేస్తున్నాడు.

అర్జునుడు ఇటు తనని రెచ్చగొడుతున్న సంశప్తకులతో యుద్ధం చేయవలసిఉంది. అటు తమ సైన్యాన్ని వధిస్తున్న భగదత్తుణ్ణీ ఎదుర్కోవాలి. వీటిలో ఏది ముందు చెయ్యాలో తెలియని ద్వైదీభావంలో పడ్డాడు. ఇప్పుడు తానేం చెయ్యాలని కృష్ణుణ్ణి అడిగాడు. కృష్ణుడు మాట్లాడకుండా రథాన్ని సంశప్తకులున్న దిశలో నడిపాడు. సవ్యసాచి కేవలం కొద్ది సేపట్లో అనేకవేలమంది శత్రుసైనికులని వధించాడు. త్రిగర్తుల సైన్యాలు చెదిరిపోయాయి.

అది చూసి భగదత్తుడు తన ఏనుగుతో అర్జునుడిమీద దాడిచేసాడు. కృష్ణుడు రథాన్ని ఏనుగు పక్కనుంచి చాలా చాకచక్యంగా నడిపాడు. భగదత్తుణ్ణి పక్కనుంచో, వెనుకనుంచో వధించే అవకాశం వచ్చినా ప్రత్యర్థిమీద వెనుకనుంచి బాణం ప్రయోగించడం ఇష్టంలేక అర్జునుడు వదిలేసాడు. *(**సమాభాష్య ప్రహర్తవ్యం** – శత్రువుకి ఎదురుగా వెళ్ళి అతణ్ణి హెచ్చరించి వధించాలి అనేది ధర్మయుద్ధానికి నియమం.)*

అర్జునుడు సుప్రతీకాన్నీ,భగదత్తుణ్ణీ అలా వదిలెయ్యడంతో అందరూ, "ఈ రోజు కృష్ణుడూ, అర్జునుడూ ఇక బ్రతకరు. ఆ ఏనుగు వీరిద్దరినీ తొక్కి చంపేస్తుంది." అనుకున్నారు.

భగదత్తుడు మహావీరుడు. అతడు అర్జునుడి తలపైకి గురిచూసి తోమరం విసిరాడు. అది తగిలి అర్జునుడి కిరీటం కొంచెం కదిలింది. అర్జునుడు కోపంతో మండిపడ్డాడు. "భగదత్తా! ఈ లోకాన్ని ఒకసారి బాగా చూసుకో. ఇదే నువ్వు చూసే చివరి దృశ్యం. ఈపైన ఇక నీకు ఈ లోకంలో ఏమీ కనబడదు." అన్నాడు. బరువైన బాణాలు ప్రయోగించి భగదత్తుడి విల్లు ఛేదించాడు. అతడి అంబులపొదులు విరక్కొట్టాడు. ఏనుగుమీద ఉన్న ఇతర ఆయుధాలు ఎగరకొట్టాడు. అతడి ఏనుగు కుంభస్థలానికున్న కవచం ఛేదించాడు.

భగదత్తుడివద్ద ఏనుగుని నియంత్రించే అంకుశం తప్ప వేరే ఏ ఆయుధం లేదు. అతడు ఆ అంకుశంమీద సర్వఘాతి *(అందరినీ చంపగలిగినది)* అయిన వైష్ణవాస్త్రం అభిమంత్రించి అర్జునుడిమీద ప్రయోగించాడు.

కృష్ణుడు అర్జునుడికి ఎదురుగా నిలబడి ఆ అస్త్రాన్ని స్వీకరించాడు. అది కృష్ణుడికి తగలగానే విష్ణువు ధరించే వైజయంతిమాలగా మారి అతడి కంఠాన్ని అలంకరించింది.

అర్జునుడికి చాలా బాధ కలిగింది. "కృష్ణా! నువ్వు యుద్ధం చెయ్యనన్నావు. నేను దివ్యాస్త్రాలు పొంది ఉన్నాననీ, ముల్లోకాలనీ జయించగలననీ నీకు తెలుసు. నేనెంత అపదలో ఉన్నా, నా చేతిలో ధనుర్బాణాలు ఉన్నంతసేపూ నువ్వు యుద్ధంలో తలదూర్చకూడదు." అన్నాడు.

కృష్ణుడు నవ్వాడు. "అర్జునా! నీకొక రహస్యం చెప్తాను. విను. నేను నాలుగు మూర్తులలో *(రూపాలలో)* ఉంటాను. ఒక మూర్తి బదరికాశ్రమంలో తపస్సు చేసుకుంటుంది. రెండవమూర్తి లోకాలలో జరిగే మంచిచెడులు చూస్తూ ఉంటుంది. మూడవమూర్తి *(నేనిప్పుడున్న రూపం)* మనుష్యుడిగా అనేక కర్మలు చేస్తూ ఉంటుంది. నాలుగవరూపం వెయ్యి సంవత్సరాలు నిద్రపోతుంది. ఆ నిద్రనుంచి లేచినప్పుడు వరాలు కోరేవారిలో అర్హులకి వరాలిస్తుంది.

ఆ సమయం కనిపెట్టి భూదేవి ఒకసారి నా వద్దకి వచ్చి తన కుమారుడికి ఎవరూ తట్టుకోలేని వైష్ణవాస్త్రం ఇమ్మని కోరింది. ఆ విధంగా నరకాసురుడికీ, అతడినుంచి భగదత్తుడికీ ఈ వైష్ణవాస్త్రం వచ్చింది. దీనికి తిరుగులేదు. ఇది తగిలితే ప్రాణాలతో మిగిలేవాడూ లేడు. దీనినుంచి నిన్ను రక్షిండానికే ఈ పని చేసాను. ఈ అస్త్రం పోయింది కనుక భగదత్తుణ్ణి వెంటనే వధించు." అన్నాడు.

అర్జునుడు సుప్రతీకం కుంభస్థలానికి గురిచూసి బలంగా బాణం ప్రయోగించాడు. **అభ్యగాత్ సహ పుంఖేన వల్మీకమివ పన్నగః -** పుట్టలోకి పాము, తోక కూడా కనిపించకుండా, సర్రున దూరిపోయినట్లు ఆ బాణం చివర ఉండే రెక్కలు కూడా కనిపించకుండా ఏనుగు కుంభస్థలంలోకి దూరిపోయింది. కంటికి కనబడనంత వేగంతో వెళ్ళిన ఆ బాణం ఏమయిందో అర్జునుడికి తెలుసు. సుప్రతీకానికి తెలుసు. భగదత్తుడికి బాణం రావడం గాని, అది ఏనుగు తలలోకి దూరిపోవడం గాని తెలియదు.

అతడు అర్జునుడి రథం తొక్కెయ్యమని ఏనుగుని కాలితో పొడిచీ పొడిచీ ప్రేరేపిస్తున్నాడు.

స కరీ భగదత్తేన ప్రేర్యమాణో ముహుర్ముహుః,
న కరోతి వచస్తస్య దరిద్రస్యేవ యోషితా. 29.42

అతడెంత తొక్కి ప్రేరేపించినా, దరిద్రుడైన భర్తమాటలు పట్టించుకోని స్త్రీలా, ఆ ఏనుగు కదలలేదు. అది దంతాలు నేలకి ఆనించి ప్రాణాలు వదిలేసింది.

కృష్ణుడు, "అర్జునా! ఈ భగదత్తుడు క్రూరుడు. భయంకరుడైన యోధుడు. వృద్ధుడైనా మహాపరాక్రమవంతుడు. వార్ధక్యంతో ఇతడి కళ్ళ పైరెప్పలు ముడుతలుపడి కళ్ళమీద వాలిపోయాయి. ఎదురుగా ఉన్నవారిని స్పష్టంగా చూడడానికి అతడు పట్టీలా చేసిన గుడ్డతో ఆ కనురెప్పలని పైకెత్తి కట్టాడు. ఆ పట్టీని ఛేదించి ఇతణ్ణి సంహరించు." అన్నాడు.

అర్జునుడు ఆ పట్టీని ఛేదించాడు. కళ్ళు మూతలుపడిపోయిన భగదత్తుడికి లోకమంతా అంధకారమయంగా అనిపించింది. అతడు తేరుకునేలోగా అర్జునుడు అర్ధచంద్రబాణంతో అతడి వక్షాన్ని చీల్చి చంపాడు.

ఈలోగా పాండవసైన్యాలు ద్రోణుణ్ణి బంధించడానికి ప్రయత్నించాయి. అర్జునుడు సంశప్తకులని ఓడించి, తమ వీరులకు సహాయంగా వచ్చాడు. భయంకరమైన యుద్ధం జరిగింది. పదులవేల సంఖ్యలో సైనికులూ, వీరులూ మరణించారు.

సూర్యుడు అస్తాద్రికి చేరాడు. యుద్ధం విరమించి వీరులు తమ తమ శిబిరాలకి చేరారు.

ఆ రోజు యుద్ధంలోనూ పాండవులదే పైచేయి అయింది. యుధిష్ఠిరుణ్ణి బంధిస్తానన్న ప్రతిజ్ఞని ఆ రోజు కూడా ద్రోణుడు నిలబెట్టుకోలేకపోయాడు.

పదమూడవరోజు యుద్ధం

సంజయుడు ధృతరాష్ట్రుడికి కురుక్షేత్రంలో జరుగుతున్న ఘోరయుద్ధాన్ని వర్ణించి చెప్తున్నాడు.

"రాజా! పదమూడవరోజు యుద్ధంలో అర్జునుడి కుమారుడు, నీ మనవడు, వయస్సువలన ఇంకా యౌవనం కూడా రాని బాలుడు అభిమన్యుడు ద్రోణాచార్యుడి నాయకత్వంలో జరిగిన అధర్మయుద్ధంలో మరణించాడు." అన్నాడు.

ఆ యుద్ధం ఎలా జరిగిందో వివరించమన్నాడు ధృతరాష్ట్రుడు. సంజయుడు చెప్పడం మొదలుపెట్టాడు.

రెండు రోజులు యుద్ధం చేసినా ద్రోణుడు యుధిష్ఠిరుణ్ణి బంధించలేకపోయాడు. దుర్యోధనుడు ద్రోణుణ్ణి, పైకి దీనంగా అనిపించే మాటలతో తీవ్రంగా నిందించాడు.

"ఆచార్యా! నువ్వు మమ్మల్ని శత్రువులుగా భావిస్తున్నావు. మా పక్షంలో నాయకత్వం వహించి పాండవులపట్ల పక్షపాతంతో యుద్ధం చేస్తున్నావు. నువ్వు తలుచుకుంటే దేవతలే అడ్డువచ్చినా యుధిష్ఠిరుణ్ణి ఎప్పుడో బంధించి ఉండేవాడివి. కానీ, అతడు ఎంత సమీపంగా వచ్చినా, ఎంత బలహీనమైన రక్షణలో ఉన్నా విజృంభించి బంధించకుండా వదిలేసావు." అన్నాడు.

తన కళ్ళముందు పెరిగి పెద్దవాడైన శిష్యుడిచేత అంతమాట పడవలసి వచ్చిందని ద్రోణుడు దుఃఖించాడు.

"రాజా! కృష్ణార్జునుల రక్షణలో ఉన్నవాడిని మహాదేవుడు శివుడు తప్ప ఇతరులెవరూ ఏమీ చెయ్యలేరు. అయినా నీకొక వాగ్దానం చేస్తున్నాను. ఈ రోజు నా సర్వశక్తులూ ఒడ్డి పోరాడతాను. పాండవపక్షంలో ఉన్న మహారథికుడైన ప్రముఖుణ్ణి ఒకణ్ణి వధిస్తాను." అన్నాడు.

ఆ మాటలు విన్న సంశప్తకులు మళ్ళీ దక్షిణదిశకు వెళ్ళి చేతనైతే తమతో యుద్ధం చెయ్యమని అర్జునుణ్ణి పిలిచారు. వారికి అర్జునుడితో ఘోరమైన యుద్ధం జరిగింది.

ఈలోగా ద్రోణుడు శత్రువులు ప్రవేశించడానికి సాధ్యంకాని చక్రవ్యూహంలో సైన్యాన్ని నిలబెట్టాడు. *(ఇది చక్రవ్యూహమని 34వ అధ్యాయం 13వ శ్లోకంలో చెప్పారు. దీని నిర్మాణం పద్మాన్ని పోలి ఉందని అదే అధ్యయంలో తరువాత చెప్పారు. అందుచేత దీనిని*

పద్మవ్యూహం అని కూడా అంటారు.) ఆ వ్యూహంలో యుద్ధం చేస్తూ ఉంటే పాండవపక్షంలో ఎవరూ కూడా దానిని ఛేదించలేకపోయారు.

యుధిష్ఠిరుడు అభిమన్యుణ్ణి పిలిచాడు.

"త్వం వార్జునో వా కృష్ణో వా భింద్యాత్ ప్రద్యుమ్న ఏవ వా,
చక్రవ్యూహం మహాబాహో పంచమే నోపపద్యతే. 35.15

నాయనా! ఆచార్యుడు చక్రవ్యూహం రచించాడు. ఎంత ప్రయత్నించినా దీనిని ఛేదించడం గాని, ఎదిరించి నిలబడడం గాని మాకు సాధ్యం కావడం లేదు.

దీనిని ఎలా ఛేదించాలో నీకూ, అర్జునుడికీ, కృష్ణుడికీ, అతడి కుమారుడు ప్రద్యుమ్నుడికీ మాత్రమే తెలుసు. లోకంలో ఇంకెవరికీ దీనిని ఛేదించడం తెలియదు. అందుచేత నువ్వే దీనిని ఛేదించి మనం విజయం సాధించడానికి పూనుకోవాలి. నీ తండ్రి సంశప్తకులని ఓడించి వచ్చే సమయానికి ఇక్కడ మనం విజయం సాధించాలి." అన్నాడు.

అభిమన్యుడు, "తండ్రీ! నేనీ వ్యూహం ఛేదించి లోపలికి వెళ్ళగలను. నేను అంతవరకే తెలుసుకున్నాను. కానీ, లోపలికి వెళ్ళాక అక్కడ ఏదైనా ఆపదలో పడితే దానినుంచి ఎలా బయటపడాలో నాకు తెలియదు." అన్నాడు.

యుధిష్ఠిరుడు, "కుమారా! నువ్వు వ్యూహం ఛేదించి చిన్న మార్గం కల్పించు. మేమందరం ఆ మార్గంలో వచ్చి, అన్నివైపులనుంచీ నిన్ను రక్షిస్తాం." అన్నాడు.

అభిమన్యుడు, "తండ్రీ! నేనింకా బాలుణ్ణి. అయినా నువ్వు ఆదేశిస్తున్నావు కనుక ఈ వ్యూహం ఛేదిస్తాను. మహాపరాక్రమంతో విజృంభిస్తాను. ఈ శత్రువులనందరినీ నేనొక్కడినే సంహరిస్తాను." అన్నాడు.

సారథిని రథం ద్రోణాచార్యుడివైపు నడపమన్నాడు. అనుభవజ్ఞుడైన ఆ సారథి, "ఆయుష్మంతుడా! ద్రోణుడు అస్త్రవిద్యాపారంగతుడు. కాకలుతీరిన యోధుడు. నువ్వు గారంగా పెరిగిన బాలుడివి. నీ తండ్రులు నీమీద మోయలేని భారం వేసారు. ఒక్క క్షణం ఆలోచించి ఆ తరువాత ఏం చెయ్యాలో నిర్ణయించుకో." అన్నాడు.

అభిమన్యుడు వెనక్కి తగ్గలేదు. ద్రోణాచార్యుడు ఆశ్చర్యపోయి చూస్తూ ఉండగానే ఆ వ్యూహాన్ని ఛేదించుకుని లోపలికి వెళ్ళిపోయాడు. అతడి వెనుక మిగిలిన పాండవులు ప్రవేశించబోతే సైంధవుడు వారిని అడ్డుకున్నాడు. పాండవవీరులందరూ కలిసి పోరినా, శివుడిచ్చిన వరం బలం వలన సైంధవుడు వారిని అడుగు ముందుకు వేయకుండా ఆపగలిగాడు.

అభిమన్యుడు ఒంటరిగా చక్రవ్యూహంలో చిక్కుకుపోయాడు. అయినా అతడు నిర్భయంగా ప్రళయకాలరుద్రుడిలా విజృంభించి కౌరవసేనని శవాల గుట్టలుగా చేసాడు. కాలపాశం ధరించి విహరిస్తున్న యముడిలా అనేకమంది వీరులని ఒక్కడే వధించాడు.

ధృతరాష్ట్రుడి కుమారులందరూ ఒక్కుమ్మడిగా అభిమన్యుడిమీద దాడిచేసారు. ఆ వీరుడు తననీ, సారథినీ, అశ్వాలనీ, తన చక్రరక్షకులనీ రక్షించుకుంటూ కౌరవకుమారులని తరిమికొట్టాడు.

అతడి ధాటికి అగలేక ద్రోణుడు, కృపాచార్యుడు, అశ్వత్థామ, శకుని, కర్ణుడు భూరిశ్రవుడు ఇంకా అనేకమంది మహారథులూ కలిసి అన్ని పక్కలనుంచీ అతడిమీద దాడిచేసారు. వారి బాణాలు శరీరంలో లోతుగా దిగుతున్నా లెక్కచెయ్యకుండా అభిమన్యుడు ఒక్కడే అంతమంది మహారథులనీ వెనుదిరిగేలా చేసాడు.

కర్ణుడు మరొకసారి ఎదురవడంతో అభిమన్యుడు బరువైన బాణాన్ని వింటికి సంధించి, నారి బలంగా లాగి వదిలాడు. ఆ బాణం కర్ణుడి కవచాన్నీ శరీరాన్నీ చీల్చి, ఇంకా వేగం తగ్గక, అతడి శరీరంనుంచి వెలువడి భూమిలో దిగబడింది. ఆ దెబ్బకి కర్ణుడు భూకంపానికి కదిలిపోయిన పర్వతంలా గజ గజ ఊగిపోయాడు.

శల్యుడు మీదమీదకి వస్తూ ఉంటే అభిమన్యుడు అతడిమీద వరుసగా బాణాలు వేసాడు. మహాబలుడైన శల్యుడికి ఆ బాలుడి బాణాల దెబ్బలకి కళ్ళు తిరిగిపోయాయి. చేతినుంచి ధనుస్సు జారిపోయింది. రథంలో కూలబడిపోయాడు.

ఆ యుద్ధకౌశలం చూసిన ద్రోణుడి కళ్ళు ఆనందంతో మెరిసిపోయాయి. ఆయన కృపాచార్యుడితో, "ఈ బాలుడు ఎంత నేర్పుగా యుద్ధం చేస్తున్నాడు!

నాస్య యుద్ధే సమం మన్యే కంచిదన్యం ధనుర్ధరమ్,
ఇచ్ఛన్ హన్యాదిమాం సేనాం కిమర్థమపి నేచ్ఛతి. ద్రోణపర్వం. 39. 13

ఈ రెండు సైన్యాలలోనూ ఇతడితో సమానమైన వీరుడు మరొకడు లేడు. ఇతడేగాని తలుచుకుంటే తానొక్కడే ఈ రోజే ఈ కౌరవసేననంతనీ వధించగలడు. ఎందుకు ఉపేక్షిస్తున్నాడో తెలియదు." అన్నాడు.

ఆ మాటలు నీ కుమారుల చెవిని పడ్డాయి. దుర్యోధనుడు హేళనగా నవ్వుతూ, అందరూ వినేలా, "ద్రోణుడికి అర్జునుడంటే ప్రేమ. అర్జునుడి కుమారుడిమీద మరింత ప్రేమ. అందుకే ఈ మూర్ఖుణ్ణి వధించకుండా చూస్తూ ఉన్నాడు. దానికేం. ఆచార్యుడు ఉపేక్షించినా మనం ఉపేక్షించక్కర్లేదు. మనమందరం కలిసి వీణ్ణి వధిద్దాం." అన్నాడు.

వెంటనే దుశ్శాసనుడు దూసుకు వచ్చాడు. ఎంత వేగంగా వచ్చాడో అంతే వేగంగా అభిమన్యుడి చేతిలో భయంకరంగా గాయపడి స్పృహతప్పి పడిపోయాడు. సారథి అతణ్ణి యుద్ధరంగంనుంచి తప్పించాడు. అతడి వెనుక కర్ణుడి తమ్ముడు వచ్చాడు. అభిమన్యుడు ఒకే బాణంతో అతడి శిరస్సు ఖండించాడు.

అది చూసి కర్ణుడు మళ్ళీ యుద్ధానికి వచ్చాడు. అభిమన్యుడు ఆ సూతపుత్రుణ్ణి చీల్చి చెండాడాడు.

కర్ణస్తు బహుభిర్బాణైరర్ద్యమానోఽభిమన్యునా,
ఉపాయాజ్జవనైరశ్వైస్తతోఽనీకమభజ్యత. 41.8

అభిమన్యుడి బాణాల దెబ్బలు తట్టుకోలేక కర్ణుడు వేగంగా యుద్ధభూమినుంచి పారిపోయాడు.

(కర్ణుడు యుద్ధరంగంనుంచి మరొకసారి పారిపోయాడు.)

2

దుర్యోధనుడు మండిపడి ఆ బాలుణ్ణి ఎదుర్కొన్నాడు. కొద్ది నిముషాలే ఆ యుద్ధం జరిగింది. దుర్యోధనుడూ పారిపోయాడు.

దుర్యోధనుడి కుమారుడు లక్ష్మణుడు యుద్ధానికి వచ్చాడు. అభిమన్యుడు అతణ్ణి శిరస్సు ఖండించి చంపాడు. అదే క్రమంలో కర్ణుడి మంత్రులు ఆరుగురిని వధించాడు.

కర్ణుడు తిరిగి వచ్చి, "దుర్యోధనా! మనం ఒక్కొక్కరం ఇతణ్ణి ఎదుర్కొంటూంటే ఇతడు మనని విడివిడిగా చంపేలా ఉన్నాడు. బాలుడు కదా అని కొద్దిసేపు ఇలాగే వదిలేస్తే మనలో ఎవరూ మిగలరు. అతడికి ఆ అవకాశం ఇవ్వకుండా మనం అందరం కలిసి ఒకేసారి దాడి చేసి ఇతణ్ణి వధిద్దాం." అన్నాడు.

ద్రోణుడితో, "ఆచార్యా! ఈ బాలుడు ఇంకా కొంతసేపు యుద్ధం చేస్తే మననందరినీ వధిస్తాడు. సందేహం లేదు. మనమందరం కలిసి ఒకేసారి దాడిచేసి ఇతణ్ణి వెంటనే చంపెయ్యాలి. అందుకు తగిన ఉపాయం మీరే ఆలోచించాలి." అన్నాడు.

కర్ణుడి ప్రతిపాదన అధర్మమని ఆచార్యుడికి తెలుసు. చిరకాలం తపస్సు చేసిన పుణ్యాత్ముడు, ఉత్తమ బ్రాహ్మణుడు, కురుపాండవులకు గురువు, ధర్మమేమిటో అధర్మమేమిటో తెలిసినవాడని అందరి మన్ననలూ అందుకుంటున్నవాడు, ఆచార్య ద్రోణుడు కర్ణుడి అధర్మమైన, నీచమైన ప్రతిపాదనకి ఆమోదముద్ర వేసాడు. *(చరిత్రలో మరొకమెట్టు కిందకి దిగజారాడు.)*

అభిమన్యుణ్ణి వధించడానికి అధర్మయుద్ధం ఎలా చెయ్యాలో అందరికీ చెప్పాడు..

"అథైనం విముఖీకృత్య పశ్చాత్ ప్రహరణం కురు,
సధనుష్కో న శక్యోఽయమపి జేతుం సురాసురైః. 48.30

కర్ణా! ఇతడితో ఎదురుగా నిలిచి యుద్ధం చేసి ఓడించలేము. మనమే కాదు. దేవతలూ, రాక్షసులూ కలిసి వచ్చినా ఇతడితో ముఖాముఖీ యుద్ధం చేసి ఓడించలేరు. ఇతడి చేతిలో ధనుస్సు ఉండగా ఎవరూ ఇతణ్ణి ఏమీ చెయ్యలేరు.

అందుచేత నువ్వు వెనుకనుంచి వచ్చి ఇతడి ధనుస్సు ఛేదించు. ఇతడి గుర్రాల పగ్గాలు ఛేదించు. రథం విరక్కొట్టు. అప్పుడు గాని ఇతణ్ణి జయించలేము." అన్నాడు.

ఆ సంకేతం ఇతర మహారథులు కూడా అర్థంచేసుకున్నారు. కర్ణుడు వెనుకనుంచి వచ్చి అభిమన్యుడి ధనుస్సు ఛేదించాడు. కృతవర్మ అతడి అశ్వాలని వధించాడు. కృపాచార్యుడు అతడి పార్శ్వరక్షకులని వధించాడు. అలా ఒకరు కాదు, ఇద్దరు కాదు, ఆరుగురు మహారథికులు యుద్ధధర్మాన్నీ, భీష్ముడు విధించిన యుద్ధనియమాలనీ భంగం చేసి మూకుమ్మడిగా ఆ బాలుడిమీద దాడిచేసారు.

అభిమన్యుడు ఖడ్గం, డాలూ ధరించి ఆకాశంలోకి ఎగిరాడు. ద్రోణుడు ఆతడి ఖడ్గాన్నీ, కర్ణుడు అతడి డాలునీ ఒకేసారి ఖండించారు. అభిమన్యుడు చక్రం అనే ఆయుధం ధరించి ద్రోణుడిమీద దాడి చేసాడు. కౌరవపక్షంలోని మహారథికులందరూ ఒకేసారి బాణాలు వేసి ఆ చక్రాన్ని ముక్కలు చేసారు. అందరూ చుట్టూ చేరి ఒంటరిగా ఉన్న నిరాయుధుడైన బాలుడిమీద వందలాది బాణాలు వర్షంలా వేసారు.

అభిమన్యుడి శరీరమంతా బాణాలు గుచ్చుకున్నాయి. అతడు ఆ స్థితిలో కూడా ఒక గద తీసుకుని వేగంగా వెళ్ళి అశ్వత్థామమీద దాడి చేసాడు. ఆ గద తగిలితే తాను బ్రతకడని తెలిసి అశ్వత్థామ రథాన్ని వెనక్కి నడిపించాడు. అభిమన్యుడి గదాఘాతంనుంచి అశ్వత్థామ తప్పించుకున్నాడు. కాని, అతడి సారథితో సహా అశ్వాలు బలైపోయాయి. ఆ తరువాత దుశ్శాసనుడిమీద దాడి చేసి అతడి రథాశ్వాలని వధించాడు.

శరాచితాంగః సౌభద్రః శ్వావిద్వత్ సమదృశ్యత – అతడి శరీరమంతా లోతుగా దిగిన బాణాలున్నాయి. ఎన్ని బాణాలు గుచ్చుకుని ఉన్నాయంటే మనిషి కనబడకుండా బాణాలే కనబడుతున్నాయి. అతడు కదులుతూంటే శరీరమంతా నిక్కబొడుచుకుని ఉన్న ముళ్ళున్న ముళ్ళపంది కదులుతున్నట్లు ఉంది. అడుగు తీసి అడుగు వెయ్యలేని పరిస్థితి.

దుశ్శాసనుడి కుమారుడు గద తీసుకుని అభమన్యుడితో తలపడ్డాడు. ఆ సుభద్రా

తనయుడు బాధను లెక్కచెయ్యకుండా, మనస్సుని శత్రువధమీదే కేంద్రీకరించి యుద్ధం చేస్తున్నాడు. కుమారులిద్దరూ బాగా గాయపడి కింద పడ్డాడు. శరీరమంతా అయిన గాయాలతోనూ, ఆగకుండా చేసిన యుద్ధంతోనూ అలిసిపోయిన అభిమన్యుడు వెంటనే లేవలేకపోయాడు. అదే అదునుగా దుశ్శాసనుడి కుమారుడు లేచి గదతో అభిమన్యుడి తలమీద బలంగా కొట్టి వధించాడు.

అధర్మయుద్ధం చేసి అతణ్ణి వధించిన ద్రోణుడూ మొదలైన మహారథికులు ప్రాణంపోయి పడి ఉన్న అర్జునకుమారుడిచుట్టూ చేరి ఆనందంతోసింహనాదాలు చేసారు.

ఆకాశంనుంచి యుద్ధం చూస్తున్న మహాత్ములందరూముక్త కంఠంతో,"ద్రోణుడి నాయకత్వంలో ఆరుగురు మహారథికులు ఒకేసారి దాడిచేసి నిరాయుధుడై ఉన్న బాలుణ్ణి వధించారు. ఇది అధర్మయుద్ధం.

(ద్రోణుడు సద్బ్రాహ్మణుడు. తీవ్రమైన తపస్సు చేసిన పుణ్యాత్ముడు. పరశురాముడి వద్ద అస్త్రవిద్య నేర్చుకుందుకు వెళ్ళినప్పుడు ఆ జామదగ్ని అతడు చేసిన తీవ్రమైన తపస్సుని గురించి అందరూ చెప్పుకుంటున్నారన్నాడు. అతడికి అస్త్రవిద్య అనుగ్రహించాడు.

యుద్ధనీతి గురించి, ధర్మయుద్ధం ఎలా చెయ్యాలో, అధర్మయుద్ధం ఎందుకు చేయకూడదో విద్యార్థులకు బోధించిన ఆచార్యుడు ద్రోణుడు. భీష్ముడు మొదటిరోజున కొన్ని నియమాలు చెప్పి అందరూ ఆ నియమాలప్రకారం ధర్మయుద్ధమే చేయాలని చెప్పాడు. దానికి అంగీకారం తెలిపిన మొదటివాడు ద్రోణుడు.

ఒక యోధుడు కేవలం ఒక్క యోధుడితోనే పోరాడాలన్నదీ, అదీ ఎదురుగా నిలిచి అవతలివాణ్ణి హెచ్చరించి మరీ యుద్ధం చేయాలన్నదీ ఆ నియమాలలో ముఖ్యమైనవి.

ఇన్ని బోధించి, ఇన్ని నియమాలకు భీష్ముడి ఎదుట అంగీకరించిన ఆచార్యుడు అభిమన్యుణ్ణి ఎదుర్కోలేక తమ పక్షంలోని వీరులందరూ నలువైపులనుంచీ ఒకేసారి దాడిచేసి ఆ బాలుణ్ణి వధిద్దామని వ్యూహం పన్నాడు. అందరినీ అందుకు పురిగొల్పాడు. మహాత్ముడైన ఆచార్యుడంటే ఇతడే కదా!

అంతటితో ఆగలేదు. కర్ణుణ్ణి అభిమన్యుడి వెనుకవైపుకు వెళ్ళి, వెనుకనుంచి దాడి చేసి అతడి ధనుస్సుని ఖండించమని పరమనీచమైన పనికి ప్రోత్సహించాడు మహాత్ముడైన యోధుడు ఆ ఆచార్యుడు.

ఆ మాట వినగానే స్వతహాగా నీచప్రవృత్తి గల కర్ణుడు, ఏ సంకోచం లేకుండా ఎదురుగా ఉన్న వీరులతో పోరాడుతున్న అభిమన్యుడిమీద వెనుకనుంచి దాడిచేసి ఆ

బాలుడు ధనుస్సు ఖండించాడు. ఆ బాలుడు పూర్తి శక్తితో యుద్ధం చేయలేకుండా చేసాడు.

వీరిద్దరూ అభిమన్యుడితో చేసినది యుద్ధం కాదనీ, కేవలం క్రూరమైన హత్య మాత్రమే అని పెద్దలంటారు. కర్ణుడు ఏ తప్పు చేసినా అతడినే సమర్థించే వారు కొందరు ఈ పెద్దల వాదనతో అంగీకరించరు.

ఆచార్యుడు చేయించిన ఈ పనితో రెండు పక్షాలూ ధర్మయుద్ధమే చెయ్యాలన్న నియమాన్ని గాలికి వదిలేసారు.)

ఆ విధంగా పదమూడవరోజు యుద్ధం ముగిసింది.

అభిమన్యుడి మరణానికి దుఃఖం తట్టుకోలేక యుధిష్ఠిరుడు విలపిస్తూంటే వ్యాసుడు అతణ్ణి ఓదార్చాడు.

సంశప్తకులని ఓడించి వచ్చిన అర్జునుడు ఆ దుర్వార్త విన్నాడు. దుఃఖంతో చలించిపోయాడు. కృష్ణుడు అతణ్ణి ఓదార్చాడు. సైంధవుడు తమని అడ్డుకోవడంవలన అభిమన్యుణ్ణి రక్షించలేకపోయామని యుధిష్ఠిరుడు చెప్పాడు. అర్జునుడు కోపంతో మండిపడ్డాడు.

"నా కుమారుడి వధకి కారణమైన సైంధవుడు రేపు నన్ను గాని, కృష్ణుణ్ణి గాని, యుధిష్ఠిరుణ్ణి గాని శరణు వేడాలి. లేదంటే రేపు సూర్యుడు అస్తమించేలోపున అతణ్ణి వధిస్తాను. అలా వధించలేకపోతే అగ్నిప్రవేశం చేస్తాను." అని ప్రతిజ్ఞ చేసాడు.

కృష్ణుడు, "అర్జునా! తొందరపడి ప్రతిజ్ఞ చేసావు. అంత తీవ్రమైన ప్రతిజ్ఞ చేసేముందు నాతో సంప్రదించవలసింది. ఇప్పుడు మనం నలుగురిలో నగుబాటు కాకుండా చూసుకోవాలి." అన్నాడు.

"తవ ప్రసాదాత్ భగవన్ కిమివాస్తి రణే మమ,
అవిషహ్యం హృషీకేశ కిం జానన్ మాం విగర్హసే. 76.21

కృష్ణా! నాకు దేవతలిచ్చిన దివ్యాస్త్రాలున్నాయి. ఆపైన అన్ని ఆస్త్రశస్త్ర సంపదలనీ మించిన నీ అనుగ్రహం ఉంది. ఇక నాకు యుద్ధంలో సాధ్యంకానిది ఏముంది!

(నేను ఎవరినైనా జయించగలను.) అన్నీ తెలిసి నన్నెందుకు తప్పు పడుతున్నావు. రేపు సైంధవుణ్ణి తప్పక వధిస్తాను." అన్నాడు అర్జునుడు.

కృష్ణుడు, "అర్జునా! పాశుపతాస్త్రం స్మరించు. భక్తత్రాణ పరాయణుడైన శివుణ్ణి ప్రార్థించు. సైంధవుణ్ణి తప్పక వధిస్తావు." అన్నాడు.

తరువాత సుభద్రవద్దకి వెళ్ళాడు. కుమారుణ్ణి తలుచుకుని దుఃఖిస్తున్న ఆమెని ఓదార్చాడు.

◆◆◆

అర్జునుడి ప్రతిజ్ఞ గురించి తెలియగానే సైంధవుడు వణికిపోయాడు. యుద్ధం మానేసి ఇంటికి వెళ్ళిపోతానన్నాడు. కానీ, దుర్యోధనుడికి ఎలాగోలా సైంధవుణ్ణి కాపాడాలనీ, అర్జునుడు అగ్నిప్రవేశం చేసేలా చెయ్యాలనీ ఉంది. అదే గాని జరిగితే తాను యుద్ధం గెలిచినట్లే అనుకున్నాడు. **ఆత్మకార్యగరీయస్త్వాద్ రాజా దుర్యోధనోஉబ్రవీత్** – అందుచేత *(సైంధవుణ్ణి కాపాడడం అసాధ్యమే అయినా)* తన స్వార్థం కోసం అతడికి ధైర్యం చెప్పాడు. రాజు చెప్పాడు కనుక ద్రోణుడూ ధైర్యం చెప్పాడు. తానతడిని రక్షిస్తానని మాట ఇచ్చాడు. అయినా క్షత్రియుడు యుద్ధరంగంలో మృత్యువుకి భయపడకూడదన్నాడు.

"జయద్రథా! ఇక్కడున్న కౌరవులూ, పాండవులూ, నువ్వూ, నేనూ, నా కుమారుడూ అందరమూ అశాశ్వతమైన వాళ్ళమే అని తెలుసుకో. మృత్యువు ఒకరి తరువాత ఒకరుగా అందరినీ హరించివేస్తుంది. మనమందరం ఇంతవరకూ చేసిన పుణ్య పాప కర్మలని వెంటబెట్టుకు పైకి వెళ్ళవలసినవాళ్ళమే. అయితే యుద్ధంలో మరణించిన క్షత్రియులు మాత్రం మహర్షులు వెళ్ళే పుణ్యలోకాలకి వెళ్తారు." అన్నాడు.

◆◆◆

ఆ రాత్రి కృష్ణుడు అర్జునుడిచేత శివుడికి పూజ చేయించాడు. ఆకుపచ్చని దర్భలు పరిచి వాటిమీద నిద్రించమన్నాడు. "అర్జునా! క్షేమంగా నిద్రపో. నీకు జయమవుతుంది." అన్నాడు.

అర్జునుడికి నిద్రలో కలవచ్చింది. ఆ కలలో కృష్ణుడూ, తానూ ఆకాశమార్గంలో కైలాసపర్వతంమీదున్న శివుడివద్దకి వెళ్ళారు. ఆ దేవదేవుడి పక్కనే పార్వతీదేవి కూడా ఉంది. కృష్ణార్జునులు శిరస్సులు నేలకి తాకేలా నమస్కరించి ఒక దివ్యస్తవంతో స్తుతించారు. *(ఈ స్తోత్రం ద్రోణపర్వం 80వ అధ్యాయంలో ఉంది.)*

"మీరు ఏమి కోరి వచ్చారో నాకు తెలుసు. ఆ పక్కనే ఉన్న అమృతసరస్సులో ఆ ధనుస్సూ, బాణం ఉన్నాయి. వాటిని తీసుకురండి." అన్నాడు శివుడు. ఆ సరస్సులో రెండు భయంకరసర్పాలు ఉన్నాయి. కృష్ణార్జునులు ఆచమించి శతరుద్రీయం అనే వేదమంత్రాలను చదువుతూ నమస్కరించారు. *(ఇదే మనం రుద్రాభిషేకం చేసేటప్పుడు చదివే నమకం.)* ఆ సర్పాలు ధనుస్సూ, బాణమూ అయ్యాయి. వాటిని శివుడివద్దకి తీసుకువెళ్ళారు.

అప్పుడు శివుడి వెనుకనుంచి ఒక బ్రహ్మచారి వచ్చి ఆ ధనుస్సుని ఎలా పట్టుకోవాలో, బాణాన్ని ఎలా సంధించాలో చూపించాడు. మంత్రం వినిపించాడు. అర్జునుడు వాటిని మనస్సులో నిక్షిప్తం చేసుకున్నాడు. ఆ బ్రహ్మచారి బాణం సరస్సులోకి ప్రయోగించి, ధనుస్సుని కూడా అక్కడికే విసిరేసాడు.

అలా పాశుపతాస్త్రం మరొకసారి స్వీకరించాక అర్జునుడు కృష్ణుడితో కలిసి వెనక్కి వచ్చాడు.

◆◆◆

అర్ధరాత్రి అవుతుండగా కృష్ణుడు తన సారథి అయిన దారుకుణ్ణి పిలిచాడు.

"న హి దారా న మిత్రాణి జ్ఞాతయో న చ బాంధవాః,
కచ్చిదన్యః ప్రియతరః కుంతీపుత్రాన్మమార్జునాత్. 79.26

నాకీ లోకంలో భార్యాబిడ్డలు గాని, సోదరులు గాని, బంధుమిత్రులు గాని, వేరెవరు గాని అర్జునుడికంటే ప్రియమైనవారు లేరు. అర్జునుడు చేసిన ప్రతిజ్ఞ నెరవేరాలి. అందుకోసం అవసరమైతే కౌరవసైన్యం అంతనీ నేనే వధిస్తాను. రేపు తెల్లవారేసరికి గరుడధ్వజంతోనూ, రత్నాలంకృతమైన ఛత్రంతోనూ నా రథం సిద్ధం చేసి ఉంచు." అన్నాడు.

పధ్నాలుగవరోజు యుద్ధం

ద్రోణుడు తన సైన్యాన్ని శకటవ్యూహంలో నిలబెట్టి ముందుకు సాగాడు. ఆ రోజు ఆచార్యుడు విజృంభించాడు. అతడిముందు నిలిచిన వీరులు చాలామంది మరణించారు. కొందరు ఓడిపోయి వెనుదిరిగిపోయారు. అతణ్ణి ఎదిరించి ఎవరూ స్థిరంగా నిలిచి యుద్ధం చెయ్యలేకపోయారు.

ఆకర్ణపలితః శ్యామో వయసాశీతిపంచకః,
రణే పర్యచరద్ ద్రోణో వృద్ధః షోడశవర్షవత్. 125.73

ఆ యుద్ధం నాటికి ద్రోణుడి వయస్సు 85 సంవత్సరాలు. *(దీనిని అయిదు ఎనభైలు నాలుగువందల సంవత్సరాలని కూడా చెప్పవచ్చని గోరఖ్‌పూర్ ప్రతిలో వ్రాసారు.)* చెవులవరకూ ఉన్న జుట్టు పూర్తిగా నెరిసి తెల్లగా అయిపోయింది. నలుపురంగు శరీరంమీద ఉన్న ఆ పలితకేశాలు ఆయన మరింత వృద్ధుడేమో అనిపిస్తున్నాయి. అంత వృద్ధుడైనా ఆ బ్రాహ్మణుడు రణరంగమంతా తానే అయి పదహారేళ్ళ బాలుడిలా యుద్ధం చేస్తున్నాడు.

అర్జునుడు ద్రోణుడికి నమస్కరించి, "విప్రోత్తమా! ఇతరులెవరూ ఛేదించలేని వ్యూహం

రచించావు. నువ్వు అనుమతిస్తే నేను ఈ వ్యూహాన్ని ఛేదించి దీనిలో ప్రవేశిస్తాను. నువ్వు నాకు గురువువి. తండ్రివంటివాడివి. నీ అనుగ్రహంతో సైంధవుణ్ణి వధించాలి అనుకుంటున్నాను. నాకు మంగళాశాసనం చెయ్యి." అన్నాడు.

ద్రోణుడు నవ్వి అర్జునుడితో యుద్ధం ప్రారంభించాడు. కొంతసేపు యుద్ధం జరిగింది. కృష్ణుడు, "అర్జునా! ఆచార్యుడు సమయం గడిచిపోయేలా నిన్ను యుద్ధంలో నిలుపుతున్నాడు. ఇతణ్ణి తప్పించుకుని వెళ్ళిపోదాం." అన్నాడు. అర్జునుడు అంగీకరించాడు.

రథం ప్రదక్షిణమార్గంలో *(నమస్కారం చేస్తున్న పద్ధతిలో)* ద్రోణుణ్ణి దాటిపోయింది. ద్రోణుడు, "అర్జునా! నువ్వు యుద్ధంలో శత్రువుని జయించకుండా వెళ్ళనని ప్రతిజ్ఞ చేసావు కదా! ఇలా వెళ్ళిపోతున్నావేమిటి?" అన్నాడు. అర్జునుడు, "ఆచార్యా! నువ్వు నాకు శత్రువువి కాదు. గురువువి. నేను నీకు కుమారుడివంటివాడిని."" అని ముందుకు వెళ్ళిపోయాడు.

అర్జునుడు తనకెదురు పడిన వారిని సంహరిస్తూ సాగాడు. ఆ రోజు రక్తం ఏరులై పారింది. అది చూసి దుర్యోధనుడు సైంధవుణ్ణి రక్షించడం అసంభవం అనుకున్నాడు. వెంటనే ద్రోణుడిమీద విరుచుకు పడ్డాడు.

"బ్రాహ్మణుడా! నువ్వు సుఖంగా జీవించడానికి అవసరమైన వ్యవస్థ శక్తివంచన లేకుండా చేసాను. నీ అవసరాలన్నీ నువ్వడగకుండానే తీరుస్తున్నాను. నేనూ, నా సోదరులూ భక్తిభావంతో నీ పాదాలను సేవిస్తున్నాము. నువ్వు నా ఔదార్యాన్ని గమనించనట్లు ప్రవర్తిస్తున్నావు. అర్జునుడు విజృంభిస్తూ ఉంటే చేతకానివాడిలా చూస్తూ ఉన్నావు. మేము నిన్నే నమ్ముకుని ధైర్యంగా ఉన్నాము. నువ్వేమో పాండవులపట్ల పక్షపాతంతో ఉన్నావు.

అస్మానేవోపజీవంస్త్వమస్మాకం విప్రియే రతః,
న హ్యహం త్వాం విజానామి మధుదిగ్ధమివ క్షురమ్. 94.14

మా ఉప్పు తిని మాకే అపకారం జరగాలనుకుంటున్నావు. నువ్వు ఇటువంటి తేనె పూసిన కత్తివని నేనెన్నడూ అనుకోలేదు. నేను తెలివితక్కువగా నిన్ను నమ్మి, నువ్వు రక్షిస్తావనే ధైర్యంతో సైంధవుణ్ణి ఇంటికి వెళ్ళకుండా ఆపాను. ఇప్పుడు నువ్విలా ఉదాసీనంగా ఉంటే యముడి కోరలలో చిక్కినవాడినైనా రక్షించవచ్చు గానీ అర్జునుడి బాణాలనుంచి సైంధవుణ్ణి ఎవరూ రక్షించలేరు.

నేనిలా ఉన్నదున్నట్లు చెప్పానని కోపగించుకోకు. సైంధవుణ్ణి రక్షించు." అన్నాడు.

ద్రోణుడు, "రాజా! నీ మాటలకు నాకు కోపం రాలేదు. నేను యుధిష్ఠిరుణ్ణి బంధించడానికి ఈ వ్యూహం రచించాను. తీరా యుధిష్ఠిరుడు వచ్చి వ్యూహం ముందు నిలబడ్డాక అతణ్ణి వదిలి రాలేను.

అయినా నువ్వు రాజువి. వీరుడివి. ఎప్పుడూ నీ పరాక్రమం గురించి సభలలో చెప్తూ ఉంటావు. పాండవులతో శత్రుత్వం చేజేతులా తెచ్చుకున్నావు. అందరూ వద్దన్నా వినక యుద్ధం ప్రారంభించావు. ఏ ధైర్యంతో ఈ యుద్ధం ప్రారంభించావో అదే ధైర్యంతో వెళ్ళి అర్జునుణ్ణి ఎదిరించు." అన్నాడు.

"ఆచార్యా! సమస్త అస్త్రాలూ అధీనంలో ఉన్నవాడివి, యుద్ధవిద్యానిపుణుడివి నువ్వే అడ్డుకోలేని అర్జునుడితో నేనెక్కడ యుద్ధం చేస్తాను? నువ్వే నాకు దిక్కు. నన్ను రక్షించు." అన్నాడు దుర్యోధనుడు.

ద్రోణుడు జాలిపడి అతడికి ఒక మహిమాన్వితమైన బంగారు కవచం ఇచ్చాడు. ఆ కవచాన్ని ఎవరూ ఛేదించలేరు అని చెప్పాడు. దుర్యోధనుడికి ఆ కవచం కట్టుకోవడం చేతకాలేదు. అయినా ఎలాగోలా తగిలించుకున్నాడు.

ఆ రోజు సాత్యకి భయంకరంగా యుద్ధం చేసి వేలాదిమందిని వధించాడు. తనకి అడ్డం వచ్చిన ద్రోణుడి రథసారథిని వధించి అతడి రథాశ్వాలు అడ్డదిడ్డంగా పరుగెత్తేలా చేసాడు.

అర్జునుడి శంఖధ్వని గాని, సాత్యకి సింహనాదం గాని చాలాసేపు వినబడకపోవడంతో యుధిష్ఠిరుడు ఆందోళన చెందాడు. తనకి రక్షణగా ఉన్న భీముణ్ణి సాత్యకికి సహాయంగా వెళ్ళమన్నాడు.

భీముడు కౌరవసైన్యంలో ప్రవేశించగానే దుర్యోధనుడూ, అతడి సోదరులూ అతణ్ణి చుట్టుముట్టారు. వారిలో పదకొండు మందిని భీముడు అవలీలగా వధించాడు. అది చూసి ద్రోణుడు అతడిమీద దాడిచేసాడు. భీముడు కోపించి అతడి రథాన్ని సారథి, అశ్వాలతో సహా పైకెత్తి విసిరేసాడు. ఆచార్యుడు మరొక రథం ఎక్కి వచ్చాడు. భీముడు దానిని కూడా పైకెత్తి విసిరేసాడు. భీముడు ముందుకు వెళ్ళి సింహగర్జన చేసాడు. అది విని యుధిష్ఠిరుడు అందరూ క్షేమంగా ఉన్నారని సంతోషించాడు.

కర్ణుడు భీముణ్ణి ఎదుర్కొని అతడి చేతిలో ఓడిపోయి పారిపోయాడు. కర్ణుడికి సహాయంగా వచ్చిన ఇద్దరు ధృతరాష్ట్ర పుత్రులనీ భీముడు వధించాడు.

కర్ణుడు మళ్ళీ వచ్చి భీముడితో తలపడ్డాడు. అప్పుడు కూడా భీముడి చేతిలో ఓడిపోయి పారిపోయాడు. ఆ అవమానం సహించలేక మళ్ళీ వచ్చి భీముడితో తలపడ్డాడు. ఒకసారి భీముడిది పైచేయి అయితే ఒకసారి కర్ణుడిది పైచేయి అయింది. క్రమంగా భీముడి వద్దనున్న అయుధాలు అయిపోయాయి. భీముడు నిర్భీతిగా కర్ణుడి రథంవద్దకి వెళ్ళి అతణ్ణి పిడికిలితో పొడిచి చంపబోయాడు.

శక్తోఽపి నావధీత్కర్ణం సమర్థః పాండునందనః,
రక్షమాణః ప్రతిజ్ఞాం తాం యా కృతా సవ్యసాచినా. 139.90

కానీ, కర్ణుణ్ణి చంపుతానని అర్జునుడు చేసిన ప్రతిజ్ఞ జ్ఞాపకం వచ్చి చేతికందినవాణ్ణి చంపకుండా వదిలేసాడు. అదే అదనుగా కర్ణుడు భీముణ్ణి చంపబోయాడు. కానీ, కుంతికిచ్చిన వరం జ్ఞాపకం చేసుకుని చంపకుండా వదిలేసాడు. అందరూ వినేలా దుర్భాషలాడుతూ భీముణ్ణి అవమానించాడు.

ఈలోగా సాత్యకి భూరిశ్రవుడితో యుద్ధం చేసాడు. ఒకరి రథాన్ని ఒకరు భగ్నం చేసారు. ఇద్దరూ నేలమీద నిలిచి ఖడ్గాలతో యుద్ధం చేసారు. అప్పటికే బాగా అలసిపోయిన సాత్యకిని భూరిశ్రవుడు పైకెత్తి కింద పడేసాడు. కిందపడి ఉన్నవాడు లేచేలోగా వధించాలని ఖడ్గం పైకెత్తాడు.

అది చూసి కృష్ణుడు, "అర్జునా! నీ శిష్యుడక్కడ ప్రమాదంలో ఉన్నాడు. అతణ్ణి కాపాడు." అన్నాడు. ఆర్జునుడు ఒకే బాణంతో ఖడ్గం పట్టుకుని ఉన్న భూరిశ్రవుడి భుజం ఖండించాడు. భూరిశ్రవుడు అర్జునుణ్ణి తనని అన్యాయంగా దెబ్బతీసావని నిందించాడు. అర్జునుడు, "నా బాణం పరిధిలో ఉన్న నావాళ్ళని ఎవడూ చంపకుండా కాపాడుతానని నేను ప్రతిజ్ఞ చేసాను. నా ప్రతిజ్ఞ నేను నిలబెట్టుకున్నాను." అన్నాడు.

భూరిశ్రవుడు బాణాలు పరిచి వాటిమీద కూర్చున్నాడు. యోగమార్గంలో ప్రాణం వదలబోయాడు. అంతలో సాత్యకి లేచి అతడి శిరస్సు ఖండించాడు.

అర్జునుడు సైంధవుడివైపు వెడుతుంటే కర్ణుడు అడ్డం వచ్చాడు. కాని, అర్జునుడిముందు నిలవలేక పారిపోయాడు.

(ఈ మహాసంగ్రామంలో కర్ణుడు పారిపోవడం రోజూ అనేకసార్లు జరుగుతోంది.)

సూర్యస్తమయసమయం దగ్గిరవుతోంది. కృష్ణుడు యోగబలంతో సూర్యుణ్ణి కప్పివేసి సూర్యాస్తమయం అయింది అని భ్రమ కలిగేలా చేసాడు. సైంధవుడు విజయగర్వంతో నిలబడి తల పైకెత్తి చూసాడు.

అది చూసి అర్జునుడు వెంటనే బాణంమీద వజ్రాస్త్రం సంధించాడు. కృష్ణుడు, "అర్జునా! వీడికి ఒక వరం ఉంది. ఏ వీరుడివలన వీడి తల నేలమీద పడుతుందో ఆ వీరుడు శిరస్సు నూరు ముక్కలై మరణిస్తాడని వీడి తండ్రి వృద్ధక్షత్రుడు వరం పొందాడు. ఆ ముదుసలి ఇప్పుడు శమంతకపంచకం అవతల తపస్సు చేస్తున్నాడు. వీడితల అతడి ఒడిలో పడేలా చెయ్యి." అన్నాడు.

అర్జునుడు ప్రయోగించిన అస్త్రం సైంధవుడి శిరస్సుని ఖండించి, దానిని మోసుకుపోయి అతడి తండ్రి వృద్ధక్షత్రుడి ఒడిలో పడేలా చేసింది. దానిని కిందకి వదలగానే వృద్ధక్షత్రుడి శిరస్సు నూరు ముక్కలయింది.

విజయసూచకంగా కృష్ణుడు పాంచజన్యం, అర్జునుడు దేవదత్తం పూరించారు. పాంచజన్యం శబ్దం విని దారుకుడు కృష్ణుడి రథాన్ని అక్కడికి తీసుకువచ్చాడు. సాత్యకి ఆ రథం ఎక్కాడు.

సాత్యకి భూరిశ్రవుణ్ణి వధించాడని తెలిసి కర్ణుడు అతడిమీద దాడికి వచ్చాడు. అర్జునుడు సాత్యకికి సహాయంగా వెళ్తానన్నాడు. కృష్ణుడు వారించాడు. "కర్ణుడితో నువ్వు యుద్ధం చెయ్యడానికి సమయం ఇంకా రాలేదు. ప్రస్తుతానికి ఆ పని సాత్యకి చేస్తాడు." అన్నాడు.

సాత్యకి కర్ణుణ్ణి చిత్తుగా ఓడించి అతడి రథాన్ని ఛేదించాడు. రథం లేక నిస్సహాయంగా నేలమీద నిలుచున్న సూతపుత్రుణ్ణి అర్జునుడి ప్రతిజ్ఞ జ్ఞాపకం వచ్చి చంపకుండా వదిలేసాడు. కర్ణుడు పరుగెత్తి దుర్యోధనుడి రథం ఎక్కాడు. మరొకపక్క దుర్ముఖుడు మొదలైన ఇరవైఒక్కమంది ధృతరాష్ట్రపుత్రులని భీముడు వధించాడు.

కర్ణుడు భీముణ్ణి అవమానించాడని అర్జునుడు అతణ్ణి తిట్టాడు. "నీచుడా! నువ్వు ఎన్నోసార్లు భీమసేనుడి చేతికి చిక్కావు. అతడు నిన్ను అవలీలగా వధించగలిగి ఉండి కూడా వదిలేసి నీకు ప్రాణభిక్ష పెట్టాడు. నువ్వెంత నిస్సహాయుడిగా ఉన్నా నిన్ను ఎప్పుడైనా కించపరిచాడా? యుద్ధరంగంలో నీవంటి నీచుడే తనకి ప్రాణభిక్ష పెట్టినవాడితో అలా మాట్లాడగలడు. ఈ రోజు నీ కళ్ళ ఎదుట నీ కుమారుణ్ణి వధిస్తాను. చేతనైతే రక్షించుకో." అన్నాడు. కర్ణుడు కుమారుణ్ణి రక్షించుకోలేకపోయాడు.

ఊహించని విధంగా పరాజయం ఎదురవడంతో దుర్యోధనుడు ఎప్పటిలాగే ద్రోణుణ్ణి నిందించడం మొదలుపెట్టాడు.

"ఆచార్యా! ఎవడు మిత్రుడో, ఎవడు కాదో తెలుసుకోలేని నావంటి అవివేకి తలపెట్టిన పనులన్నీ ఇలాగే చెడిపోతాయి. నువ్వు ఇంత బొత్తిగా పాండవపక్షపాతివని గమనించలేకపోయాను. ఈ యుద్ధం జరుగుతున్న తీరు చూస్తూ ఉంటే కర్ణుడొక్కడే నా శ్రేయోభిలాషి అని *(మీరందరూ పైకి ఒక మాట చెప్పి లోపల వేరొక ఆలోచన చేస్తారనీ)* అర్థమయింది. నిన్ను నమ్మి ఎందరో మహారథులైన వీరులని రణరంగానికి బలి ఇచ్చాను." అన్నాడు.

ద్రోణుడు మరొకసారి దుఃఖించాడు.

ఆ వృద్ధుడికి కొంచెం పౌరుషం పొడుచుకొచ్చింది.

"ఈ రోజు పాంచాలురనందరినీ వధించకుండా కవచం విప్పను. కౌరవులూ పాండవులూ ఈ రాత్రి కూడా యుద్ధం చేస్తారు." అని ప్రకటించాడు.

దుర్యోధనుడు కర్ణుడి వద్దకి వెళ్ళి ద్రోణుణ్ణి నిందిస్తూ మాట్లాడాడు. కర్ణుడు అతడితో ఏకీభవించలేదు.

"ఆచార్యః స్థవిరో రాజన్ శీఘ్రయానే తథాక్షమః,
బాహువ్యాయామచేష్టాయామశక్తస్తు నరాధిప. 152.20

రాజా! ఆచార్యుణ్ణి నిందించకు. ఆ విప్రుడు వృద్ధుడైపోయాడు. వేగంగా కదలలేకపోతున్నాడు. భుజబలం చూపించడం కూడా ఆయనకి కష్టసాధ్యంగా ఉంది. అటువంటి వాణ్ణి వయస్సులో ఉండి, అసాధారణ భుజబలం, శస్త్రాస్త్ర కౌశలం ఉన్న అర్జునుడు దాటి వెళ్ళగలగడం సహజమే.

అయినా నీకు తెలియనిదేముంది. మానవుడు తన ప్రయత్నం తాను చేస్తాడు. దైవం తాను ఇవ్వదలిచిన ఫలితం అతడికి ఇస్తాడు. మనం పాండవులకి విషం పెట్టాం. లక్కఇంటిలో కాల్చి చంపడానికి ప్రయత్నించాం. జూదంలో ఓడించాం. తలెత్తుకో లేకుండా అవమానించాం. అడవులకి పంపించాం. అయినా పాండవులు క్షేమంగా ఉన్నారంటేనూ, అజేయులై పోరాడుతున్నారంటేనూ అది దైవనిర్ణయమే అనుకోవాలి. దానిని నువ్వూ మార్చలేవు. నేనూ మార్చలేను. ద్రోణుడూ మార్చలేడు.

యతతస్తవ తేషాం చ దైవం మార్గేణ యాస్యతి – విజయంకోసం మనం చెయ్యవలసిన పని మనం చేస్తాం, పాండవులు చెయ్యవలసిన పని పాండవులు చేస్తారు, తాను పోవలసిన మార్గంలో దైవం పోతుంది." అన్నాడు.

సూర్యాస్తమయం తరువాత చీకట్లోనే కొంతసేపు యుద్ధం జరిగింది. అప్పుడు దుర్యోధనుడు పదాతి దళాన్ని, "వీరులారా! మీరందరూ ఆయుధాలు విడిచి కాగడాలు పట్టుకోండి. ఒక్కొక్క కాలిబంటు ఒక కాగడాని పట్టుకోవాలి." అని ఆదేశించాడు. ఒక్కొక్క కాలిబంటు ఒక కాగడాని, ఒక్కొక్క రథంమీద అయిదు కాగడాలని, ఏనుగుమీద మూడు కాగడాలని, గుర్రం వెంట ఒక కాగడాని పట్టుకోవాలని ఆదేశించాడు. పదాతి సైనికులు కాగడాలనీ, నూనె పాత్రలనీ పట్టుకుని తిరుగుతూ తమ సైన్యానికి సహాయం చేసారు.

అది చూసి పాండవసైన్యం కూడా కాగడాల వెలుగులో యుద్ధానికి సిద్ధమయింది.

ఆ రాత్రి యుద్ధంలో దుర్యోధనుడు యుధిష్ఠిరుడి చేతిలోనూ, భీముడి చేతిలోనూ,

సాత్యకి చేతిలోనూ ఓడిపోయి పదే పదే పారిపోయాడు. అతడే కాదు, అతడి సైన్యంలో ఎవరూ కూడా పాండవులముందు నిలవలేకపోయారు.

◆◆◆

దుర్యోధనుడు ద్రోణుణ్ణీ, కర్ణుణ్ణీ నిందించాడు. వారిద్దరూ రోషంతో పాండవసైన్యాన్ని మట్టుపెట్టడం ప్రారంభించారు. యుధిష్ఠిరుడు కర్ణుణ్ణి వధించడానికి ఉపాయం ఆలోచించమన్నాడు. ఆ మాటలు విని అర్జునుడు కర్ణుణ్ణి తాను వధిస్తానన్నాడు. కృష్ణుడు మాట తప్పించాడు. "అర్జునా! కర్ణుడివద్ద ఇంద్రుడిచ్చిన శక్తి అనే తిరుగులేని ఆయుధముంది. దానిని నీమీద ప్రయోగించడానికే తీసుకున్నాడు. అందుచేత ఇప్పుడు నువ్వు కర్ణుడితో తలపడవద్దు. ఆ పని ఘటోత్కచుడు చేస్తాడు." అన్నాడు.

అర్జునుడు ఘటోత్కచుణ్ణి తలుచుకున్నాడు. అతడు వారి ఎదుట ప్రత్యక్షమయ్యాడు. కర్ణుణ్ణి వధించమని కృష్ణుడు ఘటోత్కచుణ్ణి ప్రోత్సహించాడు.

ఘటోత్కచుడు కర్ణుడితో యుద్ధానికి దిగాడు. ఘటోత్కచుడు రావడం చూసి అలంబుషుడు అనే రాక్షసుడు దుర్యోధనుడి వద్దకి వచ్చాడు. "రాజా! నేను జటాసురుడి కుమారుణ్ణి. నా తండ్రిని ఈ పాండవులు సంహరించారు. ఈ శత్రువుల రక్తమాంసాలతో నా తండ్రిని పూజించాలనుకుంటున్నాను. నువ్వు అనుమతిస్తే నీ పక్షంలో పాండవులతోనూ, ఘటోత్కచుడితోనూ యుద్ధం చేస్తాను." అన్నాడు.

దుర్యోధనుడు ఆనందంగా ఆమోదించాడు. ఆ రాక్షసుణ్ణి తన పక్షాన యుద్ధం చెయ్యమని ఆహ్వానించాడు.

రాక్షసులు ఇద్దరి మధ్యా భయంకరమైన యుద్ధం జరిగింది. ఘటోత్కచుడు అలంబుషుణ్ణి పైకెత్తి నేలకు వేసి కొట్టాడు. అతడు తేరుకునేలోగా అతడి శిరస్సు ఖండించాడు. రక్తం కారుతున్న ఆ శిరస్సుని జుట్టుతో పట్టుకుని వేగంగా దుర్యోధనుడి వద్దకి వెళ్ళాడు.

"స్వధర్మ మర్థం కామం చ త్రితయం యోఽభివాంఛతి,
రిక్తపాణిర్న పశ్యేత రాజానం బ్రాహ్మణం స్త్రియమ్. 174.43

రాజా! నీకు సహాయంగా వచ్చినవాడూ, నీ బంధువూ ఇదుగో. వీడి పరాక్రమం చూసావు కదా! నీదీ, కర్ణుడిదీ కూడా ఇదే అవస్థ అందరూ చూస్తారు. ధర్మంకోరేవాడు బ్రాహ్మణుడి వద్దకీ, అర్థం కోరేవాడు రాజువద్దకీ, కామం కోరేవాడు స్త్రీవద్దకీ ఉత్త చేతులతో వెళ్ళకూడదు. అందుచేత రాజువైన నీకు నీ మిత్రుడి శిరస్సు నీకు కానుకగా తెచ్చాను.

కొద్దిసేపట్లో కర్ణుణ్ణి వధించి అతడి శిరస్సు కూడా నీకు బహూకరిస్తాను.

అంతవరకూ దీనితో సరిపెట్టుకో." అని చిరునవ్వుతో ఆ తలని దుర్యోధనుడి రథంలో పడేసాడు. దుర్యోధనుడు చేష్టలుడిగి చూస్తూ ఉండిపోయాడు.

ఘటోత్కచుడికీ, కర్ణుడికీ మధ్య ఊహకి కూడా అందనంత తీవ్రంగా యుద్ధం జరిగింది.

ఈలోగా అలాయుధుడు అనే రాక్షసుడు దుర్యోధనుడికి సహాయంగా వచ్చాడు. అతడు భీముడిచేతిలో ఏకచక్రపురంలో మరణించిన బకాసురుడికి బంధువు. అతడు ఘటోత్కచుణ్ణీ, భీమసేనుణ్ణీ చంపడానికి దుర్యోధనుడి అనుమతి కోరాడు. దుర్యోధనుడు ఆనందంగా అనుమతించాడు.

ఘటోత్కచుడు అలాయుధుణ్ణి కూడా పైకెత్తి గిరగిరా తిప్పి నేలకు వేసి కొట్టాడు. అతడి శిరస్సుని కూడా ఖండించి, తీసుకు వెళ్ళి దుర్యోధనుడి రథంలో వేసాడు.

ఘటోత్కచుడు మాయాయుద్ధం మొదలుపెట్టాడు. ఆకాశంనుంచి అనేకవేల మారణాయుధాలూ, పెద్ద పెద్ద శిలలూ వర్షంలా వచ్చి కౌరవసైన్యంమీద పడ్డాయి. వాటిని ఆపలేక వేలాదిమంది వీరులు మరణించారు. ఆ రాక్షసుణ్ణి ఆపడానికి కర్ణుడు ప్రయోగించిన దివ్యాస్త్రాలు కూడా పనిచెయ్యలేదు.

కౌరవులందరూ ఆర్తనాదాలు చేస్తూ, "కర్ణా! ఈ రాక్షసుడు మమ్మల్నీ, మన సైన్యాలనీ ఈ రాత్రే వధించేసేలా ఉన్నాడు. మమ్మల్ని కాపాడు. నీకు ఇంద్రుడిచ్చిన శక్తిని ప్రయోగించి వీణ్ణి వధించు." అని వేడుకున్నారు.

కర్ణుడు ఆ శక్తిని అర్జునుడిమీద ప్రయోగించడానికి కాపాడుకుంటూ వచ్చాడు. తనకి శరీరం నిండా అయిన గాయాలూ, కౌరవుల ఆర్తనాదాలూ అతడి ఆలోచనని మార్చేసాయి. ఆ రాత్రి ఘటోత్కచుడి చేతిలో మరణించకుండా ఉంటే అదే చాలనుకున్నాడు.

ఇంద్రుడిచ్చిన 'వైజయంతి' అనే తిరుగులేని శక్తిని ఘటోత్కచుడిమీద ప్రయోగించాడు.

ఘటోత్కచుడు చనిపోతూ తన శరీరం పెద్ద పర్వతంలా పెంచి ఆకాశంనుంచి దుబ్బున కౌరవసేనమీద పడ్డాడు. ఆ శరీరం కింద నలిగిపోయి ఒక అక్షౌహిణి సైన్యం నశించింది.

ఘటోత్కచుడు మరణించినందుకు పాండవులందరూ దుఃఖంలో మునిగిపోయారు. కృష్ణుడొక్కడే ఆనందంతో సింహనాదం చేసాడు. పగ్గాలు లాగి గుర్రాలని ఆపాడు. అర్జునుణ్ణి కౌగిలించుకున్నాడు. ఆనందం ఆపుకోలేక నాట్యం చేసాడు.

తతః పరిష్వజ్య పునః పార్థమాస్ఫోట్య చాసకృత్,
రథోపస్థగతో ధీమాన్ ప్రాణదత్ పునరచ్యుతః. 180.4

అర్జునుణ్ణి మరొకసారి ఆలింగనం చేసుకుని ఆనందం పట్టలేక అతణ్ణి వీపుమీద పదే పదే తట్టాడు. రథం వెనకభాగంలో కూర్చుని సింహనాదం చేసాడు.

అతడెందుకు అలా చేస్తున్నాడో అర్జునుడికి అర్థం కాలేదు.

"కృష్ణా! మనకందరికీ ఇష్టుడు, మా భీమసేనుడి పుత్రుడు, ఒంటిచేత్తో మనని యుద్ధం గెలిపించగల మహాబలశాలి మరణిస్తే మేమందరం దుఃఖంలో మునిగిపోయాం. నువ్వు ఒక్కడివే పట్టరాని ఆనందంతో ఉన్నావు. దీనికేదో బలమైన కారణం ఉండే ఉంటుంది. అదేమిటో నాకు చెప్పవచ్చు అనుకుంటే చెప్పు." అన్నాడు.

కృష్ణుడు తన ఆనందానికి కారణం చెప్పాడు.

"అర్జునా! కర్ణుడి కవచకుండలాలు పోవడమే మనకొక అదృష్టం. అతడు ఇంద్రుడిచ్చిన శక్తిని నీమీద మాత్రమే ప్రయోగించాలని ఇన్ని రోజులూ దాచి ఉంచాడు. అందుకే నేను నిన్ను సాధ్యమైనంతవరకూ అతడికి ఎదురుపడనివ్వలేదు. ఆ శక్తి ఘటోత్కచుడిమీద ప్రయోగించాడు. నీకు ప్రమాదం తప్పింది.

ఆ శక్తి ఉన్నంతవరకూ ప్రజ్వలిస్తున్న అగ్నిలా ఉన్న కర్ణుడు ఇప్పుడు శాంతించిన అగ్నిలా అయిపోయాడు. నీకిక ప్రమాదం లేదు. నువ్వు కర్ణుణ్ణి వధిస్తావు. భీమసేనుడు దుర్యోధనుణ్ణి వధిస్తాడు.

అయినా కర్ణుణ్ణి వధించడం అంత సులువు కాదు. దానికి సమయస్ఫూర్తి ఉండాలి. అతడు యుద్ధంలో ఏదైనా లోపం చేస్తే అతడి రథచక్రం నేలలో దిగబడిపోతుందని అతడికి శాపం ఉంది. అలా దిగబడినప్పుడు నేనొక సంజ్ఞ చేస్తాను. నువ్వు ఏమరుపాటు లేకుండా ఆ సంజ్ఞని గమనించి అతణ్ణి వధించాలి. ఆ ఒక్క సందర్భం వదులుకుంటే ఆ తరువాత అతణ్ణి వధించడం సాధ్యంకాదు.

నీకోసం నేను ఎప్పటినుంచో అనేక ఉపాయాలతో నీకు ప్రమాదం కలిగించగలిగిన వాళ్ళని మట్టుపెట్టించాను. జరాసంధుణ్ణి, శిశుపాలుణ్ణి, ఏకలవ్యుణ్ణి, హిడింబాసురుణ్ణీ, కిర్మీర–బల–అలాయుధాది రాక్షసులనీ చంపించాను. లేకపోతే వారందరూ ఇప్పుడు దుర్యోధనుడి పక్షంలో చేరేవారు.

ఘటోత్కచుడు మనకి ఇష్టుడే. అయినా ఇతడు అధర్మమార్గంలో పోయే పాపాత్ముడు. అందుకే ఇతణ్ణీ చంపించాను. ఇతడు కర్ణుడి చేతిలో మరణించకపోతే ఆ తరువాత నేనే ఇతణ్ణి వధించేవాణ్ణి.

అదిగో ద్రోణుడు సింహనాదం చేసి మనసైన్యంమీద దాడి చేస్తున్నాడు. అటువైపు వెళ్దాం." అన్నాడు.

యుధిష్ఠిరుడు ఎప్పటిలాగే శోకంలో మునిగిపోయాడు. ఎప్పటిలాగే వ్యాసుడు వచ్చి అతడికి ధైర్యం చెప్పాడు.

రాత్రిలో చాలాభాగం గడిచిపోయింది. అలిసిపోయిన వీరులు నిద్రతో ఊగిపోతున్నారు. ఏవో యంత్రాలలా చేతులతో ఆయుధాలు తిప్పుతున్నారు. ఎవరేం చేస్తున్నారో ఎవరికీ తెలియడంలేదు. అది చూసి అర్జునుడు ఇరుపక్షాల సైన్యాన్నీ రెండు గడియలు యుద్ధం ఆపుదామన్నాడు. వీరులని యుద్ధభూమిలోనే నిద్రించి విశ్రాంతి తీసుకోమన్నాడు. ఇరుపక్షాలవారూ అర్జునుడి ధర్మబుద్ధిని మెచ్చుకున్నారు.

దుర్యోధనుడు ద్రోణుణ్ణి నిందించి, పాండవులకు అలసటనుంచి తేరుకునే అవకాశం ఇవ్వకుండా యుద్ధం చెయ్యమన్నాడు. ద్రోణాచార్యుడు ఆ ఆదేశాన్ని శిరసావహించాడు. ఆ రాత్రి జరిగిన భయంకరమైన యుద్ధంలో ద్రోణుడు ద్రుపదుణ్ణీ, విరాటరాజునీ వధించాడు.

అలా యుద్ధం జరుగుతుండగా సూర్యోదమమయింది.

పదిహేనవరోజు యుద్ధం

వీరులందరూ ఆ యుద్ధవేషాలతోనే సంధ్యావందనం చేసి తిరిగి యుద్ధం మొదలు పెట్టారు.

నాలుగురోజులూ, ఒక రాత్రీ యుద్ధం చేసినా ద్రోణుడి వేగం తగ్గలేదు. పాండవసైన్యాన్ని ఊచకోత కోస్తున్నాడు. వందలాదిమంది వీరులని వధించాడు.

కృష్ణుడు, "అర్జునా! ఆచార్యుణ్ణి ఆపే మార్గం లేదు. కానీ ఇలా వదిలేస్తే ఇతడు ఈ రోజే మీ సైన్యాన్నీ, మీ సోదరులనీ ఒక్కరూ మిగలకుండా వధిస్తాడు. అందుచేత ఆచార్యుడనే భక్తిభావం పక్కన పెట్టి ఇతణ్ణి వధించాలి. ఇతడి చేతిలో ఆయుధం ఉండగా ఇతణ్ణి వధించడం ఎవరికీ సాధ్యం కాదు. అయితే అశ్వత్థామ మరణించాడని చెప్తే ఇతడు ఆయుధం వదిలేస్తాడు. అప్పుడు ఈ వృద్ధుణ్ణి వధించవచ్చు." అన్నాడు.

అర్జునుడు తప్ప మిగిలిన అందరూ కృష్ణుడి ప్రతిపాదనని అంగీకరించారు. మాళవరాజు ఇంద్రవర్మ పాండవపక్షంలో ఉన్నాడు. అతడి ఏనుగు పేరు అశ్వత్థామ. భీముడు తమ పక్షంలోనే ఉన్న ఆ ఏనుగుని వధించి, సిగ్గుపడుతూ, మరణించిన ఏనుగునే మనస్సులో తలుచుకుంటూ, "**అశ్వత్థామా హతః** – అశ్వత్థామని వధించడం అయింది." అని ద్రోణుడికి వినపడేలా బిగ్గరగా అరిచాడు.

ఆ మాట విన్న ఆచార్యుడికి ఉత్సాహం తగ్గిపోయింది. అయినా తన కుమారుడి

పరాక్రమం తెలిసినవాడు కనుక ఆ వార్తని పూర్తిగా నమ్మలేదు. పాండవసైన్యాన్ని వధించడం మానలేదు.

అప్పుడు అగ్నిదేవుణ్ణి ముందుంచుకుని వసిష్ఠుడు, విశ్వామిత్రుడు, భరద్వాజుడు, గౌతముడు, కాశ్యపుడు మొదలైన అనేకమంది మహర్షులు ఆకాశంలో అక్కడికి వచ్చారు. వారు ద్రోణుడికి మాత్రమే కనబడ్డారు.

వారందరూ, "ద్రోణా! ఒక్క క్షణం ఆయుధాలు వదిలి మా మాట విను. నువ్వు వేదవేదాంగాలూ నేర్చిన పండితుడివి. దీర్ఘకాలం తపస్సు చేసిన పుణ్యాత్ముడివి. **సత్యధర్మరతస్య తే** – సత్యధర్మపరాయణుడైన బ్రాహ్మణుడివి. ధర్మాధర్మాలు గాలికి వదిలేసి నువ్వు చేస్తున్న ఈ పని నీకు ఎంతమాత్రం తగనిది.

బ్రహ్మాస్త్రేణ త్వయా దగ్ధా అనస్త్రజ్ఞా నరా భువి,
యదేతదీదృశం విప్ర కృతం కర్మ న సాధు తత్. 190.39

బ్రహ్మాస్త్రం గురించి ఏమీ తెలియని సైనికులనీ, వీరులనీ బ్రహ్మాస్త్రం ప్రయోగించి దగ్ధం చేసావు. అన్నీ తెలిసిన నువ్వు ఎటువంటివాడూ చెయ్యకూడని పనులు ఏ సంకోచం లేకుండా చేసావు. నీవంటి ఉత్తముడు కలలో కూడా చెయ్యకూడని క్రూరకర్మ చాలా ఉత్సాహంగా చేసేసావు.

(నీతో ఎంతమాత్రం సరితూగనివారిమీద శస్త్రాస్త్రాలు ప్రయోగించి వారిని పదులవేల సంఖ్యలో నిర్దయగా వధిస్తున్నావు.) ఈ పాపిష్ఠి పని ఇక ఆపు. ఈ క్రూరకర్మ విరమించు. ఈ నరమేధం మానెయ్యి.

నువ్వు ఈ లోకంలో జీవించే కాలం పూర్తయింది. నీకు మృత్యువు ఆసన్నమయింది. ఆయుధాలు వదిలెయ్యి. *(శరీరం వదిలెయ్యడానికి)* సనాతనమార్గంలో మనస్సు స్థిరంగా నిలుపుకో." అన్నారు.

అన్ని మాటలు విన్నా పుత్రవ్యామోహం ఆచార్యుణ్ణి ప్రాణం వదలడానికి సిద్ధం కానివ్వలేదు.

అశ్వత్థామ మరణించి ఉండడని అతడి మనస్సులో ఏదో మూల ఆశ ఉంది. కానీ, అశ్వత్థామ మరణిస్తే తాను జీవించడం వృథా అనుకున్నాడు. యుధిష్ఠిరుడు అసత్యం చెప్పడు కనుక అశ్వత్థామ మరణించాడో లేదో అతణ్ణే అడిగి తెలుసుకోవాలని నిశ్చయించుకున్నాడు.

అతడి సంకల్పం కృష్ణుడు గ్రహించాడు. "యుధిష్ఠిరా! ఇప్పుడు అసత్యం చెప్పడం

వలన నీకు మేలవుతుంది. సత్యం చెప్తే ఈ విప్రుడు మిమ్మల్నందరినీ నాశనం చేసేస్తాడు." అన్నాడు.

భీముడు అంతకుముందు తాను ఏనుగుని చంపి ద్రోణుడికి అశ్వత్థామ మరణించాడని నమ్మించడానికి ఎలా ప్రయత్నించాడో చెప్పాడు.

చేసేదేమీ లేక యుధిష్ఠిరుడు బిగ్గరగా, "**అశ్వత్థామా హతః** - అశ్వత్థామ చంపబడెను" అని ప్రకటించి, ఎవరికీ వినబడకుండా "**కుంజరః** - ఆ చంపబడినది ఒక ఏనుగు" అన్నాడు.

యుధిష్ఠిరుడు ధర్మమార్గం తప్పడు. ఏ పరిస్థితిలోనూ అసత్యం ఆడడు. అందువలన అతడి రథమూ, దానిని లాగే అశ్వాలూ నేలని తాకకుండా, నేలమీదనుంచి నాలుగు అంగుళాల ఎత్తులో నడుస్తాయి. ఈ అసత్య వచనంతో అతడి రథమూ, రథాశ్వాలూ భూమిని తాకి నడవసాగాయి.

ద్రోణుణ్ణి దుఃఖం కమ్మేసింది. పాండవులపట్ల చెయ్యకూడని అపరాధం చేసానే అని పశ్చాత్తాపం మొదలయింది. అయినా యుద్ధం చేస్తూనే ఉన్నాడు. పాండవసైన్యాన్ని చంపుతూనే ఉన్నాడు.

భీముడు తన రథాన్ని ద్రోణుడి రథం పక్కకి తీసుకు వెళ్ళాడు.

"ఆచార్యా! నీ ఒక్క కుమారుడికోసం బ్రాహ్మణుడు చెయ్యకూడని పని చేస్తున్నావు. నువ్వు సాధించిన అస్త్రవిద్యని పాపిష్ఠివిద్యగా ఉపయోగిస్తున్నావు. ఏ కుమారుడికోసం నువ్వు దుర్యోధనుణ్ణి ఆశ్రయించి ఉన్నావో, ఏ కుమారుడికోసం ఇంత అధర్మానికి ఒడిగట్టావో ఆ కుమారుడు ప్రాణం పోయి నేలమీద పడిఉన్నాడు. ఈ మాట యుధిష్ఠిరుడే స్వయంగా నీకు చెప్పాడు.

ఇక నువ్వు చేస్తున్న ఈ యుద్ధం ఎవరికోసం?" అని అడిగాడు.

ఆ మాట విని ద్రోణుడు చేతిలో ఉన్న ధనుస్సు కింద పడేసాడు. శస్త్రాస్త్రాలు వదిలేసాడు. "కర్ణా! కృపాచార్యా! దుర్యోధనా! ఇక మీరే యుద్ధం చెయ్యండి." అన్నాడు. అశ్వత్థామని పలుసార్లు బిగ్గరగా పిలిచి రథం వెనుకభాగంలో కూర్చుండిపోయాడు. యోగముద్రలో మనస్సుని విష్ణువుమీద నిలిపి ధ్యాననిష్ఠలో ఉన్నాడు. జ్యోతిస్వరూపుడై బ్రహ్మలోకానికి వెళ్ళిపోయాడు.

అతడు కదలకపోవడం చూసి ధృష్టద్యుమ్నుడు ఖడ్గం ధరించి అతడిమీదకి దూకి జుట్టు పట్టుకున్నాడు.

అర్జునుడు, "ఆచార్యుణ్ణి వధించకు. అతణ్ణి ప్రాణాలతోనే తీసుకురా." అని పదే పదే చెప్పాడు. కాని, ధృష్టద్యుమ్నుడు ఆచార్యుడి శిరస్సు ఖండించాడు. నెత్తురోడుతున్న ఆ శిరస్సుని దుర్యోధనుడూ, అతడి సోదరులూ ఉన్న చోటుకి విసిరేసాడు.

భీముడు ధృష్టద్యుమ్నుణ్ణి కౌగిలించుకున్నాడు. వారిద్దరూ యుద్ధరంగంలో నాట్యం చేసారు. భీముడు, "ద్రుపదనందనా! మనం కర్ణుణ్ణీ, దుర్యోధనుణ్ణీ కూడా చంపుతాం. దానితో మనకి సంపూర్ణ విజయం లభిస్తుంది. అప్పుడు నిన్ను మళ్ళీ ఇలాగే ఆలింగనం చేసుకుని అభినందిస్తాను." అన్నాడు.

◆◆◆

అశ్వత్థామకి తండ్రి మరణవార్త తెలిసింది. అతడు యుద్ధంలో మరణించినవాడికోసం దుఃఖించనన్నాడు. కాని, ధృష్టద్యుమ్నుడు ఆచార్యుణ్ణి జుట్టుపట్టి శిరస్సు ఖండించాడని తెలిసి మండిపడ్డాడు.

"నేను జీవించి ఉండగా ధృష్టద్యుమ్నుడు నా తండ్రి కేశాలు స్పృశించాడు. ఆచార్యుడని గౌరవం లేకుండా, నేనున్నానని భయం లేకుండా ఆ నీచుడు చేసిన పనికి అతడు అనుభవించవలసిన పరిణామం అత్యంత భయంకరంగా ఉంటుందని ప్రతిజ్ఞ చేస్తున్నాను.

అహత్వా సర్వపాంచాలాన్ జీవేయం న కథంచన,
సర్వోపాయైర్యతిష్యామి పాంచాలానామహం వధే. 195.15

రాజా! దుర్యోధనా! నేను శపథం చేసి చెప్తున్నాను. అన్ని రకాల ఉపాయాలు ప్రయోగించి పాంచాలురనందరినీ వధించలేకపోతే నేను ప్రాణాలతో ఉండను." అన్నాడు.

వెంటనే పాండవపక్షంలో అందరూ నశించిపోవాలని సంకల్పించి తిరుగులేని నారాయణాస్త్రం ప్రయోగించాడు. అది పాండవ, పాంచాల సైన్యాలను భస్మం చెయ్యడం మొదలుపెట్టింది.

యుధిష్ఠిరుడు ఎప్పటిలాగే దీనాలాపాలు అందుకున్నాడు. "భీష్ముడూ, ద్రోణుడూ అనే మహాసముద్రాలని దాటిన మేము అశ్వత్థామ అనే గోష్పాదమంత నీటిలో మునిగి మరణించబోతున్నాము. బంధుమిత్రులారా! మీరు పారిపోయి మీ ప్రాణాలు దక్కించుకోండి." అని దుఃఖించడం మొదలుపెట్టాడు.

కృష్ణుడు వీరులనీ, సైనికులనీ ఆయుధాలు కింద పడెయ్యమన్నాడు. వాహనాలనుంచి దిగిపోయి కదలకుండా నిలుచోమన్నాడు. అలా లొంగిపోయినవారికి నారాయణాస్త్రం వలన ప్రమాదముండదన్నాడు. ఎవరైనా దానిని ఎదిరిస్తే దాని బలం పెరిగిపోయి అది

వారిని దహించేస్తుంది అన్నాడు.

అందరూ కృష్ణుడు చెప్పినట్లు చేసి ప్రాణాలు దక్కించుకున్నారు.

భీముడు ఒక్కడే ఆయుధాలు వదలకుండా రథంమీద కూర్చున్నాడు.

నారాయణాస్త్రం బలం పెరిగి అతడి వైపు దూసుకొచ్చింది. కృష్ణుడు భీముణ్ణి రథంనుంచి దింపి, ఆయుధాలు కింద పడెయ్యమన్నాడు. అలా చేసి భీముడు ప్రాణం దక్కించుకున్నాడు.

ఆ తరువాత అశ్వత్థామ ఎన్ని అస్త్రాలు ప్రయోగించినా ఆ రోజు విజయం పాండవులనే వరించింది.

◆◆◆

ఆ రోజు యుద్ధం విరమించేముందు వ్యాసుడు అర్జునుడివద్దకి వచ్చాడు. అర్జునుడు వినయంగా ఆయనకు నమస్కరించాడు. యుద్ధం ప్రారంభమైననాటినుంచీ తన మనస్సులో ఉన్న సంశయం ఆయనకి విన్నవించాడు.

"పూజ్యుడా! ఈ యుద్ధం మొదలైననాటినుంచీ నా రథానికి ముందు ఒక దివ్య పురుషుడు జ్వలిస్తున్న శూలం పట్టుకు వెళ్తున్నాడు. నా రథం అయననే అనుసరించి వెళ్ళింది. ఆయనే నా శత్రువులనందరినీ వధించాడు.

ఆ దివ్యపురుషుడు నాకు తప్ప ఇతరులెవరికీ కనిపించలేదు. అందువలన అందరూ శత్రువులని నేనే చంపాను అనుకుంటున్నారు. ఆ మహాపురుషుడెవరు?" అని అడిగాడు.

ఆ దివ్యపురుషుడు పినాకమనే మహాధనుస్సుని ధరించిన మహాదేవుడైన శంకరుడని వ్యాసుడు చెప్పాడు.

"ఆ దివ్యపురుషుణ్ణే కృష్ణుడు నీకు కలలో చూపించాడు. ఆ దేవదేవుడు నీపట్ల ప్రసన్నుడై సంగ్రామంలో నీముందు నడిచాడు." అన్నాడు.

(మహాభారతంలో ద్రోణుడిది చాలా దయనీయమైన పాత్ర. ఆయన పూజ్యుడైన తపస్విగా కథలో ప్రవేశించాడు. పరశురాముడి శిష్యుడిగా ఎదిగాడు. చివరకి జీతం తీసుకుని యుద్ధంచేసే కిరాయి యోధుడిలా నింద్యమైన స్థితిలో నిష్క్రమించాడు.

అశ్వత్థామ బాల్యంలో పాలు కావాలన్నాడు. ఒక ఆవుని సంపాదించి కుమారుడికి పాలు ఇవ్వాలనుకున్నాడు ద్రోణుడు. దానికోసం దేశదేశాలూ తిరిగాడు. ఆవు దొరకలేదు. ఆయన అలా ఎంతకాలం తిరిగాడంటే అప్పటికి అశ్వత్థామ ఎదిగాడు. అతడికి పాలు అవసరం లేదు. ద్రోణుడికి ఆవు అవసరం లేదు.

అయినా బుద్ధి జడమైపోయినవాడిలాగ ఆవుకోసం తిరుగుతూనే ఉన్నాడు. ఆవుకోసం తన బాల్యమిత్రుడు ద్రుపదుడి వద్దకి వెళ్ళాడు. అతడివలన అవమానం పొందాడు. ఆ అవమానం సహించలేకపోయాడు. ప్రతీకారం ఎలా తీర్చుకోవాలా అని ఆలోచించి హస్తినకి చేరాడు. ఎవరివద్దా జీతానికి పనిచేయను అని శపథం పట్టిన తపస్వి ద్రుపదుడిమీద పగతో కౌరవుల కొలువులో చేరాడు. సద్బ్రాహ్మణుడికి అంత దీర్ఘకాలం పగ తగదు. అయినా ఆ ఆచార్యసత్తముడు చిరకాలం పగతోనే ఉన్నాడు. మహాతపస్వికి ఒకరివద్ద క్రీతుడిగా (అమ్ముడుపోయినవాడిలా) ఉద్యోగం చేయడం తగదు. ఆయినా ఆ తపస్వి ఉద్యోగం చేయడానికే సిద్ధపడ్డాడు. ఒకరివద్ద జీతానికి పనిచెయ్యనని వ్రతం పూనిన తపస్వి భీష్మణ్ణి ప్రార్థించి హస్తినాపురంలో ఉద్యోగి అయ్యాడు.

తరువాత అతడికి అర్జునుడివలన పాంచాలరాజ్యంలో సగభాగం స్వంతమయింది. అందమైన రాజధాని అమరింది. అయినా రాజ్యం పాలించడంకంటే జీతానికి పనిచెయ్యడంలోనే ఎక్కువ సుఖముంది అనుకున్నాడో ఏమో కౌరవుల కొలువు వదలలేదు.

మిత్రుడైన ద్రుపదుడు చేసిన అవమానాన్ని సహించలేకపోయిన **అభిమానధనుడైన(?)** ఆచార్యుడు శిష్యులైన దుర్యోధనుడూ, కర్ణుడూ చేసిన అవమానాలూ, ఛీత్కారాలూ సహిస్తూ చిరకాలం బ్రతికాడు. కర్ణుడు నోటికొచ్చినట్లు మాట్లాడితే తలవంచుకుని సహించాడు. రణరంగంలో అయితే అనరాని మాటలు అంటూ ఉంటే అభిమానం దిగమింగుకుని అన్ని మాటలూ పడ్డాడు. యుద్ధధర్మాలు బోధించవలసిన ఆచార్యుడు తాను సర్వసైన్యాధిపతి అవగానే ఆ ధర్మాలన్నీ గాలికి వదిలి, అధర్మయుద్ధం చేసాడు.

ఎటువంటి తపస్వి! ఎటువంటి శస్త్రాస్త్రవిద్యాప్రవీణుడు!

హస్తినాపురంలో రాజభోగాలు అనుభవించడం అలవాటయ్యాక వాటిని వదలలేక అతి సామాన్యుడైన రాజోద్యోగిలా ఎంత దుర్భరమైన జీవితం గడిపాడోకదా!

మహాస్త్రవేత్త చివరకు కిరాయిహంతకుడిలా యుద్ధం చేసాడు.

ఉత్తముడు ఈ కొంచెమే కదా అని పతనమవడం మొదలుపెడితే ఆ తరువాత ఎంతకైనా దిగజారుతాడు అనే మాట ద్రోణాచార్యుడు నిజం చేసాడు.)

ఇది

వ్యాసభగవానుడు మహాభారతమహేతిహాసంలో

ద్రోణపర్వంలో చెప్పిన కథాసంగ్రహం.

శ్రీః

కర్ణపర్వం

నారాయణం నమస్కృత్య నరం చైవ నరోత్తమమ్,
దేవీం సరస్వతీం వ్యాసం తతో జయ ముదీరయేత్.

1

ద్రోణుడు మరణించాడు. అశ్వత్థామ ప్రయోగించిన నారాయణాస్త్రం పాండవులకు ఏమీ హాని చెయ్యకుండానే శాంతించింది. కౌరవపక్షంలో ఉన్న వీరులనందరినీ నిరుత్సాహం ముంచేసింది.

ఆ రాత్రి రాజులందరూ సమావేశమయ్యారు. సుదీర్ఘంగా మంతనాలు చేసారు. పదిహేనురోజుల యుద్ధం తరువాత తమ పరిస్థితిని అంచనా వేసుకున్నారు. తమ తక్షణ కర్తవ్యమేమిటో ఆలోచించమని దుర్యోధనుడు అశ్వత్థామని కోరాడు.

అశ్వత్థామ, "రాజా! గొప్ప కార్యాలు సాధించగలవారికి నాలుగు లక్షణాలు ఉండాలంటారు. అవి రాగం *(చేసే పనిమీద ఆసక్తి, రాజభక్తి)*, యోగం *(నిరంతర సాధన)*, దాక్ష్యం *(ఉత్సాహమూ, పని చెయ్యడంలో నేర్పు)*, నయం *(నీతి)*. అయితే ఈ నాలుగు లక్షణాలూ కేవలం దైవానుగ్రహం ఉన్న కొద్దిమందికే ఉంటాయి.

ఇటువంటి లక్షణాలున్న మహాయోధులు మన పక్షంలో పోరాడి మరణించారు. అంతమాత్రం చేత నిరాశపడనక్కర్లేదు. ఒంటరిగా పోరాడి కూడా పాండవులని ఓడించగల వీరులు మనకి ఇంకా చాలామంది ఉన్నారు. మన ప్రస్తుత కర్తవ్యం మహారథి కర్ణుణ్ణి సర్వసైన్యాధిపతిగా చేసి పోరాడడమే." అన్నాడు.

ఆ మాట దుర్యోధనుడికి నచ్చింది.

"కర్ణా! ఇంతవరకూ సైన్యాధిపత్యం వహించిన భీష్మద్రోణులు ఇద్దరూ నేలకూలారు.

వృద్ధౌ చ తౌ మహేష్వాసౌ సాపేక్షౌ చ ధనంజయే,
మానితౌ చ మయా వీరౌ రాధేయ వచనాత్ తవ. 10.25

వారిద్దరూ మహాధనుర్ధరులే. కాని, వయోవృద్ధులు. శస్త్రాస్త్రవేత్తలే. కాని, వారికి అర్జునుడంటే మనస్సులలో పక్షపాతం ఉంది. ఇవన్నీ తెలిసినా నువ్వు చెప్పావని వారిని సర్వసైన్యాధిపతులని చేసాను.

భీష్ముడు పదిరోజులూ యుద్ధం చేసాడు. ఈ పదిరోజులలో ఆయన సాధించినది పాండవులను రక్షించడం ఒక్కటే. ద్రోణుడూ అదే పని చేసాడు.

ఈ యుద్ధంలో మనకి విజయం చేకూర్చగల సమర్థుడివి నువ్వే. భీష్మద్రోణులతో యుద్ధం చేసిన అర్జునుడు ఈ పదిహేను రోజులలోనూ నీతో నేరుగా తలపడడానికి సాహసించలేదు. ఇది చాలు నీ పరాక్రమం గ్రహించడానికి. నువ్వు నా సర్వసైన్యాధిపతిగా ఉండి నా సైన్యాన్ని విజయపథంలో నడిపించు." అన్నాడు.

కర్ణుడు అంగీకరించాడు. "రాజా! నీ సైన్యాధిపతిగా ఉంటాను. **జేష్యామి పాండవాన్ సర్వాన్ సపుత్రాన్ సజనార్దనాన్** – పాండవులనీ, వారి పుత్రులనీ, కృష్ణుణ్ణీ కూడా జయిస్తానని వాగ్దానం చేస్తున్నాను." అన్నాడు.

దుర్యోధనుడు కర్ణుణ్ణి ఎంతో అట్టహాసంగా సర్వసైన్యాధిపతిగా అభిషేకించాడు.

పదహారవరోజు యుద్ధం

కర్ణుడు సైన్యాన్ని మకరవ్యూహంలో నిలిపి ముందుకు సాగాడు.

అది చూసి యుధిష్ఠిరుడు, "అర్జునా! కౌరవసేనలో ఉన్న అజేయులైన మహావీరులు మరణించారు. మిగిలిన ఈ సైన్యం, ఈ వీరులూ ఏ కొంచెం వేడి తగిలినా భస్మమైపోయే ఎండుగడ్డివంటివారు.

వీరిలో ఒకే ఒక మహాధనుర్ధరుడు మిగిలి ఉన్నాడు. అతడే కర్ణుడు. నువ్వు అతణ్ణి వధిస్తే యుద్ధంలో విజయం మనదే. పన్నెండు సంవత్సరాలుగా నా హృదయాన్ని బాధిస్తున్న ఈ కర్ణుడనే శల్యాన్ని నిర్మూలించు. అందుకు తగిన వ్యూహంలో మన సైన్యాన్ని నిలుపు." అన్నాడు.

అర్జునుడు తమ సైన్యాన్ని అర్ధచంద్రవ్యూహంలో నిలబెట్టాడు.

యుద్ధం ప్రారంభమయింది. భీమసేనుడు కౌరవపక్షంలో పోరాడుతున్న క్షేమధూర్తి అనే మహావీరుణ్ణి వధించాడు. సాత్యకి విందుణ్ణీ, అనువిందుణ్ణీ వధించాడు. భీముడు విజృంభించి కౌరవసైన్యాన్ని ఊచకోత కోసాడు.

అశ్వత్థామ భీముడితో యుద్ధానికి దిగాడు. వారిద్దరూ అపూర్వమైన బాణప్రయోగ కౌశలం ప్రదర్శించి పోరాడారు. ఆకాశంలో నిలిచి యుద్ధం చూస్తున్న సిద్ధులూ, మహర్షులూ ఆ వీరుల బలాన్నీ, పరాక్రమాన్నీ, యుద్ధం చెయ్యడంలో వారికున్న నేర్పునీ ప్రశంసించారు.

కొంతసేపటికి వారిద్దరూ బాగా గాయపడి స్పృహతప్పి తమ తమ రథాలలో పడిపోయారు. నిపుణులైన సారథులు వారిని యుద్ధభూమినుంచి తప్పించారు.

సంశప్తకులని మూడురోజులుగా అర్జునుడు సంహరిస్తూనే ఉన్నాడు. అయినా సముద్రమంత సైన్యంతో వచ్చి వారు సవ్యసాచిని చేతనైతే తమతో యుద్ధం చెయ్యమని రెచ్చగొడుతూనే ఉన్నారు. ఆ రోజు అర్జునుడు ప్రళయకాలరుద్రుడై సంశప్తకులతో యుద్ధం చేసాడు. వందలాది మంది వీరులూ, వేలాదిమంది సైనికులూ ఒక్కపెట్టున ఆయుధాలు ప్రయోగిస్తూంటే, వాటిని అవలీలగా నిరోధించి, దావానలం ఎండిన అరణ్యాన్ని దహించినట్లు ఆ సైన్యాన్ని తన బాణవృష్టికి ఆహుతి చేసాడు.

ఆ యుద్ధం చూసి సిద్ధ చారణులు, "ఈ కృష్ణార్జునులు ఇద్దరిలోనూ చంద్రుడిలో ఉండే కాంతి, సూర్యుడిలో ఉండే తేజస్సూ, అగ్నిలో ఉండే దీప్తి, వాయువుకి ఉండే బలం ఉన్నాయి. ఈ వీరులిద్దరూ ఒకే రథంమీద ఉంటే ఆ రథంమీద బ్రహ్మరుద్రులున్నట్లు ఉంది. ఈ నరనారాయణులు అజేయులు." అనుకున్నారు.

ఆ మాటలకు దేవతలు సంతోషించారు. కృష్ణార్జునులమీద ఆకాశంనుంచి పుష్పవృష్టి కురిసింది.

ఆ మాటలు విని, ఆ పుష్పవర్షం చూసి అశ్వత్థామ సహించలేకపోయాడు. వారిమీద దాడి చేసాడు. అర్జునుణ్ణి చూసి నవ్వుతూ, "అర్జునా! నేను యుద్ధభూమిలో నీముందుకు వచ్చి నిలిచిన మహా అతిథిని. చేతనైతే యుద్ధంతో తగు ఆతిథ్యం ఇచ్చి నన్ను సత్కరించు" అన్నాడు.

అర్జునుడు, "కృష్ణా! ఈ సంశప్తకులని నిశ్శేషంగా వధించాలనుకున్న ప్రతీసారీ ఇలా ఏదో ఒక ఆటంకం వస్తూనే ఉంది. ఇప్పుడు నేను వీరితో యుద్ధం చెయ్యాలా, లేక అశ్వత్థామకి అతడు కోరుకుంటున్న యుద్ధాతిథ్యం ఇవ్వాలా?" అని అడిగాడు.

కృష్ణుడు రథాన్ని అశ్వత్థామకి ఎదురుగా నడిపాడు. అశ్వత్థామతో, "ఆచార్యపుత్రా! నువ్వు దుర్యోధనుడి ఉప్పు తిన్నావు. ఎవడు అన్నంపెట్టి పోషిస్తాడో వాడికోసం ప్రాణాన్ని లెక్కచెయ్యకుండా పోరాడాలి. బ్రాహ్మణులకి జయాపజయాలు వాదోపవాదాలలో ఉంటాయి. క్షత్రియులకి యుద్ధంలో ఉంటాయి.

నువ్వు బ్రాహ్మణుడివే అయినా క్షత్రియధర్మాన్ని పాటిస్తున్నావు. క్షత్రియుడిలా ప్రవర్తించు. నిన్ను నువ్వు ఏదేదో అనుకుని అర్జునుడినుంచి యుద్ధసత్కారం కోరావు. వెనక్కి తగ్గకుండా ఆ సత్కారం స్వీకరించడానికి సిద్ధంగా ఉండు." అన్నాడు.

ఆ మహాయోధులమధ్య దేవతలు కూడా ఆశ్చర్యపోయేలా యుద్ధం జరిగింది.

అశ్వత్థామ గురుపుత్రుడు అనే గౌరవంకొద్దీ అర్జునుడు పూర్తిశక్తి ఉపయోగించకుండా యుద్ధం చేసాడు. అదే అవకాశంగా అశ్వత్థామ రెచ్చిపోయాడు. అదే సమయంలో వేరొక పక్కనుంచి సంశప్తకులు అర్జునుడిమీద దాడి చేసారు.

అర్జునుడు అశ్వత్థామతో పరిమితంగా యుద్ధం చేస్తూ ఉంటే కృష్ణుడికి కోపం వచ్చింది.

"అర్జునా! ఏమిటీ యుద్ధం! నీ పరాక్రమం తగ్గిందా? గాండీవం చేతిలోనే ఉంది కదా? పిడికిలి బిగించి గాండీవం పట్టుకున్నావు కదా? భుజాలలో బలం తగ్గిపోలేదుకదా? నీకు ఏమయింది?

ఈ ద్రౌణి *(ద్రోణుడి కుమారుడు)* యుద్ధంలో నిన్ను మించిపోవడానికి ప్రయత్నిస్తుంటే ఎందుకు ఉపేక్షిస్తున్నావు? గురుపుత్రుడు అనే గౌరవంతో ఇతణ్ణి ఉపేక్షించకు. ఈ క్షణంలో ఇతడు నీకు శత్రువు. భయంకరమైన శత్రువు. భయంకరమైన వ్యాధిని ఉపేక్షిస్తే అది శరీరమంతా వ్యాపించి మానవుణ్ణి నశింపచేస్తుంది. ఇతణ్ణి ఉపేక్షిస్తే అలాగే విజృంభించి మన సైన్యాన్నంతనీ నాశనం చేస్తాడు." అన్నాడు.

అర్జునుడు అశ్వత్థామని ఉపేక్షించనన్నాడు. అతడు సంశప్తకులమీద వేలాది బాణాలు నిర్విరామంగా వేస్తున్నాడు. ఆ బాణాలు తగిలి ఏనుగుల తొండాలు తెగిపడుతున్నాయి. రథాలమీదున్న వీరుల తలలు తెగి నేలరాలుతున్నాయి. ఇలా వారితో యుద్ధం చేస్తూనే అశ్వత్థామమీద విజృంభించాడు.

కన్నుమూసి తెరిచేలోగా అశ్వత్థామమీద పదునైన బాణాలు వరుసగా ప్రయోగించాడు. ఆ బాణాలనుంచి రక్షించుకునేందుకు అశ్వత్థామ ఎంతో ప్రయత్నించాడు. అయినా అవి గురుపుత్రుడి భుజాలూ, తొడలూ, వక్షస్థలం చీల్చేసాయి. అతడి శరీరంనుంచి రక్తం ధారలుగా ప్రవహించింది.

అదే సమయంలో అర్జునుడి బాణాలు అతడి గుర్రాల పగ్గాలు తెంచేసాయి. గుర్రాలని మర్మస్థానాలలో నాటి హింసించాయి. ఆ దెబ్బలకి తాళలేక గుర్రాలు వాయువేగంతో వెనుతిరిగి రథాన్ని యుద్ధభూమినుంచి బయటికి లాక్కుపోయాయి.

అశ్వత్థామ కోలుకుని బాగా ఆలోచించాడు. వెంటనే వెనక్కి వెళ్ళి అర్జునుడితో తలపడడం క్షేమం కాదనుకున్నాడు. గుర్రాలు తేరుకునేవరకూ తానూ విశ్రాంతి తీసుకున్నాడు. తరువాత అర్జునుడినుంచి దూరంగా వెళ్ళి కర్ణుడి సైన్యంలో ప్రవేశించాడు.

◆◆◆

అశ్వత్థామ నిష్క్రమించాక అర్జునుడు సంశప్తకులమీద విరుచుకు పడ్డాడు. పదులవేల సంఖ్యలో సైనికులు మరణించారు. అంతవరకూ మీదమీదకు వచ్చి రెచ్చగొట్టిన త్రిగర్తులు వెనుదిరిగి పారిపోయారు.

వేరొకచోట నకులుడు కర్ణుడితో తలబడ్డాడు. ఒక గడియ యుద్ధం చేసి నకులుడు ఓడిపోయాడు. కుంతికిచ్చిన మాట జ్ఞాపకం వచ్చి కర్ణుడు అతణ్ణి చంపకుండా వదిలాడు.

దుర్యోధనుడు పెద్ద సైన్యంతో యుధిష్ఠిరుడిమీద దాడిచేసాడు. వేగంగా దూసుకు వస్తున్న దుర్యోధనుడి రథం తన బాణాల పరిధిలోకి వచ్చేదాకా యుధిష్ఠిరుడు ఆగాడు. దుర్యోధనుడు అందుబాటులోకి రాగానే పదమూడు బాణాలు ఒకేసారి ప్రయోగించాడు.

నాలుగు బాణాలతో గుర్రాలనీ, ఒక బాణంతో సారథినీ సంహరించాడు. ఆరవ బాణంతో ధ్వజాన్నీ, ఏడవబాణంతో అతడి చేతిలోని విల్లునీ, ఎనిమిదవ బాణంతో అతడి ఖడ్గాన్నీ ఖండించాడు. అయిదు బాణాలతో దుర్యోధనుణ్ణి తీవ్రంగా గాయపరిచాడు.

దుర్యోధనుడు నిరాయుధుడై నేలమీద నిలబడ్డాడు. యుధిష్ఠిరుడు, “ఒరే! పారిపోకు. ఇంకొక ఆయుధం అందుకో.” అంటూ బిగ్గరగా అరుస్తూ యుద్ధానికి పిలిచాడు.

ఈలోగా దుర్యోధనుడి దురవస్థ చూసి కర్ణుడూ, అశ్వత్థామా, కృపాచార్యుడూ అత్యంత వేగంగా అక్కడికి వచ్చి అతడికి సహాయంగా నిలబడ్డారు. దుర్యోధనుడు మరొక రథం ఎక్కి యుధిష్ఠిరుణ్ణి ఎదుర్కొన్నాడు. భయంకరమైన యుద్ధం జరిగింది. దుర్యోధనుడు మళ్ళీ తీవ్రంగా గాయపడ్డాడు.

అలా పరాభవం పొందడం సహించలేక అతడు ఒక గద తీసుకుని యుధిష్ఠిరుడిమీదకి పరుగెత్తాడు. యుధిష్ఠిరుడు ఒక మహాశక్తిని పూర్తి బలంతో ప్రయోగించాడు. అది దుర్యోధనుడి కవచాన్ని చీల్చి, వక్షస్థలంమీద తీవ్రమైన గాయం చేసింది. దుర్యోధనుడు స్పృహతప్పి పడిపోయాడు.

భీమస్తమాహ చ తతః ప్రతిజ్ఞామనుచింతయన్,
నాయం వధ్యస్తవ నృప ఇత్యుక్తః స న్యవర్తత. 29.33

భీముడు అది చూసి పరుగెత్తి వచ్చి అన్నగారిని బతిమాలాడు. “రాజా! వీణ్ణి వధిస్తానని నేను ప్రతిజ్ఞ చేసాను. నా ప్రతిజ్ఞ భంగం కాకుండా కాపాడు. వీణ్ణి ఇప్పుడు వదిలిపెట్టు.” అన్నాడు. యుధిష్ఠిరుడు చేతికి చిక్కినవాణ్ణి వధించకుండా వదిలేసాడు.

ఇంతలో కృతవర్మ వచ్చి దుర్యోధనుణ్ణి రక్షించాడు.

సూర్యాస్తమయం అవగానే రెండు సైన్యాలూ యుద్ధం విరమించాయి.

ఆరోజు యుద్ధంలో విజయం పాండవులనే వరించింది.

శిబిరస్థాః పునర్మంత్రం మంత్రయంతి స్మ కౌరవాః,
భగ్నదంష్ట్రా హతవిషాః పాదాక్రాంతా ఇవోరగాః. 31.7

కౌరవులు శిబిరాలలో చేరారు. రాత్రి తిరిగి మంతనాలు ప్రారంభించారు. మొదటి రోజున ఉన్న ధైర్యం, వీరాలాపాలు పదహారు రోజుల తరువాత మచ్చుకైనా ఎక్కడా కనబడలేదు.

ఆ రాత్రి కౌరవులు కోరలు ఊడి, విషం నశించి, నలుగురి కాళ్ళకిందా నలుగుతున్న సర్పాలలా ఉన్నారు.

కర్ణుడు మాత్రం మరునాడు పాండవులనందరినీ తానొక్కడే ఓడిస్తానన్నాడు. పదే పదే పాండవుల చేతిలో ఓడిపోయిన దుర్యోధనుడు ఆ మాటలు విని పొంగిపోలేదు. ఉత్సాహంతో గెంతులు వేయలేదు. ఏమీ అనలేక మాటవరసకి "తథాస్తు." అని ఊరుకున్నాడు.

పదిహేడవరోజు యుద్ధం

ఉదయమే కర్ణుడు దుర్యోధనుడి వద్దకి వచ్చాడు. "రాజా! ఈ రోజు నేను అర్జునుడితో యుద్ధం చేస్తాను. **నిహనిష్యామి తం వీరం స వా మాం నిహనిష్యతి** - ఈ రోజు నేనైనా అతణ్ణి వధిస్తాను, లేకపోతే అతడైనా నన్ను వధిస్తాడు. ఈ రోజు యుద్ధం ముగిసే సమయానికి మా ఇద్దరిలో ఒక్కడే మిగులుతాడు." అన్నాడు.

ఆ మాట విని దుర్యోధనుడు సంతోషించాడు. అర్జునుడు అప్పుడే మరణించినట్లు భావించాడు. అప్పుడు కర్ణుడు తన మనస్సులో ఉన్న మాట బయటపెట్టాడు.

"రాజా! అర్జునుడికి తెలిసిన దివ్యాస్త్రాలన్నీ నాకూ తెలుసు. శస్త్రాస్త్ర ప్రయోగంలో గాని, దూరంగా ఉన్న లక్ష్యం ఛేదించడంలో గాని, బలంలో గాని, శౌర్యంలో గాని అర్జునుడు నాతో సమానుడు కాడు. అన్నివిధాలా నేనే అధికుణ్ణి.

అర్జునుడివద్ద గాండీవముంటే నావద్ద విశ్వకర్మ నిర్మించిన మహాధనుస్సుంది. దీనిపేరు విజయం. దీనిని మా గురువు పరశురాముడు నాకిచ్చాడు. నా ధనుస్సు గాండీవం కంటే గొప్పది. ఇంద్రుడు రాక్షసులను యుద్ధంచేసి జయించినట్లు నేను ఆ ధనుస్సుతో పాండవులని జయిస్తాను. అర్జునుణ్ణి వధిస్తాను.

అయితే అర్జునుడివద్ద అక్షయ తూణీరాలు ఉన్నాయి. అవి నావద్ద లేవు. అలాగే అతడివద్ద

అగ్నిదేవుడిచ్చిన దివ్యరథం ఉంది. అటువంటి రథం నావద్ద లేదు. శత్రువుల ధైర్యం క్షీణింపజేసే కపిధ్వజం అర్జునుడి రథానికుంది. అటువంటిది నావద్ద లేదు. ఈవిధంగా చూస్తే అర్జునుడు నా కంటే అధికుడే. అయితే అదేమీ పెద్ద విషయం కాదు.

దశార్హకులనందనుడు, సర్వజగత్స్రష్ట అయిన కృష్ణుడు అతడికి సారథిగా ఉన్నాడు. అతణ్ణి సదా రక్షిస్తున్నాడు. ఇది చాలా గొప్ప విషయం. ఈ విషయంలో నేను అర్జునుడి ముందు చాలా తక్కువ స్థితిలో ఉన్నాను. నాకూ కృష్ణుడివంటి సమర్థుడైన సారథి ఉంటే నేను అర్జునుడితో సమానమే అవుతాను. ఇప్పుడు నాకూ అటువంటి సారథి కావాలి.

మద్రదేశాధిపతి శల్యుడు అశ్వహృదయం తెలిసినవాడు. రథం నడపడంలో సాటిలేని నిపుణుడు. ఆ నరాధిపతి సారథిగా ఉంటేనూ, అనేక బళ్ళనిండా నింపిన బరువైన బాణాలు అందుబాటులో ఉంటేనూ, ఒక రథంపోతే వెంటనే మారి మరొక రథం ఎక్కేందుకు అనేక రథాలు నన్ను అనుసరించి వస్తూ ఉంటేనూ అర్జునుణ్ణి అవలీలగా వధిస్తాను." అన్నాడు.

కర్ణుడు కోరినవన్నీ అందుబాటులో ఉంచుతానన్నాడు దుర్యోధనుడు. అర్జునుణ్ణి వధిస్తే చాలన్నాడు.

వెంటనే శల్యుడి వద్దకి వెళ్ళి, వినయంగా, "మహాభాగా! నువ్వు శత్రుభయంకరుడివి. సత్యవ్రతుడివి. వక్తలలో మేటివి. మహారథులలో మేటివి. అందుకే నీ వద్దకి నేను స్వయంగా వచ్చి **ప్రయాచేఽహం శిరసా వినయేన చ** – తలవంచి, వినయంగా యాచిస్తున్నాను. ఈ రోజు యుద్ధంలో నువ్వు కర్ణుడి రథానికి సారథిగా ఉండాలి.

అర్జునుడు యుద్ధం చెయ్యడం నేను చాలాసార్లు చూసాను. ఇంతకు ముందు ఎప్పుడూ ఆతడింత భయంకరంగా యుద్ధం చెయ్యలేదు. ఇప్పుడు కృష్ణుడు సారథిగా ఉండడంచేత ఇలా యుద్ధం చెయ్యగలుగుతున్నాడు.

నువ్వు సారథిగా ఉంటే కర్ణుడు అర్జునుణ్ణి మించిపోయి యుద్ధం చేస్తాడు. నాకు విజయం సాధిస్తాడు." అన్నాడు.

శల్యుడు తోక తొక్కిన పాములా లేచాడు.

శల్యుడు: గాంధారీనందనా! నువ్వు తెలిసి మాట్లాడుతున్నావో, తెలియక మాట్లాడుతున్నావో గాని నన్ను తీవ్రంగా అవమానిస్తూ మాట్లాడావు. నేను లోకమంతా ప్రసిద్ధి పొందిన బలశాలిని. పరాక్రమశాలిని. యుద్ధానికి వెళ్తే శత్రువులని వధించకుండా వెనక్కిరాని వీరుణ్ణి. సుక్షత్రియవంశంలో పుట్టినవాణ్ణి.

అటువంటి నన్ను ఆ నీచుడికి, ఆ సూతపుత్రుడికి సారథిగా సేవచెయ్యమని అడిగి చాలా అవమానించావు. అసలలా అడగడానికి నీకు నోరెలా వచ్చింది? ఆ సూతుడు యుద్ధంలో నా కాలిగోటికి కూడా పోలడు. అటువంటివాడికి నేను సేవ చెయ్యాలా?

నీకు అటువంటి ఆలోచన రావడమే నాపట్ల నీకున్న గౌరవమెంతో తెలియచేస్తోంది. నేను నీకిచ్చిన మాటకి కట్టుబడి నీ పక్షంలో యుద్ధం చేస్తున్నాను. అది అలుసుగా తీసుకోవద్దు. నేను మూర్ధాభిషిక్తుడినైన రాజుని. నువ్వు ఏ పని చెప్తే ఆ పని చేసే సేవకుణ్ణి కాదు.

నేను చేస్తున్న సహాయానికి కృతజ్ఞుడివై ఉండడానికి బదులు నన్నొక సేవకుడిలా భావించావు. నీ మనస్సులో ఉన్న భావం తెలిసింది కనుక నేనిక నీ పక్షంలో యుద్ధం చెయ్యను. ఇప్పుడే సైన్యసమేతంగా మద్రదేశానికి వెళ్ళిపోతున్నాను.

దుర్యోధనుడు శల్యుణ్ణి కాళ్ళావేళ్ళా పడి బతిమాలాడు.

దుర్యోధనుడు: మహారాజా! మద్రనరేశా! నీ వంశంలో ఇంతవరకూ పుట్టిన పుణ్యాత్ములందరూ ఋతాన్నే వ్రతంగా ఆశ్రయించారు. *(సత్యాన్నే పాటించారు.)* వేరే విధంగా ఎవరూ ప్రవర్తించలేదు. అందుకే నిన్ను ఆర్తాయని *(సత్యవ్రతుడు)* అంటారు. నువ్వు శత్రువులకి శల్యంవంటి వాడివి. అందుకే నువ్వు శల్యుడివి. నీ పట్ల అనాదరంతో మాట్లాడడం ఎంత మాత్రమూ నా ఉద్దేశం కాదు.

పూర్వం సాక్షాత్తూ బ్రహ్మ శంకరుడికి సారథిగా ఉన్నాడు. నువ్వు ఆ చతుర్ముఖుడివంటి మహాత్ముడివి. అందుకే నిన్నూ సారథ్యం వహించమని వేడుకుంటున్నాను. నువ్వు సారథిగా ఉంటే కర్ణుడు అర్జునుణ్ణి వధిస్తాడు. నన్నీ యుద్ధమనే సముద్రంనుంచి గట్టున పడేస్తాడు.

శల్యుడు: కర్ణుడు అర్జునుణ్ణి వధిస్తే కృష్ణుడు ఒక్కడే మీ కౌరవులనందరినీ వధిస్తాడు.

దుర్యోధనుడు: అలాగే అర్జునుడే కర్ణుణ్ణి వధిస్తే నువ్వు మాత్రం పాండవులనందరినీ వధించవా? కృష్ణుడు నీకంటే ఎక్కువ బలవంతుడా? అతడికి నీ కంటే ఎక్కువ పరాక్రమం ఉందా?

శల్యుడు: రాజా! ఇందరు రాజులూ, ఇంత సైన్యం వింటుండగా నేను కృష్ణుడికంటే అధికుణ్ణి అన్నావు. సంతోషించాను. కర్ణుడికి సారథిగా ఉంటాను.

యత్తు కర్ణమహం బ్రూయాం హితకామః ప్రియాప్రియే,
మమ తత్ క్షమతాం సర్వం భవాన్ కర్ణశ్చ సర్వశః. 35.43

కానీ, ఒక నియమానికి నువ్వు అంగీకరించాలి. యుద్ధంలో నేను మీ మేలు కోరి మీకు ప్రియమైన మాటలు మాట్లాడినా, అప్రియమైన మాటలు మాట్లాడినా నువ్వూ, కర్ణుడూ సహించాలి.

దుర్యోధనుడూ, కర్ణుడూ అంగీకరించారు. అలా కర్ణుడికి శల్యసారథ్యం లభించింది.

కర్ణుడు రథంలో బయల్దేరాడు. అనేక దుశ్శకునాలు కనబడ్డాయి. అతడు లెక్కచెయ్యలేదు. అందరూ వినేలా బిగ్గరగా, అట్టహాసంగా, "కృష్ణార్జునులు ఎవరికైనా కనబడితే చెప్పండి. అలా చెప్పినవాళ్ళకి ధనం, బంగారం, గోవులు ఇస్తాను. అందగత్తెలైన స్త్రీలనిస్తాను. కృష్ణార్జునులను వధించి వారి ధనం మీకు పంచిపెడతాను." అని పదే పదే ప్రకటించాడు.

ఆ ప్రకటనే చాలు అనుకున్నాడు దుర్యోధనుడు. అది విని శల్యుడు పకపకా నవ్వాడు.

శల్యుడు: **యచ్చ ప్రార్థయసే హంతుం కృష్ణౌ మోహాద్ వృథైవ తత్,**
న హి శుశ్రుమ సమ్మర్దే క్రోష్టా సింహౌ నిపాతితౌ. 39.5

ఏమిటో నువ్వలా గొంతు చించుకుంటున్నావు! కృష్ణార్జునులను వధించాలను కోవడం అజ్ఞానం. ఇటువంటి వ్యర్థమైన ఊహలలో పడి కొట్టుకుపోకు. ఒక నక్క రెండు సింహాలని చంపిందని ఇంతవరకూ ఎక్కడైనా విన్నామా!

మెడకి పెద్ద బండరాయి కట్టుకున్నవాడు ఈదుకుంటూ సముద్రాన్ని దాటడానికి ప్రయత్నించడం ఎంత అవివేకమో, కృష్ణార్జునులతో తలపడడమూ అంతే. నీ మేలు కోరి చెప్తున్నా. చుట్టూ మహారథులని పెట్టుకుని, సైన్యం మధ్యలో క్షేమంగా ఉండి, అర్జునుడికి ఎదురుపడకుండా యుద్ధం చేస్తే నీకు ప్రమాదముండదు.

కర్ణుడు: *(కోపంగా)* నువ్వు మాకు మిత్రుడిలా మాట్లాడి సారథ్యం వహించావు. తీరా యుద్ధరంగంలోకి వచ్చాక నన్ను నిరుత్సాహపరుస్తున్నావు. శత్రువులా మాట్లాడుతున్నావు. శత్రువుని తెగ పొగిడి నన్నేదో భయపెట్టాలనుకుంటున్నావు. ఇది యుద్ధంలో సారథి మాట్లాడే తీరు కాదు. కర్ణుడు తన బాహుబలాన్ని నమ్ముకుంటాడు. నీవంటి వారి మాటలని పట్టించుకోడు.

శల్యుడు: కర్ణా! ఇప్పుడు ఎంతైనా బీరాలు పలకవచ్చు. అర్జునుడి బాణాలు శరీరాన్ని చీల్చేస్తుంటే నా మాట వినలేదని పశ్చాత్తాపపడతావు. అడవిలో ఒక మూల ఉన్న నక్క తన చుట్టూ చెవులపిల్లులని కూర్చో పెట్టుకుని, 'నేనే సింహాన్ని' అని ప్రగల్భాలు పలుకుతుంది.

ఆ కూతలన్నీ సింహాన్ని చూడనంతవరకే. సింహాన్ని చూసాక అక్కడ నక్కా ఉండదు, చెవులపిల్లులూ ఉండవు.

కర్ణుడు: *(కోపంతో ఊగిపోయాడు.)* శల్యా! నాకు కృష్ణుడి మాహాత్మ్యం తెలుసు. అర్జునుడి పరాక్రమమూ తెలుసు. యాదవుల ఐశ్వర్యానికి మూలం కృష్ణుడనీ, పాండవుల విజయానికి మూలం అర్జునుడనీ కూడా తెలుసు. నా పూర్వజన్మ పుణ్యంవలన వారిద్దరూ ఒకే రథంమీద ఈ రోజు నాకు ఎదురుపడతారు. ఇద్దరినీ ఒకేసారి వధిస్తాను.

ఆ తరువాత నా రథంలోనే కూర్చుని నా శత్రువులని పొగిడి, నన్ను కించపరుస్తున్న నిన్నూ, నీ బంధువులనీ వధిస్తాను. అయినా మీ మద్ర దేశీయులని ఎవరూ నమ్మరు. మీ మాటలని ఎవరూ పట్టించుకోరు. కుటిలబుద్ధీ, నీచస్వభావం మీకు పుట్టుకతో వచ్చే లక్షణాలు.

మీ దేశంలో స్త్రీపురుషులు వావి వరుసలు లేకుండా ప్రవర్తిస్తారు.

వాసాంస్యుత్సృజ్య నృత్యన్తి స్త్రియో మద్యవిమోహితాః,
మైథునేఽసంయతాశ్చాపి యథాకామవరాశ్చ తాః. 40.36

మీ దేశంలో స్త్రీలు మద్యం సేవించి, ఆ మత్తులో వస్త్రాలు విసర్జించి నాట్యం చేస్తారు. పురుషులతో స్వేచ్ఛగా ప్రవర్తిస్తారు. అటువంటి స్త్రీలకు పుట్టినవాళ్ళకి నీతినియమాలు ఎక్కడినుంచి వస్తాయి?

నా జీవితం, నా ప్రాణం దుర్యోధనుడికి ఎప్పుడో అంకితమిచ్చాను. అతడి కోసమే జీవిస్తాను. అతడికోసమే యుద్ధం చేస్తాను. అతడికోసం యుద్ధంలో మరణాన్నయినా ఆనందంగా స్వీకరిస్తాను.

నువ్వు నీతిమాలిన మద్రదేశీయుడివి. పాండవుల గూఢచారిగా వచ్చావు. మాలో ఒకడిగా నటిస్తూ మాకు కీడు తలపెట్టావు. నాకు దుర్యోధనుడి కార్యం సాధించడం ముఖ్యం. అందుకు నిన్ను సహిస్తున్నాను. ఆ తరువాత నా సారథిని నేనే చంపానని అపకీర్తి రాకూడదని కూడా నిన్ను సహిస్తున్నాను. ఆపైన నువ్వు ఏమన్నా క్షమిస్తానని మాట ఇచ్చాను. అందుకూ నిన్ను సహిస్తున్నాను.

లేకుంటే నువ్వే మాట్లాడిన మాటలకి నిన్ను నరికి పోగులు పెట్టేవాడిని. నోరు మూసుకుని రథం నడుపు. మరొకసారి ఇలా మాట్లాడితే గదతో ఒక్కదెబ్బ కొట్టి నిన్ను వధిస్తాను.

శల్యుడు: నేనేం తప్పు చేసానని నన్ను చంపుతానంటున్నావు? నీ క్షేమం కోరి మాట్లాడాను. నిజం చెప్పాను. అందుకు కృతజ్ఞత చెప్పాలి. కోపించకూడదు. నువ్వు మద్యంమత్తులో ఉన్నవాడిలా మాట్లాడుతున్నావు. నిన్ను స్పృహలోకి తేవడం సారథిగా నా కర్తవ్యం.

పూర్వం నీవంటిదే ఒక కాకి ఎంగిలి మెతుకులు తినీ తినీ బాగా బలిసింది. అది బలంతో విర్రవీగుతూ మిగిలిన అన్ని పక్షులనీ ఆక్షేపించేది. ఒకసారి ఆ కాకి హంసలవద్దకి వెళ్ళి హేళనగా మాట్లాడి తనతో పోటీ చెయ్యమని రెచ్చగొట్టింది. ఆ కాకీ, ఒక హంసా సముద్రంమీద ఎగరడానికి పోటీ పడ్డాయి. కొంతదూరం వెళ్ళాక కాకి రెక్కలలో బలం తగ్గి, అది నీటిలో పడిపోయింది. తనని రక్షించమని హంసని వేడుకుంది. హంస జాలిపడి దానిని కాలిగోళ్ళతో పట్టి తీసుకువచ్చి ఒడ్డున పడేసింది.

నువ్వూ ఆ కాకిలా దుర్యోధనుడు పడేసిన ఎంగిలి మెతుకులు తిని బాగా బలిసావు. నీతో సమానులెవరో, నీకంటే అధికులెవరో గుర్తించలేని స్థితిలో ఉన్నావు.

విరాటనగరంలో భీష్మద్రోణుల సమక్షంలో అర్జునుడి చేతిలో ఓడిపోయావు. రణరంగంనుంచి పారిపోయి ప్రాణాలు దక్కించుకున్నావు. నీ తమ్ముణ్ణి నీ కళ్ళముందే అర్జునుడు వధిస్తున్నా అతణ్ణి రక్షించకుండా పిరికిపందలా పారిపోయావు. ద్వైతవనంలో గంధర్వులతో యుద్ధంలో అందరికంటే ముందు యుద్ధరంగంనుంచి పారిపోయిన పిరికిపందవి నువ్వే.

ఈపాటి పరాక్రమంతోనే కృష్ణార్జునులని ఎదుర్కొంటావా? వారికంటపడితే నీకు ఏ గతి పడుతుందో తెలియనట్లు మాట్లాడకు. నోరుందికదా అని దుర్భాషలాడకు. నోరుమూసుకుని కూర్చో.

కర్ణుడు: *(కొంత తగ్గాడు.)* శల్యా! నాకు నా బలం తెలుసు. కృష్ణార్జునులను గురించీ తెలుసు. నాకు వారి గురించి బెంగలేదు. అయితే నాకు అసలు బెంగలేదని కాదు. అదేమిటో చెప్తాను.

నా గురువు పరశురాముడితో నేను బ్రాహ్మణుణ్ణి అని అబద్ధం చెప్పి ఆయనవద్ద అస్త్రవిద్య నేర్చుకున్నాను. ఒకరోజు గురువు నా తొడమీద తలపెట్టి నిద్రించాడు. అప్పుడు ఇంద్రుడు ఒక పురుగు రూపంలో భూమిలోనుంచి వచ్చి నా తొడని కిందనుంచి దొలిచాడు.

నేను భయంకరమైన బాధని సహిస్తూ, గురువుకి నిద్రాభంగం కలుగకూడదని కదలకుండా ఉన్నాను. రక్తం ధారగా ప్రవహించింది. ఈలోగా గురువుకి మెలుకువ వచ్చింది. నేను అంత గాయమైనా కదలకుండా సహించి ఉండడంతో గురువుకి అనుమానం వచ్చింది. 'నువ్వు బ్రాహ్మణుడివి కాదు. ఎవరివో నిజం చెప్పు.' అన్నాడు.

నేను సత్యం చెప్పాను. ఆయనకి కోపం వచ్చింది. 'యుద్ధంలో ప్రాణాపాయ స్థితిలో ఉన్నప్పుడు నేనిచ్చిన అస్త్రాలు నీకు ఉపయోగించవు.' అని శపించాడు.

అలాగే ఒకరోజు పొరబాటున ఒక బ్రాహ్మణుడి ఆవుదూడని వధించాను. ఆయన కోపించి, 'ఘోరమైన యుద్ధంలో నీ రథచక్రం భూమిలోకి దిగిపోతుంది. ఎంత ప్రయత్నించినా పైకిరాదు.' అని శపించాడు.

ఈ రెండు శాపాలూ ఎందుకో ఈ రోజు పదే పదే జ్ఞప్తికి వచ్చి నా మనస్సుని పీడిస్తున్నాయి. అయినా నేను కృష్ణార్జునులని సంహరిస్తాను. అందుచేత నీ నీచత్వాన్ని ఇంక ప్రదర్శించకు.

కర్ణుడు శల్యుణ్ణి తిట్టాడు. శల్యుడు కర్ణుణ్ణి తిట్టాడు. దుర్యోధనుడు వారిద్దరినీ బతిమాలి శాంతింపచేసాడు. అంతలో సంశప్తకులతో యుద్ధం చేస్తూ అర్జునుడు కనిపించాడు.

కర్ణుడు ఆనందంగా, "అర్జునుణ్ణి సంశప్తకులు మేఘాలలా కమ్మేసారు. ఇక అర్జునుడి పని అయిపోయింది." అన్నాడు.

శల్యుడు, "మూర్ఖుడా! ఎండుకట్టెలు వేసి ఎవడైనా మహాగ్నిజ్వాలలని ఆర్పగలిగాడా? గాలిని వీచకుండా ఎవడైనా ఆపగలిగాడా? అలాగే ఎంతమంది సంశప్తకులు దాడి చేసినా అర్జునుణ్ణి ఓడించలేరు." అన్నాడు.

అర్జునుడు సంశప్తకులని వందలవేల సంఖ్యలో వధించడం మొదలుపెట్టాడు.

◆◆◆

యుధిష్ఠిరుడు కర్ణుణ్ణి ఎదుర్కొన్నాడు. ఇద్దరిమధ్యా కొద్దిసేపు యుద్ధం జరిగింది. యుధిష్ఠిరుడు ఓడిపోయాడు. అతడి రథాన్ని రక్షించేవారందరూ కర్ణుడి చేతిలో హతమయ్యారు. కర్ణుడు యుధిష్ఠిరుడి సమీపానికి వచ్చాడు. అతడి భుజం స్పృశించాడు. ఆ మహాత్ముణ్ణి స్పృశించి పవిత్రుడవాలని కోరుకుంటున్నాడా అన్నట్లు *(భక్తిభావంతోనా అనిపించేలా)* ఆ భుజం స్పృశించాడు. కుంతికిచ్చిన మాట గుర్తుకొచ్చి బంధించకుండా వదిలేసాడు.

యుధిష్ఠిరుడు అవమానభారంతో అక్కడినుంచి తొలగిపోయాడు.

భీముడు విజృంభించి కౌరవసైన్యాన్ని చెల్లాచెదరు చేసాడు. అది చూసి కర్ణుడు తన రథం భీముడున్న చోటుకి తోలమన్నాడు. భీముడు కోపించి ఎంతో బరువైన బాణాన్ని వింటిమీద సంధించి బలమంతా ఉపయోగించి వదిలాడు. అది కర్ణుణ్ణి నిలువునా చీల్చివేసినంత పని చేసింది.

ఆ దెబ్బకి కర్ణుడు స్పృహతప్పి రథంలో కూలబడిపోయాడు. అతడి శిరస్సు ఖండించడానికి భీముడు ముందుకు దూకాడు.

శల్యుడు భీముణ్ణి వారించాడు. "భీమసేనా! ఇతణ్ణి వధించకు. అర్జునుడు ఇతణ్ణి వధిస్తానని శపథం చేసాడు. ఆ శపథం నెరవేర్చుకునే అవకాశం నీ తమ్ముడికియ్యి." అన్నాడు.

భీముడు, "మామా! ఈ నీచుడు ఎవరి దయకీ అర్హుడు కాడు. కానీ, అర్జునుడి ప్రతిజ్ఞా, నీ హెచ్చరికా ఇప్పుడు వీడి ప్రాణాలు కాపాడాయి." అని అక్కడినుంచి వెళ్ళిపోయాడు. భీముడు కర్ణుడికి ప్రాణభిక్ష పెట్టాడు. *(అయినా ఆ నీచుడికి ప్రాణదాతపట్ల కృతజ్ఞత లేదని మనకి తరువాత తెలుస్తుంది.)*

శల్యుడు రథం యుద్ధభూమినుంచి తప్పించాడు.

◆◆◆

దుర్యోధనుడు తన సోదరులతో, "భీముణ్ణి అడ్డుకోండి. ఈ రోజు అతడొక్కడే మన సైన్యాన్నంతనీ వధించేలా ఉన్నాడు." అన్నాడు. ఆరుగురు ధృతరాష్ట్రపుత్రులు భీముడిమీద దాడి చేసారు. పవనతనయుడు ఆ ఆరుగురినీ అవలీలగా వధించాడు.

కర్ణుడితో చేసిన యుద్ధంలో యుధిష్ఠిరుడు చాలా గాయపడ్డాడు. నకులసహదేవులు చక్రరక్షకులుగా రాగా అతడు తన శిబిరంవైపు బయల్దేరాడు. యుధిష్ఠిరుణ్ణి ఆ స్థితిలో చూసి కర్ణుడు మళ్ళీ దూసుకు వచ్చి అతడిపై దాడి చేసాడు. యుధిష్ఠిరుడివీ నకులుడివీ రథాశ్వాలని వధించాడు. వారిద్దరూ సహదేవుడి రథం ఎక్కారు.

ఈలోగా దుర్యోధనుడు భీముడి చేతిలో ఓడిపోయి అతడికి చిక్కాడు. కౌరవసైన్యంలో హాహాకారాలు బయల్దేరాయి. శల్యుడు అదిచూసి కర్ణుడికి ఆ విషయం చెప్పాడు. కర్ణుడు యుధిష్ఠిరుణ్ణి వదిలి దుర్యోధనుణ్ణి రక్షించడానికి వెళ్ళాడు.

యుధిష్ఠిరుడు క్షేమంగా శిబిరం చేరాడు. అలా పదే పదే కర్ణుడి చేతిలో ఓడిపోయినందుకు సిగ్గుపడ్డాడు. నిలుచనే శక్తి లేక తల్పంమీద వాలిపోయాడు. వైద్యనిపుణులు వచ్చి అతడికి

శస్త్ర చికిత్స చేసారు. *(శరీరంనుంచి బాణాలు తొలగించి గాయాలకు మందు రాసారు.)* కొంత కోలుకున్నాక నకులసహదేవులని భీముడికి సహాయంగా వెళ్ళమన్నాడు.

◆◆◆

అశ్వత్థామ మళ్ళీ అర్జునుడితో తలపడ్డాడు. మళ్ళీ ఓడిపోయాడు. అప్పుడు దుర్యోధనుడు కర్ణుణ్ణి విజృంభించి తన సైన్యాన్ని రక్షించమన్నాడు. కర్ణుడు భార్గవాస్త్రం ప్రయోగించి పాండవసైన్యాన్ని చీకాకు పరిచాడు.

తమసైన్యాన్ని కల్లోలం చేస్తున్న భార్గవాస్త్రాన్ని చూసి అర్జునుడు విషాదానికి లోనయ్యాడు. కృష్ణుడు అది గమనించాడు. "అర్జునా! యుధిష్ఠిరుడు కర్ణుడివలన బాగా గాయపడి తన శిబిరానికి వెళ్ళిపోయాడు. అతణ్ణి చూసి తిరిగి వద్దాం." అని రథాన్ని యుధిష్ఠిరుడి డేరాకి తీసుకు వెళ్ళాడు.

వారిద్దరూ యుధిష్ఠిరుడి పాదాలకి నమస్కరించారు. అర్జునుడు కర్ణుణ్ణి వధించి, ఆ వార్త చెప్పడానికి వచ్చాడనుకున్నాడు యుధిష్ఠిరుడు.

"అర్జునా! భీష్మద్రోణులవలన కూడా కలగని పరాభవం ఈ రోజు నాకు కర్ణుడివలన కలిగింది. పదమూడు సంవత్సరాలు ఆ సూతపుత్రుణ్ణి ఎలా వధించాలా అని ఆలోచిస్తూ గడిపాను. అతడి చేతిలో నేడు అత్యంత పరాభవం పొందాను. ఆ నీచుడు పలికిన పరుషవాక్యాలు నా హృదయాన్ని శల్యాలై బాధిస్తున్నాయి. అటువంటి రాధేయుణ్ణి నువ్వు ఎలా వధించావో చెప్పు." అన్నాడు.

అర్జునుడు వినయంగా సమాధానం చెప్పాడు.

"రాజా! పదే పదే వచ్చి పడుతున్న సంశప్తకులని వధించడానికీ, అశ్వత్థామని ఎదుర్కోవడానికీ నాకింత సమయం పట్టింది. కర్ణుడితో నిర్ణాయకమైన యుద్ధం చెయ్యడానికి ఇంతవరకూ అవకాశం రాలేదు. ఇప్పుడు నువ్వు ఆశీర్వదిస్తే వెళ్ళి ఆ సూతపుత్రుణ్ణి వధిస్తాను." అన్నాడు.

కర్ణుడి బాణాలు చేసిన గాయాలతో శరీరంలో చెప్పనలవికాని బాధా, అతడి మాటలకు హృదయంలో రగులుతున్న పరాభవాగ్నీ యుధిష్ఠిరుడికి కొద్దిసేపు మాటలమీద నియంత్రణ పోగొట్టాయి.

"అర్జునా! యుద్ధరంగంలో కర్ణుడు కంటపడితే చాలు వాణ్ణి చంపుతానని ప్రతిజ్ఞ చేసావు. ఆ ప్రతిజ్ఞ నిలుపుకోలేకపోయావు. అతడికి భయపడి అతడినుంచి తప్పించుకుంటున్నావు. నువ్వు కర్ణుణ్ణి చూసి ఇంత భయపడతావనుకోలేదు. నిన్ను నమ్ముకుని నేను యుద్ధానికి

దిగాను. ఇంత పరాభవానికి లోనయ్యాను.

కృష్ణుడంతటివాడు సారథిగా ఉన్నా, దివ్యరథం ఉన్నా, రథంమీద శత్రుహృదయాలని కంపింపచేసే కపిధ్వజం ఉన్నా, చేతిలో సాటిలేని ధనుస్సు గాండీవం ఉన్నా కర్ణుడికి భయపడి ఇలా వస్తావనుకోలేదు.

ధనుశ్చ తత్ కేశవాయ ప్రయచ్ఛ
యన్తా భవిష్యస్త్వం రణే కేశవస్య,
తదా హనిష్యతి కేశవః కర్ణముగ్రం
మరుత్పతిర్వృత్రమివాత్తవజ్రః. 68.26

నువ్వొక పని చెయ్యి. నీ గాండీవం కృష్ణుడికిచ్చెయ్యి. రణరంగంలో అతడి రథానికి సారథిగా ఉండు. ఇంద్రుడు వజ్రాయుధంతో వృత్రాసురుణ్ణి సంహరించినట్లు గాండీవంతో కృష్ణుడు కర్ణుణ్ణి సంహరిస్తాడు.

కుంతీదేవి నిన్ను గర్భంలో దాల్చకుండా ఉంటే నాకీ కష్టాలు ఉండేవి కావు. ఒకవేళ గర్భందాల్చినా అయిదవనెలలోపునే గర్భస్రావం అయి నువ్వు పుట్టకపోయి ఉన్నా బాగుండేది. నేను వేరే వ్యూహం ఆలోచించుకునే వాణ్ణి. ఈ పరాభవభారంతో జీవించడం నాకు తప్పేది.

ధిక్ గాండీవం ధిక్ చ తే బాహువీర్యం
అసంఖ్యేయాన్ బాణగణాంశ్చ ధిక్ తే,
ధిక్ తే కేతుం కేసరిణం సుతస్య
కృశానుదత్తం చ రథం చ ధిక్ తే. 68.30

ఛీ! నీ గాండీవం వృథా. నీ బాహుబలం వృథా. అక్షయతూణీరాలు వృథా. కేసరినందనుడు హనుమంతుడు వచ్చి కూర్చున్న కపిధ్వజం వృథా. అగ్నిదేవుడిచ్చిన రథం వృథా." అన్నాడు.

యుధిష్ఠిరుడి మాటలు విన్న అర్జునుడు అన్నగారిని వధించడానికి కోపంతో ఒరనుంచి కత్తి సర్రున లాగాడు. కృష్ణుడు అతణ్ణి సముదాయించాడు. "అర్జునా! కత్తి ఎత్తవలసినది శత్రువులమీద. ఇక్కడ నీకు శత్రువులెవరూ లేరు." అన్నాడు.

అర్జునుడు అతికష్టంమీద కోపం అణుచుకున్నాడు. అతడు ఊపిరి తీస్తుంటే సర్పం బుసకొట్టినట్లుంది.

"అన్యస్మై దేహి గాండీవమితి యం యోఽభిచోదయేత్,
భింద్యామహం తస్య శిర ఇత్యుపాంశువ్రతం మమ. 69.9

గాండీవం ఎవరికైనా ఇచ్చెయ్యమని ఎవడైనా అంటే వాడి శిరస్సు ఖండిస్తానని నాకు నేను ప్రతిజ్ఞ చేసుకున్నాను. ఈ యుధిష్ఠిరుడు నువ్వు వింటూ ఉండగా ఆ మాట అన్నాడు. ఇతణ్ణి వధించి నా మాట నేను నిలబెట్టుకుంటాను. హృషీకేశా! నన్నెందుకు ఆపావు? నేనేం చెయ్యాలో చెప్పు." అన్నాడు.

కృష్ణుడు, "అర్జునా! నువ్వు కూడా సామన్యుడిలా ఆలోచిస్తే ఎలా? తెలిసీ తెలియని బాలుడిలా నీలో నువ్వు ఏదో అనుకున్నావు. అదో ప్రతిజ్ఞ అంటున్నావు. నువ్వలా ప్రతిజ్ఞ చేసావని ఎవరికీ తెలియదు. ఇంతవరకూ నువ్వు ఎవరికీ చెప్పలేదు. నీలో నువ్వు అనుకున్న మాటలు పట్టుకుని అగ్రజుణ్ణి వధిస్తానంటున్నావు.

అయినా చేసిన ప్రతిజ్ఞ నిలబెట్టుకుంటే వచ్చే పరిణామం ఘోరంగానూ, నిలబెట్టుకోకపోతే వచ్చే పరిణామం శ్రేయోదాయకంగానూ ఉంటే ఆ ప్రతిజ్ఞని మర్చిపోవడమే మేలవుతుంది.

యుధిష్ఠిరుడు యుద్ధంలో గాయపడ్డాడు. యుద్ధం మాని వెనక్కి వస్తుంటే కూడా కర్ణుడు ఇతడిమీద దాడిచేసాడు. తీవ్రంగా గాయపరిచాడు. ఆ బాధలో ఇతడు ఏవేవో అన్నాడు. ఆ మాటలు పట్టించుకోకూడదు.

మంచో, చెడో నువ్వొక ప్రతిజ్ఞ చేసావు. దాన్ని నిలబెట్టుకునేందుకూ ఉపాయం చెప్తాను. ఇంతవరకూ నువ్వు యుధిష్ఠిరుణ్ణి 'మీరు' అనేవాడివి. ఇప్పుడు 'నువ్వు' అను. నోటికొచ్చినట్లు దూషించు. చిన్నవాళ్ళు పెద్దవాళ్ళతో అలా దూషిస్తూ మాట్లాడితే అది వాళ్ళని వధించినట్లే." అన్నాడు.

అర్జునుడు ఎలాగో నోరు పెగల్చుకుని, "రాజా! నువ్వు యుద్ధంనుంచి పారిపోయి వచ్చిన పిరికిపందవి. నాలుగు దెబ్బలు తగలగానే ప్రాణం రక్షించుకునేందుకు పారిపోయిన చేతకానివాడివి. ఈ యుద్ధంలో నువ్వు సాధించినది ఏమీ లేదు. ఈ యుద్ధం నిజానికి భీమసేనుడు గెలిచాడు. నువ్వు కాదు. అందరూ నువ్వే గెలిచావంటే అదే నిజమనుకుంటున్నావు. ఈ రాజ్యానికి రాజుగా భీముణ్ణే అభిషేకించాలి. నిన్ను కాదు.

మనపక్షంలో మహావీరులెందరో యుద్ధంలో ప్రాణాలర్పించి ధన్యులయ్యారు. నువ్వా మహావీరుణ్ణి అనుకుంటున్నావు. నీ పరాక్రమం జూదంలోనే తప్ప యుద్ధంలో లేదు. ఆ జూదంలోనూ నువ్వెంతటివాడివో అందరికీ తెలుసు. నీ చేతకాని జూదం వలననే మేమందరం ఇన్ని కష్టాలు అనుభవించాం. మమ్మల్ని రెచ్చగొట్టకు." అన్నాడు.

వెంటనే, "కృష్ణా! అగ్రజుణ్ణి ఇలా అవమానించాక నాకు జీవించే హక్కు లేదు. నేను ఆత్మహత్య చేసుకుంటాను." అన్నాడు.

కృష్ణుడు, "అర్జునా! దానికీ ఉపాయం ఉంది. పెద్దల ఎదుట ఆత్మస్తుతి చేసుకోవడం

అత్మహత్యతో సమానమే. అందుచేత ఇప్పుడు నువ్వు ఆత్మస్తుతి చేసుకో." అన్నాడు.

అర్జునుడు తనని తాను యుధిష్ఠిరుడు వినేలా బిగ్గరగా పొగుడుకుని ఆ ఆపదనుంచి బయటపడ్డాడు. తరువాత ఆయుధాలు పక్కన పెట్టి, అన్నగారిముందు మోకరిల్లి, అతడి ఆశీర్వాదం అందుకుని కర్ణుడితో యుద్ధానికి బయల్దేరాడు.

◆◆◆

భీమార్జునులు కౌరవసేనని ఛిన్నాభిన్నం చేసారు. వేలాదిమందిని వధించారు. ఎదురు లేకుండా రణరంగాన్ని ఏలారు.

దుశ్శాసనుడు భీముణ్ణి ఎదిరించాడు. ఇద్దరిమధ్యా కొంత యుద్ధం జరిగింది. దుశ్శాసనుడి బాణం భీముడికి గట్టిగా తగిలింది. భీమసేనుడు కోపంతో మండిపడ్డాడు. "దుశ్శాసనా! ఈ రోజు నీ రక్తం తాగుతాను." అన్నాడు. వెంటనే ఒక గద తీసుకుని బలంగా తిప్పి దుశ్శాసనుడిమీద ప్రయోగించాడు.

ఆ దెబ్బకి దుశ్శాసనుడు రథంనుంచి కింద పడ్డాడు. అతడి కవచం బద్దలయింది. ఆభరణాలు తెగి నేలమీద చెల్లాచెదరుగా పడ్డాయి. అతడి రథం ముక్కలయింది. సారథి మరణించాడు. అశ్వాలు ప్రాణాలు వదిలాయి.

దుశ్శాసనుడు నేలమీద పడి భీముడు కొట్టిన దెబ్బకి విలవిలలాడాడు. భీమసేనుడు రథంమీదనుంచి దూకి దుశ్శాసనుడి వైపు వేగంగా పరుగెత్తాడు. దుర్యోధనుణ్ణీ, కర్ణుణ్ణీ, కృతవర్మనీ, కృపాచార్యుణ్ణీ పేరు పేరునా పిలిచాడు.

"**నిహన్మి దుశ్శాసనమద్య పాపం సంరక్ష్యతామద్య సమస్తయోధాః** – ఇప్పుడు ఈ పాపాత్ముడు దుశ్శాసనుణ్ణి వధిస్తున్నాను. కౌరవపక్షంలో ఉన్న యోధులారా! మీలో నిజంగా బలపరాక్రమాలున్న యోధులైవరైనా ఉంటే మీరందరూ కలిసి వచ్చి నానుంచి వీణ్ణి రక్షించుకోండి." అని ఘోషించాడు.

కాలితో దుశ్శాసనుడి కంఠం తొక్కి పట్టాడు. భయంకరమైన ఖడ్గం పైకెత్తాడు. దుశ్శాసనుడు భయంతో వణికిపోయాడు. భీముడు, "దురాత్మా! ఆ రోజు సభలో నన్ను ఎద్దు ఎద్దు అని పిలిచావు. జ్ఞాపకముందా?" అని అడిగాడు. దుశ్శాసనుడు జ్ఞాపకముందని తల ఊపాడు.

"రాజసూయయాగంలో అవభృథస్నానంతో పవిత్రమైన యాజ్ఞసేని కేశాలు స్పృశించావు. గుర్తుందా?" అన్నాడు.

దుశ్శాసనుడు హీనస్వరంతో గుర్తుందన్నాడు.

"ఏ చేతితో యాజ్ఞసేని కేశాలు స్పృశించావు. వెంటనే చెప్పు." అని భీముడు గద్దించాడు.

అందరు వీరులూ చూస్తూ ఉండగా భీమసేనుడు అలా అవమానిస్తుంటే అంత బాధలోనూ, గడ గడ వణికిపోతున్న అంత భయంలోనూ దుశ్శాసనుడికి రోషం వచ్చింది.

"భీమసేనా! ఇదిగో ఈ కుడిచెయ్యి. దీనిని బాగా చూడు. ఈ చేత్తో అనేక దానాలు చేసాను. అనేకమంది శత్రువులని చంపాను. ఇదే చేతితో కురుకులశ్రేష్ఠులు అందరూ ఉన్న సభలోకి నీ భార్యని జుట్టపట్టి ఈడ్చుకు వచ్చాను." అన్నాడు.

భీముడు దుశ్శాసనుడి వక్షంమీద నిలిచాడు. "ఈ రోజు ఈ పాపాత్ముడు బ్రతికి ఉండగానే వీడి భుజం శరీరంనుంచి పెకలిస్తున్నాను. బలపరాక్రమాలున్న వీరులెవరైనా ఉంటే వచ్చి వీణ్ణి రక్షించండి." అంటూ ఒక్క చేతితో దుశ్శాసనుడి కుడిచేతిని బలంగా లాగి శరీరంనుంచి ఊడపీకాడు. దుశ్శాసనుడు బాధతో కురుక్షేత్రమంతా మారుమోగిపోయేలా ఆర్తనాదాలు చేసాడు.

కౌరవవీరులూ, వారిసైన్యంలోని మహారథులూ నిశ్చేష్టులై చూస్తూ ఉండగా ఊడివచ్చిన దుశ్శాసనుడి చేతితోనే అతణ్ణి బలంగా కొట్టడం మొదలుపెట్టాడు.

తరువాత అతడి వక్షం చీల్చి రక్తం తాగాడు. తన ప్రతిజ్ఞ నిలబెట్టుకున్నాడు. దుశ్శాసనుడు ఇంకా కదులుతూ ఉంటే ఖడ్గంతో అతడి శిరస్సు ఖండించాడు. ప్రవాహంలా వచ్చిన రక్తాన్ని దోసిళ్ళతో పట్టి తాగాడు.

"నేను తల్లిపాలు తాగాను. తేనె తాగాను. నెయ్యి తాగాను. దివ్యమైన పానీయాలు తాగాను. కానీ, వీడి రక్తంలో ఉన్న రుచి వాటిలో దేనికీ లేదు." అని బిగ్గరగా అరిచాడు. అతడి చుట్టూ తిరిగి నాట్యం చేసాడు.

తరువాత ప్రాణంపోయి పడిఉన్న దుశ్శాసనుణ్ణి చూసి, "ఓరి దురాత్మా! నన్ను ఇప్పుడు కూడా మోసం చేసావు కదరా! **కిం వా కుర్యాం మృత్యునా రక్షితోஉసి** - నా కోపం పూర్తిగా తీర్చుకునే అవకాశం ఇవ్వకుండా మృత్యువు నిన్ను కాపాడింది." అన్నాడు.

ఆ దృశ్యం చూసినవారందరూ భయంతో వణికిపోయారు. "ఈ భీమసేనుడు మానవుడు కాదు. రాక్షసుడు." అనుకుంటూ పారిపోయారు.

ముఖమూ శరీరమూ రక్తం మరకలతో నిండి ఉండగా, "కౌరవులు మాకు చేసిన అపకారాలకి దుశ్శాసనుణ్ణి చంపి ఒక ప్రతిజ్ఞ నిలుపుకున్నాను. దుర్యోధనుణ్ణి చంపి, వాడి తలని తన్ని రెండవ ప్రతిజ్ఞ కూడా నిలుపుకుంటాను." అని బిగ్గరగా ప్రకటించి సింహనాదం చేసాడు.

అది చూసి దుర్యోధనుడి సోదరులు పదిమంది నాలుగువైపులనుంచీ భీమసేనుణ్ణి

చుట్టుముట్టి అతడిమీద ఆయుధాలు గుప్పించారు. భీముడు రథం ఎక్కాడు. అత్యంత వేగంగా బాణాలు ప్రయోగించి ఆ పదిమందినీ వధించాడు.

◆◆◆

కర్ణుడి కుమారుడు వృషసేనుడు అర్జునుడితో తలపడ్డాడు. కర్ణుడు చూస్తూండగా అర్జునుడు వృషసేనుడి శిరస్సు ఖండించి చేసిన ప్రతిజ్ఞ నిలుపుకున్నాడు. కుమారుడి మరణం చూసి కర్ణుడు కోపంగా వచ్చి అర్జునుడితో తలపడ్డాడు.

కృష్ణుడు, "పార్థా! ముల్లోకాలలోనూ నీతో సమానమైన వీరుడు లేడు. దేవదేవుడు రుద్రుడే స్వయంగా వచ్చి నిన్ను అనుగ్రహించాడు. నీకిప్పుడు సరైన అవకాశం వచ్చింది. ఆలస్యం చెయ్యకు. కర్ణుణ్ణి సంహరించు." అన్నాడు.

అర్జునుడు, "కృష్ణా! ఈ రోజు కర్ణుణ్ణి వధించకుండా వెనక్కి రాను." అన్నాడు.

తననే స్థిరమైన లక్ష్యంగా చేసుకుని వస్తున్న అర్జునుణ్ణీ, కృష్ణుణ్ణీ చూసి కర్ణుడు, "మద్రరాజా! ఇప్పుడు అర్జునుడు నన్ను వధిస్తే నువ్వు ఏం చేస్తావు?" అని అడిగాడు. శల్యుడు, "నేను ఒక్కణ్ణే వెళ్ళి కృష్ణార్జునులని వధిస్తాను." అన్నాడు.

అదే సమయంలో అర్జునుడు, "కృష్ణా! కర్ణుడు నన్ను వధిస్తే నువ్వేం చేస్తావు?" అని అడిగాడు. "కౌరవసేనలో ఒక్కడూ మిగలకుండా సంహరిస్తాను." అన్నాడు కృష్ణుడు. అర్జునుడు నవ్వాడు. "కృష్ణా! నీకు అంత శ్రమ కలిగించను. సూతపుత్రుణ్ణి నేనే వధిస్తాను." అన్నాడు.

కర్ణుడికీ, అర్జునుడికీ మధ్య భయంకరమైన యుద్ధం ప్రారంభమయింది. ముల్లోకాలూ ఆశ్చర్యపోయేలా ఆ వీరులిద్దరూ శస్త్రాస్త్రవిద్యా నైపుణ్యం ప్రదర్శిస్తూ యుద్ధం చేసారు.

ఆ యుద్ధం చూడడానికి సిద్ధులూ, చారణులూ, ఋషులూ, దేవతలూ వచ్చి అదృశ్యంగా ఆకాశంలో నిలిచారు. దేవతలందరూ బ్రహ్మని, "ప్రభూ! వీరిద్దరిలో విజయం ఎవరిని వరిస్తుందో మాకు తేల్చి చెప్పు." అని అడిగారు.

బ్రహ్మ, ఈశ్వరుడూ, "విజయం సవ్యసాచినే వరిస్తుంది. సవ్యసాచికి సత్యంపట్ల, ధర్మంపట్ల నిష్ఠ ఉంది. ధనుర్వేదమంతా అతడి అధీనంలో ఉంది. ఆపైన జగత్ప్రభువైన విష్ణువు అతడి రథం నడుపుతున్నాడు. అతణ్ణి కాక విజయం మరెవరిని వరిస్తుంది!" అన్నారు.

కర్ణార్జునులు ఒకరి అస్త్రాలని ఒకరు నిర్వీర్యం చేస్తున్నారు. ఒకరి బాణాలను ఒకరు దారిలోనే ఖండిస్తున్నారు. అయినా అత్యంత వేగంగా వదిలిన బాణాలు తగిలి ఇద్దరూ బాగా గాయపడ్డారు.

అశ్వత్థామ దుర్యోధనుడి పక్కకి చేరాడు. స్నేహపూర్వకంగా రాజు చేతిని తన చేతిలోకి తీసుకున్నాడు.

"రాజా! ఈ వైరానికి భీష్మద్రోణులు బలైపోయారు. అనేకమంది మహారథులు నేలకూలారు. లక్షలాదిమంది సైనికులు హతులయ్యారు.

నీ పక్షంలో జీవించి ఉన్నవారిలో నన్నూ, కృపాచార్యుణ్ణీ ఎవరూ చంపలేరు. మిగిలిన వీరులని కాపాడు. క్షత్రియకులాలు అంతమైపోకుండా రక్షించు. పాండవుల రాజ్యం వారికిచ్చి ఇప్పుడైనా సంధి చేసుకో.

అర్జునుడు నాకు మంచి మిత్రుడు. నేను చెప్తే కాదనడు. యుధిష్ఠిరుడు ఎప్పుడూ యుద్ధానికి వ్యతిరేకమే. కృష్ణుడికి ఎవరితోనూ శత్రుత్వం లేదు. ఎప్పుడూ శత్రుత్వం కోరడు. నువ్వు అంగీకరిస్తే నేను పాండవులనీ, కృష్ణుణ్ణీ ఒప్పిస్తాను. పోయిన వీరులని గురించి మనమేమీ చెయ్యలేము. మిగలిన వారైనా సంతోషంగా ఇళ్ళకు వెళ్తారు." అన్నాడు.

దుర్యోధనుడు దీర్ఘంగా నిట్టూర్చాడు.

"మిత్రుడా! నువ్వు చెప్పినదంతా సత్యమే. అయినా నా విన్నపం విను. భీమసేనుడు మన కళ్ళముందే దుశ్శాసనుణ్ణి ఎంత క్రూరంగా వధించాడో చూసాము. అతడి మాటలు నా గుండెలలో ఇంకా ప్రతిధ్వనిస్తూనే ఉన్నాయి. ఈ వైరం కేవలం నావలన పుట్టింది. దీనిని పాండవులు అంత సులువుగా మర్చిపోరు. *(నేను చేసిన దారుణాలనీ, ఘోరమైన అవమానాలనీ ఎన్నటికీ క్షమించరు.)* నువ్వు ఎన్ని చెప్పినా ఈ రోజు కర్ణుడు అర్జునుణ్ణి వధించకుండా వెనక్కిరాడు." అన్నాడు.

యుధిష్ఠిరుడు గాయాలకు చికిత్స చేయించుకుని యుద్ధం చూడడానికి వచ్చాడు.

అర్జునుడు ఖాండవదహనం చేసినప్పుడు అశ్వసేనుడనే నాగరాజు ఎలాగో ప్రాణాలు దక్కించుకుని బయటపడి పాతాళానికి పారిపోయాడు. అతడు అర్జునుడిమీద పగ పెంచుకున్నాడు. కర్ణార్జునుల యుద్ధం చూసి అతడు తన పగ తీర్చుకునేందుకు ఇదే మంచి అవకాశం అనుకున్నాడు. ఒక బాణంరూపం ధరించి రహస్యంగా కర్ణుడి అంబులపొదిలోకి చేరాడు.

అర్జునుడి బాణాలు తగిలి కర్ణుడికి శరీరమంతా గాయాలయ్యాయి. చేతులనుంచీ, తొడలనుంచీ, వక్షంనుంచీ రక్తం కారుతోంది. కర్ణుడి వద్ద సర్పముఖం ఉన్న అస్త్రం ఒకటి ఉంది. దానికి నిత్యం పూజలు చేసి దాని శక్తిని పెంచాడు. దానిని అర్జునుడి కోసమే దాచి ఉంచాడు. అశ్వసేనుడు ఆ అస్త్రంమీద చేరాడు. ఆ విషయం కర్ణుడికి తెలియదు.

కర్ణుడు అ సర్పముఖాస్త్రాన్ని ధనుస్సుకి సంధించాడు. శల్యుడు, "కర్ణా! నీ బాణానికి సరిగ్గా గురి కుదిరినట్లు లేదు. సరిగ్గా గురి చూడు." అన్నాడు.

కర్ణుడికి కోపంతో కళ్ళు ఎర్రబడ్డాయి. "**న సంధత్తే ద్విః శరం శల్య కర్ణో న మాదృశా జిహ్మయుద్ధా భవంతి -** మద్రరాజా! కర్ణుడు రెండుసార్లు గురిచూడడు. అతడి గురి ఎన్నడూ తప్పదు. అలాగే కర్ణుడు కపటయుద్ధమూ చెయ్యడు." అని బాణం వదిలాడు. అది నిప్పులు కక్కుతూ ఆకాశమార్గంలో అర్జునుడిమీదకి దూసుకు వచ్చింది.

దానిని గమనించి కృష్ణుడు తన రథాన్ని నేలలోకి అణిగేలా తొక్కాడు. గుర్రాలుకూడ పిక్కలదాకా భూమిలోకి దిగిపోయాయి. దేవతలందరూ మధుసూదనుడి మహిమని ప్రశంసించారు.

సర్పముఖబాణం అర్జునుడి కంఠానికి బదులు అతడి కిరీటానికి తగిలి, దానిని పడగొట్టింది. అశ్వసేనుడు అర్జునుడి కిరీటాన్ని దగ్ధంచేసి తిరిగి కర్ణుడి అంబులపొదిలోకి ప్రవేశించబోయాడు. "కర్ణా! నువ్వు సరిగ్గా గురిచూడకుండా నన్ను వదిలావు. ఈమారు సరిగ్గా గురిచూసి వదులు. నేను అర్జునుణ్ణి వధిస్తాను." అన్నాడు.

కర్ణుడు ఆశ్చర్యపోయి, "నువ్వెవరివి?" అన్నాడు. నాగరాజు తనగురించి చెప్పాడు. కర్ణుడు, "నాగరాజా! కర్ణుడు ఇంకొకడి బలంమీద ఆధారపడి యుద్ధం చెయ్యడు. జయం ఆశించడు. అంతేకాదు. నేను ఏ బాణాన్నీ రెండవసారి సంధించను. ఇది నా వ్రతం." అని చెప్పాడు.

కిరీటం పోవడంతో విడిపోయిన జుట్టుని అర్జునుడు తెల్లని వస్త్రంతో పైకెత్తి కట్టాడు.

కర్ణుడు స్వీకరించననడంతో అశ్వసేనుడు తన నిజరూపం దాల్చి అర్జునుడివైపు వేగంగా వెళ్ళాడు. కృష్ణుడు ఆ సర్పం గురించి చెప్పి దానిని వధించమన్నాడు. అర్జునుడు నవ్వుతూ దానిని వధించాడు. కృష్ణుడు తన రథాన్ని భూమినుంచి పైకెత్తాడు.

అమోఘమైన తన అస్త్రం వ్యర్థమవడంతో కర్ణుడు అర్జునుణ్ణి బాణాలతో గాయపరచడానికి ప్రయత్నించాడు. అర్జునుడు కోపించి ఉక్కుతో చేసిన బరువైన బాణాలు వరుసగా ప్రయోగించి కర్ణుణ్ణి ఆయువుపట్టులమీద కొట్టాడు. అతడి కిరీటాన్నీ, కవచాన్నీ, కుండలాలనీ ఛేదించాడు. ఆ దెబ్బలకి కర్ణుడి ధనుస్సు చేతినుంచి జారిపోయింది. అతడు స్పృహ కోల్పోయాడు.

స్పృహతప్పినవాణ్ణి చంపడానికి అర్జునుడు ఇష్టపడలేదు. కృష్ణుడు, "అర్జునా! వీడు భయంకరుడైన శత్రువు. వీణ్ణి ఒక్క క్షణం కూడా ఉపేక్షించకూడదు. త్వరపడు. వెంటనే వధించు." అన్నాడు.

కర్ణుడు కోలుకున్నాడు. కానీ, ముందున్న పరాక్రమం లేదు. అంతలో కాలపురుషుడు, "కర్ణా! నువ్వు ఆపదలో పడ్డావు. విప్రుడి శాపం వలన ఇప్పుడు నీ రథచక్రం భూమిలో దిగిపోతుంది." అన్నాడు. అంతే! ఎడమవైపున ఉన్న రథచక్రం భూమిలోకి దిగిపోయింది!

రథం కదలకపోయినా మహాస్త్రాలు ఉన్నాయి కదా నాకేం లోటు అనుకున్నాడు కర్ణుడు. కానీ, గురువు పరశురాముడి శాపంవలన యుద్ధంలో కీలకమైన దశలో మహాస్త్రాలు ఒక్కటీ జ్ఞాపకం రాలేదు.

(ఆ దశలో కూడా కర్ణుడు తన దుస్థితి తాను చేసిన పాపకృత్యాల ఫలితం అనుకోలేదు. తాను గొప్ప ధర్మనిరతుడిననే అనుకున్నాడు.) "మానవులు పాటించిన ధర్మం వారిని కాపాడుతుందంటారు. అది నిజం కాదని ఈ రోజు తెలిపోయింది. నేను నిష్ఠగా పాటించిన ధర్మం ఈ ఆపత్సమయంలో నన్ను కాపాడడంలేదు." అనుకుని ధర్మాన్ని తిట్టుకున్నాడు.

రథంనుంచి దూకి, శరీరంలో ఉన్న శక్తినంతనీ ఉపయోగించి రథచక్రాన్ని పైకి లేపడానికి ప్రయత్నించాడు. అది కదలలేదు. కోపం, దుఃఖం అతణ్ణి ముంచేసాయి.

తనంతటి వీరుడు ఎదురుగా ఉండికూడా కన్నకొడుకుని కాపాడుకోలేకపోయాడు.

ఇప్పుడు తన జీవనం, మరణం అర్జునుడి దయా దాక్షిణ్యాల పాలయ్యాయి.

ఇంత బ్రతుకూ బ్రతికి ఈ దయనీయమైన స్థితిలో పడ్డానే అని కుమిలిపోయాడు. కళ్ళవెంట ధారలుగా నీళ్ళు కారాయి. తనని వధించడానికి సిద్ధమైన అర్జునుణ్ణి చూసాడు.

"అర్జునా! నువ్వు వీరుడివి. వేదవేదాంగాలూ నేర్చిన పండితుడివి. జ్ఞానివి. యుద్ధధర్మాలు తెలిసినవాడివి. నేను నేలమీద ఉన్నాను. నువ్వు రథంమీద ఉన్నావు. నువ్వు నామీద ఆయుధం ప్రయోగించకూడదు. నేను ఈ రథచక్రం పైకి లాగేవరకూ ఒక్క ముహూర్తం ఓరిమి వహించు. నేను నీకు గానీ, కృష్ణుడికి గానీ భయపడి ఇలా చెప్పడంలేదు. కేవలం ధర్మం పాటించమంటున్నాను." అన్నాడు.

కృష్ణుడు తీక్ష్ణంగా చూస్తూ కర్ణుణ్ణి ఆక్షేపించాడు.

కృష్ణుడు: కర్ణా! నువ్వు ప్రాణంతో ఉండగా ధర్మంగురించి ఆలోచించవు అనుకున్నాను. కాని, ఎంత అదృష్టం! నువ్వు ఇప్పటికైనా, ప్రాణాన్ని వదలబోయే సమయానికైనా, ధర్మాన్ని తలుచుకుంటున్నావు. **ప్రాయేణ నీచా వ్యసనేషు మగ్నా నిందంతి దైవం కుకృతం న తు స్వమ్** - నీచులు ఆపదలలో చిక్కుకున్నప్పుడు ధర్మాన్ని స్మరిస్తారు. దైవాన్ని నిందిస్తారు. తమని ఆపదలో పడేసిన పరిస్థితులని తలుచుకుని విలపిస్తారు.

అంతే తప్ప తాము చేసిన దారుణాలని నిందించుకోరు. వారికి పశ్చాత్తాపం కలగదు.

దుర్యోధనుడూ, నువ్వూ ఏకవస్త్రగా ఉన్న ద్రౌపదిని సభలోకి ఈడ్పించి తెప్పించారు. **క్వ తే ధర్మస్తదా గతః -** ఈనాడు మాట్లాడుతున్న ధర్మం ఆనాడు ఎక్కడికి పోయింది?

జూదంలో నేర్పులేని యుధిష్ఠిరుణ్ణి ఓడించడానికి మాయాజూదంలో నిపుణుడైన శకునిని కూర్చోపెట్టారు. **క్వ తే ధర్మస్తదా గతః?** - ఈనాడు మాట్లాడుతున్న ధర్మం ఆనాడు ఎక్కడికి పోయింది?

వనవాసం పూర్తయ్యాక పాండవుల రాజ్యం వారికి ఇచ్చెయ్యాలి. అలా ఇవ్వలేదు సరికదా సూదిమోపినంత భూమికూడా ఇవ్వనన్నారే! **క్వ తే ధర్మస్తదా గతః?-** ఈనాడు మాట్లాడుతున్న ధర్మం ఆనాడు ఎక్కడికి పోయింది?

భీముడికి విషం కలిపిన అన్నం పెట్టారే! **క్వ తే ధర్మస్తదా గతః?** - ఈనాడు మాట్లాడుతున్న ధర్మం ఆనాడు ఎక్కడికి పోయింది?

వారణావతంలో లక్కఇంట్లో పాండవులు నిద్రపోతూ ఉండగా వారిని సజీవదహనం చెయ్యాలని ఆ ఇల్లు కాల్పించేసావే! **క్వ తే ధర్మస్తదా గతః? -** ఈనాడు మాట్లాడుతున్న ధర్మం ఆనాడు ఎక్కడికి పోయింది?

'పాండవులందరూ నశించారు. నపుంసకులైపోయారు. ద్రౌపదీ! మాలో ఎవడినైనా భర్తగా కోరుకో.' అని ఆ మహాసాధ్విని నిండుసభలో అవమానించి కారుకూతలు కూసినవాడివి నువ్వేకదా! **క్వ తే ధర్మస్తదా గతః?** - ఈనాడు మాట్లాడుతున్న నీధర్మం ఆనాడు ఎక్కడికి పోయింది?

చాలామంది మహారథులతో కలిసి నిరాయుధుడైన బాలుడు అభిమన్యుడిపై వెనుకనుంచి దాడి చేసి అతడి ధనుస్సుని ఛేదించావే!

క్వ తే ధర్మస్తదా గతః? - ఈనాడు మాట్లాడుతున్న ధర్మం ఆనాడు ఎక్కడికి పోయింది?

కౌరవసేనలో ఉన్న వీరులందరితో కలిసి మూకుమ్మడిగా దాడిచేసి, అభిమన్యుణ్ణి వధించి, చనిపోయిన బాలుడిచుట్టూ సింహనాదం చేస్తూ తిరిగావే!

క్వతే ధర్మస్తదా గతః? - ఈనాడు మాట్లాడుతున్న ధర్మం ఆనాడు ఎక్కడికి పోయింది?

అప్పుడెప్పుడూ మనస్సులో మారుమూల కూడా లేని ధర్మం గురించి ఇప్పుడు గొంతు ఎండిపోయేలా వ్యర్థప్రలాపాలు చేస్తే ఎవరు పట్టించుకుంటారు? ఎందుకు పట్టించుకుంటారు? నువ్వు ఎన్ని ధర్మపన్నాలు ఏకరువు పెట్టినా నిన్ను ప్రాణాలతో వదలం.

కృష్ణుడి మాటలకి కర్ణుడివద్ద సమాధానం లేదు. **లజ్జయావనతో భూత్వా నోత్తరం కించిదుక్తవాన్** - సిగ్గుతో తలదించుకున్నాడు. మారు మాట్లాడలేకపోయాడు. పొగరుగా మాట్లాడే పరిస్థితీలేదు. యుద్ధంమధ్యలో ప్రాణానికి ప్రమాదం వస్తే అలవాటు ప్రకారం పారిపోవడానికి అవకాశమూ లేదు.

"అర్జునా! మీపట్ల నిష్కారణంగా అమానుషమైన ప్రవర్తన చేసిన ఈ నీచుణ్ణి దివ్యాస్త్రాలు ప్రయోగించి సంహరించు." అన్నాడు కృష్ణుడు.

ఆ మాటలు విన్న అర్జునుడికి తమపట్ల కర్ణుడు చేసిన దుస్సహమైన దుష్ప్రవర్తన గుర్తుకొచ్చింది. కోపంతో శరీరంలోని ప్రతి రోమకూపంనుంచీ మంటలు లేచినట్లయింది.

ఈలోగా కర్ణుడు మెరుపులా ధనుస్సందుకున్నాడు. నేలమీదే నిలబడి అర్జునుడితో యుద్ధం ప్రారంభించాడు. సాధారణమైన అస్త్రాలతో ఇద్దరూ పోరినా ఫలితం రాలేదు. అర్జునుడు అంజలికం అనే బరువైన బాణం తీసాడు. దానిమీద మహాస్త్రం అభిమంత్రించాడు.

"నేనే గనుక ఏమైనా తపస్సు చేసి ఉంటే, సేవచేసి గురువులను సంతోషపెట్టి ఉంటే, మిత్రుల హితవాక్యం పాటించి ఉంటే ఈ బాణం నా శత్రువైన కర్ణుణ్ణి వధించుగాక!" అని ప్రతిజ్ఞ చేసి ఆ బాణం వదిలాడు.

ఆ బాణం కర్ణుడి శిరస్సుని ఖండించింది. వెంటనే కర్ణుడి శరీరంనుంచి ఒక తేజస్సు బయల్దేరి, అందరూ చూస్తూ ఉండగా సూర్యుడిలో ప్రవేశించింది.

పాండవులు విజయం సాధించామని ఆనందంతో శంఖాలు ఊదారు. ఉత్తరీయాలు గాలిలో ఎగరేసి తమ విజయం చాటుకున్నారు. కౌరవులు పారిపోయారు.

ఇరుపక్షాలూ యుద్ధం ఆపి తమ తమ శిబిరాలకి బయల్దేరారు.

కృష్ణుడు, "అర్జునా! నువ్వు కర్ణుడితో చేసిన యుద్ధం చూడాలని యుధిష్ఠిరుడు వచ్చాడు. కానీ శరీరమంతా గాయాలవడంవలన ఎక్కువసేపు ఉండలేక తన శిబిరానికి వెళ్ళిపోయాడు. నువ్వు కర్ణుణ్ణి వధించావని మనమే వెళ్ళి ఆ మహాత్ముడికి చెప్పాలి.

ఆ సూతపుత్రుణ్ణి నువ్వు వధించావనే వార్త ఎప్పుడు వింటానా అని ఎదురు చూస్తున్న రాజుకి వీనులవిందైన ఈ వార్త నువ్వే చెప్పాలి.

సభలో పాంచాలిని అవమానించిన నీచుడు తల తెగి రణభూమిలో పడి ఉన్నాడని నువ్వే చెప్పాలి.” అన్నాడు.

అర్జునుడు, “తథాస్తు.” అన్నాడు. వారిద్దరూ యుధిష్ఠిరుడి శిబిరానికి వెళ్ళారు. అతడు గాయాలతో బాధపడుతూ తల్పంమీద విశ్రాంతి తీసుకుంటున్నాడు. వారు ఆ రాజు పాదాలు స్పృశించి నమస్కరించారు. వారి ప్రసన్నవదనాలు చూడగానే యుధిష్ఠిరుడికి అర్జునుడు కర్ణుణ్ణి వధించాడని అర్థమయింది.

యుధిష్ఠిరుడు కృష్ణార్జునులని అభినందించాడు. తమకు అంత సహాయం చేసిన కృష్ణుణ్ణి స్తుతించాడు. కృష్ణుడు, “రాజా! నీ శత్రువులందరూ మరణించారు. మిగిలిన కొద్దిమందినీ త్వరగా చంపించు. ఈ భూమండలమంతా ఇక నీదే.” అన్నాడు.

ఇది
వ్యాసభగవానుడు మహాభారతమహేతిహాసంలో
కర్ణపర్వంలో చెప్పిన కథాసంగ్రహం.

శ్రీః

శల్యపర్వం

నారాయణం నమస్కృత్య నరం చైవ నరోత్తమమ్,
దేవీం సరస్వతీం వ్యాసం తతో జయ ముదీరయేత్.

1

కర్ణుడు మరణించాడు. కౌరవసైన్యం దిక్కుతోచని స్థితిలో పడిపోయింది. ఎవరిలోనూ ఉత్సాహం లేదు. ఎవరూ యుద్ధానికి సుముఖంగా లేరు. దుర్యోధనుడు తన సైన్యంలో ఉత్సాహం నింపడానికి చేతనైనంత ప్రయత్నించాడు. కాని, కేవలం ఇరవైఅయిదు వేలమంది మాత్రమే యుద్ధానికి సిద్ధపడ్డారు. అలా ముందుకు వచ్చినవారిని పాండవులు నిముషాలలో వధించారు.

మిగిలిన మహారథులలో వృద్ధుడు కృపాచార్యుడు. ఆయన దుఃఖంతో కుమిలిపోతున్నాడు. మనస్సు చిక్కబట్టుకుని ఆ వృద్ధుడు దుర్యోధనుడివద్దకి వెళ్ళాడు.

"రాజా! దుర్యోధనా! నేను చెప్పే మాటలు శ్రద్ధగా విను. అహంకారంతో కాకుండా విజ్ఞతతో ఆలోచించు. పితామహుడు భీష్ముడు పడిపోయాడు. ఆచార్య ద్రోణుడు మరణించాడు. అర్జునుడు కర్ణుణ్ణి వధించాడు. నీ కుమారుడు లక్ష్మణుడు నేలకూలాడు. నీ సోదరులు భీమసేనుడి పగకి బలైపోయారు.

ఎవరి బలం నమ్ముకుని నువ్వీ యుద్ధానికి దిగావో వారందరూ ప్రాణాలు పోయి ఇక్కడే, నీ ఎదురుగా ఈ కురుక్షేత్రంలో పడిఉన్నారు. ఇక మనని గట్టెక్కించగలవారు ఎవరూ మిగలలేదు. **కృపణాం వర్తయిష్యామ పాతయిత్వా నృపాన్ బహూన్** – అనేకమంది మహావీరులైన రాజులని పోగొట్టుకుని ఇప్పటికే దయనీయమైన స్థితిలో పడిపోయాం. ఈ యుద్ధమే గాని ఇంకా సాగితే మరింత దయనీయమైన స్థితిలో పడిపోతాం. ఇక ఎవరూ ప్రాణాలతో మిగలరు.

అర్జునుడు పదిహేడు రోజులక్రితం ఎలా అజేయుడో ఇప్పుడూ అలాగే అజేయుడిగా ఉన్నాడు. మనమే మొండిగా వెళ్ళి అర్జునుడనే మహాగ్నిలో పడి దగ్ధమైపోయాం.

ఎంతో మందిని నమ్ముకున్నావు. ఏదో సాధించాలని ఆశించావు. కానీ, నీ బలాన్నీ, ఎదిరి బలాన్నీ సరిగ్గా అంచనా వెయ్యలేక పోయావు. నీ హితం కోరి చెప్పిన మాటలేవీ వినిపించుకోలేదు.

అర్జునుడు జయద్రథుడి శిరస్సు ఖండించినప్పుడు నువ్వు ఎంతో నమ్ముకున్న కర్ణుడు ఏమైపోయాడు? ఎటు పోయాడు? ద్రోణాచార్యుడు ఎక్కడికి వెళ్ళిపోయాడు? నేనేమయ్యాను? నువ్వేమయ్యావు? దుశ్శాసనుడు ఏమైపోయాడు? కృతవర్మకి ఏమైంది?

అందరం అక్కడే ఉన్నాం. అందరం ఆయుధాలు ధరించే ఉన్నాం. కానీ, జయద్రథుణ్ణి కాపాడలేకపోయాం. అర్జునుణ్ణి ఆపగల వీరులెవరూ మన సైన్యంలో లేరని ఆనాడే స్పష్టమయింది. ఇప్పుడు మనం పూర్తిగా బలహీనులమైపోయాం. పాండవులు మనకంటే బలంగా ఉన్నారు. బలహీనుడు బలవంతుడితో సంధి చేసుకోవాలి. యుద్ధం చెయ్యకూడదు. ఇది బృహస్పతి నీతి.

మనకి విజయం కలలో మాట. అనేక పదుల లక్షలలో సైనికులూ, రాజులూ మరణించారు. మిగిలినవారినైనా ప్రాణాలతో ఉండనీ. పాండవులతో సంధి చేసుకో." అని ఏడుస్తూ బతిమాలాడు.

దుర్యోధనుడికి నోట మాట రాలేదు. దీర్ఘాలోచనలో పడిపోయాడు. కొంతసేపటికి తేరుకున్నాడు.

"ఆర్యా! మేలుకోరే పెద్దలు మాట్లాడవలసినట్లు మాట్లాడావు. నా మంచి కోరి హితమైన ఆలోచన చెప్పావు. ఈ వయస్సులో కూడా నాకోసం అలసట లెక్కచెయ్యకుండా యుద్ధం చేసావు. నీ ఋణం తీర్చుకోలేను.

మృత్యువు వచ్చి మీద పడుతున్నప్పుడు రోగికి ఔషధం రుచించదు. అలాగే నేను నీతో ఏకీభవించలేను.

నేను కపటజూదం ఆడించి యుధిష్ఠిరుడి రాజ్యం చేజిక్కించుకున్నాను. అతడి సంపదని కాజేసాను. నేను సంధికి వచ్చానంటే అతడు నమ్ముతాడా?

హస్తినకి దూతగా వచ్చిన కృష్ణుడిపట్ల మోసానికి పూనుకున్నాను. అటువంటి నన్ను ఎవరు నమ్ముతారు? నమ్మమని ఎవరిని అడగగలను?

పాండవుల రాజ్యం కాజేసినందుకూ, ద్రౌపదిని సభకి ఈడ్చుకు వచ్చినందుకూ కృష్ణుడు నన్ను క్షమించడు.

అభిమన్యుణ్ణి అధర్మయుద్ధంలో వధించడం తలుచుకుని కృష్ణుడు రాత్రిళ్ళు నిద్రపోవడంలేదు. అర్జునుడు కోపంతో మండిపడుతున్నాడు. వీరు నన్నెలా మన్నిస్తారు? ఎలా విశ్వసిస్తారు?

రజస్వలగా, ఏకవస్త్రగా ఉన్న ద్రౌపదిని దుశ్శాసనుడు సభకి ఈడ్చుకు వచ్చాడు.

నిండుసభలో ఆమె వలువలు ఊడదీసాడు. మామీద పాండవులు ప్రతీకారం తీర్చుకోవాలని ద్రౌపది తపస్సు చేస్తోంది.

భీమసేనుడు నన్ను వధించేవరకూ తాను కటికనేలమీదనే పడుకుంటానని ఆమె శపథం చేసింది. ఆమె తపస్సు నిరాటంకంగా జరగాలని కృష్ణుడి సోదరి సుభద్ర ఆమెకు ఒక పరిచారికలా సేవ చేస్తోంది.

పాండవులూ, మేమూ సుఖంగా ఉన్న సమయంలో నేనే తిని కూర్చుని అందరిలోనూ ఇంతటి ఆరని వైరాన్ని రగిల్చాను. ఇప్పుడు నేనెంత ప్రార్థించినా పాండవులు నామీద ప్రతీకారమే తీర్చుకుంటారు. నా మాట నమ్మరు. అందువలన నాకిక మిగిలిన మార్గం క్షత్రియధర్మం పాటించి యుద్ధం చెయ్యడమొక్కటే." అన్నాడు.

◆◆◆

శల్యుణ్ణి సర్వసైన్యాధిపతిగా చేయమని అశ్వత్థామ సూచించాడు. దుర్యోధనుడు శల్యుణ్ణి సైన్యాధిపతిగా అభిషేకించాడు. శల్యుడు సంతోషించి పాండవులను వధిస్తానని వాగ్దానం చేసాడు.

కౌరవసైన్యంలో మళ్ళీ ధైర్యం నిండింది. అందరూ బిగ్గరగా హర్షధ్వానాలు చేసారు. మరణించిన కర్ణుణ్ణి గురించి చింతించడం మానేసారు. కౌరవులు యుద్ధభూమినుంచి దూరంగా వెళ్ళి ఆ రాత్రి గడిపారు.

శల్యుడు సైన్యాధిపతి అయ్యాడని పాండవులకి తెలిసింది. కృష్ణుడు యుధిష్ఠిరుడితో, "రాజా! శల్యుడు మహాబలశాలి. యుద్ధవిద్యలు బాగా నేర్చినవాడు. అతణ్ణి నువ్వే వధించగలవు. అతడు నీకు మేనమామ అవుతాడని సంకోచించకు. నీకు తపోబలం ఉంది. క్షాత్రబలం ఉంది. రేపు రణరంగంలో ఆ రెండూ ప్రదర్శించు.

ద్రోణభీష్మార్ణవం తీర్త్వా కర్ణపాతాల సంభవమ్,
మా నిమజ్జస్వ స్వగణాన్ శల్యమాసాద్య గోష్పదమ్. 7.40

భీష్మద్రోణులనే మహాసముద్రాలు దాటావు. కర్ణుడనే పాతాళబిలంనుంచి బయటపడ్డావు. గోష్పాదమంత శల్యుడు మిగిలి ఉన్నాడు. అందులో మునిగిపోకు. అందరినీ ముంచెయ్యకు. అతడు బంధువని ఉపేక్షించకుండా వధించు." అని చెప్పి తన నివాసానికి వెళ్ళిపోయాడు.

పద్ధెనిమిదవరోజు యుద్ధం

మరునాడు ఉదయం ఇరుపక్షాలూ యుద్ధానికి సిద్ధమయ్యాయి. పదకొండు అక్షౌహిణుల కౌరవసేనలో కేవలం పదకొండు వేల రథాలూ, పదివేల ఏడువందల ఏనుగులూ, ఇరవైవేల గుర్రాలూ మిగిలాయి. మూడుకోట్లమంది పదాతి సైనికులు ప్రాణాలతో ఉన్నారు.

పాండవపక్షంలో ఆరువేల రథాలూ, ఆరువేల ఏనుగులూ, పదివేల గుర్రాలూ మిగిలాయి. కోట్లకొద్దీ పదాతి సైనికులు మిగిలారు.

కృపాచార్యుడూ, కృతవర్మా, శల్యుడూ, శకునీ యుద్ధవ్యూహం ఏర్పరుచుకున్నారు. "మనం బలహీనంగా ఉన్నాం. విడివిడిగా పాండవులతో యుద్ధం చెయ్యలేము. ఎవరిని ఎదుర్కొన్నా అందరం కలిసే యుద్ధం చేసి సాధిద్దాం. ఈ కట్టుబాటు దాటినవాడికి పంచమహాపాతకాలూ, ఉపపాతకాలూ చుట్టుకుంటాయి." అని ఒప్పందం చేసుకున్నారు.

ఆ రోజు శల్యుడు భయంకరంగా యుద్ధం చేసాడు. అతడి ప్రతాపాన్ని తట్టుకోలేక పాండవసైన్యం చెల్లాచెదరైపోయింది. యుధిష్ఠిరుడు సోదరులనీ, కృష్ణుణ్ణీ పిలిచాడు. "మీరందరూ మీ పరాక్రమాలు ప్రదర్శించి భీష్మద్రోణాదులని వధించారు. ఈ శల్యుడు ఒక్కడే ఇక మిగిలాడు. ఇతడు నా వంతు. నకులసహదేవులు నాకు చక్రరక్షకులుగా ఉంటారు. అర్జునుడు నా వెనుక భాగాన్నీ, భీముడు నా ముందు భాగాన్నీ రక్షిస్తారు. నా రథంలో అన్ని అయుధాలూ నింపండి. **మాం వా శల్యో రణే హంతా తం వాహం భద్రమస్తు వః** – ఈ రోజు నేను శల్యుణ్ణి వధిస్తాను, లేదా అతడి చేతిలో మరణిస్తాను. ఏదో ఒకటి తేలేదాకా వెనక్కి రాను." అన్నాడు.

ఈలోగా దుర్యోధనుడు భీముడితో తలపడ్డాడు. భీముడు అతడి ధ్వజాన్ని పడగొట్టి, సారథిని వధించాడు. భీముడి దెబ్బలు తట్టుకోలేక దుర్యోధనుడు స్పృహతప్పి పడిపోయాడు. అశ్వత్థామ అతణ్ణి రక్షించాడు.

యుధిష్ఠిరుడు శల్యుడిమీద దాడి చేసాడు. అతడి గుర్రాలనీ, సారథినీ వధించాడు. అతణ్ణి తీవ్రంగా గాయపరిచాడు. అశ్వత్థామ వేగంగా వచ్చి శల్యుణ్ణి రక్షించాడు.

శల్యుడు మరొక రథం ఎక్కి వచ్చాడు. గాయాలనుంచి రక్తం కారుతున్నా లెక్కచెయ్యకుండా యుధిష్ఠిరుడితో యుద్ధం మొదలుపెట్టాడు.

యుధిష్ఠిరుడి రథాశ్వాలని సంహరించాడు. అది చూసి భీముడు శల్యుడి రథాశ్వాలని వధించాడు. ఆ తరువాత పదునైన బాణాలతో అతడి కవచాన్ని ఛేదించాడు. ఈలోగా యుధిష్ఠిరుడు మరొక రథం ఎక్కాడు.

శల్యుడు రథంనుంచి కిందకి దూకి యుధిష్ఠిరుడివైపు దూసుకు వచ్చాడు. భీముడు అతడి చేతిలో ఉన్న ఖడ్గాన్నీ, డాలునీ ఛేదించాడు. అయినా శల్యుడు ఆగలేదు. యుధిష్ఠిరుణ్ణి వధించాలని అతడివైపు పరుగెత్తుతూనే ఉన్నాడు.

యుధిష్ఠిరుడు బలమైన శక్తి అనే ఆయుధాన్ని తీసుకున్నాడు.

ఆ శక్తిని శివుడికోసం త్వష్ట నిర్మించాడు. అది తిరుగులేనిది. పాశం ధరించిన కాళరాత్రివంటిది. యుధిష్ఠిరుడు ఆ శక్తిని ఘోరమైన మంత్రాలతో అభిమంత్రించాడు. తరువాత పూర్తి బలం ఉపయోగించి దానిని శల్యుడిమీద ప్రయోగించాడు.

అది శల్యుడి వక్షస్థలం చీల్చివేసి భూమిలో దిగిపోయింది. శల్యుడు ప్రాణం వదిలి, చేతులు జాపి, భూమిని కౌగిలించుకున్నట్లు నేలకూలిపోయాడు. శల్యుడి వధ చూసి అతడి బంధుమిత్రులు ఏడువందలమంది రథికులు ఒక్కసారి యుధిష్ఠిరుడిమీద దాడి చేసారు. వారినందరినీ పాండవులు వధించారు.

పాండవపక్షంలో ఉన్న వీరులు తమలో తాము ఆనందంగా మాట్లాడుకున్నారు. "యుధిష్ఠిరుడు ఎంత పరాక్రమవంతుడో ఈ రోజు లోకానికి తెలిసింది. ఈ రోజు దుర్యోధనుడిలో సామ్రాజ్యశోభ నశించింది. ఈ రోజు ధృతరాష్ట్రుడు తన పుత్రుల మరణానికి విచారిస్తూ, పట్టరాని దుఃఖంతో నేలమీద పడి దొర్లుతాడు. ఈ రోజునుంచీ ఆ అంధరాజు యుధిష్ఠిరుడి ముందు దాసుడిలా చేతులు కట్టుకుని నిలబడతాడు." అనుకుంటూ ఆనందంతో కేరింతలు కొట్టారు.

◆◆◆

దుర్యోధనుడు ప్రాణానికి తెగించి పాండవసైన్యంలో ప్రవేశించి విజృంభించాడు. అతడికి సహాయంగా ఏడువందలమంది ఆశ్వికులతో కలిసి శకుని వచ్చాడు. వారికి మద్దతుగా అనేకమంది వీరులు ధనుర్బాణాలు ధరించి వచ్చారు.

అర్జునుడు ఆ ప్రయత్నం చూసాడు. కృష్ణుడితో –

"వాసుదేవా! భీష్మపితామహుడూ, ఆచార్య ద్రోణుడూ నేలకూలాక ఇంకా యుద్ధం చేస్తున్న దుర్యోధనుణ్ణి ఏమనాలి? శత్రువుముందు తాను నిలబడలేనని తెలిసినా యుద్ధం చేస్తున్న ఇతడు పరమమూర్ఖుడు. ఇతడి గురించి విదురుడు, 'దుర్యోధనుడు ప్రాణం ఉండగా మీ రాజ్యం మీకు ఇవ్వడు. అంతే కాదు. ఇతడు ప్రాణాలతో ఉన్నంతకాలం మీపట్ల ఏదో దారుణం చేస్తూనే ఉంటాడు. యుద్ధంలో వధించడం వలన తప్పితే మరే ఉపాయంతోనూ ఇతణ్ణి చక్కదిద్దలేము.' అని అనేకసార్లు చెప్పాడు.

ఈ రోజు కౌరవసేనలో మిగిలి ఉన్నవారినందరినీ వధిస్తాను. అప్పుడు ఈ గాంధారీతనయుడు తప్పనిసరిగా మాతో నేరుగా యుద్ధానికి వస్తాడు. రథాన్ని కౌరవసేనలోకి నడిపించు." అన్నాడు.

భీమార్జునులు కౌరవసేనలో ఎవరూ మిగలకూడదన్నట్లు యుద్ధం చేసారు. ధృష్టద్యుమ్నుడు దుర్యోధనుడి రథాశ్వాలనీ, సారథినీ వధించాడు.

దుర్యోధనుడు విరిగిపోయిన రథం నుంచి దూకి, ఒక గుర్రాన్ని ఎక్కి రణరంగంనుంచి దూరంగా పారిపోయాడు.

ఈ లోగా సాత్యకి యుద్ధరంగంలో తిరుగుతున్న సంజయుణ్ణి బంధించాడు.

ధృష్టద్యుమ్నుడు సాత్యకివద్దకి వచ్చాడు. అతడికి బందీగా ఉన్న సంజయుణ్ణి చూసాడు. "వీడు శత్రుపక్షంలో వాడు. వధించివలసినవాడు వీడినెందుకిలా ప్రాణాలతో ఉంచావు?" అని అడిగాడు.

సాత్యకి సంజయుణ్ణి చంపడానికి కత్తి పైకెత్తాడు. అతడు నరికేలోపున వ్యాసుడు అక్కడ ప్రత్యక్షమయ్యాడు. "ఈ సంజయుణ్ణి చంపకూడదు. ఇతణ్ణి వదిలెయ్యండి." అన్నాడు.

సాత్యకి చేతులు జోడించి వ్యాసుడికి నమస్కరించాడు. సంజయుణ్ణి వదిలిపెట్టాడు.

◆◆◆

భీముడు ధృతరాష్ట్రుడి పుత్రులని దొరికినవాణ్ణి దొరికినట్లు వధించాడు. వందమంది కౌరవులలో కేవలం ఇద్దరు – దుర్యోధనుడూ, సుదర్శనుడూ ప్రాణాలతో మిగిలారు.

సుశర్మ త్రిగర్తులలో మిగిలినవారిని కూడగట్టి అర్జునుడిమీదకి వచ్చాడు. అర్జునుడు నవ్వుతూ బరువైన బాణం ప్రయోగించాడు. అది సుశర్మ వక్షం చీల్చి అతడి ప్రాణం తీసింది. తరువాత సవ్యసాచి సుశర్మ కుమారులనీ, వారికి అండగా వచ్చిన వీరులనీ సంహరించాడు.

కౌరవసైన్యం వెనుదిరిగి పారిపోవడం ప్రారంభించింది. దుర్యోధనుడు ఆ అవమానం తట్టుకోలేకపోయాడు. పారిపోతున్న వారిమీద కోపంతో మండిపడ్డాడు. "పిరికిపందల్లారా! పాపాత్ములారా! ఎందుకు పారిపోతున్నారు? ఎక్కడికి పారిపోతున్నారు? ఎక్కడికి వెళ్ళినా పాండవులు మిమ్మల్ని వెదికి వెదికి చంపుతారు.

న తం దేశం ప్రపశ్యామి పృథివ్యాం పర్వతేషు చ,
యత్ర యాతాన్న వా హన్యుః పాండవాః కిం సృతేన వః. 19.58

భూమీమీద గాని, కొండలలో గాని, కోనలలో గాని ఎక్కడ దాగినా పాండవులు మిమ్మల్ని ప్రాణాలతో వదలరు. వారి చేతిలో దిక్కులేని చావు చావకండి.

ధైర్యంగా ఎదిరించి పోరాడండి. పాండవులందరూ శరీరాలనిండా ఉన్న గాయాలతో బాధపడుతున్నారు. కృష్ణార్జునులు అందరికంటే ఎక్కువగా గాయపడి బలహీనులైపోయారు. వారిమీద విజయం సాధించడానికి ఇదే మంచి అవకాశం. మీ శక్తియుక్తులన్నీ ఉపయోగించి యుద్ధం చెయ్యండి. గెలిస్తే విజయం, మరణిస్తే స్వర్గం లభిస్తాయి." అన్నాడు.

కౌరవసైనికులూ, రాజులూ తిరిగి పాండవులతో యుద్ధానికి తలపడ్డారు. ఆ యుద్ధంలో ఎవరూ ఏ నియమాన్నీ పాటించలేదు. ఎదుటివాణ్ణి ధర్మంగానో, అధర్మంగానో చంపడమే లక్ష్యంగా యుద్ధం చేసారు.

శకుని సైన్యంతో ముందుకు వచ్చాడు. సహదేవుణ్ణి సమీపించి అతణ్ణి ప్రాసతో బలంగా తలమీద కొట్టాడు. సహదేవుడు స్పృహ తప్పి రథంలో పడిపోయాడు. పాండవవీరులు శకుని సైన్యాన్ని ఎదుర్కొన్నారు.

సహదేవుడు కోలుకున్నాడు. విలాసంగా నవ్వుతూ పది బాణాలు ప్రయోగించాడు. ఆ బాణాలు తగిలి శకుని రథాశ్వాలు మరణించాయి. అతడి చేతిలో ఉన్న విల్లు విరిగిపోయింది. తండ్రి ఆపదలో పడడం చూసి శకుని కుమారుడు ఉలూకుడు అతడికి సహాయంగా వచ్చాడు. *(ఉద్యోగపర్వంలో దుర్యోధనుడి అసభ్య సందేశంతో పాండవులవద్దకి వచ్చినవాడు ఈ ఉలూకుడే.)*

సహదేవుడు ఒకే బాణంతో ఉలూకుడి శిరస్సు ఖండించాడు. తన కట్టెదుట తన కుమారుడి వధ చూసి శకుని దుఃఖంలో మునిగిపోయాడు. కళ్ళవెంట ధారలుగా కన్నీళ్ళు ప్రవహించాయి. కోపంతో బలమైన ఖడ్గం తీసి సహదేవుడిమీద విసిరాడు. మాద్రీనందనుడు దానిని దారిలోనే ఖండించాడు. తరువాత శకుని ప్రయోగించిన భయంకరమైన శక్తిని కూడా దారిలోనే ఖండించాడు.

సోదరులందరూ తమ తమ వాటాలకు వచ్చిన శత్రువులని సంహరించారు. శకుని తన వాటా అని సహదేవుడు గుర్తు చేసుకున్నాడు.

"మాయావీ! ఆ రోజు పాచికలు వేస్తూ పగలబడి నవ్వావు. మమ్మల్ని పరిహసించావు. దాని ఫలితం ఈ రోజు అనుభవించు." అంటూ రెండు బాణాలు వదిలి శకుని రెండు భుజాలూ ఖండించాడు. మూడవ బాణంతో అతడి శిరస్సు ఖండించాడు.

శిరస్సూ, భుజాలూ లేని శకుని మొండెం కొద్దిసేపు అటూ ఇటూ ఊగి రథంనుంచి కిందపడింది.

◆◆◆

దుర్యోధనుడు పదకొండు అక్షౌహిణుల సైన్యంతో యుద్ధం ప్రారంభించాడు. పద్దెనిమిదవరోజు మధ్యాహ్న సమయానికి అంత సైన్యమూ నశించింది. తొంభైతొమ్మిదిమంది సోదరులూ భీమసేనుడి చేతిలో హతమైపోయారు.

కౌరవపక్షంలో దుర్యోధనుడు ఒంటరిగా నిలబడ్డాడు.

సేవకులు లేరు. సైనికులు లేరు. మిత్రులు లేరు. సోదరులు లేరు. ఆ దీనస్థితిలో ఉన్న అతడికి పాండవుల సింహనాదాలు తప్ప మరేమీ వినిపించలేదు.

తథా దృష్ట్వా మహారాజ ఏకః స పృథివీపతిః,
హతం స్వహయముత్సృజ్య ప్రాఙ్ముఖః ప్రాద్రవత్ భయాత్. 29.26

దుర్యోధనుడి రథం పోయింది. ఛత్రం పోయింది. చివరకు అంతవరకూ తనని మోసిన గుర్రం కూడా మరణించింది. తన రాజధానిలో, తనసభలో భీష్మద్రోణులని పరిహసిస్తూ తాను మహావీరుణ్ణని ప్రగల్భాలు పలికిన గాంధారీనందనుడికి ప్రాణభయం పట్టుకుంది. యుద్ధంచేసి వీరస్వర్గం పొందడంకంటే ఎలాగోలా ప్రాణం కాపాడుకోవడమే ముఖ్యమనిపించింది.

తనకి ఇష్టమైన గద చేతపట్టుకుని, ప్రాణాలు గుప్పిట్లో పెట్టుకుని, ఒక్కడే వేగంగా యుద్ధరంగం వదిలి తూర్పుదిశగా పారిపోయాడు. శరీరాన్ని గాయాలు బాధిస్తున్నాయి. మనస్సుని అవమానం, శోకం, దైన్యం బాధిస్తున్నాయి.

అప్పుడు విదురుడి మాటలు గుర్తుకు వచ్చాయి. పశ్చాత్తాపం మొదలయింది. కానీ, అది అంతంత మాత్రమే. అహంకారమే మళ్ళీ మనసంతా ఆవరించింది.

చాలా దూరం వెళ్ళాక అతడికి సంజయుడు కనిపించాడు. కుబేరుడికి కూడా సాధ్యంకాని ఐశ్వర్యం అనుభవించినవాడు, రారాజు అని పిలిపించుకున్నవాడు అలా ఒంటరిగా, దీనంగా, తననెవరు చూస్తారో అని భయంభయంగా, గద పట్టుకుని నడిచి వెళ్తుంటే సంజయుడికి గుండె తరుక్కుపోయింది. నోట మాట రాలేదు. విధి బలీయమైనది అనుకున్నాడు.

సంజయుడు దుర్యోధనుడికి నమస్కరించాడు. సాత్యకి తనని బంధించడం, వ్యాసుడు విడిపించడం అంతా చెప్పాడు. దుర్యోధనుడు తన పక్షంలో ఎవరైనా మిగిలారా అని అడిగాడు.

"రాజా! నీ సోదరులందరూ మరణించారు. అందులో ఒక్కొక్కరి వధ నేను చూసాను. నేను యుద్ధభూమిని వదిలి వస్తుంటే వ్యాసుడు మన పక్షంలో కేవలం ముగ్గురు మహారథులు ప్రాణాలతో ఉన్నారన్నాడు. కృతవర్మా, కృపాచార్యుడూ, అశ్వత్థామా బ్రతికి ఉన్నారు." అన్నాడు.

దుర్యోధనుడు, "సంజయా! నా తల్లిదండ్రులకి నా చివరి సందేశం చెప్పు. నేను రాజ్యాన్నీ, సోదరులనీ, సైన్యాన్నీ పోగొట్టుకున్నాననీ, శరీరమంతా గాయాలతో నిండిపోయి ఉన్నాననీ,

ప్రాణంమీద తీపితో ఎవరికంటా పడకుండా ఇక్కడున్న ఈ ద్వైపాయన సరస్సులో దాగిఉన్నాననీ చెప్పు.” అన్నాడు.

అలా చెప్పి ఆ సరస్సులో ప్రవేశించాడు.

తనకి తెలిసిన మాయతో ఆ సరోవరంలో ఉన్న జలాన్ని స్తంభింపచేసాడు. ఆ సరస్సులో నీటి అడుగున కూర్చున్నాడు.

◆◆◆

కౌరవుల అంతఃపురాలున్న డేరాలనుంచి వచ్చే రోదనధ్వనులతో భూమీ, ఆకాశం దద్దరిల్లిపోయాయి. మరణించిన భర్తలనీ, పుత్రులనీ తలుచుకుని ఆ రాజపత్నులు గుండెలు బాదుకుంటూ విలపించారు. మంత్రులు వారిని ఓదార్చి హస్తినాపురానికి బయల్దేరదీసారు.

యుయుత్సుడు *(ధృతరాష్ట్రుడికి దాసీగా ఉన్న వైశ్యస్త్రీయందు పుట్టినవాడు.)* ఆలోచించాడు. “కురువంశస్త్రీల దయనీయ స్థితి చూసి తట్టుకోలేకపోతున్నాను. యుధిష్ఠిరుణ్ణీ, కృష్ణుణ్ణీ వేడుకుని వీరితో హస్తినాపురానికి వెళ్ళడమే నా కర్తవ్యం.” అనుకున్నాడు. తన ఆలోచన యుధిష్ఠిరుడికి చెప్పాడు. యుధిష్ఠిరుడు అతణ్ణి కౌగిలించుకుని సాదరంగా వీడ్కోలు చెప్పాడు.

దుర్యోధనుడు మరణించలేదని పాండవులకి తెలుసు. కానీ, ఎంత వెదికినా అతడు కనబడలేదు. అతడి జాడ తెలుసుకోమని నలుమూలలకీ గూఢచారులని పంపారు.

◆◆◆

సాయంత్రం అయింది. కృతవర్మా, కృపాచార్యుడూ, అశ్వత్థామా ద్వైపాయన సరోవరం వద్దకి చేరారు. వారు, “రాజా! సరోవరంనుంచి బయటకు రా. మాతో కలిసి పాండవులతో యుద్ధం చెయ్యి.” అని పిలిచారు.

దుర్యోధనుడు, “మిత్రులారా! అపారమైన జననష్టం జరిగింది. అటువంటి యుద్ధంలో మీరు ప్రాణాలతో ఉన్నారు. అది నా అదృష్టం. నాపై మీకున్న ప్రేమాభిమానాలు నాకు తెలుసు. కానీ, ఇది యుద్ధానికి వెళ్ళే సమయం కాదు. మీరందరూ యుద్ధం చేసి అలిసిపోయారు. నేనూ శరీరమంతా గాయాలతో ఉన్నాను. ఈ రాత్రి విశ్రమించి, అలసట తీర్చుకుని ఉదయమే యుద్ధానికి వెళ్దాం.” అన్నాడు.

అశ్వత్థామ, “రాజా! పాంచాలురనందరినీ వధించనిదే ఈ కవచం విప్పనని ప్రతిజ్ఞ చేస్తున్నాను.” అన్నాడు.

◆◆◆

వీరిలా మాట్లాడుకుంటూ ఉండగా పెద్ద పెద్ద మాంసం మోపులు మోసుకువస్తున్న కిరాతులు ఆ సరోవరం వద్దకి వచ్చారు. అలిసిపోయిన ఆ కిరాతులు నీరు తాగడానికి వచ్చారు. ఆయుధాలు ధరించి రథాలలో ఉన్న మహావీరులని చూసి వారు చాటుగా నిలుచున్నారు. గట్టున ఉన్న ముగ్గురూ నీటిలో ఉన్న దుర్యోధనుడితో చేసిన సంభాషణ అంతా వారు విన్నారు.

అంతకుముందు పాండవుల గూఢచారి ఒకడు ఆ కిరాతులని, "మీరు దుర్యోధనుణ్ణి ఎక్కడైనా చూసారా?" అని అడిగాడు. ఆ మడుగులో ఉన్నది దుర్యోధనుడే అని వారికి స్పష్టమయింది.

వెంటనే వారు పాండవుల శిబిరాలకి వెళ్ళి తాము చూసినదీ, విన్నదీ భీముడికి విన్నవించారు. అతడు ఉదారంగా ధనమిచ్చి వారిని సత్కరించాడు. ఆ విషయం యుధిష్ఠిరుడికి చెప్పాడు.

పాండవులు కృష్ణుణ్ణి ముందుంచుకుని, మిత్రులతో కలిసి ద్వైపాయన హ్రదానికి బయల్దేరారు.

రథాలధ్వనీ, పాండవుల సింహనాదాలూ విని కృతవర్మా, కృపాచార్యుడూ, అశ్వత్థామా దూరంగా ఉన్న ఒక న్యగ్రోధ వృక్షం వద్దకి చేరారు. "పాండవులు దుర్యోధనుణ్ణి చూస్తారా? యుద్ధం జరుగుతుందా? జరిగితే ఏమవుతుంది? దుర్యోధనుడికి ఏ గతి పడుతుంది?" అని ఆలోచించుకుంటూ పాండవులకు కనబడకుండా చాటుగా ఉన్నారు.

దుర్యోధనుడు మాయతో సరోవరజలాన్ని స్తంభింపజేసాడని పాండవులు గ్రహించారు. కృష్ణుడు యుధిష్ఠిరుడితో, "**మాయావిన ఇమాం మాయాం మాయయా జహి భారత** - రాజా! ఈ మాయావి ప్రయోగించిన మాయని నువ్వు మాయతోనే జయించాలి. ఇదే దేవతలు కూడా పాటించిన నీతి." అన్నాడు.

యుధిష్ఠిరుడు దుర్యోధనుణ్ణి మాటలతో రెచ్చగొట్టి బయటికి రప్పించడానికి పూనుకున్నాడు.

యుధిష్ఠిరుడు: దుర్యోధనా! కులవృద్ధులనీ, గురువృద్ధులనీ, నీ సోదరులనీ నిర్దయగా యుద్ధరంగానికి బలి చేసావు. నీ ప్రాణం మీదకి వచ్చేసరికి పిరికిపందలా యుద్ధరంగంనుంచి పారిపోయావు. శత్రువులు సమీపించినప్పుడు ఇలా చాటుగా నీటిలో దాగి అవమానం పాలవకు. బయటికి వచ్చి యుద్ధం చెయ్యి. సభలలో ప్రకటించుకున్న పరాక్రమం చూపించు.

దుర్యోధనుడు: **నైతచ్చిత్రం మహారాజ యద్భీః ప్రాణినమావిశేత్,**
న చ ప్రాణభయాద్ భీతో వ్యపయాతోఽస్మి భారత. 31.38

రాజా! ఆపదలో ఉన్న ప్రతీ ప్రాణికీ భయం వేస్తుంది.

అదేమీ పెద్ద ఆశ్చర్యకరమైన విషయం కాదు.

అయినా నేనిప్పుడు ప్రాణభయంతో దాగడంలేదు. నాకు రథం లేదు. పరివారం లేదు. కొంత విశ్రాంతి తీసుకుందామని ఈ సరోవరంలో ఉన్నాను. అలసట తీరాక మీతో యుద్ధం చేస్తాను. ఇది నిజం. నా మాట నమ్ము.

యుధిష్ఠిరుడు: మేమెంత బతిమాలినా వినకుండా యుద్ధం కావాలని కోరుకున్నావు. అంత యుద్ధప్రియుడివి ధైర్యంగా యుద్ధం చేస్తావనే నమ్ముతున్నాం. అందుకే నీకోసం వెదుకుతున్నాము. ఇక నీటి చాటునుంచి బయటకి వచ్చి యుద్ధం చెయ్యి. మమ్మల్ని వధిస్తే రాజ్యం వస్తుంది. మా చేతులలో మరణిస్తే స్వర్గం వస్తుంది.

దుర్యోధనుడు: రాజా! నా ఆత్మీయులు, బంధువులూ, మిత్రులూ అందరూ మరణించారు. ఇక ఈ రాజ్యంతో నాకు పనేముంది? దీనిమీద ఆసక్తి పోయింది. నేను మృగచర్మం ధరించి అరణ్యాలలో నివసిస్తాను. ఈ రాజ్యం నీకే ఇచ్చేస్తున్నాను. దీనిని సుఖంగా పరిపాలించుకో.

యుధిష్ఠిరుడు: దుర్యోధనా! నీ దీనాలాపాలు నా మనస్సుకి ఎక్కడం లేదు. ఇప్పుడు నీ స్థితి ఏమిటో నీకు తెలియడంలేదు. ఈ రాజ్యంమీద సమస్త అధికారాలు కోల్పోయి ఉన్న దీనుడివి నువ్వు. ఆ అధికారాలన్నీ దక్కించుకున్న వీరులం మేము. ఈ స్థితిలో పడిన నువ్వు ఇచ్చేదేముంది, నీవద్ద నేను తీసుకునేదేముంది? అయినా నేను క్షత్రియుణ్ణి. దానం తీసుకోను. నిన్ను వధించి రాజ్యం తీసుకుంటాను.

ఆనాడు మంచిగా అడిగితే సూదిమొన మోపినంత భూమిని కూడా ఇవ్వనన్నావు. ఈనాడు ఔదార్యం పొంగుకొచ్చిందా? ఏకంగా భూమండలమంతా ఇచ్చేస్తానంటున్నావు! ఈ భూమండలమంతా ఇప్పుడు నా వశమయింది. నువ్వు నిలవనీడ కూడా లేనివాడివి.

నీ వద్ద నీ ప్రాణం తప్ప మిగిలినదేమీ లేదు. నిన్ను ఆ ప్రాణంతో కూడా ఉండనివ్వము.

మమ్మల్ని మగవాళ్ళలా యుద్ధం చెయ్యమన్నావు. మేము మగవాళ్లలానే

యుద్ధం చేసాము. నువ్వే ఆడా మగా కాకుండా పారిపోయి ప్రాణాలు కాపాడుకుంటున్నావు. ప్రాణంమీద తీపితో ఏవేవో మాట్లాడుతున్నావు. వ్యర్థప్రలాపాలు కట్టిపెట్టు.

లే! కురువంశీయుడిలా యుద్ధం చెయ్యి.

దుర్యోధనుడు: రాజా! మరొకసారి చెప్తున్నాను. నేను బాగా అలిసిపోయాను. మీరూ అలిసిపోయారు. మీరు కొంత విశ్రాంతి తీసుకోండి. నన్నూ కొంత విశ్రాంతి తీసుకోనివ్వండి.

యుధిష్ఠిరుడు: పిరికిపందలా మాట్లాడకు. యుద్ధంమధ్యలో విశ్రాంతి ఉండదు. యుద్ధానికి వచ్చినవాడు గెలవనైనా గెలవాలి, యుద్ధంలో ప్రాణమైనా వదలాలి.

(మనందరికీ గురువూ, మిక్కిలి వృద్ధుడూ, పూజ్యుడూ అయిన ఆచార్య ద్రోణుడు నాలుగు రోజులు యుద్ధం చేసి అలిసిపోయి ఉంటే ఆయనను మాటలతో పొడిచీ, పొడిచీ రాత్రి తెల్లవారేవరకూ యుద్ధం చేయించావు. మరునాడు మళ్ళీ ఉదయంనుంచీ యుద్ధం చేయించావు. ఆనాడు విశ్రాంతి అనే మాటే నీ మనస్సులోకి రాలేదు. నీ ప్రాణం వరకూ వచ్చేసరికి సిగ్గులేకుండా, పిరికిపందలా దాక్కుని విశ్రాంతిగురించి మాట్లాడుతున్నావా!)

అయినా మేమందరం విశ్రాంతి తీసుకున్నాం. యుద్ధంనుంచి పిరికిపందలా పారిపోయి వచ్చి నువ్వూ విశ్రాంతి తీసుకున్నావు. ఎవరికీ కనబడడానికి ముఖం చెల్లక ఈ సరోవరంలో దాగి నువ్వు మాకంటే ఎక్కువే విశ్రాంతి తీసుకున్నావు. కట్టుకథలు కట్టిపెట్టి బయటకి రా!

దుర్యోధనుడు గత్యంతరం లేక నీటినుంచి బయటికి వచ్చాడు. "నేను అలిసిపోయి ఉన్నాను. కవచం కూడా లేదు. నన్ను ఇంతమందితో యుద్ధం చెయ్యమనడం ధర్మంకాదు." అన్నాడు.

యుధిష్ఠిరుడు నవ్వాడు.

యుధిష్ఠిరుడు: **సర్వో విమృశతే జంతుః కృచ్ఛ్రస్థో ధర్మదర్శనమ్,**
పరస్థః పిహితం ద్వారం పరలోకస్య పశ్యతి. 32.59

అధికారంలో ఉన్నంతసేపూ *(తమ ఆటలు సాగినంతసేపూ)* ధర్మం ఒకటి ఉందనే ఆలోచనే మనస్సులోకి రానివాడు కూడా కష్టాలలో పడినప్పుడూ, కళ్ళముందు మృత్యువు కనపడినప్పుడూ ధర్మపన్నాలు వల్లెవేస్తాడు, నీలాగ.

ఆనాడు ధర్మం తెలిసిన మహారథులు మీరందరూ నిరాయుధుడైన బాలుడు అభిమన్యుణ్ణి చుట్టుముట్టి వధించినప్పుడు నీ ధర్మం ఎక్కడికి పోయింది? మరణించి పడిఉన్న బాలుడిచుట్టూ సింహనాదం చేస్తూ తిరిగిన పొగరు ఎక్కడికి పోయింది?

అయినా, నువ్వు అధర్మయుద్ధం చేసావని నేనలా చెయ్యను.

కవచం లేదన్నావు. ఇదిగో కవచం. తీసుకో. ఇదిగో వస్త్రం. జుట్టు ముడిపెట్టి కట్టుకో. నీకింకా ఏం కావాలన్నా అడుగు. ఇస్తాను.

నిన్ను మా అందరితో ఒకేసారి యుద్ధం చెయ్యమని నిర్బంధం చెయ్యను. మాలో ఎవరో ఒకరితో నీకు నచ్చిన ఆయుధం ఎంచుకుని యుద్ధం చెయ్యి. **పురుషో భవ గాంధారే యుధ్యస్వ సుసమాహితః** – ధైర్యం తెచ్చుకో. రాచపుట్టుక పుట్టావు. **పురుషో భవ** మగవాడిలా ప్రవర్తించు. యుద్ధానికి సిద్ధంగా ఉండు. యుద్ధంలో గెలిస్తే రాజ్యం పొందుతావు. మరణిస్తే స్వర్గానికి వెళ్తావు. – అన్నాడు.

దుర్యోధనుడు కవచం ధరించాడు. గదతో యుద్ధం చేస్తానన్నాడు.

కృష్ణుడు ఉలికిపడ్డాడు. "యుధిష్ఠిరా! ఎంతపని చేసావు! మరొకసారి జూదం ఆడావు. అతడు భీముణ్ణి తప్ప మిగిలిన నలుగురిలో ఎవరిని ఎంచుకున్నా మీరు అతడిముందు నిలవలేరు. మీరు నలుగురూ కలిసి గదాయుద్ధం చేసినా అతడు మిమ్మల్ని ప్రాణాలతో వదలడు. భీముడు ఒక్కడే ఇతణ్ణి తట్టుకోగలడు.

భీముణ్ణి ఎలాగైనా వధించాలని ఇతడి పట్టుదల. ఆ పట్టుదలతోనే ఉక్కుతో భీముడి విగ్రహం ఒకటి చేయించాడు. పదమూడు సంవత్సరాలు ఆ విగ్రహంతోనే గదాయుద్ధం సాధన చేసాడు. భీముడు ఇతడికంటే అనేకరెట్లు బలవంతుడే. కాని, ఇతడు గదాయుద్ధంలో సాటిలేని నేర్పరి. యుద్ధంలో బలంకంటే నేర్పుదే పైచేయి అవుతుంది.

ఇంతవరకూ సాధించిన విజయాన్ని ఒక్క వాక్యంతో, ఒక్క పందెంతో పోగొట్టావు. ఫలితపర్యంతం ఆలోచించకుండా నిర్ణయం చెయ్యడంలో నీకు నువ్వే సాటి. నీ అనాలోచిత నిర్ణయంతో అందరినీ కష్టాలలో పడేసావు!

నూనం న రాజ్యభాగేషా పాండోః కుంత్యాశ్చ సంతతిః,
అత్యంత వనవాసాయ సృష్టా భైక్ష్యాయ వా పునః. 33.16

ఇంతవరకూ మీరెందుకిలా కష్టాలు అనుభవించారో ఇప్పుడు నాకు అర్థమవుతోంది.

బ్రహ్మ కుంతీపాండురాజుల సంతానాన్ని రాజ్యం ఏలడానికి సృష్టించలేదు. అరణ్యాలలో నివసించడానికీ, బిచ్చం ఎత్తుకుని బ్రతకడానికీ సృష్టించాడు." అని యుధిష్ఠిరుణ్ణి నిందించాడు.

భీముడు కలగజేసుకున్నాడు. "కృష్ణా! నువ్వు భయపడకు. నేను వీణ్ణి వధిస్తాను. నా గద వీడిగదకంటే ఒకటిన్నర రెట్లు బరువైనది. నా బలం వీడి బలం కంటే చాలా ఎక్కువ. మీరంతా చూస్తూ ఉండండి. వీణ్ణి నేను అవలీలగా వధిస్తాను." అన్నాడు.

తరువాత దుర్యోధనుణ్ణి ములుకుల్లాంటి మాటలతో రెచ్చగొట్టాడు. అతడు చేసిన దారుణాలన్నీ గుర్తు చేసాడు. తన ప్రతిజ్ఞ గుర్తు చేసాడు. దుశ్శాసనుణ్ణి ఎలా వధించాడో గుర్తు చేసాడు. చేసిన పాపాలకి ఫలితంగా తన చేతిలో మరణించడానికి సిద్ధంగా ఉండమన్నాడు.

దుర్యోధనుడికి యుద్ధం చెయ్యక తప్పదని తెలుసు. ఆ యుద్ధంలో గెలిచే అవకాశం కంటే ప్రాణం కోల్పోయే అవకాశమే ఎక్కువనీ తెలుసు. అతడు గద ఎత్తి పట్టుకున్నాడు. ఇప్పుడు అతడికి భయం లేదు. అలసట లేదు. దుఃఖం లేదు. పోరాడక తప్పదు, పోరాడితే కొత్తగా పోయేదీ ఏమీ లేదు - అని తెగింపు వచ్చేసింది. మనస్సంతా యుద్ధంమీదనే కేంద్రీకరించాడు.

"వృకోదరా! ఊరికే గర్జించడం వలన ప్రయోజనం లేదు. నీ బలం, నీ నేర్పూ యుద్ధంలో చూపించు. గద అందుకో. యుద్ధానికి సిద్ధంగా ఉండు. గదాయుద్ధంలో దేవతలు కూడా నన్ను ఓడించలేరని తెలుసుకో." అన్నాడు.

భీముడూ, దుర్యోధనుడూ యుద్ధానికి తలపడుతున్నారని బలరాముడికి తెలిసింది. వారిద్దరూ అతడి శిష్యులే. అతడు అప్పుడే తీర్థయాత్రలు ముగించుకుని వచ్చాడు. వెంటనే తన శిష్యుల యుద్ధం చూడడానికి అక్కడికి వచ్చాడు. అందరూ ఆయనని సత్కరించి యథావిధిగా గౌరవించారు. శమంతపంచకంలో యుద్ధం చెయ్యమని బలరాముడు సూచించాడు. ఆ పుణ్యభూమిలో యుద్ధం చేసి మరణించినవారికి స్వర్గంలో ఇంద్రుడి సమీపంలో స్థానం లభిస్తుందన్నాడు. అందరూ ఆ క్షేత్రానికి వెళ్ళారు.

గదాయుద్ధం ప్రారంభమయింది. ఇద్దరు వీరులూ ఒకరినొకరు శక్తిమేరకి గాయపరుస్తున్నారు. ఉక్కుతో చేసిన ఆ గదలు ఒకదానికొకటి బలంగా తగులుతుంటే నిప్పురవ్వలు రాలుతున్నాయి. ఒక్కొక్క దెబ్బ తగులుతుంటే పిడుగులు పడుతున్నట్లుంది. ఇద్దరూ బాగా గాయపడ్డారు. శరీరాలనుంచి రక్తం కారుతోంది.

ఆ భయంకరమైన యుద్ధం చూసి అర్జునుడు, "కృష్ణా! ఈ యుద్ధంలో ఎవరు గెలుస్తారు?" అని అడిగాడు.

కృష్ణుడు, "అర్జునా! ఇద్దరూ గదాయుద్ధం ఒకేవిధంగా నేర్చుకున్నారు. భీముడికి బలమెక్కువ. కానీ, దుర్యోధనుడు నిరంతర సాధనతో గదాయుద్ధంలో మెలుకువలు బాగా నేర్చుకున్నాడు.

ధర్మయుద్ధం చేస్తే భీమసేనుడు గెలవలేడు. యుద్ధంలో న్యాయం, అన్యాయం అనే మాటలని పక్కన పెడితే భీముడు ఈ దుర్మార్గుణ్ణి సంహరిస్తాడు. అయినా యుద్ధాలలో ఇవన్నీ చాలా సాధారణంగా జరుగుతూ ఉంటాయి. దేవతలు రాక్షసులని మాయతోనే జయించారు. ఇంద్రుడు వృత్రాసురుణ్ణి మాయతోనే వధించాడు. ఈ దుర్యోధనుడు మాయావి. వీణ్ణి మాయతోనే సంహరించాలి.

ఇదంతా యుధిష్ఠిరుడి అనాలోచిత చర్యవలన వచ్చి పడిన ఇబ్బంది. ఈ చిట్టచివరి యుద్ధాన్ని జూదంలా మార్చాడు. పదిహేడు రోజులు యుద్ధం చేసి సాధించిన విజయాన్ని తెలివితక్కువగా పందెం కాసాడు. అవన్నీ పక్కన ఉంచితే భీముడు దుర్యోధనుణ్ణి తొడలు విరక్కొట్టి చంపుతానని ప్రతిజ్ఞ చేసాడు. అదొక్కటే మనకి మిగిలిన ఆశ." అన్నాడు.

అర్జునుడు భీముడికి ఒక్కడికే అర్థమయేలా తొడకొట్టి సంజ్ఞ చేసాడు.

సుయోధనుడు భీముడిమీదకి వేగంగా వస్తున్నాడు. అది చూసి భీముడు గదని బలంగా అతడి మీదకి విసిరాడు. దుర్యోధనుడు ఒడుపుగా తప్పించుకుని భీముణ్ణి తన గదతో బలంగా కొట్టాడు. భీముడు ఒక్క క్షణం చేష్టలు దక్కి నిలుచుండిపోయాడు. భీముడు ఎందుకలా నిలుచున్నాడో తెలియక దుర్యోధనుడు ఆత్మరక్షణభంగిమలో నిలబడ్డాడు.

ఈలోగా భీముడు ఒక్క ఉదుటున గద అందుకుని దుర్యోధనుడిమీదకి వెళ్ళాడు. అతడి దెబ్బ తప్పించుకునేందుకు దుర్యోధనుడు పైకి ఎగిరాడు. అదే అదునుగా భీముడు అతడి రెండు తొడలమీదా బలమంతా ఉపయోగించి కొట్టాడు.

దుర్యోధనుడు తొడలు విరిగి నేలమీద పడిపోయాడు. అతడలా పడిపోగానే ఆకాశంలో మంగళకరమైన శంఖదుందుభి నాదాలు మోగాయి.

భీమసేనుడు దుర్యోధనుడి వద్దకి వెళ్ళాడు. "ఓరి దుర్మతీ! మేము అన్నగారి మాటకు కట్టుబడి జూదసభలో అశక్తులమై కూర్చున్నాము. అప్పుడు ఏకవస్త్ర అయిన ద్రౌపదిని సభమధ్య నిలబెట్టి గౌః గౌః అని అవమానించి పగలబడి నవ్వావు. జ్ఞాపకం ఉందా? దాని ఫలితం ఇదిగో చూడు." అంటూ ఎడమపాదంతో అతడి శిరస్సుని లాగిపెట్టి తన్నాడు.

భీముడికి కోపం తగ్గలేదు. "ఇంతకుముందు ఈ మూర్ఖుడు, ఈ పిరికిపంద నన్ను 'ఎద్దు ఎద్దు' అంటూ నా చుట్టూ తిరిగి నాట్యం చేసాడు. ఆనాడు అన్నగారి మాటకు కట్టుబడిపోయి ప్రతీకారం తీర్చుకోలేకపోయాను. ఈ రోజు ఎవరు దిగివచ్చినా వీణ్ణి కాపాడలేరు." అంటూ దుర్యోధనుడి అకృత్యాలు వరుసగా చెప్తూ, "వీడు ఎద్దు" అంటూ అతడి చుట్టూ తిరిగి నాట్యం చేసాడు. అతడి శిరస్సు మాటిమాటికీ తన్నాడు.

యుధిష్ఠిరుడు, "భీమసేనా! పగ తీర్చుకున్నావు. చేసిన ప్రతిజ్ఞ నెరవేర్చుకున్నావు. ఇతడు మన బంధువు. ఒకనాడు పదకొండు అక్షౌహిణీల సైన్యానికి నాయకుడు. ఇప్పుడు నేలమీద పడి ఉన్నాడు. ఎంతోసేపు బ్రతకడు. ఇతడికి జలతర్పణాలు ఇచ్చేందుకు కూడా ఎవరూ మిగలకుండా కొడుకులూ, మనవలూ, సోదరులూ అందరూ మరణించారు. ఇక ఇతడిపట్ల దయ చూపించాలి. ఇతణ్ణి మాటిమాటికీ తలమీద తన్నడం ధర్మంకాదు." అని భీముణ్ణి ఆపాడు.

దుర్యోధనుడితో, "నాయనా! మమ్మల్ని ద్వేషించకు. మామీద కోపం పెంచుకోకు. నిన్ను గురించి నువ్వు కుమిలిపోకు. పూర్వం చేసిన పనులకి ఇప్పుడు ఫలితం అనుభవిస్తున్నావని గ్రహించు.

అయినా జాలిపడవలసినది నిన్ను గురించి కాదు. మమ్మల్ని గురించి. యుద్ధంలో మరణించి నువ్వు స్వర్గానికి వెళ్తావు. మేము విజయం సాధించాము. కాని, యుద్ధంలో బంధుమిత్రులనందరినీ పోగొట్టకున్నాము. ఈ విజయం వలన పొందినది అల్పం. పోగొట్టుకున్నది అనంతం. ధృతరాష్ట్రుడి కోడళ్ళు విధవలై రాజనగరులో జీవితాంతం ఏడుస్తూ ఉంటారు, ఆ రోదనలు రోజూ వింటూ మేము భరించాలి." అని చెప్పాడు. మనస్సులో నిజంగానే కుమిలిపోయాడు.

◆◆◆

భీముడు అధర్మయుద్ధం చేసాడని బలరాముడు కోపించాడు. అతణ్ణి వధిస్తానని హలాయుధం ఎత్తాడు. కృష్ణుడు స్థిరంగా, అతడికి అర్థమయేలా చెప్పాడు.

"సోదరా! క్షత్రియుడికి ప్రతిజ్ఞ నిలుపుకోవడం ముఖ్యం. అంతకుమించిన ధర్మం అతడికి ఇంకొకటి లేదు. నిండు సభలో నిరపరాధి అయిన ద్రౌపదికి దుర్యోధనుడు చేసిన ఘోరమైన అవమానం భీముడి ప్రతిజ్ఞకి కారణం.

ధర్మం గురించీ, అధర్మం గురించీ ఆలోచించవలసి వస్తే దుర్యోధనుడు ద్రౌపదికి తొడ చూపించినప్పుడే నువ్వు కోపించి ఉండాలి. ఆనాడే ఆతణ్ణి వధించి ఉండాలి.

కానీ, నీకు కోపం రాలేదు. అతణ్ణి వధించలేదు.

తరువాత పదమూడు సంవత్సరాలుగా భీముడు తన ప్రతిజ్ఞ మనకి జ్ఞాపకం చేస్తూనే ఉన్నాడు. నువ్వు ఏనాడూ దానికి వ్యతిరేకంగా మాట్లాడలేదు. తొడలు విరక్కొడతానంటే వద్దని గానీ, అది అధర్మమని గానీ మాటవరసకి కూడా అనలేదు. అతడిమీద కోపం ప్రదర్శించలేదు. ఆనాడు లేని కోపం ఇప్పుడెందుకు వచ్చింది?

ఆపైన దుర్యోధనుణ్ణి భీముడు తొడలు విరక్కొట్టి చంపాలని మైత్రేయిమహర్షి శపించాడు. తొడలమీద కొట్టడమే తప్పయితే అటువంటి శాపం ఇచ్చిన ఋషిమీద నీకు కోపం రావాలి. కానీ ఆ ఋషిమీద కోపం రాలేదు. ఆ ఋషిని వధిస్తాననలేదు.

ఇన్ని జరిగాక భీముడు దుర్యోధనుణ్ణి వధించడంలో తప్పేముంది? దానికి నువ్వు ఆవేశపడిపోయి భీముడిమీద కోపం తెచ్చుకోవడంలో ధర్మమేముంది?" అన్నాడు.

బలరాముడు తృప్తిపడలేదు. "**దుర్యోధనోఽపి ధర్మాత్మా** – దుర్యోధనుడు ధర్మాత్ముడు. అతడిది చాలా మృదువైన, సరళమైన స్వభావం. *(దుర్యోధనుడి గురించి గాంధారి కూడా అనలేని మంచిమాటలు ఈయన అంటున్నాడు.)* **ఋజుయోధీ** – ఎంత ఆపద వచ్చినా యుద్ధధర్మం తప్పడు. *(ఈయన దృష్టిలో అభిమన్యుడి వధ కూడా పరమధర్మమేనేమో!)* అటువంటి ఉత్తముణ్ణి ఈరోజు అన్యాయంగా వధించారు. భీముడికి అధర్మయుద్ధం చేసాడనే అపవాదు తప్పదు. దుర్యోధనుడికి స్వర్గలోకవాసం లభిస్తుంది." అని రథం ఎక్కి వెళ్ళిపోయాడు.

దుర్యోధనుడు చేతులమీద కొంతపైకి లేచి, కృష్ణుడు సంజ్ఞ చేసి భీముడిచేత తనని అధర్మంగా చంపించాడని నిందించాడు. కృష్ణుడూ అతణ్ణి నిందించాడు. మాయావులనీ, వారినీ సమర్థించేవారినీ ఎలా వీలైతే అలా మట్టుపెడతారని చెప్పాడు.

◆◆◆

పాండవులు రథాలెక్కి దుర్యోధనుడి డేరాకి వెళ్ళారు. శూన్యమైన ఆ డేరా ప్రేక్షకులు వెళ్ళిపోయాక బోసిపోయిన రంగస్థలంలా ఉంది.

పాండవులందరూ రథాలు దిగారు. కృష్ణుడు, " అర్జునా! గాండీవం, అక్షయతూణీరాలూ ధరించి రథం దిగు. తరువాత నేను దిగుతాను." అన్నాడు. అర్జునుడు అలాగే దిగాడు. తరువాత వాసుదేవుడు పగ్గాలు వదిలి రథం దిగాడు.

వెంటనే కపిధ్వజం అంతర్ధానమైపోయింది. ఆ దివ్యరథం గుర్రాలతోనూ, ఆయుధాలతోనూ సహా భగ్గున మండిపోయింది. క్షణాలలో బూడిదైపోయింది. తనరథం ఎందుకలా కాలిపోయిందని అర్జునుడు అడిగాడు.

“అస్త్రై ర్బహువిధైర్దగ్ధః పూర్వమేవాయమర్జున,
మదధిష్ఠితత్వాత్ సమరే న విశీర్ణః పరంతప. 62.18

అర్జునా! ఈ యుద్ధంలో అనేకమంది భయంకరమైన అస్త్రాలు నీ రథంమీద ప్రయోగించారు. వాటి ప్రభావంవలన ఇది ఎప్పుడో దగ్ధమైపోవలసినది. కానీ, నేను ఈ రథంమీద ఉండడంవలన ఇది దగ్ధం కాకుండా నిలిచింది. నువ్వు చేయవలసిన పని పూర్తయేవరకూ దీనిని కాపాడాను. యుద్ధం పూర్తయింది. అందుచేత నేను దిగగానే ఇది దగ్ధమైపోయింది.” అన్నాడు.

యుధిష్ఠిరుడితో, “ఉపప్లవ్యంలో నువ్వు నాకొక మధుపర్కం ఇచ్చి, ‘ఈ అర్జునుడు నీ సోదరుడివంటివాడు. నీ సఖుడు. ఇతణ్ణి నువ్వే అన్ని ఆపదలనుంచీ రక్షించాలి.’ అని కోరావు. నీ కోరిక తీర్చాను. అర్జునుణ్ణి రక్షించాను. నీ శత్రువులలో ఒక్కడు కూడా ప్రాణాలతో మిగలలేదు. ఈ భూమండలం అంతటికీ నువ్వే చక్రవర్తివి.” అన్నాడు.

యుధిష్ఠిరుడు, “కృష్ణా! వ్యాసభగవానుడు **యతో ధర్మః తతో కృష్ణః యతః కృష్ణః తతో జయః –** ధర్మమెక్కడ ఉంటుందో కృష్ణుడు అక్కడ ఉంటాడు. కృష్ణుడెక్కడ ఉంటాడో ఆ పక్షం విజయం సాధిస్తుంది అన్నాడు. అదే జరిగింది.” అన్నాడు.

ఆ వీరులు కౌరవుల డేరాలన్నీ వెదికారు. అక్కడున్న అమూల్యసంపదలన్నీ స్వాధీనం చేసుకున్నారు. కృష్ణుడు ఆ రాత్రి పాండవులని తమ శిబిరంలో నిద్రించవద్దన్నాడు. అందరూ ఓఘవతీ నదీతీరంలో నిద్రించడానికి వెళ్ళారు.

యుధిష్ఠిరుడు, “కృష్ణా! పుత్రులందరూ మరణించారని విని గాంధారీదేవి దుఃఖంలో మునిగిపోయి ఉంటుంది. మనమీద కోపంతో మండిపడుతూ ఉంటుంది. ఆమె మహాతపస్విని. నువ్వు హస్తినాపురానికి వెళ్ళి ఆమెని శాంతింపచెయ్యి. లేకపోతే ఆమె మననందరినీ శపించి దహించేస్తుంది. నీకు తోడుగా వ్యాసమహర్షి కూడా అక్కడే ఉంటాడు.” అన్నాడు.

కృష్ణుడు హస్తినకి వెళ్ళాడు. వ్యాసుడు అప్పటికే వచ్చి ధృతరాష్ట్రుడి మందిరంలో ఉన్నాడు. కృష్ణుడు వ్యాసుడికీ, ధృతరాష్ట్రుడికీ, గాంధారికీ పాదాలు పట్టి నమస్కరించాడు. తరువాత దుఃఖంలో మునిగిపోయి ఉన్న ధృతరాష్ట్రుడి చెయ్యి తన చేతిలోకి తీసుకున్నాడు.

“రాజా! నువ్వు వృద్ధుడివి. శాస్త్రజ్ఞానం ఉన్నవాడివి. కాలంతో ఎటువంటి మార్పులు వస్తాయో తెలిసినవాడివి. యుధిష్ఠిరుడికి నీ పట్ల ఉన్న భక్తి నీకు తెలుసు. యుద్ధం నివారించేందుకు అతడు ఎంత ప్రయత్నం చేసాడో నీకు తెలుసు. కనీసం అయిదు ఊళ్ళిచ్చినా చాలన్నాడు. ఆ మాట నేనే స్వయంగా నిండు సభలో చెప్పాను.

మానవులు అనుభవించవలసిన సుఖదుఃఖాలను బట్టి వారి మనస్సులు భ్రాంతిలో పడతాయి. నువ్వూ భ్రాంతిలో పడ్డావు. పాండవులకు రాజ్యం ఇవ్వడానికి నిరాకరించావు. యుద్ధం జరగాలనే కోరుకున్నావు.

జరిగిన యుద్ధానికీ, దాని ఫలితానికీ నువ్వే బాధ్యుడివి.

ఇందులో పాండవుల తప్పేమీ లేదు. నీకూ, గాంధారికీ ఈ విషయం స్పష్టంగా తెలుసు. మీరు పెద్దవారు. పెద్ద మనస్సుతో ఆలోచించండి. పాండవులకు కీడు కలగాలని కోరకండి.

యుధిష్ఠిరుడు శత్రువులనందరినీ వధించాడు. అయినా మిమ్మల్ని తలుచుకుని రాత్రీ పగలూ దుఃఖిస్తూనే ఉన్నాడు. ఇంత జననష్టం జరిగిందని బాధపడుతున్నాడు. మీ ముందుకు రావడానికి సిగ్గుపడుతున్నాడు." అన్నాడు.

గాంధారితో, "తల్లీ! నువ్వు నిండుసభలో దుర్యోధనుడితో ధర్మం ఎక్కడ ఉంటే విజయం అక్కడే ఉంటుందన్నావు. అదే జరిగింది. నువ్వు మహాతపస్వినివి. నువ్వు కళ్ళెర్రజేస్తే స్థావరజంగమాలతో కూడిన జగత్తు మొత్తం భస్మమైపోతుంది.

నువ్వు పాండవులకు కీడు జరగాలని కోరకు." అన్నాడు.

గాంధారి, "కేశవా! నేను మనోవ్యథతో కుమిలిపోతున్నాను. నీ మాటలతో కొంత కుదుటపడ్డాను. ఇక నాకూ ఈ అంధరాజుకీ నువ్వూ, పాండవులే గతి." అంటూనే తన పుత్రులని తలుచుకుని వస్త్రంతో ముఖం కప్పుకుని ఏడ్చింది.

అంతలో కృష్ణుడికి అశ్వత్థామ ఏదో దారుణానికి పూనుకుంటున్నాడని తెలిసింది. ఆ మాట గాంధారీ, ధృతరాష్ట్రులకి చెప్పి పాండవులని కాపాడడానికి వెళ్ళిపోయాడు.

◆◆◆

కృపాచార్యుడూ, కృతవర్మా, అశ్వత్థామా దుర్యోధనుడివద్దకి వెళ్ళారు. దుర్యోధనుడు తనని భీముడు అన్యాయంగా ఎలా కొట్టాడో, ఎలా అవమానించాడో కన్నీళ్ళతో హృదయవిదారకంగా చెప్పాడు.

ఆ మాటలు విని అశ్వత్థామ ఆవేశంతో ఊగిపోయాడు. "రాజా! నాకు అనుమతియ్యి. సమస్త పాంచాలురనీ వధిస్తాను." అన్నాడు.

అంత బాధలోనూ, జీవితంలో ఆఖరి క్షణాలలో కూడా పాండవుల బంధువులను చంపుతానంటే దుర్యోధనుడు సంతోషించాడు. *(తానున్నా, మరణించినా పాండవులకు హాని జరిగితే చాలు, అదే పదివేలు అనుకున్నాడు.)* తనకు లేని సైన్యానికి అశ్వత్థామని సైన్యాధిపతిగా అభిషేకించమన్నాడు. యుక్తాయుక్తాలూ, ధర్మాధర్మాలూ తెలిసిన వృద్ధుడు

కృపాచార్యుడు ఏ సంకోచం లేకుండా ఆ సరోవరం నీళ్ళతోనే తన మేనల్లుణ్ణి అభిషేకించాడు.

శూన్యమైన సైన్యానికి అధిపతిగా అభిషేకించిన ఆపాటి భాగ్యానికే అప్పటికే అన్ని విధాలా భ్రష్టుడైన బ్రాహ్మణుడు అశ్వత్థామ పొంగిపోయాడు. దుర్యోధనుణ్ణి కౌగిలించుకుని సింహనాదం చేసాడు.

ఆ మహారథులు ముగ్గురూ దూరంగా వెళ్ళి ఆలోచనలో పడ్డారు.

ఇది

వ్యాసభగవానుడు మహాభారతమహేతిహాసంలో

శల్యపర్వంలో చెప్పిన కథాసంగ్రహం.

శ్రీః

సౌప్తికపర్వం

నారాయణం నమస్కృత్య నరం చైవ నరోత్తమమ్,
దేవీం సరస్వతీం వ్యాసం తతో జయ ముదీరయేత్.

1

కృపాచార్యుడూ, కృతవర్మా, అశ్వత్థామా రథాలెక్కి తూర్పుదిశలో ఉన్న అరణ్యంలో ప్రవేశించారు. వారికి పాండవులు విజయోత్సాహంతో చేస్తున్న సింహనాదాలూ, శంఖధ్వనులూ, భేరీ నినాదాలూ వినబడుతూనే ఉన్నాయి. గాలివాటుకి ఆ శబ్దాలు ఒక్కొక్కసారి తమకి సమీపంనుంచి వస్తున్నట్లు వినబడ్డాయి.

పాండవులు తమ జాడ కనిపెట్టి తమని తరుముతున్నారేమోనని భయపడ్డారు. అరణ్యంలో ఇతరులు ప్రవేశించడానికి వీలుకానంత చిక్కటి లతలూ, చెట్లూ ఉన్న చోటుకి వెళ్ళిపోయారు.

ఆ వీరులే కాకుండా వారి రథాశ్వాలు కూడా అలసటతోనూ, దాహంతోనూ కదలలేని స్థితికి చేరాయి. వారందరూ అనేక శాఖోపశాఖలతో విశాలంగా విస్తరించి ఉన్న ఒక న్యగ్రోధవృక్షం *(మర్రి చెట్టు)* కింద ఆగారు. ఆ సమీపంలో అనేక సరస్సులున్నాయి. అశ్వాలను విప్పేసి వాటికి నీరు తాగించి మేతకు వదిలారు.

తామూ స్నానం చేసి సంధ్యోపాసన చేసారు. ఆ చెట్టుకింద నేలమీద మేను వాల్చారు. కృపాచార్యుడూ, కృతవర్మా వెంటనే గాఢనిద్రలోకి వెళ్ళారు.

అశ్వత్థామకి మనస్సంతా కోపంతోనూ, ద్వేషంతోనూ, పగతోనూ నిండిపోయి ఉంది. అతడికి నిద్రరాలేదు. అలా వెల్లకిలా పడుకుని చెట్టుకొమ్మలనే చూస్తూ ఉన్నాడు.

ఆ కొమ్మలమీద అనేకవేల కాకులు గూళ్ళు కట్టుకుని చాలాకాలంనుంచి సుఖంగా జీవిస్తున్నాయి. అవన్నీ పగలంతా మేతకు వెళ్ళి అలిసిపోయి, రాత్రి నిశ్చింతగా నిద్రిస్తున్నాయి.

ఆ సమయంలో భయంకరమైన ఆకారంలో ఉన్న ఒక గుడ్లగూబ ఆ చెట్టుమీదకి వచ్చింది. ఆదమరిచి నిద్రిస్తున్న కాకులని నిశ్శబ్దంగా చంపడం మొదలుపెట్టింది. అది వేలాది కాకులనీ, వాటి పిల్లలనీ ముక్కుతో పొడిచీ, గోళ్ళతో చీల్చి చంపింది. ఇక కాకులేవీ మిగలలేదనుకున్నాక అక్కడినుంచి వెళ్ళిపోయింది.

ఆ గుడ్లగూబ తనకి కర్తవ్యం ఉపదేశించిందనుకున్నాడు అశ్వత్థామ. త్వరగా ఆలోచించాడు.

అశ్వత్థామ: పాంచాలురనీ, పాండవులనీ ఒక్కరిని కూడా వదలకుండా వధిస్తానని దుర్యోధనుడిముందు ప్రతిజ్ఞ చేసాను. కాని, పాండవులు బలవంతులు. ఆపైన విజయోత్సాహంతో ఉన్నారు. **న్యాయతో యుధ్యమానస్య ప్రాణత్యాగో న సంశయః** – ఇప్పుడు వారిని ఎదిరించి యుద్ధం చెయ్యడమంటే కోరి మృత్యువుని కొని తెచ్చుకోవడమే.

అసాధ్యమైన పనికి పూనుకున్నాను. ధర్మమార్గంలో అ పని సాధ్యంకాదు. **ఛద్మనా చ భవేత్ సిద్ధిః శత్రూణాం చ క్షయో మహాన్** – కపటానికి పూనుకుంటేనే పాండవులని వధించగలను. నా ప్రతిజ్ఞ నిలబెట్టుకోగలను. గుడ్లగూబ కాకులని వధించినట్లు అలిసిపోయి ఇక ప్రమాదమేమీ లేదనే ధైర్యంతోనూ, విజయం సాధించామనే అనందంతోనూ, ఆయుధాలు పక్కన పెట్టి ఆదమరచి గాఢనిద్రలో ఉండే పాండవులని నిద్రలోనే సంహరిస్తాను.

యచ్చాప్యత్ర భవేద్వాచ్యం గర్హితం లోకనిందితమ్,
కర్తవ్యం తన్మనుష్యేణ క్షత్రధర్మేణ వర్తతా. 1.50

నేను స్వధర్మమైన బ్రాహ్మణ ధర్మం వదిలేసాను. నాది కానిదీ, నాకు తగనిదీ అయిన క్షత్రియధర్మమే నా ధర్మమని స్వీకరించాను. నావంటివాడు నీచమైన పనే అయినా, నలుగురూ నిందించే పనే అయినా, ఛీ ఛీ ఇలా చేసాడేమిటి అని లోకమున్నంతకాలం అసహ్యించుకునే పనే అయినా ఆ పని వలన తన లక్ష్యం నెరవేరుతుందనుకుంటే ఆ పని చేయడంలో తప్పులేదు.

అయినా ఈ కురుక్షేత్ర మహాసంగ్రామంలో కపటయుద్ధం, మోసం నాతోనే ప్రారంభంకాలేదు. ఇటువంటి పనులు పాండవులూ చేసారు. అంతేకాదు. శత్రుసైన్యాలు అలిసిపోయినా, చెదిరిపోతున్నా, అర్ధరాత్రి నిద్రలో ఉన్నా వారిమీద దాడిచేసి సంహరించాలని నీతిశాస్త్రాలు చెప్తున్నాయి. అందుచేత అర్ధరాత్రి రహస్యంగా శిబిరాలలోకి చొరబడి నిద్రపోతున్నవారిని వధించాలనే నా ఆలోచన తప్పు కాదు."

ఇలా ఒక నిర్ణయానికి వచ్చి గాఢనిద్రలో ఉన్న కృతవర్మనీ, కృపాచార్యుణ్ణీ నిద్రనుంచి లేపాడు. వారికి తన ఆలోచన చెప్పాడు. నీచమైన ఆ ఆలోచన విని వారిద్దరూ అవాక్కయిపోయారు. ఎవరూ మాట్లాడలేదు.

కొంతసేపయ్యాక అశ్వత్థామ తన ఆలోచననే మరొకసారి చెప్పాడు. పాండవులమీద ప్రతీకారం తీర్చుకునేందుకు అదొక్కటే మార్గమన్నాడు. కాదంటే తమ తమ అభిప్రాయాలు చెప్పమన్నాడు.

కృపాచార్యుడు ముందు మాట్లాడాడు.

కృపాచార్యుడు: అశ్వత్థామా! నువ్వు చెప్పినదంతా నేను శ్రద్ధగా విన్నాను. ఇప్పుడు నేను చెప్పేది నువ్వు శ్రద్ధగా విను.

దైవానుగ్రహం, మానవప్రయత్నం కలిసినప్పుడే ఏ పని అయినా సిద్ధిస్తుంది. ఈ రెండిటిలోనూ ఏ ఒక్కదానివలనా ఏమీ జరగదు. దైవం అనుగ్రహించి దుర్గమమైన పర్వతాలమీదా, సముద్రంలోనూ వర్షం కురిపించినా దానివలన ప్రయోజనం ఉండదు. అలాగే మానవుడు పొలం దున్ని సిద్ధంచేసినా అక్కడ వర్షం పడకపోతే అతడి కృషివలన ప్రయోజనం ఉండదు.

విశాలమైన పంటపొలాలున్న ప్రాంతంలో, రైతులు చక్కగా దున్ని భూమిని సిద్ధం చేసినప్పుడు దైవానుగ్రహం వలన నెలకి మూడు వానలు కురిస్తే పంటలు పండుతాయి. జీవలోకానికి ఆధారమైన ఆహారం ఉత్పత్తి అవుతుంది.

మానవుడు జ్ఞానవృద్ధులైనవారిని వినయంగా సేవించి, వారు చూపిన మార్గంలో పురుషార్థాలు సాధించాలి. అలాగే లోభమోహాలకీ, భయాందోళనలకీ దూరంగా ఉండి దైవానుగ్రహం సాధించాలి. ఈ రెండూ ఉన్నవారు తలపెట్టిన ప్రతీ కార్యం సత్ఫలితాన్నిస్తుంది.

దుర్యోధనుడు లోభి. ఒక పనిచేస్తే దాని పర్యవసానం ఎలా ఉంటుందో ఆలోచించలేని అవివేకి. పెద్దలమాట వినని మూర్ఖుడు. తన మేలు కోరి ఎంతమంది పెద్దలు చెప్పినా వినిపించుకోలేదు. నీచులు చేసిన బోధలే తనకి శిరోధార్యం అనుకున్నాడు. పాండవులతో వైరం కొనితెచ్చుకున్నాడు. వారు వినయంగా అణిగిమణిగి ఉండి అతడు చేసిన దారుణాలని సహిస్తూ ఉంటే వారు చేతకానివారు అనుకుని రెచ్చిపోయి చేయరాని అనేక దారుణాలు చేసాడు.

పూర్వమప్యతి దుశ్శీలో – అతడు ముందునుంచీ దుష్టుడే. **న ధైర్యం కర్తుమర్హతి** – తన ఆటలు సాగినంతకాలం మూర్ఖంగా నిలబడతాడే తప్ప

ఆపదలలో ధైర్యంగా నిలబడే స్వభావం లేనివాడు. **అనువర్తామహే యత్తు తం వయం పాపపూరుషం** - మనం *(దౌర్భాగ్యం వలన)* ఆ పాపాత్ముణ్ణి అనుసరించాం. ఈ అనర్థంలో పాలు పంచుకున్నాం.

ఈ స్థితిలో ఏం చెయ్యాలో ఆలోచించలేకపోతున్నాను. ఏవిషయంలోనైనా మనం ఆలోచించలేనప్పుడు విద్వాంసులవద్దకి వెళ్ళాలి. వారికి పరిస్థితి ఉన్నదున్నట్లు వివరించాలి. వారి ఉపదేశంతో కర్తవ్యం తెలుసుకోవాలి.

అందుచేత మనం వెంటనే హస్తినకి వెళ్దాం. గాంధారీ ధృతరాష్ట్రులతోనూ, విదురుడితోనూ మాట్లాడి వారు చెప్పినట్లు చేద్దాం.

అశ్వత్థామ శోకంతోనూ, ద్వేషంతోనూ దహించుకుపోతున్నాడు. తాను చెప్పిన పథకానికి కృపాచార్యుడు వెంటనే ఆమోదం తెలపకపోవడం అతడికి నచ్చలేదు. ఆ ధూర్తుడు మేనమామకి బుద్ధులు నేర్పడం ప్రారంభించాడు. అతడిలో ఉన్న క్రూరత్వమూ, నీచస్వభావమూ అతడి మాటలలో బయటపడ్డాయి.

ఆశ్వత్థామ: మామా! ఆలోచనలను గురించి నేను చెప్తాను. విను. లోకంలో ప్రతిమానవుడికీ ఒక ఆలోచనా విధానం ఉంటుంది. ఎంతమంది మనుష్యులు ఉంటే అన్ని ఆలోచనలు ఉంటాయి. ఏ విషయంలోనూ నలుగురు ఒకేలా ఆలోచించరు. ప్రతీమనిషీ తానే బాగా ఆలోచించాననుకుంటాడు. తన ఆలోచనని తానే పొగుడుకుంటాడు.

అంతటితో ఆగడు. తన ఆలోచనని పొగుడుకుంటూ ఎదుటివారి ఆలోచనని తప్పు పడతాడు. వారిని ఆక్షేపిస్తాడు.

అంతేకాదు. ఒకే మానవుడి ఆలోచనలు కూడా అన్ని సమయాలలోనూ ఒకేలా ఉండవు. ఊహకి కూడా అందని మహైశ్వర్యాలు అనుకోకుండా లభించినప్పుడూ, కలలో కూడా ఊహించని ఘోరమైన ఆపదలు వచ్చి పడినప్పుడూ మానవుడి బుద్ధిలో వికారాలు పుడతాయి. అతడి ఆలోచనలలో తీవ్రమైన మార్పులు వస్తాయి.. దారుణమైన మారణహోమాలు కూడా ధర్మమే అనిపిస్తాయి.

నన్నే చూడండి. నేను వేదాధ్యయనమూ, తపస్సూ చేసుకునే పవిత్రమైన బ్రాహ్మణ వంశంలో పుట్టాను. కానీ, పెరిగిన వాతావరణం వలన దారుణమైన క్షత్రియధర్మం అవలంబించాను. అస్త్రశస్త్రాలు సంపాదించాను.

దుష్టులతో స్నేహం చేసాను. నాకిప్పుడు వేదాధ్యయనంమీద మనస్సు లేదు. తపస్సు ఊహలలోకి కూడా రావడం లేదు. క్రూరత్వం చాలా సహజమైనది అనిపిస్తోంది.

ఈ స్థితిలో పడిపోయిన నేను అనేక అస్త్రశస్త్రాలలో నైపుణ్యం సాధించాను. బలపరాక్రమాలు పెంచుకున్నాను. ఇంత సాధించిన నేను నా తండ్రిని నిర్దయగా వధించినవాణ్ణి ఊరికే వదలలేను. ఇంతవరకూ ఏ మార్గంలో వెళ్ళానో ఇప్పుడూ ఆ మార్గంలోనే వెళ్తాను. నేను అవలంబించిన క్షత్రియధర్మాన్నే అనుసరిస్తాను.

ఈ రాత్రి పాండవులందరూ ఆయుధాలు వదిలి, కవచాలు విప్పి గాఢనిద్రలో ఉంటారు. గాఢనిద్రలో ఉన్న పాంచాలురనీ, పాండవులనీ వధించి నా తండ్రి ఋణమూ, దుర్యోధనుడి ఋణమూ, కర్ణుడివంటి మహావీరుల ఋణమూ తీర్చుకుంటాను.

కృపాచార్యుడు అంగీకరించలేదు.

కృపాచార్యుడు: కుమారా! ఈ రాత్రికి అన్ని ఆలోచనలూ పక్కన పెట్టు. కవచం విప్పి నిద్రపో. అలిసిపోయిన శరీరం సేదతీరుతుంది. కలతపడి ఉన్న మనస్సు కుదుటపడుతుంది. ఆవేశం తగ్గుతుంది. ఆలోచనలు ధర్మమార్గంలో ఉంటాయి. ఉదయం కాగానే నేనూ, కృతవర్మా నీతో వస్తాము. ముగ్గురం పాండవులతో యుద్ధం చేద్దాం.

నిద్రపోతున్నవాడినీ, ఆయుధాలు ధరించనివాడినీ, శరణన్నవాడినీ వధించడం ధర్మవిరుద్ధం. మహాపాపం. అటువంటి నీచమైన పనికి పూనుకున్నవాడు అగాధమైన నరకసముద్రంలో పడిపోతాడు.

నువ్వు శస్త్రాస్త్రవేత్తవి. లోకంలో నీకు మంచి పేరుంది. అలిసిపోయి, ఆయుధాలు పక్కనపెట్టి, గాఢనిద్రలో శవాలలా పడిఉన్న వారిని వధించాలనే పాపభూయిష్ఠమైన ఆలోచన మనస్సులోకి రానివ్వవద్దు. భూమి ఉన్నంతకాలం లోకులు నిందించే స్థితికి దిగజారకు.

అశ్వత్థామ అతడిమాట వినలేదు. రథం ఎక్కి పాండవుల శిబిరం వైపు బయల్దేరాడు. చేసేదేమీ లేక కృతవర్మా, కృపాచార్యుడూ కూడా అశ్వాలను పూన్చి, రథాలెక్కి అతణ్ణి అనుసరించారు.

అశ్వత్థామ పాండవుల శిబిరం చేరాడు. కాని, అతణ్ణి లోపలికి పోనివ్వకుండా ఆ శిబిరద్వారం వద్ద ఒక మహాశక్తి నిలబడి ఉంది. అది నల్లని లేడిచర్మం ధరించింది. మహాసర్పాలు దానికి యజ్ఞోపవీతంగా ఉన్నాయి. దానికి ఉన్న అనేక మహాభుజాలలో పదునైన ఆయుధాలున్నాయి. నోటినుంచి, ముక్కునుంచి, చెవులనుంచి అగ్నిజ్వాలలు విరజిమ్ముతోంది. దానినుంచి వేలాది జనార్దనరూపాలు శంఖం, చక్రం, గద ధరించి పుట్టుకొచ్చి ఆ ప్రదేశాన్ని రక్షిస్తున్నాయి.

దానిని చూస్తేనే చాలు సామాన్యులు గుండె బద్దలై ప్రాణాలు వదలుతారు. అశ్వత్థామ ఆ మహాభూతాన్ని చూసి భయపడలేదు. పదునైన బాణాలు దానిమీద ప్రయోగించాడు. వాటిని ఆ ప్రాణి మింగేసింది. చక్రం ప్రయోగించాడు. ఖడ్గం, గద, ఇంకా మిగిలిన ఆయుధాలూ ప్రయోగించాడు. దివ్యాస్త్రాలు ప్రయోగించాడు. వాటినీ ఆ భూతం మింగేసింది.

అశ్వత్థామ ఆలోచనలో పడ్డాడు. తప్పు చేసానా అని సంకోచం కలిగింది.

"కృపాచార్యుడూ, కృతవర్మా నా మేలుకోరి చెప్పారు. వారి మాట వినలేదు.

బ్రువతామప్రియం పథ్యం సుహృదాం న శృణోతి యః,
స శోచత్యాపదం ప్రాప్య యథాహమతివర్త్య తౌ. 6.19

శ్రేయోభిలాషులు బాగా ఆలోచించి చెప్పిన మంచిమాటలు విని, ఆ ప్రకారం ప్రవర్తించనివాడు ఆపదలలో పడతాడు. ఆ తరువాత దుఃఖిస్తాడు. ఇప్పుడు నేనూ అదే ప్రమాదంలో పడ్డాను. గోవునీ, బ్రాహ్మణుణ్ణీ, స్త్రీనీ, గురువునీ, దుర్బలుణ్ణీ, నిద్రపోతున్నవాణ్ణీ, భయంతో వణికిపోతున్నవాణ్ణీ, పిచ్చెక్కినవాణ్ణీ వధించకూడదని శాస్త్రాలు చెప్తున్నాయి.

నేను శాస్త్రవచనాలు లెక్కచెయ్యలేదు. నీతినియమాలు ఉల్లంఘించాను. **అమార్గేణైవమారభ్య ఘోరమాపదమాగతః** – చెయ్యకూడని దారుణం చెయ్యబోయాను. ఘోరమైన ఆపదలో పడ్డాను." అనుకున్నాడు.

కొంతసేపు ఆలోచించాడు.

"మంచో చెడో ఒక పని ప్రారంభించాను. ఆ పనికి విఘ్నం వచ్చింది. దానిని దాటి వెళ్ళే శక్తి నాకు లేదు. అలాగని వెనక్కి తగ్గి వెళ్ళిపోవడం నావంటి వీరుడికి తగని పని. మానవప్రయత్నం సరిపోనప్పుడు దైవశక్తికోసం ప్రయత్నించాలి. లేదా తలపెట్టిన కార్యంకోసం పోరాడి ప్రాణాలు వదలాలి.

అందరినీ అన్ని ఆపదలనుంచీ కాపాడే దేవదేవుడు శంకరుడే నాకిక గతి. శంకరుణ్ణే ప్రార్థిస్తాను." అనుకున్నాడు.

రథం దిగాడు. నేలమీద నిలబడి ఏకాగ్రచిత్తంతో వేదమంత్రాలలో ఉన్న నామాలతో శంకరుణ్ణి స్తుతించాడు. ఆ క్షణంలో అతడికి శిబిరద్వారం వద్ద ఉన్న భూతం కనబడలేదు. చుట్టూ ఉన్నవేవీ కనబడలేదు. కేవలం జటాజూటధారి అయిన శంకరుడే భూమ్యాకాశాలు నిండి అతడి హృదయచక్షువుముందు ఉన్నాడు.

యోగబలంతో అశ్వత్థామ చేసిన స్తోత్రానికి ఫలంగా బంగారంతో చేసిన ఒక అగ్నివేది అతడిముందు వెలిసింది. దానిలో నిలువెత్తు మంటలు ఎగసి పడుతున్నాయి. అశ్వత్థామ ఆ వేదిముందు చేతులు జోడించి నిలుచున్నాడు.

"దేవదేవా! మహాదేవా! ఆంగిరసగోత్రుడినైన నేను ఈ రోజు నన్ను నీకు అర్పించుకుంటున్నాను. నా దేహాన్ని జ్వలిస్తున్న ఈ అగ్నిలో హవిస్సుగా సమర్పిస్తున్నాను.

ఈ శత్రువులను వధించడం నాకు సాధ్యంకాని పని అయితే హవిస్సురూపంలో నీ ముందు నిలిచి ఉన్న నన్ను స్వీకరించి ధన్యుణ్ణి చెయ్యి." అని చేతులు పైకెత్తి చిత్తం శివుడిమీద లగ్నంచేసి ఆ అగ్నిజ్వాలలలో ప్రవేశించి కూర్చున్నాడు.

శంకరుడు అతడికి ప్రత్యక్షమయ్యాడు.

"నీ భక్తికి సంతోషించాను. కృష్ణుడు నన్ను సత్యం, శౌచం, ఆర్జవం, త్యాగం, తపస్సు, నియమం, ఓర్పు, భక్తి, బుద్ధి, వాక్కు – వీటితో యథావిధిగా అర్చించాడు. **తస్మాదిష్టతమః కృష్ణాదన్యో మమ న విద్యతే** – నాకు కృష్ణుడు చాలా ఇష్టుడు. అతడికంటే ఇష్టమైనవాడు మరొకడు లేడు.

కృష్ణుణ్ణి గౌరవిస్తూ ఈ పాండవులను రక్షిస్తూ నిన్ను పరీక్షించడానికి మాయని సృష్టించాను. **అభిభూతాస్తు కాలేన నైషామద్యాస్తి జీవితమ్** – కానీ, ఈ క్షణంతో ఈ పాండవశిబిరంలో ఉన్నవారందరికీ ఆయువు చెల్లిపోయింది. వారిప్పుడు మృత్యువుకి వశమైపోతారు." అన్నాడు.

అలా అంటూ ఆ దేవదేవుడు అశ్వత్థామకి ఒక దివ్యమైన ఖడ్గం ఇచ్చాడు. తన అంశని అతడిలో ప్రవేశపెట్టాడు. అలా శివుడి అంశతో కూడిన అశ్వత్థామ దివ్యమైన తేజస్సుతో ప్రకాశించాడు. పాంచాలుర శిబిరంవైపు నడిచాడు. అతణ్ణి అనుసరించి అనేక భూత, రాక్షస గణాలు కదిలాయి.

◆◆◆

అంతవరకూ విన్న ధృతరాష్ట్రుడు ఉత్కంఠ తట్టుకోలేకపోయాడు. తొంభైతొమ్మిదిమంది పుత్రులు భీముడి చేతిలో మరణించారు. అందరికంటే పెద్దవాడు దుర్యోధనుడు తొడలు విరిగి, తోడులేక, నేలమీద పడి, చావుబ్రతుకులమధ్య కొట్టుకుంటున్నాడు.

తన కొడుకులు పాండవులపట్ల నిష్కారణంగా తలపెట్టిన ప్రతీ దారుణానికీ తానిచ్చిన ఆమోదమే ఇంత ఘోరానికి కారణమని ఆ అంధరాజుకి తెలుసు. తాను చేసిన తప్పులవలన కోట్లాదిమంది యుద్ధంలో మరణించారు. అయినా పాండవులపట్ల అసూయా, ద్వేషం తగ్గలేదు. వాళ్ళు సర్వనాశనం కావాలనే కోరిక మనస్సుని వదలలేదు.

ఆ అంధుడు ఆదుర్దాగా, " సంజయా! ఆ తరువాత ఏమయింది? త్వరగా చెప్పు. పాండవుల ద్వారపాలకులు నీచులు. క్షుద్రులు. ఆ పాపాత్ములు అశ్వత్థామని ఆపలేదుకదా? కృపాచార్యుడూ, కృతవర్మా అతణ్ణి వదిలి వెళ్ళిపోలేదు కదా? పాండవులు వారిద్దరినీ యుద్ధంలో వధించలేదుకదా?

అశ్వత్థామ ఆ శిబిరంలో దూరి పాండవులనీ, పాంచాలురనీ, సోమకులనీ వధించాడా? ఒక్కరినీ వదలకుండా వధించగలిగాడా? మిగిలిన ఇద్దరు మహారథులూ శత్రువులలో కొందరినైనా వధించారా?" అని ఆవేశంలో మాటలు తడబడుతూ అడిగాడు.

సంజయుడు దుఃఖిస్తూ జరిగినదంతా చెప్పాడు.

◆◆◆

అశ్వత్థామ శిబిరంవైపు వెళ్తుంటే మిగిలిన ఇద్దరూ అతణ్ణి అనుసరించారు. వారు తనకి సహకరిస్తున్నారని అతడు పొంగిపోయాడు.

"నేను శిబిరంలో ప్రవేశిస్తున్నాను. నిద్రపోతున్నవారిని చంపడం పెద్ద శ్రమకాదు. కానీ, అ సందడికి మేలుకొని కొందరు పారిపోవడానికి ప్రయత్నిస్తారు. వారిని మీరు చంపండి. ఈ రాత్రి క్షత్రియకులం అంతనీ నాశనం చేస్తాను." అన్నాడు.

అతడు శిబిరంలోకి వెనుకవైపునుంచి ప్రవేశించాడు. ఎవరెక్కడ ఉంటారో తెలిసినవాడు కనుక నేరుగా ధృష్టద్యుమ్నుడి శిబిరం వద్దకి వెళ్ళాడు. నిద్రపోతున్న ఆ మహావీరుణ్ణి కాలితో తన్నాడు.

అతడు మేలుకొనేలోపే అతణ్ణి జుట్టు పట్టి నేలమీదకి ఈడ్చాడు. ధృష్టద్యుమ్నుడికి మెలుకువ వచ్చింది. గురుపుత్రుణ్ణి గుర్తుపట్టాడు. కానీ, అశ్వత్థామ అతడికి తిరగబడే అవకాశం ఇవ్వలేదు.

ఆ పాండవసేనాధిపతిని కదలకుండా మెడమీద కాలుపెట్టి తొక్కిపట్టాడు. చేతులతో కుమ్మడం మొదలుపెట్టాడు. తనకి బ్రతికే అవకాశం లేదని ధృష్టద్యుమ్నుడు గ్రహించాడు. "గురుపుత్రా! నన్ను ఏదో ఒక ఆయుధంతో చంపు. పుణ్యలోకాలకి పోతాను." అని హీనస్వరంతో ప్రార్థించాడు.

దీనమైన ఆ ప్రార్థన విని అశ్వత్థామ రెచ్చిపోయాడు. "కులపాంసనా! విద్య నేర్పిన

గురువు తండ్రివంటివాడు. ఆ గురువునే వధించిన పాపివి నువ్వు. నీకు పుణ్యలోకాలకు వెళ్ళే అర్హత లేదు." అంటూ అతణ్ణి మర్మస్థానాలమీద పిడుగులవంటి పిడిగుద్దులు గుద్ది చంపాడు.

ధృష్టద్యుమ్నుడి ఆర్తనాదాలు విని పక్క డేరాలలో ఉన్న స్త్రీలూ, ఆంతరంగిక భద్రతాదళాలూ మేలుకున్నారు. అశ్వత్థామ రథం ఎక్కి అనేకమందిని చంపాడు.

నిద్రకళ్ళతో యుద్ధానికి దిగిన ద్రౌపదీపుత్రులనందరినీ చంపాడు. శిఖండినీ, ఇతరవీరులనీ, ఆ శిబిరంలో ఉన్న సైనికులనీ వధించాడు. ఆ శిబిరం వీరుల హాహాకారాలతో ప్రతిధ్వనించింది. భయంతో పారిపోబోయినవారిని కృతవర్మా, కృపాచార్యుడూ సంహరించారు.

కురుక్షేత్రయుద్ధం ప్రారంభమైనప్పటినుంచీ పాండవపక్షంలో ఉన్న వీరులకు రణరంగంలో మూర్తీభవించిన కాళరాత్రి పాశం ధరించి కనబడేది. ఆమె నల్లగా, ఎర్రని కళ్ళతో ఉండేది. భయంకరంగా పాడుతూ మనుష్యులనీ, గుర్రాలనీ, ఏనుగులనీ పాశానికి తగిలించి లాక్కుపోయేది. ఆ వెంటనే వారు యుద్ధంలో మరణించేవారు.

ఆ కాళరాత్రి అశ్వత్థామతో కలిసి శిబిరంలో తిరగడం మళ్ళీ చూసారు.

కేవలం రెండంటే రెండు గడియలలో శిబిరంలో హాహాకారలు ఆగిపోయాయి. యుద్ధం పూర్తయిపోయింది. శవాల గుట్టలమధ్య రథంలో తిరుగుతున్న అశ్వత్థామ ఒక్కడే మిగిలాడు. శిబిరం వెలుపల కృపుడూ, కృతవర్మా ఉన్నారు.

◆◆◆

అంతవరకూ విన్న ధృతరాష్ట్రుడికి పెద్ద అనుమానం వచ్చింది. "సంజయా! కొనప్రాణంతో ఉన్న దుర్యోధనుడు సంతోషిస్తాడనే ఒక్క కారణంతో అశ్వత్థామ ఒంటరిగా ఇంతమందిని, ఇంత తక్కువ సమయంలో వధించాడు. ఇదే పని ఇంతకుముందు యుద్ధంలో చేసి ఉంటే మా దుర్యోధనుడికి ఎంతో ప్రయోజనం కలిగేది కదా! అలా ఎందుకు చెయ్యలేదు?" అని అడిగాడు.

"రాజా! అశ్వత్థామకి పాండవులన్నా, కృష్ణుడన్నా, సాత్యకి అన్నా ఎప్పుడూ భయమే. వీరు ఏడుగురూ పాండవశిబిరానికి చాలా దూరంలో ఉండడం వలన ఇంత సాహసం చేసాడు. అంతమందిని చంపగలిగాడు." అని చెప్పి, సంజయుడు తరువాత ఏం జరిగిందో చెప్పాడు.

◆◆◆

తలపెట్టిన కార్యం సాధించినందుకు అశ్వత్థామని కృతవర్మా, కృపాచార్యుడూ కౌగిలించుకుని అభినందించారు.

"ద్రౌపదీపుత్రులతో సహా పాండవపక్షంలోఉన్న అందరినీ వధించాను. సైనికులలో కూడా ఎవరినీ వదలలేదు. మనం వెంటనే దుర్యోధనుడు పడి ఉన్న చోటుకి వెళ్ళి ఈ విజయవార్త అతడికి చెప్పాలి." అన్నాడు.

వారు ముగ్గురూ దుర్యోధనుడి వద్దకి వెళ్ళారు. అతడు తొడలు విరిగి, నెత్తుటి మడుగులో పడి సహించలేని బాధతో కొట్టుకుంటూ కొనప్రాణంతో ఉన్నాడు. అతణ్ణి అలా చూసి వారు దుఃఖం ఆపుకోలేకపోయారు.

అశ్వత్థామ ముందు తేరుకున్నాడు.

"రాజా! నీ మనస్సుకి నచ్చేదీ, నీకు అమితమైన సంతోషం కలిగించేదీ అయిన సమాచారం చెప్తాను. విను. అయిదుగురు పాండవులనూ తప్ప వారి పక్షంలో మిగిలిన అందరినీ వధించి వచ్చాను. పాండవ శిబిరంలో ఎవరినీ ప్రాణాలతో వదలలేదు.

పంచపాండవులూ, సాత్యకీ, కృష్ణుడూ ఈ ఏడుగురూ మాత్రమే పాండవపక్షంలో బ్రతికి ఉన్నారు. మన పక్షంలో మేము ముగ్గురమే ప్రాణాలతో ఉన్నాము. ఈ పదిమందీ తప్ప మిగిలిన పద్ధెనిమిది అక్షౌహిణుల సైన్యం నశించిపోయింది.

క్షత్రియుడు పొందగల అత్యుత్తమమైన గతిని నువ్వు పొందుతున్నావు. నాకు నీగురించి బెంగ లేదు. కొడుకులందరూ మరణించి దిక్కులేనివారు అయిపోయిన వృద్ధులైన నీ తల్లిదండ్రులను తలుచుకుని నేను దుఃఖిస్తున్నాను." అన్నాడు.

పాండవుల బిడ్డలూ, బంధువులూ మరణించారని వినగానే దుర్యోధనుడు అంత బాధలోనూ పట్టలేనంత ఆనందంతో ఉక్కిరిబిక్కిరి అయిపోయాడు.

"ఆచార్యపుత్రా! భీష్ముడూ, నీ తండ్రీ, నేనెంతో నమ్ముకున్న కర్ణుడూ కూడా చేయలేని పని నువ్వు సునాయాసంగా చేసేసావు. నువ్వు సామాన్యుడివి కాదు. దేవేంద్రుడితో సమానమైనవాడివి. మీ ముగ్గురికీ క్షేమం అగుగాక. మనం తిరిగి స్వర్గంలో కలుద్దాం" అని ఆ ముగ్గురినీ కౌగిలించుకున్నాడు.

అంతవరకూ బాధతోనూ, అవమానంతోనూ, తీరని పగతోనూ కొట్టుకుంటున్నా కొనప్రాణం అతణ్ణి వదలకుండానే ఉంది. పాండవేయులు అందరూ నాశనమైపోయారని వినగానే అతడు ఆనందంగా ప్రాణం విడిచాడు.

ధృతరాష్ట్రమహారాజా! యుద్ధరంగంలోకి అందరికంటే ముందు అడుగుపెట్టిన నీ

కుమారుడు కోట్లాదిమందిని రణరంగానికి బలిచేసి, అందరికంటే చివర తానూ బలైపోయాడు. చక్రవర్తిలా కురుక్షేత్రం చేరినవాడు అనాథశవమై చెరువుపక్కన పడి ఉన్నాడు.

నీ దురాలోచనవలన ఇంత జననష్టం జరిగింది. నీ కుమారుడి మరణంతో వ్యాసభగవానుడు నాకిచ్చిన దివ్యదృష్టి ఆగిపోయింది." అన్నాడు సంజయుడు.

ఆ తరువాత జరిగిన వృత్తాంతమంతా వైశంపాయనుడు జనమేజయుడికి వివరించాడు.

◆◆◆

ఆ రాత్రి గడిచిపోయింది. పాండవ శిబిరంలో బ్రతికిఉన్న ఒకే ఒక్కడు ధృష్టద్యుమ్నుడి సారథి. కృతవర్మ సైనికులని వధిస్తూంటే అతడు ఒకమూల నక్కి ప్రాణం దక్కించుకున్నాడు.

అతడు యుధిష్ఠిరుడివద్దకి వెళ్ళి గోడుగోడున దుఃఖిస్తూ జరిగిన ఘోరం అంతా చెప్పాడు. అది విన్న యుధిష్ఠిరుడు మొదలు నరికిన చెట్టులా నేలపై పడిపోయాడు. అతడలా పడిపోతుంటే సాత్యకీ, మిగిలిన పాండవులూ పట్టుకున్నారు.

"శత్రువులని పూర్తిగా ఓడించాం. సంపూర్ణవిజయం సాధించాం.

కాని, అదే శత్రువు వలన పరాజయం పాలయ్యాము. మన ఏమరుపాటు వలననే ఇంత ఘోరం జరిగింది. భీష్మద్రోణులనీ, కర్ణుణ్ణీ వధించిన మనం ఒక్కరాత్రి ఏమరుపాటుగా ఉండడంతో ఇంత ఘోరం జరిగిపోయింది. ఒక్కరాత్రి ఏమరుపాటుగా ఉండడంతో విజయం సాధించామన్న ఆనందమంతా పోగొట్టుకున్నాం.

పాపం ద్రౌపది! ఆమె ఇప్పటికే వ్రతనియమాలు పాటించి శుష్కించిపోయి ఉంది. వృద్ధుడైన తండ్రీ, సోదరులూ, పుత్రులూ– ఇంతమంది మరణవార్త విని ఆమె తట్టుకోగలదా? అసలు బ్రతుకుతుందా?

ఏమైనా జరిగినది చెప్పకతప్పదు. నకులా! నువ్వు వెంటనే ఉపప్లవ్యానికి వెళ్ళి ఆమెనీ, ఆమె పుట్టినింటికి సంబంధించిన స్త్రీలనీ అందరినీ ఇక్కడికి తీసుకురా." అన్నాడు.

ఆ తరువాత శిబిరంలోకి వెళ్ళాడు. అక్కడ చచ్చి పడిఉన్నవారిని చూసి స్పృహతప్పి పడిపోయాడు.

ద్రౌపది అక్కడికి వచ్చి, మరణించిన పుత్రులనీ, సోదరులనీ చూసి నేలపై పడి హృదయవిదారకంగా విలపించింది. భీమసేనుడు ఆమెను లేవనెత్తి ఓదార్చాడు. ఆమె దుఃఖం కోపంగా మారింది.

"రాజా! కుంతీనందనా! నువ్వు భూమండలమంతనీ జయించావు. నీకోసం మరణించిన సుభద్రాతనయుడినీ, నా పుత్రులనీ జ్ఞాపకం చేసుకుంటూ ఉండు. నిద్రపోతున్న నా

కుమారులమీద దాడిచేసి వధించిన అశ్వత్థామకి ఇక ప్రాణాలతో ఉండే హక్కు లేదు. మీరందరూ కలిసి అతణ్ణి వధించేవరకూ నేనిక్కడే ప్రాయోపవేశం చేస్తాను." అని యుధిష్ఠిరుడి ముందు నిరాహారదీక్షలో కూర్చుంది.

యుధిష్ఠిరుడు ఆమెని శాంతింపచెయ్యబోయాడు.

"కళ్యాణీ! అశ్వత్థామ చేయకూడని పాపకార్యం చేసాడు. ఆ తరువాత మనమేం చేస్తామో అని భయంతో దుర్గమమైన అరణ్యాలలోకి పారిపోయాడు. మేమందరం వెళ్ళి అతణ్ణి వెదికి వధించినా ఆ విషయం నీకెలా తెలుస్తుంది? అందుచేత ఇటువంటి దీక్షలో కూర్చోకు." అన్నాడు.

ద్రౌపది, "రాజా! అశ్వత్థామ శిరస్సుమీద అపూర్వమైన ఒక మణి ఉంది. అతడు ఆ మణితోనే పుట్టాడు. అతణ్ణి వధించి ఆ మణిని తెచ్చి చూపిస్తే చాలు. ఆ నీచుడు మరణించాడని నమ్ముతాను. దానిని నువ్వు శిరస్సుమీద ధరిస్తే అది చూస్తూ జీవిస్తాను." అంది.

ఆమె భీముడివైపు తిరిగింది. "భీమసేనా! నువ్వు అనేక ప్రమాదాలనుంచి పాండవులని కాపాడావు. నన్ను రక్షించావు. ఇప్పుడు కూడా నువ్వే పూనుకుని ఆ నీచుణ్ణి వధించాలి." అంది.

భీముడు వెంటనే ఆయుధాలతో నిండిన రథం ఎక్కాడు. నకులుడు సారథి స్థానంలో కూర్చున్నాడు. వారిద్దరూ ఎవరితోనూ ఏమీ మాట్లాడకుండా అరణ్యాలవైపు వేగంగా బయల్దేరారు.

అది చూసి కృష్ణుడు ఆందోళనలో పడ్డాడు.

"సోదరా! యుధిష్ఠిరా! భీముడు ఒంటరిగా అశ్వత్థామమీదకి బయల్దేరాడు. చాలా ప్రమాదంలో పడ్డాడు. అతణ్ణి రక్షించుకోవాలి.

ద్రోణుడివద్ద బ్రహ్మశిరస్సు అనే అస్త్రముంది. దానిని మానవులమీద ప్రయోగిస్తే భూలోకమంతా దగ్ధమైపోతుంది. ఆ అస్త్రాన్ని ఆచార్యుడు అర్జునుడికిచ్చాడు. అది చూసి సహించలేక అశ్వత్థామ ఆ అస్త్రం తనకీ కావాలని పట్టుబట్టాడు.

ద్రోణుడికి తన కుమారుడు దురాత్ముడనీ, చపలచిత్తుడనీ, ఆత్మనిగ్రహం లేనివాడనీ తెలుసు. అయినా పుత్రప్రేమతో అంధుడైపోయిన ఆచార్యుడు ఆ అస్త్రాన్ని అతడికీ ఇచ్చాడు. ఇచ్చేటప్పుడు, "కుమారా! నువ్వు మంచిమార్గంలో ఉండవని నాకు తెలుసు. *(ఈ అస్త్రం పొందే అర్హత నీకు లేదు.)* అయినా నీ కోరిక కాదనలేక నీకిస్తున్నాను. ఎటువంటి పరిస్థితి ఎదురైనా ఈ అస్త్రాన్ని మానవులమీద ప్రయోగించకు." అని చెప్పాడు.

ఆ తరువాత అశ్వత్థామ ఒకసారి ద్వారకకి వచ్చాడు. యాదవులు అతణ్ణి ఆదరంగా స్వాగతించి సత్కరించారు. ఒకరోజు అతడు నా వద్దకి వచ్చాడు. తనకి ఆ అస్త్రం ఎలా వచ్చిందో చెప్పాడు. తరువాత, 'కృష్ణా! నా వద్దనున్న ఈ దివ్యాస్త్రం నీకిస్తాను. నువ్వు నాకు నీ చక్రాయుధం ఇయ్యి.' అని అడిగాడు.

నేను, 'నా ఆయుధాలు అన్నీ చూడు. ఇదిగో ఇది నా ధనుస్సు. ఇది శక్తి. ఇది చక్రం. ఇది గద. వీటిలో నీకు ఏవి కావాలో అవి తీసుకో. దానికి బదులుగా నీ అస్త్రం నాకు ఇవ్వక్కర్లేదు.' అన్నాను. అతడు చక్రం కావాలన్నాడు. తీసుకోమన్నాను. అతడు తన శక్తినంతనీ ఉపయోగించినా చక్రాన్ని కదపలేకపోయాడు.

అప్పుడు నేను, 'నాకు ప్రాణసమానమైన మిత్రుడు, యుద్ధం చేసి దేవదేవుడైన శివుణ్ణే మెప్పించిన వీరుడు అర్జునుడు ఎప్పుడూ ఈ చక్రం ఇమ్మని అడగలేదు. నా సోదరుడూ మహాబలశాలీ బలరాముడు గాని, నా కుమారుడూ మహావీరుడూ ప్రద్యుమ్నుడు గాని దీనిని తమకిమ్మని అడగలేదు. అటువంటి చక్రాన్ని నువ్వు అడుగుతున్నావు. ఇంతకీ ఎవరితో యుద్ధం చెయ్యడానికి దీనిని అడుగుతున్నావు?' అని అడిగాను.

అశ్వత్థామ, 'కృష్ణా! నేను నిన్ను పూజిస్తాను. కానీ, నీతోనే – అదీ నీ చక్రాయుధంతోనే – యుద్ధం చెయ్యాలనీ, నిన్ను ఓడించాలనీ, ముల్లోకాలలోనూ నాతో సమానమైన వీరుడు లేడని పేరు తెచ్చుకోవాలనీ నా కోరిక.' అన్నాడు. అతడి మూర్ఖత్వానికి ఆశ్చర్యపోయాను. ఇంకేమీ మాట్లాడకుండా అనేక బహుమతులిచ్చి సాగనంపాను.

స సంరంభీ దురాత్మా చ చపలః క్రూర ఏవ చ,
వేద చాస్త్రం బ్రహ్మశిరస్తస్మాద్ రక్ష్యో వృకోదరః. 12.41

ఆచార్యపుత్రుడు తొందరపాటు మనిషి. ఏ పని చెయ్యవచ్చో, ఏ పని చెయ్యకూడదో తెలియని మూఢుడు. చపలచిత్తుడు. దురాత్ముడు. క్రూరుడు. అటువంటివాడి చేతిలో బ్రహ్మశిరస్సు అనే అస్త్రం ఉంది. పట్టలేని కోపంతో వస్తున్న భీముణ్ణి చూసి భయపడిపోతాడు. అతడినుంచి తప్పించుకునే శక్తి గానీ, ధైర్యంగానీ ద్రోణుడి కుమారుడికి లేవు. దిక్కుతోచక తన వద్ద ఉన్న తిరుగులేని ఆ మహాస్త్రాన్ని భీముడిమీద ప్రయోగిస్తాడు. దానినుంచి భీముడు తనని తాను రక్షించుకోలేడు. మనం వెంటనే వెళ్ళి అతణ్ణి రక్షించాలి." అన్నాడు.

వెంటనే కృష్ణుడు, అర్జునుడు, యుధిష్ఠిరుడూ సర్వాయుధాలూ నింపిన రథం ఎక్కి భీముణ్ణి అనుసరించి వేగంగా బయల్దేరారు. అప్పటికే భీముడు గంగానదీతీరం చేరాడు.

అక్కడ వేదవ్యాసుడు మొదలైన మునులున్నారు. వారి మధ్యలో అశ్వత్థామ ఉన్నాడు.

కొద్దిగంటలముందే భయంకరమైన మారణకాండ చేసిన ఆ విప్రుడు ఆశ్రమంలో ప్రవేశించగానే శరీరమంతా నెయ్యి పూసుకుని, దర్భలతో నేసిన వస్త్రం ధరించాడు.

భీముడు ధనుస్సు ధరించి, "దురాత్మా! నిలు! నిలు!" అంటూ అతడివైపు పరుగెత్తాడు. అశ్వత్థామ అతణ్ణీ, అతడి వెనుక వస్తున్న కృష్ణార్జునులనీ చూసాడు. అతడికి ప్రాణభయం పట్టుకుంది. కాళ్ళూ, చేతులూ ఆడలేదు. కంగారుగా తనని రక్షించే దిక్కెవరా అని ఆలోచించాడు. పాండవులనుంచి తనని కాపాడగలిగినది బ్రహ్మశిరస్సు అనే అస్త్రం తప్ప వేరొకటి లేదనుకున్నాడు.

ఇక ముందు వెనుకలు ఆలోచించలేదు. ఆ అస్త్రం గురించి తండ్రి చెప్పిన నియమాలు పట్టించుకోలేదు. ఒక గడ్డిపరక తీసుకున్నాడు. దానిమీద బ్రహ్మశిరస్సు అభిమంత్రించాడు. **అపాండవాయేతి రుషా వ్యసృజద్ దారుణం వచః** – 'పాండవులందరూ నశించెదరుగాక!' అని సంకల్పించి ఆ అస్త్రాన్ని ప్రయోగించాడు.

కృష్ణుడు, "అర్జునా! అశ్వత్థామ మనం అనుకున్నంత పనీ చేసేసాడు. నీకూ, నీ సోదరులకీ క్షేమం కలగాలని కోరుతూ నువ్వూ వెంటనే బ్రహ్మశిరస్సు అస్త్రాన్ని ప్రయోగించు." అన్నాడు.

అర్జునుడు ధనుర్బాణాలు తీసుకుని రథం దిగాడు.

పూర్వమాచార్యపుత్రాయ తతోఽనన్తరమాత్మనే,
భ్రాతృభ్యశ్చైవ సర్వేభ్యః స్వస్తీత్యుక్త్వా పరంతప. 14.4

ఆచార్యపుత్రుడికీ, తనకీ, తనసోదరులకీ క్షేమం అగుగాక అంటూ దేవతలకీ, ఆచార్యులకీ నమస్కరించాడు.

"**అస్త్రమస్త్రేణ శామ్యతామ్** – శత్రువు ప్రయోగించిన అస్త్రం ఈ అస్త్రం వలన శాంతించుగాక!" అని సంకల్పించి అస్త్రాన్ని ప్రయోగించాడు.

ఆ రెండు అస్త్రాల ఘర్షణతో ఆకాశంలో భయంకరమైన అగ్నిజ్వాలలు వ్యాపించాయి. లోకంలో ఉన్న జీవులన్నీ భయంతో కంపించిపోయాయి. సమస్తప్రాణులకూ హితం కోరే వ్యాసుడూ, నారదుడూ అ అస్త్రాలనుంచి లోకాలని రక్షించాలనుకున్నారు. ఆ మహాత్ములు రెండు అస్త్రాలమధ్యా నిలబడ్డారు.

"లోకంలో ఇంతవరకూ ఎన్నో యుద్ధాలు జరిగాయి. ఎందరో అస్త్రవేత్తలు దివ్యాస్త్రాలు ప్రయోగించారు. కాని, వారిలో ఎవరూ ఈ భయంకరమైన అస్త్రాన్ని మానవులమీద ప్రయోగించలేదు. ఇంత దుర్మార్గమైన ప్రయోగం మీరెందుకు చేసారు. ఇది తప్పని మీకు

తెలియదా? అస్త్రం ఇచ్చేటప్పుడు ఎవరూ చెప్పలేదా?" అని మందలింపుగా అడిగారు.

వారి మాటలు విన్న వెంటనే అర్జునుడు తన అస్త్రాన్ని ఉపసంహరించాడు. "మహర్షులారా! ఈ పాపి ప్రయోగించిన అస్త్రాన్ని నిరోధించడానికే నేను ఈ అస్త్రం ప్రయోగించాను. మీరు చెప్పగానే నా అస్త్రాన్ని ఉపసంహరిస్తున్నాను. అయితే ఇతడు తన అస్త్రం ఉపసంహరించడం లేదు. అది మమ్మల్ని భస్మం చెయ్యకుండా కాపాడుకునేందుకు ఉపాయం చెప్పండి." అన్నాడు.

అశ్వత్థామ కూడా తన అస్త్రాన్ని ఉపసంహరించడానికి ప్రయత్నించాడు. కాని, అది అతడికి సాధ్యం కాలేదు. అతడు వ్యాసుడితో, "నేను భీముడు ఏం చేస్తాడో అని భయపడ్డాను. ఆ భయంలో ఈ అస్త్రాన్ని ప్రయోగించాను. కానీ, దీనిని ఉపసంహరించడం నాకు సాధ్యం కావడంలేదు. పాండవులనందరినీ వధించాలని నాకున్న బలమైన కోరికని ఈ అస్త్రం తీరుస్తుంది.

ఈ ఘోరమైన పాపం నన్ను చుట్టి బాధిస్తుంది. నేను దీనిని అనుభవించక తప్పదు." అన్నాడు.

వ్యాసుడు, "అర్జునుడు క్షత్రియధర్మం పాటించాడు. అతడెప్పుడూ అధర్మయుద్ధం చెయ్యడు. తమకే కాదు, నీకు కూడా స్వస్తి అగుగాక అనుకుంటూ నీ అస్త్రాన్ని నిరోధించడానికి మాత్రమే అస్త్రం ప్రయోగించాడు. నీమీద కాదు.

నువ్వు సమస్త నియమాలనీ ఉల్లంఘించావు. ఈ అస్త్రాన్ని ఇస్తూ గురువు పెట్టిన నిబంధనలని గాలికి వదిలావు. ఈ అస్త్రాన్ని మానవులమీద ప్రయోగించి చెయ్యరాని మహాపరాధం చేసావు. ఈ బ్రహ్మశిరోస్త్రాన్ని మరొక అస్త్రంతో ఉపసంహరిస్తే ఆ దేశంలో పన్నెండు సంవత్సరాలు వర్షాలు కురవవు. ప్రజలను రక్షించడానికి అర్జునుడు నీ అస్త్రాన్ని అడ్డుకోకుండా ఉన్నాడు.

నువ్వు చేసిన ఈ దారుణానికి ప్రతిక్రియగా నీ తలమీదున్న మణిని వీరికిచ్చెయ్యి. వీరు నిన్ను వధించకుండా వదిలేస్తారు." అన్నాడు.

ఆ మణి తనని భయాందోళనలనుంచి రక్షిస్తుందని గొణుగుతూనే, "మహర్షీ! నీ ఆజ్ఞ నాకు శిరోధార్యం. ఇదిగో మణి. దీనిని ఇచ్చేస్తున్నాను. నేను పాండవులకు వశమవుతున్నాను. కాని, నేను ప్రయోగించిన అస్త్రాన్ని ఉపసంహరించడం నాకు సాధ్యం కాదు. అందు చేత దీనిని పాండువలని వదిలిపెట్టి వారి స్త్రీల గర్భస్థ శిశువులని కొట్టేసేలా మళ్ళిస్తాను." అన్నాడు.

ఆ మూర్ఖుడు అంతకంటే ఏమీ చెయ్యలేడని వ్యాసుడు తెలుసుకున్నాడు. "గర్భేషు

పాండవేయానాం విసృజ్యైతదుపారమ – అలాగే చెయ్యి. దీనిని పాండవస్త్రీల గర్భాలమీదకి మళ్ళించు. ఈ ప్రయత్నం విరమించు." అన్నాడు.

అశ్వత్థామ మాటలకి కృష్ణుడు తీవ్రంగా స్పందించాడు.

"పరిక్షీణేషు కురుషు పుత్రస్తవ భవిష్యతి,
ఏతదస్య పరిక్షిత్త్వం గర్భస్తస్య భవిష్యతి. 16.3

అర్జునుడి కోడలు ఉత్తర ఉపప్లవ్యంలో ఉన్నప్పుడు ఒక సద్బ్రాహ్మణుడు ఆమెను చూస్తూనే 'రాబోయే కాలంలో కౌరవులందరూ పరిక్షీణులు అవుతారు. *(నశించిపోతారు)* అప్పుడు నీకొక పుత్రుడు కలుగుతాడు. నీ గర్భస్థశిశువు పరిక్షిత్త్వం పొందడం వలన పరిక్షిత్ అవుతాడు.' అన్నాడు. అతడి మాట నిజమై తీరుతుంది. పాండవులకు వారసుడు ఉంటాడు." అన్నాడు.

తాను అంత గొప్ప అస్త్రం ప్రయోగించినా ఉత్తరాగర్భంలో ఉన్న శిశువు బ్రతుకుతాడని కృష్ణుడు చెప్పడంతో అశ్వత్థామ కోపం పట్టలేకపోయాడు.

"కృష్ణా! నా అస్త్రం తిరుగులేనిది. నువ్వు ఏం చెప్పినా, ఏం చేసినా అది ఉత్తరాగర్భస్థుడైన శిశువుమీద పడుతుంది. ఆ శిశువు బ్రతకడు." అన్నాడు.

కృష్ణుడు, "నీ అస్త్రానికి తిరుగులేదు. నిజమే. కానీ, ఆ దెబ్బ తిన్న శిశువుని నేను బ్రతికిస్తాను.

పశ్య మే తపసో వీర్యం సత్యస్య చ నరాధమ – నరాధమా! నా తపస్సుకున్న బలమూ, సత్యానికున్న ప్రభావం నువ్వే చూస్తావు.

ఇంత దుర్మార్గానికి ఒడికట్టిన నీ శరీరం అనేక వ్యాధులతో కుళ్ళిపోతుంది. నీ శరీరంనుంచి చీమూ, నెత్తురూ కారుతూ భరించలేని దుర్గంధం వెలువడుతూ ఉంటుంది. నలుగురిమధ్యకి రాలేని స్థితిలో ఉంటావు. ఎవరికీ ఎదురుపడలేక నరసంచారంలేని ప్రదేశాలలో తిరుగుతావు. మరణంకంటే దారుణమైన ఈ స్థితిలో మూడువేల సంవత్సరాలు నిత్యం కుమిలిపోతూ బ్రతుకుతావు.

నువ్వు ఎవరిని చంపాలనుకున్నావో ఆ పరీక్షిత్తు కృపాచార్యుడికి శిష్యుడౌతాడు. వేదవేదాంగాలూ నేర్చుకుంటాడు. సమస్త అస్త్రవిద్యలూ నేర్చుకుంటాడు. ధర్మాత్ముడై నీ కళ్ళ ఎదుటే అరవై సంవత్సరాలు చక్రవర్తిగా ఈ భూమండలమంతనీ పరిపాలిస్తాడు. అతడి తరువాత ఆతడి కుమారుడు చక్రవర్తి అవుతాడు. వీరి వైభవం నీ నికృష్ట స్థితీ చూసి ప్రతీ క్షణం విలపిస్తూ జీవించు." అని శపించాడు.

వ్యాసుడు, "బ్రాహ్మణుడివై ఉండి కూడా ఇంత దారుణమైన నీచబుద్ధి ప్రదర్శించావు. మమ్మల్నికూడా ధిక్కరించావు. నువ్వు చేసిన ఘోరకృత్యాలకి ఫలితం తప్పక అనుభవించాలి. కృష్ణుడు చెప్పినట్లే వ్యాధులతో కుళ్ళిపోయి బ్రతుకుతావు." అన్నాడు.

అశ్వత్థామ మానసికంగా క్రుంగిపోయి అరణ్యంలోకి వెళ్ళిపోయాడు.

పాండవులూ, కృష్ణుడూ వ్యాసుడి అనుమతి తీసుకుని కురుక్షేత్రానికి వెళ్ళారు. ప్రాయోపవేశం చేసి ఉన్న ద్రౌపదికి అశ్వత్థామనుంచి తీసుకున్న దివ్యమణిని చూపించారు.

భీముడు, "ద్రౌపదీ! నీ పుత్రులని వధించినవాడి శిరస్సుమీద ఉండే మణి ఇదిగో.

పాపాత్ముడు దుర్యోధనుణ్ణి వధించాను. దుశ్శాసనుడి రొమ్ము చీల్చి రక్తం తాగాను.

ధృతరాష్ట్రుడి కొడుకులలో ఒక్కణ్ణి కూడా వదలకుండా సంహరించాను. నీచులందరిమీదా

పగతీర్చుకున్నాం.

అశ్వత్థామని కూడా జయించాం. కానీ, బ్రాహ్మణుడు కావడంవలన చంపకుండా వదిలేసాము." అన్నాడు.

ద్రౌపది, "నేను కేవలం పగతీర్చుకోవాలనే పట్టు పట్టాను. అశ్వత్థామని ప్రాణాలతో వదిలి మంచి పని చేసారు. మీ ఆచార్యుడి కుమారుడు నాకూ ఆచార్యుడితో సమానుడే. అతణ్ణి వధించాలని నేను కోరుకోలేదు. అతడినుంచి తీసుకున్న ఈ మణిని రాజు తన శిరస్సుమీద ధరించాలి." అంది.

యుధిష్ఠిరుడు ఆ మణిని ధరించాడు. తరువాత, "కృష్ణా! మహారథులైన మనవారిని ఇంతమందిని అశ్వత్థామ ఒక్కడే ఎలా వధించగలిగాడు?" అని అడిగాడు.

"అశ్వత్థామ తన బలం వలన వీరిని జయించలేదు. శివుడి అనుగ్రహంవలన వీరిని వధించగలిగాడు. ఈ సంహారం అంతా ఆ మహాదేవుడు చేసినదే. అశ్వత్థామ చేసినది కాదు. జరిగిపోయినదానిని గురించి చింతించకు. చేయవలసిన పనులను గురించి ఆలోచించు." అన్నాడు కృష్ణుడు.

ఇది

వ్యాసభగవానుడు మహాభారతమహేతిహాసంలో

సౌప్తికపర్వంలో చెప్పిన కథాసంగ్రహం.

శ్రీః

స్త్రీపర్వం

నారాయణం నమస్కృత్య నరం చైవ నరోత్తమమ్,
దేవీం సరస్వతీం వ్యాసం తతో జయ ముదీరయేత్.

1

వందమంది కొడుకులతోనూ, మనవలతోనూ కలకలలాడుతూ ఉండే ధృతరాష్ట్రుడు అనేక కొమ్మలతో విశాలంగా వ్యాపించిన మహావృక్షంలా ఉండేవాడు.

పద్ధెనిమిది రోజుల యుద్ధం తరువాత **ఛిన్నశాఖమివ ద్రుమమ్** – కొమ్మలన్నీ నరికేసాక మిగిలిపోయిన మోడులా అయిపోయాడు. దుఃఖంతో కుమిలిపోయాడు.

సంజయుడు, "రాజా! పాండవులతో యుద్ధం వద్దనీ, యుద్ధమే గాని జరిగితే ఇలాగే అవుతుందనీ భీష్ముడు చెవినిల్లుకట్టుకు పోరాడు. ఋషులు హెచ్చరించారు. కృష్ణుడు పదే పదే చెప్పాడు. ఆ నాడు నువ్వు ఎవరిమాటా వినలేదు. ఇంత ముప్పునీ మొండిగా కోరి కొనితెచ్చుకున్నావు. వంశనాశనానికి కారణమయ్యావు. ఇప్పుడు నువ్విలా దుఃఖిస్తూ ఉంటే నిన్ను ఓదార్చేందుకు కూడా ఎవరూ మిగలలేదు.

ఇక నువ్వు మరణించిన పుత్రులకీ, బంధుమిత్రులకీ చెయ్యవలసిన ప్రేతకర్మల గురించి మాత్రమే ఆలోచించాలి." అన్నాడు.

ధృతరాష్ట్రుడు ఎట్టకేలకి గొంతు పెగుల్చుకుని మాట్లాడాడు.

"సంజయా! ఈనాడు ఈ లోకంలో నాకంటే ఏకాకి ఎవడూ లేడు. నా అని చెప్పుకోదగినవారందరూ నావలన మరణించారు.

ఈ మారణహోమం తప్పించమని దేవర్షి నారదుడు చెప్పాడు. పరశురాముడు చెప్పాడు. వ్యాసుడు చెప్పాడు. వాసుదేవకృష్ణుడు స్వయంగా వచ్చి మరీ చెప్పాడు. ఎందరు శ్రేయోభిలాషులు చెప్పినా, నయాన చెప్పినా భయాన చెప్పినా నేను వినలేదు. ఇది నిజమే.

నా బుద్ధి వక్రమార్గం పట్టింది. సర్వనాశనం అయిపోయింది. కఠోరమైన వ్రతాలు పాటించి బ్రహ్మలోకం చేరడమే నాకిక కర్తవ్యం." అన్నాడు.

సంజయుడు, “రాజా! ఒకడు అందరూ వద్దంటున్నా వినకుండా అగ్ని రగిల్చాడు. బ్రతిమాలినా, భయపెట్టినా పట్టించుకోకుండా నిలువెత్తు మంటలు లేచేవరకూ ఎండు కట్టెలు వేసాడు. దాని సమీపానికి వెళ్ళవద్దంటే వెళ్ళాడు. బట్టలు అంటుకుని మండిపోతుంటే మొర్రోమని ఏడ్చాడు.

నీకూ అతడికీ తేడా ఏముంది? భయంకరమైన దురాశతో నీ మనస్సు నిండిపోయింది. పాండవులనే అగ్నికుండంలో నీ దురాశ ఆజ్యమయింది. నువ్వూ, నీ కుమారులూ మాట్లాడిన మాటలు వాయువై ఆ అగ్నిజ్వాలలు ఎగసిపడేలా చేసాయి. ఆ అగ్నికుండంలో నీ వంశమంతా సమిధ అయిపోయింది.

ఇప్పుడు దుఃఖించడం వలన ప్రయోజనం లేదు.” అని కటువుగా చెప్పాడు.

ధృతరాష్ట్రుడు ఆ మాటలు తట్టుకోలేక కిందపడిపోయాడు. విదురుడు, “రాజా! ఎందుకలా దుఃఖంతో కుమిలిపోతున్నావు. లే. లేచి కూర్చో. ఇటువంటి సమయంలోనే బుద్ధి నిలకడగా పెట్టి, నువ్వు అధ్యయనం చేసిన శాస్త్రాలు జ్ఞాపకం చేసుకోవాలి.

యదా శూరం చ భీరుం చ యమః కర్షతి భారత,
తత్ కిం న యోత్స్యంతి హి తే క్షత్రియాః క్షత్రియర్షభ. 2.4

యముడు ఆయువు తీరిన శూరుణ్ణీ లాక్కుపోతాడు. పిరికిపందనీ లాక్కుపోతాడు. ఆయువు తీరాక ఒక్క లిప్తకాలం కూడా ఎవరినీ ఉండనివ్వడు. ఎలాగా తప్పదని తెలిసిన మరణానికి వీరులైన క్షత్రియులు ఎందుకు భయపడతారు? యుద్ధం చెయ్యకుండా ఎలా ఉంటారు?

ఆయుర్దాయం మిగిలిఉన్నవాడికి యుద్ధం చేసినా ప్రాణం పోదు. చెయ్యకపోయినా పోదు. అయినా అనాదినుంచీ ఇప్పటిదాకా బ్రతికి ఉన్నవారు ఎవరూ లేరు. ఇప్పటినుంచీ ఇకముందు అనంతకాలం బ్రతికి ఉండేవారూ ఎవరూ లేరు. అందరూ మధ్యలో వస్తారు. కొంతకాలం ఇక్కడ ఉంటారు. కాలం తీరాక ఇక్కడినుంచీ నిష్క్రమిస్తారు.

అందుచేత యుద్ధంలో మరణించినవారికోసం విజ్ఞులు విచారించరు.. నువ్వు అభ్యసించిన శాస్త్రాలని నమ్మితే యుద్ధంలో చనిపోయినవారిని గురించి విచారించకూడదు. వారు అశాశ్వతమైన భూలోకవాసం ముగించుకుని శాశ్వతమైన స్వర్గలోకవాసానికి వెళ్ళారని నమ్మాలి.

అనిత్యం యౌవనం రూపం జీవితం ద్రవ్యసంచయః,
ఆరోగ్యం ప్రియసంవాసో గృధ్యేదేష న పండితః. 2.25

యౌవనం నిత్యం కాదు. అందమైన రూపమూ శాశ్వతం కాదు. అసలు జీవితమే అనిత్యం. ఎంతో శ్రమపడి కూడబెట్టిన సంపదలు గానీ, 'వీళ్ళే నా ప్రాణం' అనుకునే ఆత్మీయులు గానీ ఏవీ శాశ్వతం కాదు. ఎవరూ శాశ్వతం కాదు.

మానవుడు చేసిన పుణ్యం గానీ, పాపం గానీ అతణ్ణి వదలవు. అతడు నడుస్తే అవీ నడుస్తాయి. పరుగెత్తితే అవీ పరుగెత్తుతాయి. కూర్చుంటే పక్కనే కూర్చుంటాయి. పడుకుంటే అతణ్ణి అంటిపెట్టుకుని పడుకుంటాయి.

రాజా! ఈ లోకంలో మనమే కల్పించుకున్న భ్రమలలో పడి మనం బ్రతుకుతున్నాం. ఒకడు బ్రాహ్మణుణ్ణి అంటాడు. ఇంకొకడు క్షత్రియుణ్ణి అంటాడు. ఒక్కొక్కడూ ఒక్కొక్క కులం అంటాడు. నాకు ఇది చేసేందుకు అధికారం ఉందంటాడు. అది నీకు లేదంటాడు.

కానీ, శ్మశానం చేరాక మిగిలే ఎముకలు అందరివీ ఒకేలా ఉంటాయి. వాటిలో ఏ ఎముక ఏ కులానిదో, ఏ ఎముక సంపన్నుడిదో, ఏది పేదవాడిదో, ఏది అందగాడిదో, ఏది కురూపిదో, ఏది వీరుడిదో, ఏది పిరికిపందదో ఎవరికి తెలుసు? ఎవరు వాటిని గుర్తించి చెప్పగలరు? అన్నీ ఒకేలా అక్కడ దుమ్ములో పడి ఉంటాయి.

యేన ప్రత్యవగచ్ఛేయుః కులరూపవిశేషణమ్,
కస్మాదన్యోన్యమిచ్ఛంతి విప్రలబ్ధధియో నరాః. 3.6

ఇవన్నీ తెలిసినా ఈ జీవితమే శాశ్వతమనుకుని, ఈ శరీరం ఎప్పుడూ ఇలాగే ఉంటుందనుకుని తమని తాము మోసగించుకుంటూ ఉంటారు మానవులు. ఆ అజ్ఞానంలో పడి ఒకరితో ఒకరు పోటీపడుతూ ఉంటారు.

రాజా! పండితులు ఒక కథ చెప్తారు. ఒక బ్రాహ్మణుడు క్రూరమృగాలతో నిండిన అరణ్యంలో ప్రవేశించాడు. దారి తెలియలేదు. చుట్టూ చూసాడు. ఆ అరణ్యం చుట్టూ ఒక స్త్రీ వల అల్లుతోంది.

ఆ అరణ్యంలో లతలతో కప్పిన లోతైన బావి ఒకటి ఉంది. బ్రాహ్మణుడు చూసుకోకుండా అడుగు వేసి ఆ బావిలో పడ్డాడు. ఆ తీగలకి తగులుకుని కిందకి పోలేక, పైకి రాలేక తలకిందులుగా వేలాడుతున్నాడు. ఎంత ప్రయత్నించినా అందులోనుంచి బయటపడే మార్గం కనిపించడం లేదు.

అంతలో ఆ లతలలో ఒకదానికి ఉన్న తేనెపట్టునుంచి తేనె చుక్కలుగా కారుతోంది. అతడు ముందుకు వంగి ఆ తేనె చుక్కలు నాలుకమీద పడితే వాటిని ఆస్వాదిస్తున్నాడు.

సంసారమే ఆ వనం. అందులో ఉన్న క్రూరమృగాలు వ్యాధులు. వల అల్లుతున్న స్త్రీ

వార్ధక్యం. బావి శరీరం. తేనెబొట్లు కోరికలు. వాటిన ఆస్వాదించడం ఆ కోరికలు తీర్చుకోవాలనే ఆరాటం. అతడు పట్టుకుని వేలాడుతున్న తీగ జీవించాలనే ఆశ.

ఇటువంటి సంసారబంధం గురించీ, దీనిలో సంయోగవియోగాల గురించీ విచారించడం అవివేకం. నీవంటి జ్ఞానికి తగనిపని." అన్నాడు.

వ్యాసుడు ధృతరాష్ట్రుణ్ణి ఓదార్చాడు.

"ధృతరాష్ట్రా! ఇదంతా ఇలా జరగాలనేది దైవనిర్ణయం. కాలగతిని ఎవరూ మార్చలేరు. ఇదంతా ఇలా ఎందుకు జరిగిందో చెప్తాను. విను.

భూదేవి తనమీద పాపాత్ముల భారం పెరిగిపోతోందనీ, దానిని తగ్గించమనీ దేవతలని ప్రార్థించింది. వారు అంగీకరించారు. చాలాకాలం గడిచింది. కానీ, దేవతలు ఏమీ చెయ్యలేదు. అప్పుడు భూదేవి ఇంద్రుడి సభకి వెళ్ళింది. 'నేను కోరిన కోరికని తీరుస్తామని మాట ఇచ్చారు. దాని సంగతి ఏం చేసారు?' అని నిలదీసింది.

ఆ మాట తెలిసి విష్ణువు నవ్వాడు. భూదేవితో 'ధృతరాష్ట్రుడికి దుర్యోధనుడనే కొడుకు పుడతాడు. అతడి మూలంగా రాజులందరూ యుద్ధంలో మరణిస్తారు. నువ్వు మోస్తున్న దుర్మార్గులభారం ఇక నీకు ఉండదు.' అన్నాడు.

నీ కుమారుడు దుర్యోధనుడు కలి అంశగా గాంధారి కడుపున పుట్టాడు. లోకసంహారమే అతడి జీవిత పరమార్థం. అతడు చపలుడు. కోపిష్ఠి. క్రూరుడు. దుర్మార్గుడు.

అతడు నీ బుద్ధిని కూడా తన మార్గంలోకి తెచ్చుకున్నాడు. నువ్వు చేసిన తప్పులవలననే నీ కుమారులందరూ మరణించారు. ఇందులో పాండవుల దోషమేమీ లేదు. నువ్వు ధైర్యం వహించు. వాస్తవం గ్రహించు. పాండవులపట్ల ప్రేమతో మిగిలిన జీవితం గడుపు." అన్నాడు.

ధృతరాష్ట్రుడు రెండు గడియలు ఆలోచనలో పడ్డాడు. ఎవరూ మాట్లాడలేదు. చివరకి ఆ అంధుడే వ్యాసుడితో మాట్లాడాడు.

"విప్రోత్తమా! ఈ జరిగిన దారుణానికి కారణం ఎవరా అనే ఆలోచనతో దుఃఖంలో మునిగిపోయాను. ఇదంతా దైవనిర్ణయం అని నువ్వు చెప్పడంతో మనస్సులో కొంత కలత తీరింది. శోకంలో పడిపోకుండా ఉండడానికి యథాశక్తి ప్రయత్నిస్తాను." అన్నాడు.

వెంటనే వ్యాసుడు అంతర్ధానమైపోయాడు.

◆◆◆

వ్యాసుడు వెళ్ళిపోయాక ధృతరాష్ట్రుణ్ణి మళ్ళీ దుఃఖం కమ్మేసింది. విదురుడు పదే పదే అతడికి మరణించినవారిపట్ల కర్తవ్యం గుర్తు చేసాడు.

కొంతసేపటికి ధృతరాష్ట్రుడు యుద్ధభూమికి వెళ్ళడానికి రథం సిద్ధం చెయ్యమన్నాడు.

"శీఘ్రమానయ గాంధారీం సర్వాశ్చ భరతస్త్రియః,
వధూం కుంతీముపాదాయ యాశ్చాన్యాస్తత్ర యోషితః. 10.2

విదురా! గాంధారినీ, నా కోడళ్ళనీ, కుంతినీ, ఇంకా అంతఃపురంలో ఉన్న ఇతరస్త్రీలనీ – అందరినీ కురుక్షేత్రానికి రమ్మను." అని అదేశించి రథమెక్కాడు.

అంతఃపురస్త్రీలందరూ ధృతరాష్ట్రుణ్ణి అనుసరించి రథాలలో వెళ్ళారు. నగరంనుంచి అనేకమంది వారి వెనుక బయల్దేరారు.

వారందరూ ఒక క్రోసు దూరం వెళ్ళగానే అశ్వత్థామా, కృపాచార్యుడూ, కృతవర్మా వారిని కలిసారు. గాంధారీ ధృతరాష్ట్రులతో దుర్యోధనవధ గురించీ, ఆ అర్ధరాత్రి పాండవశిబిరంలో ఉన్నవారిని అందరినీ వధించడం గురించీ చెప్పారు.

"రాజా! మహారాణీ! పాండవులు మామీద కోపంతో ఉంటారు. మాజాడ వెదుకుతూ వస్తారు. వారి కంట పడితే మమ్మల్ని ప్రాణాలతో వదలరు. అందుచేత మీరు అనుమతిస్తే మేము దూరంగా వెళ్ళిపోతాము." అని ఆ వృద్ధదంపతులకు ప్రదక్షిణం చేసి వేరు వేరు మార్గాలలో వెళ్ళిపోయారు.

కృతవర్మ తన దేశానికీ, కృపాచార్యుడు హస్తినాపురానికీ, అశ్వత్థామ గంగాతీరంలో ఉన్న వ్యాసాది ఋషులవద్దకీ వెళ్ళారు. అశ్వత్థామ గంగాతీరంలో పాండవులకి దొరికి తన శిరస్సుమీద ఉన్న మణిని వారికిచ్చి ప్రాణం దక్కించుకున్నాడు.

◆◆◆

ధృతరాష్ట్రుడు కురుక్షేత్రానికి బయల్దేరాడని పాండవులకి తెలిసింది. వెంటనే వారూ కృష్ణుడితోనూ, సాత్యకితోనూ కలిసి కురుక్షేత్రానికి వెళ్ళారు. అందరూ తమ తమ పేర్లు చెప్పుకుని ధృతరాష్ట్రుడికి నమస్కరించారు. పాండవులు అయిదుగురూ క్షేమంగా ఉండడంతో ఆ అంధరాజుకి కడుపు మండిపోయింది. అయినా తన పుత్రులనందరినీ వధించిన పాండవులమీద ప్రేమ నటించవలసి వచ్చింది.

అతడు యుధిష్ఠిరుణ్ణి కౌగిలించుకుని దుఃఖించాడు. కానీ, ఆ కౌగిలింతలో ప్రేమ లేదు. ఆదరం లేదు. వారు అనుభవించిన కష్టాలపట్ల జాలి లేదు. కేవలం పగ, ద్వేషం మాత్రమే ఉన్నాయి.

యుధిష్ఠిరుణ్ణి కౌగిలించుకుంటూనే ఆతడికి దుర్బుద్ధి పుట్టింది. భీమసేనుడి పట్ల చిరకాలంగా ఉన్న ద్వేషం అతడి బుద్ధిని పాపపంకిలం చేసింది.

భీముణ్ణి చంపాలని నిర్ణయించుకున్నాడు. భీముడెక్కడ అని అడిగాడు.

అతడలా ఆలోచిస్తాడని కృష్ణుడు ముందే గ్రహించాడు. భీముణ్ణి రక్షించేందుకు తగిన ఏర్పాటు అప్పటికే చేసాడు. దుర్యోధనుడు నిరంతరం గదాయుద్ధం సాధన చేసేవాడు. అందుకోసం అచ్చం భీముడిలాగే ఉండే ఉక్కు ప్రతిమను తయారుచేయించాడు. సాధన సాకుతో ఆ ప్రతిమని రోజూ గదతో కసితీరా కొట్టి తృప్తి పడేవాడు.

ఆ ఉక్కు ప్రతిమని కృష్ణుడు అంతకుముందే అక్కడికి తెప్పించాడు. యుధిష్ఠిరుడి తరువాత భీముడు ధృతరాష్ట్రుడివద్దకి వెళ్ళబోయాడు. కృష్ణుడు నిశ్శబ్దంగా అతణ్ణి వెనక్కి లాగేసాడు. అచ్చం అతడిలాగే కండలతో ఉన్న ఉక్కు ప్రతిమని అంధరాజు ముందుకి తోసాడు.

ఆ బొమ్మనే భీముడనుకున్నాడు అంధుడు. అతడి బాహువులలో పదివేల ఏనుగుల బలం ఉంది. తన బలమంతా ఉపయోగించి అతడా బొమ్మని నలిపేసాడు. ఆ బొమ్మ విరిగి ముక్కలైపోయింది. ఆ ముక్కలు గుచ్చుకుని ఆతడి వక్షస్థలంనుంచీ, నోటినుంచీ రక్తం ధారలుగా కారింది. ఆ గాయాలకి రాజు కుప్పకూలిపోయాడు.

పడిపోయిన రాజుని సంజయుడు లేవదీసాడు. "రాజా! నువ్వీపని చేసి ఉండాల్సింది కాదు." అన్నాడు. ఆ పుట్టుగుడ్డి భీముణ్ణి చంపేసాననుకున్నాడు. "అయ్యో! భీమా!" అంటూ ఆక్రందన చేసాడు.

(ఆ పుట్టుగుడ్డి తన జీవితమంతా మనస్సులో క్రూరత్వం నింపుకుని మాటలలో బేలతనం, నిస్సహాయతా వ్యక్తం చేస్తూ నటించాడు. ఇప్పుడు చివరి ఘట్టంలో దుఃఖానికి లోనై మనస్సుమీద అదుపు తప్పి తన క్రూరత్వం అందరిముందూ ప్రదర్శించాడు. తన నిజస్వరూపం అసంకల్పితంగా బయటపెట్టాడు. అది కప్పిపుచ్చుకునేందుకు మళ్ళీ నటన మొదలుపెట్టి అయ్యో! భీమా! అని విచారం అభినయించాడు అనుకోవాలి.)

కృష్ణుడు ఆ అంధుణ్ణి మందలించాడు.

"రాజా! చింతించకు. భీముడు బ్రతికే ఉన్నాడు. నీ మనస్సులో ఇటువంటి ఆలోచన వస్తుందని నాకు ముందే తెలిసింది. దుర్యోధనుడు భీముడిమీద కసితో అతడి ఉక్కు విగ్రహం చేయించి దాన్ని రోజూ గదతో కసిగా కొట్టాడు. అదే ప్రతిమని నువ్వు కౌగిలించుకుని ముక్కలు చేసావు.

నీ కొడుకు నీచుడనీ, దుర్మార్గుడనీ నీకు తెలుసు. అయినా అతణ్ణే అనుసరించావు. అతడిలాగే ప్రవర్తించావు. ధర్మాధర్మలు గాలికి వదిలావు. మానవత్వాన్ని కూడా మర్చిపోయి ప్రవర్తించావు. మీరు చేసిన దారుణాలకి ఫలితం అనుభవించవలసి వచ్చేసరికి కోపం వస్తోందా?

జూదంలో పాండవులని మోసంచేసి ఓడించి నీ ముందే, నీకు స్పష్టంగా వినబడేలా అవమానిస్తున్నప్పుడు నీ కొడుకుమీద రాని కోపం ఇప్పుడెందుకు వస్తోంది?

నిరపరాధిని, నిస్సహాయురాలు అయిన ద్రౌపదిని నీ కుమారులు నేలమీద పడేసి జుట్టుపట్టి ఈడ్చుకు వచ్చినప్పుడు రాని కోపం ఇప్పుడెందుకు వస్తోంది?

ఏ స్త్రీపట్లా చెయ్యకూడని అపచారాలు ఆ సామ్రాజ్ఞిపట్ల చేసారు. అప్పుడు నీకేం కోపం రాలేదు. నువ్వు ఎవరినీ శిక్షించలేదు. కౌగిలించుకుని చంపే ప్రయత్నమూ చెయ్యలేదు. ఆ నాడు ఆమె చేసిన ఆర్తనాదాలు ఆనందంగా విన్నావు. ఆ దారుణాలకి పర్యవసానం అనుభవిస్తున్నప్పుడు నిరపరాధులైన పాండవులమీద కోపం వస్తోందా?

రాజా! ఇక నీ శోకం, కోపం వృథా. నీ విపరీత బుద్ధివలన ఇంత వినాశనం జరిగింది. దీనికి ఎవరిని నిందిస్తావు? ఎవరిమీద కోపం చూపిస్తావు? ఈ కోపమంతా నీమీదనే చూపించుకోవాలి కదా! ఇప్పటికైనా బుద్ధి మంచిమార్గంలో పెట్టుకో." అన్నాడు.

ధృతరాష్ట్రుడు *(గత్యంతరం లేక)* తన తప్పు గ్రహించాడు. తరువాత భీమార్జున-నకుల-సహదేవులని ఆదరంగా కౌగిలించుకున్నాడు.

2

కౌరవుల భార్యలూ, ఇతర రాజుల భార్యలూ గోడు గోడున విలపిస్తూ వారి భర్తలనూ, పుత్రులనూ వధించినందుకు యుధిష్ఠిరుణ్ణి నిందించారు.

ఆ మాటలన్నీ సహిస్తూ అతడు గాంధారివద్దకి వెళ్ళాడు. గాంధారి తపస్విని. కానీ, వందమంది కొడుకులనీ పోగొట్టుకున్నానన్న బాధతో ఆమెకూడా మిగిలిన స్త్రీలలాగనే ఆలోచించింది. యుధిష్ఠిరుణ్ణి శపించడానికి సిద్ధమయింది.

ఎక్కడో ఉన్న వ్యాసుడికి ఆమె ఆలోచన తెలిసింది. వెంటనే అక్కడ ప్రత్యక్షమయ్యాడు.

వ్యాసుడు: గాంధారీ! నువ్వు చెయ్యబోతున్న ప్రయత్నం మాను. పాండవులమీద కోపం తెచ్చుకోకు. ఈ యుద్ధంలో చివరికి ఏం జరుగుతుందో నీకు ముందే తెలుసు.

అనుకున్నదే జరిగింది. ఇంతవరకూ ఎంతో సహనంతో ధర్మమార్గంలో ఉన్నావు. ఇప్పుడెందుకిలా ఉద్వేగానికి లోనవుతున్నావు?

యుద్ధం జరిగిన పద్దెనిమిది రోజులూ నీ కుమారుడు దుర్యోధనుడు ప్రతీ రోజూ నీవద్దకి వచ్చాడు. తనకి విజయం కలగాలని ఆశీర్వదించమన్నాడు.

నువ్వు రోజూ '**యతో ధర్మ స్తతో జయః** – నాయనా! ధర్మమే గెలుస్తుంది.' అనే దానివి.

నీ కుమారులు వరుసగా చనిపోతున్నారని తెలిసినా నువ్వు ఆ మాటమీదే నిలబడ్డావు.

నీ మాట తిరుగులేనిది. యుద్ధంలో పాండవులే గెలిచారు. ధర్మం వారి పక్షంలోనే ఉందని తేలిపోయింది. నువ్వు చెప్పినట్లే ధర్మం జయించింది. ధర్మాన్ని శపించడానికి పూనుకోకు." అన్నాడు.

గాంధారి మనస్సుని అదుపులోకి తెచ్చుకుంది.

గాంధారి: పూజ్యుడా! పాండవుల క్షేమం కుంతి ఎంతగా కోరుకుంటుందో అంతగానే నేనూ కోరుకుంటాను. జరిగినదానికి కారణం దుర్మార్గుడైన నా సోదరుడు శకునీ, అతణ్ణి అనుసరించిన దుర్యోధనుడూ, అతణ్ణి ప్రోత్సహించిన కర్ణుడూ, దుశ్శాసనుడూ అని నాకు తెలుసు.

కానీ, కృష్ణుడు చూస్తూండగానే భీముడు దుర్యోధనుణ్ణి అధర్మంగా తొడలు విరక్కొట్టి వధించాడు. అదే నా కోపానికి కారణం. – అంది.

ఆమె ఎక్కడ శపిస్తుందో అని భీముడు భయపడ్డాడు. *(వ్యాసుడి మాటలవలన ఆమె శాపం తిరుగులేనిదని అతడు గ్రహించాడు. ఆ క్షణంలో వాదించడం కంటే ప్రమాదం నుంచి తప్పించుకోవడమే ముఖ్యమయింది.)*

భీముడు: తల్లీ! ధర్మమో అధర్మమో నా ప్రాణం కాపాడుకునేందుకు అలా చెయ్యవలసి వచ్చింది. నీ కుమారుడు మహావీరుడు. అతణ్ణి నేను ఇంకొకలాగ వధించలేను.

అయినా అధర్మం నావలననే జరిగిందా?

ఇంద్రప్రస్థంలో మా బ్రతుకు మేము బ్రతుకుతుంటే విదురుణ్ణి పంపి, పిలిపించి, యుధిష్ఠిరుణ్ణి జూదంలో మోసం చెయ్యడం అధర్మం కాదా?

రజస్వల అయిఉన్న ద్రౌపదిని సభకి ఈడ్చుకురావడం అధర్మం కాదా?

మా బాల్యంనుంచీ మమ్మల్ని చంపడానికి నీ కుమారుడు చేసిన ప్రయత్నాలేవీ అధర్మం కాదా?

మమ్మల్ని ఎంత అవమానించినా, ఎంత రెచ్చగొట్టినా కౌరవులకీ, పాండవులకీ మధ్య యుద్ధం వద్దని మేము ఎంతో బ్రతిమాలామని నీకు

తెలుసు. అయినా మా రాజ్యం మాకివ్వననీ, యుద్ధమే చెయ్యాలనీ దుర్యోధనుడు పట్టుపట్టడం అధర్మం కాదా?

యుద్ధంనుంచి పారిపోయి నీ కొడుకు ఎవరికీ తెలియదని చెరువులో దాక్కోవడం యుద్ధధర్మమేనా? క్షత్రియధర్మమేనా?

శత్రుశేషం లేకుండా ఉండాలని మేము ప్రయత్నించడం ఒక్కటే అధర్మమా?

నీ కొడుకు నిండు సభలో పంచె తొలగించి ద్రౌపదికి తొడ చూపించాడు. క్షత్రియుడినై ఉండి నేను ఆ తొడ విరక్కొడతానని ప్రతిజ్ఞ చెయ్యకుండా ఉండగలనా?

చేసిన ప్రతిజ్ఞ నిలుపుకోవడం అధర్మమా? నువ్వే చెప్పు.

గాంధారి: నువ్వు దుర్యోధనుడు మహావీరుడని అతడి పరాక్రమన్ని ప్రశంసించావు. అందుచేత నువ్వు అతణ్ణి వధించనట్లే. అయినా, దుశ్శాసనుడి గుండె చీల్చి రక్తం తాగావు. అది అత్యంత దారుణం. జుగుప్సాకరం. వీరులు చెయ్యరాని పని కదా?

భీముడు: మానవుడు ఎవరి రక్తమూ తాగడు. అటువంటిది సోదరుడి రక్తం నేనెలా తాగుతాననుకున్నావు? నా ప్రతిజ్ఞ నిలబెట్టుకునేందుకూ, శత్రువులని భయపెట్టేందుకూ రక్తం తాగినట్లు నోటివరకూ తెచ్చుకున్నాను. అంతేకానీ తాగలేదు.

గాంధారి: మా నూరుగురు కొడుకులలో ఒక్కడైనా క్షమించదగినవాడు నీకు కనబడలేదా? మా వృద్ధదంపతులకి అవసానదశలో తోడుగా ఉండేందుకు ఒక్కడినైనా నువ్వు చంపకుండా వదిలిఉంటే నాకింత దుఃఖం ఉండేది కాదు.

భీముడి మాటలు విన్నాక ఆమె అతణ్ణి ఏమీ అనలేకపోయింది. కానీ, కోడళ్ళూ మనుమల భార్యలూ గొంతులు ఎండిపోయేలా ఏడుస్తూ ఉంటే ఆమె తట్టుకోలేకపోయింది. ఆమెకి కోపం పెరిగిపోయింది.

“యుధిష్ఠిరుడెక్కడ?” అని తీవ్రస్వరంతో అడిగింది.

యుధిష్ఠిరుడు వణికిపోయాడు. ఆమెముందుకు వచ్చాడు.

“తల్లీ! నీ కుమారులనందరినీ పొట్టన పెట్టుకున్న పాపాత్ముణ్ణి నేనే. రాజ్యంమీద ఆశతో

బంధుమిత్రులందరి మరణానికీ కారణమైన క్రూరుణ్ణి నేనే. నాకిక ఈ రాజ్యంమీదే కాదు, జీవితంమీద కూడా ఆశలేదు. నన్ను నువ్వు ఎలా శపించినా తప్పులేదు." అన్నాడు.

ఆమెకి పాదాభివందనం చెయ్యడానికి సమీపంగా వెళ్ళి వంగాడు. ఆమె కళ్ళకి కట్టుకున్న గంతలలోనుంచి ఆమె చూపు అతడి పాదాల గోళ్ళమీద పడింది. అంతవరకూ అందంగా ఉన్న ఆ గోళ్ళు కోపంతో చూస్తున్న ఆమె చూపు తగిలి పిప్పిగోళ్ళలా అయిపోయాయి. అది చూసి అర్జునుడు కృష్ణుడి వెనక్కి వెళ్ళి నిలుచున్నాడు.

పాండవులు ఆమెకి భయపడి దూరంగా జరుగుతున్న శబ్దం ఆమెకి వినబడింది. దానితో ఆమె కోపం చల్లారింది. అది గ్రహించి పాండవులు ఆమె అనుమతి తీసుకుని కుంతివద్దకి వెళ్ళారు.

కుంతీ, ద్రౌపదీ మరణించిన పాండవపుత్రులని తలుచుకుని వెక్కి వెక్కి ఏడ్చారు. కోపం తగ్గిన గాంధారి వారికి ధైర్యం చెప్పింది.

గాంధారి పతివ్రత. ఏ పరిస్థితి ఎదురైనా సత్యంతప్ప మాట్లాడని నియమవంతురాలు. పుణ్యాత్మురాలు. ఆమెకి వ్యాసభగవానుడు అనుగ్రహంతో దివ్యదృష్టి లభించింది. కళ్ళకు గంతలున్నా ఆ యుద్ధభూమిలో దూరదూరంగా ఉన్నవి కూడా దగ్గరగా ఉన్నట్లు కనబడ్డాయి. మరణించినవారి శరీరాలు ఏది ఎవరిదో గుర్తుపట్టగలిగింది.

కృష్ణుడూ, ధృతరాష్ట్రుడూ, వారి వెనుక పాండవులూ మృతదేహాలతో నిండిపోయిన యుద్ధభూమిలోకి వెళ్ళారు. వారి వెనుక స్త్రీలు వెళ్ళారు.

గాంధారి దివ్యదృష్టివలన మరణించిన పుత్రులనీ, బంధువులనీ గుర్తించింది. వారిని కృష్ణుడికి చూపించి, వారి గుణగణాలు వర్ణిస్తూ విలపించింది.

నక్కలూ, కాకులూ, గద్దలూ, రాబందులూ ఆ శరీరాలని పీక్కు తింటున్నాయి. ఎన్నో దివ్యమైన భోగాలని అనుభవించిన ఆ వీరుల మృతదేహాలు అలా దుస్థితిలో చూసి ఆమె తట్టుకోలేక విలపించింది. తెగిపోయి పడి ఉన్న భర్తల శరీరాలమీద పడి జుట్లు విరబోసుకుని ఏడుస్తున్న కోడళ్ళని చూసి చలించిపోయింది. ఆ హృదయవిదారక దృశ్యాన్ని కృష్ణుడికి చూపిస్తూ పెద్దగా ఏడ్చింది.

అలా ఏడుస్తూ ఉంటే ఆమె దుఃఖం మళ్ళీ కోపంగా మారింది. ఆ సర్వనాశనానికి కృష్ణుడే కారణమనుకుంది.

గాంధారి: కృష్ణా! కౌరవులూ, పాండవులూ సోదరులు. వారు తమలో తాము కలహించుకుని సర్వనాశనమైపోయారు. ఇలా అవుతుందని నీకు ముందే

తెలుసు. వీరినందరినీ నచ్చచెప్పో, భయపెట్టో యుద్ధం చెయ్యకుండా ఆపగల శక్తిసామర్థ్యాలు నీకున్నాయి. అయినా నువ్వు పట్టించుకోలేదు. యుద్ధం జరగనిచ్చావు. మా వంశం నాశనమవుతుంటే చూస్తూ ఊరుకున్నావు.

నేను పతిసేవనే తపస్సుగా చేసాను. ఆ తపస్సు వలన లభించిన శక్తితో నిన్ను శపిస్తున్నాను. నేటినుంచి ముప్ఫైఆరవ సంవత్సరంలో మీ వంశంలోవారు మాలాగే పరస్పరం కలహించుకుని మొత్తం అందరూ నశిస్తారు. నేడు కురువంశస్త్రీలు ఎలా భర్తల శరీరాలమీద పడి విలపిస్తున్నారో అలాగే మీ వంశీయుల స్త్రీలు కూడా మరణించిన తమ భర్తల శరీరాలమీద పడి విలపిస్తారు.

నువ్వు ఒంటరిగా, అనాథలా, అడవిలో తిరుగుతూ కుత్సితమైన ఉపాయంవలన మరణిస్తావు. - అంది.

కృష్ణుడు కోపంతో మండిపడలేదు. చిరునవ్వుతో సమాధానం చెప్పాడు.

కృష్ణుడు: గాంధారీ! వృష్ణివంశీయులైన యాదవులని మానవులు గాని, దేవతలు గాని, దానవులు గాని సమూలంగా వధించలేరు. ఈ యాదవచక్రం పరస్పర కలహాలతోనే నశించాల్సి ఉంది. ఇది దైవనిర్ణయం. ఇది నాకు ముందే తెలుసు. ఎలాగూ జరిగేదానిని నాకే చెప్పి, దానికోసం శాపం ఇచ్చి నీ తపశ్శక్తిని వ్యర్థం చేసుకున్నావు.

అయినా ఒక పాపాత్ముడికి జన్మనిచ్చావు. అతడు ఆడించినట్లే నువ్వూ, నీ భర్తా ఆడారు. ఫలితం అనుభవించాల్సివచ్చేసరికి మీ పెద్దరికాన్ని గౌరవిస్తున్న మా అందరిమీదా కోపం ప్రదర్శిస్తున్నారు.

నువ్వు సుక్షత్రియవంశంలో పుట్టావు. యుద్ధంలో పుత్రులు మరణిస్తే ఇంత ఆవేశం, ఆక్రోశం, నిరపరాధులమీద కోపం నీకు తగవు. స్త్రీలు సంతానం కోసం తపస్సు చేస్తారు. బ్రాహ్మణస్త్రీ తపశ్శాలి అయిన పుత్రుడికోసం తపస్సు చేస్తుంది. క్షత్రియస్త్రీ వీరుడై యుద్ధం చేసి మరణించే పుత్రుడి కోసం తపస్సు చేస్తుంది.

పశువులు కూడా ఇలాగే కోరుకుంటాయి. గుర్రం వేగంగా పరుగెత్తే బిడ్డ కావాలనుకుంటుంది. ఆవు బరువులు మోసే ఎద్దు సంతానంగా కావాలనుకుంటుంది.

నువ్వు ఏ పుత్రుడు కావాలనుకున్నావో ఆ పుత్రుడు నీకు పుట్టాడు. అతడు నువ్వు కోరుకున్నట్లే యుద్ధంలో మరణించాడు.

ఇప్పుడు అతడికోసం ఎందుకిలా ఆవేశ పడిపోతున్నావు? – అన్నాడు.

గాంధారి మారు మాట్లాడలేదు. ఆమె శాపం విని పాండవులు భయభ్రాంతులయ్యారు.

◆◆◆

ధృతరాష్ట్రుడికి ఒక సంశయం వచ్చింది.

ధృతరాష్ట్రుడు: ధర్మనందనా! ఈ యుద్ధంలో మరణించినవారి సంఖ్య చెప్పు.

యుధిష్ఠిరుడు: రాజా! ఈ యుద్ధంలో 66 కోట్ల ఒక లక్షా ముప్పైవేలమంది మరణించారు. ఇరవైనాలుగువేల నూటఇరవై అయిదుగురు గుర్తు తెలియనివాళ్ళు మరణించారు.

ధృతరాష్ట్రుడు: చనిపోయినవాళ్ళు ఏ లోకాలకి వెళ్ళారు?

యుధిష్ఠిరుడు: యుద్ధంలో సంతోషంగా పాల్గొని మరణించినవారందరూ ఇంద్రలోకానికి వెళ్ళారు.

మొక్కుబడిగా యుద్ధంచేసి చనిపోయినవాళ్ళు గంధర్వలోకానికి వెళ్ళారు.

భయంతో శత్రువులని చంపవద్దని బ్రతిమాలి కూడా వధింపబడినవాళ్ళు యక్షుల లోకానికి వెళ్ళారు.

శత్రువు బలం పెరిగిపోతున్నా భయపడక, వెనుదిరగక, ప్రాణాలను లెక్కచేయక పోరి మరణించినవాళ్ళు బ్రహ్మలోకానికి వెళ్ళారు.

వేరే కారణాలవలన మరణించినవారు ఉత్తరదేశాలకి వెళ్ళారు.

ధృతరాష్ట్రుడు: నీకివన్నీ ఎలా తెలిసాయి?

యుధిష్ఠిరుడు: వనవాసకాలంలో నాకు లోమశమహర్షి దర్శన భాగ్యం కలిగింది. ఆయన అనుగ్రహంవలన ఈ జ్ఞానం, దివ్యదృష్టీ లభించాయి.

తరువాత యుధిష్ఠిరుడు దుర్యోధనుడి పురోహితుడైన సుధర్మ్మణ్ణీ, తమ పురోహితుడైన ధౌమ్యుణ్ణీ మరణించినవారికి దహనసంస్కారం చేయించమన్నాడు.

ఆ తరువాత అందరూ గంగానదికి వెళ్ళి మరణించినవారికి జలతర్పణాలు ఇచ్చారు.

అప్పుడు కుంతి వెక్కి వెక్కి ఏడుస్తూ పాండవులతో ఇలా చెప్పింది.

"నాయనలారా! కర్ణుడు సూతపుత్రుడు కాదు. అతడు సూర్యుడివలన నాకు పుట్టాడు.

మీ అందరికీ అన్నగారు. అతడికి తగినరీతిలో తర్పణాలు ఇచ్చి తరువాతి క్రియలు చెయ్యాలి."

ఆ మాట విని యుధిష్ఠిరుడు నిశ్చేష్టుడైపోయాడు. "అమ్మా! ఎంతపని చేసావు! ఈ మాట ముందే చెప్పి ఉంటే ఈ యుద్ధం జరిగి ఉండేది కాదు." అని దుఃఖించాడు. కర్ణుడి భార్యలని పిలిపించి వారిచే అతడికి జలతర్పణాలు ఇప్పించాడు.

"పాపేనాసౌ మయా శ్రేష్ఠో భ్రాతా జ్ఞాతిర్నిపాతితః,
అతో మనసి యద్ గుహ్యం స్త్రీణాం తన్న భవిష్యతి.   27.29

ఈ రహస్యం తెలియక అన్నగారిని యుద్ధంలో చంపించి మహాపాపం చేసాను. ఈనాటినుంచి స్త్రీలు రహస్యాలను మనస్సులో దాచుకోలేకపోదురు గాక – అని శపిస్తున్నాను. ఇకపైనుంచి స్త్రీలు ఎంత గొప్ప రహస్యమైనా ఎవరో ఒకరికి చెప్పకుండా ఉండలేరు." అని శపించాడు.

పాండవులు నది ఒడ్డుకి వచ్చారు.

ఇది

వ్యాసభగవానుడు మహాభారతమహేతిహాసంలో
స్త్రీపర్వంలో చెప్పిన కథాసంగ్రహం.

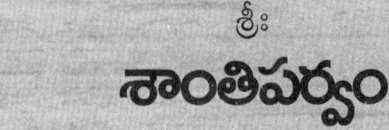

శ్రీః

శాంతిపర్వం

నారాయణం నమస్కృత్య నరం చైవ నరోత్తమమ్,
దేవీం సరస్వతీం వ్యాసం తతో జయ ముదీరయేత్.

1

యుద్ధంలో ప్రాణాలు విడిచిన బంధువులందరికీ మరణానంతరం చేయవలసిన కర్మలన్నీ యుధిష్ఠిరుడు శాస్త్రోక్తంగా చేసాడు. అశౌచం పూర్తి అయ్యేవరకు అందరూ నెలరోజులు నగరం బయటనే నివసించారు.

ఆ సమయంలో అనేకమంది మహర్షులు యుధిష్ఠిరుణ్ణి చూడడానికి వచ్చారు. యుధిష్ఠిరుడు వారినందరినీ తగు విధంగా పూజించాడు. అందరూ సుఖంగా కూర్చున్నారు. అప్పుడు నారదుడు ఇలా అడిగాడు.

"యుధిష్ఠిరా! అనుకున్నది సాధించావు. భూమండలమంతా నీకు అధీనమయింది. అనంతమైన సంపద నీదయింది. ఇంతకాలం అనుభవించిన కష్టాలు తీరాయి. ఇప్పుడు సుఖంగా ఉన్నావు కదా?"

యుధిష్ఠిరుడి ముఖంలో ఆనందపు ఛాయలు కనబడలేదు.

"దేవర్షీ! మా పాండవుల పుత్రులందరూ మరణించారు. బంధువులూ, మిత్రులూ మరణించారు. అయితే వీటన్నిటికంటే గొప్ప శోకం కర్ణుడి వధవలన కలుగుతోంది. మా తల్లి జలతర్పణాలు చేసే సమయం వరకూ అతడు మా సోదరుడనే విషయం దాచిపెట్టింది.

అంతటి పూజ్యుడైన వీరుణ్ణి రాజ్యంకోసం వధించామనే బాధ నా హృదయాన్ని దహించేస్తోంది. ద్యూతసభలో అతడు మమ్మల్ని అవమానిస్తూ మాట్లాడినప్పుడు నాకు పట్టరాని కోపం వచ్చేది. కానీ, అతడి పాదాలు చూడగానే ఆ కోపం పోయేది. అతడి పాదాలు అచ్చం మా తల్లి కుంతీదేవి పాదాలలా ఉండేవి. ఆ పాదాలకి అంత పోలిక ఎలా వచ్చిందా అని ఆశ్చర్యపోయేవాణ్ణి. కర్ణుడు చాలా గొప్ప వీరుడు. నేను ఎప్పుడూ అతణ్ణి తలచుకొని భయపడేవాణ్ణి. అంతటి వీరుడు రథచక్రం నేలలో దిగిపోవడం వలన మరణించాడు. ఆ రథచక్రం ఎందుకలా దిగిపోయింది?" అని అడిగాడు.

నారదుడు యుధిష్ఠిరుడి సందేహం తీర్చాడు.

"అనఘా! నువ్వు చెప్పినది నిజమే. కర్ణుడు కూడా అర్జునుడిలాగే సాటిలేని వీరుడు. అయితే అతడి జన్మమే ఒక దేవరహస్యం. అది చెప్తాను.

క్షత్రం స్వర్గం కథం గచ్ఛేచ్ఛస్త్రపూతమితి ప్రభో,
సంఘర్షజననస్తస్మాత్ కన్యాగర్భో వినిర్మితః. 2.4

భూలోకంలో ఉన్న క్షత్రియులందరూ కొదో గొప్పో పాపకర్మలే చేస్తున్నారు. వీరు ఆయుధాలచేత మరణిస్తేనే ఆ పాపాల నుంచి విముక్తులై స్వర్గానికి చేరుతారు. వీరిని అలా పవిత్రులని చేసి స్వర్గానికి రప్పించే ఉపాయం ఏదో ఆలోచించాలి - అనుకున్నారు దేవతలు.

ఆ ఆలోచనల పర్యవసానమే కన్యగా కుంతీదేవికి సూర్యుడివలన పుట్టిన కర్ణుడు. అతడిమూలంగానే క్షత్రియులందరూ యుద్ధంలో మరణించవలసి ఉంది. అతడి బుద్ధి, ఆలోచనా, ప్రవర్తనా అందుకు అనుగుణంగానే ఉన్నాయి.

నీ తెలివి, భీముడి బలం, అర్జునుడి యుద్ధకౌశలం, నకులసహదేవుల వినయం, ప్రజలకు మీపట్ల ఉన్న అభిమానం చూసి అతడు బాల్యంనుంచి మీపట్ల అసూయాగ్రస్తుడై ఉండేవాడు.

స సఖ్యమకరోద్ బాల్యే రాజ్ఞా దుర్యోధనేన చ,
యుష్మాభిర్నిత్యసంద్విష్టో దైవాచ్చాపి స్వభావతః. 2.8

అతడి సహజమైన స్వభావం అటువంటిది. అందుకే మీతో నిత్యం ఘర్షణపడేవాడు. దైవసంకల్పం వలనా, సహజమైన స్వభావం వలనా అతడికి దుర్యోధనుడితో ప్రాణస్నేహం కలిసింది.

అర్జునుడికి ద్రోణుడు బ్రహ్మాస్త్రం ఇచ్చాడని తెలియగానే కర్ణుడు తనకి కూడా ఆ అస్త్రం ఉపదేశించమని కోరాడు. అతడి దుర్బుద్ధి తెలిసిన ద్రోణుడు ఏదో సాకు చెప్పి ఇవ్వకుండా తప్పించుకున్నాడు.

ద్రోణుడి అనుమతి తీసుకుని కర్ణుడు మహేంద్రపర్వతంమీద ఉన్న పరశురాముడివద్దకి వెళ్ళాడు. శిరస్సువంచి నమస్కరించాడు. "**బ్రాహ్మణో భార్గవోఽస్మి** - నేను భృగువంశీయుడినైన బ్రాహ్మణుణ్ణి. మీవద్ద ధనుర్విద్య అభ్యసించడానికి వచ్చాను. "అన్నాడు.

పరశురాముడు అతణ్ణి శిష్యుడిగా స్వీకరించాడు. కర్ణుడు వినయవిధేయతలతో గురువుని మెప్పించాడు.

ఒకరోజు కర్ణుడు ధనుర్బాణాలు ధరించి సముద్రతీరంలో ఉన్న ముని ఆశ్రమాలవైపు వెళ్ళాడు. అక్కడ ఒక విప్రుడు అగ్నికార్యంలో నిమగ్నమై ఉన్నాడు. అతడి హోమధేనువు

చెట్లచాటున కనబడింది. అస్పష్టంగా కనబడుతూ తిరుగుతున్న ఆ ఆవుని క్రూరజంతువనుకుని కర్ణుడు బాణం వేసి వధించాడు.

దగ్గరికి వెళ్ళి చూస్తే తాను చేసిన ఘోరకృత్యం తెలిసింది. *(కర్ణపర్వంలో హోమధేనువు దూడని వధించాడని ఉంది. ఇక్కడ కూడా దూడని వధించాడని అనుకుంటే సరిపోతుంది.)*

ఆ బ్రాహ్మణుడు కోపం పట్టలేకపోయాడు. "నరాధమా! ఆదమరిచి సంచరిస్తున్న ఆవుని వధించావు. ఈ పాపానికి ఫలితం అనుభవించు. నువ్వెవరిని నిత్యం ద్వేషిస్తావో అతడితో తీవ్రంగా యుద్ధం చేసేటప్పుడు నీ రథచక్రాన్ని భూమి తనలోకి లాగేస్తుంది. అలా రథచక్రం భూమిలో కూరుకుపోయినప్పుడు నీ శత్రువు నిన్ను వధిస్తాడు. ఈ నా శాపం తిరుగులేనిది." అన్నాడు.

కొంతకాలానికి పరశురాముడు ప్రయోగ ఉపసంహారాలతో సహా బ్రహ్మాస్త్రాన్ని కర్ణుడికి ఉపదేశించాడు.

ఒకరోజు పరశురాముడు కర్ణుడి తొడమీద తలపెట్టి నిద్రపోయాడు. ఆ సమయంలో భయంకరమైన ఒక పురుగు కర్ణుడి తొడవైపు వచ్చింది. అది రక్తంతాగే పురుగని కర్ణుడికి తెలిసింది. **న చైనమశకత్ క్షేప్తుం హంతుం వాపి గురోర్భయాత్** - దాన్ని దూరంగా విసిరినా, చంపినా ఆ కదలికకి గురువుకి నిద్రాభంగమవుతుందని భయంతో కర్ణుడు దానినేమీ చెయ్యలేకపోయాడు.

ఆ పురుగు అతడి తొడని చీల్చింది. రక్తం ధారగా వెలువడింది. కొంత సేపటికి ఆ రక్తం పరశురాముడి భుజానికి తగిలింది. ఆ తడి స్పర్శకి అతడికి మెలుకువ వచ్చింది. శరీరానికి అంటుకున్న రక్తం చూసి, "అయ్యో! రక్తం తగిలి అశుచినయ్యానే! "అని అనుకుంటూ, "ఏం జరిగింది?" అని అడిగాడు.

కర్ణుడు ఆ పురుగు గురించి చెప్పాడు. పరశురాముడు కోపంతో చూడగానే ఆ పురుగు మరణించింది. దానినుంచి భయంకరుడైన రాక్షసుడు వెలువడి ఆకాశంలో నిలిచాడు. "నువ్వెరివి?" అని ఋషి అడిగాడు. *(ఆ పురుగు ఇంద్రుడని కర్ణపర్వంలో ఉంది.)*

ఆ రాక్షసుడు, "నేను సత్యయుగంనాటి రాక్షసుణ్ణి. నా పేరు దంశుడు. నేను భృగువు భార్యని అపహరించాను. ఆయన నన్ను క్రిమిగా మారిపొమ్మని శపించాడు. పరశురాముడి దృష్టి నీమీద పడగానే నీకు శాపంనుంచి విముక్తి కలుగుతుందని చెప్పాడు. నీ వలన నేను పూర్వరూపం పొందాను." అని ఆ ఋషికి నమస్కరించి వెళ్ళిపోయాడు.

పరశురాముడు కర్ణుడి తొడ చూసాడు. "నిజం చెప్పు. నువ్వెవరివి? నువ్వు బ్రాహ్మణుడివి కాదు. బ్రాహ్మణుడు ఇంత దారుణమైన బాధని నిశ్శబ్దంగా సహించలేడు." అని అడిగాడు.

కర్ణుడు, "గురుదేవా! నేను క్షత్రియుడికీ, బ్రాహ్మణుడికీ మధ్యనుండే సూతకులానికి చెందినవాడిని. బ్రహ్మాస్త్రం పొందడం కోసం బ్రాహ్మణుణ్ణి అని అబద్ధం చెప్పాను. విద్య నేర్పే గురువు తండ్రితో సమానం కనుక నీ గోత్రమే నా గోత్రమని నీతో చెప్పాను." అన్నాడు.

"మూర్ఖుడా! మోసం చేసి అస్త్రం పొందావు. నీతో సమానుడైన వీరుడితో యుద్ధం చేసేటప్పుడూ, ప్రాణాపాయస్థితిలో పడినప్పుడూ నీకే అస్త్రమూ జ్ఞాపకంరాదు.

అయితే ఇంతకాలం నాకు శుశ్రూష చేసినందుకు **న త్వయా సదృశో యుద్ధే భవితా క్షత్రియో భువి** – యుద్ధంలో నీతో సమానమైన వీరుడు క్షత్రియులలో ఎవడూ ఉండడని వరమిస్తున్నాను. నీకు ఇక ఇక్కడ స్థానం లేదు. వెంటనే వెళ్ళిపో." అన్నాడు.

అలా కర్ణుడి మరణానికి నువ్వు చేసిన యుద్ధమొకటే కారణం కాదు. ఆ వైకర్తనుడు *(సూర్యుడి పుత్రుడు)* ఆరు కారణాలవలన మరణించాడు.

బ్రాహ్మణస్యాభిశాపేన రామస్య చ మహాత్మనః,
కుంత్యాశ్చ వరదానేన మాయయా చ శతక్రతోః. 5.11

భీష్మావమానాత్ సంఖ్యాయాం రథస్యార్థానుకీర్తనాత్,
శల్య తేజోవధాచ్చాపి వాసుదేవనయేన చ. 5.12

మొదటి కారణం అగ్నిహోత్రి అయిన బ్రాహ్మణుడి శాపం. రెండవ కారణం పరశురాముడి శాపం. మూడవ కారణం కుంతికిచ్చిన వరం. నాలుగవ కారణం సహజకవచకుండలాలు ఇంద్రుడికివ్వడం. అయిదవ కారణం భీష్ముడు 'నువ్వుఅర్ధరథుడివి' అని పదే పదే ఎద్దేవా చేసి అతడి ఆత్మవిశ్వాసం అణిచివెయ్యడం. ఆరవ కారణం శల్యుడు యుద్ధంలో అతడి ఉత్సాహాన్ని భంగపరచడం. ఏడవ కారణం కృష్ణుడి వ్యూహం.

ఈ ఆరుకారణాల వలనా (*ఏడు కారణాలు కదా!*) అతడు మరణించాడు. అనేక దుర్మార్గాలకు మూలమై, ఇందరి శాపాలకు గురై జీవించినవాడు మరణించాడని విచారించకూడదు." అన్నాడు.

కుంతికూడా యుధిష్ఠిరుడికి నచ్చచెప్పింది. "సూర్యభగవానుడే కర్ణుడికి కలలో కనబడి మీతో కలిసి జీవించమని చెప్పాడు. నేనూ అదే మాట చెప్పాను. కాలానికి వశుడై కర్ణుడు ఎవరిమాటా వినలేదు. అతడి గురించి విచారించకు." అంది.

◆◆◆

ఎవరు ఏం చెప్పినా యుధిష్ఠిరుడి మనస్సులో పుట్టిన బాధ శాంతించలేదు. అతడు అర్జునుణ్ణి పిలిచాడు.

యుధిష్ఠిరుడు: అర్జునా! రాజ్యం కోసం, ధనం కోసం, భోగాల కోసం నేను చెయ్యకూడని పాపాలు చేసాను. అన్న అయిన కర్ణుణ్ణి వధించాను. పూజించవలసిన పెద్దలని సంహరించాను. ప్రేమగా ఆలింగనం చేసుకోవలసిన బంధుమిత్రులని యముడికి అప్పగించాను. నేనిప్పుడు ఈ పాపాలనుంచి బయటపడే మార్గం వెదుక్కోవాలి.

పాపం చేసానని పదిమంది ముందూ చెప్పడం, పశ్చాత్తాపం, దానం, తపస్సు, తీర్థయాత్రలు, వేదపారాయణం వలన ఈ పాపం కొంత నశిస్తుంది.

అన్ని సంగాలూ *(బాంధవ్యాలూ, మమకారాలూ, కోరికలూ)* విడిచిపెట్టడం వలనా, సుఖదుఃఖాలకీ శీతోష్ణాలకీ అతీతమైన మనఃస్థితి అలవరచుకోవడం వలనా, మనస్సుని పరమాత్మమీద లగ్నం చేయడం వలనా పాపాలనుంచి బయటపడవచ్చని వేదాలు చెప్తున్నాయి.

అందుచేత నేనీ రాజ్యాన్నీ, రాజభోగాలనీ, సంపదలనీ వదిలి అరణ్యానికి వెళ్ళిపోతాను. ఈ రాజ్యాన్ని నువ్వే పరిపాలించు. - అన్నాడు

అర్జునుడు ఆ మాటలు సహించలేకపోయాడు.

అర్జునుడు: సోదరా! నువ్వు ఏవేవో తలుచుకుని బెంబేలెత్తిపోతున్నావు. పంతంపట్టి యుద్ధం చేసావు. శత్రువులని నిశ్శేషంగా వధించావు. విజయం సాధించావు. రాజ్యలక్ష్మి నిన్ను వరించింది.

ఇంత సాధించాక ఈ రాజ్యాన్ని విడిచిపెట్టేస్తాననడం కేవలం మూఢత్వమే అవుతుంది. నువ్వు క్షత్రియుడివి. యుద్ధం, రాజ్యపాలన, ప్రజారక్షణ, యజ్ఞయాగాదులు చెయ్యడం నీ ధర్మం. ఏదేదో ఊహించుకుని నీ ధర్మాన్ని వదిలి పెట్టకు. అన్నింటినీ వదిలేసి అరణ్యంలో కూర్చోడం మునుల ధర్మం. అది నీధర్మం కాదు.

ఈ భూమండలానికంతకీ ప్రభువువై ఇప్పుడు రాజ్యపాలన వదిలేసి కాపాలికుడిలా భిక్షాపాత్ర చేతపట్టుకు తిరుగుతావా? ఇది త్యాగమా? ఇలా చెయ్యడం పుణ్యమా?

రాజు సంపదలు పోగుచెయ్యాలి. యజ్ఞాలు చెయ్యాలి. ప్రజలకోసం పాటుపడాలి. పర్వతాలమీద కురిసిన వాన పలు దిక్కులకూ ప్రవహించి పంటలకి ఆధారమవుతుంది. అలాగే రాజు పోగుచేసిన సంపద ప్రజల

క్షేమం కోసం అనేకవిధాలుగా వ్యయం అవుతుంది.

ధనం ఉంటేనే ధర్మం, కామం సాధ్యమవుతాయి. మోక్షసాధనాలయిన పుణ్యకర్మలు చేసే అవకాశం కలుగుతుంది. ఈ ధనాన్ని వదిలేసి ఏదో సాధించాలనే భ్రమలో పడిపోకు. ధనంలేనివాడు ఏమీ సాధించలేడు.

యస్యార్థాస్తస్య మిత్రాణి యస్యార్థాస్తస్య బాంధవాః,
యస్యార్థాః స పుమాన్ లోకే యస్యార్థాః స చ పండితః. 8.19

సంపద ఉన్నవాడివద్దకే మిత్రులు చేరుతారు. సంపదలుంటేనే నేను నేను అంటూ బంధువులొస్తారు. సంపద ఉన్నవాడే పండితుడు. ఇన్ని మాటలెందుకు, సంపద ఉన్నవాడే మగవాడు.

ఏదైనా సాధించాలంటే ధనముండాలి. ధనం సాధించడానికి కూడా ధనమే కావాలి. మన పెంపుడు ఏనుగులతోనే అడవి ఏనుగులని బంధించగలం. ధనంకూడా అలాగే.

ధనాత్ కులం ప్రభవతి ధనాద్ ధర్మః ప్రవర్ధతే,
నాధనస్యాస్త్యయం లోకో న పరః పురుషోత్తమ. 8.22

ధనవంతుడి వలన వాడి వంశానికి గొప్ప కీర్తి వస్తుంది. ధనవంతుడి వలననే ధర్మం వృద్ధి చెందుతుంది. ధనంలేనివాడికి ఈ లోకం చీకటిమయం. పరలోకం శూన్యం.

కృశించిపోయినవాడు ఎవడు అని అడిగితే, ధనం లేనివాడే అని చెప్పాలి. ఎవరి ఇంటికి అతిథులు రారో వాడు కృశించినవాడు. ఎవడికి సేవకులు ఉండరో వాడు కృశించినవాడు. శరీరం బక్కచిక్కినంత మాత్రంచేత ఎవడూ కృశించినవాడు కాదు.

మానవజీవితానికి ఇంత ముఖ్యమైన ధనాన్ని క్షత్రియుడు హింసతోనే *(యుద్ధంతోనే)* సేకరిస్తాడు. ఎవరికీ అపకారం చెయ్యకుండా అపారమైన సంపదలు పోగవవు. అందుకే రాజులు యుద్ధాలు చేస్తారు. ఇంతవరకూ స్వర్గం చేరిన రాజులందరూ ఈ ధర్మాన్నే పాటించారు.

మాట్లాడితే జ్ఞాతులని చంపాం, బంధువులని చంపాం అని కుమిలిపోతున్నావు. జ్ఞాతివధ నీతోనే ప్రారంభం కాలేదు. ఇది లోకంలో అంతటా ఉన్నదే. అంతెందుకు దేవతలూ, రాక్షసులూ జ్ఞాతులే కదా!

మహాభారతం శాంతిపర్వం 249

దేవతలు ఎప్పుడూ తమ జ్ఞాతులైన రాక్షసులను వధించే ఉపాయాలే ఆలోచిస్తున్నారు కదా! మనం చేసినదీ ఆ పనే! ఏవేవో ఊహించుకుని ఇంత చక్కటి రాజమార్గం, మన పూర్వులు నడిచిన పుణ్యమార్గం వదిలి తప్పుడు దారులలోకి వెళ్ళకు. - అన్నాడు.

◆◆◆

అర్జునుడి మాటలు యుధిష్ఠిరుడి మీద ప్రభావం చూపించలేదు.

యుధిష్ఠిరుడు: అర్జునా! నువ్వు మనస్సు స్థిరంగా ఉంచుకుని నా మాటలు విను. నేను గ్రామ్యసుఖాలు *(అల్పమైన భోగాలు)* వదిలి శాశ్వతమైన బ్రహ్మానందం కోసం వానప్రస్థాశ్రమానికి వెళ్తున్నాను. ఇంతకాలానికి ఈ వివేకం కలిగింది.

జన్మ, మృత్యు, జరా, వ్యాధి, వేదనలనుంచి ఈ శరీరానికి విముక్తి కలిగిస్తాను. నా నిర్ణయం మారదు. - అన్నాడు.

భీమసేనుడు కూడా అన్నగారి నిర్ణయాన్ని వ్యతిరేకించాడు.

భీమసేనుడు: రాజా! శ్రోత్రియులైన బ్రాహ్మణులు ఏ పనీ చెయ్యకుండా వేదమంత్రాలు వల్లిస్తూ కూర్చుంటారు. దానివలన వారి బుద్ధి జడమైపోతుంది. ఆలోచనా శక్తి నశిస్తుంది. అలాగే రాత్రీపగలూ ధర్మం, ధర్మం అంటూ కలవరించి నువ్వుకూడా ఆలోచన చెయ్యలేని జడుడిలా అయిపోయావు. అటువంటి మాటలే మాట్లాడుతున్నావు.

నేను రాజ్యం పరిపాలించను, సంపదలని కన్నెత్తి చూడను, భిక్షాపాత్ర పట్టుకుని తిరుగుతాను - అని యుద్ధానికి ముందే చెప్పి ఉండాలి. అప్పుడు మేమూ తలొక భిక్షాపాత్రా పట్టుకుని నీ వెనుక బయల్దేరేవాళ్ళం.

రాజా! ధర్మం గురించి మాట్లాడేముందు క్షత్రియధర్మం గుర్తుచేసుకో. అది మనం అందరం అభ్యసించాం. ఎవడైనా తన అధికారానికి అడ్డు తగిల్తే అది రాజు తన పట్ల అపరాధంగా గ్రహించాలి. అలాగే ఎవడైనా తన రాజ్యాన్ని అపహరించడానికి ప్రయత్నిస్తే దానిని తీవ్రమైన రాజాపరాధంగా పరిగణించాలి.

అటువంటి అపరాధాలు చేసినవాళ్ళని రాజు వధించాలి. మనం అదే పని చేసాం.

క్షమానుకంపా కారుణ్యమానృశంస్యం న విద్యతే,
క్షాత్రమాచరతో మార్గమపి బంధోస్త్వదంతరే. 10.3

క్షత్రియధర్మం పాటించే వాడు అపరాధిపట్ల కఠినంగా ఉండాలి. ఆ అపరాధి తన సోదరుడే అయినా, ప్రేమాస్పదుడే అయినా అతడిపట్ల క్షమగాని, దయగాని, కరుణగాని, మృదుత్వంగాని చూపించకూడదు. వాణ్ణి దండించాలి. *(వధించాలి.)* మనం అదే పని చేసాం.

అయినా నీకు మనస్సులో ఇటువంటి సన్యాసం, భిక్షాటన వంటి కోరికలు ఉన్నాయని చెప్తే మేము ఆయుధం పట్టేవాళ్ళం కాదు. కౌరవులని వధించేవాళ్ళం కాదు. ఇంత యుద్ధం చేసావు. ఇంత శ్రమపడి విజయం సాధించాము. ఇంత జరిగాక ఇలా మాట్లాడడం నీకు తగదు.

ఒకడు కష్టపడి నుయ్యి తవ్వాడు. శరీరం అంతా బురద అంటుకుంది. ఇంకొంచెం శ్రమపడితే నీరు పడుతుందనగా, "ఇదేమీ నా కొద్దు." అని ఒళ్ళంతా అంటుకున్న బురదతో వెళ్ళిపోయాడు. **కర్మేదం నస్తథోపమమ్** – మనం చేసిన పని కూడా అలా అయింది.

ఒకడు ఒకచోటుకి వెళ్ళాలని, దానికి దారి తెలుసుకుని చాలా శ్రమపడి లక్ష్యం చేరి, ఇంకొక రెండు అడుగులదూరం ఉందనగా, 'పోనీలే నేను వెళ్ళను,' అని వెనక్కి వచ్చేసాడు. **కర్మేదం నస్తథోపమమ్.**

ఇంకొకడు యుద్ధంచేసి శత్రువులనందరినీ వధించి, అఖండవిజయం సాధించి, ఆ తరువాత ఏమీ తోచక ఆత్మహత్య చేసుకున్నాడు. **కర్మేదం నస్తథోపమమ్.**

మరొకడు ఆకలితో అలమటించిపోతూ భోజనం సంపాదించుకున్నాడు. కానీ, తినకుండా కూర్చుండిపోయాడు. వేరొకడు కాముకుడై కోరిన స్త్రీని ఎట్టకేలకి చేరాడు. తీరా ఆమె తన సమీపానికి వస్తే ముఖం తిప్పుకుని కూర్చున్నాడు. **కర్మేదం నస్తథోపమమ్.**

వయమేవాత్ర గర్హ్యా హి యద్వయం మందచేతసమ్,
త్వాం రాజన్ననుగచ్ఛామో జ్యేష్ఠోఽయమితి భారత. 10.14

అయినా ఇది నీ తప్పుకాదు. నువ్వు అల్పబుద్ధివి అని తెలిసినా అన్నగారనే గౌరవంతో గుడ్డిగా నిన్ను అనుసరించిన మాదే ఈ తప్పు.

వయం హి బాహుబలినః కృతవిద్యా మనస్వినః,
క్లీబస్య వాక్యే తిష్ఠామో యథైవాశక్తయస్తథా. 10.15

మేమందరం బాహుబలసంపన్నులం. అస్త్ర శస్త్ర విద్యలలో ఆరితేరినవాళ్ళం. అయినా చేతకానివాళ్ళలా ఒక పిరికివాడి ఆజ్ఞని పాటిస్తూ ఇంతవరకూ బ్రతికాం.

రాజా! *(నేనేదో విసుగుతో మాట్లాడుతున్నాను. నోరు జారాను. పొరబాటయింది. నువ్వు బలహీనుడివి కాదు.)* నువ్వు బలిష్ఠుడివి. భయంకరమైన యుద్ధంలో విజయం సాధించావు. రాజ్యం గెలుచుకున్నావు. ఈ సిత్థిలో నీకు సన్యాసం తీసుకునే అధికారం లేదు. ఆపదలలో పడినవాడు గాని, వృద్ధుడై ఏ పనీ చెయ్యలేని అశక్తుడు గాని, శత్రువుల చేతిలో పూర్తిగా ఓడిపోయి పారిపోయిన వాడు గాని సన్యాసం తీసుకోవచ్చు.

నువ్వు ఆ బాధలలో లేవు. అయినా అన్నీ వదిలేసి అడవికి పోతాను, భిక్షాటనం చేస్తాను అంటున్నావు. దీనిని త్యాగం అనరు. ధర్మాన్ని అతిక్రమించి ప్రవర్తించడం అంటారు. అయినా అడవిలో ఉంటేనూ, బ్రహ్మచర్యం పాటిస్తేనూ, ఒంటరిగా ఉంటేనూ, బాధ్యతలు లేకుండా బ్రతికేస్తేనూ స్వర్గానికి వెళ్ళే అర్హత వస్తుందని ఏ శాస్త్రంలో చెప్పారు?

ఆ విధంగా జీవించడం వలననే గాని స్వర్గానికి వెళ్ళడం సాధ్యమైతే అడవిలో చెట్లూ, పర్వతాలూ నీ కంటే ముందే స్వర్గానికి చేరాలి. ఎందుకంటే వాటికి మనస్సులో ఏ చింతా ఉండదు. ధనంకోసం పాకులాడవు. నిత్యం బ్రహ్మచర్యంలోనే ఉంటాయి. అలాగే నీటిలో ఉండే చేపలూ, ఇతర జీవులూ కూడా స్వర్గానికే వెళ్ళాలి. ఎందుకంటే అవి తమ పొట్ట పోషించుకుంటే చాలు. ఏ బాధ్యతలూ నిర్వర్తించక్కర్లేదు. ఎవరినీ పోషించక్కర్లేదు.

అందుచేత త్యాగం, సన్యాసం, భిక్షాటనం అనే భ్రమలలో పడకుండా రాజుగా నీ కర్తవ్యం నువ్వు చెయ్యి. – అన్నాడు.

నకులుడు కూడా యుధిష్ఠిరుడి ఆలోచనని వ్యతిరేకించాడు.

నకులుడు: ఆర్యా! గృహస్థాశ్రమం మిగిలిన అన్ని ఆశ్రమాలకంటే శ్రేష్ఠమైనదని మహర్షులు తేల్చారు. గృహస్థుగా ఉంటూ ఏ విధమైన సంగమూ *(ఎటాచ్‌మెంట్)* లేకుండా బాధ్యతలు నిర్వర్తించేవాడు అసలైన త్యాగి.

అంతేకాని ఇల్లూ వాకిలీ వదిలేసి, భార్యాబిడ్డలని వారి కర్మానికి వారిని వదిలేసి, బాధ్యతలనుంచి తప్పించుకుని చేతకానివాడిలా అడవిలోకి పారిపోయి ముక్కు మూసుకుని కూర్చుంటాను అనేవాడిది త్యాగం కాదు. అది పలాయనవాదం. వాడు త్యాగి కాదు. పరమమూఢుడు.

నువ్వు చెయ్యవలసిన పనులు చాలా ఉన్నాయి. రాజ్యపాలన చెయ్యకపోతే ఈ లోకంలో అపకీర్తి వస్తుంది. ధర్మబద్ధమైన కర్తవ్యాలు నిర్వర్తించకపోతే పైలోకాలకు అర్హత ఉండదు. అడవికి పోయి కూర్చుంటే రెండిటికీ చెడిన రేవడివవుతావు.– అన్నాడు.

సహదేవుడు వినయంగా తన అభిప్రాయం చెప్పాడు.

సహదేవుడు: ఆర్యా! మానవుడు ఏం చెయ్యాలి, ఏం చెయ్యకూడదు అనే విషయంమీద ఎవరికి తోచినట్లు వాళ్ళు వాదించకూడదు. మనం స్వేచ్ఛగా ఆలోచించడం మంచిది కాదు. పూర్వులు ఏర్పరిచినది, అనేకమంది అనుసరించినది, ఋషులు నిర్ధారణచేసి చెప్పినదీ అయిన మార్గంలో వెళ్ళడమే శ్రేయస్కరం.

రాజా! మాకు తల్లయినా, తండ్రయినా, సోదరుడివైనా, గురువైనా నువ్వే. నీ ముందు స్వతంత్రించి మాట్లాడినందుకు మన్నించు.– అన్నాడు.

సోదరులందరూ మాట్లాడాక ద్రౌపది మాట్లాడింది.

ద్రౌపది: రాజా! నలుగురు తమ్ములు గొంతు ఆర్చుకుపోయేలా చెప్తున్నారు. నువ్వేమీ పట్టించుకుంటున్నట్లు లేవు.

ద్వైతవనంలో ఉండగా ఒకలాగ మాట్లాడావు. యుద్ధానికి ముందు మరొకలా మాట్లాడావు. ఇప్పుడు ఆ మాటలన్నీ గాలికి వదిలేసి ఈ కొత్త ధోరణిలో పడ్డావు. ఇదేం పద్ధతి? అన్ని జీవులపట్ల ప్రేమ, దానం, తపస్సు – ఇవన్నీ బ్రాహ్మణుడి ధర్మాలు. దుష్టులని శిక్షించడం, ప్రజలని రక్షించడం, యుద్ధంలో వెనుదిరగకుండా పోరాడడం– ఇవన్నీ క్షత్రియుడి ధర్మాలు.

నా అత్త కుంతి, 'యుధిష్ఠిరుడు యుద్ధంలో గెలిచి నిన్ను సుఖపెడతాడు.' అంది.

ఆమె మాటలు అబద్ధం చేస్తావా?

నువ్వు సోదరులలో పెద్దవాడివి. మిగిలినవారికి మార్గదర్శకుడిలా ఉండవలసినవాడివి. నువ్వు ముందొక విధంగానూ, తరువాత ఇంకొక

విధంగానూ పదే పదే మాటలు మార్చి పిచ్చివాడిలా ప్రవర్తిస్తూ ఉంటే నీ తమ్ముళ్ళు కూడా పిచ్చివాళ్ళు అయిపోయారు. లేకపోతే ఎప్పుడో నాస్తికులతో కలిసిపోయి, నిన్ను బంధించి రాజ్యం చేసేవారు.

నాకు ఒక్క పుత్రుడు కూడా మిగలకుండా మరణించారు. ఇంత కడుపుకోత అనుభవిస్తున్న నేనే లోకంలో అందరికంటే దురదృష్టవంతురాలిని అనుకున్నాను. కాని, యుద్ధంలో గెలిచి, ఆ తరువాత రాజ్యం వదిలి భిక్షాటన చేస్తానంటున్న నువ్వు నాకంటే దురదృష్టవంతుడిలా మాట్లాడుతున్నావు. రాజా! అలా కావద్దు.

నువ్వు మహాత్ముడివి. మాంధాత, అంబరీషుడు వంటి చక్రవర్తులతో సమానమైనవాడివి. ధర్మానుసారం రాజ్యం పాలించు. యజ్ఞాలు చెయ్యి. యుద్ధాలు చెయ్యి, దానాలు చెయ్యి. ఇహ పర లోకాలు రెండింటినీ గెలుచుకో. – అంది.

వ్యాసుడు, "యుధిష్ఠిరా! నీ సోదరులు చెప్పినట్లు ధర్మం అంతా స్థిరంగా గృహస్థాశ్రమంలోనే ఉంది. రాజ్యపాలనే నీ ప్రధాన కర్తవ్యం." అన్నాడు.

యుధిష్ఠిరుడు ఏమీ మాట్లాడలేదు. అర్జునుడు యుధిష్ఠిరుడి మనస్సు మార్చమని కృష్ణుణ్ణి కోరాడు. కృష్ణుడు అనేక కథలు చెప్పి వాటిలోని నీతిని విశదీకరించాడు. రాజ్యపాలన చెయ్యమన్నాడు.

"ఈ యుద్ధంలో అనేకమంది మరణించారు. చనిపోయిన భర్తలనీ, బిడ్డలనీ తలుచుకుని స్త్రీలు రాత్రీపగలూ ఏడుస్తూంటే నాకు మనశ్శాంతి లేకుండా పోయింది. పాపం చేసానని బాధగా ఉంది." అన్నాడు యుధిష్ఠిరుడు.

కృష్ణుడు, "రాజా! నువ్వు పాపమే చేసావనుకో. నువ్వు అరణ్యంలో ఏకాంతంగా బ్రతికినా, సన్యసించినా, భిక్షాటనం చేసినా, చివరకి మరణించినా ఆ పాపం నిన్ను వదలదు. నిన్ను వెన్నంటి వస్తూనే ఉంటుంది. ఆ పాపాలకి ప్రాయశ్చిత్తం చేసుకోవడం ఒక్కటే వాటినుండి బయటపడడానికి ఉపాయం." అన్నాడు.

"ఎంతో మంది పూజ్యులనీ, పుణ్యాత్ములనీ వధించాను. ఆ పాపం ఎలా పోతుంది? ఏ ప్రాయశ్చిత్తం చేస్తే పోతుంది? " అని యుధిష్ఠిరుడు అడిగాడు.

వ్యాసుడు పాపపుణ్యాలగురించి సుదీర్ఘంగా వివరించాడు. ఏ పాపాలకి ఏ ప్రాయశ్చిత్తం చేసుకోవాలో చెప్పాడు. ఏ పాపాలకి ఏమి చేసినా ప్రాయశ్చిత్తం ఉండదో కూడా చెప్పాడు.

యుద్ధంలో జరిగిన హింసకి అశ్వమేధయాగం ప్రాయశ్చిత్తం అని చెప్పాడు. తనకి ప్రాయశ్చిత్తం ఉందనగానే యుధిష్ఠిరుడిలో మార్పు వచ్చింది. "అసలు ధర్మమంటే ఏమిటి? రాజధర్మమంటే ఏమిటి? ఇతర ధర్మాలేమిటి?" అని అడిగాడు.

అవన్నీ భీష్ముణ్ణి అడగమన్నాడు వ్యాసుడు.

కృష్ణుడు కలగజేసుకున్నాడు. "యుధిష్ఠిరా! ఇప్పుడు అందరూ శోకంలో మునిగిపోయి ఉన్నారు. ఈ స్థితినుంచి ఎప్పుడు బయటపడి ఇళ్ళకు వెళ్దామా అని ఎదురు చూస్తున్నారు. ఇటువంటి సమయంలో ఇంతవరకూ చేసిన చర్చలు చాలు. ఇక ఈ చర్చలు కట్టిపెట్టి నగరానికి వెళ్ళే ప్రయత్నం చెయ్యి." అన్నాడు.

యుధిష్ఠిరుడు హస్తినాపురానికి వెళ్ళడానికి సిద్ధమయ్యాడు. అతడికోసం కొత్తరథం సిద్ధం చేసారు. దానికి పదహారు తెల్లని ఎద్దులని కట్టారు. ఆ రథానికి భీమసేనుడు సారథ్యం వహించాడు. అర్జునుడు శ్వేతచ్ఛత్రం పట్టాడు. నకులసహదేవులు వింజామరలు వీచారు.

గాంధారీ, ధృతరాష్ట్రుడు వేరొక రథం ఎక్కారు. ఆ రథాన్ని గుర్రాలు కాకుండా రాజపరివారం లాగారు. వారి రథం అన్ని రథాలకంటే ముందు నడిచింది. దాని వెనుక యుధిష్ఠిరుడి రథం కదిలింది. ఆ రథాల వెనుక యుయుత్సువు, కృష్ణుడు, సాత్యకి ఎక్కిన రథాలు కదిలాయి.

స్త్రీలందరూ విదురుణ్ణి ముందుంచుకుని తమ తమ వాహనాలలో వెళ్ళారు.

హస్తినాపురమునంతనీ అందంగా అలంకరించారు. సూతులూ, మాగధులూ రాజపరివారాన్ని ప్రశంసిస్తూ నడిచారు. వేలకొద్దీ బ్రాహ్మణులు వేదమంత్రాలు చదివారు. శంఖదుందుభులు మోగాయి. జయ జయ ధ్వానాలతో నగరం మారుమోగిపోయింది.

దుర్యోధనుడి మిత్రుడు చార్వాకుడనే రాక్షసుడున్నాడు. అతడు సన్యాసివేషం ధరించాడు. పిలక పెట్టుకుని కాషాయవస్త్రాలు కట్టుకున్నాడు. త్రిదండం చేతిలో ధరించి బ్రాహ్మణులలో కలిసిపోయాడు.

వేదవేత్తలు ఆశీర్వచనమంత్రాలు చదవబోతుంటే చార్వాకుడు ముందుకు వచ్చాడు.

బిగ్గరగా, " అందరూ వినండి. ఈ వేదవేత్తలందరూ నన్నిలా చెప్పమన్నారు. ఈ రాజు గురువులని వధించాడు. ఇటువంటి దుర్మార్గుడు జీవించడం వలన రాజ్యానికి అరిష్టం. ఇతడు మరణించడం వలననే రాజ్యానికి మేలు కలుగుతుంది." అన్నాడు.

యుధిష్ఠిరుడు ఖిన్నుడయ్యాడు. "పూజ్యులారా! నేను అసలే దుఃఖంతో కుమిలిపోతున్నాను. నన్నిలా మాటలతో హింసించకండి." అన్నాడు.

ఆ వేదవేత్తలు, "రాజా! మేమెవరం అలా అనుకోలేదు. అతడితో మాట్లాడలేదు. ఇంతకుముందు ఎన్నడూ ఇతణ్ణి ఈ నగరంలో చూడలేదు. మేమంతా ఈ రాజ్యం నీపరిపాలనలో ఉండాలనీ, అలా ఉంటేనే ప్రజలు సుఖశాంతులతో ఉంటారనీ అనుకుంటున్నాము." అన్నారు.

వారు తమ తపోబలంతో ఆ సన్యాసి నిజరూపం తెలుసుకున్నారు. ఆ తపస్వులు ఒక్కసారి హుంకరించడంతో చార్వాకుడు భస్మమైపోయాడు.

రాజసభలో ప్రవేశించాక యుధిష్ఠిరుడు రాజాధికారులూ, ప్రజలూ వినేలా ఇలా ప్రకటన చేసాడు. "ధృతరాష్ట్రుడు మా తండ్రి. ఇతడే నాకు పరమదైవం. పాండవులమందరమూ ఇతడి అధీనంలో ఉన్నాము. ఈ రాజ్యమంతా ఇతడిదే. మీరందరూ ఎప్పటిలాగే ఈయన ఆజ్ఞలు పాటించాలి."

తరువాత అత్యంత వైభవంగా యుధిష్ఠిరుడికి రాజ్యాభిషేకం జరిగింది. యుధిష్ఠిరుడు భీమసేనుణ్ణి యువరాజుగా అభిషేకించాడు. ప్రధానమంత్రి అయిన విదురుడికి రాజ్యపాలన అప్పగించాడు. ఆదాయవ్యయాల లెక్కలు చూడడానికీ, పుణ్యకర్మలు నిర్వహించడానికీ సంజయుణ్ణి నియమించాడు.

రాజ్యాన్ని రక్షించే బాధ్యత అర్జునుడికిచ్చాడు. సైన్యంమీద పర్యవేక్షణ నకులుడికిచ్చాడు. సహదేవుణ్ణి తనకి ఆంతరంగికుడిగా ఎప్పుడూ తనవద్దనే ఉండమన్నాడు.

యుద్ధంలో మరణించినవారి ఉత్తమగతులకోసం వారి సన్నిహితులచేత అనేక దానాలు చేయించాడు.

దుర్యోధనుడి మందిరం భీముడికీ, దుశ్శాసనుడి మందిరం అర్జునుడికీ, దుర్మర్షణుడి భవనం నకులుడికీ, దుర్ముఖుడి భవనం సహదేవుడికీ ఇచ్చాడు. కృష్ణుడూ, సాత్యకీ అర్జునుడి భవనంలో ఉన్నారు.

◆◆◆

మరునాడు రాజసభలో అందరూ మాట్లాడుతుంటే కృష్ణుడు కదలక మెదలక ధ్యానముద్రలో ఉన్నాడు. యుధిష్ఠిరుడు ఆశ్చర్యపోయాడు. "పురుషోత్తమా! ఈ జగత్తుని సృష్టించేవాడివీ, లయం చేసేవాడివీ నువ్వే. నువ్వు ఆద్యంతాలు లేని వాడివి. ఉన్నట్లుండి ఎందుకిలా ధ్యానముద్రలోకి వెళ్ళిపోయావు?" అని అడిగాడు.

కృష్ణుడు సమాధానం చెప్పాడు.

"రాజా! మహాత్ముడు భీష్ముడు అంపశయ్యమీద ఉన్నాడు. ఆయన శాంతిస్తున్న

(ఆరిపోతున్న) అగ్నిలా ఉన్నాడు. మనస్సుని ఏకాగ్రం చేసి నన్నే ధ్యానిస్తున్నాడు. అందుకే నేను మానసికంగా అతడివద్దకి వెళ్ళిపోయాను. ఆ గాంగేయుడు అనే సూర్యుడు అస్తమిస్తే లోకంలో జ్ఞానం అనే వెలుగు అంతరించిపోతుంది.

చాతుర్విద్యం చాతుర్హోత్రం చాతురాశ్రమ్యమేవ చ,
రాజధర్మాంశ్చ నిఖిలాన్ పృచ్ఛైనం పృథివీపతే. 46.22

ధర్మ అర్థ కామ మోక్షాలనే నాలుగు విద్యలని గురించీ, హోత ఉద్గాత బ్రహ్మ అధ్వర్యువు అనే నలుగురికి సంబంధించిన యజ్ఞకర్మల గురించీ, నాలుగు ఆశ్రమాల గురించీ, సమస్త రాజధర్మాలను గురించీ అతణ్ణి అడిగి తెలుసుకో. అతడు మాట్లాడగలిగిన స్థితిలో ఉండగానే ఇవన్నీ తెలుసుకోవాలి. వెంటనే బయల్దేరు.” అన్నాడు.

యుధిష్ఠిరుడు కృష్ణుణ్ణి ముందుండి తమని భీష్ముడివద్దకి తీసుకువెళ్ళమన్నాడు. అందరూ రథాలు ఎక్కి అంపశయ్యమీద ఉన్న భీష్ముడివద్దకి వెళ్ళాడు.

పవిత్రమైన ఓఘవతీ నదీతీరంలో భీష్ముడు శరశయ్యమీద ఉన్నాడు. అతడి చుట్టూ అనేకమంది మహర్షులు కూర్చుని ఉన్నారు. వారిని దూరంనుంచి చూస్తూనే పాండవులూ, కృష్ణుడూ, సాత్యకీ ఇతరులూ రథాలు దిగారు.

కాలినడకన భీష్ముడివద్దకి వెళ్ళారు. అక్కడున్న ఋషులకు నమస్కరించారు. తరువాత అందరూ భీష్ముడి చుట్టూ కూర్చున్నారు.

కృష్ణుడు, “భరతనందనా! నువ్వు ఎలా ఉన్నావని అడగలేను. చిన్న ముల్లు గుచ్చుకుంటేనే శరీరం భరించలేని బాధతో విలవిలలాడుతుంది. ఇన్ని బాణాలు శరీరంలో దిగి ఉన్న నిన్ను సుఖంగా ఉన్నావా అని ఎలా అడగగలను?

కానీ, నీ జ్ఞానేంద్రియాలూ, బుద్ధీ నీ వశంలోనే ఉన్నాయా అని అడగక తప్పదు. నువ్వు సకలశాస్త్రాలూ తెలిసినవాడివి. సమస్త ధర్మాల పుట్టుపూర్వోత్తరాలు గ్రహించినవాడివి. పురాణరహస్యాలు వ్యాఖ్యాన సహితంగా నేర్చినవాడివి. నాలుగు పురుషార్థాల సారం, నాలుగు ఆశ్రమాల ధర్మాలు, వేదప్రతిపాదితమైన ధర్మాలు నీకు కరతలామలకమై ఉన్నాయి.

నువ్వు అస్తమిస్తే ఈ జ్ఞానమంతా లోకానికి అందకుండా పోతుంది. నీ జీవితంలో కేవలం యాభైఆరు రోజులు మాత్రమే మిగిలి ఉన్నాయి.

ఈ యుధిష్ఠిరుడు యుద్ధంలో అయినవారినందరినీ వధించానని శోకంతో, దిగులుతో క్రుంగిపోతున్నాడు. ఇతడి సందేహాలు తీర్చి, ఇతడి మనస్సు కుదుటపడేటట్లు చెయ్యి.” అన్నాడు.

భీష్ముడు కృష్ణుణ్ణి స్తుతించాడు.

(ఈ స్తోత్రాన్ని భీష్మస్తవరాజం అంటారు. ఇప్పుడు నడుస్తున్న కథ 53వ అధ్యాయంలోది. భీష్మస్తవరాజం 47వ అధ్యాయంలో ఉంది. అయినా దానిని ఇక్కడ ప్రస్తావించడమే సముచితం అనిపిస్తుంది. 84 శ్లోకాలలో ఉన్న ఈ స్తోత్రం చాలా ప్రసిద్ధమైనది.)

"నమో బ్రహ్మణ్యదేవాయ గోబ్రాహ్మణహితాయ చ,
జగద్ధితాయ కృష్ణాయ గోవిందాయ నమో నమః. 47.95

ప్రాణకాంతారపాథేయం సంసారోచ్ఛేదభేషజమ్,
దుఃఖశోకపరిత్రాణం హరిరిత్యక్షరద్వయమ్. 47.96

యథా విష్ణుమయం సత్యం యథా విష్ణుమయం జగత్,
యథా విష్ణుమయం సర్వం పాప్మా మే నశ్యతాం తథా. 47.97

నారాయణపరం బ్రహ్మ నారాయణపరం తపః,
నారాయణ పరో దేవః సర్వం నారాయణః సదా. 47.100

హరి అంటే హరించేవాడు అని అర్థం. ఈ రెండక్షరాల మాట మానవజీవితానికి లక్ష్యం అవుతుంది. లక్ష్యానికి దారి చూపే దిక్సూచి అవుతుంది. ఆ దారిలో నడిపించే చేయూత అవుతుంది. హరి అనే మాట భౌతికజీవనమనే మహారణ్యంలో ప్రయాణించడానికి శక్తినిస్తుంది. సంసారవ్యామోహమనే వ్యాధికి దివ్యౌషధమవుతుంది. దుఃఖం నుంచీ, శోకంనుంచీ, రక్షించే కవచమవుతుంది.

సత్యమే విష్ణువు. ఈ లోకమంతా విష్ణుమయమే. ఈ లోకమే కాదు, సమస్త లోకాలతో కూడిన ఈ విశాలమైన విశ్వమంతా విష్ణుమయమే. విశ్వమయుడైన విష్ణువుని హరి అని రెండక్షరాలతో స్మరిస్తే చాలు, పాపాలన్నీ నశిస్తాయి.

నారాయణుడే పరబ్రహ్మ. నారాయణుడే పరమ తపస్సు. నారాయణుడే పరదైవతం. సర్వం సదా నారాయణమయమే. **నారాయణ నమోఽస్తు తే.**

లోకనాథా! కృష్ణా! నువ్వు ఎదురుగా ఉండగా నేను ధర్మం ఉపదేశించాలా! అలా చేస్తే దేవేంద్రుడి వద్దకి వెళ్ళి స్వర్గాన్ని వర్ణించినట్లుండదా? నీ ఎదుట నేను ధర్మం ఉపదేశించడమంటే గురువు ఎదుట శిష్యుడు ప్రవచనం చేసినట్లుండదా? అలా చేసే అవివేకి ఎవడైనా ఉంటాడా?

వాసుదేవా! అంతేకాదు. శరీరంలో దిగిన ఈ బాణాలు అగ్నిలా, విషంలా నా శక్తిని హరించేస్తున్నాయి. మనస్సు స్థిరంగా లేదు. భ్రాంతికి లోనవుతోంది. నోటివెంట మాట రావడం కష్టంగా ఉంది.

దేవా! నువ్వు శాస్త్రాలకి శాస్త్రానివి. జ్ఞానానికి నిలయానివి. యుధిష్ఠిరుడికి నువ్వే ధర్మం ఉపదేశించు. అదే తగిన పద్ధతి." అన్నాడు.

కృష్ణుడికి ఆ భక్తుడిమీద దయగలిగింది.

"**గృహాణాత్ర వరం భీష్మ మత్ప్రసాదకృతం ప్రభో** – భీష్మా! ఇంత వినయంగా ఇలా మాట్లాడడం నీకే సాధ్యం. నీకొక వరం అనుగ్రహిస్తున్నాను. నీకు శరీరంలో ఏ బాధలూ ఉండవు. ఆకలిదప్పులు నిన్ను పీడించవు. నీ బుద్ధి స్థిరంగా ఉంటుంది. నువ్వు ఏ వేదం తలుచుకున్నా, వేదాంగం తలుచుకున్నా ఏ శాస్త్రం తలుచుకున్నా అది నీ మనస్సులో స్పష్టంగా ఆవిష్కృతమవుతుంది. నీకు దివ్యదృష్టి ఇస్తున్నాను. భూత భవిష్యత్ వర్తమానాలలో నీకు తెలియనిదేదీ ఉండదు." అన్నాడు.

కృష్ణుడు ఈ మాటలు అనగానే ఆకాశంనుంచి పుష్పవర్షం కురిసింది. సుగంధాన్ని మోసుకువచ్చిన చల్లనిగాలి మెల్లగా జీవులు సేదతీరేలా వీచింది. గంధర్వులు గానం చేసారు. అప్సరసలు నాట్యంచేసారు. దేవలోకమంతా పులకించిపోయింది.

ఈలోగా సూర్యుడు అస్తాద్రికి చేరాడు. ఋషులందరూ కృష్ణుణ్ణి స్తుతించి, "రేపు మళ్ళీ వస్తాం." అని చెప్పి వెళ్ళిపోయారు. కృష్ణుడూ, పాండవులూ, ఇతరులూ భీష్ముడికి ప్రదక్షిణం చేసి, అతడి అనుమతితో హస్తినాపురానికి వెళ్ళారు.

◆◆◆

మరునాడు హస్తిననుంచి అందరూ భీష్ముడివద్దకు వచ్చారు. మహర్షులూ, దేవర్షి నారదుడూ కూడా వచ్చారు.

నారదుడు, "భీష్ముడు అస్తమించబోతున్నాడు. అతణ్ణి అడిగి మీకు కావలసిన విషయాలు తెలుసుకోండి."అన్నాడు.

అంపశయ్యమీద, అవసానదశలో ఉన్న భీష్ముడితో ఎలా మాట్లాడాలో తెలియక రాజులందరూ సంకోచించారు. కృష్ణుణ్ణి వెళ్ళి ఆ కురువృద్ధుడితో మాట్లాడమని యుధిష్ఠిరుడు కోరాడు.

కృష్ణుడు, "గంగానందనా! నీకు రాత్రి సుఖంగా గడిచిందా? అన్ని విషయాలూ మనస్సులో స్పష్టంగా ఉన్నాయా? మాట్లాడగలవా?" అని అడిగాడు.

భీష్ముడు, "నీ అనుగ్రహంవలన నేను పూర్తిగా ఆరోగ్యవంతుణ్ణి అయ్యాను. బుద్ధి నిర్మలంగా ఉంది. మనస్సు నిశ్చలంగా ఉంది. పాతిక సంవత్సరాల యువకుడిలా ఉన్నాను.

వేదవేదాంతాలూ, ధర్మశాస్త్రాలూ, ఋషివాక్కులూ అన్నీ మనస్సులో స్పష్టంగా ఉన్నాయి. అన్నీ చెప్పేందుకు గొంతు సహకరిస్తోంది.

అది సరే. నాకొక సందేహం తీర్చు. **స్వయం కిమర్థం తు భవాన్ న ప్రాహ పాండవమ్** – ఈ ధర్మాలన్నీ యుధిష్ఠిరుడికి నువ్వే చెప్పవచ్చు కదా! నన్నెందుకు చెప్పమంటున్నావు?"

కృష్ణుడు నవ్వుతూ ఇలా చెప్పాడు.

"కురునందనా! వెన్నెల ఆహ్లాదకరంగా ఉంటుందని చెప్తేనూ, చంద్రుడు చల్లగా ఉంటాడని చెప్తేనూ ఎవరూ ఆశ్చర్యపోరు. అలాగే సమస్త విజ్ఞానానికీ మూలమైన నేను ఉపదేశం చేసానంటే కూడ ఎవరూ ఆశ్చర్యపోరు.

ఆధేయం తు మయా భూయో యశస్తవ మహాద్యుతే,
తతో మే విపులా బుద్ధిస్త్వయి భీష్మ సమర్పితా. 54.27

(నువ్వు నా భక్తుడివి) నీకు శాశ్వతమైన కీర్తి లభించేలా నేను చెయ్యాలి. అందుకోసం సమస్తజ్ఞానాన్నీ కలిగిఉండేలా నా బుద్ధిని నీకిస్తున్నాను. నీ నోటినుంచి వచ్చే ప్రతిమాటా సత్యమవుతుంది.

యుధిష్ఠిరుడి ప్రశ్నలకి నువ్వు చెప్పే సమాధానాలు వేదాలతో సమానంగా ప్రమాణమవుతాయి. తరగని విజ్ఞానఖను లవుతాయి. ఈ లోకం ఉన్నంతకాలం ప్రజలు నువ్వు చెప్పే ధర్మాలని స్మరిస్తారు. నువ్వందించే జ్ఞానంతో ధన్యులవుతారు." అన్నాడు.

భీష్ముడు యుధిష్ఠిరుణ్ణి తన సందేహాలు చెప్పమన్నాడు. యుధిష్ఠిరుడికి ఇంకా సంకోచం పోలేదు.

కృష్ణుడు, "పితామహా! యుద్ధంలో పూజ్యులైన గురువులనీ, సన్నిహిత బంధువులనీ, ఆత్మీయులైన మిత్రులనీ వధించినందుకు యుధిష్ఠిరుడు దుఃఖంలో ఉన్నాడు. నువ్వు తనని గురించి ఏమనుకుంటావో అని భయపడుతున్నాడు. *(పిన్నలు చేసిన క్షమింపరాని తప్పును మనస్సులో ఖండించడాన్ని అభిశాపం అంటారు. భీష్ముడు ఏ అభిశాపం చేస్తున్నాడో అని యుధిష్ఠిరుడి భయం.)*

భీష్ముడు, "అధ్యయనం *(నేర్చుకోవడం)*, అధ్యాపనం *(నేర్పడం)*, తపస్సుచేయడం బ్రాహ్మణుడి ధర్మాలు. యుద్ధంలో శత్రువులని సంహరించడం క్షత్రియుడి ధర్మం. అధర్మం పక్షంలో నిలిచి యుద్ధానికి దిగినవారు ఎంత పూజ్యులైనా వారిని వధించడమే క్షత్రియ ధర్మం. యుధిష్ఠిరుడు క్షత్రియుడు. క్షత్రియధర్మం నిర్వర్తించాడు. అందులో బాధపడవలసినది ఏమీ లేదు." అన్నాడు.

యుధిష్ఠిరుడు ధైర్యం తెచ్చుకుని భీష్ముడి పాదాలకి నమస్కరించాడు. భీష్ముడు అతణ్ణి తన సమీపంలో కూర్చుని అడగాలనుకున్నవి అన్నీ అడగమన్నాడు.

యుధిష్ఠిరుడు కృష్ణుడికీ, పితామహుడికీ నమస్కరించాడు. పూజ్యులైన ఋషుల అనుమతి తీసుకున్నాడు.

"పితామహా! లోకాన్ని రక్షించేది రాజధర్మమే కదా! ఆ రాజధర్మాలను నాకు బోధించు." అని ప్రార్థించాడు.

"నమో ధర్మాయ మహతే నమః కృష్ణాయ వేధసే,
బ్రాహ్మణేభ్యో నమస్కృత్య ధర్మాన్ వక్ష్యామి శాశ్వతాన్.   56.10

ధర్మం పరమపూజ్యమైనది. ఆ ధర్మానికి నమస్కారం. సృష్టికర్త అయిన విష్ణువు కృష్ణుడై మనమధ్య ఉన్నాడు. ఆ కృష్ణుడికి నమస్కారం. లోకంలో ఉన్న విజ్ఞానమంతా ఋషులలో ఉంది. ఆ ఋషులకు నమస్కారం. వీరందరి అనుమతితోనూ, అనుగ్రహంతోనూ నీకు శాశ్వతములైన ధర్మాలు చెప్తాను." అని రాజధర్మం గురించి చెప్పడం ప్రారంభించాడు భీష్ముడు.

తరువాత నాలుగు వర్ణాల ధర్మాలూ, నాలుగు ఆశ్రమాల ధర్మాలూ చెప్పాడు. ప్రపంచం స్వరూపం, దాని సృష్టి గురించి చెప్పాడు. ఆపద్ధర్మాలను గురించి చెప్పాడు. మోక్షధర్మాలు వివరించాడు.

ఒక్కొక్క విషయం మనస్సుకు పట్టేందుకు గతంలో జరిగిన అనేక వాస్తవ వృత్తాంతాలను కథలుగా చెప్పాడు. (వీటిని ఉపాఖ్యానాలు అంటారు.)

దక్షుడు యజ్ఞం చేస్తూ అందరు దేవతలనీ ఆహ్వానించాడు. శివుణ్ణి ఆహ్వానించలేదు. శివుడు పెద్దగా పట్టించుకోలేదు. కాని, సతీదేవి బాధపడడంతో శివుడు వీరభద్రుణ్ణి సృష్టించి ఆ యజ్ఞం ధ్వంసం చేయించాడు. శివుణ్ణి ప్రసన్నం చేసుకునేందుకు దక్షుడు ఆయన్ని 1008 నామాలతో స్తుతించాడు. ఇది శాంతిపర్వం 284వ అధ్యాయంలో ఉన్న శివసహస్రనామ స్తోత్రం. దక్షప్రజాపతి చేసినది. దీనిని యుధిష్ఠిరుడికి ఉపదేశించాడు.

మోక్షధర్మాలు చెప్పి చివరకు తన మాటల సారాంశం మరొకసారి చెప్పాడు.

యుధిష్ఠిరుడు, "ఆర్యా! నువ్వు ఎన్నో పుణ్యకర్మలు చెప్పావు. అటువంటి కర్మలు చేసి ధన్యులైన మహాత్ములను గురించి చెప్పావు. కృతార్థుడినయ్యాను.

పరమపావనమూర్తీ, యోగీంద్రుడూ, బ్రహ్మవేత్తా అయిన శుకయోగీంద్రుణ్ణి గురించి తెలుసుకోవాలని ఉంది. ఆ పుణ్యాత్ముడు వ్యాసుడి కుమారుడిగా ఏ స్త్రీగర్భాన జన్మించాడు?

బాలుడై ఉండగానే ఆయనకు అంత ఆత్మజ్ఞానం ఎలా కలిగింది? ఇదంతా సవిస్తరంగా చెప్పి నన్ననుగ్రహించు." అని ప్రార్థించాడు.

భీష్ముడు శుకుడి చరిత్ర ఉత్సాహంగా చెప్పాడు.

"వత్సా! మానవజీవితం దుర్లభమైనది. ఇది నిచ్చెనవంటి సాధనం. దీనిలోని ఒక్కొక్క మెట్టూ ఎక్కి స్వర్గానికి చేరుకోవచ్చు. ఒక్కొక్క మెట్టూ దిగి నరకానికీ చేరుకోవచ్చు. ఇంద్రియాలని అదుపులో ఉంచుకున్నవాడు ధన్యుడవుతాడు. ఇంద్రియాలకి లొంగిపోయినవాడు పతనమవుతాడు.

శుకుడు దుస్సాధ్యమైన యోగమార్గం అవలంబించాడు. అతడు ప్రాపంచిక విషయాల స్పృహ లేనివాడు. ఈ విశ్వమంతా బ్రహ్మమయమని తెలిసిన యోగి. ఆయన చరిత్ర నాకు మార్కండేయమహర్షి చెప్పాడు. అది నీకు చెప్తాను.

వ్యాసుడు తనకొక కుమారుడు కావాలనుకున్నాడు. ఆ కుమారుడికోసం శివుణ్ణి గురించి తపస్సు ప్రారంభించాడు. వంద సంవత్సరాలు కేవలం వాయుభక్షణతో ఉండి ఉగ్రమైన తపస్సు చేసాడు.

ఆ తపస్సుకి శివుడు సంతోషించాడు. "ద్వైపాయనా! నువ్వు కోరుకున్న కుమారుడు నీకు లభిస్తాడు. అతడి మనస్సూ, బుద్ధీ పరమాత్మమీదనే లగ్నమై ఉంటాయి. అతడు బ్రహ్మజ్ఞాని అవుతాడు. అతడి కీర్తి ముల్లోకాలలోనూ వ్యాపిస్తుంది." అని వరమిచ్చాడు.

ఒకరోజు వ్యాసుడు అగ్నికోసం అరణిని మథనం చేస్తూఉండగా ఆ అరణినుంచి శుకుడు పుట్టాడు. అతడు పుడుతూనే పొగలేని అగ్నిలా దేదీప్యమానంగా ఉన్నాడు.

ఆ నవజాత శిశువుని చూడడానికి ఇంద్రాది లోకపాలకులూ, దేవతలూ వచ్చారు. పార్వతీపరమేశ్వరులు వచ్చి అతడికి ఉపనయనం చేసారు. అతడికోసం దండమూ, మృగచర్మమూ ఆకాశంనుంచి వచ్చాయి. ఇంద్రుడు ఆ బాలుడికి దివ్యకమండలం ఇచ్చాడు. అరణిసంభూతుడైన శుకుడు బ్రహ్మచర్యవ్రతం స్వీకరించాడు.

సమస్త రహస్యాలతో సహా వేదాలు అతడికి స్వాధీనమైపోయాయి. వ్యాసుడికి తెలిసిన వేదవిజ్ఞానమంతా శ్రమలేకుండానే శుకుడికి అందింది. అతడికి బృహస్పతి ధర్మశాస్త్రాలు నేర్పాడు.

ఎన్ని నేర్చుకున్నా అతడి మనస్సు మోక్షమార్గం మీదనే ఉంది. అతడు ఒకరోజు వ్యాసుడి పాదాలు పట్టి నమస్కరించి, తనకి మోక్షధర్మాలు చెప్పమన్నాడు.

వ్యాసుడి ఆదేశంమేరకు యోగశాస్త్రం, సాంఖ్యశాస్త్రం అధ్యయనం చేసాడు.

వ్యాసుడు బ్రహ్మతేజస్సుతో వెలిగిపోతున్న కుమారుణ్ణి చూసాడు.

"కుమారా! నువ్వు మిథిలానగరానికి వెళ్ళు. ఆ నగరాధిపతిని దర్శించు. **స తే వక్ష్యతి మోక్షార్థం నిఖిలం మిథిలేశ్వరః-** ఆయన నీకు మోక్షంగురించి తెలుసుకోవలసిన విషయాలన్నీ వివరిస్తాడు.

నీ తపశ్శక్తివలన నువ్వు ఆకాశమార్గంలో వెళ్ళగలవు. కాని, గురువువద్దకి వినయంగా వెళ్ళాలి. అందుచేత కాలినడకనే వెళ్ళు. దారిలో సుఖంగా ఉండే ఆశ్రయం గాని, ప్రయాణ సౌకర్యం గాని ఆశించకు.

మిథిలాధిపతిని నీ యజమానిగా భావించు. ఆయన ఆజ్ఞని శిరసావహిస్తూ శుశ్రూష చెయ్యి." అన్నాడు.

శుకుడు వెంటనే కాలినడకన మిథిలకి బయల్దేరాడు. దారిలో అందమైన నగరాలూ, భవనాలూ, అందంగా ఉన్న స్త్రీపురుషులూ, రమ్యమైన వనాలూ ఉపవనాలూ ఉన్నాయి. వాటన్నిటిలోనూ ఆయనకి బ్రహ్మమే కనిపించింది. వస్తుసౌందర్యం కనిపించలేదు.

అలా నడిచి నడిచి శుకుడు మిథిలకు చేరాడు. నగరంలో ప్రవేశించబోతుంటే ద్వారపాలకులు అతణ్ణి ఆపేసారు. అతడు అక్కడే కూర్చున్నాడు. ఆకలి లేదు, దాహం లేదు. నడిచి వచ్చినందుకు అలసట లేదు. ఆపినందుకు ఖేదం లేదు, ఆపినవారిమీద కోపం లేదు. మనస్సంతా పరమాత్మమీదనే లగ్నమై ఉంది.

కదలక మెదలక, మధ్యాహ్న సూర్యుడిలా వెలిగిపోతూ, బాహ్యప్రపంచస్పృహ లేకుండా ఉన్న శుకుణ్ణి చూసి ద్వారపాలకులు భయపడ్డారు. వారు రాజువద్దకి వెళ్ళి తాము చూసినది చెప్పారు.

అదేమిటో చూద్దామని వచ్చిన మంత్రులు అతణ్ణి రాజమందిరానికి తీసుకువెళ్ళారు. అక్కడ సుఖంగా ఉండే ఆసనంమీద కూర్చోపెట్టారు. అందగత్తెలైన స్త్రీలు వచ్చి అర్ఘ్యపాద్యాలిచ్చారు. అమృతతుల్యమైన భోజనం పెట్టారు.

శుకుడి మనస్సు మోక్షచింతనపై లగ్నమై ఉంది. అతడికి వారు చేసే సేవలు ఏవీ తెలియలేదు.

తరువాత రాజూ, మంత్రులూ, పురోహితులూ వచ్చారు. శుకుణ్ణి సర్వతోభద్రం అనే రత్నాలంకృతమైన ఆసనంమీద కూర్చోపెట్టారు. విధివిధానంగా పూజించారు. రాజూ, పరివారమూ ఆ బ్రహ్మచారి ముందు నేలమీద కూర్చున్నారు.

శుకుడికీ జనకుడికీ మధ్య సంభాషణ ఇలా జరిగింది.

శుకుడు: రాజా! మోక్షం గురించి మీనుంచి తెలుసుకోమని నా తండ్రి నన్ను ఆదేశించాడు. నేనిప్పుడు నీకు వశమై ఉన్నాను. నువ్వు ఏం చెయ్యమంటే అది చేస్తాను. నా సందేహాలు తీర్చు.

బ్రాహ్మణుడి కర్తవ్యం ఏమిటి? మోక్షం అనే పురుషార్థం లక్షణమేమిటి? మోక్షాన్ని సాధించే మార్గమేది - జ్ఞానమా, తపస్సా, మరేదైనానా?

జనకుడు: బ్రాహ్మణుడు ఉపనయనం చేసుకుని బ్రహ్మచర్యాశ్రమం స్వీకరించాలి. ఆ ఆశ్రమంలో తపస్సు, గురుశుశ్రూష, వేదాధ్యయనం చెయ్యాలి. హోమాలు చేసి దేవఋణం, తర్పణాలు చేసి పితృఋణం తీర్చుకోవాలి.

విద్యాభ్యాసం పూర్తి అయ్యాక వివాహం చేసుకుని గృహస్థాశ్రమంలోకి వెళ్ళాలి. నిత్యం అగ్నిహోత్రం చెయ్యాలి. పిల్లలూ, మనవలూ పుట్టాక తన బాధ్యతలు వారికి అప్పగించి వానప్రస్థాశ్రమానికి వెళ్ళాలి.

ఆ తరువాత భవబంధాలనుంచి విముక్తి పొంది, పరమాత్మమీద మనస్సు లగ్నం చెయ్యాలి. ఇతర విషయాలు మనస్సులోనికి రాకుండా నిరోధించాలి. దీనిని సాధించాక సన్యాసాశ్రమం స్వీకరించాలి. ఇది మోక్షానికి మార్గం.

శుకుడు: ఎవడో ఒకడికి సుఖదుఃఖాలూ, రాగద్వేషాలూ మొదలైన ద్వంద్వాలు బ్రహ్మచర్యాశ్రమంలోనే మనస్సునుంచి తొలగిపోతాయి. జ్ఞానం, విజ్ఞానం ఆ దశలోనే మనస్సులో ఆవిష్కారమవుతాయి. అతడుకూడా మోక్షం కావాలంటే మిగిలిన మూడు ఆశ్రమాలు గడపవలసిందేనా?

జనకుడు: ఆత్మజ్ఞానం లేకుండా మోక్షం రాదు. సద్గురువుని ఆశ్రయించకుండా ఆత్మజ్ఞానం రాదు. అటువంటి జ్ఞానం కలిగినవాడు స్థావరజంగమాలు అన్నిటిలోనూ తననే చూస్తాడు. తనలోనే అవన్నీ చూస్తాడు. అతడికి ఆత్మజ్యోతి అన్ని ప్రాణులలోనూ సమానస్థితిలోనే ఉంటుంది. అటువంటి ఆత్మజ్ఞానిని చూసి ఏ జీవీ భయపడదు. దేనిని చూసినా అతడు భయపడడు.

కుమారా! నువ్వు జ్ఞానివి. భవబంధాలనుంచి విముక్తి పొందితే నీకు పరమాత్మ సాయుజ్యం లభిస్తుంది. అందుకు ప్రయత్నించు.

శుకుడు నేరుగా హిమాలయాలకు వెళ్ళాడు. మిథిలలో జరిగినదంతా తండ్రికి చెప్పాడు.

ఒకరోజు నారదుడు వ్యాసుడి ఆశ్రమానికి వచ్చాడు. అధ్యాత్మవిద్యకు సంబంధించిన అనేక విషయాలు శుకుడికి బోధించాడు. అవన్నీ విని శుకుడు భవబంధాలు *(తండ్రి,*

కుమారుడు, మిత్రుడు, శత్రువు వంటి బంధాలు) నిస్సారమైనవని నిర్ధారణ చేసుకున్నాడు.

"యోగాన్ని ఆశ్రయించి **వాయుభూతం ప్రవేక్ష్యామి తేజోరాశిం దివాకరమ్** - వాయురూపంలో తేజోరాశి అయిన సూర్యమండలంలో ప్రవేశిస్తాను. నాలోనే విశ్వమంతనీ చూస్తాను. విశ్వమంతలోనూ నన్నే చూస్తాను. శాశ్వతమైన పరబ్రహ్మమొక్కటే అంతటా ఉన్నది. అది తప్ప వేరేమీ లేదు." అనుకున్నాడు.

వెంటనే వ్యాసుడివద్దకు వెళ్ళాడు. ప్రదక్షిణనమస్కారాలు చేసి తన సంకల్పం చెప్పాడు. వ్యాసుడు ఒక్కరోజు తన సమీపంలో ఉండమన్నాడు. తనివితీరా అతణ్ణి చూస్తానన్నాడు. కానీ శుకుడు ఆ బాంధవ్యబంధానికి లొంగలేదు. కైలాసశిఖరంవైపు బయల్దేరాడు.

అతడు అక్కడ ఒక నిర్జనప్రదేశంలో కూర్చుని క్రమయోగం అవలంబించి బ్రహ్మమయమైపోయాడు. ఊర్ధ్వదిశలో ప్రయాణించాడు.

దారిలో ఆకాశగంగలో నగ్నంగా స్నానం చేస్తున్న అప్సరసలు ఆ మహాత్ముణ్ణి చూసి ఆ స్థితిలోనే ఉండి నమస్కరించారు.

కొంతసేపటికి పుత్రవ్యామోహంతో కుమారుణ్ణి అనుసరించి వ్యాసుడు బయల్దేరాడు. "కుమారా! కుమారా!" అని బిగ్గరగా పిలుస్తూ ఆ వృద్ధమహర్షి పరుగెత్తుతున్నాడు. శుకుడు 'భో' అని *(ఓయ్ అని)* బిగ్గరగా పలికాడు.

అయితే అప్పటికే ఆ యోగీంద్రుడు సమస్త ప్రకృతిలోనూ విశ్వాత్మకుడై ఉన్నాడు. అందుచేత ప్రకృతిమండలమంతా కూడా వ్యాసుడికి 'భో' అని సమాధానం చెప్పింది.

అలా తన ప్రభావం చూపించి శుకుడు అంతర్ధానమైపోయాడు. పరమపదం చేరాడు.

తన కుమారుడి మహిమచూసి వ్యాసుడు పరుగెత్తడం మానేసి పర్వతశిఖరం మీద కూర్చుండిపోయాడు. వ్యాసుడు తమ సమీపంలో ఉన్నాడని తెలిసి ఆకాశగంగలో స్నానం చేస్తున్న అప్సరసలు కంగారు పడుతూ గట్టుకి వచ్చి వస్త్రాలు ధరించారు.

తాం ముక్తతాం తు విజ్ఞాయ మునిం పుత్రస్య వై తదా,
సక్తతామాత్మనశ్చైవ ప్రీతోఽభూద్ ప్రీడితశ్చ హ. 333.31

తన కుమారుడి ముక్తస్థితిని తలుచుకుని వ్యాసుడు ఆనందించాడు. అదే సమయంలో తన సక్తస్థితికి *(భవబంధాలలో చిక్కుకుని ఉన్న స్థితికి)* సిగ్గుపడ్డాడు.

అప్పుడు పినాకపాణి అయిన పరమశివుడు ఆయనకు ప్రత్యక్షమయ్యాడు.

"బ్రహ్మన్! నువ్వు కోరుకున్న బ్రహ్మతేజస్వి అయిన కుమారుణ్ణి నీకు ప్రసాదించాను.

నీ కుమారుడు దేవతలకు కూడా దుర్లభమైన ఉత్తమగతిని పొందాడు. దానికి విచారమెందుకు? ఈ లోకంలో పర్వతాలు నిలిచి ఉన్నంతకాలం, సముద్రాలలో జలమున్నంతకాలం నీ కీర్తి, నీ కుమారుడి కీర్తి స్థిరంగా ఉంటాయి." అన్నాడు.

పరమేశ్వరుడు అలా ఊరడించడంతో వ్యాసుడు చింత విడిచి తన ఆశ్రమానికి వెళ్ళాడు. అలా భీష్ముడు శుకమహర్షి గురించి యుధిష్ఠిరుడికి చెప్పాడు.

ఇది
వ్యాసభగవానుడు మహాభారతమహేతిహాసంలో
శాంతిపర్వంలో చెప్పిన కథాసంగ్రహం.

శ్రీః

అనుశాసనపర్వం

నారాయణం నమస్కృత్య నరం చైవ నరోత్తమమ్,
దేవీం సరస్వతీం వ్యాసం తతో జయ ముదీరయేత్.

1

భీష్ముడు ఎన్ని ధర్మాలు చెప్పినా, ఎన్ని చరిత్రలు చెప్పినా యుధిష్ఠిరుడు శోకంనుంచి బయటపడలేదు.

"పితామహా! నువ్వెన్ని చెప్పినా నా హృదయంలో ఉన్న అపరాధభావన పోవడంలేదు. మనస్సుకి ఒక్కక్షణం కూడా శాంతి లేదు.

శరీరమంతా గాయాలై నువ్విలా అంపశయ్యమీద ఉన్నావు. ఆ గాయాలనుంచి ఇంకా రక్తం కారుతూనే ఉంది. శరీరమంతా రక్తంతో తడిసిపోయింది. నీకీ దురవస్థ కలగడానికి కారణం నేనే.

అంతే కాదు. అనేకమంది రాజులు బంధుమిత్రులతో సహా మరణించడానికీ కారణం నేనే. నేనూ దుర్యోధనుడూ పంతాలకు పోయి, కోపానికి లోనై ఇంతమంది మరణానికి కారణమయ్యాం. ఈ పాపం ఏం చేస్తే పోతుందో తెలియదు.

ఏది ఏమైనా దుర్యోధనుడు నాకంటే అదృష్టవంతుడు. **ఇమామవస్థాం సంప్రాప్తం యదసౌ త్వాం న పశ్యతి-** ఈ అవస్థలో ఉన్న నిన్ను చూడవలసిన దుర్భాగ్యంనుంచి తప్పించుకున్నాడు.

నేను మహాపాపినై జీవించాలని బ్రహ్మ నా నుదుట వ్రాసిపెట్టాడు. ఈ పాపం ఈ లోకంలో ఉన్నంతకాలం నా హృదయాన్ని దహించేస్తూనే ఉంటుంది. ఇది తప్పదు. పైలోకంలోనైనా దీనినుంచి విముక్తి పొందే ఉపాయమేదైనా ఉపదేశించు." అన్నాడు.

భీష్ముడు ప్రశాంతంగా సమాధానం చెప్పాడు.

"యుధిష్ఠిరా! ఎవరినైనా చంపడం గానీ, ఎవరి చేతిలోనైనా చావడం గానీ నువ్వు అనుకుంటే జరిగిపోవు. నువ్వేకాదు, ఎవరు అనుకున్నా జరగవు. మానవుడు జన్మించడానికీ, జీవించడానికీ, సుఖం దుఃఖం అనుభవించడానికీ, మరణించడానికీ కారణం అతడు చేసిన

కర్మలే. ఈ విషయం తెలియచేసే ప్రాచీనమైన ఇతిహాసం *(జరిగిన సంఘటన)* ఒకటి ఉంది. చెప్తాను. విను.

పూర్వము గౌతమి అనే ఒక తపస్విని ఉండేది. ఆమెకు ఒక్కగానొక్క కొడుకున్నాడు. ఒకరోజు ఆ కుమారుణ్ణి పాము కరిచింది. కుమారుడు మరణించాడు. ఆమె కన్నీరు మున్నీరుగా విలపించింది.

అంతలో అర్జునకుడు అనే బోయవాడు ఆ పాముని పట్టి, తాడుతో బిగించి కట్టి తీసుకువచ్చాడు.

"తల్లీ! నీ కుమారుణ్ణి కాటువేసిన విషసర్పం ఇదుగో. దీనిని ఎక్కువసేపు ప్రాణాలతో ఉండనివ్వకూడదు. దీనినెలా చంపమంటావు? అగ్నిలో వెయ్యనా? ముక్కలు ముక్కలుగా నరకనా? చెప్పు." అన్నాడు.

ఆ తరువాత సంభాషణ ఇలా జరిగింది.

గౌతమి: అర్జునకా! జరగవలసినది జరిగిపోయింది. దీనికి ఎవరూ కారణం కాదు. దీనిని ఎవరూ నివారించలేరు. ఈ ప్రాణిని నువ్వు చంపినా నా కుమారుడు బ్రతికి తిరిగిరాడు. నిష్కారణంగా దీనిని చంపి నరకానికి పోకు.

బోయవాడు: ఏ బాధా, దుఃఖమూ లేనివాళ్ళు ఇటువంటి ధర్మాలన్నీ చెప్తారు. కానీ, కోపంతో గుండెలు మండిపోయేవాళ్ళు ప్రతీకారంకోసమే చూస్తారు. ఈ సర్పం నీ కుమారుణ్ణి చంపింది. ఇది నీకు శత్రువు. దీనిని నువ్వు చంపాలి. చంపేందుకు నాకు అనుమతి ఇవ్వాలి.

గౌతమి: ధర్మం పాటించేవాడు *(పాపాల భారం తలకెత్తుకోనివాడు)* బలమైన నౌక సముద్రాన్ని దాటినట్లు భవసాగరాన్ని దాటుతాడు. అధర్మమార్గంలో పోయేవాడు నీటిలోకి వదిలిన శస్త్రంలా భవసాగరంలో మునిగిపోతాడు. దీనిని బంధించావు. కదలకుండా చేసావు. ఒకప్రాణిని మరొక ప్రాణి చంపడం పాపం. కోరి పాపం చెయ్యకు. అయినా ఇది జీవించి ఉంటే నీకొచ్చే నష్టం ఏముంది?

బోయవాడు: ఈ విషసర్పాన్ని ఇలాగే వదిలేస్తే ఇది చాలామందిని కరిచి చంపుతుంది. వారి మరణానికి మనం పరోక్షంగా కారణమవుతాము. దీన్ని ఒక్కదాన్ని చంపితే చాలామందిని రక్షించినవాళ్ళము అవుతాము. అందుచేతకూడా దీనిని చంపడమే ధర్మం.

(అతడు ఎంత చెప్పినా గౌతమి సర్పాన్ని వధించడానికి ఒప్పుకోలేదు. ఈలోగా ఆ సర్పం కొంత శక్తి కూడదీసుకుంది. మానవస్వరంతో ఇలా అంది.)

సర్పం: బోయవాడా! ఈమె కుమారుడితో నాకు ఏ శత్రుత్వమూ లేదు. అతడిమీద కోపం కూడా లేదు. ఇతణ్ణి నేను కాటువెయ్యడానికి కారణం మృత్యువు. మృత్యువు ఈ కుమారుణ్ణి కాటువేయమంది. ఆ ఆదేశం తిరస్కరించే శక్తి నాకు లేదు. అందుకే నేను కాటువేసాను. ఇందులో అపరాధం ఏదైనా ఉంటే అది మృత్యువుది, నాది కాదు.

బోయవాడు: నీ అంత నువ్వే చంపినా, ఇంకెవరి ఆదేశం వలన చంపినా ఈ బాలుణ్ణి చంపినది నువ్వే. అది నువ్వే ఒప్పుకున్నావు. అందుచేత నిన్ను చంపితీరాలి.

సర్పం: కాటువేసింది నేనే. కానీ, అందుకు కారణం నా చేత ఆపని చేయించిన మృత్యువు. ఇందులో అపరాధం ఉంటే అది మృత్యువుకే చెందాలి. నాకు కాదు. యజమాని హోమం చెయ్యమంటాడు. దక్షిణ ఇస్తాడనే ఆశతో ఋత్విక్కులు హోమం చేస్తారు. కానీ, యజ్ఞఫలం యజమానికే చెందుతుంది. ఋత్విక్కులకి కాదు. అలాగే ఈ పాపం నాకు చెందదు. నేను గాని, మరెవరూ గాని ఎవరినీ చంపలేరు. ఏ ప్రాణినైనా చంపేది మృత్యువు ఒక్కటే. నావంటి వాళ్ళం మృత్యువుకి సాధనాలము మాత్రమే.

(అక్కడికి మృత్యువు వచ్చింది.)

మృత్యువు: సర్పమా! ఈ కుర్రవాడు మరణించాలని కాలం నన్ను ఆదేశించింది. కదిలేవి గాని, కదలలేనివి గానీ, భువిలో ఉన్నవి గానీ, దివిలో ఉన్నవి గానీ అన్నీ కాలానికి లొంగే ఉంటాయి. కాలాన్ని కాదనగలిగేది గాని, నిరోధించగలిగినది గాని ఏదీ లేదు.

సర్పం: మృత్యువా! ఈ దోషం కాలానికి చెందితే చెందవచ్చు. లేకపోతే పోవచ్చు. ఇది నాకు మాత్రం చెందదు. నన్ను ప్రాణాలతో వదిలెయ్యాలి. అర్జునకా! మృత్యువు చెప్పినది విన్నావు కదా! ఇక నన్ను వదిలెయ్యి.

బోయవాడు: మీ మాటలు విన్నాను. మీరిద్దరూ అపరాధులే. అపరాధిని శిక్షించాలి. *(మృత్యువుని నేనేం చెయ్యలేను.)* నిన్ను వధిస్తాను.

(అక్కడికి కాలం కూడా వచ్చింది.)

కాలం: అర్జునకా! ఈ బాలుడి మరణానికి నేను గానీ, మృత్యువు గానీ, సర్పం గానీ

కారణం కాదు. ఇతడి మరణానికి ఇతడు చేసిన కర్మలే కారణం. ఆ కర్మ ప్రేరేపిస్తేనే మేమందరం అలా ప్రవర్తించాము. మేమే కాదు; లోకంలో అందరూ తాము చేసిన కర్మల ప్రకారమే మనుగడ సాగిస్తారు. అందరూ కర్మఫలం అనుభవించవలసిన వాళ్ళే.

గౌతమి: అర్జునకా! నా పుత్రుడి మరణానికి కారణం అతడు చేసిన కర్మలే. నేనీ పుత్రశోకం అనుభవించడానికి కారణం నేను చేసిన కర్మలే. అతడి మరణానికి గాని, నా దుఃఖానికి గాని ఇతరులెవరూ కాదు. అందుచేత సర్పాన్ని విడిచిపెట్టు.

బోయవాడు సర్పాన్ని వదిలిపెట్టాడు.

యుధిష్ఠిరా! ప్రాణులు తాము చేసిన కర్మలను బట్టి జీవిస్తారు. ఆ కర్మలను బట్టి మరణిస్తారు. జీవితానంతరం ఆ కర్మలను బట్టే తగు లోకానికి వెళ్తారు. దీని గురించి విచారించకు. మనస్సుని సమాధాన పరచుకుని శాంతిని పొందు.

నైవ త్వయా కృతం కర్మ నాపి దుర్యోధనేన వై,
కాలేనైతత్ కృతం విద్ధి నిహతా యేన పార్థివాః. 1.82

ఇంతమంది మరణానికి నువ్వు కారణం కాదు. దుర్యోధనుడూ కారణం కాదు. అందుకు కారణం కాలమే."

యుధిష్ఠిరుడికి కొంత సాంత్వన లభించింది. అది గ్రహించి భీష్ముడు తపస్సు వలన సాధించగల ఆసాధ్యకార్యాలను వివరించాడు. క్షత్రియుడిగా జన్మించిన విశ్వామిత్రుడు తపస్సువలన బ్రాహ్మణుడు ఎలా అయ్యాడో చెప్పాడు.

కార్యసాధనకి దైవానుగ్రహం ఎంత అవసరమో మానవప్రయత్నం కూడా అంతే అవసరమని చెప్పాడు. తెలిసీ తెలియకా చేసే పాపాలెలా ఉంటాయి, వాటినుంచి ఎలా బయటపడాలి అనే ధర్మసూక్ష్మాలు చెప్పాడు.

◆◆◆

యుధిష్ఠిరుడు ఎంతో శ్రద్ధగా ఆ ఉపదేశం విని ఒంటపట్టించుకున్నాడు. తరువాత ఇలా అడిగాడు.

"పితామహా! విరాట్స్వరూపుడూ, అవ్యక్తుడూ, సురాసురులు నిత్యం కొలిచే పరమదైవం అయిన శంకరుడి మాహాత్మ్యం చెప్పు." అని ప్రార్థించాడు.

భీష్ముడు, "రాజా! మహాదేవుణ్ణి గురించి చెప్పడానికి నేను అసమర్థుణ్ణి. శంఖచక్రగదాధారి

అయిన శ్రీమన్నారాయణుడు ఒక్కడే శివుడి మాహాత్మ్యం పూర్తిగా తెలిసినవాడు. ఆ మాహాత్మ్యం గురించి చెప్పడానికి సమర్థుడు. జగద్గురువైన శివుడిగురించి ఈ మాధవుడు పూర్వం వెయ్యి సంవత్సరాలు తపస్సు చేసాడు. ఆ దేవదేవుణ్ణి ప్రత్యక్షంగా చూసాడు.

కృష్ణా! పురుషోత్తమా! యుధిష్ఠిరుడికి శివుణ్ణి గురించి చెప్పడానికి నువ్వే యోగ్యుడివి. పూర్వం తండి అనే ఋషి బ్రహ్మలోకంలో బ్రహ్మ సమక్షంలో నివేదించిన శ్రీశివసహస్రనామస్తోత్రం యుధిష్ఠిరుడికి చెప్పు." అన్నాడు.

కృష్ణుడు ఇలా చెప్పాడు.

"రుక్మిణీదేవికి ఉత్తమసంతానం కోసం నేను శివుణ్ణిగురించి తీవ్రమైన తపస్సు చేసాను. ఫలితంగా ఆమెకు ప్రద్యుమ్నుడూ, చారుదేష్ణుడూ మొదలైన పుత్రులు కలిగారు.

కొంతకాలమయ్యాక జాంబవతి తనకి కూడా అంతటి కుమారులని ప్రసాదించమని కోరింది. అది కేవలం శంకరుడి అనుగ్రహంవలననే సాధ్యమని నాకు తెలుసు. పెద్దల ఆశీర్వాదాలు తీసుకుని హిమాలయాలకి వెళ్ళడానికి సిద్ధమయ్యాను. నేను తలుచుకోగానే గరుత్మంతుడు వచ్చి వాలాడు. నన్ను హిమాలయాలకు తీసుకువెళ్ళాడు.

అక్కడ నేను ఉపమన్యువు అనే మహాతపశ్శాలి ఆశ్రమానికి వెళ్ళాను. ఆశ్రమంలో ప్రవేశిస్తూనే శిష్యులమధ్య ఉన్న ఆ ఋషిని చూసాను. ఆయన జటావల్కలాలు ధరించి, తీవ్రమైన తపశ్చర్యవలన పొందిన దేదీప్యమానమైన తేజస్సుతో ఉన్నాడు.

ఆ బ్రహ్మతేజస్వికి శిరసా నమస్కరించాను. అత్యంత శాంతస్వభావుడైన ఆ ఋషి, "పుండరీకాక్షా! నీకు స్వాగతం. చరాచర జగత్తంతా నీకు నమస్కరిస్తుంటే నువ్వు నాకు నమస్కరిస్తున్నావా! ఎంత చిత్రం! నీ రాకవలన మా తపస్సు ఫలించింది.

కృష్ణా! నీతో సమానులైన కుమారులకోసం తపస్సు చేయడానికి వచ్చావు. శివుణ్ణి గురించి నీకు తెలియనిది లేదు. అయినా *(లోకంకోసం)* నీకు శివుడి మాహాత్మ్యం చెప్తాను. ఆ దేవదేవుడు అనేకమందికి అభీష్టసిద్ధి కలిగించాడు.

నీటిలో దాగిఉన్న దైత్యులని వధించడానికి వృషభధ్వజుడు *(శివుడు)* స్వయంగా చక్రాయుధాన్ని నిర్మించాడు. అది చూడడానికి సాధ్యంకానంత తేజస్సుతో ఉంది.

దానిని చూసి, "**సుదర్శనం భవత్యేవం భవేనోక్తం తదా తు తత్-** ఇది సుదర్శనంగా *(చూడడానికి వీలుకలిగేంత తేజస్సుతో)* ఉండుగాక." అన్నాడు. అప్పటినుంచీ ఈ చక్రాయుధానికి సుదర్శనచక్రం అని పేరు వచ్చింది. అది నీ చేతిని అలంకరించింది.

నేను శంకరుణ్ణి గురించి ఎందుకు తపస్సు చేసానో, ఎలా చేసానో, ఏ ఫలితం పొందానో- ఇవన్నీ చెప్తాను.

పూర్వం కృతయుగంలో వ్యాఘ్రపాదుడనే ఒక మహర్షి ఉండేవాడు. ఆయన నా తండ్రి. నేనూ, నా తమ్ముడు ధౌమ్యుడూ ఆయన సంతానం.

నేనూ, ధౌమ్యుడూ చిన్నతనంలో ఒకరోజు ఆడుకుంటూ ఒక ఋషి ఆశ్రమానికి వెళ్ళాం. అక్కడ ఒక ఆశ్రమవాసి ఆవుపాలు పితకడం చూసాము. నాకు పాలు తాగాలని కోరిక కలిగింది.

బాల్యచాపల్యంతో, ఇంటిపరిస్థితి తెలియక, నా తల్లిని క్షీరాన్నం కావాలని కోరాను. మాకు ఆవు లేదు. నన్ను నిరాశపరచడం ఇష్టంలేక ఆమె నీటిలో బియ్యంపిండి కలిపి అందులో అన్నం కలిపింది. అదే క్షీరాన్నమని నాకిచ్చింది.

దాన్ని రుచిచూడగానే అందులో ఉన్నది పాలుకాదని తెలిసిపోయింది. ఆ మాటే నా తల్లితో చెప్పాను. ఆమె, 'నాయనా! మనం అడవిలో ఆశ్రమం నిర్మించుకుని జీవిస్తున్నాం. కందమూలఫలాలే మన ఆహారం. మనకి ఆవు లేదు. పాలెక్కడినుంచి వస్తాయి?

నీకు ఆవుపాలు కావాలన్నా, మరేమైనా కోరికలున్నా అవి తీర్చుకునేందుకు ఉన్న మార్గం ఒక్కటే. దేవదేవుడైన శివుణ్ణి గురించి తపస్సు చెయ్యి.' అంది.

'శివుడెవరు? ఆయన గొప్పతనం ఏమిటి?' అని నేనడిగాను.

ఆమె శివుడి గురించి, ఆయన విభూతులగురించీ ఎంతో విపులంగా చెప్పింది. భక్తసులభుడైన పరమేశ్వరుణ్ణి ఆశ్రయించమని ఉపదేశించింది.

2

నేను వెంటనే దృఢ సంకల్పంతో శివుణ్ణి గురించి తపస్సు ప్రారంభించాను. కొంతకాలం కేవలం ఫలాలు తినీ, మరికొంతకాలం పండి రాలిన ఆకులు మాత్రమే తిని, కొంతకాలం నీరు మాత్రమే తీసుకుని, చాలాకాలం వాయువునే ఆహారంగా తీసుకుని తపస్సు చేసాను.

శివుడు నన్ను పరీక్షించడానికి ఇంద్రుడిరూపంలో వచ్చాడు. 'నీ మనస్సు శివుడిమీదనుంచి మరల్చుకో.' అని అనేకవిధాల చెప్పాడు. నాతో వాదించాడు. అయినా నేను నా దృఢనిష్ఠనుంచి చలించలేదు.

అప్పుడు పార్వతీ పరమేశ్వరులు ప్రత్యక్షమై నన్ను అనుగ్రహించారు.

'ఋషీ! నీకు జరామరణాలుండవు. నిత్యయౌవనుడిగా ఉంటావు. యశస్వీ, తేజస్వీ అయి జీవిస్తావు. నీకు నాపై అచంచలమైన భక్తి ఉంటుంది. నేను సదా నీ ఆశ్రమ సమీపంలోనే ఉంటాను.' అని శివుడు వరమిచ్చాడు."

అలా ఉపమన్యువు శివుణ్ణిగురించి ఎనిమిదిరోజులు చెప్పాడు. ఆ దివ్యగాథ వింటూంటే ఎనిమిది రోజులు ఎనిమిది క్షణాలలా గడిచిపోయాయి.

ఎనిమిదవరోజు ఉపమన్యువు నాకు దీక్ష ఇచ్చాడు. శరీరమంతా నెయ్యి పూసి, నారచీరలూ, దండకమండలాలూ ఇచ్చి దీక్షగా తపస్సు ప్రారంభించమన్నాడు. నేను ఆరు నెలలు నిలబడే ఉండి, బాహ్యస్పృహలేకుండా తపస్సు చేసాను.

అరవనెల పూర్తయేసరికి పరమేశ్వరుడు ప్రత్యక్షమయ్యాడు. "కృష్ణా! **త్వత్సమో నాస్తి మే కశ్చిత్ త్రిషు లోకేషు వై ప్రియః –** ముల్లోకాలలోనూ నీకంటే ప్రీతిపాత్రుడైనవాడు నాకింకొకడు లేడు." అన్నాడు.

నేను పరవశించి శివుణ్ణి స్తుతించాను. పార్వతీపరమేశ్వరులు నాకు అనేక వరాలిచ్చి అదృశ్యమైపోయారు.

నేను జరిగినదంతా ఉపమన్యువుకి చెప్పాను. ఆ ఋషి ఇలా అన్నాడు. 'వాసుదేవా! కృతయుగంలో తండి అని మహర్షి ఉండేవాడు. ఆ మహాత్ముడు తపస్సుచేసి పరమేశ్వర సాక్షాత్కారం పొందాడు. పరమశివుణ్ణి స్తుతించి మెప్పించాడు. శివుడు అతడికి అనేక వరాలిచ్చి, 'ఇంకేమైనా కోరుకుంటావా?' అని అడిగాడు.

జితేంద్రియుడైన తండి, **ప్రాంజలిః స ఉవాచేదం భక్తి ర్దృఢాస్తు మే –** చేతులు జోడించి, 'నీ చరణారవిందాలపై దృఢమైన భక్తిని ప్రసాదించు." అని ప్రార్థించాడు.

'తథాస్తు' అని శివుడు అంతర్ధానమైపోయాడు.

తండి నా ఆశ్రమానికి వచ్చి జరిగింది చెప్పాడు.

బ్రహ్మదేవుడు శివుణ్ణి అత్యంత రహస్యమైన సహస్రనామాలతో స్తుతించాడు. ఆ స్తోత్రం తండి విన్నాడు. ఆ శివసహస్రనామస్తోత్రం తండి నాకు చెప్పాడు. అది నీకు చెప్తాను.' అని ఆ స్తోత్రం నాకు ఉపదేశించాడు. అది నేను నీకు చెప్తాను." అన్నాడు.

అలా బ్రహ్మనుంచి తండికీ, తండినుంచి ఉపమన్యువుకీ, ఆయన నుంచి కృష్ణుడికీ శ్రీశివసహస్రనామస్తోత్రం వచ్చింది.

అత్యంత పవిత్రమూ, వేదవేదాంగాలనుంచి వచ్చినదీ, అనేక యుగాలుగా ఋషులు గానం చేసినదీ అయిన శ్రీశివసహస్రనామస్తోత్రం కృష్ణుడు యుధిష్ఠిరుడికి చెప్పాడు. అక్కడున్నవారు అందరూ దానిని విని మనస్సుకి పట్టించుకున్నారు.

ఈ విధంగా బ్రహ్మలోకంలో పుట్టిన శ్రీశివసహస్రనామస్తోత్రం భూలోకానికి వచ్చింది. ఇది 122 శ్లోకాలలో 1008 నామాలతో ఉన్న స్తోత్రం. దీని పూర్వపీఠిక 31 శ్లోకాలు.

(శాంతిపర్వం 284వ అధ్యాయంలో ఒక శివసహస్రనామస్తోత్రం ఉంది. అది దక్షుడు చేసినది. ఇప్పుడు చెప్పుకున్నది అనుశాసనపర్వం 17వ అధ్యాయంలోది. దీనిని బ్రహ్మ చేసాడు. మహాభారతంలో ఉన్న ఈ రెండు స్తోత్రాలలోనూ బ్రహ్మచేసిన ఈ స్తోత్రాన్నే తెలుగునాట విస్తృతంగా పారాయణ చేస్తారు.)

◆◆◆

భీష్ముడు యుధిష్ఠిరుడికి అనేక ధర్మాలు ఉపదేశించాడు. ఆ తరువాత వారిద్దరిమధ్య జరిగిన సంభాషణలో శ్రీవిష్ణుసహస్రనామస్తోత్రం ఆవిష్కారమయింది. ఇది అనుశాసనపర్వంలో 'దానధర్మపర్వం' అనే కథాభాగంలో 149వ అధ్యాయంలో ఉంది.

భీష్ముడు చెప్పిన ధర్మాలన్నీ విన్నాక యుధిష్ఠిరుడు ఆరుప్రశ్నలు వేసాడు.

కిమేకం దైవతం లోకే కిం వాప్యేకం పరాయణమ్,
స్తువన్తః కం కమర్చన్తః ప్రాప్నుయుర్మానవాః శుభమ్. 149.2

కో ధర్మః సర్వధర్మాణాం భవతః పరమో మతః,
కిం జపన్ముచ్యతే జన్తు ర్జన్మసంసార బన్ధనాత్. 149.3

1) ఈ లోకంలో ఉన్న ఒకే ఒక దైవం ఏది?

2) ఈ లోకానికి పరమగతి అయిన దైవం ఏది?

3) ఏ దైవాన్ని స్తుతిస్తే మానవులు సమస్త శుభాలూ పొందుతారు?

4) ఎవరిని అర్చిస్తే సమస్త శుభాలూ కలుగుతాయి?

5) అన్ని ధర్మాలలోను అతిగొప్పదైన ధర్మమేది?

6) దేనిని జపిస్తే మానవులు జననంనుంచీ, మరణం నుంచీ, సంసారబంధాలనుంచీ విముక్తులవుతారు.

యుధిష్ఠిరుడు మంచి ప్రశ్న అడిగాడని భీష్ముడు సంతోషించాడు.

జగత్ప్రభుం దేవదేవ మనన్తం పురుషోత్తమమ్,
స్తువన్నామసహస్రేణ పురుషః సతతోత్థితః. 149

జగత్ప్రభువూ, దేవదేవుడూ, అనంతుడూ, పురుషోత్తముడూ అయినవాడు శ్రీమహావిష్ణువు. ఆయన గుణాలని కీర్తించే వెయ్యి నామాలున్నాయి. అభ్యుదయం కోరేవారు ఆ నామాలని శ్రద్ధతో పారాయణ చెయ్యాలి.

అలా మొదలుపెట్టి 10 శ్లోకాల పూర్వపీఠిక చెప్పాడు. తరువాత **విశ్వం విష్ణుర్వషట్కారో** .... అనే శ్లోకంతో మొదలుపెట్టి,

శఙ్ఖభృన్నన్దకీ చక్రీ .... అనే శ్లోకం వరకూ ఉన్న 107 శ్లోకాలలో శ్రీవిష్ణుసహస్రనామస్తోత్రం అనే దివ్యస్తోత్రాన్ని అర్జునుడికి ఉపదేశించాడు.

◆◆◆

యుధిష్ఠిరుడికి ఎన్ని ధర్మాలు విన్నా, ఎన్ని శాస్త్రరహస్యాలు నేర్చుకున్నా, ఎన్ని పురాణగాథలు మనస్సుకి పట్టించుకున్నా మళ్ళీ కొత్త కొత్త సంశయాలు పుట్టుకొచ్చాయి. భీష్ముడు విసుగులేకుండా అతడి సంశయాలన్నీ తీర్చాడు.

అలాగ రోజూ చర్చించాక ఆరవరోజున యుధిష్ఠిరుడు మాట్లాడకుండా ఊరుకున్నాడు. అక్కడ సూది పడితే వినబడేంత నిశ్శబ్దం అలుముకుంది.

వ్యాసుడు, "గాంగేయా! నువ్వు చెప్పిన ధర్మాలన్నీ యుధిష్ఠిరుడు అవగాహన చేసుకున్నాడు. శోకం, దైన్యం వదిలి సాధారణస్థితికి వచ్చాడు. నువ్వు అనుమతిస్తే వీరందరూ హస్తినాపురానికి వెళ్తారు." అన్నాడు.

భీష్ముడు మధురంగా, "యుధిష్ఠిరా! నువ్వు నగరానికి వెళ్ళు. నువ్వు ధర్మాత్ముడివి, సమర్థుడివి. దేవతలూ, నీ పూర్వీకులూ మెచ్చేలా రాజ్యపాలన చెయ్యి. అనేక దానాలూ, యజ్ఞాలూ చెయ్యి.

ఉత్తరాయణ పుణ్యకాలం రాగానే, నేనీ లోకాన్ని వదిలేసే సమయానికి తగిన ఏర్పాట్లతో ఇక్కడికి రా." అన్నాడు.

యుధిష్ఠిరుడూ, ఇతరులూ భీష్ముడికి నమస్కరించి హస్తినాపురానికి బయల్దేరారు.

◆◆◆

యుధిష్ఠిరుడు రాజ్యపాలనలో నిమగ్నమయ్యాడు. హస్తినాపురం యుద్ధవిషాదం నుంచి తేరుకుంది.

యాభైరోజులు గడిచాయి. సూర్యుడు దక్షిణాయనంనుంచి ఉత్తరాయనానికి మారాడు.

వెంటనే యుధిష్ఠిరుడు భీష్ముడి ఆదేశం పాటించడానికి పూనుకున్నాడు. గంగానందనుడి అంతిమసంస్కారానికి కావలసిన సామాగ్రి అంతా సిద్ధమయింది. నెయ్యి, పుష్పాలు, సుగంధద్రవ్యాలు, పట్టువస్త్రాలు, అనేక రకాల చందనాలు, అమూల్యమైన రత్నాలు, మంచిగంధపు చెక్కలూ కురుక్షేత్రానికి పంపించాడు.

భీష్ముడి అగ్నులనీ, పురోహితులనీ ముందుంచుకుని యుధిష్ఠిరుడు పరివార సమేతంగా కురుక్షేత్రానికి బయల్దేరాడు. గాంగేయుడి స్వర్గారోహణం చూడడానికి అనేక దేశాలనుంచి రాజులూ, పౌరులూ, జానపదులూ వచ్చారు.

భీష్ముణ్ణి అంతదూరంలో చూస్తూనే అందరూ రథాలు దిగి కాలినడకన అతడివద్దకి వెళ్ళారు. అప్పటికే నారదుడూ, వ్యాసుడూ, అసితదేవలుడూ ఇంకా అనేకమంది ఋషులూ అక్కడికి చేరారు.

యుధిష్ఠిరుడు ముందు భీష్ముడికీ, తరువాత ఋషులకీ ప్రణామం చేసాడు.

“జాహ్నవీతనయా! పితామహా! నేను యుధిష్ఠిరుణ్ణి. నీ ఆజ్ఞానువర్తిని. నువ్వు చెప్పినట్లే నీ అగ్నులనీ, ఆచార్యులనీ తీసుకువచ్చాను. ఋత్విక్కులూ, బ్రాహ్మణులూ కూడా వచ్చారు. కురుజాంగల దేశాలలో ప్రాణాలతో మిగిలిఉన్న రాజులూ, పౌరులూ, జానపదులూ అందరూ వచ్చారు. నేనేం చెయ్యాలో ఆదేశించు.” అన్నాడు.

భీష్ముడు కళ్ళు తెరిచాడు. చుట్టూ ఉన్న అందరినీ చూసాడు. యుధిష్ఠిరుడి రెండు భుజాలు పట్టుకున్నాడు.

“నాయనా! భాగ్యవశం వలన మీరందరూ ఇక్కడికి వచ్చారు. నేను ఈ అంపశయ్యమీద శయనించి 58 రోజులయింది. కానీ, వంద సంవత్సరాలు అయినట్లుంది.

సూర్యుడు ఉత్తరాయనానికి వచ్చాడు. చాంద్రమానం ప్రకారం మాఘమాసం వచ్చింది. నెలలో ఒక భాగం గడిచింది. మూడు భాగాలు మిగిలి ఉన్నాయి. *(ఆ లెక్క ప్రకారం ఆ రోజు తిథి మాఘశుక్ల అష్టమి అవుతుంది.)*’

తరువాత ధృతరాష్ట్రుణ్ణి పిలిచాడు.

“రాజా! నీకు ధర్మం తెలుసు. శాస్త్రాలు నేర్చుకున్నావు. వేదవేదాంగాలూ అధ్యయనం చేసావు. ఈ జరిగినదంతా ఇలాగే జరగాలని దైవనిర్ణయం. దీనిని తలుచుకుని విచారించకు.

పాండవులు పాండువుకి ఎలా కుమారులో నీకూ అలాగే కుమారులు. ధర్మం పాటించి నీ కుమారులని ఎలా ప్రేమిస్తావో అలాగే వీరినీ ప్రేమించు.

నీ కుమారుడు దుర్యోధనుడు కోపిష్టి. లోభి. ఏ తప్పు చేయడానికీ వెనుకాడని దురాత్ముడు. అతడు మరణించాడని విచారించకు.” అన్నాడు.

తరువాత కృష్ణుడికి నమస్కరించాడు.

“భగవాన్! దేవదేవేశా! సురాసురనమస్కృతా! త్రివిక్రమా! శంఖచక్రగదాధరా! నీకు

నమస్కారం. నువ్వు నారాయణుడివని నాకు తెలుసు. పరమగతిని పొందేందుకు సిద్ధంగా ఉన్నాను. ఈ శరీరం వదిలేయడానికి అనుమతినియ్యి." అన్నాడు.

కృష్ణుడు, "భీష్మా! నువ్వు అణువంత పాపం కూడా చేయకుండా జీవించిన పుణ్యాత్ముడివి. పితృభక్తితో మృత్యువుని వశం చేసుకున్న మహాత్ముడివి. నీకు అనుజ్ఞ ఇస్తున్నాను. వసువులుండే లోకానికి వెళ్ళు."

భీష్ముడు అందరినీ స్నేహభావంతో కలిసి జీవించమన్నాడు. కటువుగా ఎప్పుడూ మాట్లాడవద్దన్నాడు.

తరువాత వాయువుని బంధించాడు. యోగమార్గంలో ప్రాణశక్తిని పాదాలనుంచి శిరస్సు వరకూ క్రమంగా ఉపసంహరించడం ప్రారంభించాడు.

అతడి ప్రాణశక్తి ఏయే అవయవాలని వదిలేసిందో ఆయా అవయవాలనుంచి బాణాలు వాటంతటవే రాలిపోయాయి. గాయాలు మానిపోయాయి. చూస్తూ ఉండగా అతడి శరీరంలో లోతుగా దిగి ఉన్న బాణాలన్నీ రాలి పడిపోయాయి.

సామాన్యులూ, మాన్యులూ, ఋషులూ అందరూ ఆ అద్భుతాన్ని విస్మయంతో చూసారు.

భీష్ముడు శరీరద్వారాలన్నీ యోగంతో బంధించేసాడు. అతడి ప్రాణం శిరస్సుని ఛేదించుకుని *(బ్రహ్మరంధ్రం ఛేధించి)* శరీరంనుంచి వెలువడింది. అది అమితమైన వెలుగుతో పెద్ద ఉల్కలా ఆకాశంలోకి దూసుకుపోయి, ఒక్క క్షణంలో అదృశ్యమయిపోయింది.

పాండవులూ, యుయుత్సుడూ, విదురుడూ చితి పేర్చారు. యుధిష్ఠిరుడూ, విదురుడూ శాంతనవుడిమీద పట్టువస్త్రాలు కప్పారు. పుష్పమాలలు వేసారు. యుయుత్సువు ఛత్రం పట్టాడు. భీమార్జునులు చామరాలు వీచారు. వేదపండితులు సామగానం చేసారు.

ధృతరాష్ట్రాదులు చితికి అగ్ని ముట్టించి అప్రదక్షిణంగా దానిచుట్టూ తిరిగారు. తరువాత అందరూ గంగానదికి వెళ్ళి భీష్ముడికి జలతర్పణాలు ఇచ్చారు.

గంగాదేవి నీటినుంచి బయటికి వచ్చింది. తన కుమారుడు మరణించినందుకు విలపించింది.

"లోకంలో సాటిలేని పరాక్రమవంతుడూ, బలశాలి, అస్త్రశస్త్ర విద్యలలో ఆరితేరినవాడు అయిన నా కుమారుడు శిఖండి చేతిలో మరణించాడని తలుచుకుంటే నా గుండె పగిలిపోతోంది." అంది.

కృష్ణుడు ఆమెని ఓదార్చాడు. "మాహాత్మురాలా! విచారించకు. నీ కుమారుడు వసువులలో ఒకడు. ఋషి శాపంవలన మానవుడై పుట్టాడు. తిరిగి వసువులలో కలిసిపోయాడు. ఇదంతా

నీకు తెలుసు. అయినా *ధనంజయేన నిహతో నైష దేవీ శిఖండినా–* నీ కుమారుణ్ణి వధించినవాడు శిఖండి కాదు. అతడు అర్జునుడు. క్షత్రియధర్మాన్ని అనుసరించి యుద్ధం చేసి మరణించిన వారికోసం దుఃఖించకూడదు." అన్నాడు.

ఆ మాట విని గంగ శోకం వదిలి నీటిలోకి వెళ్ళిపోయింది. అందరూ ఆమెకి నమస్కరించి నగరంవైపు వెళ్ళారు.

ఇది

వ్యాసభగవానుడు మహాభారతమహేతిహాసంలో
అనుశాసనపర్వంలో చెప్పిన కథాసంగ్రహం.

శ్రీః

ఆశ్వమేధికపర్వం

నారాయణం నమస్కృత్య నరం చైవ నరోత్తమమ్,
దేవీం సరస్వతీం వ్యాసం తతో జయ ముదీరయేత్.

1

భీష్మపితామహుడు పార్థివశరీరం వదిలి వసువులలో ఒకడయ్యాడు.

ఎవరెన్ని చెప్పినా, మనస్సుని సమాధానపరుచుకునేందుకు ఎంత ప్రయత్నించినా కురువంశవినాశనానికీ, కోట్లాదిమంది మరణానికీ తానే కారణమనే అపరాధభావన యుధిష్ఠిరుణ్ణి వదలలేదు.

పాండవులంటే ప్రాణంపెట్టే భీష్మడి మరణానికి తానే బాధ్యుడిననే దుఃఖం అతణ్ణి క్రుంగదీసింది. గంగలో జలతర్పణాలు ఇచ్చి గట్టుకు వచ్చాడు. మానసిక వేదన భరించలేక స్పృహ తప్పింది. కృష్ణుడు అతడి స్థితి గమనించాడు. భీముణ్ణి హెచ్చరించాడు. భీముడు యుధిష్ఠిరుణ్ణి పడిపోకుండా పట్టుకున్నాడు.

ధృతరాష్ట్రుడు చాలాకాలం రాజ్యం చేసినవాడు. తన భావాలని అదుపులో పెట్టుకోవడం అలవాటు చేసుకున్నాడు. పుత్రశోకం హృదయాన్ని తినేస్తున్నా ఆ వృద్ధుడు సమయానికి తగినట్లు మాట్లాడాడు.

"యుధిష్ఠిరా! క్షత్రియుడిలా యుద్ధం చేసావు. రాజ్యం గెలుచుకున్నావు. ఇక నువ్వూ, నీ సోదరులూ భోగాలు అనుభవించాలి. ఈ సమయంలో నువ్వెందుకిలా దుఃఖిస్తున్నావో అర్థంకావడం లేదు.

శోచితవ్యం మయా చైవ గాంధార్యా చ మహీపతే,
యయోః పుత్రశతం నష్టం స్వప్నలబ్ధం యథా ధనమ్. 1.10

దుఃఖించవలసే వస్తే వందమంది కొడుకులని పోగొట్టుకున్న నేను దుఃఖించాలి. గాంధారి దుఃఖించాలి. కొడుకులతో, కోడళ్ళతో మనవలతో కలకలలాడుతున్న కుటుంబాన్ని చేజేతులా నాశనం చేసుకున్నందుకు మేము శోకంతో కుమిలిపోవాలి. అందమైన జీవితం కలలా కరిగిపోయిందని మేము విలపించాలి. నువ్వు కాదు.

మనస్సు కుదుట పరుచుకుని కర్తవ్యం నిర్వహించు." అన్నాడు.

యుధిష్ఠిరుడు సమాధానం చెప్పలేదు. కుమిలిపోతూనే ఉన్నాడు. కృష్ణుడు, "రాజా! క్షత్రియపుట్టుక పుట్టావు. యుద్ధం చేసినందుకు నువ్విలా దుఃఖిస్తే నీ పితృదేవతలు, 'మనోనిబ్బరం లేని ఇటువంటి వాడు మనవంశంలో పుట్టాడే.' అని విచారిస్తారు. వ్యాసుడూ, నారదుడూ, భీష్ముడూ, ఇంతమంది ఇన్ని చెప్పాక ఇంకా మూర్ఖుడిలా శోకించడం తగదు. బొత్తిగా మతి చెడినవాడిలా ప్రవర్తించకు." అన్నాడు.

వ్యాసుడు, "నీకు ఎందరు ఎన్ని చెప్పినా విని తల ఆడిస్తున్నావు. తరువాత మళ్ళీ మొదటికే వచ్చి ఏడుస్తున్నావు. నువ్వు బుద్ధిహీనుడివైనా అయుండాలి. **కిమాకారా వయం తాత ప్రలపామో ముహుర్ముహుః-** లేదా మేలుకోరి చెవినిల్లు కట్టుకుని పదేపదే మంచిమాటలు చెప్తున్న మేము వెర్రివాళ్ళమని అనుకుంటూనేనా ఉండిఉండాలి.

ఎన్నిసార్లు చెప్పినా, 'పాపం చేసాను. పాపం చేసాను.' అని ఏడుస్తూనే ఉన్నావు. యుద్ధం చేసాక రాజులు అశ్వమేధయాగం చేసి అన్ని పాపాలనుంచీ విముక్తులవుతారు. నువ్వూ అదే పని చెయ్యి. దానిని గురించే ఆలోచించు. ఇక ఈ ఏడుపు ఆపు." అన్నాడు.

కఠినమైన ఆ మాటలతో యుధిష్ఠిరుడు ఏడుపు ఆపాడు.

"మహాత్మా! యుద్ధంకోసం దుర్యోధనుడు ధనం మంచినీళ్ళలా ఖర్చు చేసాడు. కోశాగారం శూన్యమైపోయింది. యుద్ధంలో అందరు రాజులూ నష్టపోయారు. ప్రజలు నలిగిపోయారు. రాజులని ధనమిమ్మని అడగలేను. ప్రజలమీద పన్నులు వెయ్యలేను.

ఈ సిత్థిలో గొప్పదానాలు గానీ, యజ్ఞాలు గానీ చెయ్యడం సాధ్యంకాదు. నాకు తపస్సు తప్ప గత్యంతరం కనబడడం లేదు. ఏదైనా వేరే ఉపాయముంటే చెప్పండి." అన్నాడు.

వ్యాసుడు ఆలోచించాడు.

"నీ ధనాగారం నిండే ఉపాయం చెప్తాను. పూర్వం మరుత్తుడనే రాజు హిమాలయపర్వతం మీద అశ్వమేధయాగం చేసాడు. అతడు ఋత్విక్కులకు దక్షిణగా రాసులకొద్దీ బంగారు నాణేలు ఇచ్చాడు. ఆ బ్రాహ్మణులకు ధనంమీద ఆసక్తి లేదు. వారు అపారమైన ఆ బంగారురాసులు అక్కడే వదిలేసారు. నువ్వు ఆ బంగారం తెచ్చుకుని యజ్ఞం చెయ్యి." అన్నాడు.

కృష్ణుడు మరింత కఠినంగా చెప్పాడు. "రాజా! నువ్వు దుఃఖించ వలసినప్పుడు దుఃఖించలేదు. ఇంతవరకూ అనుభవించిన కష్టాలు తలపోసి బాధపడడంలేదు. ద్యూతసభ ప్రారంభమైనప్పటి నుంచీ అనుభవించిన అవమానాలకీ, బాధలకీ చింతించలేదు. ద్రౌపది పడరాని పాట్లుపడినా నీకు దుఃఖం రాలేదు.

వాటన్నిటికీ ప్రతీకారం తీర్చుకున్నాక ఇప్పుడు ఎంతపని చేసాను అని ఏడుస్తూ కూర్చున్నావు. నువ్వేం చేస్తున్నావో నీకూ తెలియడంలేదు, మాకూ తెలియడంలేదు.

యుద్ధం అయిపోయిందనుకుంటున్నావు. అది పూర్తి కాలేదు. శత్రువులనందరినీ వధించానంటున్నావు. అందరినీ వధించనూ లేదు.

మన్యసే నైవ యోద్ధవ్యం తత్తే యుద్ధ ముపస్థితమ్ - నీ వరకూ అసలు యుద్ధం ఇప్పుడే మొదలయింది. అది కౌరవులతోనూ కాదు, బయటనున్న మరెవరో శత్రువులతోనూ కాదు. అది నీ మనస్సుతో చెయ్యాలి. నువ్వొక్కడివే చెయ్యాలి. దానికి ఆయుధాలు అక్కర్లేదు. సైన్యాలతో పనిలేదు. దివ్యాస్త్రాలు పనికిరావు.

(ఇవే మాటలు యుద్ధం ప్రారంభం కావడానికి ముందు అర్జునుడితో చెప్పాడు. ***జహి శత్రుం మహాబాహో కామరూపం దురాసదమ్*** *- అర్జునా! 'ఇంతింత బాహువులున్నాయి. సవ్యసాచిని. నాకెదురు నిలిచినవాడు ఎంతటి వీరుడైనా ఓడిస్తాను. వధిస్తాను.' అని బయల్దేరావు.*

కానీ, ఒక్క విషయం నువ్వు గ్రహించడం లేదు. అసలైన శత్రువులు ఎప్పుడూ ఎదురుగా రారు. వారు నీ లోపలే ఉంటారు. క్రీనీడలో దాక్కున్న వారిలా వాళ్ళు ఉన్నట్లే మనకి తెలియనివ్వరు. అందుచేత పట్టుకునేందుకు దొరకరు. కంటికి కనబడరు. ఈ శత్రువులు నీమీద బాణాలు వెయ్యరు. నిన్ను ఆయుధాలతో కొట్టరు. కేవలం నీ బుద్ధిని పక్కదారి పట్టిస్తారు.

ఆలోచించక్కర్లేని విషయాలగురించి తీవ్రంగా ఆలోచించేలా చేస్తారు. స్పష్టమైన కర్తవ్యం విషయంలో సందేహాలు కలిగిస్తారు. ముందు ఈ శత్రువులని జయించు - అన్నాడు.)

నీ మనస్సుని పట్టి పీడిస్తున్న మమకారమనే బంధంతో యుద్ధం చెయ్యి. ఆ బంధాన్ని జయించు. బుద్ధిని స్థిరంగా ఉంచి భావావేశాలని అధిగమించు. ఉత్తమ క్షత్రియధర్మం పాటించు. ఈ అంతర్యుద్ధం వెంటనే ప్రారంభించు."

అంతవరకూ మృదువుగా చెప్పిన మాటలకు స్పందించని యుధిష్ఠిరుడు కఠినంగా చెప్పిన మాటలతో తాత్కాలికంగా శోకంనుంచి బయటపడ్డాడు.

"మహాత్ములారా! మీ మాటలతో నా మనస్సు తేలికపడింది. హిమాలయాలనుంచి ఆ బంగారం తెస్తాను. యజ్ఞం చేస్తాను. దానధర్మాలు చేస్తాను." అన్నాడు.

అందరూ హస్తినకి వచ్చారు. యుధిష్ఠిరుడు రాజ్యపాలనమీదనే దృష్టిపెట్టాడు.

కృష్ణార్జునులు ఒకరోజు మయసభకి వెళ్ళారు. అక్కడ ఉండగా అర్జునుడు, "కృష్ణా!

నువ్వు యుద్ధం ప్రారంభంకావడానికి ముందు నాకు చాలా మంచి విషయాలు *(భగవద్గీత)* చెప్పావు. అప్పుడు నా మనస్సు కుదురుగా లేక అవన్నీ గుర్తుపెట్టుకోలేదు. అవన్నీ మరొకసారి చెప్పు." అన్నాడు.

కృష్ణుడు, "ఏమిటీ? సనాతనధర్మమంతా చెప్తూ ఉంటే శ్రద్ధగా వినలేదా? మర్చిపోయావా? అదంతా మళ్ళీ చెప్పాలా? నీకోసం చెప్పినది నీకే గుర్తులేకపోతే నాకు గుర్తుంటుందా? అయినా నువ్వు అడిగాక నేను కాదనలేను. అవే విషయాలు కొందరు మహాత్ముల మధ్య పూర్వం చర్చకు వచ్చాయి. అవి చెప్తాను." అన్నాడు. ఆ రూపంలో సనాతనధర్మాన్ని ప్రతిపాదించే అనేక ఇతిహాసాలు చెప్పాడు. వీటిని అనుగీత అంటారు.

కొంతకాలం తరువాత కృష్ణుడు ద్వారకకి వెళ్ళాడు. అక్కడ పెద్దలందరికీ యుద్ధం ఎలా జరిగిందో చెప్పాడు.

◆◆◆

యుధిష్ఠిరుడు సోదరులతో సమావేశమయ్యాడు. వ్యాసుడు హిమవత్పర్వతంమీద ఉన్న అపారధనరాసులు తెచ్చుకోమన్నాడనీ, తామందరూ బయల్దేరాలనీ చెప్పాడు.

భీమసేనుడు, "రాజా! మనం హిమాలయాలకి వెళ్దాం. మహాదేవుడైన కపర్దికి ప్రణిపాతం చేసి సమ్యగారాధన చేద్దాం. ఆ పరమశివుడి అనుమతితో ఆ ధనం స్వంతం చేసుకుందాం. శంకరుడు ప్రసన్నుడైతే అక్కడ ఉండే ప్రమథగణాలు మనకి అనుకూలమవుతాయి.

కురుక్షేత్రంలో మనని కాపాడి, మనకి విజయం అందించిన వాడు శంకరుడు. ఆ దేవదేవుడి అనుగ్రహం ఉంటే అశ్వమేధయాగం చేయడానికి మనకి శక్తి లభిస్తుంది." అన్నాడు.

ప్రయాణానికి ఏర్పాట్లు జరిగాయి. గాంధారీధృతరాష్ట్రులనీ, కుంతీదేవినీ కంటికి రెప్పలా రక్షించుకుందుకు యుయుత్సుణ్ణి నియమించారు.

మంచి ముహూర్తంలో వేదవేత్తల ఆశీర్వాదాలు తీసుకుని బయల్దేరారు. వారిని అనుసరించి మహాసైన్యం కదిలింది.

హిమాలయాలు చేరి అక్కడ దేరాలు వేసుకున్నారు. ఆ రాత్రి ఉపవాసం చేసి, దర్భలతో అల్లిన చాపలమీద నిద్రించారు.

మరునాడు అగ్నిని వేల్చి ఆహుతులర్పించారు. పూజ, బలి వంటి కార్యక్రమాలతో శివుణ్ణీ, అతడి అనుచరగణాలనీ ప్రసన్నులని చేసుకున్నారు. తరువాత వ్యాసభగవానుడు ముందు నడవగా అందరూ మరుత్తుడి ఋత్విక్కులు వదిలేసిన ధనరాశి ఉన్న ప్రదేశానికి వెళ్ళారు.

కుబేరుడికీ, నిధిపతులకీ పూజలు చేసి ఆ ప్రాంతంలో తవ్వించారు. బంగారు నాణేలతో నిండిన వేలాది *(గుండిగలు)* వారికి లభించాయి. ఆ అపార ధనరాశిని పెట్టెలలో నింపారు. వాటిని లక్ష ఏనుగులమీదా, అనేకలక్షల గుర్రాలమీద ఎక్కించారు. *(కొంచెం అతిశయోక్తిలా ఉంది.)*

తరువాత యుధిష్ఠిరుడు కృతజ్ఞతతో శివుడికి పూజచేసాడు. వ్యాసుడి అనుమతి తీసుకుని అందరూ హస్తినకి బయల్దేరారు.

◆◆◆

పాండవులు హిమాలయాలకు వెళ్ళిన సమయంలో వృష్ణివంశీయులందరూ బలరాముడితో సహా హస్తినకు వచ్చారు. వారితో సుభద్ర కూడా వచ్చింది. యుయుత్సుడూ, విదురుడూ వారికి స్వాగత సత్కారాలు చేసి తగు నివాసాలు ఏర్పాటు చేసారు.

వారందరూ అక్కడ ఉండగానే ఉత్తర మగ శిశువుకు జన్మనిచ్చింది. అశ్వత్థామ అస్త్రప్రభావంతో ఆ శిశువులో కదలిక లేదు. అంతఃపురంలో హర్షధ్వానాల బదులు హాహాకారాలు వినిపించాయి.

వెంటనే కృష్ణుడు అంతఃపురంలో ప్రవేశించాడు. ప్రసూతి గృహంవైపు వడివడిగా వెళ్ళాడు. కుంతీ, ద్రౌపదీ, సుభద్రా అతడివెనుక పరుగెత్తారు. ఆ శిశువుకు ప్రాణదానం చెయ్యమని వేడుకున్నారు.

కృష్ణుడు అందరికీ ధైర్యం చెప్పాడు. ద్రౌపది ముందుగా లోపలికి వెళ్ళి కృష్ణుడు వస్తున్నాడని చెప్పింది. ఉత్తర వస్త్రాలు సరిచేసుకుని కళ్ళు తుడుచుకుంది. కృష్ణుడు సమీపించగానే తన కుమారుణ్ణి రక్షించమని వేడుకుంది.

కృష్ణుడు ఆచమించి ధ్యానమగ్నుడయ్యాడు. అశ్వత్థామ ప్రయోగించిన బ్రహ్మశిరోస్త్రాన్ని ఉపసంహరించాడు. ఆ శిశువుకి ప్రాణం వచ్చి కదిలాడు. ఉత్తర కృష్ణుడికి నమస్కరించింది. తన పుత్రుడి చిట్టి చేతులు దగ్గరికి చేర్చి నమస్కారం చేయించింది.

కృష్ణుడు అప్పుడే పుట్టిన శిశువుకి అనేక అమూల్యరత్నాలు రాసులు కొద్దీ బహూకరించాడు. ఆ బిడ్డకి పేరుపెట్టాడు.

పరిక్షీణే కులే యస్మా జ్జాతోఽ యమభిమన్యుజః,
పరీక్షిదితి నామాస్య భవత్విత్యబ్రవీత్తదా. 70.11

"వంశమంతా పరిక్షీణమైన దశలో వంశోద్ధారకుడిగా ఈ శిశువు జన్మించాడు. అందుచేత ఇతడి పేరు పరీక్షిత్ అవుతుంది." అన్నాడు.

◆◆◆

పరీక్షిత్తు పుట్టాక నెలరోజులు గడిచాయి. పాండవులు హస్తినాపురం సమీపానికి వచ్చారని తెలిసింది. కృష్ణుడూ, ఇతర యదువీరులూ, నగర ప్రముఖులూ నగరం వెలుపలికి వచ్చి పాండవులని స్వాగతించారు.

యుధిష్ఠిరుడు పెద్దలందరికీ నమస్కరించి జరిగినదంతా చెప్పాడు. పరీక్షిత్తును రక్షించినందుకు కృష్ణుడికి కృతజ్ఞత తెలియజేసాడు. తమని ప్రతీ ఆపదలోనూ ఆదుకున్న కృష్ణుణ్ణి పాండవులు పరిపరివిధాల ప్రస్తుతించారు.

కొన్ని రోజులు గడిచాయి. వ్యాసుడు హస్తినాపురానికి వచ్చాడు. అందరూ ఆయనని పూజించారు. యుధిష్ఠిరుడు, "భగవన్! మీ కృపవలన అపార ధనరాశి లభించింది. దానిని అశ్వమేధయాగంకోసం వినియోగించాలి అనుకుంటున్నాను." అన్నాడు.

వ్యాసుడు, "తగు ఏర్పాట్లు చేసుకుని యజ్ఞం చెయ్యి. అది నీ ధర్మం" అన్నాడు.

వెంటనే యుధిష్ఠిరుడు కృష్ణుడివద్దకి వెళ్ళాడు.

"పురుషోత్తమా! మహాబాహో! అచ్యుతా! నీ ప్రభావంతో ఈ రాజ్యం నా వశమయింది. నువ్వే యజ్ఞానివి. నువ్వే అక్షరుడివి. ధర్మానివి. ప్రజాపతివి. ప్రాణులన్నిటికీ పరమగతివి. **దీక్షయస్వ త్వమాత్మానం త్వం హి నః పరమో గురుః-** మా పాండవులకి నువ్వే పరమగురువువి. ఈ అశ్వమేధయాగం నువ్వే చెయ్యాలి.

వెంటనే యజ్ఞదీక్ష వహించు. నా కోరిక మన్నించు. నువ్వు ఈ యజ్ఞం చేస్తే మేమందరం పాపాలనుండి విముక్తులమవుతాము." అన్నాడు.

కృష్ణుడు యుధిష్ఠిరుణ్ణి ప్రశంసాపూర్వకంగా చూసాడు.

"యుధిష్ఠిరా! నువ్వు తప్ప ఇంకొకడెవడూ ఇలా మాట్లాడలేడు. కౌరవులందరిలోనూ నువ్వే ధర్మమూర్తివి. మా అందరికీ నువ్వే గురువువి. నువ్వే రాజువి. ఈ యజ్ఞం నువ్వే చెయ్యాలి.

ఈ యజ్ఞంలో నేనేపని చెయ్యాలో చెప్పు. ప్రతిజ్ఞ చేసి చెప్తున్నాను. నువ్వు ఏ పనిలో నియోగిస్తే ఆ పనిని ఆనందంగా, శ్రద్ధాభక్తులతో చేస్తాను." అన్నాడు.

యుధిష్ఠిరుడు వ్యాసుడికి ప్రణిపాతం చేసి, "భగవన్! నేను దీక్ష స్వీకరించడానికీ, అశ్వాన్ని వదలడానికీ ముహూర్తం నిర్ణయించండి. మేము ఏ పనులు ఎలా చెయ్యాలో చెప్పండి." అన్నాడు.

వ్యాసుడు, "రాజా! చైత్రమాసంలో పౌర్ణమి తిథిలో నువ్వు యజ్ఞదీక్ష వహించు. యజ్ఞానికి కావలసిన సంభారాలన్నీ ఈలోపున సేకరించు. యజ్ఞంలో ఏ పని ఎప్పుడు చెయ్యాలో, ఎలా చెయ్యాలో నేనూ, పైలుడూ, యాజ్ఞవల్క్యుడూ చూసుకుంటాము.

అశ్వలక్షణాలు తెలిసిన సూతులూ, శాస్త్రమర్మాలు తెలిసిన పండితులూ పరీక్షించి యాగాశ్వాన్ని ఎంపిక చెయ్యాలి." అన్నాడు.

అన్ని ఏర్పాట్లు జరిగాయి. యాగాశ్వాన్ని ఎంపిక చేసారు. వ్యాసులవారు అన్ని ఏర్పాట్లూ చూసారు. అశ్వాన్ని వదిలేందుకు చేయవలసిన విధిపూర్వకమైన కర్మలన్నీ చేసారు.

"భగవన్! ఈ యాగాశ్వాన్ని రక్షిస్తూ ఎవరు వెళ్ళాలి? మా సోదరులలో ఎవరు ఏం చెయ్యాలి?" అని యుధిష్ఠిరుడు అడిగాడు.

వ్యాసుడు వివరంగా చెప్పాడు. "అర్జునుడు యాగాశ్వాన్ని రక్షిస్తూ దాని వెనక వెళ్తాడు. నువ్వు యజ్ఞదీక్షలో ఉండగా భీమసేనుడూ, నకులుడూ రాజ్యాన్ని రక్షిస్తారు. సహదేవుడు కుటుంబపాలన బాధ్యతలు స్వీకరిస్తాడు." అన్నాడు.

అశ్వాన్ని వదిలేందుకు అంతా సిద్ధమయింది. యుధిష్ఠిరుడు అర్జునుణ్ణి దగ్గిరికి పిలిచాడు. అశ్వాన్ని ఆపడానికి ఎవరైనా ప్రయత్నిస్తే వాళ్ళని వధించకుండానే యుద్ధం చెయ్యమన్నాడు. అర్జునుడు అంగీకరించాడు.

యాగాశ్వాన్ని వదిలారు. అర్జునుడు సైన్యంతో దానిని అనుసరించి వెళ్ళాడు.

2

యాగాశ్వం ముందు ఉత్తరదిశగా బయల్దేరింది.

కురుక్షేత్రంలో పరాజయం పొందిన కిరాతులు, యవనులు, మ్లేచ్ఛులూ, ఇతర రాజులూ అశ్వాన్ని ఆపి అర్జునుడితో యుద్ధానికి దిగారు. అతడి చేతిలో మరొకసారి పరాజయం పొంది పాదాక్రాంతులయ్యారు. అర్జునుడు ఆ రాజులని వధించకుండా వదిలాడు. వారిని సాదరంగా యజ్ఞానికి ఆహ్వానించి ముందుకు సాగాడు.

త్రిగర్తులు అర్జునుడిమీద పగతో ఉన్నారు. వారు అశ్వాన్ని ఆపారు. అర్జునుడు వారిని ఓడించాడు. వారంతా, "అర్జునా! మేము నీ కింకరులం. మేమేం చెయ్యాలో ఆజ్ఞాపించు." అన్నారు. అర్జునుడు వారిని కూడా యజ్ఞానికి ఆహ్వానించాడు.

భగదత్తుడి కుమారుడు వజ్రదత్తుడూ, జరాసంధుడి మనవడు మేఘసంధీ అర్జునుడితో యుద్ధం చేసి ఓడిపోయారు. అర్జునుడు వారికి ప్రాణభిక్ష పెట్టి యజ్ఞానికి ఆహ్వానించాడు.

యాగాశ్వం సింధుదేశానికి వెళ్ళింది. సైంధవుణ్ణి అర్జునుడు వధించాడని సింధుదేశపు రాజులు అతడిమీద పగ పెంచుకున్నారు.

వారు యాగాశ్వాన్ని బంధించి వెయ్యి రథాలతోనూ, పదివేలమంది ఆశ్వికులతోనూ

అర్జునుణ్ణి చుట్టుముట్టారు. మంచిమాటలకు అవకాశం ఇవ్వకుండా యుద్ధానికి దిగిన సైంధవులని చూసి అర్జునుడు నవ్వాడు. "**యుధ్యధ్వం పరయా శక్త్యా యతధ్వం విజయే మమ** – మీ శక్తికొద్దీ పోరాడండి. మీ పరాక్రమం అంతా చూపించండి. నామీద గెలుపుకి తీవ్రంగా ప్రయత్నించండి." అన్నాడు.

ఆ రాజులు చేతనైనంత యుద్ధం చేసారు. కానీ, అర్జునుడి బాణాలు శరీరాలలో లోతుగా దిగుతూ ఉంటే తట్టుకోలేకపోయారు. కొనప్రాణాలతో మిగిలారు.

ఆ విషయం తెలిసి ధృతరాష్ట్రుడి కుమార్తె దుశ్శల పసివాడైన తన మనవడిని వెంటబెట్టుకుని యుద్ధరంగానికి పరుగున వచ్చింది. ఆమె అర్జునుడి సమీపానికి వచ్చి వెక్కివెక్కి ఏడ్చింది.

అర్జునుడు ధనుస్సు వదిలి, "ఇపుడు నన్నేం చెయ్యమంటావు?" అని అడిగాడు.

దుశ్శల ఆ పసివాణ్ణి చూపించింది. ఆ బాలుడిచేత నమస్కారం చేయించింది. "వీడు నీ మేనల్లుడు సురథుడి కొడుకు. నీకు మనవడు." అని మాత్రం అనగలిగింది.

"వీడి తండ్రి ఎక్కడున్నాడు?" అన్నాడు అర్జునుడు.

"అర్జునా! నా భర్త జయద్రథుణ్ణి నువ్వు యుద్ధంలో వధించావని తెలిసి నా కుమారుడు సురథుడు దుఃఖంలో మునిగిపోయాడు. నువ్వు ఆయుధాలు ధరించి యుద్ధానికి వచ్చావని తెలియగానే నాకుమారుడు నేలపై పడి ప్రాణం వదిలేసాడు.

అతడి కుమారుణ్ణి తీసుకుని, నిన్ను శరణుకోరి ఇలా వచ్చాను.

దుర్యోధనుణ్ణి మర్చిపో. మీపట్ల చెప్పరాని అపచారం చేసిన నాభర్త జయద్రథుణ్ణి మర్చిపో. ఏ పాపం ఎరుగని ఈ పసివాణ్ణి రక్షించు." అని పెద్దగా ఏడ్చింది.

అర్జునుడు ఆమెని ఓదార్చాడు. తాను ఎవరినీ వధించడానికి గానీ, పగతో గానీ రాలేదని చెప్పాడు. ఆమెనీ సింధుదేశపు రాజులనీ యజ్ఞానికి ఆహ్వానించాడు.

దుశ్శల తేరుకుని నగరానికి వెళ్ళింది.

◆◆◆

యాగాశ్వం క్రమంగా మణిపురానికి చేరింది. ఆ రాజ్యాన్ని బభ్రువాహనుడు పరిపాలిస్తున్నాడు. అతడు అర్జునుడికీ, చిత్రాంగదకీ పుట్టిన కుమారుడు.

అతడు అనేక ధనరాసులతో అర్జునుణ్ణి స్వాగతించడానికి నగరం వెలుపలకి వచ్చాడు. ఆ ఏర్పాట్లన్నీ చూసిన అర్జునుడు ఆనందించలేదు.

"బభ్రువాహనా! నువ్వు క్షత్రియవంశంలో పుట్టావు. వీరుడిలా యాగాశ్వాన్ని

బంధించడానికి ప్రయత్నించాలి. నాతో యుద్ధానికి సిద్ధమవాలి. యుద్ధం చెయ్యకుండా ఇలా లొంగిపోయి ప్రవర్తించడం సిగ్గుచేటు. ఇలా చేతకానివాడిలా బ్రతికేది కూడా ఒక బ్రతుకేనా?" అన్నాడు.

ఆ మాటలు విని సర్పకన్య ఉలూపి *(అర్జునుడు గాంధర్వ వివాహం చేసుకున్న నాగకన్య)* భూమిని చీల్చుకుని పాతాళంనుంచి పైకి వచ్చింది. అర్జునుడిచేత మాటలు పడుతున్న కుమారుడితో ఇలా అంది.

"కుమారా! నేను నాగకన్య ఉలూపిని. నీ తండ్రిని మెప్పించాలంటే అతడితో యుద్ధం చెయ్యి. ఇతడు నీ వినయం చూసి సంతోషించడు. నీ పరాక్రమం చూసి ఆనందిస్తాడు." అంది.

బభ్రువాహనుడు బంగారు కవచం, శిరస్త్రాణం ధరించాడు. సర్వాయుధాలతో నింపిన రథం ఎక్కాడు. తండ్రిని ఎదిరించాడు.

తండ్రీ కొడుకుల మధ్య తీవ్రంగా యుద్ధం జరిగింది. అర్జునుడు ఎక్కువ హానికలిగించకుండా బాణాలు వేసాడు. ఆ విషయం గ్రహించలేక బభ్రువాహనుడు భయంకరమైన బాణం అర్జునుడి వక్షానికి గురిపెట్టి వేసాడు. ఆ బాణం అర్జునుడి వక్షాన్ని చీల్చి బయటికి వచ్చింది. అర్జునుడు గాండీవాన్ని పట్టుకుని నేలకూలిపోయాడు. తండ్రి అవస్థ చూసి బభ్రువాహనుడు స్పృహ తప్పి పడిపోయాడు.

భర్తా, కుమారుడూ యుద్ధంలో మరణించారని విని చిత్రాంగద అక్కడికి పరుగున వచ్చింది. ఆ వీరులిద్దరినీ చూసి దుఃఖంలో మునిగిపోయింది. కొంత తేరుకుని ఉలూపిని తిట్టింది.

"ఉలూపీ! ఎంతపని చేసావు! శత్రువుల చేతిలో ఎన్నడూ దెబ్బతినని నా భర్తని కుమారుడిచేత కొట్టించావు. కుమారుడి చేతిలో మరణించేలా చేసావు. **నను త్వ మార్యధర్మజ్ఞా నను చాపి పతివ్రతా** – నీకు ధర్మం తెలుసా? అసలు నువ్వు పతివ్రతవేనా?

నేను కుమారుణ్ణి గురించి దుఃఖించడంలేదు. అజేయుడైన భర్త పడిపోయి ఉన్నాడని దుఃఖిస్తున్నాను. నువ్వు కొడుకుచేత తండ్రిని చంపించావు. బాధ గాని, పశ్చాత్తాపం గాని, దుఃఖం గాని లేకుండా చూస్తూ నించున్నావు. ఇలా ఎలా ఉండగలుగుతున్నావు?

నువ్వెలా ఉండాలనుకుంటే అలా ఉండు. నా భర్త ప్రాణాలతో లేచి కూర్చోకపోతే నేను ఇక్కడే, నీ ఎదురుగా ప్రాణాలు వదులుతాను." అంది.

ఈలోగా బభ్రువాహనుడికి స్పృహ వచ్చింది. తనని అంత పాపకార్యానికి

పురిగొల్పినందుకు ఉలూపిని నిందించాడు. భర్త చనిపోతే వినోదం చూస్తున్నట్లు నిలుచుని ఉందని నానా మాటలూ అన్నాడు. చివరికి తానూ తండ్రినే అనుసరిస్తానని, నీటిని స్పృశించి, ప్రాయోపవేశానికి కూర్చున్నాడు.

ఉలూపీ చింతయామాస తదా సంజీవనం మణిం- సర్పాలకి పరమగతి అయిన సంజీవన మణిని ఉలూపి స్మరించింది. అది వెంటనే ఆమె చేతికి వచ్చింది. ఆమె అందరూ వినేలా ఇలా చెప్పింది.

"కుమారా! దుఃఖించకు. లే. నీ తండ్రి చనిపోలేదు. ఇదంతా నేను మోహిని అనే మాయతో కల్పించాను. నీ తండ్రిని నువ్వే కాదు. ముల్లోకాలలోనూ ఎవరూ జయించలేరు. వధించలేరు.

ఇదిగో ఈ సంజీవన మణిని నీ తండ్రి గుండెలమీద ఉంచు. ఆయన లేచి కూర్చుంటాడు." అంది.

బభ్రువాహనుడు ఆ మణిని తండ్రి వక్షస్థలంమీద పెట్టాడు. అర్జునుడు నిద్రనుంచి లేచినట్లు లేచి కూర్చున్నాడు. కుమారుణ్ణి ప్రేమగా కౌగిలించుకున్నాడు. చుట్టూ చూసాడు.

"చిత్రాంగదా! ఉలూపీ! ఈ యుద్ధభూమికి మీరెందుకు వచ్చారు?" అని అడిగాడు.

ఉలూపి నవ్వింది.

"ప్రభూ! ఇదంతా నేనే నీ మేలుకోరి చేసాను. ఇందులో నీ కుమారుడికి గానీ, చిత్రాంగదకి గానీ ప్రమేయం లేదు. ఇలా ఎందుకు చేయవలసి వచ్చిందో చెప్తాను.

మహాభారతయుద్ధంలో నువ్వు భీష్ముణ్ణి అధర్మంగా వధించావు. అతడితో నేరుగా యుద్ధం చేయకుండా శిఖండిని అడ్డంపెట్టుకుని వధించావు.

భీష్ముడు మరణించినప్పుడు గంగాతీరంలో వసువులందరూ చేరారు. ఈ విషయం చర్చించుకున్నారు. *(భీష్ముడు వసువులలో ఒకడు)* నువ్వు చేసిన అధర్మానికి నీకు శాపం ఇవ్వాలనుకున్నారు. గంగాదేవి కూడా అందుకు ఆమోదించింది.

ఈ విషయం నాకు తెలిసింది. నేను మనస్సు చెదిరి ఈ విషయం నా తండ్రికి చెప్పాను. నిన్ను కాపాడమన్నాను. ఆయన వసువులని ప్రార్థించాడు.

వసువులు నాతండ్రిమీద గౌరవంతో, "అర్జునుడి కుమారుడు బభ్రువాహనుడు తండ్రిని యుద్ధంలో నేలమీద పడేలా చేస్తే ఇతడు ఆ పాపంనుంచి బయటపడతాడు." అని చెప్పారు.

నేను నీ మేలుకోరి బభ్రువాహనుణ్ణి రెచ్చగొట్టాను. దీనివలన నీ కీర్తికి లోటురాదు.

ఆత్మా హి పుత్రః స్మృతః– మానవుడు తాను పుత్రుడి రూపంలో తిరిగి జన్మిస్తాడు అని శాస్త్రాలు చెప్తున్నాయి.

నేను చేసిన పనివలన అందరికీ కొంతసేపు దుఃఖం కలిగింది. కానీ, నేను చేసిన పని మంచిదనే అనుకుంటున్నాను." అంది.

అర్జునుడు, "దేవీ! నువ్వు అందరికీ మేలే చేసావు." అన్నాడు. అందరినీ రాబోయే చైత్ర పౌర్ణమినాడు ప్రారంభమయే యజ్ఞానికి రమ్మన్నాడు.

బభ్రువాహనుడు తండ్రిని ఒక్కరోజు తన నగరంలో తల్లులతో గడపమని కోరాడు. అర్జునుడు తాను దీక్షలో ఉన్నాననీ, దీక్ష పూర్తి అయేవరకూ ఏ నగరమూ ప్రవేశించకూడదనీ చెప్పాడు.

భార్యలవద్ద అనుమతి తీసుకుని యాగాశ్వాన్ని అనుసరించి వెళ్ళాడు. అశ్వం అనేక దేశాలు తిరిగి హస్తినాపురం చేరింది.

(ఈ వసువుల శాపవృత్తాంతం చిత్రంగా ఉంది.

పాండురాజుకి పట్టాభిషేకం చేసాక భీష్ముడికి భూలోకంలో చేయవలసిన పనులలో మిగిలినది ఏమీ లేదు. అతడు తపస్సు చేసి ప్రాణం వదిలేసి వసువులలో కలిసిపోవాలి. కానీ, పొమ్మన్నా చూరు పట్టుకు వేళ్ళాడినట్లు హస్తినాపురాన్ని వదలలేదు. అయినా వసువులు అతణ్ణి శపించలేదు. కనీసం మందలించలేదు.

దుర్యోధనుడు అతడికి గడ్డిపోచకి ఇచ్చే విలువకూడా ఇవ్వలేదు. యుద్ధంలో అనకూడని మాటలన్నాడు. వసువులు దుర్యోధనుణ్ణీ శపించలేదు.

కర్ణుడు నిత్యం భీష్ముణ్ణి తిట్టిపోసాడు. అయినా వసువులు అతణ్ణీ శపించలేదు.

నేను శరీరం వదిలేస్తున్నాను. నన్ను కొట్టు అని అర్జునుడికి భీష్ముడే స్వయంగా సలహా ఇచ్చాడు. ఆ ప్రకారం కొట్టిన అర్జునుడికి మాత్రం వసువులు శాపం ఇవ్వడానికి తయారయ్యారు!

అందుకేనేమో దేవతలలో కూడా నీతీ, దుర్నీతీ ఉంటాయంటారు.)

◆◆◆

మాఘమాసంలో యుధిష్ఠిరుడు భీముణ్ణీ, నకులసహదేవులనీ పిలిచాడు. "ఈ రోజు పుష్యమీ నక్షత్రం. మాఘపౌర్ణిమ దగ్గరలో ఉంది. యజ్ఞానికి మిగిలిన ఏర్పాట్లు చెయ్యండి. యజ్ఞం చూడడానికి వచ్చే వారికి తగిన వసతి ఏర్పాట్లు జరిగాయో లేదో చూడండి. అలాగే వచ్చినవారికందరికీ మృష్టాన్నభోజనాలకి ఏర్పాట్లు కూడా చూడండి." అన్నాడు.

ఒకరోజు యుధిష్ఠిరుడు యాదవవీరులతో ఇష్టాగోష్ఠి జరుపుతున్నాడు. ఆ సమయంలో కృష్ణుడు ఇలా అన్నాడు.

"రాజా! అర్జునుడు ద్వారకకి వెళ్ళినప్పుడు అక్కడినుంచి ఒక దూతని పంపాడు. ఆ దూత నీకు అర్జునుడు చెప్పమన్న సందేశం నాకు చెప్పాడు. 'వచ్చిన పెద్దలనందరినీ తగురీతిలో గౌరవించు. ఇంతకు ముందు అర్ఘ్యం ఇచ్చేటప్పుడు ఏర్పడిన వివాదాలు ఈ మారు రాకుండా జాగ్రత్తపడు. తరువాత నా కుమారుడు బభ్రువాహనుడు తన తల్లితో కలిసి యజ్ఞం చూడడానికి వస్తాడు. అతణ్ణి తగు విధంగా ఆదరించు.' ఇదీ ఆ సందేశం." అన్నాడు.

యుధిష్ఠిరుడు సంతోషించాడు. "కృష్ణా! అర్జునుడు ధనుర్విద్యాభ్యాసం పూర్తిచేసాక ఎప్పుడూ ఎవరితోనో ఒకరితో యుద్ధం చేస్తూ దేశదేశాలూ తిరుగుతున్నాడు. అతడెందుకు తిరుగుతున్నాడో తెలియడం లేదు. పోనీ ఏ శరీరలోపం వలననో అలా *(సాముద్రిక శాస్త్రం ప్రకారం)* తిరుగుతున్నాడా అంటే నాకైతే అతడిలో ఏ శరీరలోపం కనబడలేదు. అతడెందుకు ఇలా చేయాల్సివస్తోంది?" అని అడిగాడు.

కృష్ణుడు, "రాజా! అతడి పిక్కలలో కండరాలు సాధారణంగా ఉండవలసినదానికంటే పెద్దవి. అందుకే అలా *(వేడుకగా)* దేశదేశాలూ తిరుగుతున్నాడు." అన్నాడు.

అలా మాట్లాడినందుకు ద్రౌపది కృష్ణుణ్ణి చురుక్కుమని చూసింది. *(అర్జునుడు తీర్థయాత్రలకి వెళ్ళినప్పుడు ఆమెకి అనేకమంది సవతులను తెచ్చాడు కదా!)*

యాగాశ్వం తిరిగివచ్చింది. అది వచ్చిన మూడవరోజున యజ్ఞం ప్రారంభమయింది. వ్యాసులవారి పర్యవేక్షణలో యజ్ఞం ఘనంగా సాగింది. ఎక్కడా ఏ లోపం లేకుండా పూర్తయింది.

భోజనశాలలో లక్షమంది తృప్తిగా భోజనం చేసాక ఒకసారి దుందుభి మోగించాలని నిర్ణయించారు. **దుందుభిర్మేఘనిర్ఘోషో ముహుర్ముహురతాద్యత** – ఉరుములా శబ్దంచేసే ఆ దుందుభిని రోజూ అనేకసార్లు మోగించవలసి వచ్చేది.

యుధిష్ఠిరుడు చేతికి ఎముక లేకుండా దానాలు చేసాడు. అతడి దాతృత్వాన్నీ, యజ్ఞవైభవాన్నీ ప్రజలు కీర్తించారు. దేవతలు సంతోషించి పుష్పవృష్టి కురిపించారు.

◆◆◆

అందరూ ఎవరి ఇంటికి వారు వెళ్ళడానికి సిద్ధమవుతున్నారు. అంతలో అక్కడ ఒక బిలంలో ఉన్న ముంగిస బిగ్గరగా శబ్దం చేసింది. అందరూ అటుచూసారు. ఆ ముంగిస మానవవాక్కుతో ఇలా అంది.

"రాజులారా! మీరందరూ ఈ యజ్ఞాన్నీ, సార్వభౌముడు యుధిష్ఠిరుణ్ణీ, అతడి దాతృత్వాన్నీ చాలా ప్రశంసిస్తున్నారు. పూర్వం కురుక్షేత్రంలో సక్తుప్రస్థుడు అనే బ్రాహ్మణుడు ఒక అన్నదాన యజ్ఞం చేసాడు. **సక్తుప్రస్థేన వో నాయం యజ్ఞ స్తుల్యః** - ఈ యుధిష్ఠిరుడి యజ్ఞం గానీ, దానగుణం గానీ సక్తుప్రస్థుడి యజ్ఞానికీ, దానగుణానికీ సరి తూగవు." అంది.

అందరూ ఆశ్చర్యపోయి అటు చూసారు. ఆ ముంగిస నల్లని కళ్ళతో చూస్తోంది. దాని శరీరంలో సగం భాగమూ, తలా బంగారుమయంగా ఉన్నాయి. పండితులు ఆ ముంగిసతో ఇలా అన్నారు.

"నువ్వెవరివి? ఎక్కడినుంచి వచ్చావు? యజ్ఞాలగురించి నీకేం తెలుసు? ఇందరు పండితులూ, ఋషులూ కలిసి చేయించిన యజ్ఞాన్ని తక్కువచేసి ఎందుకు మాట్లాడుతున్నావు? ఇదివరకు నువ్వు చూసినదేమిటి? విన్నదేమిటి? తెలుసుకున్నదేమిటి? నీచే ఇలా మాట్లాడే సాహసం చేయించిన విషయమేమిటి? ఉన్నదున్నట్లు చెప్పు."

ముంగిస పెద్దగా నవ్వింది.

"విప్రులారా! నేను పొగరుగా మాట్లాడలేదు. నేను చెప్పినది అసత్యం కాదు. పూర్వం ఒక బ్రాహ్మణుడు పేలాలపిండి దానం చేసాడు. మీరు చేసిన ఈ అనంత ధనరాశుల దానం దానికి సాటిరాదు. మీరడిగారు కనుక ఆ వృత్తాంతం చెప్తాను.

ధర్మక్షేత్రమైన కురుక్షేత్రంలో అనేకమంది పుణ్యాత్ములు ఉండేవారు. వారిలో కాపోతి అయిన బ్రాహ్మణుడు ఒకడుండేవాడు. *(కాపోతి అంటే కపోతంలా- అంటే పావురంలా- నేలమీద రాలిన ధాన్యపు గింజలు ఏరుకుని, అవి మాత్రమే తిని జీవించేవాడు. దీనినే ఉంఛవృత్తి అంటారు.)* ఆయన కఠోరనియమాలు పాటిస్తూ తపస్సు చేసుకునేవాడు.

ఆ బ్రాహ్మణుడూ, అతడి భార్యా, అతడి కొడుకూ, కోడలూ కలిసి ఉండేవారు. వారు షష్ఠకాలంలో *(మూడురోజులకు ఒకసారి)* తాము ఏరుకు తెచ్చిన ధాన్యంతో పేలాలు చేసుకుని తినేవారు. అలా ధాన్యం దొరకకపోతే మరొక మూడురోజుల తరువాత మాత్రమే తినేవారు.

ఒక సమయంలో ఆ ప్రాంతంలో కరువు వచ్చింది. ధాన్యంగింజలు దొరకడం కష్టమైపోయింది. జేష్ఠమాసంలో ఎండనపడి కుటుంబంలో నలుగురూ ధాన్యం ఏరుకునేందుకు బయల్దేరారు. ఒక షష్ఠకాలం గడిచాక వారికి ఒకప్రస్థం *(అదొక కొలత)* ధాన్యం దొరికింది. దానిని పేలాలు చేసుకున్నారు.

నిత్యానుష్ఠానాలు పూర్తి చేసుకుని, ఆ బ్రాహ్మణ కుటుంబం పేలాలను నాలుగు సమానమైన భాగాలు చేసుకుని తినడానికి కూర్చున్నారు.

అంతలో ఒక బ్రాహ్మణుడు ఆకలితో నకనకలాడుతూ వారి ఇంటికి అతిథిగా వచ్చాడు. ఇంటి పెద్ద అయిన బ్రాహ్మణుడు అతిథికి స్వాగతం చెప్పాడు. అర్ఘ్యపాద్యాలిచ్చాడు. కూర్చునేందుకు ఆసనం ఇచ్చాడు.

"భగవన్! ఉంఛవృత్తిలో సేకరించిన పేలాలు మీకు సమర్పించుకుంటున్నాను. స్వీకరించండి" అని, తనవంతు పేలాలు అతిథికిచ్చాడు.

అతిథి అది తిని ఇంకా ఆకలి తీరలేదు అన్నట్లు ముఖం పెట్టాడు. బ్రాహ్మణుడి భార్య, కొడుకు, కోడలూ ఒకరి తరువాత ఒకరు తమవంతు పేలాలు ఆ అతిథికి పెట్టారు.

వాస్తవానికి ఆ అతిథి బ్రాహ్మణుడు కాదు. అసలు మానవుడే కాదు. ఆ రూపంలో వచ్చిన ధర్మదేవత. అతడు బ్రాహ్మణుడి నిష్ఠకీ, దాననిరతికీ సంతోషించాడు.

"బ్రాహ్మణోత్తమా! నేను ధర్మదేవుణ్ణి. నిన్ను పరీక్షించడానికి ఇలా వచ్చాను. అనన్యసాధ్యమైన నీ దానగుణాన్ని మెచ్చాను. నేనే కాదు, దేవతలూ, బ్రహ్మలోకంలో ఉన్న ఋషులూ అందరూ నువ్వేం చేస్తావా అని చూడడానికి వచ్చి అదృశ్యంగా ఆకాశంలో నిలుచున్నారు.

అందరూ నీ పట్ల ప్రసన్నులయ్యారు. ఇదిగో దివ్యవిమానం. మీ నలుగురూ ఈ విమానంలో స్వర్గానికి వెళ్ళండి." అన్నాడు.

ఆకాశంనుంచి పుష్పవృష్టి కురిసింది. ఆ బ్రాహ్మణుడి కుటుంబమంతా స్వర్గానికి వెళ్ళింది.

అప్పుడు నేను నా బిలంనుంచి బయటకు వచ్చాను. ఆ పేలపిండి రేణువులూ, అక్కడ ఉన్న నీటితడీ తగిలి నా శరీరంలో సగభాగమూ, శిరస్సూ బంగారుమయం అయిపోయాయి. అది మీకే కనబడుతోంది.

సక్తుప్రస్థుడివంటి పుణ్యాత్ములు ఎవరైనా మళ్ళీ దానం చెయ్యకపోతారా, వారి చేతినుంచి జారిపడిన నీటికణం దొరక్కపోతుందా, అది తగిలి నా మిగిలిన శరీరం బంగారుమయం కాకుండా ఉంటుందా – అని ఒక ఆశ కలిగింది.

ఆ నాటినుంచీ గొప్ప గొప్ప యజ్ఞాలు చేసిన ప్రదేశాలన్నిటికీ వెళ్ళాను. తపోవనాలకి వెళ్ళాను. ఎన్ని ప్రదేశాలలో సంచరించినా నా ఆశ తీరలేదు.

ఈ యుధిష్ఠిరుడు చేసిన యజ్ఞం గురించి లోకమంతా ప్రశంసిస్తుంటే ఇక్కడికి వచ్చాను. ఈ ప్రదేశమంతా సంచరించాను. అయినా నా ఆశ తీరలేదు.